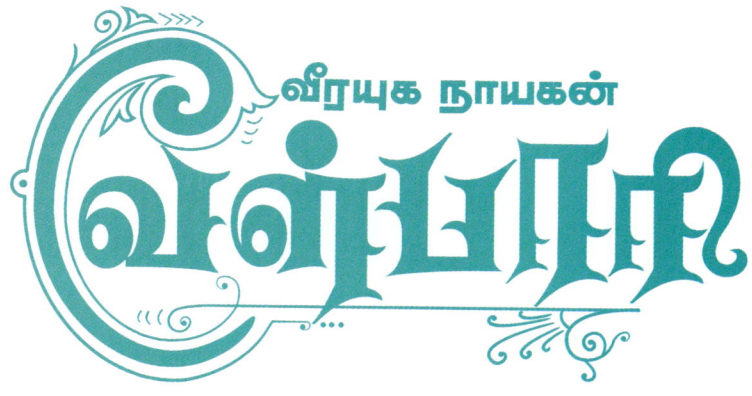

வீரயுக நாயகன் வேள்பாரி

[இரண்டாம் தொகுதி]

சு.வெங்கடேசன்

ஓவியங்கள்: ம.செ.,

விகடன்
பிரசுரம்

வீரயுக நாயகன்
வேள்பாரி

பாகம் 3 & 4

Title:
VEERAYUGA NAYAGAN VELPAARI
(Volume 2)

© S.VENKATESAN

ISBN: 978-93-88104-17-3

விகடன் பிரசுரம்: **1033**

நூல் தலைப்பு:
வீரயுக நாயகன் வேள்பாரி (தொகுதி 2)

நூல் ஆசிரியர்:
© **சு.வெங்கடேசன்**

ஓவியங்கள்:
© **மணியம் செல்வன்**

முதற்பதிப்பு : **டிசம்பர், 2018**
பன்னிரண்டாம் பதிப்பு: **செப்டம்பர், 2025**

விலை : ₹ **2,000**
(இரண்டு தொகுதிகள் சேர்த்து)

பதிப்பாளர்:
பா.சீனிவாசன்

துறைத் தலைவர்:
எம்.அப்பாஸ் அலி

முதன்மைப் பொறுப்பாசிரியர்:
அ.அன்பழகன்

தலைமை உதவி ஆசிரியர்:
ப.சுப்ரமணி

தலைமை வடிவமைப்பு:
மா.முகமது இம்ரான்

இந்தப் புத்தகத்தின் எந்த ஒரு பகுதியையும் பதிப்பாளரின் எழுத்துபூர்வமான முன் அனுமதி பெறாமல் மறுபிரசுரம் செய்வதோ, அச்சு மற்றும் மின்னணு ஊடகங்களில் மறுபதிப்பு செய்வதோ காப்புரிமைச் சட்டப்படி தடை செய்யப்பட்டதாகும். புத்தக விமரிசனத்துக்கு மட்டும் இந்தப் புத்தகத்திலிருந்து மேற்கோள் காட்ட அனுமதிக்கப்படுகிறது.

விகடன் பிரசுரம்
757, அண்ணா சாலை, சென்னை-600 002.

மொபைல்: 80560 46940 / 95000 68144
Website: https://books.vikatan.com
e-mail: books@vikatan.com

பாகம் 3

சோமபானம்

....; சுரும்புண
நறுவீ யுறைக்கு நாக நெடுவழிச்
சிறுவீ முல்லைக்குப் பெருந்தேர் நல்கிய,
பிறங்கு வெள்ளருவி வீழும் சாரற்
பறம்பின் கோமான் பாரியும்.

-இடைக்கழிநாட்டு நல்லூர் நத்தத்தனார்
(சிறுபாண்; 87-91)

52

களைகட்டியது கூத்து. திசையெங்குமிருந்து பறம்புமலையை நோக்கி அணியணியாய் மேலேறினர் பாணர்கள். கூத்து தொடங்கும்முன் தங்களின் பறைகளை நெருப்பிலே சூடேற்றினர். சூடேற்றிய பறையை இழுத்தடித்ததும் ஓசையின் வழி நெருப்பே பரவியது. வைப்பூரை எரித்த நெருப்பு, அருகன்குடியை அழித்த நெருப்பு, யவன நாவாய்களை விழுங்கிய நெருப்பு, கலங்தோறும் கனன்ற நெருப்பு! அந்நெருப்பே பாடலாய் மாறியது. நெருப்பின் பாடலே இரவெங்கும் ஒலித்தது!

பறம்பின் வீரர்கள் நால்வரின் வாயிலிருந்து உமிழப்பட்ட பொறித்துகளை இப்பொழுது நிலமெங்கும் பாணர்கள் உமிழ்ந்து கொண்டிருந்தனர். பாய்மரங்களைவிட உயரத்தில் பறந்து கொண்டிருந்த பாண்டியனின் புகழ்மீது பற்றியெறிந்தது நெருப்பு. கருகி உதிரும் புகழின் சாம்பலேந்தி வழியெங்கும் பாட்டிசைத்தனர் அகவன் மக்கள்.

நீரின்மீது ஆடிய நெருப்பின் நடனத்தை நிலமெங்கும் ஆடிக்களித்தனர் கூத்தர்கள். வணிகர்களின் அச்சொடிவது ஏதோ ஒரு வகையில் மக்கள் எல்லோருக்கும் பிடித்திருந்தது. அதனாலேயே இச்செய்தி மக்களின் செய்தியாக மாறியது. சேரனும் சோழனுங்கூட இக்கதைப்பாடலை அவையில் பாடச்சொல்லிக் கேட்டனர். வேந்தர்களில் முதல்நிலையை அடைந்துவிட்டதாகச் செருக்கிக்கொண்ட பாண்டியன் எரிந்த கதை எல்லோருக்கும் இன்பத்தைச் சுரந்தது.

பாண்டிய இளவரசனின் மணவிழாவில் நிகழ்ந்த

கூத்துகளெல்லாம் இப்பொழுது நிலமெங்கும் கேலிக்கூத்தாய் நிகழ்ந்து கொண்டிருந்தன. செல்வத்தின் கருநிழலில் கால்மிதித்து ஆடினர் கலைஞர்கள். ஓடோடிகளும் நாடோடிகளும் தமக்கான பாடலை தமது நரம்பெடுத்து மீட்டனர்.

ஆக்கத்தில் கிடைக்கும் இன்பம் அழிவிலும் கிடைக்கும். இவ்வழிவு தற்செயல் என்றுதான் எல்லோரும் நம்பினர். ஆனால், முற்றிலும் எரிந்த தீயிலிருந்து எரியாமல் வெளிவந்தது உண்மை. இது தற்செயல் அல்ல, தாக்குதல் எனத் தெரியவந்தது. தாக்கியது திரையர் கூட்டம் என்பது அறியவந்தது. உடனிருந்தது பறம்பு மக்கள் என்பதும் இணைந்து கொண்டது. அவ்வளவு காலமும் பரவிய நெருப்பைப் பற்றிய கதை, இப்பொழுதுதான் நெருப்பாய்ப் பரவத் தொடங்கியது. வேள்பாரியின் சீற்றம் கடல்தொட்டுத் திரும்பியதெனத் தென்பறை முழங்கினர் பாணர்கள்!

நெருப்பைவிட வேகமாகப் பரவக் கூடியது கதை. நெருப்பைவிட அதிகமாகச் சுடக்கூடியது கதை. நெருப்புக்கொண்டும் எரிக்கமுடியாதது கதை. எனவே இக்கதை பரவுவதைத் தடுக்கவோ, எரிவதை நிறுத்தவோ, சுடுவதை மறைக்கவோ யாராலும் முடியவில்லை. இந்நெருப்பை நீர்கொண்டு அணைக்க முடியாது. ஏனென்றால் இந்நெருப்பே நீரின் மீதுதான் எரியத்தொடங்கியது. கடைசிவரை நீரின் சாட்சியாகவே எரிந்து தணிந்தது.

வெஸ்பானியனின் உடலிற்படர்ந்த தீயை அணைக்க எவ்வளவு முயன்றும் முடியவில்லை. நதியிலே தள்ளிவிட்டுக் காப்பாற்றிவிடலாம் என நினைத்து நெருப்போடு நீருக்குள் தள்ளினர். அவன் நீரில் விழுந்த சில கணங்களில்தான் எரிந்து கொண்டிருந்த ஹிப்பாலஸ்ஸின் நாவாய் வெடித்துச் சரிந்தது. வெஸ்பானியன் எரிந்து மூழ்கினானா, மூழ்கி எரிந்தானா என்பது தெரியாமலே போய்விட்டது.

எண்ணிலடங்காத முத்துப் பெட்டிகள் ஏற்றப்பட்ட நாவாய் அது. ஒவ்வொரு வணிகனும் பெரும் மகிழ்வோடு கணக்கிலாத பொருட்களை வாங்கிக் கலம் நிறைத்துப் புறப்படும் வேளையில் நெருப்பு நடனம் நிகழ்ந்ததால், கலத்திலிருந்த பொருட்களின் அளவு கணக்கிட முடியாததாக இருந்தது.

சந்தை அழிந்த கதையை வழித்தடங்கள் மறக்காமல் எடுத்துச் சென்றுவிடுகின்றன என்பார்கள். இப்பொழுதும் அதுவே நடந்தது. ஒரு துறைமுகம் முழுமுற்றாக அழிந்த கதையைக் கடல்வழி பயணித்த கலங்கள் எல்லாம் எடுத்துச்சென்றன. நாவாய்கள் ஒதுங்கும் துறைமுகமெங்கும் வைப்பூரின் கரிக்கட்டைகள் கரையொதுங்கின.

கடலிருக்கும் வரை இக்கதை இருக்கும். பாம்பின் தலையை நசுக்குவதைப்போல வைகையின் தலையில் இருந்த துறைமுகத்தை நசுக்கி அழித்தான் வேள்பாரி என்ற வரலாறு நிற்கும்.

வரலாறெங்கும் கேட்டிராத கதையாக இது இருந்ததற்குக் காரணம் ஒன்றே ஒன்றுதான். அது, உலகம் இதுவரை கேட்டிராத செய்தி. நீரின் மீது நெருப்பு மூன்று நாள்கள் நின்று எரிந்தது என்னும் செய்தி. எனவே அது பாணர்களின் கற்பனையைத் தாண்டிய கருப்பொருளாக இருந்தது.

எரிபொருளே கருப்பொருளானதால் நிற்காமல் எரிந்தது. சுடும்சொற்கள் பற்றியெரிய, எரியும் நெருப்பு சொல்லெனச் சுட்டது.

பாடும் ஒவ்வொருவனும் ஒவ்வொரு கதையைப் பாடுகிறான். உண்மையில் என்னதான் நடந்தது என்பதை அறிய அளவற்ற ஆர்வத்தோடு இருந்தான் பாரி. மழைக்காலம் முடிந்ததும் நிலமெங்குமிருந்து பாணர்கள் பறம்பிற்கு மலையேறத்தொடங்குவது வழக்கம். இவ்வாண்டும் அப்படியே.

பறம்பின் தாக்குதலை எழும் அலைகளும் வீசும் காற்றும் எங்கும் பேசிக்கொண்டிருக்க, துள்ளிக்குதித்து மலையேறினர் பாணர்கள். நாள் தவறாமல் எவ்வியூரில் கூத்து நிகழ்ந்தது. கிணைகொண்டு பாடும் கிணையர் கூட்டம்தான் வைப்பூரின் கதையை எவ்வியூருக்கு வந்து முதலில் பாடியது. இத்தாக்குதல் இவ்வளவு பெரிதாக நிகழ்ந்துள்ளது என்பதைப் பாரி உள்ளிட்ட அனைவரும் அன்றுதான் அறிந்தார்கள்.

கிணையர் குலத்துக் கிழவன்தான் வைப்பூரின் பெருமையைச் சங்கூதும் குரலில் இழுத்துப் பாடினான். வைகையின் வாய்முகப்பகுதி, கடலை முத்தமிட்டு முத்தமிட்டுப் பின்வாங்கும் அதன் அழகு, கலங்கள் வந்து நிற்கும் வரிசையை ஒருபோதும் சேதப்படுத்தாத காற்று, பாண்டியனின் மகுடத்தில் ஒளிரும் பொன்நிறக் கல் அது என்று அதன் பெருமையைச் சொல்லி முடித்ததும் இளங்கிணையன் களம் இறங்கினான்.

அவன் இறங்கியதும் கிணையர்குல ஆடுவன் கூட்டம் உள்ளிறங்கியது. ஆண்களும் பெண்களும் சூழ வலம் வந்தனர். கிணைப்பறையின் ஒலிக்குறிப்பு அவர்களுக்கான நுணுக்கங்களைச் சொல்லிக் கொண்டிருந்தது. காலம்பன், பாரியின் இடப்புறம் அமர்ந்திருந்தான். ஏதோ ஒரு கூத்தினைப் பார்க்கிறோம் என்ற எண்ணத்தில்தான் அவன் அமர்ந்திருந்தான். அந்தக் கூத்தின் நாயகன் அவன்தான் என்பது தொடக்கத்தில் புலப்படவில்லை.

நெருப்பின் அகன்றவாய் கலங்களை மென்றுதின்றபொழுது பல்லுக்குள் சிக்கிக்கொண்ட பாய்மரத்தினை ஒடித்து உள்ளே தள்ளினான் காலம்பன் என்றான் கிணையன். கேட்டுக்கொண்டிருந்த காலம்பன் அதிர்ந்து உட்கார்ந்தான். கூட்டம் எழுப்பிய உற்சாக ஒலி விண்ணைத் தொட்டது. தாங்கள் பாடும் கதையின் நாயகன் தங்களின் கண்முன்னால் உட்கார்ந்திருக்கிறான் என்பது கிணையர்களுக்குத் தெரியாது. வீரனின் வாள் கலைஞனின் சொல்லாக மாறினால் என்னவாகும் என்பதை முதன்முறையாகப் பார்த்துக் கொண்டிருந்தான் காலம்பன்.

எறியுளியால் எண்ணற்ற வீரர்களின் உடல்களைச் செருகியபடித் தோளிலே தூக்கிவந்த காலம்பனின் உடல்வாகினை இளங்கிணையன் பாடியபொழுது கூத்தரங்கு அதிர்ந்தது. எழுந்த பேரோசை கிணைப்பறையின் ஓசையை விஞ்சியது. அகலவிரித்த கையால் ஒருமுகப்பறையை ஓங்கி யடித்துப் பேரொலி எழுப்புவதைப் போலத் தனது தொடையிலடித்து ஒலியெழுப்பினான் பாரி.

ஆடுவன் கூட்டம் தாக்குதலின் வலிமையை வர்ணிக்கத் தொடங்கிய பொழுது பாரியால் இருக்கையில் உட்கார முடியவில்லை. காலம்பனின் வீரச்செயல் பறம்புக்குடிகளுக்கே பாடம் சொன்னது. இசையும் கூத்தும் உச்சியில் ஏறிநிற்க, பரிமாறப்படும்

தாக்குதலின் விபரங்கள் கூத்துக் களத்தைப் போர்க்களமாக்கின. சீறியெழும் சினங்கொண்டு பகை முடிக்கும் ஒற்றைச் சொல்லோடு பாடலை முடித்தான் இளங்கிணையன்.

கூத்துக் கேட்டவர்களின் ஆவேச உணர்ச்சி எல்லையற்றதாக இருந்தது. கூட்டத்தில் உட்கார்ந்திருந்த திரையர்கள் கண்ணீர்பெருகப் பார்த்திருந்தனர். தங்கள் குலத் தலைவனைப் பற்றிப் பாடப்படும் முதற்பாடல் அது. காலம்பன் உறைந்து நின்றபொழுது எதிரில் வந்து வணங்கி நின்றான் பாரி.

பாடிய கிணையர்களுக்குத் தங்களது கதையின் நாயகன் இவன் தான் என்று அப்பொழுதுதான் புரியத் தொடங்கியது. காலம்பனைக் கண்கொண்டு பார்த்ததும் தாங்கள் செய்த தவற்றை உணர்ந்தனர். காலம்பனை “விரிந்த மார்பன்” என்று தவறாகப் பாடிவிட்டோம். இவன் விரிந்த மார்பனல்லன், எதிரி தன் இரு கையை எவ்வளவு விரித்து வந்தாலும் “அடங்காமார்பன்” என்று சொல்லி மறுபாடலைத் தொடங்கினான் இளங்கிணையன்.

இப்படித்தான் தொடங்கிய கூத்து எதுவும் விடியும் வரை முடிவதில்லை. மறுநாள் இன்னொரு பாணர்குழு வந்து சேரும். மீண்டும் வைப்பூர் பற்றியெரியும். கடலில் கலந்த நாவாய்களின் சாம்பல் கதையெங்கும் மிதக்கும். இடுக்கையும் உடுக்கையும் அந்தரியும் ஆகுளியும் உறுமியும் முழவுமாக கருவிகளின் முழக்கத்துக்கு ஏற்ப வைகையின் நெருப்பு வடிவுகொள்ளும்.

எவ்வியூர் மக்களுக்கும் வந்துசேர்ந்த திரையர் கூட்டத்துக்கும் பெருந் துன்பத்திலிருந்து மேலேற வேண்டிய தேவையிருந்தது. அந்தத் தேவையைக் கூத்துகளே இட்டு நிரப்பின.

நாட்கள் நகர்ந்தன. திரையர்குடி பறம்புக்குடியானது. திரையர்குலத்தின் மூத்த பெண்ணொருத்தி கூடை நிறைய பழங்களைக் கொண்டுவந்து கொற்றவையின் முன்னால் பரப்பினாள். வழிபாடு தொடங்கப்

போகும்முன் நடக்கும் சடங்கிது. வைக்கப்பட்ட பழங்களுக்கெல்லாம் குலநாகினி கண்திறக்க முயன்ற பொழுது தேக்கன் தடுத்தான். "கண்திறக்காத பழங்களே திரையர்களைக் கொண்டுவந்து சேர்த்தது" என்றான். குலநாகினிக்குப் புரிந்தது. கூட்டத்துக்குள்ளிருந்த அலவனை அருகில் வரச்சொன்னாள். ஏனென்று அவனுக்குப் புரியவில்லை. தயங்கியபடி அருகில் வந்தான். அள்ளி முத்தமிட்டாள் குலநாகினி. ஏனென்று

திரையர்களுக்குப் புரியவில்லை. அலவனின் கண்ணில் நீலவளையம் பூத்து அடங்கியது.

கொற்றவையை வணங்கி மண்ணெடுத்து காலம்பனின் நெற்றியில் பூசினாள் குலநாகினி. குலவையொலி பெருகி மேலேறியது. பறவைகளின் படபடப்பையும்மீறி வெளிக்கேட்டது தேவவாக்கு விலங்கின் குரல்.

ஓசைகள் அடங்கியதும் பறம்பின் ஆசான் அறிவித்தான், “வழக்கமாகப் பதினாறு குலங்களுக்காக நடைபெறும் கொற்றவைக்கூத்து அடுத்தமுறை பதினேழு குலங்களுக்காக நடை பெறும். ஆனால் தேவவாக்கு விலங்கு பழமெடுத்துக் கொடுத்துத் தொடங்கும் கதையல்ல திரையர்களின் கதை. தேவவாக்கு விலங்கையே எடுத்துக் கொடுத்துத் தொடங்கும் கதை.”

கூட்டத்தின் குலவையொலி காட்டைக் கிட்டித்தது. திரையர்குலப் பெண்ணொருத்தி உடல்சிலிர்த்து ஆடத்தொடங்கினாள். தூதுவையின் நினைவோடு அருளாட்டம் தொடங்கியது. உருமிகள் நரம்பினை முறுக்கின. அவள் ஆடும் பரப்புக் கேற்பக் கூட்டம் விலகிக் கொடுத்தது. நேரமாக ஆக ஆட்டத்தின் ஆவேசம் உச்சங்கொண்டது. கைகளைத் திருகி, முறுக்கித் தலைசுற்றி நிமிரும் அவளின் முகம் எதிர்கொள்ள முடியாததாக இருந்தது. பொழுதாவதை உணர்ந்து ஆடுபவளை நிலைகொள்ளச்செய்யக் குலநாகினி களமிறங்கினாள்.

திரையர்குலப் பெண்களின் உடல்வாகு எளிதில் அடக்கமுடியாதது. உயரத்திற்கும் உறுதிக்கும் இணையற்றது. அதுவும் அருளிறங்கி ஆடும் பெண்ணை அணைத்து நிறுத்த எவரால் முடியும்? எவ்வளவு முயன்றும் குலநாகினியால் எதுவும் செய்ய முடியவில்லை.

கொற்றவைக் கூத்தின்பொழுது மற்ற குலப்பெண்கள் இரண்டு, மூன்று பேர் அருளிறங்கி ஆடினாலும் இறுதியில் அடக்கி நிறுத்துபவள் குலநாகினி. தோற்றத்திலும் உடல்வலுவிலும் இணையற்றவளான பறம்பின் மூதாய் குலநாகினி. திரையர்குலத்தின் ஒற்றைப்பெண்ணை எதுசெய்தும் நிறுத்த முடியவில்லை. பார்த்துக் கொண்டிருந்த வேளிர்குலப் பெண்களுக்கு வேர்த்தது.

உறுமியின் நீளோசையும் உருண்டோடும் குலவையொலியும் சூழலின் ஆவேசத்தை அதிகமாக்கிக் கொண்டே இருந்தன. நிலைமையை எப்படிக் கைக்கொள்வதென்று யாருக்கும் புரியவில்லை.

பாரியின் எண்ணங்கள் எங்கெங்கோ போய்த் திரும்பிக் கொண்டிருந்தன. குலங்கள் தாங்கள் அழிந்த கதைகளோடு களமிறங்கி விட்டால் அவர்களை ஒருபோதும் ஆற்றல்கொண்டு நிறுத்த முடியாது. அவர்களை நிறுத்துவதற்கான வழியைக் கதைகளுக்குள்தான் கண்டறிய வேண்டும் என்று சிந்தித்துக் கொண்டிருந்த பொழுது அருகிருந்த ஆதினி சொன்னாள், “சூலிவேளினை வணங்கி ஆண்வெற்றிலையைக் கொண்டுவந்து அரங்கில் வையுங்கள். ஆவேசம் தணிந்து அமைதியடைவாள் தூதுவை.”

குரல்கேட்டு அதிர்ந்தான் பாரி. செய்வதறியாது திகைத்துக் கொண்டிருந்த அரங்கம் ஆதினியின் குரலை இறுக்கிப்பற்றியது. சிறிது நேரத்திலே ஆண்வெற்றிலையைக் கொண்டுவந்து பாரியின் கையில் கொடுத்தனர்.

சூலிவேலினை நினைத்தபடி அரங்கின் நடுவே ஆண்வெற்றிலையை

வைத்து வணங்கி நின்றான் பாரி. கொற்றவையின் முன்னால் அடங்கி அமர்ந்தாள் தூதுவை.

புதிய மரபுகள் உருவாகிக் கொண்டு தானிருக்கின்றன. குலங்கள் அழிபட்டுப் பறம்புக்கு வந்து சேர்ந்த பொழுது இப்படித்தானே தம் முன்னோர்கள் மரபுகளை உருவாக்கி யிருப்பார்கள் என்று பெரியவர்கள் பேசிக்கொண்டனர்.

“மலைமக்களின் எந்தவொரு குடியும் இனி தனித்து வாழமுடியாது. குடிகளை இணைத்து நாடாக்காமல் விட்டுவிட்டோம். நாட்டின் அமைப்பு களை உருவாக்காமல் இனி எக்குடியும் தப்பிப்பிழைக்காது என்ற எண்ணங்கள் உருவானபொழுது தப்பிப்பிழைத்த குடிகள் எதுவுமில்லை என்ற நிலை உருவாகிவிட்டது. பறம்பு மட்டுமே நமக்கு மிஞ்சியுள்ள ஒரே இடம். இதனை என்றென்றும் காத்து நிற்பர் எம் குலவழியினர்” என்று ஆவேசங் கொண்டு சூளுரைத்தான் காலம்பன்.

சேரனின் அவையிலும் வைப்பூர் எரிந்த கதை பாடப்பட்டது. உதியஞ் சேரலின் கன்னங்கள் பூரிப்பில் சிவக்கும் அளவிற்கு வைப்பூர் நெருப்பு சுகங்கொடுத்தது. குளிருக்காக நெருப்பை அணைத்து மகிழ்வதைப் போல, மகிழ்வுக்காக நெருப்பை இடைவிடாது அணைத்துக்கிடந்தான் உதியன்.

குரல்வாய்ப் பாணர்களின் போட்டிப் பாடல்கள் நாள்தோறும் நடந்தன. “கூலங்கள் எரிவதைப்போலக் கலங்கள் எரிந்தன” என்றான் ஒருவன், “நீரிலே மூழ்கும் வேழத்தின் கருமை யேறிய முதுகினைப்போல கருகிய நாவாயின் அடிமரங்கள் ஆற்றிலே புதைந்தன” என்றான் மற்றொருவன். “பாண்டியனின் பதாகையில் பறந்து கொண்டிருந்த மீன்கள், எரிந்த நெருப்பின் சூடு தாங்காமல் ஆற்று நீரிலே செத்து மிதந்து கொண்டிருந்தன” என்றான் இன்னொருவன். கடைசி ஆள் பாடலை முடித்தான், “பாண்டியன் இனி சுடப்பட்ட மீன்!”

மறுநாள் கூத்துக்கலைஞர்கள் உள்ளே நுழைந்தனர். பொருட்கள் ஏற்றப்பட்ட கலங்களில் பற்றிய நெருப்பு என்ன வாசனை கொண்டிருந்தது என்பதை ஒரு பாணன் விளக்கிப் பாடினான். கலங்களின் வடிவத்தையும் நெருப்பின் வேகத்தையும் பாடுவதைவிடுத்து எரிந்தபொருட்களை நினைவு படுத்தியதற்காக பெரும்பொருளைப் பரிசாகக்கொடுத்தான் உதியஞ்சேரல். அதன்பின் வைப்பூரில் எரிந்த நெருப்பின் வாசனை சேரனின் அவையில் நாள்தோறும் மணக்கத் தொடங்கியது.

சந்தனமும் அகிலும் எண்ணற்ற வாசனைப் பொருட்களும் இருந்த பிற கலங்கள் எரியும்பொழுது எழுந்த வாசனையை விவரித்துக் கூறின பல பாடல்கள். மிளகும் பாக்கும் கருகிய வாசனையைப் பாடிய கூத்தனுக்கு அள்ளிவழங்கினான் சேரன். அரிசந்தனமும் இலவங்கமும் பாதியெரிந்து மூழ்கியபொழுது எழுந்த வாசனை பற்றி மிகநுட்பமான குறிப்பை பாடினி ஒருத்தி பாடினாள். அவளுக்கு உதியஞ்சேரல் கொடுத்த பரிசுப்பொருட்கள் பற்றித் தனிப் பாடலே உருவாயிற்று.

சேரனின் தலைநகரான வஞ்சி முழுக்க வைப்பூரின் வாசனையே மிதந்தது. ஆனாலும் உதியஞ்சேரலுக்கு ஆசை அடங்கவில்லை. ஒரு கட்டத்தில் கூத்தர்களின் வாய்மொழி சலிக்கவே, வணிகர்களின் நேரடிக்கதறல் அவனுக்குக் கூடுதல்

மகிழ்வைக் கொடுத்தது. துறைமுகத்தில் வந்திறங்கும் ஒவ்வொரு வணிகனும் ஒவ்வொரு கதையோடு வந்திறங்கினான். பெருவணிகன் என்று இறுமாப்புக்கொண்ட பலரின் கதை வைப்பூரோடு முடிவுக்கு வந்தது. சாத்துக்களின் தலைவன் சூழ்கடல் முதுவன் இனி எந்தத் துறையிலும் தலைநிமிர்ந்து நுழையமுடியாது. அதுமட்டுமல்ல, பாண்டியனுக்குப் பெண்கொடுத்ததால் சாத்துக்களின் தலைவனுக்கே இந்தக் கதி என்பது கடல்போல் நிலைகொண்டுவிட்டது.

அழிந்த நாவாய்களுக்கும் கலங்களுக்கும் உரிமையாளர்கள் இழப்பைப் பற்றித் தொடர்ந்து சொல்லிக்கொண்டிருந்தனர். ஒவ்வொருவருக்கும் ஏற்பட்ட இழப்பு அளவிட முடியாததாக இருந்தது. எல்லாம் அழிந்தது என்று பல வணிகர்கள் கதறியபடிக் கடலுக்குள் சென்றனர். ஒவ்வொருவரின் கதையையும் கேட்டு உள்ளுக்குள் மகிழ்வோடு அரண்மனை திரும்பினான் உதியஞ்சேரல்.

துறைமுகம் வந்திறங்கிய வணிகர்கள் எல்லோரும் அழிந்த கதையைத்தான் சொன்னார்கள். யவனக்கப்பலில் பயணஞ்செய்த மொழிபெயர்ப்பாளன் ஒருவன், அழிந்த கதையை மட்டுமல்லாமல் அழித்தவர்களின் கதையையும் சேர்த்துச் சொன்னான்.

அவன் ஹிப்பாலஸ்ஸின் நாவாயில் பணியாற்றியவன். பாண்டிய மன்னனின் பரிசாக முசுகுந்தர் கொடுத்த புதிய அடிமைகளைக் கப்பலின் மேல்தளத்தில் ஏற்றியதிலிருந்து அவன் கதையைத் தொடங்கினான். நடந்தவை எல்லாவற்றையும் சொல்லி முடித்தான். கதைகேட்ட உதியஞ்சேரலின் செவிகளில் பொறித்துகளை உமிழ்ந்தவன் அவன்தான்.

வாய்பிளந்து கேட்டுமகிழ்ந்த உதியஞ்சேரல் வாய்மூடி அமைதியானான். பாரிதான் இவ்வளவையும் செய்தான் என்பதை அவனால் நம்பவே முடியவில்லை. அதன்பின் உதியஞ்சேரல் யாரிடமும் கதை கேட்கவேயில்லை. ஆனாலும் அதுவரை அவன் கேட்ட கதைகள் எல்லாம் அவனை விடவில்லை. வைப்பூரில் எரிந்த நெருப்பின் சூடு வஞ்சிமாநகருக்கும் பரவியது.

நெருப்பு சுடத் தொடங்கியது. பறம்புமலை இருக்குமிடத்துக்கும் வைப்பூர் இருக்குமிடத்துக்கும் எந்தத் தொடர்புமில்லை. நிலப்பரப்பால் தொடர்பே ஏற்படுத்திக்கொள்ள முடியாத பகுதியையே முற்றிலும் அழித்துள்ளான் வேள்பாரி. அதுவும் சின்னஞ்சிறு படையை மட்டுமே அனுப்பி. நாள்தோறும் சேரன் கேட்ட கதைகள் புதிய புதிய சான்றுகளை அவனுக்குள் இருந்தே எடுத்துக் கொடுத்துக்கொண்டிருந்தன. ஒரு கட்டத்தில் தனக்குத்தானே எரியத் தொடங்கினான்.

பதற்றம் கூடியது. பறம்புமலை நோக்கிப் பாதையை உருவாக்கும் திட்டம் ஏறக்குறைய முடியும் தருவாயில் உள்ளது. ஒன்றிரண்டல்ல, பல முனைகளிலிருந்தும் அடர்காட்டைக் கிழித்துச் சேர வீரர்கள் உள்நுழைந்துள்ளனர். ஏற்கெனவே வகுத்த திட்டப்படிப் படைகள் புறப்படவேண்டிய நாள் மிக அருகில் இருக்கிறது. ஆனால், படுக்கையில் கிடந்த உதியஞ்சேரலின் உடற்சூடு அளவிட முடியாததாக இருந்தது.

கதைகேட்டு மகிழ்ந்தபடி இருந்தான் செங்கனச்சோழன். திருமணம் முடிக்கும் முன்பே சோழப்

பேரரசனாகப் பட்டம் சூட்டப் பட்டவன். தந்தை சோழவேழன் மகனின் மீது அளவுகடந்த நம்பிக்கையோடு இருந்தார். முதலில் செங்கனச்சோழனுக்குத்தான் பொற்சுவையைப் பெண்கேட்டனர். எல்லாம் நல்லபடியாக முடியும் என்று சோழவேழன் நம்பியிருந்தபொழுது தான், குலசேகரப்பாண்டியன் முத்துக்களை உருட்டிவிட்டு விளையாடத் தொடங்கினான். சூழ்கடல் முதுவனின் சொற்கள் உருளும் முத்துக்களை மிதித்துச் சரிவுகண்டது. மண ஒப்பந்தம் பாண்டியர்களோடு என்று ஆனது.

உள்ளுக்குள் அவமானத்தை உணர்ந்தபடி இருந்த சோழவேழன் அதனை வெளிக்காட்டிக் கொள்ள வில்லை. இயல்பிலேயே தங்களைவிட சேரர்களும் பாண்டியர்களும் வலிமை யோடு இருக்கின்றனர் என்று அவனுக்குத் தெரியும். அந்த வலிமைக்கு தலையாய காரணமாக வணிகமும் இருந்தது. எனவேதான், வணிகர்குலம் நோக்கி அவன் பெண்பார்க்கத் தொடங்கினான். ஆனால், நிலைமை கைமீறிப் போய்விட்டது.

திருமணச்செய்தி வந்துகொண்டே இருந்தது. அவமானங்களைக் கடக்கப் பெரும்பாடுபடவேண்டியிருந்தது. மாதக்கணக்கிற்பட்ட அவமானத்தை வந்துசேர்ந்த ஒற்றைச்செய்தி துடைத்தெறிந்தது. நினைத்து நினைத்து மகிழ்ந்தான். "ஒரு துறைமுகமே அழிந்ததா?" மீண்டும் மீண்டும் கேட்டான். கேட்டுக் கேட்டு மகிழ்ந்தான்.

தந்தையின் அறைக்குள் நுழைந்தான் செங்கனச்சோழன். உடனிருந்தவர்கள் விலகி வெளியேறினர். மகிழ்ந்து கிடக்கும் தந்தையைப் பார்த்து மகன் கேட்டான், "பாண்டியன் எரிந்ததற்கே

இவ்வளவு மகிழ்கிறாயே! பறம்பு எரிந்தால் எவ்வளவு மகிழ்வாய்?"

அதிர்ந்தான் சோழவேழன். மகனின் ஆற்றல் அவனுக்கு நன்கு தெரியும். அதனால்தான் இவ்வளவு இளம் வயதில் முடிசூட்ட வேண்டுமா என்று பலரும் தயக்கம் காட்டியபொழுதும் துணிந்து செங்கனனுக்குப் பட்டம் சூட்டினான். அதிர்ச்சியிலிருந்து மீளாமலே கேட்டான் சோழவேழன், "முடியுமா மகனே?"

"இதுநாள் வரை இவ்வினாவிற்கு விடையின்றி இருந்தேன். இப்பொழுது அதனை அறிந்துவிட்டேன்"

"எப்படி?"

"நம்மையோ, நமது முயற்சியையோ இதுவரை பாரி அறியவில்லை. இனி மேல் அவன் அறியப் போவதேயில்லை. ஏனென்றால் அவனது முழுக்கவனமும் திசை திரும்பிவிட்டது."

அவன் சொல்ல வருவதை உற்றுக் கவனித்துக் கொண்டிருந்தான், சோழவேழன்.

"ஏற்கெனவே அவமானப்பட்டு நிற்கும் சேரனும் புதிய அவமானத்தோடு நிற்கும் பாண்டியனும் இப்பொழுது ஒன்றிணைவார்கள். பறம்பின் கீழ்திசையிலிருந்தும் மேற்றிசையி லிருந்தும் இவர்களின் படை நகரும். இருபெரும் பேரரசுகளின் தாக்குதலை முழுமூச்சோடு எதிர்த்து வலிமை யோடு போர்புரிவான், பாரி!" சொல்லி நிறுத்தினான் செங்கனச்சோழன். கண்ணிமைக்காமல் அவனையே பார்த்துக் கொண்டிருந்தான் சோழவேழன்.

தலைதிரும்பிக் கருவிழியை உருட்டியபடி சொன்னான், "ஆளரவமற்றுக் கிடக்கும் பறம்பின் வடதிசை மலைகளுக்கிடையே நம் படைகள் நகரும் ஓசையை அவன் உணரப்போவதேயில்லை."

கண்ணிமைக்காமல் இருந்த சோழவேழன் அப்பொழுதுதான் தலைகுலுக்கி நினைவுமீண்டான். "நான் தாக்கப்போவது பறம்பின் தலைநகரையோ, பாரியையோ அல்ல!" சொல்லியபடி இருக்கையை விட்டு எழுந்தான் செங்கனச்சோழன்.

அவனுடைய சொற்களால் கட்டப் பட்டிருந்த சோழவேழனும் இழுபட்டு எழுந்து அவன் பின்னே சென்றான்.

"நாட்டை ஆள்பவர்கள் காட்டை ஆள நினைக்கும் மூடத்தனத்தைச் சேரனும் பாண்டியனும் செய்யட்டும். நான் ஆள்வதற்குப் பறம்பில் எதுவும் இல்லை. ஆனால், அடைவதற்கு ஒன்றிருக்கிறது. அதனை அடைவேன்."

53

கபிலரின் முகம் இவ்வளவு கலக்கத்துடன் எப்பொழுதும் இருந்ததில்லை. முதிர்ந்த மரம் பட்டையை உதிர்ப்பதைப்போல அனுபவத்தை உதிர்த்தபடி வானத்தைப் பார்த்துச் செழித்திருக்கும் திருமுகம். தெளிவு கொண்ட அவரின் சொற்கள் எச்சூழலிலும் மனதைத் துவளவிடாதவை. ஆனால், இப்பொழுது பெருங்குழப்பம் அவருள் சூழ்ந்துள்ளது. சொற்களை விட்டு விலகி அமைதிகொண்டே நின்றார்.

சொற்களின் மீது தன் ஆசான் எவ்வளவு காதல்கொண்டவர் என்பதை அங்கவை அளவுக்கு உணர்ந்தவர் பறம்பில் வேறு யாருமில்லை. எழுதக் கற்கும்வரை சொற்களின் வழியாக உலகைப் பார்த்துப் பழகியவர்கள், எழுதக் கற்ற பின்தான் உலகை விழுங்கி நகரும் ஆற்றல் சொற்களுக்கு உண்டு என்பதை உணர்வார்கள். அவ்வாற்றலை உணர்த்திய ஆசான் சொற்களிடமிருந்து இவ்வளவு விலகி நிற்பதேன் எனக் காரணம் புரியாமல் திகைத்தாள் அங்கவை.

பிற்பகல் நேரத்தில், வேயப்பட்ட குடிலில் அவர்கள் அமர்ந்திருந்தனர். ஆசான் சொல்வதை அங்கவை எழுதிக்கொண்டிருந்தாள். மன ஈடுபாடின்றிச் சொல்லும் ஒற்றைச் சொல்கூட ஒருவரைக் காட்டிக் கொடுக்கும்; இன்னொருவரால் கண்டறியப்படும். குனிந்து எழுதிக் கொண்டிருந்த அங்கவை தலைநிமிரவில்லை. சொல்லப்பட்ட சொல்லின் வழியே ஆசானின் எண்ணத்துக்குள் போக முயன்று கொண்டிருந்தாள். எழுத்தை விட்டு

ம.செ

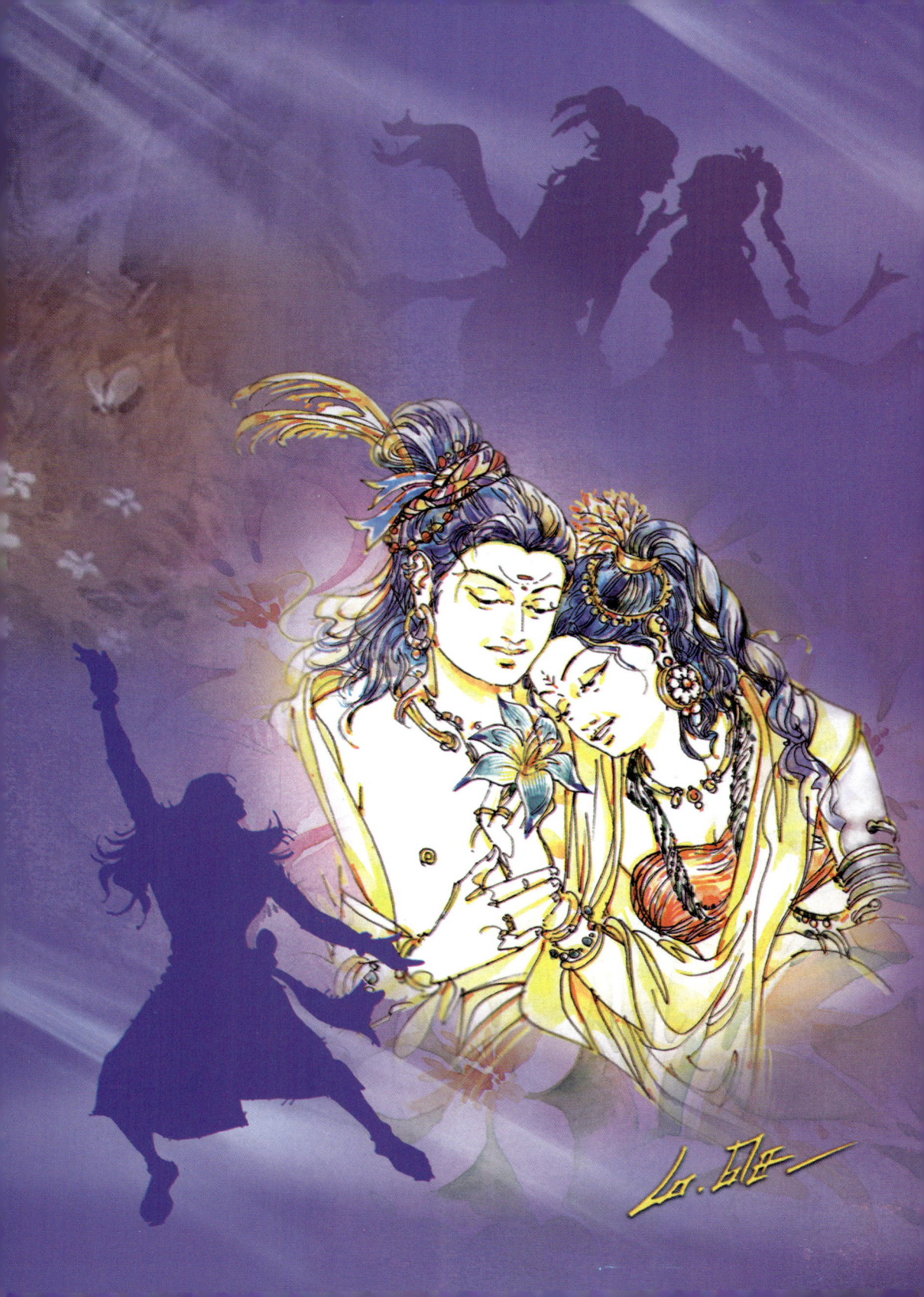

வெளியேதான் அங்கவையின் மனம் இயங்கிக்கொண்டிருக்கிறது என்பதைக் கபிலரும் அறிவார். இருவரும் தெரிந்தேதான் ஒளிந்து கொண்டிருந்தனர்.

குடிலின் மறைப்புக்குப் பின்னால் பறவையின் கீச்சொலி கேட்டது. குனிந்து எழுதிக்கொண்டிருந்த அங்கவை நிமிர்ந்துபார்த்தாள். அவளால் குரலோசையை வைத்துப் பறவையைக் கணிக்க முடியவில்லை. மீண்டும் ஒருமுறை கீச்சொலி கேட்டது. கழுத்தை நீட்டிப்பார்த்தாள்; தெரியவில்லை.

"வெளிப்புறம் போனால்தான் கண்டறியமுடியும்" என்றார் கபிலர்.

ஆசான் சொல்லிமுடித்த கணத்தில் அவரது எண்ணத்தை அறிந்தாள் அங்கவை. எழுந்தவள் அப்படியே உட்கார்ந்தாள். கண் கலங்கியது. அவளால் எதுவும் பேசமுடியவில்லை.

"ஏன் போகாமல் உட்கார்ந்து விட்டாய்?"

அங்கவையிடமிருந்து மறுமொழி வரவில்லை.

"இதைப்போல்தான் என்னாலும் போகமுடியவில்லை."

சற்றே அமைதிக்குப்பின் மெல்லிய குரலில் கேட்டாள், "பறம்பிலிருந்து கொண்டு உங்களால் கண்டறிய முடியாத உண்மையென்ன ஆசானே?"

அவள் நிமிரவில்லை. கலங்கிய கண் ஆசானுக்குத் தெரியவேண்டாம் என நினைக்கிறாள் என்பது அவருக்குப் புரிந்தது.

"தேவவாக்கு விலங்கிற்காக இவ்வளவு பெரியமுயற்சி ஏன் செய்யப்பட்டது?"

தலைநிமிர்ந்து பார்த்தாள் அங்கவை.

"வைப்பூரும் அருகன்குடியும் எரிந்த பின் பாண்டியன் அடுத்து செய்யப் போவதென்ன?"

கண்ணிமைக்காமல் பார்த்துக் கொண்டிருந்தாள்.

"இதைப்போல எண்ணற்ற கேள்வி களுக்கான விடை பறம்பை விட்டு வெளியில் போனால்தான் கிடைக்கும். ஆனால், பாரியைப் பொறுத்தவரை இக்கேள்விகள் எதற்கும் விடை அறிய வேண்டிய தேவையில்லை என்று கருதுகிறவன்."

"உங்களைப் பொறுத்தவரை?"

"இக்கேள்விக்கான விடை பறம்பின் எதிர்காலத்தோடு தொடர்புடையது. இதை அறிதல் அவசியம்."

"உங்களை நான் நன்கு அறிவேன்" என்று சொல்லிவிட்டுச் சற்று இடை வெளியுடன் தொடர்ந்தாள், "கட்டாயம் என்று கருதியிருந்தால் நீங்கள் போயிருப்பீர்கள். போகாமல் இருக்க அதனினும் பெருங்காரணம் இருக்க வேண்டும்."

வியப்போடு அங்கவையைப் பார்த்தார் கபிலர். பார்க்கும்பொழுதே தலையசைத்துக் காரணம் உண்டு என்பதைத் தெரிவித்தார்.

"என்ன?" என்று அவள் கேட்க வில்லை. ஆசான் தன்னுள் இருந்து வெளிவந்து கொண்டிருக்கிறார். அவர் நினைக்கும் சொற்களின் மேல் கால் பதித்து நடந்து வரட்டும் என்று காத்திருந்தாள்.

"நான் வெளியே போவது பறம்புக்கு நல்லதல்ல."

எதிர்பாராத சொல்லாக இருந்தது. இந்தச் சொல்லிற்குள் இருக்கும் ஆழம் புரியவில்லை. கண்களை உருட்டியபடி அவரைப் பார்த்துக்கொண்டே யிருந்தாள்.

கபிலர் சொன்னார், "பறம்பின் உள்ளடுக்குகளைப் பற்றி, எவ்வியூரைப் பற்றி, பாரியைப் பற்றி, இங்குள்ள வாழ்வைப் பற்றி வேந்தர்களுக்கு எதுவும் தெரியாது. இரவில் கூத்து நிகழ்த்திச் செல்லும் பாணர்களின் பார்வையில்தான் அவர்கள் பறம்பைப் பார்த்துக்கொண்டிருக்கின்றனர்.

வியந்ததை, அறிந்ததை, உணர்ந்ததைப் பாடித்திரிவதுதான் எனது தொழில். ஆனால், எனது வாழ்வு முழுக்க வியந்து, அறிந்து, உணர்ந்தவற்றைவிடப் பறம்பில் நான் உணர்ந்தவைதாம் அதிகம். எனது மொழியே பறம்பின் மொழியாகி விட்டது. எனது குரல் குறிஞ்சியின் குரலாகிவிட்டது. இனி நான் பாடும் ஒவ்வொரு பாடலும் பறம்பின் பாடல்தான். நான் என்னைப் பறம்பனாக உணர்ந்துவிட்டேன்" சொல்லி நிறுத்தினார் கபிலர்.

அங்கவை இமைக்காமல் பார்த்துக் கொண்டிருந்தாள்.

"அதுதான் எனது அச்சத்திற்குக் காரணம்" கபிலரின் குரல் இறுகியது.

"பறம்பின் ஆற்றல் ஒவ்வொரு செடியிலும் கொடியிலும் மலையிலும் மடுவிலும் இருக்கிறது. நான் இங்குள்ள மனிதர்களைப் பாடாமல் இயற்கையை மட்டுமே பாடினாற்போதும், எதிரி களுக்கு அதைவிடச் சிறந்த போர்க் குறிப்பு வேறொன்றும் இல்லை."

அங்கவை உறைந்து நின்றிருந்தாள்.

"பறம்பின் வளமும் வாழ்வும் யாரையும் மயக்கி இழுக்கும். அவற்றோடு எனது சொல்லும் சேர்ந்தால் எழும் ஆபத்து அளவிட முடியாததாகிவிடும். ஆசையின் நாக்குகள் பறம்பை நோக்கி என்றென்றும் நீள, நான் சொல் தந்துவிடக்கூடாது. அதனாலேயே நான் வெளியேறிப்போகத் துணிவற்று இருக்கிறேன்."

சற்று முன்னே வந்து ஆசானின் கால்பற்றி அமர்ந்திருந்தாள் அங்கவை. அவளின் தலையில் கைவைத்தபடிக் கபிலர் சொன்னார், "என்னை அறியாமலே எனது மொழி பறம்பைக் காட்டிக்கொடுத்துவிடுமோ என்று அஞ்சுகிறேன். இனிப் பறம்பை விட்டு என்னால் வெளிச்செல்ல முடியாது, மகளே!"

சொல்லி முடிக்கும் முன் தொலைவில் யாரோ வருவது அறிந்து எழுந்து பார்க்க முனைந்தாள் அங்கவை. கலக்கத்திலிருந்து மீள முடியாமல் கண்மூடித் திறந்தார் கபிலர். எதிர்வந்து நின்றான் பாரி.

முகம் முழுவதும் அப்படி ஒரு மகிழ்ச்சி. பூத்துக்குலுங்கும் மலர்போல் புன்னகைத்தபடி உள்ளே வந்த பாரி, அமர்ந்திருந்த கபிலரைக் கைபிடித்துத் தூக்கி "வாருங்கள் போவோம்" என்று அழைத்தான்.

பாரியின் முகத்தில் இவ்வளவு மகிழ்வைப் பார்த்து நீண்ட நாட்களாகி விட்டன. கபிலரின் முகத்தில் அளவு கடந்த கவலையைப் பார்த்துக் கொண்டிருந்த அங்கவை, அதற்கு நேரெதிராக எல்லையில்லாத மகிழ்வோடு வந்துநிற்கும் தந்தையைப் பார்த்துத் திகைத்து நின்றாள்.

"வாருங்கள் வேகமாக" என்று கைபிடித்து இழுத்துச் சென்றான் பாரி. அங்கவையை வரச்சொல்லிக் கூறவில்லை; எனவே, அவள் குடிலிலேயே நின்றுகொண்டாள். கபிலருக்குக் காரணம் எதுவும் விளங்க வில்லை. பார்த்துக்கொண்டிருந்த அங்கவை, சிறிதுநேரங் கழித்து, 'கபிலரை மாளிகைக்கு அழைத்துச்

செல்லாமல் காட்டுக்குள் ஏன் அழைத்துச் செல்கிறார்? முக்கியமான வேட்டை ஏதாவது கிடைத்திருக்கும்!' என்று சிந்தனையில் ஆழ்ந்தாள்.

பாரி உற்சாகம் குறையாமல் அழைத்துச் சென்றுகொண்டிருந்தான். அவனைப் பார்த்தபடி நடந்து கொண்டிருந்தார் கபிலர். "முகம் ஏன் இவ்வளவு கவலைகொண்டுள்ளது?" என்று கேட்டபடி முன் நடந்து சென்றான் பாரி.

'அளவற்ற மகிழ்வோடு இருக்கும் ஒருவனிடம் கவலையை எப்படிப் பகிர்ந்துகொள்வது?' கபிலர் சொல்லற்றவரானார். மாறுபட்ட இரண்டு உணர்ச்சிகளில் ஒன்றிலிருந்து இன்னொன்றுக்குத் தாவச் சட்டென மொழி கைகொடுப்பதில்லை. மொழி வலிமையற்று இருக்குமிடத்தில் நின்று பேசுவதுதான் புலவனின் ஆற்றல். ஆனால், அவ்வாற்றலை வெளிப் படுத்தும் மனநிலையில் கபிலர் இல்லை.

அமைதியாய் வரும் கபிலரைப் பார்த்துப் பாரி கேட்டான், "பகிர்ந்து கொள்ள முடியாத கவலையா?"

"இல்லை..." என்று சொல்லிபடி நடந்தார். ஆனால், தொடராமல் சொல் நின்றிருந்தது.

எவ்வியூரின் நாகப்பச்சை வேலியைக் கடந்து உட்காட்டுக்குள் நுழைந்தனர். செடிகொடிகளை விலக்கி முன்னே நடந்து கொண்டிருந்தான் பாரி.

மெல்லிய குரலில் கபிலர் பேசத் தொடங்கினார், "நாள் தவறாமல் கூத்து நடக்கிறதே, அவற்றில் என்ன நடக்கிறது என்பதைக் கவனித்தாயா?"

"கூத்துக்களத்தில் எவ்வளவோ நடக்கிறது. நீங்கள் எதைக் கேட்கிறீர்கள்?"

கபிலர் மீண்டும் அமைதியானார். அறியாமல் பேசுபவனல்ல பாரி. ஆனால், அறிந்தவனைப்போல அவன் பேச்சில்லை. என்ன சொல்வதென்று சிந்தித்தபடியே நடந்தார்.

"பாணர் கூட்டத்துக்குள் பாடத் தெரியாதவனும் இருக்கிறான். இசைக் கருவிகளை வாசிப்பவர்களுக்கு நடுவில் அதில் பயிற்சியே இல்லாதவனும் உடன் வருகிறான்" என்று சொல்லிய கபிலர், சற்றே தயக்கத்தோடு சொன்னார், "கூத்து நடத்த வரும் பாணர் கூட்டத்தில் ஒற்றர்கள் நிறைய வருகிறார்கள்."

முன் நடந்தபடிப் பாரி சொன்னான், "பறம்பு நாட்டை இவ்வழியின்றி வேறு எவ்வழியில் அவர்களால் வேவு பார்க்க முடியும்? எனவே, கூத்துக் கலைஞர்களோடு ஒற்றர்கள் எல்லாக் காலங்களிலும் வந்துகொண்டேதான் இருக்கிறார்கள்."

"அதனால் ஆபத்து உருவாகி விடாதா?"

"தெய்வத்தின் உருவில் எதிரிவந்தால் வணங்கித்தானே ஆகவேண்டும்."

சொல்லால் சிதைவுற்றார் கபிலர். முன் நடந்து செல்லும் பாரியைப் பின்தொடர முடியவில்லை. வாழ்வின் பாதை அவ்வளவு செழிப்புற்றிருந்தது பாரிக்கு. செழிப்பேயானாலும் மறித்துக்கிடக்கும் கொடிகள் இடையூறுதானே? கபிலரின் கண்களுக்கு மறித்துக்கிடக்கும் கொடிகளே தென்பட்டன.

"கலைஞர்கள் என்ன செய்வார்கள்? அதிகாரத்துக்கு அஞ்சி அவர்களை உடனழைத்து வருகிறார்கள். ஒற்றர்களும் உடன்வருகிறார்கள் எனத் தெரிந்துதான் எம் வீரர்கள் பறம்புக்குள் அவர்களை அழைத்து வருகிறார்கள். பச்சைமலையின்

எல்லா மடிப்புகளின் வழியேயும் ஒற்றர்களை எம் வீரர்கள் அழைத்து வந்திருக்கிறார்கள். அப்படியிருந்தும் எவ்வியூருக்குப் போகும் வழிக் குறிப்பைச் சொல்லப் பாண்டியனால் முடியவில்லை அல்லவா? காலம்பன் தன் முன்னோர்கள் சொன்ன குறிப்பின் வழியில்தானே வந்து சேர்ந்துள்ளான்."

கபிலருக்கு என்ன சொல்வதென்று தெரியவில்லை.

பாரி சொன்னான், "நாட்டைப் பிடிக்கும் முறையில் காட்டைப் பிடித்துவிட முடியாது. நாட்டில்தான் வழித்தடம் பாதையாக இருக்கிறது. காட்டின் வழி மரமாகவும் பாறை யாகவும் அருவியாகவும்தான் இருக்கிறது. மூன்று கருங்காலி மரத்தினருகே ஒரு செங்கடம்பு இருக்குமேயானால் காலடி கவட்டைகொள்ளும்; அதாவது, முச்சந்தி என்று பொருள். அது யாருக்குப் புரியும்? இயற்கையாக முளைக்காத வகையில் முளைத்துள்ள தாவரங்களை இயற்கையை அறிந்த ஒருவனால்தான் கண்டறிய முடியும். வண்டிச் சாலைபற்றிய மனித அறிவு சில தலைமுறைகளுக்குத்தான் சொந்தம். ஆனால், காட்டுப்பாதை பற்றிய மனித அறிவு எண்ணிலடங்காத தலைமுறைகளின் சேர்மானம். அது, ஒற்றன் வந்துபோகும் ஒற்றைப் பயணத்தில் ஒருபோதும் அடை படாது!" பேசியபடி வேகங்குறையாமல் நடந்துசென்றான் பாரி.

கபிலர் பின்தொடர்ந்தார். வேந்தர் களின் வழியே அரசாட்சியின் இலக்கணங்களையும் வழிமுறை களையும் அறிந்த வாழ்வு கபிலரின் வாழ்வு. அதற்கு நேர்மாறாக, குலச் சமூகத்தின் மனவோட்டத்தின் வழியே புரிந்துகொள்ளுதல் எளிய முயற்சியல்ல, ஆனாலும் விடாது முயன்றார் கபிலர்.

அகில் மரத்தின் முடிச்சிட்ட வேர்கள் வழித்தடத்தின் குறுக்கே

இருந்தன. அவற்றைக் கவனமாகத் தாண்டிய பாரி, கபிலரின் கால்கள் தடுக்கிவிடாமல் இருக்க நின்று உதவினான்.

அவன் தோள்களைப் பிடித்தபடி வேர்தட்டாமல் கால்தூக்கிவைத்தார் கபிலர். "இதுவரை பறம்பின் மீதான எல்லாத் தாக்குதல்களுக்கும் பின்னே கூத்துக்கு வந்துபோன ஒற்றனே இருக்கிறான். எனது முதற்போருக்கே கூத்துக்களம்தான் காரணமாக அமைந்தது" என்றான் பாரி.

பாரி முதலில் நடத்திய போர் சேரனுக்கு எதிரானது. அப்போரில் தான் உதியஞ்சேரலின் தந்தை செம்மாஞ்சேரலின் தலையை வெட்டியெறிந்தான் என்பது பலரும் சொல்லக்கேட்டுள்ளார் கபிலர். ஆனால், அப்போர் ஒரு கூத்துக் களத்திலிருந்துதான் தொடங்கியது என்பது கேட்டறியாத ஒன்றாக இருந்தது.

தோள்மீது கிடந்த கபிலரின் கை சற்றே இறுக்கிப்பிடித்தது. தோழனின் மொழியை அறியாதவனா பாரி? கூத்துக்களத்தின் கதையைச் சொல்லத் தொடங்கினான்.

கதை வழக்கம்போல் முருகனிடமிருந்து தொடங்கியது. பாரி, முருகனின் பெயரை உச்சரித்தபடி முன் நடந்தான். கபிலருக்குத் தொடக்கமே வியப்பாக இருந்தது. இக்கதையில் முருகன் எப்படி வந்தான் என்று சிந்திக்கத் தொடங்கிய கணமே பாரி கேட்டான், "முருகன் தனது காதலின் பரிசாக எவ்விக்கு ஒரு பூண்டு கொடுத்தானே, அது என்ன தெரியுமா?"

கபிலர் விடையின்றி விழித்தார். நாக்கறுத்தான் புல் விளைந்துகிடந்த நிலத்தைக் கடந்தபொழுது நீலன் சொன்ன கதையது. தனைமயக்கி மூலிகையைக் கொடுத்தபடிக் கதையைத் தொடங்கி அவன் சொல்லி வந்தான். முருகனையும் வள்ளியையும் சந்தன வேங்கையில் அமைக்கப்பட்ட பரணில் தங்கவைத்து ஊர்வந்து சேர்ந்தான் எவ்வி. தனது கையில் இருந்த பூண்டு போன்ற ஒரு பொருளைப் பைங்குடத்தில் இட்டவுடன் அது சிறிது சிறிதாகக் கரைந்தது. அந்நீர் பழச்சாறுபோல நுரைபொங்கியிருந்தது. அதனை அருந்தியவர்கள் வாழ்வில் அதுவரை காணாத சுகத்தைக் கண்டார்கள். மீண்டும் மீண்டும் வாங்கிப் பருகி, மயங்கிச் சரிந்தார்கள். அவர்கள் பருகியபொழுது சிந்திய துளியின் வாசனையை நுகர்ந்தே மலையெங்கு மிருந்து பாம்புகள் அப்புதருக்கு வந்து சேர்ந்தன என்று நீலன் சொன்ன கதையைச் சொன்னார் கபிலர்.

கார்த்திகையின் கதையைச் சொல்வதற்காகச் சந்தனவேங்கையில் இருந்து மறுபகல் கீழிறங்கிய வள்ளி முருகனின் கதையைச் சொன்ன பாரி, இப்பொழுது எவ்வியின் வழியே மீதிக்கதையைத் தொடங்கினான்.

"அப்பூண்டினைப் பைங்குடத்தில் போட்டு நாட்கணக்கில் ஊரே குடித்துள்ளது. அதுவரை மனிதர்கள் அனுபவித்திராத மயக்கத்தையும் இன்பத்தையும் அப்பூண்டுப்பானம் கொடுத்துள்ளது. பைங்குடத்தில் நீர் தீரத்தீர மீண்டும் மீண்டும் நீரூற்றி அப்பானத்தை அருந்தியுள்ளனர். அப்பூண்டு சிறிது சிறிதாக நீரிற்கரைந்து மூன்று வாரங்களுக்குப் பின் முழு முற்றாக நீருள் மறைந்துவிட்டது.

'அது என்ன பூண்டு? அது எங்கே இருக்கிறது?' எனக் கேட்பதற்காகவே அதன்பின் முருகன் வள்ளியைத் தேடிப் பலகாலம் அலைந்திருக்கிறான்

எவ்வி. காலங்கள் ஓடியும் அவர்களைக் காணமுடியவில்லை. ஆனால், அந்தப் பூண்டுப்பானத்தை மறக்க முடியவில்லை. வாழ்வில் எப்பொழுதாவது அதுபோன்ற பானத்தை அருந்திவிட மாட்டோமா என்று எவ்வி மட்டுமல்ல, ஊரில் உள்ள ஆண், பெண் அனைவரும் ஏங்கிக் கிடந்துள்ளனர்.

எவ்வியூர் உருவாக்கப்பட்ட சிறிது காலத்திலேயே எவ்வி இறந்து விட்டான். அதன்பின் ஒரு மழைக் காலம் முடியும்பொழுதுதான் இது நடந்துள்ளது. சோமக்கிழவி காட்டுக்குக் கிழங்கு தேடிப் போயிருக்கிறாள். பகல் முழுவதும் அலைந்த களைப்பில் நாங்கில் மரத்தின் நிழலில் அமர்ந்து இளைப்பாறியிருக்கிறாள். உச்சிப் பொழுது. எங்கும் வெயில் தகித்துக் கிடந்திருக்கிறது. அவள் கண்பார்வைத் தொலைவில் பன்றிகளின் கூட்டமொன்று நிலத்தை அகழ்ந்து கிழங்குகளைத் தின்று கொண்டிருந்திருக்கிறது.

நாங்கில் மரத்தின் அடிவாரம் உட்கார்ந்து இளைப்பாறியபடி இருந்திருக்கிறாள். சிறிதுநேரத்தில் எங்கோ இருந்து மணம் வீசியிருக்கிறது. மூக்கில் நுகர்ந்தபடி அப்படியே மயங்கிக் கண்செருகியிருக்கிறாள். அந்நறுமணம் அவளை மயக்கி உள்ளிழுத்திருக்கிறது. மயக்கம் தெளிய முடியாத ஆழத்துக்கு அவளை இட்டுச்சென்றுள்ளது. சட்டெனப் பொறிதட்டி மீண்டிருக்கிறாள்.

இது ஏற்கெனவே நுகர்ந்த மணம். ஆனால், எங்கே, எப்பொழுது என்றுதான் நினைவுக்கு வரவில்லை. மீண்டும் மீண்டும் நினைவுகூர்ந்த பொழுது, அது எவ்வி கொண்டுவந்து கலக்கிக்கொடுத்த அந்தப் பூண்டுப் பானத்தின் மணம் என்பது நினைவுக்கு வந்தது. நாட்கணக்கில் ஊரே உட்கார்ந்து குடித்துக் குடித்துத் தீர்த்தோமே அந்த மணம் என்பது நினைவுக்கு வந்த கணம் சோமக் கிழவிக்கு மகிழ்ச்சி தாங்கவில்லை.

அகமகிழ்ந்து எழுந்திருக்கும் பொழுது கண்களில் கண்ணீர் பெருகியது. அந்த மணத்தை மறுமுறை நுகரவேண்டுமென்று அவ்வளவு ஆசைப்பட்டான் எவ்வி! ஆனால், அவன் இப்பொழுது உயிரோடு இல்லை. ஓராண்டுக்கு முன்தான் இறந்தான். அவன் கொண்டுவந்து கொடுத்ததன் மூலம்தானே இம்மணத்தை நாம் நுகர்ந்தோம் என்று எண்ணியபடியே, எங்கிருந்து இம்மணம் வருகிறது எனத் தேடத் தொடங்கினாள். செடி, கொடி, மரம் என எல்லாவற்றையும் அண்ணாந்து பார்த்துக்கொண்டே இருந்தாள். எங்கிருந்து வருகிறதென அவளால் கண்டறிய முடியவில்லை.

காற்று வீசும்பொழுது மிதந்துவரும் மணம், காற்று நிற்கவும் அறுபட்டு விடுகிறது. சற்றுத் தொலைவிலிருந்து வருகிறது என்பதை உணர்ந்தபடி அப்பக்கம் போகலாம் என நகர்ந்திருக்கிறாள். அவ்வளவு நேரம், கிழங்குகளை மண் கிளறி மேய்ந்து கொண்டிருந்த பன்றிக்கூட்டம் இப்பொழுது அவ்விடம் இல்லை. ஆனால், தேனீக்களும் வண்டுகளும் பெருங்கூட்டமாக வந்து அவ்விடம் மொய்க்கத் தொடங்கியுள்ளன. சோமக்கிழவி அருகில் போய்ப் பார்த்திருக்கிறாள். மண்ணுக்குள் கிழங்கு வடிவத்தில் ஏதோ இருந்திருக்கிறது. கையால் கிளறி அதனை எடுத்திருக்கிறாள். அந்தப் பூண்டின் மணம், எவ்வி கொண்டுவந்து நீரில் கலக்கி ஊரே குடித்த அந்த மணம். அதே வடிவப் பூண்டு.

பல ஆண்டுகளுக்குப்பின் அதனைக் கண்டறிந்த மகிழ்வில் ஓடோடி வந்து ஊரிலே கொடுத்திருக்கிறாள். பைங்குடத்தினில் அதனைப் போட்டிருக்கின்றனர். நீர் கலங்கிப் பழச்சாறாகியிருக்கிறது. ஒருவர் மாற்றி ஒருவர் குடிக்கத் தொடங்கியுள்ளனர். ஊரே நாட்கணக்கில் குடித்திருந்திருக்கிறது. இப்பானம் கிடைக்காதா என்று எவ்வி எத்தனை முறை புலம்பியிருப்பான். அதனைக் குடித்த எல்லோருமே வாழ்வில் இன்னொரு முறை குடிக்கமாட்டோமா என்று புலம்பியபடிதானே இருந்தனர்.

சென்றமுறை முருகனை நினைத்து எல்லோரும் குடித்ததைப்போல இம்முறை எவ்வியை நினைத்து ஊரே குடித்தது. அதற்கு இன்னொரு காரணமும் இருந்திருக்கிறது. சோமக் கிழவி எவ்வியின் மனங்கவர்ந்தவளாம். எவ்வி அவளிடம் மட்டும் அது கிடைக்கும் இடத்தைச் சொல்லிச் சென்றுள்ளான் என்று பேசிச் சிரித்து நாட்கணக்கில் குடித்துள்ளனர். சிறிது சிறிதாகக் கரைந்த அப்பூண்டு முற்றிலும் மறைய ஒரு மாதம் ஆகியுள்ளது.

இன்றுவரை அந்தப் பூண்டு எந்தச் செடி அல்லது கொடியின் கீழ் விளைகிறது என்று யாருக்கும் தெரியாது. கிழங்குதேடும் பன்றி அகழ்ந்துபோட அந்தப்பூண்டு வெளிவருகிறது. அதன் வாசனை பட்டவுடன் பன்றி அந்நிலம் விட்டு அகன்றுவிடுகிறது. எங்குமிருக்கும் தேனீக்களும் வண்டுகளும் அதனை மொய்த்துக்கிடக்கின்றன. மாதக்கணக்கில் ஆனாலும் தேனீக்கள் அதனை மொய்ப்பதை நிறுத்தாது. காட்டில் அலைந்து திரியும் பறம்பு மக்களின் கண்களுக்கு அது எப்படியும் பட்டுவிடுகிறது. அதன்பின், எவ்வியூர் காலநேரமின்றி மிதந்துகொண்டுதான் இருக்கும்.

பூண்டு கிடைத்துவிட்டாற்போதும், மிதக்கும் மயக்கத்தினூடே காதல் பொங்கி மேலெழத் தொடங்குகிறது. வள்ளிமுருகனின் காதலும் எவ்வி சோமாவின் காதலும் ஒன்றினையொன்று விஞ்சி மேலெழுகின்றன. இப்பூண்டினை முதலிற் கண்டறிந்தது வள்ளியா முருகனா என்று பேச்சு தொடங்குகிறது. பூண்டின் சாறு இறங்க இறங்க வள்ளியும் முருகனும் இறங்கி ஆடுவர். நாட்கள் செல்லச் செல்ல எவ்வியா? சோமாவா? என்று பேச்சு போகிறது. ஆட்டமும் பாட்டுமாகப் பகலிரவு பாராமல் ஊரே மிதக்கிறது. காதலின் பரிசாக வள்ளி முருகன் இருவரும் எவ்விக்குக் கொடுத்திருக்கலாம். ஆனால், தன் காதலிக்கு அதனைக் கொடுத்தது எவ்விதான். தன் காதலனின் நினைவாக அதனைக் கண்டறிந்தது சோமக்கிழவிதானே; எனவே அவளின் பெயரையே அதற்குச் சூட்டினர். அது சோமப் பூண்டு என்று அழைக்கப்பட்டது.

சோமப்பூண்டின் சாறுகுடித்து ஊரே மயங்கிக்கிடக்க, மயங்கிக் கிடப்பவனை, கிழவியின் பெயரைச் சொல்லிச் சோம்பிக்கிடக்கிறான் என்று சொல்லிக்கொள்வர். எவ்வியூர்க்காரர்களுக்குத்தான் தெரியும், சோம்பல்முறிக்க மாதமாகும் என்று. முறிக்க முடியாத மயக்கத்தை

முறிக்கும் ஆற்றல் எதற்கும் இல்லை. வள்ளியின் காதலும் சோமாவின் காதலும் இணைந்த மயக்கமல்லவா அது? முருகனும் எவ்வியுமே மீள முடியாத கிறக்கமல்லவா அது? சோம்பிக்கிடக்கும் இன்பம் வேறு எதில் வாய்க்கும்?"

கேள்வி எழுப்பியபடி உற்சாகம் பொங்கத் துள்ளிக்குதித்து ஓடிக்கொண்டிருந்தான் பாரி. கதையை நிறுத்திச்சொல்லாமல் இவ்வளவு வேகமாகச் சொல்லிக் கொண்டு ஓடுகிறானே என்ற பதற்றத்தில் பின்தொடர்ந்து கொண்டிருந்தார் கபிலர். கதை என்றாலே ஓட்டம் கூடும். அதுவும், வள்ளி முருகனின் கதை, அதுவும், வாழ்வில் காணாத பெருமயக்கத்தை உண்டாக்கும் கதை. ஓட்டம் கூடிக்கொண்டே இருந்தது. கபிலர் வேகங்கொள்ள கதை சொன்னால் போதும். கதையில் மயங்கும் கபிலருக்கு, மயக்கத்தின் கதையைச் சொன்னால் என்னவாகும்? அதுதான் இப்பொழுது நடந்தது. கபிலர் நடக்க வில்லை, ஓடிக்கொண்டிருந்தார்.

சற்றுத் தொலைவில் இரு பெண் களும் ஒரு பெரியவரும் நின்றிருந்தனர். அவர்களை நோக்கித்தான் பாரி சென்றுகொண்டிருந்தான். 'யார் அவர்கள்? அங்கென்ன செய்து கொண்டிருக்கிறார்கள்?' என்று சிந்தித்தபடிப் பின்தொடர்ந்தார் கபிலர். அருகில் செல்லச் செல்ல அவர்களைச் சுற்றித் தேனீக்களும் வண்டுகளும் இடைவிடாமல் பறப்பது தெரிந்தது.

கபிலரின் முகத்தில் வியப்பு மெல்லப் படரத்தொடங்கியது. பாரிக்குச் செய்தி சொல்லி அனுப்பி அவனது வருகைக்காகக் காத்திருந்தனர். பாரி அருகில் போய் மண்ணுள் கிடந்ததைக் கிளறி முழுமையாக மேலெடுத்தான்.

இதுவரை முகர்ந்திராத மணத்தை முகர்ந்தார் கபிலர். நாசிக்குள் ஏறிய கணம் உள்ளுக்குள் ஒரு கிறக்கம் உருவானது. சட்டெனத் தலையை மறுத்து ஆட்டி, பாரியின் அருகில் போனார். நின்றிருந்தவர்கள் கபிலரை வணங்கி விலகி நின்றனர். கபிலர் அவர்களை வணங்கி நின்றார்.

முருகனும் வள்ளியும் எவ்வியின் கைகளில் கொடுத்த சோமப்பூண்டை எடுத்துக் கபிலரின் கைகளில் கொடுத்தான் பாரி!

54

இருபதாண்டுகளுக்கு முன் நடந்த நிகழ்விது. முடிவுறாத மழைக்காலத்தின் நள்ளிரவு. மழவன்குடியினர் ஆடும் கூத்தில் நெருப்புப்பொறி பறந்தது. பின்பனி கவிழ்ந்தும் குளிர்நடுக்கம் யாருக்குமில்லை. எவ்வியூர் பெருமகிழ்வை அனுபவித்துக் கிறங்கிக்கிடந்தது. கூத்தும் குளிரும் ஒன்றினையொன்று இறுகத்தழுவி, ஒன்றின் மயக்கத்தை இன்னொன்றுக்கு ஊட்டி மகிழ்ந்தன. ஆனால், இவ்விரண்டையும்விடப் பெருமயக்கமொன்று ஏற்கெனவே ஊரில் நிலைகொண்டிருந்தது.

சோமப்பூண்டு கிடைத்திருந்த நேரமது. ஊரே குடித்துக் குடித்துக் கிறங்கிக்கிடந்தது. பல ஆண்டுகளுக்குப் பிறகு இப்பொழுதுதான் கிடைத்துள்ளது. யார் விடுவார்கள்? "இன்னும் பூண்டு கரையவேயில்லை!" என்று சொல்லிச்சொல்லிக் குடித்தார்கள். நீர் முகந்த குளம் வற்றிவிடப்போகிறது என்று சொல்லியும் விடாது குடித்தார்கள். இந்நிலையில்தான் மழவன்குடி கூத்துக்கலைஞர்கள் ஊருக்கு வந்தார்கள்.

பாரிக்கு அப்பொழுது மணமாகவில்லை. மேலெல்லாம் இளமை துளிர்த்துக்கிடந்த காலம். சோமப்பூண்டில் சொக்கியவர்களுக்கு மழவன்குடிக்கூத்தும் வந்து சேர்ந்தது. மழவன்குடியைக் கூத்திலே மயக்கும் குடி என்பார்கள். ஆனால், அவர்கள் மயக்க இங்கு யாரும் மிச்சமில்லை. எனவே மழவன்குடியினரை எவ்வியூர் மயக்கியது. வந்தவர்களுக்கு முதலில் ஆளுக்கொரு குவளையைக் கொடுத்தார்கள். அவ்வளவுதான், இடைவிடாது வாங்கிக் குடித்தார்கள். எப்பொழுதெல்லாம் தெளிவடை

கிறார்களோ, அப்பொழுதெல்லாம் குடித்தார்கள்.

எண்ணிலடங்காத மதுவகைகளை வாழ்வெல்லாம் குடிக்கிறோம். ஆனால், எந்தவொரு மதுவுக்கும் இத்தகு மயக்கம் கிடையாது. உள்ளிறங்கிய கணத்தில் தொடங்கும் கிறக்கத்தை எதிலும் உணரமுடியாது. கிறக்கத்தை அனுபவித்தபடியே முதுகெலும்பை முறுக்கி 'கிர்'ரென மேலேறுவது என்னவென்பதைக் குடிக்காமல் உணரமுடியாது; குடித்தால் உணரவே முடியாது. உணர்வின் எல்லைக்கு அப்பால் மனிதனை நிறுத்தும் மயக்கம் முதல் துளியிலேயே நிகழ்ந்துவிடும். முதல்மிடறு அடுத்ததையெல்லாம் மறக்கவைக்கும். எனவே, முதலிலிருந்தே மீண்டும் மீண்டும் தொடங்க வேண்டியிருக்கும்.

சோமப்பூண்டின் கிறக்கங்கொண்டு கிடந்த மழவன்குடியினர், தங்களின் பறையைச் சூடேற்றவேயில்லை. வந்து ஒரு வாரமாகியும் அவர்களின் கால்கள் அடவுபிடிக்கவில்லை. அவர்களால் இந்த மதுமயக்கத்தை விட்டுப் பிரியமுடியவில்லை. எவ்வியூரிலுள்ள யாராலும் முடியாதது இவர்களால் எப்படி முடியும். ஏது செய்தும் ஆடுகளம் இறங்க முடியாது எனக் கூட்டத்தின் தலைவன் முடிவு செய்து, "மறுமுறை வந்து ஆடுகிறோம்" எனச் சொல்லிப் புறப்பட ஆயத்தமானான்.

செய்தி பாரிக்குச் சொல்லப்பட்ட வுடன் விரைந்து அவ்விடம் வந்தான். "மயக்குதல் பொதுவானது. அது மதுவுக்குமுண்டு, கலைக்குமுண்டு. நீ கலைஞன். சோமப்பூண்டு உன் சொற்களிலுமுண்டு என்பதை மறந்து விட்டாயா? எதன் பொருட்டும் கலையும் கலைஞனும் தோற்கக் கூடாது. ஆடாமல் இந்நிலம் விட்டு அகலுதல் கலைக்கு இழுக்கல்லவா? பைங்குடத்தை ஆடுகளத்தின் நடுவில் வைத்து நிகழ்த்து உனதாட்டத்தை. ஆட்டம் முடியும் கணத்தில் உன் உடன்வந்தவர்களின் தலைக்கு ஒரு பானையை ஏந்தி இந்தப் பானத்தைக் கொண்டுசெல்லுங்கள்" என்றான்.

சொல்லிய கணம் தொடங்கியது ஆட்டம். பைங்குடத்தைச் சுற்றி மழவன்குடியினரின் கால்கள் சுழலத் தொடங்கிவிட்டன. அக்குடிப் பெண்களின் விழிகள் தவளைகளைப் போலத் தாவித்தாவிப் பைங்குடத்துக்குள் விழுந்தபடி யிருந்தன. பாணன் பாடினான். ஒருவார காலம் தாங்கள் குடித்த குடியைப் பாடினான். "வாழ்வெல்லாம் மதுவெனச் சொல்லிக் குடித்த எதுவும் மதுவன்று; புளித்த நுரை மூக்கடைக்காமல் மிதக்கவைக்கும் இவ்வரிய பானத்துக்கு என்ன பெயர் தான் சொல்வது பாரி?" எனக் கேட்டுத்தான் முதல்பாடலைப் பாடினான்.

"பறவைகள் உடலுக்கு வெளியே தான் இறக்கைகளை விரிக்கின்றன. ஆனால், இப்பழச்சாற்றைக் குடித்தால் உடலுக்குள்ளேயே இறக்கைகள் விரிகின்றன. பறக்கும்பொழுது மயங்குகிறோமா, மயங்கும்பொழுது பறக்கிறோமா? சொல் பாரி!

வானத்தில் பறப்பதும் நீரில் மிதப்பதும் அரிதல்ல, ஆனால், இவையிரண்டையும் தன்னுள் நிகழ்த்துவதுதான் அரிதினும் அரிது. அவ்வரிய பழச்சாற்றுக்குப் பெயரென்ன பாரி?

வற்றிய குளம்போல் நாக்கு இப்பானத்துக்காக ஏங்க, வயிறோ நிறைந்த குளம்போல் பெருகிக்

கிடக்கிறது. வயிறே உடைந்தாலும் வற்றிய நாக்கின் ஏக்கம் நீங்க மறுக்கிறதே, சொல் பாரி, நாங்கள் என்ன செய்ய?"

பாரியிடமும் பைங்குடத்து மதுவிடமும் வரிக்கு வரி விளக்கங் கேட்டுப் பாடலைத் தொடங்கினான் பாணன். ஆனால், அதன்பிறகு அவன் பாடிய பாடல் எதுவும் யாருக்கும் நினைவில்லை. அவன் அப்பானத்தின் மயக்கத்தை, வீரியத்தை எப்படியாவது அறிய முற்பட்டு, முற்பட்டுத் தோல்வியடைந்து பாட்டை முடித்தான். "ஒரு மிடறு குடித்தால் அச்சுவையைத் துல்லியமாக என்னால் சொல்லிவிட முடியும், பாடும் எனக்கு மட்டும் அதற்கான அனுமதியைக் கொடு பாரி" என வேண்டினான்.

அரங்கு அதிரச் சிரித்தான் பாரி. "இந்த வாரம் முழுவதும் அதிகமாக அப்பானத்தைக் குடித்தது நீதான். முதல்துளியில் கண்டறிய முடியாத சுவையைக் கடலளவு குடித்தாலுங் கண்டறிய முடியாது. உனது நினைவைத்தோண்டிக் குடித்துப்பார், ஒருவேளை உனக்கு அது பிடிபடலாம்" என்றான்.

பாடுபவன் சொன்னான், "குவளையை வாயில் கவிழ்த்தும் வரைதான் நினைவு செல்கிறது, அதன்பின் நான் கவிழ்ந்துகிடப்பது தான் தெரிகிறது"

சிரித்து மகிழ்ந்தது கூட்டம். சுவையறிய முடியாமல், அறிந்த சுவையிடமிருந்து மனம் பிரிய முடியாமல் கலைஞன் படும்பாடே கலையாக நிகழ்ந்துகொண்டிருந்தது. இரவெல்லாம் பாடினான் பாணன். மதுவின் கிறக்கத்தை விஞ்சும் ஆட்டத்தை ஆடினர் ஆணும் பெண்ணும். பைங்குடம் நடுவில் இருப்பதால் அதன் வாடையை நுகர்ந்து சுழலும் ஆட்டத்தை இரவெல்லாம் பார்த்துக் களித்தனர் எவ்வியூர்க்காரர்கள்.

விடிய விடிய நிகழ்ந்தது ஆட்டம். விடிந்ததும் மழவன்குடியினர் ஒவ்வொருவரும் தங்களுக்கான பானையைத் தேர்வுசெய்தனர். மலை முழுவதும் தூக்கிச்செல்லவேண்டும் என்பது அவர்களின் நினைவிலேயே இல்லை. பானைக்குள் இருப்பது மட்டுமே அவர்களின் நினைவிலிருந்தது.

புறப்பட ஆயத்தமாகும்பொழுது பாரி சொன்னான், "ஒரு மிடறுகூட இதனைக் குடிக்காமல் தூக்கிச் சென்றால் மட்டுமே உங்களின் இடம் வரை இதனைக் கொண்டு செல்ல முடியும். எங்கேயாவது நின்று குடிப்போம் எனத் தொடங்கினால், அதன்பின் அத்தனை பானைகளும் தீர்ந்த பின்தான் அவ்விடம் விட்டு அகல்வீர்கள்."

சரியெனச் சொல்லி அவர்கள் புறப்பட்டனர். இதுவரை தாங்கள் பெற்ற பரிசினிலேயே மிகச்சிறந்த பரிசு இதுதான். இதனைத் தங்களின் குடிகள் இருக்குமிடம் வரை எப்படி யாவது கொண்டுசேர்க்க வேண்டும் என்று முடிவுசெய்து அவர்கள் நடந்தனர்.

மழவன்குடிக் கூட்டத்திலிருந்த மூன்றுபேர் சேர ஒற்றர்கள். அத்தனை பானைகளும் சேரனின் அரண்மனைக்குப் போய்ச்சேர்ந்தன. செம்மாஞ்சேரல் தன் அந்தப்புரப் பெண்களோடு மகிழ்ந்திருந்தபொழுது தான், "உலகில் யாரும் அறிந்திராத பெருமயக்கத்தை உண்டாக்கும் மது வகை ஒன்று பறம்பினில் இருக்கிறதாம். அதனை நமது ஒற்றர் கூட்டம்

கொண்டுவந்து சேர்த்துள்ளது" எனச் செய்தி சொல்லப்பட்டது.

எறிந்த வேல்போல் காட்டம் உள்குத்தி நிற்கும் ஆற்றல் யவனத் தேறலுக்குத்தான் உண்டு. அதனை முதலில் அருந்தி மகிழ்ந்தவன் சேரன்தான். மிளகுக்கு ஈடாகக் கொண்டுவந்து இறக்கப்பட்ட அதிசிறந்த பொருள் அதுதான். அதன் பிறகுதான் யவனத்தேறல் பற்றிப் பாண்டியர்களும் சோழர்களும் அறியத் தொடங்கினர்.

இப்பொழுது மீண்டும் வரலாறு திரும்புகிறது. அதிசிறந்த மது வகையொன்று சேரர்குடியை வந்தடைந்திருக்கிறது. ஆனால், இதனை யவனத்தேறலைவிடச் சிறந்ததெனச் சொல்லிவிட முடியுமா என்பதைக் குடித்துப்பார்த்துதானே முடிவுக்கு வரமுடியும்.

அந்தப்புரப்பெண்களை விலக்கி விரைந்துவந்தான் செம்மாஞ்சேரல். பதினாறு பெரும்பானைகள் அவையின் நடுவே வைக்கப்பட்டிருந்தன. பானைகளை விட்டு சற்றுத்தள்ளி மழவன்குடிக் கலைஞர்கள் நின்று கொண்டிருந்தனர். அக்குழுவின் தலைவன் தலைதாழ்த்தியபடியே நின்றிருந்தான். 'என் கூட்டத்தில் ஒற்றர்கள் இருப்பதால்தான் ஆட்டம் நிகழ்த்தாமல் மயக்கங்கொண்டே நாங்கள் புறப்படுகிறோம் என்று பாரியிடம் சொன்னேன். அவனோ, கலைஞன் தோற்கக்கூடாது என எம்மை ஆடவைத்து அப்பானத்தோடு பெரும்பரிசையும் கொடுத்து அனுப்பி விட்டான். இனி இப்பானத்தின் ஒரு மிடறுகூட எங்களுக்குக் கிடைக்கப் போவதில்லை' என்று அவன் எண்ணிக்கொண்டிருந்தபொழுது தான் செம்மாஞ்சேரல் முதல் மிடற்றினை அருந்தினான்.

அதன்பிறகு அவனது நினைவில் வேறெதுவும் இடம்பெறவில்லை. பானைகள் ஒவ்வொன்றாகக் கவிழ்த்து வைக்கப்பட்டன, அவனால் நம்ப முடியவில்லை. இதன் கிறக்கமும் மயக்கமும் என்னவென்பதை அறிய பலமுயற்சிகள் செய்தான். அரசவைப் பெரியோர்கள், வணிகர்கள், கடலோடிகள் எனப் பலருக்கும் அருந்தக் கொடுத்தான். ஆனால், யாருக்கும் ஒரு குவளைக்கு மேல் கொடுக்கவில்லை. அவர்களோ மறு குவளை கிடைக்காதா என்று நாள் கணக்கில் ஏங்கி நின்றனர்.

இதன் மயக்கம் எவ்வளவு பெரிய மனிதனையும் தாழப் பணியவைத்து விடுகிறது என்பதை ஒவ்வொரு நாளும் அவன் உணர்ந்தான். ஆனால், இதுவென்ன என்பதை மட்டும் யாராலும் சொல்ல முடியவில்லை. அப்பொழுதுதான் வடதேசத்து முனி ஒருவர் அவனது அரண்மனைக்கு வந்தார்.

செய்தி அவருக்கும் சொல்லப் பட்டது. "காட்டு மனிதர்கள் பல்வேறு மரப்பட்டைகளைக் கலந்து வடித்தெடுக்கும் மதுவகை வேறுபட்ட மயக்கத்தைத்தான் கொண்டிருக்கும். இதில் இவ்வளவு வியப்புற என்ன இருக்கிறது?" என்று சொல்லியபடி ஒரு குவளையை வாங்கிக் குடித்தார்.

முகத்தில் எவ்வித மாற்றமும் தெரியாததால் அவையில் இருந்த பலரும் அவரைச் சற்றே வியப்போடு பார்த்தனர். முனிவரை இப்பானம் ஒன்றும் செய்துவிடவில்லை என்பதைப்போல முகக்குறிப்பு இருந்தது. செம்மாஞ்சேரனும் வியப்புற்று அவரை உற்றுப் பார்த்துக் கொண்டிருந்தான். அவரோ, "இன்னொரு குவளை கொடு" என்றார்.

ஊற்றிக்கொடுப்பவன் மன்னனைப் பார்த்தான். மன்னனைத்தவிர வேறு யாருக்கும் மறுகுவளை கொடுக்கப் படவில்லை. செம்மாஞ்சேரல், முனிவரின் முகத்தை உற்றுப் பார்த்தான். அவர் அப்பானத்திடம் தன்னை இழந்துவிடவில்லை என்பது தெரிகிறது என்று எண்ணி மறுகுவளை தரச்சொன்னான்.

அதனையும் வாங்கிக் குடித்தார் முனி. அவரது முகத்தில் எந்தவித வியப்போ, மாறுதலோ தெரிய வில்லை. ஆனால், எவ்வார்த்தையும் பேசவில்லை. "இன்னொரு குவளை கொடு" என்று மறுபடியும் கையை நீட்டினார். ஊற்றிக்கொடுப்பவன் அக்குவளையை வாங்கவே அச்சப்பட்டு மன்னனைப் பார்த்தான். மன்னனுக்கோ என்ன செய்வதென்று புரியவில்லை. 'பாதிக்குவளை ஊற்றிக் கொடு' என்று சொல்ல வேண்டும் போல் இருந்தது.

அப்படிச் சொல்வது தனக்கு அழகல்ல என்று அவனுக்குத் தோன்றியது. மழவன்குடித் தலைவன் தொலைவிலிருந்தபடி இக்காட்சியைப் பார்த்துக்கொண்டிருந்தான். ஒரு குவளை முகந்துகொடுக்க இவ்வளவு தயங்கும் மனிதர்கள் வாழும் உலகில் தான் பாரியெனும் பெருங்கொடை யாளனும் வாழ்கிறான் என்று எண்ணியபடிப் பாடல் ஒன்றை முணுமுணுத்தான். அதற்குள் செம்மாஞ்சேரல் கையசைப்பது தெரிந்தது.

வேறு வழியேயில்லாமல், 'அடுத்த குவளை ஊற்றிக்கொடு' என்று மன்னன் சொன்னது யாவருக்கும் புரிந்தது. ஊற்றிக்கொடுப்பவன் குவளையை வாங்கிப் பானைக்குள் முகந்தான். கண்செருகியபடி இருந்த முனி இடக்கையால் தாடியைத் தடவிக் கீழ்நீண்ட கடைமுடியை விரல்களால் உருட்டினான். அதைப் பார்த்த செம்மாஞ்சேரல் சொன்னான், "ஊற்றுவதை நிறுத்து."

அரங்கு அதிர்ந்து பார்த்தது. ஊற்றுபவன் அப்படியே நிறுத்தினான். ஆனால், உள்செருகிய கண்களை முனிவன் திறக்கவேயில்லை.

"நீங்கள் இப்பானத்தால் மயங்கி விட்டீர்கள். இனி உங்களால் இதனைக் கண்டறிய முடியாது."

முனிவனின் முகத்தில் முழுமையான மயக்கம் வெளிப்பட்டுக் கொண்டிருந்தது. கண் திறக்காமல் தாடியின் கடை முடியை இடக்கையால் சுருட்டியபடியே சொன்னார்.

"இதன் பெயரென்ன?"

மன்னனும் அவையோரும் அறிந்திருக்கவில்லை. மழவன் குடியையே எல்லோரும் பார்த்தனர். மழவன்குடித் தலைவன் முன்வந்து

சற்றே மெல்லிய குரலில் சொன்னான், "சோமப்பூண்டிலிருந்து உருவாகும் பானம்."

உதட்டோரம் மெல்லிய சிரிப்பை வெளிப்படுத்தினான் முனிவன்.

அவையோருக்குக் காரணம் புரிபடவில்லை. செம்மாஞ்சேரல் முனிவரையே பார்த்துக்கொண்டிருந்தான். முனிவர் வாய்திறந்து சொன்னார், "இதுதான் சோமபானம்."

இதுவரை இப்பெயரை யாரும் கேள்விப்பட்டதில்லை. புதுப்பெயராக இருந்தது. அவையோர் அவர் சொல்வதைக் கூர்ந்து கவனித்தனர்.

முனிவர் சொன்னார், "தேவர்கள் மட்டுமே அருந்தும் பானம். இது கிடைக்காதா என்று ஆண்டாண்டுக் காலமாய்க் காத்திருப்போர் பலர். இதன் சக்தியை நீ அறியமாட்டாய். மகா சக்திகொண்டது. சொர்க்கம் என்ற பேருலகுக்கு மனிதனைக் கொண்டுசேர்ப்பது" முனிவர் பேசிக் கொண்டே இருக்க, மயக்கம் எல்லா வகையிலும் நிகழ்ந்துகொண்டிருந்தது.

"அரக்கர்களிடமிருந்து இதனை மீட்கும் போரினைத் தேவர்கள் எல்லாக் காலங்களிலும் நடத்து கிறார்கள்."

செம்மாஞ்சேரல் உற்றுப்பார்த்துக் கொண்டிருந்தான். அவனது கண்களுக்கு இப்பொழுது பானம் இருக்கும் ஒருசில பானைகள் தெரியவில்லை. தனது அரண்மனையெங்கும் அப்பானைகள் இருப்பதாகத் தெரிந்தது. மயக்கும் பேருலகத்தை அவன் அகக்கண்ணில் பார்க்கத் தொடங்கிவிட்டான் என்பதை முனிவன் உணரத்தொடங்கினான்.

அதன்பின் முனிவன் சொல்லும் எல்லாச் சொல்லிலும் சோம பானத்தின் மயக்கம் இருந்தது.

சோமப்பூண்டை எடுத்துக்கொண்டு எவ்வியூருக்குள் வரும் வரை வேகவேகமாகக் கதையைச் சொல்லிக்கொண்டு வந்தான் பாரி. ஆனால், சோமப்பூண்டு கண்டறியப்பட்டுவிட்ட செய்தி அதற்குள் ஊர் முழுவதும் தெரிந்து விட்டது. பாரியும் கபிலரும் ஊருக்குள் நுழைவதற்குள் ஊரே களைகட்டியிருந்தது.

கபிலருக்குப் பாரி சொல்லிவந்த கதையை முழுவதும் கேட்கவேண்டும் என்ற பேராவல் இருந்தது. அதைவிட அதிகமான ஆவலை கையிலிருந்த சோமப்பூண்டு ஏற்படுத்தியிருந்தது. கரைந்துபெருகும் அதன் சாறு அவரைச் சுண்டியிழுத்துக் கொண்டிருந்தது.

கபிலரின் கையில்தான் அது இருக்குமென்பதை எவ்வியூரிலுள்ள எல்லோரும் அறிந்திருந்தனர். ஊருக்குள் நுழைந்ததும் கபிலரைத் தோளிலே தூக்கி ஆடியது ஒரு கூட்டம். ஆட்டத்துக்கு இனிமேல்தான் வேலை என்று சொல்லி ஓடியது ஒரு கூட்டம். எங்குமிருந்து சாரிசாரியாக மக்கள் திரளத் தொடங்கினர். களைகட்டியது எவ்வியூர்.

பெருந்தாழி எனச் சொல்லப்படும் பெருவட்டப்பானையை எடுத்து வந்தனர். அதில் குடம்குடமாய் நீரூற்றி னர். பானை எளிதில் நிரம்புவதாக இல்லை. அவ்வளவு நேரம்கூடப் பொறுத்திருக்க யாரும் ஆயத்தமாக இல்லை. கூச்சலும் குதியாட்டமுமாக சூழல் வேகங்கொண்டது. அதனினும் வேகமாகக் குடங்கள் வந்து கொண் டிருந்தன. நீர் நிரப்பி முடித்ததும் கபிலரைப் பார்த்துப் பெருமகிழ்வோடு பாரி சொன்னான், “சோமப்பூண்டை அதற்குள் போடுங்கள்.”

அதற்குப்பின் என்ன நடந்தது என்பது துண்டுதுண்டாகத்தான் நினைவிருக்கிறது. சோமப்பூண்டை உள்ளே போட்டவுடன் எழுந்த மணம் முதல் கிறக்கத்தை உண்டாக்கியது. இழுத்து மூச்சுவிட்டு மயங்கியபொழுது ஒருவர் மாற்றி ஒருவர் இடித்துக் கொண்டிருந்தது நினைவிலிருந்தது.

அதன்பின் மேல்மாடத்தில் கையில் குவளையோடு பாரி அருகில் இருந்தான். அப்பொழுது கபிலரின் கையிலும் குவளை இருந்தது. பாரியிடம் செம்மாஞ்சேரலின் கதையைக் கேட்டார். பாரியும் அதனைச் சொன்னான்.

“சோமபானம் எங்களுக்கு வேண்டும். என்ன விலை கொடுத்தும் நாங்கள் வாங்கிக்கொள்கிறோம் என்று சொல்லி ஆட்களை அனுப்பி னான் செம்மாஞ்சேரல். அது இயற்கை எங்களுக்கு வழங்கும் காதற்பரிசு. அதனை நாங்கள் கண்டறிய முடியாது. அதுவாகத்தான் எங்களைக் கண்டறியும். பல ஆண்டுகளுக்கு ஒருமுறைதான் அது நிகழும் என்று சொல்லி அனுப்பினேன்” என்றான் பாரி.

கபிலர் நினைவு மீண்டபொழுது அவரது குடிலில் படுத்திருந்தார். பொழுது நண்பகலைக் கடந்திருந்தது. வெளிச்சத்தைப் பார்த்ததும் “விடிந்துவிட்டதா?” என்று கேட்டபடிதான் எழுந்தார். உடனிருந்த உதிரன் சொன்னான், “நண்பகல் கடந்துவிட்டது.”

“நான் எப்பொழுது குடிலுக்கு வந்தேன்?”

“நீங்கள் வரவில்லை. நான்தான் கொண்டுவந்து சேர்த்தேன்.”

அதன்பின் விளக்கம் கேட்க விரும்பவில்லை. “உணவு ஏற்பாடாகப்

போகிறது. நீங்கள் தயாராகுங்கள்" என்று சொல்லிவிட்டுப் போனான் உதிரன்.

கபிலரும் வேகவேகமாகத் தயாரானார். இன்றாவது முழுக் கதையையும் கேட்டுவிடவேண்டும் என்று பேரார்வங்கொண்டிருந்தார். புறப்பட்டுக்கொண்டிருக்கும் பொழுது அவருக்கே புலப்பட்டது; பெருக்கெடுக்கும் ஆர்வத்துக்குக் கதையை மீறிய காரணம் ஊற்றப்படும் குவளையில் உண்டென்று.

மாலையில் வழக்கம்போல் மேல் மாடத்துக்கு வந்து சேர்ந்தார் கபிலர். அவரின் வருகையை எதிர்பார்த்திருந் தான் பாரி. உடன் தேக்கனும் முடியனும் இருந்தனர். கபிலருடன் வந்த உதிரனை அனுப்பிக் காலம்பனை அழைத்துவரச் சொன்னான் பாரி. உதிரனும் புறப்பட்டுப் போனான்.

கபிலர் வந்து உட்கார்ந்ததும் ஆர்வத்தோடு தொடங்கினார், "செம்மாஞ்சேரல் சோமபானம் கேட்டு ஆளனுப்பியதற்கு, நீ மறுமொழி சொல்லி அனுப்பினதாகக் கூறினாயே. அதன்பின் என்ன நடந்தது?"

பாரி, கபிலரைப் பார்த்து மெல்லியதாய் ஒரு புன்முறுவல் உதிர்த்தான். கபிலருக்குக் காரணம் புரியவில்லை. "ஏன் விளக்கம் சொல்லாமல் சிரிக்கிறாய்?"

பாரி சொன்னான், "முழுக் கதையை யும் நேற்று சொல்லி முடித்தேன். நீங்கள் மறுபடி முதலிலிருந்து கேட்கிறீர்களே, அதுதான் சிரித்தேன்."

கபிலருக்குச் சற்றே வெட்கமாக இருந்தது. "முழுக்கதையையும் சொன்னாயா? நான்தான் நினைவு தவறிவிட்டேன் என நினைக்கிறேன்" என்று கூறி, மறுபடியும் கதைசொல்லச் சொன்னார்.

"பறம்பின் மறுமொழிகேட்ட செம்மாஞ்சேரல் பெருஞ்சினங் கொண்டான். சோமபானத்தைத் தங்களுக்குத் தர மறுக்கிறான் பாரி என்ற முடிவுக்குப் போனான். எதை யாவது செய்து அதனைக் கைப்பற்ற வேண்டும் என்று எண்ணியவனுக்கு வடதேசத்து முனி பற்பல எடுத்துக் காட்டுகளைக்கூறி வெறியூட்டினான். சேரர்படை பறம்பின் மேற்கு முகடுகளை நோக்கி அணிவகுக்கத் தொடங்கியது."

"கூட்டத்தின் குரல் எப்பொழுதும் கேட்டுக்கொண்டே இருப்பதுபோல் இருக்கிறது. ஆனாலும் மயங்கிக் கிடப்பவனுக்கு இவையெல்லாம் நினைவில் தங்காது. நினைவில் இவை இருக்கின்றன என்றால் நான் மயக்கங் கொள்ளவில்லை என்றுதானே பொருள். குவளையில் மது அருந்திய படி பேசிக்கொண்டிருப்பது வாழ்வெல்லாம் உள்ள பழக்கம்தானே. இப்பொழுது மட்டும் ஏன் அந்தப் பழக்கத்தை முழுமைகொள்ள முடியவில்லை. நம்மால் மட்டும்தானா அல்லது யாராலும் முடியவில்லையா?" கேள்விகள் எழுந்தபடியே இருக்கப் புரண்டு படுத்தார் கபிலர்.

விழிப்புத்தட்டியது. கண்விழிக்க நினைத்தாலும் சிந்தனை விடுவதாக இல்லை. வெளியில் தெரியும் வெளிச்சத்தை உள்வாங்க முடியாமல் கண்கள் கூசித்திறந்தன. "நாம் எப்போது வந்து சேர்ந்தோம்?" என்று உதிரனிடம் கேட்டார் கபிலர்.

பதில்சொல்லத் தயங்கியபடி உதிரன் நின்றுகொண்டிருந்தான்.

"ஏன் பதில் சொல்லத் தயங்கு கிறாய்?" என அவர் கேட்டுக் கொண்டிருந்தபொழுது பதில் என்னவென்று அவருக்கே புரிந்தது.

அவர் மேல்மாடத்துக் கல்லிருக்கையில் தான் படுத்திருந்தார். வீடு திரும்பவேயில்லை.

மீண்டும் பகற்பொழுது கழிந்தது. குளித்துத் தயாராகி மாலைப்பொழுதில் மேல்மாடத்தை வந்தடைந்தார். ஆனால், இன்று கபிலர் வரும்முன்பே ஆட்டம் தொடங்கிவிட்டது. "காலம்பன்தான் தொடங்கி வைத்தான்" என்றான் பாரி.

"முடிக்கமுடியாத ஆட்டத்தை யார் தொடங்கினால் என்ன?" என்றார் கபிலர்.

"ஆட்டம் என்றால் அது முடியத்தான் வேண்டுமா?" எனக் கேட்டான் காலம்பன்.

"கேள்வி சரிதான், ஆனால், நான் ஆட்டத்துக்குள் வந்த பிறகுதான் இதற்கான விடையைச் சொல்ல முடியும்" என்றார்.

வீரனொருவன் நீட்டிய குவளையை வாங்கிய கபிலர் குடிக்காமல் கையில் பிடித்தபடியே பாரியிடம் கேட்டார், "இந்த ஆட்டத்தைப்பற்றிப் பின்னர் பேசுவோம். செம்மாஞ்சேரல் என்னதான் செய்தான்?"

பாரி வழக்கம்போல் சிரித்தான்.

"ஏன் சிரிக்கிறாய்? நேற்றும் முழுக் கதையையும் நீ சொன்னாயா?"

சிரித்தபடியே "ஆம்" என்று தலையாட்டினான்.

"கதைகேட்ட எனக்கு எதுவும் நினைவிலில்லை. கதைசொன்ன உனக்கு மட்டும் எப்படி நினைவிருக்கிறது?"

முன்பைவிடப் பெரும்சத்தத்தோடு சிரித்தான் பாரி.

கபிலருக்கு இதற்கான காரணமும் புரியவில்லை.

"கதைசொல்லி முடிக்கும் வரை குடிக்கக்கூடாது என எனது குவளையையும் வாங்கிக் குடிப்பவர் நீங்கள்தானே, அப்புறம் எனக்கு எப்படி மறக்கும்" என்றான்.

சிரிப்பில் உருண்டது மேல்மாடம். காலம்பன் காடதிரச் சிரித்தான். புரையேறித் தும்மல்கொண்டு மீண்டும் சிரித்தான். அவனால் சிரிப்பை அடக்க முடியவில்லை. கண்ணில் நீர் வழிந்துகொண்டிருந்தது. விடாமல் சிரித்தனர் எல்லோரும். பாரியின் கண்ணிலும் நீர் திரண்டது. இப்படி மகிழும் காலம்பனைக் காண இத்தனை நாளானதென நினைத்துத் திரண்ட நீரது.

குவளைகள் சில நொறுங்கியிருக்கலாம். ஆனால், தனது கால்பட்டுப் பானை ஒன்று சரிந்து விழுந்ததும் கண்விழித்தார் கபிலர். பக்கத்தில் படுத்திருந்த உதிரன் கண்விழித்தான். "பானை காலருகில் எப்படி வந்தது உதிரா?" எனக் கேட்டார்.

உதிரன் சொன்னான். "வீட்டில் உள்ளோர் அவ்விடம் வைத்துள்ளனர்."

பதில் கேட்டுத் திடுக்கிட்டார் கபிலர். "நாம் இருப்பது..." சரி வேண்டாம் என முடிவுசெய்து விளக்கம் ஏதும் கேட்காமல் அவ்வீட்டை விட்டு எழுந்து நடந்தனர்.

தேக்கன்தான் நேற்று கதையைச் சொன்னான். அந்தப் போரின் முடிவு மட்டும் நினைவில் இருந்தது. "ஒளி சரியப்போகும் அந்தக் கடைசிப் பொழுதில் பாரியின் வாள்வீச்சு எதிர்கொள்ள முடியாததாக இருந்தது. இருதரப்பு வீரர்களும் நிகழ்வதை உற்றுப்பார்த்துக்கொண்டிருக்க, கணநேரத்தில் செம்மாஞ்சேரலின் தலையை இடப்புறக்காட்டை நோக்கி சீவிச்சரித்தான் வேள்பாரி."

போர் தொடங்கி, நீண்ட தாக்குதலுக்குப்பின்தானே இது நடந்திருக்கும். ஆனால், அதுவெல்லாம் சொல்லாமல் இதனை மட்டும் ஏன் சொன்னார் தேக்கன் என்று தோன்றியது. தோன்றிய மறுகணமே, "அவர் முழுமையும் சொல்லி யிருப்பார். நமக்குத்தான் நினைவில் தங்கவில்லை" என நினைத்தபடி நடந்தார் கபிலர்.

"ஆனால், செம்மாஞ்சேரலின் தலையைப் பாரி சீவி எறிந்தது மட்டும் எப்படி நினைவில் இருக்கிறது?" என்ற கேள்வி எழுந்தது.

சோமபானத்தின் மீளமுடியாத மயக்கத்தில் மூழ்கினாலும் அதனைக் கிழித்து நினைவின் ஆழத்துக்குள் இறங்கும் வல்லமை பாரியின் வாளுக்கு உண்டு என்று தோன்றியபொழுது மெய்சிலிர்த்தது கபிலருக்கு.

55

முருகனும் வள்ளியும் கொடுத்த காதற்பரிசான சோமப் பூண்டுப்பானத்தைப் பருகும் முன்னுரிமை காதலர்களுக்கே உரியது. எவ்வியூரின் தலைவனே யானாலும் அதற்குக் கட்டுப்பட்டவன் தான். நாள்தோறும் அதிகாலை சோமப் பூண்டு போடப்பட்ட பெருந்தாழியில் நீரெடுத்து ஊற்றும் பணியை முதுபெண்கள் செய்வர். அந்நீரில் சோமப்பூண்டு கொஞ்சங் கொஞ்சமாகக் கரைந்து, கலங்கி, மயக்கும் மணத்தோடு பானமாகத் திரண்டிருக்கும்.

ஒவ்வொரு நாளும் ஒவ்வோர் இணையர் இக்காதற்பரிசைக் கையிலேந்தி ஆட்டத்தைத் தொடங்கி வைப்பர். அதற்குப் பின்னர்தான் மற்றவர்களுக்குத் தரப்படும். சோமப்பூண்டு கிடைத்து இன்று ஐந்தாம் நாள். இன்றைய ஆட்டத்தை யார் தொடங்கப்போகிறார்கள் என பலரும் காத்திருந்தபொழுது அரங்கினுள் நுழைந்தாள் அங்கவை; உடன்வந்தான் உதிரன்.

எவ்வியூர் முழுக்கத் தெரிந்த கதைதான் இது. கொற்றவைக்கூத்தின் பொழுது தீக்களி பூசிக்கொண்டு நெருப்பில் இறங்கி ஆடினாள் அங்கவை. தழலுக்குள் சுழலும் அந்தக் காதலிணையர்கள் யாரென அப்பொழுது ஊராருக்குத் தெரிய வில்லை. ஆனால் பாரி பார்த்தகணமே அறிந்தான், சுடரும் நெருப்பில் சுற்றிச் சுழல்பவள் தன் மகளென! ஆனால், அங்கவையோடு இணைந்தாடும் ஆடவன் யார் என்பதுதான் பாரிக்குத் தெரியாமல் இருந்தது.

அதுவும் அடுத்த சிலநாட்களிலேயே தெரிந்துவிட்டது. பேரெலி வேட்டையின்பொழுதே உதிரன்

பாரியிடம் சிக்கிவிட்டான். அவனது உடல்மொழி கண்டே உண்மை யறிந்தான் பாரி.

இச்செய்தியை அறியும் முன்னே கபிலரைப் பார்த்துக்கொள்ளும் பொறுப்பினை உதிரனுக்குக் கொடுத்திருந்தான் பாரி. இயல்பாய் அமைவதைக்கூட இயல்பானதென ஏற்றுக் கொள்ள முடியாத காரணத்தோடு இயங்கும் ஆற்றல் காலத்துக்கு உண்டு. பாரி தனது இயல்பின் வழியே இணையருக்கான வழித்தடத்தை செப்பனிட்டுக் கொடுத்திருந்தான்.

கபிலரிடம் பாடங்கேட்க எந்நேரமும் அவரின் குடிலில் அங்கவை இருந்தாள். அவருக்கு உதவிசெய்ய அங்கேயே இருந்தான் உதிரன். பெரும்புலவனின் சாட்சி யாகச் செழித்து வளர்ந்தது காதல். யாருக்கு யார் பாடங்கற்றுக் கொடுக்கிறார்கள் என்ற குழப்பம் குடிலில் எப்பொழுதும் நிலவியது.

அங்கவையைப் போன்ற அறிவிற் சிறந்த மாணவிக்கும், உதிரனைப் போன்ற அழகுநிறைந்த வீரனுக்கும் இடையில் மொழிகற்றுத்தரும் புலவன் சிக்கி இருந்தான். பெரும்புலவனை உருட்டியும் மறைத்தும் விழுங்கியும் விளையாடும் விளையாட்டு கால நேரமின்றி நடந்து கொண்டிருந்தது.

அவர்கள் இருவரும் காதல் கொண்டுள்ளனர் என்று கபிலரும் அறிவார். "எனது குடிலில் இருக்கும் பொழுது கல்வியறிதல் தாண்டி சிறு கவனச்சிதறல்கூட அங்கவையிடம் இருந்ததில்லை. அதேபோலத்தான் உதிரனும். எனக்கான பணியைச் செய்வதைத்தவிர வேறெதிலும் ஈடுபாடின்றி விலகி நிற்பான்" என்று அவர்கள் இருவரைப்பற்றியும் பெருமையோடு மற்றவர்களிடம் கூறுவார் கபிலர்.

பெரும்புலவனேயானாலும் காதலர்களின் விளையாட்டில் தான் என்னவாக இருக்கிறோம் என்பதைக் கண்டறிய முடியாதுதானே. கபிலர் பார்ப்பதை மட்டுமே உண்மையென நம்பி இருந்தார். அவர் பார்க்காத பகுதியில்தான் உண்மையின் முழுமையிருக்கிறது என்பதை அவர் அறியவில்லை.

அவர்கள் இருவரும் காதல் கொள்கிறார்களா என்ற ஐயம் பலமுறை கபிலருக்கு வந்துள்ளது. ஏனென்றால், இவர்கள் இருவரும் தங்களுக்கு இடப்பட்ட பணி யினைத்தவிர வேறெதையும் செய்வ தில்லை என்று அவர் நம்பினார். கபிலரைக் கண்ணைக்கட்டி விளையாட்டுக் காட்டியதுதான் அவர்களின் காதல் செழித்திருந்ததன் அடையாளம்.

புலவன் மனங்களுக்குள் ஊடுருவத் தெரிந்தவன். அங்கவையின் கண்ணைப்பார்த்தே கதையைச் சொல்லும் ஆற்றல் கபிலருக்கு உண்டு. ஆனாலும், அவரால் இவர்கள் பேசிக் கொள்ளும் மொழியைப் புரிந்து கொள்ளமுடியவில்லை. காரணம், அம்மொழி இயற்கையின் ஆதி ரகசியங்களைக்கொண்டிருந்தது. அங்கவை தனது கூந்தலுக்குப் பூச்சூடி வருவதுதான் கபிலருக்குத் தெரிந்தது. ஆனால், விரியிதழ் மலர் சூடுவதற்கு ஒரு பொருளுண்டு. கூம்புவடிவ பூச்சூடினால் சொல்லும் செய்தி வேறொன்று. நான்கிதழ் மலர்சூடி வரும்போதெல்லாம் அங்கவையின் முகத்தில் இருக்கும் பூரிப்பு கபிலரால் உய்த்தறிய முடியாதது.

சமதளத்தில் மன்னர்கள் ஆநிரையைக் கவர வெட்சிப்பூ, மீட்க

ம.செ

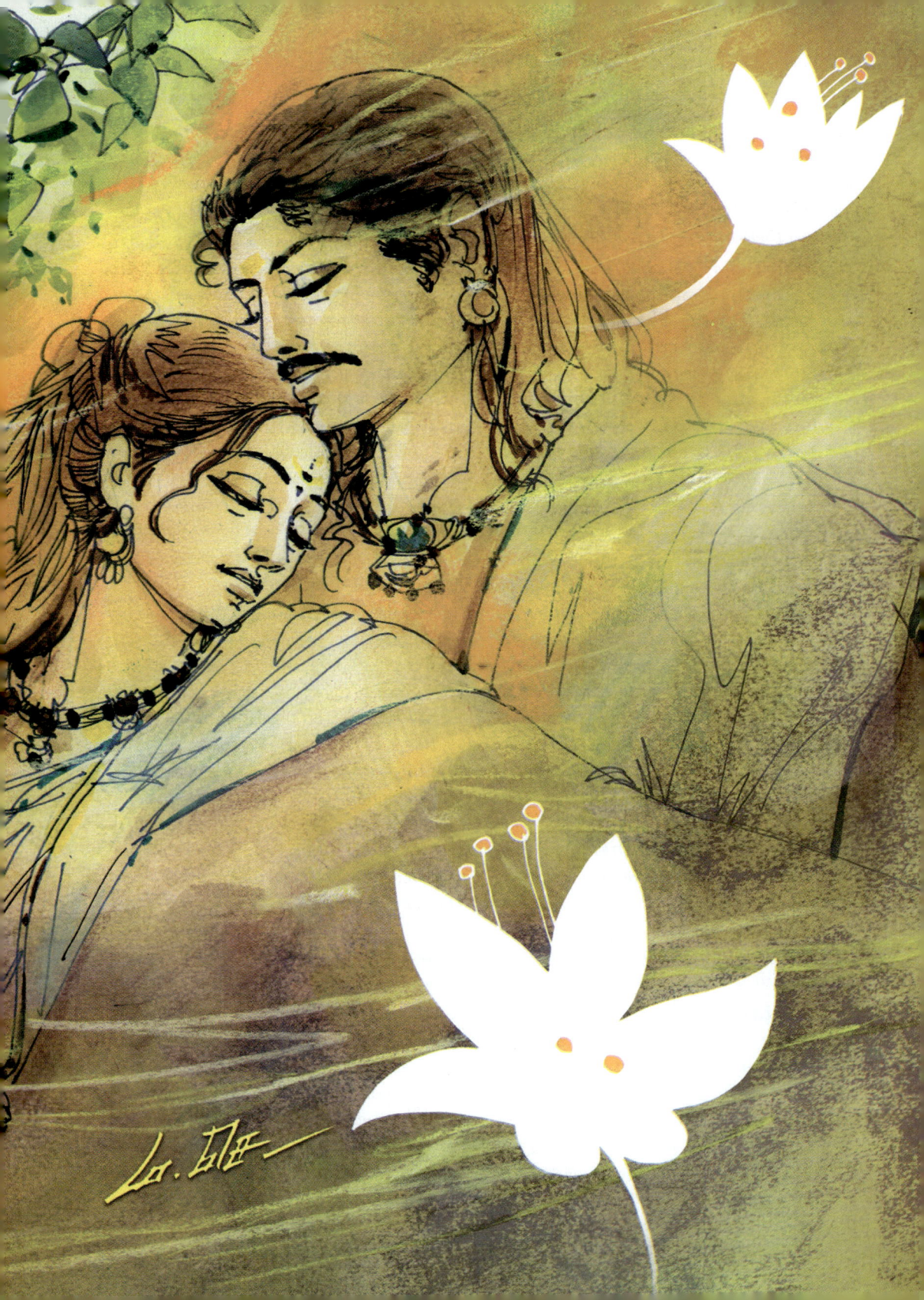

கரந்தைப்பூ, போருக்கு முனைய வஞ்சிப்பூ, தாக்கியோரை எதிர்க்க காஞ்சிப்பூ, வெற்றிக்கு வாகைப்பூ என புறக்காரணங்களின் அடையாளங் களாக பூக்களைச் சூடிக்கொண்டனர்.

பூக்கள், செடிகொடிகளின் அக அடையாளம். கிளைகளுக்கும் தண்டு களுக்கும் இலைகளுக்கும் இல்லாத வண்ணமும் வாசமும் பூக்களுக்கு இருப்பது அதனால்தான். குறிஞ்சி காதல் நிலம். அக்காதல் நிலத்தில் நிகழும் காதல் விளையாட்டுக்கு பூக்களைவிடச் சிறந்த தூதுவன் யாராக இருக்கமுடியும். பூக்கள்தான் செய்தியைச் சொல்கின்றன; பூக்கள்தான் உயிரைக் கொல்கின்றன.

ஒருநாள் வழக்கத்துக்கு மாறாக, கூந்தலில் எப்பூவும் சூடாமல் வந்திருந்தாள் அங்கவை. மொழிப் பயிற்சியின் புதிய பாடத்தைத் தொடங்கும் நாள் அது. அங்கவை ஏதோவொரு மனச்சோர்வில் இருக்கிறாள் என்று கபிலர் புரிந்து கொண்டார். அதனால், புதிய பாடத்தைத் தொடங்கவில்லை. சிறிது நேரம் உதிரன் வெளியே போய் வந்தான். அங்கவை உட்கார்ந்திருந்த இடத்தினருகே அத்திக்காய் இருந்தது. பாடம் முடிந்து அங்கவை போன பின்பே அதனைக் கபிலர் பார்த்தார். இது இங்கு எப்படி வந்தது எனக் குழம்பிய கபிலருக்கு அத்திக்காய் சொல்லும் செய்தி தெரியவில்லை.

அத்திக்காய் பூக்காமல் காய்ப்பது. வாழ்வின் ஒருகட்டத்தைத் தாவிக் கடப்பதன் அடையாளம் அது. அங்கவையும் உதிரனும் காதலின் அடுத்தக்கட்டத்தை அறிய ஆசைப் பட்டதன் வெளிப்பாடு அது. பூச்சூடாமல் அங்கவை வந்ததால் உதிரன் அத்திக்காய் கொடுத்து தனது எண்ணத்தைச் சொன்னானா?

அல்லது பூச்சூடாமலே வந்தவள் அத்திக்காய் கொடுத்து அழைத்து விட்டுப் போனாளா? யாரறிவார்?

காயை அறியாத கபிலர் காதலை எப்படி அறிவார்? கண்முன் நடக்கும் உரையாடலை கண்கொண்டுமட்டும் பார்த்துவிட முடியாது. ஏனென்றால், இது காதலின் உரையாடல். நிகழ்த்தப் பட்ட உரையாடலின் தொடர்ச்சி இப்பொழுது என்னவாக நிகழ்ந்து கொண்டிருக்கும் என்பது தெரியாத தால்தான், அத்திமரம் பற்றிய பாடலை அங்கவைக்குச் சொல்லாமல் விட்டுவிட்டோமே என்று கவலைப் பட்டுக்கொண்டிருந்தார் கபிலர். தனக்கும் பாடம் கற்பிக்கப்பட்டுக் கொண்டிருக்கிறது என்பது புரிய வில்லை அவருக்கு!

காதல்விளையாட்டில் இணையற்ற இணையரான அங்கவையும் உதிரனும் சோமப்பூண்டின் பானம் பருக அரங்கினில் நுழைந்தனர். அங்கவை வழக்கத்துக்கு மாறாக, சற்றே நாணத் தோடு உள்ளே நுழைந்தாள். உதிரன் அமைதியான இயல்பைக்கொண்ட வன். சிறுத்த கண்களைக்கொண்ட அவனது முக அமைப்பு யாரையும் மயக்கக் கூடியது. உதட்டோரம் இருக்கும் சிறுகுழி முகத்தில் எப்பொழுதும் ஒரு சிரிப்பு மலர்ந்திருப் பதைப் போலவே தோற்றம்தரும். மகிழ்வு நீங்காத அழகன் அவன். அவன் மயங்கிக் கிடக்கும் அழகி அவள்.

உள்நுழைந்த இருவரைப் பார்த்ததும் பழச்சாற்றை ஊற்றித்தர குவளையை எடுத்தாள் முதுமகள். ஆனால், அங்கவையோ அவள் எடுக்கும் குவளையைப் பார்க்காமல் சற்றுத் தள்ளி எதையோ பார்த்துக்கொண்டிருந் தாள். அங்கு எதைப் பார்க்கிறாள் என முதுமகளும் திரும்பி அப்பக்கம் பார்த்தாள். நீர்கொண்டுவரும் பானை

அவ்விடமிருந்தது. முதுமகள் கையிலேந்திய குவளையைக் கீழே வைத்துவிட்டு அப்பானையைப் பார்த்தபொழுது, உதிரன் பானையைக் கையிலெடுத்தான். முதுமகளுக்கு வியப்புத் தாங்கமுடியவில்லை.

"தொடங்கும்பொழுதே பானையிலா?" என்றாள்.

"ஆம், வேறு வழியில்லை. இப்பெருந்தாழியைத் தூக்கிச்செல்ல முடியாதல்லவா?" என்றான் உதிரன்.

முதுமகளால் சிரிப்பினை அடக்க முடியவில்லை.

"நாங்கள் காதலர்களான பிறகு, முதன்முறையாக இப்பொழுதுதான் சோமப்பூண்டு கிடைத்திருக்கிறது. இச்சிறுகுவளையில் வாங்கி, என்று தீர்க்க எமது கனவை?"

"இவ்வளவு ஆர்வங்கொண்ட நீங்கள் ஐந்து நாட்களாக ஏன் வர வில்லை?" என்று கேட்டாள் முதுமகள்.

உதிரன் சொன்னான். "நான் கபிலருக்கு உதவியாளன். அவரை அருந்தச்செய்து மகிழ்விப்பதுதான் பாரி எனக்கு இட்டுள்ள கட்டளை. எழமுடியாத மயக்கங்கொண்டு அவர் துயிலும் நாளுக்காகக் காத்திருந்தோம். இன்றுதான் அது வாய்த்தது!"

பேசிக்கொண்டிருக்கும்பொழுதே, அடுத்த இணையர் உள்ளே நுழைந் தனர். அவர்கள் நீலனும் மயிலாவும். சோமப்பூண்டு கிடைத்த செய்தி பறம்புநாடு முழுவதும் பரவிவிட்டது. எல்லா ஊர்களிலிருக்கும் காதலர் களும் எவ்வியூர் புறப்பட்டு வந்து கொண்டிருக்கின்றனர். செய்தி வேட்டுவன் பாறைக்குப் போய்சேர்ந்த கணத்தில் இவர்கள் புறப்பட்டு வந்து சேர்ந்துள்ளனர். அதனால்தான் ஐந்தாம் நாள் காலையிலே வர முடிந்தது. நீலனும் மயிலாவும் காதல் கொள்ளத் தொடங்கிய பிறகு முதன் முறையாக இப்பொழுதுதான் சோமப் பூண்டு கிடைத்துள்ளது. அரங்கினுள் முதலில் நுழைந்தான் நீலன், தொடர்ந்து மயிலா வந்தாள்.

மயிலாவைப் பார்த்ததும் முதுமகளுக்கு உள்ளுக்குள் சிறு அச்சம் எட்டிப்பார்த்தது. நீலன் அதிசிறந்த வீரனென பறம்பெங்கும் அறியப் பட்டவன். அவனை வீழ்த்திய வல்லமைகொண்டவளைப்பற்றி அதைவிட அதிகமாக அனைவருக்கும் தெரியும்.

அரங்கினுள் நுழைந்ததும் சோமப்பூண்டின் மணம் நீலனின் மூக்கில் ஏறியது. சற்றே காரத்தன்மை யோடு இருக்குமோ எனத் தோன்றிய கணத்தில் அதன் தன்மை வேறொன்றாகப்பட்டது. இதுவரை உணராததாக இருக்கிறதே என்று நினைக்கும்பொழுதே அவன் கிறக்கத்தில் மூழ்கத்தொடங்கினான். அருகிருந்த மயிலா அவனது முதுகைத் தட்டினாள். விழிப்பு வந்தவனைப் போல மணம்விலகி மீண்டான்.

அங்கவையும் உதிரனும் இதுவரை பருகவில்லையே தவிர ஐந்து நாட்களாக இவ்வாடையை நுகர்ந்து பழகிவிட்டனர். ஆனால், நீலனுக்கும் மயிலாவுக்கும் அப்படியல்ல! நுகர்வதே இவ்வளவு கிறக்கங் கொடுக்குமானால் அருந்தினால் என்னவாகும்?

கிறக்கம் விலக்கி, ஊற்றிக்கொடுக்கும் முதுமகளின் அருகில் வந்தனர் இருவரும். இவர்கள் இருவரும் பானையைத்தான் தூக்குவார்களென நினைத்த முதுமகள் குவளையை ஓரத்தில் வைத்துவிட்டு இன்னொரு பானையை எடுத்தாள்.

நீலன் முதுமகளையே பார்த்துக் கொண்டிருந்தான். “என்ன இப்படி பார்க்கிறாய்? பானையைத்தானே எதிர்பார்த்தாய்? அதைத்தான் எடுக்கிறேன்” என்றாள்.

நீலனோ, “இல்லை, நாங்கள் பானையை எதிர்பார்த்துவரவில்லை” என்றான்.

“அப்புறம் எதை எதிர்பார்த்து வந்தீர்கள்? இவர்கள் இருவரைப்போலப் பெருந்தாழியை தூக்கிப் போகலாம் என நினைத்து வந்தீர்களா?” எனக் கேட்டபடிச் சிரித்தாள்.

உதிரனும் அங்கவையும் உடன் சிரித்தனர். நீலன் சொன்னான், “அவர்கள் நிலைகொண்டுள்ள இடம் எவ்வியூர். எனவே, அவர்களால் பெருந்தாழியைத் தூக்கிச்சென்றுவிட முடியும். ஆனால், நாங்கள் வேட்டுவன் பாறைக்கல்லவா போக வேண்டும். அவ்வளவு தொலைவு எப்படி தூக்கிச் செல்ல முடியும்?”

சற்றே வியப்போடு முதுமகள் கேட்டாள், “அப்படியென்றால், என்ன செய்யலாமென்று வந்துள்ளீர்கள்?’

முதுமகள் சொல்லிமுடிக்கும் முன்பே மயிலா சொன்னாள், “சோமப் பூண்டை எடுத்துச்செல்லலாம் என்று ...”

அதிர்ந்த முதுமகள், சட்டென அருகிருந்த கம்பைத் தூக்கினாள். பாய்ந்துவந்து அந்தக் கம்பைப் பிடித்த மயிலா சொன்னாள், “இது காதற்பரிசு! முருகன் எவ்விக்கு கொடுத்தது பருகும் நீரையல்ல, உருகும் பூண்டினை! கொடுத்ததும் பெற்றதும் காதலர்கள் செய்துகொண்ட செயல்; இடையில் முதுமகள்கள் ஏன் நுழைந்தீர்கள்?” எனச் சொல்லிக் கொண்டிருக்கும் பொழுதே, நீலனைப் பார்த்து, “விரைவாக அதனை எடு!” என்றாள்.

பூண்டினை எடுக்கத் தாழிநோக்கிப் பாய்ந்தான் நீலன். எங்கிருந்து அப்படியொரு குரல் வந்ததெனத் தெரியாது. அரங்கமே அதிரும்படி பெருங்குரல் கொடுத்தாள் முதுமகள். குரல் கேட்டதும் வெளியில் இருந்த வீரர்களும் மற்ற முதுமகள்களும் உள்ளே நுழைந்தனர்.

என்ன நடந்துகொண்டிருக்கிறதென யாருக்கும் புரியவில்லை. யாரையும் கட்டுக்கடங்காமல் செய்யும் ஆற்றல் இப்பூண்டுப்பானத்துக்கு உண்டு. அதன் மணம் உருவாக்கிய கிறக்கமே இவ்வளவு வெறிகொள்ளச் செய்கிறது. நிலைமையை எப்படிச் சமாளிக்கவெனச் சிந்தித்த முதுமகள், சிக்கலைப் பெரிதாக்க வேண்டாம் என முடிவு செய்து, சட்டெனக் குவளையை நீட்டியபடி, “முதலில் இதனைக் குடி, என்ன செய்யலாம் என்று பின்னர் முடிவுசெய்வோம்!” என நீலனை நோக்கி நீட்டினாள்.

அவனது மூக்கிற்கு மிக அருகில் ஏந்திய குவளைக்குள்ளிருந்து மேலெழுந்த மயக்கம் மூக்கினுள் ஏறி உச்சந்தலையை முட்டியது. தனக்கும் நீலனுக்கும் நடந்துகொண்டிருந்த போராட்டத்தைக் கணநேரத்தில் நீலனுக்கும் சோமப்பூண்டுக்குமான போராட்டமாக மாற்றினாள் முதுமகள்.

சற்றுத் தள்ளி இருந்த மயிலா, முதுமகளின் தந்திரத்தை உணர்ந்தபடி, “அதனை வாங்கிக் குடிக்காதே!” என்று கத்தினாள். அவளது சொல் அவன் காதில் விழும்பொழுது பருகிய முதல்மிடறு தொண்டையைக் கடந்து கீழிறங்கிக்கொண்டிருந்தது. இனி, அவனைக் கையாள்வது எளிது. அவனின்றி மயிலாவால் மட்டும் இந்த உரிமைப்போரை நடத்த முடியாதென முதுமகள் அறிவாள்.

முதுமகளுக்கு வேர்த்து அடங்கியது. கணநேரத்தில் சூழலே மாறத்தெரிந்ததே என தவித்துப்போனாள்.

சினம் உச்சத்திலேறியபடி ஒரு பார்வை பார்த்தாள் மயிலா. அவளது பார்வையைப் பொருட்படுத்தாதது போல அப்பக்கம் திரும்பிக்கொண்டாள் முதுமகள். சற்று நேரங்கழித்துத்தான் மீண்டும் திரும்பினாள்.

பானையை ஏந்தியபடி அரங்கை விட்டு வெளியேறிக்கொண்டிருந்தனர் நீலனும் மயிலாவும். அவர்களுக்கு முன்பே அங்கவையும் உதிரனும் வெளியேறியிருந்தனர்.

வெடத்தப்பூவின் இலை எள்ளுச் செடியின் இலையைவிட மிகச் சிறியதாகவும் ஊசியாகவும் இருக்கும். செடியின் அளவும் சிறியதுதான். ஆனால், அதன் அதிசயிக்கத்தக்க சிறப்பு பூவினில் உள்ளது. அது அரும்பும்பொழுது ஒருநிறத்தில் இருக்கும், அரும்பு விளைந்து மொட்டாகும்பொழுது ஒருநிறம் கொள்ளும், மொட்டு பருத்து முகையாகும்பொழுது புதுநிறத்தில் ஒளிரும். இதழ்விரிந்து மலரும்பொழுது வேறொரு நிறங்காணும். நான்கு நிறங்களில் பூத்து உதிரும்.

இதன் வியப்புறுந்தன்மை இத்தோடு நின்று விடுவதில்லை. நான்கு நிலைகளில் நான்கு நிறங்களைக் காணும் வெடத்தப்பூ, நான்கு தன்மையிலும் நான்கு சுவைகளை உடையதாகவும் இருக்கும். அச்சுவை நான்குவிதமான நறுமணங்களை வீசும்.

சின்னஞ்சிறுசெடியொன்று நிறம், மணம், சுவை என அனைத்தையும் விதவிதமாய் வெளிப்படுத்தி இயற்கையின் குதூகலத்தை நிகழ்த்திக் காட்டும். தும்பிகளும் வண்டுகளும் வெடத்தப்பூவைக் கண்டு சற்றே குழப்பமடைகின்றன என்பார்கள். அக்குழப்பத்துக்குக் காரணம் நிறமா, மணமா, சுவையா எனத் தெரியாது. ஆனால், அதுவொரு வியப்புறு தாவரம்!

அதனால்தான், வெடத்தப்பூவைக் காதலர்களின் பூவாக வேளிர்குலம் கருதியது. மனித வாழ்வில் இத்தனை வண்ணங்களும் வாசனைகளும் கொண்டகாலமாக காதல்கொள்ளும் காலமே இருக்கிறது. பறம்பின் காதலர்கள் வெடத்தப்பூவின் அருகில் அமர்ந்தே தங்களின் காதலைப் பரிமாறிக்கொள்கிறார்கள். வெடத்தப்பூவின் அருகில் அமர்ந்திருப்பவர்களை “வெடலைகள்” என்றும் அப்பருவத்தை “வெடலைப்பருவம்” என்றும் பறம்பின் மக்கள் அழைக்கின்றனர்.

மயக்கும் பழச்சாற்றை பானையோடு தூக்கிப்போன வெடலைகள் வெடத்தப்பூத் தேடியே அலைந்தனர். உதிரனும் அங்கவையும் எவ்வியூரின் கிழக்குப்பக்கச் சரிவில் வெடத்தப் பூவைக் கண்டு அவ்விடம் அமர்ந்தனர். “நாம் அப்பக்கம் போகவேண்டாம்” எனச் சொல்லி வடபுறம் சென்ற நீலனும் மயிலாவும் சிற்றோடையின் ஓரம் அச்செடியைக் கண்டறிந்து அமர்ந்தனர்.

வெடத்தப்பூக்கள் சொல்லும் காதற் கதைகள்தான் எத்தனையெத்தனை! காதல் கணந்தோறும் அழகினைச் சுவைக்கக் கொடுத்துக் கொண்டேயிருக்கும் என்பதன் அடையாளந்தான் வெடத்தப்பூக்கள். குறிஞ்சி நிலமே காதல் நிலம்தான். அதிலும், வெடத்தப் பூ குறிஞ்சியின் குறியீடு. நீர்க்குமிழி, கதிரவனின் ஒளிபட்டுப் பல வண்ணங்களைக் குழைத்துக்காட்டுவதைப் போலத்தான் வெடத்தப்பூவும்.

அது, இதழ்கள் போர்த்தப்பட்ட வண்ணக்குமிழி!

வள்ளியும் முருகனும் வேங்கை மரத்தின் அடிவாரத்தில் அமர்ந்திருந்த பொழுது அருகிருந்த வெடத்தச்செடி அரும்புவிட்டிருந்தது. அரும்பின் நிறம் பச்சை. தேனை நுனிநாக்கில் தொடுவதைப்போன்றது அதன் சுவை. தொட்ட கணம் உடல் முழுவதும் பரவும். இச்சுவையும் அப்படித்தான். மணம் பரவி மூச்சுக்குழலுக்குள் சுழலச்சுழல மயங்கி கண்சொருகத் தொடங்கும்.

முதலில், அச்சுவை வள்ளி கூந்தலில் சூடியுள்ள பூவில் இருந்துதான் வருகிறதோ என நினைத்தானாம் முருகன். தோளிலே சாய்ந்திருந்த வள்ளிக்கோ முருகனின் தனித்த மணம் இதுதானோ என்று தோன்றிய தாம். வள்ளியின் கூந்தலுக்குள் அந்நறுமணம்தேட முருகன் முற்பட்ட பொழுது, முருகனுக்குள் அதனைத் தேடத் தொடங்கினாள் வள்ளி.

காதல் இப்படித்தான் தேடலில் தொடங்கி தொலைவதில் முடிவடை யும். அவர்கள் இருவரும் கண்டடை யாமலே தொலைந்துபோயினர். இக்கதையை உதிரன் சொன்ன பொழுது அங்கவை ஆர்வத்துடன் கேட்டுக்கொண்டிருந்தாள். ஆனாலும், அது முழுக்கதையல்லவென அவளுக்குத் தோன்றியது.

பச்சை நிறத்துக்கு ஒரு குணமுண்டு. குறிஞ்சியின் அடிநிறம் பச்சை. நீர் எல்லா நிறமாகவும் மாறும். ஆனாலும், நீரின் நிறம் சருகுவெண்மை. அது போலத்தான் குறிஞ்சியின் நிறமும். காதல்கொள்ளத் தொடங்கும் காலத்தில் இளமை செழித்துக்கிடக்கும் பச்சையம்தான் உடலெங்கும் மிதந்து கொண்டிருக்கும்.

அவ்வளவு நேரமும் அவள் சொன்னதை கவனித்துக்கொண் டிருந்த உதிரன் கேட்டான். "காதலின் துளிர்ப்பருவம் பச்சை நிறத்தாலானதா?"

"ஆம்" என்றாள் அங்கவை.

மயிலாவின் மடியினில் தலை வைத்துச் சிற்றோடையில் கால்நீட்டிப் படுத்திருந்த நீலன் சொன்னான், "வள்ளியையும் முருகனையும் ஒருசேர மயக்கியது வெடத்தப்பூ. அதனால் தான், கையிலிருந்த பூண்டினை எவ்வியிடம் கொடுத்தனுப்பி விட்டனர். அப்பூண்டினைவிடப் பெருமயக்கத்தை வெடத்தப்பூ உருவாக்கியிருக்கும்."

அதனைக் கேட்டுக்கொண்டே நீலனின் தலைமுடியைக் கோதிய மயிலா சொன்னாள், "நீரில் கரையும் பூண்டினைவிடக் காற்றில் கரையும் பூவின் மயக்கம் எதிர்கொள்ள முடியாததாகத்தானே இருக்கும்?"

பதில்கேட்டு இளஞ்சிரிப்பை உதிர்த்தான் நீலன்.

"ஏன் சிரிக்கிறாய்?"

"மடியில் தலைவைத்து மயங்கிக் கிடப்பவனிடம் மயக்கத்தைப்பற்றிப் பேசுகிறாயே என்றுதான்."

மடியோடு கிடந்தவனைக் கையோடு அள்ளினாள்.

நீலன் அவளை உற்றுபார்த்தபடி இருந்தான்.

சிறிது நேரம் அவனையே பார்த்த படி இருந்த மயிலா சொன்னாள், "மயங்கிய ஒருவனின் கண்களில் இவ்வளவு துடிப்பு இருக்காது. அதுமட்டுமல்ல, மயங்கியவனின் கைகள் இந்த வேலையைச் செய்யாது"

சட்டெனக் கையை விலக்கிய பொழுது சிரிப்பு கொட்டியது. மகிழ்ந்து

சிரித்தபடி நீலன் சொன்னான், "பூவோ, மதுவோ எல்லாம் நினைவை உதிரச்செய்யும் மயக்கங்களைத்தான் உருவாக்கும். காதல் மட்டுந்தான் மயங்க மயங்க நினைவைச் செழிக்கச் செய்யும்."

எவ்வளவு மயங்கினாலும் உணர்வுப் புலன்கள் மயங்குவதில்லை என்பதை நீலன் சொல்லிக்கொண்டிருந்த பொழுது மயங்காத மயக்கங் கொண்டிருந்த மயிலா கேட்டாள், "மயங்கினாலும் முடியாத விளையாட்டா இது?"

"ஆம், மன அளவில் இது முடிவுறாதது. நீர் வற்றினாலும் ஓடையின் குணம் மாறாதல்லவா? காதலும் அப்படித்தான்."

சொல்லும்பொழுது அவள் உடல் அவன்மீது சரிந்து கீழிறங்கியது. அவள் சொன்னாள், "வெள்ளம் ஓடினாலும் ஓடையின் குணம் மாறாதுதானே?"

இதற்கு மேல் இருவராலும் பேசிக் கொண்டிருக்க முடியவில்லை, சிற்றோடையில் பெருவெள்ளம் ஓடியது. கால்கள் நான்கும் நீருக்குள் சரிந்தன. நீர் விளையாட்டுத் துவங்கியது. கண்ணுக்கு முன்னால் இருந்த வெடத்தப்பூ மொட்டாகி நீலநிறம் கொண்டிருந்தது. நீலத்துக்கு புளிப்புச் சுவை ஒன்றுண்டு. அதனை முகர்ந்தபடி நீலன் சொன்னான், "எல்லாச்சுவையும் காதல் சுவைதானே!"

நீரினில் மிதந்தபடி மயிலா கேட்டாள், "காதலின் சுவை நுகர்வதா? சுவைப்பதா?"

"இரண்டுமில்லை, உணர்வது!"

நீலன் சொல்லும் விளக்கத்தை மயிலாவால் ஏற்கமுடியவில்லை. மறுத்து தலையாட்டினாள்.

ஓடும் நீரில் மூழ்கி அவன்மேல் வந்து சாய்ந்தபடி சொன்னாள். "உனது நுனி நாக்கு எப்பொழுதுமே துவர்க்கும்"

சொல்லி நிறுத்தினாள்.

நீலன் வியப்புற்றுப் பார்த்தான்.

"அதனை என்று உணர்ந்தேனோ அதன்பின் துவர்ப்பு எல்லாவற்றையும் உனது சுவையாகவே உணர்கிறேன். நாவற்பழம் தின்றபின் நடுநாக்கில் படியும் நீலம்போல் முத்தம் நீங்கியபின் உனது துவர்ப்பே என் நினைவெங்கும் படிந்துவிடுகிறது."

நீலன் கண்ணிமைக்காமல் அவளை பார்த்துக் கொண்டிருந்தான்.

மயிலா சொன்னாள், "துவர்ப்பே என் உடலெங்கும் பரவி நிற்கும் சுவை! மகிழம்பூதான் துவர்ப்புச் சுவையுடையது என்று மனிதர்கள் பேசிக் கொள்கிறார்கள். இந்த மயிலாவின் சுவையும் துவர்ப்புதான். அவள்தான் நீலனை விழுங்கியவளாயிற்றே!" என்று சொல்லிக்கொண்டிருக்கும் போதும் நீலனை விழுங்கிக் கொண்டு தான் இருந்தாள்.

இரையாகும் உயிரும் சுவை யுணர்வது காதலில் மட்டுந்தான். விழுங்கும்பொழுதே விழுங்கப்படுவ தால் இந்த விசித்திர நிலை.

செயல்களின் வேகத்தைச் சொல் நிறுத்தும். பின்னர்தான் தெரியும், அது நிறுத்துவதற்காகச் சொல்லப்பட்ட தல்ல; செயல்களின் போதைமை நீக்க சொல்லப்பட்டதென்று!

மகிழ்ந்தபடி நீலன் சொன்னான், "எனது சுவை துவர்ப்பு என்றாயே, உனது சுவையென்ன தெரியுமா?"

சிவந்த முகம் சற்றே வெட்கப்படத் துவங்கியது. "நீ கண்டறிந்துவிட்டாயா?"

"எப்பொழுதோ!"

சொல்லி நிறுத்திக்கொண்டான் நீலன். அவன் சொல்லுவான் என்று காத்திருந்தாள் மயிலா.

சற்றே அமைதி நீடித்தது. அவன் சொல்லாமல் இருக்கும் கனத்தைத் தாங்கமுடியவில்லை. அவன் மார்பின் மீதிருந்த தனது கையை மெல்ல விலக்கினாள்.

அதனை அறிந்த நீலன் விலகும் கையை இறுக அணைத்தான்.

அவள் நிமிர்ந்து அவனைப் பார்த்தாள்.

சற்றுப் பின்னால் இருந்த வெடத்தப் பூவினைக் கைகாட்டினான்.

அதை ஏன் பார்க்கச்சொல்லுகிறான், எனச் சிந்தித்தபடியே உற்றுப் பார்த்தாள். வெடத்தப்பூவின் மொட்டு பருத்து மஞ்சள் நிறத்தில் இருந்தது. மஞ்சள் நிறப்பூவின் இன்மணம் என்னவென்று அனைவருக்கும் தெரியும். அதுதான் உனது சுவை என்பதை நீலன் குறிப்பால் உணர்த்திய பொழுது, இரையை மொத்தமாக விழுங்க முயன்றாள்.

நீண்ட நேரத்துக்குப்பின், துவர்ப்பின் சுவைவிட்டு நீங்க மனமின்றி நீங்கினாள் மயிலா.

மூச்சுவாங்கியபடித் தலைசாய்த்துக் கிடந்தான் நீலன்.

கண்கள் சொருகி மீள சிறிது நேரமானது. இருவரும் அமைதி கொண்டனர். ஓடிவந்த மான் அசை யாமல் நின்றாலும் அடிவயிற்றின் துடிப்படங்க நீண்ட பொழுதாகும்.

மூச்சுவாங்கியது. மனம் இயல்பு நிலை எய்யத்துவங்கியதும் முதுமகளிடம் தோற்றது நினைவுக்கு வந்தது. நீலனின் பக்கம் திரும்பியபடி மயிலா கேட்டாள், "பெருந்தாழிக்குள் இருந்து சோமப்பூண்டினை எடுப்பாயென நினைத்தேன். ஏன் எடுக்காமல் விட்டாய்?"

மறுமொழிசொல்லும் நிலையில் அவனில்லை. ஆனால், ஓசை கேட்டதும் கையில் இருக்கும் ஆயுதத்தை தூக்கிப்பிடித்து ஒலி எழுப்பவில்லையென்றால் வீரன் களத்தில் இல்லை என்று பொருட் கொள்ளப்பட்டுவிடும். எனவே, மீண்டபடி சொன்னான், "எடுக்கும் எண்ணத்தோடுதான் தாழிநோக்கி பாய்ந்தேன். ஆனால், சட்டெனக் காலம்பன் நினைவுக்கு வந்தான். திரையர்குடி முதன்முறையாக எவ்வியூர் வந்துள்ளது. சோமப் பூண்டின் மொத்த பானமும் அவர்களுக்கானது எனத்தோன்றியது. அதனால்தான் எடுக்கவில்லை!"

இதற்காகவே மீண்டும் அவனை கட்டியணைத்துக்கொள்ள வேண்டு மெனத் தோன்றியது. இதற்குமேல் எப்படி இறுக அணைப்பதென அவளுக்குத் தெரியவில்லை. மூச்சு முட்டியது. மொத்தப்பானமும் எனக்கானது என்றெண்ணியபடி இதழ்கடித்தாள். நீலனோ களத்தில் நிற்பதை மட்டும் உணர்த்தியவாறு இருந்தான்.

இடைவெளிக்குப் பின், மீண்டும் மயிலா பேச்சைத்துவக்கினாள் "தலைமாட்டில் யாருக்கும் கிடைக்காத சோமப்பூண்டின் பானத்தைக் கொண்டு வந்து வைத்திருந்தும் ஏன் இவ்வளவு நேரம் அதனைப் பருகவேண்டும் என்று இருவருக்கும் தோன்றவில்லை?"

சின்னச் சிரிப்போடு நீலன் சொன் னான், "காதலைவிட மயக்கம் கொடுக்கும் ஒன்றாக அது இருந்திருக் குமேயானால் முருகனும் வள்ளியும்

அதைத்தானே குடித்திருப்பார்கள்? அதனை எவ்வியிடம் கொடுப்பானேன்? காதல்கொண்டவர்களுக்கு மயங்கவும், கிறங்கவும், மூழ்கவும் இன்னொன்று தேவையா என்ன?"

நீலனின் விளக்கத்தைத் தொடர்ந்தும் அமைதி நீடித்தது. ஆனால், இடைவெளி நீடிக்கவில்லை. பூண்டுப் பானத்தைவிட, வெடத்தப் பூவின் வாசனையைவிடப் பெருமயக்கம் கொள்ளும் ஒன்று இருவரிடமும் இருக்கிறதென இருவரும் உணர்ந்த போது அவர்கள் இருவராக இல்லை. பேச்சற்றவனாக ஆண் ஆவதும், மொழியற்றவளாக பெண் மாறுவதும் காதலின் தேவை!

"காதலின் நிறம் பச்சையா?" எனக் கேட்டான் உதிரன்.

"துளிரின் நிறம் பச்சை. செழிப்பின் நிறம் பச்சை. இயற்கையின் நிறம் பச்சை. எனவே, காதலின் நிறமும் தொடக்கத்தில் பச்சைதான். பின்னர்தான், வெடத்தப்பூப்போல அதுவும் மாறுகிறது" என்றாள் அங்கவை.

"செடிகொடிகளைப்போல மனிதனும் நிறம் மாறுவானா?"

அங்கவை சொன்னாள், "மனித உடலுக்கு நிறம்மாறத் தெரியாது. ஆனால், நிறத்தைச் சுரக்கத் தெரியும்."

விடை இன்னும் வியப்பைக் கொடுத்தது, ஆனாலும், அவனது அறிவுக்கு எட்டாததாக அது இருந்தது. "கபிலரின் மாணவியாய்க் காதலைச் சொல்லித்தர முயற்சிக்காதே! காதலியாய் உடனிணைந்து கண்டறிய முயற்சிசெய்!"

அவன் சொல்வது சரிதான் என்று தோன்றியது. என்ன செய்யலாம் என்று சிந்தித்தாள்.

உதிரனின் ஆர்வம் சற்றே வேகங்கொண்டிருந்தது. "மனிதவுடலுக்குள் வண்ணங்கள் சுரப்பதை அறிய வழியுண்டா?

"எத்தனையோ வழிகளுண்டு. ஒவ்வொரு உடலுக்குத்தகுந்து அது மாறும்; மலரும்!"

உதிரனின் முகத்தில் வியப்பே தெரிந்தது. எப்படி அவனுக்கு விளங்க வைப்பதெனச் சிந்தித்த அங்கவை, சற்றே நெருங்கி உதிரனின் கன்னத்தை இருகைகளாலும் அள்ளிப்பிடித்தாள். அவளது உள்ளங்கையின் குளுமை உச்சந்தலைக்கு ஏறியது.

சிந்தனையின் வழியே அறிய எவ்வளவு முயன்றாலும் பிடிபடாத காதல், சின்ன தொடுதலில் எல்லாவற்றையும் அறியச் செய்துவிடுகிறது. அங்கவை, உதிரனைத் தொடுவதொன்றும் புதிதல்ல; ஆனால், காதலின் ஆழம் காணும் உரையாடலின் நடுவே உதிரனை அள்ளியெடுக்கும்பொழுது அவன் உடலும் அறிவும் ஒன்றாய்க் கிளர்ந்தெழுந்தன. உடல்முழுவதும் பூத்து அடங்கியது உதிரனுக்கு.

கைகளில் ஏந்திய உதிரனின் முகத்தை உற்றுப்பார்த்தபடி அங்கவை சொன்னாள், "காதல் மலரத் தொடங்குங்கணம் உனது கண்களின் நரம்புகளில் பச்சைநிறம் ஓடி மறைகிறது"

இப்படியொரு விளக்கத்தை எதிர்பார்க்கவில்லை. காதலின் தொடக்கநிறம் பச்சை என்று அதனால்தான் சொன்னாளா என்று எண்ணியபடி அங்கவையின் கன்னமேந்த தனது கைகளை அருகில் கொண்டுசென்றான்.

உதிரனின் கன்னத்தில் இருந்து கைவிலக்கித் தன்னைநோக்கி வரும்

அவனது இரு கைகளையும் இறுகப் பற்றினாள் அங்கவை. உதிரனுக்குப் புரியவில்லை.

பிடித்த கைகளின் முனையில் சிறியதாய் உதடு குவித்து முத்தங்கொடுத்தாள். இருவருக்குமான நெருக்கத்துக்கிடையில் காற்றுப் புகமுடியாமல் தவித்தது. அதனைவிட அதிகத் தவிப்போடு அவள் சொன்னாள், "காமம் நுழையும் கணம் உனது விரல்களின் அடிநகம் நீலங்கொண்டு கருக்கிறது!"

மயக்கத்தில் மூழ்கிய உதிரன் காதல் விலக்கிச் சட்டெனத் தனது விரல்களின் அடிநகம் பார்க்கத்தோன்றியது. ஆனால், அவளோ அவற்றைத் தனது மார்போடு அணைத்துப் பிடித்தாள். உதிரனின் கண்கள் சுழன்று மூழ்கின.

நாணங்கொள்ளச் செய்யும்படி அவனை உற்றுப்பார்த்த அங்கவை சொன்னாள், "காமம் தழைக்கும் இக்கணம் உனது முகத்தில் மஞ்சள் பூத்துக் கலைகிறது!"

மீண்டும் அவன் தந்தரைக்கு இறங்கினான். அவளது சொல்லுக்கும் செயலுக்கும் நடுவில் உயிர் உழன்றது. காதலை இணைந்து பருகலாம். ஆனால், இணைந்து பயிலக்கூடாதென அவனுக்குத் தோன்றியபொழுது அங்கவை தொடர்ந்தாள், "காமம் பொங்கிப் பூக்கும் கணம்..." சொல்லி நிறுத்தினாள்.

கிறங்கிய உதிரனுக்கு மூச்சு நிற்பது போல் இருந்தது. சற்றே உயிர்பெற்று, மயங்கிய குரலில் கேட்டான் "சொல், என்ன நிறம்?"

சற்றே விட்டுவிலகி, அவனது கன்னத்தில் ஓர் அடி அடித்துவிட்டுச் சொன்னாள், "பார்க்காததை எப்படியடா சொல்ல முடியும்?"

56

கபிலர் மயக்கம் தெளிந்து எழுந்தபொழுது உதிரன் குடிலில் இல்லை. எப்பொழுதும் உடனிருக்கும் உதிரன் எங்கே போனான் என்று சிந்தித்த படியே புறப்பட ஆயத்தமானார். பொழுது நண்பகலைக் கடந்திருந்தது. பாரியின் மாளிகையில் இருந்துதான் அவருக்கு உணவு வருகிறது. செய்தி சொல்லி அனுப்பும் உதிரன் எங்கே போனான் என்பது தெரியாததால் அவ்வழி வந்த வீரனிடம் சொல்லி அனுப்பினார். சிறிதுநேரத்தில் உணவு வந்தது. உண்டு முடித்தார். உதிரன் இதுவரை தன்னிடம் சொல்லாமல் போனதில்லையே என எண்ணிய படியே கூத்துக்களம் நோக்கிப் புறப்பட்டார்.

கூத்துக்களத்தின் பாட்டாப்பிறை யில் எந்நேரமும் பெரியவர்கள் உட்கார்ந்து கதை பேசிக்கொண்டிருப் பார்கள். கதையென்றால் அவை வெறுங்கதைகள் அல்ல; எல்லாம் கண்டுபிடிப்புகள். மின்னல் ஒளியில் மலரும் மலர் ஒன்று உள்ளது என்பதை அவர்கள் கபிலரிடம் சொன்ன பொழுது அவரால் அதனைக் கற்பனை செய்யவே முடியவில்லை. அவர்கள் சொன்னார்கள், "மின்னல் ஒளிக்குத் தாழம்பூ மலரும்; எப்பொழுதும் அடிவயிற்றில் தொங்கும் குட்டியைக் கைவிடாத குரங்குகள் இடியோசை கேட்ட கணம் கைவிடும்" என்று.

குறிஞ்சியின் மக்கள் இயற்கையை அறிந்துள்ளவிதம் கணந்தோறும் வியப்பை உருவாக்கக் கூடியது. அவர்கள் புல்பூண்டு, யானை, புலி, பாறை, வேர் என எதைப்பற்றிப் பேசினாலும் எல்லாம் தலைமுறை தலைமுறையாய்ச் சேகரித்த அறிவின் சேர்மானமாய் இருக்கிறதே என

வியந்தபடி உட்கார்ந்திருந்தார் கபிலர். நேற்றைய மயக்கமும் நான்கு நாள் கிறக்கமும் தெளியும்முன் பாட்டாப்பிறைப் பெருசுகள் மீண்டும் கிறக்கி மயக்கினர்.

"எங்கே தேக்கனைக் காணவில்லை?" எனக் கேட்டார் கபிலர்.

"பாழிநகர் வரை போயுள்ளான்; இன்னும் சிறிதுநேரத்தில் வந்து விடுவான்" என்று சொன்னார் தேக்கனின் வயதொத்த பெரியவர். உடனிருந்த இன்னொருவர் சொன்னார், "வழக்கமாக மேல் மாடத்தில் தானே சந்திப்பீர்கள். நீங்கள் அங்கே போங்கள். அவன் வந்ததும் அனுப்பி வைக்கிறோம்."

பதிலைக்கேட்ட கபிலர் மறுத்துத் தலையாட்டியபடியே கூறினார், "இல்லை, அங்கே போனால் குவளையைக் கையிலெடுக்காமல் பேச முடிவதில்லை. கையிலெடுத்தால் என்ன பேசினோம் என்பது நினைவில் தங்குவதில்லை. எனவே, அவரிடம் கேட்க வேண்டியதை இங்கு கேட்டுவிட்டுத்தான் மேல்மாடம் போவது என்ற முடிவோடு வந்துள்ளேன்" என்றார்.

பெரியவர்களுக்கு அவர் சொல்வது சரியென்றுதான் பட்டது. "சரி அவரிடம் என்ன கேட்கப் போகிறீர்கள்?"

"செம்மாஞ்சேரலுடன் நடந்த போரின் முடிவு மட்டுந்தான் எனக்கு நினைவில் இருக்கிறது. அப்போர் மூன்று நாள்கள் நடந்ததாகச் சொன்னார். முதலிரண்டு நாட்கள் என்ன நடந்தது என்று தெரியவேண்டும்."

"அது தேக்கனுக்கே தெரியாதே. பின்னெப்படி உங்களுக்குச் சொல்லுவான்?" என்றார் பெரியவர்.

அருகில் இருந்தவர் சொன்னார், "அதோ வந்துகொண்டிருக்கிறாரே வாரிக்கையன். அவர்தான் அந்தப் போரைப் பாரியோடு சேர்ந்து வழிநடத்தியவர். அவரிடம் கேளுங்கள் சொல்வார்" என்றார்.

சிறுதொலைவில் நடந்து வந்துகொண்டிருந்தார் வாரிக்கையன். தேக்கனைவிட வயதானவர். ஆனால், உடலமைப்பைவைத்து வயதினைக் கண்டறிந்துவிட முடிவதில்லை. கபிலர் பறம்புக்கு வந்த புதிதில் அது பெருங்குழப்பத்தை உருவாக்கியது. புரிந்துகொள்வது கடினமாகவும் இருந்தது. வேட்டூர்ப்பழையனைவிட வயதில் மூத்தவர் இவர் என்று அறிய வந்தபொழுது கபிலரால் நம்ப முடியவில்லை. சமதளமனிதர்களுக்கும் மலைமனிதர்களுக்கும் வயதானதைக் காட்டும் குறியீடாக இருப்பது நரைமுடி மட்டுமே. அதனை வைத்துதான் பொதுவான தன்மையோடு வயது முதிர்ந்தவர் எனத் துணியலாம். ஆனால், வயதின் காரணமாகப் பல் உதிர்ந்து பொக்கைவாய் ஆவதென்பது மலைமக்களிடம் இல்லாத ஒன்றாய் உள்ளது. கிழத்தன்மையும் பல்லுதிர்வதும் ஒன்றுக்கொன்று தொடர்புடையனவாகச் சமதளத்தில் பார்க்கப்படுகின்றன. ஆனால், இங்கு அப்படியல்ல.

சிறுவயதிலிருந்தே காய்கனிகளையும் மரப்பட்டைகளையும் கடித்திழுப்பது அன்றாட நடவடிக்கையாக இருப்பதால் முன்பற்கள் மிகக்கூர்மையாகவும் பலருக்கு ஒழுங்கற்ற தோற்றத்துடனும் இருக்கின்றன என்பது மட்டுமே கபிலரின் மனப்பதிவாக இருந்தது. ஆனால், பெரும்பாலோருக்குப் பற்கள் உதிர்வதில்லை. அப்படியே உதிர்ந்தாலும் ஒன்றிரண்டுதான் உதிர்கின்றனவே தவிர அத்தனை பற்களும் இல்லாத பொக்கைவாய் மனிதர்

களைப் பறம்பில் இன்றுவரை கண்டதில்லை.

வாரிக்கையனை முதலில் பார்த்த பொழுது, அவர் தேக்கனைவிடவும் வேட்டூர்ப் பழையனை விடவும் வயதில் மூத்தவர் என்பதைக் கபிலரால் நம்ப முடியாததற்குக் காரணம், தென்னங்காயைப் பல்லால் கடித்திழுத்தபடியே அவர் கபிலரோடு பேசிக்கொண்டிருந்தார் என்பதுதான்.

வாரிக்கையன் தளர்ந்த நடையில் மெதுவாக வந்து பாட்டாப்பிறையில் உட்கார்ந்தார். சின்னதாய்ப் பெருமூச்சு வாங்கியது. சிறிது நேரங் கழித்துப் பேச்சைத் தொடங்கிய கபிலர், செம்மாஞ்சேரலுடன் நடந்த போரைப்பற்றிய விவரத்தைக் கேட்டார்.

வாரிக்கையன் கால்மடக்கி உட்கார்ந்தார். “அது போரே அல்ல!” என்றார்.

“மூன்றுநாட்கள் போர் நடந்ததாகத் தானே சொன்னார்கள்?” என்றார் கபிலர்.

“நாம் போர் நடத்தியிருந்தால் மூன்று பொழுதுக்குள் அது முடிந்திருக்க வேண்டும். பறம்பின் தன்மை தெரியாமல் செம்மாஞ்சேரல் மொத்தப்படையையும் கொண்டுவந்து கழுவாரிக்காட்டிலே நிறுத்தி விட்டான். நம்மில் ஒரு வீரன்கூட அவனது கண்ணிற்படாமல் அவனது மொத்தப்படையையும் அழித்திருக்க முடியும். அவ்விட அமைப்பு அப்படி” என்றார்.

“பின்னர் ஏன் அழிக்கவில்லை? போர் ஏன் மூன்றுநாட்கள் நீடித்தது?”

“அப்பொழுதுதான் நாங்கள் முதன் முறையாகத் திறல்கொண்ட குதிரைப் படையைக் கண்ணிற் பார்த்தோம்.”

யவனர்களுக்கு மிளகினை ஏற்றுமதி செய்து அதற்குக் கைம்மாறாக வலிமை மிகு குதிரைகளை வாங்கியது சேரர்கள்தாம். அதன் பின்தான் மற்ற இரு பேரரசுகளும் குதிரைகளை இறக்குமதி செய்யத் தொடங்கின என்பது கபிலருக்குத் தெரியும். ஆனால், பறம்பின் மக்கள் முதன் முறையாகச் செம்மாஞ்சேரலுடனான போரின்பொழுதுதான் குதிரைப் படையைப் பார்த்துள்ளனர் என்பது புதிய செய்தியாக இருந்தது.

குதிரைப்படையைப் பார்த்ததும் பாரி தாக்கும் திட்டத்தைக் கைவிட்டு விட்டான். முன்களத்தில் நின்ற எனக்கு அவன் முடிவினை மாற்றியது தெரியாது. அவனிடமிருந்து குறிப்புச் சொல் எதுவும் எனக்கு வரவில்லை. நான் பாறையின் உச்சிமறைப்புகளில் சிறுபடையோடு நின்று கொண்டிருந்தேன். பாரியிடமிருந்து எவ்வித ஓசையும் கேட்கவில்லை. செம்மாஞ்சேரலின் படை எங்களைக் கடந்து முன்னுக்குப் போய்க் கொண்டிருந்தது. நாங்கள் பாறையின் மேல் மறைப்புகளில் நின்றிருந்தோம்.

பாரி பறம்பின் மொத்தப் படையையும் பின்னுக்கு நகர்த்தி உள்காடுகளுக்குள் போய்விட்டான். செம்மாஞ்சேரலும் தொடர்ந்து போய்க் கொண்டிருந்தான். அவனது குதிரைப்படை மிகவலிமையானது, எனவேதான், அவன் துணிந்து காடு களுக்குள் நுழைந்துகொண்டிருந்தான்.

குதிரைகள் ஒன்றுக்குக்கூடச் சேதாரம் ஆகக்கூடாது, அனைத்தும் பறம்புக்கு வேண்டும் என்று கூறி விட்டான் பாரி. திட்டத்தை அதற்குத் தகுந்தாற்போல் மற்றவர்கள் மாற்றி விட்டார்கள். பாரி ஏன் படையைப் பின்னால் நகர்த்திப் போகிறான் என்று புரியாத குழப்பத்தில் நான் இருந்தேன்.

கழுவாரிக்காடு இப்புதிய திட்டத்துக்கு ஏற்ற இடமல்ல. குதிரையின் மீதுள்ள வீரர்களைத் தாக்கிக் குதிரையைக் கைப்பற்றுவதற்குப் பொருத்தமான இடம், இடப்புறம் இருந்த சருகுமலைக் குன்றுதான். எனவே செம்மாஞ் சேரலின் படையை அப்பக்கம் வரவைக்க வேண்டும் எனப் பாரி சிந்தித்துள்ளான்.

இது எதுவும் எங்களுக்குத் தெரியாது. நாங்கள் பாறையின் உச்சி மறைப்பிலே காத்திருந்தோம். திடீரெனக் கூவல்குடியினரின் ஓசை கேட்கத் தொடங்கியது. அது பின்புறம் ஓடுவதற்கான குறிப்புச் சொல்லும் ஓசை. இந்த ஓசை ஏன் கேட்கிறது என்று சிறு தயக்கம் ஏற்பட்டது. ஆனால், போர்க்களத்தில் தயங்குவதற்கெல்லாம் இடமில்லை. சரியெனப் பாறையின் உச்சியிலிருந்து கீழிறங்கிப் பின்புறம் செல்லத் தொடங்கியபொழுதுதான் செம்மாஞ் சேரலின் வீரர்கள் எங்களைப் பார்த்தனர்.

நாங்கள் பின்புறமாகப் போவது தெரிந்ததும் குதிரைப்படையின் ஒரு பிரிவினை எங்களை நோக்கி ஏவினான் செம்மாஞ்சேரல். குதிரைகள் பாய்ந்து வந்தன. அப்பொழுதுதான் தெரிந்தது குதிரை ஓட்டம் என்றால் என்னவென்று. நாங்கள் உயிர் பிழைப்பதே பெரும்பாடாகி விட்டது. எப்பக்கம் திரும்பி ஓடினாலும் பாய்ந்து வந்துகொண்டிருந்தனர் சேர வீரர்கள். ஆளுயர ஈட்டியோடு நான்குகால் பாய்ச்சலில் வரும் வீரனிடம் எவ்வளவு நேரம் ஓடித் தப்பிக்க? பாறையின் மேல் இருந்திருந்தால் அவர்கள் அனைவரையும் ஒரு பொழுதில் அழித்திருப்பேன். ஆனால், தந்தரையில் என்ன செய்யமுடியும்?

என்னிடமிருந்தவர்கள் மிகக் குறைந்த வீரர்களே. விரட்டிவந்தவர்கள் நான்குமடங்கு அதிக வீரர்கள். நாங்கள் யாரும் தப்பிப்பிழைக்கப் போவதில்லை என்றுதான் தோன்றியது. பாறையின் உச்சியில் பாதுகாப்பாய்த் தானே இருந்தோம். ஏன் கீழே இறங்கி ஓடவிட்டான் பாரி என்ற குழப்பம் வேறு மனதுக்குள் ஓடிக்கொண்டிருந்தது. குதிரை வீரர்கள் மிக அருகில் வந்துவிட்டார்கள்.

அப்பொழுதுதான் சருகுமலையின் இடப்புறப் பிளவிலிருந்து கூவல்குடியினரின் குறிப்புச்சொல் ஓசை கேட்டது. அப்பக்கம் வரச்சொல்வது அறிந்து அதனை நோக்கி முடிந்தவரை வேகங்கொண்டு ஓடினோம். பிளவினை உயிரோடு தாண்டமுடியும் என்ற நம்பிக்கை அடுத்தடுத்த அடியில் குறைந்துகொண்டே வந்தது.

எண்ணிப்பார்க்க முடியாத வேகத்தில் குதிரைகள் வந்து கொண்டிருந்தன. அவை அருகில் வந்துவிட்டதை உணர்ந்தபொழுது நான் உன்னித் தவ்வினேன். அவை என்னைக் கடந்து தாவிப்பாய்ந்தன. கணநேரம் எனக்கு எதுவும் புரியவில்லை. சற்று நேரங்கழித்துதான் புரிந்தது, பாய்ந்து செல்லும் குதிரைகளின் மீது வீரர்கள் யாருமில்லை.

கடவின் இருபுறமிருந்தும் பறம்பு வீரர்கள் குதிரையின் மீது அமர்ந்திருந்த எதிரிகளை வீழ்த்தி முடித்தனர். சிறிய காயம்கூட இன்றி குதிரைகள் காட்டுக்குள் ஓடிக்கொண்டிருந்தன. இரண்டுநாள்களும் இப்படி வெவ்வேறு உத்திகளைப் பயன் படுத்திப் பெரும்பகுதிக் குதிரைகளைக் கைப்பற்றினோம்.

இனி குதிரைகளைக் கைப்பற்ற முடியாது என்ற நிலையில்தான் தாக்குதல் போரினை நடத்தினான் பாரி. மூன்றாம் நாள் உச்சிப்பொழுதில்

தொடங்கிய போர் மாலைக்குள் முடிவுக்கு வந்தது" என்றார் வாரிக்கையன்.

இத்தனை குதிரைகள் பறம்பில் இருப்பது எப்படி என்பது பறம்புக்கு வந்த நாளிலிருந்து கபிலரின் மனதிலிருந்த கேள்விதான். எதிர்பாராத நேரத்தில் விடை கிடைத்தது. வாரிக்கையன் செம்மாஞ்சேரலுடனான போரினைச் சொல்லி முடித்ததும் அருகிருந்த பெரியவர், கைப்பற்றிய குதிரைகளைக் காட்டின் தன்மைக்கு ஏற்ப எப்படியெல்லாம் பயிற்றுவித்தோம் என்பதையும், இத்தனை ஆண்டுகளில் குதிரைகளின் எண்ணிக்கை பலமடங்கு அதிகரித்ததற்கான காரணத்தையும் விரிவாக விளக்கினார்.

எதிர்பாராத பல செய்திகள் கபிலருக்குக் கிடைத்தன. அவர் வாரிக்கையன் சொல்வதை முழுமையாகக் கேட்டு முடித்தார். நடந்ததைச் சொல்லி முடித்தபின் சிறிதுநேரத்தில் புதிய கேள்வி ஒன்று மேலெழுந்து வந்தது. "தேக்கன் ஏன் அப்போரில் கலந்துகொள்ளவில்லை?"

யாரும் இதனை எதிர்பார்க்கவில்லை. கபிலர் போரை அறிந்துகொள்ளும் ஆர்வத்தில்தான் கேட்கிறார் என்றுதான் விளக்கமாகக் கூறினார்கள். ஆனால், சொல்லப்பட்ட பதிலுக்குள்ளிருந்து தாங்கள் சந்திக்க விரும்பாத ஒரு கேள்வி மேலெழும் என்று யாரும் நினைக்கவில்லை.

அனைவரும் சற்றே அமைதியாயினர். கபிலருக்குக் காரணம் புரியவில்லை. வாரிக்கையன் சொல்லட்டும் என்றுமற்றவர்கள் காத்திருக்கிறார்களோ என்றுதான் முதலில் நினைத்தார். ஆனால், வாரிக்கையன் எதுவும் சொல்வதுபோல் இல்லை. அமைதியே நீடித்தது.

"உங்களின் வலதுகால் நடுவிரல் பிறக்கும்போதே இப்படித்தான் சிறுத்து மடங்கி இருந்ததா?" எனக் கேட்டார் எதிரில் இருந்த பெரியவர்.

அனைவரும் இந்த உண்மையைப் பகிர்ந்துகொள்ள மறுக்கின்றனர். அதனாலேயே வேறு ஒன்றைப்பற்றிப் பேச விருப்பப்பட்டு எனது விரலைப் பற்றுகின்றனர் எனக் கபிலருக்குத் தெரிந்தது. "விரலைப்பற்றிப் பின்னர் பேசுவோம், தேக்கன் ஏன் போரிலே ஈடுபடவில்லை?" என மீண்டும் கேட்டார்.

விரல் பற்றி விளக்கங்கேட்ட பெரியவர்தான் சொன்னார், "பூண்டுப் பானம் கிடைத்து ஊரே மகிழ்ந்திருக்கும்பொழுது அதனை நினைவுபடுத்த வேண்டாமே என்றுதான்..." சொல்லி வார்த்தையை முடிக்காமல் இழுத்தார்.

எல்லோர் மனதையும் கவலை கொள்ளச் செய்யும் கேள்வியாக இது இருக்கும் எனக் கபிலர் எதிர்பார்க்கவில்லை. அப்படியென்றால் வேண்டாம் என்று அவர் முடிவுக்குப் போகும்பொழுது வாரிக்கையன் தொடங்கினார், "காட்டை நாம் ஒரு போதும் அறிந்துகொள்ள முடியாது."

இவ்விடம் இந்தப் பதிலை எதிர்பார்க்கவில்லை கபிலர்.

"இந்த உண்மை நமக்குத்தெரியும். ஆனாலும், அவ்வப்போது இயற்கை நமக்குத் தாங்கமுடியாத துயரத்தைக் கொடுத்து இவ்வுண்மையை நினைவூட்டிக்கொண்டே இருக்கிறது" என்றார் வாரிக்கையன்.

கபிலர் சற்றே அதிர்ந்தபடி அவர் சொல்வதைக் கேட்டார். "தேக்கனின் மூன்று மகன்களும் உயிரோடு இருந்தனர்" என்று தொடங்கினார்

வாரிக்கையன். தேக்கனுக்கு மகன்கள் இருந்ததையே கேள்விப்பட்டிராத கபிலருக்கு, வாரிக்கையன் கூறிய சொற்கள் நெஞ்சில் யானை மிதித்ததைப் போல் இருந்தது.

“மூத்தவன் இளவயதுக்காரன். மற்ற இருவரும் சிறுவர்கள். வழக்கம்போல் சிறுவர்கள் எவ்வியூரைச் சுற்றி எங்கும் விளையாடிக்கொண்டு திரிவார்கள். விளையாட்டில் வழிமாறிச் சென்றார்களா அல்லது தெரிந்தே சற்று உள்ளே போய் விளையாடுவோம் என்று போனார்களா என்பது விளங்கவில்லை.

சிறுவர்கள் இருவரும் அடுத்த குன்றைக் கடந்து கீழ்த்திசையில் இறங்கியிருக்கிறார்கள். தாகமெடுத்திருக்கிறது. நீரோடையில் நீர் அருந்திவிட்டுக் கரையேறிச் சிறுதொலைவு போயிருக்கிறார்கள். நடுத்தரமான மரம் ஒன்றின் கீழ் இளைப்பாற அமர்ந்திருக்கிறார்கள்.

பொழுது மாலையைக் கடந்தும் அவர்கள் ஊர் திரும்பவில்லை. நேரமாக ஆக எங்களுக்கு ஐயம் கூடத் தொடங்கியது. இரவு, பந்தமேந்தி ஆளுக்கொரு புறம் தேடத் தொடங்கினோம். பூச்சிகள், விலங்குகள், பறவைகள், நாகங்கள் என எத்தனையோ வகையில் குழந்தைகளுக்கு ஆபத்து வரலாம். ஆனாலும், இருவர் சேர்ந்து போனதால் எப்படியும் வந்து விடுவார்கள் என்ற நம்பிக்கை இருந்தது.

இரவு முழுவதும் தேடியும் அவர்களைக் கண்டறிய முடியவில்லை. மறுநாள் காலை மீண்டும் பல குழுக்களாகப் பிரிந்து காடுகளுக்குள் போனோம். பொழுதுசொல்லிப் புறப்பட்டுப் போனோம். தேக்கன் ஒரு குழுவில் போனான். நான் ஒரு குழுவில் போனேன். பாரி ஒரு பக்கம் போனான். முடியன் ஒரு குழுவில் போனான். மறுநாள் நள்ளிரவு சொல்லிய பொழுதுக்கு எல்லாக் குழுக்களும் எவ்வியூர் திரும்பின. யாராலும் சிறுவர்களைக் கண்டறிய முடியவில்லை.

என்ன செய்யலாம் என்று சிந்தித்துக் கொண்டிருந்தபொழுதுதான், தேக்கனின் மூத்தமகன் ஊர் திரும்பவில்லை என்ற இன்னோர் உண்மை தெரியவந்தது. அவன் கீழ்த்திசை போன குழுவில் சென்றான். அப் பகுதியில்தான் ஏதோ ஆபத்து இருக்கிறது என்ற முடிவுக்கு வந்தோம். அனைவரும் அப்பகுதிக்குப் போகலாம் எனப் புறப்பட்ட பொழுதுதான் செம்மாஞ்சேரலின் படை புறப்பட்ட செய்தி வந்துசேர்ந்தது.

வேறு வழியில்லாமல் எங்கள் எல்லோரையும் போருக்கு அனுப்பி வைத்துவிட்டு, தேக்கன் மட்டும் சில வீரர்களோடு அத்திசை நோக்கிப் போனான். இரண்டு நாட்கள் தேடியிருக்கின்றனர். எதுவும் அறிய முடியவில்லை. குகைகள், பிளவுகள்,

பள்ளங்கள், பெருமரப் பொடவுகள், அடர்புதர்கள் என எல்லா இடங்களிலும் தேடியுள்ளனர். அவர்களுக்கு எந்தத் தடயமும் கிடைக்கவில்லை.

நாளாக ஆகத் தேக்கனுக்கு நம்பிக்கை கூடத் தொடங்கியது. ஒரு வேளை அவர்கள் இறந்திருப்பார்களேயானால் அந்த உடல்களைத் தின்னக் கழுகுகளும் இன்னபிற பறவைகளும் வட்டமிடத் தொடங்கியிருக்க வேண்டும். சிறுவர்கள் இருவரும் ஒரே நாளில்தான் தொலைந்துள்ளனர். எனவே, இந்த மூன்று குன்றுகளைத் தாண்டி அவர்கள் போயிருக்க முடியாது. இப்பகுதியில் பறக்கும் பறவைகளைவைத்து நம்மால் எளிதில் கண்டறிந்துவிட முடியும். ஆனால், இங்கே ஊனுண்ணும் பறவை எதுவும் தென்படவில்லை. எனவே அவர்கள் இறக்கவில்லை; ஏதோ ஆபத்தில் சிக்கி யுள்ளனர் என்ற முடிவுக்குப் போனான்.

என்ன ஆபத்து என்பதை ஊகிக்க முடியவில்லை. இம்மூன்று குன்றுகளில் பெரும் பாறைப் பிளவுகளோ, ஆற்றுப் பள்ளங்களோ எதுவுமில்லை. வேறெங்கு சிக்கியிருப்பார்கள் எனத் தெரியாமல் திகைத்த பொழுதுதான். நடுத்தரமான மரம் ஒன்றின் அடிவாரத்தில் மூவரும் கிடப்பதை வீரர்கள் பார்த்துள்ளனர். தொலைவில் அதனைப் பார்த்தவுடன் ஓசை யெழுப்பித் தேக்கனுக்குக் கூறியுள்ளனர்..."

கதையைச் சொல்லிக் கொண்டிருந்த வாரிக்கையன் வார்த்தைகளைத் தொடராமல் நிறுத்தினார். கேட்டுக் கொண்டிருந்த கபிலர் மூர்ச்சையானதுபோல் இருந்தார். "தேக்கன்தான் காடறிந்த பேராசான் என்பதைப் பறம்பே உணர்ந்த கணம் அதுதான்" என்றார்.

கபிலருக்கு விளங்கவில்லை.

சற்று மூச்சுவாங்கியபடி வாரிக்கையன் தொடர்ந்தார், "மகன்கள் மூவரும் ஒரு மர அடிவாரத்தில் கிடப்பதைப் பார்த்தவுடன் யாராக இருந்தாலும் ஓடிப்போய்த் தூக்கி

யிருப்போம். ஆனால், தொலைவிலிருந்து பார்த்த கணமே தேக்கன் கொடுத்த முதல் குரல், 'யாரும் அருகில் போகாதே' என்பதுதான். வீரர்கள் அப்படி அப்படியே நின்றுள்ளனர்.

தேக்கன் மிகத்தள்ளி நின்று அம்மரத்தையே பார்த்துள்ளான். காற்றில் சற்றே வீச்சம் ஏறியிருந்தது. அவர்கள் இறந்துவிட்டனர் என்பதை முடிவுசெய்துள்ளான். இறந்தவர்களின் உடலைக் காட்டுயிரினங்கள் பொழுதுக்குள் இல்லாமல் செய்து விடும். ஆனால், இவ்வுடல்களை எதுவும் ஒன்றும் செய்யவில்லையே, ஏன்?

தந்தை என்பதை மறந்து மறுகணமே தேக்கனாய் நின்றுள்ளான். கண்ணீர் மேலேற இடந்தராமல் காரணங்களையே சிந்தித்துள்ளான். அதனையும் மீறிச் சில வீரர்கள் அருகிற்செல்ல முனைந்தபொழுது கடுங்கோபத்தோடு தடுத்துள்ளான். தேக்கன் மட்டுமன்று, எவ்வியூரில் இருக்கும் யாரும் நம்ப முடியாத உண்மை ஒன்று வெளிவரத் தொடங்கியது.

அங்கு நின்றிருந்தது ஆட்கொல்லி மரம். பலா இலைபோல விரிந்த இலையுடையது. அதன் முனை முழுவதும் சுனைசுனையாய் இருக்கும். மெல்லிய முள்ளினைப் போன்ற அச்சுனை காற்றிலே உதிர்ந்து கொண்டேயிருக்கும். யாராவது அருகில் போனால் அச்சுனை உடலிலே படும். பட்டவுடன் அரிப்பெடுக்கும். நாம் கையை வைத்துத் தேய்ப்போம். தேய்த்தவுடன் அது உள்ளே போய்க் குருதியில் கலக்கும். அந்தச் சுனையின் நஞ்சு கொடுமையிலும் கொடுமையானது. கணநேரத்தில் மூர்ச்சையாகும்.

அதன் கிளையில் எந்தவொரு பறவையும் அமராது. தப்பித்தவறி ஏதாவதொரு பறவை அமர்ந்தால், அமர்ந்த கணமே செத்து விழுந்துவிடும். உற்றுப்பார்த்தால்தான் அதன் எலும்புகள் இலைகளுக்கு இடையே சிக்கியிருப்பது தெரியும். இக்கொடிய மரம் பறம்பில் எங்கெங்கு இருக்கிறது என்பதை எல்லோரும் அறிவோம். சிறுவயதிலிருந்தே அவ்விடத்தைச் சொல்லியே குழந்தைகளை வளர்க்கிறோம். ஆனால், எங்களில் யாராலும் அறியமுடியாத உண்மை என்னவென்றால், எவ்வியூரின் மிக அருகில், இரண்டாம் குன்றில் ஆட்கொல்லிமரமொன்று இவ்வளவு பெரிதாக வளர்ந்திருக்கிறது என்பதுதான்.

பறவைகள் எதுவும் இம்மரத்தில் தங்குவதில்லை என்பதால் இதன் விதைகள் எளிதில் பரவுவதில்லை. ஏற்கெனவே இருக்கும் மரத்தைச் சுற்றித்தான் மற்றொரு மரம் முளைக்கத் தொடங்கும். பறம்பு மலையில் எட்டு இடங்களில் ஆட்கொல்லி மரங்கள் உண்டு. ஆனால், எவ்விதத் தொடர்புமில்லாமல் தனித்த மரமொன்று இவ்விடம் எப்படி முளைத்தது என்பது இன்று வரை எங்களுக்குத் தெரியவில்லை. அதன் ஒற்றை விதை இவ்விடம் எப்படி வந்துசேர்ந்தது என்பது பெரும் வினா. நீரோட்டப்பாதையல்ல இது. எனவே, நீர் அடித்துவந்திருக்க வாய்ப்பில்லை. ஏதோ ஒரு விலங்கோ பறவையோ அதன் கனியை உண்ணக் கூடியதாக இருக்கவேண்டும். அதனால்தான் அதன் விதை இவ்விடம் வந்திருக்க வேண்டும். இவையெல்லாம் தேக்கன் தொடர்ந்து எங்களிடம் சொல்லியது. அவன் மரணத்தின் துயரை மரத்தை வெல்லும் அறிவாக மாற்ற முயன்று கொண்டிருந்தான்."

வாரிக்கையன் இறுதிப்பகுதியை ஏன் வேகவேகமாகச் சொன்னார் என்பது கபிலருக்கு இப்பொழுதுதான் தெரிந்தது. பாட்டாப்பிறை நோக்கித் தேக்கன் வந்துகொண்டிருந்தார். இயல்பாய் ஏதோவொன்றைப்பற்றிப் பேசிக்கொண்டிருப்பதைப்போலக் காட்டிக் கொள்ள, பெரியவர்கள் முயற்சி செய்துகொண்டிருந்தனர். வேகமாக வந்த தேக்கன் பாட்டாப் பிறையில் ஏறி அமர்ந்தார்.

கலங்கிப்போயிருந்த கபிலர் அகத்தையும் முகத்தையும் மாற்றப் பெரிதும் முயன்றார். தேக்கனிடம் இதுவரை கேட்காத கேள்வியைக் கேட்டு, பேச்சினை வேறுபக்கம் கொண்டுசெல்ல வேண்டும் என்று தோன்றியது. அமைதி நீடிப்பதை விரும்பவில்லை. ஆனால், எதைக் கேட்பதென்று தெரியவில்லை. தேக்கனின் கால்களைப் பார்த்தார் கபிலர். எல்லா விரல்களும் ஒன்று போலத்தான் இருந்தன. ஏன் இந்த எண்ணம் தோன்றியது எனத் தன்னையே இகழ்ந்துகொண்டார். மற்றவர்களும் பேசாததால் அமைதி நீடித்தது.

நீண்டநாள் கேட்க நினைத்த கேள்வி ஒன்று சட்டெனக் கபிலருக்கு நினைவுக்கு வந்தது. தேக்கனைப் பார்த்துக் கேட்டார், "பாரி முல்லைக் கொடிக்குத் தேரைக் கொடுத்தான் என்று பாணர்கள் சமதள மக்களிடம் பாடித் திரிகிறார்களே, அது உண்மையா?"

பாட்டாப்பிறையில் இருந்த யாருக்கும் இதுபற்றித் தெரியவில்லை. ஒரு பெரியவர் மட்டும் சொன்னார், "அவன் கொல்லிக்காட்டு விதையவே கொடுத்தவனப்பா. தேரெல்லாம் ஒரு பொருட்டா?" என்று மட்டும் எதிர்க் கேள்வி கேட்டார். ஆனால், கபிலர் கேட்டதற்கான பதில் வரவில்லை.

தேக்கனுக்கு இதென்ன கேள்வி என்று பட்டது. 'படர வழியின்றி ஒரு கொடி இருந்தால், அதற்கு வழி யமைக்கும் வேலையை எல்லோருந் தானே செய்வார்கள். இதனைப் பெரியதாய்ப் பாணர்கள் பாடுவதற்கு என்ன இருக்கிறது?' என நினைத்தார்.

'சரி பாரியிடமே கேட்டுவிடுவோம்' என்று கபிலரை அழைத்துக்கொண்டு வேகவேகமாக மேல்மாடத்துக்கு வந்தார் தேக்கன். வேகத்துக்குக் காரணம், தவழுங்கொடி மட்டுமன்று, தளும்பும் குவளையும்தான். அங்கே காலம்பனும் பாரியும் இருந்தனர். கபிலரின் வருகைக்காகத் தொடங்காமல் காத்திருந்தனர். நுழைந்ததும் கபிலர் சொன்னார், "குவளையை ஏந்தும்முன் எனக்கொரு விடை தெரியவேண்டும்!"

கபிலரிடமிருந்து அவ்வளவு அவசரமாக முன்வரும் கேள்வியை எதிர்கொள்ளும் ஆவல் பாரியின் முகத்திலே தெரிந்தது.

கபிலர் கேட்டார், "நீ முல்லைக் கொடிக்குத் தேரைக் கொடுத்தாய் என்று பாணர்கள் பாடுகிறார்களே, அது உண்மையா?"

57

செம்மாஞ்சேரலுடன் நடந்த போர்தான் பறம்புக்கு எல்லாவகையிலும் புதிய தொடக்கத்தை உருவாக்கியது. அப்போரில்தான் குதிரைப்படையின் ஆற்றலைக் கண்டான் பாரி. ஏறக்குறைய சேரனின் குதிரைப்படையிலிருந்த மூன்றில் இருபங்குக் குதிரைகளை வெற்றிகரமாகக் கைப்பற்றினான். குதிரைகளைப்பற்றித் தெரிந்துகொள்வதும் பயில்வதும் பயிற்றுவிப்பதுமாகப் புதிய பணிகள் தொடங்கின. முழுமையும் மலையுச்சிப் பகுதியான பறம்பின் நில அமைப்பிற்கு ஏற்பக் குதிரைகளை எளிதில் பயிற்றுவிக்க முடியாது என்று சிலர் கூறினர்.

தொடக்கத்தில் அந்தக் கூற்று உண்மைபோலத்தான் தோன்றியது. ஆனால், எங்குமில்லாத புல்வகையான தும்பையிலையும் முயற்புல்லும் குதிரைகளின் வாய்ச்சுவைக்கு மிகுந்த மகிழ்ச்சியைக் கொடுத்தன. அது அவற்றின் குணமாற்றத்துக்கு அடிப்படையாய் அமைந்தது. மனித இயல்போடு அவை தம்மைப் பிணைத்துக்கொள்ள இயற்கையின் எண்ணற்ற தன்மைகள் இயைவு செய்தன. பறம்பின் வீரர்களோடு உரசி நின்ற குதிரைகள் எளிதில் விலக வில்லை. அதன்பின் அவை பறம்புக்கான தன்மைமாற்றத்தை அடையத் தொடங்கின. இப்பொழுது நிலைமை முற்றிலும் வேறுவிதமாக மாறிவிட்டது. பல தலைமுறைக் குதிரைகள் பறம்பில் அலைந்து கொண்டிருக்கின்றன. பறம்பின் மருத்துவர்கள் குதிரையை எவ்வித நோயிலிருந்தும் காக்கும் வழி முறைகளைக் கண்டறிந்துவிட்டனர்.

செம்மாஞ்சேரலுடனான போர் தான் மாற்றத்திற்கான கண்ணைத் திறந்துவிட்டது என்பான் பாரி. போர் முடிந்த அன்று வெற்றிக்

கொண்டாட்டத்தில் பறம்புநாடே திளைத்துக் கிடந்தது. பாரியின் தலைமையில் நடந்த முதற்போர்; அதுவும் பேரரசனாகப் புகழப்படும் சேரனை எதிர்த்து. அவனது குதிரைகளில் பெரும்பகுதியைப் பறித்துக் கொண்டு அவனை வீழ்த்தி முடித்த போர்முறை பலரையும் வியப்பிலாழ்த்தியது. இளைஞனான பாரியின் சாதனையிதுவெனப் போற்றிப் பாடப்பட்டது. கொண்டாட்டங்கள் அளவற்று நிகழ்ந்தன.

ஆனால், பாரியின் முகத்தில் அதற்கான மகிழ்வு இல்லை. அதனைக் கவனித்தான் வாரிக்கையன். தேக்கனின் மகன்கள் இறந்ததால் பாரி மிகவும் சோர்வுற்று இருக்கிறான் என்றுதான் முதலில் நினைத்தான். ஆனால், அதுமட்டும் காரணமல்ல என்று பின்புதான் தெரிந்தது.

சேரவீரன் ஒருவன் எறிந்த ஈட்டியொன்றினைப் பாரி எப்பொழுதும் உடன் வைத்திருந்தான். கைப்பற்றப்பட்ட ஆயுதத்தை நினைவுக்காக வைத்திருக்கிறான் என்றுதான் வாரிக்கையன் எண்ணினான். ஆனாலும் பாரியை இளைஞனாக மட்டுமே நினைத்துவிட முடியாது. அவனது அறிவுக்கூர்மை அளவிடற்கரியது என்பதைப் போர்முனையிலும் கண்டு விட்டுத்தான் வந்துள்ளோம் என்று நினைத்தபடியிருந்தான் வாரிக்கையன்.

பாரியின் ஆழ்ந்த சிந்தனைக்கான காரணம் விரைவில் தெரியவந்தது. பறம்பின் ஆயுதப்பணியாளர்களை அழைத்து, தன்னிடம் இருந்த அம்பினைப்போன்ற நீண்ட ஆயுதத்தைக் காண்பித்தான். அவர்கள் வாங்கிப் பார்த்தனர். இரலைமான் கொம்பினைப்போன்று முறுகிய வடிவுடைய ஆயுதம் அது. நீண்டநேரம் பார்த்தபடி நின்றனர்.

“நாம் இரும்பினை வைத்துத்தான் ஈட்டியையும் வேல்முனையையும் உருவாக்குகிறோம். ஆனால், அவற்றைத் திருகி முறுக்க முடிவதில்லை. நமது ஆயுதங்கள் ஒரே நேர்கோடாக மட்டுமே நீண்டு இருக்கின்றன. ஆனால், இவர்கள் இரும்பினைத் திருகி முறுக்கியுள்ளனர். இது எப்படிச் சாத்தியமானது. இது எந்த வகை இரும்பு? இதனை உருவாக்கும் நுட்பவேலைகளை நாம் எப்படி அறியப்போகிறோம்?”

பாரி கேள்விகளை எழுப்பினான். பறம்பின் ஆயுதப்பணியாளர்கள் அதற்கான விடையைக் கண்டறிய இரவு பகலாய் உழைத்தனர். சிறுபாழி நகரில் அமைந்த தொழிற்கூடங்கள் வெவ்வேறு வகைகளில் வடிவமாற்றம் அடைந்தன. நெருப்பு எரியும் உலை, தாதுக்களை நெருப்பிலிட்டு எடுப்பதற்கான நீள்வடிவத்தொட்டி,. பக்கச்சுவர், ஊதுந்துருத்தி என எல்லாம் வெவ்வேறு வடிவங்களாக மாற்றமடையத் தொடங்கின.

இரும்பை உருவாக்கத் தேவைப்படும் தாதுக்களிமண் கட்டிகள் ஒரே இடத்தில்தான் எடுக்கப்பட்டு வந்தன. ஆனால், அவை மூன்று இடங்களிலிருப்

பதை அறிந்து மூன்றையும் எடுத்து வந்தனர். மூன்றின் தன்மையும் நிறமும், வெவ்வேறானவையாக இருந்ததால், மூன்றையும் மூன்று விதமாக உலையிலிட்டு வடிக்கும் வேலையைச் செய்தனர்.

பறம்பின் பேராற்றல் நெருப்பினை ஆளும் அதன் சக்தி. நெருப்பின் அளவையும் சுடரின் உள்ளிறுக்கத்தை யும் அவர்களால் கட்டுப்படுத்தவும் தீர்மானிக்கவும் முடிந்தது. அது இரும்பின் மாற்றம் எந்த அளவில் என்னவாக மாறுகிறது என்பதைத் துல்லியமாக அறியவும், அதே அளவினைப் பேணவும் ஏதுவாக இருந்தது.

உள்ளூற்றிய உலோகம் வெப்பமாகிச் செந்நிறமடையும் பருவத்தைக் குறிக்கச் செவ்வெப்பம் எனவும், தவிட்டு நிறப் புள்ளிகளோடு உலோகம் ஒளிர்செந்நிறத்தை அடையத் தேவை யான வெப்பத்தைக் கருஞ்செந்நிற வெப்பமெனவும், தவிட்டுநிறம் மாறி முற்றாக வெண்மையடைய வெண்ணிற வெப்பம் எனவும் பெயரிட்டனர். வெண்ணிற வெப்பத்தைத் தாண்டி மேலும் வெப்பமாக்கும்பொழுது அது உருகும் தன்மையுடையதாகிறது என்பதையும் கணித்தனர்.

இவ்வெப்பத்தை உருவாக்க ஊதுந் துருத்தியில் காற்றினை எந்தளவிற்கு எவ்வளவு காலம் செலுத்துவது என்பதனையும் துல்லியப்படுத்தினர். பெண்யானை துதிக்கையில் மூச்சு விடுவதைப் போன்ற மிதமான வேகத்தில் தொடங்கி, சீற்றம் காணும் காட்டெருமையின் மூச்சுக்காற்றைப் போன்ற முழுவிசையோடு காற்றினைச் செலுத்துவதற்கான குறிப்புகளைக் கணித்தனர்.

பறம்பின் வடிவக்கலைஞன் பல்வேறு வடிவங்களை வரைந்தபடியே இருந்தான். கணிதக்கலைஞன் எந்நேரமும் காட்சிகளை எண்களாக மாற்ற முயன்றுகொண்டேயிருந்தான். இரும்பு திருகி வளையத் தொடங்கியது. திருகும் இரும்பின் சேர்மானம் கண்டறியப்பட்டவுடன் நிலைமை தலைகீழாக மாறியது. எல்லா ஆயுதங் களையும் வெவ்வேறு வடிவங்களில் வடிவமைக்கவும் வலிமைப்படுத்தவும் அவர்களால் முடிந்தது.

கொடிமரவில் கார்முகங் கொண்டது. வில்லின் இருதலைக் குதைகளிலும் கனம் கூடியது. அதற்குத் தகுந்தாற் போல இழுபடும் நாண் புதுவகையில் உருவாக்கப்பட்டது. பாய்ந்து செல்லும் அம்பின் தொலைவு மூன்று மடங்கு அதிகரித்தது. கூர்வாளும் சிறுவாளும் ஈர்வாளும் கைவாட்களாக மாறின. கழுமுட்சூலம் ஏந்தி வாரிக்கையன் நின்றதைப் பார்த்தபொழுது காடே நடுங்கியது. ஆயுதங்களின் கூர் முனையும் ஆற்றலும் அளவிடற் கரியனவாகப் பரிணமித்தன.

யவனத்தொடர்பால், தமிழ் நிலத்தின் பல மாற்றங்கள் சேர மண்ணில்தான் முதலில் தொடங்கின. வலிமைமிகுந்த குதிரைகள் தொடங்கி வளமையான போர் ஆயுதத்துக்கான பொறிகள் வரை பலவும் சேரமண்ணில் காணக்கிடைத்தன. சேரனுடனான பெரும்போரில் பறம்பு வெற்றி பெற்றதால் அவற்றுள் பலவும் பறம்புக்கு அறிமுகமாயின. புதிய மாற்றங்கள் பலவும் பறம்புக்குள் நுழைந்து மரபுவழி அறிவுச் சேகரத் தோடு இணைந்து பெருவளர்ச்சி அடைந்தன.

இது தற்செயல்தான்; ஆனால், பறம்பின் வலிமையை அது எண்ணிலடங்காத மடங்குகளாகப் பெருக்கிவிட்டது. மரபுவழி அறிவுச் சேர்மானத்தோடு புதிய கண்டு

பிடிப்புகள் இணையும்பொழுது அது மதிப்பிட முடியாத ஆற்றலைப் பெற்றுவிடுகிறது. சிறுபாழியில்தான் எல்லாவித ஆயுதங்கள் செய்யும் தொழிற்கூடங்களும் இருக்கின்றன. ஊதுந்துருத்தி காற்றை ஊதிக் கொண்டே இருந்தது; கரடி கிண்டுகிற ஈசல் புற்றில் இடைவிடாது ஈசல்கள் பறப்பதைப்போலத் துருத்தி ஊதும் அடுப்பிலிருந்து இடைவிடாது நெருப்புப்பொறிகள் பறந்தவண்ணமே இருந்தன.

செய்யப்பட்ட ஆயுதங்களின் முனையைத் தட்டிக் கூர்மையாக்கும் வேலைநடப்பதால் உலோக ஒலி கேட்டுக்கொண்டேயிருந்தது. சிறுபாழி கடந்து எவ்வியூர் நோக்கி வந்த பாணன் ஒருவன், தொடர்ந்து எழும் உலோக ஒலி கேட்டு என்ன இது என வினவினான்.

"ஆயுதங்களைத் தட்டிக் கூர்மை யாக்குகிறார்கள்" என்று விடை கூறினர் பறம்பு மக்கள்.

அப்பொழுது அவன் சொன்னான், "பொதினி மலையில் ஆயுதங்களை உலோகத்தால் தட்டிக் கூர்மை யாக்குவதற்குப் பதில், வட்டவடிவக் கல் ஒன்றினை உருட்டியபடி அதன் மேல் உரசுகிறார்கள். அப்படி உரசும் பொழுது அந்த ஆயுதம் அளவிடற்கரிய கூர்மையை அடைகிறது."

செய்தி பாரிக்கு எட்டியது. "இரும்பினை உரசிக் கூர்மையாக்கும் கல் இருக்கிறதா?" என்று வியப்போடு கேட்டான்.

"ஆம், இருக்கிறது. நான் நேரில் பார்த்தேன். செய்யப்பட்ட ஆயுதத்தை ஒருநாள் முழுவதும் தட்டிக் கூர்மை யாக்குவதைவிட, சிறுபொழுது அக்கல்லில் உரசி அதிகூர்மையாக்கு கின்றனர். அது ஒரு அரியவகைக் கல்"

என்றான் பாணன்.

'நம்பும்படியாக இல்லையே' என்று அவர்கள் ஐயங்கொள்வதைப் பார்த்தபடி மீண்டும் முதுபாணன் சொன்னான், "பொதினி மலையின் வேளிர் குலத்தலைவன் மேழகன் என்னிடமே சொல்லியுள்ளான். இக்கல்லை முதலில் கண்டறிந்தவர் களைக் காரோடர்கள் எனப் பெயரிட்டு அழைத்தான். நான் அவ்வரியவகைக் கல்லை நேரில் பார்த்திருக்கிறேன்" என்றான்.

அன்றிரவு கூத்து முடிந்து கலைஞர்கள் புறப்படும் முன்பே பாரி புறப்பட்டுவிட்டான் என்பது முதுபாணனுக்குத் தெரியாது. பதினான்கு வேளிர் குடிகளில் ஒன்றுதான் பொதினிமலை வேளிர்குடி. அவர்களும் தங்களின் ஆதிச் செல்வத்தைப் பெரும்பாழியில்தான் வைத்துள்ளனர். அதனைக் காக்கும் பணியைப் பறம்பு மக்கள்தான் பார்த்துக்கொள்கின்றனர். ஆனாலும் தலைமுறைக்கு ஒருமுறையோ, இருமுறையோதான் ஆட்களின் முகம்பார்க்கும் வாய்ப்பு கிடைக்கிறது. பாரி மிகவும் இளையவனாதலால் பொதினி மக்களை அவன் பார்த்ததில்லை. ஆனால், அவர்களைப் பற்றி தந்தை சொல்லக் கேட்டுள்ளான். பறம்பின் மூத்தவீரனான வாரிக்கையனும் கூழையனும் சில வீரர்களும் ஆயுதப்பணியாளர்கள் சிலருமாக மொத்தம் பத்துப்பேர் உடன்வர, பொதினி நோக்கிப் புறப்பட்டான் பாரி. பறம்பு நாட்டுக்கும் பொதினி மலைக்கும் நீண்ட தொலைவு இடைவெளி இருந்தது. பயணம் முடிந்து திரும்பச் சில மாதமாகலாம் எனச் சொல்லித்தான் சென்றனர்.

தென்திசை நோக்கிப் பயணம் தொடங்கியது. பயணம் எப்போதும் கற்றுக் கொடுத்துக் கொண்டே யிருக்கும். அதுவும் அடர்காட்டுப் பயணத்தில் இருக்கும் வியப்புகள் எண்ணிலடங்காதவை. பெருங் காட்டிற்குள் நிலவும் பேரமைதி எந்தக் கணத்திலும் விழிப்பைக் கோரக் கூடியது. அவர்கள் இரவுபகலாக நடந்தனர். உறங்கும்பொழுதும் புலன்கள் விழித்திருந்தன.

வாரிக்கையன்தான் பொதினிக்கான வழியமைப்பைச் சொன்னான். "எண்முகடு கடந்தால் கீரிச்சொளவு வரும். அதிலிருந்து நிலையருவிகள் நான்கைக் கடந்தால் சிறகுநாவல் காடிருக்கும். அங்கிருந்து கூப்பிடும் தொலைவில் ஓரிலைத்தாமரைத் தெப்பம் உண்டு. தெப்பக்கரையில் நின்று பார்த்தால் ஓடும் ஆறு தெரியும். ஆற்றங்கரையில் கீழ்நோக்கி நடக்க பொதினியை அடைவோம்" என்றான்.

முன்னோர்கள் சொல்லிவைத்துள்ள வழி இது. நாட்கணக்கில் நடந்து எண்முகடு கடந்து கீரிச்சொளவுக்கு வந்து சேர்ந்தனர். அப்பெரும் சொளவு நிறையக் கீரிகளே இருந்தன. மண்ணெங்கும் கீறிப்புழுக்கைகள் கால்வைக்க முடியாதபடிக் கிடந்தன. அவற்றைக் கடந்து நிலையருவி அடைந்தனர். மலையெங்கும் ஆங்காங்கே அருவிகள் கொட்டிக் கொண்டிருந்தன. கோடைமலை என்று அழைக்கப்படும் அம் மலைத் தொடரின் நான்காம் அருவியைக் கடந்து, சிறகுநாவல் காட்டினை அடைந்தனர்.

அழகிய நாவல் பழங்கள் எங்கும் உதிர்ந்து கிடந்தன. ஆனால், ஒவ்வொரு பழத்தின் இருபக்கங்களிலும் சிறகு களைப்போல இலைகள் ஒட்டி யிருந்தன. பாரி இவ்வகை நாவலைப் பார்த்ததில்லை. நாவலின் சிறகுகளை விரித்துப்பார்த்தான். உதிரப்போகும் சருகுகளைப் போல இருந்தன; ஆனால் உதிரவில்லை.

வாரிக்கையன் சொன்னான், "பழங்கள் மரத்தில் இருக்கும் வரை விரிந்த சிறகுகளைப்போல இவ்விரண்டு இலைகளும் பழத்தை யொட்டி விரிந்திருக்கின்றன. உதிரும் பொழுது கீழே விழுந்து பழம் தெறித்து விடாமலிருக்க இயற்கை செய்த ஏற்பாடிது. விரிந்த சிறகுகளோடுதான் பழம் மேலிருந்து உதிரும். காற்றில் மிதந்தபடிதான் அது மண்ணை வந்து சேரும்; அதனால் பழம் அடிபடாது. அதன் பிறகுதான் இலைகள் காயத் தொடங்குகின்றன. ஆனாலும் ஒருபொழுதும் இவ்விலைகள் பழத்தை விட்டு உதிராது."

பாரி வியப்போடு அதனைப் பார்த்தான். வாரிக்கையன் சொன்னான், "காற்றடி காலத்தில் இப்பழம் மரத்திலிருந்து உதிரும் பொழுது நேராகக் கீழே விழாமல் நீண்ட தொலைவு காற்றோடு போகிறது. இதன் இலையமைப்பு எளிதில் தரையிறங்கவிடாது. காண்போர் இதனைப் 'பறக்கும் பழம்' என்று சொல்வர்."

பாரி வியப்புக் குறையாமல் கேட்டுக் கொண்டிருந்த பொழுது கூழையன் சொன்னான், "என் கிழவன் இந்தப் பழத்தைப்பற்றி ஒரு கதை சொன்னான். இது பெண்பழம் என்றும் இறகு கொண்டு மூடித் தன்னை எப்பொழுதும் பாதுகாத்துக்கொள்ளும் என்றும், பெரும்பாலான பழங்கள் இரவில்தான் உதிருமென்றும். முழு நிலா இரவில் காற்றில் பறக்கத் தொடங்கும் இப்பழங்கள் பொதினி யின் குலமகளை எந்நேரமும் மொய்த்துக்கிடக்குமாம்."

'நம்பும்படியாகவா இது இருக்கிறது?' என்ற கேள்வி எல்லோர் மனதிலும் உதித்தபடிதான் இருந்தது. சிறகு முளைக்கத் தொடங்கும் சிறுகுருவி போல உதிர்ந்து கிடக்கும் சிறகு நாவலின் அழகை நீண்டநேரம் பார்த்து மகிழ்ந்தான் பாரி.

அவர்கள் தொடர்ந்து நடந்தனர். வாரிக்கையன் சொன்னான், "பொதினியில்தான் மிக அதிக மருத்துவக்குடிகள் இருக்கின்றனர். எண்ணற்ற தாவரங்களையும் தாதுக்களையும் அறிந்து அதனை மருந்தாக மாற்றியுள்ளனர்." அனைவரும் அதனை வழிமொழிந்தனர். வேளிர் கூட்டத்தில் மருத்துவ அறிவின் உச்சங்கண்டோர் பொதினிவாழ் வேளிர்களே என்று முன்னோர் சொல் கேட்டுள்ளதாகக் கூழையன் சொன்னான். பேசியபடி ஓரிலைத் தாமரைத் தெப்பத்தைக் கடந்து ஆற்றின் ஓரம் இறங்கத் தொடங்கினர்.

கீழே இருந்த சிறுகுன்றில் குடில்கள் இருப்பது தெரிந்தன. இரவு இங்கே படுத்துறங்கி, காலையில் எழுந்து அக்குன்று நோக்கி நடப்போம் என முடிவுசெய்தனர்.

உறங்கும் இரவுகளில் கனவுகளை நிறுத்தும் வல்லமையை மனிதன் ஒருபொழுதும் பெற்றுவிட முடியாது. பழங்கள் பறப்பது நம்பும்படியாகவா இருக்கிறது எனக் கேட்ட பாரியின் கனவில் பழங்கள் பறந்து கொண்டிருந்தன. அவை பொதினியின் குலமகளை அடையுமா என்று அவன் எண்ணிக்கொண்டிருந்தபொழுது காலடியோசை கேட்டபடியிருந்தது. யாரோ நம்மைச் சுற்றி நிலைகொள்கின்றனர் என்பதைப் பாரி உணர்ந்தான்; ஆனாலும் அசைவின்றிப் படுத்திருந்தான்.

பொழுது விடியும்பொழுது பொதினி வீரர்கள் ஆயுதங்களோடு சூழ்ந்திருந்தனர். எழுந்து உட்கார்ந்தான் பாரி. சற்றுமுன் எழுந்த வாரிக்கையன் அவர்களோடு பேசிக் கொண்டிருந்தான்.

பாரி கேட்டான், "நள்ளிரவே வந்துவிட்டீர்களே, ஏன் அமைதிகொண்டே நின்றீர்கள்?"

"கடம்பமரத்தின் அடிவாரத்தில் வேலூன்றிப் படுத்திருப்பவர்களை நாங்கள் தாக்கமுடியாதே. காப்பது தானே எங்களின் கடமை" என்றான் வந்துள்ள வீரன்.

கடம்பமரம் முருகனின் உறைவிடம். அம்மரத்தின் அடிவாரத்தில் படுத்துறங்குபவர்கள் யாராக இருந்தாலும் அவர்களைக் காப்பது வேளிர்களின் கடமை. பறம்பின் மக்கள் அங்கு படுத்துறங்கியதும் பொதினிவீரர்கள் அவர்களைக் காத்து நின்றதும் வேளிர் குலங்களின் காலகாலத்துப் பழக்கம்.

வந்துள்ளது யாரென விசாரித்துவிட்டு, பொதினித்தலைவன் மேழகனுக்குச் செய்தி சொல்ல வீரர்கள் ஓடினர். வேள்பாரி வந்துள்ளான் என்று செய்தி சொல்லப்பட்டது. செம்மாஞ்சேரலுடனான போர், பாரியின் பெயரை நிலமெங்கும் கொண்டுபோய்ச் சேர்த்துவிட்டது. பொதினித்தலைவன் மேழகன், பாரியை எதிர்கொண்டு வரவேற்க மலையேறி வந்தான்.

பொதினித்தலைவனுக்குக் கொடுப்பதற்காகப் பறம்பின் ஆதிக் கள்ளான ஆலப்பனைக் கள்ளினை மூங்கிற் குடுவை நிறைய எடுத்து வந்திருந்தனர். எதிர்வந்த மேழகனோ பொதினியின் பூர்வக்கள்ளான ஐஞ்சுவைக் கள்ளினைக் கொடுத்து வரவேற்றான்.

நான் நினைத்ததைவிட இளைஞனாகவும் மாவீரனுக்குரிய உடல் தகுதியோடும் பாரி இருக்கிறான் என்று மேழகன் புகழ்மாலை சூடியபடியிருந்தான். வரவேற்பும் விருந்துமாக, பின்வந்த நாட்கள் கழிந்தன. செங்காற் சேவலடித்து மேழகன் தொடர்ந்து விருந்து வைத்தான். விருந்தின் சுவையில் மகிழ்ந்த பாரி, மூன்றாம் நாள்தான், தான் வந்த நோக்கத்தைத் தெரிவித்தான்.

மேழகன் சற்றே வியந்தான். இச்செய்தி அதற்குள் அங்கு எப்படிப் போனது எனச் சிந்தித்தபடியே சொன்னான், “இரும்பினைக் கூராக்கும் அக்கல்லுக்குச் சாணைக்கல் என்று பெயரிட்டுள்ளோம். அதனை எப்படி வெட்டியெடுத்து உருளையாய்ச் செய்து முடிக்கிறோம் என்பதை, உங்களை அழைத்துச்சென்று காண்பிக்கிறேன்” என்றான்.

“காண்பித்தால் மட்டும் போதாது. எங்களுக்கு நீங்கள் அதனைக் கொடுத்துதவ வேண்டும்” என்றான் வாரிக்கையன்.

மேழகன் சொன்னான், “எம்குலம் கண்டறியும் எதனையும் பயன்படுத்திக் குறைதீர்ப்போம்; பயன்பாட்டுக்குக் கொடுத்தனுப்பும் வழக்கமில்லை. ஆனாலும், வேளிர்குலத்தோடு ஒரு மாற்றைச் செய்யலாம் என்பது முன்னோர் வாக்கு. எனவே, நீங்கள் கேட்கும் ஒன்றினை என்னால் தர முடியும்” என்றான்.

மேழகனின் சொல் கேட்டு எல்லோரும் மகிழ்ந்தனர். சாணைக் கல்லினைப் பெற்றுச்செல்ல இருந்த தடை அகன்றது. மறுநாள் சாணைக்கல் இருக்கும் இடத்துக்குச் சென்றனர். அதனை எடுத்து அரக்குக் கலந்து ஓர் உருளையாக மாற்றிக் காய வைக்கின்றனர். நன்றாகக் காய ஒரு வாரம் ஆகும் என்றார் மேழகன். காத்திருந்து பெற்றுச்செல்கிறோம் என்று பொறுத்திருந்தனர்.

நாள்தோறும் பொதினிமலை மருத்துவர்களின் செயல்களையும் தொழில்கலைஞர்களின் செயல்களையும் அவர்கள் கூர்ந்து கவனித்து வந்தனர். ஆனால், பாரி வேறொன்றைக் கவனித்தபடியிருந்தான். வந்த அன்றே மேழகன் மகள் ஆதினியைப் பார்த்துவிட்டான். ஆனால், பாரியின் கவனம் முழுவதும் சாணைக்கல்லின் மீதே இருந்ததால் வேறுபக்கம் திசைதிரும்பவில்லை. பலமுறை ஆதினியின் கண்கள் பாரியைக் கடந்துபோக முடியாமல்

தவித்ததை மற்றவர்கள் பார்த்தனர்.

சாணைக்கல்லினைத் தருவதாக மேழகன் சொன்ன பின்னர்தான் பாரிக்கு வேறு சிந்தனையின் பக்கம் எண்ணங்கள் போகத் தொடங்கின. ஆனால், அதன்பின் ஆதினி பாரியின் பக்கம் திரும்பிக்கூடப் பார்க்கவில்லை. ஏன் இந்த மாற்றம் என்று அவள் தோழிகளுக்கு விளங்காததைப்போலப் பாரிக்கும் விளங்கவில்லை. சற்றே குழப்பத்தில்தான் இருந்தான் பாரி.

அவள் தன்னைத் தவிர்க்கத் தொடங்கிய பிறகுதான் அவளைப் பார்த்தாக வேண்டும் என்ற வேட்கை அதிகரிக்கத் தொடங்கியது. ஆதினியோ அவன் கண்ணிற்படாமல் கடந்து கொண்டிருந்தாள். அவள் தவிர்க்கும் கணமெல்லாம் தவிப்பு மேலெழுந்த படியிருந்தது.

பாரியைத் தவிர மற்ற அனைவரும் பக்கத்திலிருந்த மருத்துவக் குடியிருப்புக்குப் போயிருந்தனர். வாரிக்கையனும் கூழையனும் ஆளுக்கு ஒரு பக்கமாகப் போய்ப் பார்த்து வருவோம் என்று சொல்லி இரு கூறாகப் பிரிந்து சென்றனர். கூழையன் போனதிசையில் எரியும் நெருப்பின் மேல் சிரட்டையை வைத்து அதில் நீரூற்றி மருந்தினைக் காய்ச்சிக் கொண்டிருந்தார் மருத்துவர். அதனைப் பார்த்த கூழையனுக்கும் மற்றவர்களுக்கும் பெரும்வியப்பாக இருந்தது. நெருப்பில் சிரட்டை எரியாமல் எப்படி இருக்கிறது, நீர் எப்படிக் கொதிக்கிறது எனக் கேட்டனர்.

அம்மருத்துவர் சொன்னார், "பிரண்டையின்மேல் சிரட்டையை நன்றாகத் தேய்த்துக் காயவைக்க வேண்டும். பின்னர் சிரட்டையைப் பக்குவமான சிறுநெருப்பிலே வைத்தால் சிரட்டை எரியாது. உள்ளே இருக்கும் நீர்தான் கொதிக்கும்" என்றார். பிரண்டை நெருப்பைக் கடத்தும் ஆற்றலோடு இருப்பதை அம்மருத்துவன் எளிய முறையிலே சொல்வதை வாய்பிளந்து கேட்டுக் கொண்டிருந்தனர் கூழையன் கூட்டத்தினர்.

வாரிக்கையனோடு போனவர்கள் அவ்வூர் முழுவதும் சுற்றிவந்து ஒரு குடிலில் உட்கார்ந்தனர். தாகமாக இருந்ததால் குடிக்க நீர் கேட்டான் ஒருவன். உள்ளிருந்த பெரியம்மா ஒருத்தி, "சிறிது பொறப்பா. எலிக்குத் தீனிவைத்துவிட்டு வருகிறேன்" எனச் சொல்லி உள்ளே போனாள். இவர்கள் உட்கார்ந்திருந்த இடத்தின் ஓரம்

பெரும்பூனை ஒன்று நின்று கொண்டிருந்தது.

பூனை இருக்குமிடத்தில் எப்படி எலிக்குத் தீனி போடுவாள் எனக் குழம்பிக் கொண்டிருக்கையிலே கைநிறையப் பயறுகளை எடுத்துவந்து வாசலோரம் தூவிவிட்டாள். செடி கொடிகளின் இடுக்குகளுக்குள்ளிருந்து ஏழெட்டு எலிகள் வந்து அதனை மேயத்தொடங்கின. பூனை அவற்றின்மீது பாயப்போகிறது என நினைத்துச் சற்றே பதற்றத்தில் வாரிக்கையனும் மற்றவர்களும் உட்கார்ந்திருந்தனர். ஆனால், பூனை எதுவும் செய்யாமல் அப்படியே இருந்தது.

வாரிக்கையன் பேரதிர்ச்சிக்கு உள்ளானான். எலியை விரட்டிப் பிடிக்காத பூனை எப்படி இருக்க முடியும்? அவனால் நம்பவே முடிய வில்லை. மேலும் கீழுமாகப் பார்த்து விழித்துக்கொண்டிருந்தான். பெரியம்மா குவளையில் தண்ணீர் கொண்டு வரும்பொழுது வாரிக்கையன் கேட்டான். "இந்தப் பூனை ஏன் எலியைப் பிடிக்காமல் உட்கார்ந்திருக்கிறது?"

"இதென்ன கேள்வி? அந்தப் பூனைக்கு அருகில் இருப்பது என்ன செடி?"

வாரிக்கையனும் மற்றவர்களும் அந்தச் செடியை உற்றுப்பார்த்தனர். அவர்களால் அது என்ன செடியெனக் கண்டறிய முடியவில்லை. அவர்கள் விழிப்பதைப் பார்த்தே அவள் சொன்னாள், "அது பூனைவணங்கி."

அவர்களுக்கு அப்பொழுதும் புரியவில்லை.

"அந்தச்செடியின் வாசனைபட்டால் சிறிதுநேரம் பூனைக்கு மயக்கம் வந்து விடும். அதனால் எதுவும் செய்ய முடியாது. அப்படியே உட்கார்ந்து விடும். எலிக்குத் தீனிவைக்கும் முன் பூனைக்கு அந்தச்செடியினடிவாரத்தில் சிறிது உணவு வைத்தால் போதும், தின்று முடித்தவுடன் மயங்கி உட்கார்ந்துவிடும். அப்பொழுது எலிகளுக்கு உணவிட்டால் அவை வந்து மேய்ந்துவிட்டுப் போகின்றன" என்று சொல்லிச் சென்றாள். வாரிக்கையனுக்கும் மற்றவர்களுக்கும் வாய்பேச எதுவுமில்லை.

ஊர்விட்டு வெளியேறி அவர்கள் வந்தபொழுது கூழையனும் மற்றவர் களும் வந்துகொண்டிருந்தனர். யாரும் யாருடனும் பேச்சுக்கொடுக்கக்கூட ஆயத்தமாக இல்லை. பேசாமல் வந்தனர். சரி, பாரியைப் பார்த்து அடுத்து ஆகவேண்டிய வேலையைப் பார்ப்போம் என முடிவுசெய்து பாரியைத் தேடி வந்தனர்.

சிற்றோடைக்கரையில் இருந்த செண்பகமரத்தின் அடிவாரத்தில் பாரி அமர்ந்திருந்தான். இவர்கள் வரும்பொழுதுதான் ஆதினி பாரியின் அருகிலிருந்து விலகிப் போனாள்.

இவள் தனியே வந்து பாரியிடம் என்ன பேசிவிட்டுப் போகிறாள் என்று எண்ணியபடி வந்தனர். பாரியின் அருகில் வந்து அவனது முகத்தைப் பார்த்த கூழையனும் வாரிக்கையனும் அதிர்ந்துபோயினர். நெருப்பில் சிரட்டை எரியாமல் இருப்பதைப் பார்த்தபொழுது கூழையன் முகமும், எலியின் மீது பூனை பாயாமல் இருந்தபொழுது வாரிக்கையன் முகமும் எப்படி இருந்தனவோ அவற்றைவிட அதிக மிரட்சியோடு இருந்தது பாரியின் முகம்.

58

கனவுகள் கலைந்த பின்னும், அவை நினைவிலிருந்து மறைவதில்லை. ஏனென்றால், கனவுகள் தோன்றுவதே நினைவுக்குழிக்குள்ளிருந்துதான். அவை மறைந்துகொள்ளும் இடமும் வெளிப்படுத்திக்கொள்ளும் இடமும் ஒன்றுதான். சிறகுநாவல்கள் மொய்த்துக்கிடக்கும் பொதினியின் குலமகளைக் கனவிலே பார்க்கும்முன் காலடியோசை கேட்டு விழிப்புற்றான் பாரி. கனவு கலைந்தது. ஆனால், அதன்பின் நினைவு கலங்கியே இருந்தது. கனவின் ஆற்றல் அதுதான்.

நாவற்பழத்தின் துவர்ப்புச்சுவை படிந்துகிடக்கும் பெண் யாராக இருப்பாள் என்ற வினா எளிதில் உதிர்வதாக இல்லை. மேழகன் ஐஞ்சுவைக் கள் கொடுத்து வரவேற்ற கணத்திலிருந்து பாரியின் கண்கள் ஆதினியைத் தேடத் தொடங்கின. அவன் நினைவில் நாவற்பழங்கள் பறந்தபடியேதான் இருந்தன. ஆதினி மட்டும் கண்ணிற்படாமலே இருந்தாள்.

வந்தவர்கள் விருந்துண்டு மகிழ்ந்தனர். எவ்வியூர்போல மலைமுகட்டில் உள்ள ஊரல்ல பொதினி; மலையடிவாரத்துச் சிறுகுன்றின் மேல் நிலைகொண்டுள்ள ஊர். புல்வேய் குரம்பைக் குடில்கள் இதமான சூழலைக்கொண்டிருந்தன. பாரியின் கண்கள் முதன்முறையாக ஆதினியைக் கண்டபொழுது அவள் சற்றே மறைந்திருந்து அவனைப் பார்த்துக் கொண்டிருந்தாள்.

தான் பார்த்த கணம் சட்டென மறையும் ஒருத்தி அவளின்றி வேறு யாராக இருக்கமுடியும்? அவள் மறையத் தொடங்கும்பொழுதே மனம் கண்டறியத் தொடங்கிவிட்டது. அதன்பின் மனதைக் கட்டுப்படுத்தி

அழைத்துச் செல்வது எளிதல்ல. 'இழுத்துச்செல்லுதல் இயல்பாய் வாய்க்குமோ பெண்ணுக்கு' என்று வாரிக்கையனிடம் கேட்கவேண்டும் என்று தோன்றியது. 'சேரனுடனான போரில் முன்களத்தில் நிறுத்தி எந்த பதிலும் சொல்லாமல் தவிக்க விட்டவன்தானே நீ. இப்பொழுதும் விடையின்றித் தவித்தலை' என அவன் சொல்லுவானோ என்று தோன்றியது.

இருவரும் காண்பதற்கு முன்பே ஒருவரைப் பற்றி ஒருவர் அறிந்து வைத்திருந்தனர். செம்மாஞ்சேரலுடனான போரில் பாரி ஈட்டிய வெற்றி மலைநாடெங்கும் பரவியிருந்தது. ஆதினியின் கனவுக்குள் அவ்வெற்றி நாயகனே நிலைகொண்டிருந்தான். பாரியின் கனவுகளுக்குள் பறக்கும் நாவற்பழம் நிலைகொண்டிருந்தது. அவன் அந்தக் கதையை நம்பவில்லை. ஆனால், கதைகளால் சூழப்பட்ட ஒருத்தி, பார்க்கும் முன்பே பழக்கமாகி விடுவாள். நன்றாகப் பழகிய ஒருத்தியை இன்னும் பார்க்கவே யில்லை என்றால் யாராவது நம்புவார்களா? காதல் இப்படித்தான் செய்யும். நீரற்ற குளத்தில் குளித்து நனைந்த கூந்தலோடு வருகிறவளுக்கு ஆடை கொடுக்கச் சொல்லிக் காதலனை அனுப்பிவைக்கும்.

உறக்கத்தில் பூக்கும் கனவுபோல மயக்கத்தில் பூக்கும் கனவுதான் காதல். ஆனாலும் கனவைவிட வலிமை மிக்கது. கனவு உள்ளுக்குள் மட்டுமே செயலாற்றுகிறது. தனக்குள் மட்டுமே பூக்கும் பூ. ஆனால், காதல் அப்படி யல்ல; உலகத்தையே பூக்கச்செய்யும் பூ. பூத்துக்குலுங்கும் பொதினியின் இளங்காற்றினூடே திக்குத்தெரியாமல் அலைந்துகொண்டிருந்தான் பாரி.

தவித்தலைந்த அவன் கண்களுக்கு இரண்டாம் நாள் காலையில் அவள் தென்பட்டாள். மயிற்கொன்றை மரத்துக்கு மலர்சூடி வணங்கிக் கொண்டிருந்த ஆதினியைத் தற்செயலாய்ப் பார்த்தான் பாரி. உடன் மேழகனும் வாரிக்கையனும் இருந்தனர்.

பார்த்த கணத்தில் பாரி நகர்தலற்று நின்றான். மேழகனும் வாரிக்கையனும் நின்றனர். ஆதினி மயிற்கொன்றை மரத்தைப் பார்த்துநின்று வணங்கிக் கொண்டிருந்தாள். தான் நிற்பதற்கான காரணத்தைச் சொல்ல முடியாமல் நின்றான் பாரி. மேழகனோ அவள் மயிற்கொன்றைக்கு மாலைசூட்டி வணங்குவதற்கான காரணத்தைச் சொல்ல முடியாமல் நின்றான்.

பொதினிமலைப் பெண்கள் தனக்கானவனைக் கண்டுவிட்டால் மயில்கொன்றை மரத்துக்கு மாலை சூட்டி மகிழ்வர். ஆதினி அதைத்தான் செய்துகொண்டிருக்கிறாள். அது மேழகனுக்குப் புரிந்தது. ஆனால், அதைப் பாரியிடம் சொல்லத் தயங்கி நின்றான்.

பாரியின் தயக்கம் வேறுவிதமாக இருந்தது. 'சூட்டிய மாலையை எடுத்து அவளுக்குச் சூட்டிவிடுவோமா?' என்று எண்ணம் ஓடத்தொடங்கியது. தான் பறம்பின் தலைவன். வந்த பணி முடியாமல் பிற பணியில் கவனம் சிதறுவது அழகன்று எனத் தோன்றியது. எனவே, அப்பணி முடியும் வரை ஆதினியைப் பார்ப்ப தில்லை என்று முடிவுசெய்து நடக்கத் தொடங்கினான்.

அவளின் முகம்பார்க்காமல் பொழுதைக் கடத்த முயன்றான் பாரி. அது அவ்வளவு எளிதாக இல்லை. பொதினியின் இளங்காற்றும்

புல்மேடும் பெருமலையும் மணக்கும் மலைவாசமும் அவனைப் பாடாய்ப் படுத்தின. ஆனாலும் மிகுந்த கட்டுப் பாட்டோடு எண்ணங்களைச் சிதற விடாமல் இருந்தான். ஆனால், ஆதினியோ தனது நிழல் அவனது நிழலிற்படும்படி பொழுதுக்கு ஒருமுறை நடந்துகொண்டிருந்தாள். அவள் கைவீசி நடந்தபொழுது வலக்கையின் நீள்நிழல் தனது மார்பை அணைத்துச் சென்றபொழுது துடித்துப்போனான் பாரி. நிழலுக்குள் புகுந்து உடலுக்குள் வெளிவந்து கொண்டிருந்தாள் ஆதினி. என்னதான் செய்ய முடியும் பாரியால்?

மூன்றாம் நாள் மாலைநேரத்தில் பொருத்தமான சூழலில் சாணைக்கல் பற்றிய பேச்சு வந்தது. வாரிக்கையனும் கூழையனும் மிகுந்த மகிழ்வோடு அதில் பங்கெடுத்தனர். பாரி அக்கல்லினைப் பறம்புக்குத் தந்துதவ வேண்டும் என்று கேட்டான். மேழகனும் அதற்குச் சம்மதித்தான். இப்பேச்சு நடந்துகொண்டிருக்கையில் சற்றுத் தொலைவில் நெல்லிமரமொன்றின் அடியில் தோழிகளோடு வீற்றிருந்தாள் ஆதினி. பாரி கேட்டதும் மேழகன் ஒப்புக்கொண்டதும் ஆதினியின் காதிலே விழுந்தன.

ஒருகணம் திகைத்தாள் ஆதினி. 'பாரியா இதனைக் கேட்டது?' என மீண்டுமொருமுறை மனதுக்குள் உறுதிப்படுத்தினாள். அவள் கண்கள் கலங்கின. சட்டென அவ்விடம் விட்டு அகன்றாள். உடனிருந்த தோழி களுக்குக் காரணம் புரியவில்லை.

மேழகன் சாணைக்கல்லினைத் தர ஒப்புக்கொண்டதற்குப் பிறகுதான் பாரியின் மனம் இயல்புநிலைக்குத் திரும்பியது. அதன்பின்தான் அவன் கண்கள் ஆதினியைத் தேடத் தொடங்கின. அவள் நெல்லிமரம் விட்டு அகன்றிருந்தாள். தேடிப் பார்த்தான், அவளைக் காணவில்லை. மறுநாள் காலையில் எழுந்ததும் பாரியின் கண்கள் அவளைத்தான் தேடின. மேழகன் வந்தான். சாணைக்கல் இருக்குமிடம் செல்ல எல்லோரும் ஒன்றுகூடினர். ஆனால், ஆதினி கண்ணில் தட்டுப்படவேயில்லை. மூன்று நாட்களாகத் தனது நிழலோடு உரசி நகர்ந்த அவள், இப்பொழுது கண்பார்க்கும் வெளியிலேயே இல்லையே ஏனெனப் புரியாமல் திகைத்தான்.

ஆதினியின் தோழிகளுக்கும் இது புரியவில்லை. பார்த்த கணம் முதல் பாரியை விட்டு அகலாத ஆதினியின் கண்கள் இப்பொழுது அவனிருக்கும் திசைப்பக்கமே திரும்ப மறுப்பது ஏனென்று அவர்களுக்கும் புரிய வில்லை. சாணைக்கல்லை அரக்கோடு கலந்து பேருருளைகளாகச் செய்து காயவைப்பதைப்பற்றி மேழகன் விளக்கினான். பாரி அதைப் பார்த்துக் கொண்டுதானிருந்தான். ஆனால், கல்லும் அரக்கும் ஒட்டாமலிருக்கும் துயரம்தான் அவன் மனதில் இருந்தது.

சாணைக்கல் காய்வதற்கு நாட்கள் ஆயின. அதுவரை காத்திருந்தனர். ஆனால், பாரியால் ஆதினியின் புறக்கணிப்பைப் புரிந்துகொள்ளவும் முடியவில்லை, தாங்கிக்கொள்ளவும் இயலவில்லை. அவளுடன் இருந்த தோழிகளுக்கும் விளங்கவில்லை.

அன்று காலை வாரிக்கையனும் கூழையனும் உடன் வந்தவர்களை அழைத்துக்கொண்டு மருத்துவக்குடில் நோக்கிப் புறப்பட்டுப் போனபொழுது பாரி மட்டும் போகாது தனித்திருந்தான். இன்று ஆதினியைக் கண்டுபேசுவது என முடிவோடிருந்தான். சிற்றோடைக்

கரையிலிருந்த செண்பகமரத்தின் அடியில் அவள் அமர்ந்திருந்தாள். தனித்திருந்தவளின் முகத்தில் கவலையின் கீற்று தென்பட்டது.

குழப்பத்தின் பிடியிலிருந்த பாரி அவள் முன்னர் வந்து நின்றதும், பேச ஏதுமற்ற அவள் புறப்பட ஆயத்த மானாள். மறித்த பாரி, "என்னை விட்டு அகல்வதன் காரணமென்ன?" எனக் கேட்டான்.

நிமிர்ந்து பாரியின் கண்களைப் பார்த்தாள் ஆதினி. பார்வையின் பொருள் அவனுக்குப் புரியவில்லை.

அவள் சொன்னாள், "பறம்பின் தலைவன் நான் நினைத்ததுபோல் இல்லை."

அதிர்ந்தான் பாரி. அவள் எதன் பொருட்டு இவ்வார்த்தையைப் பயன் படுத்துகிறாள் எனப் புரிந்துகொள்ள முடியவில்லை. ஒருவேளை இவள் தந்தையிடம் சாணைக்கல் வேண்டும் என உதவிகேட்டதால் இப்படி எண்ணுகிறாளோ என்று தோன்றியது. இதில் தவறொன்றும் இல்லையே; வேளிர்குலம் தங்களுக்குத் தேவை யானதைக் கொடுத்து மாற்றிக் கொள்ளும் பழக்கம் எப்பொழுதும் உள்ளதுதானே. இதற்கு ஏன் இப்படி நினைக்க வேண்டும் என்று எண்ணியபடி அவளைப் பார்த்தான். அவள் நேர்கொண்ட பார்வையைக் கீழிறக்காமலிருந்தாள்.

அவளின் உறுதி பார்வையின் கோணத்திலேயே வெளிப்பட்டுக் கொண்டிருந்தது. பாரியால் புரிந்து கொள்ள முடியவில்லை. "யான் செய்த பிழையென்ன?" என்று கேட்டான்.

"குலத்தலைவனுக்கு எது அழகு?"

"தன் குலம் காக்கும் துணிவும் வீரமும்."

"அவை இரண்டும் இருப்பதால்தான் அவன் தலைவனாகிறான். ஆனால், அவனுக்கு அழகு சேர்ப்பது அவற்றையும் மீறிய பண்புகள்தானே?"

இது கேள்வியல்ல; விடை. 'நான் பண்புபாராட்டுவதில் குறையேதும் வைத்தேனா?' என்று மனதுக்குள் எண்ணத் தொடங்கியபொழுதே, குரலின் வீரியம் குறையத்தொடங்கியது. சிறு செருமல்கொண்டு நிலைமையைச் சமாளித்தபடிப் பாரி கேட்டான். "நீ கண்டறிந்த குறையைத் தயக்கமின்றிச் சொல்."

"குறையைச் சொல்வதில் எனக்குத் தயக்கமில்லை. ஆனால், சொல்லும் உரிமையில்லாததே எனது தயக்கத்துக்குக் காரணம்."

"நீ மயிற்கொன்றைக்கு மாலை யிட்டபொழுதே மனதளவில் நாம் உரிமை கொண்டுவிட்டோம். பின் ஏன் தயங்குகிறாய்?"

ஆதினிக்குச் சற்றே அதிர்ச்சியாக இருந்தது. பொதினியின் வழக்கத்தை அதற்குள் பாரி அறிந்துகொண்டானே என்று தோன்றியது.

"பறம்பின் தலைவன் வந்துள்ளான் என அறிந்ததிலிருந்து எனது மனம் நிலைகொள்ளவில்லை. வேளிர் கூட்டத்தின் இணையற்ற வீரனாக உம்மைப் பற்றிய கதை காடெங்கும் பரவிக்கிடக்கிறது. உன்னைப் பார்க்காமலே நான் காதல்கொண்டு கிடந்தேன். உனது வருகை, நான் காதல்கொண்டு நீண்ட நாட்களுக்குப் பின்னர்தான் நடந்தது" என்றாள்.

பாரி வியப்புற்றுக் கேட்டுக் கொண்டிருந்தான்.

"ஆனால்..." சொல்லச் சற்றே தயங்கினாள்.

பாரி அவளது வார்த்தையைக் கூர்ந்து கவனித்தான்.

“பொதினிமலை வருகிறவர்கள் தம் குலங்காக்க மருத்துவ உதவியைத்தான் கேட்பார்கள். நீயோ ஆயுத உதவியைக் கேட்டாய். என்னால் அதனை ஏற்க முடியவில்லை.”

ஆதினி கூறிய பிறகு பாரியின் மனவழுத்தம் சற்றே குறைந்தது. அவன் சொன்னான், “வேளிர் கூட்டத்தில் மருத்துவ அறிவில் உச்சங் கொண்டவர்கள் பொதினிமலை வேளிர்களே என்பதை நான் அறிவேன். ஆனால், எங்களுக்குத் தேவையானதைத்தானே நாங்கள் கேட்க முடியும்.”

மறுமொழி ஆதினியை மேலும் அதிர்ச்சிக்குள்ளாக்கியது. “தங்களுக்கு என்ன தேவை என்பதையே அறியாமல் குலத்தலைவன் எப்படி இருக்க முடியும்?”

ஆதினியின் சொல் கடுந்தாக்குதலாக இருந்தது. எதன் பொருட்டு இவ்வார்த்தைகளைப் பயன்படுத்துகிறாள் என்பது பாரிக்குப் புரியவில்லை. “பறம்பின் தேவைகளை நான் அறியவில்லை என்றா சொல்கிறாய்?”

கேள்வியைப் பாரி முடிக்கும் முன் ஆதினி சொன்னாள் “ஆம்.”

மீண்டும் அதிர்ந்தான் பாரி. ‘பறம்பு நாட்டைப் பார்த்தறியாதவள் பறம்பின் தேவையை நான் அறியவில்லை என்று எப்படிச் சொல்ல முடிகிறது?’ அதிர்ச்சியும் ஆவேசமுமாக மாறியது மனம்.

சற்றே மனதை அமைதிப்படுத்தியபடி பாரி சொன்னான், “நீ பறம்பை அறியாதவள். பறம்பும் தேர்ந்த மருத்துவக்குடிகளைக் கொண்டது தான். எனவே, எங்களுக்கு அது தொடர்பான தேவையெதுவும் எழவில்லை. எனவேதான் நாங்கள் மருத்துவ உதவி எதுவும் கேட்கவில்லை. சாணைக்கல்...” என்று பாரி பேசிக் கொண்டிருக்கும்பொழுது கையை உயர்த்தி, பேச்சை நிறுத்தச்சொன்னாள் ஆதினி.

அவள் பார்வையில் இருந்த அழுத்தமும் கையை உயர்த்திய வேகமும் இடைவெளியின்றி நிறுத்தியது பாரியின் சொற்களை. பாரி விழி அசையாமல் அவளைப் பார்த்துக்கொண்டிருந்தான்.

ஆதினி சொன்னாள், “மருத்துவத் தேவை எதுவுமில்லாத ஒரு குலம், தன் குல ஆசானின் மூன்று மகன்களையும் ஆட்கொல்லி மரத்துக்குச் சாகக்கொடுப்பானேன்?”

ஒற்றைக் கேள்வியால் பாரியை இருகூறாகப் பிளந்தாள் ஆதினி.

தொலைவில் கூழையனும் வாரிக்கையனும், பிரண்டை தேய்த்த சிரட்டையையும் பூனை வணங்கியையும் பார்த்துவிட்டுப் பாரியை நோக்கி வந்தனர். அவர்கள் வருவது அறிந்த ஆதினி அவ்விடம் விட்டு நகர்ந்தாள். உறைகல்லென நிலைகொண்டிருந்த பாரியைப் பார்த்த வாரிக்கையனும் கூழையனும் திகைத்து நின்றனர்.

பாரியின் அதிர்ச்சி கலையநாளானது. சாணைக்கல் காய்ந்து கொண்டிருந்தது. செங்காற்சேவல் விருந்து நாள்தோறும் நடந்தது. பாரி அதன்பின் ஒவ்வொன்றாக அறியத் தொடங்கினான். ஆட்கொல்லி மரத்தின் அருகிற்செல்லப் பொதினி மருத்துவர்கள் வழிகண்டுள்ளனர் என்பது பிறகுதான் தெரியவந்தது. சேராங்கொட்டை விதையுடன் மூன்றுவிதமான மூலிகைகளை அரைத்து உடலெங்கும் தேய்த்துக் கொண்டால் அதனருகில் சென்று வரலாம் என்று சொன்னார்கள். சரி, இவ்வளவையும் தேய்த்து அதனருகில்

செல்லவேண்டிய தேவை என்ன என்று கேட்டபொழுது, அதற்கு அவர்கள் சொன்ன காரணம் பேரதிர்ச்சிக்குள்ளாக்கியது. பொதினி வாழ் வேளிர் கூட்டத்தின் மருத்துவ அறிவு எவ்வளவு உச்சங்கொண்டிருக்கிறது என்பதைப் பாரியால் அப்பொழுதுதான் முழுமையாகப் புரிந்துகொள்ள முடிந்தது.

செம்மாஞ்சேரலுடன் போரிட்டு அடைந்த வெற்றி மட்டுமன்று, தேக்கனின் மகன்களை ஆட்கொல்லி மரத்துக்குச் சாகக்கொடுத்ததுகூடக் கதைகதையாய் மலையெங்கும் பரவிக்கிடக்கிறது என்பதும் பாரிக்குப் புரிந்தது.

வந்த புதிதில் சாணைக்கல்லைப் பற்றியே கேட்டுக்கொண்டிருந்த பாரி, இப்பொழுது ஆட்கொல்லி மரத்துக்கான மருத்துவத்தையே கேட்டுக் கொண்டிருக்கிறான் என்பதை மேழகன் கவனித்தபடி இருந்தான். வேளிர் கூட்டத்தோடு ஒருமாற்றுச் செய்யலாம் என்பது முன்னோர் வாக்கு. ஆனால், பாரி இருபொருள் கேட்பானோ என்று தோன்றியது.

சாணைக்கல் அரக்கோடு காய்ந்து இறுகப்பற்றி வட்டவடிவ உருளையாக மாறியது. நாளை அதனை எடுத்துப் பயன்படுத்தலாம் என்று மேழகன் சொன்னபொழுது பாரி சொன்னான், "எனக்கு சாணைக்கல் தேவையில்லை."

இது மேழகன் எதிர்பார்த்ததுதான். சாணைக்கல்லுக்கு மாறாக ஆட்கொல்லி மரத்துக்கான மருந்தினைக் கேட்பான் என்று முன்கூட்டியே நினைத்திருந்தான். "ஆனால், அம்மருந்தினை இனிமேல் தான் உருவாக்கவேண்டும்" என்றான்.

"நான் அம்மருந்தினைக் கேட்கவில்லையே" என்றான் பாரி.

மேழகன் அதிர்ந்தான். "சாணைக் கல்லும் வேண்டாம், ஆட்கொல்லி மரத்துக்கான மருந்தும் வேண்டாம் என்றால், உனக்கு என்ன வேண்டும்?" என்று கேட்டான்.

"அதனை ஆதினியிடம் கேட்டுக் கொள்ளுங்கள்" என்றான் பாரி.

மேழகனுக்கும் புரியவில்லை உடனிருந்த வாரிக்கையனுக்கும் புரியவில்லை. சற்றே குழப்பத்தோடு மகளிடம் போய்க் கேட்டான் மேழகன், "பாரிக்கு என்ன வேண்டும்?"

"இதனை ஏன் என்னிடம் வந்து கேட்கிறீர்கள்?"

"பாரிதான் உன்னிடம் கேட்கச் சொன்னான்."

'பறம்பின் தேவையை என்னைவிட நீதான் அதிகம் புரிந்திருக்கிறாய். இப்பொழுது சொல் நான் எதைக் கேட்கவேண்டும்?' என்று பாரி காதோடு கேட்கும் குரல் அவளுக்குள் எதிரொலித்தது.

உள்ளுக்குள் ஓடிய சிரிப்பை மறைத்தபடி ஆதினி சொன்னாள், "மணவிழாவுக்கு ஏற்பாடு செய்யுங்கள் தந்தையே."

மேழகனுக்குப் புரியவில்லை. "பறம்பின் தேவை என்னவென்றுதானே உன்னைக் கேட்கச் சொன்னான்?"

"ஆம். பறம்பின் தேவை நான்தான். அதை நான் சரியாகக் கணிக்கிறேனா என்பதை அறியவே பாரி உங்களை அனுப்பியுள்ளான்."

மேழகனுக்கு இப்பொழுதும் புரியவில்லை. ஆதினி மீண்டும் சொன்னாள், "என்னை வைத்தே என்னைக் கணிக்கும் ஒரு விளையாட்டைப் பாரி விளையாடுகிறான். அதுமட்டுமல்ல, பறம்புமீதான எனது அக்கறையைக் காதல்கொண்டு உரசிப்பார்க்கிறான்.

சாணைக்கல்லில் இரும்பைக் கூர்தீட்டிப் பார்ப்பது இதுதான் தந்தையே."

ஆதினி சொல்வது விளங்குவது போல இருந்தது. ஆனாலும் காதலின் ஆழத்தை அடுத்தவர் விளங்கிக் கொள்ளுதல் எளிதன்று. நிலைமையைச் சமாளித்தபடி மேழகன் சொன்னான், "நீ கடந்த சிலநாட்களாக அவனைத் திரும்பிக்கூடப் பார்க்காமல் இருந்ததால், உனக்கு அவனைப் பிடிக்கவில்லையோ என்று நினைத்து விட்டேன்."

"இவ்வளவு ஆற்றலும் அழகுங் கொண்ட காதலனைப் பார்த்துக் கொண்டே விலகி நடப்பதைவிடப் பார்க்காமல் திரும்பி நடப்பதுதான் உயிர்வாழ்வதற்கான சிறந்தவழி."

அதன் பிறகு மேழகன் பேசவில்லை.

மணவிழாவுக்கு வரச்சொல்லி எவ்வியூருக்கு வீரர்களை அனுப்பி வைத்தான் வாரிக்கையன். நான்கு அருவிகளையும் எட்டு முகடுகளையுங் கடந்து பாய்ந்து சென்றது காதலின் கதை. பொதினியின் மகிழ்வுக்கு அளவேதும் இல்லை. விருந்து நாள்தோறும் நடந்தது. பறம்போடு மணவுறவு காண்பது வேளிர் குலப்பெருமை என ஊரே மனம் நெகிழ்ந்து கொண்டாடியது.

இறைச்சிகளின் சுவை சுனைநீரின் கலவையோடு இணைந்தது. இவ்விருந்தில் பரிமாறப்படும் இறைச்சிகள் இவ்வளவு சுவையோடு

இருப்பதற்குச் சுனை நீர் முக்கியக் காரணம். இடிவிழுந்து பாறைகள் பிளவுறுதல் ஒவ்வோர் ஆண்டும் நிகழ்ந்துகொண்டே இருக்கிறது. ஆனால், பாறையின் பிளவுகளின் ஊடே உருவாகும் புதிய சுனைநீர் கடினத்தன்மை கொண்டிருக்கும். ஆழப்புதைந்த இடியில் உருவான நிலவுப்பு நீரிற்கலந்து சில மாதங்களாவது வந்துகொண்டே இருக்கும். அந்நீரில் வேகவைக்கப்படும் இறைச்சி இணையற்ற சுவை கொண்டிருக்கும். விழுந்த இடியின் நாட்கணக்கும் பிடிபட்ட விலங்கின் வயதுக்கணக்கும் இணைந்துதான் இலையில் விருந்தாகிறது.

இயற்கையின் வெவ்வேறு ஆற்றலை உணவாகச் சமைக்கத்தெரிந்ததுதான் மனிதனின் மகத்தான கண்டுபிடிப்பு. பொதினி மக்கள் இறைச்சி தொடங்கி இடி வரை பலவற்றைச் சமையலுக்குப் பயன்படுத்தினர். மண்ணும் தாதுக் களும் என்னவெல்லாம் செய்யும் என்பதில் இவர்களுக்கிருக்கும் ஆற்றல் இணைசொல்ல முடியாதது.

புதிய இடியூற்றின் சுனைநீர் கொண்டே விருந்துக்கான இறைச்சி ஏற்பாடானது. வாரிக்கையனும் உடன்வந்த எவரும் எதனையும் விட்டுவைக்காமல் விருந்தை உண்டு மகிழ்ந்தனர்.

பொதினியின் ஐஞ்சுவைக்கள்ளுக் குள்ள குணம் தனிதான். அதனை விளக்கியபடியே மேழகன் சொன்னான், “ஆதினி மயிற்கொன்றை மரத்துக்கு மாலையிட்ட அன்றே இத்திருமணம் முடிவாகிவிட்டது.”

சின்னதாய்ச் சிரித்தான் வாரிக்கையன்.

“ஏன் சிரிக்கிறீர்கள்?” எனக் கேட்டான் மேழகன்.

"அதற்கு முன்பே முடிவாகிவிட்டது" என்றான் வாரிக்கையன். மேழகனுக்குப் புரியவில்லை.

"பறம்பின் ஆதிக்கள்ளான ஆலம்பனைக்கள்ளை மணவுறவுக்காக மட்டுமே கொடுக்கும் பழக்கம் எங்களுடையது" என்றான் வாரிக்கையன்.

"அப்படியென்றால் நீங்கள் சாணைக்கல்லுக்காக வரவில்லையா?"

"சாணைக்கல்லுக்கு மட்டுமென்றால் பாரி ஏன் வரவேண்டும், நாங்கள் மட்டும் போதாதா?"

"பாரி அறிந்துதான் வந்தானா?"

சிரித்தபடி வாரிக்கையன் சொன்னான், "நாங்கள் யாரும் அறியமாட்டோம் என்று நம்பி வந்தான். அவன் அப்பனுக்கே மணமுடித்துவைத்தவன் நான். என்னிடமே விளையாடுகிறான்" என்றான்.

"உங்களுக்கே இந்தச் செய்தி தெரியாதா?"

"சாணைக்கல்லைப்பற்றிச் செய்தி சொன்ன முதுபாணனிடம் இவன் அதிகம் வினவியது ஆதினியைப் பற்றித்தான்."

"அப்படியா?" எனக் கேட்டான் மேழகன்.

"இடிநீரில் இறைச்சியைச் சேர்க்கும் உங்களுடைய அறிவைப்போலத்தான் ஆயுதத்தோடு ஆதினியைச் சேர்த்தான் பாரி."

மேழகன் வியப்பிலிருந்து மீள நேரமானது.

குன்றின் சிறுபாறை முனையில் அமர்ந்திருந்தான் பாரி. அவனது தோளிலே சாய்ந்திருந்தாள் ஆதினி. கும்மிருட்டு நிலைகொண்டிருந்தது. 'பாறையின் முகப்பில் ஏன் அமர வைத்திருக்கிறாள். ஏதாவது காரண மிருக்கும்' என்று சிந்தித்தபடியிருந்தான். இருளுக்குள்ளிருந்து முழுநிலவு மேலேறி வரும் நேரம் நெருங்கிக் கொண்டிருந்தது.

பற்றிய தோளிலிருந்து முகம் விலக்காமல் ஆதினி கேட்டாள், "எதைப்பற்றிச் சிந்தித்துக் கொண்டிருக் கிறீர்கள்?"

மெல்லிய குரல் மேலெழுந்து வந்தது, "குலத்தின் தலைவனுக்கு எது அழகு?"

ஆதினி இதனை எதிர்பார்க்க வில்லை. விடைசொல்ல வாயெடுத்தவள் சற்றே அமைதியானாள்.

"ஏன் விடைசொல்ல மறுக்கிறாய்?"

"அழகான தலைவன் தன் குலத்தோடு சேர்த்த பிறகு நான் சொல்ல என்ன இருக்கிறது?" சொல்லி நிறுத்திய ஆதினி அசைவற்று அவனைப் பார்த்துக்கொண்டிருந்தாள்.

"காதலியிடம் கற்றுக்கொள்ளும் இன்பம் ஆணுக்கு வாய்ப்பது அரிது. நீ எனக்கு என்னுடைய அறியாமை யைக் காண்பித்தாய். என்னுள் புகும் உனது ஆற்றல் என்னைத் திகைக்கச் செய்துவிட்டது."

ஆதினி சொன்னாள். "என்னுள் புகும் உனது ஆற்றல் என்னை என்ன செய்கிறது தெரியுமா?"

பாரி மெல்ல தலையசைத்து, "தெரியவில்லை" என்றான்.

அவன் தோள் தழுவிய கையைச் சற்றே மேல் நகர்த்தி "இந்த அறியாமை தான் பேரழகு" என்றாள்.

இமைகள் மூடத்தலைப்பட்ட பொழுது உச்சிமலையிலிருந்து பெருங்காற்று வீசி இறங்கியது.

எதிர்ப்புறக் குன்றின் பின்புறத்திருந்து முழுநிலவு மேலெழ மஞ்சள் ஒளியில் மரங்களின் நுனியிலைகள் கூசிச் சிலிர்த்தன. மயங்கிய பாரி இயற்கையின் பேரழகை விஞ்சும் ஆற்றல் தனது கன்னத்தை ஏந்தி நிற்கும் கைகளுக்கு இருக்கிறதோ என நினைத்துக்கொண்டிருக்கையில் ஆதினி சொன்னாள், "கண்களை மூடுங்கள். உலகின் பேரழகைக் காட்டுகிறேன்."

அவள் சொல்லிய விதமே பெருமயக்கத்தை ஊட்டியது. என்ன செய்யப்போகிறாள் என அறியும் ஆவலில் கண்களை மூடினான். இவ்வளவு பொழுதும் தனது உடலோடு ஒட்டியிருந்த அவள் தன்னை விட்டு விலகுகிறாள் என்பதை உணர்ந்தபடியே இருந்தான் பாரி.

சிறிதுநேரம் எதுவும் சொல்லாமல் இருந்தாள். பாரியின் எண்ணங்கள் எங்கெங்கோ போய்த் திரும்பின.

"இப்பொழுது கண்களைத் திறங்கள்" என்றாள்.

பாரி மெல்ல கண்களைத் திறந்தான். எதிரில் ஆதினி நின்றுகொண்டிருந்தாள். சிறு புன்னகையோடு அவனையே பார்த்துக் கொண்டிருந்த அவள் வலப்புற மலையுச்சியைக் கைகாட்டி, "அங்கே பாருங்கள்" என்றாள்.

பாரி திரும்பிப்பார்த்தான். நிலவொளியில் மலையுச்சியைப் பார்த்துக் கொண்டிருக்கையில் ஏதோவொரு வேறுபட்ட தன்மையை உணர்ந்தான். என்னவென்று புரியவில்லை. காற்று வீசிக்கொண்டிருந்தது. கணநேரத்துக்குள் நூற்றுக் கணக்கான சிறகுநாவற்பழங்கள் மலையுச்சியிலிருந்து காற்றில் மிதந்து வந்துகொண்டிருந்தன. இமைக்காமல் பார்த்தான் பாரி. அலையலையாய் அந்த அதிசயம் வந்திறங்கியது.

உச்சிமலையில் எட்டிப்பார்க்கும் நிலவுக்குள்ளிருந்து கருநீலப் பொன்வண்டு காற்றெங்கும் மிதந்தபடி பாரியை நோக்கி வந்தது. நம்பமுடியாத காட்சி வானம் முழுவதும் வந்து கொண்டிருந்தது. கணநேரத்தில் கிறுகிறுத்துப்போனான்.

மலையுச்சியிலிருக்கும் சிறகுநாவற் காட்டிற்கு நேர்கீழாக இருப்பதுதான் பொதினிக் குன்று. உட்கார்ந்திருக்கும் இந்தப் பாறைமுனை இன்னும் துல்லியமானது.

விரிந்த ஈரிலையால் மிதந்துவரும் நாவலை அவனது கை எட்டிப் பிடிக்கும்பொழுது, விலகியிருந்த ஆதினி அருகில் வந்து கட்டிப் பிடித்தாள். ஈரிலைகொண்டு இருவரையும் மூடின சிறகுநாவல்கள்.

கண்திறக்கவும் முடியாமல் மூடவும் முடியாமல் அவன் தவித்தபொழுது துவர்ப்பின் சுவையை அவனுக்கு ஊட்டத்தொடங்கினாள் ஆதினி. நாவற்பழத்தின் சாறு உள்ளிறங்கியது. பறப்பதற்கு ஈரிலைகூடத் தேவையில்லை, ஈரிதழே போதும்.

59

பறம்பின் தலைவனுக்கு ஆதினியை மணமுடித்து எவ்வியூருக்கு அழைத்து வந்தனர். கொண்டாட்டங்களும் கூத்துகளும்தாம் எத்தனை வகை! விருந்துகளும் விளையாட்டுகளும் முடிந்தபாடில்லை. பொதினிவாழ் வேளிர்கள், இயற்கையின் அதி நுட்பங்கள் பலவற்றைக் கண்டறிந்தவர்கள்; தாதுக்களையும் உலோகங்களையும் நுட்பமாக ஆராய்ந்தறிந்த மாமனிதர்கள். அந்தக் குலமகள், பறம்புத் தலைவனை மணந்து எவ்வியூர் புகுந்தாள்.

மணமுடித்துச் செல்லும் குலமகளோடு பதினெட்டுக் குடிகளை அனுப்பிவைப்பது பொதினி வேளிர்களின் குலமரபு. பச்சிலை, தாதுக்கள், உலோகங்கள், உடற்கூறுகள் எனப் பலவற்றிலும் தேர்ந்த பதினெட்டு மருத்துவக்குடிகளை உடன் அனுப்பிவைத்தான் மேழகன். மதிப்பிட முடியாத மனிதச் செல்வங்களோடு ஆதினி எவ்வியூருக்குள் நுழைந்தாள்.

பொதினி, மலையடிவாரத்து ஊர். எவ்வியூர் பச்சைமலையின் உச்சியில் நிலை கொண்டுள்ள ஊர். மேகத்துக்குள் வாழ்வதுபோலவே எவ்வியூரின் பகற்பொழுது இருக்கும். நழுவி நகரும் மேகங்களுக்குள் கூந்தல் பறக்க ஓடவேண்டும் என்று ஆசை தோன்றியது ஆதினிக்கு. தான் ஒன்றும் குழந்தை அல்ல என்று மனதுக்குள் எண்ணிக்கொண்டாள். மரங்களின் எல்லா இலைகளின் மீதும் நீர் தேங்கியிருப்பதைப் பார்த்துக்கொண்டே இருந்தாள்.

"ஆண்டின் பெரும்பான்மையான மாதங்களில் உலராத ஈரத்தோடுதான் இலைகள் இருக்கும்" என்றான் பாரி.

இயற்கையின் குளுமையை விட ஆதினியின் ஆழ்மனம் அதிகம் குளிர்ந்திருந்தது. மேல்மாடத்தில் நின்று இருவரும் பேசிக்கொண்டிருந் தனர். மாடத்துக்குள் மலர்ப் படுக்கையை ஆயத்தம்செய்யும் பணி நடந்துகொண்டிருந்தது. எவ்வியூர்ப் பெண்கள் பொதினிக்குச் சென்ற அன்று மாலைதான் மணவிழா நடந்தது. அன்றிரவு பாரிக்கும் ஆதினிக்கும் தலைநாள் இரவு. பொதினியின் குலவழக்கப்படி குலசடங்குகளைச் செய்தனர்.

இரவு மலர்ப்படுக்கை ஆயத்தமானது. படுக்கையின் நடுவில் ஆவாரம்பூவின் இதழ்களைப் பரப்பியிருந்தனர். அது மஞ்சள் நிறத்திலானது. அதை அடுத்து அத்திப்பூவின் நீல நிறத்தாலான வளைந்த கோடுகளை உருவாக்கியிருந் தனர். மூன்று கோடுகளைச் சுற்றி வெண்டாழையின் வெண்மை பரவிக்கிடந்தது. அதன் விளிம்புப் பகுதியில் செந்தாழையின் சிவப்பு அணி வகுத்திருந்தது. அது ஒரு மாயப்படுக்கையைப்போல வண்ணத்திலும் மணத்திலும் பெருமயக்கத்தை உருவாக்குவ தாக இருந்தது.

அது பொதினியின் பூப்படுக்கை என்றால், எவ்வியூரின் மலர்ப்படுக்கை வேறுவிதமாக இருந்தது. ஐவண்ணக் குறிஞ்சியினால் படுக்கையை ஆயத்தம் செய்தனர். பல்லாண்டுக்கு ஒருமுறை பூக்கும் குறிஞ்சி பச்சைமலையின் எத்திசையில் எல்லாம் பூத்துக்கிடக்கிறது என்பதை அறிந்து எல்லாவற்றையும் கொண்டுவந்து சேர்த்தனர். பொன்வண்ணக் குறிஞ்சியின் மஞ்சள் இதழ்களைப் படுக்கையின் நடுவில் விரித்தனர். பச்சைமலையின் வடகோடியில் மட்டுமே பூத்துள்ள மழைவண்ணக் குறிஞ்சியின் நீலநிற இதழ்கொண்டு நடுவிலிருந்த மஞ்சளைச் சுற்றி அழகிய வட்டம் அமைத்தனர். பவளக்குறிஞ்சியின் செம்மைநிற இதழ்களையும், பெருங் குறிஞ்சியின்

வெண்மைநிற இதழ்களையும் மாற்றிமாற்றி அடுக்கினர். ஒரு சுடர் படபடத்து எரிவதைப் போன்றதொரு தோற்றம் கொள்ளச் செய்தது. வாடாக்குறிஞ்சியின் செந்நீல இதழ்களை விளிம்பெங்கும் வரிசைப் படுத்தினர்.

குறிஞ்சி காமத்துக்கான பூ. அதன் மணமும் வண்ணமும் கணநேரத்தில் மனித ஆழ்மனத்தைத் தன்னகப் படுத்திக்கொள்ளும். குறிஞ்சி பூக்கத் தொடங்கினால் காடு முழுவதும் பூக்கும். காமத்தின் தன்மையும் அதுதான். கால்விரல் நுனியிலிருந்து நெற்றியில் சுருண்டுகிடக்கும் கூந்தல் வரை எல்லாவற்றிலும் காமத்தீ இணையாகப் பற்றும். பற்றியெரியும் போது மிச்சமின்றி எரியும் தீ அது. மொத்தக் காடும் எரிவதைப் போலத்தான் இருக்கும் குறிஞ்சி பூக்கும் காலம். அதுதான் காமத்தின் காலம். காத்திருந்து எரிந்து கால காலத்துக்கு மணக்கும்.

படுக்கையின் தன்மைக்கேற்ப அதுவே மணத்தை அறையெங்கும் நிரப்பியிருக்கும். மாலைநேரத்துக் கதிரவன் ஒளிமங்க சிறிதுநேரமே இருந்தது. சட்டென ஒரு சிந்தனை தோன்றியது பாரிக்கு. ஆதினியை அழைத்துக்கொண்டு மாடத்தை விட்டுக் கீழிறங்கி வந்தான். மாடத்தின் வெளிப்புறத்தில் புதிதாகச் செய்யப்பட்ட தேர் நின்றிருந்தது. குதிரைகளை அதில் பூட்டச் சொன்னான். வீரர்கள் குதிரைகளைப் பூட்டினர். ஆதினியைத் தேரில் அமரவைத்துப் பாரி தேரை ஓட்டினான்.

வீரர்களும் மற்றவர்களும் பார்த்திருக்க, நாகப்பச்சை வேலியைக் கடந்து தேர் வெளியேறிப் போனது. எங்கே போகிறானென யாருக்கும் தெரியாது. 'ஆதினியைத் தேரிலே உட்காரவைத்து, சுற்றிக்காண்பித்து வருவான்' என நினைத்தனர்.

ஆதினி இதுவரை தேர்ப்பயணம் செய்ததில்லை. மாலை நேரத்துச் சுருங்கும் ஒலியும், சீறிப்பாயும் தேரின் ஓசையும், மலை மடிப்புகளின் இளம்பச்சையும் காணக்கிடைக்காத காட்சியாக இருந்தது. அவளது முகம், இயற்கையின் ஆதிச்சுவையை உணர்ந்து கொண்டிருந்தது. முறையான பாதைகள் உருவாக்கப்படாததால் வேகத்தைக் குறைத்து, தேரை மெதுவாக ஓட்டினான். தேர் சென்று கொண்டே இருந்தது. கதிரவன், ஒளி சிறுத்து அணைய ஆயத்தமாகிக் கொண்டிருந்தது. மலை உச்சியில் ஒளி அகலுதல், விளக்கை ஊதி அணைப்பதைப்போலச் சட்டென நிகழ்ந்துவிடும். ஆனாலும், தேரைத் திருப்பாமல் முன்னோக்கி ஓட்டிச் சென்றான் பாரி. ஆதினி எதுவும் கேட்கவில்லை.

மலைமுகட்டோரம் போய்த் தேர் நின்றது. வண்டியிலிருந்து இறங்கிய பாரி, ஆதினி இறங்க உதவி செய்தான். சற்றே சிந்தித்தபடி நின்றவன், தேரிலிருந்து குதிரைகளைக் கழற்றி விட்டான். அவன் என்ன செய்யப் போகிறான் என்பதை ஆதினியால் கணிக்க முடியவில்லை.

"உன்னை ஓரிடத்துக்கு அழைத்துச் செல்கிறேன் வா" எனச் சொல்லி, மலைமுகடு நோக்கி நடந்தான். ஒளி முற்றிலும் அகன்று இருள் கவிந்து விட்டது. அவனைப் பின்பற்றி நடந்தாள் ஆதினி.

"குதிரைகளை அப்படியே விட்டு விட்டு வந்திருக்கிறீர்களே, காட்டுக்குள் ஓடிவிடாதா?"

"போகாது. இந்த மேட்டில் மட்டுமே முயற்புல் இருக்கிறது. அதற்கு மிகப்

பிடித்த உணவு அதுதான். இந்த இடம் விட்டு எளிதில் அகலாது."

"அப்படியா!" எனக் கேட்டபடி நடந்தாள். இருள் முழுமையாக நிலைகொண்டுவிட்டது. முகட்டை அடைந்ததும் மலையின் சரிவை நோக்கி இறங்கத் தொடங்கினான்.

"கால்களைக் கவனமாக எடுத்து வை" என்றான்.

நீருக்குள் மூழ்கும்போது உள்ளே போகப்போக அடர்ந்த ஓசை பெருகி வந்து காதடைக்குமே, அப்படித்தான் காட்டின் ஓசையும். நேரம் ஆகஆக இருள் அடரோசையாக மாறிக்கொண்டிருந்தது. சிறிதும் பெரிதுமான பாறைகளுக்கு நடுவில் ஆதினியைக் கவனமாக அழைத்துக்கொண்டு கீழிறங்கினான் பாரி.

இருளுக்குள் மீன்களைப்போல் மிதந்துகொண்டிருக்கும் செடிகொடிகளின் இலைகளைக் கையால் தட்டியபடி நடந்த ஆதினி கேட்டாள், "எங்கே போகிறோம்?"

குறுக்கிட்டுக் கிடந்த மரக்கட்டையை அகற்றி ஆதினி நடப்பதற்கு வழி அமைத்தபடி பாரி சொன்னான், "நீ பொதினி மலையின் பேரதிசயத்தை எனக்குக் காண்பித்தாய் அல்லவா, அதேபோலப் பறம்பின் அதிசயத்தை உனக்குக் காட்ட அழைத்துச் செல்கிறேன்."

"அன்று முழுநிலவு நாள். சிறகு நாவற்பழங்கள் மிதந்துவந்ததைத் தெளிவாகப் பார்க்க முடிந்தது. இன்று நிலவற்ற காரிருள் நாள். இந்தக் கும்மிருட்டில் எதைப் பார்க்க முடியும்?"

"பொதினியின் அதிசயத்தைப் பார்க்க நிலவின் ஒளி தேவைப்பட்டது. ஆனால், பறம்பின் அதிசயத்தைத் தெளிவாகப் பார்க்க ஒளியற்ற காரிருள்தான் தேவை."

ஆதினிக்கு வியப்பும் ஆர்வமும் ஒருசேரப் பெருகின. 'ஒளியற்ற இருளில்தான் தெளிவாகப் பார்க்க முடியும் என்றால், அது என்னவாக இருக்கும்?' என்று சிந்தித்தபடியே நடந்தாள்.

நின்று பொறுமையாக வழிக்குறிப்புகளைக் கவனித்தபடி முன்நடந்தான் பாரி. இருளில் இறக்கத்தில் கால் எடுத்து வைப்பதில் கூடுதல் விழிப்பு உணர்வு தேவை. பாரி முன் நடப்பதால் பதற்றம் இல்லாமல் நடந்தாள் ஆதினி.

நேரம் கூடியது. இருளின் அடர்த்தி அதிகரித்துக்கொண்டிருந்தது. முன் நடக்கும் பாரியின் கை பற்றிக் கீழிறங்குவதும், தோள் பிடித்து நடப்பதுமாக ஆதினி வேறொரு விளையாட்டை விளையாடியபடி வந்துகொண்டிருந்தாள். ஆனாலும், என்னதான் காண்பிக்கப்போகிறான் என்பதைக் கேட்காமல் இருக்க முடியவில்லை.

"நீங்கள் காண்பிக்கப்போகும் பறம்பின் அதிசயம் என்னவென்று தெரிந்துகொள்ளலாமா?"

"கண் முன்னால் அதைக் காண்பித்துச் சொல்கிறேன். அப்போது அடையும் இன்பத்தை ஏன் இழக்க வேண்டும்?"

பற்றிய தோளை ஆதினியின் கை இறுகப்பிடித்தது. கால்கள் தடுமாறுகின்றனவோ எனப் பாரி நின்றான். ஆதினி சொன்னாள், "பறம்பின் பேரதிசயத்தோடுதான் நான் நடந்து கொண்டிருக்கிறேன். இந்த உணர்வு மற்ற எல்லாவற்றையும்விட மிக உயர்ந்தது. நான் புதிதாக எதையும் அடையப்போவதுமில்லை, இழக்கப் போவதுமில்லை! நீங்கள் தயங்காமல் சொல்லலாம்."

அவளின் சொற்களுக்குள் இருந்த காதல், பாரியைக் கிறங்கச்செய்தது. பிடித்து இறங்க முடியாத பள்ளம் இருந்தது. மிகப் பாதுகாப்போடு அவளைப் பிடித்து இறக்கினான். தோள் தொடுவதும் கை தொடுவது மாகத்தான் இவ்வளவு நேரப் பயணம் இருந்தது. ஆனால், இந்தப் பள்ளத்தைக் கடந்தது அப்படியல்ல. கடக்க முடியாத பள்ளமாகப் பாரிக்குத் தோன்றியது. ஆதினியின் உணர்வோ அதையும் கடந்ததாக இருந்தது.

சற்றே கால் சரிந்து பாரியின் மேல் விழுந்தவளைத் தூக்கி விலக்கி நிறுத்த முடியவில்லை பாரியால். அந்த இடைவெளி உருவானால்தான் நடக்க முடியும் எனத் தெரிந்தும் அதை உருவாக்குவது எளிதாக இல்லை. செங்குத்தாகச் சரிந்துகிடக்கும் மலைச் சரிவில், கும்மிருட்டில் கண்கட்டி விளையாடுவதுபோல காதல் விளையாடியது. பாரி சற்றே சிந்தித்து 'இந்த விளையாட்டுக்குள் மனம் சிக்கிவிடக் கூடாது, கவனமாகக் காலடியெடுத்து வைக்கவேண்டும்' என நினைத்து நடந்தான்.

ஆதினிக்கு அதுவெல்லாம் இல்லை. பாரி மட்டுமே அவளின் பார்வையில் இருந்தான். முன் நடந்த பாரி சொன்னான், "நான் காண்பிக்கப் போவதை, இதற்கு முன் மிகச் சில மனிதர்களே பார்த்திருப்பார்கள்."

"அப்படியா!" என்றாள் ஆதினி.

"ஆம், அதன் பெயர் இராவெரி மரம்."

ஆதினிக்குச் சட்டெனப் புரியவில்லை. "என்ன மரம்?"

"இராவெரி மரம். அதன் இலைகள் பகலிலே வாங்கிய ஒளியை இரவிலே உமிழும். பார்ப்பதற்கு எண்ணிலடங் காத சுடர்கள் எரியும் விளக்கைப்போல் இருக்கும்."

கிறங்கி நின்றாள் ஆதினி. "என்ன சொல்கிறீர்கள்? அப்படியொரு மரம் இருக்கிறதா?"

"ஆம். மழைநீரை உள்வாங்கிய மண், ஊற்றாகக் கசியவிடுகிறதல்லவா. அதேபோல பகல் முழுவதும் ஒளியை உள்வாங்கி இரவு முழுவதும் வெளிச்சத்தைக் கசியவிடும். பார்ப்பதற்கு மரம் பற்றி எரிவதுபோல் இருக்கும்."

சொல் கேட்டு நின்ற ஆதினியின் தோள் தொட்டான் பாரி. கனவிலிருந்து மீண்டவளைப்போல மீண்டாள்.

"இன்னும் எவ்வளவு தொலைவில் அந்த மரத்தைப் பார்க்கலாம்?"

"சிறிது தொலைவு இறங்கினால் சரிவுப்பாறைகள் முடிச்சிட்டதுபோல் கிடக்கும். அங்கிருந்து பார்த்தால், எதிரில் இருக்கும் மலைச்சரிவில் இராவெரி மரம் தெரியும்."

ஆதினியால் ஆசையை அடக்க முடியவில்லை. ஒளிரும் மரத்தைப் பார்க்க வாய்க்கும் அந்தக் கணத்தை அடைய மனம் தவித்தது. "இப்போதுதான் இன்னும் கவனத்தோடு நடக்கவேண்டிய இடம். எனவே பார்த்து வா!" என்று சொல்லியபடியே நடந்தான் பாரி.

"நீங்கள் எப்போது அந்த மரத்தைப் பார்த்தீர்கள்?"

"காடறியப் பயணப்படும்போது. தேக்கன் காண்பித்தார்."

"பல ஆண்டுகள் ஆகியிருக்குமே. அதன் பிறகு பார்க்கவில்லையா?"

"இல்லை. பகலில் அந்த மரத்தை நம்மால் கண்டறிய முடியாது. அந்த மரம் பகலில் எப்படி இருக்கும் என்று இன்று வரை யாருக்கும் தெரியாது. இரவு நேரத்தில் எதிர்க் குன்றில் நின்று பார்த்தால்தான் கண்டறிய

முடியும். அதுவும் நிலவற்ற இது போன்ற காரிருள் நாளின் நள்ளிரவில்தான் நன்றாகக் காண முடியும். அதற்கான வாய்ப்பு இப்போதுதான் அமைந்துள்ளது" என்று சொல்லியபடி அழைத்துச்சென்றான்.

சரிவுப்பாறைகள் முடிச்சிட்டது போல் திருகிக்கிடக்கும் இடம் வந்தது. அவற்றின் ஓரத்தில் நின்றபடி பார்த்தான், எதிரில் எதுவும் தெரியவில்லை. கும்மிருட்டாக இருந்தது. பாறையின் இன்னொரு முனையில் போய்ப் பார்த்தான். அப்போதும் எதிரில் மலைத்தொடர் தெரியவில்லை. தான் வந்தது சரியான பாதைதானா எனச் சிந்தித்தான். அந்த மலைச்சரிவில் இந்த இடம் மட்டும்தான் சரிவுப்பாறைகள் முடிச்சிட்டுக்கிடக்கும் ஒரே இடம். எனவே, தான் வந்துள்ளது சரியான இடம்தான் என்பதை முடிவுசெய்த போதுதான் ஓர் உண்மை பிடிபட்டது.

ஆதினியிடம் சொன்னான், "நாம் சரியான இடத்துக்குத்தான் வந்துள்ளோம். ஆனால், மேகக் கூட்டங்கள் இரு மலைகளுக்கும் இடையில் முழுமையாக இறங்கி நிற்கின்றன. அதனால் எதிரில் இருக்கும் மலைத்தொடர் நம் கண்களுக்குத் தெரியவில்லை."

"ஆதினியின் முகம் சற்றே கவலையடைந்தது. அப்படியென்றால், நம்மால் இன்று பார்க்க முடியாதா?"

அவள் கேட்டுக்கொண்டிருந்த போதுதான் பாரிக்குத் தோன்றியது. 'இன்னும் சிறிது நேரத்தில் மழை வந்துவிடும். நாம் இருப்பது மிகவும் ஆபத்தான இடம். பெருமழை என்றால் சரிவுப்பாறையில் மழைநீர் எவற்றையெல்லாம் இழுத்துக் கொண்டுவரும் எனத் தெரியாது. நாம் உடனடியாகப் பாதுகாப்பான இடத்துக்குப் போயாக வேண்டும்' என்று.

தொலைவில் இடியோசை கேட்டது. பறையை இழுத்து அடிக்கையில் தோலின்மீது இருக்கும் தூசி அதிர்வதைப்போல மாமலை அதிர்ந்தது. பெருமின்னல் ஒன்று வெட்டி இறங்கியது. மொத்த மலைத் தொடரின் மீதும் ஒளியின் கண்திறந்து மூடியது. சரிவுப்பாறையைக் கடந்து இடப்புறம் போவதுதான் பாதுகாப்பு எனக் கருதிய பாரி, ஆதினியின் கையைப் பிடித்துக்கொண்டு வேக வேகமாக நடந்தான். இவ்வளவு வேகமாக இருளுக்குள் நடப்பது சரியில்லை எனத் தோன்றியது. ஆனாலும் வேறு வழியின்றி நடந்தான்.

அடுத்தடுத்து மின்னல்கள் இறங்கத் தொடங்கின. மின்னல் ஒளியால் தென்பட்ட பாதையை வைத்து விரைந்து அழைத்துச்சென்றான். அவன் எண்ணிவந்ததுபோலவே பிளவுண்ட பாறைகளுக்கு நடுவில் பெருங்குகை ஒன்று இருந்தது. விரைந்து வந்து குகைக்குள் நுழைந்தனர்.

கொட்டும் மழையின் கொட்டம் தொடங்கியது. எங்கும் மழையின் பேரோசை, இடியால் நடுங்கியது காடு. "உரிய நேரத்தில் குகைக்குள் அண்டியதால் ஆபத்திலிருந்து தப்பித்தோம். நாம் இருப்பது மலையின் செங்குத்தான சரிவுப்பகுதி. மேலேறவும் முடியாது; கீழிறங்கவும் முடியாது. இந்தப் பகுதியில் பாது காப்பாக அண்டுவதற்கு இந்த ஒற்றைக் குகை மட்டுமே உண்டு" என்று பாரி சொல்லிக்கொண்டிருந்தான்.

காரிருளும் அடர்மழையும் சற்றே அச்சத்தை வரவைப்பனவாக இருந்தன. மின்னல்கள்

இடைவெளியின்றி இறங்கிக் கொண்டிருந்தன. ஆனாலும் மின்னல் ஒளியில் குகையின் உட்புறத்தைப் பார்க்க முடியவில்லை. 'எவ்வளவு உள்வாங்கிய குகை இது! இதற்குள் விலங்குகள் எதுவும் பதுங்கி யிருக்குமோ?' என்ற எண்ணங்கள் தோன்றியபடி இருக்க, ஆதினி அமைதியானாள். இடுப்பில் இருக்கும் சிறு வாள் தவிர, பாரியிடம் வேறு ஆயுதங்கள் இல்லை என்பதையும் அவள் கவனித்தபடி இருந்தாள்.

மழையின் பேரோசை அடங்கும் வரை ஆதினியின் அமைதி நீடிக்கும் என்பதை உணர்ந்தான் பாரி. குகை யின் நடுவில் இருந்த சிறுபாறையின் மீது ஆதினியைத் தோள் சாய்த்து உட்கார்ந்திருந்தான். இராவெரி மரத்தை ஆதினிக்குக் காட்ட வேண்டும் என்ற ஆர்வத்தில் மேகத்தின் தன்மையைக் கவனிக்காமல் இருந்துவிட்டோம் எனத் தோன்றியது. கவனித்திருந்தாலும் வராமல் இருந்திருப்போமா என்பது தெரியாது. காதல், இடிமின்னலுக்கு விலகி நடக்கத் தெரியாத உயிரினம் என்று மனதில் நினைத்தபடி உட்கார்ந்திருந் தான். ஒளியை உருவாக்க எந்த ஏற்பாடும் இல்லாமல் வந்து விட்டோமே என்பதுதான் பாரிக்குக் குறையாகப் பட்டது.

நீண்டநேரம் கழித்து மழை நின்றது. அதன் பிறகுதான் நீரின் ஓசை மேலேறி வந்தது. காற்றெங்கும் ஈரம் மிதந்தபடி இருந்தது. குகையின் உள்ளொடுங்கித் தான் உட்கார்ந்திருந்தனர். ஆனாலும் நீர்த்தொட்டிக்குள் இருப்பதுபோலத் தான் இருந்தது. குளிர் நடுக்கியது. முகம் பார்க்க முடியாத கும்மிருட்டு. மழை பெய்யும் வரை விடாது வெட்டிய மின்னல் ஒளியில் அவ்வப்போது குகைக்குள் வெளிச்சம் தென்பட்டது. மழை நின்ற பிறகு, இருளின் அடர்த்தி மிக அதிகமானது. பாரியின் இடது கையை இறுகப் பிடித்தபடி சாய்ந்திருந்தாள் ஆதினி.

பொழுதாகிக்கொண்டிருந்தது. 'இந்நேரம் நள்ளிரவு கடந்திருக்கும்!' என்று நினைத்த பாரிக்கு, முதன் முறையாக ஐயம் வந்தது. 'பொழுது நள்ளிரவைக் கடந்திருக்குமா... இல்லையா... ஏன் குழப்பம்? ஆதினியின் பாதுகாப்புமீதே கவனம் குவித்திருந்த தால் பொழுதின் ஓட்டத்தைச் சரியாக மதிப்பிட முடியவில்லை. எப்படியோ, விடிந்த பிறகுதான் குகை விட்டு அகல முடியும். ஆதினியை இங்கேயே படுக்கச் சொல்லலாம். ஆனால், அவள் படுக்கமாட்டாள்' என்று எண்ணியபடியே இருந்தான்.

கும்மிருட்டின் அச்சம் எளிதில் மனம் விட்டொழியாது. அதுவும் உள்காட்டின் அடர்குகைக்குள். ஆதினிக்கு அவ்வப்போது எழும் ஐயமே, தான் கண்ணைத் திறந்திருக்கி றோமா... மூடியிருக்கிறோமா என்பதுதான். இரண்டுக்கும் எந்தவித வேறுபாடும் இல்லாத நிலையில் பாரியின் கையை இறுகப்பற்றுவதன்றி வேறு எதையும் கவனிக்க முடிய வில்லை.

'எந்தச் சொல்கொண்டு இந்த அமைதியைக் கலைப்பது?' எனப் பாரி சிந்தித்துக்கொண்டிருக்கையில், குகையின் உள்ளடுக்கிலிருந்து சிற்றொளி வெளிப்பட்டது. அதை உணர்ந்த கணம், சட்டெனக் குகை யின் உட்பகுதியை நோக்கித் திரும்பி னான் பாரி. தோளிலே சாய்ந்திருந்த ஆதினி திடுக்கிட்டு நடுங்கினாள். 'உள்ளே இருப்பது விலங்கா... எந்த வகையான விலங்கு?' எதையும் கணிக்க முடியவில்லை. 'சட்டெனக் குகையை விட்டு வெளியே போய் நின்று அதை எதிர்கொள்வது பாதுகாப்பானதா? உள்ளேயே எதிர்கொள்வது பாதுகாப்பானதா?' பாரியால் முடிவெடுக்க முடியவில்லை.

ஒளியின் அளவு கூடிக்கொண்டே இருப்பதுபோல் தெரிந்தது. ஒளியின் தன்மை எதையும் கணிக்க முடியாத தாக இருந்தது. 'பரவும் ஒளிக்குப்

பின்னால் இருப்பது பாறையா... இருளா? அல்லது மிருகத்தின் உடலா?' எதுவும் புலப்படவில்லை. இவ்வளவு குழப்பங்கள் வாழ்வில் இதுவரை ஏற்பட்டதில்லை. இயற்கையின் கணிக்க முடியாத கூர்முனையில் முன்னால் நின்றுகொண்டிருந்தான் பாரி. காடறியும் காலத்தில்கூட இவ்வளவு பதற்றமான கணத்தைச் சந்தித்ததில்லை. இப்போது ஏற்படும் பதற்றத்துக்குக் காரணம், ஆதினி; எது நடந்தாலும் அவளுக்கு பாதிப்பு எதுவும் ஏற்பட்டுவிடக் கூடாது என்பதுதான்.

ஒளியின் அளவு கூடிக்கொண்டே இருந்தது. மஞ்சள் கலந்த வெண்ணொளி பாறை இடுக்கின் ஓரத்தில் நீரோடுவது போல் கசிந்து ஓடியது. பாரியால் புரிந்துகொள்ளவே முடியவில்லை. 'இது என்ன உயிரினமா... தாதுக்களின் கசிவா? அல்லது ஏதாவது ஆபத்தின் அடையாளமா?' ஒன்றும் புரியவில்லை. சட்டென ஆதினியை இழுத்துக் கொண்டு வெளியேறிவிடலாம் எனத் தோன்றியது. ஆனால், மனம் அதைச் செய்ய மறுத்தது.

ஒளியின் நீளம் அதிகமாகிக் கொண்டே இருந்தது. அதன் நீளம் அதிகமாக அதிகமாகக் குகை முழுவதும் செவ்வொளி பரவியது. இது என்ன எனப் புரியவேயில்லை. துணிந்து அருகில் போக முடிவெடுத்தான் பாரி. ஆதினியின் இறுகிய பிடியைத் தளர்த்த முயற்சிசெய்யும்போது பரவும் நீளொளியின் முனைப்பகுதி குச்சிபோல மேலெழுந்தது. ஒருகணம் குப்பென வியர்த்தது பாரிக்கு.

அறிவு, ஐயத்தின் புள்ளியைக் கண்டறிந்தது. அந்த ஐயத்தை நோக்கியே சிந்திக்கத் தொடங்கியது. ஏறக்குறைய பாரி அது என்ன என்று கணிக்கத் தொடங்கினான். சற்று முன்னால் நகர்ந்து பார்ப்போம் என்று எண்ணி, அதற்கு இடப்புறமாக மெல்ல நகர்ந்து பார்த்தான். அவன் கணித்தது சரியானது என்று உறுதிப் படுத்திய கணம், காடு அதிர்வதைப் போல கத்த வேண்டும் என்று தோன்றி யது. ஆனால், ஆதினி அச்சமடைவாள். அதுவும் இடம் விட்டு விலகி பொந்துக் குள் ஓடிவிடும் என்பதால் மகிழ்வை அடக்க முடியாமல் அடக்கினான்.

அவ்வளவு நேரமும் உறையிலிருந்த ஆயுதத்தைப் பிடித்திருந்த வலக்கையை எடுத்து இப்போது ஆதினியை இறுக அணைத்தான். அவளுக்குக் காரணம் புரியவில்லை. கட்டற்ற மகிழ்வை கசியும் காதல்மொழியில் சொன்னான், "ஆதினி, நீ பார்த்துக்கொண்டிருப்பது இந்தப் புவியின் பேரதிசயம்."

அவளுக்குப் புரியவில்லை.

"இராவெரி மரத்தைப் பார்த்த பறம்பு மக்கள் பலர் உண்டு. ஆனால், பல தலைமுறைகளாக மனிதர்கள் பார்த்திராத ஒன்றை இப்போது நாம் பார்த்துக்கொண்டிருக்கிறோம்."

அச்சம் நீங்காத குரலில் பாரியின் கைகளை இழுத்து அணைத்தபடி, "என்ன அது? சொல்!" என்றாள்.

"இதுதான் ஒளி உமிழும் வெண் சாரை. நாகர்குடியின் குலதெய்வம். இதைப் பார்த்தவர்கள் மரணமில்லாப் பெருவாழ்வு வாழ்வார்கள் என்று நாகர்கள் நம்புகிறார்கள்."

பாரியின் சொல், ஒளியில் மிதந்தபடி இருந்தது. நேரம் ஆக ஆக அந்தக் குகை மிளிரும் வெண்மஞ்சள் ஒளியால் நிரம்பியது. சொற்கள், நாகர்களின் ஆதிவரலாற்றிலிருந்து வெளிவந்து கொண்டிருந்தன.

ஆதினியின் முகத்தில் பூத்த மகிழ்வுக்கு எல்லையே இல்லை. பாரியின் முகம், அதைவிடப் பெரு

மகிழ்வை வெளிப்படுத்தியது. பெருமின்னல் வெட்டி மீண்டும் மழை தொடங்கியது. குகைக்குள் மகிழ்வு எல்லையற்றதாக இருந்தது.

அவர்கள் அதைப் பார்த்தபடி அப்படியே உட்கார்ந்திருந்தனர். அது பாறையின் ஓரம் அசையாமல் இருந்தது. செதில்களின் அசைவு, சிற்றகலின் நாக்கு அசைவதைப்போல ஒளியை அசைத்துக்கொண்டே இருந்தது. காலம் காலமாக இருக்கும் கதை ஒன்று காட்சியாக மாறிக் கொண்டிருக்கும் அதிசயத்தைக் கண்ணருகே பார்த்துக் கொண்டிருந் தனர். இருவருக்கும் இமைகள் துடிக்கவில்லை. உற்றுப்பார்த்துக் கொண்டிருக்கும் முகம் அசைய வில்லை. ஆனாலும் ஒளியின் அளவு கூடுவதை அவர்களால் கவனம் கொள்ள முடியவில்லை.

அதிசயத்தை அளவிட முடியாது. மனம் கரைந்த ஒன்றைக் கணக்கிட முடியாது. அதுதான் நிகழ்ந்து கொண்டிருந்தது. உற்றுப்பார்த்துக் கொண்டிருந்த ஆதினி, சட்டெனத் திடுக்கிட்டுத் துள்ளியெழுந்தாள். என்னவெனப் பார்த்தான் பாரி. ஆதினியின் அருகில் இருந்த பாறையிடுக்கிலிருந்து இன்னொன்று ஊர்ந்து அதை நோக்கிப் போய்க் கொண்டிருந்தது.

பார்த்தபடிப் பாரியின் வலப்புறம் வந்து பதுங்கி உட்கார்ந்தாள். ஒளி உமிழும் இரு வெண்கோடுகளும் ஒன்றாகச் சந்தித்தன. சிறிது நேரத்தில் ஒன்றை ஒன்று சுற்றிப் பின்னத் தொடங்கின. காற்றுக்கு அசையும் சுடரொலிபோல வெண்ணொளி கூடிக்குறைந்துகொண்டிருந்தது. இரவு முழுவதும் ஒளிச்சுடர்கள் இரண்டும் ஒன்றையொன்று பின்னியபடியே இருந்தன.

ஆதினி, பாரியின் கைகளை இறுகப் பற்றினாள். அச்சம் உதிர்ந்த கணத்தில் ஆசை மேலேறத் தொடங்கியது. வெண்ணொளி பின்னுவதுபோல இருளுக்குள் இருந்த உருவங்களும் தயங்கித் தயங்கிப் பின்னத்தொடங்கின. மழையின் ஓசையைப்போல மூச்சுக் காற்றின் ஓசையும் கூடிக்கொண்டே இருந்தது.

எவ்வியூர் மாளிகையில் ஐவகைக் குறிஞ்சிமலர் கொண்டு படுக்கையை ஓர் ஓவியம்போல வரைந்து வைத்திருந்தனர். ஆனால், குறிஞ்சி நிலத்தின் உள்ளங்கைக்குள் காமம் தானே தனக்கான ஓவியத்தை வரைந்துகொண்டிருந்தது.

ஆதினி கால்களில் அணிந்திருந்த தண்டை இவ்வளவு ஓசையை எழுப்பியபோதும் பின்னிய நாகங்கள் விலகவில்லை. காமம், விலக முடியாத விளையாட்டு. நாகங்களும் விலக வில்லை, நாகங்கண்டும் விலகவில்லை.

60

பொழுது விடிந்து நீண்ட நேரமாகிவிட்டது. நண்பகல் கடந்த சிறிது நேரத்திலேயே ஒளி அகன்றுவிடும். எனவே, வேகமாக நடக்கவேண்டும் என முடிவுசெய்து குகையை விட்டு வெளியேறினர். இரவு முழுவதும் கடுமழை பெய்ததால் சரிவில் நடந்து மேலேறுவது எளிதல்ல என்பது தெரியும். கவனமாக நடந்து செல்லத் துணிந்தனர். மலையெங்குமிருந்து நீரூற்று கசிந்துகொண்டே இருந்தது. நீரோடும் பாறையை அழுத்தி மிதித்தாலும் வழுக்கும், அழுத்தாமல் மிதித்தாலும் வழுக்கும். பாறையின் செதில்கள் எப்படி இருக்கின்றன என்பதைப் பொறுத்தே காலடியை முன்னெடுக்க வேண்டும்.

பாறைகளைக் கடக்கும்போது பாரி முன்னால் நடந்தான். பாறையின் தன்மை அறிந்து ஆதினிக்கு வழிகாட்டிச் சென்றான். மண்ணை மிதித்து நடக்கும்போதும் அதே அளவு கவனம் தேவை. பல நேரம் ஆதினியை முன்னால் நடக்கவைத்துப் பின்னால் வந்துகொண்டிருந்தான்.

இறங்கும் நீரையும் பாறையையும் மண்ணையும் வேர்களையும் குனிந்து பார்த்தபடியே நீண்டநேரம் நடந்து கொண்டிருந்தாள் ஆதினி. எங்கும் நீர் இழுத்து ஓடியபடியே இருக்க, தொடர்ந்து நடப்பது மிகவும் கடினமாக இருந்தது. சற்றே ஓய்வு தேவைப்பட்டது. ஓரிடத்தில் நின்று, இளைப்பாறியபடிப் பார்வையை எல்லாப் பக்கங்களிலும் ஓடவிட்டாள். அப்போதுதான் ஆபத்தின் அளவு புரிந்தது. செங்குத்தான பெருஞ்சரிவின் நடுவில் அவர்கள் நின்றுகொண்டிருந்தனர். ஆதினி அதிர்ச்சிக்குள்ளானாள்.

"இந்தச் சரிவிலா இரவில் நடந்தோம்?"

"ஆம். இந்தப் பெருஞ்சரிவில்தான் நடந்தோம். அதுவும் காதல்கொண்டே."

பாரி சொல்வது தனது செயலைத் தான் என்பது புரிந்தது. ஆனாலும் எந்த மறுமொழியும் சொல்லவில்லை. "இந்த இடத்தைப் பகலில் பார்த்த ஒருவர், இங்கு இரவில் நடக்கத் துணிய மாட்டார்" என்றாள்.

"இரவிலே நடந்த ஒருவர், பகலில் எளிதில் நடந்து கடப்பார்" என்றான்.

அவனது சொல் ஆதினிக்கானது. அவன் சொல்லில் இருக்கும் உண்மையை அவளது மனம் ஏற்றது. கால்கள் முன்னிலும் வீரியத்தோடு முன்னகர்ந்தன. ஒற்றைச் சொல்லால் விசை கூட்டும் வித்தையைப் பாரியின் அளவுக்கு அறிந்தவர்கள் யாரும் இருக்க மாட்டார்கள் எனத் தோன்றியது.

'அவனை நினைத்து மகிழத்தான் எவ்வளவு இருக்கின்றன!' என்று எண்ணியபடியே நடந்தாள்.

"பின்னிக்கிடக்கும் வெண்சாரைகள் அந்த இடம் விட்டு விடியும் வரை நகராது. நீ அஞ்ச வேண்டாம்" என்று நேற்றிரவு அவன் கூறிய சொல்லி லிருந்துதான் எல்லாம் மாறின. 'அவை இந்தப் பக்கம் திரும்பாது என்றால், நாம் ஏன் அந்தப் பக்கம் திரும்ப வேண்டும்?' எனத் தோன்றியது. அவ்வளவு நேரமும் வெண்சாரையைப் பார்த்துக்கொண்டிருந்த ஆதினி, பாரியின் பக்கம் திரும்பினாள்.

மெல்லிய ஒளி அவனது முகத்தில் பூசி மறைந்தது. வெண்சாரைகள் இரண்டும் இறுக்கி முறுக்கிக்கொள்ளும் போது ஒளியின் அளவு இருமடங்கு அதிகமானது போல் இருந்தது. ஆனால், அதை அவர்கள் கவனிக்க வில்லை; முறுக்கி இறுகும் வெண்சாரை களும் அவர்களைக் கண்டுகொள்ள வில்லை. தலைக்குப் பின்புறமாகக் குகை விட்டு வெளியே பேரிடி விடாது விழுந்துகொண்டிருந்தது. கால்களின்

கீழ்ப்புறம் வெண்சாரைகள் இறுகிப் புரண்டுகொண்டிருந்தன. மழையின் பேரோசை கூடியபடியே இருக்க, காற்றெங்கும் நீர் மிதந்துகொண்டிருந் தது. இவற்றில் எதையும் காதல் பொருட்படுத்தவில்லை.

இப்போதுதான் அவற்றை ஒவ்வொன்றாக நினைவுகூர்ந்து கொண்டே நடந்தாள். தங்களைச் சுற்றி எவையெல்லாம் இயங்கின என எண்ணிப் பார்த்தாள். எதை நினைத்தாலும் தாங்கள் இயங்கியதில் தான் எண்ணங்கள் முடிவடைகின்றன. ‘பாரிக்கும் இப்படித்தான் எண்ணங்கள் ஓடுமா? அவனது உள்மனம் இப்போது எதை நினைத்துக் கொண்டிருக்கும்?’ ஆதினியின் சிந்தனை, பாரியை நோக்கி ஓடியது. அவன் கவனமாகச் செடிகொடிகளை விலக்கி முன்நடந்து கொண்டிருந்தான்.

அவனுடைய சொற்களின் வழியே, செயல்களின் வழியே அவனது எண்ணவோட்டத்தைக் கண்டறிய முயன்றபடியே வந்தாள். அது அவ்வளவு எளிதானதாக இல்லை. ஆனாலும் ஆதினி தொடர்ந்து முயன்றாள். பெரும்பள்ளம் ஒன்றின் மேலேற வசதியாக அவளைக் கைபிடித்துத் தூக்கினான். அவள் பாரியின் கண் களைப் பார்த்தபடியே முன்காலைத் தூக்கி வைத்து மேலேறினாள். அந்தக் கண்களில் எதையும் கண்டறிய முடிய வில்லை. ‘ஆண்களின் கண்கள் மொழியற்றவையோ!’ எனத் தோன்றியது.

‘இல்லையே, நேற்றிரவு என்ன செய்வதென அறியாத கணத்தில் அவன் பார்த்த பார்வைதானே காமத்துக்குள் கட்டற்ற வேகத்தில் நம்மை இழுத்துச்சென்றது. ‘பெண் கண் செருகும்போது தொடங்கும் ஆட்டம், ஆண் கண் செருகி இருக்கும் போது முடிவுறுகிறது எனச் சொல்லக் கேட்டுள்ளேன். ஆனால், இவை யெல்லாம் யாரால் பார்த்தறிய முடியும்? மற்றவர்கள் பார்க்க முடியாது; சம்பந்தப்பட்டவர்களால் பார்க்கவே முடியாது! அப்புறம் எப்படி இவை எல்லாம் கதைகளால் சொல்லப்படுகின்றன?’ மனதுக்குள் எண்ணியபடியே நடந்தாள்.

குறுகிய பள்ளத்தில் நீரின் வேகம் சற்றே கூடுதலாக இருந்தது. முதலில் அதைக் கடந்த பாரி, அவள் கடப்ப தற்குக் கைகொடுத்து இழுத்தான். அவள் கடந்து வந்ததும் முன்னே நடக்கவிட்டுப் பின்தொடர்ந்தான்.

அப்போதுதான் கவனித்தான், ஆதினியின் முதுகில் சிறிய சிறிய கீறல்கள் கோடுகளாய் அங்குமிங்குமாக இருந்தன. ’கற்படுக்கையால் இப்படி நேர்ந்துவிட்டதே!’ எனக் கவலை கொண்டான். மழை பெய்து குளிர் நீங்காமல் இருப்பதால் எரிச்சல் தெரியாமல் இருக்கிறது. கோடைக்கால மாக இருந்தால் கடும் எரிச்சல் இருந்திருக்கும் என எண்ணியவனுக்கு, அதன் ஆபத்து அப்போதுதான் புரிய வந்தது, ’இப்படியே போனால் இவள் தோழிகள் கேள்விகள் கேட்டே இவளைத் திணறடித்து விடுவார்களே!’ என்று.

என்ன நடந்திருக்கும் என்பது எல்லோருக்கும் தெரியும். எப்படி நடந்திருக்கும் என்பதைத் தெரிந்து கொள்வதில்தான் எல்லோரின் விருப்பமும் இருக்கும். இதுபோன்ற தடயங்கள்தான் அவர்கள் பயன் படுத்தப்போகும் ஆயுதங்கள். நிலைமை ஆதினியால் சமாளிக்க முடியாத அளவுக்கு இருக்கும். ஏனென்றால், அவளது முதுகில் இருக்கும் தடயங்கள் அவ்வளவு. இதைப் பற்றித் தெரியாமல் ஆதினி

ஏதோ சிந்தனையில் நடந்து போய்க் கொண்டிருக்கிறாள் என்று நினைத்த பாரி, 'நீ சிறிது நேரம் இங்கே இரு. நான் அருகில் இருக்கும் செம்பாறை வரை போய் வருகிறேன்" என்றான்.

"ஏன்?" எனக் கேட்டாள் ஆதினி.

"உனது முதுகு முழுவதும் பாறையின் செதில்களால் கீறப்பட்ட கோடுகளும் தடயங்களும் நிறைய இருக்கின்றன. தோழிகள் பார்த்தால் கேலி செய்வார்கள்" என்றான்.

அவள் முற்றிலும் எதிர்பாராத ஒன்றைப் பற்றிப் பாரி பேசினான். அவனது சொல்லில் இருப்பது அளவிட முடியாத காதல். அதனால் தான் அடுத்த கணமே அது உள்ளுக்குள் இன்பத்தைச் சுரக்கிறது. அவன் காமத்தின் தடயங்களை மறைக்கப் பார்க்கிறான். அந்தக் கணத்தைக் கற்பனையில்கூட அடுத்தவர் நெருங்கக் கூடாது எனத் தவிக்கும் ஆணின் தவிப்புதான் காதலின் ஆகச்சிறந்த பரிசு என அவளுக்குத் தோன்றியது.

அவனது சொல்லைக் கடக்க முடியாமல் நின்றிருந்த ஆதினியைப் பார்த்துப் பாரி சொன்னான், "செம்பாறையின் ஓரம் இழுத்தோடும் நீரில் பொன்போல மின்னும் மண் துகள் படிந்திருக்கும். அந்த மண் துகளை எடுத்துவந்து முதுகில் பூசி விடுகிறேன். அது ஒளியை மினுக்கிக் கொண்டிருக்கும். பார்ப்பவர்களுக்கு மினுக்கும் ஒளிதான் தெரியுமே தவிர, முதுகில் உள்ள கீறல்கள் எளிதில் தெரியாது" என்றான்.

நுனிநாக்கால் மேலுதடைத் தொட்டு நனைத்துக் கொண்டாள். சிரிப்பை மறைக்க அவளுக்கு வேறு வழி தெரியவில்லை.

ஆனால் பாரி கண்டறிந்தான், "ஏன் சிரிக்கிறாய்?"

"முதுகெல்லாம் ஏன் பொன்மணல் படிந்திருக்கிறது எனக் கேட்டால்?"

"படுத்திருக்கும்போது ஒட்டி யிருக்கும் எனச் சொல்."

"அதனால்தான் பாரியின் முதுகில் பொன்மணல் ஒட்டவில்லையோ எனக் கேட்பார்கள்."

ஒரு கணம் திகைத்துப்போனான்.

அவன் முகத்தில் ஏற்பட்ட அதிர்ச்சி யைக் கண்டு மகிழ்ந்து சிரித்தாள். அடுத்தடுத்து எழும் வினாக்களை நோக்கி அவள் உள்ளே போய்க் கொண்டிருந்தாள். திகைத்த இடத்திலே பாரி நின்றுவிட்டான். கேலி விளையாட்டில் பெண்கள் செல்லும் ஆழம் ஆண்களால் அறிய முடியாதது. இது, பெண்கள் தங்களுக்குத் தாங்களே உருவாக்கிக் கொண்ட கலையின்பம். அதனால் தான் எழப்போகும் வினா பாரிக்குத் திகைப்பை உருவாக்கிய கணமே ஆதினிக்குச் சிரிப்பை உருவாக்கியது. தோழிகள் கேட்கப்போகும் வினாக் களுக்குள் நுழைந்தபோது அவளது சிந்தனை திக்குமுக்காடியது. 'வெண்சாரைகளின் நிழலில் எங்களின் காமம் நிகழ்ந்தது எனச் சொன்னால் நிலைமை என்ன ஆகும்!' வேளிர் குலம் முழுக்க தலைமுறை தலைமுறை யாக இந்தக் கதை நிலைத்துவிடும் என அவளுக்குத் தெரியும்.

எத்தனை தலைமுறைகளானாலும் முதுகில் கீறல்கொண்ட இளம் பெண்கள் இந்த வினாவிலிருந்து தப்பவே முடியாது. காலங்காலமாகப் பாரியின் குறியீடாகப் பதில்கள் சொல்லப்பட்டுக்கொண்டே இருக்கும். அவன் செய்யப்போகும் செயல் எல்லா இளம்பெண்களின் முதுகிலும் படிந்துவிடும் என நினைத்தபடி பாரியின் கையைப் பிடித்து,

"பொன்மணல் துகள் வேண்டாம். தோழிகளை நான் பார்த்துக் கொள்கிறேன்" என்றாள்.

அவள் சொல்வதை ஏற்பதைத் தவிர வேறு வழியில்லை. 'என்ன சொல்லி சமாளிப்பாள்?' எனச் சிந்தித்தபடியே அவன் நடந்தான். அவனுக்குள் வினாக்கள் தொடர்ந்து எழுந்தவண்ணம் இருந்தன. ஆனால், எண்ணங்கள் கேட்கவிடாமல் தடுத்துக்கொண்டே இருந்தன. சிறுபாறையின் மேலே ஏறி அவளைக் கைபிடித்துத் தூக்கிவிட்டான்.

மேலேறியவுடன் நிமிர்ந்து பார்த்தாள் ஆதினி. எதிரில் சமவெளி விரிந்துகிடந்தது. 'செங்குத்தான பெருஞ்சரிவை அதற்குள் ஏறிக் கடந்து விட்டோமா!' வியப்புக் குறையாமல் முன்னும் பின்னுமாகத் திரும்பிப் பார்த்தாள். அவளால் நம்பவே முடிய வில்லை. வியப்போடு பாரியைப் பார்த்தாள். அவன் உள்ளும் வெளியு மாக இயக்கும்விதம் மேன்மேலும் வியப்பூட்டுவதாக இருந்தது.

கதிரவன், எதிர்க்குன்றின் பின்னால் மறையத் தொடங்கினான். இருவரும் சிறிது தொலைவு சமவெளியில் நடந்து சென்றனர். எதிரில் சிறுமேடு ஒன்று இருந்தது. "இந்த மேடேறி இறங்கினால், கீழ்த்திசையில் நாம் நிறுத்தி வந்த தேர் இருக்கும். நான் குதிரைகளைக் கண்டறிந்து வருகிறேன். அதுவரை நீ இங்கேயே இரு" என்று சொல்லி நடந்தான்.

காற்று சற்றே அதிகரிக்கத் தொடங் கியது. மாலையானதும் இன்றும் கடுமழை வரப்போகிறது எனச் சிந்தித்தபடி குதிரைகளைப் பிடித்துவர விரைந்தான்.

ஆதினி அவன் வரும்வரை மரத்தடி யில் அமர்வோம் என நினைத்து, அருகில் இருந்த செங்கிளுவை மரத்தின் அருகேபோய் உட்கார்ந்தாள். குதிரைகளை நோக்கி விரைந்த பாரி, ஏதோ எண்ணம் தோன்ற, திரும்பி ஆதினியைப் பார்த்தான். அவள் அப்போதுதான் செங்கிளுவையில் சாய்ந்தாள்.

"மரத்தை விட்டு விலகி வந்து ஓய்வெடு. நான் விரைந்து வருகிறேன்" என்று சொல்லியபடி ஓடினான். அவள் மரம் விட்டு நீங்கினாள். அருகில் இருந்த சிறுபாறையின் மீது உட்கார்ந்து மரத்தைப் பார்த்தாள். 'ஏன் அதன் அருகே உட்கார வேண்டாம் என்று சொன்னான்?' என்று சிந்தித்தபடியிருந்தாள்.

சற்றுநேரம் கழித்துக் குதிரைகளோடு வந்தான் பாரி. இருவரும் பேசியபடியே குன்றின்மேல் நடந்தனர். குதிரையைத் தொட்டு வருடும் ஆசையை அவளால் கட்டுப்படுத்த முடியவில்லை. கைகூசியபடி அதனுடைய முதுகை வருடிக் கொண்டே கேட்டாள், "ஏன் மரத்தை விட்டு அகலச் சொன்னீர்கள்?"

"காற்று பலமாக அடிக்கத் தொடங்கியது. அந்த மரம் பெருங் காற்றைத் தாங்காது. அதனால்தான் தள்ளி உட்காரச் சொன்னேன்."

"பார்த்தால் வலிமையான மரம் போல் தெரிந்தது. அதனால்தான் அருகில் போனேன்."

"மலையுச்சி மரங்களின் தன்மை யைக் கணிப்பது சற்றே கடினம். எளிதில் நம்மை ஏமாற்றிவிடும்."

"நீங்கள் எப்படிக் கண்டறிந்தீர்கள்?"

"உதிரும் அதன் இலையை வைத்து தான்."

"இலையை வைத்தா?"

"ஆம், இலையில்தான் மரத்தின் குறிப்பு இருக்கிறது."

குதிரைமீதிருந்த கையை விலக்கி அவனைப் பார்த்தாள்.

பாரி சொன்னான், "உதிரும் இலையின் நுனிப்பகுதி கீழ்நோக்கி வருகிறதா, அடிப்பகுதி கீழ்நோக்கி வருகிறதா அல்லது சம எடையுடன் காற்றை வெட்டி வெட்டி மிதந்து வருகிறதா என்பதை இலையின் கீழ்ப்புறம் உள்ள நரம்பின் தன்மையே தீர்மானிக்கிறது. மரங்களுக்கு வயது ஆக ஆக நரம்பின் பிடிமானமும் கன அளவும் மாறும். அது மாற மாற உதிரும் இலையின் தன்மையும் மாறும். எனவே, உதிரும் இலை எந்த நிலையில் உதிர்கிறது என்பதை வைத்தே மரத்தின் வயதையும் ஆற்றலையும் சொல்லி விடலாம்."

"வியப்பாக இருக்கிறது" என்றாள் ஆதினி.

"இதிலென்ன வியப்பு இருக்கிறது... ஓடும் நரியைப் பார்த்தவுடன் வயதைச் சொன்னார் உன் தந்தை. அதுதான் வியப்பு."

சொல்லிக்கொண்டிருக்கும்போதே தொலைவில் தேர் நிற்பது தெரிந்தது. பாரி கை நீட்டி அதைக் காண்பித்தான். அதைப் பார்த்தபடியே ஆதினி கேட்டாள், "தேரின் நேரெதிர் திசையில்தானே கீழே இறங்கினோம். இப்போது இடப்பக்கமாக ஏறி வருகிறோம்?"

"காட்டில் எதையும் நாம் தீர்மானிக்க முடியாது. காடுதான் தீர்மானிக்கும். நாம் பார்க்கப்போனது ஒன்றை; பார்த்தது வேறொன்றை! அப்படித்தான் எல்லாமும்."

பேசியபடியே தேரை நெருங்கினர். கதிரவன் மலையில் சரிபாதி மறைந்து விட்டான். காற்றின் வேகம் கூடியபடி இருந்தது. குதிரைகளைத் தேரில் பூட்ட முன்புறமாகப் போனான் பாரி. ஆதினி, வலப்புறமாகத் தேரை நோக்கி நடந்தாள். காற்று வலுவாக வீசியதில் குதிரை காதுவிடைத்து, கனைத்தது. அதன் கழுத்துப் பகுதியைத் தடவிக் கொடுத்து அமைதிப்படுத்த முயன்றான். அப்போது ஆதினி அழைக்கும் குரல் கேட்டது. குதிரை மீண்டும் எதிர்காற்றில் துள்ளிக் கனைத்தது. குதிரையை அருகில் இருந்த சிறு மரத்தில் கட்டிவிட்டு ஆதினியின் அருகில் வந்தான்.

அவள் தேர்ச்சக்கரத்தின் அருகில் உட்கார்ந்து எதையோ பார்த்துக் கொண்டிருந்தாள். அங்கு உட்கார்ந்து என்ன செய்கிறாள் என்று எண்ணியபடி அருகில் வந்தான் பாரி. தேர்ச் சக்கரத்தின் ஆரக்காலில் முல்லைக் கொடி ஒன்று முழுச்சுற்று சுற்றித் தலையை வெளிப்புறமாக நீட்டியபடி இருந்தது. இன்னொரு கொடி பக்கத்தில் இருந்த ஆரக்காலில் பாதி சுற்றி, தலை நீட்டியிருந்தது.

அருகில் வந்த பாரி அதைப் பார்த்தான். கொடியின் தளிர், காற்றுக்கு அசைந்தபடி ஆரக்காலைத் தழுவியிருந்தது. ஆதினியின் முகத்தைப் பார்த்தான். சற்றே பதற்றத்தோடு இருந்தாள். "தேரை எடுத்தால் இரு கொடிகளும் அறுந்துவிட வாய்ப்புள்ளது. இந்த முல்லைக் கொடியைப் பக்குவமாகப் பின்னோக்கிச் சுழற்றி வெளியில் எடுத்துவிடலாமா?" எனக் கேட்டாள்.

பாரி, எதுவும் சொல்லாமல் முல்லைக் கொடிகளையே பார்த்துக் கொண்டிருந்தான். காற்று பெரும் வேகத்தோடு வீசியது. நின்றிருந்த தேர், சற்றே அசைந்து கொடுத்தது. சட்டெனச் சக்கரத்தை இறுகப்பிடிக்க முயன்றாள் ஆதினி. ஆனால், பாரியின் கை அதைப் பிடித்துக் கொண்டிருந்தது. இது நிகழ்ந்துகொண்டிருக்கும்போது

குன்றுக்குப் பின்னால் சடசடவெனப் பேரோசை கேட்டது. அதிர்ந்து திரும்பினாள்.

திரும்பாமலே பாரி சொன்னான், “அந்தச் செங்கிளுவை விழுந்துவிட்டது.”

ஆதினிக்கு, பதற்றம் இன்னும் அதிகமானது. விழுந்த மரத்தில் அடைந்திருந்த பறவைகள் கலைந்து வெளியெங்கும் ஓசையெழுப்பின. அதைக் கவனித்தபடியே ஆதினியிடம் சொன்னான், "இலையில் மரத்தின் குறிப்பு இருந்ததைப்போல இந்த முல்லைக்கொடிகளில் இருக்கும் குறிப்பு என்னவென்று பார்."

அவள் முல்லைக்கொடிகளை உற்றுப் பார்த்தாள். சக்கரத்தின் ஆரக்காலை முழுமையாகச் சுற்றிய கொடி, தலையாட்டியபடி அவளைப் பார்த்துக்கொண்டிருந்தது. அது ஆரத்தைச் சுற்றியிருக்கும் விதத்தைக் கவனித்தாள். எங்கோ பார்த்ததுபோல் இருந்தது. எங்கே என்று சிந்தித்தபோது வெண்சாரைகளின் நினைவு வந்தது. அதே பின்னல்கொண்டு வளைந்து மேலேற முயன்றது முல்லைக்கொடி. பக்கத்து ஆரத்தின் மீதும் அதே முயற்சியைச் செய்து கொண்டிருந்தது இன்னொரு கொடி.

கூர்ந்து பார்த்துக்கொண்டிருந்த ஆதினியின் கண்கள் கலங்கின. பாரியைத் திரும்பிப் பார்த்தாள். அவன் கண்கள் எண்ணில்லாச் சொற்களைப் பேசின. ஆண்களின் கண்களைப் படித்தறிய வேறு வழியுண்டா என மனம் பதறியது. ஆனாலும் தொடர்ந்து முயன்றாள். ‘இடப்புறம் இருப்பதுதான் நானா?’ என்று ஆதினியின் ஆழ்மனம் கேட்க, ‘இல்லை வலப்புறம் இருக்கும் கொடிதான் உனது சாயலில் தலைசாய்ந்தே இருக்கிறது’ என்று பாரி சொல்ல, மனதுக்குள் நீங்கா உரையாடல் நிகழ்ந்து கொண்டிருந்தது. ‘வெண்முல்லையும் வெண்சாரையும் வடிவத்திலும் வாசனையிலும் ஒன்றே!’ என ஆழ்மனம் சொல்லியது. காற்று

வீறுகொண்டு வீசியது. ஆதினி, பாரியின் கைகளை இறுக அணைத்துத் தோள் சாய்ந்தாள்.

"குகை நமக்கானதாக மாறியது போல, தேர் முல்லைகளுக்கானதாக மாறிவிட்டது" என்றான் பாரி.

வெட்கம் கலையாத சிரிப்போடு ஆதினி சொன்னாள், "நேற்று நாகம் கற்றுக்கொடுத்தது. இன்று முல்லை கற்றுத்தருகிறது."

"காடு, கணம்தோறும் நமக்குக் கற்றுத்தந்து கொண்டேதான்

இருக்கும்" எனச் சொல்லியபடித் தேர் விட்டு நகர்ந்தான் பாரி. தன் விரல்களால் சக்கரங்களின் ஆரங்களைத் தொட்டு வருடியபடி அந்த இடம் விட்டு எழுந்தாள் ஆதினி.

இருவரும் நடக்கத் தொடங்கினர். ஆதினி மெல்லிய குரலில், "படர்வது குறுமுல்லை. ஒரு மலர் பூத்தால் போதும். காடே மணக்கும்" எனச் சொல்லிவிட்டுப் பாரியின் முகத்தைப் பார்த்தாள்.

'என்ன பொருள் இதற்கு?' பாரியின் கண்கள் தடுமாறின. பெண்ணின் கண்கள் சொல்வதை முழுமையாகக் கற்க ஆண்களால் முடியுமா என்ன? 'உதிரும் இலையின் குறிப்புத் தெரிந்த உனக்கு வீசும் பார்வையின் பொருள் புரியாதா?' என்று கேட்பதுபோல் இருந்தது.

இருவரும் காதல் மயக்கம் கலையாமல் நடக்கத் தொடங்கினர். பொன்மணல் துகள் மனமெல்லாம் மின்னிக்கொண்டிருந்தது. கீறல் தழும்புகளிலிருந்து குறுமுல்லையின் நறுமணம் கசியத் தொடங்கியது. பாரியின் வலக்கையைத் தனது இடக்கையால் பின்னியபடி நடந்தாள். வெண்சாரை ஒருபுறமும் குறுமுல்லை மறுபுறமுமாகப் படர்ந்து கொண்டிருந்தன. இருவரும் எவ்வியூர் நோக்கி நடந்தனர்.

இன்றும் ஐவகைக் குறிஞ்சியில் மலர்ப்படுக்கை அமைத்திருப்பர். ஆனால், மலராத முல்லையின் மணமேந்தி, சுடரின்றிப் பரவும் ஒளியேந்தி வந்துகொண்டிருக்கும் இந்தக் காதலர்களின் இரவை மற்றவர்களால் எதுகொண்டு அலங்கரிக்க முடியும்?

போகும்போது கட்டிப்போட்டிருந்த குதிரைகளைக் கையில் பிடித்துக் கொண்டு நடந்தனர். இரு குன்றுகளைத் தாண்டியபோது எதிரில் பாணர் கூட்டம் ஒன்று வந்துகொண்டிருந்தது. எவ்வியூர் வந்து திரும்பும் பாணர்களை, வீரர்கள் அழைத்துக்கொண்டு போயினர்.

"பாரி தேரில்தானே வந்ததாகச் சொன்னார்கள். இப்போது குதிரைகளைக் கையில் பிடித்துக் கொண்டு நடந்து போவானேன்?" என்று ஒரு பாணன் கேட்க, "அதோ, தேர் அங்கே நிற்கிறது. அருகில் போய்ப் பார்த்தால் காரணம் தெரியப் போகிறது" என்று இன்னொரு பாணன் சொன்னான்.

"முல்லைக்குத் தேரைக் கொடுத்ததாகப் பாணர்கள் பாடுகிறார்களே அது உண்மையா?" என்று கபிலர் கேட்டதற்குத்தான் இந்த முழுக் கதையையும் பாரி சொல்லி முடித்தான். கேள்வி என்னமோ முல்லைக்கொடியைப் பற்றித்தான். ஆனால், பாரி தனது திருமணக் காலத்திலிருந்து நடந்ததை விளக்கியதற்குக் காரணம், காலம்பன் அனைத்தையும் அறிந்துகொள்ள வேண்டும் என்பதுதான்.

சோமப்பூண்டின் பானம் இருந்தும் அன்று யாரும் ஒரு குவளைகூடக் குடிக்கவில்லை. பாரி நடந்ததைச் சொல்லி முடிக்கும்போது அனைவரும் பெருவியப்பில் மூழ்கிப் போயிருந்தனர். முல்லைக்கொடி பற்றிக் கேட்ட கபிலரோ, இராவெரி மரம் பற்றிக் கேள்விப் பட்டதும் அதிர்ந்துபோனார். "இதைத்தான் வடதேசத்து முனிகள் 'ஜோதி விருட்சம்' எனச் சொல்கிறார்களோ!" எனக் கேட்டார்.

தேக்கனின் வியப்பு வேறுவிதமாக இருந்தது. "நீயும் ஆதினியும் வெண்சாரையைப் பார்த்தீர்களா? இதுவரை சொல்லவேயில்லையே" எனக்

கேட்டார். பாரியைப் பற்றிய தேக்கனின் வியப்பு காலகாலத்துக்கு நீங்காது என்பது அவரின் பார்வையிலேயே புலப்பட்டது.

காலம்பனின் வியப்பு முல்லைக் கொடியோ, வெண்சாரையோ அல்ல; 'ஆயுதங்களைக் கூர்மையாக்கும் கல் இருக்கிறதா? பல்வேறு தாதுக்களை ஆற்றலாக மாற்றத் தெரிந்த பொதினியின் பதினெட்டுக் குடிகள். அவர்கள் எதையெல்லாம் செய்யும் ஆற்றல் படைத்தவர்கள்?' அடுக்கடுக்காய் மேலெழுந்தபடி இருந்தது காலம்பனின் வியப்பு.

எல்லோரும் வியந்ததைப்போலப் பாரியும் வியப்பு நீங்காமல்தான் இருந்தான். இந்த நிகழ்வு எப்படி வெளியில் தெரிந்திருக்கும் என எண்ணிப்பார்த்தான். "பேசியபடித் தங்களைக் கடந்துபோன பாணர்கள் தேர்ச்சக்கரத்தில் முல்லைக்கொடி பின்னிக்கிடப்பதைப் பார்த்துப் பாடல் புனைந்துள்ளனரோ?!" என்றான்.

கேள்வி, கபிலருக்கு வியப்பைக் கொடுத்தது. "நிலமெங்கும் உனது புகழைப் பரப்பும் குறியீடு இதுதான்" என்றார் கபிலர்.

"படர வழியின்றிக் கொடி தவித்தால் யாராக இருந்தாலும் அதற்கு வழி செய்துவிட்டுத்தானே போவார்கள். இதில் வியக்க என்ன இருக்கிறது?" எனக் கேட்டான் தேக்கன்.

"மலை மக்களின் வாழ்வைச் சமவெளி மனிதர்கள் புரிந்துகொள்வது எப்படி எளிதில்லையோ, அதேபோல்தான் சமவெளி மக்களின் எண்ண ஓட்டங்களையும் சிந்தனை நிலையையும் மலை மக்கள் புரிந்துகொள்வதும் எளிதல்ல" என்றார் கபிலர்.

தேக்கனுக்கு அவர் சொல்லவருவது விளங்கவில்லை,

"உங்களுக்கு இது வாழ்வின் பகுதி. எனவே, நின்றுபார்க்க ஒன்றுமில்லை. ஆனால், தவித்து அலையும் மக்களுக்கு இது கனவு. எனவே, கடக்க வழியின்றிப் பாடியபடியே இருக்கின்றனர்."

கபிலரின் சொற்கள் ஆழத்துக்குப் போயின. அதைப் பற்றிய சிந்தனையும் அவ்வாறே. இரவெல்லாம் பேசினர். சோமப்பூண்டின் பானம் விட்டு மனமும் உடலும் வெளியேறிவிட்டது என்பதை அவர்கள் உணர்ந்தனர். குடியும் இரவும் அவர்களை விட்டு அகன்றன.

61

யவனத்தின் சாகசத் தளபதி ஹிப்பாலஸ், வஞ்சி மாநகரத்தில் வந்திறங்கினான். வைப்பூர்த் துறைமுகம் பற்றியெரிந்து பல மாதங்களாகப் போகின்றன. நீண்டநாட்களாக வைப்பூர்க்கோட்டையிலேயே இருந்தவன், பிறகு ஓரிரு இடங்களுக்குப் பயணம்போய், இப்போது வஞ்சியை வந்தடைந்துள்ளான். அவனோடு எபிரஸ், திரேஷியன், கால்பா, பிலிப் ஆகியோர் வந்துள்ளனர்.

பெருவணிகன் வெஸ்பானியன் தலைமையில் யவனத்திலிருந்து ஆறு நாவாய்களில் பாண்டிய இளவரசனின் மணவிழாவுக்குப் புறப்பட்டனர் யவனர்கள். 'மீனாள்' என்று யவனத்தில் எழுதப்பட்ட யானை வடிவம் தாங்கிய நாற்சதுர நாணயத்தோடும் எண்ணற்ற பரிசுப் பொருள்களோடும் பாண்டிய நாட்டில் வந்திறங்கினர்.

இந்தப் பெருஞ்சிறப்பு, தமிழ்நிலத்தில் எந்த மன்னனுக்கும் தரப்பட்டதில்லை. அதற்குக் காரணம், யவன வணிகத்தில் முதல் இடத்தைப் பிடித்துள்ள பாண்டிய நாட்டு முத்துகள். அதன் பொருட்டே யவனப் பெருவணிகன் வெஸ்பானியனும் அரசப் பிரதிநிதிகளும் துறைமுகப் பொறுப்பாளர்களும் வருகை புரிந்தனர்.

இவர்கள் வருகைபுரிந்த ஆறு நாவாய்களும் வைகை ஆற்றில் சாம்பலாகக் கரைந்தன. வெஸ்பானியன் நெருப்பிலே மாண்டான். வேதனைகளையும் இழப்புகளையும் தாங்க முடியவில்லை. கடக்க முடியாத துயரங்களைக் கடக்க வழியின்றி நாட்கணக்கில் குடித்தான்

ஹிப்பாலஸ். கம்பீரமிக்க தனது நாவாய் எரிந்தபடியே மூழ்கிய காட்சி, அவன் கண்களைவிட்டு எளிதில் அகல மறுத்தது.

எல்லோரையும்போல இது விபத்து என்றுதான் அவனும் முதலில் நினைத்தான். ஆனால், பிறகுதான் செய்தி தெரியவந்தது, பறம்பு வீரர்கள் பற்றவைத்த நெருப்பு என்று. ஆனாலும் காரணம் எளிதில் புரிந்துகொள்ள முடியாததாக இருந்தது. சேர அரசுகளான குட நாட்டுக்கும் குட்ட நாட்டுக்கும் பறம்போடு பன்னெடுங் காலப் பகை இருக்கிறது. பாண்டிய னோடு எந்தப் பகையும் பறம்புக்கு இல்லையே. பிறகு ஏன் பறம்பு வீரர்கள் இந்தக் கொடுஞ்செயலைச் செய்ய வேண்டும் என்பது விளங்கிக்கொள்ள முடியாததாக இருந்தது.

காரணம் அறியாமல் வைப்பூர்க் கோட்டையை விட்டு வெளியேறுவ தில்லை என்ற முடிவோடு இருந்தான். செய்திகள், எல்லா முனைகளிலிருந்தும் ஹிப்பாலஸுக்கு வந்து கொண்டிருந்தன. கடலோடிகள், பெருவணிகர்கள், கடற்கரைப் பணியாளர்கள், வைப்பூர் மக்கள், பாண்டிய அரண்மனைப் பணியாளர்கள், போர் வீரர்கள் என எல்லோரும் ஆளுக்கோர் உண்மையை ஹிப்பாலஸுக்குச் சொன்னார்கள். எல்லாவற்றையும் தொகுத்தபடியே இருந்த அவன், கடைசியாகக் கேள்விப் பட்டது தேவாங்கு பற்றிய செய்தியை.

அந்தக் கணத்திலிருந்து அவனுக்கு வியப்புத் தாங்க முடியவில்லை. 'திசை உணர்த்தும் ஒரு விலங்கா!' காலம் முழுவதும் கடலிலேயே பயணப்படும் ஒருவனுக்கு, தேவாங்கு போன்ற விலங்கு நம்ப முடியாத கற்பனையாகத் தான் இருக்கும். ஆனாலும் எல்லா வகைகளிலும் அவன் அதை உறுதிப் படுத்தினான்.

குலசேகரப் பாண்டியன் அந்த விலங்கைக் கைப்பற்றப் பறம்புக்குத் திரையர்களை அனுப்பிவைத்ததை அமைச்சர்கள்மூலமே தெரிந்து கொண்டான். திரையர்களோடு பறம்பு வீரர்கள் வந்துதான் இந்தத் தாக்குதலை நடத்தியுள்ளனர். ஏனென்றால், விடுதலையான திரையர் குடும்பங்களும் கப்பலிலிருந்து தப்பித்த திரையர்குல வீரர்களும் பறம்புக்குள் தான் நுழைந்துள்ளனர். எனவே, எல்லாம் பாரியின் செயல்தான் என்பதைக் குலசேகரப்பாண்டியன் உறுதிசெய்துள்ளான் என்பதுவரை ஹிப்பாலஸுக்குத் தெரியவந்தது.

ஆனாலும், அந்த விலங்கைப் பார்க்காமல் அவனால் நம்ப முடியவில்லை. அந்த விலங்குகள் எல்லாம் பறம்பு வீரர்களால் மீட்கப் பட்டுவிட்டதாகவும் மிஞ்சிய சில, நெருப்பிலே எரிந்துவிட்டதாகவும் சொன்னார்கள். ஒன்றிரண்டாவது எஞ்சியிருக்காதா என்று ஹிப்பாலஸ் தொடர்ந்து முயன்றான். அவன் முயற்சி வீண்போகவில்லை.

வைப்பூர்த் துறையில் நெருப்புப் பற்றுவதற்கு முன்னரே இரண்டு கலங்கள் துறையை விட்டு வெளியேறியுள்ளன. இறலித் தீவுக்கும் தெங்கின் தீவுக்கும் பயணமான அவையிரண்டிலும் தேவாங்குகள் இருந்திருக்கின்றன. சூழ்கடல் முதுவன் யாரும் அறியாதபடி நள்ளிரவுக்கு முன்னதாகவே அந்தக் கலங்களை வெளியேற்றியுள்ளான் என்பதை ஹிப்பாலஸ் அறிந்தான்.

எப்படியாவது அந்தக் கலங்களில் உள்ள தேவாங்குகளைப் பார்த்துவிட வேண்டும் என்று பெருமுயற்சி செய்தான். வைப்பூரிலிருந்து கொற்கைக்கு வந்தவன் சிறிய வடிவிலான வங்கத்தை எடுத்துக் கொண்டு இறலித் தீவுக்குப் புறப்பட்டான். அங்கு போய் சூழ்கடல் முதுவனுக்கு நம்பகமான வணிகத் தோழனிடம் அதிகப்படியான விலைபேசி தேவாங்கைக் கைப்பற்றினான். அதைப் பார்த்த கணத்திலிருந்து இப்போது வரை அவனது வியப்பு நீங்கவில்லை.

'கடலின் எல்லாவித ஆபத்து களையும் நீக்கும் தேவதை இது!' என அவன் தேவாங்கை வர்ணித்தான். 'இப்படியொரு விலங்கு இருக்கும் செய்தி யவனத்தை எட்டுமானால், உலகெங்கும் இருக்கும் கடல் வணிகர்கள் அனைவரும் பாண்டிய நாட்டை முற்றுகையிடத் தொடங்கி விடுவர். மற்றவர்கள் அறியும் முன், இந்த விலங்கை நாம் கைப்பற்ற வேண்டும்' என்ற முடிவுக்கு வந்தான் ஹிப்பாலஸ்.

இறலித் தீவிலிருந்து மீண்டும் கொற்கைக்குத் திரும்பிய அவன், நேராக மதுரைக்குச் சென்றான். குலசேகரப் பாண்டியனைக் கண்டு பேசிவிட்டுத்தான் இப்போது வஞ்சி மாநகருக்கு வந்துள்ளான். அவனது வருகை உதியஞ்சேரலுக்குத் தெரிவிக்கப்பட்டது. யவனத்தின் பெருமைமிகு வணிகர்களும் கடல் பயண சாகசத் தளபதிகளும் வந்துள்ளதை மகிழ்வோடு வரவேற்றான் உதியஞ்சேரல்.

அவனுடைய உற்சாகத்துக்கு இப்போது கூடுதல் முக்கியத்துவம் இருந்தது. வணிகப் போட்டியில் சேரனின் மிளகை, பாண்டியனின் முத்து கடந்து முன் சென்றுவிட்டது. எனவே, யவன வணிகர்களின் முதல் மரியாதை பாண்டியனை நோக்கியே கடந்த சில ஆண்டுகளாக இருப்பதை யாவரும் அறிவர். அதன்பொருட்டே பாண்டிய இளவரசனின் மண

விழாவுக்கு யவனத்திலிருந்து சிறப்பு ஏற்பாட்டோடு பலரும் வந்து பங்கெடுத்தனர்.

ஆனால், வைப்பூரில் பற்றிய தீயால் யவன வணிகர்களுக்குப் பேரிழப்பு ஏற்பட்டுள்ளது. பாண்டியனின் நற்பெயரில் அழிக்க முடியாத கரும்புகை படிந்துவிட்டது. வைப்பூரில் ஏற்பட்ட இழப்பிலிருந்து எந்த ஒரு வணிகனும் எளிதில் மீண்டுவிட முடியாது. பாண்டியனால் ஏற்பட்ட கசப்பையும் கண்ணீரையும் கடலோடிகளால் எளிதில் கடந்துவிட முடியாது. நெருப்பின் சூட்டைக் கடல் மறக்க, நீண்ட காலமாகும். அதுவரை வஞ்சி நகரே வணிகத்தின் தலைவாசலாக இருக்கும் என்று கணித்தான் உதியஞ்சேரல்.

வைப்பூரில் பற்றிய நெருப்பு, பாண்டியப் பேரரசுக்குப் பெருங் களங்கத்தை உருவாக்கியது உண்மை தான். அதனால் யவன வணிகர்கள் கடுஞ்சினம் கொண்டிருந்ததும் உண்மைதான். ஆனால், இறலித் தீவுக்குப் போய் தேவாங்கை ஹிப்பாலஸ் நேரில் பார்த்த பிறகு நிலைமை தலைகீழாக மாறிவிட்டது. அதனால்தான் அவன் மீண்டும் கொற்கைக்குத் திரும்பினான். மதுரைக்குப் போய் குலசேகரப் பாண்டியனைக் கண்டான்.

கடுங்குற்றச்சாட்டைப் பகிர்ந்து கொள்வதற்காகவே அவன் திரும்பி வந்திருப்பதாகக் குலசேகரப் பாண்டியன் நினைத்தார். ஆனால் ஹிப்பாலஸ், "தங்களைக் கண்டு நன்றி சொல்லவே வந்தேன்" என்றான். பேரரசருக்கு விளங்கவில்லை.

"காலம் முழுவதும் கடலிலேயே வாழ்வைக் கழிக்கும் கடல்மனிதன் நான். திசை அறியும் ஆற்றல்கொண்ட விலங்கு ஒன்று இருக்கிறது என்பதைக் கண்டறிந்ததற்காகவே உங்களைக் கண்டு நன்றி சொல்ல வந்தேன். பாண்டிய நாட்டு வானியல் அறிஞர்களின் ஆற்றல் பற்றி நிறையவே கேள்விப்பட்டுள்ளேன். எமது நாட்டின் மூத்த அறிஞர்கள், பாண்டியர்களைப் பற்றி எண்ணற்ற குறிப்புகளை எழுதிவைத்துள்ளனர். நாட்டை 365 பாகங்களாகப் பிரித்து, நாள்தோறும் ஒவ்வொரு பாகத்தில் குடியிருப்பவர்கள் அரசுக்குத் திறை கட்ட வேண்டும் என்று விதி செய்தவர்கள் பாண்டியர்கள். 'பல தலைமுறைக்கு முன்பே ஆண்டை நாட்கணக்கில் துல்லியமாகப் பகுத்து, அதை நிர்வாகத்தோடு இணைத்த அறிவு பாண்டியர்களுடையது' என எழுதிவைத்துள்ளனர். உங்களின் வானியல் ஆற்றலை நாங்கள் கேள்விப்பட்டுள்ளோம். ஆனால், திசை காட்டும் விலங்கொன்று இருக்கிறது என்பதைக் கண்டறிந்த உங்களின் பேரறிவுக்கு, எங்களின் மரியாதையைச் செலுத்துகிறோம். நீங்கள் கண்டறிந்தது மகத்தான ஒன்று. கடல் இருக்கும் வரை இந்தக் கண்டுபிடிப்புக்காகப் பாண்டியப் பேரரசின் புகழை உலகம் பாடும்" என்றான் ஹிப்பாலஸ்.

அவமான உணர்வால் துவண்டு போயிருந்த குலசேகரப் பாண்டியனுக்கு, மீண்டும் புத்துணர்வு ஊட்டுவதாக இருந்தது ஹிப்பாலஸின் பேச்சு. பறம்பின் மீதான பழிவாங்கும் உணர்வு கொழுந்துவிட்டு எரிந்து கொண்டிருந்த நேரத்தில், அதற்கு இன்னொரு பரிமாணத்தை அவன் வழங்கினான்.

நீண்ட நெடுங்காலமாகத் தமிழ் நிலத்துக்கும் யவனத்துக்கும் இடையில் கடல் வணிகம் நடந்துவருகிறது. நுரை

தள்ளும் கரைவழிப் பயணமாக இரு நிலத்துக் கடலோடிகளும் பல தலைமுறைகளைக் கழித்துவிட்டனர். இரு நாகரிகங்களும் எண்ணற்றவற்றைப் பரிமாறிக்கொண்டிருக்கின்றன. ஆனால், இந்த இரு நிலப்பரப்புகளில் இருப்பவர்களும் கண்டு பெரிதும் வியக்கும் கண்டுபிடிப்பாகத் தேவாங்கு இருக்கிறது. 'சாகசத் தளபதி' என்று உலகெங்கும் பெயர்பெற்ற ஹிப்பாலஸ், தனது மிகப்பெரிய நாவாய் எரிந்த துயரைக் கடந்து, கண்டறியப்பட்ட தேவாங்குக்காகத் தன்னை வணங்கி நிற்கிறான் என்றால் அது எளிதான ஒன்றல்ல.

ஹிப்பாலஸூம் குலசேகரப் பாண்டியனும் அடுத்து நடக்க வேண்டியவற்றைப் பற்றி நிறைய பேசினர். அதன் தொடர்ச்சியாகத்தான் இப்போது உதியஞ்சேரலைப் பார்க்க வந்துள்ளான்.

பறம்பின் மீதான உதியஞ்சேரலின் போர்த் திட்டங்களைப் பற்றித்தான் அவன் உரையாடினான். ஹிப்பாலஸூடன் எபிரஸ், திரேஷியன் இருந்தனர். குடநாட்டு அமைச்சன் கோளூர்ச்சாத்தன் கொல்லிக்காட்டு விதையைப் பெற்றுத்தருவதாகக் கூறி, பறம்புக்குச் சென்று பாரியிடம் வணிகம் பேசியதையும், அதன் பொருட்டுக் கை துண்டிக்கப் பட்டதையும் கூறிய அவர்கள், குடநாட்டினர் இப்போது உதியஞ் சேரலோடு இணைந்து பறம்புக்கு எதிராகச் செய்யும் முயற்சியையும் பகிர்ந்துகொண்டனர்.

யவனர்கள் இங்கு நிகழும் எல்லாவற்றையும் அறிந்து வைத்துள்ளது உதியஞ்சேரலுக்கு வியப்பளிக்கும் ஒன்றாக இல்லை. பல தலைமுறைகளாகச் செழித்தோங்கி யிருக்கும் வணிகம், அரசியலுக்குள் ஆழமான வேர்களைச் செலுத்தி யிருக்கும் என்பதை அவன் அறிவான்.

ஆனால், பாரியை எப்படியாவது வீழ்த்த வேண்டும் என்று நீண்டநெடுங் காலமாக சிந்தித்துச் செயல்பட்டுக் கொண்டிருப்பது குட்டநாடு. உதியஞ் சேரலின் தந்தையான செம்மாஞ் சேரலைக் கொன்றழித்தவன் பாரி. அதற்குப் பல காலத்துக்கு முன்பே பகை தொடங்கிவிட்டது. உதியஞ் சேரல் பட்டமேற்ற பிறகு பல்வேறு முயற்சிகளைத் தொடர்ந்து மேற்கொண்டுவருகிறான்.

அவனோடு முரண்பட்டு விலகியிருந்த குடநாட்டு வேந்தன் குடவர்கோவும் இப்போது இணைந்து செயல்பட முன்வந்துள்ளான். இது சூழலை மிகவும் ஏதுவாக மாற்றியுள்ளது என்று உதியஞ்சேரல் எண்ணிக்கொண்டிருக்கும்போது தான், வைப்பூரின் மீதான பாரியின் தாக்குதல் நடந்துள்ளது.

எதிரிகளின் எண்ணிக்கையைப் பாரி போதுமான அளவுக்கு அதிகப்படுத்திக் கொண்டான். இதைவிட நல்ல காலம் இனி வாய்க்காது என்று உதியஞ்சேரல் நினைத்துக்கொண்டிருந்தபோது தான் ஹிப்பாலஸ் வந்துசேர்ந்துள்ளான். பேரியாற்றங்கரையின் நெடுவுயர் மன்றத்தில் நடந்தபடியே இருவரும் பேசிக்கொண்டிருந்தனர்.

வைகையின் தென்கரைப் படித்துறையில் இருந்த நிலைமாடத்தில் தனித்திருந்தார் குலசேகரப் பாண்டியன். பொழுது கவியக் காத்திருந்தது. ஆற்றங்கரை எங்கும் கூடு திரும்பும் பறவைகளின் கீச்சொலி கேட்டுக்கொண்டிருந்தது. வைகை சீற்றமின்றி ஓடிக்கொண்டிருந்தது. ஆனால், குலசேகரப் பாண்டியனின்

எண்ணவோட்டம் அப்படியில்லை. அது கட்டுக்கடங்காமலே இருந்தது. நீண்டநெடும் அரசியல் அனுபவம், அவருடைய எண்ணங்களை வழிநடத்த முடியாமல் திணறியது. அவர் சிறிது நேரம் நடப்பதும் பிறகு உட்காருவதும் உட்கார்ந்த உடனே எழுந்து நடப்பதுமாக இருந்தார்.

தொலைவில் காவல் வீரர்கள் நின்றிருந்தனர். அவர்களைக் கடந்தே முசுகுந்தரும் மற்றவர்களும் நின்றிருந்தனர். யாரும் நெருங்க முடியாச் சீற்றம்கொண்டிருந்தார் பேரரசர். ஓடும் வைகை, மூழ்கும் கலங்களைக் கண்களுக்குக் காட்டிக் காட்டி மறைத்துக்கொண்டிருந்தது. அவர் தனிமையில் சிந்திக்கவும் ஓய்வெடுக்கவும் எவ்வளவோ இடங்கள் உண்டு. ஆற்றங்கரை மண்டபத்துக்குப் போனால் வைப்பூரின் நினைவே மீண்டும் மீண்டும் வரும். எனவே, அதைத் தவிர்க்கலாம் என்றுதான் பலரும் சொல்லிப்பார்த்தனர். ஆனால், பேரரசர் வேறு எங்கும் போகாமல் தொடர்ந்து இங்குதான் வருகைதந்தார். அதற்குக் காரணமும் இருந்தது.

பாரியின் புகழ், நிலமெங்கும் பரவியிருந்தது. அது ஆள்வோருக்கு இயல்பாகப் பொறாமையை உருவாக்கியிருந்தது. இடைவிடாது பாடித் திரியும் பாணர்கள் தங்கள் குரல் நாளங்கள் விடைப்புற்று வலியெடுக்கும்போதும் பாரியைப் பற்றியே பாடுகின்றனர். சொற்களுக்குள் உருளும் பாரியின் நினைவு, குரல் நாளங்களுக்கு இதம் தருவதாக பாணர் குலமே கருதியது. தோற்பறையை நெருப்பிலே சூடேற்றி ஒலியெழுப்பும் பக்குவத்துக்குக் கொண்டுவருதல்போலப் பாடிக் களைத்த குரல் நாளங்களை மீண்டும் பாடும் பக்குவத்துக்குக் கொண்டுவர பாரியைப் பற்றிய பாடல்கள் உதவி செய்வதாகவும் பேசினார்கள். பாரியைப் பற்றிய பாணர்களின் பேச்சும் பாட்டும் இசையும் கூத்தும் வேந்தர்களின் ஆழ்மனதில் வெறுப்பை இடைவிடாது உமிழ்ந்து கொண்டிருந்தன. புகழைப் பழுக்கக் காய்ச்சி வேந்தர்களின் அடிநெஞ்சில் இடைவிடாமல் ஊற்றினர். அது எல்லா வகைகளிலும் வினையாற்றிக் கொண்டே இருந்தது.

பாரியின் மீது வெறுப்பும் பொறாமையும் குலசேகரப் பாண்டியனுக்கும் உண்டு. ஆனாலும் தேவாங்குக்காகப் போர் தொடுக்க வேண்டும் என்று கருங்கைவாணனும் பொதியவெற்பனும் கூறியபோதும் அவர் ஏற்றுக்கொள்ளவில்லை. காரணம், பொறாமையும் வெறுப்பும் மனித மனத்தைக் குறைந்த அளவே இயக்கும் ஆற்றல்கொண்டவை. பகை மட்டும்தான் அளவற்ற வெறிகொண்டு மனதை இயக்கும் ஆற்றல்கொண்டது. பாண்டிய நாட்டுக்குப் பறம்பின் மீது பகை உருவாகவேயில்லை. அதன் பொருட்டே குலசேகரப் பாண்டியன் போர்தொடுக்கும் திட்டத்துக்கு ஒப்புதல் வழங்கவில்லை. பெரும் மலைத்தொடருக்குள் இருக்கும் ஒரு நாட்டைக் கைப்பற்ற வளமிக்க போர்ப் படை மட்டும் போதாது; அதை வழிநடத்துபவர்களுக்கு ஆறாப்பகை இருக்க வேண்டும். அதுதான் அவர்களைச் சினம் குறையாமல் இயக்கிக்கொண்டே யிருக்கும். பகை, கணம்தோறும் ஊறிப் பெருகக்கூடியது. சூழலில் நிகழும் ஒவ்வொரு காரணத்தையும் பகை தன்னைப் பெருக்கிக்கொள்ள இயல்பாகப் பயன்படுத்திக்கொள்ளும். வெறும் பொறாமையும் வெறுப்பும்

எளிதில் அணைந்துவிடும். பகை மட்டுமே மூட்டியவனால்கூட அணைக்க முடியாத பெருநெருப்பு.

இப்போது பாண்டிய நாட்டுக்குப் பறம்பின் மீது தீராப்பகை உருவாகி விட்டது. நகரும் நதிநீரை கணம்தோறும் பார்த்தவண்ணமே அந்தப் பகையைக் கொழுந்து விட்டெழச் செய்துகொண்டிருக்கிறார் குலசேகரப்பாண்டியன்.

பேரியாற்றங்கரையின் நெடுவுயர் மன்றத்தில் நடந்தபடியே உதியஞ் சேரலும் ஹிப்பாலஸுும் பேசிக் கொண்டிருந்தனர். உதியஞ்சேரல் வயதில் மிக இளையவன். ஹிப்பாலஸைப்போல நெடிய உயரம் கொண்டவன். அவனது அறிவுக் கூர்மையைப் பலரும் பாராட்டுவதை எத்தனையோ முறை கேட்டுள்ளான் ஹிப்பாலஸ்.

குலசேகரப்பாண்டியன் பறம்புக்கு எதிரான வேலைகளைத் தொடங்கி விட்டதாக ஹிப்பாலஸ் சொன்ன போது, உதியஞ்சேரல் அதைப் பெரிதாகப் பொருட்படுத்தவில்லை.

சிற்றலைகள் எழுந்தபடியிருந்த பேரியாற்றின் கரையில் கண்களை அங்குமிங்குமாக ஓடவிட்டவாறு உதியஞ்சேரல் சொன்னான், “பகைமைகொண்டு இயங்குபவன் விரைவில் வலிமை இழப்பான். பகை, சினத்தை மட்டுமே வளர்த்தெடுக்கும்.

போருக்குத் தேவை சினமன்று. ஆனால், இதைத் தவிர மற்ற எல்லாவற்றையும் பகை பின்னுக்குத் தள்ளிவிடும். எனவே, பாண்டியன் இப்போது எடுக்கும் முடிவால் பறம்புக்கு எந்த ஆபத்தும் நிகழப் போவதில்லை."

உதியஞ்சேரலின் உரை கேட்டு அதிர்ச்சியானான் ஹிப்பாலஸ். பறந்துவந்த மீன்கொத்தி ஒன்று சட்டென மீனைக் கொத்தித் தூக்கியதைப் பார்த்தபடி உதியஞ் சேரல் சொன்னான், "தேவாங்கின் ஆற்றலைக் கண்டறிந்தது பாண்டியனின் அறிவுக்கூர்மையைக் காட்டுகிறது. ஆனால், அதைப் பிடித்து வரத் திரையர்களை அனுப்பியது மலைமக்களைப் பற்றிய அறிவற்ற தனத்தையே காட்டுகிறது" ஹிப்பாலஸ், புரியாமல் விழித்தான்.

"நாம் இவ்விடம் வந்து இரு பொழுதுகளாகின்றன. அந்த மீன் கொத்தி, நீண்டநேரம் நாணலில் உட்கார்ந்திருந்தது. பிறகு அந்த மரக்கிளையில் போய் உட்கார்ந் திருந்தது; காற்றிலே வட்டமிட்டுக் கொண்டே இருந்தது. ஏதோ ஒரு கணத்துக்காக அது காத்திருந்தது. அந்தக் கணம் வந்தவுடன் பாய்ந்து இறங்கும் அம்பினைப் போல காற்றைக் கிழித்துக் கண்ணிமைக்கும் நேரத்தில் மீனைக் கவ்வித் தூக்கியது.

நீருக்குள் இருக்கும் மீனை நீரை விட்டு வெளியில் இருக்கும் ஓர்

உயிரினம் வேட்டையாடுவதைப் போலச் சவால் நிறைந்தது வேறில்லை. நீரின் மேற்பரப்பில் நீந்திக்கொண்டிருக்கும் மீன், மீன்கொத்தியின் அலகைத் தாண்டிய ஆழத்துக்குப் போகும் முன் காற்றைக் கிழித்துக் கீழிறங்கி வரவேண்டும். அப்படியென்றால், எவ்வளவு துல்லியமான கணிப்பு தேவை. பார்வையின் கூர்மை, சிறகு அசைக்கும் வேகம், கொத்தித் தூக்கும் அலகின் துடிப்பு எல்லாம் ஒருங்கிணைய வேண்டும். ஆனால், எந்தக் காத்திருப்பும் ஆயத்தமும் இல்லாமல் கடகடவெனக் காட்டுக்குள் இறங்க முடிவெடுத்தான் பாண்டியன். அவனது அறியாமை எல்லையற்றது" என்றான் உதியஞ் சேரல்.

வயதில் மிக மூத்தவரான பேரரசர் குலசேகரப் பாண்டியனின் அரசியல் நடவடிக்கையை, சொற்களால் இடித்துத் தள்ளினான் உதியஞ்சேரல். ஹிப்பாலஸுக்கு என்ன சொல்வதெனத் தெரியவில்லை.

"பறம்பின் மீது போர் தொடுப்பது என நான் முடிவெடுத்து, பத்து ஆண்டுகளுக்கு மேலாகிவிட்டது. ஆனால், இன்னும் நாணலின் மீது உட்கார்ந்தும் கொப்பில் அமர்ந்தும் காற்றில் பறந்தபடியும்தான் இருக்கிறேன். நீரை நோக்கிப் பாயும் நேரம் இன்னும் கைகூடவில்லை" சொல்லும்போது அவன் கண்கள் சிவந்தன. முறுக்கேறிய கைகளின் ஆவேசத்தை அவனால் கட்டுப்படுத்த முடிந்தது.

"அந்தக் கணம் வரை நான் காத்திருப்பேன். சீவப்பட்ட என் தந்தையின் தலைக்கு ஈடாக, பாரியின் தலையை மண்ணில் சரிப்பேன்." சொற்களிலிருந்த உறுதி ஹிப்பாலஸையே உலுக்கியது.

"குடநாடும் நீங்களும் பறம்புக்கு எதிராகப் போர்புரிய ஒருங்கிணைந்த திட்டத்தை உருவாக்கியுள்ளதாக அறிகிறேன். அதேபோல, பாண்டியருடனும் இணைந்து இந்தத் திட்டத்தை முன்னெடுக்கலாம் அல்லவா?"

"அதற்கான தேவையும் இல்லை. அதனால், எந்தப் பலனும் நேரப் போவதில்லை."

"ஏன்?"

"எங்களைவிட மூன்று மடங்கு பெரும்படை பாண்டியர்களிடம் இருக்கும் என்று கருதுகிறேன். ஆனால், பாண்டிய நாட்டின் நிலவியல் அமைப்பு, பச்சைமலைத் தொடரின் தன்மை இவற்றைக் கொண்டு பார்த்தால், கீழ்த் திசையிலிருந்து பறம்பை எதுவும் செய்துவிட முடியாது. காரமலையை அவர்களால் தாண்டவே முடியாது. மேலேறும் பாண்டியர் படையை அழித்தொழிக்கப் பாரிக்கு அதிகப் பொழுது தேவைப்படாது."

"பேரரசின் படையை அவ்வளவு எளிதில் அழித்துவிட முடியும் என்றா சொல்கிறீர்கள்?"

"பறம்பின் ஆற்றல் என்னவென்று பத்தில் ஒரு பங்குகூடப் பாண்டியர் களால் உணர முடியாது. அதனால் தான் அறிவீனமான செயல்களைச் செய்துதொலைக்கிறார்கள்."

உதியஞ்சேரலின் கோபத்துக்கான காரணத்தை ஹிப்பாலஸால் புரிந்து கொள்ள முடியவில்லை. "குடநாடும் குட்ட நாடும் பச்சைமலைத் தொடரின் பெருங்காட்டின் ஒரு பகுதியாகத்தான் இருக்கிறோம். எங்களாலேயே அவனது ஆற்றலை இன்று வரை அளவிட முடியவில்லை.

எல்லை கடந்த ஆற்றலைக் கொண்டிருக்கிறான் அவன். அப்படி இருக்கும்போது, எங்கோ இருந்த திரையர்களையும் அவர்களோடு சேர்த்துவிடும் மூடத்தனத்தைக் கண்டு சினம்கொள்ளாமல் என்ன செய்வது?"

உதியஞ்சேரலின் சினத்துக்கான காரணத்தை இப்போதுதான் புரிந்து கொள்ள முடிந்தது.

"இதுவரை பாரியின் புகழை மட்டுமே பாடிக்கொண்டிருந்த பாணர்கள், இப்போது 'வேந்தர்களை மீறிய வீரம்கொண்டவன் பாரி' எனப் பாடுகின்றனர். வேளிர்களை வேந்தர்களுக்கு இணையாகச் சொல்கின்றனர். இதற்கெல்லாம் தளம் அமைத்துக்கொடுத்துவிட்டான் பாண்டியன்."

உதியஞ்சேரல் அடுக்கடுக்காக முன்வைக்கும் குற்றச்சாட்டுகளைக் கேட்டபடி நின்றுகொண்டிருந்தான் ஹிப்பாலஸ். அடுத்து என்ன சொல்வதென அவனுக்குத் தெரியவில்லை.

பேரியாற்றைப் பார்த்துக்கொண்டே பேசிய உதியஞ்சேரலின் முகத்தில் சற்றே மாறுபட்டதன்மை வெளிப் பட்டது. இழுத்து மூச்சுவாங்கி விட்டபடி சொன்னான், "நடந்தவை எல்லாவற்றையும் நினைத்துப் பார்க்கும்போது பாண்டியன் செய்தது எல்லாமே பிழை. ஆனால், பறம்பின் வீரர்கள் செய்த பிழையும் ஒன்று இருக்கிறது. அதைத்தான் முக்கியமாகக் கவனிக்கவேண்டியுள்ளது."

இவ்வளவு நேரம் நிகழ்ந்த உரையாடலில் மிக முக்கியமான ஒன்றைப் பற்றி இப்போது உதியஞ் சேரல் பேசுவதாக ஹிப்பாலஸுக்குத் தோன்றியது.

சற்றே ஆர்வத்தோடு கேட்டான், "என்ன அது?"

"இளமாறனை வெட்டி வீசியது."

ஹிப்பாலஸ் வியப்பு நீங்காமல் பார்த்தான்.

"மையூர்க்கிழாரின் மகன் இளமாறனின் தலையை வெட்டி வீழ்த்தியதன் மூலம் வெங்கல் நாட்டின் பகையைத் தேடிக் கொண்டனர். எந்தக் காரணம் கொண்டும் பறம்புக்குத் தீங்கு செய்ய மாட்டோம் என்று உறுதிபூண்ட குலம் அது. ஆனால், இன்று வெங்கல் நாட்டுத் தலைவர் மையூர்க்கிழார் தன் மகனின் சாவுக்குப் பழிதீர்க்கச் சூளுரைத்துள்ளார். வெங்கல் நாட்டின் பல ஊர்கள் பச்சைமலைத் தொடரில் உள்ளடங்கியுள்ளன. பறம்பின் ஊர்கள் பலவற்றோடு அந்த மக்களுக்கு நல்ல உறவு உள்ளது. இது எங்களுக்குக்கூடக் கிடைக்காத வாய்ப்பு."

ஹிப்பாலஸின் கண்கள் அசைவற்று அவனையே பார்த்துக் கொண்டிருந்தன.

உதியஞ்சேரல் இறுதியாகச் சொன்னான், "குலசேகரப் பாண்டியன் சரியாகத் திட்டமிடுபவனாக இருந்தால், பாரியின் முடிவைத் தீர்மானிப்பவனாக மையூர்க்கிழாரை மாற்ற முடியும்."

62

ஏழு வகையான திட்டங்களை முன்வைத்தான் கருங்கை வாணன். மழைக்காலம் முடிந்து விட்டது; இனி நெடுங்கோடைதான். எனவே கோடைக்காலத்துக்கேற்ப உத்திகளை வகுத்தான். பாண்டியப் பெரும்படையின் வலிமை அளவற்றது; வேறெந்தப் பேரரசுடனும் ஒப்பிட முடியாதது; தொடர்ந்து எண்ணற்ற வெற்றிகளை ஈட்டிவருவது. அறுவடைக்காலம் முடிந்ததும் இதுபோல் இன்னொரு மடங்கு வீரர்களைத் திரட்ட முடியும். எனவே, கருங்கைவாணன் வகுத்த திட்டத்தில் இடம்பெற்றிருந்த வீரர்களின் எண்ணிக்கை இந்த மண் அறியாதது.

“பாண்டியப்படை கேடயத்தோடு வாள் உரசும் ஓசையை, மூன்றாம் மலை கடந்து பாரி உணர்வான்'' என்றான் கருங்கைவாணன். அவனது திட்டங்களையும் போர் உத்திகளையும் கண்டு பொதியவெற்பனும் முசுகுந்தரும் வாயடைத்துப்போயினர். திதியன், கருங்கைவாணனின் நிழல்போல் எந்நேரமும் உடன் இருந்தான். மலைப்பகுதியில் அமைக்க வேண்டிய உத்திகளைப் பற்றி அவன்தான் ஆலோசனைகளை வழங்கியவன். எல்லாவற்றையும் ஒருங்கிணைத்துத்தான் திட்டங்களை வகுத்திருந்தனர்.

போரில், வழக்கமாக வெற்றியே நோக்கமாக இருக்கும். ஆனால், இந்தப் போரில் அதைக் கடந்த நோக்கங்கள் நிறைய இருந்தன. ஆறாப்பகையைத் தீர்த்துக் கொள்ள வேண்டிய தேவையிருந்தது. வாழ்வில் இதுவரை அடையாத அவமானத்தை அடைந்தவனாகக் கூனிக்குறுகிப் போயிருக்கிறான் கருங்கைவாணன். அவன் வழிநடத்திய ஒரு போரில்கூட

பாண்டியர் படை தோல்வியைத் தழுவவில்லை. ஆனால், அவனது தவறுதலான கணிப்பால் நெஞ்சுக் குழிக்குள் ஈட்டியை இறக்கிவிட்டனர் திரையர்கள். பகலையும் இரவையும் கடக்க முடியாமல் துடிக்கும் ஒருவனாக அவன் இருக்கிறான். வேதனைக்கு அணு அணுவாக முகங்கொடுக்கும் கருங்கைவாணன், எப்போதும் அரண்மனையில் தலைகவிழ்ந்தே நிற்கிறான்.

போருக்கான அனுமதியைப் பேரரசர் தராமல் காலங்கடத்தும் ஒவ்வொரு நாளும் அவன் அடையும் வேதனை அளவற்றதாக இருக்கிறது. இந்த முறை வகுக்கப்பட்டுள்ள திட்டத்தைப் பேரரசர் ஏற்றுக் கொள்வார் என்ற நம்பிக்கையுடன் இருந்தான் அவன்.

நேற்று மிக நீண்டநேரம் வைகையின் தென்துறை நிலைமாடத்தில் இருந்த

பேரரசர், அதன் பிறகு யாரையும் சந்திக்கவில்லை. காலையில் அவரின் வருகைக்காக இளவரசனும் முசுகுந்தரும் கருங்கைவாணனும் காத்திருந்தனர். நீண்ட நேரத்துக்குப் பிறகு பேரரசர் வருகை தந்தார். அவரது முகத்தை மகிழ்வோடு எதிர்கொள்ள இன்னும் யாருக்கும் துணிவு வரவில்லை. வணங்கி வரவேற்ற அவர்கள், குனிந்த தலையை நிமிர நீண்டநேரமானது.

கருங்கைவாணன், போருக்கான மூன்றுவிதமான திட்டங்களையும் விளக்கினான். தோல் மடிப்புகளை ஒவ்வொன்றாக விரித்து விரித்து, படை நகர்வுகளையும் தாக்குதலையும் மிகுந்த நிதானத்தோடு சொல்லிக் கொண்டிருந்தான். ஆனால் பேரரசர், கவனமாகக் கேட்பதைப்போல்கூடக் காட்டிக்கொள்ளவில்லை. அவரின் கண்ணசைவுகள் எல்லாவற்றையும் எளிதில் கடந்துபோய்க் கொண்டிருந்தன. யாராலும் அவரைப் புரிந்துகொள்ள முடியவில்லை. அவர் எதிர்பார்ப்புதான் என்ன என்பது விளங்கிக்கொள்ள முடியாததாக இருந்தது.

அவர் அடுத்த பணிக்காக அவையை விட்டு நீங்கியபோது கருங்கைவாணனும் பொதிய வெற்பனும் கூனிக்குறுகிப்போயினர். முசுகுந்தர், கலங்கிய முகத்தோடு அவருக்குப் பின்னால் போய்க் கொண்டிருந்தார்.

முன்புபோல் கலங்கிப் போயிருக்கவில்லை பொற்சுவை. அவளின் முகம் தெளிவுகொண்டிருந்தது. காலம் எல்லாவற்றையும் கற்றுக் கொடுக்கும்; கற்றுக்கொள்ளும் சுவை அறிந்தவளுக்குக் கணக்கின்றிக் கற்றுக் கொடுக்கும். வெளிமாடத்தில் நின்றபடிச் சக்கரவாகப் பறவை பறந்து சென்ற திசையைப் பார்த்துக் கொண்டே இருந்த காலம் முடிந்து விட்டது என்பதை உணர்ந்தாள். தன்னுள்ளும் தன்னைச் சுற்றியும் என்னதான் நிகழ்கிறது என்பதை அறியத்தொடங்கினாள்.

வைப்பூரில் நெருப்புப் பற்றிய செய்தி வந்தபோது, அரண்மனையே அதிர்ச்சியில் உறைந்துபோயிருந்தது. ஆனால், அவள் அதிர்ச்சியடைய அதில் ஒன்றுமில்லை. நெருப்பினும் கொடும் அழிவை அகவாழ்வில் கண்ட ஒருத்திக்கு, நெருப்பின் சூடு புதியதாகத் தாக்க என்னவிருக்கிறது? மூழ்கிய கலங்களைப் பற்றியும் மிதந்த சாம்பலைப் பற்றியும் நாட்கணக்கில் பேசினர். அதற்கு வெகுநாட்களுக்கு முன்பிருந்தே அவள் அதைத்தான் பார்த்துக்கொண்டிருக்கிறாள். ஏறக்குறைய அவளின் அனைத்துக் கனவுகளுக்கும் அதுதான் நிகழ்ந்தது; எந்தவித மிச்சமுமின்றி நிகழ்ந்தது. வைப்பூருக்காவது வைகை மிஞ்சியது; பொற்சுவைக்கு மிஞ்ச எதுவுமில்லை.

துயரம், தன்னுள் மட்டுமல்ல, அரண்மனையின் வெளி முழுவதும் பரவியிருக்கிறது என்பதை உணர்ந்தாள். குலசேகரப் பாண்டியனும் பொதியவெற்பனும் சூழ்கடல் முதுவனும் ஒருசேர மனமொடிந்து கிடப்பதாகக் கேள்விப்பட்டாள். மேல்மாடத்தில் வீற்றிருந்த அவளை, வைகையின் இளங்காற்று தழுவிக் கடந்தது. நெருப்பும் துயரமும் தன்னை நோக்கி வர மறுப்பதை அறிந்தபோது வைகை நெருக்கமாக இருப்பதாக உணர்ந்தாள்.

அழிவு நீக்கமற நிகழ்ந்துவிட்டது. மணவிழாவின் நினைவுப்பரப்பெங்கும் துயரம் பரவிக்கொண்டிருப்பதைப் பற்றி எல்லோரும் பேசிக்

கொண்டிருந்தனர். எல்லாவற்றையும் அமைதியுடன் கவனித்தபடி இருந்தாள். நீண்ட தனிமை அவளுக்குத் தேவைப்பட்டது. தனித்திருத்தல், அவளின் இயல்புக்கு முற்றிலும் மாறானது. ஆனாலும் அதற்குள் புகுந்தாள். நீண்டநாட்களாகச் சுகமதியைக் கண்டு பேசவில்லை.

மாதங்கள் சில ஓடிய பிறகு இப்போதுதான் சுகமதியை அழைத்து வரச்சொல்லி, பணிப்பெண்களை அனுப்பினாள்.

பின்தொடர்ந்து போன முசுகுந்தர் விரைந்து நடந்து அவரை அணுகவும் முடியாமல், மிகவும் பின்தங்கியும் விடாமல் நடந்து வந்தார். அதாவது, பேரரசருக்குப் பின்னால் அமைச்சர் நடந்து வருகிறார் என்பதைப் பேரரசர் உணரக்கூடிய நிலையில் வந்து கொண்டிருந்தார்.

முசுகுந்தரின் மனம், பேரரசரைப் புரிந்துகொள்ள இடைவிடாது முயன்றுகொண்டிருந்தது. வைப்பூரில் நிகழ்த்தப்பட்ட தாக்குதலால் பாண்டிய நாட்டின் புகழில் நிரந்தரமான கறை விழுந்துவிட்டது என்று பலரும் பேசுகின்றனர். அதைச் செய்தவர்களை அழித்தொழித்தால் மட்டுமே, இந்தக் கறையை அகற்ற முடியும்; பேரரசின் புகழை நிலை நாட்ட முடியும். ஆனால், பேரரசர் ஏன் தாக்குதலுக்கான அனுமதியைக் கொடுக்க மறுக்கிறார்?

“வைப்பூர்த் துறைமுகத்தைப் புதுப்பிக்கும் பணியை உடனடியாகச் செய்ய வேண்டும்; முன்னிலும் பெருந் துறைமுகமாக அதை வடிவமைக்க வேண்டும்” என்று வெள்ளிகொண்டார் கேட்டதற்கும் பேரரசர் அனுமதி வழங்கவில்லை.

பேரரசின் வலிமை என்பது அழிக்கப்பட்ட ஒன்றை அதைவிடப் பலமடங்கு சிறப்போடு கட்டி எழுப்புவதில் உள்ளது. “துறைமுகம் என்பது செல்வத்தின் கண்; நாம் அதை விரைந்து செப்பனிட வேண்டும்” என்று வெள்ளிகொண்டார் கேட்டுள்ளார்.

“எரித்தவனை அழிக்காமல், எரிக்கப்பட்ட பொருளை மீண்டும் அலங்கரிக்க நினைப்பது அவமானம்” என்று கூறியுள்ளார் பேரரசர்.

அப்படியென்றால் பாரியை வீழ்த்தி விட்டுத்தான் வைப்பூரைப் புதுப்பிக்கும் பணியைச் செய்யும் முடிவோடு இருக்கிறார் என்பது புரிகிறது. பிறகு ஏன் படையெடுப்புக்கான எந்தவித அனுமதியும் வழங்க மறுக்கிறார் என்பதைப் புரிந்துகொள்ள முடியாமல் முசுகுந்தரின் மனம் தவித்தது.

பேரரசர், சித்திரக்கால் மண்டபத்துக்குள் நுழைந்தார். குழம்பிய மனதோடு அவரின் பின்னாலேயே போன முசுகுந்தர், அரசரைப் பார்க்க அனுமதி கேட்டுப் பணியாளனை உள்ளே அனுப்பினார்.

சுகமதி உள்ளே நுழைந்தாள்.

கார்காலப் பள்ளியறையிலிருந்து வேனிற்காலப் பள்ளியறைக்கு இளவரசி மாறப்போவதால், இங்கிருந்து அங்கு எடுத்துச் செல்ல வேண்டிய பொருள்களைப் பணிப்பெண்கள் எடுத்துக் கொண்டிருந்தனர்.

சுகமதியைப் பார்த்ததும் உள்ளறைக்குப்போய் செய்தி சொன்னாள் ஒருத்தி. உள்ளிருந்த பொற்சுவை, மாளிகையின் நடுமண்டபத்துக்கு வந்தாள். வேலை

செய்துகொண்டிருந்த பணிப் பெண்கள் இடம் விட்டு வெளியேறினர்.

நடுவில் இருந்த பெருங்கட்டிலில் பட்டுமெத்தைப் படுக்கையின் மீது செந்நிறப் பட்டால் வடிவமைக்கப் பட்ட எலிமயிர்ப் போர்வை ஒழுங்கற்ற மடிப்போடு கிடந்தது. அதைப் பார்த்துக்கொண்டிருந்த சுகமதியின் கண்கள் சட்டெனத் திரும்பி உள்நுழையும் பொற்சுவையைப் பார்த்தன.

பார்த்த கணத்தில் இயல்பான பேச்சு தொடங்கியது. “கார்காலம் முடிந்துவிட்டது. எனவே, வேனிற் காலப் பள்ளியறைக்கு இளவரசி இடம்பெயர்வது அரண்மனை வழக்கமாம். அதற்கான வேலைகள் நடந்துகொண்டிருக்கின்றன, சுகமதி” என்றாள்.

சற்றே மெல்லிய குரலில் “எல்லாம் வழக்கப்படிதான் நடக்கின்றனவா?” என்று கேட்டபடி இடப்புறமாகத் திரும்பி ஒழுங்கற்ற போர்வை மடிப்பைப் பார்த்தாள் சுகமதி.

அசட்டுச் சிரிப்போடு பொற்சுவை சொன்னாள், “நானும் உன்னைப் போல்தான் நினைத்தேன். இதே கேள்வியை எனக்குள் கேட்டுக் கொண்டேன்.”

சுகமதிக்குப் புரியவில்லை.

“எல்லாம் வழக்கப்படி நடக்கின்றனவா? அப்படி நடக்க வில்லையே என முடிவுசெய்து உள்ளுக்குள் மகிழ்ச்சி அடைந்தேன். ஆனால், காலம் தாழ்த்திதான் உணர்ந்தேன் எல்லாம் வழக்கப்படி தான் நடக்கின்றன.”

சுகமதி கேட்டதன் பொருள் சற்றே வெளிப்படையாகத்தான் இருந்தது. ஆனால், பொற்சுவை சொல்வதற்குள் என்ன பொருள் இருக்கிறது என்பது புரியவில்லை.

‘வெளிப்படையாகவே கேட்போம்’ என்று சுகமதிக்குத் தோன்றியது. படுக்கையின் அருகில் வந்தாள், எலிமயிர்ப் போர்வையை மெல்லத் தொட்டுப் பார்த்தபடி, “இந்தப் போர்வை உங்கள் இருவரின் உடல்களை உணர்ந்ததா?”

“அதை நீ அறியவேண்டாம் சுகமதி. என்னைப்போல் நீயும் சிக்கிக்கொள்ள நேரிடும்.”

பழைய சுகமதியென்றால் தலை கவிழ்ந்து சொற்களை உள்வாங்கி நிதானமாக அடுத்த வினாவைக் கேட்டிருப்பாள். ஆனால், இப்போது அப்படியல்ல. கவிழ்ந்த தலையைச் சட்டென நிமிர்த்திக் கேட்டாள், “உண்மையில் நீங்கள் யாரிடம் சிக்கிக் கொண்டுள்ளீர்கள், காதலனிடமா... பொதிய வெற்பனிடமா?”

“பெண் ஒருபோதும் ஆணிடம் சிக்கிக்கொள்ள மாட்டாள். அவள் சிக்கிக்கொள்வது அவளிடம் மட்டும்தான்” எனக் கண நேர இடைவெளியின்றிச் சொற்களை எறிந்துவிட்டு நடந்தாள் பொற்சுவை. சுகமதிக்கு எதிர்பாராத பதிலாக இருந்தது.

பொற்சுவை தொடர்ந்தாள், “ஆண் ஒருபோதும் பெண் மனதைக் கண்டறிய முடியாது. பெண்ணுடல், பிரித்தறிய முடியாத மர்மங்களின் சேர்மானம். ஆண்களால் கணிக்கவே முடியாத கற்பாறை. எனவே, ஆணைக் கண்டு எனக்கு எப்போதும் அச்சமில்லை. நான் சிக்கிக் கொண்டிருப்பது என்னிடம்தான்.”

“உங்களிடமே நீங்கள் சிக்கிக் கொண்டுள்ளீர்கள் என்றால், உங்களை விடுவிக்கும் ஆற்றலும்

உங்களிடம் உள்ளது என்றுதானே பொருள்!"

"உனது பேச்சுமொழியே மாறிவிட்டது சுகமதி. முன்னிலும் தெளிவாகப் பேசுகிறாய்" என்று சுகமதியை வெகுவாகப் பாராட்டினாள். ஆனால், அவளின் சிக்கல் என்னவென்று மட்டும் சொல்லவில்லை.

பொற்சுவையின் பின்னால் நடந்தபடியிருந்த சுகமதி, தான் எழுப்பிய கேள்வியிடமிருந்து மட்டும் நகரவில்லை, "பெண் மனதை ஆண் கணிக்கவே முடியாது என்றா சொல்கிறீர்கள்?"

"ஆம், அதில் என்ன ஐயம்? நதியின் ஆழத்தைப் படகு அறியாது. நீரின் போக்கில் நகர்வதே அதற்கு இன்பம் பயக்கக்கூடியது. அதன் தேவையும் அதுதான்."

"எல்லா ஆண்களையும் அப்படிச் சொல்லிவிட முடியுமா?"

"ஆண் என்ற வடிவத்துக்கு விதிவிலக்குகள் இல்லை, சுகமதி."

அதிர்ந்தாள். அவளது முகம், பொற்சுவை சொல்வதை ஏற்றுக் கொள்ள முடியாமல் திணறியது.

"நீலம் என்பது வானத்தின் விதியல்ல, இயல்பு. விதியாக இருந்தால் விதிவிலக்கு இருக்கும். இயல்பாக இருந்தால்?"

சுகமதி திகைத்து நின்றாள்.

காரணம் புரியாத திகைப்பிலும் குழப்பத்திலுமிருந்து முசுகுந்தர் மீளவில்லை. உத்தரவுக்குக் கட்டுப் பட்டு நீண்டநேரம் காத்திருந்தார். பேரரசரின் அழைப்பைப் பணியாளன் வந்து சொன்னான். உள்நுழைந்தார் முசுகுந்தர்.

பேரரசரைப் பார்த்துவிட்டுச் சிலர் வெளியேறினர். அவர்கள் யாரென முசுகுந்தரால் அறிந்து கொள்ள முடியவில்லை. யாராக இருக்கும் என்ற சிந்தனையிலேயே பேரரசரின் முன் வந்து நின்றார்.

வந்து நின்ற கணத்தில் பேரரசர் கேட்டார், "நாம் செய்த பிழை என்ன அமைச்சரே?"

அழுத்திக்கொண்டிருந்த கட்டி வெடித்ததைப்போல் இருந்தது. இந்தக் கேள்வியைக்கூட இத்தனை நாள் அவர் கேட்கவில்லை. வாழ்க்கை முழுவதும் சந்தித்திராத அவமானத்தை இந்தக் காலத்தில்தான் முசுகுந்தர் சந்தித்தார். வைப்பூரின் அழிவுக்குப் பிறகு ஒற்றைக் கேள்விகூட அவர் கேட்கவில்லை. அந்தப் பெரும் அழிவை நேரில் பார்த்தவர் முசுகுந்தர் தான். எதையும் கேட்க மறுத்ததன் மூலம் உருவான நிராகரிப்பை, அவரால் தாங்கிக்கொள்ளவே முடியவில்லை.

'இப்போதாவது கேட்டாரே!' என்று சற்றே ஆறுதலுடன் சொன்னார், "தேவாங்கைக் கொண்டுவந்தவர்கள் எல்லாம் திரையர்கள்தானா என்பதைச் சோதிக்கத் தவறியது."

"இல்லை. 'திரையர்கள் வீழ்ந்து விட்டார்கள்' என்று கருங்கைவாணன் சொல்லியதை நம்பியது."

பேரரசரின் எண்ணம் எவ்வளவு உள்ளோடியதாக இருக்கும் என்பதை நன்கு தெரிந்த முசுகுந்தரே முதல் கேள்வியிலேயே மூச்சுமுட்ட நின்றார்.

பேரரசர் தொடர்ந்தார், "படைவீரர்கள் தாம் தோற்றவுடன் வீழ்வார்கள். குலம் காக்கும் போராளிகள் ஒருபோதும் வீழ மாட்டார்கள்; கடைசிக் கணத்திலும் வெகுண்டெழுவார்கள்."

பேரரசரின் சொல் முசுகுந்தருக்கு எந்தச் சொல்லையும் விட்டுவைக்க வில்லை.

“வெற்றி என்பது, போர் வீரர்களாலும் போர் உத்திகளாலும் நிகழ்வது என்று நம்புகிறான் கருங்கை வாணன். இல்லை, இறுதியாக அது கனிவது எதிரி தரும் வாய்ப்பில்தான். எதிரியையே நம்மால் கணிக்க முடியாதபோது, அவன் தரும் வாய்ப்பை நம்மால் எப்படி அறிய முடியும்?”

"இயல்பாக அமைந்த வாய்ப்புகள் அல்ல, திட்டமிட்டே உருவாக்கப்பட்ட வாய்ப்புகள்” என்றாள் பொற்சுவை.

சுகமதி அதிர்ச்சி நீங்காமல் அவள் சொல்வதைக் கவனித்தாள்.

“மணவிழாக் காலத்திலும், மணம் முடிந்த பிறகும் இளவரசர் நாட்டியப் பெண் நீலவல்லியுடன் மட்டுமே இருந்தார். எனதருகில் வராதது, எனது தேவையாகவும் இருந்தது. எனவே, அந்த நாட்களை எனது விருப்ப நாட்களாக அமைத்துக்கொண்டேன். நான் நானாக இருப்பதால் கிடைக்கும் இன்பம் பறிக்கப்படாமல் இருந்தால் மகிழ்ச்சிதானே! அந்த மகிழ்ச்சி எல்லையின்றி நீடித்தது.

ஆனாலும் உள்ளுக்குள் ஓர் ஐயம் உருவாகியபடியே இருந்தது. ‘எல்லாவற்றுக்கும் விதிசெய்துள்ள இந்தப் பேரரசில் இதற்கு மட்டும் விதியின்றி இருக்காதே! விதியை மீறிச்செயல்பட வாய்ப்பில்லையே!’ எனத் தோன்றியது. சிறிது சிறிதாக விசாரித்தேன். அரண்மனைபோல உண்மைகள் எளிதில் ஒழுகுமிடம் வேறுண்டா என்ன? முழு உண்மையும் வெளிப்பட்டது.”

பொற்சுவை என்ன சொல்ல வருகிறாள் என்பதைத் திகைப்போடு கவனித்தாள் சுகமதி.

“இளவரசனுக்கு மனைவி மீது காதல்கூடாது. அது நாணத்தக்க நடத்தை. காதல் மரியாதையை உருவாக்கும்; மரியாதை பணிவை உருவாகும். மனைவியிடம் பணிவது போல் இழிசெயல் இன்னொன்றில்லை. மனைவியின் அன்புக்கும் அழகுக்கும் பணிவது ஆண்மையல்ல. மனைவி மீது மோகம்கொள்ளுதல் அரச நடவடிக்கையிலிருந்து அவனது சிந்தனையை மாற்றும்.”

பொற்சுவை சொல்வதை சுகமதியால் உள்வாங்க முடியவில்லை.

அவள் தொடர்ந்தாள், “இவை எல்லாம்தான் இளவரசனின் அகவாழ்வு பற்றி அரண்மனையில் உருவாக்கப்பட்டுள்ள விதிகள். ஆனால், காமத்தை விதிகளால் கட்டுப்படுத்த முடியாது என்பது அவர்களுக்குத் தெரியும். எனவே, காமம்கொண்டே அதை ஒழுங்குபடுத்த விதியமைத்துக் கொண்டனர்.”

எலிமயிர்ப் போர்வையைச் சற்றே விலக்கி, மெத்தையில் அமர்ந்து, தலையணையில் சாய்ந்தபடிச் சுகமதியைப் பார்த்தாள் பொற்சுவை.

அடுத்து சொல்லப்போகும் சொல்லை நோக்கியபடி இருந்தாள் சுகமதி. பொற்சுவை தொடர்ந்தாள், “வழக்கமான வடிவுடைய பெண்ணாக இருந்தாலே மணம் செய்யப்போகும் இளவரசன் அவளின் மீது காதல் கொண்டுவிடக்கூடாது என்பதில் கவனமாக இருக்கும் அரசகுலம், பேரழகு கொண்ட ஒருத்தியை மணப்பெண்ணாகத் தேர்வு செய்து

விட்டால் எவ்வளவு கவனம்கொண்டு செயல்படும்?! எனது வாழ்க்கையிலும் அதுதான் நடந்துள்ளது.

மணப்பெண்ணாக என்னைத் தேர்வுசெய்த உடனே முடிவு செய்துள்ளனர், 'இவ்வளவு அறிவும் அழகும் படைத்த ஒருத்தியிடம் இளவரசன் எக்காரணம் கொண்டும் மயங்கிவிடக் கூடாது' என்று. எனவே, என்னைவிட அழகுவாய்ந்த ஒருத்தியைத் தேடத் தொடங்கியுள்ளனர்."

சுகமதி, இமை மூடாத வியப்பில் உறைந்து நின்றாள்.

"அழகுக்கலையின் பேரழகி என்று வர்ணிக்கப்பட்ட வேணாட்டு மங்கை நீலவல்லியைக் கண்டறிந்துள்ளனர். மணவிழாவுக்கு மூன்று நாட்களுக்கு முன்பு பெருவிருந்தின் நடன அரங்கில் இளவரசரின் முன் அவளது அரங்கேற்றம் நிகழ்ந்துள்ளது. கலையின் உச்சச் சுழற்சியில் காமத்தின் கனியைப் பொதிய வெற்பனுக்குப் பரிமாறியுள்ளாள், நீலவல்லி.

திருமணத்துக்கு முன் விருந்தினரோடு நாட்டியம் காண அரசியார் என்னை அழைத்ததாக நீ வந்து சொன்னாய் அல்லவா? அதை இயல்பான நிகழ்வாக நாம் நினைத்தோம். அது இயல்பாக நடந்ததல்ல; முன்னேற்பாட்டோடு இளவரசனுக்கும் தெரியாமல் நடத்தப்பட்டது.

கலையின் வழியாக ஆணுக்குள் இறங்குபவள், இயல்பாகவே அடியாழம் வரை இறங்க முடியும். அப்படித்தான் அவள் அவனுக்குள் திட்டமிட்டு இறக்கப்பட்டுள்ளாள். அரண்மனையில் மணவிழா என்பது மணப்பெண்ணைச் சுற்றி மட்டும் நடப்பதல்ல; அதற்கு எதிர்த்திசையில் இன்னொரு பெண்ணைச் சுற்றியும் நடக்குமாம்.

மணப்பெண்ணின் வாசனையை நுகர்வதற்குச் சற்றுமுன் இன்னொருத்தியின் வாசனையில் அவன் கரைக்கப்படுகிறான். அந்த வாசனையிலிருந்து அவன் மீள நெடுங்காலமாகும். அக்கால இடைவெளி இயல்பாகவே மணப்பெண்ணின் மீதான புதுமையை உள்ளுக்குள் உதிரச்செய்துவிடும்."

கேட்டுக்கொண்டிருக்கும் சுகமதி என்ன ஆகிறாள் என்பதைக்கூடப் பார்க்கப் பொற்சுவை ஆயத்தமாக வில்லை. அவள் பேசியபடியே இருந்தாள்.

பேச்சை இழந்து நின்றார் முசுகுந்தர்.

"போர் என்பது, எதிரியின் மீது தொடுக்கும் ஓர் ஆயுதம்தான். அதுபோல, வலிமையுடைய வேறுபல ஆயுதங்களும் இருக்கின்றன. நான் அவற்றை உருவாக்கிக்கொண்டிருக் கிறேன்" என்றார் பேரரசர்.

பேரரசரின் அமைதிக்குக் காரணம், சிறிது சிறிதாக முசுகுந்தருக்குப் புரியத் தொடங்கியது. அவர் பலவழிகளில் இயங்கிக்கொண்டிருக்கிறார். புதிய வழிமுறைகளையும் அதற்கான மனிதர்களையும் அவர் கண்டறிந்து விட்டார் என்பது தெரிகிறது. ஒருமுறை பாதிப்பை உருவாக்கி விட்டால் அனைவரின் மீதிருக்கும் நம்பிக்கை எப்படிப் பொய்த்துப் போகிறது என்பதை வெட்கத்தோடு ஏற்றுக்கொள்பவராக முசுகுந்தர் தலைகவிழ்ந்து நின்றார்.

பேரரசர் தொடர்ந்தார், "இம்மண் காணாத பெரும்படையோடு நிற்கும் கருங்கைவாணன், நான் ஏவப்போகும் ஒற்றை ஆயுதம்தான். அதைப் பொருத்த மான நேரத்தில் பயன் படுத்துவேன். ஆனால், மற்ற ஆயுதங்களை உரு வாக்கச் சற்றேகாலம் தேவைப்படுகிறது."

"அதன் பொருள், நான் தேவைப் படவே இல்லை என்பதல்ல. எப்போது என்பதை அவர்கள் முடிவு செய்கிறார்கள்."

கலங்கிப்போய் இருந்த சுகமதி, அவள் பேச்சை உள்வாங்கும் வலிமையற்று நின்றாள்.

"பொருத்தமான நேரத்தில் பயன்படுத்தச் சொல்லி உத்தரவிடப் பட்டதால் சில நாட்களுக்கு முன் அவர் இங்கு வந்தார்." சொல்லி நிறுத்தினாள் பொற்சுவை.

'என்ன நடந்தது?' எனக் கேட்க சுகமதிக்குத் துணிவு வரவில்லை; அமைதியானாள். ஆனால், பொற்சுவையிடமிருந்தும் எந்தச் சொல்லும் வரவில்லை. அமைதியே நீடித்தது. கொடும் அமைதியைப் பொறுக்க முடியாமல் பொற்சுவையை நிமிர்ந்து பார்த்தாள். அவளோ படுக்கையில் படுத்தபடி மாளிகையின் மேற்கூரையையே பார்த்துக் கொண்டிருந்தாள்.

'ஏன் திடீரெனப் பேச்சை நிறுத்தி விட்டாள்?' என்று எண்ணியபடிச் சுகமதியும் அண்ணாந்து மேற்கூரையைப் பார்த்தாள். அமைதி நீடித்தபடியே இருந்தது.

மெல்லிய குரலில் பொற்சுவை கேட்டாள், "மேலே வரையப் பட்டுள்ளது என்ன தெரியுமா?"

அண்ணாந்து பார்த்தபடியே சுகமதி சொன்னாள், "விண்மீன்களும் கோள் மீன்களும் வரையப்பட்டுள்ளன."

மெத்தையில் சாய்ந்துபடுத்து நிலைகொத்தி அதைப் பார்த்தபடிப் பொற்சுவை சொன்னாள், "அது பொதியவெற்பன் பிறந்தபோதிருந்த வானியல் அமைப்பு. இந்த அமைப்புக் கொண்டவன் தனது வழித்தோன்றல் களை உருவாக்குவதற்கான காலக்குறிப்பு உள்ளதாம். அதைக் கணித்தே அவன் இந்த அறைக்கு அனுப்பப்பட்டான்."

அதிர்ச்சியிலிருந்து மீள முடியாத சுகமதி, எலிமயிர்ப் போர்வையிலிருந்து மெல்லக் கைகளை விலக்கினாள்.

அசைவறிந்து அதைப் பார்த்தபடிப் பொற்சுவை சொன்னாள், "அப்படி என்னால் விலகிவிட முடியாதே, சுகமதி."

கதறவேண்டும் எனத் தோன்றியது. கட்டுப்படுத்த முயன்றாலும் கண்கள் பீறிடத் தொடங்கின.

"வேட்டை விலங்கைக் கண்டு எந்த விலங்கும் அழுவதில்லை, சுகமதி. வேட்டையின் ஒரே விதி, போராடுதல் மட்டும்தான்."

சொல்லியபடிப் படுக்கையிலிருந்து எழுந்தாள். "நள்ளிரவுக்குப் பிறகு திடீரென எனது அறைக்குள் அரண்மனையின் முதுபெண்கள் நுழைந்தனர். விளக்குகள் எல்லாம் ஏற்றப்பட்டன. ஆழ்ந்த தூக்கத்தில் இருந்த நான் திடுக்கிட்டு எழுந்தேன். விளக்கொளியில் கண்கள் கூசின. எனது உடலை அவர்கள் சடங்குப் பொருளாக்கினர். முதலில் என்ன நடக்கிறது என்பதை என்னால் புரிந்துகொள்ள முடியவில்லை. சிறிது நேரத்தில் புரிந்துகொண்டேன். முற்றிய தேறலின் கடிமணம் காற்றில் மிதந்து வந்தபோது அவர்கள் எல்லோரும் அறையைவிட்டு வெளியேறினர்.

எனது உடலை இவர்கள் என்ன செய்து வைத்திருக்கிறார்கள் என்பதை, குனிந்து இங்கும் அங்குமாகப் பார்த்துக்கொண்டிருக்கும்போது மூச்சுக்காற்று எனது முகத்தில் பட்டது."

பேரரசர் சொல்லும் ஒவ்வொரு சொல்லும் அடுத்தடுத்து வந்து முகத்தில் அறைந்துகொண்டிருந்தது.

"இதுவரை கருங்கைவாணன் நடத்திய அனைத்துப் போர்களிலும் பாண்டிய நாடு வெற்றிபெற்றது என்பது உண்மை. ஆனால், அவை அனைத்தும் படையின் வலிமையால் அடையப்பெற்ற வெற்றியே. தளபதியின் வலிமையாலும் தந்திரத்தாலும் அடைந்த வெற்றியென எதுவுமில்லை. திரையர்களை வெற்றி கொண்டதற்குத் திதியனே காரணம்."

பேரரசர் இதைச் சொல்வது எதற்காகவென, முசுகுந்தரால் புரிந்து கொள்ள முடியவில்லை. ஆனால், சொல்லை அத்துடன் நிறுத்திய பேரரசர் எழுந்து முசுகுந்தரை ஒரு பார்வை பார்த்தபடி அவை விட்டு அகன்றார்.

'இந்தச் சொல்லுக்கு என்ன பொருள்? இந்தப் பார்வைக்கு என்ன பொருள்? கருங்கைவாணன் போதிய திறமைகொண்டவனல்ல என்று சொல்கிறாரா அல்லது அவனை மட்டுமே நம்பிப் படை நடத்த முடியாது என்று சொல்கிறாரா? திதியனின் தந்திரத்தைப் பாராட்டு கிறாரா? அவர் பயன்படுத்திய இந்தச் சொற்களின் வழியாக நான் புரிந்து கொள்ளவேண்டியது என்ன? மற்றவர் களுக்கு நான் சொல்ல வேண்டிய செய்தி என்ன? இப்போது கருங்கை வாணனால் தீட்டப்பட்டுள்ள எந்தத் திட்டமும் தகுதியான திட்டமில்லை என்பதைத்தான் அவர் சொல்லிச் செல்கிறாரா?'

சிந்தித்தபடியே நீண்ட நேரம் அந்த இடம்விட்டு அகலாமல் அப்படியே நின்றார் முசுகுந்தர்.

"எவ்வளவு நேரம்தான் அப்படியே நிற்பாய்? வா!" என்று கைப்பிடித்து இழுத்தாள் பொற்சுவை.

உயிரற்ற ஒருத்தியாய் அவளின் இழுவைக்கு உடன்போனாள் சுகமதி.

"பரவிக்கிடப்பது அடர் இருளென்றாலும் அதிகாலையில்

செவ்வொளி பரவத்தானே செய்யும். முழுமையாக வேட்டையாடப் பட்டதாக உணர்ந்த பிறகுதான் இன்னொன்றையும் உணர்ந்தேன்."

சுகமதியின் உயிரற்ற கண்கள் அவளை நோக்கி மெல்லப் புருவம் உயர்த்தின.

"எவ்வளவு வேட்டையாடப் பட்டாலும் என்னிடமிருக்கும் எதையும் எடுத்துச் சென்றுவிட முடியாதல்லவா? மறுநாள் காலை நிலைக்கண்ணாடி முன் வெகுநேரம் நின்றேன். மெல்லப் புன்னகைத்துப் பார்த்தேன். எனது புன்னகை என்னிடம்தான் இருந்தது. நான் எதையும் இழக்கவில்லை என்று உணர்ந்தபோதுதான், என்னை வேட்டையாட முடியாது என்பதையும் உணர்ந்தேன்."

பேசியபடியே கைப்பிடித்து இழுத்துக்கொண்டே படிகளில் ஏறினாள். 'எங்கே அழைத்துச் செல்கிறாள்?' என்ற குழப்பத்திலே வந்தாள் சுகமதி. மேல்நிலையில் இருக்கும் ஓர் அறைக்குள் நுழைந்ததும் சொன்னாள், "இதுதான் வேனிற்காலப் பள்ளியறை."

பொற்சுவை சொன்னதும் சட்டெனத் தலைநிமிர்த்தி மேற்கூரையைப் பார்த்தாள் சுகமதி. அங்கேயும் வானியல் காட்சிகள் வரையப்பட்டிருந்தன. நெற்றியில் வடிந்த வியர்வையைத் துடைத்தபடிப் பொற்சுவையைப் பார்த்தாள்.

"இது, நான் பிறந்த வானியல் அமைப்பைக் குறிக்கும் ஓவியம்."

மூர்ச்சைகொண்டு நின்றாள் சுகமதி.

மெல்லிய சிரிப்போடு சொன்னாள் பொற்சுவை, "ஒருவேளை, இனி எனது வேட்டைக்கான காலமாக இருக்குமோ!"

63

வாய் நிறைய வெற்றிலையை மென்றபடிக் கபிலரின் குடிலுக்கு வந்தார் வாரிக்கையன். காலையிலேயே பெரியவர் வந்துள்ளாரே என வேகமாக வெளியில் வந்து திண்ணையில் உட்கார்ந்தார் கபிலர்.

உள்ளிறங்கும் வெற்றிலையின் சாற்றுக்கு இடையூறில்லாமல் பேச்சைத் தொடங்கினார். "எதிரி நாட்டு அரசன் வீழ்ந்துவிட்டான் என்பதன் குறியீடாக அவன் நாட்டுக் காவல்மரத்தை வெட்டியெடுத்துச் செல்வார்கள். பறம்பின் காவல்மரம் எதுவெனத் தெரியாது. அதனால் பறம்பைக் காக்கும் கொற்றவையின் குழந்தையான தேவவாக்கு விலங்கினை எடுத்துச் சென்றால் பறம்பை வென்றதாகப் பொருள். அதனால்தான் காலம்பன் கூட்டத்தை அனுப்பித் தேவவாக்கு விலங்கினை எடுத்துவரச் சொல்லியுள்ளான் பாண்டியன் என்று நீங்கள் சொன்னதாக வீரர்கள் சொல்கிறார்களே அது உண்மையா?"

மெல்லும் வெற்றிலையை இடப்புறமாகவும் வலப்புறமாகவும் ஒதுக்கிய படியே பக்குவமாய்ப் பேசினார் வாரிக்கையன். வெற்றிலையின் சிறப்பு, மெல்லுகிறவரின் வாயில் எவ்வளவு ஊறுமோ அதே அளவு அருகில் இருப்பவரின் வாயிலும் ஊறும். கபிலர் கைநீட்டும்பொழுதே வாய் அசையத் தொடங்கிவிட்டது.

வாரிக்கையன் ஒவ்வொரு வெற்றிலையாய் எடுத்துக் கொடுத்தார். வாங்கித் தடம்பார்த்து மடித்தபடியே கபிலர் சொன்னார், "இதுவும் காரணமாக இருக்கலாம் என்றுதான் சொன்னேன். இதுதான் காரணம் என்று சொல்லவில்லை."

“இது காரணமாக இல்லாம லிருக்கவும் வாய்ப்பிருக்கிறதா?”

“இருக்கிறது.”

மூன்று வெற்றிலைகளை ஒன்றாக மடித்து இடதுகடவாயின் கடைசிப் பல்லுக்குக் கொடுத்தபடி வாரிக்கையன் கேட்டார் “என்ன அது?”

“இந்தக் காரணத்துக்காக எடுத்துச் செல்லப்பட்டிருந்தால், அவற்றை ஏன் துறைமுகத்துக்கும் கலங்களுக்கும் கொண்டுசெல்ல வேண்டும்? யவனர்கள் விலங்குகளையும் பறவை களையும் அவர்களின் நாட்டுக்கு வாங்கிச்செல்வர். சற்றே வேறுபட்டு இருக்கிறது என்பதால் இதனை வாங்கியிருக்கலாம் என்றுகூடத் தோன்றும். ஆனால், நம் வீரர்கள் சொல்லும் குறிப்பைப் பார்த்தால் தேவ வாக்கு விலங்குகளை யவன நாவாய்களில் ஏற்றியதாகத் தெரியவில்லையே. தமிழ் வணிகர்களின் கலங்களில்தான் ஏற்றுப்பட்டுள்ளன.”

“எப்படி அவையெல்லாம் யவன நாவாய்கள் இல்லையென உங்களால் சொல்ல முடிகிறது?”

“எல்லாம் பட்டறிவுக் கணக்குதான். உங்கள் வாய்க்குள் போகும் வெற்றிலைகள் மட்டும் ஆண் வெற்றிலைகளாக இருக்கின்றன அல்லவா? அதுபோல அறிவைத் தன்னியல்பாக்கிக்கொள்வதுதான்.”

“கண்டறிகிறானடா கபிலன்” என்று சிறுவனைத் தட்டிக்கொடுத்துப் பாராட்டுவதுபோலக் கபிலரைப் பாராட்டிய வாரிக்கையன் தொடர்ந்து கேட்டார், “பின்னர் எதற்குத்தான் அவர்கள் இதனை எடுத்துச் சென்றனர்?”

“இந்தக் கேள்வி ஏன் உனக்குத் தோன்ற மறுக்கிறது எனப் பாரியிடம் கேட்டால், அவன் ஒரே வார்த்தையில் பதில் சொல்லிவிடுகிறான். ‘வேந்தர்கள் எந்தச் செயல் செய்தாலும் அது அவர்களின் அதிகாரத்துக்கானது. மனிதருக்கும் இயற்கைக்கும் எதிரானது. அதில் கூடுதலாகச் சிந்திக்க என்ன இருக்கிறது?’ என்று.”

சொல்லிக்கொண்டிருக்கும்போதே பாரியும் தேக்கனும் வேகமாக நடந்து போய்க்கொண்டிருப்பது தெரிந்தது. “எங்கே போகிறார்கள்?” எனக் கேட்டார் கபிலர்.

இடப்பக்கமாகத் திரும்பி உதடு குவித்து வெற்றிலை எச்சிலைத் துப்பியபடி வாரிக்கையன் சொன்னார், “வாயில் வெற்றிலை இருக்கும்பொழுது அதற்கு மட்டுந் தான் வாயசைக்க வேண்டும். சாறு உள்ளிறங்கும்போது ஓசையை வேகமாக வெளியேற்றக்கூடாது, அருகில்போய்க் கேளுங்கள்.”

புறப்பட்டுப் போனார் கபிலர். பாரியும் தேக்கனும் நாகப்பச்சை வேலியினருகே இருந்த காலம்பனை நோக்கிப் போய்க்கொண்டிருந்தனர். காலம்பனோடு திரையர்குல வீரர்கள் ஏழுபேர் இருந்தனர். அறுவர் இளம் வீரர்கள்; ஒருவர் மிகவும் வயதான கிழவர். அவரது பெயர் ஏதோ சொன்னார்களே என்று நினைவு கூர்ந்தபடியே போனார் கபிலர். அருகில் போனவுடன் நினைவுக்கு வந்தது. அவரது பெயர் அணங்கன்.

திரையர்குல வீரர்கள் நீண்ட பயணத்துக்கான ஆயத்தத்தோடு இருப்பதை அறியமுடிந்தது. பெரியவர் அணங்கன் எதையோ துணியிற்சுற்றிக் கையில் வைத்திருந்தார்.

பார்த்தபடித் தேக்கன் கேட்டான், "எங்கே புறப்பட்டுவிட்டீர்கள்?"

"நான் போகவில்லை. இவர்கள் அறுவர்தான் போகப்போகிறார்கள். நானும் செதிலனும் இவர்களை அனுப்பிவைத்துவிட்டு வந்துவிடுவோம்" என்றான் காலம்பன்.

"அதுதான், எங்கே போகப் போகிறார்கள்?" என்று தேக்கன் கேட்டுக்கொண்டிருக்கும்பொழுதே பாரி சொன்னான், "பறம்பின் காட்டுக்குள் இவர்கள் மட்டும் ஏன் தனியாகப் போகவேண்டும். பறம்பு வீரர்களும் உடன்போகட்டும்."

பாரி சொல்லி முடிக்கும்முன் சற்றுத் தள்ளி நின்றிருந்த பறம்பு வீரர்கள் சிலர் திரையர்களோடு இணைந்து நின்றனர்.

அவர்களைப் பார்த்தபடிக் காலம்பன் சொன்னான், "பறம்பு வீரர்கள் உடன் செல்ல வேண்டாமே."

"ஏன் வேண்டாம் என்று சொல்கிறாய்?" என்றார் தேக்கன்.

"இவர்களால் தாக்குப்பிடிக்க முடியாது" என்றான் காலம்பன்.

பாரிக்குச் சற்றே அதிர்ச்சியாக இருந்தது.

"காடறியும் பயிற்சி முடித்த சிறந்த வீரர்கள் இவர்கள்" என்றான் தேக்கன்.

காலம்பன் மீண்டும் சொன்னான், "செய்யப்போகும் வேலைக்கு அவர்களால் ஈடுகொடுக்க முடியாது, அதனால்தான் வேண்டாம் என்கிறேன்."

"என்ன வேலைக்குத்தான் போகிறார்கள்?" சற்றே வேகமாக இருந்தது தேக்கனின் குரல்.

"காட்டெருமைகளின் மந்தைக்குள் நுழையப்போகிறார்கள்."

மறுமொழி எதிர்பாராததாக இருந்தது. வியப்பைக் கடந்து ஐயமே மேலெழுந்தது. "காட்டெருமைகளின் மந்தைக்குள் எப்படிப் போகமுடியும்? அங்கு போய் என்ன செய்யப் போகிறார்கள்?" என்றான் தேக்கன்.

"காட்டெருமையின் மந்தைக்குள் பல்வேறு குணங்களைக்கொண்ட காட்டெருமைகள் உண்டு. அவற்றில் மந்தையை வழிநடத்தும் காட்டெருமையைக் கண்டறியப் போகிறார்கள்."

காலம்பன் சொல்வது கேள்விப் பட்டிராததாக இருந்தது. "காட்டெருமைகளின் குணங்களைக் கண்டறிய முடியுமா? அவற்றின் பின்கால் நரம்பில் அடித்து அதனை அசையவிடாமற்செய்யத் திரையர்களால் முடியும் என்றுதானே கேள்விப் பட்டுள்ளோம். நீ புதிதாகச் சொல்கிறாயே?"

"அதுவெல்லாம் சூலிவேள் காலத்தில் செய்யப்பட்ட வேலைகள். அதன்பின் இத்தனை தலைமுறையாக காட்டெருமையுடனே கிடந்த நாங்கள் வேறு என்னதான் கற்றோம்?" என்று சொன்ன காலம்பன், செய்யப்போகும் வேலையைப்பற்றிச் சொன்னான்.

"மந்தைகளை வழிநடத்தும் காட்டெருமையை இனங்காணுவதுதான் முக்கியமான வேலை. ஒவ்வொரு மந்தைக்கும் தலைமையெருமை ஒன்று இருக்கும். அது தான்தான் மந்தைக்குப் பெரிய ஆள் என்பதை நாள்தோறும் செயல்மூலம் காட்டிக்கொண்டே இருக்கும். அதனைத் தவிர அதற்கு வேறு வேலையில்லை. ஆனால், மந்தையை வழிநடத்துவது வேறொன்றாக இருக்கும். அதுதான் ஓசைகளின் மூலமான உத்தரவைக் கூட்டத்துக்கு வழங்கும். அதனைக்

கண்டறிந்து நமது கட்டுப்பாட்டிற்குக் கொண்டுவரவேண்டும். அதன்பின் அந்த மந்தையின் வழித்தடத்தை நம்மால் அறிய முடியும்."

காலம்பன் சொல்லுவது நம்ப முடியாததாக இருந்தது. "நீ சொல்லுவது உண்மையா?" எனக் கேட்டான் தேக்கன்.

"எலியை நோக்கிப் பூனையைப் பாயவிடாமல் நிறுத்தும் ஆற்றல் பொதினி வேளிர்களிடம் இருந்திருக்கிறது. விலங்குகளின் குருதியிலிருக்கும் வெறியையும் பசியையும் குணத்தையும் அவர்களால் கட்டுப்படுத்த முடிகிறது. பாம்பின் வலிமையே அதன் நஞ்சுதான். ஆனால், அதற்கே தெரியாமல் அதன் நஞ்சை உருவியெடுத்துப் பயன்படுத்தும் ஆற்றல் பறம்பு வேளிர்களுக்கு இருக்கிறது. இவற்றோடு ஒப்பிட்டால் திரையர்களாகிய நாங்கள் கற்றுள்ளது மிகக் குறைவுதான்" என்றான் காலம்பன்.

தேக்கன் சற்றே தாழ்வுணர்ச்சியுடன் அவனது தோளிலே தட்டிச் சொன்னான். "நீங்கள் எவ்வளவு குறைவாகக் கற்றிருக்கிறீர்கள் என்பது, உடல்முழுக்க வாங்கிய எனக்குத்தானே தெரியும்."

அனைவரும் சிரித்தனர். "அவர்களை அனுப்பும் வரை நாங்களும் உடன்வருகிறோம்" என்று சொல்லிப் பாரியும் தேக்கனும் காலம்பனுடன் புறப்பட்டபொழுது கபிலரும் உடன் நடந்து கொண்டிருந்தார்.

திரையர் கூட்டத்திலே மிக வயதான மனிதராக அணங்கன்தான் இருக்கிறார். வந்த புதிதில் கபிலர் அவரோடு பேச முயன்றார். அவர் பேசும் முறையும் மொழி உச்சரிப்பும் புரிந்துகொள்ள மிகக்கடுமையாக இருந்தன. இவர் தமிழ்தான் பேசுகிறாரா அல்லது வேறுமொழி பேசுகிறாரா என்று அவ்வப்பொழுது குழப்பமாக இருக்கும். ஆனால், திரையர் கூட்டத்தில் மற்றவர்கள் பேசுவதைப் புரிந்துகொள்வதில் சிக்கல் எதுவுமில்லை. அணங்கனுக்கு மிகவும் வயதாகிவிட்டதால் சொற்கள் தெளிவாக இல்லையோ எனத் தோன்றியது. பொதுவாக மலைமக்கள் சொற்களை நீட்டி இழுத்தே உச்சரிப்பர். ஆனால், அணங்கனின் உச்சரிப்பு நேரெதிராகச் சிறிது சிறிதாக வெட்டி வெட்டி இருக்கும். இவர் ஓசையை ஏதேதோ செய்யப் பார்க்கிறார் என்று தோன்றும். மறுகணமே வயதாகிவிட்டதால் உருவாகும் நிலையிது என்று முடிவுக்குப் போவார் கபிலர். பேசவே அவ்வளவு தடுமாறும் அணங்கனை இவ்வளவு கடினமான வேலைக்கு ஏன் கூட்டிப்போகிறார்கள் என்று எண்ணியபடி நடந்தார் கபிலர்.

காலம்பன் காட்டெருமைகளின் மந்தைக்குள் போவதைப் பற்றிக் கூறினான். "ஒரு மந்தையைக் கண்டறிந்து அதற்குத் தெரியாமலேயே அதைப் பின்தொடர வேண்டும். அந்த மந்தையில் உத்தரவு பிறப்பிக்கும் எருமை எதுவெனக் கண்டறிய வேண்டும். இதற்கே வாரக்கணக்கில் ஆகும். அதுவரை காடுமலைகளில் அதன் கண்ணிற்படாமல் கொம்புகளுக்குத் தப்பி, வாலின் வாசம் பிடித்துக்கொண்டே போகவேண்டும்.

உத்தரவு பிறப்பிக்கும் எருமையைக் கண்டுபிடிப்பதுதான் மிகவும் கடினம். அதன் செருமலும் கனைப்பும் தலையாட்டலும் தனித்துவமிக்கதாக இருக்கும். அதனைக் கண்டுபிடித்து, கனைப்போசையை மடக்கி எதிர் கனைப்பை வெளியிட வேண்டும்.

அது எளிய செயலல்ல; மாமனிதர்களால் மட்டுமே முடியக்கூடியது. இப்பொழுது அதனைச் செய்யக்கூடிய ஒரே மனிதராக அணங்கன் மட்டுமே இருக்கிறார். மற்றவர்கள் எல்லாம் போரிலே இறந்துவிட்டனர்" என்று பெரியவரைக் கைகாட்டிச் சொன்னான் காலம்பன்.

தேக்கனும் பாரியும் அணங்கனைப் பெருவியப்போடு பார்த்தனர். கபிலருக்கு இப்பொழுதுதான் அவர் பேசும்முறையின் காரணம் புரிந்தது. ஓசையைக்கொண்டு வேறோர் உயிரினத்துக்குள் புகமுடியும் மாமனிதனான அணங்கன் அமைதியாக முன்நடந்து கொண்டிருந்தார்.

காலம்பன் தொடர்ந்தான். "அந்தக் குறிப்பிட்ட காட்டெருமை கண்டறியப்பட்டுவிட்டாற்போதும், அதன்பின் நடக்கவேண்டிய வற்றையெல்லாம் மற்றவர்கள் பார்த்துக்கொள்வார்கள்."

'இவ்வளவு எளிதாகச் சொல்கிறானே!' என்கிற வியப்போடு பார்த்தான் தேக்கன். முன்னால் போகிற அறுவரும் யார் என்பது இப்பொழுதுதான் புரியத் தொடங்கியது.

காலம்பன் சொன்னான், "காட்டெருமை யானையைவிட வலிமைவாய்ந்தது. ஆனால், யானையைப்போலக் கூருணர்ச்சி கொண்டதன்று. எளிதில் ஏமாறக் கூடியது. ஒருபோதும் அச்சத்தோடு அவற்றை அணுகக்கூடாது. சிறு பூச்சி ஒன்றை நசுக்கி அழிக்கும் ஆணவத்தோடுதான் அதனை அணுக வேண்டும். அதன் முன்புற நெற்றி இரும்பினைவிட வலிமையானது. அதனை மட்டுமே அது நம்பியிருக்கும். ஆனால் அதைத்தவிர முழுவுடலும் மிச்சமிருக்கிறதே!"

காட்டில் இதுவரை கேள்விப் பட்டிராதவற்றைக் கேட்கும் புதிய மனிதர்களைப்போலப் பாரியும் தேக்கனும் காலம்பனின் குரலைக் கவனித்துக் கொண்டிருந்தனர். கபிலரோ மூவரையும் ஒருசேரக் கவனித்துக்கொண்டிருந்தார்.

காலம்பன் தொடர்ந்தான். "ஆண் காட்டெருமை விரைவில் காது கேட்கும் ஆற்றலை இழந்துவிடும்."

பறம்பின் ஆசான், பறம்பின் தலைவன், பறம்பின் விருந்தினன் ஆகிய மூவரையும் எந்த வேறுபாடும் இல்லாமல் வியப்பின் விளிம்பில் ஒரே நேர்க்கோட்டில் நிறுத்தின காலம்பனின் சொற்கள்.

அவன் சொன்னான், "ஆண் காட்டெருமையின் காது மடல்களுக்குள் மயிர்க்கால்கள் அடர்ந்து முளைக்கும். அவற்றுள் சிறு கொடுக்கு வகைப் பூச்சியினம் அதிகம் அடையும். அதனைக் காட்டெருமையால் ஒன்றுமே செய்ய முடியாது. பூச்சியினம் கட்டும் கூடு காதுகளை அடைத்துக்கொள்வதாலோ, அல்லது தொடர்ந்து உள்ளுக்குள் கொத்திக் கொண்டேயிருப்பதாலோ ஆண் காட்டெருமை கேட்கும் ஆற்றலை முழுமையும் இழந்துவிடுகிறது. ஆனால் பெண் காட்டெருமையின் காது மடல்களில் மயிர்க்கால்கள் முளைப்பதில்லை. எனவே, அது காது கேட்கும் ஆற்றலை இழப்பதில்லை.

குட்டியோடு நகரும் பெண் காட்டெருமைகளைச் சுற்றியேதான் ஆண் காட்டெருமைகளின் நடவடிக்கைகள் இருக்கின்றன. பெண் காட்டெருமைகள் மிகக்கட்டுப்பாடு கொண்டவை. அவை, வழிநடத்தும் தலைமையின் கனைப்பொலி கொண்டே செயல்படுபவை. மந்தைகளை வழிநடத்தும் பெண்

காட்டெருமை வயதானதாகத்தான் இருக்கும். அதனை அறிந்து பின்னங்கால் நரம்பைச் சரிக்க வேண்டும். அதன் வேகத்தை முழுமுற்றாகக் கட்டுப்படுத்திய பின் நம்முடைய வேலையைத் தொடங்கவேண்டும். சீண்டலின் மூலமும் செருமலின் மூலமும் நாம் அதனை முன்னகர்த்திச் செல்லலாம். மந்தை முழுமையையும் அது நகர்த்திக்கொண்டு வந்துவிடும்.

ஆனால், இந்தக் கட்டத்தை அடைவது எளிதல்ல. வேலையைச் செய்யப்போன ஆறு பேரையும் ஒரேநாளில் முட்டித்தூக்கிக் கொன்ற நிகழ்வுகள் நிறைய இருக்கின்றன. காட்டெருமைகள் நாள்முழுவதும் இளைக்காமல் ஓடக்கூடியவை. எந்த மேட்டிலும் பள்ளத்திலும் விடாது ஓடுபவை. அவற்றின் ஓட்டத்துக்கு முழுநாளும் தாக்குப்பிடிக்கக் கூடியவன்தான் இந்தப் பணிக்குள்ளே இறங்க முடியும். காட்டுக்குள் எங்களின் ஓட்டங்களைக் காட்டெருமைகளிடம் இருந்துதான் தொடங்குகிறோம். அவையே எங்களின் ஆசான்கள்" என்றான் காலம்பன்.

ஏறக்குறைய பேச்சற்று இருந்தனர் மூவரும். தேக்கனுக்கு நிறையக் கேள்விகள் உருவாயின. ஆனால், அவையெல்லாம் மிக எளிதான கேள்விகள். 'காட்டெருமைகளின் காது மடல்களுக்குள் நுழைந்து காலம்பன் பேசிக்கொண்டிருக்கிறான்; அவனிடம் போய் இதனையா கேட்பது?' என்று தோன்றியதால் எதையும் கேட்கவில்லை. அமைதியே நீடித்தது.

அமைதியைக் குலைத்து, சற்றே குரலுயர்த்திக் காலம்பன் சொன்னான், "மலை மக்களுக்குப் பகைகொள்ளத் தெரிவதில்லை. ஆனால், பகை வளர்க்காமல் குலம் காக்க முடியாது."

காலம்பனின் ஆவேசமிகுந்த சொற்களால் தன்னிலைக்கு வந்தான் தேக்கன். 'இப்பொழுது இதனைச் சொல்லும் காரணமென்ன?' என்று சிந்தித்தான்.

காலம்பன் தொடர்ந்தான், "எவ்வளவோ வாய்ப்புகள் இருந்தும் நாங்கள் அவர்களை அழிக்காமல், எங்களைக் காத்துக்கொள்ளும் போரினை மட்டுமே நடத்தினோம். அதனாலேயே அழிக்கப்பட்டோம். இனியும் நாம் அப்படி இருந்துவிடக் கூடாது."

குரலில் ஆவேசம் உச்சத்தில் இருந்தது.

"என்ன செய்ய வேண்டும் என நினைக்கிறாய்?" எனக் கேட்டான் பாரி.

"பச்சமலையின் நான்கு திசை களிலும் நான்கு காட்டெருமை மந்தைகளை வழிநடத்தும் ஆற்றலை நாம் பெற்றாக வேண்டும். அதற்கு இணையான ஆற்றல்கொண்ட படை இவ்வுலகில் இல்லை."

தேக்கன் வியந்து நின்றபோது காலம்பன் சொன்னான், "யானைப்

படைகளேயானாலும் அவை பழக்கப் படுத்தப்பட்டவைதான். காட்டெருமைகளைப் பழக்கப்படுத்த முடியாது. அவற்றின் சீற்றம் யானைக் கூட்டத்தை நடுங்கச் செய்துவிடும். அதுவும் பழக்கப்படுத்தப்பட்ட யானைகளைவிட வலிமை குன்றிய உயிரினம் காட்டில் வேறெதுவும் இல்லை. விலங்குகளின் இயற்கையான ஆற்றலை எதிரிகளை நோக்கிப் பாயவிடும்பொழுது மிஞ்சுவது எதுவும் இருக்காது" சொல்லிய வேகத்தில் பாரியைப் பார்த்தான்; சுண்டாப்பூனையை தங்களின் மீது பாரி ஏவியது நினைவுக்கு வந்தது.

பேச்சு நின்ற கணத்தில் பாரியின் சிந்தனையிலும் சுண்டாப்பூனையே வந்து சென்றது. காலம்பன் தொடர்ந்தான், "நாங்கள் கவனக் குறைவாக இருந்துவிட்டோம். பாண்டியர் படை அடர்மழைநாளில் எங்கள் குடில்களைச் சூழ்ந்தபொழுது அணங்கன் ஒருவன் மட்டும் வெளியில் இருந்திருந்தாற்கூடப் போதும். காட்டெருமை மந்தையைக்கொண்டு அவர்களின் யானைப் படையை முழுமுற்றாக அழித்திருப்பான்."

காலம்பன் சொல்லிக்கொண்டிருந்த பொழுது சற்றே மெலிந்த உடலோடு அந்தக் கிழவன் காட்டெருமையின் வாசத்தை நுகர்ந்தபடி முன்னே போய்க்கொண்டிருந்தான்.

வலிமையைவிட நுட்பமே ஆற்றல் வாய்ந்தது என்பதைக் காலம் மீண்டும் மீண்டும் சொல்லித்தருகிறது என்று எண்ணியபடி பின்தொடர்ந்தான் பாரி.

இரண்டு நாள் நடந்து ஆறாம்குன்றை அடைந்தனர். இங்குள்ள மக்கள் எதிரிலுள்ள வெளவால் மலையின் பின்புறச்சரிவில் ஒரு மந்தை மேய்வதாகச் சொன்னார்கள். ஆபத்தான சரிவுப் பகுதி அது. அதில் இறங்கிப்போவது கபிலருக்கு நல்லதல்ல: அவரை மட்டும் விட்டு விட்டுப் போகமுடியாத நிலையில் பாரி சொன்னான், "அருகில் வந்தாகி விட்டதல்லவா? நீங்கள் மந்தையைக் கண்டறிந்து அந்த அறுவரையும் அனுப்பிவைத்துவிட்டு வாருங்கள். நான் கபிலரை அழைத்துக்கொண்டு எவ்வியூர் திரும்புகிறேன்."

தேக்கனும் காலம்பனும் "சரி" என்று சொல்லி, இருவரையும் அனுப்பிவைத்தனர்.

பாரியும் கபிலரும் எவ்வியூர் நோக்கி நடக்கத் தொடங்கினர். பேச்சு காலம்பன் சொன்னதைப் பற்றியதாக இருந்தது. "பகை வளர்க்காமல் குலங் காக்க முடியாது என்று காலம்பன் சொல்கிறானே, அது சரிதானா?" எனக் கேட்டான் பாரி.

"பகை, காட்டினில் விளையும் நெருப்பு போல, பரவிக்கொண்டும் ஆற்றலைப் பெருக்கிக்கொண்டும் இருக்கும்" என்று கபிலர் சொல்லி முடிக்கும் முன் பாரி சொன்னான், "ஆனால் அழித்துக்கொண்டே இருக்கும்."

"அழித்தல் எல்லாவிதத்திலும் தவறானதா என்ன?"

"எல்லாவிதத்திலும் தவறல்ல; ஆனால், எல்லாவற்றையும் அழிக்கும். ஒரு கட்டத்தில் உங்களால் பிரித்தறிய முடியாது."

அவனது சொல்லின் ஆழத்தைப் பற்றிச் சிந்திக்கும்போதே நிறுத்தாமல் தொடர்ந்தான் பாரி, "காட்டெருமை யின் காது மடல்களில் உள்நுழைய முடியா ஓசையைக் கணிக்க முடிந்த திரையர்களால், அடர்மழையின் ஓசையில் யானைப்படை வருவதைக் கணிக்கமுடியாமல் போயிருக்கிறது.

கவனம்கொள்ளுதல்தான் தேவை. பகை வளர்த்தல் அன்று."

"நீ சொல்வது சரிதான். கவனம் கொள்ளுதல்தான் முக்கியம். ஆனால், அழிக்கப்பட்டவனின் குரல் அப்படித் தானே இருக்கும். நிலம் இழந்தவன், குலம் இழந்தவன் உயிர்வாழ ஒரே காரணம் பகைமுடிக்கத்தானே?"

"அதனால்தான் நானும் சொல்கிறேன். பறித்துக்கொண்டவன் நம்முடைய வளங்களையும் சேர்த்து மேலும் வலிமையடைவான். இழந்தவர்கள் பகை மட்டும் வளர்த்துக் கொண்டிருந்தால் வலிமை கூடாது. இருப்பது ஒரேயோர் அணங்கன். அவன் இறந்துவிட்டால் திரையர் களின் வலிமை இன்னும் குறையும்."

பாரியின் சொற்கள் பாறைகள் உருள்வதைப் போலத்தான் எந்தக் கணத்திலும் மேலே போட்டு அமுக்கும். அமுக்கிய சொல்லிலிருந்து மீண்டெழக் கபிலர் நினைத்துக் கொண்டிருந்தபொழுது பாரி சொன்னான், "நான் உங்களை அழைத்துக்கொண்டு எவ்வியூர் திரும்புகிறேன் என்று சொன்னதுக்கு அதுதான் காரணம். தேக்கனைக் காலம்பனிடம் பேசச்சொல்லி யிருக்கிறேன். இப்போது பயிற்சி தேவைப்படுவது மந்தையை வழிநடத்தும் காட்டெருமைக்கு அல்ல. உடன்செல்லும் மனிதர் களுக்குத்தான். அணங்கனைப்போலத் திறன்வாய்ந்த ஆசானிடம் எவ்விதப் பயிற்சியும் பெறாமல் மாதக்கணக்கில் நாம் வீணடித்துள்ளோம். பகை நெருப்பைப் போல பரவும் என்று சொன்னீர்கள் அல்லவா, இங்கு என்ன நடந்துள்ளது? ஒற்றைக்குச்சியில் மட்டுமே எரியும் நெருப்பை அடுத்த குச்சிக்குக்கூடப் பரவாமல் வைத்திருக்கிறது."

கபிலர் சொன்ன உவமை எப்படித் தவறானது என்பதைக் கபிலருக்குப் பாரி சொல்லிக்கொண்டிருந்தான். அதைக் கேட்டபடிக் கபிலர் சற்றே அமைதியாக வந்துகொண்டிருந்தார். சிறிது நேரத்துக்குப்பின் பாரி கேட்டான், "ஏன் ஏதும் பேசாமல் வருகிறீர்கள்?"

எவ்வியூரிலிருந்து புறப்படும் பொழுது வாரிக்கையன் சொன்னார், "கற்றுக்கொண்டான் கபிலன் என்று, இப்பொழுது நீ கல்லாத கபிலனை எவ்வியூருக்கு மீண்டும் அழைத்துச் செல்கிறாய்."

மெல்லிய சிரிப்போடு பாரி மறுமொழி சொன்னான், "நீண்ட ஒலிக்குறிப்போடு பேசும் மலை மக்களுக்கு நடுவில் வெட்டி வெட்டி ஒலியைப் பயன்படுத்துகிறாரே என்று அணங்கனைக் கண்டறிய முயன்றது நீங்கள் மட்டுந்தான். அதைக்கூடக் கண்டறிய முடியாதவர்களாகத்தான் நாங்கள் இருந்துள்ளோம்." பேசியபடியே குன்றின் உச்சியிலிருந்து இடப்புறமாக இறங்கத் தொடங்கினர்.

உச்சிப்பொழுது. மலைமடிப்புகளை நின்று பார்க்கத்தோன்றியது. சிறிது நேரம் குன்றின் உச்சியிலே நின்றார் கபிலர். தென்கிழக்குத் திசையைப் பார்த்தபடி சொன்னார், "அந்த மூன்றாங்குன்றைக் கடந்தால் எவ்வியூரை அடையலாம். சரிதானே."

"இல்லை" என்றான் பாரி. எவ்வியூர் இருப்பது இடப்புறத்தில்.

"அப்படியென்றால் நாம் ஏன் தென்கிழக்குத் திசையை நோக்கிப் போய்க்கொண்டிருக்கிறோம். இடப்புறக்காட்டை அல்லவா ஊடறுத்துப் போகவேண்டும்."

"சரியான திசையில் போவதாக இருந்தால் அப்படித்தான் போக

வேண்டும். ஆனால், இக்காட்டுக்குள் பறம்பு மக்கள் யாரும் காலடி எடுத்து வைக்கமாட்டோம்."

"ஏன்?"

"இது ஆளிக்காடு."

"ஆளியா... கொடூர விலங்கு என்று சொல்வார்களே, அதுவா?'

"ஆம். அது ஈன்ற குட்டியின் முதல் வேட்டையே யானைதான். யானையின் தந்தத்தைப் பிய்த்து அதன் குருத்தைத்தான் விரும்பி உண்ணும் என்பார்கள்."

"அவ்விலங்கு இன்னும் இருக்கிறதா?"

"இல்லை, எப்பொழுதோ அழிந்து விட்டது."

சிறிதுநேரம் பேச்சின்றி நடந்த கபிலர், "அப்படியொரு விலங்கு உண்மையாய் இருந்திருக்கும் என்று நீ நம்புகிறாயா?"

"இருந்திருக்காது என்று நீங்கள் நினைக்கிறீர்களா?"

"நான் அவ்விலங்கைப் பற்றி நிறைய கேள்விப்பட்டிருக்கிறேன். ஆனால், எதுவும் நம்பும்படியாக இல்லை. மிகைப்படுத்தப்பட்ட கதையாக இருக்கலாம் அல்லவா?"

மெல்லிய சிரிப்பை வெளிப்படுத்தியபடிப் பாரி சொன்னான், "வெறும் கதைகளை நம்ப நாங்கள் குழந்தைகள் இல்லை."

"அப்படியென்றால் வேறு எதை வைத்துச் சொல்கிறாய்? குகைப் பாறைகளில் முன்னோர்கள் வரைந்த ஓவியம் எதுவும் இருக்கிறதா?"

"இல்லை, அவற்றைவிடப் பெரிய சான்று இருக்கிறது."

"என்ன?"

"இம்மலைத்தொடர் முழுவதும் எறும்புக் கூட்டங்கள்போல அலைந்து திரியும் யானைகள் எதுவும் இன்று வரை ஆளிக்காட்டுக்குள் நுழைவதில்லை."

கபிலர் மிரண்டு நின்றார்.

"உயிரினங்களிலே அதிக நினைவாற்றல் கொண்டது யானை தான்."

"ஆம்" என்று தலையசைத்தார் கபிலர்.

"அதுமட்டுமல்ல, யானைகளுக்கு மனிதர் சொல்லும் கதைகள் தெரியாது."

பாரியின் சொற்கேட்டு மீள முடியாமல் நின்ற கபிலர் சற்று நேரங் கழித்துக் கேட்டார். "உங்களைப் பொறுத்தவரை. ஆளி இருந்தது வியப்பல்ல, அழிந்ததுதான் வியப்பு?"

"இல்லை" என்றான் பாரி. "எங்களைப் பொறுத்தவரை ஆளி அழிந்ததில் வியப்பேதுமில்லை."

"ஏன்?"

"அழிவுகளை மட்டுமே செய்யும் உயிரினம் காட்டில் நிலைத்து வாழ முடியாது. ஏனென்றால், அது இயற்கைக்கு எதிரானது."

கபிலர் நிற்கும் இடம்நோக்கி மேலேறினான் பாரி,

"விதையை நடாதவன் கிளையை ஒடிக்க இயற்கை அனுமதிக்காது."

கண்ணுருட்டிப் பார்த்துக் கொண்டிருந்த கபிலரின் தோளிலே கையை வைத்துப் பாரி சொன்னான், "இயற்கையை அழிப்பவரை இயற்கை அழிக்கும்."

64

பாரியும் கபிலரும் எவ்வியூருக்கு வந்து சேர்ந்தபோது இரவாகிவிட்டது. தொடர்ந்து நான்கு நாட்கள் நடந்ததால், கபிலரின் கால்கள் துவண்டு போய் இருந்தன. நீண்ட ஓய்வு தேவைப்படுகிறது என்ற எண்ணத்தோடு எவ்வியூருக்குள் நுழைந்தார். 'இந்த எண்ணம் வரும்போதெல்லாம், அணங்கன் நினைவுக்கு வந்துவிடுகிறான். இந்த வயதிலும் காட்டெருமை மந்தைக்குள் நுழைய என்ன ஒரு தினவு வேண்டும்! நுழைந்துவிட்டால், எந்தக் கணமும் பல மடங்கு வேகத்தோடு ஓட வேண்டும். அந்த ஓட்டம் என்றைக்கு முடியும் எனச் சொல்ல முடியாது. எப்படி இதுவெல்லாம் அணங்கனால் முடிகிறது?' என்று எண்ணிக்கொண்டே உள்நுழைந்தார் கபிலர்.

'தேவவாக்கு விலங்கை எடுத்துக் கொண்டு, பறம்பின் அடர்காட்டுக்குள் தொடர்ந்து அத்தனை நாட்கள் எப்படித் திரையர்களால் ஓட முடிந்தது?' என்ற கேள்விக்கான முடிச்சுகள் எல்லாம் தன்போக்கில் அவிழ்ந்துவிட்டன.

பாரி வந்ததை அறிந்து, முடியன் அவர்களை நோக்கி வேகமாக வந்தான். ஏதோ ஒரு செய்தி அவனுக்காகக் காத்திருக்கிறது என்பதைக் கபிலர் உணர்ந்தார். வேட்டுவன் பாறையிலிருந்து நீலன் அனுப்பியுள்ள வீரர்கள் வந்துள்ளதாக அவன் சொன்னான்.

'நீலன் வராமல் ஏன் வீரர்களை அனுப்பியுள்ளான்?' என்று எண்ணிய கபிலர், "சரி, நான் போய் ஓய்வெடுக்கிறேன்" என்று சொல்லி விடைபெற முயன்றார்.

"வந்துள்ள செய்தி, உங்களோடு தொடர்புடையது" என்றான் முடியன்.

கபிலர் சற்றே வியப்படைந்தார்.

"எனக்கு என்ன செய்தி வந்திருக்கப் போகிறது?!" என்று சொல்லிக் கொண்டிருக்க, வீரர்கள் இருவர் அறைக்குள் வந்தனர்.

பாரியையும் கபிலரையும் வணங்கி விட்டு, "உங்களைப் பார்க்க மூவர் வந்துள்ளனர்" என்று கபிலரைப் பார்த்தபடி சொன்னார்கள்.

"என்னைப் பார்க்கவா?!" என்று திகைப்புற்றுக் கேட்டார் கபிலர்.

கபிலர் கேட்டு முடிக்கும் முன் பாரி சொன்னான், "கபிலரைப் பார்க்க வந்துள்ளவர்களை அழைத்து வந்திருக்கலாமே. ஏன் நிறுத்திவைத்து வந்தீர்கள்?"

வீரர்கள் சொன்னார்கள், "அவர்களில் ஒருவர் மிக வயதானவர். அவரால் மலையேற முடியாது."

வியப்பும் குழப்பமுமாக இருந்தது. 'யாராக இருக்கும்?' என்று கபிலர் சிந்தித்துக் கொண்டிருக்கையில் வீரர்கள் சொன்னார்கள், " 'எனது பெயரைச் சொன்னால் அவரே இங்கு வந்துவிடுவார்; போய்ச் சொல்லுங்கள்' என்று எங்களை அனுப்பிவைத்தார்."

கபிலருக்கு இன்னும் வியப்புக் கூடியது. 'நாம் இங்கு இருப்பதை அறிந்து இவ்வளவு உரிமையோடு வீரர்களை அனுப்பிவைத்தது யார்?' என எண்ணிக் கொண்டிருக்கையில் வீரன் சொன்னான், "அவரின் பெயர் திசைவேழர்."

பெயர் சொல்லப்பட்ட கணத்தில் கபிலரின் முகத்தில் ஏற்பட்ட வியப்பைப் பார்த்தபடி கேட்டான் பாரி "யார் இந்தப் பெரியவர்?"

அகலத் திறந்திருந்த கபிலரின் கண்கள், ஒளியை உமிழ்ந்தன. வியப்பை உதிர்க்க முடியாமல் திணறியது முகம். கைகளை உயர்த்திக் காட்டி "வானியல் பேராசான்" என்றார்.

சொல்லை உச்சரித்த விதத்திலேயே அவரின்பாலுள்ள வாஞ்சையும் மதிப்பும் வெளிப்பட்டன. அதைப் பார்த்து மகிழ்ந்தபடிப் பாரி சொன்னான், "அவரை, சிவிகையில் வைத்துச் சுமந்துவரச் சொல்லி விடலாமா?"

"வேண்டாம் பாரி. அவர் மிக வயதானவர். என் பொருட்டு அவருக்குச் சிறு தொந்தரவுகூட வந்துவிடக்கூடாது. நானே போய்ப் பார்த்துவிட்டு வருகிறேன்."

"சரி" என்று ஏற்றுக்கொண்ட பாரி, "தொடர்ந்து நான்கு நாட்கள் நடந்திருக்கிறீர்கள், மிகவும் களைப்பாக இருக்கும். ஒருநாள் ஓய்வெடுத்துவிட்டுப் பிறகு புறப்படுங்கள்."

"வந்துள்ளது பேராசான். எனது மனம் எப்படி ஓய்வெடுக்கும் பாரி? தாயைத் தேடும் கன்று எத்தனை மலைகளைக் கடந்தாலும் துவண்டு விடவா செய்யும்?"

அவரது உணர்ச்சிக்குள் இருக்கும் உண்மையைப் பாரியால் உணர முடிந்தது. 'தேக்கன் இருந்தால் உடன் அனுப்பிவைக்கலாம். அவனோ காலம்பனோடு இருக்கிறான்' என்று சிந்தித்தபடியே உதிரனையே அழைத்துக் கொண்டு போகச் சொன்னான். "சரி" என்று ஏற்றுக் கொண்டு விடைபெற்றுக் குடிலுக்குப் போனார் கபிலர்.

மறுநாள் காலை எழுந்ததும், "கபிலர் புறப்பட்டுவிட்டாரா?" எனப் பாரி கேட்டான்.

"அவர் இந்நேரம் ஆதி மலையில் பாதித் தொலைவைக் கடந்திருப்பார்" என்றனர் வீரர்கள்.

கபிலர் வேட்டுவன் பாறைக்கு வந்தபோது திசைவேழர் வந்து ஐந்து நாட்களுக்குமேல் ஆகியிருந்தது. அவரைக் காணும்பொழுதைக் கனவுபோலச் சுமந்து வந்தார் கபிலர். 'எத்தனை ஆண்டுகளாகிவிட்டன? விரிவடங்கா வானத்தின் விந்தைகளைப் பேசி முடியாத நாட்கள்தான் எத்தனை... எத்தனை!! காலம் கரைகிறதா... நகர்கிறதா?' என முடிவுறாத பேச்சுகளை எண்ணியபடி திசைவேழர் இருந்த குடிலருகே வந்தார் கபிலர்.

முதன்முறையாகக் கபிலர், வேட்டுவன் பாறைக்கு வந்த அன்று, அவரைத் தங்கவைத்திருந்த குடில் அது. விரிந்து நீண்ட திறளி மரத்தாலான பலகையில் உட்கார்ந்திருந்தார் திசைவேழர். கபிலர் வருவது தொலைவிலேயே தெரிந்தது. அங்கு இருந்தவர்கள் எழுந்து அவரை வரவேற்றனர். அளவு கடந்த மகிழ்வோடு வந்த கபிலர், திசைவேழரை வணங்கி மகிழ்ந்தார். பெருங்கவியை ஆரத்தழுவிக் கொண்டார் திசைவேழர். கண்களில் கசிந்தது பேரன்பு.

கபிலர் வருகை அறிந்து வேட்டூர்ப் பழையனும் நீலனும் குடிலுக்கு வந்தனர். வந்து ஐந்து நாட்களாகி விட்டதால், இவர்கள் அனைவரையும் திசைவேழர் அறிவார். ஆனாலும் பெயர் சொல்லிப் புகழ்ந்தார் கபிலர். நீலனை 'மகன்போல்' எனச் சொல்லி அறிமுகப்படுத்தினார். திசைவேழரோடு அவரது மாணவர்கள் இருவர் வந்திருந்தனர். முத்துக்கோளன், வங்கைமான் என்று தங்களை அறிமுகப்படுத்தியபடி இருவரும் கபிலரின் கால்தொட்டு வணங்கினர். பேசிக்கொண்டிருக்கும்போது பெண் ஒருத்தி சிறு கூடையில் நாவற்பழம் கொண்டுவந்து வைத்தாள். யார் எனப் பார்த்தார் கபிலர். தனக்கு மகர வாழையில் காரத் துவையல் கொடுத்தவள். கபிலரை வணங்கியபடி அதே சிரிப்போடு அந்த இடம் விட்டு நகர்ந்தாள். இப்போது கைக் குழந்தையோடு இருந்தாள்.

திசைவேழர், கூடையில் வைக்கப் பட்ட நாவல் ஒன்றை உண்பதற்காக எடுத்தார். அதைக் கவனித்த கபிலர், "வேண்டாம். அதை வைத்துவிடுங்கள்" எனச் சொல்லி, இன்னொரு பழத்தை எடுத்து அவருக்குக் கொடுத்தார்.

"உண்பதற்கேற்பக் கனிந்துதான் இருக்கிறது. இதை ஏன் வேண்டாம் என்கிறீர்?" எனக் கேட்டார் திசைவேழர்.

கபிலர் சொன்னார், "அது குழி நாவல்; கார்ப்புச் சுவை அதிகமாக இருக்கும். அதன் பிறகு எந்த நாவலைத் தின்றாலும் கார்ப்புச் சுவை போகாது. எனவே, அதை எடுத்தவுடன் உண்ணக் கூடாது. இதோ சிறுநாவல். இதிலிருந்து தொடங்கலாம். இதற்கடுத்து உண்ண வேண்டியது..." என்று சொல்லி, கூடையைக் கிளறியபடியே சற்றே பெருத்த வெண்ணாவலை எடுத்தார். திசைவேழர் வியப்போடு பார்த்தார்.

கபிலர் ஒவ்வொரு நாவலாக எடுத்து திசைவேழருக்குக் கொடுத்துக் கொண்டே அதன் பெயர், தன்மை, சுவைநுட்பம் என, பழத்தின் சிறப்புகளைக் கூறி மகிழ்ந்தார். கூடையில் இருந்த அனைத்துப் பழங்களைப் பற்றியும் அவரால் விளக்க முடிந்தது. அருகில் இருந்த வேட்டூர்ப் பழையனும் நீலனும் வியப்பேறிய விழிகளோடு பார்த்துக் கொண்டிருந்தனர்.

பழத்தை உண்டபடி நீண்டநேரம் பேசிக்கொண்டிருந்தனர். "சிறிது

நேரம் நடந்துகொண்டே பேசுவோம்" எனச் சொல்லிப் புறப்பட்டனர். வலக்கையை ஊன்றுகோலில் அழுத்தி, இடக்கையைத் தோதாகப் பிடித்து அழுத்தி எழுந்தார் திசைவேழர். வலது காலை மடக்கி நீட்ட முடியாத நிலையைப் பற்றிப் பேசியபடியே இருவரும் சிறிது தொலைவு நடந்தனர். அவர்கள் தனியாகப் பேச விரும்புவது அனைவருக்கும் புரிந்தது. எனவே, மற்றவர்கள் குடிலிலேயே இருந்தனர்.

கோல் ஊன்றி நடந்தபடியே திசைவேழர் கேட்டார், "பறம்பில் வாழ்க்கை எப்படி இருக்கிறது?"

"இதுதான் வாழ்வு எனத் தோன்றுகிறது."

முதற்சொல்லே முழுமை கொண்டிருந்தது. சற்றே திகைப்புற்றார் திசைவேழர். கபிலர் உச்சரிக்கும் சொற்களின் வலிமையை நன்கு உணர்ந்தவர் அவர்.

கபிலர் தொடர்ந்தார், "இயற்கையைப் பற்றிய மனிதப் பேரறிவு இங்குதான் சேமிக்கப்பட்டிருக்கிறது. வாழ்வு முழுவதும் நான் கற்றுக் கொண்டவற்றை வந்த முதல் நாளே என்னை எடைபோட்டுப் பார்க்க வைத்தவர்கள் பறம்பு மக்கள்."

கபிலர் உணர்ச்சி மேலிட்டவராக இருக்கிறார் என திசைவேழருக்குத் தோன்றியது.

"எண்ணற்ற செடிகொடிகளுக்கும் எண்ணிலடங்காத பூக்களுக்கும் இவர்கள் பெயரிட்டு அடையாளப் படுத்தியுள்ளனர். இத்தனை வகையான பூக்களையும் அதன் பெயர்களையும் நாம் எங்கேயும் காணமுடியாது" என்று சொன்ன கபிலர், மிக மகிழ்வோடு சொன்னார், "கடந்த வாரம், நாங்கள் அடர் காட்டுக்குள் மிக முக்கியமான வேலைக்காகச் சென்றுகொண்டிருந் தோம். அப்போது என்னுடன் வந்த பாரி, ஓர் இடத்தில் அப்படியே நின்றான். என்ன காரணம் எனப் புரியாமல் உடன் வந்த அனைவரும் நின்றோம். பாரி எதைக் கவனிக்கிறான் என்பதை, அனைவரின் கண்களும் உற்றுநோக்கின.

பாறையின் மீது வேர்போலத் தேன் நிறத்தில் படர்ந்து இருந்த சிறு கொடியில் மலர்ந்திருந்தது பூ. அதன் இதழ்கள், காற்றடிக்கும்போது சாய்ந்து எரியும் சுடர்போல இருந்தது. அதைப் பார்த்தபடிப் பாரி சொன்னான், 'இந்த வகைப் பூவை, இதுவரை நான் பார்த்ததில்லை.'

'ஆம். இது புதுவகையான செடியாக இருக்கிறது' என்றனர் மற்றவர்கள்.

உற்றுப்பார்த்துக்கொண்டிருந்த பாரி, 'இந்தப் பூவுக்கு நீங்களே ஒரு பெயர் சூட்டுங்கள்' என்றான்.

'பூவுக்கு எப்படிப் பெயர் சூட்டுவது. நிறம்கொண்டா, மணம்கொண்டா... அதன் தனிச்சிறப்பு அறிந்தா?' என்று எண்ணங்கள் ஓடியபடியே இருந்தன."

கபிலர் உற்சாகத்தோடு பேசுவதைக் கேட்டபடி நடந்துகொண்டிருந்த திசைவேழர், "என்னதான் பெயர் சூட்டினீர்?" என்றார்.

"அந்தப் பூவைப் பார்த்த கணமே பாரியின் எண்ணத்தில் பெயர் தோன்றியிருக்கும். அந்தப் பெயர், பூவின் வேரிலிருந்து விளைந்ததாக இருக்கும். அதேபோன்ற தோற்றம் கொண்ட பூக்களுக்கு என்ன பெயர் உள்ளது என அனைத்தையும் ஒப்பிட்டு, பெயரைச் சிந்தித்திருப்பான் பாரி. எனவே, நான் உடனடியாக ஒரு பெயரைச் சொல்லிவிட முடியாது அல்லவா? 'சிந்தித்துச் சொல்கிறேன்!' என்று கூறியுள்ளேன்" என்றார்.

"நீங்கள் பெயர்வைக்கும் வரை அது பெயரற்ற 'பூ'தானா?"

திசைவேழரின் சொல்லுக்குள் சற்றே எள்ளல் இருப்பதுபோல் கபிலருக்குத் தோன்றியது.

திசைவேழர் தொடர்ந்தார், "அந்தச் செடி வேறு இடத்திலும் இருக்குமல்லவா? அங்கு அதற்குப் பெயர் சூட்டப்பட்டிருக்கலாம் அல்லவா?"

"இருக்கலாம். வேறு எங்கேயாவது அந்தச் செடி இருக்கலாம். அதற்கு மனிதர்கள் பெயரிட்டிருக்கலாம்" என்றார் கபிலர்.

தலையை நிமிர்த்தாமலேயே மெல்லிய குரலில் திசைவேழர் கேட்டார், "அப்படியென்றால், அறியாதவர்களுக்கு நடுவில் இருப்பதை அறிவென்று ஏற்க முடியுமா?"

திசைவேழர் சொல் அதிர்ச்சியைக் கொடுத்தது. "அறியாதவர்கள் என்று, பறம்பு மக்களையா சொல்கிறார்?" நம்ப முடியாமல் கேட்டார், "எப்படி இப்படியொரு சொல்லைச் சொன்னீர்கள்?"

"நீங்கள் ஒன்றை அறிய நினைக்கும் போது உங்களின் அறியாமையை மற்றவர்கள் அறிந்துகொள்ளுதல் இயற்கைதானே?"

திசைவேழரின் சொற்கேட்டுத் திகைத்து நின்றார் கபிலர். அவருக்குள் இந்தச் சொல் உருத்திரண்டு வர, பூ மட்டும் காரணமல்ல என்பது புரியத் தொடங்கியது.

திசைவேழர் சொன்னார், "இயற்கை பற்றிய மனிதப் பேரறிவு இங்குதான் சேமிக்கப்பட்டிருப்பதாகச் சொன்னீர்களே, அது சரிதானா?"

பதற்றம், உடலெங்கும் பரவியதை உணரமுடிந்தது. பறம்பே தனது உடலாக மாறிவிட்டதைப்போல் இருந்தது. அதன்மீது சொல்கொண்டு எறிவதைக்கூட உடல் ஏற்க மறுக்கிறது, ஆனாலும் தன்னை நிதானப் படுத்தியபடிக் கபிலர் கேட்டார், "சரியில்லை என்று எப்படித் தோன்றியது உங்களுக்கு?"

"தனது உள்ளங்கையில் இருக்கும் ஒன்றின் ஆற்றலையே மதிப்பிட முடியாதவர்களாக இவர்கள் இருப்பதால்."

"எதைச் சொல்கிறீர்கள்?"

"தேவாங்கு விலங்கைச் சொல்கிறேன்."

புதுப் பெயராக இருக்கிறதே என நினைத்த கபிலர், தேவவாக்கு விலங்கைத்தான் இப்படிச் சொல்கிறார் எனப் புரிந்துகொண்டார். "அதன் ஆற்றலைப் பறம்பு மக்கள் புரிந்துகொள்ளவில்லை என்றா சொல்கிறீர்கள்?"

"ஆம். அதன் ஆற்றலை இப்போது வரை பாரியும் பறம்பு மக்களும் புரிந்துகொள்ளவில்லை."

கபிலருக்குள் விடை தெரியாமல் உருண்டுகொண்டிருந்த கேள்வி, இப்போது திசைவேழரின் சொல் முனையில் வந்து நின்றது. புருவம் உயர்த்தியபடித் திசைவேழரைப் பார்த்து "என்ன அதன் ஆற்றல்?"

"அது கடலை வெல்லும் ஆற்றல் கொண்ட உயிரினம்."

கபிலர் அதிர்ந்து நின்றார். அவரின் முகக்குறிப்பு அறிந்து திசைவேழர் தேவாங்கின் சிறப்பைப் பற்றிப் பேசத் தொடங்கினார். எப்போது உட்கார்ந்தாலும் வடதிசை நோக்கியே உட்காரும் அதன் ஆற்றலை, மெய்சிலிர்த்தபடி விளக்கினார்.

"பொதிகை மலையில் இதைப் போன்ற உடல் அமைப்பைக்கொண்ட விலங்கு உண்டு. ஆனால், அதற்கு இத்தகைய ஆற்றல் இல்லை. இது ஒரு மரத்து விலங்கு. நீண்ட நெடுங்காலம் குறிப்பிட்டதொரு மரத்திலே வாழக் கூடியதால், குறிப்பிட்ட திசை நோக்கி உட்காரும் அதிசிறந்த ஆற்றலைப் பெற்றுள்ளது" என்றார்.

கபிலர் மெய்மறந்து கேட்டார். இந்த விலங்குக்காகப் பாண்டியன் ஏன் இவ்வளவு முயன்றான் என்ற விடையின்றித் தத்தளித்த கேள்விக்கு, விடை தெரிந்தது. நூற்றாண்டுகளாகத் தொடரும் யவன வணிகத்துக்கு இதுபோன்ற ஒரு விலங்கு எவ்வளவு முக்கியமான பங்காற்றும் என்பதை, கபிலரால் எளிதில் விளங்கிக்கொள்ள முடிந்தது. பாண்டியனின் பெரு முயற்சிக்குப் பின்னிருந்த உண்மை வெளிவந்தது.

நடையை நிறுத்தி அருகில் இருந்த சிறு பாறையில் சாய்ந்து நின்றார் கபிலர். கோல் ஊன்றியபடி நின்றுகொண்டிருந்த திசைவேழர் சொன்னார், "கடலையும் வானையும்

இணைக்கும் பேராற்றல்கொண்ட உயிரினமாக இது இருக்கிறது. இதைப் பெற வேறு வழியே இன்றிதான் திரையர்களை அனுப்பிவைத்தார் குலசேகரப்பாண்டியன். நீங்கள் பறம்பில் இருப்பது அப்போது தெரிந்திருந்தால் உங்கள் மூலமே முயன்றிருப்பார் பேரரசர்."

கபிலர் அசைவின்றி உட்கார்ந்திருந்தார். குலசேகரப் பாண்டியனின் முயற்சி தொடர்வதை அவரால் உணர முடிந்தது.

திசைவேழர் சொன்னார், "அந்த அரிய உயிரினத்தால் பறம்புக்கு எந்த நன்மையும் கிட்டப்போவதில்லை. அதன் ஆற்றல் வெளிப்படப்போவது கடலில்தான். எனவே, அதைக் கொடுத்து உதவப் பாரிக்கு நீங்கள் அறிவுறுத்த வேண்டும்."

கபிலரின் அமைதி நீடித்தது.

சிறிது நேரத்துக்குப் பிறகு திசைவேழர் கேட்டார், "ஏன் பேச்சின்றி நிற்கிறீர்?"

"பாரி எப்போதும் வியப்புக்குரிய தோழன்தான். ஆனால், இப்போது அந்த வியப்பு மேலும் அதிகரிக்கிறது."

கபிலரின் சொல்லுக்குப் பொருள் புரியவில்லை. கண்களை உருட்டியபடிப் பார்த்தார் திசைவேழர்.

கபிலர் சொன்னார், 'தேவவாக்கு விலங்கை இவ்வளவு முயன்று எடுத்துச் செல்லவேண்டிய தேவை என்ன?' என்று பலமுறை நான் கேள்வி எழுப்பியுள்ளேன். ஆனால், இந்தக் கேள்விக்கு விடையறிய பாரி ஒருபோதும் முயன்றதே இல்லை. எனக்கு அது பெருவியப்பைக் கொடுத்தது. வற்புறுத்திக் காரணம் கேட்டால் சொல்வான், 'வேந்தர்கள் எதைச் செய்தாலும் அது அவர்களின் அதிகார நலனுக்கானது; மனிதருக்கும் இயற்கைக்கும் எதிரானது. அதில் கூடுதலாகச் சிந்திக்க என்ன இருக்கிறது?' என்று. மிக வேகமாக அவன் முடிவுக்கு வந்துவிடுகிறானோ என அப்போது தோன்றியது. ஆனால், இப்போது தெரிகிறது, அவனுடைய சொற்கள் எவ்வளவு ஆழமானவை என்று."

பாறையை விட்டு எழுந்து, திசைவேழரைப் பார்த்தபடிக் கபிலர் மேலும் சொன்னார், "இயற்கையைப் பற்றிய பேரறிவு மட்டுமல்ல, மனிதர்களைப் பற்றிய பேரறிவும் சேகரிக்கப்பட்டுள்ள இடமாகப் பறம்பு இருக்கிறது."

தனது சொல்லைத் தனக்கு எதிரானதாக்கிக்கொண்டிருக்கிறார் கபிலர் என்பது திசைவேழருக்குப் புரிந்தது. இருவரும் சிறிது நேரம் பேச்சின்றி நின்றனர்.

நேர்முகம் பார்ப்பதைத் தவிர்க்க எழுந்து நடந்தபடித் திசைவேழர் சொன்னார், "ஆற்றலை அறிவதும்

பயன்படுத்துவதும்தான் மனிதனை வெல்லற்கரியவனாக மாற்றியுள்ளன."

"மனிதன் வெல்லற்கரியவனாக மாற வேண்டியது யாருடைய தேவை?" என்றார் கபிலர்.

சற்றும் இடைவெளியின்றித் திசைவேழர் சொன்னார், "இயற்கையின் தேவை."

இளக்காரமானதொரு சிரிப்போடு கபிலர் சொன்னார், "இல்லை. ஆசைக்கு அடிமைப்பட்ட கணத்தில் மனிதன் எடுத்துக்கொண்ட உறுதி அது."

"அது ஆசையல்ல, இயல்பு. இயற்கையின் தன்மை அதுதான். ஆற்றல்கொண்டதை மட்டுமே அது அரவணைத்துக்கொள்ளும். எனவே, மனிதன் ஆற்றலைப் பெருக்கவே வாழ்வை அமைத்துக்கொள்கிறான்."

"அது, மனிதன் இயற்கைக்குக் கொடுத்துள்ள விளக்கம்."

"தேவாங்கு விலங்கு கடலிலே இருக்கும்போது கிடைக்கும் பயன் எல்லையற்றது. அதன் ஆற்றல் துலங்குமிடம் அதுதான். அந்த இடத்திலே அதைப் பயன்படுத்துதல் அனைவருக்கும் நன்மை செய்வதுதானே?"

"இதைப் பாரியிடம் கேட்டால், என்ன சொல்வான் தெரியுமா?"

"என்ன சொல்வான்?"

" 'அதைப் பயன்படுத்த மனிதனுக்கு என்ன உரிமை இருக்கிறது?' என்று கேட்பான்."

திசைவேழரின் நடையின் வேகம் கூடியது. "இந்தக் கேள்வியை எப்போதோ கடந்துவந்துவிட்டனர் நம் முன்னோர்கள். மலைக்காடுகளில் மட்டுமே விளைந்த தானியக்கதிரின் விதைகளைச் சேகரித்து நதிக்கரையில் நட்டுவைத்தபோதே இதைப்போன்ற கேள்விகளெல்லாம் இறந்துவிட்டன. பயனளிக்கும் இடத்தை நோக்கிப் பாய்ந்து செல்லுதலே வாழ்தலின் விதி" என்று கூறிய திசைவேழர், சற்றே குரல் உயர்த்திச் சொன்னார், "நீங்கள் எழுப்புவது இயற்கையின் மீதான உரிமை பற்றிய கேள்வியல்ல; இயற்கையின் இயங்கு விசையைப் புரிந்துகொள்ளாத அறியாமையிலிருந்து எழும் கேள்வி."

திசைவேழரின் கூற்றைச் சற்றே எள்ளலோடு எதிர்கொண்ட கபிலர் "நீங்கள்தான் முதலிலேயே சொல்லிவிட்டீர்களே, 'அறிவுதான் அறியாமையின் அடையாளம்' என்று."

கபிலரை இணங்கவைப்பதுதான் முக்கியமானது. அதற்கு ஒரே வழி அவரை கருத்துகள் மூலம் வெல்வது மட்டும்தான். எண்ணங்கள் உள்ளுக்குள் ஓடியபடியிருக்க திசைவேழர் சொன்னார், "வளைய மறுக்கும் கிளை ஒடிவதும், வளைந்து கொடுக்கும் கிளை நீண்டு தழைப்பதும் தான் இயற்கையின் அமைப்பு."

சொற்களின் வலிமை அறிந்த இருவர், எதிரெதிர்த் திசையிலிருந்து அதைப் பயன்படுத்திக் கொண்டிருந்தனர். தேவாங்கில் தொடங்கி அதைத் தர மறுக்கும் பாரியை நோக்கி உருண்டன சொற்கள். அதை எதிர்கொள்ளக் கபிலருக்கு எந்தவிதமான தயக்கமும் இல்லை. ஆனால், இப்படியொரு பணிக்குத் திசைவேழர் எப்படி இணங்கினார் என்பதே அவரின் சிந்தனையாக இருந்தது.

"ஒரு தவளை இடும் முட்டையிலிருந்து பல்லாயிரம் தலைப்பிரட்டைகள் உருவாகின்றன. அவை எல்லாம் உயிர்வாழுமேயானால், இந்தப் பூமியில் தவளையைத் தவிர

வேறு உயிரினமே இருக்காது. ஒரேயொரு கொக்கு, நாள் ஒன்றுக்கு எண்ணாயிரம் தலைப்பிரட்டைகளை விழுங்கி வாழ்கிறது. இந்த அழிவுகளின் மூலம்தான் இயற்கை சமநிலையைப் பேணுகிறது."

திசைவேழரின் சொற்களைக் கேட்டபடிக் கபிலர் அமைதியாக நடந்தார். அழிவுகளின் நியாயத்தைப் பேசத் தொடங்கி, அடுத்து அழித்தலின் அவசியத்தில் வந்து பேச்சு முடியும். திசைவேழர் எதை நோக்கி வருகிறார் என்பதைக் கபிலரால் கணிக்க முடிந்தது.

"வலதுகையால் ஊன்றுகோலை இறுகப்பிடித்து இடதுகையால் அழுத்திக்கொடுத்துதான் உங்களால் எழுந்திருக்க முடிந்தது. இவ்வளவு தளர்ந்த நிலையிலும் நெடுந்தொலைவு பயணித்து என்னைக் காண வந்துள்ளீர்கள் எனப் பெருமகிழ் வடைந்தேன். ஆனால், உங்களின் நோக்கம் என்னைக் கவலைகொள்ளச் செய்கிறது" என்று சொன்ன கபிலர், சற்றே தயக்கத்தோடு அதேசமயம் உறுதியான குரலில் கேட்டார், "உங்களுக்கு உடன்பாடற்ற செயலை ஒருபோதும் நீங்கள் செய்ய மாட்டீர்கள். அப்படியிருக்க, எதன் பொருட்டு இந்தச் செயலில் உங்களுக்கு உடன்பாடு ஏற்பட்டது?"

திசைவேழர் சொன்னார், "சான்றோர் போற்றும் பெருங்கவி பறம்பில் உள்ளான் என்ற பெரு மகிழ்வுடனே இங்கு வந்தேன். என் கால்கள் இதனினும் தளர்ந்து போயிருப்பினும் நான் இங்கு வந்திருப்பேன் அல்லது உன்னால் மலையிலிருந்து இறங்கி வர முடியாத நிலை ஏற்பட்டிருப்பினும் நான் மலையேறி அங்கு வந்திருப்பேன். ஏனென்றால், வாழ்வு முழுவதும் நான் பயணித்த பாதையில் இப்படியோர் ஆற்றல்கொண்ட உயிரினத்தைக் கண்டதில்லை."

திசைவேழரின் குரலில் உணர்ச்சி மேலேறிக்கொண்டிருந்தது. "எனது இளம் பருவத்தில் நாடியைத் தூக்கி அண்ணாந்து வானத்தை உற்றுப் பார்க்கவைத்தார் என் தந்தை. அன்றிலிருந்து இன்று வரை வானக் கோடுகளின் ஊடேதான் நான் வளைந்தும் நெளிந்தும் போய்க் கொண்டிருக்கிறேன். ஒளி அண்டங்களின் மடிப்புகளுக்குள் பேதலித்து நின்ற காலங்கள் எத்தனையோ! முன்னோருக்கு முன்னோர் என எத்தனை தலைமுறைகளாக வானியலின் வியப்புகளுக்குள் மூழ்கிக்கிடக்கிறோம். கதிரவனும் விண்மீன்களும் இன்றி மூடப்பட்ட அறைக்குள் நம்மால் திசை அறிய முடியும் என்று ஒருவன் சொன்னால், அவனை 'மூடன்' என்று சொல்லியிருப்பேன். ஆனால், தேவாங்கு என்ற இந்தச் சின்னஞ்சிறு உயிரினம் நம் அறியாமையைத் தகர்த்துவிட்டது. எல்லையில்லாத அகண்ட வானத்தைத் துளையிட்டுப் பார்ப்பதைப்போல இருக்கிறது, அது வடதிசை நோக்கி உட்கார்ந்திருப்பது.

இனி நம் பாய்மரங்களுக்குக் கடலும் காற்றும் பொருட்டல்ல. நடந்துகொண்டிருக்கும் தேவாங்கு உட்காரும் கணத்தில் திசைகள் தாமே வந்து மீகானின் சொல் கேட்க உள்ளன. இந்த ஆற்றல், வேந்தர்களுக்கு மட்டுமல்ல... மனிதர்கள் அத்தனை பேருக்கும் பயனளிக்கப்போகும் ஒன்று. இதை நாம் தவறவிட்டுவிடக் கூடாது. இந்த அறிவின் அவசியத்தை உன்னால் புரிந்துகொள்ள முடியும். மலைமக்கள், வாழ்வின் இயக்கத்தைப் பிடித்து அடுத்த கட்டத்துக்கு நகர

முடியாத மந்தநிலைகொண்டவர்கள். நீதான் பாரியிடம் இதை எடுத்துச் சொல்ல வேண்டும். அதற்காகத்தான் வந்தேன்."

நெற்றியில் இருந்த வியர்வையைத் துடைத்தபடி மறுமொழியின்றிக் கேட்டுக்கொண்டிருந்தார் கபிலர்.

வேகம் குறையாமல் திசைவேழர் கேட்டார், "ஏன் பேச்சின்றி நிற்கிறீர்?"

"நீங்கள் சொல்வது எல்லாமே எனக்குப் புரிகிறது. ஆனால், நான் சொல்வது மட்டும் உங்களுக்குப் புரியவில்லை. நீங்கள் தேவாங்கினால் ஏற்படும் பயனைப் பற்றிப் பேசுகிறீர்கள். அது தேவாங்குக்கான பயன் அல்ல என்பது உங்களுக்குப் புரியவில்லை. உங்களின் பயனுக்காக அதைப் பயன்படுத்த உங்களுக்கு உரிமை இல்லாததைப்போல, அனுமதி கொடுக்கும் உரிமை பாரிக்கும் இல்லை. இழக்கக்கூடிய வாழ்விடத்தில் எந்த உயிரையும் இயற்கை உருவாக்கவில்லை. எனவே, தனது வாழ்விடத்தை ஓர் உயிர் இழப்பது இயற்கையுடனான ஆணிவேரை அறுத்துக்கொள்வதற்கு நிகர். பயன்பாட்டுக் கணக்குகளும் பண்டமாற்றுக் கணக்குகளும் எல்லாவற்றுக்கும் எப்படிப் பொருந்தும்? நாடியைத் தூக்கி வானத்தைப் பார்த்தபடி உங்கள் தந்தை விதைத்த கனவுக்கு விலை சொல்ல முடியுமா உங்களால்?"

கபிலரின் குரல் திடமாக ஒலித்தது. சொற்களைச் செங்குத்தாகக் கீழ்நோக்கித் தள்ளப் புலவனுக்குத் தெரியும். ஆசானாக மதிக்கும் ஒருவரின் மீது அந்தச் செயலைச் செய்யக்கூடாது என நினைத்தார். சற்றே தணிந்த குரலில் சொன்னார் "தேவாங்கு மட்டுமல்ல, பாரியும் அப்படித்தான். என்ன விலை கொடுத்தாலும் சினம்கொண்டாலும் வீழ்ந்து பணிந்தாலும் திசை மாற மாட்டான்."

65

எவ்வியூரிலிருந்து கபிலரை அழைத்துவந்த உதிரன், வேட்டுவன் பாறையில் உள்ள எல்லோருடனும் பேசி நலம் விசாரித்துக்கொண்டிருந்தான். திசைவேழரும் கபிலரும் தனியே பேச எழுந்து சென்றபோது, நீலனும் உதிரனும் இன்னொரு திசை நோக்கி நடந்து சென்றனர். இரு திசைகளையும் பார்த்தபடி உட்கார்ந்திருந்தார் வேட்டூர்ப்பழையன். கற்றறிந்த அறிஞர்கள் இருவர் வலப்புறம் மெதுவாக நடந்து சென்று கொண்டிருக்கும்போது, பறம்பின் இணையற்ற வீரர்கள் இருவர் இடப்புறமாகப் பேசியபடி நடந்து கொண்டிருந்தனர்.

உதிரனிடம் நீலன் கேட்கவேண்டிய கேள்விகள் நிறைய இருந்தன. "எவ்வியூருக்குக் கூழையனிடமிருந்து நாள் தவறாமல் செய்தி வந்து கொண்டிருப்பதாகச் சொல்கிறார்களே..?" என்று தொடங்கினான்.

"ஆம், சேரக்குடியினர் இருவரும் போருக்கான வேலைகளைத் தீவிரப்படுத்தியுள்ளனர். அந்தச் செய்திகளைக் கூழையன் நாள்தோறும் அனுப்பிக்கொண்டிருக்கிறான். உதியஞ்சேரலைவிடக் குடநாட்டினரிடம் தான் நாம் கூடுதல் விழிப்புணர்வுடன் இருக்கவேண்டும் எனத் தோன்றுகிறது. அவர்கள் தளபதி எஃகல்மாடன் பற்றி மிகக் கொடுமையான கதைகள் மக்களிடம் பரவியிருக்கின்றன. பிடிபட்ட எதிரி நாட்டு வீரர்கள் யாரையும் கண நேரம்கூட உயிரோடு வைத்திருப்பதில்லையாம். உடல்களைச் சிதைத்துக் கொல்வதை அவன் வழக்கமாக வைத்திருக்கிறானாம். 'கோளூர்ச்சாத்தனின் கைகளை வெட்டிய முடியனின் தலையை எடுக்காமல் நான் ஓய

மாட்டேன்' எனச் சூளுரைத்தபடி அலைகிறானாம்" என்றான் உதிரன்.

அவன் சொல்லியதைப் பற்றி சிந்தித்தபடி வந்துகொண்டிருந்தான் நீலன். " 'பறம்பினைச் சுற்றியுள்ள வேறெந்த நாட்டினருக்கும் இல்லாத வாய்ப்பு குடநாட்டினருக்குத்தான் உண்டு. நில அமைப்பின் தன்மையைக் கணக்கில் கொண்டால் அவர்களால் பச்சைமலையின் நடுப்பகுதி வரை வந்து சேர முடியும். இந்தச் சாதகமான வாய்ப்பைப் பயன்படுத்துவதாக நினைத்துதான் அவர்கள் ஏமாற்றம் அடைவர். ஏனென்றால், அதன் தொடர்ச்சியாக உள்நுழைந்தால் கரும்பாறைப் பிளவுக்குள் எளிதாகச் சூழப்பட்டு முழுமுற்றாக அழிக்கப்படுவர்" என்றான்.

அடுத்த கேள்வியை நீலன் கேட்கும் முன்னர் உதிரன் கேட்டான், "சோமப் பூண்டின் பானம் குடிக்க வந்தபோது மீட்டு வந்த கப்பல் அடிமைகளைப் பற்றிக் கூறினாயே, அவர்களின் தலைவன் இன்னும் அப்படித்தான் இருக்கிறானா அல்லது ஏதாவது பேசுகிறானா?"

"இப்போது முழுமையாகக் குணமடைந்துவிட்டான். மிகக் கொடுமையான காயங்கள் ஏற்பட்டதால் இத்தனை மாதங்கள் ஆகியுள்ளன. ஆனாலும் அவன் எதையும் வாய் திறந்து பேச ஆயத்தமாக இல்லை. எவ்வளவு முயன்றும் அவன் கூட்டத்தைப் பற்றிய உண்மைகள் எதையும் தெரிந்து கொள்ள முடியவில்லை.

உடன் இருக்கும் வீரர்கள் தலைவனின் உத்தரவின்றி ஒரு சொல்கூட உதிர்க்க மறுக்கிறார்கள். அவனது கண் அசைவை வைத்தே பணிபுரிகின்றனர். தேர்ந்த போர்க் குடியாக இருக்க வேண்டும். மற்றவர்களுக்கு இவ்வளவு கட்டுப்பாடும் உறுதியும் எளிதில் வராது" என்றான்.

"கபிலர் அவரின் ஆசானோடு ஓரிரு நாட்கள் தங்குவார். நாம் போய் அவனைப் பார்த்து வரலாமா?"

"விடிந்ததும் புறப்பட்டுப் போவோம்" என்றான் நீலன்.

கபிலரும் திசைவேழரும் குடிலுக்குத் திரும்பும்போது நண்பகல் கடந்திருந்தது. அவர்களுக்கான உணவு ஏற்பாடாகியிருந்தது. திறளி மரப் பலகையில் உட்கார்ந்ததும் திசைவேழர் சொன்னார், "உணவு அருந்தியதும் நாங்கள் புறப்படுகிறோம்."

"உங்களின் வலதுகாலை மடக்கி எழமுடியாததைப் பற்றி நீங்கள் சொன்னதால், மருத்துவர்கள் மூலிகைகளைப் பறித்துவந்து காத்திருக்கிறார்கள். இன்னும் இரு தினங்கள் தங்குங்கள். அவர்களின் மருத்துவத்தால் முழுமையாகக் குணமடைந்து செல்வீர்கள்" என்றார் வேட்டூர்ப் பழையன்.

மறுமொழி ஏதுமின்றி அமைதியாக இருந்தார் திசைவேழர். வந்த நோக்கம் நிறைவேறாத மனநிலை மட்டுமன்று, இதுவரை தான் கண்டிராத ஒரு கபிலரையும் அவர் கண்டுள்ளார். அவருடைய உணர்வுகள் கொந்தளிப்பாக இருந்தன. பேரரசுக்காகத் தூது வந்ததைப்போல தன்னை கபிலர் நினைத்துவிட்டாரோ என்ற எண்ணமும் எழாமல் இல்லை. அமைதி நீடித்தது. அதைக் கவனித்துக் கொண்டிருந்த கபிலர், "மருத்துவம் பார்த்துக்கொண்டு குணமடைந்து செல்வதுதான் நல்லது" என்றார்.

திசைவேழரின் மனம் அதை ஏற்கவில்லை. பறம்பைப் பற்றிக் கூறிய சொற்கள் அவரைக் கூசச்செய்தன. ஆனால், நீட்டி மடக்க முடியாத வலது கால் அவரது மறுப்புச்சொல்லை மடக்கிப் பிடித்துக்கொண்டது. என்ன செய்வது என அறியாமல் திணறிக் கொண்டிருந்தவர், கபிலரின் சொல்லுக்கு இணங்கித் தலை அசைத்தார்.

மாலை நேரம் நெருங்கியதும் மருத்துவர்கள் பச்சிலைகளையும் மரப்பட்டைகளையும் கொண்டு வந்திருந்தார்கள். திறளி மரப் பலகையில் உட்கார்ந்திருந்த அவரை, வலதுகாலை மட்டும் பலகையின் மேல் நேராக நீட்டச் சொன்னார்கள்.

திசைவேழரால் செய்யவே முடியாத பெருஞ்செயலாக அது இருந்தது. வளைந்த கால் அவ்வளவு எளிதில் நீண்டுகொள்ள ஆயத்தமாக இல்லை. அவரால் எவ்வளவு முடியும் என்பதைக் கணிப்பதற்கே மருத்துவர்கள் இதைச் செய்யச் சொன்னார்கள். அவர் முடிந்தவரை கால்களை நீட்ட முயன்றார். "அரைவட்ட விண்மீன் கூட்டம் ஒரு போதும் நேர்க்கோட்டுச் சாட்டைக் கம்பு வெள்ளியாக மாறாது" என்று காலை அழுத்திக் கொண்டே சொன்னார். அவரது சொல்லைக் கேட்டுச் சிரித்தார் கபிலர்.

மருத்துவர்கள் பச்சிலையையும் பட்டையையும் கைக்கருவிகளால் ஒன்றாக்கி அரைத்துக் கொண்டிருந்தனர். அடிநரம்பு, சுண்டி இழுத்துக்கொண்டிருந்தது. வலி உச்சந்தலையைத் தொட்டது. மருத்துவர்கள் அரைத்துக் கொண்டிருக்கும் மூலிகைகளைப் பார்த்தபடி, "என்ன மருந்து இது?" எனக் கேட்டார் திசைவேழர்.

மூத்த மருத்துவர் சொன்னார், "புலி முன் ஆடு."

திசைவேழருக்குப் புரியவில்லை. அவர்கள் சற்றே விளக்குவார்கள் என எதிர்பார்த்தார். மருத்துவர் மூவரும் அவரவர் வேலைகளைக் கவனித்துக் கொண்டிருந்தனர். தலைமாட்டில் இருந்த கபிலரைப் பார்த்தார். அவருக்கும் அதற்கான பொருள் புரியவில்லை. மருத்துவர்களைப் பார்த்துக் கபிலர் கேட்டார், "அப்படியென்றால் என்ன... மூலிகையின் பெயரா?"

"இல்லை. மருந்தின் சேர்மானத்தையும் நோயின் தன்மையையும் வைத்து நாங்கள் முடிவு செய்வோம். எங்களின் மருந்துக்கு முன், இந்த நோயானது புலிக்கு முன் ஆடு போலக் கண நேரத்தில் பதுங்கி ஒடுங்கும். சில நேரத்தில் நோயும் மருந்தும் புலிக்கு முன் புலி போலச் சம அளவில் நிற்கும். சில நேரத்தில் மருந்தால் கட்டுப்படுத்த முடியாத அளவில் நோய் இருக்கும், புலியை வீழ்த்தும் யானைபோல" என்றார் அவர்.

திசைவேழர் வியப்புடன் பார்த்தார். 'மருத்துவத்தைத் தொடங்கும் முன்னரே, புலிக்கு முன் ஆடு போல, இந்த நோயானது மருந்துக்கு முன் பதுங்கி ஒடுங்கும் என எப்படி துணிந்து சொல்ல முடிகிறது இவர்களால்?' என்று சிந்தித்தபடியே படுத்திருந்தார். வலி உச்சந்தலையைத் தொட்டுத் திரும்பிய இடத்தில் இப்போது புலியும் ஆடும் உலவிக் கொண்டிருந்தன. மனம் வேறொன்றைக் கணித்துக் கொண்டிருக்க, வலி நினைவில் தங்க இடமின்றி மறந்தொழிந்தது.

இரவு நெடுநேரமாகியும் தூக்கம் வரவில்லை. காலில் கட்டுப் போடப்பட்டிருந்ததால் அசையாமல் படுத்திருக்கவேண்டியிருந்தது. மனம் அலைமோதிக்கொண்டிருந்தது. அருகில் போடப்பட்டிருந்த கட்டிலில் கபிலர் உட்கார்ந்து திசைவேழரைக் கவனித்தபடி இருந்தார். உரிமை கலந்த இயல்பான பேச்சு இருவரிடமும் இல்லை. 'நாம் சற்றுக் கடுமையாகப் பேசிவிட்டோமோ!' என்ற எண்ணம் இருவருக்குள்ளும் ஓடிக் கொண்டிருந்தது.

அமைதியைக் குலைக்கும் சொல்லைக் கண்டறிய முடியாமல் கபிலர் தவித்துக்கொண்டிருக்கும் போது திசைவேழரின் மெல்லிய குரல் கேட்டது, "பல ஆண்டுகளுக்கு முன் பொதிகை மலையில் தற்செயலாக ஒரு பாணர் கூட்டத்தைக் கண்டேன். ஒருவார காலம் என்னோடு சேர்ந்து அவர்கள் பயணப்பட்டார்கள். அந்தப் பயணத்தின்போது நான் யார் என்பதை உடன் வந்த மாணாக்கர்கள் மூலம் அறிந்துகொண்டனர். அதன் பிறகு அந்தப் பாணர் குழுவின் தலைவன் நாஞ்சிலன் என்னிடம் வானியல் பற்றிப் பல ஐயங்களைக் கேட்டான். நான் அவற்றுக்கெல்லாம் விடை சொல்லியபடி வந்தேன்.

பயண வழியில் விலகிச் செல்லும் இடம் வந்தது. அப்போது அவன் சொன்னான்,'பச்சைமலைத்தொடரில் வியப்புறு கனியான கருநெல்லி உள்ளது. அதை உட்கொண்டால் பகலிலும் விண்மீன்களைப் பார்க்கலாம். சென்றமுறை நான் பறம்புக்குச் சென்றபோது நடு மலையின் முகட்டில் அந்த மரத்தைக் கண்டேன். பயிற்சிபெற்ற வீரர்களைத் தவிர மற்றவர்களால் ஏறிச்செல்ல முடியாத பெருமுகடு அது. அந்த அதிசயக் கனியைப் பறித்து யாருக்குக் கொடுக்கப்போகிறோம் என்ற எண்ணம் உருவானதால், நான் அதைப் பெரிதாகக் கருதவில்லை. உங்களைப் போன்ற வானியல் பேராசானுக்கு அந்தக் கனி உண்ணக் கிடைத்தால் எவ்வளவு நன்மை பயக்கும்! அடுத்த முறை பறம்பு செல்கிறபோது பாரியிடம் கேட்டு அந்தக் கனியைக் கொண்டுவந்து உங்களுக்குத் தருவேன்' என்று சொல்லிச் சென்றான்.

அவன் சொல்வதை நான் உண்மை என நம்பவில்லை. பகலிலே விண்மீன் கூட்டத்தை எப்படிப் பார்க்க முடியும்? அவன் ஏதோ கற்பனையாகப் பேசுகிறான் என்று நினைத்தேன். ஆனால், திசைகாட்டும் விலங்கு ஒன்று இருக்கிறது என்பதைப் பார்த்த பிறகு, இப்போது எனது எண்ணம் வேறுவிதமாக இருக்கிறது. அந்தச் செய்தியை அறிந்த நான் அப்போதே பறம்புக்கு வந்திருக்க வேண்டும். தவறிழைத்துவிட்டேனோ எனத் தோன்றுகிறது."

திசைவேழர் சொல்வதை வியந்து கேட்டுக்கொண்டிருந்தார் கபிலர். என்ன சொல்வது எனப் பிடிபட வில்லை. சற்றே திணறி மீண்டார். பேச்சற்றிருந்த கபிலரைப் பார்த்து, "எதுவும் சொல்லாமல் இருக்கிறாய்?" எனக் கேட்டார் திசைவேழர்.

"கருநெல்லியைப் பற்றிப் பாரி என்னிடம் சொல்லியுள்ளான். 'அதை உட்கொண்டால் பகலிலும் விண்மீன்களைப் பார்க்க முடியும். அந்த ஆற்றல் அதற்கு உண்டு என, குலநாகினிகள் சொல்வார்கள்' என்று கூறியுள்ளான். அந்தக் கனியைப் பாரிகூடப் பார்த்ததில்லை. ஆனால், அதைப் பார்த்த ஒருவர் உங்களிடம் வந்து சொல்லியுள்ளார் என்பது

எவ்வளவு சிறப்பான செய்தி! என்னால் நம்பவே முடியவில்லை" என்று வியப்பில் திணறினார் கபிலர்.

'இயற்கையைப் பற்றிய மனிதப் பேரறிவு இங்குதான் சேமிக்கப் பட்டிருக்கிறது' என்று கபிலர் சொன்ன சொல்லின் ஆழம் காண முயன்றார் திசைவேழர்.

"பகலில் அல்ல, இரவில்கூட விண்மீன்களைப் பார்க்க முடியாத அளவுக்கு, அகந்தையும் ஆணவமும் சில நேரங்களில் கண்களை மறைத்து விடுகின்றன" என்றார் திசைவேழர்.

இதற்கு என்ன மறுமொழி சொல்வதெனத் தெரியவில்லை. அசையும் அவரது வலதுகால் பாதத்தை மெல்லப் பிடித்தபடி, "அசைய வேண்டாம். எல்லாம் சரியாகும்" என்றார் கபிலர்.

பெரும்புலவனின் கைவிரல்கள் பாதத்திடம் பேசிய மொழி கேட்டுத் திசைவேழரின் கண்கள் கலங்கின.

அதிகாலையில் புறப்பட்ட நீலனும் உதிரனும் இரு குன்றுகள் தாண்டி அருவியின் அருகில் இருந்த மருத்துவக் குடிலை வந்தடைந்தனர். உயிருக்கு ஆபத்து விளைவிக்கும் அளவு மிகக் கடினமான காயங்கள் ஏற்பட்டிருந்த தால் இந்த இடம்வைத்தே மருத்துவம் பார்த்தனர். இப்போது அந்த வீரனின் உடல் முழுமையாகக் குணமாகி விட்டது. நெடிய உயரமும் எல்லையற்ற வலிமையும் கொண்ட அவனது உடலை, சிதைவிலிருந்து முழுமையாக மீட்டிருந்தனர் பறம்பு மருத்துவர்கள்.

நீலனும் உதிரனும் அந்த இடம் வந்து தலைமை மருத்துவரைக் கண்டு வணங்கினர். "எல்லா வகைகளிலும் அவன் குணமாகிவிட்டான்" என்றார் அவர்.

"ஆனால் பேசத்தான் மறுக்கிறான். அதுதான் ஏன் எனப் புரியவில்லை" என்றார் உடனிருந்த இன்னொரு மருத்துவர்.

"மற்ற வீரர்களோ, தலைவனின் உத்தரவின்றிப் பேசுதல் முறையல்ல என்று சொல்கிறார்கள்" என்றார் அருகில் இருந்த உதவியாளர்.

"அவர்களின் குலம் முழுமையாக அழிக்கப்பட்டிருக்க வேண்டும். அவர்களும் மரணத்தைவிடக் கொடும் வேதனையில் ஆழ்ந்து மீண்டுள்ளனர். அதனால், அச்சம் அவர்களின் ஆழ்மனம்வரை பதிந்திருக்கும். எவரையும் எளிதில் நம்பிவிட முடியாத மனநிலையில் அவர்கள் இருக்கக்கூடும். பறம்பைப் பற்றி அவர்கள் பெரிதாகக் கேள்விப் பட்டிருக்கமாட்டார்கள். எனவே, நம்பிக்கை கொள்ள முடியாத தயக்கமே அவர்களைப் பேசவிடாமல் செய்கிறது என நினைக்கிறேன்" என்றார் தலைமை மருத்துவர்.

எல்லாவற்றையும் கேட்ட இருவரும் புறப்பட்டு அந்த வீரனைக் காணச் சென்றனர். நாய்களை நன்கு பழக்கக் கூடியவர்களாக அந்த வீரர்கள் இருந்தனர். வேட்டை நாய்கள் அனைத்தையும் மிக அணுக்கமாக வைத்திருந்தனர். சுற்றிலும் இருந்த வீரர்கள் நீலனைக் கண்டதும் எழுந்து வணங்கி வழிவிட்டு நின்றனர். அவர்கள் தலைவன், குடிலுக்குள் தனித்திருந்தான். நீலனும் உதிரனும் உள்நுழைந்து அவன் முன் அமர்ந்தனர்.

உடல் முழுக்க வெட்டுத் தழும்புகள் இடைவெளியின்றி இருந்தன. பார்த்த கணம், உதிரனுக்குப் பெரும் அதிர்ச்சியைக் கொடுத்தது. 'இவ்வளவு காயங்களையும் மீறி உயிர்பிழைத்து உட்கார்ந்திருக்கிறானே!' என்ற

வியப்பே ஆட்கொண்டது. சிதைந்த உடலை மீண்டும் இறுக்கிக்கட்டும் உடற்பயிற்சியைத் தொடங்கிவிட்டான் என்பதை நீலனால் உணர முடிந்தது. சென்றமுறை பார்த்ததற்கும் இந்த முறை பார்ப்பதற்கும் உள்ள வேறுபாட்டை அவனுடைய கண்கள் கணித்தன.

அவனை உற்றுப்பார்த்தபடி உதிரன் சொன்னான், "உனது குடிலுக்குப் பின்னால் இருக்கும் அருவியின் இடப்புறம் சிறிது தொலைவு நடந்தால் வீரன் ஒருவனின் நடுகல் உண்டு. அவனது பெயர் கடுவன். கடுவனின் கதையை யாவரும் அறிவர். அதைக் கேட்டுத் தெரிந்துகொள். உனக்கு இனி தேவைப்படும் மருத்துவம் அதுதான்" சொல்லிவிட்டு எழுந்தான் உதிரன்.

வந்த இருவரும் நீண்டநேரம் பேசுவார்கள் என அவன் நினைத்திருந்தான். ஆனால் அவர்களோ, ஒற்றைச் சொல்லை மட்டும் சொல்லிவிட்டுப் புறப்பட்டனர். தொலைவில் இருவரின் உருவமும் மறையும் வரை இமைக்காமல் பார்த்துக் கொண்டிருந்தான் அவன்.

அது ஒரு கொடும் கோடைக்காலம். மழையின்றி விளைச்சல் பாதித்ததால் சமவெளியில் இருந்த மனிதர்களின் சேமிப்புகள் எல்லாம் தீர்ந்தன. உண்ண உணவேதும் இல்லாமல், மனிதர்கள், உணவு தேடி எங்கும் அலைந்துகொண்டிருந்தனர்.

எவ்வளவு கொடும்பஞ்சம் வந்தாலும் மலைமக்களைக் கிழங்குகள் கைவிடாது. ஏழு வகைக் கிழங்குகள் மலையில் விளைகின்றன. நீரின்றிச் செடிகொடிகள் எல்லாம் செத்து மடிந்தாலும் மண்ணுக்குள் கிடக்கும் இந்தக் கிழங்குகள் மனிதனின் உணவுக்காக என்றென்றும் காத்திருப்பவை.

சித்திரவள்ளிக்கிழங்கும் காட்டு வள்ளிக் கிழங்கும் இதர கொடிகளும் மனிதர்கள் உண்ண எப்போதும் கிடைக்கக்கூடியவை. அவைகூட விளையாத கொடும் பஞ்சகாலம் என்றால் இருக்கவே இருக்கிறது நூரை, சவலன், நெடுவன், தீச்சி, நாச்சி, சம்பை, நூழி எனும் ஏழு வகையான கிழங்குகள். ஒவ்வொன்றும் வெவ்வேறு ஆழத்தில் விளைந்து கிடப்பவை. நிலம் அறிந்த மனிதர்கள் அந்தக் கிழங்குகள் இருக்கும் இடத்தை எளிதில் அடையாளம் கண்டு தோண்டி எடுப்பர்.

சமவெளியில் உண்ண வழியில்லாத நிலையில், பலரும் கிழங்குகளைத் தேடி மலைகளில் ஏறினர். போதன் என்பவன், பட்டினிகிடக்கும் தன் குடும்பத்தைக் காப்பாற்ற, கிழங்கு தேடிப் பச்சைமலையில் ஏறியுள்ளான். காலையிலிருந்து உச்சிப்பொழுதுவரை தேடி அலைந்துள்ளான். மிகச்சிறிய அளவிலான இரு கிழங்குகள் மட்டுமே கிடைத்துள்ளன. ஆனாலும் விடாமல்

தேடி அலையும்போது பாறை ஒன்றில் அமர்ந்திருந்த இளைஞனைப் பார்த்துள்ளான். இளைஞனின் காலில் ஏதோ காயம்பட்டுக் குருதி வழிந்து ஓடியது. பச்சிலைகளைப் பறித்துக் காயத்தின் மீது தேய்த்தபடி உட்கார்ந்திருக்கிறான் அந்த இளைஞன். அவன் மலைமகன் என்பதை, பார்த்ததும் போதன் புரிந்துகொண்டான். 'இவனிடம் கேட்டால் நமக்கு வழி பிறக்கும்!' என நினைத்து, "எத்திசை போனால் கிழங்கு கிடைக்கும்?" எனக் கேட்டான்.

அவன் பதில் ஏதும் சொல்லாமல் போதன் கையில் வைத்திருந்த இரு கிழங்குகளையே உற்றுப்பார்த்தான். "கேள்விக்கு விடை சொல்லாமல், கைகளில் இருக்கும் கிழங்குகளையே பார்த்துக்கொண்டிருக்கிறாய்?" எனக் கேட்டான் போதன்.

அதற்கு அந்த இளைஞன், "நீ கையில் வைத்திருப்பது நூழிக்கிழங்கின் வகை. புதிதாய் உண்பவர்களுக்கு இது ஒவ்வாது. இதில் உள்ள கருவிதைகள் செரிமானம் ஆகாது" என்றான்.

"வீட்டில் கொடும்பட்டினியில் கிடக்கிறார்கள். அவர்களின் பசிக்கு எதுவும் உணவுதான். புதிதாகக் கிழங்குகள் கிடைக்க வழியிருந்தால் சொல்" எனக் கேட்க, இளைஞனோ பின்புறம் கைகாட்டி, "அந்தத் திசையில் போய்ப்பாருங்கள், சித்திர வள்ளிக்கிழங்கு கிடைக்கும்" என்றான்.

"சரி" என்று கூறிப் புறப்படும்போது போதன் கேட்டான், "நீ பறம்பைச் சேர்ந்தவனா?"

"ஆம். எனது பெயர் கடுவன்."

"அப்படியென்றால் உன்னை நம்பலாம்" எனச் சொல்லி, கையில் வைத்திருந்த நீர்க்குடுவையையும் கிழங்குகளையும் அவனிடம் கொடுத்துவிட்டு. "இதைப் பார்த்துக் கொள். நான் அந்த இடம் சென்று கிழங்கைத் தோண்டிவந்ததும் வாங்கிக் கொள்கிறேன்" என்றான்.

அலைந்து தவித்து, மிகவும் சோர்வுற்று இருக்கும் ஒருவன் சொல்கிறானே என்று கடுவனும் அதை வாங்கிக்கொண்டு அவனை அனுப்பிவைத்தான்.

போதன் சென்ற பிறகு காயங்களில் வழியும் குருதி நின்றுவிட்டதா எனப் பார்த்தபடி கடுவன் உட்கார்ந்திருந்தான். அவன் அருகில் போதன் வைத்துவிட்டுப் போன இரு கிழங்குகளும் நீர்க்குடுவையும் இருந்தன. சிறிது நேரத்தில் பெருமுயல் ஒன்று கடுவன் உட்கார்ந்திருந்த பாறையின் வலப்புறமாகத் தவ்விப் புதருக்குள் ஓடியது.

பார்த்தவுடன் கடுவனுக்குப் போதனின் உயிரற்ற குரல் நினைவுக்கு வந்தது. கொடும்பட்டினியில் குடும்பம் கிடப்பதால் நூழிக்கிழங்கை எடுத்துப் போகிறான். 'இது புதியவருக்குச் சேராதே!' என நினைத்தவன், 'இந்த முயலைப் பிடித்துக்கொடுத்தால் அவன் குடும்பத்துக்கு உணவாகும்' எனச் சிந்தித்தபடிக் கையில் இருந்த மூங்கிற்குச்சியை எடுத்துக்கொண்டு சட்டெனப் புதரை நோக்கித் தாவினான்.

அந்தப் புதர் முழுவதும் கிண்டிப் பார்த்தான், முயல் தென்படவில்லை. எந்தத் திசையில் போயிருக்கும் எனக் காற்தடம் பார்த்தான். எதுவும் தென்படவில்லை. மழைக்காலத்தில் எளிதில் தடம் அறியலாம்; ஆனால், கோடையில் தடம் அறிவது கடினம். எங்கே போயிருக்கும் எனக் கணித்துக் கீழ்திசை நோக்கி, புதர்களைக் கிளறியபடிப் போனான். நீண்ட தொலைவு கீழிறங்கிச் சென்றான். முயல் அவனது கண்ணில் படவே இல்லை. மிகவும் சோர்வடைந்து பாறை நோக்கி நடந்தான்.

புதர்களுக்குள் நுழைந்து இங்கு மங்கும் தேடியதில் குச்சிகள் கிழித்து, காயத்திலிருந்து மீண்டும் குருதி வழிந்தது.'பச்சிலையைத் தேய்ப்போம்!' என எண்ணியபடிப் பாறையின் மீது ஏறி அமர்ந்தான். காய்ந்த குச்சிகளின் கீறல் அளவற்றதாக இருந்தன. 'எப்படியாவது பிடிக்க வேண்டுமே என்ற பதற்றத்தில், பொறுமையின்றிப் புதருக்குள் ஓடியுள்ளோம்' என நினைத்தபடிப் பச்சிலையை எடுத்துத் தேய்த்தான்.

காயத்தில் எரிச்சல் அதிகமாக இருக்கிறதே என்று பற்களைக் கடித்துக்கொண்டே பாறையைப் பார்த்தான். வைத்துவிட்டுப் போன இடத்தில் அந்த இரு கிழங்குகளும் இல்லை. நீர்க்குடுவை மட்டும் ஓரத்தில் உருண்டு கிடந்தது. சற்றே பதற்றமடைந்து இங்குமங்குமாகத் தேடினான். எங்கும் இல்லை. ஏதோ விலங்கு வந்து அதைத் தின்றுவிட்டுப் போய்விட்டது என்பது தெரிந்தது.

போதன் வந்து கேட்டால் என்ன செய்வது என்ற பதற்றத்தில், பாறையைச் சுற்றி எங்காவது விழுந்து கிடக்கிறதா எனத் தேடினான். எதுவும் கண்களில் படவில்லை. நேரமாகிக் கொண்டிருந்தது. 'அடுத்து என்ன செய்யலாம்?' எனச் சிந்தித்தான். எங்கிருந்தாவது வேறு கிழங்குகளைத் தோண்டி எடுத்துவந்துவிடலாமா என எண்ணிக்கொண்டிருந்தபோது தொலைவில் போதன் வருவது தெரிந்தது.

கடுவன், பதற்றத்தோடு அவனது வரவைப் பார்த்துக்கொண்டிருந்தான். போதனின் கையில் சித்திரவள்ளிக் கிழங்குகள் சில இருந்தன. சற்று மகிழ்வோடுதான் அவன் வந்தான். "நீ சரியான இடத்தைச் சொன்னாய், உனக்கு நன்றி" என்று சொல்லியபடியே பாறையின் மீதிருந்த நீர்க்குடுவையை எடுத்துக்கொண்டு கிழங்குகளைத் தேடினான். அவற்றைக் காணவில்லை. அப்பக்கம் இருக்குமோ என நினைத்து கடுவனின் பின்திசையில் பார்த்தான். அங்கும் இல்லை. தேடியபடியே, "எங்கே கிழங்குகள்?" என்றான்.

கடுவனுக்கு என்ன சொல்வதென்று தெரியவில்லை. தயக்கத்தில் சொற்கள் வரவில்லை.

போதனின் கண்கள் தேடியபடியே "கிழங்குகள் எங்கே?" என மீண்டும் கேட்டான்.

தயக்கத்தோடு கடுவன் சொன்னான், "அவற்றை ஏதோ விலங்கு தின்று விட்டது."

அதிர்ச்சியானான் போதன். தலையை மறுத்து ஆட்டி "என்ன சொல்கிறாய்..?" எனக் கேட்டான்.

"முயலொன்று பார்வையில் பட்டது, உங்களுக்குக் கொடுக்கலாமே என அதைப் பிடிக்க ஓடினேன். அந்த நேரத்தில் ஏதோ ஒரு விலங்கு, கிழங்குகளைத் தின்றுவிட்டது" என்றான் மிகுந்த கவலையோடு.

அதிர்ச்சியிலிருந்து மீளாத போதன், "முயல் எங்கே?" என்றான்.

"பிடிக்க முடியவில்லை. தப்பிச் சென்றுவிட்டது."

"என்னை ஏமாற்றப்பார்க்கிறாய். கிழங்குகளைத் தின்றுவிட்டு, என்னிடம் மறைக்கப் பொய் சொல்கிறாய்" என்றான்.

கடுவன் மிகுந்த பதற்றத்துக் குள்ளானான், "நான் பொய் சொல்லவில்லை. உங்களுக்குக் கொடுக்கத்தான் முயலைப் பிடிக்கப் போனேன், அவசரத்தில் கிழங்கை எடுத்துக்கொண்டு போகாமல் இங்கேயே வைத்துவிட்டுப் போய் விட்டேன். அதுதான் நான் செய்த தவறு. என்னை மன்னியுங்கள்" என்றான்.

போதனோ, "நீ பறம்பைச் சேர்ந்தவன் என்பதால்தான் நம்பினேன், என்னை நீ ஏமாற்றி விட்டாய்" என்றான்.

சொற்கள் கடுவனை நிலைகுலையச் செய்தன. அவன் மீண்டும் மீண்டும் தனது நிலையை விளக்கிச் சொல்ல முயன்றான். போதன் அவனது சொல்லை நம்பவில்லை. "கிழங்கை நீ உட்கொண்டுவிட்டு விலங்கின் மீது பழிபோடுகிறாய்" என்று உறுதியாகச் சொன்னான்.

"சரி, தின்று முடித்துவிட்டாய். இனி நான் புலம்பி என்ன ஆகப்போகிறது, கொடும்பஞ்சம் பறம்பு மக்களையும் மாற்றிவிட்டது" என்று துயருற்றுப் புலம்பியபடியே புறப்பட்டான் போதன்.

சிறு பாறையின் மீது நின்று கொண்டிருந்த கடுவன் இடுப்பில் இருந்த குறுங்கத்தியை எடுத்தபடி, "ஒரு கணம் நில்லுங்கள்" என்றான்.

நடக்கத் தொடங்கிய போதன் நின்று அவனைத் திரும்பிப் பார்த்தான்.

பாறையின் மீது இருந்த கடுவன், குறுங்கத்தியை அடிவயிற்றின் இடப்புறம் அழுத்தி உள்நுழைத்தான்.

போதனுக்கு அவன் என்ன செய்கிறான் என்பது புரியவில்லை.

அடிவயிற்றின் இடப்புறம் உள்நுழைத்த கத்தியை வலப்புற முனைவரைக் கண்ணிமைக்கும் நேரத்தில் இழுத்தான்.

அப்போதுதான் போதனுக்கு அவனது செயல் புரிந்தது.

கத்தியை இழுத்துக்கொண்டிருக்கும் போதே கடுவன் சொன்னான், "எனது வயிற்றில் கிழங்கேதும் இருக்கிறதா எனப் பாருங்கள். செரிமானம் ஆகாத கருவிதைகள் ஒன்றேனும் இருக்கிறதா எனவும் பாருங்கள்" என்று சொல்லியபடி வேலையை முடித்தான்.

பதறிய போதன் அவனை நோக்கி ஓடும்போது பாறையிலிருந்து சரிந்து கொண்டிருந்தான் கடுவன். "என்னை மன்னித்துக்கொள்" எனப் போதன் கதறியபடி அவனது தலையை ஏந்திப் பிடித்தபோது கடுவன் சொன்னான், "பறம்பின் மக்கள் எந்நிலையிலும் வாக்கினைக் காப்பர்."

66

வஞ்சித்துறைக்கு அதிகாலையிலேயே வந்துவிட்டான் உதியஞ்சேரல். மன்னன் வந்ததால் பிற வணிக நடவடிக்கைகளெல்லாம் சற்றே நிறுத்திவைக்கப்பட்டிருந்தன. அரச மாளிகையில் விருந்தினராகத் தங்கியிருந்த ஹிப்பாலஸுக்குச் செய்தி தெரிந்தபோது விடிந்து நீண்ட நேரமாகியிருந்தது. உதியஞ்சேரல் அதிகாலையிலேயே எழுந்து துறைமுகத்துக்கு ஏன் போனான் என்ற காரணம் புரியாத குழப்பத்தில் வேகவேகமாகப் புறப்பட்டு, துறைமுகம் நோக்கி விரைந்தான்.

யவனக் காவல்வீரர்கள் அறுவர் சூழ அவனது வண்டி புறப்பட்டது. புறப்படும் நேரத்தில் வந்து அவனுடன் இணைந்தான் திரேஷியன். பெரும் படையையும் வழிநடத்திச் செல்லும் வல்லமைகொண்ட அவனை ஹிப்பாலஸ் எந்நேரமும் உடன்வைத்துக்கொண்டான். இருவரும் துறைமுகம் அடைந்தபோது சேர அமைச்சன் நாகரையன் இருவரையும் வரவேற்றான்.

துறைமுக மாளிகையில் அரசன் இருப்பதாகக் கூறி, இருவரையும் அங்கு அழைத்துச்சென்றான். உதியஞ்சேரல், தன் தளபதி துடும்பனோடு அமர்ந்து பேசிக் கொண்டிருந்தான். ஹிப்பாலஸ் இங்கு வந்து நாட்கள் பலவாகிவிட்டன. ஆனால், குட்டநாட்டுத் தளபதியை இதுவரை பார்க்கவில்லை. அரசவையிலும் அவன் இல்லை. போர் நடவடிக்கையில் தீவிரமாக இருப்பதால் தளபதி அவைக்கு வந்து சேர நாளாகுமென, விசாரித்ததில் தெரியவந்தது. அவன் எங்கு போயிருக்கிறான் என்பது அரண்மனையில் உள்ளவர்களுக்கே

தெரியவில்லை. இது போன்ற செய்திகளைப் பெறுவது யவனர்களுக்குக் கடினமில்லை. ஆனால், அரசனைத் தவிர வேறு யாருக்கும் இந்தச் செய்தி தெரியவில்லை என்பதை ஹிப்பாலஸ் உறுதிப்படுத்திக்கொண்டான். அதனால்தான் தளபதியின் நடவடிக்கையை அறியவேண்டும் என்ற ஆவல் அதிகமாக இருந்தது.

அரண்மனை நடவடிக்கைகளை அறிந்துகொள்வதில் பெருவணிகர்கள் எப்போதும் மிகக் கவனமாக இருப்பர். அவர்களால்கூட இந்தச் செய்தியை அறிந்துகொள்ள முடியவில்லை. ஆனால், சற்றும் எதிர்பாராமல் இன்று காலை துறைமுக மாளிகையில் அரசனோடு அமர்ந்திருந்தான் தளபதி துடும்பன். ஹிப்பாலஸும் திரேஷியனும் இன்றுதான் அவனை முதன்முதலாகப் பார்க்கின்றனர். முதல் தோற்றத்திலேயே அவன்தான் குட்டநாட்டுத் தளபதி என்பதை அவர்களால் ஊகிக்க முடிந்தது.

திரேஷியன்போல மிக உயரமான உருண்டு திரண்ட உடலமைப்போடு இருந்தான் துடும்பன். யவன விருந்தினரை எழுந்து வணங்கினான். ஹிப்பாலஸ் மன்னனுக்கு முகமன் கூறி இருக்கையில் அமர்ந்தான்.

"அதிகாலையிலேயே வந்துவிட்டீர்களா, மன்னா?" என்று பேச்சைத் தொடங்கினான் ஹிப்பாலஸ்.

"ஆம். கப்பல்கள் வந்துவிட்ட செய்தி கிடைத்ததும் புறப்பட்டு வந்தேன்"

என்ன கப்பல், எங்கிருந்து வந்துள்ளது என்று எந்த விளக்கமும் இல்லாமலிருந்தது உதியஞ்சேரலின் கூற்று.

சற்று அமைதிக்குப் பிறகு ஹிப்பாலஸை அழைத்துக்கொண்டு மாளிகையின் பின்புறப் படிக்கட்டின் வழியாக மேல்மாடத்துக்கு நடந்தான் உதியஞ்சேரல். துடும்பனும் திரேஷியனும் கீழேயே இருந்தனர்.

துறைமுகத்தில் வரிசைகொண்டு நிற்கும் கப்பல்களை மேல்மாடத்திலிருந்து பார்த்தனர் இருவரும். துறைமுகம் எங்கும் படை வீரர்களின் எண்ணிக்கை மிக அதிகமாக இருப்பதையும் புதிதாக நிறைய கப்பல்கள் வந்துள்ளதையும் பார்த்தபடி ஹிப்பாலஸ் நின்று கொண்டிருந்தான்.

"நான் நீண்டகாலம் எதிர்பார்த்துக் காத்திருந்தது இன்று வந்து சேர்ந்துள்ளது" என்றான் உதியஞ் சேரல்.

“உங்களின் முகத்தில் தெரியும் மகிழ்ச்சியே அதை உணர்த்துகிறது” என்றான் ஹிப்பாலஸ்.

“சால மலையைக் கடந்தே பறம்பின் எல்லைக்குள் நம்மால் நுழைய முடியும். படைகள் எளிமையாக நுழையக்கூடிய வாகான பகுதிகள் மூன்று இடங்களில் இருக்கின்றன. அவற்றின் வழியே உள்நுழைவதற்குத் தான் இதுவரை முயன்றுள்ளோம். அவ்வாறு முயலும்போதெல்லாம் எளிய வழியிலிருந்து அடர்காட்டு வழியே நம்மை உள்ளிழுத்துத் தாக்கும் திட்டத்தை நிறைவேற்றுவான் பாரி. இந்த முறை நமது திட்டமே அடர் காட்டு வழியே உள்நுழைவதுதான் என்று நான் முடிவுசெய்துள்ளேன். அதற்கான ஏற்பாடுகள் முடிவுறுவதற்காகத்தான் நான் காத்திருந்தேன்'' என்று சொல்லிய படியே மாடத்திலிருந்து கீழிறங்கித் துறைமுகம் நோக்கி நடந்தான் உதியஞ் சேரல். அவனைப் பின்தொடர்ந்தான் ஹிப்பாலஸ்.

வந்து நிற்கும் புதிய கப்பல்களிலிருந்து பொருள்களை இறக்குவதற்கான ஆயத்த வேலைகள் தீவிரமாகிக் கொண்டிருந்தன. எண்ணற்ற படை வீரர்கள் வரிசையாக வந்து நின்ற வண்ணம் இருந்தனர். இவர்கள் என்ன பொருளை இறக்கப் போகிறார்கள் எனத் தெரியாத குழப்பத்தில் இங்குமங்கும் பார்த்தபடி நடந்துகொண்டிருந்தான் ஹிப்பாலஸ்.

‘இதைத் தாண்டி அருகில் செல்ல வேண்டாம்’ என்று மன்னருக்குச் சொல்வதற்காகக் குறிப்பிட்ட இடத்தில் நின்றுகொண்டிருந்தான் துடும்பன். அந்த இடம் வந்ததும் உதியஞ்சேரல் நின்றான். உடன் வந்த ஹிப்பாலஸூம் மன்னனோடு சேர்ந்து நின்றுகொண்டான். காலை நேரக் கடற்காற்று சற்று அதிகமாக வீசியது. அலைகள் விடாது வந்து கரைமோதி ஓசை எழுப்பியபடியிருந்தன. படைவீரர்கள் மிகவும் பரபரப்பாக இயங்கிக்கொண்டிருந்தனர்.

“அப்படி என்னதான் கொண்டு வந்திருக்கிறார்கள்?'' என்று ஹிப்பாலஸ் ஆவலோடு கலன்களைப் பார்த்துக்கொண்டிருந்தான். திடீரென ஊளையிடும் ஓசை கேட்டது. எங்கிருந்து இந்த ஓசை வருகிறது என அவன் சிந்திப்பதற்குள் ஒன்று, இரண்டு, மூன்று என்று எண்ணற்ற ஓசைகள் ஒன்றுடன் ஒன்று இணைந்து பேரோசையாக மாறி, கரையில் நிற்பவர்களை நடுங்கச் செய்தன.

உதியஞ்சேரல், ஒரு கணம் மிரண்டு நின்றான். ஹிப்பாலஸூக்கு ஏற்பட்ட அதிர்ச்சி, அளவிட முடியாததாக இருந்தது. “அந்தக் கப்பலுக்குள் என்னதான் இருக்கிறது? அலையை மிஞ்சும் பேரோசை நம்மை நிலை குலையவைக்கிறது” என்றான்.

ஏற்பட்ட அதிர்ச்சியைக் கடந்து மகிழ்ச்சியை வெளிக்காட்டத் தொடங்கினான் உதியஞ்சேரல். “இதைக் கொண்டுவரத்தான் இவ்வளவு காலமானது. கடைசியாகக் கொண்டுவந்து சேர்த்துவிட்டான் என் தளபதி” என்று பாராட்டினான். தோள் தட்டிப் பாராட்டுப் பெறும் துடியனின் பக்கம் திரும்ப ஹிப்பாலஸ் முயன்றான். ஆனால், அவனுடைய கண்களோ கப்பலைவிட்டு அசைய வில்லை. அங்கு தீவிரமான வேலை ஏதோ நடந்துகொண்டிருக்கிறது.

கப்பலின் அடித்தளத்திலிருந்து பெருமரச்சட்டங்களின் வழியிலான நாற்சதுரக் கூடுகளை இரும்புக் கம்பிகளால் கட்டி மேலேற்றிக் கொண்டிருந்தனர். ஊளையின் ஓசை பெருகியபடியே இருந்தது. அதைவிடப்

பெருங்குரலில் பேசினான் உதியஞ் சேரல், “இந்தக் கப்பல் எங்கிருந்து வந்துள்ளது தெரியுமா?”

‘தெரியாது’ என்று ஹிப்பாலஸ் தலையை மறுத்து ஆட்டினான்.

“நக்கவாரத் தீவிலிருந்து.”

அதிர்ந்தான் ஹிப்பாலஸ். “அந்தத் தீவுக்குள் மனிதக்கறி தின்னும் மனிதர்கள் மட்டுமே இருப்பதாகத் தானே கேள்விப்பட்டுள்ளேன். அங்கு எப்படி?”

அந்தத் தீவு மிக நீளமானது. அதன் கீழ்ப்புறம் மனிதக்கறி தின்னும் மனிதர்கள் உள்ளனர். மேற்புறம் இன்னொரு மனிதக்கூட்டம் உள்ளது. அவர்களுடன்தான் நாம் உறவை உருவாக்கியுள்ளோம்.”

மரச்சட்டத்தால் ஆன பெருங் கூண்டு ஒன்றை, கப்பலின் மேல் தளத்திலிருந்து கரைக்குக் கொண்டுவர முயற்சி நடந்தது. அடித் தொண்டையைக் கிழித்துக்கொண்டு அவை வெளிப்படுத்திய பேரோசை, வீரர்களை அஞ்சி நடுங்கவைத்தது. ஆனால், அந்த மரச்சட்டகங்களைக் கொண்டுவந்த அந்தத் தீவுவாசிகள் அந்த ஓசையைப் பொருட்படுத்தவே யில்லை.

கழுத்தை மேலும் உயர்த்தியபடிப் பார்த்துக்கொண்டிருந்த ஹிப்பாலஸின் கண்களுக்கு எதுவும் புலப்படவில்லை.

“நிலப்பரப்பெங்கும் இல்லாத புது வகையான விலங்கு இது” என்றான் உதியஞ்சேரல். ஹிப்பாலஸின் ஆர்வம் எல்லை கடந்ததாக இருந்தது. முழு விசையோடு மரச்சட்டகங்களைச் சறுக்குப் பலகையின் வழியே கப்பலின் மேலிருந்து கரைக்கு இறக்கினர். மீண்டும் ஊளையிடும் ஓசை, காற்றைக் கிழித்துக்கொண்டிருந்தது.

உதியஞ்சேரல் சொன்னான், “இவைதான் தோகை நாய்கள்!”

ஹிப்பாலஸ் கேள்விப்பட்டதில்லை. ஊளையிடும் ஓசையின் மிரட்டல் ஒருபக்கம். அவற்றை மரச்சட்டகங் களின் வழியாகக் கட்டியிழுக்க வீரர்கள் படும்பாட்டைப் பார்த்தபடி, உதியஞ்சேரலின் கூற்றைக் கேட்கத் தொடர்ந்து முயன்றான் ஹிப்பாலஸ். தலையை இந்தப் பக்கம் திருப்புவதா அந்தப் பக்கம் திருப்புவதா என்ற குழப்பம் கணம்தோறும் ஏற்பட்டபடி இருந்தது.

அருகில் இருந்த துடும்பன்தான் சொன்னான், “தீவுகளில் மிகக் கொடுமையான மனிதர்களும் விலங்குகளும் இருப்பது நக்கவாரத் தீவில்தான். அந்தத் தீவில் உள்ளதிலேயே மிகக் கொடுமையான விலங்கினம் இதுதான்.

கீரியைப்போன்ற நீள்வடிவ உடலும் வாலும் கொண்ட அமைப்பு. வால் நிறைய தோகையும் கொண்டது. நாயின் அளவு உயரம் உடையது. உடல் நீளத்தில் மூன்றில் ஒரு பங்கு அதனுடைய நீள்வாய். குதிரையின் கழுத்துப் பகுதியை ஒரே கடியில் எடுத்துவிடக்கூடியது. இதன் சிறப்பே தரையில் எவ்வளவு வேகமாக ஓடுமோ அதே அளவு வேகத்தோடு புதரின் மீதும் மரக்கொப்பின் மீதும் ஓடுவது தான். மரத்தின் மீதிருந்து பாய்ந்து கீழிறங்கும்போது அதன் வால் பகுதி சிலிர்த்துத் தோகை முழுவதும் விரிந்துவிடும். பெரும் ஊளையோடு மரத்தின் மீதிருந்து விரிந்த தோகையோடு பாய்ந்து இறங்கும் இதைப் பார்த்தால் எப்படையும் சிதறித் தெறிக்கும்.

குறிப்பாக, அடர்காட்டில் எதிரியின் படையில் இருக்கும்

விலங்குகளை அழிக்க, இதற்கு இணையான இன்னொரு விலங்கு இல்லை. பாரியின் பெரும்பலமாக எல்லோரும் சொல்வது அவனது குதிரைப்படையைத்தான். தோகை நாயின் தாக்குதலால் அவனது குதிரைப்படை உருத்தெரியாமல் அழியும்" என்றான்.

ஊளையிடும் ஓசை காதடைக்கச் செய்தது. காலை வெயில் சுள்ளென அடித்துக் கொண்டிருந்தது. ஹிப்பாலஸால் நீண்ட நேரம் நிற்க முடியவில்லை. துடும்பன் விடாமல் பேசினான். பல நாட்களாகக் கடற் பயணம் செய்ததால், தோகைநாயின் ஓசை துடும்பனுக்குப் பழகிவிட்டது. ஆனால், மற்றவர்களுக்கு அப்படியல்ல. ஒவ்வொரு மரச் சட்டகத்திலும் மூன்று தோகைநாய்கள் இருப்பதுபோல வடிவமைத்திருந்தனர்.

ஹிப்பாலஸ், சட்டகங்களுக்குள் அதன் உருவத்தை உற்றுப்பார்க்க முயன்றான். ஆனால், நிற்காமல் அது உள்ளுக்குள் சுழன்றபடிப் பெருங் கத்தல்களை வெளிப்படுத்திக் கொண்டிருந்தது. இதற்குமேல் இந்த இடத்தில் நிற்க வேண்டாம் என முடிவு செய்து, "மாளிகைக்குப் போவோமா?" எனக் கேட்டான். சரியெனச் சொல்லி அழைத்துவந்தான் உதியஞ்சேரல்.

மாளிகைக்கு வந்ததும் இருவருக்கும் பழச்சாறு கொடுக்கப்பட்டது. அருந்தியபோதுதான் சற்றுத் தெளிச்சி வந்தது. ஆனால், ஊளையின் ஓசை நிற்காமல் கேட்டுக்கொண்டே இருந்தது. இந்த நாய்களைப் போரில் பயன்படுத்தத் தீவிலிருந்து கொண்டுவரப்பட்ட மனிதர்களும் மரச்சட்டகங்களுக்குப் பக்கத்தில் வந்துகொண்டிருந்தனர். அவர்களின் உடலமைப்பும் உடலின் மேல் தொங்கிக்கொண்டிருக்கும் பொருள்களும் காண்போரை நடுங்கச் செய்வதாக இருந்தன.

ஹிப்பாலஸின் எண்ணங்கள் அலைமோதிக்கொண்டிருந்தன. ஆனால், உதியஞ்சேரலின் எண்ணங்கள் அமைதியாக இருந்தன. "கடந்த பத்து ஆண்டுகளுக்கும் மேலாக நாங்கள் தொடர்ந்து முயன்று வருகிறோம். குடநாட்டினரும் அவ்வப்போது முயல்கின்றனர். அப்படியிருந்தும் பறம்பு நாட்டை வீழ்த்த முடியவில்லை. அதற்கான அடிப்படைக் காரணம் என்ன தெரியுமா?"

மற்ற எல்லோரையும்விடப் பறம்பை மிக நன்கு புரிந்து வைத்துள்ளவன் உதியஞ்சேரல்தான் என்பது ஹிப்பாலஸுக்குத் தெரியும். எனவே, அவனது கேள்விக்குச் சிந்தித்து விடை சொன்னான், "அரண் அமைத்து நிற்கும் பறம்புநாட்டின் மலைகள்தான் காரணம்."

"இல்லை" என்றான் உதியஞ்சேரல். தொடர்ந்து அவன் சொல்லப் போகும் சொல்லை உற்றுக் கவனித்தான் ஹிப்பாலஸ். தோகை நாயின் நீள் ஊளை சத்தம் காதுகளுக்குள் இடைவிடாது அறைந்துகொண்டிருந்தது.

ஓசைகளில் எத்தனையோ வகையுண்டு. அவற்றில், வெளிப்புறம் பெருக்கெடுக்கும் ஓசை ஒரு வகை. ஆனால், சில ஓசைகள் உள்ளுக்குள் கூர்மை கொண்டு இறங்கக்கூடியவை; ஆழ்மனதில் இருக்கும் அச்சங்களை எளிதில் கிளறிவிடக்கூடியவை. தோகை நாயின் ஓசை வெளிப்புறமும் பெருக்கெடுக்கிறது. அதே நேரத்தில் ஆழ்மன அச்சத்தையும் விடாமல் கிளறுகிறது. எனவே, மனதை

நிலைகொள்ளச் செய்ய முடியவில்லை. அந்த ஓசை நின்ற கணத்தில் உதியஞ் சேரல் சொன்னான், “பறம்பின் மலைகள் அல்ல, பாதைகள்தான் காரணம்.”

ஹிப்பாலஸுக்குப் புரியவில்லை. “என்ன சொல்கிறாய்?” என்றான்.

“பறம்பு நாடு முழுவதும் மனிதர்கள் உருவாக்கிய பாதைகளே கிடையாது என்பது மட்டுமல்ல, மனிதர்கள் பாதைகளை உருவாக்கக்கூடாது என்பதிலும் பாரி திடமான முடிவோடு இருக்கிறான்.”

“பாதையை உருவாக்காதது பெரும் வலிமை என்று சொல்ல முடியுமா?”

“அவன் இருப்பிடம் நோக்கி எப்படிப் போவது?” என மறுகேள்வி கேட்டான் உதியஞ்சேரல்.

ஹிப்பாலஸ் சற்றே அமைதியானான்.

“இப்பெரும் மலைத்தொடர் இயற்கையின் பேரரண். இதில் எவ்வியூர் எங்கே இருக்கிறது? போய்த் திரும்பும் ஒற்றர்களுக்கும் பாணர்களுக்கும் எவ்வியூர் எப்படி இருக்கிறது என்றுதான் சொல்லத் தெரிகிறதே தவிர, எங்கே இருக்கிறது எனச் சொல்லத் தெரியவில்லை. ஒவ்வொருவனும் ஒவ்வொரு திசையையும் குறிப்பையும் சொல்கிறான். ஒன்றுபோல் சொன்ன இரண்டு ஒற்றர்களை இதுவரை நான் காணவில்லை.”

ஹிப்பாலஸ் மலைத்துப்போய்க் கேட்டுக்கொண்டிருந்தான்.

“நாம் மலைக்குள் படை நடத்திப் போவதெல்லாம் தோராயமான கணிப்பில்தான்” என்று உதியஞ்சேரல் சொல்லிக்கொண்டிருக்கும்போதே ஹிப்பாலஸ் கேட்டான், “அப்படியென்றால் பறம்பு மலைத் தொடர் முழுவதும் பாதைகளே இல்லையா?”

“உண்டு. விலங்குகள் உருவாக்கிய பாதைகள் உண்டு.”

“அதைப் பயன்படுத்தி முன்னேற முடியாதா?”

வலதுகையை நீட்டியவுடன் இன்னொரு குவளை பழச்சாறு கொடுக்கப்பட்டது. அதை வாங்கி அருந்தியபடியே உதியஞ்சேரல் சொன்னான், “காடுகளில் பாதைகளை விலங்குகளே உருவாக்குகின்றன. அதிலும் குறிப்பாக, யானைகள்தான் பெரும்பாலான பாதைகளை உருவாக்கக்கூடியவை. வேறு சில விலங்குகளும் பாதைகளை உருவாக்கு கின்றன.”

ஹிப்பாலஸ் இரண்டாம் குவளை பழச்சாற்றில் பாதி குடித்தபடி அவசரமாகக் கேட்டான், "யானைப் பாதையை மனிதர்களால் பயன்படுத்த முடியுமல்லவா?”

“முடியும். காட்டு வழிகளில் அமைந்துள்ள பாதைகள் எல்லாம் விலங்குகள் உருவாக்கிய பாதைகள் தான். அதன் பிறகு மனிதர்கள் தமது தேவைக்காக அதை விரிவுபடுத்தி அமைத்துக்கொள்கின்றனர். ஆனால், பறம்பில் அந்த வேலை எதுவும் நடக்க வில்லை. ஆனாலும் விலங்குப் பாதைகளைத் துல்லியமாகக் கணித்து நடக்கக்கூடிய மலைமக்கள் நிறையப் பேர் நம்மிடம் உண்டு.”

“அவர்களை முன்களத்தில் பயன்படுத்திச் சிக்கலைத் தீர்க்க முடியாதா?”

“முடியாது.”

“ஏன்?” என்று வேகமாகக் கேட்டான் ஹிப்பாலஸ்.

சற்றே நக்கலான சிரிப்போடு உதியஞ்சேரல் சொன்னான், "விலங்குகளின் பாதைகள் எல்லாம் எவ்வியூருக்கா போய்ச்சேர்கின்றன? பாரி, காட்டு மனிதர்களின் கூட்டத்துக்குத்தான் தலைவன்; காட்டு விலங்குகளுக்கு அல்லவே!"

அதிர்ந்து பார்த்தான் ஹிப்பாலஸ்.

குடித்து முடித்த குவளையைக் கீழே வைத்தபடி உதியஞ்சேரல் சொன்னான், "விலங்குகளின் எல்லாப் பாதைகளும் இறுதியாகப் போய் முடிவது ஏதாவதொரு நீர்நிலையில் தான்."

ஹிப்பாலஸ் கண்கள் அசைக்காமல் பார்த்துக் கொண்டிருந்தான். "சமவெளி மக்களின் வாழ்வுக்கு அடிப்படையாக இருப்பது மேய்ச்சல். மலைமக்களுக்கு மேய்ச்சல் தெரியாது. நாயைத் தவிர எதையும் வளர்த்துப் பழகாதவர்கள். மடுவிலிருந்து பால் பீச்சிக் குடிக்கத் தெரியாத அறிவிலிகள்" என்றான், சற்றே கோபத்தோடு.

'பாதைகளைப் பற்றிப் பேசிக் கொண்டிருக்கையில், இதை ஏன் சொல்கிறான்?' என ஹிப்பாலஸ் சிந்தித்துக் கொண்டிருக்கையில் உதியஞ்சேரல் சொன்னான், "மேய்ச்சல் தெரிந்த மனிதர்களாக இருந்தால் மலையில் எவ்வளவு தொலைவு ஆவினங்களை மேய்த்தாலும் இரவில் வந்து ஊரடைவார்கள். இயல்பாகவே அந்த ஊரை நோக்கிப் பல பாதைகள் உருவாகிவிடுகின்றன. ஆனால், அங்கு அதற்கும் வழியில்லை" என்றான்.

"எந்தப் பாதையையும் பாரி உருவாக்கிக்கொள்ளவில்லையா?"

"பெரும்பாலும் விலங்குகளின் பாதைகளையே பயன்படுத்துகிறான். தேவையான இடங்களில் மட்டும் விலகிச் செல்லச் சிறுபாதைகளை உருவாக்கியுள்ளான். ஆனால், அவை மற்றவர்கள் கண்டறிய முடியாதபடி இருக்கின்றன. விலங்குகளின் பாதைகளிலிருந்து அவர்கள் எந்த இடம் பிரிந்து செல்ல வேண்டும் என்பதற்கான குறிப்பு அல்லது அடையாளம் எதுவென இன்றுவரை தெரியவில்லை. அடையாளம் தெரியாமல் பாதையை விட்டுச் சற்று விலகினாலும் போதும், அடர் காட்டுக்குள் மீள முடியாமல் சிக்கிக் கொள்வோம்" என்றான்.

"அவனிடம் வலிமையான குதிரைப் படை இருக்கிறது என்கிறாய். குதிரைப் படையை வைத்துள்ள ஒருவன் எப்படிப் பாதைகளின் அடையாளங்களைப் பிறருக்குத் தெரியாமல் காப்பாற்ற முடியும்?"

"இன்றுவரை அவனால் முடிகிறது. நான் அறிந்தவரை பறம்பில் குறிப்பிட்ட சிலருக்கு மட்டுமே அந்தப் பாதை பற்றிய குறிப்புத் தெரியும் என்று கருதுகிறேன்."

"இது படை நடத்துவதற்கான அடிப்படையான சிக்கல். இதற்கு வழிவகை தெரியாமல் போர் தொடுக்க முடியாதே?"

"ஆம்" என்று மகிழ்வோடு சொன்ன உதியஞ்சேரல், "இதற்கு வழிவகை தெரிந்ததால்தான் இப்போது போர் தொடுப்பதற்கான முயற்சியைத் தீவிரப்படுத்துகிறேன்."

சற்றும் எதிர்பாராத பதிலாக இருந்தது. ஆர்வத்தோடு ஹிப்பாலஸ் கேட்டான், "இந்தச் சிக்கலுக்கு என்ன வழிவகை கண்டாய்?"

பெரும் ஊளையோசை மீண்டும் கேட்டது. அடுத்த கப்பலிலிருந்து மரச் சட்டகங்களை இறக்கத் தொடங்கி

விட்டனர் என்பது தெரிந்தது. ஆனால், முன்பைவிட இந்த ஓசை இன்னும் கூர்மையாகக் காதின் உள் மடிப்புகளில் போய்க் குத்துவதாக இருந்தது. ஹிப்பாலஸ் தனது விரல்களால் காதுத் துளையை அடைப்பதற்காகக் கைகளைக் கொண்டுசென்றபோது, ஓசையோடு சேர்ந்து உதியஞ்சேரல் பீறிட்டான், "தோகைநாய்கள்..."

'ஆமாம் தோகை நாய்கள்தான் கத்துகின்றன. இதை ஏன் மீண்டும் மீண்டும் சொல்கிறான்?' என்று ஹிப்பாலஸ் எண்ணியபோது கேள்விக்கான விடையாக இதைச் சொல்கிறான் என்பது புரிந்தது.

ஆத்திரம் கலந்த ஆர்வத்தோடு முன்பல்லைக் கடித்துக்கொண்டே உதியஞ்சேரல் சொன்னான். "முன்களத் தோகை நாயைப் பறம்பின் குதிரைப் படையின் மீது ஏவிவிட்டால், அது குதிரைகளின் குரல்வளையை அறுத்தெரியும். இது என்ன வகை விலங்கு? இதை எப்படி வீழ்த்துவது எனத் தெரியாத குழப்பத்தில் குதிரைப் படையின் வேகம் கட்டுப்படுத்தப் பட்டுப் பின்வாங்கத் தொடங்குவார்கள் எதிரிகள். திரும்பிச் செல்லும் குதிரைகளைப் பின்தொடர்ந்து கடைசி வரை போகக்கூடியது தோகை நாய். அடர்காட்டுக்குள் மறைந்தபடி தொடரும் தோகைநாயை எளிதில் அவர்களால் வீழ்த்திவிட முடியாது. குதிரைப் படைகள் போய்ச் சேரும் கடைசி எல்லைவரை ஒரு தோகைநாய் போய்ச் சேர்ந்தால் போதும். கைவசம் இருக்கும் மீதத் தோகை நாய்கள் அதன் வாசனை பிடித்தே எந்த எல்லைக்கும் போய்விடக்கூடியவை.

குதிரைப் படையின் அழிவும் எவ்வியூர் நோக்கிய வழியும் ஒருங்கே நமக்குக் கிடைக்க உள்ளன. இந்தப் புதிய விலங்கின் எதிர்பாராத தாக்குதல் எதிரிகளை நிலைகுலையச் செய்துவிடும். அவர்களின் தாக்குதலால் தோகைநாய்கள் சில மரணிக்கலாம். ஆனால், அவர்களின் குதிரைகளை முழுமுற்றாக இவற்றால் அழிக்க முடியும். இவற்றின் வேட்டை, எதையும் மிச்சம் வைக்காது."

ஹிப்பாலஸ் வியந்தபடி கேட்டுக் கொண்டிருந்தான். தோகைநாயின் ஓசையைவிட ஆழத்தில் இறங்கிக் கொண்டிருந்தது உதியஞ்சேரலின்

குரல். அவனது நுட்பமான திட்டமிடுதல், ஹிப்பாலஸைத் திகைப்பிலிருந்து மீள முடியாமல் செய்துகொண்டிருந்தது.

"மாலை அரண்மனைக்கு வாருங்கள்; எனது முழுத்திட்டத்தையும் விளக்குகிறேன்!" என்று சொல்லி விடைபெற்றான் உதியஞ்சேரல்.

துறைமுகத்திலிருந்து வஞ்சி மாநகரின் விருந்தினர் மாளிகைக்குள் நுழைந்தான் ஹிப்பாலஸ். பகல் உணவு ஆயத்தமாக இருந்தது. ஆனால், அவனது எண்ணங்கள் உதியஞ் சேரலின் தீர்மானமான குரலிலிருந்து விடுபட முடியாதபடி இருந்தன.

நீண்ட நேரம் கழித்துதான் உணவருந்த வந்தான். அவனது வருகைக்காகத் திரேஷியன், எபிரஸ், கால்பா, பிலிப் ஆகிய நால்வரும் காத்திருந்தனர். உணவு மேசையிலும் அவனது வியப்பின் குரல் தொடர்ந்தது. உணவருந்திவிட்டு மீண்டும் பேசினான்.

"பாண்டியனின் செல்வச் செழிப்பையும் படையின் வலிமையையும் ஒப்பிட்டால் சேரனின் வலிமை சிறியதுதான். ஆனால், பறம்பைக் கைப்பற்றும் திட்டத்தில் சேரன் பெற்றிருக்கும் பட்டறிவும், அவனது அறிவுநுட்பமும் பெரும் வியப்பில் ஆழ்த்துகின்றன. பாண்டியப் பெரும்படை கீழ்த் திசையிலிருந்து முன்னேறும்போது சேர அரசர்கள் இருவரும் ஒருங்கிணைந்து தாக்குதல் திட்டத்தை முன்னெடுத்தால் பறம்பின் அரசனால் சில நாட்களுக்குக்கூடத் தாக்குப்பிடிக்க முடியாது என்றே கருதுகிறேன்" என்றான் ஹிப்பாலஸ்.

எபிரஸ் பேசத் தொடங்கினான். வழக்கமாக இதுபோன்ற பேச்சுகளில் மாலுமி கருத்துச் சொல்வது கிடையாது. ஆனால், இங்கு இருக்கும் யாரையும்விட, தமிழ்த் துறைமுகங்களுடனும் மன்னர்களுடனும் மிக நீண்டகாலப் பழக்கம் கொண்டவன் அவன்தான். எனவே, அவனது கருத்துக்கு ஹிப்பாலஸ் மிகுந்த மதிப்புக் கொடுப்பான். எபிரஸும் எளிதில் பேசக்கூடியவன் அல்லன். ஆழ்கடலின் அமைதி எப்போதும் அவனுள் குடிகொண்டிருக்கும், மிகச்சில நேரங்களில்தான் அமைதியைக் கலைப்பான்.

"சேர அரசர்களான குடநாட்டு மன்னனும் குட்ட நாட்டு மன்னனும் எத்தனையோ முறை பறம்பின் மீதான தாக்குதலை நடத்தியுள்ளனர். ஒவ்வொரு முறையும் இதுபோலப் புதிய உத்திகளைக் கண்டறிந்து அந்த நம்பிக்கையில்தான் தாக்குதலைத் தொடங்குகின்றனர். ஆனாலும், அவர்களால் தொடக்கக் கட்டத்தைக் கூடத் தாண்ட முடியவில்லை" என்று மட்டும் சொல்லி நிறுத்திக்கொண்டான் எபிரஸ்.

"அது உண்மையாக இருக்கலாம். இப்போது முழு வீச்சில் இறுதிப் போருக்கு ஆயத்தமாகிவிட்டார்கள். பாண்டியனும் பறம்பை நோக்கிப் படையைக் கிளப்பப் போகிறான் எனத் தெரிந்ததும், நிலைமையை இன்னும் தீவிரப்படுத்தியுள்ளனர். ஏனென்றால், அதன் பலன் தங்களுக்கே கிட்ட வேண்டும் என்று அவர்கள் மிக உறுதியாக உள்ளனர். இந்தப் படையெடுப்பைப் பற்றி முழுமையாக விளக்கத்தான் இன்றிரவு என்னை அழைத்துள்ளான்" என்றான் ஹிப்பாலஸ்.

அவர்கள் தொடர்ந்து பேசியபடி யிருந்தனர். இரவு கவியத் தொடங்கியது. அரண்மனையின்

அழைப்புக்காக ஆவலோடு காத்திருந்தான் ஹிப்பாலஸ். அதுவரை அவனோடு பேசிக்கொண்டிருந்தனர் மற்ற நால்வரும். பொழுது நீண்டுகொண்டே போனது. அழைப்பேதும் வரவில்லை. காரணமும் புரியவில்லை. ஆனாலும் காத்திருந்தான்.

'மிகுந்த உற்சாகத்தோடு உதியஞ்சேரல் சொல்லிச் சென்றானே... பிறகு ஏன் இன்னும் அழைக்காமல் இருக்கிறான்?' என்று சிந்தித்தபடி யிருந்தான் ஹிப்பாலஸ். முன்னிரவு முடியும் நேரம் நெருங்கிவிட்டது. இனி அழைப்பு வர வாய்ப்பில்லை எனத் தெரிந்து தூங்கச் சென்றனர்.

ஹிப்பாலஸால் தூங்க முடிய வில்லை. உதியஞ்சேரல் சொன்ன செய்திகள் பலவும் நினைவில் வந்து கொண்டேயிருந்தன. தோகை நாய்களின் ஊளையை உதியஞ் சேரலின் குரல் விஞ்சியதை அவன் மனதுக்குள் மீட்டியபடியே இருந்தான். ஆனாலும் அவனது நினைவுப்பரப்பு எங்கும் தேவாங்கின் முகமே பரவியிருந்தது. பெருங்கடலுக்கு நடுவே நாவாய்களுக்குத் திசைகாட்டி அழைத்துச் செல்லும் அதன் ஆற்றல் அவனை விடாது தூண்டிக்கொண்டே யிருந்தது. நீலக்கடலெங்கும் குறுக்கும் நெடுக்குமாக நாவாய்கள் கடந்து கொண்டிருக்கும் காட்சி அகல மறுத்தது. இமை மூடும்போதெல்லாம் தேவாங்கின் வட்டக்கண்கள் அவனை எட்டிப்பார்த்தபடியே இருந்தன.

பொழுது விடிந்து நெடுநேரமான போதும் அவன் அறையிலிருந்து எழுந்து வரவில்லை. மற்ற நால்வரும் அவனுக்காகக் காத்திருந்தனர். நடுப்பகலில்தான் எழுந்து வந்தான். அப்போதுதான் அரண்மனையிலிருந்து வரச்சொல்லி அழைப்பும் வந்தது. வேகவேகமாகப் புறப்பட்டுப் போனான்.

அரசவைக்குள் நுழையும் வரை உடன் வந்த திரேஷியன், அவனுக்கான எல்லையறிந்து நின்றுகொண்டான். உள்ளே போன ஹிப்பாலஸால், உதியஞ்சேரலைப் பார்த்த கணத்தில் அவனது முகத்தில் தெரிந்த குழப்பத்தை உணர முடிந்தது.

சற்று அமைதிக்குப் பிறகு உதியஞ் சேரல் பேசத் தொடங்கினான். "நேற்று மாலை என் ஒற்றர்கள் கொண்டுவந்த செய்தி என்னைப் பெருங்குழப்பத்தில் ஆழ்த்திவிட்டது. அதனால்தான் உங்களை அழைக்க முடியவில்லை" என்றான்.

ஹிப்பாலஸ் உற்று கவனித்தான்.

"செங்கனச்சோழன் பெரும் படையோடு பறம்பின் மீதான போருக்கு ஆயத்தமாகிவிட்டான்" என்றான் உதியஞ்சேரல்.

ஹிப்பாலஸுக்குப் புரியவில்லை. "சோழன் ஏன் பறம்பின் மீது போர் தொடுக்க வேண்டும்?"

"அதுதான் எனக்கும் புரியவில்லை. இதுவரை பறம்பின் மீது அவர்களுக்கு எந்தப் பகையும் உருவாகவில்லை. அப்படியிருக்க, அவன் ஏன் இவ்வளவு பெரிய ஏற்பாடுகளைச் செய்து கொண்டிருக்கிறான்?" என்று கூறிய உதியஞ்சேரல், சற்றே அமைதிக்குப் பிறகு சொன்னான், "அவனது படையின் தன்மையையும் எண்ணிக்கைகளையும் பற்றி என் ஒற்றர்கள் சொல்லும் கணக்கை என்னால் நம்பவே முடியவில்லை."

67

கருப்பன்குடி மூதாதையர்தாம் அதைக் கண்டறிந்தனர். எத்தனை தலைமுறைகளுக்கு முன்னர் அது நிகழ்ந்தது எனத் தெரியவில்லை. 'எண்ணிலடங்காக் காலத்துக்கு முன்னர் அது நிகழ்ந்தது' எனச் சொல்வார்கள். அந்த ஆற்றுக்கு அப்போது பெயரிடப்படவில்லை. பெயரில்லாத அந்த ஆற்றின் வலக்கரை முழுவதும் செவல்படிந்த சிறுமண் பரப்பு. அதில் புதர் மண்டிய புற்காடு.

புல்லின் வகைகள்தாம் எத்தனை யெத்தனை! வடிவத்திலும் நிறத்திலும் அவை ஏற்படுத்தும் வாசனையிலும் வகைப்படுத்த முடியாதவையாகத் தானே இன்றுவரை இருக்கின்றன. பறவைகளும் விலங்குகளும் மேய்ந் தறியும் புல்லைக்கொண்டே மனிதன் தனக்கானதைக் கண்டறிந்தான். ஆ வினத்தை மேய்த்துக் கொண்டிருக்கையில், புதர் ஒன்றில் நீள்தோகை கொண்ட பெரும்புல் விளைந்துகிடந்திருக்கிறது. மேய்த்துக் கொண்டிருந்தவன் அது என்ன வகைப் புல் என்பதை அறிய அதன் தோகையைக் கைகளால் பறித்துப் பார்க்க முயன்றிருக்கிறான். தோகையின் பக்கவாட்டுக் கூர்மை கிழித்துவிடக்கூடியதாக இருந்தது. அதன் நீள்தண்டு சற்றே வேறுபட்டு இருந்ததையும் பார்த்திருக்கிறான்.

மேய்ச்சல்வெளிதான் மனிதன் இயற்கையின் நுட்பத்தைக் கவனிக்கக் கிடைத்த முதற்பெரும் வாய்ப்பு. பறந்து அலையும் தும்பிகள் காலூன்றாப் புற்கள் எவை என்பது தொடங்கி, நீண்டிருக்கும் புல் நுனியில் செருகி நிற்கும் பனித்துளியின் கனம் வரை அனைத்தையும் அவன் அறிவின் சேகரமாக மாற்றிக்கொண்டிருந்தான்.

கருநீலநிறமும் நெடுநீள் தோகையும் உடைய அந்தப் புல்லின் தண்டுப் பகுதியை ஒருநாள் தற்செயலாகக் கடித்துப்பார்த்தான். அதன் சாறு அவன் அறிந்திராத தித்திப்பைக் கொடுத்தது. மீண்டும் கடித்தான், தித்திப்பின் அளவு குறையவேயில்லை. மீண்டும் மீண்டும் கடித்துச் சுவைத்தான். சுவை குறையாத இந்தப் புல்லைப் பற்றித் தன் கூட்டத்தார் அனைவருக்கும் போய்ச் சொன்னான். அனைவரும் வந்து கடித்துச் சுவைத்தனர். அதைச் 'சுவைப்புல்' என்றே அழைத்தனர்.

அந்தச் சுவைப்புல் தனது கணுக்களி லிருந்து முளைவிடுவது அறிந்து, கரணைகளாக அதை வெட்டிப் புதிய இடத்தில் நட்டுவைத்தனர். கணுக்கள் தழைத்துப் பெரும்புற்களாகின. பல கரணைகளை ஒரே இடத்தில் பரவலாக நட்டுவைக்க சுவைப்புல் பெருங்காடெனா வளரத் தொடங்கியது.

இந்த அரிய புல்லைப் பற்றி மற்றவர் களும் கொஞ்சம் கொஞ்சமாக அறியத் தொடங்கினர். 'கருப்பன்குடியினர், அரியவகைச் சுவைப்புல்லைப் பயிரிட்டு வளர்க்கின்றனர்' என்ற செய்தி பரவ, பலரும் அவர்களிடம் வந்து சுவைப்புல்லைக் கேட்டு வாங்கிச் சென்றனர். நாளடைவில் 'சுவைப்புல்' என்ற பெயர் நீங்கி, அந்தக் குடியின் பெயரால் 'கரும்பா புல்'லென்றும் 'கரும்பெ'ன்றும் அதற்குப் பெயர் விளங்கிற்று.

தலைமுறைகள் பல கடந்தோடின. கருப்பன் குடியினர் கரும்பின் எண்ணற்ற நுட்பங்களைத் தங்களது பட்டறிவில் சேகரித்திருந்தனர். கணுக்களின் முகம் பார்த்துக் கரும்பின் சுவையைக் கணிக்கும் பேரறிவைப் பெற்றனர். புதிய நிலங்களில் எந்த வகைக் கரணைகளை நடவேண்டும் என்றும், எந்த வகைக் கரும்புகள் தித்திப்பின் உச்சம் எனவும் அவர்கள் துல்லியமாக அறிந்தனர். பனைச்சாற்றிலிருந்து காய்ச்சப்பட்ட இனிப்புக் கட்டியைப்போலக் கரும்பஞ் சாற்றிலிருந்தும் இனிப்புக் கட்டியைக் காய்ச்சி எடுத்தனர். செய்தி எங்கும் பரவியது. கரும்பென அழைக்கப்படும் சுவைப்புல் அரிதினும் அரியதொன்றாக எல்லோரும் பேசிய காலத்தில்தான், அந்தக் கொடுந்தாக்குதல் நடந்தது.

பயிரிடுதலின் நுட்பத்தை அறிய தலைமுறை தலைமுறையாகத் தங்களை ஒடுக்கிக்கொண்டு மண்ணுள் புதைந்திருந்த கருப்பன்குடியினரின் மீது திடீர்த் தாக்குதல் நடந்தது. தாக்குதல் நடத்தியவர்கள் தங்களைச் 'சோழர் குடி' என முழங்கினர். இரக்கமற்ற கொடும்தாக்குதலை எதிர்கொள்ள முடியாமல் கருப்பன் குடியினர் சிதைவுற்று வீழ்ந்தனர்.

அவர்களை வெட்டி வீசி விளை நிலங்களையும் செல்வங்களையும் கைப்பற்றுவதுதான் அந்தக் காலத்து நடைமுறை. ஆனால், சோழர்குடியின் தலைவன், கருப்பன் குடியினரின் அறிவையும் ஆற்றலையும் நன்கு உணர்ந்தவனாக இருந்தான். எனவே, அந்தக் குடியினரை முழுமுற்றாக அழிக்கவில்லை. எல்லோரையும் விளைநிலங்களில் அடிமைகளாக மாற்றினான். கரும்பை எவ்வளவு அதிகமாக விளையவைக்க முடியுமோ அவ்வளவு அதிகமாக விளையவைத் தான்.

கரும்பின் சுவை எங்கும் பரவியது. பனை வெல்லத்தையும் ஈச்ச வெல்லத்தையும் கரும்பின் வெல்லச் சுவை மிஞ்சியது. தலைமுறைகள் பல கடந்தாலும் கருப்பன் குடியின் அடிமை வாழ்வு முடிந்தபாடில்லை.

அவர்கள் அளவுக்குக் கரும்பை அறிந்த மனிதக்கூட்டம் எதுவும் உருவாகவில்லை. இந்த நிலையில்தான் யவன வணிகம் தொடங்கியது. சேரனின் மிளகுதான் முதலில் யவனர்களை ஈர்த்தது. அந்த வணிகமே பெருமளவு நடந்துகொண்டிருந்தது. அப்போது இந்த நிலத்தில் வேறேதும் புதுமையாகக் கிடைக்காதா எனப் பல யவன வணிகர்கள் கடற்கரை நகரங்களுக்குத் தொடர்ந்து வரத் தொடங்கினர். அவர்களுக்குத் தரப்பட்ட விருந்தொன்றில் கரும்பு பரிமாறப்பட்டது. அதன் தித்திப்பும் தீஞ்சுவையும் அவர்களையும் மயக்கின.

கரும்பின் கெட்டிப்பாகும் விளையவைக்கக் கூடிய விதத்தில் கரும்பின் கரணைகளும் யவனம் நோக்கி நாவாய்களில் பயணப்படத் தொடங்கின. சோழ அரசனின் அவையில் யவனத் தேறலும் மினுக்கும் பாண்டங்களும் மாற்றுப்பொருளாக வந்திறங்கின. காலம் ஓடியபடி இருந்தது.

தம் குலத்தின் விடுதலையை பெற்றே ஆகவேண்டும் என்ற வேட்கையில் அவ்வப்போது கருப்பன்குடி வீரர்கள் முளைத்தெழுவர். ஆனால், அது எப்படியும் சோழனுக்குத் தெரிந்துவிடும். அந்தச் செயல் செய்தவர்களை அழித்தொழிப்பர். ஆனாலும் மொத்தக் குடியையும் அழிக்காமல் பாதுகாத்தனர். கரும்பின் வியப்புறும் சுவையும் நுட்பமும் சோழர்களுக்குத் தேவையாக இருந்தன.

தீஞ்சுவைப் புல்லைக் கண்டறிந்த குடி, எண்ணிலடங்காத் தலைமுறைகளாகக் கண்ணீர் சிந்தியபடியே இருந்தது. முளைத்தெழும் கரும்பின் முன் பகுதியில் கருப்பன் குடியின் கண்ணீர் தேங்கியே இருக்கும் என மக்கள் கருதினர். எப்படியாவது இந்த நிலையிலிருந்து மீளவேண்டும் எனத் திட்டமிட்டது வீரர்களின் கூட்டம் ஒன்று. அதற்குத் தலைமையேற்றவன் ஈங்கையன்.

எத்தனையோ முறை அழிக்கப்பட்ட அவர்களின் போராட்டத்தை இந்த முறை அழித்துவிட முடியாதபடி நன்கு திட்டமிட்டான். ஈங்கையன் இணையற்ற வீரனாக இருந்தான். 'தனிமனிதப் போரில் அவனை வெல்லக்கூடிய மனிதர்கள் எவரும் இல்லை' எனப் பெயரெடுத்தான். தன் தோழர்களையும் அதேபோல வளர்த்தெடுத்தான். அவனது அறிவுக் கூர்மையும் ஆற்றலின் வலிமையும் பெரும்நம்பிக்கையைக் கொடுத்தன.

ஆனால், சோழன் இப்போது சிறுகுடியன் அல்லன்; பேரரசன். தன் மகன் செங்கனச்சோழனுக்கு சோழ வேலன் முடி சூட்ட நாள் குறித்திருந்தான். முடிசூட்டு விழாவுக்கு முன்னர் நடக்கும் களப்பலி சடங்குக்காகச் சோழர்களின் குதிரைகள் கரும்புக் காட்டுக்குள் சீறிப்பாய்ந்தன. மீண்டும் எதிர்பாராத தாக்குதல். கருப்பன்குடி வீரர்கள் சிதைந்தனர். எதிரிகளின் படையை ஈங்கையன் தன்னந்தனியாக எதிர்கொண்டான். அவனது வாள் வீச்சில் மயிரிழையில் தப்பிப் பிழைத்தான் சோழநாட்டுத் தளபதி உறையன்.

ஆவேசமும் அதிசிறந்த வீரமும் உடைய ஈங்கையனின் தாக்குதலை எதிர்கொள்ள முடியாமல் பின்வாங்கினான் உறையன். முடிசூட்டு விழாக் காலத்தில் சோழப் படை பின்வாங்கிய செய்தி பேரரசனை எட்டுமாயின் தன்னைக் கொன்றளிப்பான் என முடிவு செய்த தளபதி, இரவோடு இரவாகப் பல

மடங்கு படை திரட்டினான். பின்வாங்கி ஓடியவன், விரைந்து திரும்பி வருவான் என ஈங்கையன் எதிர்பார்த்தான். ஆனால், பொழுது விடிவதற்குள் பெரும் படையோடு வந்து நிற்பான் என எதிர்பார்க்க வில்லை. எண்ணற்ற இனக்குழுக்களை அழித்து, பேரரசாக வளர்ந்து நிற்கும் அரசாட்சிக்கு முதுகெலும்பாக இருப்பது இத்தகைய படைவளம்தான்.

எதிரிகளின் படையை முடிந்தவரை போரிட்டு அழித்தனர் ஈங்கையனின் படையினர். சோழத் தளபதி உறையன் இந்தமுறையும் பின்வாங்க நேருமோ என அஞ்சும் அளவுக்கு இருந்தது ஈங்கையனின் தாக்குதல். ஆனால், அவனது வீரர்கள் பலரால் நிலைமையை நீண்டநேரம் தாக்குப் பிடிக்க முடியவில்லை.

எண்ணிக்கையில் மிகக் குறைந்த அவர்கள், கடுந்தாக்குதலுக்குப் பிறகு முழுமுற்றாகச் சூழப்பட்டனர். வீழ்ந்தவர்களை முழுமையாகக் கொன்றழிக்கத்தான் நினைத்தான் உறையன். ஆனால், இவர்களின் உடலமைப்பையும் வலிமையையும் கணித்து மிக நல்ல விலைக்கு விற்கலாம் என முடிவுசெய்து, விலங்கிட்டு இழுத்துச் சென்றான்.

அவன் கணித்ததுபோலவே, கடல் வணிகர்கள் மிக நல்ல விலைகொடுத்து இந்த அடிமைகளை வாங்கினர். புதிய அடிமைகளை அடிமைத் தொழிலுக்குப் பழக்குவது கொடூர மிக்கதொரு செயல். விலைக்கு வாங்கப்பட்டவர்களை ஊனமாக்காமல் அவர்களை உடலாலும் உள்ளத்தாலும் கூனிக்குறுகி உணர்ச்சியற்ற உயிரினமாக மாற்ற வேண்டும். இதைச் செய்து முடிக்க கப்பல் தலைவன் ஒவ்வொருவனும், ஒவ்வொரு வழிமுறையைப் பின்பற்றுவான்.

ஈங்கையன் கூட்டத்தை விலைக்கு வாங்கிய கப்பலின் தலைவனோ, அவர்களுக்கு எந்த வேலையையும் கொடுக்காமல், விலங்கு பூட்டி, கப்பலின் மேற்தளத்தில் அமர வைத்தான். கப்பல், புகாரிலிருந்து வைப்பூருக்கு வந்து சேர்ந்தது. வைப்பூரில் பொருள்கள் ஏற்ற இன்னும் இரண்டு நாட்களாகும் என்ற நிலையில் புதிதாக வாங்கியவர்களை முழு அடிமைகளாக மாற்றும் வேலையில் இறங்கினான். வாங்கப்பட்டவர்களின் தலைவனான ஈங்கையனை மீகானின் கூம்புமாடக் கம்பத்தில் கட்டினான். என்ன செய்யப்போகிறான் என்று மற்றவர்கள் மிரண்டு பார்த்துக் கொண்டிருந்தபோது அருகன்குடியில் வாங்கிய புதுச்சாட்டையோடு மூன்று பேர் மூன்று திசையில் நின்றனர்.

விளாசல் தொடங்கியது. விலங்கின் நரம்பிலும் மரத்தின் நரம்பிலும் செய்யப்பட்ட புதுச்சாட்டைகள் இடைவிடாமல் ஈங்கையனை வெட்டிச் சிதைத்தன. கண்கொண்டு பார்க்க முடியாத கொடுமை நடந்தேறியது. மற்ற வீரர்கள் கதறித் துடித்தனர். இழுபடும் சாட்டையின் வீச்சுக்கு ஏற்ப குருதித் துளிகள் நீண்டு சிதறின. எது செய்தும் காதுகொடுத்துக் கேட்க அங்கு யாருமில்லை. பகல் முழுவதும் அடித்தனர். உடலெங்கும் ரத்தவிளாறாக மாறிக் காலடியில் நிறைந்து நின்றது செங்குருதி. விலங்கிடப்பட்ட நிலையில் பார்த்துக் கொண்டிருக்கும் ஒவ்வொருவனும் உள்ளம் ஒடுங்கிச் சிதைவுற்று அடிமைத்தனத்துக்குள் ஆழப்புதைய வேண்டும் என்பதற்குத்தான் இந்தக் கொடுமையைச் செய்கிறார்கள்.

மாலை மங்கியபோது ஈங்கையன் முழுமையாக நினைவிழந்தான்.

கப்பலில் ஏற்றப்பட வேண்டிய பொருள்கள் வந்து சேர்ந்தன. அவற்றைக் கப்பலில் ஏற்றும்வரை அடிப்பதை நிறுத்தி அந்தப் பணியைச் செய்யத் தொடங்கினர். கம்பத்தில் கட்டப்பட்டிருந்த ஈங்கையன் மயங்கிய நிலையில் தலை தொங்கிக் கிடந்தான். விலங்கிடப்பட்ட அவனது தோழர்கள் செய்வதறியாது துடித்துக் கிடந்தனர். இந்த நிலையில்தான் துறைமுகத்தின் கீழ்ப்பகுதியிலிருந்து பெருநெருப்பு எழுந்தது. கப்பலில் இருந்தவர்கள் அதை அணைக்க ஓடினர். விலங்கிடப்பட்ட அடிமைகள் தங்களையோ, தங்கள் தலைவனையோ விடுவிக்க என்ன செய்வதென்று தெரியாமல் கதறித் துடித்தனர்.

நேரம் ஆக ஆக, நெருப்பு எங்கும் பரவியது. ஒருகட்டத்தில் அவர்கள் இருக்கும் கப்பலின் விளிம்புப் பகுதியில் நெருப்பு மேலேறிக் கொண்டிருந்தது. அவர்கள் பெருங் கூச்சல் எழுப்பினர். அப்போதுதான் திரையர் கூட்டம் நெருப்பினுள் நுழைந்து அவர்களை மீட்டது.

கபிலரும் உதிரனும் வேட்டுவன் பாறையிலிருந்து மீண்டும் எவ்வியூருக்குப் புறப்பட்டனர். வழியில்தான் ஈங்கையனின் கதையை உதிரன் கபிலருக்குச் சொல்லிக் கொண்டுவந்தான். "இத்தனை மாதங்களாகியும் ஈங்கையனும் அவன் கூட்டத்தாரும் தாங்கள் யார் என்பதை வாய் திறந்து பேசவில்லை. 'சோழப் பேரரசன்தான் தங்களின் எதிரி எனத் தெரிந்தால் யாரும் தங்களுக்குப் பாதுகாப்பு அளிக்க மாட்டார்கள்' என்று அவர்கள் நினைத்துள்ளனர். அதுமட்டுமல்ல, யாரிடமும் நம்பிக்கை கொள்ளும் சூழலும் அவர்களுக்கு இல்லை. அதனால்தான் அவர்கள் பேச்சற்று இருந்துள்ளனர்.

நம்மவர்கள் அவர்களை மீட்டதும் இங்கு வந்ததிலிருந்து நல்லதொரு மருத்துவம் செய்து அவர்கள் தலைவன் ஈங்கையனைக் காப்பாற்றி யதும், அவர்களுக்கு நம் மீது நல்ல எண்ணத்தை உருவாக்கி யுள்ளது. ஆனாலும் நாம் யார் என்பதை முழுமையாகத் தெரிந்து கொள்ளாமல் பேச மறுத்துள்ளனர். கடுவனின் கதையை அறிந்த பிறகுதான் நம்பிப் பேசத் தொடங்கினான் ஈங்கையன். அவர்களின் குடி அடைந்த துயரம் சொல்லி மாளாது" என்றான் உதிரன்.

கேட்டுக்கொண்டே நடந்த கபிலர், "அடிக்கரும்பின் தித்திப்புக்காக மனம் எத்தனை முறை ஏங்கியுள்ளது! ஆனால், அவையெல்லாம் இந்தக் குடியின் குருதியில்தானே விளைந்துள்ளன. 'பூத்த கரும்பும் காய்த்த நெல்லும் உடையது சோழனின் கழனி' என்று புலவர்கள் பாடுகின்றனர். ஆனால், அந்தக் கழனி கரும்பாக்குடி சிந்திய குருதியால்தான் உலராமல் இருக்கிறது" என்றார்.

உதிரன், கபிலரின் சொற்களைக் கேட்டபடி அமைதிகொண்டு நடந்தான்.

"நெருப்பிலே அழிந்துவிடாமல் இவர்களை மீட்டெடுத்ததன் மூலம் வாழ்வெல்லாம் மகிழ்ந்துண்ட கரும்பஞ்சாற்றுக்கும் வெல்லத்துக்கும் கைம்மாறு செய்துள்ளோம்" என்றார் கபிலர்.

"திரையர்கள் இருந்ததால்தான் இவர்களை மீட்டெடுக்க முடிந்தது. ஈங்கையனின் உருவ அமைப்பைப் பார்த்தால் உங்களுக்குத் தெரியும். அவ்வளவு திறன்வாய்ந்த ஒருவனைக் கம்பத்திலிருந்து பிய்த்தெடுத்துத் தோளிலே போட்டுத் தூக்கிக்கொண்டு நெருப்பிலிருந்து வெளியேறுவ தெல்லாம் இயலுகிற செயலன்று" என்றான் உதிரன்.

சற்றே அமைதியுடன் நடந்த கபிலர் சொன்னார், "வெற்றிலையும் கரும்பும் மனித குலம் இருக்கும் வரை தேவைப் பட்டுக்கொண்டே இருக்கும். தமது இலையாலும் தண்டாலும் சாற்றாலும் மனிதனுக்கு அருமருந்தைத் தந்தபடியேதான் இருக்கும். அந்த அரிய பயிரினங்களைக் கண்டறிந்த ஆதிகுடிகள் எப்படியெல்லாம் வேட்டையாடப்படுகிறார்கள்! அவர்கள் கண்டறிந்த உயிர்ச் செல்வங் களுக்கு நாம் செய்யும் கைம்மாறு இதுதானா?" ஏக்கப்பெருமூச்சோடு பாறையைப் பிடித்து மேலேறிக் கொண்டிருந்தார் கபிலர்.

சொல்லின் வலி, உள்ளத்தின் உறுதியைத் தளர்த்தவல்லது. இதைவிடக் கடினமான செங்குத்துப் பாறையைக்கூட குனிந்து உட்காராமல் நிமிர்ந்தபடி மேலேறிய கபிலர் இந்தச் சிறு பாறையைக் கடக்க உட்கார்ந்து நகர்கிறார். அவரின் செயலை உன்னிப்பாகக் கவனித்த உதிரன், பேச்சை மாற்றி அவரின் எண்ணங் களைத் திருப்ப முயன்றான்.

"உங்களைக் காண வந்த பெரியவரோடு இரண்டு இளைஞர்கள் உதவிக்கு வந்தார்கள் அல்லவா?" என்றான்.

பாறையைக் கவனமாய்க் கடந்த பிறகு நிமிர்ந்த கபிலர், "ஆம், திசைவேழரின் மாணவர்கள். வங்கைமான், முத்துக்கோளன் என்று பெயர் சொன்னார்கள்" என்றார்.

"அவர்களில் ஒருவனாவது படை வீரனாகவோ, ஒற்றனாகவோ இருப்பான் என நானும் நீலனும் நினைத்தோம். ஆனால் அப்படியல்ல; இருவருமே அவரின் மாணவர்கள் தாம்."

"அவர் காலத்தைக் கணிக்கும் பேராசான். இதுபோன்ற செயல்களுக்கெல்லாம் மாமனிதர் களைப் பயன்படுத்திவிட முடியாது. இயற்கையின் பேரியக்கத்தைக் கணித்துக் கொண்டிருப்பவர்கள் மனிதர்களின் கீழ்மைக்குத் துணை போக மாட்டார்கள்."

கபிலர் சொல்லி முடிக்கும் முன்னர் சற்றும் இடைவெளியின்றி உதிரன் கேட்டான், "பாண்டியப் பேரரசுக்காகத்தானே அவர் இங்கு வந்தார்?"

"இல்லை. அவர் நம்பும் உண்மைக்காக வந்தார். இயற்கையின் உள்நரம்புகள் மனிதனின் கைகளுக்கு மிக அரிதாகவே அகப்படும். அப்படியொன்று தெய்வ வாக்கு விலங்கின் வடிவில் அகப்பட்டுள்ளது. அதை இழந்துவிடக்கூடாது என்ற தவிப்பில்தான் வந்துள்ளார்" என்றார்.

"அவரின் கூற்றில் உண்மை இருக்கிறதா?" எனக் கேட்டான் உதிரன்.

அடுத்த பாறையில் ஏறாமல் அப்படியே நின்றார் கபிலர்.

பாறையின் மேலேறிய உதிரனுக்கு, கபிலர் ஏன் ஏறாமல் நிற்கிறார் என்ற காரணம் புரியவில்லை.

"நான் எங்கே நிற்கிறேன்?" என்று கேட்டார் கபிலர்.

"கீழே நிற்கிறீர்கள்" என்றான் உதிரன்.

"காரமலையின் உச்சியில் நின்றாலும் நான் கீழே நிற்பதாகத்தானே உனக்குத் தோன்றுகிறது" என்றார்.

கபிலர் சொல்லவருவது உதிரனுக்குப் புரியவில்லை.

கபிலர் விளக்கினார். "உண்மை என்பது, இருக்குமிடம் சார்ந்தது. அதனால்தான் நான் கீழே இருப்பதாகக் கண நேரத்தில் நீ முடிவு

செய்துவிட்டாய். நீ சொல்வது உன்னளவில் மட்டுமே உண்மை. அதுவே முழு உண்மையாகிவிடாது. எல்லோரும் ஓரிடத்தில் நிற்கப் போவதில்லை. எனவே, எல்லோருக்குமான பொது உண்மை இருக்கப்போவதேயில்லை."

கபிலரும் உதிரனும் எவ்வியூர் அடைந்தபோது தேக்கனும் காலம்பனும் ஊர் திரும்பியிருந்தனர். அனங்கனும் அவன் குழுவினரும் காட்டெருமைக் கூட்டத்தோடு எந்த மலையில் அலைகிறார்கள் என்பதைப் பற்றிப் பலரும் அவர்களிடம் விசாரித்துக்கொண்டிருந்தார்கள்.

கபிலர் வந்து சேர்ந்ததும் விசாரிப்புகள் எல்லாம் அவர் பக்கமாகத் திரும்பின. அவரின் ஆசானைப் பற்றி அறிந்துகொள்ள எல்லோருக்கும் ஆர்வம் இருந்தது. பாட்டாப்பிறையில் பெரியவர்கள் காத்திருந்தனர். ஆனால், பாரியைப் பார்க்கப் போன கபிலர் நள்ளிரவு வரை வரவில்லை.

பாரியின் அவையில்தான் அந்த உரையாடல் நடந்தது. தனக்கும் திசைவேழருக்கும் நிகழ்ந்த சந்திப்பைப் பற்றி முழுமையாக விளக்கினார் கபிலர். உடன் தேக்கனும் முடியனும் இருந்தனர். திசைவேழர் வந்ததன் நோக்கத்தைப் பாரியால் கணிக்க முடிந்தது, "தேவவாக்கு விலங்கு வடதிசை நோக்கித்தான் உட்காரும் என்பது அனைவரும் அறிந்த ஒன்றுதான். ஆனால், அதற்கு இப்படியொரு பயன்பாட்டுக் காரணம் இருக்கும் என நினைக்கவில்லை" என்றான் பாரி.

"அது வடதிசை நோக்கி மட்டுமே உட்காரும் என்பது உங்கள் அனைவருக்கும் தெரியுமா?" எனக் கேட்டார் கபிலர்.

"இதுகூடவா தெரியாமல் இருப்போம்?" என்றான் முடியன்.

"தேவவாக்கு விலங்கை 'கொற்றவையின் குழந்தை' என்றுதானே சொல்கிறோம். கொற்றவைக்கு 'வடக்குவாசெல்லி' என்றொரு பெயர் உண்டு என்பதை நீங்கள் அறிய மாட்டீர்களா? கொற்றவைக் கூத்தின் போது அனைத்து நாட்களும் அது கீழிறங்கி வந்துதானே பழத்தை எடுத்தது. அப்போதெல்லாம் அது உட்கார்ந்ததை நீங்கள் கவனித்து அறியவில்லையா?" எனக் கேட்டான் பாரி.

கபிலர் திகைத்துப்போனார். "அவை மிகவும் அஞ்சியபடி வந்து பழத்தை எடுத்துச் செல்வதைக் கூர்ந்து கவனித்தேன். ஆனால், அவற்றின் தனித்த நடவடிக்கையைக் கவனத்தில் கொள்ளவில்லை" என்றார் கபிலர்.

உரையாடலைக் கேட்டுக்கொண்டிருந்த தேக்கன், இடுப்புத் துணியில் மடித்து வைத்திருந்த வெற்றிலையை எடுத்துக்கொண்டே சொன்னார், "திசைவேழரின் வருகையிலும் நாம் கவனிக்கத் தவறும் தனித்த விஷயங்கள் இருந்துவிடக் கூடாது."

தேக்கனின் சொல் சற்றே கடுமையானதாகத்தான் இருந்தது. ஆனாலும் இன்முகத்தோடுதான் கபிலர் அதை எதிர்கொண்டார். "கவனம் தவறிவிடக் கூடாது என்பதில் நான் மிகுந்த எச்சரிக்கையுடன் இருந்தேன்." என்றார்.

"பாண்டியனின் பெருந்துறைமுகமான வைப்பூர்த் துறைமுகமே நம்மவர்களின் தாக்குதலால் அழிந்திருக்கிறது. அப்படியிருந்தும் இவ்வளவு மென்மையான முயற்சியைப் பாண்டியன் ஏன் செய்கிறான்?" எனக் கேட்டார் தேக்கன்.

கபிலரிடம் இதற்கான விடை இல்லை. சிந்தித்தபடி அமைதியானார்.

“பெருந்தாக்குதலுக்கான ஆயத்த முயற்சியில் இருப்பவர்கள், நாங்கள் அப்படியல்ல எனக் காட்டிக்கொள்ள முயல்வார்கள். இந்த முயற்சி அப்படிப்பட்ட ஒன்றுதான்” என்றார் தேக்கன்.

ஆழ்ந்த சிந்தனைக்குப் பிறகு “அதற்கும் வாய்ப்பிருக்கிறது” என்று சற்றே மெல்லிய குரலில் சொன்னார் கபிலர்.

அதைக் கவனித்த பாரி கேட்டான், “உங்களுக்கு ஏன் அவ்வாறு தோன்றியது?”

“முதலில் மிகுந்த சினத்தோடு பறம்பைக் குற்றம்சாட்டிப் பேசிய திசைவேழர், எனது விளக்கத்துக்குப் பிறகு சற்றே அமைதியானார். அவரின் நோக்கம், திசையறியும் ஒரு விலங்கைப் பயன்படுத்த வேண்டும் என்பதுதான். அதில் ஐயம் இல்லை. ஆனால், அடுத்தடுத்த நாட்களில் அவரின் முகம் மிகவும் வாடியிருந்தது. நான் அவரை நன்கு அறிவேன். எளிதில் தளராத மனிதர் அவர். அவரின் கண்கள் ஒன்றுக்கு மேற்பட்டமுறை கலங்கின. அதற்குக் காரணம் உள்ளுக்குள்ளிருந்த குற்றவுணர்வு. அங்கு நடக்கும் பல முயற்சிகளை அவர் அறிவார். அதைப் பகிர்ந்து கொள்ள முடியாத நிலையில் உள்மனம் அவரைக் கலங்கச் செய்திருக்கும்” என்றார்.

அவரைக் கூர்ந்து பார்த்துக் கொண்டிருந்த தேக்கன், “புலி முன் ஆடு என்பது திசைவேழருக்குச் சொல்லப்பட்ட சொல்லன்று; பாண்டியனுக்காகச் சொல்லப்பட்ட சொல். பறம்பின் முன் அவனது பெரும் படை அடங்கி ஒடுங்கும் என்பது பாண்டியனின் காதுகளுக்குப் போய்ச் சேரவேண்டும்” என்றார்.

ஒரு கணம் உறைந்துபோனார் கபிலர். ‘அங்கு பேசிய பேச்சு அதற்குள் எப்படி இங்கு வந்து சேர்ந்தது!’ திகைத்த கண்களோடு தேக்கனைப் பார்த்தார். அவர் வெற்றிலையை மெல்வதற்கு ஏற்ப நன்றாக மடித்துக் கொண்டிருந்தார்.

“உதிரன் கரும்பாக்குடியின் கதையைச் சொன்னான். எனக்கு அவர்களைப் பார்க்க வேண்டும்போல் இருக்கிறது. அவர்கள் யார் எனத் தெரிந்தபிறகும் ஈங்கையனை அழைக்காமல் ஏன் வந்தீர்கள் என உதிரனைத் கோபித்தேன்” என்றான் பாரி.

பேச்சின் போக்கை எவ்விடம் மாற்ற வேண்டும் என்பதைப் பாரி அளவுக்கு நன்கு உணர்ந்தவர் யாருமில்லை என்பது கபிலருக்குத் தெரியும். திசைவேழர், தனக்குச் சிகிச்சை செய்த மருத்துவர்களிடம் நிறையப் பேசினார். அந்தப் பேச்சுகள் எல்லாம் இங்கு வந்து சேர்ந்திருக் கின்றன. அவர் என்னவெல்லாம் பேசினார் என்பது கபிலருக்குக்கூட முழுமையாகத் தெரியாது. அவரின் எண்ண ஓட்டங்களைக் கண்டறிய மருத்துவர்களுக்குக் கூடுதல் வாய்ப்பு இருந்திருக்கும். அவர் சொன்ன சொற்களிலிருந்துதான் தேக்கன் இந்த முடிவுக்குப் போயுள்ளார் என்பதைக் கபிலர் உணர்ந்தபோது, அதுகுறித்த பேச்சை நீட்டிக்க வேண்டாம் என்று தான் பாரி ஈங்கையனின் பேச்சை எடுத்தான்.

பாரியின் எண்ணத்தைப் புரிந்து கொண்டு கபிலர் சொன்னார், “நாங்கள் மலை ஏறும்போதுதான் ஈங்கையனின் கதையை உதிரன்

என்னிடம் சொன்னான். அவர்களைப் பார்க்காமல் வந்துவிட்ட கவலை எனக்கும் உண்டு.”

வெற்றிலையை வாயில் மென்றபடி தேக்கன் கேட்டார், “என்ன சொன்னார் வேட்டூர்ப் பழையன்?”

‘உங்களுக்குத் தெரியாமல் என்னிடம் எதுவும் சொல்லப் போகிறாரா அல்லது என்னிடம் சொல்லியது எதுவும் உங்களுக்குத் தெரியாமல் இருக்கப்போகிறதா?’ என நினைத்துக்கொண்டே, “நான்கு நாட்கள் அல்லவா! நிறைய பேசினோம். குறிப்பாக, நீலன் - மயிலாவின் மணவிழா பற்றிக் கண்கள் பூக்கப் பேசினார்” என்றார்.

மென்று சுவைத்த வாயின் அசைவு சட்டென நின்றது. காலம் தாழ்த்துவது அழகல்ல எனத் தோன்றியபடியே யிருந்த எண்ணத்தைக் கிளறிவிட்டது கபிலரின் சொல். திரும்பிப் பாரியைப் பார்க்க நினைத்தவர், அதைத் தவிர்த்து மீண்டும் கபிலரின் பக்கம் திரும்பினார்.

தேக்கனின் எண்ண ஓட்டத்தை மட்டுமன்று, பழையனின் எண்ண ஓட்டத்தையும் நன்கு அறிந்த பாரி சொன்னான், “இந்தக் கார்காலத்தில் தான் மணவிழாவை முடிவு செய்திருந்தோம். ஆனால், எதிர்பாராத பலவும் நடந்துவிட்டதால் மண விழாவை நடத்த முடியாமல் போய்விட்டது. அதற்காக இனியும் காலம் கடத்த வேண்டாம். உப்பறைக்குப் போய் வந்த மூன்றாம் நாள் மணநாளாக முடிவுசெய்து செய்தி அனுப்புங்கள்” என்றான் பாரி.

நீண்டநாள் பேச்சு அந்தக் கணமே முடிவானது தேக்கனுக்குப் பெருமகிழ்ச்சியைத் தந்தது. உடனே சம்மதித்தான்.

கபிலரும் மகிழ்வடைந்தார். 'உப்பறைக்குப் போய் வந்த உடன்' என்று பாரி ஏன் சொன்னான் என்பது மட்டும் அவருக்குப் புரியவில்லை.

"உப்பறை எங்கே இருக்கிறது? போய் வர எவ்வளவு நாட்களாகும்?" எனக் கேட்டார்.

"போய் வர ஒரு மாதமாகும். ஆண்டுக்கு ஒருமுறை பறம்பின் தலைவன் அங்கு போய்த் திரும்புவது காலகாலப் பழக்கம். இந்த முறை சற்றுத் தாமதமாகிவிட்டது" என்றான் தேக்கன்.

நீலன், மயிலாவின் மணவிழா ஏற்பாடு உறுதியான மகிழ்வில் வெற்றிலையை வேகவேகமாக மடித்து வாயில் திணித்துக்கொண்டே கேட்டார், "நீங்கள் என்னோடு இருந்து மணவிழா வேலையில் பங்கெடுக்கிறீர்களா அல்லது பாரியோடு உப்பறைக்குப் போய் வருகிறீர்களா?"

கைநீட்டி வெற்றிலையைக் கேட்டார் கபிலர்.

மறுமொழியேதும் சொல்லாமல் கை நீட்டுகிறாரே எனச் சிந்தித்தபடி வெற்றிலையைக் கொடுத்தார் தேக்கன்.

வாங்கி அதைத் தோதாக மடித்துக் கொண்டே கபிலர் சொன்னார், "இந்தக் கேள்விக்கு நான் சொல்லித் தான் விடை தெரிய வேண்டுமா உங்களுக்கு?"

சிரித்தான் பாரி.

வெற்றிலையை வாயில் மென்றபடியே முடியன் சொன்னான், "தேவவாக்கு விலங்கு திசை மாறியா உட்கார்ந்துவிடப்போகிறது!"

மீண்டும் சிரித்தான் பாரி.

கிடைத்த வாய்ப்பைக்கொண்டு தேக்கனை நோக்கிச் சொல்லைச் சுழற்றினார் கபிலர், "இத்தனை நாட்களாகியும் தனித்த விஷயங்களைக் கவனிக்கவில்லையா நீங்கள்?"

அறையெங்கும் பொங்கி வெடித்தது சிரிப்பு.

68

அகதமலையின் முகடுகளில் குதிரைகள் பாய்ந்து போய்க் கொண்டிருந்தன. பாரி, காலம்பன், கபிலர் ஆகிய மூவரைத் தொடர்ந்து வீரனொருவன் கூடுதலாக ஒரு குதிரையைக் கையிற்பிடித்தபடிப் பின்தொடர்ந்தான். அக்குதிரையில் உணவுப் பொருள்களின் சிறு மூட்டைகள் ஏற்றப்பட்டிருந்தன. இவர்கள் எவ்வியூரிலிருந்து புறப்பட்டு மூன்று நாட்களாகிவிட்டன.

கபிலர் இளைஞராய் இருந்த பொழுது குதிரையேற்றப் பயிற்சி பெற்றிருக்கிறார். ஆனால், அதன்பின் நீண்டகாலம் குதிரையேற்றத்தில் ஈடுபடவில்லை. எவ்வியூர் வந்தபின் அவ்வப்பொழுது குதிரையில் ஏற்றி ஒன்றிரண்டு மலைத்தொடருக்கு உதிரன் அழைத்துச்செல்வான். அப்பழக்கம் இருந்ததால்தான் இப்பயணத்தில் அவரால் பங்கெடுக்க முடிந்தது.

இதுவரை மூன்று மலைகளையும் இரு ஆறுகளையும் கடந்துவிட்டார்கள். ஆனால், பயணம் இன்னும் நெடுந் தொலைவு. வடக்கும் தெற்குமாக நீள்கோடெனக் கிடப்பதுதான் பச்சைமலைத் தொடர். இக்கோடு சில இடங்களில் நான்கு மடிப்புகளாகவும் சில இடங்களில் ஏழெட்டு மடிப்புகளாகவும் இருக்கிறது. ஆனாலும் பெரு மடிப்புகளாக உள்ள மூன்று மடிப்புகளைத்தான் காரமலை, நடுமலை, ஆதிமலை என அழைக்கின்றனர். இம்மலைத் தொடரில் உள்ள முகடுகளும் துண்டிக்கப்பட்ட தனிக்குன்றுகளும் எண்ணிலடங்காதவை. இவற்றிற் கிடையில் வழிந்தோடும் ஆறுகளைக்

கணக்கிட முடியாதுதான். ஆனாலும் பேராறுகளுக்குப் பெயர் சூட்டியிருந்தனர்.

இந்நீள்மடிப்பு மலைத்தொடரின் வடவெல்லை முதல் தென்னெல்லை வரை இருப்பவர்கள்தாம் பதினான்கு வேளிர்க்குடியினர். இம்மலைத் தொடரின் சிறுபகுதியில்தான் பறம்பு நாடு இருக்கிறது. ஏறக்குறைய அதன் நடுவில் எவ்வியூர் உள்ளது. எவ்வியூரிலிருந்து குதிரையில் புறப்பட்டால் பறம்பின் வடக்கு எல்லையைச் சென்றடைய எட்டு நாட்களாகின்றன. ஐந்துநாள் பயணத் தொலைவில் காழகமலையுள்ளது. அதன் அடிவாரத்தில் இருப்பதுதான் உப்பறை.

அதனை நோக்கிய பயணத்தின் மூன்றாம் நாள் அகதமலையில் பயணித்துக்கொண்டிருந்தனர். கபிலர் இதுவரை பறம்பின் காடுகளை நடந்து தான் கடந்துள்ளார். முதன்முறையாக அகலவிரிந்து கிடக்கும் பெருங் காடுகளை மலைச் சரிவின் இரு பக்கமும் பார்த்தபடி விரைந்து கொண்டிருந்தார். பறம்பின் அரண் போன்ற அமைப்பு என்னவென்பதை, காணும் காட்சிகள் உணர்த்திக் கொண்டிருந்தன. இயற்கையின் பெருவிரிப்பிலிருந்து பார்வையை விலக்க முடியாமல் கவனமாய்க் கடிவாளத்தை இழுத்துச்செல்ல வேண்டியிருந்தது.

காடுகளின் மீதான வியப்பேதும் காலம்பனின் கண்களில் இல்லை. வனத்தின் ஆதிப்பிளவுகளினூடே முளைத்து வந்தவன் அவன். பாசிபடர்ந்து குளுமையேறிய ஈரப் பாறையையும் வெக்கையை உமிழ்ந்து தள்ளும் கரும்பாறையையும் இரு தோள்களெனக்கொண்டவன். அவனது வியப்பெல்லாம் முன்னால் விரைந்து சென்றுகொண்டிருக்கிற பாரி எவ்வடையாளங்களைப் பாதை களாக்கிக் கடந்து கொண்டிருக்கிறான் என்பதுதான்.

குதிரைகள் இளைப்பாற சிற்றோடையின் அருகில் நின்றான் பாரி. ஓடையில் நீர் சிறுத்து ஓடிக் கொண்டிருந்தது. “இவ்வாண்டு கோடை மிகக்கடுமையாக இருக்கும்” என்று சொன்னபடி நீரினை அள்ளிப் பருகினான். அப்பொழுதுதான் குதிரையை விட்டிறங்கிய கபிலர் இடுப்பில் கைகளை வைத்து முதுகைப் பின்புறமாக வளைத்துக்கொடுத்தபடி கேட்டார், “கோடையின் கடுமை அதிகமாக இருக்குமென்றா சொல்கிறாய்?”

“ஆம். நாம் உப்பறை சென்று திரும்புகையில் இவ்வோடை முற்றிலும் வற்றியிருக்கும்.”

“எப்படி அவ்வளவு உறுதியாகச் சொல்கிறாய்?”

“கோடை தொடங்கிய முதல் மாதத்திலேயே நீர்ச்சுரப்பு குறைந்து விட்டது. இம்மாதத்தில் நீர் இழுத்தோட வேண்டும். ஆனால், இதன் போக்கைப் பாருங்கள். உள்ளே நகரும் மீனின் வேகம்கூட நீருக்கு இல்லை. பாறை இடுக்குகள் இன்னும் பத்து நாளுக்குள் இவ்வோடையைக் குடித்துவிடக்கூடும்.”

பாரியின் ஒவ்வொரு சொல்லும் ஒவ்வொரு கணிப்பினைச் சொல்லிக் கொண்டிருந்தது. சிற்றோடைகள் வற்றி முடித்த வேகத்தில் ஆறுகள் காயத்தொடங்கும் என்று சொல்லிய படி ஓடையைக் கடந்து மீண்டும் குதிரையில் ஏறினான்.

“இவ்வோடைதான் அகதமலையின் எல்லை. இதனைக் கடந்தால் தொடங்குவது வெப்புமலை. சற்றே

செங்குத்தாய் மேலேற வேண்டும்" என்று சொல்லியபடி சிறிது தொலைவு மேலேறியவுடன் கைநீட்டிக் காண்பித்தான். இறங்குமலையில் மிகத் தொலைவில் பாறையின்மீது வெள்ளை விழுதென சிறுத்த நீர் செங்குத்தாய் இறங்குவது தெரிந்தது. "அதோ தெரிகிறதல்லவா! அந்த அருவியில் பெருவெள்ளம் கொட்டும். ஆனால், அதனைத்தொடர்ந்து ஓடும் ஆற்றைக் கண்ணால் பார்க்க முடியாது. இவ்வடர் காட்டில் மரங்களுக்கூடே அது முழுமுற்றாக மறைந்துவிடும். எனவே இதற்கு மறையாறு என்று பெயர்."

குதிரையை நிறுத்தி, காலம்பனும் கபிலரும் அவ்வடர் காட்டினைப் பார்த்தனர். பாரி சொன்னான், "இக்காட்டில்தான் வேறெங்கும் இல்லாத ஓர் உயிரினம் உள்ளது. நெடுங்காது முயல்தான் நீங்கள் பார்த்திருப்பீர்கள். ஆனால், இங்கு மட்டும்தான் எலிகளின் காதினைப் போன்ற குறுங்காது முயல் உள்ளது. அதன் குருதியில்தான் பறம்பின் வீரர்கள் பிடித்து நிற்கும் வில்லின் நாண்கள் ஊறவைக்கப்படுகின்றன."

அருவியைப் பார்த்துக் கொண்டிருந்த காலம்பனும் கபிலரும் வியப்பு நீங்காமல் பாரியின் பக்கம் திரும்பினர்.

பாரி சொன்னான், "சமவெளி மனிதர்கள் பயன்படுத்தும் வில்லின் ஆற்றலைவிட மலைமக்கள் பயன்படுத்தும் வில்லின் ஆற்றல் மிக வலிமையானது. மலைமக்களில் மற்றவர்கள் பயன்படுத்தும் வில்லிலிருந்து அம்பு போய்ச்சேரும் தொலைவைவிட மூன்றுமடங்குத் தொலைவிற்குப் பறம்பின் வீரன் பயன்படுத்தும் அம்பு போய்ச்சேரும். அதற்கு தலையாய காரணங்களில் ஒன்று வில்லில் பூட்டப்படும் நாணின் இழுவைத் திறன். நாங்கள் பயன்படுத்தும் நரம்பினைக் குறுங்காது முயலின் குருதியில் ஊறவைத்து விடுவோம். இழுத்துத் தள்ளும் அதனது விசை அளவிட முடியாததாக இருக்கிறது."

வியப்பு நீங்காமல் பார்த்துக் கொண்டிருந்த இருவரும் இப்பொழுது குதிரையை நகர்த்தியே ஆகவேண்டியிருந்தது. ஏனென்றால், பாரி பேசியபடி முன்னால் போய்க் கொண்டிருந்தான். வெப்புமலையின் வடபுற இறக்கத்தில்தான் சூளூர் இருக்கிறது. இன்றிரவு, தங்கல் அங்குதான். மூன்று நாள் பயணத்தின் வழியில் ஊர்கள் இல்லை. மிகத்தள்ளி ஒன்றிரண்டு குன்றுகளைத் தாண்டித்தான் ஊர்கள் இருந்தன. அங்கு போய்த் திரும்பினால் காலந்தாழும் என்பதால் வழியிலுள்ள குகைத்தளங்களிலேயே தங்கினர். இன்றுதான் ஊரினில் தங்கப் போகின்றனர்.

பாரி வருகை ஊர்மக்களை மகிழ்ச்சிக் கூத்தாடச் செய்யும். வந்த மறுநாள் காலையிலேயே புறப்படுவது இயலாத செயல். ஆனால், புறப்பட்டே ஆகவேண்டிய நிலையை எடுத்துச் சொல்லிப் புரியவைப்போம் என்றுதான் பாரி அதனை நோக்கிப் போய்க் கொண்டிருந்தான்.

குதிரைகள் ஏற்றத்தில் மிகவும் மெதுவாக ஏறின. காலம்பனின் குதிரை ஒரு நாளில் இரண்டு முறை மாற்றப்பட்டது. பயணவழியில் நீண்டு கிடக்கும் படர்பாறை இருந்தது. குதிரையை விட்டு இறங்கினான் பாரி. அருகில் வந்ததும் மற்றவர்களும் இறங்கினர். சமதளப்பாறையாகத்

தானே இருக்கிறது. இதற்கு ஏன் குதிரையை விட்டு இறங்கினான் பாரி என்ற எண்ணம் மற்ற இருவருக்கும் ஏற்பட்டது.

இறங்கி நடந்தபடி பாரி சொன்னான். "சூளூர்தான் முடியனின் ஊர். அங்குதான் அவன் குடும்பம் இருக்கிறது."

முடியன் என்பது பெயரல்ல, தேக்கனைப் போல அது ஒரு பட்டம். சமவெளி அரசுகளில் படைத்தளபதி என்ற பட்டம் இருப்பதுபோலப் பறம்பிலுள்ள பட்டமிது. ஆனால், இந்தச் செய்தி காலம்பனுக்குத் தெரியுமா என்று கபிலரின் எண்ணங்கள் ஓடிக்கொண்டிருந்தன. பாரி சொன்னான், "நாம் கடந்து வந்த ஓடை எழுவனாற்றில் போய்ச் சேருகிறது. அந்த ஆற்றுக்கு நீர்ப்பிடிப்பு ஓடைகள் மிகக்குறைவு. எனவே, வேகமாக வற்றிவிடும். பச்சைமலையின் உள்ளிடுக்கின் வழியாகவே நீண்ட தொலைவு பயணிக்கும் இவ்வாறு குறும்பியூர்க் கணவாயின் வழியாகக் கீழ்த்திசையில் திரும்பி, சமதளத்தை நோக்கிப் பாய்கிறது. கரடுமுரடற்ற பாதையாக இதன் வழித்தடம் அமைந்திருக்கிறது."

குதிரைகள் பாறையை மிதித்து நடக்கும் ஓசையும் பாரி பேசும் ஓசையும் மட்டுந்தான் கேட்டன. இருவரும் மிக அமைதியாகப் பாரி பேசுவதைக் கேட்டுக் கொண்டிருந்தனர். "இயற்கையின் மாபெரும் அரணால் சூழப்பட்ட பறம்பினைத் தாக்க எதிரிகளுக்கு உள்ள ஒரே வாய்ப்பு எழுவனாறுதான்" என்றான் பாரி. காலம்பனும் கபிலரும் அதிர்ந்தனர்.

"கோடைக்காலத்தில் இவ்வாற்றின் வழித்தடத்தைப் பயண வழியாகப் பயன்படுத்த முடியும். அதற்கேற்ற தன்மையுடன்தான் இதன் அமைப்பிருக்கிறது. குறும்பியூர்க் கணவாயில் இவ்வாற்றின் வழித்தடம் பற்றி உள்ளே நுழைபவன் எவ்வியூரின் அருகிலுள்ள குன்றுவரை வந்து சேரலாம். ஆனால், அதில் மூன்று சிக்கல்கள் உண்டு. ஒன்று, பறம்புக்குள் இப்படியொரு வழித்தடம் இருக்கிறது என்பது வெளியாட்களுக்குத் தெரிய வாய்ப்பே துமில்லை. இரண்டு, குறும்பியூர்க் கணவாயிலிருந்து இந்த வெப்புமலை வரை வந்து சேர்வதற்குள் இவ்வாற்றில் பல ஆறுகளும் ஓடைகளும் இணைகின்றன. அவற்றின் அகலமும் எழுவனாற்றின் அகலமும் ஒன்றுபோல்தான் இருக்கின்றன. எனவே, மூல ஆறு எது என்பதனை எளிதில் கண்டறிய முடியாது. இணையும் ஆறுகளின் வழியே திரும்பினால் இயற்கையின் பெரும்பொறிக்குள் போய்ச் சிக்கி மீள முடியாமல் அழிவார்கள்.

மிகச்சரியான வழியைத் துல்லியமாகக் கண்டறிந்து பலநாள் பயணப்பட்டு இந்த வெப்புமலை அடைந்துவிட்டார்கள் என்று வைத்துக் கொண்டால் அதன் பிறகு இதனைக்கடந்து ஒருவன்கூட எவ்வியூரை நோக்கித் தென்திசையில் சென்றுவிட முடியாது" என்றான் பாரி.

குதிரைகள் படர்பாறையை நடந்து கடந்துவிட்டன. "மேலேறிப் பயணத்தைத் தொடர்வோம்; பொழுதாகிக்கொண்டிருக்கிறது" என்று சொல்லிக் குதிரையின் மேல் ஏறினான். காரணம் தெரியாமல் குதிரையின் மீது ஏற மற்ற இருவருக்கும் மனமே இல்லை.

முதன்முறையாக காலம்பன் பாரியின் சொல்லை மறுத்து நின்றான்.

குதிரையில் ஏறியபடிப் பின்னால் திரும்பிப் பார்த்த பாரி, கடிவாளத்தை இடதுபக்கமாக இழுத்தபடி அவர்களை நோக்கித் திருப்பினான். குதிரை கனைத்தபடித் திருப்பியது. "ஏனென்றால் இங்குதான் சூளூர் இருக்கிறது. இவ்வுலகின் தலைசிறந்த வீரர்கள் இவ்வூரில்தான் பிறக்கிறார்கள்" சொல்லும்பொழுதே உரத்தது பாரியின் குரல். "பறம்பின் மாவீரனே இம்மலையைக் காக்கும் பெரும்பொறுப்பினை ஏற்று முடியனாகிறான். இதுவரை முடியன் பட்டத்தை ஏற்றவர்கள் அனைவரும் சூளூர்க்காரர்களே. பறம்பில் உள்ள மற்ற வீரர்கள் குறுங்காது முயலின் குருதியில் ஊறவைத்த நாணேற்றி எய்யும் அம்பின் தொலைவை வெறும் நரம்பில் நாணேற்றி சூளூர்க்காரர்கள் எய்துமுடிப்பர்."

காலம்பனும் கபிலனும் வியந்து நிற்க, பாரி கேட்டான், "இன்றைய நிலையில் பறம்பில் வில் வித்தையில் மாவீரன் யார் தெரியுமா?"

சற்றும் எதிர்பாராத கேள்வியாக இருந்தது. என்ன சொல்வதென்று தெரியாமல் ஒருவரை ஒருவர் பார்த்தனர். நீலனின் திறன் பற்றி தேக்கன் நிறைய சொல்லியுள்ளார். உதிரனின் ஆற்றலைப்பற்றிய பேச்சுவந்தபொழுது வாரிக்கையன் சொன்ன செய்திகள் மிகுந்த வியப்பினை ஏற்படுத்தின. ஆனாலும் முடியனைப் பற்றி இதுவரை யாரும் எதுவும் பேசியதில்லை. இப்பொழுது பாரி சொல்லும் குறிப்பிலிருந்து பார்த்தால் அவனாகத்தான் இருக்கும் என்று தோன்றியது. அவர்களிடம் விடையை எதிர்பார்க்காமல் பாரி சொன்னான், "அம்மாவீரனின் பெயர் இரவாதன். முடியனின் ஒரே மகன். இன்றிரவு நமக்கான விருந்தினை ஏற்பாடு செய்து காத்திருக்கிறான். காலந்தாழ்த்தாமல் குதிரையேறுங்கள்."

உதியஞ்சேரலிடமிருந்து விடைபெற்று வஞ்சித்துறைக்கு வந்தான் ஹிப்பாலஸ். சோழனின் படையெடுப்புப் பற்றி இருவருக்கும் தெரியவேண்டிய செய்தி இருந்தது. அதனை அறியத்தான் ஹிப்பாலஸ் புறப்படுகிறான். சூழலைச் சாதகமாக்கிக் கொள்ள வேண்டும் என்பதில் இருவரும் மிகுந்த துடிப்போடு இருந்தனர். சோழப்படையெடுப்பின் காரணம் தெரியாவிட்டாலும் பறம்பின் மீதுதான் படையெடுக்கிறான் என்பதை அறிந்ததிலிருந்து உதிரஞ் சேரலின் மனதுக்குள் மகிழ்ச்சி பொங்கியபடி இருந்தது. பறம்பின் மீது யார் படையெடுத்தாலும் அதன் இறுதி வெற்றியை அடையப்போகும் வாய்ப்பு தனக்குத்தான் என்பதில் அவன்மிக உறுதியாக இருக்கிறான்.

ஹிப்பாலஸ்ஸின் நாவாய் வஞ்சியிலிருந்து புறப்பட்டது. தன்னோடு எபிரஸ்ஸையும் கால்பாவையும் அழைத்துக் கொண்டான். திரேஷியனும் பிலிப்பும் வஞ்சியிலேயே இருந்தனர். புகாரின் பெருஞ்செல்வந்தர்களும் வணிகர் களும் கால்பாவின் நட்புக்காகப் பல்லாண்டுகளாக ஏங்கிக் கிடப்பவர்கள். அவனுடைய நாவாய்கள்தாம் புகார் வணிகர்களின் செல்வங்களுக்கான வடிகாலாக இருந்தன. ஹிப்பாலஸ் அதனால்தான் கால்பாவை உடன் அழைத்துக் கொண்டு புறப்பட்டான்.

உதியஞ்சேரலுக்கு நன்கு தெரியும், ஹிப்பாலஸ் புகாரை அடையும் பொழுது செங்கனச் சோழனின் படை பறம்புமலையின் அடிவாரத்தைச் சென்றடைந்திருக்குமென. 'படை

புறப்பட்டுவிட்டது' என வந்த ஒற்றுச்செய்தியை 'படை ஆயத்தமாகிறது' என்று மட்டும் ஹிப்பாலஸ்ஸுக்குச் சொன்னான் உதியஞ்சேரல். அப்படியிருந்தும் ஹிப்பாலஸ்ஸை அனுப்பி வைப்பதற்குக் காரணம் இருக்கிறது. யவனர்களால் மட்டுமே அரசவையின் அனைத்து உண்மைகளையும் முழுமையாகவும் எளிதாகவும் அறிய முடியும். செங்கனச்சோழன் படையெடுப்பின் முழுநோக்கம் என்ன என்பதை அறிந்துகொள்ளத் திட்டமிட்டான் உதியஞ்சேரல்.

சூளூரிலிருந்து அதிகாலையிலேயே புறப்பட்டு விட்டனர். ஐந்தாம் நாள் மாலைக்குள் உப்பறையை அடைய வேண்டும். எனவே, இன்றைய பயணத் தொலைவை சற்றுக் கூடுதலாகத் திட்டமிட்டான் பாரி. மற்றவர் களுக்கும் அது புரிந்து கவனமாகவும் விரைவாகவும் செயல்பட்டனர். இன்றைய நாள் முழுவதும் கபிலருக்கு இரவாதனின் நினைவே இருந்தது. வில்லடியின் மாவீரன் என்று பாரி அவனைப் பற்றிச் சொன்ன சொல்லிலிருந்தே சிந்தனை அவனைச் சூழ ஆரம்பித்தது. நேற்றிரவு அவனைப் பார்த்த கணம் முதல் எண்ணங்கள் அவனை விட்டு விலகவில்லை. அவ்விளம் வீரனின் துடிப்பும் அவனது பேரன்பும் கபிலரைக் கிறங்கவைத்தன.

குதிரைகள் விரைந்து கொண்டிருந்தன. மலையின் பக்கவாட்டுச் சரிவிலிருந்து மறு குன்றுக்குத் திரும்பும் இடத்தில் குதிரையை இழுத்து நிறுத்தினான் பாரி.

மற்ற இருவரும் அவன் சொல்லப் போவதைக் கேட்க ஆயத்தமாயினர். "நாம் இவ்விடம் வளையாமல் நேராகப் பயணித்தால் வடதிசை நோக்கிச் செல்வோம். இத்திசையில் குன்றுகள் தவறாமல் ஊர்கள் உண்டு. ஒவ்வோர் ஊரின் தன்மையும் ஒவ்வொரு வகையானது. ஒரு நாளைக்கு ஐந்து முதல் ஆறு ஊர்களை நம்மால் பார்க்க முடியும். தொடர்ந்து பயணித்தால் மூன்றுநாள் பயணத் தொலைவில் இருப்பதுதான் தந்தமுத்தம். அவ்வூரைச் சேர்ந்தவர்கள் தாம் முதன்முதலில் யானைகளுட னான மொழியை உருவாக்கியவர்கள். இன்றளவும் யானைகளைப் பற்றி அவர்களுக்கு இருக்கும் அறிவுத்திறன் வேறு யாருக்கும் இல்லை" என்று

மிகச்சுருக்கமாகச் சொல்லிவிட்டுக் குதிரையைக் கிளப்பினான்.

பாரியின் குதிரை மலையின் பக்கவாட்டுச் சரிவில் இடப்புறமாகத் திரும்பியது. எதையோ கேட்க வாயெடுத்த காலம்பன் கேட்காமல் நிறுத்திக் கொண்டான். சரிவுப் பாதையின் தன்மைமிக ஆபத்தானதாக இருப்பதை உணர்ந்ததால் பேச்சை நிறுத்திக் கவனமாகக் கடந்தான். யானைகளைப் பற்றிப் பாரி சொல்லத் தொடங்கியதும் காலம்பனிடமிருந்து கேள்வி எழும் என்று கணித்தார் கபிலர். எழும் கேள்வியைக் கேட்கத் தொடங்கி நிறுத்திய காலம்பன் ஆபத்தான அவ்விடம் கடந்ததும் கேட்டான். "உனது பயணத்தின் போக்கு எனக்கு இப்போது வரை புரியவில்லை."

என்ன கேட்கிறான் என்று கபிலர் விழித்ததைப் போலவே பாரியும் திகைத்தான். காலம்பன் சொன்னான், "எவ்வடையாளத்தை வைத்து உனது குதிரை போகிறது? எதனைப் பாதை யென்று யூகித்துப் பயணிக்கிறாய்? புறப்பட்டதிலிருந்து நான் அதனைத் தான் உற்றுக் கவனித்து வருகிறேன். உனது பயணப்பாதை எனக்குப் பிடிபடவேயில்லை. ஆனால், எவ்விடமும் தயங்கி நிற்காமல் பயணித்தபடியே இருக்கிறாய்" என்றான் காலம்பன்.

பாரி சொன்னான் "மலையின் எல்லாப் பாதைகளையும் விலங்குகளே உருவாக்குகின்றன. நாங்கள் கடமான் உருவாக்கும் பாதையையே பயன்படுத்துவோம். முகடுகளின் வழியான நெடும்பயணத்துக்கு அதுவே ஏற்றது. ஆனால், அதிலும் சிக்கல்கள் உண்டு. கடமான் பாதை, பாறை மடிப்புகளில் போய்ச் சேர்ந்த பிறகு மீண்டும் எவ்விடமிருந்து தொடங்குகிறது என்பதைக் கண்டறிவது எளிதல்ல. தொடங்கும் இடத்தை மிகக்கவனமாகக் கண்டறியாவிட்டால் எத்திசை போய்ச் சேருவோம் என்பதே தெரியாது. அடர்காட்டுக்குள் போய் மாட்டிக்கொண்டு வெளியேற வழியின்றி நிற்போம்."

நேற்றைய பயணத்தின்பொழுது படர்பாறை வந்ததும் பாரி குதிரையை விட்டு ஏன் இறங்கினான் என்பது இப்பொழுதுதான் விளங்கியது. பாதை மீண்டும் தொடங்கும் இடத்தைக் கண்டறியவே இறங்கியுள்ளான் என்று காலம்பன் நினைத்துக் கொண்டிருக்கும்பொழுது கபிலர் கேட்டார், "மண்ணில் அழுத்தமற்ற இவ்வகைப் பாதைகள் எளிதில் மறைந்துவிடும் வாய்ப்பு இல்லையா?"

"கடமான் பாதை ஒருபொழுதும் அழியாது. அதன் காலடித்தடத்தையும் அதன் பற்கள் புற்களைக் கடிக்கும் வித்தையும் தெரிந்த ஒருவர் அதன் வழித்தடத்தைக் கண்டறிவது கடினமல்ல. கொம்புகள் சிக்கிக் கொள்ளாமல் இருக்க முட்களையும் புதர்களையும் விட்டு விலகியே பாதையை அது உருவாக்கி வைத்திருக்கும். ஒருவகையில் குதிரைப் பயணத்துக்கு இவ்வகைப் பாதையே ஏற்றது" என்று சொன்ன பாரி, குதிரையின் கடிவாளத்தைச் சற்றேக் கவனப்படுத்தியபடிச் சொன்னான், "இதில் கடினமானது கடமான் பாதையிலிருந்து விலகி மீண்டும் அதன் மற்றொரு பாதையில் போய்ச் சேருவதுதான். அவ்விடைப்பட்ட தொலைவில் பாதைக்குறிப்புகளை நாம் உருவாக்கியுள்ளோம்."

"இவ்வளவு கடினமான அமைப்பு கொண்ட பாதையை எப்படி

எல்லோராலும் நினைவில் கொள்ள முடியும்?" எனக் கேட்டார் கபிலர்.

"பறம்பின் அனைத்துத் திசைகளிலிருந்தும் இவ்வகைப் பாதைகள் எவ்வியூரை நோக்கி அமைந்திருக்கின்றன. அப்பாதையில் தொடர்ந்து காவல் வீரர்கள் குதிரைகளில் பயணித்தபடிதான் இருக்கின்றனர். அதுமட்டுமன்றி, அத்திசையில் உள்ள ஊர் மக்களுக்கும் இவ்வகைப் பாதையைப் பற்றிய தெளிவு உண்டு. ஆனால், எவ்வியூரில் இருந்து செல்லும் அனைத்துப் பாதைகளையும் கண்டறிந்து, அனைத்துத் திசைகளின் எல்லைவரை பயணிக்கக்கூடியவர்கள் மிகச்சிலரே. வாரிக்கையன், தேக்கன், கூழையன், முடியன் உள்ளிட்ட ஏழுபேரால் மட்டுமே அது முடியும்" என்றான் பாரி.

ஹிப்பாலஸ் புறப்பட்டுப்போன அன்றைய நாளே குடநாட்டு வேந்தனுக்கு ஓலை அனுப்பினான் உதியஞ்சேரல். ஓலை கண்டதும் குடநாட்டின் அமைச்சன் கோளூர்ச் சாத்தனும் தளபதி எஃகல்மாடனும் வஞ்சியை நோக்கிப் புறப்பட்டனர். செப்பனிடப்பட்ட பாதை அமைப்பு இருந்ததால் விரைந்து வந்தனர்.

அவர்கள் வந்த செய்தி உதியஞ் சேரலுக்குத் தெரிவிக்கப்பட்டது. தன் தளபதி துடும்பனுடனும் அமைச்சன் நாகரையனுடனும் அவைக்குள் நுழைந்தான். உள்ளே குடநாட்டின் அமைச்சன் கோளூர்ச் சாத்தனும் தளபதி எஃகல்மாடனும் காத்திருந்தனர். வழமையான மரியாதைகள் முடிந்தவுடன் உதியஞ் சேரல் சொன்னான், "நாம் முன்பு திட்டமிட்டதைப்போல ஆளுக்கு ஒரு முனையிலிருந்து படைநடத்தி முன்செல்ல வேண்டாம். சூழல் நமக்கு மிகவும் சாதகமாக மாறியுள்ளது. பாண்டியனின் பெரும்படையும் சோழப் படையும் பறம்பினைத் தாக்க முற்பட்டுள்ளன. அத்தாக்குதல் தொடங்கும் செய்திக்காக நாம் காத்திருப்போம். அவர்களின் தாக்குதலை எதிர்கொள்வது பாரிக்கு எளிதல்ல. அவனது முழுமையான ஆற்றல் பறம்பின் கிழக்கு, வடகிழக்கு முனைகளில் குவிக்கப்படும். அந்த நேரத்தில் நம் இரண்டு படைகளும் ஒரேமுனையில் பறம்புக்குள் நுழைவோம்.

நமது பெருந்தாக்குதலை எதிர்கொள்ளும் ஆற்றல் பாரியிடம் இருக்க வாய்ப்பே இல்லை. ஏனெனில், அவனது படைவலிமை முழுவதும் அவ்விரு எதிரிகளை நோக்கி வெகுதொலைவுக்கு அப்பால் குவிக்கப்பட்டிருக்கும். அதன் பிறகு அவனால் வீரர்களை நம்மை நோக்கி எளிதில் நகர்த்தி வரமுடியாது. எந்தப் பச்சைமலைத்தொடர் அவனுக்கு இதுநாள் வரை அரணாக இருந்ததோ, அதே மலைத்தொடர்தான் அவன் விரைந்து வந்துசேர முடியாத பெருந்தடையாக இருக்கப்போகிறது. கிழக்கிலும் வடகிழக்கிலும் இருக்கும் தொலைவோடு ஒப்பிட்டால் சரிபாதித் தொலைவிற்கு நாம் உள்ளே போனாலே போதும், நடுமலையில் நிலைகொண்டுவிடுவோம். அதன் பிறகு காடு நமக்கான அரணாக மாறும்."

தாக்குதலின் திட்டத்தை உதியஞ் சேரல் விளக்கியவிதம், கேட்டுக் கொண்டிருந்தவர்களை உறைய வைத்தது. உதியஞ்சேரலின் மனதுக்குள் முழுமையாகப் போர் தொடங்கியிருந்தது.

உப்பறையை அடைந்து இரு நாட்களாகிவிட்டன. ஆனாலும் கபிலர் இன்னும் வியப்பின் ஆழத்திற்குள்ளிருந்து மீளவில்லை. அவரால் எளிதில் நம்பக்கூடியதாக இது இல்லை. உப்பறையென்பது பச்சைமலைத் தொடரின் கருவறை என்றே சொல்லலாம். இங்கு பெரிய குளமொன்று இருக்கிறது. எக்காலத்திலும் நீர்வற்றாத குளமது. இக்குளத்தின் நீர் உப்பேறியிருக்கும். இம்மண்ணிலும் உப்புத்தன்மை மிக அதிகமாக இருக்கும்.

குளம் நோக்கி இருவரையும் அழைத்துக் கொண்டு நடந்தான் பாரி. "வடகோடியிலிருந்து தென்கோடிவரை நீண்டுகிடக்கும் இப்பச்சை மலைத் தொடர் முழுவதும் இருக்கும் விலங்குகள் ஆண்டு தவறாமல் இவ்விடத்துக்கு வந்துவிடுகின்றன. இவ்வுப்பு நீரை அருந்துவது மட்டுமன்றி, இம்மண்ணையும் தின்கின்றன. ஏன் என்பதற்கான காரணம் இன்றுவரை புரியவில்லை. விலங்குகளின் நோய்க்கான மருந்தாக இம்மண் இருக்கிறதா அல்லது ஈனும் காலத்தில் இம்மண்ணின் ஆற்றல் அதற்குத் தேவைப்படுகிறதா என்று எதுவும் எங்களுக்குத் தெரியவில்லை. ஆனால், பச்சைமலைத் தொடரிலிருக்கும் எல்லா விலங்குகளும் இக்குளத்துக்கு வராமல் இருக்காது. இக்குளம் பற்றிய அறிவு அவற்றின் குருதிக்குள்ளே இருக்கும் போல. தலைமுறை தலைமுறையாக அவை இவ்விடம் வந்து இத்தண்ணீரைக் குடித்து, இம்மண்ணைத் தின்றுவிட்டுச் செல்கின்றன."

குருதிக்குள் உறைந்திருக்கும் நினைவிலிருந்து மேலெழுந்து கொண்டிருந்தது பாரியின் சொல். அவன் மேலும் சொன்னான், "ஒருவகையில் விலங்குகளின் தாய் நிலம் இதுதான். இவ்விடத்துக்கு வந்து செல்வதற்கான பாதை எல்லா விலங்குகளுக்கும் தெரிந்திருக்கிறது. இவ்விடமிருக்கும் ஊரின் பெயர் 'அறல்.' இவ்வூர்க்காரர்கள் விலங்குகளை வேட்டையாடக் கூடாது என்பது காலகாலத்துப் பழக்கம். பறம்பில் உழவுசெய்து வாழ்வது இவர்கள் மட்டுந்தான். இவர்கள்தாம் ஆதியிலே உழவைக் கண்டறிந்ததாகச் சொல்லுவார்கள்" என்றான்.

"உழவும் வேளிர்குலம் கண்டறிந்தது தானா?' எனக் கேட்டார் கபிலர்.

"இதற்கான விடையை நீங்கள்தாம் சொல்ல வேண்டும். ஆனால், ஒன்று எனக்குத் தெரியும். விலங்குகளின் தாய்நிலமான இந்த உப்பறை பறம்புக்குள் இருப்பதால்தான் பதினான்கு வேளிர்குலத்திலும் பறம்பின் வேளிர்கள் சிறப்பு கொண்டவர்களாக மாறினர்."

"அதனால்தான் வேளிர் குலச் செல்வங்கள் அனைத்தும் பறம்பிலே கொண்டுவந்து பாதுகாக்கப்படு கின்றனவா?"

"பறம்பு அனைத்தையும் பாதுகாக்கும். இக்காட்டின் செடி கொடிகளையும், உயிரினங்களையும் காக்கும் பொறுப்பைத்தான் மனிதர்களாகிய எமக்கு இயற்கை அளித்துள்ளது" சொல்லியபடிக் குளக்கரையில் மண்டியிட்டான் பாரி.

என்ன செய்யப்போகிறான் எனத் தெரியாத திகைப்பில் கபிலரும் காலம்பனும் அவனைப் பார்த்திருக்க, நீரருந்தும் விலங்கினைப்போலக் குனிந்து முகத்தினை நீருக்கு அருகில் கொண்டுசென்றான்.

"இக்காட்டின் எல்லா உயிர்களைப் போல இவ்வுப்புநீர் குடித்தே எம் வேளிர்குலமும் உயிர்வாழ்கிறது. இந்நீரையும் நிலத்தையும் விலங்கினங்களையும் செடிகொடிகளையும் காத்தல் என்பது எமது உயிரினும் மேலானது" என்று அவன் கூறிய சொற்கள் நீருள் புதைந்திருக்கும் ஆதி உப்பின் மீது படிந்துகொண்டிருந்தன. பார்த்துக் கொண்டிருந்த கபிலரும் காலம்பனும் குளத்து நீரில் வாய்வைத்துக் குடித்துக் கொண்டிருக்கிறான் பாரி என நினைத்தனர்.

முகமெங்கும் நீர் வழிய நிமிர்ந்தான் பாரி. கண்திறவாமல் வான்நோக்கி நாடியை உயர்த்தினான். அவனது தொண்டைக்குழிக்குள் இருந்த உப்பு நீரின் வழியே பீறிட்டு வெளிவந்தது ஓசை.

கணநேரத்தில் காட்டை உலுக்கிய ஓசையது. ஓசை வெளிப்பட்ட கணத்தில் கபிலரும் காலம்பனும் அஞ்சி அகன்றனர். எந்த வகையான ஓசையிது என்பது இருவருக்கும் பிடிபடவில்லை. விட்டுவிட்டுத் தெறித்துக்கொண்டிருந்தது ஓசை. பாரி வேறொன்றாக மாறிக் கொண்டிருப்பது போல் தெரிந்தது. திகைத்துப்போய் நின்றபொழுது காலம்பன் கணித்தான். வேட்டையைத் தொடங்கும் கணத்தில் விலங்குகளின் உள்மூக்கிலிருந்து வெளிப்படும் உறுமலோசை இது.

69

உப்பறைக்குச் சென்ற மூவரும் எவ்வியூர் வந்துசேர்ந்தனர். அவர்கள் வந்தபொழுது குலநாகினிகளைத் தவிர ஊரில் யாருமில்லை. எல்லோரும் நீலன், மயிலா மணவிழாவிற்காக வேட்டுவன் பாறைக்குச் சென்றுவிட்டனர். ஒருநாள் ஓய்விற்குப் பின் மூவரின் குதிரைகளும் எவ்வியூரிலிருந்து வேட்டுவன் பாறையை நோக்கிப் புறப்பட்டன. நீலன், மயிலா மணவிழா மகிழ்வுப் பயணத்தின் வேகத்தைக் கூட்டியபடியே இருந்தது.

வேட்டுவன் பாறையில் ஆட்கள் நிரம்பி வழிந்தனர். மணவிழா உற்சாகம் களைகட்டியிருந்தது. எவ்வியூர் முழுமையாக வந்து சேர்ந்திருந்தது. பல ஊர்களிலிருந்தும் ஊர்ப்பெரியவர்கள் வந்திருந்தனர். கள்ளும் கனியுமாக மணவிருந்து தொடங்கிவிட்டது. மான்தசையைச் சுட்டுக் கருக்கும் வாசம் காடெங்கும் வீசிக் கொண்டிருந்தது. வெற்றிலைகள் வகை பிரித்து வரிசை வரிசையாக அடுக்கப்பட்டிருந்தன.

புனுகு மணமும் நாகப்பூ மணமும் மணவிழாவுக்கே உரியன. புன்னைப் பூவும் பாதிரிப்பூவும் ஆலம்பனையின் ஓலைக்கொட்டானில் குவிந்துகிடக்க வந்தவர்கள் எல்லாம் மனம்மயங்கி, கனியுண்டு கள்ளருந்தினர். மான் தசையைக் கடித்திழுத்து உண்டுவிட்டு அதனைச் செரித்து முடிக்க வெற்றிலை தின்றனர். மலைமக்களின் மணவிழா என்பது எல்லையில்லாத இன்பத்தை உணரவும் உணர்த்தவுமான விழா. உணவின் வகைகளும் ஆட்ட பாட்டத்தின் வகைகளும் சொல்லி மாளாது.

மலையெங்குமிருந்து சாரிசாரியாக ஆட்கள் வந்துகொண்டிருந்தனர். வெவ்வேறு வகையான இசைக்

கருவிகளின் ஓசைகள் அவர்களுடன் வந்துகொண்டிருந்தன. இசைக்கப்படும் ஓசையை வைத்தே வருவது எந்த ஊர்க்காரர்கள் எனப் பெரியவர்கள் சொன்னார்கள். சிறுவர்களின் கொண்டாட்டம் தனித்திருந்தது. காலம்பனின் மூத்த மகன் கொற்றன். அவன்தான் எவ்வியூர் சிறுவர்களின் கூட்டத்துக்குத் தலைவனாக இருந்தான். அவன் எவ்வியூர் வந்த புதிதில் மற்ற சிறுவர்கள் அவனோடு பழகத் தயங்கினர். ஏனெனில் அவனது உருவ அமைப்பு அவனைச் சிறுவனென்று ஏற்றுக்கொள்ள முடியாத தன்மையைக் கொண்டிருந்தது. நாளடைவில் எல்லாம் சரியானது. விளையாட்டில் அவனை யாரும் வெல்ல முடியாதது மட்டுமல்ல; எவ்வியூர் சிறுவர்களுக்குத் தெரியாத புதுவிளையாட்டுகள் நிறைய அவனுக்குத் தெரிந்திருந்தன. காட்டெருமை விளையாட்டினை அவன்தான் எல்லோருக்கும் கற்றுக் கொடுத்தான். ஆட்டபாட்டத்திலும் இணையற்றவனாக இருந்தான். எனவே, எவ்வியூர் சிறுவர்கள் எந்நேரமும் அவனுடனே இருந்தனர்.

அலவன், முடிநாகன், குறுங்கட்டி, அவுதி, மடுவன், உளியன், வண்டன் ஆகிய எல்லோரும் இப்பொழுது சிறுவர்களாவும் இல்லாமல் இளைஞர்களோடும் சேர முடியாமல் நடுவில் நின்று விழித்துக் கொண்டிருந்தனர். இளைஞர்கள் எல்லாம் தங்களின் இணையைப் பற்றிப் பேசிச்சிரித்து மகிழ்ந்து கொண்டிருந்தனர். இவர்கள் அருகிற் போனால் சிறுவர்களோடு விளையாடச் சொல்லி விரட்டி விடுகிறார்கள். சிறுவர்களிடம் போனால் அவர்கள் எல்லாம் கொற்றனின் தலைமையில் விளையாடிக்கொண்டிருக்கின்றனர். யாரும் இவர்களுடன் நின்று பேசக் கூட ஆயத்தமாக இல்லை. விளையாட்டுகள் அவ்வளவு மும்முரமாகப் போய்க்கொண்டிருந்தன.

சங்கவை, சிறுமிகளின் கூட்டத்தைக் கூட்டிக்கொண்டு தென்புறச்சரிவில் மூங்கிற்குச்சியில் நார்ப்பந்துகளைச் சொருகி அடித்து விளையாடிக் கொண்டிருந்தாள். பெண்களும் பெரியவர்களும் மணவிழா வேலையில் மூழ்கிப்போயிருந்தனர். யார்யார் எங்கு என்ன செய்து கொண்டிருக்கிறார்கள் என்பது யாருக்கும் தெரியவில்லை.

பொழுதுமங்கி இருள்கவியத் தொடங்கியது. ஊரெங்கும் தீப்பந்தங்கள் ஏற்றப்பட்டன. மந்தையில் அமர்ந்திருந்த பெரியவர்கள் ஒவ்வொருவரிடமும் சிறுபிள்ளைகள் வந்து வெற்றிலை கொடுத்தனர். இருப்பதிலே மிக மூத்தவர் வாரிக்கையன்தான். ஆனால் அவருக்கு வெற்றிலை கொடுக்காமல் மற்றவர்களுக்குப் பிள்ளைகள் கொடுத்துக்கொண்டிருந்தனர். கொடுத்துவிடுபவர்கள் சொல்வதைத் தானே பிள்ளைகள் கேட்பர். காலையிலிருந்து இளைஞர்களை விரட்டி விரட்டி வேலை வாங்கியதால் தம்மீது கோபமாக இருக்கிறார்கள் என்று வாரிக்கையனுக்குத் தோன்றியது. ‘சரி, என்னதான் நடக்கிறது பார்ப்போம்’ என்று வாரிக்கையன் பொறுத்திருந்தார்.

எல்லோருக்கும் கொடுத்த பின் ஒரு சிறுமி வந்து வாரிக்கையனுக்குக் கொடுத்தாள். சற்றே கோபத்தோடு அதனை வாங்கினார். ஆனால் மற்றவர்களுக்குக் கொடுத்ததைவிட இருமடங்கு வெற்றிலை அதில்

ம. செ

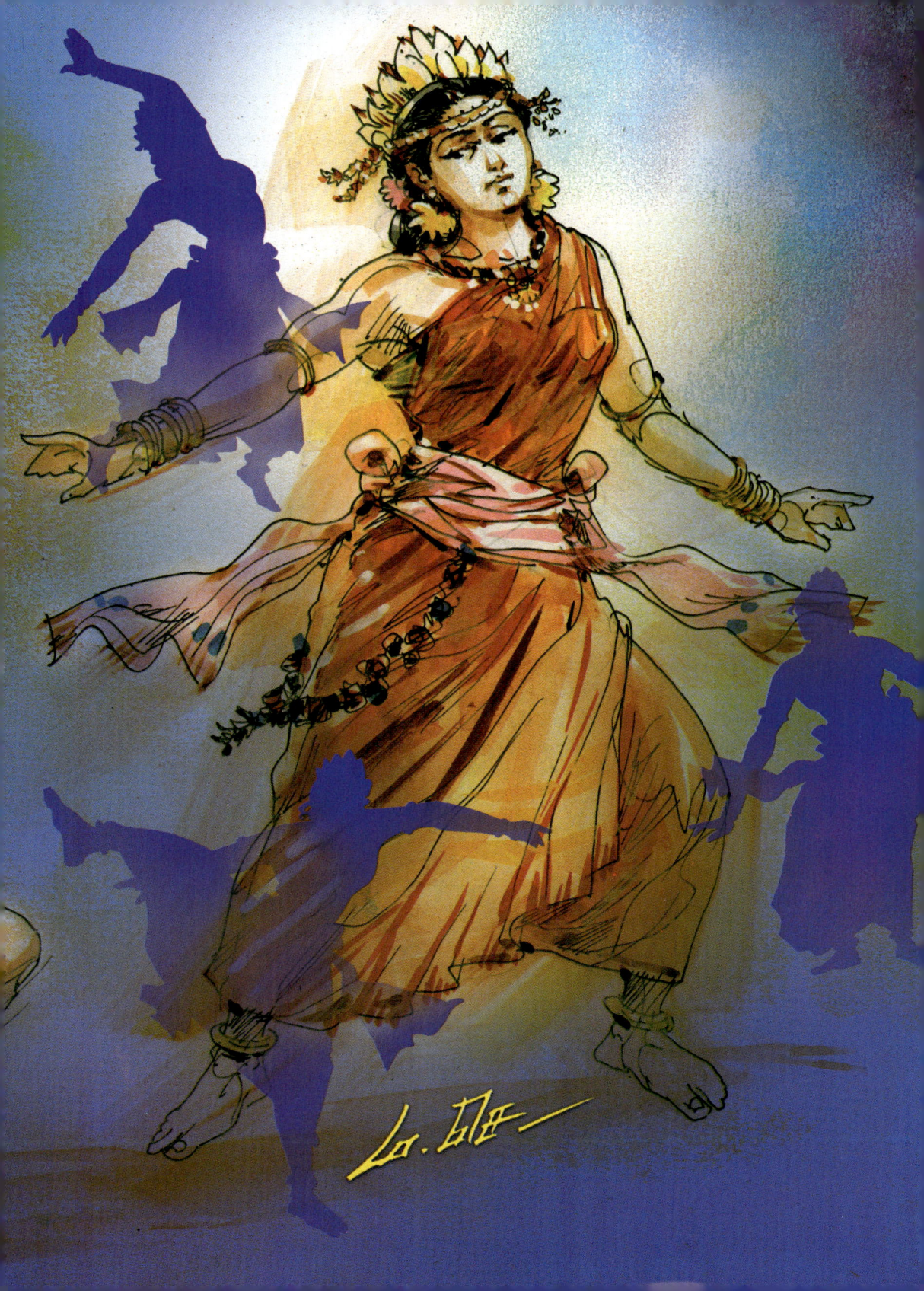

இருந்ததால் முகத்தில் மகிழ்ச்சி பரவியது. உடனடியாக வெற்றிலையை மெல்லத்தொடங்கினார்.

மேற்புறமிருந்து காற்றுவீச மந்தையை ஒட்டியிருந்த பந்தத்தீ பாம்பைப் போலச் சீறி அடங்கியது. எல்லோரும் சீற்றத்தின் ஓசையை கவனிக்க, ஒரு பெரியவர் மட்டும் காற்றோடு மிதந்து வந்த மணத்தை முகர்ந்தபடி "இது குளவிப் பூவின் வாசமாயிற்றே இப்பக்கம் குளவிக் கொடி இருக்கிறதா என்ன?" என்று கேட்டார்.

தேக்கனுக்குத் தெரியவில்லை. பின்னால் உட்கார்ந்திருந்த வாரிக்கை யனிடம் கேட்போம் என்று சத்தம் போட்டுக் கேட்டார். எங்கும் பேச்சுக் குரல் கேட்டதால் தேக்கனின் குரல் காதில் விழவில்லை. எழுந்து மந்தையின் முன்பக்கமாக வந்தார் வாரிக்கையன். நொங்கு தின்ற குரங்கு போல அவரின் இருபக்கத் தாடைகளும் உப்பி இருந்தன. உள்ளுக்குள் வெற்றிலையை அடைத்து வைத்திருந்தார். அருகில் வந்துநிற்கும் வாரிக்கையனிடம் குளவிப்பூ பற்றி மீண்டும் கேட்டார் தேக்கன். வெற்றிலையைப் பக்குவமாய் அணைத்துக்கொடுத்துப் பேசக் கூடியவர் வாரிக்கையன் என்பது எல்லோருக்கும் தெரியும். அவரும் பக்குவமாய் நாவால் ஒதுக்கிப் பேசத் தொடங்கும்பொழுது திடீரென ஏதோவொன்று உச்சிமண்டைக்குள் 'கிர்'ரென ஏறியது. என்னவென்று புரிந்துகொள்ளும்முன் பெருந் தும்மலாக வெடித்து வெளியில் வந்தது. யானையின் துதிக்கைக் குள்ளிருந்து சீறிப்பாய்வதைப் போல மந்தையிலிருந்த எல்லோரின் மீதும் வெற்றிலை எச்சில் தெறித்துச் சிதறியது. உட்கார்ந்திருப்பவர்கள் விழித்துக்கொள்வதற்குள் ஒன்று, இரண்டு, மூன்று என்று விடாமல் தும்மினார் வாரிக்கையன்.

கீழ்ப்புறமிருந்து எதிர்காற்று அடுத்தடுத்து வீசியதுபோல் இருந்தது. பலத்த காற்றோடு சேர்ந்து நீரும் வந்ததால் மந்தையை ஒட்டியிருந்த தீப்பந்தம் முழுமுற்றாக அணைந்தது. மந்தையில் ஓராள்கூட மிச்சமில்லை. நடக்க முடியாத பெருசுகள்கூடத் தாவிக்குதித்து வெளியேறியதாகச் சொன்னார்கள். விடாது தும்மிய வாரிக்கையனை அவருக்கு உற்ற தோழர்களான சோமக்கிழவனும், செம்பூந்தனும் பக்குவமாய் வெளியில் கூட்டிப்போனார்கள்.

மணவிழாக்கொண்டாட்டம் களை கட்டியது. கையில் துடைப்பத்தோடு மந்தைக்கு வந்த பெண்கள் வசவுச் சொல்லை வாரி இறைத்தபடி மந்தையைப் பெருக்கித் தூய்மைப் படுத்தினர். மீசை முடியிலும் தலைமுடியிலும் ஒட்டிய வெற்றிலை யெச்சிலை எப்படி நீக்குவதெனத் தெரியாமல் பெருசுகள் இங்குமங்குமாக அலைந்துகொண்டிருந்தனர்.

மணவிழாவுக்காகத் தொடர்ந்து மூன்று நாட்கள் விருந்து நடக்கும். விலங்கின் இறைச்சியை வெட்டி யெடுக்கும் இடத்திலிருந்து முடைநாற்றம் வந்துவிடக்கூடாது என்பதற்காகக் குளவிப்பூவின் கொடிகளைக் கொண்டுவந்து அப்பக்கம் போட்டிருந்தனர். அந்த மணத்தை அறிந்துதான் குளவிப்பூ வாசம் இங்கே எப்படி என்று பெரியவர் கேட்டார். அதுதான் இவ்வளவுக்கும் காரணமானது. இப்பொழுது குளவிப்பூக் கொடியை இருவர் கைநிறைய அள்ளிவந்து மந்தையில் போட்டனர். அப்படியும் துப்பிய நாற்றம் போகவில்லை.

வாரிக்கையனை அழைத்துக் கொண்டு போன சோமக்கிழவனும், செம்பூந்தனும் தனியே ஓரிடத்தில் அவரை உட்காரவைத்தனர். தும்மல் கொஞ்சங்கொஞ்சமாக நின்று அமைதியடைந்தார். கண்ணிலும் மூக்கிலும் நீர்கொட்டி நின்றது. துடைத்துக்கொண்டே "எப்படி திடீரென இவ்வளவு தும்மல் வந்தது?" எனக் கேட்டார்.

"தும்மலுக்கெல்லாமா காரணம் சொல்ல முடியும்?" என்றனர் இருவரும்.

வாரிக்கையன் ஏற்கவில்லை. இடுப்புத் துணியால் முகத்தை முழுவதுமாகத் துடைத்தபடி "ஏதோ நடந்திருக்கிறது!" என்றார்.

"இதில் என்ன நடந்திருக்கும்?" என்றனர் இருவரும். வாரிக்கையன் இதனை அப்படியே விட விரும்பவில்லை.

எங்கும் வாரிக்கையன் பேச்சுதான் பேசப்பட்டுக்கொண்டிருந்தது. "மான்கறி, மிளாக்கறி என எவ்வளவு சுவையாகச் சமைத்துப்போட்டாலும் இந்த மணவிழாவின் பேச்சு வெற்றிலையைப் பற்றித்தான்" என அவரிடமே வந்து கேலி பேசிவிட்டுப் போயினர். அதற்கெல்லாம் அவர் கவலைப்படவில்லை. என்ன நடந்திருக்கும் என்பதைப் பற்றியே சிந்தித்துக்கொண்டிருந்தவர் இறுதியில் அதனைக் கண்டறிந்தார்.

இளசுகளை மிகவும் கடிந்து கொண்டு, ஓயாமல் வேலைவாங்கினார். நீலனின் உற்ற தோழன் புங்கனை மந்தையில் வைத்து காலையில் திட்டினார். அதனால் இளைஞர்கள் ஒன்றுசேர்ந்து வாரிக்கையனை அதே மந்தையில் வைத்து வாரிவிடத் திட்டந்தீட்டினர்.

தும்மி இலையைப் பறித்துவந்து இவருக்குக் கொடுக்கப்பட்ட வெற்றிலைக்குள் வைத்துக் கொடுத்துள்ளனர். தும்மி இலையையோ, தும்மிப் பூண்டையோ சாப்பிட்டால் உடனடியாகத் தும்மல் வரும். கட்டுப்படுத்த முடியாதபடி வந்துகொண்டே இருக்கும். அதனால் தான் வாரிக்கையன் இந்தப் பாடுபட்டுள்ளார்.

நடந்ததைக் கண்டுபிடித்த வாரிக்கையன் தன்னுடைய வேலையைக் காட்ட முடிவுசெய்தார். மந்தைப்பக்கமே போகாமல் ஊருக்குள் நுழைந்தார். பாவை விளையாட்டும் பந்து விளையாட்டும் விளையாண்டபடி சிறுவர், சிறுமியர் எங்கும் ஓடிக்கொண்டிருந்தனர். தாழ்வான மரக்கிளைதோறும் ஊஞ்சல்கட்டிப் பலரும் ஆடினர். வாரிக்கையனின் கண்கள் தேடின. வட்டாட்டத்தையும் கழங்காட்டத்தையும் தாய்மார்களின் துணையோடு குழந்தைகள் ஆடினர். அவ்விடத்தைக் கடந்து போகையில் தான் ஓங்கூர் மருத்துவன் கண்ணிற் பட்டான். அவனை சத்தம்போட்டுக் கூப்பிட்டார் வாரிக்கையன். அவன் அருகில் வந்தான்.

தனக்கு வேண்டியதைக் கேட்டார். மருத்துவர் அதிர்ச்சியடைந்தான். 'இதை ஏன் இவர் கேட்கிறார்?' என்பது அவருக்குப் புரியவில்லை. வாரிக்கையன் கேட்கும்பொழுது கொடுக்காமல் இருக்க முடியாது. "சரி ஏற்பாடு செய்துதருகிறேன்" என்று சொல்லிவிட்டுப் போனார்.

'இனி மந்தைப்பக்கம் போவோம்' என நடையைக்கட்டினார். மந்தைவெளி இரவு நடைபெறும் ஆட்டத்துக்கு ஆயத்தமாகிக் கொண்டிருந்தது. வந்துள்ளதில் மணமுடித்தவர்களும் மணமுடிக்

காதவர்களும் தங்கள் இணையோடு சேர்ந்து ஆடும் குரவைக்கூத்துதான் மணவிழா நிகழ்வின் உச்சம். இந்த ஆட்டத்தில் பங்கெடுக்கவும் இந்தக் காதற்கொண்டாட்டத்தைக் காணவுந் தான் எல்லோரும் ஆர்வமாக இருப்பர். அதற்கான தொடக்க ஏற்பாடுகள் நடந்துகொண்டிருந்தன.

வாரிக்கையன் கூட்டத்தின் ஓரமாகவே நடந்து மந்தையை நோக்கி வந்துகொண்டிருந்தார். இசைக் கலைஞர்கள் இரவு ஆட்டத்துக்குத் தங்களை ஆயத்தம் செய்து கொண்டிருந்தனர். பகலில் இசைத்தது முக்கியமல்ல; இரவில் இசைக்கப் போவதுதான் முக்கியம். ஏனென்றால், அது ஆணும் பெண்ணும் இருகூறாகப் பிரிந்து தங்கள் இணையோடு ஆடும் போட்டியாட்டம். தழுவித்துள்ளும் காதலுக்கு இசையே அடிப்படையாக அமையவேண்டும். நள்ளிரவு நெருங்க நெருங்க ஆட்டத்தின் வேகத்துக்கு இசைக்கலைஞன் ஈடுகொடுத்தாக வேண்டும். அதற்கான ஆயத்தங்களில் அவர்கள் தீவிரமாயினர்.

வாரிக்கையன் மந்தை முழுவதையும் சுற்றிப்பார்த்தார். முன்புறத் திண்ணையில் தேக்கன் உட்கார்ந்திருந்தார். தூக்கிவாரிப் போட்டது. ‘தேக்கனை வைத்துக் கொண்டு ஒன்றும் செய்யமுடியாது. எதையும் கண்டறிவதில் கெட்டிக்காரன். எனவே, இவனை மந்தையை விட்டு வெளியேற்ற என்ன வழி?’ என்று சிந்தித்தார். அப்பொழுது அவரது கண்ணில் கட்டையர்கள் இருவர் தென்பட்டனர்.

ஆதிமலையின் வடகோடி அடிவாரத்தில் வாழ்பவர்கள் கட்டையர்கள். இருப்பதிலே மிகக் குள்ளமானவர்கள். ஆனால் மகா திறமைசாலிகள். வீரத்தால் புகழ்பெற முடியாது என உணர்ந்த அவர்கள் வித்தைகளைக் கற்றுப் பெரும் புகழடைந்தனர். அவர்கள் ஊர்த் தலைவர்கள் இருவர் மட்டும் வந்துள்ளனர். பார்த்ததும் வாரிக்கையன் அவர்களைத் தனியே அழைத்து. “திகைப்பூச்சி இருக்கிறதா? எங்கிருந்தாவது பிடிக்க முடியுமா?” எனக் கேட்டார்.

இருவரில் மூத்தவர் சொன்னார், “இருட்டிவிட்டதே, இனி எங்கு போய்த் தேடுவது?”

இளையவன் சொன்னான், “வருகிறபொழுது அருகிருந்த குளத்தில் அது கத்தும் ஓசையைக் கேட்டேன். தீப்பந்தத்தோடு இருவரை அனுப்புங்கள் பிடித்துவருகிறோம்” என்றான். பந்தத்தோடு இருவரை உடனனுப்பினார் வாரிக்கையன்.

வேட்டுவன் குன்றின் பின்புறச் சரிவில் சிறுகுட்டை ஒன்று இருந்தது. கோடைக்காலமாதலால் நீர் மிகக் குறைவாகவே இருந்தது. அதை நோக்கித்தான் அவர்கள் நால்வரும் போனார்கள். திகைப்பூச்சி நண்டு வலைக்குள்தான் இருக்கும். சிறு சிலந்தியைப்போலச் சிறிய உடலமைப்பும் நீண்ட கால்களையும் கொண்டது. பார்த்தால் சட்டெனத் தெரியாது. ஆனால், அது ஓசையைத் தெறித்துக்கொண்டேயிருக்கும். தொலைவிலிருந்தும் கேட்கலாம்.

கட்டையர்கள் குட்டையின் அருகில் போய் நின்றார்கள். திகைப் பூச்சியின் ஓசை வருகிறதா என உற்றுக் கேட்டார்கள். ஓசையை அறிந்து அவ்விடம் போய்க் குத்த வைத்து உட்கார்ந்தனர். குறிப்பிட்ட நண்டுவலைக்குள்ளிருந்து அவ்வோசை வந்தது. பந்த வெளிச்சத்தை நன்றாகக் காண்பிக்கச்

சொன்னார்கள். குளக்கரையோரம் சிறு நண்டு ஒன்று ஓடியது. அதனைப் பிடித்து முதுகோடு ஒரு நார்க்கயிற்றைக் கட்டினர். பந்தமேந்தியவர்களுக்கு ஒன்றும் புரியவில்லை. இவர்கள் என்னதான் செய்கிறார்கள் என்று உற்றுப் பார்த்துக்கொண்டிருந்தனர். பிடிபட்ட நண்டினை ஓசைவந்த வலையின் அருகே விட்டனர். அது சொளவுக்குள் குடுகுடுவென ஓடியது. சிறிது நேரத்திலே நார்க்கயிற்றை மேலே இழுத்தனர். இரண்டு மூன்று திகைப்பூச்சிகளைக் கவ்விய கால்களோடு நண்டு மேலே வந்தது. அதனைப் பக்குவமாய் எடுத்து இடுப்பிலே இருந்த பைத்துணிக்குள் போட்டு முடிச்சிட்டுக்கொண்டனர்.

நேரமாகிக்கொண்டிருந்தது. கட்டையர்களை இன்னும் காணவில்லை என்ற பதற்றத்தில் இருந்தார் வாரிக்கையன். ஓங்கூர் மருத்துவன் அவர் கேட்டதைக் கொண்டுவந்துவிட்டான். பெருமகிழ்ச்சி. உடனிருந்த இரு பெரியவர்களையும் அழைத்து அடுத்து செய்யவேண்டிய வேலையைச் சொல்லிமுடித்தார். கட்டையர்கள் இன்னும் வந்து சேரவில்லை. சற்றே பதற்றத்தோடு மந்தையில் போய்த் தேக்கனுக்கு அருகில் உட்கார்ந்தார் வாரிக்கையன்.

மந்தைவெளி முழுக்க ஆட்டத்தைக் காணப் பெருவட்டத்தில் மக்கள் உட்கார்ந்தனர். புங்கனின் தலைமையில் இளைஞர்கள் கூட்டமாய்க் களத்தை நோக்கி வந்தனர். இணையர்கள் எல்லாம் களத்துக்கு வரத்தொடங்கினர். ஆட்டம் நள்ளிரவு வரை நடக்கும். நேரமாக ஆகத்தான் வேகம் கூடும். ஆண் சுற்றில் வேகங்கூடுதலாக இருக்கும், பெண் சுற்றில் குழைவு கூடுதலாக இருக்கும். இறுதிச்சுற்றில் இணையைப் பொறுத்து ஒவ்வொன்றும் ஒவ்வொரு மாதிரி இருக்கும். தழுவியாடும் ஆட்டமாதலால் எதையும் முன்கணிக்க முடியாது.

குரவைக்கூத்து என்பது மலை மக்களின் ஆதிநடனம். ஆணும் பெண்ணும் ஒருவரை ஒருவர் தொற்றி ஆடுவதால் "தொற்றியாடல்" என்றும் தழுவி ஆடுவதால் "தழுவியாடல்" என்றும் இதற்குப் பெயருண்டு. இணையர்கள் எல்லாம் களத்துக்குள் நுழைந்தனர். பார்வையாளர்கள் வழக்கம்போல் ஆண், பெண் என இருகூறாகப் பிரிந்து ஆட்டத்தினை ஆதரித்து ஆர்ப்பரிக்கத் தொடங்கினர். முதுபெண்களும் வேறு சிலரும்

மணவிழா வேலைகளை கவனித்துக் கொண்டிருந்தனர். மணமகள் அவளது ஊரிலிருந்து இன்னும் அழைத்து வரப்படவில்லை. எனவே, மணமகன் ஆட்டத்தைக் காணக் கூடாது.

கோடை வெக்கைக்குத் தாகம் கடுமையாக இருக்கும். அதுவும் ஆடுபவர்களுக்கு விடாமல் வேர்த்துக் கொட்டும். எனவே, ஆட்டக்காரர் களுக்காக ஆண்கள் பக்கமும் பெண்கள் பக்கமும் தனித்தனியாகப் பழச்சாறு கலந்து வைக்கப்பட்டிருந்தது. இசைக்கலைஞர்கள் ஒருமுகப் பறையையும் இரட்டை முகமுடைய இணைமுகப்பறையையும் முழங்கத் தொடங்கினர். கூட்டத்தினரின் ஆர்ப்பரிப்பு எழுச்சிகொண்டது. இளைஞர்கள் ஒருபக்கமும் இளம் பெண்கள் ஒருபக்கமுமாகக் களமிறங்கினர். புங்கனின் முகத்தில் மகிழ்வின் ஒளிவீசியது.

மற்ற ஆட்டத்தைப்போல மெதுவாகத் தொடங்கி சீறான வேகங்கொள்ளும் ஆட்டமல்ல இது. இணையரின் வேகத்தைப் பொறுத்துச் சட்டென வேகங்கூடும். ஓர் இணை நெருங்கி ஆடிவிட்டால் போதும் மற்றவர்களும் நெருங்குவதற்காக ஆட்டத்தின் வேகத்தைக் கூட்டுவர். கால்களும் கைகளும் வேகங்கொள்ளப் பறையிசைப்பவனின் வேகம் அதற்கு முன்னே சென்றாக வேண்டும். முதற்சுற்று எவ்வளவு வேகமாக ஆடினாலும் அது தொடக்கம்தான் என்பது எல்லோருக்கும் தெரியும். வாரிக்கையன் கைகளால் உத்தரவு கொடுத்து, வேலையைத் தொடங்கச் சொன்னார். சோமக்கிழவன் ஆண்கள் குடிப்பதற்கு வைக்கப்பட்டிருந்த பெரும் பானைக்குள் எதையோ போட்டுவிட்டு நகர்ந்து இப்பக்கம் வந்துவிட்டார்.

எல்லோரின் கவனமும் ஆட்டக் களத்தின் மீதே இருந்தது. உள்ளே போடவேண்டியதைப் போட்டாகி விட்டது என்பது வாரிக்கையனுக்கு மகிழ்ச்சிதான். ஆனாலும் கட்டையர்கள் வந்து சேராதது கவலையைத் தந்தது. தேக்கன் விழிப்போடிருந்தால் நாம் மாட்டிக் கொள்வோம் என்ற பதற்றத்தில் இருந்தார். முதற்சுற்று ஆட்டம் முடிந்தது. ஆடியவர்கள் பானைகளில் இருந்த பழச்சாற்றை அருந்தினர்.

ஆண்களின் பக்கமிருந்த பழச் சாற்றில் வாரிக்கையன் கலக்கச் சொன்னது காமஞ்சுருக்கியை. அது இச்சையைச் சட்டென வற்றிப் போகச் செய்யும். உடலை வேகமாகக் களைப்புறச்செய்து தூக்கத்துக்குக் கொண்டு செல்லும். காமஞ்சுருக்கி கலக்கப்பட்ட பழச்சாற்றை ஆண்கள் நான்கைந்து குவளை குடித்துவிட்டு அடுத்த சுற்றுக்கு ஆயத்தமாயினர்.

இரண்டாஞ்சுற்று ஆண் இறங்கி ஆடவேண்டும். இசைக்கலைஞர்கள் ஆயத்தமானார்கள். புங்கனை நடுவில் நிறுத்திக் கைகோத்து வட்டங் கொண்டது ஆண்களின் அணி. ‘நீங்கள் ஆடி வாருங்கள், பார்ப்போம்’ என்று எதிர்பார்த்திருந்தனர் பெண்கள். கூட்டம் பெருமாரவாரத்தை எழுப்பிக்கொண்டிருந்தது. அப்போது தான் கட்டையர்கள் உள்ளே வந்தார்கள். அவர்களைப் பார்த்த பின்தான் வாரிக்கையன் முகத்திலே மகிழ்ச்சி வந்தது. அவர்களைக் கையசைத்து மந்தைப்பக்கமாக வரச் சொன்னார். அவர்களும் அப்பக்கமாக வந்து யாரும் அறியாத வகையில் திகைப்பூச்சி இருக்கும் சுருக்குப்பையை வாரிக்கையனின் கைகளில் ஒப்படைத்துவிட்டு நகர்ந்தனர்.

பெரும் ஆரவாரத்தோடு தொடங்கிய இரண்டாம் சுற்று நேரம் செல்லச்செல்ல வேகங்கூடுவதற்கு மாறாக மந்தநிலை கொள்ளத் தொடங்கியது. மந்தையில் தேக்கனுக்குச் சற்றுப் பின்னால் உட்கார்ந்திருந்த வாரிக்கையன் ஆட்டத்தைக்கண்டு அகமகிழத் தொடங்கினார். இசைக்கலைஞர் களுக்குச் சற்றே குழப்பமானது. ஏன் ஆண்கள் வேகங்கொள்ள மறுக்கின்றனர் என்று சிந்தித்தபடியே இசையின் வேகத்தைக் கூட்ட முயன்றனர்.

தேக்கனுக்குப் பின்னால் இருந்த வாரிக்கையன் சுருக்குப்பையைத் தேக்கனின் முதுக்குப் பின்புறமாக வைத்து அவிழ்த்தார். உள்ளே இருந்த திகைப்பூச்சி தேக்கனின் முதுக்குப் புறமாக மேலே ஏறியது. கண்ணுக்குத் தெரியாத அளவுள்ள அதன் கால்கள் மேலேறுவதை மனிதனால் உணர முடியாது. மேலேறிய அது கடித்து விட்டு சிறிதுநேரத்தில் செத்துப் போகும். திகைப் பூச்சியால் கடிக்கப் பட்டவர்கள் சிறிது நேரத்திலேயே திகைத்துப் போய்விடுவர். அவரால் வழக்கம் போல் செயலாற்ற முடியாது. எண்ணியதைப் பேசமுடியாது, மறுமொழி சொல்ல முடியாது. ஒருவித மந்தநிலையில் திகைப்பு மாறாமல் அவ்வப்பொழுது சிரித்தபடித் தலையாட்டிக்கொண்டிருப்பர். வேறெதுவும் செய்யமாட்டார்கள். முதுகில் கடித்தவுடன் திகைப்பூச்சி சரிந்து விழுந்ததை உற்றுப்பார்த்த வாரிக்கையன் இனி சிக்கலேதுமில்லை என்ற முடிவுக்குப் போனார்.

கூட்டத்தின் ஆரவாரம் பலமடங்கு அதிகரித்தது. அதற்குக் காரணம் இளைஞர்களிடம் வேகம் போதாததால் சுற்றியுள்ள ஆண்கள் பெருங்குரலெடுத்துக் கத்தி அவர்களை உற்சாகப்படுத்த முயன்றனர். அப்பொழுது செம்பூந்தனுக்குக் கையசைத்து உத்தரவு கொடுத்தார் வாரிக்கையன். அப்பெரியவர் நேராகப் பெண்களுக்கான பழச்சாறு கலக்கப்பட்டுள்ள பானையில் எதனையோ போட்டுவிட்டு ஒதுங்கி வந்தார். ஆண்களின் ஆட்டத்தைக் காணும் யாருக்கும் கோபம் வரும், அந்த அளவு மோசமாக ஆடிக் கொண்டிருந்தனர். இசைக் கலைஞர்கள் முடிந்த அளவு வேகத்தைக் கூட்டிப் பார்த்தனர். ஒன்றும் நடக்கவில்லை. வழக்கமாக ஆண்களின் சுற்றில் வேகத்துக்கு ஈடுகொடுக்க முடியாமல் பெண்கள் சிலர் தள்ளாடிவிழுவதும் உட்கார்ந்து விடுவதும் நடக்கும். இன்று அது எதுவும் நடக்கவில்லை. இவ்வளவு மெதுவாக எவ்வளவு நேரந்தான் ஆடுவது என்று சலித்துப்போய் நிறுத்தினான் இசைக்கலைஞன். வழக்கமாக இசையை எப்பொழுது நிறுத்தினாலும் "நிறுத்தாதே!" என்று தான் குரல் வரும். ஆனால், இன்று விட்டால்போதும் என்ற நிலையில் தான் ஆடும் இளைஞர்கள் இருந்தனர்.

இளைஞர்கள் ஏன் இவ்வளவு களைப்பாக ஆடுகின்றனர் என்பது யாருக்கும் விளங்கவில்லை. இளம் பெண்களுமே சற்றுக் குழப்பத்துக்கு ஆளானார்கள். 'என்னாச்சு இவனுகளுக்கு? வழக்கமாக இருக்கும் வேகத்தில் பாதிகூட இல்லையே!' என்று சிந்தித்தபடியே இரண்டாம் சுற்றினை முடிவுக்குக் கொண்டு வந்தனர்.

ஆடுபவர்கள் மீண்டும் பழச்சாறு குடிக்கப்போனார்கள். இளைஞர் களின் பக்கம் பெருங்கூட்டம். "நல்லாக் குடிச்சிட்டுத் தெம்பா

ஆடுங்கப்பா” என ஆளாளுக்கு முகந்து கொடுத்தனர். சிலர் புங்கனை வசைபாடத் தொடங்கினர். இளம் பெண்களின் பக்கமும் நிறைய முகந்து குடித்தனர். இசைக்கலைஞன் மறு சுற்றுக்கு ஆயத்தமானான். ஆனால் நடுத்தர ஆண்கள் சிலர் தலையிட்டு, “கொஞ்சம் நேரமாகட்டும்பா, ஆடுறவங்க மிகக் களைப்பாக இருக்காங்க” என்று சொல்லி ஆட்டத்தைக் காலந்தாழ்த்தினர். வாரிக்கையன் இதனைப் பார்த்து அகமகிழ்ந்துகொண்டிருந்தார். அவரின் பக்கத்தில் உட்கார்ந்திருந்த தேக்கன் அவ்வப்பொழுது சிரிக்கத் தொடங்கினார்.

“நல்லா ஆடுங்கடா! தேக்கன் உங்களப் பாத்துச் சிரிச்சுக்கிட்டு இருக்காரு” என்று சொல்லி மூன்றாஞ் சுற்றுக்கு இளைஞர்களை இறக்கினர் நடுத்தர ஆண்கள். இளைஞர்களைத் தொடர்ந்து இளம்பெண்கள் உள்ளிறங்கினர். இச்சுற்று பெண்கள் ஏறிப்பாடி ஆடும் சுற்று. களைகட்டும் கூத்து. காண்போருக்கு ஆட்டத்தின் வழியே கிறக்கத்தை உருவாக்குவார்கள் இணையர்கள். இன்று அதே வேகத்தோடு அல்ல, வழக்கத்தைவிடப் பலமடங்கு வேகத்தோடு உள்ளிறங்கியது இளம்பெண்கள் கூட்டம். ஏனென்றால், அவர்கள் குடித்த பழச்சாற்றிலே வாரிக்கையன் கலக்கச்சொன்னது காமமூட்டியை. அதனை நீரில் கலந்து ஒரு குவளை குடித்தாலே காதலுணர்ச்சி உச்சத்தை அடைந்து படாத பாடுபடுத்தும். முதற்சுற்று ஆடிய களைப்பில் இளம் பெண்கள் ஒவ்வொருவரும் மூன்று நான்கு குவளையைக் குடித்துவிட்டு உள்ளே இறங்கியுள்ளனர். எதிர்ப்புறமோ இளைஞர்கள் முழுவதும் காமஞ்சுருக்கியை எண்ணற்ற குவளை குடித்துவிட்டு வந்து நின்றனர்.

ஆட்டம் தொடங்கியது. பறம்பு நாட்டில் எந்த ஒரு மணவிழாவிலும் நடக்காத கூத்தாக இந்தக் குரவைக் கூத்து நிகழ்ந்தது. இளம்பெண்கள் தங்கள் இணைமீது தீராக் காதலோடு களமாடினர். இளைஞர்களின் பாடு பெரும்பாடானது. எவனும் எவளுக்கும் ஈடுகொடுக்க முடிய வில்லை. துவளுங்கொடியாக ஆணும் நிமிரும் சுடராகப் பெண்ணும் இருந்தனர். “என்னடா ஆச்சு உனக்கு?” என்று ஒவ்வொருத்தியும் தங்கள் இணையின் காதிலே கடிந்து கேட்டனர். என்ன கேட்டும் எதுவும் நடக்கவில்லை. இசைஞன் அடுத்தடுத்து வேகத்தைக் கூட்டிக் கொண்டிருந்தான்.

கைகோத்து, நடுவிரல் பற்றி, அணிவிரல் சேர்த்து ஆடவேண்டிய ஆட்டத்தை ஆட எவனுக்கும் தெம்பில்லை. ஆனால், எவளும் வேகத்தைக் குறைத்துக்கொள்ள முயலவில்லை. காதலையும் காமத்தையும் உயிர்கொல்லும் உச்சத்துக்குக் கொண்டுசெல்லும் தெய்வமகளாம் ‘அணங்கு’ இறங்கி ஆடும் கடைசிக்கட்டம் தொடங்கியது. ஆண்களில் எவனாலும் களத்தில் நின்றாட முடியவில்லை. புங்கன்தான் முதலில் சரிந்தான். பெண்களின் ஆர்ப்பரிப்பு விண்ணைத் தொட்டது. பார்த்துக்கொண்டிருந்த ஆண்கள் தலைகவிழ்ந்தனர். மந்தையில் உட்கார்ந்து விண்ணதிரச் சிரித்துக் கொண்டிருந்தார் வாரிக்கையன். தேக்கனோ அவ்வப்பொழுது சிரித்துக் கொண்டிருந்தார். ஆட்டத்தின் இறுதிக்கட்டம் வந்தபொழுது ஈடுகொடுக்க முடியாத தம் இணையைத் தோளிலே தூக்கி ஆடினர் பெண்கள்.

“இது மயிலாவின் மணவிழா.

அப்படித்தான் இருக்கும். தூக்கிச் சுத்துங்கடி இவனுகள" என்று, பார்த்திருந்த பெண்கள் கத்த, சுற்றிய சுற்றில் சுருண்டு வதங்கினர் இளைஞர்கள்.

ஆட்டம் முடிந்ததும் விருந்து தொடங்கியது. எல்லோருக்கும் உணவு பரிமாறப்பட்டுக் கொண்டிருந்த பொழுது, தொலைவில் இருளில் குதிரைகள் வந்து நின்றன. விருந்து ஏற்பாட்டிலிருந்த வேட்டூர்ப் பழையன் குதிரையின் குளம்படி கேட்டுத் திரும்பினார்.

வந்திறங்கிய குதிரை வீரர்களை நோக்கி இருளுக்குள் நடந்து போனார் வேட்டூர்ப் பழையன். அவர்கள் கீழ்த்திசை எல்லைக்காவலர்கள். வேட்டூர்ப் பழையனை வணங்கி விட்டுச் சொன்னார்கள், "நெடுங் குன்றின் அடிவாரம் பாண்டிய நாட்டு வீரர்கள் படை தங்குவதற்கான பாடி வீட்டினை அமைத்துக் கொண்டிருக்கின்றனர்."

70

பொழுது விடிந்தது. ஆட்டத்தின் களைப்பை உதிர்த்தபடி ஊர் எழுந்தது. பாண்டியர்கள் படை வீடமைக்கும் செய்தியைச் சொன்ன வீரர்களை வேட்டூர்ப் பழையன் தனியே அழைத்துக்கொண்டு போய்விட்டார். நீலனின் கண்களிற் பட்டால் அவன் உடனே புறப்பட்டுச் செல்ல முற்படுவான். கீழ்திசைக்காவல் அவன் பொறுப்பு. என்ன சொல்லியும் அவனைத் தடுத்து நிறுத்த முடியாது. எனவே, பாரி வந்து சேரும்வரை காவல்வீரர்களை நீலனின் கண்களிற் படாமல் பழையன் பார்த்துக் கொண்டார்.

பொழுதாகிக்கொண்டிருந்தது. ஆண்களெல்லாம், ஆடிய இளைஞர்களை மிச்சம் வைக்காமல் திட்டித்தீர்த்துக்கொண்டிருந்தனர். இளைஞர்களுக்கு என்ன நடந்தது என்பது புரியவில்லை. ஆனால், இவையெல்லாம் விடிந்து சிறிதுநேரம் மட்டுமே இருந்த எண்ணங்கள். இவையெல்லாம் சேர்ந்ததுதான் மணவிழாக்கொண்டாட்டம். மீண்டும் இசைக்கருவிகளின் ஓசை கேட்கத் தொடங்கியதும் மகிழ்வு மலையெங்குமிருந்து பொங்கி மேலெழுந்தது. மணவிழாவின் வேலைகளில் வேகங்கூடின. ஆனாலும் எல்லோரின் கண்களும் பாரியின் வரவை எதிர்பார்த்தே காத்திருந்தன.

மணமக்கள் குடிபுகச் சுடுமண் சுவரெழுப்பிப் புல்வேயப்பட்ட புதுக் குடிலைக் கூரைப்பூக்களைக் கொண்டு அலங்கரித்திருந்தனர். ஆதினியும் அவள் தோழிகளும் அதனைப் பார்த்துவரப் புறப்பட்டனர். அப்புதுக்குடில் நாங்கில் மரத்தை முன்நிழலாகக் கொண்டு

அமைக்கப்பட்டிருந்தது. காரமலையின் கீழ்ப்பகுதியில் விரிந்துகிடக்கும் சமவெளி முழுவதையும் பார்ப்பதைப்போல அக்குடில் இருந்தது. குடிலுக்குள் வந்தாள் ஆதினி. தலையுயர்த்தி, வேயப்பட்ட புல்லினைப் பார்த்தாள், சற்றே ஐயங்கொண்டு வெளியில் வந்து மேற்பரப்பைப் பார்த்தாள். வியப்புக் கலந்த மகிழ்வு அவளது முகத்திலே ஓடிமறைந்தது.

மற்ற பெண்களுக்குச் சட்டெனப் புரியவில்லை. என்னவென்று கேட்டனர். ஆதினி சொன்னாள். "குரம்பைப் புல்லினை அடிப்புறம் வைத்து நடுவில் மூங்கிற்புல் பரப்பி, மேலே மாந்தம்புல்லினை மேய்ந்துள்ளனர். எவ்வியூர் போல இது மலைமுகட்டு ஊரல்லவே! அடிவாரத்து ஊராதலால் வெக்கை நிறைந்த கோடைக்காலத்திலும் குளுமை நீங்காமல் இருக்க இந்த ஏற்பாடு. மாந்தம்புல் உச்சிமலையின் கரும்பாறை இடுக்குகளில் மட்டுமே வளரக்கூடியது. கடமான்கள் விரும்பி உண்ணக்கூடிய புல்வகை. அவற்றைப் போய் அறுத்து வருவது எளிய செயலல்ல, நீலன் அவனே மேலேறிச் சென்று இதனை அறுத்து வந்திருப்பான்" என்றாள்.

உடன் வந்த இன்னொரு பெண் சொன்னாள், "அவசரப்பட்டு முடிவுக்குப் போகாதே ஆதினி. மயிலாவே அதனைச் செய்திருப்பாள். அவளைப்பற்றி உனக்குத் தெரியாது" என்றாள். எல்லோரும் சிரித்தனர். வெளியில் இசைக்கருவிகளின் ஓசையோடு ஆரவார ஓசையும் பெருகி வந்தது. பாரி வந்துவிட்டான் என்பதை உணர்ந்து ஊர்மந்தையை நோக்கி விரைந்தனர்.

மக்களின் கூட்டத்துக்கு நடுவே பாரியின் முகத்தைக் காண நீண்ட நேரமானது. எல்லோரையும் நலங் கேட்டான் பாரி. பறம்பின் தென்னெல்லையில் உள்ள ஊரிலிருந்தெல்லாம் பெரியவர்கள் வந்து சேர்ந்துள்ளனர். ஒவ்வொருவரிடமும் பாரியின் நலங் கேட்டல் தனித்தன்மை கொண்டதாக இருந்தது. கரியனூர் பெரியாத்தா கூட்டத்தை விலக்கிக்கொண்டு பாரியை நோக்கி வந்தாள். வாஞ்சையோடு வரும் அவளைக் கண்டதும் பாரியின் மனம் பூரித்தது.

பாரியின் தந்தையை சிறுவனைப் போல் நடத்துவாள் அவள். ஆனால் பாரியை அவள் தந்தையைப் போல நடத்துவாள். "என் அப்பன்னெடா நீ" என்றே எப்பொழுதும் சொல்லுவாள்.

"தள்ளாத வயதில் இவ்வளவு தொலைவு வரவேண்டுமா?" எனப் பாரி கேட்டதற்கு. "இனி நான் மலையேறி எவ்வியூருக்கு வந்து உன்னையப் பாக்க முடியாது. மலையடிவார ஊருக்கு எப்ப நீ வருவேன்னுதான் காத்திருந்தேன். மணநாளுக்கு வருவேன்னு எனக்குத் தெரியும். அதனாலதானப்பா எப்படியாவது ஒன்னையப் பாத்திடணும்ன்னு ஓடிவந்தேன்" என்றாள்.

பாரியின் கண்கள் கலங்கின. "சூல்மருது எப்படி இருக்கிறது?" எனக் கேட்டான். "இந்த மழைக்காலத்துல தப்பிச்சிருச்சு. ஆனால் இன்னும் எத்தனை காலமோ?" என்றாள். அவளின் குடிலருகே உள்ள மரமது. ஒருவகையில் அவளின் குலதெய்வமும் கூட.

பாரியின் நலங்கேட்டல்கள் எல்லாம் இப்படித்தான். மரம் செடி

கொடி, விலங்குகள், மனிதர்கள் என ஒன்றுவிடாமல் கேட்டுக் கொண்டிருந் தான். கூட்டத்தை விலக்கிக்கொண்டு உள்ளே நுழைந்த வேட்டூர்ப் பழையன், "வந்தவர்களை முதலில் உணவருந்த விடுங்கள்" என எல்லோரையும் சத்தம் போட்டு விலக்கினான்.

பாரியும் கபிலரும் காலம்பனும் அருகிருந்த குடிலுக்கு உணவருந்தப் போயினர். அவர்களுக்காகப் பொங்கம்பழப் பூந்தேன்கட்டி காத்திருந்தது. தேனீ தனது கூட்டுக்குள் முதலில் தேனைக் கட்டியாகத்தான் வைத்திருக்கும். பின்னர்தான் தேனாக்கும். மலைமக்கள் தேன் கட்டியைத்தான் எடுப்பர். தேனைப் பிழிந்தெடுக்கும் பழக்கம் அவர்களுக்கு இல்லை. அதுவும் எந்தவகைப் பூவில் இருந்து தேனெடுத்து இந்தக் கட்டியைத் தேனீ உருவாக்கியிருக்கிறது என்பதைப் பொறுத்துதான் இந்தக் கட்டியை எடுக்கலாமா வேண்டாமா என்பதனை முடிவுசெய்வர்.

அந்தப் பகுதியில், அந்தப் பருவத்தில் எந்தப் பூ அதிகம் பூத்திருக்கிறதோ அந்தப் பூவின் சுவைதான் தேன் கட்டியிலும் இருக்கும். நாவற்பழப் பூந்தேன் துவர்க்கும், வேப்பம் பழப்பூந்தேன் கசக்கும், கள்ளிப் பூந்தேன் இனிக்கும், கோட்டைப் பழப்பூந்தேனையும் அத்திப்பூந் தேனையும் சுவை பிரித்து அறிவது மிகக்கடினம். இதில் மிகச்சிறந்த சுவைகொண்டது, எவ்வளவு சாப்பிட்டாலும் இன்னும் இன்னும் என்று கேட்டுக்கொண்டே இருக்கச் சொல்லுவது பொங்கப் பழப்பூந்தேன். அந்தத் தேன்கட்டியை எடுத்துவந்து அடுக்குவாழை இலையில் வைத்துக் கொடுத்தனர். கட்டிச்சாறு கணக்கின்றி உள்ளிறங்கியது.

உணவு முடிந்ததும் வேட்டூர்ப் பழையன் பாரியிடம் கூறினான், "எல்லாவற்றையும் தேக்கனிடம் சொல்லியுள்ளேன், பகற்பொழுதிலே நீ போய் நேரில் பார்த்துவிட்டு வந்து விடு!"

சரியெனச் சொல்லிய பாரி தேக்கனையும் முடியனையும் உடனழைத்துக்கொண்டு புறப்பட்டான். கபிலர் கொற்றவைக் கூத்தில் பார்த்த பலரை அதன்பின் இப்பொழுதுதான் பார்க்கிறார். எனவே, அவர் இங்கேயே இருந்து கொண்டார். காலம்பனைப் பல ஊர்க்காரர்கள் இன்னும் பார்க்கவே யில்லை. ஆனால், பறம்பு முழுவதும் அவனின் வீரக்கதை தெரியும். எல்லோரும் அவனைக் காண விருப்பப்படுவர். எனவே, அவனையும் இருக்கவைத்துக்கொண்டார், வேட்டூர்ப் பழையன். ஈங்கையன் பாரியைப் பார்க்க வேண்டுமென விருப்பத்தோடு இருந்தான் ஆனால், பாரி பொழுதுக்குள் போய்த் திரும்ப வேண்டியிருந்ததால் வந்தபின் பார்த்துக்கொள்ளலாம் என்று கூறிவிட்டார் பழையன்.

பாரியுடன் மற்ற இருவரும் புறப்படும்முன் பழையன் சொன்னான், "பொழுது சாய்வதற்குள் மணப்பெண்ணை அவளது ஊரிலிருந்து அழைத்து வந்து விடுவார்கள். அதற்குள் நீங்கள் வந்து விட்டால் மயிலாவிடமிருந்து தப்பித்தீர்கள். இல்லையென்றால், அவ்வளவுதான்!" என்று எச்சரித்து அனுப்பினார் வேட்டூர்ப் பழையன்.

பாரி, தேக்கன், முடியன் மூவரும் குதிரையில் புறப்பட்டனர். உடன் கீழ்த்திசை எல்லைக் காவல்வீரர்கள் இருவரும் சென்றனர். எதிர்பார்த்திருந்த செய்தியைத்தான்

பழையன் சொன்னார். ஆனாலும், அவர் சொல்லும் இரு இடங்களும் ஒன்றுக்கொன்று தொடர்பில்லாமல் இருந்தன. குதிரைகள் காரமலையின் சரிவுப் பாதையில் தென்புறம் நோக்கி விரைந்துகொண்டிருந்தன. இரண்டாம் குன்றினைத் தாண்டிய பொழுது பாரிக்கு மயிலாவின் நினைவுவந்தது. அக்குன்றின் அடிவாரத்தில்தான் அவளது ஊர்.

மயிலாவின் ஊரான செம்மனூரிலிருந்து மணமகளின் தாய்மாமன் அவளைத் தனது தோளிலே தூக்கி வருவான். வேட்டுவன் பாறையின் எல்லையில் நின்று மணமகன் அவளைத் தனது தோளுக்கு மாற்றித் தூக்கிச்செல்வான். அவ்வாறு தூக்கிச்செல்லும் நிகழ்வு தான் மிகுந்த உற்சாகமும் கொண்டாட்டமும் நிறைந்தது. கேலிப் பேச்சுகளும், குறும்புவிளையாட்டு களுமாக ஊரே களைகட்டியிருக்கும். சற்று அமைதியான பெண்கூட மணமகனின் தோளிலே அமர்ந்து வரும்பொழுது இல்லாத குறும்பெல்லாம் செய்வாள். மயிலாவைப் பற்றிச் சொல்லவே வேண்டியதில்லை. அவள் செய்யப் போகும் குறும்புத்தனங்களைக் காணப் பாரிக்கும் விருப்பமாகத்தான் இருந்தது. ஆனால், சூழல் வேறுவிதமாக அமைந்துவிட்டது.

குதிரைகள் விரைந்துகொண்டிருந் தன. உச்சிப்பொழுதுக்கு வெள்ளடிக் குன்றின் அடிவாரத்திற்கு வந்தனர். அவர்களின் எண்ணவோட்டத்துக்கு ஈடுகொடுத்து வந்து சேர்ந்தன குதிரைகள். குன்றினை விட்டு மிகவும் தள்ளி, படைகள் தங்குவதற்கான தாவாரங்கள் அடிக்கப்பட்டுக் கொண்டிருந்தன. படைவீரர்கள் இங்குமங்குமாகப் புதர்களை அகற்றிக் கொண்டிருந்தனர். குதிரைகள் ஆங்காங்கு கட்டப்பெற்றிருந்தன. கொடியெதுவும் பறக்கவில்லை. ஆனால், பாசறையின் முன்புறத்தில் பாண்டியப் பேரரசின் இணைக்கயல் சின்னம் பொறிக்கப்பட்டிருந்தது. படை வீரர்களின் உடைகளும் தாவாரத்தின் தன்மையும் பார்த்தவுடனே தெரிந்துகொள்ளக் கூடியவையாகத்தான் இருந்தன.

குன்றின் மீது நின்றபடி மூவரும் பார்த்துக்கொண்டிருந்தனர். “இது வெங்கல் நாட்டின் பகுதியாயிற்றே. பறம்புக்கு எதிராகச் செயல்பட மாட்டோம் என்று வாக்களித்த குலமல்லவா அவருடையது!” என்று முடியன் சொன்னபொழுது, தேக்கன் குறுக்கிட்டார், “வைப்பூரில் நடந்த மோதலில் அவர் மகனின் தலையை நம்மவர்கள் சீவியெறிந்து விட்டதாகவும் அதன் பொருட்டு மையூர்க்கிழார் வஞ்சினம் உரைத்துள்ளதாகவும் வேட்டூர்ப் பழையன் சொன்னார்.”

“இங்கிருக்கும் இவன் எதற்கு வைப்பூர் துறைமுகத்துக்குப் போனான்?” எனக் கேட்டான் பாரி.

“தெரியவில்லை. இளவரசனின் திருமண ஏற்பாட்டிற்குப் போனவன் அப்படியே துறைமுகம் வரை போயிருப்பான்’ என்கிறார் பழையன்.””

நடைபெற்றுக்கொண்டிருக்கும் வேலைகளைக் கூர்ந்து பார்த்துக் கொண்டிருந்தான் பாரி. சற்று நேரத்துக்குப்பின் புறப்பட்டனர்.

செம்மனூர்காரர்கள் வேட்டுவன் பாறையின் எல்லையை நெருங்கிக் கொண்டிருந்தனர். அவர்களை வரவேற்று மணப்பெண்ணைத் தூக்கிக்கொள்ள மணமகன் வீட்டார் ஆயத்தமாக இருந்தனர். நீலன்

மாவீரன்தான். ஆனால், மயிலாவைத் தூக்கியபின் கீழே இறக்காமல் ஊர்மந்தைக்குக் கொண்டுவந்து சேர்க்க வேண்டும். அவள் செய்யப் போகும் குறும்புத்தனங்களை இவன் எப்படிச் சமாளித்துத் தூக்கிவரப் போகிறான் என்பதைக் காண எல்லோரும் ஆவலோடு இருந்தனர்.

செம்மனூர்காரர்கள் எழுப்பும் பெரும்பறையின் ஓசை காட்டையே உலுக்கியது. ஓசைகேட்டு ஆடாத காலில்லை. தாய்மாமனின் தோளில் ஆடாமல் அசையாமல் அப்படியே உட்கார்ந்து வந்தாள் மயிலா. எதிர்கொண்டு வாங்க வேட்டுவன் பாறையின் எல்லையில் தொண்டகப் பறை முழங்க மணமகனின் ஊரார் காத்திருந்தனர்.

வந்தாள் மணப்பெண். தாய் மாமனின் தோளிலிருந்து தனது தோளுக்கு மாற்ற நீலன் அருகில் சென்றான், அவளும் இடமாறி உட்கார வசதியாக அவனுக்குக் கைகொடுத்தாள். பறைமுழக்கம் பேரிசையாய் எழுந்தது. சுற்றத்தார்கள் பூக்கள் சொரிய, அளவற்ற ஆரவாரத்துக்கு நடுவே நீலனின் இடது தோளுக்கு மாறினாள் மயிலா.

உரிமையோடு காதலியைத் தோளிலே தூக்கிச்செல்லும் ஆணுக்கு இருக்கும் ஒரு மிடுக்கு நடையைக் கண்டு மகிழ்ந்தது கூட்டம். நீலனின் திறள்கொண்ட தோளில் வசதியாக உட்கார்ந்து அவனது இருகைகளையும் பற்றியிருந்தாள் மயிலா. என்ன செய்யப்போகிறாளோ என எல்லோரும் ஆவலோடு அவளையே பார்த்தபடி வந்துகொண்டிருந்தனர். உன்னி நழுவும் அவளை இறங்க விடாமல் எப்படிச் சமாளிக்கிறான் பார்ப்போம் என்று எதிர்பார்ப்போடு கூட்டம் கூச்சலிட்டுக்கொண்டு

வந்தது. தொண்டகப்பறையும் பெரும் பறையும் ஒன்றாக இசைக்க, கூட்டத்தில் பாதிக்கு மேல் ஆட்டத்தில் இருந்தது.

நீலனின் இடப்புறத் தோளிலே உட்கார்ந்த மயிலா அதன்பின் அமைதியாக வந்தாள். நீலன் சிரமமேதுமின்றித் தூக்கிவந்தான். பாதித்தொலைவுக்கு மேல் கடந்து விட்டனர். இரு ஊராருக்கும் வியப்பு ஏறிக்கொண்டேயிருந்தது. "சாதாரண காலத்தில் இயல்பாய் இருக்கும் பெண் மணமகனின் தோளில் உட்கார்ந்ததும் பெருங்குறும்பு செய்வதும், எந்நேரமும் குறும்புக்காரியாக இருப்பவள் மணமகனின் தோளிலே உட்கார்ந்ததும் அமைதியாய் அடங்குவதும் இயற்கைதானப்பா!" என்று பேசிக்கொண்டே நடந்தனர் சிலர்.

மலைப்பாதையை மறித்தபடி கிளைபரப்பியிருக்கும் மாமரத்தினூடே நுழைந்து போய்க் கொண்டிருந்தது கூட்டம். பறையோசையில் மாமரத்திலிருந்த பறவைகள் ஒலியெழுப்பியபடிக் கலைந்து பறந்தன. கலையும் பறவைகளின் படபடப்புக்கும் ஓசைக்கும் ஏற்ப ஆட்டத்தின் வேகமும் கூடின. தாளத்துக்கு ஏற்பப் பலரும் ஆடிக்கொண்டிருந்தனர். திடீரென மொத்தக் கூட்டமும் பேரோசையை வெளிப்படுத்தி ஆரவாரத்தால் அலைமோதியது. முன்னால் ஆடிக்கொண்டிருந்தவர் களுக்கு என்ன நடந்ததெனத் தெரியவில்லை. மணமக்களை நோக்கி வேகமாக உள்ளே ஓடிவந்து பார்த்தனர்.

சற்றே தாழ்ந்திருந்த மரக்கொப்பை எவ்விப்பிடித்துச் சட்டென மேலேறிக் கொண்டாள் மயிலா. நீலன் திகைத்துப்

போய் அப்படியே நின்றான். கூட்டத்தின் ஆரவார ஓசை காதைக் கிழித்தது. நீலன் மரத்துக்கு மேலேறி அங்கிருந்து தோளிலே தூக்கியபடி கீழிறங்க முடியாது. மயிலாவாக மனம்மாறிக் கீழிறங்கி அவனது தோளுக்கு வந்தால்தான் உண்டு. கூட்டத்தின் கொண்டாட்டம் இருமடங்கானது. மயிலா யாரெனக் காட்டிவிட்டாள் என செம்மனூர்க்காரர்கள் உற்சாகத்தில் திளைத்தனர்.

நீலனுக்குத்தான் என்ன செய்வதென்று தெரியவில்லை. மயிலாவின் மனம் இறங்கிவர என்ன செய்ய வேண்டுமோ அதையெல்லாம் செய்வதைத் தவிர அவனுக்கு வேறு வழியில்லை. ஆணுக்கும் பெண்ணுக்கும் ஆதியிலிருந்து நடந்து வரும் போராட்டமிது. இதில் ஒருவரை யொருவர் வெல்வதைவிட ஒருவரோடு ஒருவர் இணைவதே இயற்கையின் தேவை. அதுவே இறுதியில் வெற்றியும் பெறுகிறது. ஆனால், இப்பொழுது என்ன செய்வது என்று தெரியாமல் நீலன் விழித்தபொழுது மயிலா சொன்னாள். "என் கேள்விகளுக்கு நீ விடை சொல். சரியான விடை சொன்னால் உனக்கு எறிகிடையாது. தவறான விடை சொன்னால் மாங்காயால் எறிவிழும். உனது எந்த விடை எனது மனம்தொடுகிறதோ அப்பொழுது நான் உனது தோளுக்கு இறங்குவேன்."

கூட்டத்தின் ஓசை முன்னிலும் கூடியது. இவ்வளவு நேரம் செம்மனூர்க்காரர்கள், வேட்டுவன் பாறையைச் சேர்ந்தவர்கள் என இருகூறாகப் பிரிந்திருந்த கூட்டம் இப்பொழுது ஆண், பெண்ணென இருகூறானது.

மயிலாவின் சொல்லினை ஏற்பதைத் தவிர நீலனுக்கு வேறு வழியில்லை. இதிலுள்ள பெருஞ்சிக்கல் அவள் பறித்துவைத்திருக்கும் மாங்கனி ஒவ்வொன்றும் உள்ளங்கை அளவு இருக்கிறது. அதில் எறிவாங்கினால் நீலனின் நிலைமை என்னவாகும் என்று ஆளாளுக்குப் பேசிச் சிரித்தனர்.

முதற் கேள்வியைக் கேட்டாள். “என் தாய்மாமன் உன்னைவிட வலுக் குறைந்தவன். ஆனால், அவன் என்னைப் பூப்போலத் தூக்கிவந்தான். நீ ஏன் இவ்வளவு அமுத்திப்பிடித்துத் தூக்கிவந்தாய்?”

கேட்டு முடிக்கும்முன் நீலன் சொன்னான், “நீ நழுவி ஓடிவிடுவாய் அல்லவா? அதற்காகத்தான்” சொல்லி முடிக்கும்முன் சடசடவென விழுந்தது மாங்காயின் எறி. கூட்டத்தின் சிரிப்பு விண்ணைத் தொட்டது. “நான் உன்னை விட்டு எங்கேடா போகப் போகிறேன். என்மீது நம்பிக்கை இல்லாமல்தான் அவ்வளவு இறுக்கமாகப் பிடித்திருந்தாயா?” எனக் கேட்டபடிக் கிளையிலிருந்த மாங்காயைப் பறித்துப் பறித்து எறிந்தாள். அவன் எறிபொறுக்க மாட்டாமல் மரத்தின் அப்பக்கமும் இப்பக்கமுமாக ஓடி மறைந்தான். அவளோ கொப்புகளின் மீது இங்குமங்குமாக ஓடியோடி எறிந்தாள்.

அவனுக்காக இரக்கப்பட்ட பெண்ணொருத்தி, “உன்மேல இருந்த ஆசையிலதான் இறுக்கிப் பிடிச்சேன்னு சொல்லாம இப்படிச் சொல்லிட்டானே” என்று வருத்தப்பட்டுச் சொன்னபொழுது அவளுக்கும் சேர்த்துவிழுந்தது எறி.

அதன்பின், நீலன் முன்னால் வந்து நிற்கவே நீண்டநேரமானது. அவள் கடுங்கோபத்தோடு கண்ணிற்பட்ட பொழுதெல்லாம் எறிந்து கொண்டேயிருந்தாள். அவன் ஓடியோடி மறைந்துகொண்டிருந்தான். பொழுதாகிக்கொண்டிருக்கிறது என்று மயிலாவை சமாதானப்படுத்தி நீலனை அழைத்துவந்து அவளின் முன்னால் நிறுத்தியது கூட்டம்.

அடுத்து என்ன கேட்கப்போகிறாளோ என்ற பதைபதைப்போடு இருந்தான் நீலன். அவளோ சற்றே கோபத்தோடு கேட்டாள், “குழந்தை பிறந்தவுடன் எந்த மார்பில் முதலில் பால்கொடுக்க வேண்டும்?”

பெண்குழந்தையென்றால் இடது மார்பிலும் ஆண் குழந்தையென்றால் வலது மார்பிலும் என்று நினைவுக்கு வந்தது. வந்தவுடன் குழப்பமும் சேர்ந்துவந்தது. ‘ஆண் குழந்தைக்குத் தானே இடதுமார்பு!’ என்று குழம்பியபடியே அமைதியானான்.

கூட்டத்திலிருந்த பெண்ணொருத்தி அருகிருந்தவளிடம் சொன்னாள். “இந்தக் கேள்விக்கு என்ன விடை சொன்னாலும் எறி உறுதி.”

“ஏன்?” என்றாள் அருகிலிருந்தவள்.

“தவறாகச் சொன்னால், ‘இதுகூடத் தெரியவில்லையா?’ எனச் சொல்லி எறிவாள். சரியாகச் சொன்னால், ‘உனக்குத்தான் அக்கா தங்கச்சி இல்லையே; எவகிட்ட இதக் கேட்ட?’ என்று சொல்லி விடாமல் எறிவாள்” என்று சொல்லிச் சிரித்தாள்.

நீலனின் நிலைமை படுமோசமானது. எல்லோரும் எறி எப்போது தொடங்கப் போகிறது என்று உற்றுக் கவனித்துக் கொண்டிருந்தனர்.

நீலன் சொன்னான், “நான் பிறந்த உடனே ஆத்தாகாரி இறந்துவிட்டாள். உடன்பிறந்தவர்களும் இல்லை. அப்படியென்றால் காதலி நீதானே

இதனைச் சொல்லித்தந்திருக்க வேண்டும்?"

எதிர்பாராத பதில். மயிலா ஒரு கணம் திகைத்துப்போனாள். அவன் தன் தாயின் இடத்தில் அவளை வைத்துச் சொல்லிய சொல் மயிலாவை ஏதோ செய்தது. சற்றே அமைதியானாள்.

அவளின் வேகம் மட்டுப்பட்டதை எல்லோரும் பார்த்துக்கொண்டிருந்தனர். அவளோ உணர்வுகளை வெளிக்காட்டிக்கொள்ளாமல் அடுத்த கேள்வியைக் கேட்டாள்.

"நம் குழந்தைக்குப் பாட உனக்கு எத்தனை தாலாட்டுகள் தெரியும்?"

மூணு, ஆறு, பத்து என கூட்டத்திலிருந்த பெண்களின் வாய்கள் முணுமுணுத்தன. அவளிடம் நீலன் மறுபடியும் எறிவாங்கக் கூடாது என எல்லோரின் ஆசையும் எண்ணிக்கையாய் வெளிவந்துகொண்டிருந்தது.

நீலன் சொன்னான் "ஒரே ஒரு பாட்டு."

முணுமுணுத்த பெண்கள் தலையில் கையைவைத்தனர். "கூடுதலாகச் சொல்லவேண்டியதுதானே. அவள் மீண்டும் எறியப்போறாளே" என்று பதறியபொழுது மரத்தின் மீதிருந்த மயிலா கேட்டாள், "என்ன பாடல் அது?"

அதுவரை அண்ணாந்து மேலே பார்த்துக்கொண்டிருந்த நீலன் தலைகவிழ்ந்து மண்ணைப் பார்த்தான், கண்களை மூடினான், வைகையின் அலை கரைவந்து அடித்தது. நீரின் செந்நிறத்தை நினைவில் ஏந்தியபடி அகுதையின் பாடலைப் பாடத் தொடங்கினான்.

கூட்டத்தின் ஆரவாரம் கொஞ்சம் கொஞ்சமாக ஒடுங்கியது. எல்லோரும் அமைதியாயினர். அவன் பாடல் மட்டுமே காற்றெங்கும் ஒலித்தது. மயிலாவின் கால்கள் மரம்விட்டுக் கீழிறங்கிக்கொண்டிருந்தன. இமைமூடிய நீலனின் கண்களுக்குள் வைகையை விட்டுக் காட்டுக்குள் ஓடிய குழந்தையே தெரிந்தான். அக்குழந்தை நகரும் செம்மூதாயைத் தொட்டபொழுது தாய் அவனைத் தூக்கினாள். அவ்வரியை அவன் பாடும்பொழுது தன்னையே தூக்குவது போல் உணர்ந்தான். அவள் குழந்தையைத் தோளிலே ஏந்தியபடிக் காட்டுக்குள் நடக்கத் தொடங்கினாள். மயிலாவும் அதனையே செய்தாள். இப்பொழுது நீலனை அவளது தோளிலே தூக்கியிருந்தாள். நீலன் நினைவு மீண்டபொழுது மயிலாவின் இறுகிய கைப்பிடியிலிருந்து அவனால் தன்னை விடுவிக்க முடியவில்லை. கூட்டம் இருவரையும் வணங்கி விலகியது.

நெடுங்குன்றின் அடிவாரத்தை அடைந்தபொழுது அங்கும் அதே போன்று தாவாரம் அடிக்கப்பட்டிருந்தது. படைவீரர்கள் புதர்களை நீக்கும் வேலையைச் செய்துகொண்டிருந்தனர். இணைக்கயல் சின்னம் பளிச்சிட்டது. ஆனால், வெள்ளடிக்குன்றின் எதிர்ப்புறம் இருந்தவர்களைவிட இங்கு இருப்பவர்கள் எண்ணிக்கையில் அதிகமாக இருந்தனர். குன்றின் மீதிருந்தபடிப் பாரியும் பிறரும் அதனைப் பார்த்தனர்.

"வெள்ளடிக்குன்றுக்கும் நெடுங்குன்றுக்கும் இடையில் பலகாதத் தொலைவு இடைவெளி உண்டு. ஏன் இவ்விரு இடங்களில் படைகளை நிறுத்த எண்ணுகிறான்?" என்று கேட்டான் முடியன்.

என்ன நடக்கிறது என்பதை உற்றுக் கவனித்துக்கொண்டிருந்த பாரி சொன்னான். "இவ்விரு இடங்களில் படைகளை நிறுத்தவில்லை. இவ்விரண்டு எல்லைக்கும் இடையில் முழுவதுமாகப் படையை நிறுத்தப் போகிறான்."

சற்றே திகைத்த முடியன் "இத்தனை காதத்தொலைவா?"

"ஆம். இத்தனை காதத்தொலைவிற்கு நிறுத்துமளவிற்குப் படைபலம் இருப்பதால்தான் அவன் துணிந்து வருகிறான்" என்றான் பாரி.

சிறிதுநேரம் மூவரிடம் எந்தப் பேச்சும் இல்லை. சற்றே பின்புறம் திரும்பி மலையுச்சியைப் பார்த்தான் பாரி. சித்தேறி முகட்டிலிருந்து இருகூறாகப் பிளந்து சரிந்திருந்தது மலையடிவாரம்.

அவன் சொல்லப்போவது என்னவென்று தேக்கன் கணித்தான்.

மீண்டும் சமதளத்தைப் பார்த்தபடிப் பாரி சொன்னான், "இவ்வடிவாரத்தில் எத்தனை பெரிய படையைக் கொண்டுவந்து நிறுத்தினால்தான் என்ன?" என்று சொல்லியபொழுது அவனது முகத்தில் ஓடிய சிரிப்பு கண நேரத்துக்குள் இருவரின் முகத்திலும் பரவியது.

பாரி வேட்டுவன் பாறைக்குத் திரும்பும்பொழுது பந்தவெளிச்சத்தில் மலைமுழுவதும் ஒளிவீசிக் கொண்டிருந்தது. எங்கும் மனிதத் தலைகள் தெரிந்தன. மணவிழாவுக்கு வந்துசேரவேண்டிய எல்லோரும் வந்துவிட்டனர். பாரியும் தேக்கனும் முடியனும் ஊருக்குள் நுழையும் பொழுது பொழுதடைந்து விட்டதால் மயிலா கோபித்துக்கொள்வாளோ எனத் தோன்றியது. ஆனால், பெண்ணை அழைத்துக்கொண்டு வரவே பொழுதுசாய்ந்துவிட்டது என்றனர். காரணம் கேட்டபொழுது மாமரத்தில் ஏறிக்கொண்ட மயிலாவின் கதையைச் சொன்னார்கள். மகிழ்ந்து சிரித்தான் பாரி.

வந்த மூவரும் உணவருந்தினர். இசையின் பெருமுழக்கம் மீண்டும்

தொடங்கியது. புதுமகிழ்வில் ஊர் திளைத்தது. பாரிக்காகவே காத்திருந்த பெரியவர்கள் அடுத்தகட்ட வேலையைத் தொடங்கினர். நீலனையும் மயிலாவையும் இரு திசைகளிலிருந்து ஆட்டபாட்டத்தினூடே அழைத்துவந்தனர். மந்தையின் நடுவிலிருக்கும் செங்கடம்பு மரத்தினடிவாரத்தில் வந்துசேர்ந்தனர்.

ஊரின் நிலைமரம் அது. அதனடிவார மேடையில் நின்று மணமக்கள் மாலை சூடவேண்டும். மயிலம் மலர் மணக்கும் மாலையை அவர்கள் சூடிய பொழுது மலையெங்குமிருந்து பறித்துவந்த பூக்களை அவர்களின் மீது பொழிந்தனர் மக்கள். இசையோசையும் ஆரவாரமும் விண்ணைத் தொட, மலர்மணத்தில் மந்தையே கிறங்கியது. வந்தவரெல்லாம் வாழ்த்துச் சொல் கூறினர்.

அடுத்து, புதிதாக அமைக்கப்பட்டுள்ள மனைக்கு அவர்கள் செல்ல வேண்டும். நீலன் புதுமனை நோக்கி மயிலாவை அழைத்துச்சென்றான். அவனுக்குப் பின்னால் பாரியும் வேட்டூர்ப் பழையனும் தேக்கனும் வந்தனர். அவர்களைத் தொடர்ந்து ஊரே வந்துகொண்டிருந்தது. நாங்கில் மரத்தின் அடிவாரமிருந்த புதுக்குடிலுக்கு வந்துசேர்ந்தனர். கூட்டத்தின் ஆரவாரமும் கேலிப் பேச்சும் பன்மடங்கு கூடியது. குலவையொலி பெருகிவர மயிலாவை அழைத்துக்கொண்டு மனைக்குள் நுழைந்தான், நீலன்.

எங்கும் உற்சாகப் பேரொலி! சற்றுத் தொலைவில் பெண்களின் கூட்டத்தினூடே இருந்த ஆதினியைப் பார்த்தான், பாரி. அவளின் கண்கள் அங்குமிங்குமாகத் தவித்து அலைந்துகொண்டிருந்தன. வழக்கத்துக்கு மாறாக இருப்பதை உணர்ந்து அருகில் சென்றான் பாரி.

கலங்கிய அவள் கண்களில் நீர் பெருகியிருந்தது.

71

கலங்கி நின்ற ஆதினி சொன்ன செய்தி எல்லோரையும் அதிர்ச்சிக்குள்ளாக்கியது. உதிரனும் அங்கவையும் மணவிழாவுக்கு வந்து சேரவில்லை என்பதுதான் அச்செய்தி. எவ்வியூரிலிருந்து மணவிழாவுக்கு ஒருவாரத்துக்கு முன்பே தன் தோழிகளோடு புறப்பட்டாள் அங்கவை. நான்கு நாட்களுக்கு முன்புதான் புறப்பட்டாள் ஆதினி. இரண்டு இரவும் மூன்று பகலுமெனப் பயணித்து மணநாளுக்கு முதல்நாள் வந்துசேர்ந்தாள் ஆதினி.

அவள் வந்தபொழுது விருந்தினர்களின் பெருங்கூட்டம் வேட்டுவன் பாறைக்கு வந்துசேர்ந்திருந்தது. பறம்புநாடு நானூற்றுக்கும் மேற்பட்ட ஊர்களைக்கொண்டது. எல்லா ஊர்களிலிருந்தும் நீலன்மயிலா திருமணத்துக்கு மக்கள் வந்து சேர்ந்திருந்தனர். தொலைவில் உள்ள ஊர்களிலிருந்து ஓரிருவரும் அருகிலுள்ள ஊர்களிலிருந்து பலரும் வந்துசேர்ந்திருந்தனர்.

தன் கூட்டத்தோடு ஆதினி வந்த பொழுது வேட்டுவன் பாறை மக்கட் கூட்டத்தால் திணறிக்கிடந்தது. எல்லோரும் ஆதினியைக்கண்டு நலங்கேட்டனர். அவளும் வந்ததிலிருந்து இங்குமங்குமாக அலைந்துகொண்டே இருந்தாள். இரண்டொரு முறை சங்கவையைப் பார்த்தாள். அங்கவையோ கண்ணிற்படவேயில்லை. இந்தப் பெருங்கூட்டத்தில் தன் தோழிகளோடு எங்காவது சுற்றிக்கொண்டிருப்பாள் என்று நினைத்தாள். ஆனால், நள்ளிரவில் தொடங்கிய குரவைக்கூத்தில் இணையர்கள் எல்லாம் களமிறங்கிய பொழுது அங்கவையும் உதிரனும் ஆடும் ஆட்டத்தைப் பார்க்க மிகுந்த

ஆவலோடு வந்து நின்றாள். ஆனால், அவர்கள் இருவரும் களமிறங்கவில்லை. குரவைக்கூத்தில் பங்கெடுக்காமல் எங்கே போனார்கள் என்று தேடத் தொடங்கியபொழுது எதிர்ப்பட்ட அங்கவையின் தோழியிடம் கேட்டாள்.

"எவ்வியூரிலிருந்து புறப்பட்ட முதல்நாள் இரவு புலிவால்குகையில் தங்கினோம். மறுநாள் காலையில் எழுந்தபொழுது உதிரன் வந்திருந்தான். 'நீலன்மயிலாவுக்கு அதிசிறந்த பொருளொன்றை மணவிழாவன்று தந்து மகிழ்விக்க வேண்டாமா?' என்றான். 'ஆமாம். என்ன தரலாம்?' என அங்கவை கேட்டபொழுது அவன் ஏதோ சொல்லிக்கொண்டிருந் தான். 'நாங்கள் பரிசுப்பொருளோடு வேட்டுவன் பாறைக்கு வந்து சேருகிறோம்' என்று சொல்லிவிட்டு இருவரும் புறப்பட்டுப் போய் விட்டனர். இன்று வந்துவிடுவாள் என நினைத்திருந்தேன். இன்னும் வரவில்லையா?" எனக் கேட்டாள் அவள். உதிரன் தோழர்கள் யாருக்கும் இதுபற்றித் தெரியவில்லை.

நீலனும் மயிலாவும் புதுமனை புகுந்தவுடன் நிலைமையைப் பாரி யிடம் விளக்கினாள் ஆதினி. அன்றிரவு வேட்டுவன் பாறையிலே அனைவரும் தங்கினர். பொழுது விடிந்தது. ஆனால் உதிரனைப் பற்றிய எந்தச்செய்தியும் யாரிடமுமில்லை.

அதற்காக யாரும் பதற்றங்கொள்ள வில்லை. உதிரனும் அங்கவையும் சிறுவர்களல்லர். காடறியும் பயிற்சி யில் முதன்மைவீரனாக விளங்கியவன் உதிரன். பச்சைமலையின் எந்தக் காட்டிலும் எவ்வளவு நெருக்கடியான நிலையிலும் மீண்டுவர அவனால் முடியும். அங்கவையும் இணைசொல்ல முடியாத வீரமுடையவள்தான். ஆபத்தில் சிக்கி உதவிதேவைப்பட்டால் சென்றிப்புகையைப் போட்டிருப்பர்.

"மணவிழாவுக்கு வந்துள்ள அனைவரும் அவரவர் ஊர்களுக்குப் புறப்படுங்கள். ஏதாவது சிக்கலில் மாட்டியிருப்பது அறிந்தால் தக்க உதவியைச் செய்யுங்கள்" என்று சொல்லி அனைவரையும் அனுப்பி விட்டு எவ்வியூர் நோக்கிப் புறப்பட்டான் பாரி.

மணவிழாவுக்கு ஆறு நாட்களுக்கு முன்பு, அதிகாலையில், புலிவால் குகையில் தோழிகளோடு இருந்த அங்கவையைக் கண்டு பேசினான் உதிரன். சிறந்ததொரு பரிசுப் பொருளினை நீலன்மயிலாவுக்குத் தரவேண்டும் என உதிரன் சொன்ன பொழுது அங்கவை பெருமகிழ்வோடு அதனைக் கண்டடைய உடனே புறப்பட்டாள். அவளும் குதிரை யேற்றம் தெரிந்தவள். தன்னுடனிருந்த இன்னொரு காவல்வீரனின் குதிரையை வாங்கி அங்கவைக்குக் கொடுத்தான் உதிரன். இருவரும் குதிரைப்பாதையில் பயணிக்கத் தொடங்கினர்.

பன்னிரண்டு ஆண்டுகளுக்கு ஒருமுறை காய்ப்பதுதான் கிளிமூக்கு மாங்காய். பச்சைமலைத்தொடரின் வியப்புறு கனிகளில் அதுவும் ஒன்று. அத்தகைய கனி பறம்பின் வடதிசை யில் உள்ள கொழுமலையில் உள்ள ஊத்துக்காட்டில் காய்த்திருப்பதாகக் காவல்வீரர்கள் சொன்ன செய்தியைக் கொண்டு அப்பக்கமாகப் பயணத்தைத் தொடங்கினான் உதிரன். கொழு மலையென்பது எவ்வியூரிலிருந்து குதிரைப்பாதையில் சென்றால் ஐந்து நாள் பயணத்தொலைவைக் கொண்டது. அவ்வளவு நெடுந் தொலைவு சென்று மணநாளுக்கு முன் திரும்ப முடியாது என நினைத்த

உதிரன். மலைமுகட்டில் அமைந்துள்ள குதிரைப்பாதையிலே தொடர்ந்து செல்லாமல், சில இடங்களில் குதிரைப் பாதையையும் சில இடங்களில் குறுக்குவழியில் நடைபாதையுமாக மாறி மாறிச் சென்று குன்றுகளைக் கடந்து கொண்டிருந்தான்.

முதல் இருநாட்கள் மலைமுகட்டின் வழியிலான குதிரைப்பாதையிலே சென்றனர். அங்கவை உடனிருப்பதால் காடுகளுக்குள் தங்காமல் அருகிலுள்ள ஊர்களிலேயே தங்கினர். அவ்வூர்களி லிருந்து மணவிழாவுக்குச் செல்பவர்கள் எல்லாம் ஏற்கெனவே புறப்பட்டிருந் தனர். பின்னர் குறுக்குவழியில் மலையிடுக்குகளுக்குள் புகுந்து பயணத்தைத் தொடர்ந்தனர். மூன்றாம் நாளும் நான்காம் நாளும் நடந்தே செல்ல வேண்டியிருந்தது. உதிரன் நினைத்ததுபோலப் பயணத்தின் வேகம் இல்லை. காரணம் வழியை விட்டுத் தொலைவில் இருக்கும் ஊர் களில் இரவு தங்கவேண்டியிருந்ததால் அங்குபோய்த் திரும்ப நேரமானது.

ஆனாலும் பாதிக்கு மேற்பட்ட தொலைவு வந்தபின் திரும்ப முடியாது என்ற காரணத்தால் பயணத்தைத் தொடர்ந்தனர். கிளிமூக்கு மாங்கனியோடு நீலன்மயிலாவைக் காண்பது எவ்வளவு மகிழ்வைத்தரும் என்பதை நினைத்தபடி அவர்கள் நடந்தனர்.

தன் காதலனோடு பயணிக்கும் அங்கவையின் மனநிலை முற்றிலும் வேறாக இருந்தது. அடர்காடுகளுக்குள் உதிரனோடு நீண்ட நெடும்பயணம். அவனால் காட்டின் எந்த இண்டிடுக்குக்குள்ளும் நுழைந்து வெளியேற முடியும். அவளை எந்தவொரு ஆபத்தும் தீண்டி விடாதபடிப் பாதுகாக்க முடியும். பொதினியில் மருத்துவ அறிவை ஆணுக்கு நிகராகப் பெண்களும் அறிவர். அதனால்தான் ஆதினி மூலிகைச் செடி பற்றிய பேரறிவைக்கொண்டவளாக இருந்தாள். அங்கவையையும் அவளைப்போலவே வளர்த்திருந்தாள். இப்பொழுது கபிலரின் மொழியறிவும் அவளுள் செழித்திருக்க அவள் சொல்லும் ஒவ்வொரு சொல்லும் புதிதாய் மலரும் பூவினைப்போல் ஒளியும் மணமும் வீசியது.

இருவரின் வியப்புகளுக்குள் அடங்காமல் விரிவடைந்துகொண்டே இருந்தது காடு. நான்காம் நாள் இரவு எயினூரில் தங்கினர். வந்திருப்பது அங்கவை என அறிந்து ஊரே விருந்து செய்து மகிழ்ந்தது. உதிரனுக்கு வேறொன்று நினைவுக்கு வந்தது, அதனை அங்கவையோடு பகிர்ந்து கொண்டான். “காடறியும் காலத்தில் இவ்வூரின் மேற்றிசையில்தான் இராவெரி மரத்தைப் பார்த்தேன்” என்றான்.

அதனைச் சொன்ன கணத்தில் அங்கவையின் முகம் மகிழ்ச்சியில் மலர்ந்தது. “எவ்விடத்தில் இருக்கிறது என்பது உனக்கு நினைவில் உள்ளதா?”

“நன்றாக நினைவில் உள்ளது.”

“சென்று பார்ப்போமா?”

“நாம் பார்த்துத் திரும்ப, இருபகல் ஓர் இரவு ஆகுமே.”

அங்கவை சற்றே சிந்தித்தாள். உதிரன் சொன்னான், “ஏற்கெனவே அதிக நாட்களாகிவிட்டன. இனியும் நாம் காலந்தாழ்த்த வேண்டாம். இன்னொருமுறை அதனைப் பார்ப்போம்” என்றான். அங்கவையின் முகம் சற்றே வாடியது. மனக்கவலை தீர இரவில் நெடுநேரம் பேசிக் கொண்டிருந்தான் உதிரன்.

அங்கவை தங்கிய குடிலின்

மூதாட்டி, “இராவெரி மரத்தைப் பார்க்காவிட்டாலென்ன! இரிக்கிச் செடியைப் பறித்துவந்து காட்டு” என்றாள்.

மூதாட்டி என்ன சொல்லுகிறாள் என்று உதிரனுக்குப் புரியவில்லை. “இரிக்கிச் செடி என்றாள் என்ன?” எனக் கேட்டான்.

“உனக்கும் தெரியாதா?” எனக் கேட்டவள், தூரத்திலிருந்த பெண்ணைச் சத்தம்போட்டு அழைத்து, “இவ்விருவரையும் கூட்டிப் போய் இரிக்கிச்செடியைக் காட்டு” என்றாள்.

அப்பெண், இருவரையும் அழைத்துக்கொண்டு காட்டுக்குள் நுழைந்தாள். தேய்பிறையின் கடைசிக் காலமாதலால் மாமலை கும்மிருட்டில் மூழ்கிக்கிடந்தது. ஊரை விட்டு சற்றுத் தள்ளி உள்ளே போனவள், சந்தன மரத்தின் அடிவாரத்தில் பின்னிக் கிடந்த பெருங்கொடியைப் பிடித்துத் தூக்கினாள். அவர்கள் இருவரும் அக்கொடியையே பார்த்தனர். கொடியின் முனைப்பகுதியை மட்டும் ஒடித்தவள் அங்கவையையும் உதிரனையும் கைநீட்டச் சொன்னாள். இருவரும் கையை நீட்டினர்.

ஒடித்த கொடியிலிருந்து கசியும் நீரினை இருவரின் உள்ளங்கையிலும் ஒவ்வொரு துளி வைத்தாள். இதனை ஏன் கையில் வைக்கிறாள் என இருவரும் உள்ளங்கையை உற்றுப் பார்த்துக்கொண்டிருந்தனர். பார்த்துக் கொண்டிருக்கும்போதே அவர்களின் கண்கள் விரியத் தொடங்கின. அத்துளி வெண்மை நிறங்கொண்டதாக மாறியபடியிருந்தது. கெட்டியான பால்துளிபோல் அது இருப்பதைப் பார்த்தனர். வியப்பு அடுத்தகட்டத்தை அடைந்தது. இவ்விருட்டில் இவ்வெண்மை நிறம் எப்படி இவ்வளவு துல்லியமாகத் தெரிகிறது எனச் சிந்தித்தபொழுதுதான் புரியவந்தது, அத்துளிநீர் மெல்லியதாய் ஒளியை உமிழ்ந்துகொண்டிருக்கிறது என்று. மின்னுட்டான் பூச்சியின் உடலுக்குள் இருக்கும் வெண்பச்சைநிற நீர்போல்தான் இதுவும் பச்சையின்றி முழுவெண்மையில் ஒளியை உமிழ்கிறது. இருவரும் தங்களின் உள்ளங்கைக்குள் ஓர் அதிசயத்தை வைத்துக்கொண்டு நின்றனர். கைநடுக்கத்தில் காற்றில் அசையும் சுடர்போல் கையொளி அசைந்து கொண்டிருந்தது.

அழைத்துவந்தவள் நீண்ட நேரத்துக்குப் பின், “இன்று இரவு முழுவதும் வைத்திருந்தாலும் ஒளிமங்காது. வாருங்கள் போவோம்” எனச் சொல்லி ஊருக்கு அழைத்து வந்தாள். வரும்பொழுது நீண்டு படர்ந்துகிடந்த அதன் கொடியைப் பறித்து வந்தான் உதிரன்.

ஊர்வந்ததும் அங்கவை தங்கும் குடிலின் உட்புறச்சுவரிலும் மேற்கூரையிலும் செடியை ஒடித்து, கசியும் நீரினைப் பொட்டுப்பொட்டாக வைத்துவிட்டு வெளியேறினான். எரிந்துகொண்டிருந்த சிறுவிளக்கினை அணைத்தாள் அங்கவை. விளக்கொளி நீங்கியதும் குடில் முழுவதும் பெருகி நிறைந்தது இருள். சிறிதுநேரத்திலே நீர்த்துளிகள் பால்நிறங்கொள்ளத் தொடங்கின. இங்குமங்குமாக இருளுக்குள்ளிருந்து வெண்ணிற மொட்டுக்கள் அவிழத்தொடங்கின. அவிழும்பொழுதே ஒளி கசிந்து பரவியது. வான்வெளியில் மஞ்சள் ஒளிசிந்தும் விண்மீன்கள் வெண்மைநிற ஒளியைச் சிந்தினால் எப்படி இருக்கும் என்பதை அங்கவை இரவு முழுவதும் பார்த்திருந்தாள். அவ்விரவு முழுவதும் அவளின் கைக்கெட்டும் தொலைவில்

விண்மீன்கள் நிறைந்துகிடந்தன.

பொழுது விடிந்தது. அவர்கள் விரைந்து புறப்பட்டனர். அப்பொழுது உதிரன் ஊத்துக்காட்டினைப் பற்றி எயினூர் மக்களிடம் கேட்டான். அவர்கள் அக்காட்டினை அடையும் திசைக்குறிப்பினைச் சொன்னார்கள். கிளிமூக்கு மாங்கனி வேண்டும் என்று சொல்லியிருந்தால், அவர்களும் உடன்வந்து பறித்துத் தந்திருப்பார்கள். ஆனால், தாமாகக் கண்டறிந்து நீலன்மயிலாவுக்குக் கொண்டுசெல்ல வேண்டும் என்பதால் அதனைப்பற்றிக் கேட்கவில்லை.

அவர்கள் சொன்ன குறிப்பின் அடிப்படையில் நடைவழிப்பாதையில் இருமலைகளைத் தாண்டினர். செங்குத்தான ஏற்ற இறக்கமாதலால் களைப்பு அதிகமாக இருந்தது. அன்றிரவு குகையினில் தங்கினர். அருகில் ஊரெதுவும் கிடையாது. உதிரன் கையில் இரிக்கிக்கொடியைப் பறித்து வந்திருந்தான். குகைமுழுவதும் வான்வெளியாக மாற்றி அங்கவையைத் தூங்கவைத்தான். குகைவாயிலில் இரவு முழுவதும் விழித்திருந்தான். அதிகாலை அவள் எழுந்ததும் சிறிதுநேரம் அவன் உறங்கினான்.

வெயில் ஏறத் தொடங்கியபொழுது அவர்கள் வேகவேகமாக நடந்து கொண்டிருந்தனர். ஊத்துக் காட்டுக்குள் உச்சிப்பொழுதில் நுழைந்தனர். நீண்டுகிடக்கும் மலை மடிப்பின் இருபக்கச் சரிவிலும் பரவிக் கிடப்பதுதான் ஊத்துக்காடு. காட்டின் நடுவில் ஊடறுத்து ஓடிக்கொண்டிருந்தது எழுவனாறு. அகலமான இவ்வாற்றில் ஒருதுளி நீரில்லை. கோடையின் வெக்கையில் மணற்துகள்கள் மின்னிக் கொண்டிருந்தன.

இருவரும் ஒவ்வொரு மரமாக உற்றுப்பார்த்தபடி நடந்துகொண்டிருந்தனர். எண்ணற்ற மாமரங்கள் இருந்தன. அவை எதிலும் கிளிமூக்கு மாங்கனி இல்லை. மரத்தைப் பார்த்த படியே இங்குமங்குமாக நடந்தனர். கொடுங்கோடையாதலால் செடி கொடிகள் வதங்கிப்போயிருந்தன. பச்சைமலையின் அடிவாரக்குன்றுப் பகுதிகள் இவை. எனவே, வெக்கையின் தாக்கம் கடுமையாகவே இருந்தது.

நன்கு படர்ந்து விரிந்திருந்த மாமரத்தின் அடிவாரத்தில் ஓய்வெடுக்கலாம் என அமர்ந்தனர். சற்றே அவன் தோள்சாய்ந்தாள் அங்கவை. சிறிது ஓய்வுக்குப்பின் உதிரன் சொன்னான், “நிழலிலே அமர்ந்தாலும் வெப்பத்தின் தாக்கம் குறையவில்லை.”

அங்கவை பதிலேதும் சொல்லவில்லை.

“ஏன் எதுவும் பேசாமல் இருக்கிறாய்?” எனக் கேட்டான் உதிரன்.

தோளிலே சாய்ந்திருந்தவள் முகம்பார்த்துப் பேசுவதற்காக எதிரே வந்து உட்கார்ந்து சொன்னாள், “இது மகிழ்வை மட்டுமே அறியும் பருவம். இதற்கு நிழலும் பொருட்டல்ல, வெயிலும் பொருட்டல்ல.”

சொல்லியபடிப் புன்னகைத்த அவளை மகிழ்ந்து கவனித்துக் கொண்டிருந்த உதிரனின் முகம் சட்டெனக் கடுமையானது. “அசையாமல் இரு” என்றான்.

என்னவென்று புரியாமல் திகைத்த படி இருந்தாள் அங்கவை. அவளது கழுத்தின் பின்பகுதியில் அமர்ந்திருந்த பெரிய ஈ ஒன்றை நோக்கி வலக்கையை மெதுவாகக்கொண்டுபோய்ச் சட்டென அமுக்கிப்பிடித்தான்.

பிடித்த வேகத்தில் கைகளை மூடியவன் மெல்ல விரலிடுக்குகளின் வழியாக உள்ளிருப்பதைப் பார்க்க

முயன்றான். இவ்வளவு கூர்மையாக எதனைப் பார்க்கிறான் என்று அவளும் உற்றுநோக்கினாள். விரல் இடுக்குகளுக்குள்ளிருந்து அது தலையை முண்டி வெளியேற முயன்றது. அதன் தலையையும் வெளிவர முயலும் அதன் எத்தனிப்பையும் கவனித்தபடி உதிரன் சொன்னான், “இது அடவி ஈ. மூன்று நான்கு ஈக்கள் கடித்தால் சற்று நேரத்திலே மனிதன் மயக்கம் அடைந்துவிடுவான். எண்ணற்ற ஈக்கள் மொய்த்துக்கொண்டு கடித்தால் மரணங்கூட ஏற்படலாம்.”

கணநேரத்தில் அங்கவையின் முகம் இறுகி உறைந்தது. அதனைக் கவனித்தபடி உதிரன் சொன்னான், “இந்த ஈ உன்னைக் கடிக்கவில்லை. அமர்ந்ததும் பிடித்துவிட்டேன். அது மட்டுமல்ல; ஓர் ஈக்கடித்ததால் ஒன்றும் ஆகிவிடாது.”

தலையை மறுத்து ஆட்டியபடி அங்கவை சொன்னாள், "உனது முதுகில் மூன்றுநான்கு ஈக்கள் இருப்பதை அப்போதே பார்த்தேன்."

சற்றே அதிர்ந்தான் உதிரன்.

சொல்லிக்கொண்டே அவனது முதுகுப்புறமாக வந்துபார்த்தாள். மூன்று ஈக்கள் முதுகோடு ஒட்டி யிருந்தன. மரத்தில் சாய்ந்திருந்ததால் மரப்பட்டை அழுத்துகிறது என நினைத்திருந்தான் உதிரன். அவள் தட்டிவிட்டதும் அவை பறந்து வெளி யேறின. அவ்விடத்தில் முள் தைத்ததைப்போல் குருதி இருந்தது.

ஒன்றுக்கும் மேற்பட்ட ஈக்கள் கடித்துள்ளன என்பதை அவளின் முகம்பார்த்து உணர்ந்த உதிரன் சொன்னான், "நீ கலங்காதே! ஒருவேளை நான் மயக்கமுற்றாலும் சிலபொழுதில் எழுந்துவிடுவேன். பதற்றமடையாமல் இரு" என்றான்.

அங்கவை சற்றே படபடப்போடு இருந்தாள். ஏனென்றால், இதனைச் சொல்லிக் கொண்டிருக்கும் பொழுதே உதிரனின் கண்கள் செருகத் தொடங்கி விட்டன. அதனைக் கவனித்தவள், அவனது தலையினைத் தனது மடியினில் மெல்லச் சாய்த்தாள். சிறிதுநேரத்திலேயே உதிரன் முழு முற்றாக மயங்கினான்.

கலக்கத்தில் உடல் உதறுவதுபோல் இருந்தது, ஆனால், அடுத்தகணமே செய்ய வேண்டியதென்ன என்று சிந்தித்தாள். உடனடியாகச் சென்றிப் புகை போடுவோம். இப்பகுதியில் ஊரேதும் இல்லை. மலையின் பின்புறம் இருமடிப்புகள் தாண்டி எயினூர் இருக்கிறது. இங்கு புகை போட்டால் அவ்வூரில் இருப்பவர் களால் பார்க்க முடியாது. இம்மலைப் பகுதியில் யாராவது இருந்தால்தான் உண்டு என்று எண்ணியபடி இங்குமங்குமாக சென்றிக்கொடியைத் தேடினாள்.

உதிரனின் இடுப்பிலிருந்த குறுவாளினை எடுத்து அருகிருந்த செடிகொடிகளை வெட்டியிழுத்தாள். வேகமாக அவற்றை உதிரனின் மீது போட்டு மீண்டும் ஈக்கள் மொய்க்காத படிச் செய்தவள். சற்று விலகிப்போய்ச் சென்றிக்கொடி தேடலாம் என்று முயன்றாள்.

அவளது தேடல் தொடர்ந்து கொண்டே இருந்தது. கீழ்ப்புறமாக எழுவனாற்றை நோக்கி இறங்கித் தேடினாள். அகன்று விரிந்து கிடந்தது எழுவனாறு. அதன் மணல் வெக்கையை உமிழ்ந்துகொண்டிருந்தது. ஆற்றினூடே குறும்பாறைகள் முளைத்துக்கிடந்தன. அவளின் கண்கள் எங்கும் ஓடித்திரும்பின. உதிரனைப் பார்க்கும் தொலைவைக் கடந்து போய்விடக்கூடாது என நினைத்துக்கொண்டே திரும்பித் திரும்பிப் பார்த்தபடித் தேடிக் கொண்டிருந்தாள்.

எப்பொழுதும் கண்ணில் தட்டுப்படும் ஒன்று தேடும்பொழுது மட்டும் ஏன் கிடைப்பதேயில்லை என்று எண்ணிக்கொண்டிருக்கையில் அவளது கண்களுக்கு முன்னால் அது படர்ந்துகிடந்தது. பார்த்ததும் பெருமூச்சு விட்டாள். கையிலிருந்த குறுவாள்கொண்டு கொடியின் அடிப்புறத்தை அறுக்க எண்ணித் தரையோடு அமர்ந்தாள். ஏதோ மாறுபட்ட ஓசை ஒலிப்பதுபோல் இருந்தது. என்னவோசையிது என்று எண்ணியபடிச் சுற்றுமுற்றும் பார்த்தாள். ஒன்றும் பிடிபடவில்லை. ஆனால், சிறிது சிறிதாக ஓசையின் அளவு கூடிக்கொண்டேயிருப்பது போல் உணர்ந்தாள்.

கையிலிருந்த குறுவாளோடு கொடியினை அறுக்காமல் அப்படியே எழுந்தாள். கண்கள் திசையெங்கும் தேடித்துழாவின. பெருகுமோசை என்னவென்று புரியவில்லை. காட்டின் கீழ்ப்புறமிருந்து பறவைகள் கலைந்து பறந்தன. அத்திசையிலிருந்து தான் ஓசை வருகிறதென அறிய முடிந்தது. என்னவென்று தெரியவில்லை. மலையின் உச்சியில் ஏறி நின்று பார்ப்போமா என்று எண்ணிய பொழுது, மிகத்தொலைவில் எழுவனாற்று மணல்வெளியில் உருவங்கள் தென்படத் தொடங்கின.

வேகவேகமாக அருகிருந்த மரத்தின் மீதேறி, கொப்புகளுக்குள் தலை நுழைத்துப் பார்த்தாள். முதற்கணம் அவளால் காட்சியை உள்வாங்க முடியவில்லை. அகலவிரித்த கண்களில் தென்படும் எதுவும் அறிவிற்குப் புலப்பட மறுத்தது. எண்ணிலடங்காத யானைகள் எழுவனாற்று மணல்வெளியில் நடந்து முன்னேறிக்கொண்டிருந்தன. உயர்த்தப்பட்ட ஆயுதங்களோடு அவற்றின் மீது வீரர்கள் அமர்ந்திருந்தனர். ஆற்றின் இருகரையையும் அடைத்துக்கொண்டு அப்படை வந்துகொண்டிருந்தது.

காணுங்காட்சியை அவளால் நம்ப முடியவில்லை. சிந்தனையைக் கூர்மையாக்கி மீண்டும் கண்திறந்து பார்த்தாள். வந்துகொண்டிருப்பது பெரும்படை என்பதை சிந்தனைக்குள் ஆழப்பதிந்தாள். கண்கள் காட்சியை அலசிக்கொண்டிருக்க எண்ணம் செய்யவேண்டியதைப் பற்றிச் சிந்தித்தது. கண்பார்வையின் கடைசி விளிம்பில்தான் அப்படை நகர்ந்து வந்துகொண்டிருந்தது. ஆனால், மூலப்படைக்கு முன்னால் தூசிப்படை வருமென அவளுக்குத் தெரியும். அப்படியென்றால் ஆற்றின் இருகரைகளிலும் எதிரிகள் முன்னேறி வந்துகொண்டிருப்பர். எண்ணிய கணத்தில் மரம்விட்டுச் சட்டெனக் குதித்து இறங்கி, உதிரனை நோக்கி ஓடினாள்.

கணநேரத்துக்குள் வாழ்வின் காட்சிகள் மாறிக்கொண்டிருந்தன. மேலே கிடந்த செடிகொடிகளை விலக்கி அவனது கன்னத்தில் அறைந்தும் மார்பில் குத்தியும் எழுப்ப முயன்றாள். உதிரன் உணர்வற்றுக் கிடந்தான். அங்கவை ஏதேதோ செய்து பார்த்தாள். கண்கள் கலங்கின. தலைமுடியைப் பிடித்து உலுக்கிப் பார்த்தாள். எந்தப் பயனுமில்லை. ஆவேசமும் குழப்பமும் கதறலுமாக மனம் கொந்தளிப்பில் அலைமோதியது. சட்டென அதே மரத்தின் மேலேறி, பொருத்தமான கிளையின் முனையில் போய்நின்று இலைகளை விலக்கிப்பார்த்தாள். மணல்தூசி அடுக்கடுக்காய் மேலேறிக் கொண்டிருந்தது. மிகத்தள்ளி அவர்கள் வந்துகொண்டிருந்தனர். ஆனால், ஆற்றின் எதிர்ப்புறச் சரிவிலிருந்து புலிச்சின்னம் பொறிக்கப்பட்ட பதாகையை ஒருவன் அசைத்துக் காண்பிப்பது அவளுக்குத் தெரிந்தது. வந்துகொண்டிருப்பது சோழனின் படை. அப்படியென்றால், அதே அளவுத் தொலைவில் இப்பக்கமும் தூசிப்படை முன்னேறியிருக்கும் என்பது புரிந்தது.

வெறிகொண்ட ஆவேசத்தோடு மரம் விட்டு இறங்கியவள், இங்குமங்குமாகத் தேடி, நீண்டுகிடந்த இண்டங்கொடியை இருபனை உயரத்துக்கு வெட்டியெடுத்தாள். ஒரு முனையில் உதிரனின் கால், இடுப்பு, மார்பு என அனைத்துப்பகுதியையும் மேல்நோக்கித் தூக்குவதற்கு ஏற்ப

இறுகக்கட்டினாள். அவன் எவ்வித அசைவுமற்றுக் கிடந்தான்.

இண்டங்கொடியின் மறுமுனையை மரத்தின் கிளைகளுக்குள்ளே எறிந்தாள். தாழ்ந்திருந்த கிளையில் விழுந்து மறுபக்கமாகச் சரிந்தது. அதுவரை மேலே தூக்கிப் பின்னர், மறுகிளை நோக்கி மேலுயர்த்துவதெல்லாம் முடியாதசெயல் எனச் சிந்தித்தவள். கொடியைக் கையில் எடுத்துக் கொண்டு சரசரவென மரத்தின் மேற்கிளையை நோக்கி ஏறினாள். பொருத்தமான இடமெனத் தென் பட்ட கவட்டைவடிவக் கிளையில் கொடியைப் போட்டு மறுபக்கமாகக் கீழே எறிந்தாள்.

மரம்விட்டு இறங்கியவள் இழுத்து மேலே தூக்க வசதியாக உதிரனை மரத்தினையொட்டி சாய்வாக உட்காரவைத்து, பின்புறமாகத் தொங்கிக்கொண்டிருக்கும் கொடியை இழுக்க ஆயத்தமானாள். இரு கைகளுக்குள்ளும் அடங்காத அளவு அகலங்கொண்டிருந்த இண்டங்கொடியைப் பிடித்து வாகாக நிற்க முயன்றாள். நகரும் படையின் ஓசை பெருக்கெடுத்து முன்னகர்ந்து வந்தது.

கையிலிருந்த கொடியை விட்டுவிட்டு ஓடிப்போய் எவ்விடம் வந்துள்ளனர் என்பதைப் பார்க்க எண்ணியவள் மறுகணம் இப்பொழுது கையிலிருக்கும் இக்கொடியை விடுவது, உதிரனின் உயிரை விட்டு அகல்வதற்கு நிகர். தூசிப்படையின் கண்களுக்கு மனிதர்கள் தெரிந்தால் வெட்டியெறிந்துவிட்டுப் போவார்கள் எனச் சிந்தித்தபடிக் கொடியை இறுகப் பிடித்து வலுக்கொண்டு இழுத்தாள். உதிரன் மெல்ல அசைந்துகொடுத்தான். ஆனால், அவ்வளவு வலுமிக்க வீரனின் உடலை இழுத்து மேலேற்றுவ தெல்லாம் எளிய செயலல்ல. ஆவேசங் கொண்டு முயன்றாள் அங்கவை.

அமர்ந்த நிலையிலிருக்கும் உதிரனை நின்றநிலைக்குக்கூடக் கொண்டுவர முடியவில்லை. இது தனிமனிதராகச் செய்யும் முயற்சியல்ல என்பது தெளிவாக விளங்கியது. ஆனால், இம்முயற்சியை விட்டால் உதிரனைக் காப்பாற்ற வேறு எவ்வழியுமில்லை என்பதும் உறுதியாகப் புரிந்தது. எண்ணங்களை ஒருங்கிணைத்து முழு மூச்சோடு முயன்றாள். ‘வீரமும் வலிமையும் சிந்தனையில்தான் உள்ளன. அதனால்தான் சிறுவர்களை வைத்துக்கொண்டு திரையர்களின் கூட்டத்தை நடுமலை வரை எதிர்கொண்டான் தேக்கன். அத்தனை முறை தாக்குதலுக்கு ஆளான பின்னும் தளராமல் இறுதி வரை ஓடினர் கீதானியும் அலவனும்’. எண்ணத்தின் உறுதி எதனையும் செய்யும் ஆற்றலைத் தரும் என்பதை உணர்ந்தபடி ஆவேசத்தோடு இண்டங்கொடியை இழுத்துப் பின்னால் நகர்த்தினாள்.

உதிரன் சற்றே மேலுயர்ந்தான். உதிரனைத் தூக்கிவிட முடியும் என்று கண்ணில் தெரிந்த நம்பிக்கை, கைகளின் வலுவை மேலும் கூட்டியது. உன்னியிழுத்துப் பின்னகர்ந்தாள். உதிரன் உயர்ந்துகொண்டிருந்தான். மூன்று, நான்கு எனக் கைகளில் கொடியைச் சுழற்றியபடி இழுத்தாள். தாழ்ந்திருந்த கொப்பின் உயரத்தை அவன் தலை தொட்டது. கொடியை அருகிருந்த மரத்தில் இழுத்துக்கட்டி விட்டு வேகமாக வந்து மேலேறினாள்.

இவ்வுயரத்தில் இருந்தால், மரத்துக்குக் கீழே யார் வந்தாலும் எளிதாகப் பார்த்துவிட முடியும். எனவே, மேலே உள்ள கிளைக்குக் கொண்டு போனால்தான் அவனை

மறைக்க முடியும் எனத் தோன்றியதும் மீண்டும் கீழிறங்கிவந்து இழுக்க முயன்றாள். கைகளில் வலு போதவில்லை. என்ன செய்வதென்று புலப்படவில்லை. படையின் பேரோசை மலையெங்கும் அதிர்ந்து பரவியது. கைகளைத் தளர்த்தாமல் மூச்சினை இழுத்தாள். மனம் கொற்றவையை வணங்கியது. போர்த் தெய்வத்தின் ஆவேசத்தைக் கேட்டு மன்றாடினாள். மூடிய கண்களுக்குள் செம்பாதேவியின் நினைவு வந்தது. பற்களை நறநறவெனக் கடித்தபடிப் புலிக்கொடியைக் கிழித்து எறியும் ஆவேசங்கொண்டாள்.

"செம்பா தேவீ" என மனம் கதற, அடக்கமுடியாத ஆற்றலோடு இண்டங்கொடியை இழுத்துத் தள்ளினாள். உதிரன் மேற்கிளையில் முட்டி நின்றான். கொடியை மீண்டும் கட்டிவிட்டு மரமேறி உச்சிக்குப் போனாள். கிளையின் பிளவில் பொருத்தமாக அவனை உட்கார வைத்துக் கவட்டையோடு சேர்த்து அவனைக் கட்டினாள். கீழ்ப்புறமிருந்து பார்த்தால் தெரியாத அளவு கொப்புகளை ஒடித்துச் செருகி மறைத்தாள். இண்டங்கொடி முழுமையும் மேல்நோக்கி இழுத்துக்கொண்டாள்.

படையோசை எங்கும் கேட்டது. காடெங்கும் பறவைகள் கலைந்து பறந்தன. அடர்கிளைகளை மெல்ல விலக்கினாள். கிளி ஒன்று முகத்தில் கொத்துவதுபோல் வந்தது. தலையைப் பின்புறமாக இழுத்துக்கொண்டு பார்த்தாள். அது கிளிமூக்கு மாங்கனி. மரத்தின் உச்சிக்கிளையில் காய்த்துத் தொங்கிக்கொண்டிருந்தது. ஆடுங்கனியை இடக்கையால் விலக்கிப்பார்த்தாள். தூசிப் படையினர் முன்னேறி வந்துகொண்டிருந்தனர்.

72

மூன்றாம் நாள் நள்ளிரவில் உதிரனும் அங்கவையும் எயினூருக்குள் நுழைந்தனர். நாய்களின் குரைப்பொலியைக் கேட்டு ஊரே விழித்துக்கொண்டது. உடலும் மனமும் அதிர்ச்சியிலிருந்து மீள முடியாமல் இருந்தன. எழுவனாற்றின் மணல்வெளியைக் கடக்க முடியவில்லை. எத்தனை காலடித் தடங்கள்! யானையினுடையவை எத்தனை, வில் வீரர்களுடையவை எத்தனை, கொன்றழிக்க வேண்டிய எதிரிகளின் எண்ணிக்கைதான் எத்தனை எத்தனை!

பார்த்த காட்சியை மற்றவர்களிடம் சொல்ல, கொந்தளிக்கும் உணர்வு இடம் தரவில்லை. எயினூரிலிருந்து மிகத் தள்ளி குன்றுகள் பலவற்றைத் தாண்டி ஓடும் எழுவனாறு, எதிர்ப்புற மாகத் திரும்பிச் செல்கிறது. எனவே, எயினூர் மக்கள் யாரும் படையைப் பார்த்தறியவில்லை. வந்ததும் அங்கவையை அங்கேயே இருக்கச் சொல்லிவிட்டு வீரர்கள் இருவரை அழைத்துக்கொண்டு இரவோடு இரவாகப் புறப்பட்டான் உதிரன்.

மலைப்பாதையில் செங்குத்தான வழித்தடத்தில் கோழியனூரை நோக்கி மேலேறினர். இரவில் இந்தப் பாதையில் செல்வது ஆபத்து என ஊரார் தடுத்தபோதும் கேட்கும் நிலையில் உதிரன் இல்லை. கோழியனூரை அடைந்துவிட்டால் அங்கு காவல் வீரர்களிடம் விட்டுவிட்டு வந்த குதிரையில் எவ்வியூர் விரைய வேண்டும். எதிரியின் படைகள் பறம்புக்குள் நுழைந்துள்ள செய்தியை மிக விரைவாக பாரியிடம் கொண்டு சேர்க்க வேண்டும். எழுவனாற்றின் வழித்தடத்தையொட்டிய மலைப் பகுதியில் ஊர்களின் எண்ணிக்கை மிகக் குறைவு. நாளையோ, நாளை

மறுநாளோ படை வந்து கொண்டிருப்பதை மக்கள் பார்த்து விடுவர். வந்து கொண்டிருப்பது, இதுவரை பார்த்திராத அளவு எண்ணிக்கை கொண்ட பெரும்படை. எனவே, ஆங்காங்கே உள்ள மக்கள் தாக்குதலைத் தொடங்கிவிடக் கூடாது. நன்கு ஒருங்கிணைந்த தாக்குதலாக இருக்க வேண்டும். செய்தியை மிக விரைவாகக் கொண்டுசேர்க்க வேண்டும் என்பதுதான் இப்போது முக்கியம்.'

நன்றாக வழி தெரிந்த இருவரோடுதான் மலையேற்றத்தைத் தொடங்கினான் உதிரன். செங்குத்தான பெரும் பாறைகளில் துணிந்து முன்னேறிச் சென்றனர். காலடியில் உருளும் கற்கள் கீழேபோய் விழும் ஓசையைக் கூடக் கேட்க முடியவில்லை. மலைச் சரிவு அவ்வளவு ஆழமுடையதாக இருந்தது. பல இடங்களில் வேர்களையும் கொடிகளையும் பிடித்து மேலேற வேண்டியிருந்தது. வீரர்கள் இருவரும் உதிரனை அழைத்துச் செல்வதில் மிகக் கவனமாகச் செயல்பட்டனர்.

ஆனால், உதிரன் வெறிகொண்டபடி மேலேறிக் கொண்டிருந்தான். எந்த ஆபத்தையும் பொருட்படுத்த அவன் ஆயத்தமாய் இல்லை. அங்கவையின் செயல் அவனை உலுக்கியது. 'எவ்வளவு இக்கட்டான நிலையில் தனியொருத்தியாக இருந்து என்னைக் காப்பாற்றியுள்ளாள். கடைசி வரை நம்பிக்கை இழக்காமல் செயல்பட்ட அவளின் துணிவு இணையற்றது. கால்களுக்குக் கீழே எண்ணிலடங்காத எதிரிகள் நகர்ந்து போய்க் கொண்டிருக்கும்போது பகலும் இரவும் கவனமாகத் தன்னையும் காத்து என்னையும் காத்துள்ளாள். இந்த உறுதிப்பாட்டுக்கும் துணிவுக்கும் முன்னால் நம் செயல்கள் பொருட்டே அல்ல!' என்று அவனுக்குத் தோன்றியது. எயினூர் வீரர்கள் சற்றே தயக்கத்தோடு கடக்கும் இடங்களைப் பாய்ந்து கடந்துகொண்டிருந்தான் உதிரன்.

அதிகாலை கோழியனூர் வந்து சேர்ந்ததும் காவல் வீரர்களிடம் குதிரையை வாங்கிக்கொண்டு எவ்வியூர் நோக்கி விரைந்தான். பாய்ந்து செல்லும் குதிரையால் அவனது வேகத்துக்கு ஈடுகொடுக்க முடியவில்லை. 'மூன்று ஊர்களில் குதிரையை மாற்றிப் பயணத்தை நிற்காமல் தொடரவேண்டும்' என்று எண்ணியபடிப் பகலிரவு பாராமல் விரைந்துகொண்டிருந்தான்.

அங்கவை சொல்லிய ஒவ்வொரு சொல்லும் அவனால் நம்பவே முடியாததாக இருந்தது. அவன் விழிப்புற்றபோது பெரும்பான்மையான படைகள் கடந்துவிட்டன. பொழுதுநீங்கி நீண்டநேரத்துக்குப் பிறகுதான் அவன் மயக்கம் தெளிந்தான். மரத்தின் உச்சிக்கிளையில் உட்கார்ந்த நிலையில் கயிற்றால் கட்டப்பட்டிருப்பது ஏனென்று அவனுக்கு நீண்டநேரம் புரியவில்லை. அவன் பேசத் தொடங்கியதும் "அதிர்ந்து பேசாதே!" என எச்சரித்தாள் அங்கவை. பொழுது மங்கி இருள் சூழ்ந்ததால் அவனால் நடப்பதை விளங்கிக்கொள்ள முடியவில்லை. நீண்டநேரத்துக்குப் பிறகு மிக மெதுவான குரலில் நகரும் படையைப் பற்றிக் கூறினாள். அப்போதும் அவனது கட்டை அவள் கழற்றவில்லை. நிலைமையைப் புரிந்துகொள்ளாமல் உணர்ச்சிமேலிட அவன் எதுவும் செய்துவிடக் கூடாது என்பதில் அவள் தெளிவாக இருந்தாள். பறம்புக்குள் எதிரிகள் நுழைந்ததை அறிந்த பிறகும் ஒரு காவல் வீரன்,

கதை கேட்டுக்கொண்டிருக்க மாட்டான் என்பது அவளுக்குத் தெரியும். ஆனால், இப்போது நிலைமை வேறுவிதமாக இருக்கிறது.

அவன் மயக்கம் நீங்கிய பொழுதிலிருந்து அதிர்ச்சிமேல் அதிர்ச்சிகளை அவள் சொல்லிக்கொண்டே இருந்தாள். ஆற்றின் மேலே நல்ல உயரத்திலிருந்து பார்த்ததாலும், எண்ணறிவில் தேர்ந்தவளாக இருந்ததாலும் நகரும் படையைப் பற்றிய துல்லியமான கணக்கை அவளால் சொல்ல முடிந்தது.

சொல்லிக்கொண்டேயிருந்த அவளின் குரல் காதை விட்டு அகல மறுக்கிறது. "பறம்புவீரனாக இந்தப் படையைத் தடுப்பதுதான் எனது முதல் வேலை. அருகில் இருக்கும் ஊர்களைத் திரட்டி இந்த இரவிலேயே தாக்குதலைத் தொடங்கமுடியும். எதிரிகளை இந்த இடம் விட்டுத் துளியும் நகரவிடாமல் என்னால் செய்ய முடியும்" என ஆத்திரம் கொண்டு உரைத்தபோது, மிகவும் அமைதியாக, ஆனால் உறுதியான குரலில் அவனது எண்ணத்தை மறுத்தாள் அங்கவை!

"தந்தை, தேக்கன், முடியன் என யாரும் சிந்தித்திராத ஒருதிசை வழியில் பறம்புக்குள் பெரும்படை நுழைந்துள்ளது. அப்படியென்றால், இதற்குப் பின்னால் விரிவான திட்டமிடல் இருக்க வேண்டும். சேரனும் பாண்டியனும் படையெடுப்பார்கள் என எதிர்நோக்கி இருக்கும்போது இவ்வளவு பெரும்படையோடு சோழன் ஏன் உள்ளே நுழைகிறான்? அதுவும் எழுவனாற்றின் வழியினூடே எங்கே போகிறான்? இதெல்லாம் விரிவான தன்மையோடு எதிர்கொள்ள வேண்டிய ஒன்று. எனவே, செய்தியை உடனடியாக எவ்வியூருக்குக் கொண்டு செல்லும் வேலையை மட்டும் செய்."

எதிரியைக் கண்டு குருதி கொப்புளிக்கச் சினந்தெழுந்த உதிரனை மடக்கிப் பிடித்து எவ்வியூர் நோக்கி அனுப்பினாள் அங்கவை. "செய்தி சொல்ல மற்றவர்களைக்கூட அனுப்பலாம். நான் எதிரிகளைத் தொடர்ந்து செல்வதுதான் சரி" என உதிரன் மீண்டும் வாதிட்டபோது அங்கவை சொன்னாள், "எதிர்பாராத திசையிலிருந்தே இவ்வளவு பெரும் படை உள்ளே நுழைந்திருக்கிறது என்றால், மற்ற திசைகளிலிருந்து எவ்வளவு படைகள் உள்ளே நுழைந்துள்ளதோ? அவற்றை எதிர்கொள்ள யார் யார் எங்கெங்கே செல்வது என்பதெல்லாம் பறம்பின் தலைவன் எடுக்க வேண்டிய முடிவு. நீ போரிட வேண்டிய இடம் எது என்பதை எவ்வியூருக்குப் போய்க் கேட்டுத் தெரிந்துகொள்!" எனத் திடம்கொண்ட குரலில் கூறினாள் அங்கவை. ஈட்டி ஏந்திய பல்லாயிரம் எதிரிகள் கீழே போய்க்கொண்டிருப்பதை அறிந்த போதும் நடுங்காத அவளின் கால்களைவிட உறுதிமிக்கதாக இருந்தன அவளுடைய சொற்கள்!

பொழுது மங்கிக்கொண்டிருக்கும் மாலை வேளையில் நாகப்பச்சை வேலியைத் தாண்டிப் பாய்ந்தது உதிரனின் குதிரை. மேல்மாடத்தில் பாரி, தேக்கன், முடியன், காலம்பன் ஆகியோர், தென்திசையிலிருந்து கூழையன் அனுப்பிய செய்தியைப் பற்றித் தீவிரமாகக் கலந்துரையாடிக் கொண்டிருந்தனர். தொலைவிலேயே பாரியின் கண்களுக்கு உதிரனின் பாய்ச்சல் தெரிந்தது. அங்கவையின்றித் தனியே வருபவனின் வேகம் ஆபத்து ஒன்றை முன்னுணரச்செய்தது. மாடத்திலிருந்து விரைந்து கீழிறங்கினர்.

இரண்டு நாட்களாக உணவேது மின்றி அவ்வப்போது குதிரையை மட்டும் மாற்றி விரைந்து வந்து சேர்ந்தான் உதிரன். கிறங்கியபடி வந்தவனை சற்றே இளைப்பாறவைக்க முயன்றார் தேக்கன். ஆனால், கொந்தளிக்கும் உணர்வோடு இருந்த உதிரனால் அவர்கள் கொடுக்கும் நீராகாரத்தை வாங்கிக் குடிக்க முடியவில்லை. பேச்சு ஒழுங்கோடு வெளிவர மறுத்தது. முன்னும் பின்னுமாகத் திணறினான். அங்கவை இல்லாமல் உதிரன் மட்டும் வந்த செய்தி ஆதினியை எட்டியபோது இதுவரை இல்லாத அச்சத்தை அடைந்தாள்.

மாளிகையை நோக்கி ஓடோடி வந்தாள். அவள் உள்ளே நுழைந்த போது அங்கவையின் கண்களின் வழியே நகர்ந்து செல்லும் யானைப் படையின் எண்ணிக்கையைச் சொல்லிக்கொண்டிருந்தான் உதிரன். காலாட்படையின் தன்மை வேறுபாடு களைச் சொன்னான். குதிரைப்படை ஏதுமில்லை. படைகளை ஒழுங்கமைக்கவும் தளபதிகளின் பயன்பாட்டுக்காகவும் மட்டுமே குதிரைகள் வந்துள்ளன. வீரர்களின் முகங்களில் களைப்பேதும் இல்லை. தூசிப்படையினர் காதுகளின் மேல் மடல்களில் மூன்று ஓட்டையிட்டிருந் தனர் என்பதுவரை அங்கவை சொல்லி அனுப்பியிருந்தாள்.

ஏறக்குறைய அனைவரும் திகைத்துப்போயினர். ‘சோழன் ஏன் படையெடுத்து வருகிறான்? எழுவனாற்றினூடே பறம்புக்குள் நுழையும் வழி எப்படி அவனுக்குத் தெரிந்தது? அவனது படையின் வலிமை யானைகளை நம்பியதாக இருக்கிறது. அது மிகச் சரியான உத்தியே. இவ்வளவு தெளிவான திட்டமிடலோடு புறப்பட்டு வரும் நோக்கம் என்ன?’ என, ஒவ்வொருவருக் குள்ளும் கேள்விகள் உருண்டு கொண்டிருந்தன.

அவை அமைதிகொண்டது. ஆதினி பெருமூச்சு விட்டாள். அங்கவைக்கு ஆபத்து ஏதும் நிகழவில்லை. அதுபோதும். பறம்புக்குள் எவ்வளவு பெரியபடை வந்தாலும் அச்சம் கொள்ள ஒன்றுமில்லை. எனவே, அவை விட்டு அகன்றாள்.

முந்தைய நாள் நள்ளிரவு, கூழையன் செய்தி அனுப்பியிருந்தான். ‘குடநாடும் குட்டநாடும் படையை ஒருமுகப்படுத்தியிருக்கின்றன. ஆயிமலையின் பின்புறம் இருநாட்டுப் படைகளும் ஒன்றுசேர்ந்து பாசறை அமைத்துள்ளன. ஆயிமலையின் கணவாய் வழியாக இன்னும் சில நாட்களில் அவர்கள் பறம்புக்குள் நுழையவுள்ளனர்’ என்பதுதான் கூழையன் அனுப்பியுள்ள செய்தி.

வழக்கத்துக்கு மாறான தன்மை யுடன் சேரர்களின் நடவடிக்கை உள்ளது. இருவரும் தனித்தனியே போரிடுவதற்கான ஏற்பாட்டுடன் இருந்ததாகத்தான் ஏற்கெனவே கூழையன் செய்தி அனுப்பியிருந்தான். திடீரென எப்படி இரு படைகளும் ஒருங்கிணைந்தன? ஆயிமலை கணவாய்ப் பகுதியின் வழியே பறம்புக்குள் நுழையும் துணிவு எப்படி இவனுக்கு வந்தது? கிழக்குப்புறத்தில் பாண்டியன் படை அணி திரண்டு கொண்டிருப்பதற்கும், சேரனின் நடவடிக்கைக்கும் இருக்கும் உறவுகள் என்ன என்பதைப் பற்றிதான் அவையில் ஆய்ந்துகொண்டிருந்தனர்.

கடந்த பதினைந்து ஆண்டுகளுக்கும் மேலாக சேரர்களின் தாக்குதல் எத்தனையோ முறை நிகழ்ந்துள்ளது.

ஆனால், இந்த முறை உதியஞ்சேரலின் நடவடிக்கைகளில் நிறைய வேறுபாடு தெரிகிறது. அவன் மிகக் கவனமாகப் பல வேலைகளைச் செய்கிறான். பறம்புக்குள் வழியமைக்கத் தொடர்ந்து அவன் முயன்றுள்ளான். ஆனால், அவன் முயன்ற எந்தப் பகுதியிலும் இல்லாமல் ஆயிமலையில் கொண்டு வந்து இப்போது படையை நிறுத்தி வைத்துள்ளான். அவனது திட்ட மிடலின் ஒரு பகுதியாக நமது எண்ணங்களைக் குழப்பும் உத்தி இடம்பெற்றுள்ளது. இதை எதிர் கொள்ளச் செய்யவேண்டியது என்ன எனச் சிந்தித்துக்கொண்டிருந்தவர் களிடம்தான் சோழப்படை உள் நுழைந்ததைப் பற்றிச் சொன்னான் உதிரன்.

உதிரன் சொன்ன செய்தி, எல்லோருக்குள்ளும் குழப்பத்தையே உருவாக்கியது. இந்தப் படையெடுப் பின் நோக்கத்தையும் தன்மையையும் புரிந்துகொள்ள முடியவில்லை. இத்தனை ஆயிரம் எதிரிகள் இதுவரை பறம்புக்குள் நுழைந்ததில்லை. அங்கவை சொல்லியுள்ள கணக்குப்படி காலாட்படையின் எண்ணிக்கை ஐந்தாயிரத்துக்கும் அதிகமாக இருக்கிறது. யானைகளின் எண்ணிக்கை ஐந்நூறு.

'எதிரியின் படையைப்பற்றிப் பாரி வேறென்ன கேட்கப் போகிறான்?' என்று உதிரன் எதிர்பார்த்திருந்தபோது பாரி கேட்டான், "நீ கண் விழித்தது எப்போது?"

"மறுநாள் மாலையில்."

"போதிய உணவின்றிப் பல நாட்க ளாக இருக்கிறாய். முதலில் உணவருந்தி விட்டு வா. பின்னர் பேசுவோம்" என்றான்.

உதிரனுக்கு எழுந்து செல்ல மனமில்லை. தயங்கியபடியே வீரர் களோடு அவையை விட்டு வெளி யேறினான்.

துவளாத அவனது நடையைப் பார்த்தபடியே பாரி சொன்னான், "நாகக்குடி என்பதால் மறுநாள் கண்விழித்திருக்கிறான். ஒன்றுக்கும் மேற்பட்ட அடவி ஈக்கடித்திருந்தால் மற்ற யாராக இருந்தாலும் மரணித்திருப்பர்."

தேக்கன் 'ஆம்' எனத் தலையசைத்தான். உதிரன் வரும் வரை பேச்சு நீண்டது.

புதிய சூழலுக்கு ஏற்ப தனது கருத்தைக் கூறினான் முடியன். "ஆயிமலையின் கணவாய்ப் பகுதி மிகக் குறுகியது. அதனுள்ளே நுழைந்து வந்தாலும் அடர் காடுகளைக் கொண்டது. எனவே, அந்தப் பகுதியில் சேரனால் படை நடத்தி உள்நுழைய முடியாது. அவன் வேறு ஏதோ திசை வழியில் இருந்தே உள்ளே வரத் திட்ட மிட்டுள்ளான். நமது கவனத்தைத் திருப்பவே இந்த ஏற்பாடுகளைச் செய்துகொண்டிருக்கிறான்."

"அடர்காட்டை எவ்வளவு தொலைவு ஊடறுக்க முடியும்? பெரும்படைகள் நகர்வதற்கான நில அமைப்பை அவனால் எப்படி உருவாக்கிக்கொள்ள முடியும்?" எனக் கேட்டார் வாரிக்கையன்.

"எந்தவித முன்னனுபவமும் இல்லாமல் சோழன் உள்நுழைந்துள் ளான். பல்லாயிரம் வீரர்களைக் கொண்ட படை இருக்கும் மமதையில் தான் மூடத்தனமான முடிவை எடுத்துள்ளான். ஆனால், உதியஞ் சேரலை அப்படிச் சொல்லிவிட முடியாது. நம்மால் கணிக்க முடியாத ஓர் ஆட்டத்தை ஆடிப்பார்க்க எண்ணுகிறான்" என்றார் தேக்கன்.

உரையாடலைக் கேட்டபடி அமைதிகொண்டிருந்த பாரி இப்போது சொன்னான், "தென் புறத்துக் காவல் வீரர்கள் பயன் படுத்தும் குதிரைப்பாதை ஒன்று ஆயிமலையின் வழியே செல்கிற தல்லவா, அதை அடிப்படையாகக் கொண்டு உதியஞ்சேரல் திட்டம் தீட்டியிருப்பான்."

யாரும் சிந்திக்காத கருத்தாக அது இருந்தது."ஆனால்,குதிரைப்பாதையில் பெரும்படை ஒன்று எப்படி நகர்ந்து வர முடியும்?" எனக் கேட்டான் முடியன்.

"அதுவல்ல கேள்வி, அந்தக் குதிரைப்பாதையை அவன் எப்படி அறிந்தான் என்பதுதான் கேள்வி. அந்தத் திசை செல்லும் நமது காவல் வீரர்களை அவர்கள் தொடர்ந்து கவனித்ததன் மூலம் அறிந்துள்ளனர். அப்படியென்றால், அந்தப் பாதையின் வழியிலான ஒரு முயற்சிக்கு அவர்கள் ஆயத்தமாகியுள்ளனர்" என்றார் வாரிக்கையன்.

மற்றவர்களின் சிந்தனை அதை நோக்கிப்போனது. "சாலமலை, கழுவாரிக்காடு, நரிமுகடு ஆகிய மூன்று பகுதிகளில்தான் சேரன் படைநடத்தி உள்ளே வர முடியும். ஆனால், எந்தவிதக் காரணமும் இல்லாமல் ஆயிமலையின் பின்புறம் படையை நிறுத்தியுள்ளது எதனால்?" எனக் கேட்டான் முடியன்.

அமைதி நீடித்தது. "அவர்களின் திட்டம் எதுவாகவும் இருந்துவிட்டுப் போகட்டும். மூவரும் நமது கைக்கு அருகே வந்துவிட்டனர். நாம் செய்ய வேண்டியதைப் பற்றி முடிவெடுப்போம்" என்றான் தேக்கன்.

சிறிது நேரம் அமைதி நீடித்தது. அச்சமோ அவசரமோ யாரிடமு மில்லை. சப்பணமிட்டு அமர்ந்திருந்த பாரி எழுந்தபடி கூறினான், "நீராட்டுக்காகக் கொற்றவையின் கூத்துக்களத்தில் கூடுவோம்."

கொற்றவையின் கூத்துக் களத்தைக் காவல்வீரர்கள் வேகவேகமாகத் தூய்மைப்படுத்தி பந்தங்களை ஏற்றி வைத்தனர். உதிரன்தான் முதலில் வந்தான். அவன் சொல்லித்தான்

வீரர்களுக்குத் தெரியும். நீராட்டுச் சடங்கு எவ்வளவு உக்கிரமேறியது என்பதை அனைவரும் அறிவர்.

தேக்கன், வாரிக்கையன், முடியன் ஆகிய மூவரும் அடுத்ததாக வந்து சேர்ந்தனர். சற்றுநேரத்தில் பாரியும் காலம்பனும் வந்தனர். அவர்களுக்குப் பின்னே ஆதினி இரு பெண்களுடன் வர, இறுதியில் குலநாகினிகள் கூட்டமாக வந்தனர்.

பந்தங்கள், எங்கும் ஏற்றப் பட்டிருந்தன. வெளிச்சம் கண்டு பறவைகள் படபடத்து ஓசை யெழுப்பின. குலநாகினிகளில் மூவர் உடுக்கையைக் கையில் கொண்டிருந் தனர். ஆதினியுடன் வந்த இரு பெண் களில் இளம்பெண் ஒருத்தி நீர்நிறைந்த பச்சைமண் குடத்தைத் தூக்கி வந்தாள். நீர்க்குடத்துக்குள் முன்னோர்களின் எலும்புகள் இருந்தன. இன்னொருத்தி சூல்வயிற்றுக்காரி. அவளோ பனங்கருக்கைக் கலயத்துள் செருகித் தலையில் ஏந்திவந்தாள்.

போர் என்பது கொற்றவையின் திருவிழா. ஆதிகாலம்தொட்டு அவள் மனம் குளிரும் நிலம் போர்க்களம்தான். சிதைவுண்ட உடல்களும் சரிந்து தொங்கும் குடல்களும் தாடை வெட்டுப்பட்டுப் பிளந்துகிடக்கும் முகங்களும்தான் அவளுக்கான படையல்.

குலுங்கும் முலைகளில் குருதி பெருக்கித் தன் மக்களை அவள் பாலூட்டி வளர்ப்பதே, போர்க் களத்தில் இக்கைமாற்றை அவர்கள் செய்வார்கள் என்பதால்தான், செம்பாறையில் தலைகள் உருண்டு தெறிக்கும் ஓசையினையே உடுக்கை யின் ஓசையாக்கிக் கொண்டவள். எதிரிகளின் குருதி, நிலமெங்கும் வழிந்தோடும். செவ்வீரமண்ணைப் பிசைந்து அவளுக்கு ஊட்டப்போகும் நற்செய்தியைச் சொல்லவே குலநாகினிகள் வந்துள்ளனர்.

பாரி, தேக்கன், முடியன், வாரிக்கையன், காலம்பன் ஆகிய ஐவரும் குலநாகினிகளுக்குச் சற்றுப் பின்னே நின்று கொண்டிருந்தனர். அவர்களை விட்டு விலகி மற்ற வீரர் களோடு நின்றுகொண்டிருந்தான் உதிரன். ‘போரைத் தொடங்க ஆயத்த நிலையில் உள்ள சேரன், படை நடத்திப் பறம்புக்குள்ளே வந்துள்ள சோழன், பறம்பின் எல்லையில் படையை நிலைகொள்ளச் செய்யும் பாண்டியன் என மூன்று பெரும் எதிரிகள் சூழ்ந்த நிலையில், நமது தாக்குதலைத் தொடங்கப் பாரி சொல்லப்போகும் உத்தரவு என்ன? யார் யார் எந்தத் திசையில் களம் புகவேண்டும்? பறம்பின் தலைவன் இடப்போகும் ஆணை என்ன?’ என்பதறிய உதிரனின் மனம் துடித்துக் கொண்டிருந்தது.

கூட்டத்தின் ஓசையையும் பந்தங்களின் வெளிச்சத்தையும் கண்டு தேவவாக்கு விலங்கு குரலெழுப்பி, அவர்களுக்கான உத்தரவைக் கொடுத்தது. குலநாகினிகளும் ஆதினியும் சடங்குகளை வேகப் படுத்தினர். பனை ஓலைக் கூடையில் கனிகளையும் இதர பொருட்களையும் கொண்டுவந்த குலநாகினி ஒருத்தி, அவற்றை எடுத்துக் கீழே வைக்கத் தொடங்கினாள். உடல் முழுவதும் இறகு உதிர்த்த நீர்ச்சேவல் ஒன்று கால் கட்டப்பட்ட நிலையில் அதில் இருந்தது.

யானைமுடியும் புலிமயிரும் கொண்டு பின்னப்பட்ட கயிற்றால் நூழிக்கிழங்கைக் கட்டியிருந்தனர். சாம்பல்புழுதியில் குருதி பிசைந்து சிறுசிறு உருண்டைகளாக எண்ணற்ற

உருண்டைகளை உருட்டியிருந்தனர். கூத்துக்களத்தின் இடப்புறமிருந்து தேவவாக்கு விலங்கின் வழக்கத்துக்கு மாறான குரல் கேட்டதும் உடுக்கை எடுத்து அடிக்கத் தொடங்கினாள் குலநாகினி ஒருத்தி. மற்றவர்களோ குலவையிடத் தொடங்கினர்.

உடுக்கையோசையும் குலவை யோசையும் கூடின. குலநாகினிகள், நடுவில் நின்றிருந்த ஆதினியையே உற்றுப் பார்த்துக்கொண்டிருந்தனர். அவளோ, முடிச்சிட்ட தலைமுடி அவிழ மெல்லச் சிரித்துத் தோள் குலுக்கி ஆடத் தொடங்கினாள். உடுக்கையின் ஓசைக்கு ஏற்ப ஆட்டத்தின் வேகம் கூடியது. மிக விரைவாக அது வெறியாட்டமாக மாறியது. நள்ளிரவில் உடலெல்லாம் கொதிப்புற்றுத் துடிக்க ஆதினியின் ஆட்டம் குலநாகினிகளையே நடுக்குறச்செய்வதாக இருந்தது.

குலவையோசை மேலும் கூடியது. உடுக்கையின் ஓசை வெடிப்புற்றுத் தெறித்தது. குலநாகினிகள் மூவரும் ஆதினியின் முன் மண்டியிட்டு உடுக்கை அடித்தனர். அவர்களின் கண்களில் நீர் தாரைதாரையாக இறங்கிக்கொண்டிருந்தது. ஆதினியின் ஆவேசம் மேலும் கூடத்தொடங்கியது. உடுக்கையின் ஒலி, நரம்புகளை முறுக்கிச் சுழற்றியது. மற்ற குலநாகினிகள் அவளின் தோள்களைப் பிடித்து அமுக்கி உட்காரவைக்க முயன்றனர். குலவையோசைக்கு ஏற்ப குலநாகினி களின் சடங்கு தீவிரமடைந்தபடி யிருந்தது. பற்களை நறநறவெனக் கடித்தபடிப் பிடித்திருப்போரை உலுக்கியெடுத்தாள் ஆதினி. நெருங்க முடியாப் பறம்பின் தலைவியைக் குலநாகினிகள் மொத்தமாக இணைந்து தோள்களைப் பிடித்து அழுத்தினர்.

உடுக்கையின் ஒலியும் குலவை யோசையும் பறவைகளின் கத்தல் களும் இணையக் கூத்துக்களம் உருமாறிக் கொண்டிருந்தபோது பெருங்குரலெடுத்து ஆதினி கத்தினாள். அதுவரை சாய்ந்துகிடந்த நீர்ச்சேவல், எழுந்து நின்று தலை சிலுப்பிக் கூவியது. அதைக் கண்ட வுடன் பாய்ந்து சென்ற மூத்த குலநாகினி, இறகு உதிர்த்த நீர்ச் சேவலை எடுத்து ஆவேசமாகக் கத்தியபடி அதன் தலையை முறுக்கி அத்தெடுத்தாள். குலவை ஓசை உச்சிக்குச் சென்றது.

வலக்கையில் இருந்த நீர்ச்சேவலின் தலையை இடப்புறமாகவும், இடக்கையில் இருந்த நீர்ச்சேவலின் உடலை வலப்புறமாகவும் வீசியெறிந்தாள். குலவையோசையும் உடுக்கையின் ஓசையும் காட்டை மிரட்டின. மற்ற குலநாகினிகள் நூழிக் கிழங்கையும் குருதி உருண்டை களையும் எல்லாத் திசைகளிலும் வீசியெறிந்தனர். குலவையொலியோடு தேவவாக்கு விலங்கின் ஒலியும் இணைந்து இருளை உலுக்கின.

இளம்பெண் சுமந்துவந்த பச்சை மண் குடத்து நீரை, அமர்ந்திருந்த ஆதினியின் தலையில் ஊற்றினர். முன்னோர்களின் எலும்புகள் மேலெங்கும் நழுவி இறங்கின. இறங்கும் எலும்பை இரு கைகளிலும் ஏந்தினாள் ஆதினி.

ஆயிரம் அணங்குகள் காடெங்கும் இருந்து இறங்கி வந்து ஆதினிக்குள் அடங்க, எண்ணிலடங்கா முன்னோர் களின் விலாவெலும்பை இரு கைகளிலும் ஏந்தினாள் ஆதினி. அதைக் கண்டதும் ஆவேசம்கொண்ட பாரி, அவளை நோக்கி வந்தான். மற்றவர்களும் தொடர்ந்து வந்தனர். ஆதினியின் கையில் இருந்த எலும்பு

ஒன்றை எடுத்தான் பாரி. உடுக்கை அடிப்பவர்கள் பாரியைச் சுற்றி ஒலியெழுப்பினர். குலவையொலி மேலிட எடுத்த எலும்பு கொண்டு மார்பிலே கீறினான் வேள்பாரி. கொப்புளித்துப் பெருகியது பாரியின் குருதி. உடுக்கை அடிப்பவர்களின் ஆவேசம் மொத்தக் காட்டையும் உலுக்கியது. மற்ற நால்வரும் அதே போல முன்னோர்களின் எலும்பு எடுத்து மார்பிலே கிழித்தனர்.

திக்கெட்டுமிருந்து தேவவாக்கு விலங்குகளின் குரல் எதிரொலித்துக் கொண்டிருக்க, சூல்வயிற்றுக்காரி தலையில் சுமந்துவந்த கலயத்தோடு பாரியின் முன்னால் மண்டியிட்டு அமர்ந்தாள். குடத்துக்குள் இருந்த பனங்கருக்கினை எடுத்த பாரி, கீறிய மார்பின் மீது உரக்கத் தேய்த்தெடுத்தான். மேற்சதையைப் பிய்த்துக்கொண்டு வந்தது பனங்கருக்கு. குலவை ஓசையும் உடுக்கை ஓசையும் பறவைகளின் கத்தலும் விலங்கின் கதறலும் இணைய ஐவரின் மார்புக் குருதியை பனங்கருக்குகள் வாங்கிக்கொண்டன.

குருதி தோய்ந்த பனங்கருக்கினை ஆதினியின் கைகள் ஏந்திப்பிடிக்க, சூல்வயிற்றுக்காரி மேடையின் மீது ஏறி அமர்ந்தாள். குலநாகினிகள் ஆளுக்கு ஒரு திசை பார்த்து ஆவேசமாய் ஆடினர். கொற்றவையின் பசியடக்கித் தாகம் தீர்க்க எதிரிகளை மலைமலை யாய்க் கொன்றழிப்போம் என ஐவரும் மார்புக் குருதிகொண்டு உறுதி அளித்ததால் ஆதினிக்குள் இருந்த கொற்றவை அகமகிழ்ந்தாள். வாயகன்று காடதிரச் சிரித்தாள்.

ஆனால், மேடையில் அமர்ந்திருந்த சூல்வயிற்றுக்காரி சிரிக்கவில்லை. ஆவேசம் தணியவில்லை. விரித்த விழிகளில் இமையாடவில்லை. பெருங்குரலெடுத்து “வா... ஏங்கிட்ட வா...” எனப் பேய்க்கூச்சலிட்டாள்.

தலையை மறுத்து மறுத்து ஆட்டி, “விழப்போகும் எதிரிகளின் எண்ணிலடங்காத உடல்களைத் தின்று முடித்துவிட்டு வருகிறேன். உருவிய குடல்களால் குன்றுகள் மறைந்து கிடக்க, காடெங்கும் பெருகி யோடும் குருதியைக் குடித்துவிட்டு வருகிறேன். அதற்குள் ஏன் அழைக்கிறாய்?” என மறுத்துக் கத்தினாள் கொற்றவை. ஆனால், சூல்வயிற்றுக்காரி விடவில்லை. அதைவிடப் பெருங்குரலெடுத்துக் கத்தினாள். “காலம் தாழ்த்தாதே, எனக்கான வாக்கை அளித்துவிட்டு நீ பசியாறிக்கொள்.”

கொற்றவை நகரவில்லை. “என் மக்கள் கொன்றளித்துள்ள பிணங் களைப் புசித்து முடிக்கும் வரை பொறுத்திரு” எனக் கூறிப் பற்களை நறநறவெனக் கடித்து, காட்டையே இரு கூறுகளாகப் பிளந்து கொண்டிருந்தாள்.

குலநாகினிகள் ஒன்றுசேர்ந்து கொற்றவையைச் சூல்வயிற்றுக்காரியை நோக்கி இழுத்துச் செல்ல முயன்றனர். ஆனால் யாராலும் அவளை அசைக்க முடியவில்லை. ஆயிரம் அணங்குகள் ஒன்றாய் இறங்கி ஆடிக்கொண்டிருந் தனர். குலவையின் பேரொலி பல மடங்கு அதிகரித்தது. உடுக்கை ஓசையில் இலைகள் நடுங்கின. குல நாகினிகள் எல்லோரும் சேர்ந்து பெரும் ஆவேசத்தோடு உட்கார்ந்திருந்த வளைத் தூக்கி மேடையின் மீதிருந்த சூல்வயிற்றுக்காரியை நோக்கி நகர்த்திச் சென்றனர்.

சூல்வயிற்றுக்காரியின் கண்ணில் நீர் வழிந்துகொண்டிருந்தது. ஆனால், கொற்றவை தன்னை நோக்கி வரத்

தொடங்கியதும் அவளின் முகத்தில் சிரிப்புப் படரத் தொடங்கியது. குலநாகினிகள் வலுக்கொண்ட மட்டும் நகர்த்தினர். அமர்ந்திருந்தவள் ஆதினியல்லள், கொற்றவை. அவ்வளவு எளிதாக நகர்த்திவிட முடியாது.

மேலும் மேலும் ஓசையெழுப்பி, உடுக்கையடித்துப் பெருங்குரலில் கதறியபடிக் கொற்றவையை முன்னகர்த்தினர். மலையெனக் குவியும் பிணங்களின் குருதி வாடையை உள்மூக்கில் நுகர்ந்தபடி சற்றே அகமகிழ்ந்து எழுந்தாள். எழுந்த கணம் குலநாகினிகள் முழு ஆவேசத்தோடு மேடையை நோக்கி நகர்த்தினர். அருகில் சென்று, அமர்ந்திருந்தவளின் நிறைசூலில் கை வைத்தாள் கொற்றவை. காடு நடுங்கும் ஓசை இருளெங்கும் கேட்டது. 'நிறைசூலுக்குள் இருக்கும் புது உயிருக்கு இந்த மண்ணைக் காத்தளிப்பேன்' எனக் கொற்றவை அளித்த வாக்கு, காட்டுயிரின் காதுகளிலெல்லாம் எதிரொலித்தது.

எதிரிகளைக் கொன்றழிக்க நிகழும் சூளுரையும் குருதி குடிக்கத் துடித்தெழும் ஆவேசமுமே இந்தச் சடங்கின் உச்சம். ஆந்தைகளின் வட்டவிழி நடுக்குற்ற அந்தக் கணத்தில், இருளும் மலையும் ஒருசேர உணரும்படிக் காடதிரக் கத்தினான் வேள்பாரி. "கொற்றவையின் பசி தீர்க்க எதிரிகளின் பிணங்களை மலையெனக் குவிப்போம்! பறம்பெங்கும் வேந்தர்படை சிந்தும் குருதி விட்டு ஈக்கள் அகலாது நிலைகொள்ளட்டும். சேரனின் படையை அழித்தொழிக்கும் வேலையைத் தேக்கனும் கூழையனும் உதிரனும் செய்யட்டும். கிழக்குத் திசையில் நிலைகொள்ளும் பாண்டியப்படையின் கருவறுக்கும் வேலையை முடியனும் காலம்பனும் நீலனும் செய்யட்டும். எழுவனாற்றின் மணலுக்குள் சோழப்படையைப் புதைத்தொழிக்க நான் புறப்படுகிறேன். கொற்றவையின் பெரும்பசிக்குத் திசையெங்கும் விருந்தளிப்போம்."

73

பறம்பின் வலைப்பின்னல்களில் செய்திகள் பறந்துகொண்டிருந்தன. தனது கூட்டில் இரை வந்து சிக்கிய கணத்தில் தூக்கம் கலைந்தெழும் விலங்குபோல் பறம்பு எழுந்தது. சிக்கிய இரையால் இனி ஒருபோதும் தப்ப முடியாது என அதற்குத் தெரியும். தாடை கிழிவதைப் போல வாயைப் பிளந்து கொட்டாவி விட்டபடி மெல்ல இரை நோக்கி நகர்ந்து கொண்டிருந்தது பறம்பு.

வடக்கும் தெற்குமாக நீண்டு கிடக்கும் பச்சைமலைத் தொடரில் இத்தனை நூறு ஊர்களிலும் ஒரே நேரத்தில் காரிக் கொம்பூதி யாரும் கேள்விப்பட்டதுகூட இல்லை. மலைத்தொடர் எங்கும் கொம்போசை அதிர்ந்து பரவிக்கொண்டிருந்தது. கூவல் குடியினரின் முன்னெச்சரிக்கை ஒலிகள் எல்லையில்லாத வேகத்தில் பாய்ந்துகொண்டிருந்தன.

‘பறம்பின் மாவீரர்கள் அனைவரும் களம்நோக்கிச் சென்றுவிட்டால், படைகளை ஒருங்கிணைப்பது யார்?’ என்ற கேள்வி எழுந்தது. புறப்படும் போது பாரியின் உத்தரவு அதுவாகத் தான் இருந்தது. “எவ்வியூரிலிருந்து மூன்று திசைப்படைகளையும் ஒருங்கிணைக்கும் வேலை வாரிக்கையனுடையது.”

பாரி தந்தையின் காலந்தொட்டு எண்ணற்ற தாக்குதலை நடத்தி அனுபவம் வாய்ந்த மாமனிதர் வாரிக்கையன்தான். அவரளவுக்கு முன்னனுபவத்தின் வழியே வழிகாட்டக்கூடிய இன்னொரு மனிதர் இல்லை. பாரி உத்தரவிட்ட கணத்திலிருந்து வாரிக்கையன் வேலையைத் தொடங்கினார்.

கூத்துக்களத்தில் நீராட்டு முடிந்ததும் பாரி வடதிசை நோக்கிப் புறப்பட்டான். தேக்கனும் உதிரனும்

தென்திசை நோக்கிப் புறப்பட்டனர். முடியனும் காலம்பனும் கீழ்த்திசை நோக்கிப் புறப்பட்டனர். மூன்று திசைகளுக்கும் தலைமையேற்றவர்களோடு, குழுவுக்கு ஆறு வீரர்களை மட்டுமே உடன் அனுப்பினார் வாரிக்கையன். எவ்வியூரில் இருக்கும் அனைத்து வீரர்களும் இப்போது வாரிக்கையனுக்குத் தேவைப்பட்டனர்.

எதிரிகள் மூன்று திசைகளிலும் இருக்கின்றனர். எனவே, நிலைமைக்குத் தகுந்தபடி வழிகாட்டவும் செய்தியைப் பரிமாறவும் வாரிக்கையனுக்கு வலிமை மிகுந்த படை தேவை. அந்தப் படை, பறம்பின் அனைத்துத் திசைகளுக்கும் மின்னலெனப் பாய்ந்து செல்லும் படையாக இருக்கவேண்டும்; குதிரையிலும் குதிரை இல்லாமலும் விரைந்து செல்லும் படையாக இருக்க வேண்டும். அதற்கு எவ்வியூர் வீரர்களே பொருத்தமானவர்கள். அவர்களால்தான் இந்த வேலைக்கு ஈடுகொடுக்க முடியும். போர்க்களத்தில் இணையற்ற வீரத்தை வெளிப்படுத்தக்கூடிய எவ்வியூர்க்காரர்கள் யாரையும் போர்க்களத்துக்கு அனுப்ப முன்வரவில்லை வாரிக்கையன். காட்டை ஊடறுத்து விலங்கெனப் பாயும் வேட்டைவீரர்களாக அவர்களைப் பயன்படுத்த முடிவுசெய்தார்.

களத்தில் போரிடுபவர்களுக்குத் தேவையான படைகளையும் ஆயுதங்களையும் தடையின்றி வழங்க வேண்டும். நெருக்கடியில் அவர்களுக்கான உத்தரவை வழங்க வேண்டிய பொறுப்பும் வாரிக்கையனுடையது.

உத்தரவிட்ட கணத்தில் கூத்துக்களத்திலிருந்து எல்லோரும் போர்முனை நோக்கிப் பாய்ந்து சென்றபோது, தனித்திருந்த வாரிக்கையனின் முன்னால் எண்ணிலடங்காத கேள்விகள் உருத்திரண்டு நின்றன. எதையும் செய்து முடிக்கக்கூடிய அனுபவ அறிவால் ஒவ்வொன்றுக்கும் விடைகண்டார்.

'ஒரே நேரத்தில் பறம்பின் மூன்று முனைகளிலும் போர் நடத்திய அனுபவம் இதுவரை யாருக்கும் இல்லை. இந்தப் பெருந்தாக்குதலை எப்படி ஒருங்கிணைப்பது? செய்திகளை விரைவாகப் பரிமாறிக்கொள்ள வழியென்ன?' என்று சிந்தித்தபடித் தனது முதல் உத்தரவை அதிகாலை பிறப்பித்தார்.

சேரன் பாடிவீடமைத்திருக்கும் போர்முனையான ஆயிமலை தொடங்கி எவ்வியூர் வரை செய்திப் பரிமாற்றப் பின்னலை உருவாக்க, கூவல்குடியினருக்கு உத்தரவிட்டார். மிகநீண்ட தொலைவைக்கொண்ட இந்தப் பரப்பில் செய்தியைப் பரிமாறுவது மிகக்கடினமான பணி. ஏனென்றால், கூவல்குடியினரின் எண்ணிக்கை மிகக்குறைவு. ஆனாலும் அவர்கள் அதற்கு ஆயத்தமாயினர்.

மற்ற இருமுனைகளும் இந்த அளவு ஆபத்துகொண்டவை அல்ல என்பது வாரிக்கையனின் கணிப்பு. அதனால்தான் கூவல்குடி முழுமையும் ஆயிமலை நோக்கி அணிவகுக்கச் செய்தார். எவ்வியூர்ப் பாட்டப்பிறையிலிருந்துதான் இந்த உத்தரவுகள் பிறப்பிக்கப்பட்டுக்கொண்டிருந்தன. பறம்பில் உள்ள ஊர்களில் மிக அதிக எண்ணிக்கை தென்திசையில்தான் உள்ளது. அந்தத் திசையில் இருந்த நூற்றிருபது ஊர்களிலும் காரிக்கொம்பு ஊதப்பட்டது. தேக்கனின் சொல்லுக்காக அவ்வூரினர் காத்திருப்பர்.

கீழ்த்திசை ஊர்களில் நான்கில் ஒரு பங்கு ஊர்களை மட்டும் வேட்டுவன் பாறைக்கு வர உத்தரவிட்டான்

முடியன். வடதிசைதான் மிகக் குறைவான எண்ணிக்கையில் ஊர்கள் இருக்கும் பகுதி. மொத்தம் இருப்பதே அறுபத்தேழு ஊர்கள்தாம். அந்த ஊர்களில் இருக்கும் வீரர்களைக் கொண்டுதான் ஆறாயிரத்துக்கும் அதிகமானவர்கள் உள்ள சோழப் படையைப் பாரி முறியடித்தாக வேண்டியிருக்கும் என மற்றவர்கள் எண்ணிக்கொண்டிருக்கும்போது, அதிலுள்ள இருபத்துநான்கு ஊர்களை மட்டும் ஆயத்தமாகும்படிச் செய்தி அனுப்பினான் பாரி.

எவ்வியூர் வீரர்கள், திசைதோறும் செய்திகளைக் கொண்டுசென்றனர். குதிரைப்பாதைகள் இரவுபகலாக இயங்கிக்கொண்டிருந்தன. சோழனுக்கு எதிராகப் பாரியும், பாண்டியனுக்கு எதிராக முடியனும் தீர்மானிக்கும் போர்க்களங்களை நோக்கித் தேவையான ஆயுதங்களையும் மருத்துவக்குடிகளையும் அனுப்பி வைக்க முழுவீச்சில் வேலைகள் நடந்துகொண்டிருந்தன. இந்த இரு முனைகளிலிருந்தும் எவ்வியூருக்குச் செய்தியை ஒருங்கிணைக்கக் காரிக் கொம்பினையும் சென்றிப்புகையையும் பயன்படுத்தலாம் என முடிவுசெய்து அதற்குத் தகுந்தபடி மலைதோறும் இடைவிடாது ஆட்கள் நிறுத்தப் பட்டனர்.

சிறுபாழி நகரிலிருந்து ஆயுதங் களைப் போர்க்களங்களை நோக்கித் தடையின்றிக் கொண்டுசெல்லப் பொறுப்பாளர்கள் நியமிக்கப் பட்டனர். ஆயுதங்கள் இடம் மாறத் தொடங்கின. எவ்வியூரின் ஆண் பெண் என்று ஒருவர்கூட மீதமில்லாமல் இரவுபகலாக வேலை பார்த்துக் கொண்டிருந்தனர்.

பறம்பின் நடுப்பகுதியில் இருந்த நூற்றி பதினான்கு ஊர்களும் உத்தரவின்றித் தாக்குதலுக்குச் செல்ல வேண்டாம் என்று கூறப்பட்டுவிட்டது. ஊரின் வீரர்கள் எல்லோரையும் ஆயத்தநிலையில் இருக்கச் சொன்னார் வாரிக்கையன். தேவையையொட்டி எந்தக் களத்துக்கும் அவர்கள் செல்ல வேண்டியிருக்கும்.

இது ஒரு புது அனுபவம். எனவே, எல்லோரும் மகிழ்ந்தும் விரைந்தும் செய்தனர். ஊரார்கள் எல்லோரும் ஒன்றுகூடிப் போர்க்களம் நோக்கி ஆயுதங்களை எல்லை பிரித்துக் கைமாற்றினர். மருத்துவக்குடிகளும் ஆயுதங்களோடு சேர்ந்து இடம் பெயர்ந்துகொண்டிருந்தன. கோடைக் காலமாதலால் நீராதாரங்களைக் குறிவைத்தே பாதைகளை வகுத்துக் கொண்டனர்.

எவ்வளவு மறுத்தும் கபிலர் கேட்க வில்லை. “தாக்குதல் நடக்கும் இடத்துக்கு வரவில்லை. அருகில் இருக்கும் ஊரில் இருந்துகொள்கிறேன்” என்று விடாப்பிடியாகச் சொல்லிய தால் அவரைத் தன்னுடன் அழைத்துச் செல்லச் சம்மதித்தான் பாரி.

மூன்றாம் நாள் இரவு பாரியும் கபிலரும் சூளூரை அடைந்தனர். விடைப்பேறி நின்றுகொண்டிருந்தது ஊர். ‘எழுவனாற்றில் எதிரிகளின் படை நுழைந்ததும் தாக்கும் உத்தரவை சூளூருக்கல்லவா வழங்கியிருக்க வேண்டும்?’ என ஊர்ப்பெரியவர்கள் கோபம்கொண்டிருந்தனர். ‘எதிரியின் படையை யாரும் தாக்கவேண்டாம். எல்லோரும் அவரவர் ஊரிலே நிலை கொள்ள வேண்டும்’ எனப் பாரியிட மிருந்து வந்த முதற்செய்தியைச் செரிக்க முடியாமல் திணறிக்கிடந்தன வடதிசை ஊர்கள்.

முன்னிரவு நேரத்தில் ஆறு வீரர் களோடு பாரியும் கபிலரும் வந்திறங்கியபோது வரவேற்றவர்களின்

முகத்தில் சினமே நிலைகொண்டிருந்தது. “எழுவனாற்றின் கரையில் இருக்கும் பதினோர் ஊர்களைக்கொண்டு எதிரியை அழிக்கும் உத்தரவை சூளூருக்கு ஏன் வழங்கவில்லை?” என்று கோபத்தோடு கேட்டார் ஊர்ப்பெரியவர் பிட்டன்.

“தாக்குதல் தொடுக்கவேண்டிய உத்தியை எவ்வியூரிலிருந்து முடிவெடுப்பது பொருத்தமாக இருக்காது. அதனால்தான் நேரில் வந்தேன்” என்றான் பாரி.

பல்லாயிரம் வீரர்களைக்கொண்ட படையைப் பதினோர் ஊரார்களைக் கொண்டு எதிர்க்கச் சூளூர்க்காரர்கள் அனுமதி கேட்பதையும் அதற்குப் பாரி சொல்லும் மறுமொழியையும் கபிலரால் புரிந்துகொள்ள முடியவில்லை.

உணவருந்த அமர்ந்தனர். உண்மையில்லாத வெற்றுச்சொற்களைப் பயன்படுத்தும் பழக்கம் அறவே இல்லாதவன் பாரி. அப்படியிருக்கப் பெரியவரின் கேள்விக்கு ஏன் இப்படி பதில் சொன்னான் எனக் கபிலருக்கு விளங்கவில்லை. ‘இத்தனை பெரும்படையை அவ்வளவு எளிதாக எதிர்கொண்டுவிட முடியுமா?’ என்று சிந்தித்துக்கொண்டிருந்தார் கபிலர்.

உணவு முடிந்து ஊர் மந்தையில் கூடினர். சுற்றிலும் பந்தங்கள் எரிந்து கொண்டிருந்தன. நடுவில் இருந்த மேடையில்தான் பாரியும் கபிலரும் உட்கார்ந்திருந்தனர். இன்று வந்து சேரவேண்டிய செய்திக்காக அவர்கள் காத்திருந்தனர். பொழுது நள்ளிரவை நெருங்கிக்கொண்டிருந்த வேளையில் கீழ்க்காட்டில் ஓசையை உணர முடிந்தது.

சிறிது நேரத்திலேயே ஆறு வீரர்களோடு இரவாதன் வந்துசேர்ந்தான். செய்தியைக் கேள்விப்பட்ட கணத்திலிருந்து சோழர்படையைப் பின்தொடர்ந்து சென்றவர்கள் இப்போது வந்துசேர்கிறார்கள்.

சாதாரண காலத்திலேயே இரவாதனைப் பார்க்கும்போது அடுத்த கணம் போரிடுவதற்கான துடிப்புடனும் தினவுடனும் நிற்பான். இப்போது அவனது வேகம் எப்படியிருக்கும் என்பதைக் காணக் கபிலர் காத்திருந்தார். வந்திறங்கிய அவன், நகரும் படையின் தன்மையை விளக்கத் தொடங்கினான். முன்னகரும் யானையின் எண்ணிக்கையிலிருந்து தொடங்கினான். அது ஏற்கெனவே தெரிந்த செய்தி என்பதால் கபிலருக்குப் பெரிய வியப்பேதும் இல்லை.

“முகத்தில் அடர்த்தியான மயிர் கொண்ட யானைகள். அவற்றின் தந்தங்கள் அனைத்தும் மஞ்சள் நிறத்தில் மட்டுமே இருக்கின்றன. எனவே, வயது இருபதுகளைத் தாண்டாது. மோதத் துடிக்கும் வயது இது” என்று அந்த யானைகளின் தன்மைகளைப் பற்றி விளக்கினான். அதன் பிறகு கபிலரால் இரவாதனை விட்டுச் சிறிதும் கண்விலக்க முடியவில்லை. அவனது கவனிப்புச் சிந்தித்துக்கூடப் பார்க்க முடியாததாக இருந்தது.

‘ஆற்றுமணலில் ஏழு நாட்களுக்கு மேலாக நடந்த பின்னும் காலாட்படை வீரர்கள் சோர்வடையாமல் இருக்கின்றனர். மணலில் யானைகளால் இழுத்துச்செல்லப்படும் வண்டிகளை அவர்கள் பயன்படுத்துகின்றனர். சக்கரமற்ற அந்த வண்டிகளில் போதுமான பொருட்கள் ஏற்றப்பட்டுள்ளன. மணலின் தன்மைக்கேற்ப வண்டிகளின் பெரும் அணிவரிசை படையின் முன்புறம் தொடங்கி இறுதிவரை

நகர்ந்துகொண்டிருக்கிறது. கழுதைகளின் மீதும் இதர விலங்குகளின் மீதும் பொருட்கள் ஏற்றப்பட்டுச் சாரைசாரையாக நடந்துகொண்டிருக்கின்றன.'

பாரி சற்றே வியப்போடு பார்த்தான். நீர் வற்றிய ஆற்றின் வழியாகப் படையை நகர்த்த எல்லாவகையான ஆயத்தங்களோடும் வந்துள்ளான் சோழன். எவ்வியூரை அடைவதற்கு எழுவனாற்று வழியே ஏற்றது என்பது எப்படி வெளிமனிதர்களுக்குத் தெரிய வந்தது என்பது புரியாத ஒன்றாக இருந்தது.

யானைகளும் காலாட்படை வீரர்களும் அணியணியாகப் பிரிக்கப்பட்டு, முழுமையாக ஒழுங்குபடுத்தப்பட்டு முன்னேறிக்கொண்டிருந்ததை இரவாதன் விவரித்து முடித்தான்.

இவ்வளவு சிறப்புமிக்க ஒரு வரவேற்பை ஹிப்பாலஸ் எதிர்பார்க்கவில்லை. அவனது நாவாய் புகாரின் துறைமுகத்துக்குள் நுழைந்தது முதல் அரண்மனைக்குள் அவன் காலடியெடுத்துவைப்பது வரை சோழ வேந்தன் அவனைத் திகைப்புறச் செய்தான்.

கால்பாவைக் கண்டு பேசப் புகார் நகரத்துப் பெருவணிகர்கள் எல்லோரும் ஆயத்தநிலையில் இருந்தனர். ஆனால், பிறர் கண்டு பேசவெல்லாம் மாமன்னர் தரும் விருந்து முடிவுற்ற பிறகுதான் என்று அமைச்சர் வளவன் காரி தெரிவித்து விட்டான். ஆனால், விருந்து என்றைக்கு முடிவுறும் என்றுதான் யாருக்கும் தெரியவில்லை.

இன்றுவரை யவனத்துடனான வணிகத்தில் பாண்டியன், சேரன் ஆகிய இருவருக்கும் அடுத்து மூன்றாம் நிலையில்தான் சோழன் இருக்கிறான். இந்நிலையில் ஹிப்பாலஸ் போன்ற யவன தேசத்தின் மாமனிதன் புகாருக்கு வருவதைப் பெரும்

வாய்ப்பாகக் கருதினர். குடகடலில் வீசும் காற்று கால்பாவின் கப்பலுக்காகவே வீசுவதாகப் பேச்சுவழக்குண்டு.

கால்பா, யவனத்தின் மாபெரும் வணிகன். அவனது வணிகச் செயற்பாட்டில் இணைந்தே பெரும்பாலான தமிழ் வணிகர்கள் இருந்தனர். ஹிப்பாலஸும் கால்பாவும் புகார்த் துறையில் வந்து இறங்கியதைப் பெரும்வாய்ப்பாகப் பலரும் கருதினர். மாமன்னன் சோழவேந்தனும் அவ்வாறே எண்ணினான்.

வந்திறங்கிய மூன்று நாட்களும் ஆட்டம்பாட்டங்கள் இடைவெளியின்றி நடந்தேறின. சோழப் பேரரசன் செங்கனச்சோழன் படை நடத்திப் போயுள்ளதால் எல்லா விருந்துகளிலும் அவன் தந்தை சோழ வேலனே கலந்துகொண்டார். ஏறத்தாழ பதினைந்து ஆண்டுகள் சோழ நாட்டை ஆண்ட சோழவேலன் யவன வணிகத்தை வளப்படுத்த எண்ணிலடங்காத முயற்சிகளைச் செய்தவர். அதனால்தான் ஹிப்பாலஸும் கால்பாவும் வருகிற செய்தியை அறிந்ததிலிருந்து பெரும் உற்சாகத்தோடு விருந்துகளுக்கான ஏற்பாடுகளைச் செய்ய உத்தரவிட்டார்.

விருந்தினூடே பறம்புக்குப் படை நடத்திச் சென்றிருக்கும் செங்கனச் சோழனைப் பற்றிப் பேசப்பட்டது. தன் மகன் வெற்றிகொண்டு திரும்பும் வரை அவர்கள் இருவரும் புகாரில் தங்கியிருக்க வேண்டும் என்று கேட்டுக்கொண்டார் சோழவேலன்.

தனது பயணம், கடற்காற்றை அடிப்படையாகக் கொண்டு வகுக்கப் பட்டது. எனவே, நீண்டகாலம் தங்கியிருக்க முடியாது என்று சொன்ன ஹிப்பாலஸ், “வேந்தர் எந்த மாதத்துக்குள் திரும்புவார் என எதிர்பார்க்கிறீர்கள்?” எனக் கேட்டார்.

“இந்தப் போரின் கால அளவை மிகத் துல்லியமாகவே என்னால் சொல்லிவிட இயலும். ஆனால், அதுகுறித்து விருந்து மண்டபத்தில்

பேச வேண்டாம். நாளை எனது மாளிகையில் விரிவாகப் பேசுவோம்” என்றார் சோழவேலன்.

மறுநாள் அதிகாலை புறப்பட்டான் பாரி. சூளூரின் மாவீரர்கள் ஆயத்த மாயினர். அவர்களை இருகூறுகளாகப் பிரித்தான். இரவாதன் தலைமையிலான ஒரு பகுதி வீரர்களை எழுவனாற்றின் வலக்கரைக்கு அனுப்பினான். பிட்டன் தலைமையிலான வீரர்களை எழுவனாற்றின் இடக்கரையில் பயணிக்க உத்தர விட்டான். வலக்கரைப் பகுதியில் இருக்கும் பதினோர் ஊர்களை இரவாதன் அழைத்துக்கொள்ள வேண்டும். இடக்கரையில் இருக்கும் பதின்மூன்று ஊர்களைப் பிட்டன் அழைத்துக்கொள்ள வேண்டும். எதிரிகளின் படை நகர்வுக்கு ஏற்ப இருபுறமும் மேற்புறக் காடுகளில் மறைவாக அவர்கள் வரவேண்டும்.

இடப்புற மலை முகடுகளில் பயணித்தபடி எதிரிப்படையின் நகர்வுகளைக் கவனித்து வருவான் பாரி. உரியநேரத்தில் அவனது உத்தரவுக்கேற்ப இருபக்கப் படைகளும் தாக்குதலைத் தொடுக்க வேண்டும் என்று விளக்கப்பட்டது. பாரியோடு எவ்வியூரிலிருந்து வந்த அறுவரும் சூளூர் வீரர்கள் அறுவருமாகப் பன்னிருவர் பயணப் பட்டனர். கபிலர், சூளூரில் தங்கவைக்கப்பட்டார்.

குதிரைப்பாதையில் வெப்புமலையின் முகடுகளில் பயணப்பட்டான் பாரி. மலையின் அடிவாரத்தில் எழுவனாற்று மணல் காலடித் தடங்களால் முழுவதும் புரண்டுகிடந்தது. அதைப் பார்த்தவண்ணம் ஆற்றுப் போக்கினிலே போய்க்கொண்டிருந்தான். அவனது மனதில் நீங்காத கேள்வி ஒன்று துருத்திக்கொண்டேயிருந்தது. “எழுவனாற்றின் வழித்தடத்தை எப்படி அறிந்தான் இவன்?”

ஆங்காங்கே இருக்கும் ஊரார்கள் பாரியைக் கண்டு, சோழர்படையின் தன்மைகளை விளக்கியபடியிருந்தனர். எல்லாவற்றையும் கேட்டபடி அவன் பயணித்துக் கொண்டே இருந்தான். கோடைகாலம் உச்சம் தொட்டுக் கொண்டிருந்தது. காய்ந்த புற்களால் காட்டின் மேனியெங்கும் மஞ்சள் பரவிக்கிடந்தது. ஆனால், இத்தனை ஆயிரம் பேர் உள்ள படையை நடத்திக் கொண்டு ஒருவன் நம்பிக்கையோடு முன்னேறிக் கொண்டிருக்கிறான்.

அன்று நண்பகல் முள்ளூர்ப் பெரியவர், பாரி வரும் குதிரைப் பாதையில் காத்திருந்தார். முள்ளூரைச் சேர்ந்த வீரர்கள் எல்லோரும் பிட்டனோடு இணையப் போய் விட்டனர். ஊர்ப் பெரியவர் மட்டும் பாரியிடம் சொல்லவேண்டிய செய்திக்காக முகட்டின் மீது காத்திருந்தார்.

மிகவும் இடுக்கான பாதையின் வழியே குதிரைகள் வந்துகொண்டிருந்தன. பாதையோரப் பாறையின் மீது அந்தப் பெரியவர் அமர்ந்திருந்தார். தொலைவிலிருந்து பார்த்தபோது கழுகு ஒன்று பாறையின் மீது உட்கார்ந்திருப்பதுபோலத் தெரிந்தது.

பாரியைப் பார்த்ததும் பாறையின் மீதிருந்து சரிந்து இறங்கினார் கிழவர். குதிரையை விட்டு இறங்கிய பாரி, அவரை அணைத்து மகிழ்ந்தான். எப்போதும் மகிழ்வோடு இருக்கும் அவரின் முகத்தில் சிறு கவலை இருப்பதைப் பாரி பார்த்த கணமே புரிந்துகொண்டான்.

இருவரும் பாறையின் பின்புற

நிழலில் பேசியபடியே அமர்ந்தனர். "படையின் எண்ணிக்கை பொருட்டல்ல; அதன் தன்மை சற்றே வியப்பூட்டுவதாக இருக்கிறது. அதை உன்னிடம் நேரில் தெரிவிக்கவே வந்தேன்" என்றார்.

"என்ன?" என்று கேட்டான் பாரி.

"குறும்பியூர்க் கணவாயின் வழியாக அவன் எழுவனாற்றுக்குள் நுழைந்து பத்து நாட்களுக்கும்மேல் இருக்கும். இந்தக் கொடும்கோடையிலும் இவ்வளவு பெரிய படைக்கான நீர் ஆதாரத்தை அவனால் வற்றிய இவ்வாற்றில் உருவாக்கிக்கொள்ள முடிகிறது" என்றார்.

பாரி, அவர் சொல்லவருவதைக் கவனமாகக் கேட்டுக் கொண்டிருந் தான். சொல்லி முடித்த வார்த்தையைத் தொடராமல் நிறுத்திக்கொண்டார் கிழவர். சற்றே இடைவெளிக்குப் பிறகு பாரி கேட்டான், "ஆறு காய்ந்து கிடந்தாலும் அடிமணலுக்குள் இருக்கும் ஊற்றுநீரைப் பயன்படுத்த முடியும்தானே?"

கிழவர் சொன்னார், "இல்லை பாரி. அவர்கள் ஆற்றுமணலில் இங்கும் அங்குமாக எல்லா இடங்களிலும் குழி தோண்டி நீர் எடுக்கவில்லை. நாள் தோறும் தங்கும் இடத்தை மையப் படுத்தி முன்புறம் இரண்டு கிணறு களும் பின்புறம் இரண்டு கிணறுகளும் வெட்டுகின்றனர். அந்த நான்கு கிணறுகள்தான் இத்தனை ஆயிரம் வீரர்களுக்கும், இத்தனை நூறு யானை களுக்கும் நீர் தருகின்றன."

கிழவரின் சொல், வியப்பை ஏற்படுத்தியது. "பச்சைமலையின் மற்ற ஆறுகளைவிட எழுவனாறு நீரோட்டம் குறைந்த ஆறுதான். ஆனால், அந்த ஆற்றில் வறண்ட இந்தக் கோடையில் இத்தனை ஆயிரம் பேர் அருந்துவதற்கு ஏற்ப நீரோட்டம் உள்ள இடங்களில் கிணறுகளை எப்படி இவர்களால் தோண்ட முடிகிறது? படை நடந்து கடந்த வழியில் குறும்பியூர்க் கணவாய் வரை போய்த் திரும்பிவிட்டேன். அவர்கள் தோண்டியுள்ள எல்லாக் கிணறுகளிலும் வற்றாமல் நீர் இன்னும் இருக்கிறது. அதுகூட வியப்பில்லை. நாள்தோறும் அவர்கள் தோண்டும் நான்கு கிணறு களில் இரண்டு 'கடுத்த நீர்' இருக்கும் கிணறுகளாக இருக்கின்றன."

பாரியின் முகக் குறிப்பில் சிறு மாற்றம் உருவானது. "கடுத்த நீர் அருந்திய யானைகளுக்கு எளிதில் தாகம் ஏற்படாது" என்று கிழவர் சொன்னபோது 'தெரியும்' என்பது போலத் தலையசைத்தான் பாரி.

"வறண்ட ஆற்றில் இவ்வளவு துல்லியமாக நீரையும் நீரின் தன்மை யையும் கண்டறிந்து பயன்படுத்தியபடி அவர்கள் முன்னேறுகின்றனர். போரிடும் அரசப்படை என்று மட்டும் இதைக் கணித்துவிட வேண்டாம். பல்வேறு ஆற்றல்கொண்டவர்கள் இதற்குள் இருக்கின்றனர்" என்றார் கிழவர்.

பாரியின் சிந்தனை மீண்டும் முதற்புள்ளிக்கே போனது. 'பெரும்படைக்குத் தேவையான நீர்வளம் இருக்கும் பாதையாகத்தான் இதைத் தேர்வுசெய்தார்களா அல்லது இதுதான் சரியான பாதை எனத் தெரிந்து தேர்வுசெய்தார்களா?' என்று எண்ணங்கள் ஓடிக்கொண்டிருந்த போது கிழவர் சொன்னார், "எனது சிந்தனைப்படி நாளை இரவு இவர்கள் சுழிப்பள்ளத்தை அடைவார்கள். அங்கு எழுவனாற்றோடு வட்டாறு வந்து கலக்கிறது. அகலத்தில் எழுவனாற்றைவிட வட்டாறே பெரியது. புதிதாய்ப் பார்ப்பவர்கள்

அதுதான் மூல ஆறு என்று நினைப்பார்கள். இவர்களும் அப்படி நினைத்து அத்திசையில் திரும்பி விட்டால் எவ்வியூருக்குத் தொடர்பே இல்லாத திசையிலே பயணப்படுவார்கள். அதுமட்டுமல்ல, வட்டாறு கடும்பாறை நிலங்களை வழித்தடமாகக் கொண்டது, எளிதில் இவர்களால் நீரைக் கண்டறிய முடியாது. தனது போக்கிலே இப்படை அழிவுக்குள் சிக்கிக்கொள்ளும்" என்று கிழவர் சொன்னார்.

ஆனால், பாரியின் உள்மனத்துக்குத் தான் தெரியும், அவன் எழுவனாற்றின் வழியே எவ்வியூர் நோக்கி முன்னகர்ந்தால்கூட ஆபத்தேதும் இல்லை. வட்டாற்றில் திரும்பினால் தான் ஆபத்தென்று.

மறுநாள் சோழவேலனின் விருந்து மண்டபத்தில் சந்தித்தனர். வழக்கம் போல் பரிமாறல்களில் பொங்கி வழிந்துகொண்டிருந்தது தேறல். சோழவேலன் தனது நாட்டின் சிறந்த கள்ளைக் கொடுத்தபடிப் பேச்சைத் தொடங்கினார். உடன் அமைச்சர் வளவன் காரி இருந்தார். கடலோடிகளின் குடிக்கு இணை சொல்ல முடியாது. உள்ளிறங்கும் நீர்மட்டம் உயரட்டும் எனக் காத்திருந்த ஹிப்பாலஸ் பொருத்தமான நேரத்தில் தொடங்கினான், "திரையர்களை வெற்றிகொள்ள முடியாமல் சோழர் படை பாதியில் திரும்பியதாகக் கேள்வியுற்றேன். அப்படியிருக்க, இப்போது பறம்பின் மீது படை யெடுத்துப் போய் எப்படி வெற்றி கொள்ள முடியும்?"

"திரையர்கள் பற்றி வெளியுலகுக்கு ஆதிகாலம் தொட்டே அதிகம் தெரியும். வெளியுலகுக்குத் தெரியாத, ஆனால் திரையர்களைவிட வலிமையான குடியினர் கிழக்குத் திசையில் உள்ள தாளமலையில் உள்ளனர். அவர்களின் பெயர் நெடுங்காடர்கள். 'திரையர்களைக்கூட நெருங்க முடியும். ஆனால், நெடுங்காடர்களை நெருங்கவே முடியாது' என்றுதான் செய்திகள் சொல்லப்பட்டன. ஆனாலும் செங்கனச்சோழன் துணிந்து தாளமலையை முற்றுகையிட்டான். பல மாதகால முற்றுகை. இயற்கையாக அமைந்த மழை வெள்ளத்தால் நெடுங்காடர்கள் குடியிருப்புப் பகுதியில் பெரும் பாறைச்சரிவு ஏற்பட்டது. அவர்கள் ஒருங்கிணைய முடியாத நிலை உருவானது. அதை சாதகமாகப் பயன்படுத்தி நெடுங்காடர்களை முழுமையாக வீழ்த்த முடியும் என்ற நம்பிக்கை உருவானதால்தான் திரையர்களை நோக்கி நகர்ந்த படைப்பிரிவின் தலைவன் திதியனைப் பின்வாங்கிவர உத்தரவிட்டோம். செங்கனச்சோழன் மொத்தப் படையையும் ஒருமுகப்படுத்தி நெடுங்காடர்களைச் சூழ்ந்து தாக்கினான்" என்றார்.

நெடுங்காடர்களைப் பற்றி இதுவரை ஹிப்பாலஸ் கேள்விப்பட்டதில்லை. பேச்சு அதைச் சுற்றியே இருந்தது. சோழவேலன் சொன்னார், "கீழ்நெடுங்காடர்கள், மேல் நெடுங்காடர்கள், குறுங்காடர்கள் என்று மூன்று பிரிவினர் உண்டு. நாங்கள் அறிந்தவரை காடு பற்றி இவர்களின் அறிவுக்கும் ஆற்றலுக்கும் இணை சொல்ல யாரும் இல்லை. மனிதனே புக முடியாத கொடிய காட்டுக்குள்

இவர்கள் நுழைந்தால்கூட உணவு, நீர், வழித்தடம் ஆகிய மூன்றையும் கணநேரத்தில் உருவாக்கிவிடுவார்கள்."

ஹிப்பாலஸ் திகைத்துப்போனான். சோழவேலன் தொடர்ந்தார், "பத்தாண்டுகளுக்கு மேலாகப் போர் முயற்சியில் இருக்கும் சேரனால்கூடப் பறம்பை ஒன்றும் செய்ய முடிய வில்லை. ஆனால், வெகுதொலைவில் இருக்கும் எங்களால் பறம்பை வீழ்த்த முடியும் என்ற நம்பிக்கை எளிதிலா ஏற்பட்டிருக்கும்?"

ஹிப்பாலஸுக்கு என்ன சொல்வது எனத் தெரியவில்லை. சோழவேலன் தனது நரைத்த தலைமுடியை விரல்களால் கோதியபடியே சொன்னார், "பறம்பின் உட்காடுகள் வரை போகக் கூடிய பாதையை நன்கு அறிந்தவர்கள் நெடுங்காடர்கள். பறம்பின் எல்லைக்குள் எமது படை நுழைந்து பதினான்கு நாட்களாகிவிட்டன. நான்கு நாட்கள் இடைவெளியில் எனக்குச் செய்தி வந்துசேர்கிறது. அப்படியென்றால், பறம்புக்குள் நுழைந்து பத்து நாட்கள் வரை பாரி தாக்குதல் தொடுக்கவில்லை. இவ்வளவு பெரும்படை உள்ளே நுழைந்ததை இரு நாட்களுக்குள்ளேயே அவன் அறிந்திருப்பான். ஆனால், இந்தப் படையின் தன்மையை உணர்ந்த கணமே அவன் வில்லினை உயர்த்தும் ஆற்றலை இழந்திருப்பான்."

பறம்பின் எல்லைக்குள் பத்து நாட்களுக்குமேலாகப் படை சென்று கொண்டிருக்கிறது என்பதை ஹிப்பாலஸ்ஸால் நம்பவே முடிய வில்லை. உதியஞ்சேரலால் இத்தனை ஆண்டுகளாகியும் முடியாததைச் சோழர்கள் எளிதாகச் சாதித்துக் கொண்டிருக்கின்றனர் என்று எண்ணிய ஹிப்பாலஸ், தனது வியப்பை மேலும் வெளிக்காட்டாமல் இருக்க முயன்றான். கூர்மையாகச் சிந்திப்பதைப்போலச் சற்றுநேரம் அமைதியாக இருந்தான்.

தனது புகழின் மீதான பெருமிதத்தை அடுத்தவன் கண்களின் வழியே பார்ப்பது அளவிட முடியாத மகிழ்வைத் தரக்கூடியது. அதுவும் கிரேக்கத்தின் பெருவணிகனும் கடல் வழித்தடத்தின் தளகர்த்தனும் இமை மூடாமல் சோழப்பேரரசின் வலிமை யைத் தனது சொல்கொண்டு பார்த்திருக்கச் சோழவேலனால் வார்த்தைகளை எப்படிக் கட்டுப் படுத்த முடியும்?

'பெரும்படைகொண்டு வெற்றி கொள்ளச் சமதளத்தில் எண்ணற்ற நாடுகள் இருக்க, பறம்பினை நோக்கி ஏன் படையெடுத்துள்ளார் சோழப் பேரரசர்?" எனக் கேட்டான் ஹிப்பாலஸ்.

சற்றே புன்முறுவலோடு அவனது கேள்வியை எதிர்கொண்ட சோழ வேலன், ஒளிவீசும் செவ்வண்ணக் கோப்பையைக் கையில் ஏந்தினார்.

74

இருக்கன்குன்றை அடுத்து ஆயிமலை நீண்டுகிடக்கிறது. ஆயிமலையின் மேல் முகட்டைப் பறம்பின் மக்கள் கடப்பதில்லை. அந்தத் திசையின் அடர்காடுகளில் சேர நாட்டினரே வேட்டையில் ஈடுபடுகின்றனர். எனவே, அப்போதிலிருந்து அது அவர்களின் பகுதியாகவே கருதப்படுகிறது. அந்தக் காட்டின் நடுவில்தான் குட்டநாடும் குடநாடும் இப்போது தத்தம் படைகளை ஒருங்கிணைத்துள்ளன.

குடவர்கோ போர்க்களம் வரவில்லை. அவருக்கு மாற்றாக அமைச்சன் கோளூர்ச்சாத்தனே வந்திருந்தான். குட்டநாட்டு வேந்தன் உதியஞ்சேரல் தாக்குதலின் முழுத் தன்மையையும் தீர்மானிப்பவனாக இருந்தான். இரு நாட்டுத் தளபதிகளான துடும்பனும் எஃகல்மாடனும் அவனது உத்தரவை நிறைவேற்ற ஆயத்த நிலையில் இருந்தனர். ஆயிமலையின் இடப்புற விளிம்பின் வழியாக எஃகல்மாடன் தலைமையிலும் வலப்புற விளிம்பின் வழியாகத் துடும்பனின் தலைமையிலும் பறம்புக்குள் படையெடுக்க முடிவு செய்திருந்தனர்.

நேரெதிராக இருந்த இருக்கன் குன்றின் உச்சியில் நிலைகொண்டிருந்தான் கூழையன். தேக்கனும் உதிரனும் வந்துசேர்ந்தனர். அருகில் இருந்த ஊர்களைச் சேர்ந்த நூறு வீரர்கள் கூழையனோடு இருந்தனர். தேக்கனிடம் நிலைமையை விவரித்தான் கூழையன். எதிரிப்படையின் எண்ணிக்கையைத் தோராயமாகத்தான் சொல்ல முடிந்தது. "ஆயிமலையின் மேல் முகடுகளில் இருந்துதான் நம்மால் பார்க்க முடியும். மலையின் கீழ்ப் பகுதியில் உள்ளொடுங்கிய

அடர்காட்டுக்குள் அவர்கள் இருப்பதால், அவர்களின் எண்ணிக்கையைச் சரியாக மதிப்பிட முடியவில்லை" என்றான் கூழையன். ஆனால், இருவர் படைகளும் காட்டுக்குள் வந்துவிட்டதை உறுதிசெய்தான். "அவர்களின் தாக்குதல் திட்டத்தைத் தான் கணிக்க முடியவில்லை" என்றான்.

தேக்கன் நிலைமையைப் புரிந்துகொள்ள நேரமெடுத்துக் கொண்டான். சேரர்கள் இருவரையும் எளிதாக நினைத்துவிடக் கூடாது என அவனுக்குத் தெரியும். 'கூழையனின் கூற்றுப்படி சேரப்படை முழுமையாக வந்து இரு வாரங்களாகப்போகின்றன. ஆனால், இன்னும் அந்த இடம் விட்டு அசையாமல் ஏன் இருக்கிறான்? அவனது காத்திருப்பு எதற்காக?' - தேக்கன், கேள்விகளை எழுப்பியபடியே இருந்தான்.

"சேரன் ஆயிமலையின் இடப்புற விளிம்பு அல்லது வலப்புற விளிம்பு என ஏதேனும் ஒன்றின் வழியாகத்தான் உள்ளே நுழைந்தாக வேண்டும்" என்று கூழையன் சொன்னபோது, "ஏன், இரண்டு பக்கங்களிலும் ஒருசேர உள்ளே நுழைய மாட்டானா?" எனக் கேட்டான் தேக்கன்.

"வாய்ப்பிருக்கிறது" என்றான் கூழையன்.

"இந்த இரண்டு பக்கங்களிலும் அவனது படையை எதிர்கொள்ள நாம் ஆயத்தமாவோம் என அவனுக்குத் தெரியுமல்லவா, பிறகு ஏன் அவன் காலம் தாழ்த்திக்கொண்டிருக்கிறான்?"

கூழையனிடம் பதில் இல்லை.

"நம்மை இங்கு கவனம் செலுத்த வைத்து, அவன் வேறு திசையில் நுழைய மாட்டானா?" எனக் கேட்டான் உதிரன்.

"இல்லை, வேறு எங்கும் அவனது படை நிலைகொள்ளவில்லை. இங்குதான் அவன் மையமிட்டுள்ளான்" என்றான் கூழையன்.

எப்படிச் சிந்தித்தாலும் அவனது செயலின் காரணம் பிடிபடவில்லை.

அன்றிரவு தேக்கன் எந்த முடிவும் எடுக்கவில்லை. 'உதியஞ்சேரல் ஏன் காத்திருக்கிறான்? அவனுக்குத் தேவையான செய்தி வந்து சேரவில்லை அல்லது அவன் நினைத்த இடத்தில் எதிரிகளாகிய நாம் வந்து சேரவில்லை. இந்த இரண்டு காரணங்கள்தாம் இருக்க முடியும். சோழனும் பாண்டியனும் படையெடுத்துள்ள செய்தி அறிந்து அவர்களின் தாக்குதலுக்காகக் காத்திருக்கலாம் அல்லது நாம் ஆயிமலையின் எந்த விளிம்பில் அவனை எதிர்கொள்ள அணிவகுக்கப்போகிறோம் என்பதை அறியக் காத்திருக்கலாம்' என்று சிந்தித்தபடியிருந்தான்.

பின்னிரவு தொடங்கியது. தேக்கன் சொன்னான், "நாளை காலை இரு விளிம்புகளிலும் நமது படையை அணிவகுக்கச்செய்வோம். அதன் பிறகும் அவன் முன்னகரவில்லை என்றால், சோழ, பாண்டியப் படையெடுப்போடு ஏதோ ஒருவகையில் இவனது திட்டம் ஒருங்கிணைந்துள்ளது என்று பொருள்."

கூழையனும் உதிரனும் தேக்கனின் சொல்லோடு முரண்பட முடியாமல் அமைதிகாத்தனர். தேக்கன் சொன்னான், "அப்படியோர் ஒருங்கிணைப்பு இருப்பதாக நாம் முடிவுக்கு வந்தால், எதிரிகளை நோக்கி நமது படை முன்பாய்ச்சலில் சென்று தாக்கவேண்டியிருக்கும்."

தேக்கனின் கூற்று சரியெனப்பட்டது. திட்டத்தை நடைமுறைப்படுத்து

வதைப் பற்றிப் பேசினர். இடப்புற விளிம்பில் உதிரனின் தலைமையில் இருபது ஊர்களையும், வலப்புற விளிம்பில் கூழையனின் தலைமையில் இருபத்தாறு ஊர்களையும் அணி வகுக்குமாறு தேக்கன் சொன்னான். குதிரைப்படையினரோடு குன்றின் மேல்முகட்டில் அமைந்துள்ள இந்த இடத்திலிருந்து இரு பக்க நிலைமைக்கு ஏற்ப முடிவெடுத்துத் தாக்குதலை வலுவூட்டுவது தேக்கனின் வேலை என முடிவானது.

திட்டமிட்டபடிக் கூழையனும் உதிரனும் ஆயிமலையின் விளிம்புகளில் எதிரிகளைத் தாக்க ஆயத்தமாயினர். வலிமைமிகுந்த குதிரைப் படையோடு இருக்கன்குன்றின் மேலே நின்றபடி இரு பக்க நிலைமைகளையும் கூர்ந்து கவனித்துக்கொண்டிருந்தான் தேக்கன்.

மறுநாள் முழுவதும் எதிரிகளிடம் எந்த அசைவும் இல்லை. காத்திருந்தான் தேக்கன்.

விருந்து மண்டபம் கோடையின் வெக்கையைச் சிறிதும் உள்ளிறக்காமல் இருந்தது. ஆனால், தேறல் கணக்கின்றி உள்ளிறங்கிக்கொண்டிருந்தது. ஹிப்பாலஸ், குடியில் பேரார்வம் கொண்டவனைப்போலக் காட்டிக் கொண்டிருந்தான். ஆனால், அவன் குடிக்கும் வழக்கமான வேகம் இன்றில்லை. காரணம், அவனது தேவை வேறொன்று.

சோழவேலன் சொன்னார், "எவ்வளவு அடர்கானகத்தில் இருந்தாலும் தேவையான அளவு வழியமைப்பதில் வல்லமை வாய்ந்தவர்கள் குறுங்காடர்கள். இருக்கையின் மீதிருக்கும் தூசியை ஊதித் தள்ளுவதைப்போலப் பின்னிக் கிடக்கும் செடிகொடிகளையும் புதர்களையும் விலக்கி எளிதில் வழியமைப்பார்கள். கீழ்க்காடர்களோ, நீரும் வேரும் கிழங்கும் அறிந்தவர்கள். மண்ணுள் இருக்கும் அனைத்தையும் பற்றி அவர்களைப்போல் அறிந்த இன்னோர் உயிர் இல்லை என்றே சொல்லலாம். மேல்மண்ணை மோந்து அடிமண்ணைக் கண்டறியும் ஆற்றல் கொண்டவர்கள். மண்ணுள் மணிக்கற்கள் இருக்கும் இடத்தில் நன்கு வேர்விட்டு வளரக்கூடியது 'கருநொச்சி' என்று கண்டறிந்தவர்கள் அவர்களே. அதனால்தான் கருநொச்சி இருக்கும் நிலத்தில் புதையல் இருக்கும் என்று மக்கள் நம்பத் தொடங்கினார்கள்.

மேல்காடர்களோ நிலத்தின் மேற்புறத்தைத் தமது உடலின் மேற்புறம்போலப் பாவிப்பவர்கள். மரம், செடிகொடி என அனைத்தையும் இருக்கும் நிலையிலேயே ஆயுதமாக மாற்றத் தெரிந்தவர்கள். இவர்கள் மூவரும் ஆதியில் ஒருதாய் வயிற்றுப் பிள்ளைகள். 'அந்த ஆதித்தாய், மண்ணுள்ளிருந்து விளைந்தவள்; மண்ணாலானவள்' என்று சொல்கிறார்கள். அதனால்தான் இன்றும் மண் போர்த்தி உறங்கும் பழக்கம் அவர்களிடம் உண்டு."

ஹிப்பாலஸ், இதுவரை இப்படியொரு பழக்கமிருக்கும் மனிதர்களைப் பற்றிக் கேள்விப்பட்டதேயில்லை. மிரண்டு நின்றான்.

"கிழக்குப் பகுதி மலையின் ஆதிகுடிகள் இவர்கள். பச்சைமலைத்தொடர்போல் ஒற்றைக்குணம் கொண்ட நீள்மலையல்ல அது. ஒவ்வொரு குன்றுக்கும் ஒவ்வொரு தன்மை உண்டு. கிழக்கும் மேற்கும் எதிர்த்திசைகளைப்போல இந்த இரு திசைகளில் உள்ள மலைமனிதர்களும் எதிரெதிர்த் தன்மைகளைக் கொண்டவர்களே!"

இத்தனை தலைமுறைகளாகத் தமிழ் நிலத்தோடு வணிகம் நடந்திருந்தும் இதுவரை கேள்விப்பட்டிராத செய்தியைக் கேட்டுக்கொண்டிருந் தான் ஹிப்பாலஸ்.

சோழவேலன் தொடர்ந்தார். "காட்டின் ஆதிக்குணங்களைத் தங்களின் குருதி நாளங்களில் உணர்ந்த வர்கள் நெடுங்காடர்கள். எனவே, அவர்களைக்கொண்டே படை யெடுப்பின் முறைமையை வகுத்துள் ளான் என் மகன் செங்கனச்சோழன். சோழநாட்டு நிலைப்படையின் தேர்ந்த வீரர்கள் மட்டுமே இந்தப் படையெடுப்பில் பங்கெடுத்துள்ளனர். நெடுங்காடர்கள் கவசமென அணிவகுக்க, பறம்பை ஊடுருவிச் சென்றுகொண்டிருக்கிறது சோழப்படை. அது சமதளப்போரில் எவ்வளவு ஆற்றல்வாய்ந்த தாக்குதலை நடத்துமோ அதைவிட வலிமையான தாக்குதலை இப்போது காடுகளுக்குள் நடத்த வல்லது" என்றான்.

விழித்த விழி நகராமல் நின்றது. 'சேரனையும் பாண்டியனையும் கடந்தவனாக இருக்கிறான் சோழன்' எனத் தோன்றியது. இந்த எண்ணம் தோன்றிய மறுகணமே 'தான் கேட்ட கேள்விக்கான விடையைச் சொல்லாமல், மற்ற செய்திகளைச் சொல்வதன் மூலம் பேச்சைத் திசை திருப்புகிறார் சோழவேலன்' என்றும் தோன்றியது.

ஹிப்பாலஸ், ஆழ்ந்து சிந்தித்து 'அவரின் வழியையே நாமும் பின்பற்றுவோம்' என நினைத்துக் கேட்டான், "இவ்வளவு வலிமை கொண்ட படை இருக்குமேயானால், நீங்கள் வெல்வதற்குப் பேரரசுகள் இருக்கின்றனவே. ஏன் பறம்பின் மீது படையெடுக்க வேண்டும்?"

உற்சாகத்தோடு பீறிட்ட சொற்கள் சட்டென நின்றன. வேகம் முறிந்தது போலானது. அமைதி சூழ்ந்தது.

சோழவேலன் சொல்லத் தயங்கு கிறாரா அல்லது எப்படித் தொடங்குவது எனச் சிந்திக்கிறாரா என்பதை ஹிப்பாலஸால் கணிக்க முடியவில்லை. சற்று அமைதிக்குப் பிறகு ஹிப்பாலஸைப் பார்த்துச் சோழவேலன் கேட்டார், "ஒரு நாட்டைச் செழிப்பு மிக்க நாடு என எதை வைத்துத் தீர்மானிப்பீர்கள்?"

"அது மனிதர்கள் தீர்மானிப்பதன்று; அந்நாட்டின் சேமிப்பறைகளில் இருக்கும் பொன்னும் மணியும் முத்தும்தாம் தீர்மானிக்கின்றன."

"சரியாகச் சொன்னீர்கள். யவனர்களாகிய நீங்கள், இந்நிலத்தில் நடக்கும் அரசாட்சிகளையும் நாடுகளையும் நன்கு அறிந்தவர்களாயிற்றே! நீங்களே சொல்லுங்கள், இந்த நிலத்தில் செழிப்புமிக்க நாடு எது?"

இதுபோன்ற பேச்சுகளில்தான் ஆழமான மனக்காயங்கள் உருவாகின்றன. அவை வணிகத்தில் பெரும்பாதிப்பை ஏற்படுத்துகின்றன. வார்த்தைகளுக்குக் கொடுக்கப்படும் விலையை நீதிமானோ, உழவனோ அறிந்ததைவிட வணிகனே அதிகம் அறிந்திருப்பான். எனவே, விடை சொல்வதைத் தவிர்த்தான் ஹிப்பாலஸ்.

"ஏன் தயங்குகிறீர்கள், நீங்கள் நினைப்பதைச் சொல்லுங்கள்?"

சொல்ல முடியாமல் தவித்தவன் தயக்கத்தை உடைத்து மெல்லச் சொன்னான் "பொன்னும் மணியும் முத்துக்களைவிட மதிப்பு உயர்ந்தன. ஆனால், அவை மிகக்குறைவாகவே கிடைக்கின்றன. முத்துக்களோ அளவிடற்கரிய முறையில் கிடைக்கின்றன. பெரும் முத்துக் குளியலை நாள்தோறும் நடத்திவரும் பாண்டியநாடே செழிப்புமிக்கது."

தலையசைத்துச் சிரித்தான் சோழவேலன் "இப்படித்தான் தவறுதலாக மதிப்பிடுகிறீர்கள்."

"இதில் என்ன தவறு இருக்கிறது?"

"முத்துக்களைவிடப் பொன்னும் மணியும்தாமே மதிப்பில் உயர்ந்தன?"

"ஆமாம்.""

"அந்தச் செல்வத்தை அளவிட முடியாத அளவு வைத்துள்ளது யார்?"

சற்றே தயங்கியபடித் "தெரியவில்லை" என்றான் ஹிப்பாலஸ்.

ஹிப்பாலஸின் முகத்தைக் கூர்ந்து பார்த்து, புருவங்களை உயர்த்தியபடிச் சொன்னார், "பறம்பின் பாரி."

கண்கள் பிதுங்க விழித்தான் ஹிப்பாலஸ். 'என்ன சொல்கிறான் சோழவேலன்' என்பதைப் புரிந்து கொள்ள முடியாத குழப்பத்தை, அவனது முகம் காட்டியது.

"நான் சொல்வதை உங்களால் ஏற்க முடியவில்லை அல்லவா?"

"ஆம்" எனத் தலையசைத்தான்.

"பச்சைமலைத்தொடரின் நீளம் அறிவீர்களா நீங்கள்?"

"எங்களின் நாவாய்கள் குமரிமுனை திரும்பினால் கரையையொட்டி ஒரு மாதகாலம் பயணப்பட்டு, சுபாகரா இடத்தில் மேற்குத் திசையில் திரும்பு கின்றன. அந்த இடம் வரை நீண்டு கிடக்கிறது என நினைக்கிறேன்."

"ஆமாம். நீங்கள் சொல்வது மிகச் சரி. கண்காண முடியாத தொலைவு நீண்டுகிடக்கும் இந்தப் பச்சை மலைத்தொடர் முழுவதையும் தம் வாழ்விடமாகக் கொண்டவர்கள்தாம் பதினான்கு வேளிர்குடிகள்.

மலையுள் உள்ள குகைப்பாறைகளின் சுரங்கங்களிலும் ஆற்றிலும் பள்ளத்தாக்கிலும்தான் விலை உயர்ந்த மணிக்கற்கள் கிடைக்கின்றன. உங்களின் யவனப் பேரரசர் உட்பட எல்லா நாட்டு வேந்தர்களும் செல்வந்தர்களும் எண்வகைத் திருமணிகளையே வாங்கவும் அணியவும் சேமிக்கவும் விரும்புகிறோம்."

அமைதிகொண்டு கேட்டான் ஹிப்பாலஸ்.

"வெருகின் கண்போல முழுப்பச்சை நிறத்தின் நடுவில் செங்குத்தான வெண்கோடு ஒளிருமே பூமர வைடூரியம். அதைத்தானே யவனர் களாகிய நீங்கள் மிக உயர்ந்ததாகக் கருதுவீர்கள்?"

"ஆமாம்."

"அந்த வகையான வைடூரியம் மிக அதிகமாகக் கிடைப்பது உடுவன் மலையில். அந்த மலையை ஆள்பவன் வேள் அழுந்துவன்."

'இதை எதற்குச் சொல்கிறார்?' எனச் சிந்தித்தான் ஹிப்பாலஸ்.

"தேன்துளியின் மீது கதிரவன் ஒளிபட்டு மின்னுவதுபோல் இருக்குமே அது என்ன வகை வைடூரியம்?" எனக் கேட்டார்.

ஹிப்பாலஸுக்கு, சட்டெனப் பெயர் நினைவில் வரவில்லை. சோழ

வேலன் சொன்னார், "வாலவாயம். அது கிடைப்பது தனக்கன் குன்றில். அந்த இடம் நெடுவேள் ஆதனின் மலைப்பகுதியைச் சேர்ந்தது. அவனது மலைக்கு அடுத்து இருப்பதுதான் பன்றிமலை. மயிலின் கழுத்துபோலக் கார்நீலம் இறங்கி ஓடும் வைரக்கல் கிடைக்கும் இடம் அதுதான்" என்று பட்டியலிட்டார் சோழவேலன்.

இவரது பேச்சு எதை நோக்கிப் போகிறது என்பதை ஹிப்பாலஸால் புரிந்துகொள்ள முடியவில்லை. ஹிப்பாலஸின் முகத்தைக் கூர்ந்து பார்த்தபடிச் சோழவேலன் கேட்டார், "எங்கள் வேந்தர்கள் மிகவும் விரும்பி அணியும் வைடூரியம் எது தெரியுமா?"

"தெரியாது" என்றான்.

"முயலின் குருதி சிற்றகலின் ஒளி பட்டுத் திகைத்துத் திகைத்து ஒளி சிந்தும். அதன் ஒவ்வொரு மினுக்கும் ஒவ்வொரு நிறத்தில் இருக்கும். அந்த வகையிலான வைடூரியத்தைத் 'துகிர்கனகம்' என்போம். அதுதான் இந்த நிலமெங்கும் இருக்கும் வேந்தர்கள் விரும்பி அணிவது. அது கிடைக்கும் இடம் புடவூர் வேளன்குன்றில்."

சொல்லியபடி இருக்கையை விட்டு எழுந்தார் சோழவேலன். ஹிப்பாலஸும் உடன் எழுந்தான். விருந்து மாளிகையின் எதிர்ப்புறச் சுவரை நோக்கி மெல்ல நடந்தபடி சோழவேலன் கேட்டார், "யவன வணிகர்கள் நீலமணிக்கற்களை மிக அதிகமாக வாங்குவது எந்த நாட்டில்?"

"எங்கள் நாட்டுச் செல்வந்தர்கள் அதிகம் விரும்புவது கார்நீல மணி களைத்தான். அந்த வகை மணிகள் அதிகம் கிடைப்பது ஈழநாட்டில்தான். எனவே, அங்கிருந்து அதிகம் வாங்கு கிறோம். அரச குடும்பத்தினர் பொது வாக கார்நீலத்தைத் தவிர்த்துவிட்டு மாநீல மணிகற்களைத்தான் பயன்படுத்துவர். அந்த வகைக் கற்கள் அதிகம் கிடைப்பது மணிபல்லவத் தீவில். எனவே, எங்களின் நாவாய்கள் ஆண்டு முழுவதும் மணிபல்லவத் தீவில் நிலைகொள்கின்றன."

சுவரில் இருந்த ஓவியத்தில் பெண் ஒருத்தி நீர்நிறைந்த சிறு குவளையைக் கையில் வைத்துள்ளாள். அந்தக் குவளையில் உள்ள நீரிலிருந்து ஒளி படருவதுபோல் வரையப்பட்டிருந்தது. அதைக் காட்டி, "இந்த ஓவியம் எதைக் குறிக்கிறது என்று உங்களால் அறிய முடிகிறதா?" எனக் கேட்டார்.

நீர் நிரம்பிய குவளையிலிருந்து எப்படி ஒளி வருகிறது என்பது ஹிப்பாலஸுக்குப் புரியவில்லை. அதைக் கேட்ட பிறகு சோழவேலன் சொன்னார், "அதில் உள்ளது புன்னாட்டு மணிக்கல். அது உமிழும் நீலத்துக்கு இணையே இல்லை. குவளை நிறையக் கறந்த பாலை நிரப்பி, அதற்குள் அந்த மணிக்கல்லைப் போட்டால் பாலுக்கு மேல் ஒளி பரவும்" என்றார்.

ஹிப்பாலஸின் முகம் முழுவதும் வியப்பு பரவியது. சோழவேலன் சொன்னார், "அந்தப் புன்னாடு வேள்முடியனின் கையில் உள்ளது. உள்ளுக்குள் தீச்சுடர்போல் அணையாமல் ஒளி வீசும் இளஞ்சிவப்பு நிற மணிக்கற்கள்தாம் வேந்தர்கள் விரும்பி அணிவது. மகுடத்தில் சூடும் முடிமாலையில் அவ்வித மணிக்கற்கள் பதித்தால், அந்த வேந்தன் எந்தப் போரிலும் தோல்வியைத் தழுவ மாட்டான் என்பது நம்பிக்கை. அவ்வித மணிக்கற்கள் அதிகம் கிடைப்பது செருவின்குன்றில். அது அழும்பின் வேள் குன்றாய் இருக்கிறது.

இவர்கள் உட்பட ஒன்பது வேளிர்கள் இன்றும் பச்சைமலையை

ஆள்கின்றனர். எஞ்சியோர் வேற்று நாட்டுப் படையெடுப்புகளால் வீழ்ந்து விட்டனர். பதினான்கு குடி வேளிர்களுக்கும் ஆதியிலிருந்து ஒரு பழக்கம் இருக்கிறது. அவர்களின் நிலப்பகுதியில் கண்டெடுக்கும் மணிக்கற்களைக் குலத்தலைவனிடம் கொடுப்பர். அவன் அவற்றைப் பாதுகாத்து வைப்பான். அந்தக் குலத்தலைவன் மரணத்தைத் தழுவியவுடன் புதியவன் பொறுப்பை ஏற்கும்போது செய்யும் முதற்பணி, ஏற்கெனவே இருந்தவன் காலத்தில் சேகரிக்கப்பட்ட மணிக்கற்களைப் பறம்பு நாட்டிலிருக்கும் பாழி நகரில் போய் வைத்துவிடுவதுதான்."

சோழவேலன் சொல்லிவந்தது என்ன என்பதை ஹிப்பாலஸ் உணரும் வேளை தேறல்களின் மயக்கத்தை கணநேரத்தில் கலைத்தது. சோழவேலன் தொடர்ந்தார், "ஆதியில் நெருக்கடியான சுழலில் யாரோ ஒரு வேளிர்குடி பாழி நகரில் போய் மணிகற்களைப் பாதுகாத்து வைத்திருப்பான். அதன் பிறகு வேளிர் குடிகளிடம் இது ஒரு சடங்காக மாறி விட்டது. குலத்தின் புதிய தலைவன் பழையவனின் காலத்துச் சேமிப்பைப் பாழியில் போடுவது அவனது காலத்தைச் சிறப்பாக்கும் என்ற நம்பிக்கை உருவாகியுள்ளது. இப்படிப் பதினான்கு வேளிர்குடியும் தலைமுறை தலைமுறையாக மணிக்கற்களைப் பாழி நகரில் போட்டுவிட்டு வருகின்றனர். பறம்பு வேளிர்கள் அதைக் காத்துவருகின்றனர்."

செங்கனச்சோழன் படையெடுப்பின் நோக்கம் ஹிப்பாலஸுக்குத் தெளிவாகப் புரிந்தது. ஆனால், இந்தச் செய்தியே தெரியாமல்தான் மற்ற வேந்தர்கள் இருக்கிறார்கள் என்பதை நம்ப முடியவில்லை. சோழவேலன் சொல்வது உண்மையாக இருக்குமே யானால் பறம்பின் மாபெரும் செல்வம் கொள்ளிக்காட்டு விதையோ, சோமப்பூண்டுப் பானமோ, தேவாங்கு விலங்கோ அல்ல; பாழி நகர்ச் செல்வம்தான்."

ஹிப்பாலஸ் எண்ணிக்கொண்டிருக்கும் போது சோழவேலன் சொன்னார், "இன்று, நேற்று அல்ல... எத்தனையோ தலைமுறைகளாகப் பாழி நகரத்தில் குவிக்கப்படும் செல்வம் கதைகளாகப் பரவியபடியே இருக்கிறது. உலகின் மாபெரும் செல்வமான மணிக்கற்களை மலைமக்கள் பாழாய்ப்போடுகின்றனர் என்று எல்லோருக்கும் தெரியும். அதைக் கைப்பற்றும் கனவும் தலைமுறை தலைமுறையாக வளர்ந்துகொண்டுதான் இருக்கிறது. ஆனால், அந்தப் பாழி நகர் எங்கு இருக்கிறது என்ற குறிப்பு, வேளிர் குடியின் மிகச்சிலரைத் தவிர வேறு யாருக்கும் தெரியாது. அவர்கள் எந்தச் சூழலிலும் அதை மற்றவர்களோடு பகிர்ந்துகொள்ள மாட்டார்கள். போரில் வீழ்ந்த வேளிர்களிடம்கூட அந்த உண்மையைப் பெற முடியவில்லை."

ஹிப்பாலஸ் தன்னை முழுமுற்றாக மறந்த நிலையில் சோழவேலனின் சொல்லைக் கவனித்துக்கொண்டிருந்தான்.

"மறைக்கப்படுவதுதான் கவனிக்கப்படுவதாக மாறும். மேற்குத்திசையில் உள்ள பச்சைமலைத்தொடரில் வேளிர்களால் மறைக்கப்படுவது கிழக்குத்திசைக் குன்றுகளில் உள்ள நெடுங்காடர்களால் கவனிக்கப்படத் தொடங்கியது. தலைமுறை தலைமுறையாகப் பாழி நகரை அறிவதே நெடுங்காடர்களின் பணி. அவர்களின் முன்னோர்கள் இட்ட வாக்கும் அதுதான். மண்ணின் அடிவாரத்தை மோந்தே கண்டறியும் கீழ்க்காடர்கள்

தான் பாழி நகர் நிலைகொண்டுள்ள நிலத்தைக் கண்டறிந்துள்ளனர். எண்ணிலடங்காத மணிக்கற்கள் குவிக்கப்பட்டிருக்கும் அந்த நிலத்தை அவர்கள் கண்டறிந்தபோதுதான் இன்னொன்றையும் சேர்த்தே அறிந்தனர்.

"என்ன?" என்று அதிர்ந்து கேட்டான் ஹிப்பாலஸ்.

"வேற்று மனிதர்களால் ஒருபோதும் அந்த இடத்தைக் கண்டறிந்து, அந்தச் செல்வத்தைக் கைப்பற்ற முடியாது என்பதுதான் அது. கீழ்க்காடர்களின் இந்தக் கூற்றை மேல்காடர்களும் குறுங்காடர்களும் ஏற்பதில்லை. அந்தச் செல்வத்தைக் கைப்பற்றக் கீழ்க்காடர்கள் ஒத்துழைப்பதில்லை என்ற காரணத்தினாலேயே காடர் களுக்குள் பல தலைமுறைகளாகப் பகை உண்டாகியது.

செங்கனச்சோழன் மூவரையும் ஒருசேரத் தாக்கியபோது, தங்களைப் பாதுகாத்துக்கொள்ள மூவரும் ஒன்று சேர்ந்துள்ளனர். அப்படியிருந்தும் சோழப் பேரரசின் பெரும்படையை அவர்களால் வீழ்த்த முடியவில்லை. சோழப்படைக்குக் கிடைத்த பெரும்வாய்ப்பு இயற்கை

யால் நிகழ்ந்த நிலச்சரிவு. அது நெடுங்காடர்களின் குடியிருப்புகளை அழித்தது. அவர்கள் ஒருவரோடு ஒருவர் இணைந்து சோழப்படையின் மீது தாக்குதல் தொடுக்க முடியாத நிலையை உருவாக்கியது. அப்படியிருந்தும் சோழர்களால் அவர்களை வெல்ல முடியவில்லை. போர் நெடுங்காலம் நீடித்தது. இறுதியில் மேல்காடர்கள் உடன்படிக்கைத் திட்டத்தைச் சொன்னார்கள். செங்கனச்சோழன் அதை ஏற்றுக்கொண்டு தாளமலையைக் கைப்பற்றும் திட்டத்தைக் கைவிட்டான்” என்றான் சோழவேலன்.

ஹிப்பாலஸ், இருக்கையின் முனைக்கே வந்துவிட்டான். மீண்டும் எழுந்தார் சோழவேலன். “போரிட்டுக்கொண்டிருந்தவர்களை ஒன்றாக இணைத்தது நெடுங்காடர்கள் சொன்ன உடன்படிக்கைத் திட்டம். இருவரின் நீண்டநாள் கனவுகளும் ஒன்றாயின. அதுதான் பாழி நகர். அந்தப் பெருஞ்செல்வத்தை இணைந்து கண்டறிய முடிவுசெய்தனர். காட்டைப் பிளந்து முன்னேறும் ஆற்றல்கொண்ட படையோடு என் மகன் பாழி நகர் நோக்கிப் போய்க்கொண்டிருக்கிறான்.”

சோழனின் திட்டத்தை முழுமையாக அறிந்தபோது ஹிப்பாலஸ் மெய்சிலிர்த்து நின்றான்.

“கிழக்குக்கும் மேற்குக்குமான பகை, வேந்தனுக்கும் வேளிருக்குமான முரணோடு இணைந்துவிட்டது. இனி பாழி நகரைக் காப்பாற்றப் பாரியால் முடியாது” என்றான் சோழவேலன்.

இருக்கன்குன்றின் மேலே காத்திருந்த தேக்கனுக்கு உதியஞ்சேரலின் திட்டத்தைப் புரிந்துகொள்ள முடியவில்லை. ஆயிமலையின் இரு பக்க விளிம்புகளிலும் தனது படையைக் கொண்டுபோய் நிறுத்திய பிறகும் எதிரிகளின் பக்கத்தில் எந்தவித அசைவும் இல்லை. ‘என்னதான் நினைக்கிறான் உதியஞ்சேரல்?’ என நினைத்தபடியே இருந்த தேக்கன், குதிரைவீரர்களை அழைத்தான். அறுவர் முன்வந்தனர். தன்னோடு எவ்வியூரிலிருந்து வந்த எயினியிடம் சொன்னான், “அறுவரையும் அழைத்துக்கொண்டு எதிரில் இருக்கும் ஆயிமலையின் முகட்டுக்குப் போ. அங்கு செல்லும் வரை நமக்குக் குதிரைப்பாதை இருக்கிறது. தேவைப்பட்டால் குதிரைப்பாதையையும் கடந்து சில வீரர்களை அனுப்பிவை. ஆயிமலையின் மறுபக்கம் எதிரிகளின் நடவடிக்கையை அறிந்து வா” என்றான்.

எயினி, ஆறு வீரர்களை அழைத்துக்கொண்டு புறப்பட்டான். இருக்கன் குன்றிலிருந்து இறங்கி ஆயிமலையின் மேற்புறம் ஏறி உச்சி முகட்டை அடைய வேண்டும். போரின் முதற்பணி தனக்கு வழங்கப்பட்டதை எண்ணி மகிழ்வோடு விரைந்தான் எயினி.

பறம்பில் உள்ள குதிரைகளை, வாரிக்கையன் இரு பாகங்களாகப் பிரித்திருந்தார். அதில் பெரும்பாகத்தை எவ்வியூரில் வைத்துக்கொண்டார். சிறு பாகத்தை மூன்றாகப் பிரித்து மூன்று திசைகளிலும் களம்நோக்கி அனுப்பினார். அவர் அனுப்பிய இருநூறு குதிரைகள் முந்தைய நாள் தேக்கனின் இடத்துக்கு வந்து சேர்ந்தன. அதை முழுமையாகத் தன்னுடன் வைத்துக்கொண்டான். ஆயிமலையின் இரு பக்க விளிம்புகளிலும் கூழையனும் உதிரனும் எதிரிகளைத் தாக்க ஆயத்த நிலையில் இருந்தனர். ஆனால், அவர்களுக்குக் குதிரைவீரர்களை அனுப்பவில்லை. தாக்குதலை மேலிருந்து

கண்காணித்துக்கொண்டிருந்த தேக்கனிடம்தான் அனைத்துக் குதிரை வீரர்களும் இருந்தனர். யாருக்கு உதவி தேவையோ அவர்களை நோக்கிக் குதிரைப்படையை அனுப்புவதுதான் தேக்கனின் திட்டம்.

எயினியின் தலைமையிலான ஆறு வீரர்களும் இருக்கன்குன்றைத் தாண்டி ஆயிமலையில் ஏறத் தொடங்கினர். குதிரைகள் பிறந்தது முதலே பறம்பின் மலைப்பாதையில் ஓடிப்பழகியவை. எனவே, மலையேற்றத்திலும் வேகம் குறையாமல் வீரர்களைச் சுமந்து செல்லக்கூடியவை.

ஆயிமலையின் பாதி உயரத்தைக் கடந்தனர். சில இடங்களில் ஆபத்தான சரிவுப்பாறைகள் உண்டு. அந்த இடங்களில் குதிரையை விட்டு இறங்கி நடந்து செல்வர். முன்னால் சென்று கொண்டிருந்த எயினி இறங்கி நடந்தான். வீரனாகிய தனக்கு வழங்கப் பட்ட இந்தப் பணி குறித்து எயினியின் மனதில் மகிழ்வு பீறிட்டபடி இருந்தது. சரிவுப்பாறையில்கூடக் குதிரையை நடக்கவிடவில்லை அவன். ஓடுகிற அதே வேகத்தில் இழுத்துக்கொண்டு நடந்தான். பாறையைக் கடந்ததும் குதிரையின் மீது ஏறிக் கடிவாளத்தைச் சுண்டினான். வரிசையாக மற்ற வீரர்களும் குதிரையின் மீது ஏறினர். வேகம் கூடியது. ஆயிமலை முகட்டின் பின்புறமிருந்து உதியஞ்சேரல் எதை எதிர்பார்த்துக் காத்திருந்தானோ அது அவனை நோக்கி வந்துகொண்டிருந்தது.

சோழனின் பெரும்படை சுழிப் பள்ளத்தை அடைந்தது. படையின் வால்பகுதி மறுமலையைக் கடந்து கிடந்தது.

இடப்புறக் கரையின் மேல் மறைந்தபடி வந்துகொண்டிருந்த பிட்டன் தலைமையிலான படையும் வலப்புறத்திலிருந்த இரவாதன் தலைமையிலான படையும் தங்களின் நிலையிலேயே இருந்தனர். இந்தப் படை சுழிப்பள்ளத்திலிருந்து இடப்புறமாக எழுவனாற்றில் நுழையப்போகிறதா அல்லது வலப்புறமாக வட்டாற்றில் நுழையப் போகிறதா என்பதைப் பொறுத்துத் தான் அவர்கள் தாக்குதல் அமையும். தாக்குவது என்று முடிவானால் அதற்கான உத்தரவை இரவில்தான் பாரி அறிவிப்பான் என்று இருவரும் நம்பினர். ஏனென்றால், படையின் எண்ணிக்கை மிகப்பெரியது. இரவுதான் சிதறடிக்கும் தாக்குதலுக்குப் பொருத்தமானது.

ஆற்றின் இரு பக்கங்களும் மேலிருந்து படை நகர்வைக் கவனிக்கத் தொடங் கினர். ஆற்றின் போக்கிலே எவ்வியூர் நோக்கிப் போகப்போகிறார்களா அல்லது இணையும் ஆற்றுத்தடத்தில் நுழையப்போகிறார்களா என்பதை உன்னிப்பாகக் கவனித்தனர். விருகமரம் ஒன்றின் மீது ஏறித் தலையை மட்டும் வெளியே நீட்டி உற்றுப்பார்த்துக்கொண்டிருந்தான் பிட்டன். ஆற்றின் வலப்புறம் பாறையின் மேல்மடிப்பிலிருந்து பார்த்துக்கொண்டிருந்தான் இரவாதன். மலைமுகட்டின் மீதிருந்த பாரியின் இரு கண்களும் சுழிப்பள்ளத்தை உற்றுப் பார்த்துக் கொண்டிருந்தன.

பொழுது புலர்ந்த சிறிது நேரத்தி லேயே, வலப்புறமாகக் கதிரவன் ஒளியில் மின்னத் தொடங்கிய வட்டாற்று மணலில் தம்முடைய கால்களைப் பதித்தன சோழப்படையின் முதல் வரிசை யானைகள்.

75

ஆயிமலையின் முகட்டுக்கு எயினி தலைமையில் அறுவரும் வந்து சேர்ந்தனர். குதிரையை விட்டு எயினி இறங்கினான். வீரர்கள் ஒவ்வொருவராக வந்து இறங்கிக்கொண்டிருந்தனர். 'முதலில் மூவரை முகட்டின் பின்புறம் அனுப்பிவைப்போம்' என்று அவன் நினைத்தபோது முகட்டுக்கு அப்பாலிருந்து ஏதோ ஓர் ஓசை கேட்டது. எதிரிகள் மிக அருகில்தான் இருக்கிறார்கள் என்பதைக் கணித்த எயினி, சட்டென இடுப்பில் இருந்த குறுவாளை உருவினான்.

மற்றவர்களும் ஆயுதங்களை ஏந்திப் பிடிக்க ஆயத்தமாகும்போது, முகட்டின் பின்புறமிருந்த ஓசை மிக வேகமாக நகர்ந்து வருவதுபோலிருந்தது. 'கண நேரத்துக்குள் எப்படி இங்கே?' என்று எயினி எண்ணிக்கொண்டிருக்கும் போதே மரத்தின் உச்சிக்கிளையில் இருந்த ஒன்று பெரும் ஊளைச் சத்தத்தோடு பாய்ந்து இறங்கியது. மனிதர்கள் வருவார்கள் என்று புதர்களுக்குள் பார்த்துக்கொண்டிருந்தவன், மரத்தின் மேலிருந்து பாய்ச்சலைச் சற்றும் எதிர்பார்க்கவில்லை.

பாய்ந்த தோகைநாய், குதிரையின் பிடரியைக் கவ்வி ஓர் இழு இழுத்தது. கண்ணிமைக்கும் நேரத்தில் எயினியின் குதிரை தடுமாறிக் கீழே சாய்ந்தது. எயினி உருவிய வாளோடு அந்த விலங்கை நோக்கிப் பாய்ந்தபோது பீறிட்ட குதிரையின் குருதி அவனது முகத்திலே பீய்ச்சியடித்தது. திகைத்துப்போனவனுக்கு என்ன நடக்கிறது எனப் புரிவதற்கு முன் அடுத்தடுத்து தோகைநாய்கள் மரத்திலிருந்து குதிரைகளை நோக்கிப் பாய்ந்துகொண்டிருந்தன.

வீரர்களால் வில்லில் அம்பைத் தொடுக்கவே முடியவில்லை.

இதுவரை கேட்டிராத ஊளைச் சத்தத்தோடு இறங்கிக்கொண்டிருக்கும் விலங்குகளை எப்படி எதிர்கொள்வது எனச் சிந்திக்கும் முன், தாக்குதல் முடிவுறும் கட்டத்தை நெருங்கியது. இடுப்பில் இருந்த குறுவாள்கொண்டு, பாயும் விலங்கின் மீது பாய எத்தனித்தனர். அப்போது குதிரைகளைச் சரிவில் இழுத்துத் தள்ளிக்கொண்டிருந்தன தோகைநாய்கள். முன்னும் பின்னுமாக வீரர்கள் அலைமோதியபோது பாய்ந்து இறங்கும் தோகைநாய்களின் எண்ணிக்கை அதிகமாகிக் கொண்டிருந்தது.

கணநேரத்துக்குள் ஏழு குதிரைகளும் குருதி வெள்ளத்தில் மிதந்துகொண்டிருந்தன. எயினிக்கு, என்ன நடக்கிறது என்றே புரியவில்லை. பறம்புவீரன், தான் சாக நேர்ந்தாலும் குதிரையைப் பாதுகாப்பாகக் கொண்டுவந்து சேர்க்க வேண்டும் என்பது பறம்பின் பழக்கம். ஆனால், ஏழு குதிரைகளின் உயிரும் கண்களுக்கு முன்னால் துடித்துக்கொண்டிருக்க எயினி முடிவெடுக்க ஓரிரு கணங்களே இருந்தன.

இருக்கன்குன்றில் இருந்தபடி எதிரில் இருந்த ஆயிமலையின் உச்சியைக் கூர்ந்து கவனித்துக் கொண்டிருந்தான் தேக்கன். திடீரென அங்கே ஓசை கேட்பதை அறிய முடிந்தது. ‘எதிரிகள் ஏதோ சூழ்ச்சி செய்துவிட்டனர்’ என்று அவன் எண்ணிக்கொண்டிருந்தபோது சரிவுப்பாறையில் குதிரை ஒன்று சரிந்து கீழே விழுவது தெரிந்தது. அதிர்ந்தான் தேக்கன். ‘பறம்பின் மலையில் குதிரையைச் சரித்து வீழ்த்தும் அளவுக்கு எதிரிகளுக்கு எங்கிருந்து வந்தது வீரம்? ஏதோ சூழ்ச்சியில் நம்மவர்கள் மாட்டிக்கொண்டு விட்டார்கள்’ என்று கணித்து, அருகில் இருந்த நெடுமனை அழைத்தான். "பதினைந்து குதிரைவீரர்களை அழைத்துக் கொண்டு உடனடியாகப் போ” என்று ஆணையிட்டான்.

நெடுமன், மிகத் திறமையான வீரன். ஆபத்தான கட்டத்தில் மட்டுமே பயன்படுத்தக்கூடிய வீரர்களில் அவனும் ஒருவன். நெடுமனின் குதிரை கனைத்தபடிப் பாதை நோக்கிப் பாய்ந்தது.

வட்டாற்றில் யானைப்படையை வழிநடத்திச் சென்றுகொண்டிருந்தான் அரிஞ்சயன். அவன்தான் யானைப்படையின் தளபதி. இந்தப் படையெடுப்பே யானைப்படையை மையப்படுத்தியதுதான். பல்லாயிரம் வீரர்கள் உடன்வந்தாலும் அவர்களை யானைகளுக்கு இணை சொல்ல முடியாது. காடு, யானைகளின் களம். அடர்காட்டில் பழக்கப்படுத்தப்பட்ட போர் யானைகள் ஒவ்வொன்றும் ஒரு பெரும்படைக்குச் சமம்.

பத்து யானைகளை இணைத்து ஒரு வகைமையாகவும் பத்து வகைமைகளை இணைத்து ஒரு தொகையாகவும் பிரித்திருந்தனர். யானையின் மீது இருப்பவன் பாகன், வகைமையின் பொறுப்பாளன் வாகையன். தொகைகளின் பொறுப்பாளன் தளகர்த்தன். இந்த ஐந்து தளகர்த்தர்களும் யானைப் படைத் தளபதி அரிஞ்சயனுக்குக் கட்டுப்பட்டவர்கள். ஐந்து தொகைகளைப் போதிய இடைவெளியில் தனித்தனியாக வருவதுபோல முன்நடத்திக்கொண்டிருந்தான் அரிஞ்சயன்.

இதேபோன்று காலாட்படையும் எண்ணிக்கை வாரியாகப் பிரிக்கப்பட்டிருந்தது. காலாட்படையின் தளபதி கிழானடி வானவன். "படையின் வலிமை, எண்ணிக்கையில் அன்று; அதன் கட்டுக்கோப்பான செயல்பாட்டில்தான் இருக்கிறது. வலிமையான தாக்குதலை முறையற்று நடத்துவதைவிட, எளிய தாக்குதலை முறையான ஒழுங்கோடு நடத்துவதே எதிரிகளை வீழ்த்தும்" என்பதை ஒவ்வொரு வீரனையும் உணரச்செய்தவன்.

நெடுங்காடர்கள், தம்முடைய மூன்று பிரிவுகளுக்கும் தனித்தனித் தலைமையைக் கொண்டிருந்தனர். மூவருக்கும் பொதுத்தலைவனாகத் துணங்கன் இருந்தான். இந்தப் பெரும்படையெடுப்புக்குச் சோழநாட்டின் தலைமைத் தளபதி உரையன்தான் தலைமையேற்பதாக இருந்தது. ஆனால், பெருஞ்செல்வத்தை நோக்கிய படையெடுப்பால் தானே தலைமையேற்றான் செங்கனச்சோழன்.

நெடுங்காடர்களின் திறமை கண்டு வியக்காதவர்கள் எவரும் இருக்க முடியாது. காட்டில் அவர்களை வீழ்த்தவோ, வெல்லவோ முடியாது என்பதை உறுதியாக நம்பிய பிறகே செங்கனச்சோழன் போரில் பங்கெடுக்க முடிவுசெய்தான். பேரரசரே நேரில் ஈடுபடும் போரில் படைவீரர்கள் பல மடங்கு ஆற்றலுடன் செயல்படுவார்கள். வெற்றி பற்றிய எண்ணம் உச்சம்கொண்டிருக்கும். வீரர்களின் நெஞ்சுரத்தைப் பல மடங்கு அது உயர்த்தியிருக்கும். அதுமட்டுமல்ல, பெருஞ்செல்வத்தைக் கைப்பற்ற நடக்கும் போர் என்பதால், வீரர்களுக்கும் அதில் பங்குண்டு. எனவே, களைப்பின்றி முன்னேறுவர்.

வட்டாற்றில் திரும்பிய சிறிது நேரத்திலேயே வேந்தனின் அருகில் வந்த தளபதி உரையன் சொன்னான், "வேற்றுநாட்டு எல்லைக்குள் நுழைந்து இத்தனை நாட்களாகியும் எந்தவிதத் தாக்குதலும் நடக்கவில்லை என்பது பலருக்கும் வியப்பாகவே இருக்கிறது. பறம்பின் வீரர்களுக்குத் தெரியாமலிருக்க வாய்ப்பேதுமில்லை. நமது படையின் வலிமைகண்டு மிரண்டுபோயிருப்பர் என்று வீரர்கள் பேசிக்கொள்கிறார்கள்."

குதிரையில் பயணித்தபடியே உரையனின் சொல் கேட்டு மகிழ்ந்தான்

வேந்தன். சிறிது நேரத்துக்குப் பிறகு நெடுங்காடர்களின் தலைவன் துணங்கனை அழைத்துவரச் சொன்னான்.

துணங்கன் விரைந்து வந்து சேர்ந்தான். குதிரையை விட்டுக் கீழிறங்கி வேந்தனை வணங்கினான். "எதிரிகளைப் பற்றி என்ன நினைக்கிறாய்?" என, பேச்சைத் தொடங்கினான் செங்கனச்சோழன்.

குதிரையைப் பிடித்துக்கொண்டு நடந்தபடியே சொன்னான், "அவர்கள் நம்மைப் பல நாட்களாகப் பின் தொடர்ந்து வருகிறார்கள்."

இயல்பான குரலில் துணங்கன் சொன்னது, பெரும் அதிர்ச்சியாய் இருந்தது.

"எந்தத் திசையில்?" என வேகமாகக் கேட்டான் உரையன்.

"ஆற்றின் இரு கரைகளிலும் பத்துப்பனை உயரத்துக்குமேல்."

"எவ்வளவு உயரத்தில் வந்தால் என்ன? மேலேயிருந்து தாக்குபவர்களின் ஆயுதங்கள் இருமடங்கு வேகம் கொள்ளும் என்றுதான் அவர்களுக்குத் தெரியும். ஆனால், அதைவிட வேகமாக நம் எறிபொறிகள், ஆயுதங்களை மேல்நோக்கி வீசக்கூடியவை என்பது அவர்களுக்குத் தெரியாதே" என்றான்.

செங்கனச்சோழன் துணங்கனைப் பார்த்தபடிக் கேட்டான், "எத்தனை பேர் இருக்கிறார்கள்?"

"களையும் பறவைகள் வெகு தொலைவு செல்வதில்லை. அருகில் இருக்கும் மரங்களிலேயே உட்கார்ந்து விடுகின்றன. எனவே, எண்ணிக்கை சில நூறுகளாகத்தான் இருக்கும்."

எதிரிகளின் படைநகர்வைப் பறவைகளை வைத்தே கணிக்கிறான் என அறிந்தபடி "அவர்களின் திட்டம் என்னவாக இருக்கும் எனக் கருதுகிறாய்?" எனக் கேட்டான்.

"முடிவெடுக்க முடியாத குழப்பமாக இருக்கும்."

"ஏன்?"

"'இந்தப் பாதையை எப்படித் தெரிவுசெய்தார்கள்? எதை நோக்கிப் போகிறார்கள்? இந்தக் கொடுங் கோடையிலும் இவ்வளவு பெரும் படைக்கு எப்படி நீராதாரத்தை உருவாக்குகிறார்கள்?' என எல்லாமே அவர்களுக்கு விடையில்லாத கேள்விகள்தான். விடையில்லாத கேள்விகளோடு போரிடுபவனுக்கு உள்வலிமை இருக்காது. பாரி மிகச் சிறந்த வீரன். எனவே, இந்தக் கேள்விகளுக்கு விடை கண்டறியாமல் தாக்குதலைத் தொடங்க மாட்டான்."

ஒரு கணம் திகைத்துப்போனான் செங்கனச்சோழன். பல்லாயிரம் படை வீரர்களோடு பறம்புக்குள் இத்தனை நாட்களாக ஊடுருவி வந்துவிட்ட நிலையிலும் தன் தளபதி ஒருவன் பாரியின் வீரத்தை வியந்து பேசுவது அவனுக்கு அதிர்ச்சியைக் கொடுத்தது. ஆனால், நெடுங்காடனைத் தன் சொந்தத் தளபதியைப் போல அணுகிவிட முடியாது. எனவே, உணர்வை வெளிக்காட்டாமல் கேட்டான், "நீ பாரியைப் பார்த்திருக்கிறாயா?"

"அருகில் பார்த்ததில்லை. மிகத் தொலைவில் பார்த்திருக்கிறேன்."

"எப்போது?"

"இன்று"

செங்கனச்சோழன் கடிவாளத்தை இழுத்து நிறுத்தினான். குதிரை கனைத்து நின்றது. "காலையிலிருந்து இங்கேதானே இருந்தாய்! அவனை எங்கே பார்த்தாய்?"

சற்றே சிரித்தான் துணங்கன். "நான் மேல்காடன் என்பதை நீங்கள் மறந்துவிட்டீர்கள்."

உரையன் விரைந்து கேட்டான், "பத்துப்பனை உயரத்தை நம் எறிபொறிகளால் துல்லியமாகத் தாக்க முடியும். அவன் எந்தத் திசையில் வருகிறான். உடனடியாகச் சொல்."

துணங்கன் சொன்னான், "பத்துப்பனை உயரத்தில் வருவது அவன் படைகள் மட்டும்தான். அவன் வருவதோ மலையின் உச்சிமுகட்டில்."

செங்கனச்சோழனும் உரையனும் சட்டென மலைமுகட்டை அண்ணாந்து பார்த்தனர். கதிரவன் ஒளி, மேல்விளிம்பில் பட்டுத் தெறித்துக்கொண்டிருந்தது. கூசிய கண்களைச் சிமிட்டியபடிக் கேட்டனர், "அங்கு வருவதை இங்கிருந்து பார்த்தாயா?"

'ஆம்' எனத் தலையசைத்தான் துணங்கன்.

"அவன் பாரி என்று எப்படி முடிவு செய்தாய்?"

இவ்வளவு பெரும்படையை முழுமையாகப் பார்க்கவும் கணிக்கவும் ஒருவன் எந்த உயரத்தைத் தேர்வு செய்கிறான் என்பதை வைத்தே சொல்லிவிடலாம், அவன் யாராக இருக்கும் என. நான்கு நாட்களாக அவன் மேலும் செல்லாமல் கீழும் இறங்காமல் ஒரே மட்டத்தில் வந்து கொண்டிருக்கிறான்."

"நான்கு நாட்களாகப் பார்க்கிறாயா?"

"ஆம். அதனால்தான் இன்று முடிவுக்கு வந்தேன், அவன் பாரியாகத்தான் இருக்குமென்று."

சோழப்படை காலையில் வட்டாற்றில் திரும்பியவுடன் இடப்புறமிருந்த பிட்டனும் வலபுறமிருந்த இரவாதனும் மிகவும் மகிழ்ந்தனர். எவ்வியூர் நோக்கி வந்தவர்கள் திசையறியாமல் மாறி விட்டனர் என்ற முடிவுக்குப் போயினர். அதுமட்டுமல்ல, வட்டாறு பெரும்பாறை அடுக்குகளை அடிநிலமாகக்கொண்டது. எனவே, இவர்களால் அதிகத் தொலைவு செல்ல முடியாது. நீராதாரம் இல்லாமல் படை தவித்து அலையும் நிலை ஏற்படும். அதுவே நமது தாக்குதலுக் கான சரியான நேரமாக இருக்கும். அதற்காகவே பாரி காத்திருக்கிறான் என நினைத்தனர்.

ஆனால், எதிரிகளின் படை வட்டாற்றில் திரும்பியதும் பாரியின் குழப்பம் மேலும் அதிகமானது. 'எதிரிகள் எதை நோக்கிச் சென்று கொண்டிருக்கின்றனர்?' இந்தக் கேள்விக்குக் கிடைக்கும் விடை, பாரியை உள்ளுக்குள் உலுக்குவதாக இருந்தது.

நெடுமனின் தலைமையிலான படை இருக்கன்குன்றினைக் கடந்து ஆயிமலையின் பாதித்தொலைவுக்குப் போயிருக்கும்போது எதிர்ப்புற மரக்கிளைகளிலிருந்து தோகைநாய்கள் பாய்ந்து இறங்கின. நீள்வாய் நாய்களின் கோரப்பற்களும் பாயும் வேகமும் யாரையும் கணநேரத்தில் நிலை குலையச் செய்பவை. உச்சிக் கிளையிலிருந்து பாய்ந்து இறங்கிய அவற்றை நோக்கி வாளை உருவிய போது நெடுமன் சரிந்து கீழே கிடந்தான். கண்ணிமைக்கும் நேரத்தில் மரங்களின் மேலிருந்து இடைவிடாமல் அவை பாய்ந்து கொண்டிருந்தன. அவையிடும் ஊளையின் ஆவேசம் குதிரைகளை மிரளச்செய்தது. குதிரை களின் கனைப்பொலி பாதியில்

அறுபட, எழும் ஊளையின் ஓசை தேக்கன் இருக்குமிடம் வரை எதிரொலித்தது.

பொழுது மங்கிக்கொண்டிருந்தது. ஆயிமலையின் கிழக்குப்புறச் சரிவு பறம்பின் பகுதி. அதில் பாதித் தொலைவுக்கு எதிரிகள் வந்து விட்டார்கள் என்பதைத் தேக்கனால் நம்பவே முடியவில்லை. உடனடியாக முழுக் குதிரைப்படையுடன் அந்த இடம் போக ஆயத்தமானான். வீரர்கள் வேகவேகமாகக் குதிரையில் ஏறிப் புறப்படும்போது உடலெங்கும் குருதி கொட்ட அடர் காட்டுக்குள்ளிருந்து மேலேறி வந்தான் எயினி.

குதிரை புறப்படப்போகும் கணத்தில் காட்டின் அசைவுகளைக் கண்டு நிறுத்தினான் தேக்கன். உள்ளிருந்து எயினி வெளியேறி வந்த காட்சி தேக்கனை உலுக்கியது. ஓடிப்போய் அவன் சரிந்துவிடாமல் பிடித்தான். குற்றுயிராக வந்த எயினி சொன்னான், "உடனடியாக இங்கு இருக்கும் குதிரைகளைக் காப்பாற்றுங்கள். இங்கு நிறுத்த வேண்டாம். இடப்புறச் சரிவில் இருக்கும் குகைகளில் அவற்றை அடைத்து வீரர்களைப் பாதுகாப்புக்கு நிறுத்துங்கள்."

தேக்கனோடு இருந்த யாருக்கும் எதுவும் புரியவில்லை. "போரில் ஈடுபடத்தானே குதிரைகள். அவற்றை ஏன் குகைகளில் அடைத்துக் காக்க வேண்டும்?" எனக் கேட்டான் ஒருவன்.

"பேச நேரமில்லை. புது வகையான விலங்கு ஒன்றை ஏவிவிட்டுள்ளான் சேரன். அவை கணநேரத்தில் குதிரையின் கழுத்தைக் கடித்து இழுத்துவிடுகிறது. நாம் எது செய்தும் அதைத் தடுக்க முடியாது. அது பறக்கும் ஓநாய்போல் இருக்கிறது" என்றான்.

"நீ அஞ்சாதே! நெடுமன் பதினைந்து குதிரைவீரர்களோடு போயுள்ளான். அவற்றை வெட்டிச் சாய்த்துவிடுவான்" என்று வீரன் ஒருவன் சொல்லி முடிக்கும் முன் எயினி சொன்னான், "அவற்றில் ஒரு குதிரைகூடத் தப்பிப் பிழைக்காது. உடனடியாக மீதி இருக்கும் குதிரைகளைக் கொண்டு செல்லுங்கள்."

எயினி சொன்னவுடன் வேறொரு வீரன் ஏதோ மறுசொல் சொல்ல முனைந்தான். ஆனால், தேக்கன் தடுத்துவிட்டான். "எயினி இவ்வளவு அழுத்தமாகச் சொல்கிறான் என்றால், அதை நாம் எளிதாக எடுத்துக்கொள்ளக் கூடாது. அனைத்துக் குதிரைகளையும் கீழ்ப்புறமிருக்கும் குகைப்புடைவுகளில் அடைத்துக் காவல் இருங்கள். காலாட் படை வீரர்கள் பாதிப் பேர் என்னோடு வாருங்கள். மீதிப் பேர் குதிரை வீரர்களோடு இணைந்து காவல் இருங்கள்" என்று சொல்லிவிட்டு நெடுமன் போன திசையை நோக்கி ஓடத் தொடங்கினான் தேக்கன். மற்ற வீரர்கள் அவனுடன் சேர்ந்து ஓடினர். சிலர் எயினியைத் தூக்கிக்கொண்டு மருத்துவரை நோக்கி ஓடினர். மற்றவர்கள் குதிரையைக் காக்கும் பணியில் ஈடுபட்டனர்.

கதிரவன் ஒளி முழுமுற்றாக மங்கிய போது குதிரைப்பாதையில் ஓடிக்கொண்டிருந்தான் தேக்கன். உருவிய வாளோடு வெறிகொண்டு ஓடினர் வீரர்கள். இருக்கன்குன்றின் அடிவாரத்தைக் கடந்து ஆயிமலையில் கால் வைக்கும்போது நெடுமன் தலைமையில் சென்ற வீரர்கள் எதிர்த் திசையில் ஓடிவந்துகொண்டிருந்தனர். பெரும்ஓசையை எழுப்பியபடி நெடுமன் வந்துகொண்டிருந்தான். அவனை நிறுத்தி என்னவென்று

கேட்கவேண்டிய தேவை ஏதும் தேக்கனுக்கு இல்லை.

இப்போது அவர்களின் முன்னுரிமை குதிரைகளைக் காப்பாற்றுவது. எயினி சொன்ன ஒவ்வொரு சொல்லும் நினைவில் எதிரொலித்தபடி இருக்க, வந்த வழியிலேயே திரும்பி குகைப் புடைவை நோக்கி ஓடத் தொடங்கினான் தேக்கன். வீரர்களில் சிலர் தாக்கப்பட்டவர்களுக்கு உதவிசெய்யச் சென்றனர். மற்றவர்கள் தேக்கனோடு இணைந்து வேகம் கொண்டனர்.

ஓடிக்கொண்டிருந்த தேக்கனை எட்டிப்பிடித்து நிறுத்தினான் நெடுமன். ஏன் நிறுத்துகிறான் எனப் புரியாமல் தேக்கன் நின்றபோது கையை உயர்த்தி மரத்தின் மேலே காட்டினான் நெடுமன். தேக்கன் அண்ணாந்து பார்த்தபோது இருளுக்குள் கிளைகள் அசைவது மட்டுமே தெரிந்தது. என்னவென்று அவன் கேட்கும்முன் நெடுமன் சொன்னான், “அவை முன்னோக்கிப் போய்விட்டன.”

அதிர்ந்து நின்றான் தேக்கன். “என்ன சொல்கிறாய்?”

“ஆம். எயினியைத் தொடர்ந்தே பாதி போயிருக்கின்றன. இவை மறுபாதி.”

“அவற்றை வீழ்த்த என்ன வழி?”

“தெரியவில்லை. கண்ணிமைக்கும் நேரத்தில் கொப்புகளின் வழியே தாவிவிடுகின்றன.”

திமிறி ஓடும் வீரர்களின் ஓட்டத்தைக் கட்டுப்படுத்தித் தானும் நின்றான் தேக்கன். எல்லோரும் திகைத்து நின்றனர்.

வெகுதொலைவு உள்செல்லக்கூடிய குகைகள்

மூன்று இருக்கின்றன. மூன்றிற்குள்ளேயும் குதிரைகளை அடைத்து ஆயுதங்களோடு வீரர்கள் காத்திருந்தனர். முன்வரிசையில் உருவிய வாளோடு நின்றனர் எவ்வியூர் வீரர்கள். குதிரைகளின் குருதி வாடையை உணர்ந்தபடிப் பெரும் ஊளையோடு மரங்களின் மேலிருந்து குகைகளை நோக்கிப் பாயத் தொடங்கின தோகைநாய்கள். வீரர்கள் எய்யும் அம்புகளும் வாள்வீச்சும் அவற்றை குகைகளுக்கு அருகில் நெருங்க முடியாமல் செய்தன. வீரர்களின் ஆவேசக் கூக்குரல் இருளை உலுக்கியது. தோகைநாய்களின் ஊளை ஓசை காடெங்கும் இருந்த பறவைகளை நடுக்குறச்செய்தது. மூன்று குகைகளையும் சுற்றிச் சுற்றி வந்து ஊளையிட்டபடி இருந்தன. குகைவாயில்களில் பந்தங்கள் எரிந்து கொண்டிருக்க, இரவில் குகைகளின் மேற்பாறைகளில் உள்நுழையக்கூடிய பிளவு ஏதாவது இருக்கிறதா என்று இங்கும் அங்குமாகத் தேடிக் கொண்டிருந்தன. நீள்வாய் கொண்டு அவை கடித்திழுக்கும் ஓசை அச்சத்தை ஏற்படுத்துவதாக இருந்தது.

வீரர்களோடு அந்த இடமே நின்ற தேக்கன் "என்ன செய்யலாம் என்ற தெளிவில்லாமல் குகை நோக்கி நகர வேண்டாம்" என்று கூறிவிட்டான். அதை எதிர் கொண்டு தாக்கியவன் நெடுமன்தான். அவனோடு சென்ற பலரும் இன்னும் வந்து சேரவில்லை. என்ன நிலையில் இருக்கின்றனர் என்று கூடத் தெரியவில்லை. நெடுமனின் கைத்தசைகள் கிழிந்து தொங்கிக்கொண்டிருந்தன. உடன் இருந்த வீரன் ஒருவன் இடுப்புத் துணியால் அதைக் கட்டி, குருதி சிந்துவதை நிறுத்த முயன்றுகொண்டிருந் தான். குருதிப்போக்கு அதிகமிருந்ததால்

அவனுக்குக் கண் செருகுவதுபோல் இருந்தது.

"அவை கூட்டுணர்வுள்ள விலங்குகள். முழுமுற்றாக அழிக்கும் வரை ஒரு குதிரையைக்கூடக் குகை விட்டு வெளியேற்ற வேண்டாம்" என்றான் நெடுமன். "சரி" எனச் சொல்லி நெடுமனை மருத்துவர்கள் இருக்குமிடம் நோக்கிக் கூட்டிச்செல்ல உத்தரவிட்டான் தேக்கன்.

நெடுமனை அனுப்பிய பிறகு சிறிது நேரம் சிந்தித்தபடி இருந்தான். எயினியும் நெடுமனும் அவற்றின் தாக்குதலைக் கணநேரம்கூட எதிர் கொள்ள முடியவில்லை. கூட்டுணர் வுள்ள விலங்குகள், ஒன்று முன்புறம் தாக்கும்போதே இன்னொன்று பின்புறக் கால்களைக் கவ்வியிழுக்கும் பழக்கம்கொண்டவை; அறிவுக் கூர்மைமிக்கவை. இந்தக் காட்டில் இல்லாத விலங்கினம் இது. இதை இருக்கன்குன்றினைத் தாண்டிப் பறம்புக்குள் செல்ல விட்டுவிடக் கூடாது. இதை முழுமுற்றாக அழித்தல் மட்டுமே முதற்பணி என்னும் முடிவுக்கு வந்தான் தேக்கன்.

அவன் ஆணையிட்டதும் கூவல்குடி வீரன் ஒருவன் மூன்றுமுறை உட்சுழித்து ஓசையை வெளியிட்டான். ஆயிமலையின் வலப்புறக் கணவாயில் நின்றிருந்த உதிரன் படையோடு திரும்பிவர வேண்டும் என்று அதற்குப் பொருள். மூன்று உட்சுழி ஓசை நான்கு பேரின் தொடர் வெளிப்பாட்டின் வழியே உதிரனை எட்டியது. ஓசையின் வழியே வந்த உத்தரவு அவனுக்குப் பேரதிர்ச்சியாக இருந்தது. இந்த இரவில் படையோடு திரும்பி வரச் சொல்ல வேண்டிய தேவை என்ன என்று உதிரனுக்கு விளங்கவில்லை.

எதுவானாலும் ஆணையைச்

செயல்படுத்துவதே அவனது வேலை என்பதால் மொத்தப் படையுடன் இருக்கன்குன்றின் முகடு நோக்கிப் புறப்பட்டான். இந்த இரவில் இப்படியோர் ஆணை வந்துள்ளது என்றால், ஏதோ ஓர் ஆபத்து அல்லது அவசரமான தாக்குதலாக இருக்க வேண்டும் எனக் கருதி வீரர்களை விரைவுபடுத்தி முன்னேறினான்.

நெடுமனுடன் சென்றவர்களில் இரண்டு வீரர்கள்தாம் சிறிய காயங்களோடு களத்திலே நிற்பவர்களாக இருந்தனர். அவர்களின் வாயிலாக அந்த விலங்கின் தன்மையைப் புரிந்து கொள்ளத் தேக்கன் முயன்றான். எவ்வளவு குறிவைத்து அம்பு எய்தாலும் கணநேரத்தில் கிளைகளினூடே தாவிச் செல்லும் ஒன்றை வீழ்த்துவதிலிருக்கும் சிக்கலைப் பற்றிப் பேசினர். ஆனாலும் அதற்கு ஒரு வழி இல்லாமலாபோகும் என்று சிந்தித்த தேக்கன், நாகர்குடியினர் இருக்கும் ஊர்களுக்கு வீரர்களை உடனே அனுப்பினான். "எவ்வளவு விரைவாகப் பறவைநாகங்களைப் பிடிக்க முடியுமோ, அவ்வளவு விரைவாகப் பிடிக்கச் சொல்லுங்கள். கிடைக்கக் கிடைக்க வீரர்களிடம் கொடுத்து அனுப்புங்கள்" என்றான்.

பறவைநாகங்கள் மரக்கொப்புகளில் வசிப்பவை. எதுவொன்று மரத்தின் மீது அசைகிறதோ அதை நோக்கிக் கண்ணிமைக்கும் நேரத்தில் பாய்ந்து கவ்வும் ஆற்றல்கொண்டவை. எனவே, அவற்றைப் பிடித்துவர ஏற்பாடு செய்தான். ஆனால், பறவைநாகங்களைத் தேடிக் கண்டறிவதெல்லாம் எளிய செயலன்று. அப்படியே கிடைத்தாலும் ஒன்றிரண்டுதான் கிடைக்கக்கூடும். ஆனால், இங்கு வந்துள்ள நீள்வாய்நாய்களோ எண்ணற்றவை. வேறென்ன வழிகள் இருக்கின்றன எனச் சிந்தித்தனர். பொழுது விடியச் சிறிது நேரம் இருக்கும்போது உதிரனின் படையணி வந்துசேர்ந்தது. நிலைமையை அவனுக்கு விளக்கினர்.

தாக்கும் திட்டம் ஒன்று உருவானது. பொழுது விடிந்ததும் குகைகளைக் காத்து நிற்கும் வீரர்களும் அவற்றுக்கு எதிர்ப்புறமாகக் காட்டுக்குள் நிற்கும் தேக்கன் தலைமையிலான வீரர்களும் ஒரே நேரத்தில் குகைகளைச் சுற்றி மரங்களின் மீதும் பாறைகளின் மீதும் அம்பு எய்தித் தாக்குவோம். ஐந்து வரிசையாகக் குறிப்பிட்ட நேர இடைவெளியில் வீரர்களின் அம்புகள் காற்றைக் கிழிக்கையில், நீள்வாய்நாய்கள் ஒரு கொப்பிலிருந்து மறுகொப்புக்குத் தாவினால்கூட அவற்றால் எளிதில் தப்ப முடியாது" என்றான் தேக்கன்.

திட்டம் உருவானது. குகைகளின் வாசல்களிலும் காட்டுக்குள்ளும் வீரர்கள் ஆயத்த நிலையில் இருந்தனர். பொழுது விடிந்தது. காடெங்கும் இருக்கும் பறவைகள் ஓசை எழுப்பிக் கொண்டிருந்தன. மரத்தின் மீதிருந்த அவை குகைக்குள் நுழைய முடியாமல் வெறிகொண்டு இங்கும் அங்கும் கொப்புகளின் மீது தாவிக் கொண்டிருந்தன.

மரக்கொப்புகளை நோக்கி அண்ணாந்து பார்த்தபடி நாணேற்றிக் காத்திருந்தனர் வீரர்கள். பாம்பின் சீற்றம் போன்ற ஓசை தேக்கனின் குரல்வளையிலிருந்து வெளிவந்தபோது காற்றெங்கும் அம்புகள் சீறிப்பாய்ந்தன. குறிப்பிட்ட இடைவெளியில் அடுத்தடுத்து எகிறிக் கொண்டிருந்தன அம்புகள். ஊளையின் ஓசை காதைத் துளைத்துக்கொண்டிருந்தது. அம்புகளை எய்து முடித்த பிறகு பார்த்தனர். எந்த நீள்வாய்நாயும் கீழே விழவில்லை.

அம்பு தைக்கப்பட்டவைகூட ஓசை எழுப்பியபடியே கொப்புகளில் தாவி வெளியேறித்தான் ஓடின.

இத்தனை நூறு அம்புகளுக்கும் தப்பி அவற்றின் பாய்ச்சல் இருப்பது பேரதிர்ச்சியைக் கொடுத்தது. ஒன்றிரண்டு புதர்களில் விழுந்து கிடக்கலாம் என வீரர்கள் தேடிக் கொண்டிருக்கும்போது தேக்கனும் உதிரனும் மரக்கொப்புகளையே உற்றுப்பார்த்துக் கொண்டிருந்தனர். தாக்குதலின்போது எழுந்த பேரூளை யினூடே காடு நடுங்கியது. பறவை நாகங்கள் வந்தாலும் பெரிதாகப் பயன்கிடைக்காது போலத் தோன்றியது.

தாக்குதலின் முதல் நாளே தேக்கன் தலைமையிலான படை இருபதுக்கும் மேற்பட்ட குதிரைகளை இழந்து விட்டது. மாபெரும் வீரர்கள் நிறைந்த படையணி இது. அப்படியிருந்தும் இந்தப் பேரிழப்பு ஏற்பட்டுள்ளது. இந்த இழப்பைப் பற்றிச் சொன்னால் யாரும் நம்ப மாட்டார்கள். தங்களாலே நம்ப முடியாத இந்த உண்மையின் மீது நின்றுதான் அவர்கள் அடுத்த கட்டத்தைப் பற்றிச் சிந்தித்துக் கொண்டிருந்தனர்.

அப்போது உதிரன் சொன்னான், “கரும்பாக் குடியின் வீரர்கள் எண்ணற்ற நாய்களைத் தங்களின் குடிலில் வைத்திருந்தனர். அவற்றுள் எதுவும் அவர்கள் கொண்டுவந்ததில்லை. எல்லாம் வந்த இடத்தில் பழக்கியவை. நாயினங்களைப் பற்றிய பல நுட்பங்கள் அவர்களுக்குத் தெரிவதாக நமது மருத்துவர்களும் சொன்னார்கள். நான் உடனடியாகப் போய் ஈங்கையனிடம் பேசிப் பார்க்கிறேன். இந்த வகை நாய்களை எப்படி வீழ்த்துவது என அவன் ஏதேனும் ஆலோசனை சொல்லக்கூடும்” என்றான்.

இப்போதைய நிலையில் இது சிறந்த ஆலோசனையாகத் தெரிந்தது. உடனடியாக உதிரனை அனுப்பி வைத்தான் தேக்கன். போய்த் திரும்ப ஒரு வாரம்கூட ஆகலாம். ஏனென்றால், நடைபாதையின் வழியாகத்தான் அவன் சென்றாக வேண்டும். அதைத் தவிர வேறு வழியேதுமில்லை. நீள்வாய்நாய்களை அழிக்காமல் ஒரு குதிரையைக்கூடக் குகை விட்டு வெளியேற்ற முடியாது.

உதிரன் மூன்று வீரர்களோடு அடர் காட்டை ஊடறுத்து ஓடத் தொடங்கினான். நாகர்குடியைப் பார்க்கப் போனவர்களில் ஓரிருவராவது இன்று பறவைநாகங்களோடு வருவார்களா என்று தேக்கன் சிந்தித்துக்கொண் டிருக்கும்போது, குகைப்பாறையின் மேல்நிலையில் நின்றிருந்த வீரர்கள் தேக்கனை நோக்கிக் கையசைத்து அழைத்தார்கள். தேக்கன் பாறையின் மீது ஏறி நின்று அவர்கள் கைகாட்டிய திசையில் பார்த்தான்.

உதிரனின் தலைமையிலான படையைத் திருப்பி அழைத்துக் கொண்டதால் பாதுகாப்பற்றிருந்தது ஆயிமலையின் வலப்புறக் கணவாய்ப் பகுதி. அதன் விளிம்பில் பெரும்படை ஒன்று பறம்பின் காட்டுக்குள் போய்க்கொண்டிருந்தது.

இத்தனை ஆண்டுக்காலப் போர் அனுபவத்துக்குப் பிறகு சிறு எதிர்ப்புக்கூட இல்லாமல் பறம்புக்குள் நுழைந்தது சேரனின் படை. இரு கைகளிலும் ஏந்திய ஆயுதங்களோடு பேரோசை முழங்க முன் சென்றான் எஃகல்மாடன்.

76

சோழப்படை வட்டாற்றில் திரும்பிய கணத்தில் ஏற்பட்ட அதிர்ச்சி பாரியின் மனதிலிருந்து இன்னும் உதிரவில்லை. இதுவரை உருவாகாத புதிய கேள்விகள் மேலெழும்பியபடியே இருந்தன. முடிவெடுக்க முடியாமல், குழப்பம் திணறடித்தது. சோழன், எவ்வியூரை நோக்கி வரும் பாதை தெரியாமல்தான் எழுவனாற்றிலிருந்து வட்டாற்றில் திரும்பிப் பயணிக்கிறான் என பிட்டன் உறுதியாகச் சொல்லுகிறான். ஆனால், பாரி அக்கூற்றினை ஏற்கவில்லை. மூலப்படை வருவதற்கு முன்னர் தூசிப்படையினர் தெளிவான அறிதலோடு அப்பக்கம் திரும்பிச் சென்றதை வீரர்கள் உறுதிப்படுத்தினர்.

வட்டாற்றின் வழித்தடத்தை அறிந்துபோகிற ஒருவனை எளிதாக நினைத்துவிட முடியாது. எழுவனாற்றிலிருந்து வட்டாற்றின் கரையில் எட்டுநாள் பயணத்தொலைவில் சிறுகானம் இருக்கிறது. அதன் மறு புறத்தில்தான் உப்பறை அமைந்துள்ளது. பாழி நகருக்கான அடையாளம் உப்பறையிலிருந்து தொடங்குகிறது. ஆனால், இவையெல்லாம் வெளி யுலகத்தைச் சேர்ந்த யாரும் எவ்வகை யிலும் அறிந்திடமுடியாத ஒன்று. எனவே, இவற்றை அறிந்துதான் சோழன் படைநடத்திக்கொண்டிருக் கிறான் என்று நம்பமுடியவில்லை. அதேநேரத்தில் அவன் மிகத்தெளிவாக எழுவனாற்றிலிருந்து வட்டாற்றில் திரும்பியதை எளிதாக எடுத்துக் கொள்ள முடியவில்லை.

படை வட்டாற்றில் திரும்பிய முதல் நாள் இரவு பாரியின் மனதில் எண்ணிலடங்காத கேள்விகள் உதித்த வண்ணமிருந்தன. கோடையின் வெக்கையைப் பாறைகள்

இரவெல்லாம் உமிழ்ந்தன. அவனது உடலில் வியர்வை அடங்கவேயில்லை. உள்ளுக்குள் எண்ணங்கள் கொப்பளித்தபடியே இருந்தன.

பின்னிரவில் பிட்டன் இருந்த இடம்நோக்கிக் கீழிறங்கினான் பாரி. மற்ற குதிரைவீரர்களை முகட்டின் மீதே பயணிக்கச் சொல்லிவிட்டு இரு வீரர்களோடு கீழிறங்கினான். அதிகாலைப் பொழுது விடிகையில் பிட்டனின் படையணிக்குள் வந்து நின்றான் பாரி. எதிர்பாராமல் பாரி

வந்து நிற்பது தாக்குதலைத் தொடங்கு வதற்காகத்தான் என நினைத்த பிட்டன், அதற்கான வேலையைத் தொடங்க ஆயத்தமானான். ஆனால் பாரியோ, "நான் அதற்காக வரவில்லை. எதிரியை அருகிலிருந்து பார்த்தறியவே வந்தேன்" என்றான்.

"நாம் தாக்குவதற்குக் காலந்தாழ்த்தக் கூடாது" என வாதிட்டான் பிட்டன். அவனது எண்ணங்களைத் தெரிந்து கொண்ட பாரி உத்தரவேதும் கொடுக்கவில்லை. நகர்ந்து கொண்டிருக்கும் எதிரிகளின் படையணி நோக்கிக் கீழிறங்கிக் கொண்டிருந்தான்.

அன்றைய நாள் முழுவதும் எவ்வளவு நெருக்கமாகப் போக முடியுமோ, அவ்வளவு நெருக்கமாக நின்று ஆற்றில் நகரும் படையின் தன்மையைக் கவனித்தான். ஆற்றின் நடுப்பகுதி முழுவதும் வேந்தனின் ஒழுங்கமைக்கப்பட்ட படையணி வந்தது. ஆனால், ஆற்றோரத்தில் வந்துகொண்டிருப்பவர்கள் வேந்தர்களின் படையணியைச் சேர்ந்தவர்கள் இல்லை. அவர்கள் மலைமக்கள் என்பது தெளிவாகத் தெரிந்தது. ஆனால், யார் இவர்கள் என்பதுதான் விளங்கவில்லை.

ஆழ்ந்த சிந்தனையின் வழியே அன்றைய நாள் முழுவதும் நடந்து கொண்டிருந்தான். பொழுது மங்கிய வுடன் மீண்டும் முகடுநோக்கி மேலேறத் தொடங்கினான். அப்பொழுதும் பிட்டன் வாதிட்டான். வட்டாற்றில் ஊற்றுநீர் மிகக்குறைவு. அவர்கள் நேற்று தங்கியிருந்த இடத்தில் தோண்டப்பட்ட கிணறு களில் போதுமான நீரில்லாததால் கிணறுகளின் எண்ணிக்கையை அதிகப்படுத்தியுள்ளனர். எழுவனாற்றில் நாளொன்றுக்கு நான்கு கிணறுகளை வெட்டியவர்கள், நேற்று பத்துக்கும் மேற்பட்ட கிணறு களை வெட்டியுள்ளனர். தோண்டப் படும் கிணறுகளின் எண்ணிக்கை இன்னும் அதிகமாகும். அவ்வளவு எண்ணிக்கையில் தோண்டினாலும் இப்பெரும்படைக்குத் தேவையான நீரினை இவர்களால் கண்டறிய முடியாது. யானைகளுக்கும் போது மான நீர் கிடைத்திருக்காது. இன்றிரவு நிலைமை இன்னும் மோசமாகும். நாளை அனைவரிடமும் முழுமையான சோர்விருக்கும் நாம் தாக்குதலைத் தொடுக்க நாளை இரவு மிகப் பொருத்தமானது" என்றான்.

பாரி மறுமொழியேதும் சொல்ல வில்லை. அமைதியின் மூலமே மறுப்பினைச் சொல்லிவிட்டு மேல் நோக்கி நடக்கத் தொடங்கினான். எதிரிப்படையின் ஓரப்பகுதியில் வரும் மலையின மக்களின் உடலமைப்பினைப் பற்றியே மீண்டும் மீண்டும் சிந்தித்தபடியே வந்தான். 'அவர்கள் பச்சைமலைத்தொடர்ப் பகுதியைச் சார்ந்தவர்கள் அல்லர். அப்படியென்றால் யாரவர்கள்?' என்று எண்ணியபடியே இருந்தான்.

முள்ளூர்ப் பெரியவர் சொன்ன குறிப்புகள் நினைவுக்கு வந்தன. இரவாதன் சொன்ன அத்தனை செய்திகளையும் சிந்தித்துப் பார்த்தான். உதிரன் பதற்றத்தோடு எவ்வியூர் வந்ததை யோசித்தான். சட்டென அங்கவை சொன்னதாக உதிரன் சொன்ன சொல் நினைவுக்கு வந்தது, "அவர்கள் காதின் மேல் மடல் களில் மூன்று துளையிட்டிருந்தனர்."

மனதுக்குள் மின்னலின் ஒளி பாய்ச்சுவதுபோல இருந்தது அந்தச் செய்தி. 'எவ்வளவு முக்கியமான குறிப்பினை அங்கவை சொல்லி யுள்ளாள்! மரத்தின் மீதிருந்து

பார்த்ததால் கீழே செல்பவர்களின் காதுமடல்களைத் துல்லியமாகப் பார்க்க முடிந்துள்ளது. நாம் மிகவும் தொலைவிலிருந்து பார்த்ததால் அதனைப் பார்க்கமுடியவில்லை' என்று நினைத்துக்கொண்டிருந்த பாரியின் மனதில் எதிரிப்படையில் வந்துகொண்டிருப்பது யாரெனப் பிடிபடத் தொடங்கியது. காது மடல்களில் மேல்நிலையில் மூன்று துளைகளை இடுபவர்கள் மேல்காடர்கள் என்றும் கீழ்ச்சதையில் இரு துளைகளை இடுபவர்கள் கீழ்க்காடர்கள் என்றும், காதின் நடுநரம்பினை ஒட்டிப் பெரிய துளை யினை இடுபவர்கள் குறுங்காடர்கள் என்றும் கேள்விப்பட்டுள்ளான். நெடுங்காடர்களை இதுவரை பாரி நேரில் பார்த்ததில்லை. ஆனால், அவர்களைப்பற்றிய எண்ணற்ற கதைகளை வேளிர்குலம் அறியும். அவை அனைத்தும் கடகடவென நினைவுக்கு வந்தன.

வேளிர்குலம் நெருப்பினை அறியவும், வளர்த்தெடுக்கவும், கட்டுப்படுத்தவும் ஆற்றல் கொண்டதைப்போல நீரினைப்பற்றிய பேரரறிவு கொண்டவர்கள் காடர்கள் என்பது நினைவுக்கு வந்தது. ‘மண்ணுக்குள் இருக்கும் கடுநீரை எப்படித் துல்லியமாக அவர்கள் கண்டறிந்தார்கள்?' என முள்ளூர்ப் பெரியவர் அன்று எழுப்பிய கேள்விக்கு இன்று விடை கிடைத்தது.

நீரும் நெருப்பும் போல, கிழக்கும் மேற்கும்போல இயற்கையின் அதிஆற்றலை வெளிப்படுத்தும் இரு குடிகள்தாம் வேளிர்களும் காடர் களும். இவர்களுக்குள் எதிரெதிர் நிலை கொண்ட முரண்கள் ஆதி யிலிருந்தே உருவாகிவிட்டன. வேளிரோடு பகைமைகொண்டு பழிதீர்க்க எண்ணற்ற சடங்குகளைக் காடர்கள் நடத்துவார்கள் என்பதும் பாரி அறிந்ததே. காடர்களின் கண்ணிற்படாமல் எப்படி அங்கவை தப்பினாள் என்பது இப்பொழுது தான் பெருவியப்பாக இருந்தது. அவர்களின் கண்ணிற்பட்டிருந்தால் எவ்வளவு பெரிய கொடூரம் நிகழ்ந்திருக்கும் என நினைத்தபடி விரைவாக நடந்தான்.

சிறுவயதில் காடறியும் பயணத்தின் போது வடதிசை ஊரொன்றின் கிழவன் சொன்ன சொல் நினைவுக்கு வந்தது, “காடர்களும் கருநொச்சியும் இருக்கும் வரை எந்தப் புதையலையும் மறைக்க முடியாது.”

அது நினைவுக்கு வந்த மறுகணம் குலநாகினியின் வாக்கும் நினைவுக்கு வந்தது. “பறம்பு மக்கள் இருக்கும் வரை பாழி நகரை எவனும் நெருங்க முடியாது.”

சொற்களின் நினைவுகளுக்குள் ளிருந்து மீண்டு வெளிவந்தான் பாரி. அவனது மனதிலிருந்த கேள்விகள் அத்தனைக்கும் விடை கிடைத்தது.

‘சோழன், காடர்கள்மூலம் பாழிநகர் பற்றிய குறிப்பினை அறிந்துள்ளான். இப்பொழுது அதனை நோக்கியே அவன் போய்க் கொண்டிருக்கிறான். கீழ்க்காடர்களே நீர்ச்சுரப்பைக் கண்டறிந்து கிணற்றினை உருவாக்கி யுள்ளனர். படையின் இருபுறங்களிலும் நெடுங்காடர்கள் அணிவகுத்து வருகின்றனர். குறுங்காடர்கள் கொடும் நச்சுப் பூச்சிகளைக் கையாளத் தெரிந்தவர்கள். நகர்ந்து கொண்டிருக்கும் இப்பெரும் படையை எளிதில் அழிக்க முடியாது. ஏனென்றால், நெடுங்காடர்கள் அடர்மரக் கொப்புகளை ஒன்றுடனொன்றாகப் பின்னித்

தடுப்பரண்களை எளிதாக அமைத்துவிடுவர். நாம் வீசும் அம்பும் ஈட்டியும் அத்தடுப்பரணைத் துளைத்துக்கொண்டு உள்ளே போவது மிகக்கடினம். நெடுங்காடர்கள் இருக்கும் வரை இப்படையைப் பக்கவாட்டிலிருந்து தாக்கி அழிக்க முடியாது. பிட்டன் மிகவும் அவசரப்படுகிறான். இரவாதனோ நாள்தோறும் உத்தரவு கேட்டுக் குறிப்புகள் அனுப்புகிறான். நீராதாரம் உருவாக்கப்போகும் சிக்கல் என்னவென்பதை நம்மால் எளிதில் முடிவுசெய்ய முடியாது. சற்றுப் பொறுத்திருந்துதான் பார்க்க வேண்டும்' என்று எண்ணியபடி உச்சிமுகட்டினை அடைந்தான் பாரி.

சோழப்படை வட்டாற்றில் திரும்பிய ஆறாம்நாள். பொழுது நண்பகலைக் கடந்தது. கதிரவனின் சூடு உச்சங்கொண்டிருந்தது. நெடுங்காடர்களின் தளபதி துணங்கன் யானைப்படையின் நடுப்பகுதியிலிருக்கும் வேந்தரைக் காண வந்திருந்தான். யானையின் மீதிருந்த அம்பாரியில் அமர்ந்து வந்தான் செங்கனச்சோழன். அருகில் குதிரையின் மீது வந்துகொண்டிருந்தான் உறையன். துணங்கன் வந்துள்ள செய்தியை வேந்தனுக்குத் திரை விலக்காமல் மெய்க்காப்பாளன் சொன்னான். சிறிதுநேரத்தில் திரையை விலக்கினான் செங்கனச்சோழன்.

துணங்கன் முறைப்படியான மரியாதையைத் தெரிவிக்கக் குதிரையிலிருந்து கீழிறங்கி நின்றிருந்தான். அம்பாரியிலிருந்து எட்டிப்பார்த்தபடி அதனை ஏற்ற வேந்தன். "என்ன செய்தி?" எனக் கேட்டான்.

துணங்கன் பதில் சொல்லும்முன் அவனைக் குதிரையின் மீது ஏறும்படி கையசைத்தான் வேந்தன். துணங்கன் குதிரையின் மீதேறிப் பேசும்பொழுது அதனை யானையின் மீதிருந்து கேட்க வசதியாக இருந்தது. ஆனால், இந்தச் செயல், வேந்தன் களைத்துப்போய் உள்ளான் என்பதன் அடையாளமாகவே துணங்கனுக்குத் தோன்றியது. அவன் சொன்னான், “இவ்வாற்றில் நீராதாரம் நாம் எதிர்பார்த்ததைவிட மிகக்குறைவாக இருக்கிறது.”

“என்ன செய்யலாம்?”

பறம்பில் மிகக்கடுமையான பகுதியை நாம் கடந்துவிட்டோம். அவர்களின் மிகப்பெரிய ஊர்கள் இருப்பதெல்லாம் எழுவனாற்றின் பகுதியில்தான். இனி பேராபத்தேதுமில்லை. எனவே, நாம் படையைக் கையாள்வதில் சில முடிவுகள் எடுக்க வேண்டும்.”

“என்ன முடிவெடுக்க வேண்டும்?”

யானைப்படையின் ஒரு பகுதியையும் காலாட்படையின் ஒரு பகுதியையும் ஒருநாள் இடைவெளியில் பின்தொடர்வதைப்போல ஏற்பாடுகள் செய்யலாம். அதன்மூலம் நீராதாரத்தைப் பகிர்ந்து கொடுக்க முடியும். படையும் தெளிச்சிகொண்டு முன்னேறும். நம்முடைய தாக்குதல்திறன் எந்தக் கட்டத்திலும் குறையாது” என்றான்.

சற்றே பதறிய உறையன், “இல்லை, அப்படிச் செய்வதன் மூலம் நமது ஆற்றலை நாமே பிரித்தவர்களாகிவிடுவோம். எதிரி தாக்குதல்தொடுக்க வசதியாகிவிடும்” என்றான்.

துணங்கன் சொன்னான், “அப்படிச் செய்யவில்லையென்றால், நாளையே

வீரர்கள் சிலர் மயங்கிவிழ நேரிடலாம். போதிய நீரின்றித் தொடர்ந்து வேலைவாங்கப்படும் யானைகளின் நடத்தை எப்படியிருக்கும் என்பதை நம்மால் கணிக்க முடியாது. வீரர்கள் மயங்கிவிழத் தொடங்கினால் அது போருக்கான மனநிலையை முற்றாகச் சிதைக்கும்" என்றான்.

"பின்னால் வரும் இரண்டாம் நிலைப்படை வலிமைகுன்றி இருக்குமேயானால் எதிரிகள் அதனைச் சூழ்ந்து தாக்கி அழிப்பர்" என்றான் உறையன்.

நெடுங்காடர்கள் இருக்கும் வரை மலைமேலிருந்து அவர்கள் எறியும் ஈட்டியும் அம்பும் எந்த பாதிப்பினையும் ஏற்படுத்தாது. இப்பகுதியெல்லாம் அடர்காடுகள். ஆற்றங்கரையோரத்தி லிருக்கும் மரத்தொகுதிகளை ஒருபொழுதுக்குள் பின்னல்வலையாக மாற்றிவிட முடியும். எண்ணிலடங்காத மூங்கில் மரங்கள் ஆற்றோரம் இருக்கின்றன. எந்தக் கவலையும் நமக்கில்லை" என்றான்.

சிறிது நேரம் சிந்தித்த செங்கனச்சோழன், "இருதொகுதி யானைகளையும் ஈராயிரம் வீரர் களையும் இன்றிரவு இங்கேயே தங்க வையுங்கள். முன்னணிப்படை வழக்கம்போல் காலையில் புறப்படட்டும். இரண்டாம் நிலைப்படை ஒருநாள் இடைவெளியில் நம்மைப் பின்தொடரட்டும். அவசரத்தேவையென்றால் கூட ஒருநாள் நடைத்தொலைவை எளிதில் வந்தடைந்துவிடலாம்" என்றான்.

இருவரும் ஏற்றுக்கொள்ளும் பதிலாக இருந்தது அது. ஆனாலும் துணங்கனுக்கு ஐயம் இருக்கத்தான் செய்தது. இருதொகுதி என்றால் இருநூறு யானைகள்தாம். மீதமுள்ள முந்நூறு யானைகளுக்கு நீர் கிடைப்பது கடினம். எனவே, சமமாகப் பிரிப்பதே சிறந்தது எனத் தோன்றியது. ஆனால், இதற்குமேல் வேந்தனிடம் பேசுவது முறையல்ல என்று தோன்றியதால் துணங்கன் அமைதிகாத்தான். ஆனால், உறையன் சொன்னான் "பின்னணிப்படையின் பாதுகாப்புக்கு நாம் கூடுதல் ஏற்பாடுகளைச் செய்ய வேண்டும்."

"மிகச்சிறந்த தளபதிகளை அங்கே நியமிப்போம்" என்றான் வேந்தன். சரியெனத் தலையாட்டினான் உறையன்.

இரண்டாம் நிலைப்படையில் யானைப்படைக்குக் கச்சனையும் காலாட்படைக்கு ஆழிமார்பனையும் தளபதியாக்கி உத்தரவிட்டான். நெடுங்காடர்களுக்கு யாரைத் தளபதியாக்கலாம் என்று துணங்கனைப் பார்த்துக் கேட்டான் செங்கனச்சோழன்.

துணங்கன் சொன்னான், "முன்னால் செல்கிறவர்களுக்குப் பின்னால் வரும் படையின் மீது ஐயமோ, கவனமோ சிறிதும் இருக்கக் கூடாது. அந்த அளவு அது வலுமிக்க படையாக அறியப்பட வேண்டும். எனவே, இரண்டாம் நிலைப்படைக்கு நானே தளபதியாக நிற்கிறேன். முன்னணிப்படையின் நெடுங் காடர்களுக்குச் சிவியன் தளபதியாக இருக்கட்டும்" என்றான்.

நெடுங்காடர்கள் சோழர்களுக்காக இப்போரில் பங்கெடுக்கவில்லை. வேளிர்கள் மீது தங்களுக்குள்ள பகையின் காரணமாகவே பங்கெடுக்கின்றனர் என்பதை எத்தனையோ முறை உணர்ந்த செங்கனச்சோழன் இப்பொழுதும் அதனையே உணர்ந்தான்.

உதிரன் ஈங்கையனை அழைத்துக்கொண்டு ஆறாம்நாள் இருக்கன்குன்றுக்கு வந்து சேர்ந்தான். அவன் வரும்வரை குதிரைகளைப் பாதுகாப்பது பெரும்போராட்டமாக இருந்தது. பகலிரவென ஒவ்வொரு கணமும் விழிப்புணர்வோடு இருக்க வேண்டியிருந்தது. சிறு கவனக்குறைவு ஏற்பட்டால்கூடத் தோகைநாய்கள் குகைநோக்கிப் பாயத் தயாராகி விடுகின்றன. நாட்கள் செல்லச்செல்லப் பசி அவற்றை வெறிகொள்ளச் செய்தது. குதிரைகளின் சுவை வேறு வேட்டையை நோக்கி அவற்றைத் திரும்பவிடவில்லை. குகைக்குள்ளிருக்கும் குதிரைகளை வேட்டையாட ஒவ்வொரு கணமும் முயற்சி செய்துகொண்டிருந்தன.

குகையைக் காத்துநிற்கும் வீரர்களின் எண்ணிக்கையை இருமடங்கு அதிகப்படுத்தினான் தேக்கன். பறவை நாகங்கள் வந்தும் எவ்விதப் பயனும் இல்லை. தோகைநாய்கள் ஒரே கடியில் அவற்றை இருதுண்டுகளாக்கி விடுகின்றன. வழிதெரியாமல் திகைத்தபடிக் குகையைக் காத்து நின்றனர் வீரர்கள்.

ஆறாம்நாள் உதிரனும் ஈங்கையனும் வந்து சேர்ந்தனர். பறம்பில் இல்லாத புதுவகையான விலங்கு என்று அதன் தன்மையைச் சொன்னவுடன் ஈங்கையன் சொல்லிவிட்டான், அதன் பெயர் "தோகைநாய்" என்று. "எவ்விதத் தாக்குதலாலும் அதனை வீழ்த்த முடியாது" என்று சொன்ன ஈங்கையன், "தந்திரத்தால் மட்டுமே அதனைக் கொல்ல முடியும்" என்றான். ஈங்கையனை அழைத்துக்கொண்டு புறப்படும்பொழுதே எல்லாவற்றையும் பேசி அவற்றுக்கான ஏற்பாடுகளையும் செய்தபடியே வந்தான் உதிரன்.

"கரும்புப்பாகு கிடைக்குமா?" எனக் கேட்டான் ஈங்கையன்.

"பறம்பில் கரும்பு இல்லை" என்றான் உதிரன்.

"இனிப்புச்சுவை கொண்ட பாகு வேறென்ன கிடைக்கும்?"

"பனம்பாகும் ஈச்சம்பாகும் கிடைக்கும்" என்றான் உதிரன்.

"எத்தனை பெருங்குடங்களில் பாகு கொண்டுவர முடியுமோ, அத்தனை குடங்களில் பாகினை அவ்விடம் கொண்டுவரச் சொல்லுங்கள்" என்றான் ஈங்கையன்.

வரும் வழியிலேயே எந்தெந்த ஊருக்கு ஆள் அனுப்ப வேண்டுமோ அங்கெல்லாம் ஆட்களை அனுப்பி ஏற்பாடுகளைக் காலம்தாழ்த்தாமல் செய்தான் உதிரன்.

"பிரிக்க முடியாதபடி ஒட்டிக் கொள்ளும் பசை என்ன இருக்கிறது?" எனக் கேட்டான்.

"பலவகையான பசைகள் இருக்கின்றன" என்றான் உதிரன்.

"துளிபட்டாலும் பிரிக்கமுடியாத படி ஒட்டக்கூடிய பசையை ஏற்பாடு செய்யுங்கள்" என்றான். அதற்கும் பொருத்தமான ஆட்களை அனுப்பி இருக்கன்குன்றுக்குக் கொண்டுவந்து சேர்க்கச் சொன்னான்.

"பசை வாடை அடிக்காமலிருக்கச் சுவைகூட்டிகளை அதனுடன் சேர்க்க வேண்டும்" என்றான். அதற்கும் ஏற்பாடானது.

ஈங்கையன் அவனோடு மூன்று வீரர்களை அழைத்து வந்தான். அவர்களால் உதிரனைப் போலவோ, பறம்பின் வீரர்களைப் போலவோ வேகங் கொண்டு ஓடமுடியவில்லை. எனவே, உதிரனும் சற்று மெதுவாகவே அவர்களுடன் நடக்க வேண்டியதானது.

அவர்கள் ஆறாம்நாள் இருக்கன் குன்றினை வந்தடைந்தார்கள். ஈங்கையன் கேட்டவையெல்லாம் அவன் வரும் முன்னரே வந்து சேர்ந்திருந்தன. அவன் வியந்து போனான். குகைகாத்து நிற்கும் தேக்கனைக் கண்டு வணங்கினான். நீலனின் மணவிழாவின்பொழுது அவனிடம் நிறையப் பேசவேண்டும் என்று தேக்கன் விரும்பியிருந்தான். ஆனால், அதற்கு வாய்ப்பில்லாமற் போனது.

தேக்கனைக் கண்டதும், "தோகை நாய்களைப்பற்றிச் சொல்வதற்கு எவ்வளவோ இருக்கின்றன. ஆனால், அவற்றை வீழ்த்தும் வழியைப்பற்றி மட்டும் இப்பொழுது பேசுவோம்" என்றான்.

தேக்கனும் மற்றவர்களும் அவன் என்ன சொல்லப்போகிறான் என்பதை ஆர்வத்தோடு எதிர்பார்த்திருந்தனர்.

"மூன்று குதிரைகளை நாம் இழக்க வேண்டியிருக்கும்" என்றான்.

"இன்னும் மூன்றா?" எனக் கேட்டான் வீரனொருவன்.

"ஆம். மூன்று குகைகளில் குதிரை களிருப்பது அவற்றுக்குத் தெரியும். எனவே, மூன்று குதிரைகள் கட்டாயம் தேவை. காயம்பட்ட அல்லது வயதான குதிரைகளைக் கொடுங்கள்" என்றான்.

சரியெனச் சம்மதித்தனர்.

"தோகைநாயினை வீழ்த்துவதற்கான

ஒரேவழி அதனுடைய தோகைதான்" என்றான்.

வீரர்கள் அவன் சொல்வதைப் பெருவியப்போடு கேட்டனர்.

பெருவட்டவடிவில் செடிகொடிகளை நன்றாக விலக்கிக் களம் அமையுங்கள். அவ்விடம் முழுவதும் ஈச்சம்பாகும் இறுக்கிப்பிடிக்கும் பசையும் அவற்றின் வாடை தெரியாது மறைக்கும் அளவுக்குச் சுவையூட்டிகளும் கலந்த கலவையை நன்றாக ஊற்ற வேண்டும். அவ்விடம் முழுவதும் ஊற்றியபின் ஒருகுதிரையை மட்டும் வீரர்கள் சிலர் அக்களத்தின் நடுப்பகுதிக்குக் கொண்டுசெல்ல வேண்டும். குகை விட்டு வெளிவரும் குதிரையைக் கண்டு தோகைநாய் மின்னல்வேகத்தில் பாய்ந்து வரும். பாகு ஊற்றப்பட்ட வட்டத்தின் நடுவில் கொண்டுபோய்க் குதிரையை விடவேண்டும். தோகைநாய்கள் அதன்மீது பாயத் தொடங்கியதும் குதிரையை விட்டுவிட்டு வந்துவிட வேண்டும். எண்ணற்ற தோகைநாய்கள் பாய்ந்துவந்து அவற்றைக் கடித்துக் குதறும். இத்தனை நாள் பசிக்கு ஒரு எலும்பினைக்கூட அவை மிச்சம் வைக்காது.

தோகைநாய்கள் இப்புறமும் அப்புறமும் குதிரைக்கறியை இழுத்து, முன்காலை மடக்கி உட்கார்ந்து, கடித்து உண்ணும்பொழுதெல்லாம் அதனது தோகை பாகுக்கலவையில் முழுமையாகப் புரளும். குதிரையைத் தின்றுமுடிக்கும் வரை அது வேறெதிலும் கவனங்கொள்ளாது. அதன்பிறகு எழுந்து ஓடத் தொடங்கும் பொழுதுதான் தெரியும், வால்பகுதியிலுள்ள தோகையும் அடிவயிற்றுமுடியும் முழுவதுமாக ஒன்றுடனொன்று ஒட்டிக்கிடப்பது. அது எவ்வித் தவ்வும்பொழுது தோகைமுடிகள் சிலிர்த்து விரியாது. வாலின் எடையும் தூக்கித் தாவ முடியாத அளவுக்குக் கனமாக மாறும்.

முதல் தாவலிலே இதனைத் தோகைநாய் உணர்ந்துவிடும். முன்னும் பின்னுமாகத் திரும்பி ஏதேதோ செய்துபார்க்கும். பாகுச்சுவையால் மரக்கிளையில் எவ்விடத்தில் உட்கார்ந்தாலும் எறும்புகளும் பூச்சிகளும் அதனை மொய்க்கத் தொடங்கும். அப்பொழுதுதான் நீள்வாயின் வேட்டை தொடங்கும். தனது கூரிய பற்களைக்கொண்டு திரும்பித்திரும்பி அரிக்குமிடத்தில் கடிக்கத் தொடங்கும். இடப்புறமும் வலப்புறமுமாக வண்டு ரீங்காரமிடுதல்போலச் சுற்றிச்சுற்றி முன்பற்களால் கடித்திழுக்கும். அதன் நீள்வாயின் முன்பற்கள் பின்னுடலை மாறிமாறிக் கீறும். பின்புறப் பிட்டங்களிலும் வாலிலுமிருந்து குருதி கசியத் தொடங்கும். எந்நேரமும் பூச்சிகள் மொய்த்துக்கிடக்க எந்த இடத்தில் நின்றாலும் செவ்வெறும்பும் பாறையெறும்பும் மலையெறும்பும் அதன் மேல் ஏற, பேரலறலோடு அது ஓடத் தொடங்கும். உட்கார முடியாமல் ஓடிக்கொண்டேயிருக்கும் அது வெகுவிரைவிலேயே ஓட முடியாத் தன்மை எய்தும். மலைமுழுவதும் எதிரொலிக்கும் அதன் ஊளைச்சத்தம் சிறிது சிறிதாகக் குறைந்து இளைப்பின் வழியிலான முனகலோடு அதன் வாழ்வு முடியும்" என்றான் ஈங்கையன்.

இரவு நெருங்கியதும் வேலையைத் தொடங்கினர். குகைக்கு முன்னாலிருந்த செடிகொடிகளை வெட்டி அப்புறப்படுத்தினர். கலவைகள் நன்கு தயாராயின. ஈங்கையன் சொன்னபிறகு அதில் தேவையை உணர்ந்து எங்கும் கிடைக்காத எழுமுட்பசையையும் தெல்லுக்கொடிப்பசையையும்

சேர்த்தனர். இனி, அதன் ஒட்டுந்தன்மைக்கு இணையேதும் இல்லை என்றான் தேக்கன்.

இரவானதும் வெளிச்சம் விழாதபடிப் பந்தங்களைத் திருப்பி வைத்துக் கலவைகளைக் கொண்டு வந்து ஊற்றினர். போதும்போதும் என்று சொல்லுமளவுக்கு ஊற்றி முடித்ததும் மூன்றுவீரர்கள் குதிரையைப் பிடித்துக் கொண்டு கலவையை நோக்கி நடந்தனர். குதிரைகள் குகை விட்டு வெளி வருவதறிந்த கணமே தோகை நாய்கள் தமது தோகைசிலிர்க்கக் கிளைகளை விட்டு எழுந்தன. நீள்வாய்கள் மெல்லத்திறந்த பொழுது கால்கள் குதிரையை நோக்கிப் பாய்ச்சலுக்கு ஆயத்தமாயின.

பொழுது நடுப்பகலைக் கடந்தது. பாரியை நோக்கி பிட்டன் மலையேறி மேலே வந்தான். தொலைவிலேயே அவன் வருவதை அறிந்தான் பாரி. பிட்டனின் பதற்றம் நாளுக்கு நாள் கூடிக்கொண்டே இருந்தது. நெடுங் காடர்களைப் பாதுகாப்பு அரணாகப் பயன்படுத்தி அடர்காட்டுக்குள் நகரும் ஒரு படையை எளிதில் தாக்கி வீழ்த்திவிட முடியாது என்பதைப் பாரி நன்கு உணர்ந்திருந்தான். ஆனால், பிட்டனோ, எதிரியின் படை யில் நெடுங்காடர்கள் இருக்கிறார்கள் என்பதையே அறியவில்லை. எனவே, காலந்தாழ்த்தாமல் உடனே தாக்குதலைத் தொடங்க வேண்டும் என்று வலியுறுத்தியபடியே இருந்தான். வழக்கமான தாக்குதலால் இவர்களை ஒன்றும் செய்துவிட முடியாது, வேறு வழியைக் கண்டறிந்தால் மட்டுமே தாக்குதலுக்குப் பலன் கிடைக்கும் என்ற சிந்தனையிலேயே தாக்குதலைத் தள்ளிப்போட்டுக்கொண்டு வந்தான் பாரி.

மேலேறிவந்த பிட்டன் சொன்னான், “எதிரி குடிநீர்ப் பற்றாக்குறையின் காரணமாகப் படையை இருகூறாகப் பிரித்துள்ளான். நேற்றிரவு தங்கிய இடத்தை விட்டு இன்னும் ஒரு பகுதிப் படை புறப்படவில்லை. இதுதான் பொருத்தமான நேரம். இன்றிரவு பின்புறப்படையைத் தாக்கலாம்” என்றான்.

“சற்றுப் பொறுத்திருப்போம்” என்றான் பாரி.

பிட்டனால் பாரியின் வார்த்தை களை ஏற்க முடியவில்லை. “இது போன்ற சிறந்த வாய்ப்பு இனி கிடைக்காமற்போகலாம்.”

“எதனை வைத்துச் சொல்லுகிறாய்?” எனக் கேட்டான் பாரி.

“எதிரிகள் நீர்ப்பற்றாக்குறையைச் சமாளிக்கச் சரியான உத்தியை வகுத்துவிட்டார்கள். இன்னும் இரண்டு நாட்கள் இதே தன்மையில் அவர்கள் படையை நகர்த்திச் சென்றுவிட்டால், அதன்பின் அவர்கள் வலிமையடைந்து விடுவார்கள்.”

“எப்படி?”

“இரண்டு நாள் நடைத்தொலைவில் வட்டாற்றின் ஓரமாகச் சிறு கானத்துக்குச் சற்றே முன்னால் குளமொன்று இருக்கிறது. எக்கோடை யிலும் நீர்வற்றாத குளமது. துவண்டு போயிருக்கும் எதிரிகளின் யானைப் படையை அது முழுமையாகத் தெளிச்சிகொள்ளச் செய்துவிடும். நாம் அதற்குள் முந்தியாக வேண்டும்” என்றான்.

பிட்டனின் கூற்று பாரிக்கு வேறொன்றைச் சொல்லியது. சற்றே வியப்போடு, “இக்கோடையிலும் அதில் நீர் இருக்கிறதா?” எனக் கேட்டான்.

"ஆம். வீரர்கள் பார்த்துவந்த பின்னர்தான் உடனடியாக உன்னிடம் சொல்ல மேலேறி வந்தேன்."

"அப்படியென்றால் அவர்கள் குளம்நோக்கி நகரட்டும். அதுதான் நமக்கான இடம்."

பிட்டனுக்குப் புரியவில்லை. அவ்விடத்தில் வைத்துத் தாக்கலாம் எனப் பாரி நினைக்கிறானோ என்று தோன்றிய கணத்தில் பிட்டன் சொன்னான், "அது மேலிருந்து தாக்குவதற்கான நிலவமைப்பு கொண்ட இடமல்ல. அவ்விடத்தில் தாக்குதலைத் தொடுத்தால் எதிரியை வீழ்த்த முடியாது."

"அவ்விடத்தில் மட்டுமல்ல, மேலிருந்து தாக்கும் போர்முறையால் எவ்விடத்திலிருந்து தாக்கினாலும் எதிரியை வீழ்த்த முடியாது."

'பாரியா இப்படிச் சொல்வது?' என்று அதிர்ந்த பிட்டன், "ஏன் அப்படிச் சொல்கிறாய்?" என்றான்.

சோழனின் படையை இருபுறமும் அரணெனக் காத்து வந்து கொண்டிருப்பவர்கள் நெடுங்காடர்கள்.

"நெடுங்காடர்களா..?" பிட்டன் ஒரு கணம் உறைந்து மீண்டான்.

"ஆம். அந்த வலிமை இருப்பதால்தான் பறம்புக்குள் துணிந்து இவ்வளவு தொலைவு முன்னேறியுள்ளான் சோழன்."

பிட்டனுக்கு அடுத்து என்ன கேட்பதெனத் தெரியவில்லை. அவன் அதிர்ச்சிக்குள் மூழ்கிக்கொண்டிருந்த பொழுது பாரி தெளிவுநோக்கி மேலேறிக்கொண்டிருந்தான்.

"குளக்கரைதான் நமது தாக்குதலைத் தொடங்கப்போகும் இடம். வீரர்களின் எண்ணிக்கையைப் பலமடங்கு அதிகப்படுத்தவேண்டும். மீதமிருக்கும் வடதிசை ஊர்கள் நாற்பத்தி மூன்றுக்கும் செய்தியனுப்புங்கள். இருகரைகளிலும் வீரர்கள் குவியட்டும். நாளைமறுநாள் நள்ளிரவில் தொடங்குகிறது நமது தாக்குதல்" என்றான் பாரி.

தாக்குதல் எப்பொழுது என்று கேட்டுக்கொண்டேயிருந்த பிட்டனின் கேள்விக்கு இப்போது விடை கிடைத்து விட்டது. ஆனால், இதுவரை இருந்த வேகமும் தெளிவும் இப்போது குழப்பமாக மாறின.

மலைமுகட்டிலிருந்து கீழே தனது படைநோக்கி வந்தான் பிட்டன். எல்லா ஊர்களுக்கும் செய்திகளைக் கொண்டு சேர்க்க வீரர்கள் புறப்பட்டனர். வலக்கரையில் இருக்கும் இரவாதனுக்கு மறை குறிப்புகள்மூலம் செய்தி சென்று சேர்ந்தது. வீரர்கள் தாக்குதலைத் தொடங்க எல்லா வகைகளிலும் ஆயத்தமாகிக்கொண்டிருந்தனர். பிட்டன் விடையில்லாத கேள்வியோடு இருந்தான். 'குளக்கரையில் வைத்து என்ன செய்துவிட முடியும்? குளத்து நீரில் நஞ்சுகலந்து யானைகளைக் கொல்லும் உத்தியைப் பாரி ஒருபொழுதும் கைக்கொள்ள மாட்டான். வேறு என்னதான் செய்யப்போகிறான்?'

77

மறுநாள் பொழுது விடிந்தது. நக்கவாரத் தீவிலிருந்து கொண்டுவரப்பட்டவர்கள் ஆயிமலையின் உச்சியிலிருந்து இருக்கன்குன்றையே பார்த்தபடி இருந்தனர். கடந்த சில நாட்களாகக் குன்றின் மேற்குகையைச் சுற்றியே தோகைநாய்கள் ஊளையிட்டுக் கொண்டிருந்தன. நேற்று நள்ளிரவுக்குப் பிறகு ஊளைச்சத்தம் சற்றே அதிகமாகியது. ஆனால், அதிகாலை தொடங்கி இப்போது வரை அந்தச் சத்தம் பிரிந்து காடெங்கும் பரவிக் கொண்டிருக்கிறது. தீவுமனிதர்கள் குழம்பிப்போய் இருந்தனர்.

செய்தி உதியஞ்சேரலுக்குச் சொல்லப் பட்டவுடன் அவனும், அமைச்சன் நாகரையரும் ஆயிமலைக்கு மேலேறி வந்தனர். குழப்பத்தில் நின்றிருந்த தீவுமனிதர்களிடம், "என்ன நிலைமை?" என்று கேட்டான் அமைச்சன்.

"எதிரிகள் தோகைநாய்களை ஏதோ செய்துவிட்டார்கள். அவை அனைத்தும் காடுகளுக்குள் சிதறி ஓடிக்கொண்டிருக்கின்றன. அவற்றைவிடக் கொடிய வேட்டை விலங்கு ஒன்றை ஏவி விட்டுள்ளனர். அதனால்தான் அவை இப்படிச் சிதறி ஓடுகின்றன. இனி அவற்றால் பலன் கிடைக்கும் என நாம் எதிர்பார்க்க முடியாது."

பதில் கேட்டு உதியஞ்சேரல் உறைந்து நின்றான். "அப்படியென்றால், எதிரிகள் குகைகளுக்குள் இருக்கும் குதிரைகளை வெளியில் கொண்டு வந்துவிடுவார்களா? முழு வேகத்தோடு அவர்களின் தாக்குதல் தொடங்கி விடுமா?"

தீவுமனிதர்கள் மறுமொழியின்றி நின்றனர்.

"எஃகல்மாடன் பறம்புக்குள் நுழைந்து ஒருவார காலமாகிவிட்டது.

நமது திட்டப்படி வலதுபுறக் கணவாயின் வழியாகத் துடும்பனின் தலைமையிலான படை வந்து சேரும் என்ற நம்பிக்கையில் போய்க் கொண்டிருக்கிறான்.”

நாகரையரின் வார்த்தை காதில் விழுந்துகொண்டிருந்தது. ஆனால், அதைக் கவனிக்கும் நிலையில் உதியஞ்சேரல் இல்லை. பறம்பின் உட்காடுகளுக்குள் தனித்துவிடப்பட்ட எஃகல்மாடனின் படை என்னவாகப் போகிறது என்பது அவனது மனக்கண்ணில் தெரிந்து கொண்டிருந்தது.

இரண்டாம் நாள் மாலை நேரம் நெருங்கியபோது குளம் நோக்கி நகர்ந்துகொண்டிருந்தது சோழனின் யானைப்படை. அதன் தளபதி அரிஞ்சயன் அளவற்ற மகிழ்வில் இருந்தான். வட்டாற்றில் திரும்பியதி லிருந்து யானைகளுக்குப் போதுமான நீர் கிடைக்கவில்லை. நிலைமையை எப்படிச் சமாளிக்கப்போகிறோம் எனத் தெரியாமல் திணறிக் கொண்டிருந்தபோதுதான் குளம் இருப்பது பற்றிய செய்தி வந்தது. அதன் பிறகு நெடுங்காடர்கள் தளபதி சிவியன் நேரில் போய்ப் பார்த்தான். குளத்துநீரில் நஞ்சேதும் இல்லை என்று உறுதிப்படுத்திய பிறகுதான், அதை நோக்கி யானைகளைச் செலுத்த அரிஞ்சயன் அனுமதியளித்தான்.

இந்தப் படையெடுப்பே யானைப் படையை மையப்படுத்தியதுதான். அடர்காடுகளில் காட்டுமனிதர்களை எதிர்கொள்ள, யானைப்படையை மையப்படுத்திய போர் உத்திதான் வெற்றியைத் தேடித்தரும். அதுவும் அரிஞ்சயன் போன்ற அனுபவமேறி யவர்களின்கீழ் இயங்கும் யானைப் படை, வெற்றியை எளிதில் ஈட்டும்.

சோழர்களின் படைத்தொகுப்பில் இருந்த மொத்த யானைகளில் சரிபாதிக்கும் குறைவான யானை களைத்தான் இந்தப் படையெடுப்புக்குத் தேர்வுசெய்தான் அரிஞ்சயன். சிறந்த போர்யானை, தந்தங்களைக்கொண்டு பதினான்கு முறைகளில் தாக்கும் பயிற்சியைப் பெற்றிருக்கும்.

முகத்துக்கு நேராகத் தந்தத்தைக் குத்திச் செருகுவது, குறுக்காகக் கொடுத்துக் குத்தித் தூக்குவது, இரு பக்கங்களிலும் இரு தந்தங்களால் குத்துவது, எதிர் யானையின் தந்தவட்ட உதடு நோக்கிக் குத்துவது, பக்கவாட்டில் சாய்த்துக் குத்துவது, பக்கங்களில் நேராகக் குத்துவது, கண்ணிமைக்கும் நேரத்தில் துதிக்கையின் நடுவில் குத்தித் தூக்குவது, எதிர் யானையின் தலையைக் குறுக்கே பிடித்து ஒரு தந்தத்தால் குத்துவது, கோபத்தோடு எதிர் யானையின் திட்டாணியில் அடித்திழுத்து தந்தத்தைச் செருகுவது, உடலைப் பின்சுற்றிப் பின்பாய்ந்து குத்துவது ஆகியன உள்ளிட்ட பதினான்கு வகையான தந்தத் தாக்குதலில் தேர்ந்த யானைகளை மட்டுமே இந்தப் படையெடுப்பில் பங்கேற்கச் செய்தான் அரிஞ்சயன்.

‘அவ்வளவு சிறந்த போர்ப் பயிற்சி யுடைய யானைகளை, கொடும் வெக்கையில் போதிய நீரின்றித் தொடர்ந்து நடக்கவைத்துக் கொண்டிருக்கிறோமே!’ என்று கவலைகொண்டிருந்தவன், குளம் கண்டு கவலை நீங்கினான். முதலில், ஐந்து வகைமையர்களின் தலைமையி லுள்ள ஐம்பது யானைகளை நீர் அருந்த அனுப்பினான். நீர் உறிஞ்சும் ஓசையிலே அவற்றின் தாகத்தை அறிய முடிந்தது. அதேபோன்று ஐந்து ஐந்து வகைமையரின் தலைமையில்

குளம் நோக்கி ஐம்பது ஐம்பது யானைகளாக அனுப்பினான் அரிஞ்சயன்.

பொழுது மங்கி இருள் கூடும் வரை யானைகள் அணிவகுத்துப் போய் நீர் அருந்தித் திரும்பிக்கொண்டிருந்தன. ஏற்கெனவே வகுக்கப்பட்ட ஒழுங்கின் அடிப்படையில் அவை வட்டாற்றில் நிலைகொண்டன.

நான்கு காதத்தொலைவுக்கு நீண்டு கிடக்கும் இந்தப் பெரும்படையின் இரு பக்கங்களும் மலைக்குமேல் பறம்புவீரர்கள் தாக்குதலுக்கு ஆயத்த நிலையில் இருந்தனர். பறம்பின் வடதிசை ஊர்கள் அறுபத்தேழிலிருந்தும் வீரர்கள் திரட்டப்பட்டு விட்டனர். அவர்களுக்கான ஆயுதங்களும் வந்துசேர்ந்து விட்டன. ஆற்றின் இருபுறங்களும் சரியான இடைவெளியில் தாக்குதலுக்கான துல்லியமான உத்தி வகுக்கப்பட்டிருந்தது. இவ்வளவு பெருந்தாக்குதலை இதுவரை பறம்புமக்கள் நடத்தியதில்லை. இரவாதன், இந்த நாளுக்காகத்தான் காத்திருந்தான்; பாரியின் உத்தரவு கிடைத்த கணம் வட்டாற்றில் பெருக்கெடுக்கப்போகும் குருதி வெள்ளத்தைக் காணத் துடித்துக் கொண்டிருந்தான்.

பிட்டனின் குழப்பம், இந்தக் கணம் வரை நீங்கவில்லை. 'சோழப்படையின் கரையோரப் பகுதிகளில் நிற்பவர்கள் நெடுங்காடர்கள் என்பது பாரிக்கும் பிட்டனுக்கும் மட்டுமே தெரியும். நாம் எறியும் அம்பும் ஈட்டியும் சரிபாதிதான் அவர்களைக் கடந்து போய்த் தாக்கக்கூடியதாக இருக்கும். அப்படியிருந்தும் தாக்குதலுக்குப் பாரி ஆயத்தமாகியுள்ளான் என்றால், தெளிவான உத்தியை வகுத்துவிட்டான் எனப் பொருள். அந்த உத்தி, குளத்தோடு தொடர்புடையதாக இருக்கிறது.

என்ன அது?' என்று விடை தெரியாத கேள்வியோடு உத்தரவுக்காகக் காத்து நின்றான் பிட்டன். ஆற்றின் இரு கரைகளிலும் உள்ள மரங்கள் தம்முடைய கிளைகளில் எண்ணிலடங்கா வீரர்களைச் சுமந்தபடிச் சிலிர்த்து நின்றன.

ஆறாவது முறை ஐந்து வகைமையரின் தலைமையில் ஐம்பது யானைகளை அனுப்பியபோது, குளத்துநீர் ஏறக்குறைய வற்றி, தரை தொட்டுக் கிடந்தது. ஆனாலும் யானைகளின் துதிக்கைகள் உறிஞ்சியெடுத்தன. எல்லா யானைகளும் நீர் அருந்தி முடிக்கும் வரை அரிஞ்சயன் குளக்கரையிலே நின்றிருந்தான். கடைசி வரிசையில் வந்த யானைகளும் குளம் விட்டு அகன்றன. அரிஞ்சயன், அளவற்ற மகிழ்வடைந்தான். இனி சிக்கலேதும் இருக்காது. சமாளித்துவிட முடியும் என்ற நம்பிக்கை உறுதியானவுடன் அதை வேந்தனிடம் தெரிவிக்க, குதிரையில் விரைந்தான்.

படை அணிவகுப்பில் யானைப் படையைக் கடந்து காலாட்படை தொடங்கும் இடத்தில் செங்கனச்சோழனுக்கான கூடாரம் அமைக்கப்பட்டிருந்தது. ஆற்றின் நடுவில் அமைக்கப்பட்டிருந்த அந்தக் கூடாரத்தைக் கவசவீரர்கள் காத்து நின்றனர். உள்ளே வேந்தனுக்கு உணவு பரிமாறப்பட்டுக்கொண்டிருந்தது. கூடாரம் வந்த அரிஞ்சயன், உணவு முடியட்டும் எனக் காத்து நின்றான்.

அணிவரிசையின் முன்புறம் நின்றிருந்த யானைகளிடமிருந்து சற்றே வேறுபட்ட ஒலி எழுவதைக் கேட்க முடிந்தது. 'போதுமான அளவு நீர் குடித்த தெளிச்சியில் எழுப்பப்படும் ஒலியிது' என எண்ணியபடி வேந்தனுக்காகக் காத்திருந்தான்

அரிஞ்சயன். இதைவிடப் பேரொலி கொண்ட யானைப் பிளிறலை எதிர்பார்த்து மலையின் மேல் காத்திருந்தான் பாரி. அவனைச் சுற்றி நின்றிருந்த பன்னிரு வீரர்களும் அவன் சொல்லப்போகும் உத்தரவைப் பிட்டனின் தலைமையிலான இடதுபுறப் படைக்கும் இரவாதனின் தலைமையிலான வலதுபுறப் படைக்கும் தெரிவிக்கக் காத்துக் கொண்டிருந்தனர்.

நிலவற்ற வானில் இருள் அப்பிக் கிடக்கும் இந்தப் பொழுதில், ஒலியின் மூலம் மட்டுமே ஆற்றின் எதிர்த்திசையில் இருக்கும் இரவாதனுக்கு மறைகுறிப்பைக் கடத்த முடியும். பிட்டனும் பாரியும் ஒரே திசையில்தான் மேலும் கீழும் நிற்கின்றனர். எனவே, இவர்களுக்கு ஓசையின் மூலம் மறை குறிப்பைக் கடத்திவிடலாம். எல்லா ஏற்பாடுகளும் ஆயத்தநிலையில் இருந்தன. பாரியோ, வட்டாற்றில் நிறுத்தப் பட்டிருக்கும் யானைப்படையின் பிளிறல் ஓசையை எதிர்பார்த்துக் காத்திருந்தான்.

இவ்வளவு சிறந்ததொரு வாய்ப்பு கிடைக்கும் எனப் பாரி எதிர்பார்க்கவில்லை. இன்னும் சில நாட்பயணத்துக்குப் பிறகுதான் அவன் தாக்குதலுக்குத் திட்டமிட்டிருந்தான். சிறுகானத்தைக் கடந்து உப்பறைக்குப் போகும்வழி மிகக் குறுகிய கணவாய் அமைப்பைக் கொண்டது. அந்த இடம், நெடுங் காடர்களால் தடுப்பரணையோ, வலைப்பின்னலையோ உருவாக்க முடியாது. முழுமையான பாறைப் பிளவு அது. பிளவின் மேலிருந்து தாக்குதல் தொடுத்தால் படையின் முன்புற அணியை மிகக் குறுகிய நேரத்தில் முழுமுற்றாக அழிக்க முடியும். எதிர்பாராத அந்தத் தாக்குதல் அவர்களின் கட்டுக்கோப்பை எளிதில் சிதறடிக்கலாம்.

நெடுங்காடர்களுக்குத்தான் காடு பற்றிய அச்சமிருக்காது. ஆனால், சோழப்படையினர் அனைவருக்கும் காட்டில் பார்க்கும் ஒவ்வொரு காட்சியும் அச்சத்தை உருவாக்கும். ‘எங்கெங்குமிருந்து மேலெழும் அம்புகளாலும் ஓசைகளாலும் முழக்கங்களாலும் அவர்களின் உறுதியை முற்றிலுமாகச் சிதைக்கலாம். அதன் பிறகு பறம்புவீரர்கள் சூறையாடலைத் தொடங்கலாம்’ என்றுதான் திட்டமிட்டிருந்தான் பாரி. ஆனால், பிட்டன் நீர்வற்றாக் குளம் ஒன்று இருப்பதைப் பற்றிய செய்தியைச் சொன்னவுடன் தனது திட்டத்தை மாற்றிக்கொண்டான்.

நீர்ப்பசை இருக்கும் பாறைப் பிளவுகளிலும் மரச் செதில்களிலும் சங்கு அட்டைகள் இருக்கும். மற்ற அட்டைப்பூச்சிகளுக்குக் குருதியை உறிஞ்சும் வாய்ப்பகுதி ஒன்றுதான் உண்டு. ஆனால், சங்கு அட்டைப்பூச்சி விரிசங்கு வடிவிலானது. அதன் எல்லா முனைகளிலும் குருதி உறிஞ்சும் வாய்கள் உண்டு. மிக அரிதான உயிரினமான இது, மறையாற்றின் பகுதிகளில் உள்ள மர இடுக்குகளிலும் பாறை இடுக்குகளிலும் அதிகம் இருக்கும். அதனாலேயே மக்கள் அந்தக் காட்டுக்குள் போக மாட்டார்கள். ஆனால், இப்போது சங்கு அட்டைகள்தான் மிக அதிகமாகத் தேவைப்பட்டன.

குளம் பற்றிய செய்தியை அறிந்தவுடன் மறையாற்றின் பகுதியில் இருக்கும் சங்கு அட்டையைச் சேகரிக்கக் கட்டையர்களுக்குக் கமுக்கமாக உத்தரவிட்டான் பாரி. ஆறு ஊர்க் கட்டையர்களும் மறை

யாற்றின் அடர்காட்டுக்குள் இறங்கினர். எண்ணற்ற சுரைக்குடுக்கையில் சங்கு அட்டையை நாள் முழுவதும் சேகரித்தனர். மருத்துவர்கள் தந்த செவ்வெண்ணெயைக் கைகளில் தேய்த்துக்கொண்டுதான் அவற்றைப் பிடித்தனர். அப்படியும் பிடித்தவர்களின் கைகள் எங்கும் குருதி கொட்டியபடியே இருந்தது.

அன்றிரவே குடுவையில் இருந்த சங்கு அட்டைகள் முழுவதையும் அந்தக் குளத்துக்குப் போய்ச் சேர்த்தனர். குளம் முழுக்க, எல்லாப் பகுதிகளிலும் பரவுமாறு சங்கு அட்டைகளைக் கொட்டிவிட்டுச் சுரக்குடுக்கையை எடுத்துவந்துவிட்டனர். சங்கு அட்டைகள் நீரின் அடிவாரப் பாறைகளிலும் மண்ணோடும் நீர்மீது மிதக்கும் செத்தைகளிலும் அப்பிக்கிடந்தன. சோழர்களின் தூசிப்படை மருத்துவர்களும் குறுங்காடர்களும் குளத்துநீரில் நஞ்சு கலக்கப்பட்டுள்ளதா எனச் சோதித்துப் பார்த்துவிட்டு, "நஞ்சு ஏதும் கலக்கவில்லை. யானைகள் நீர் அருந்தலாம்" என்று கூறினர்.

அதைத் தொடர்ந்து யானைகள் குளத்தடிக்கு வந்து நீள்துதிக்கையால் நீரை உறிஞ்சின. நீரின் மேற்புறமும் அடிவாரத்திலும் இருந்த சங்கு அட்டைகள், உறிஞ்சப்படும் நீரினூடே துதிக்கைக்குள் போய்விட்டன. முதலில் வந்து நீர் குடித்த யானைகளின் துதிக்கைக்குள் ஓரிரு அட்டைகள் உள்ளே போயின. அடுத்தடுத்து யானைகள் வந்து நீரை உறிஞ்சியதும் அடிவாரத்தில் ஒட்டிக்கிடந்த அட்டைகள் கணக்கில்லாத எண்ணிக்கையில் துதிக்கைகளுக்குள் போயின.

உள்ளே போய்த் துதிக்கையின் சதைக்குள் ஒட்டிய சங்கு அட்டைகள், குருதியை உறிஞ்சத் தொடங்கியபோதுதான் விளைவு வெளிப்படத் தொடங்கியது. கூடாரத்துக்குள் உணவு உண்டு முடித்த செங்கனச்சோழனிடம் "யானைகள் அனைத்தும் நன்றாக நீர் அருந்திவிட்டன. இனி நமக்குக் கவலை வேண்டாம்" என்று அரிஞ்சயன் சொல்லிக் கொண்டிருந்தபோது யானைகளின் பிளிறல் தொடங்கியது. ஒன்று மாற்றி ஒன்றாக இருளின் திசைக்குள்ளிருந்து பிளிறல் ஓசை மேலேறி வந்தது. அரிஞ்சயன் கூடாரத்துக்குள்ளிருந்து வேகமாக வெளியில் வந்தான். ஒவ்வொரு சங்கு அட்டைக்கும் ஆறு முனைகளில் ஆறு வாய்ப்பகுதிகள் உண்டு. ஆறும் ஒருசேரக் குருதியை உறிஞ்சும்போது அந்த இடத்தில் சதையே பிய்த்துக் கொண்டு வருவதுபோல இருந்தது. அதுவும் துதிக்கைக்குள் இந்தக் குடைச்சல் தொடங்கியதும் யானைகள் தலையை மறுத்து மறுத்து ஆட்டி, துதிக்கையை இங்குமங்குமாக வீசிச் சுழற்றின.

சிறுசிறு சலசலப்புகள் யானைப் படைக்குள் உருவாகத் தொடங்கிய போது பாகன்கள் எல்லோரும் யானைகளை அமைதிப்படுத்தி, நின்ற நிலையிலிருந்து உட்காரும் நிலைக்கு அமர்த்திவைக்க முயன்றனர். அப்போதுதான் இடது மூலையில் இருந்த யானை ஒன்று பெரும் பிளிறலோடு துதிக்கையைத் தூக்கி இரு பக்கங்களும் அடித்தது. பக்கத்தில் இருந்த யானைகள் மிரண்டு விலகின. உடனே அதன் பாகன் அதன் அருகே சென்று அதை அடக்க முற்பட்டபோது சற்றும் எதிர்பாராமல் சுழற்றி வீசப்பட்டான்.

யானைகளுக்கு என்ன நடக்கிறது என்ற கவனம் சில கணம்தான் இருந்தது. அதற்குள் பிளிறலின் ஓசை

அங்குமிங்குமாகப் பல இடங்களிலிருந்து மேலெழுந்தது. யாருக்கும் எதுவும் புரியவில்லை. பாகன்கள் எல்லோரும் யானைகளின் மீதேறி அவற்றைக் கட்டுப்படுத்த முயன்று கொண்டிருந்தனர். அங்குசத்தால் அடித்தும் தலையில் ஊன்றிக் குத்தியும் மத்தகத்தில் வைத்து இழுத்தும் நிலைமையைக் கட்டுக்குள் கொண்டுவர முயன்றனர். ஆனால், அவையெல்லாம் சிறிது நேரம்தான் நடந்தன.

வேந்தனின் கூடாரத்திலிருந்து படையின் முன்வரிசை நோக்கிக் குதிரையில் விரைந்து கொண்டிருந்தான் அரிஞ்சயன். ஏதோ ஒரு யானைக்கு மதம்பிடித்துவிட்டது என்றுதான் அவன் நினைத்தான். ‘‘அந்த மதயானையை அப்புறப்படுத்துங்கள். முடியவில்லை என்றால், போர்வாள் கொண்டும் தந்த ஈட்டிகொண்டும் குத்திச் சரியுங்கள்” என்று ஓசையெழுப்பிய படி விரைந்தான். கண்ணிமைக்கும் நேரத்தில் இருளுக்குள்ளிருந்து வீசப்பட்ட பாகன் ஒருவன் அரிஞ்சயனின் குதிரைமீது வந்து விழுந்த வேகத்தில் அடியோடு சரிந்தான் அரிஞ்சயன்.

யானைகள் உள்மூக்கில் ஏற்படும் அரிப்பும் எரிச்சலும் தாள முடியாமல் துதிக்கையை முன்னும் பின்னுமாக வெறிகொண்டு வீசித் தாக்கத் தொடங்கிய கணத்தில் கட்டுக்கோப்புகள் எல்லாம் தலைகீழாக மாறிவிட்டன. நிலைமையின் விபரீதத்தை உணரும் முன்பே நூற்றுக்கணக்கான யானைப்பாகன்கள் அடித்து, மிதித்து, நசுக்கப்பட்டுக் கொண்டிருந்தனர். வீரமுண்ட வாத்தியமும் பேரிகையும் முழங்கி நிலைமையைக் கட்டுப்படுத்தப் படைக்காவல்வீரர்கள் சிலர் முயன்றனர். ஆனால், யானைகளின் பிளிறலுக்கு நடுவே இந்தக் கருவிகளின் ஓசையேதும் மேலேறவில்லை. கீழே விழுந்த அரிஞ்சயன் எழுந்தபோது முன்புறப் படையின் கட்டுக்கோப்பு மொத்தமும் சிதைந்திருந்தது.

என்ன நடந்தது என்பதைச் சிந்திக்க கணநேரம்கூட யாருக்கும் இல்லை. மூன்று தளகர்த்தர்களின் உத்தரவின் கீழிருக்கும் முந்நூறு யானைகளைக்கொண்ட இந்தப் படையில், ஒரே நேரத்தில் முப்பது யானைகள் கட்டுப்பாட்டை இழந்தாலே மொத்தப் படையும் சிதறிப்போய்விடும். ஆனால், இப்போதோ எல்லா யானைகளும் கட்டுப்பாட்டை இழந்துவிட்டன.

துதிக்கையைத் தூக்கி வீசி அடித்துத் தாக்கும் அதன் வேகத்தில்தான் வேறுபாடு இருந்தது. சங்கு அட்டைகள் ஒன்றோ இரண்டோ யானைகள் சிலவற்றின் துதிக்கைக்குள் ஏறி அடிப்பகுதிக்குப் போகாமல் முன்பகுதியிலேயே இருந்தன. அந்த யானைகள் மட்டுமே சற்று கட்டுக்கோப்புடன் நடந்துகொள்ள முயன்றன. மற்ற யானைகள் என்ன செய்துகொண்டிருக்கின்றன என்பது யாருக்கும் புரியவில்லை.

காடே அதிர்வதுபோலிருந்த பிளிறல் ஓசையால் பின்புறம் நின்றிருந்த காலாட்படை வீரர்கள் நடுங்கினர். கூடாரத்தில் இருந்த வேந்தனைப் பாதுகாக்க, தக்க ஏற்பாடுகளைச் செய்யத் தொடங்கினர். நெடுங்காடர்களுக்கு என்ன செய்வதெனப் புரியவில்லை. அவர்கள் தலைவன் சிவியன் காலாட்படையின் பின்பகுதியில் நின்றுகொண்டிருந்தான். நிலைமையை அறிந்துவர முன்னோக்கிச் செல்ல முயலும்போது

பெரும்கூச்சலோடு படையெங்கும் குழப்பம் பரவியிருந்தது.

செங்கனச்சோழனைக் கூடாரத்திலிருந்து வெளியேற்றி, வேந்தனுக்குரிய யானையின் மீதேற்ற முயன்றுகொண்டிருந்தான் உறையன். அப்போது அந்த இடத்துக்கு வந்த காலாட்படைத் தளபதி கிழானடிவானவன், வேந்தனை யானையின் மீதேற்றிப் பின்புறம் கொண்டுசெல்வதை ஏற்கவில்லை. "இதைப் பார்க்கும் காலாட்படையின் அனைத்து வீரர்களும் நம்பிக்கை இழப்பர். கணப்பொழுதுக்குள் எல்லோருக்குள்ளும் அச்சம் பரவி விடும். எனவே, குதிரையின் மீதேற்றிப் பின்புறம் விரைவோம்" என்றான்.

ஆனால் உறையனோ, "யானைப் படையின் முன்பகுதியில் ஏதோ கடினமான பிரச்னை உருவாகியுள்ளது. சில யானைகளைப் பாகன்களால் கட்டுப்படுத்த முடியவில்லை என நினைக்கிறேன். இந்நிலையில், வேந்தன் குதிரையில் பயணிப்பது நல்லதன்று. வெகுண்டெழும் ஒற்றை யானையின் பிளிறல்கூடக் குதிரையை நிலைகுலையச் செய்துவிடும். எனவே, வேந்தனுக்குரிய யானையின் மீது ஏற்றுங்கள்" என்று வாதிட்டான்.

வேந்தனின் யானை வீரர்களுக்குத் தோண்டப்படும் கிணற்றில் நீர் அருந்தியிருந்தது. எனவே, இதற்கு சிக்கலேதுமில்லை. பாகன் அதைக் கொண்டுவந்து கூடாரத்தின் ஓரம் நிறுத்தியிருந்தான். ஆனால், உள்ளே உறையனும் கிழானடிவானவனும் கடுமையாக உரையாடிக் கொண்டிருந்தனர்.

அந்த உரையாடல்களை அருகில் இருந்தவர்கூடக் கேட்க முடியாத நிலையில் பிளிறலின் ஓசை பன்மடங்கு

அதிகரித்துக்கொண்டிருந்தது. படையின் முன்வரிசையில் இருந்த யானைகள் பாகன்களைச் சுழற்றி எறிந்தபடி வட்டாற்றின் முன்புறம் நோக்கி ஓடத் தொடங்கின.

இந்தக் கணத்துக்காகவே காத்திருந்த பாரி, தனது உத்தரவைப் பிறப்பித்தான். குளக்கரையெங்கும் பதுங்கி இருந்த பறம்புவீரர்கள் ஆற்றின் முன்பகுதியை நோக்கி எரியம்புகளை வீசத் தொடங்கினர். இருளைக் கிழித்தபடி ஆற்றின் இரு திசைகளிலிருந்தும் மணலுக்குள் எரியம்புகள் வந்து செருகின. முன்புறமாக ஓடத் தொடங்கிய யானைகள் நெருப்பு மழைபோல் விடாதுபொழியும் எரியம்புகளைக் கண்டு, வந்த திசை நோக்கிப் பின்புறமாகத் திரும்பின.

பிளிறலும் அலறலும் இருளை உலுக்கின. வெறிகொண்ட யானைகள் வட்டாற்றில் வந்த திசை நோக்கித் திரும்பி முறுக்கியபடி மணல் நெளிய ஓடிவந்தன. யாராலும் எதுவும் செய்ய முடியவில்லை. வெறி கொண்டு முன்னேறும் யானைகளால் மொத்த யானைப் படையும் சிதறத் தொடங்கியது.

ஆவேசம்கொண்ட யானைகள், பின்னிலையில் நின்ற காலாட் படைக்குள் புகுந்தன. அதகளம் தொடங்கியது. சங்கு அட்டைகள் உச்சி மூக்கில் குருதியை உறிஞ்சிய ஒவ்வொரு முறையும் துதிக்கையை ஓராயிரம் முறை சுழற்றியடித்தன யானைகள். தந்தங்களின் கூர்முனை இரு பக்கங்களிலும் குத்திக் கிழித்தன.

இருளெங்கும் பேரோலம் மேலெழுந்தபோது வட்டாற்றின் மணலெங்கும் குருதி ஊற்றெனப் பீச்சியடிக்கத் தொடங்கியது. படைவீரர்கள் செய்வதறியாது எங்கும் சிதறினர். குடிநீருக்காகத் தோண்டப் பட்ட எண்ணற்ற கிணறுகளில் நூற்றுக்கணக்கானவர்களை மிதித்துப் புதைத்தபடி யானைகள் முன்னேறிக் கொண்டிருந்தன. படையின் கட்டுக்கோப்புக் குலையும் கணத்தில் பேரழிவு தொடங்கும். ஆனால், இங்கு தொடங்கிய கணத்திலேயே பேரழிவு முடிவுறும் நிலையை நெருங்கியது.

யானைப்படைத் தளபதி அரிஞ்சயன் ஆற்றுமணலுக்குள் ஆழப் புதைந்து கொண்டிருந்தான். மணற்துகள்களைப்போல எலும்புகள் நொறுங்கிக்கொண்டிருந்தன. இடைவெளியின்றி மிதித்து நகர்ந்தன எண்ணிலா யானைகள்.

தலைமைத் தளபதி உறையன் எது செய்தாவது காலாட்படையின் ஒரு பகுதி வீரர்களையாவது காக்க முடியுமா எனச் சிந்திக்கும்போது, எல்லாம் கைமீறிப்போயிருந்தன. படைவீரர்களோ யானைகளோ ஆற்றின் கரைகளில் எங்கெல்லாம் மேலேறுகிறார்களோ, அங்கெல்லாம் எரியம்புகள் பாய்ந்து கீழிறங்கின. நெருப்பின் பொறிபட்ட கணத்தில் கரையோரச் செடிகொடிகள் பற்றி எரிந்தன. மேலேறிய யானைகள் வெக்கை தாக்கிய வேகத்தில் பிளிறியபடி, சிக்கியவர்களை எல்லாம் அடித்து நசுக்கிக்கொண்டு மீண்டும் ஆற்றுக்குள் ஓடின.

பற்றிய நெருப்பு காட்டுக்குள் பரவாமல், தகுந்த முன்னெச்சரிக்கை யோடு பறம்புவீரர்கள் செயல்பட்டுக் கொண்டிருந்தனர். அவர்கள் ஒற்றை அம்பைக்கூடச் சோழப்படையின் வீரர்களை நோக்கி எய்யவில்லை. பிளிறியபடி மேலேறும் யானைப் படையை ஆற்றை நோக்கிக் கீழிறக்கும் வேலையை மட்டுமே அவர்கள் செய்தனர்.

எந்த ஆற்றைப் பாழிநகருக்கான வழியாக செங்கனச்சோழன் தீர்மானித்து முன்னகர்ந்தானோ, அதே ஆற்றை மரணத்தின் பெரும் பாதையாக மாற்றினான் பாரி. எதிரிகள் நிலைகொண்டிருந்த நான்கு காதத்தொலைவுக்கும் மலைக்குமேல் தகுந்த இடைவெளியில் பறம்புவீரர்கள் நிலைகொண்டிருந்ததால் எல்லா வற்றையும் துல்லியமாகச் செயல் படுத்தினர். இருளை நகர்த்திச் செல்வதைப்போல வெறிகொண்ட யானைக் கூட்டத்தைக் கரையோடு கரையாக நகர்த்திக்கொண்டிருந்தனர்.

வட்டாறெங்கும் பல்லாயிரக்கணக் கான வீரர்களை நசுக்கியபடி யானைகள் ஓடிக் கொண்டிருந்த அந்த நள்ளிரவின் பிற்பகுதியில், அழிவின் உச்சகட்டம் தொடங்கியது. 'முதல்நிலைப் படையினர் தாக்குதலுக்கு ஆளாகிவிட்டனர்' என்ற செய்தி, ஒருநாள் இடைவெளியில் வந்துகொண்டிருந்த இரண்டாம் நிலைப் படையின் தளபதிகளுக்கு எட்டியது. நெடுங்காடர்களின் தளபதி துணங்கன் துடித்தெழுந்தான். யானைப்படையின் தளபதி கச்சனும் காலாட்படையின் தளபதி ஆழிமார்பனும் வெகுண்டனர். தாக்கப்பட்டவர்களுக்கு உதவ உடனடியாகப் புறப்பட்டனர். இரவோடு இரவாக யானைகளை எவ்வளவு வேகமாக விரட்ட முடியுமோ, அவ்வளவு வேகமாக விரட்டிச் சென்றனர். அவர்களைத் தொடர்ந்து காலாட்படையினரும் விரைந்து வந்தனர்.

போர் என்பது, கட்டுக்கோப்பான தாக்குதல். அதன் வெற்றி, தாக்கும் திறனில் மட்டுமன்று, அதன் ஒழுங்கமைப்பின் வடிவிலும் இருக்கிறது. வேந்தனின் படைகள், இந்தக் கருத்துக்கு நன்கு பழக்கப்படுத்தப்பட்டவை. ஆனால், அடர்காட்டுக்குள் முன்னிலைப்படை தாக்கப்பட்ட செய்தி தெரிந்த பிறகு விரைந்து சென்று சேர்வதுதான் முதல் வேலை. அதில் எவ்வளவு வேகத்தில் விரைய வேண்டுமோ அவ்வளவு வேகத்தில் விரைவதே முக்கியம் என உணர்ந்து ஆழிமார்பனும் கச்சனும் விரைந்துகொண்டிருந்தனர். துணங்கனோ நெடுங்காடர்களைத் திரட்டி யானைகளை முந்திக்கொண்டு ஓடினான்.

பின்னிரவு சரிந்து கீழ்வானில் மெல்லிய ஒளிக்கீற்றுகள் மேலெழத் தொடங்கியபோது வட்டாறு இதுவரை சந்தித்திராத பேரழிவைச் சந்திக்க ஆயத்தமானது. இரண்டாம் நிலையில் இருந்த யானைப்படை கச்சனின் தலைமையில் விரைந்து முன்னேறிக்கொண்டிருந்தபோது, யாரும் எதிர்பார்க்காத வகையில் எதிர்த் திசையிலிருந்து பிளிறிக்கொண்டு வந்தது முதல்நிலை யானைப்படை. எந்த யானையின் மீதும் பாகன்கள் யாரும் இல்லை. வந்துகொண்டிருப்பது நமது படைதானா என்பதைக்கூட இருளுக்குள் தெளிவாகப் பார்க்க முடியவில்லை.

தந்தத்தின் உள்மூக்குக்குள் துருவிக் கொண்டிருக்கும் குடைச்சல் தாங்க முடியாமல் துதிக்கையைச் சுருட்டி, திருகி, முறுக்கி வீசியபடிப் பிளிறிக்கொண்டு வந்த யானைகளை, எதிர் நிலையில் சந்தித்தது கச்சனின் யானைப்படை.

ஒரு யானையின் குருதி, பல நூறு வீரர்களின் குருதிக்குச் சமம். தந்தங்களைக்கொண்டு பதினான்கு விதங்களில் தாக்குவதற்குப் பயின்ற யானைகள், இருள் முடியும் கணத்தில்

ஒன்றுடனொன்று நேர்கொண்டு மோதின. இதுவரை யாரும் கேள்விப்பட்டிராத பேரழிவு நிகழத் தொடங்கியது. உச்சிமண்டைக்குள் குருதியை உறிஞ்சிக் குடிக்கும் சங்கு அட்டைகளால் ஏற்படும் வேதனை தாங்காமல் துதிக்கைகொண்டு தமது தலையின் கும்பங்களையே நொறுக்குவதுபோல் அடிக்கும் யானைகள் எதிரில் சிக்கும் யானைகளை விட்டுவிடவா செய்யும்! சுழற்றியடித்துத் தந்தத்தால் குத்தித் தூக்கின.

மணிக்கட்டிலும் மார்பிலும் கமுக்கட்டையிலும் விலாப்புற மடிப்பிலும் வயிற்றிலும் குத்தித் தள்ளப்பட்ட எண்ணிலடங்கா யானைகள் எழுப்பிய ஓலம் காட்டை உறையச்செய்தது. வட்டாற்றுக் கொதிமணல் குடித்து முடியாத கருங்குருதி, விழுந்து கிடந்த யானைகளுக்கு நடுவில் வீரர்களின் உடலை இழுத்து நகர்த்தியது. குருதி குடித்த வட்டாற்று மணற்பரப்பு மணிக்கற்களைப்போல ஒளி வீசியது.

தோகைநாய்களை அழித்த பறம்புவீரர்கள் காட்டை ஊடறுத்துக் குறுக்குவழியில் குதிரைகளில் பறந்தனர். எஃகல்மாடன் தலைமையில் நடுக்காட்டுக்குள் ஊர்ந்துகொண்டிருந்த சேரப்படையை இரவில் நாற்புறமும் சூழ்ந்தனர். உள்ளங்கைக்குள் சிக்கிய இரையை அவர்களின் ஆசைக்கேற்ப அடித்திழுக்கும் வேட்டை

தொடங்கியது. பறம்புவீரன் ஒவ்வொருவனும் எண்ணற்ற தோகைநாய்களாக உருமாறியிருந்தான். எந்தவொரு தாக்குதலையும் இவ்வளவு கொடும் ஆவேசத்தோடு பறம்புவீரர்கள் தொடங்கியதில்லை. இருபதுக்கும் மேற்பட்ட குதிரைகளை இழந்தவர்களின் வெறி, வீசப்பட்ட ஒவ்வோர் அம்பிலும் இருந்தது. உள்ளங்கைக்குள் வைத்துக் கழுத்தைத் திருகி எடுப்பதைப்போல எதிரிகளின் படையை உயிரோடு திருகி எடுத்தனர். தாக்குதல் நடந்தக்காட்டில் குருதி படியாத இலையென்று எதுவும் இல்லை.

முகத்தில் மூன்று அம்புகள் ஒருசேரத் துளைத்தபோது அவன் மண்ணில் வீழ்ந்தான். ஆனாலும் அவன் செய்வதைப்போலவே தலையை வெட்டியெடுத்தான் தேக்கன். குருதி நாளங்கள் வெடிப்பதைப்போலக் கத்திக்கொண்டு துண்டித்த அவனது தலையைத் தூக்கி வீசினான் தேக்கன். நீள்வாய் நாய்களை நம்பி உள்ளே வந்த எஃகல்மாடனின் தலையைக் கவ்விச் செல்ல ஒரு தோகைநாய்கூட உயிருடன் இல்லை.

பாகம் 4

செருக்களம்

உலகுடன் திரிதரும் பலர் புகழ் நல் இசை
வாய் மொழிக் கபிலன் சூழ, சேய் நின்று
செழுஞ் செய்ந் நெல்லின் விளைகதிர் கொண்டு,
தடந்தாள் ஆம்பல் மலரொடு கூட்டி
யாண்டு பல கழிய, வேண்டுவயிற் பிழையாது,
ஆள் இடூஉக் கடந்து, வாள் அமர் உழக்கி
ஏந்துகோட்டு யானை வேந்தர் ஓட்டிய,
கடும் பரிப் புரவிக் கை வண் பாரி

- **மதுரை நக்கீரனார்** (அகநானூறு: 78. 15-20)

78

பறம்பு வீரர்கள், வடக்கு-தெற்குப் போர்க்களங்களிலிருந்து ஊர் திரும்பினர். பாரி எவ்வியூரை அடைந்தபோது தேக்கனும் உதிரனும் வந்து சேர்ந்திருந்தனர். இவ்வளவு பெருந்தாக்குதல்களை இதுவரை பறம்பு நடத்தியதில்லை. எனவே, இதுவரை இல்லாத அளவுக்குப் போர் பற்றிய கதைகள் பறம்பு முழுவதும் நிறைந்திருந்தன.

போர் மனநிலையிலிருந்து விடுபடுதல் எளிதல்ல. வெறிபிடித்த வேட்டை விலங்குக்கு ஒப்ப எண்ணிலடங்கா நாட்கள் செயல்பட்டுவிட்டு, அதனிலிருந்து இயல்பு வாழ்வுக்கு மாறுதல் மனப்பிறழ்விலிருந்து மீள்வதைப் போன்றது. இந்தக் கொடுந்துன்பத்திலிருந்து விரைவில் வெளிவர வேண்டும் என்பதால்தான் போர் முடிந்தவுடன் கொற்றவைக்குக் 'குருதியாட்டுவிழா' எடுப்பர். வாரக்கணக்கில் நடைபெறும் இந்தப் பெருவிழாவில், அத்தனை வகைக் கள்ளும் ஆற்றுப்பெருக்கென ஓடும். குடித்துக் களித்து, ஆடிப்பாடி, பேருணவு உண்டு முடிப்பர். இந்தப் பெரும்விழா, வீரர்கள் அனைவரையும் குணமாற்றம் அடையச் செய்யும். இழப்பின் வலியிலிருந்து மகிழ்வின் கொண்டாட்டத்துக்கு ஒவ்வொருவரையும் தள்ளும். கண்ணுக்குள் ஊறிக்கிடந்த கொலைவெறி வற்றி இறங்கும். வாழ்வு மீண்டும் வீசிச்செல்லும் இளங்காற்றுக்குத் தலையசைக்கிற சிறுபுல்லின் குணமெய்யும்.

ஆனால், இம்முறை குருதியாட்டு விழாவை நடத்த முடியவில்லை. பாண்டியனின் படை கீழ்த்திசையில் நிலைகொண்டுள்ளது. அவனுடனான போர் இன்னும் தொடங்கவே

இல்லை. கொற்றவையின் கூத்துக் களத்தில் நீராட்டு விழாவின்போது வஞ்சினம் உரைத்த பாரியின் கூற்றில் இரண்டை முடித்தாகிவிட்டது. மூன்றாம் கூற்று தொடங்கப்படவே யில்லை. பறம்பைப் பொறுத்தவரை போர் இன்னும் முடியவில்லை. எனவே, போர் மனநிலையை உதற முடியாத நிலையிலேயே அனைவரும் இருந்தனர்.

வட்டாற்றில் சோழப்படையின் மீதான தாக்குதல் முடிந்த மறுநாள் இரவு, பாரி அங்கிருந்து புறப்பட்டு விட்டான். “இனி சோழப்படை மீள வாய்ப்பேதும் இல்லை. எனவே, தொடர்ந்து வீறுகொண்ட தாக்குதல் தேவையில்லை. பறம்பு மண்ணை விட்டு அவர்களை அப்புறப்படுத்தி னால் போதும். மிஞ்சியவர்கள் குறும்பியூர்க் கணவாயில் வெளியேறும் வரை, அவர்களைப் பிட்டன் பின்தொடரட்டும்” என்றான் பாரி.

இரவாதனைத் தாக்குதல் களத்திலிருந்து வெளியேற்றி, வேறு வேலைகளைக் கொடுத்தான். எதிரிப் படை வீறுகொண்டு நிற்கும்போதே அவனது தாக்குதலை அவர்களால் எதிர்கொள்ள முடியாது; இப்போதோ அவர்கள் உயிர்பிழைக்க ஓடிக்கொண்டிருக்கிறார்கள். இந்நிலையில் இரவாதனைக் களம் விட்டு வெளியேற்றுவது அவசியம் எனக் கருதினான் பாரி.

யானையின் துதிக்கைக்குள் சென்ற சங்கு அட்டைகள் ஒருசில நாட்களில் தாமே செத்து உதிரும் வரை யானைக்கு வேதனை இருக்கத்தான் செய்யும். யாரையும் நெருங்க விடாது. தாக்குதலுக்குள்ளாகி இறந்த யானை களைத் தவிரக் குற்றுயிராய் இருக்கும் யானைகளுக்கும் சிகிச்சை தேவைப்படும் யானைகளுக்கும் உதவ வேண்டியது நமது கடமை. நமது மலைகளுக்குள் பிளிறிக் கதறும் யானைகளுக்கு நாம் உதவியே ஆகவேண்டும். யானைகளுடனான ஆதிமொழியை உருவாக்கிய தந்தமுத்தத்தைச் சேர்ந்தவர்களை அழைத்து அதற்கான ஏற்பாடுகளைச் செய்” என்று இரவாதனுக்கு உத்தரவிட்டான் பாரி.

யானைப்படையை வீழ்த்துவதற்காக உயர்த்திய வில்லோடு அலைந்து கொண்டிருந்த இரவாதனை, தந்தமுத்தத்துக்காரர்கள் கேட்கும் பச்சிலைகளைப் பறித்துத் தருபவனாக மாற்றினான் பாரி. எண்ணிலடங்காத காயங்களுடனும் வேதனையுடனும் அலைந்துதிரியும் யானைகளை, தந்தமுத்தத்துக்காரர்கள் எப்படி அணுகுகிறார்கள் என்பதை அவன் கூர்ந்து கவனிக்க வேண்டியது முக்கியம். வீரன், மருத்துவர்களிட மிருந்து கற்றுக்கொள்ள நிறைய உண்டு. அதுவும் வேதனைகொண்ட போர்யானைகளை நெருங்கவும், தேவைப்பட்டால் எளிய முறையில் அவற்றை வீழ்த்தவும், பிறகு சிகிச்சை யளிக்கவும் எண்ணற்ற நுணுக்கங் களைத் தந்தமுத்தத்துக்காரர்கள் செய்தனர். இவையெல்லாம் பெரும் படைக்குத் தலைமையேற்பவர் களுக்குத் தேவையான பயிற்சி. இவ்வளவு யானைகளுக்கிடையே இப்படியொரு பயிற்சியைப் பெறும் வாய்ப்பு இரவாதனைத் தவிரப் பறம்பில் வேறு யாருக்கும் கிடைக்கவில்லை. அவசியம் எனக் கருதியே பாரி இந்தப் பயிற்சியில் அவனை ஈடுபடுத்தினான்.

எழுவனாற்றை விட்டுப் பாரி புறப்பட்ட பிறகு வலக்கரையில் இருந்த இரவாதன் தந்தமுத்தத்துக்குச் சென்றான். இடதுகரையில் இருந்த

பிட்டன், சிறு படையை உடன் வைத்துக்கொண்டு எதிரிகளைப் பின்தொடர்ந்து சென்றுகொண்டிருந்தான். பெரும் எண்ணிக்கையிலான பறம்பு வீரர்கள் ஊர்களுக்குத் திரும்பினர்.

யானைகளின் கொடூர அழித்தொழிப்பிலிருந்து செங்கனச்சோழனைக் காப்பதில், சோழர்படையின் முன்னணித் தளபதிகளும் நெடுங்காடர்களும் மிகுந்த கவனத்தோடு செயல்பட்டனர். தேர்ந்த வீரர்களின் வலிமைமிகுந்த பாதுகாப்பு வளையத்தினூடே செங்கனச்சோழனை முன்னகர்த்தி வந்துகொண்டிருந்தனர். தாக்குதல் நடந்த முதல் நாள் இரவு 'வேந்தனைக் காக்க முடியாத நிலை வந்துவிடுமோ!' எனக் கவலைப்பட்டனர். நெடுங்காடர்கள், பாறைக்குகை ஒன்றுக்குள் வேந்தனை அனுப்பி, யானைகள் உள்நுழையாதபடி நெருப்பு வளையத்தை உருவாக்கிக் காத்தனர். அடுத்தடுத்த நாட்களில் யானைகளுடனான ஆபத்துக் குறையத் தொடங்கியதும் தகுந்த ஏற்பாட்டோடு பறம்பை விட்டு வெளியேறும் பயணத்தைத் தொடங்கினர்.

சிறிய படைப்பிரிவு ஒன்று மிகுந்த பாதுகாப்புத் தன்மையோடு ஆற்றின் ஓரப்பகுதியின் வழியே தப்பிச்சென்றுகொண்டிருப்பதை அறிந்த பிட்டன், அவர்களை இறங்கித் தாக்க முடிவெடுத்தான். 'பெரும்படை முழுமுற்றாக அழிந்த பிறகும், இவர்கள் இவ்வளவு வேகமாகத் தப்பிச்செல்கின்றனரே!' என்று சற்றே அவசரப்பட்டான்.

வேந்தனைக் காத்து நின்றது, மிகத் தேர்ந்த வீரர்களைக்கொண்ட படைப் பிரிவு. உடன் நெடுங்காடர் தளபதி துணங்கன் இருந்தான். தளபதிகளில் தப்பிப்பிழைத்தது அவன் மட்டும்தான். 'பறம்புநாட்டை ஊடறுத்துச் செல்லும் தாக்குதலுக்கு எங்களை நம்பி நீங்கள் வரலாம்' என்று நெடுங்காடர்கள் அளித்த வாக்கின் அடிப்படையில்தான் செங்கனச்சோழன் வந்தான். அந்த வாக்கைக் காப்பாற்ற இறுதி வரை முயன்றுகொண்டிருந்தான் துணங்கன்.

பொழுது மங்கிக்கொண்டிருந்த மாலை நேரத்தில் ஆற்றின் வளைவு ஒன்றில் பொருத்தமான இடத்தில் வேந்தனுக்குக் கூடாரம் அமைக்கப்பட்டது. அருகில் இருந்த மூங்கில் மரங்களை ஆற்றுக்குள் சாய்த்துப் பிடித்து வலைப்பின்னல்களை நெடுங்காடர்கள் உருவாக்கினர். எந்தவித பாதிப்பும் அடையாத பன்னிரண்டு யானைகளைப் பாதுகாப்புக்கு நிறுத்தினர். கவச வீரர்கள், கூடாரத்தைச் சுற்றி நின்றிருந்தனர்.

'இவன்தான் இந்தப் படையெடுப்புக்குத் தலைமை தாங்கியவன்!' என்று இந்த ஏற்பாடுகளைக் கண்டதும் பிட்டனுக்குத் தோன்றியது. அமைக்கப்பட்ட கூடாரத்தின் பின்பகுதியில் ஆற்றுவழியே தாக்குதல் எதுவும் நடந்துவிடக் கூடாது எனப் பன்னிரு யானைகள் வரிசையாக நிறுத்தப்பட்டிருந்தன. கூடாரத்தைச் சுற்றிக் கவசவீரர்கள் விழிப்புடன் காத்து நின்றனர். காரிருள் சூழ்ந்திருந்தபோது கூடாரத்தின் இடதுபுறமிருந்து பிட்டனின் தலைமையிலான சிறுபடை ஆற்றுமணலுக்குள் இறங்கியது.

பிட்டனின் பார்வை முழுவதும், கூடாரத்தைச் சுற்றி நின்றிருந்த கவச வீரர்களை நோக்கியே இருந்தது. ஆனால், மண் போத்தி உறங்கும் பழக்கம்கொண்ட நெடுங்காடர்கள்,

ஆற்றுமணலுக்குள் தலை மட்டும் மேலே தெரிவதைப்போல மறைந்து கிடப்பதை அவன் கவனிக்கவில்லை. கூடாரத்தை நோக்கித் தாக்குமாறு பிட்டன் ஆணையிட்டதும் உடன்வந்தவர்கள் வில்லை உயர்த்த எத்தனித்தபோது மணலுக்குள்ளிருந்து தெறித்து மேலெழும்பினர் நெடுங்காடர்கள். இரு கைகளிலும் உருவிய வாள்களோடு எழுந்தவர்கள் தங்களின் கை அருகில் இருக்கும் பறம்பின் வீரர்களை கணப்பொழுதில் வெட்டிச் சரித்தனர்.

பல்லாயிரம் வீரர்களைக்கொண்ட படையை உருத்தெரியாமல் அழித்த எதிரிகள் கை அருகில் சிக்கியுள்ளனர் என்ற வெறியோடு நெடுங்காடர்கள் வெட்டியபோது, வில்லிலிருந்து விடுபட்ட அம்புகள் கவசவீரர்களைத் துளைக்கவும் செய்தன. ஓசை கேட்டுக் கூடாரத்துக்குள் இருந்த செங்கனச்சோழன் சட்டெனத் திரை விலக்கி வெளியே வந்தான். மேலே தெறித்த மணற்துகள்களுக்கு நடுவே அவனது உருவத்தைத் துல்லியமாகக் கண்டான் பிட்டன். கையில் இருந்த ஈட்டியை அவனை நோக்கி எறிந்தபோது, நெடுங்காடர்களின் எண்ணிலடங்கா வாள்கள் பிட்டனை நோக்கி இறங்கிக்கொண்டிருந்தன.

வலதுகால் தொடையில் ஈட்டி இறங்கிய கணம், பேரலறலோடு செங்கனச்சோழன் மண்ணில் சரிந்தான். அதே வேளையில் பிட்டன் எண்ணற்ற துண்டுகளாக மணலெங்கும் சிதறி வீழ்ந்தான்.

குலசேகரப்பாண்டியனின் வயதும் அனுபவமும், யாராலும் கணிக்க முடியாத முடிவுகளை எப்போதும் எடுப்பவராக அவரை மாற்றியிருந்தன. முதல்நிலைப் படை வெங்கல்நாட்டுக்கு வந்ததும் போருக்கான ஆயத்த வேலைப்பாடு தொடங்கிவிடும் என அனைவரும் எதிர்பார்த்தனர். ஆனால், அப்படி எதுவும் நடக்க வில்லை. மிக விரிந்த அளவில் பாடி வீடுகளை ஏற்படுத்தி, படைகளைப் பகுதி பகுதியாகக் கொண்டுவந்து இறக்கும் உத்தரவை மட்டும் கருங்கை வாணனுக்கு வழங்கியிருந்தார்.

பாண்டியநாட்டின் வெவ்வேறு திசைகளிலிருந்து படைகள் வெங்கல்நாடு நோக்கி நகர்ந்தன. ஆனால், படை முழுமையும் அங்கு வந்து குவிந்துவிடவில்லை. குறிப்பிட்ட இடைவெளிகளில் படைகளை ஆங்காங்கு தங்கவைத்து, பேரரசரின் உத்தரவுக்கு ஏற்ப வெங்கல்நாட்டை நோக்கி நகர்த்தினர்.

இளவரசர் பொதியவெற்பனும் தளபதி கருங்கைவாணனும் பாடிவீட்டிலேயே முகாமிட்டிருந்தனர். ஆனாலும் பேரரசரின் எண்ண ஓட்டங்களையோ போர் உத்தி களையோ அவர்களால் யூகிக்க முடிய வில்லை. மையூர்க்கிழார் மிக மும்முரமாக இருந்தார். எண்ணிலடங் காத படைப்பிரிவுகள் நாள்தோறும் வந்தவண்ணம் இருந்தன. அவரது நிலப்பரப்பெங்கும் குதிரைகளும் யானைகளும் குறுக்கும் நெடுக்குமாகப் போய்வந்தபடி இருந்தன. எல்லா ஏற்பாடுகளிலும் அவரது ஆலோசனை அடிப்படையாக இருந்தது. பேரரசின் அதிகாரமிக்க பிரதிநிதியாக எல்லோராலும் அவர் பார்க்கப் பட்டார். பாண்டிய நாட்டின் எண்ணற்ற படைப்பிரிவின் தளபதிகளும் சிற்றரசர்களும் வந்து சேர்ந்துகொண்டே இருந்தனர். ஆனால், பேரரசர் மட்டும் இன்னும் வெங்கல்நாட்டுக்கு வந்து சேரவில்லை. அவர் மதுரையிலும் இல்லை.

இரண்டுக்கும் இடைப்பட்ட இடத்தில் தும்பாற்று அரண்மனையில் இருந்தார்.

சேரனின் தாக்குதலைப் பற்றியும் சோழனின் படையெடுப்பைப் பற்றியும் ஒற்றர்கள் மூலம் செய்திகளை நாள் தவறாமல் சேகரித்தபடி இருந்தார். அந்தத் தாக்குதலில் ஏற்படும் விளைவுகளைப் பொறுத்தே தன்னுடைய உத்திகளை வகுப்பது என முடிவெடுத்திருந்தார். முதலில் சேரனின் தோல்வி பற்றிய செய்தி வந்துசேர்ந்தது. நீண்டநாட்களுக்குப் பிறகு, சோழப்படையின் அழித்தொழிப்புப் பற்றிய செய்தி அவரை எட்டியது. எல்லாவற்றையும் பொறுமையோடு சிந்தித்துக் கொண்டிருந்தார். தனக்கான உத்திகளைத் தனித்துவத்தோடு வகுத்துக்கொண்டிருந்தார்.

போர் என்பது உத்தியால் மட்டும் தீர்மானிக்கப்படுவதன்று; கடைசி கணம் வரை அந்த உத்தியைச் செயல்படுத்தும் புறச்சூழல் நம்முடைய ஆதிக்கத்தில் இருக்கவேண்டும் அல்லது அதனுடைய ஆதிக்கத்தால் பாதிப்படையாத உத்திகள் வகுக்கப் பட்டிருக்க வேண்டும். சேரனும் சோழனும் தவறிய இடங்களைப் பற்றி நேரில் பார்த்தவரைப்போலச் சுட்டிக்காட்டிப் பேசிக்கொண்டிருந் தார். இருநாட்டுத் தாக்குதல்களும் தோல்வியடைந்த பிறகு, வெங்கல்நாடு நோக்கி முன்னகர்ந்தார் குலசேகரப்பாண்டியன்.

காற்றடிகாலம் உச்சம் கொண்டிருந்தது. குளம், குட்டைகளில் நீரின் இருப்பு மேலும் குறைந்தது. ஆனாலும் மேற்குமலையில் மேகங்கள் கூடும்காலம் நெருங்கிவிட்டது. அதைக் கணித்தே அவரின் நகர்வு இருந்தது. பாண்டியப் பெருவேந்தன் வெங்கல் நாடு நோக்கி வரும் செய்தி எட்டியவுடன் படையெங்கும் உற்சாகக் கொண்டாட்டம் தொடங்கியது. பத்து ஆண்டுகளுக்குப் பிறகு குலசேகரப்பாண்டியன் நேரடியாகப் போர்க்களம் ஒன்றுக்கு இப்போதுதான் வருகிறார்.

முடியனும் காலம்பனும், கீழ்த்திசைப் போர்க்களத்துக்கு வந்து மாதக்கணக்காகிறது; பாண்டியப்படை பாடிவீடு அமைத்து எங்கெல்லாம் தங்குகிறார்கள், என்னவெல்லாம் செய்கிறார்கள் என்பதைக் கவனித்தபடி இருந்தனர்.

வேட்டூர்ப் பழையன், மலையடிவாரம் எங்கும் தன் வீரர்களை நிறுத்தி எதிரிகளின் ஒவ்வோர் அசைவையும் கண்காணித்தபடி இருந்தான். மாதக்கணக்கில் பாண்டியர் படை வந்து குவிந்துகொண்டே இருந்தது. கண்களுக்கு எட்டும் தொலைவு வரை ஈட்டி ஏந்திய வீரர்கள் தென்பட்டனர்.

நீலனால் அமைதிகொள்ள முடிய வில்லை. இறங்கித் தாக்கவேண்டும் என்ற அவனது எண்ணத்தை மற்றவர்கள் ஏற்கவில்லை. பறம்பினுள் நுழையாத யாரின் மீதும் தாக்குதல் தொடுக்க நமக்கு உரிமையில்லை என்பதை அவனால் ஏற்க முடிய வில்லை. மற்ற இரு திசைகளிலும் ஈட்டிய வெற்றிச் செய்தி இங்கு வந்து சேர்ந்ததும் நீலனின் வேகம் இன்னும் கூடியது. அவனைக் கட்டுப்படுத்துதல் வேட்டூர்ப் பழையனால் முடியாதது. எனவே, நீலனை முடியனோடு இருக்கச்செய்தான் பழையன். முடியனின் சொல்லைப் பறம்புவீரன் யாரும் மீற முடியாது. வேறு வழி யில்லாமல் தன்னைக் கட்டுப்படுத்திக் கொண்டான் நீலன். காலம்பனின் மனநிலையும் ஏறக்குறைய அதேபோல் தான் இருந்தது. கீழ்த்திசை ஊர்களின்

வீரர்கள் மலையெங்கும் நிறுத்தப் பட்டிருந்தனர்.

காற்றடிக்காலம் தொடங்கும் முன்பே தேக்கனும் உதிரனும் வந்திறங்கினர். கூழையன் மட்டும் தென்திசையில் சேரநாட்டு எல்லையில் இன்னும் இருந்தான். தேக்கன் வந்த பிறகு உத்திகள் மாற்றப்படும் என்று அவர்களுக்குத் தெரியும். இருபெரும் வெற்றிச் செய்திகளோடு எவ்வியூரில் இருந்த வீரர்களின் கூட்டம் தேக்கனின் தலைமையில் கீழ்த்திசைக்கு இறங்கியது. ‘அடுத்த சில நாட்களில் பாரி வரவுள்ளான்’ என்ற செய்தியையும் தேக்கன் சொன்னான். எல்லோரும் அளவற்ற மகிழ்வடைந்தபோது நீலன் மட்டும் சற்றே வருத்தம்கொண்டான். தனது பொறுப்பில் இருக்கும் காவல் திசை ஒன்றுக்குப் பாரி வரும்போது அவனுக்கு வெற்றியைத் தந்து வரவேற்கும் வாய்ப்பற்றுப்போனதே என்ற கவலை, அவனது முகத்தில் இருந்தது. ஆனாலும் பறம்பின் ஆசான் தேக்கனும் உற்றதோழன் உதிரனும் எண்ணிலடங்காத எவ்வியூர் வீரர்களும் வந்து இறங்கிய மகிழ்வு, அவனை விரைவில் ஆற்றுப்படுத்தியது.

எழுவனாற்றிலும் தென்திசைக் காட்டிலும் கொட்டித்தீர்த்த எதிரிகளின் குருதியேந்தி இரு திசைப் படையின் பொறுப்பாளர்களும் வேட்டுவன் பாறைக்கு வந்து சேர்ந்தனர். பறம்பின் மாவீரர்கள் எல்லோரும் ஒன்றாய்க் குவிந்திருக்க, நாண்முழவைக் குறுந்தடிகொண்டு எழுப்பும் ஓசை காரமலையின் உச்சியிலிருந்து எதிரொலித்தது. பாரியின் வருகையைக் கீழ்த்திசை முழுவதும் அறிவிக்கும் ஓசை அது. வழக்கமான நாட்களில் இதுபோன்ற ஏற்பாடுகள் இல்லை. போர்க்காலத்தில் எல்லாம் ஒழுங்கமைக்கப்பட்டிருந்தது. தானிருந்த இடத்திலிருந்து பறம்பு முழுவதும் குறிப்பறிந்து வழி நடத்திக் கொண்டிருந்தான் வாரிக்கையன்.

கபிலரோடு நடந்து வந்த பாரி கார மலையின் முகட்டின் மீது கால் வைத்ததும் நாண்முழவின் ஓசை கேட்டது. எல்லோரும் ஓசை கேட்ட திசை நோக்கி வியப்புற்றுத் திரும்பினர். பாரியோ, கபிலரைப் பார்த்து "இது வழுக்குப்பாறை. கவனமாகக் காலெடுத்து வையுங்கள்" என்றான்.

"பலமுறை இந்த வழியில் காரமலையைக் கடந்து இரு பக்கங்களும் போய்வந்துள்ளேன், அப்போதெல்லாம் முழவின் ஓசை கேட்டதில்லையே" என்றார் கபிலர்.

“இவையெல்லாம் வாரிக்கையனின் ஏற்பாடு. செய்தித்தொடர்புகளின் வலைப்பின்னல்களை இருந்த இடத்தி லிருந்தே உருவாக்கும் நுட்பம் அவர் அளவுக்குப் பறம்பில் வேறு யாருக்கும் இல்லை” என்றான் பாரி. கபிலர் வியந்து கேட்டுக்கொண்டிருந்தார்.

“நான் வருவதை முன்னோக்கி அறிவிக்கும் ஓசை என்று மட்டும் நினைத்துவிடாதீர்கள். பின்னோக்கி அவருக்குச் சென்று சேரவேண்டிய செய்தி ஒன்று வேறு ஒலிக்குறிப்பில் போய்க்கொண்டிருக்கும்” என்றார்.

“எவ்வளவு ஆற்றல்கொண்ட மாமனிதனாக அவர் இருக்கிறார்!” என்று கபிலர் வியந்து கூறியபடிப் பாரியின் தோள்பற்றி நடந்து கொண்டிருந்தார். பாரி சொன்னான், “பறவைகளைக் கூடுகளில் பார்த்து மகிழ்வது ஓர் அனுபவம். வானமெங்கும் பறந்து திரிவதைப் பார்த்தறிவது இன்னொரு வகை அனுபவம். அதுவே வேட்டைக்காகச் சிலிர்த்தபடி ஈட்டிபோல இறங்கித் தாக்குவதைப் பார்த்தல் முற்றிலும் வேறுவகை அனுபவமாயிற்றே! இது வேட்டைக்காலம் அல்லவா, தங்களின் ஆற்றல் முழுமையும் பயன்படுத்தும் வாய்ப்பாக ஒவ்வொரு பறம்பு மனிதனும் கருதுவான்” என்றான் பாரி.

“ஆற்றல் அளவிடற்கரியது. அது

பயிற்சியோடும் திறமையோடும் மட்டும் தொடர்புடையதல்ல; சூழலுடனும் உணர்வுடனும் தொடர்புடையதாயிற்றே” என்றார் கபிலர்.

“ஆம், அதனால்தான் தளர்ந்த வயதில் வாரிக்கையனும், மிக இளம் வயதில் இரவாதனும் எண்ணிப்பார்க்க முடியாத நுட்பத்துடனும் வலிமையுடனும் ஆற்றலை வெளிப்படுத்துகின்றனர்.”

ஒரு கணம் அதிர்ந்தார் கபிலர். மகா திறமைகொண்ட வாரிக்கையனைப் பற்றிப் பேசிக்கொண்டிருக்கையில், அந்த வரிசையில் இரவாதனை ஒப்பிட்டுப் பாரி சொன்னது வியப்பைத் தந்தது. சற்றே அமைதி கொண்ட கபிலர் “இரவாதனை...” என்று மெல்லத் தொடங்கினார்.

கபிலர் என்ன கேட்க வருகிறார் என்பதைப் புரிந்துகொண்ட பாரி சொன்னான், “எழுவனாற்றுப் போர்க்களத்தில் ஒரு காட்சியைப் பார்த்தேன். இரவாதன் எய்த அம்பொன்று யானையின் கழுத்தில் ஒருபக்கம் தைத்து மறுபக்கம் எட்டிப்பார்த்தது. அவனது வில்லடியின் ஆற்றல் அளவிட முடியாததாக இருக்கிறது.”

வியப்பு மீறாமல் கபிலர் சொன்னார் “இதேபோன்ற வியப்போடு நீலனின் ஆற்றலைப் பற்றித் தேக்கன் சொல்லிக் கேட்டுள்ளேன்.”

“ஆம், இருவரும் இணையற்ற ஆற்றல்கொண்ட வீரர்கள்தாம். ஆனால், வீரர்களை மாவீரர்களாக மாற்றுவது போர்க்களம்தான்” சொல்லியபடி நடையை நிறுத்தினான் பாரி.

குனிந்தபடிக் கவனமாக நடந்துவந்த கபிலர், பாரி நின்றதும் தானும் நடையை நிறுத்திவிட்டு நிமிர்ந்து பார்த்தார். மலையடிவாரச் சமவெளிப் பரப்பில் விரிந்துகிடந்தது பாண்டியர் படை. கண்ணிமைக்காமல் அதைப் பார்த்துக் கொண்டிருக்கையில் பாரி சொன்னான் “பெரும்புகழை அணைத்துக்கொள்ளும் மாவீரர்களுக்காகக் களம் ஆயத்தமாகிக் கொண்டிருக்கிறது.”

வேந்தனுக்கு இதுவரை யாரும் தந்திராத வரவேற்பைத் தர வேண்டும் என்று இரவு பகலாகப் பணியாற்றிக் கொண்டிருந்தது வெங்கல்நாடு. குலசேகரப்பாண்டியனின் காலடி வெங்கல்நாட்டு அரண்மனையில் பதிந்தபோது, நெடுஞ்சாண்கிடையாக விழுந்து தொட்டு வணங்கி வரவேற்றார் மையூர்க்கிழார். பறம்பின் மீதான போர் பற்றிய முடிவெடுக்கப் பட்டு மூன்று மாதங்களுக்குமேல் ஆகிவிட்டது. இந்த முடிவு எடுக்கப் பட்டவுடன் தனது அரண்மனையில் புதியமாளிகை ஒன்றைக் கட்டத் தொடங்கினார் மையூர்க்கிழார். இந்தப் போரில் குலசேகரப்பாண்டியன் நேரடியாகக் கலந்துகொள்ள வாய்ப்பிருக்கிறது. அப்படி அவர் வந்தால் தங்குவதற்காக இந்த ஏற்பாட்டைச் செய்தார்.

பாண்டியப் பெருவேந்தனின் தங்கல்மாளிகை பேரழகோடு வடிவமைக்கப்பட்டிருந்தது. ‘கொற்றர்களின் தாய்நிலம்’ என்று வர்ணிக்கப்படும் வெங்கல்நாடு, அதிசிறந்த மாளிகையை வடிவமைத்திருந்தது. பேரரசர் உள்நுழைந்ததும் அதன் சுதை வேலைப்பாட்டிலும் வண்ண ஓவியத்திலும் வியந்து நிற்பார் என மையூர்க்கிழார் எதிர்பார்த்தார். குலசேகரப்பாண்டியனின் கண்களுக்கு அவை எவையும் தெரிய

வில்லை. அவர் பார்க்க நினைப்பது மாளிகையை அல்ல, வெங்கல்நாட்டின் நிலவியல் அமைப்பைப் பறம்பு மலையின் வாகினைத் தாக்கி முன்னேறவும் தற்காத்து நிற்கவுமான நிலப்பரப்பை.

மறுநாள் அதிகாலை, கவசவீரர்களின் அணிவகுப்பினூடே நிலப்பரப்பைப் பார்வையிடப் புறப்பட்டார் குலசேகரப்பாண்டியன். வேட்டுவன் பாறைக்கு மூன்று காதத் தொலைவிலிருந்து வெங்கல்நாடு தொடங்குகிறது. மையூர்க்கிழார் முதலில் அங்குதான் வேந்தரை அழைத்து வந்தார். அங்கிருந்து எதிரில் தெரியும் காரமலையைப் பற்றிச் சொல்லத் தொடங்கினார். பின்னர் தென்மேற்குத் திசை நோக்கி வேந்தரின் தேர் நகர்ந்தது. தேருக்கு முன்னால் கருங்கைவாணனும் பொதிய வெற்பனும் குதிரையில் அணிவகுத்தனர். அவர்களுக்கு முன்னால் காவல்வீரர்கள் சென்றனர். இதே போல, தளபதிகளும் வீரர்களும் பின்புறமும் அணிவகுக்க, வேந்தரின் தேர் நகர்ந்துகொண்டிருந்தது.

தேரின் இடதுபுறமாகக் குதிரையில் வந்தபடி மலையையும் அதற்கு மேலே இருக்கும் ஊர்களையும் விளக்கினார் மையூர்க்கிழார். மழைக்காலம் தொடங்கிவிட்டதால், நிலத்தின் தன்மையை மதிப்பிடுவது சற்று எளிதாக இருந்தது. பதியும் குதிரைகளின் குளம்படிகளையும் தேர்ச் சக்கரத்தின் தடங்களையும் கூர்ந்து பார்த்தபடியே பயணித்தனர்.

வெள்ளடிக்குன்றின் அடிவாரத்தை அடைந்தனர். அங்கிருந்துதான் பாண்டியர் படை தங்கியுள்ள கூடாரங்கள் அமைக்கப்பட்டுள்ளன. பேரரசரின் வருகையைக் கண்டு வீரர்கள் ஆயுதங்கள் ஏந்தி, பெருமுழக்கம் செய்தனர். மிகத் தள்ளிப் பேரரசரின் தேர் பயணப்பட்டுக் கொண்டிருந்தது. வீரர்களின் ஆவேச ஒலி மலையெங்கும் எதிரொலித்தது. பேரரசரின் கவனம் வெள்ளடிக்குன்றின் உயரத்தின் மீதே இருந்தது.

"அந்த ஊரின் பெயரென்ன சொன்னாய்?" எனக் கேட்டார்.

'எந்த ஊரைக் கேட்கிறார்?' என்று சற்றே குழப்பமானார் மையூர்க்கிழார்.

"முதலில் சொன்ன ஊரின் பெயர்?"

"வேட்டுவன் பாறை, பேரரசே" என்று பணிந்து சொன்னார்.

"அது அவர்களின் காவல் தலைவர்கள் இருக்கும் ஊர் என்று சொல்கிறாய். பின்னர் ஏன் படையை இவ்வளவு அருகில் தங்க வைத்துள்ளாய்?" எனக் கேட்டார்.

யாரிடமும் பதிலில்லை.

குதிரைகள் மீண்டும் புறப்பட்டுப் போயின. வரிசையாகக் குன்றுகளின் பெயரையும் தன்மையையும் அப்பால் உள்ள ஊர்களின் பெயர்களையும் சொல்லியபடி வந்தார் மையூர்க்கிழார். இடதுபுறம் பாண்டியப்படையின் வீரர்கள் வெற்றிக்கூச்சல் எழுப்பியபடி இருந்தனர். பேரரசரின் வருகையால் வீரர்களின் உணர்வு எல்லைகடந்ததாக இருந்தது. படைவீட்டின் இறுதி எல்லை இருக்கும் நெடுங்குன்றம் வரை நிற்காமல் வந்தடைந்தனர். காரமலையின் தன்மைகளை அண்ணாந்து பார்த்தபடி நின்றார்.

வெள்ளடிக்குன்று தொடங்கி நெடுங்குன்று வரை தெற்கு வடக்காகப் பாடிவீடுகள் அமைக்கப்பட்டதன் காரணத்தைக் கருங்கைவாணன் சொல்ல முற்பட்டான்.

பேரரசரோ "படை தங்குவதற்கான

பாடிவீடுகள் இங்கிருந்து தொடங்கி, தென்திசையில் அமையட்டும்” என்று சொல்லிவிட்டுப் புறப்பட்டார்.

‘இவ்வளவு ஏற்பாடுகளையும் இனி மாற்ற வேண்டுமா?!’ என்ற அதிர்ச்சி எல்லோர் முகங்களிலும் தெரிந்தது. அவர் சொன்னதற்கான காரணம் எவ்வளவு சரியானது என்பதும் வெளிப்படையாகத் தெரிந்தது.

மழைக்காலம் தீவிரமடையத் தொடங்கியது. நெடுங்குன்றத்திலிருந்து வெள்ளடிக்குன்று வரை அமைக்கப் பட்ட பாடிவீடுகளையும் படை அமைப்புகளையும் வேந்தர் சொன்னபடி மாற்றும் பணியைத் தொடங்கினர். வெள்ளடிக்குன்றிலிருந்து தொடங்கி, தென்திசையில் நீண்டது படையமைப்பு.

வெங்கல்நாட்டு மாளிகை முழுவதும் போர்ப் பாசறையானது. உணவு தானியங்களுக்கான சேமிப்புக்கலன்களாக அவற்றில் பல உருமாறின. பாண்டியநாட்டுப் படை பல்வேறு சிற்றரசர்களின் பகுதிகளில் பரவலாக முகாமிட்டிருந்தது. மழைக் காலம் முடிவடைவதற்காக அவர்கள் தங்கவைக்கப் பட்டிருந்தனர். மழை தீவிரமடைவதற்கு முன், புது விருந்தினர் வெங்கல்நாட்டுக்கு வந்தனர். அவரது வருகை, பேரரசருக்குத் தெரிவிக்கப்பட்டது.

குலசேகரப்பாண்டியன் அவரின் வருகையை எதிர்பார்த்திருந்ததால் வியப்பேதும் அடையவில்லை. “உள்ளே அழைத்துவரச் சொல்” என்றார்.

சிறியதேயானாலும் எழில்மிகு மாளிகைக்குள் நுழைந்தான் ஹிப்பாலஸ். வஞ்சிமாநகரில் சேரனின் போர் உத்திகளைக் கண்டு வியந்தவன், அங்கிருந்து புறப்பட்டுப் புகாரை அடைந்தபோது செங்கனச்சோழனின்

படையெடுப்பையும் அதற்கான காரணத்தையும் கேட்டுத் திகைப்புற்றவன், பாரியை வீழ்த்தும் வல்லமைகொண்டவர்களாக ஒவ்வொருவரும் ஒவ்வொரு விதத்தில் காட்சியளிப்பதாக நம்பியவன், இறுதியில் தாக்குதலின் முடிவுகளால் நம்பிக்கையற்றவனாக மாறி நின்றான்.

இரு வேந்தர்களும் முழுமுற்றாகத் தோல்வியடைந்த பிறகும் பெருவேந்தனான குலசேகரப்பாண்டியன் மிக நிதானமாகத் தனது படையெடுப்புப் பணிகளை நடத்தி வருவதறிந்து இந்த இடம் வந்துசேர்ந்துள்ளான். உடன்வந்த கால்பாவும் எபிரஸ்ஸுும் விருந்தினர் மாளிகையில் தங்கியிருந்தனர்.

ஹிப்பாலஸ், பேரரசரை வணங்கி நின்றான். அவரோ அவனை அணைத்து வரவேற்றார். “சேரனின் மீதும் சோழனின் மீதும் பாரி நடத்திய தாக்குதலின் முழுவிவரங்களும் நீங்கள் அறிவீர்கள் தானே?” என்று பேச்சைத் தொடங்கினான்.

அந்தப் படையெடுப்புகள் பற்றியும் அங்கு நிகழ்ந்த பேரழிவுகள் பற்றியும் பரிமாறிக்கொள்ள இருவரிடமும் எண்ணிலடங்காத செய்திகள் இருந்தன. அன்றிரவு முழுவதும் அவை பற்றியே பேசினர். போர்க்களத் தாக்குதல்களைப் பற்றித் தான் அறிந்துள்ளவை எவ்வளவு குறைவானவை என்பதை ஹிப்பாலஸ் உணருவதற்கு வெகுநேரமாகவில்லை. குலசேகரப்பாண்டியன் சொன்ன செய்திகள் ஹிப்பாலஸ்ஸை உறைய வைத்தன. “மற்ற இருவரும் இழைத்த தவறுகளை நாங்கள் இழைக்க மாட்டோம்” என்று குலசேகரப் பாண்டியன் சொன்ன கூற்று நம்பிக்கையின் அடிப்படையிலானது மட்டுமல்ல, நுட்பமான திட்டமிடலுடன்கூடியது என்பதை ஹிப்பாலஸ்ஸால் உணர முடிந்தது. ஆனாலும் அவன் கேட்டான் “அவர்களைப்போல் அல்லாமல் உங்களின் தாக்குதல் எந்த விதத்தில் வேறுபடப்போகிறது?”

“கழுகுக்கும் மலைக்காடைக்கும் வேறுபாட்டை அறிவீர்களா?”

பேரரசர் என்ன சொல்ல வருகிறார் என்பது ஹிப்பாலஸுக்குப் புரியவில்லை.

“நானே சொல்கிறேன். கழுகு, தனது இரையை நிலமெங்கும் தேடிப்போய் வேட்டையாடும். மலைக்காடை, நிலமெங்கும் இருக்கும் இரையைத் தனது கூட்டுக்கு வரவழைத்து வேட்டையாடும்” என்றார்.

வியப்புற்றபடி, “எப்படி?!” எனக் கேட்டான்.

பேரரசர் சொன்னார், “மலைக்காடை, பாறை இடுக்குகளில் இருக்கும் நாகர வண்டின் இறகுகளைக் கொத்திக் கொண்டுவந்து தனது இருப்பிடத்தில் வைத்துக்கொள்ளும். நாகர வண்டின் மணம் காற்றில் கண நேரத்தில் பரவக்கூடியது. அந்த மணத்தை நுகர்ந்தவுடனே காட்டில் உள்ள வண்டினங்கள் எல்லாம் அதை நோக்கிப் பறந்துவரும். சில்வண்டு தொடங்கி எரிவண்டுகள் வரை அதை நோக்கி வந்தவண்ணமேயிருக்கும். தனது கூட்டில் இருந்தபடியே வந்து சேரும் வண்டினங்களை வளைத்து வளைத்து வேட்டையாடும் மலைக்காடை”

ஹிப்பாலஸ் தனது மனக்கண்ணில் மலைக்காடையை உருவகப்படுத்த முயன்றபோது குலசேகரப் பாண்டியனின் முகமே தெரிந்தது.

79

ஹிப்பாலஸ் வஞ்சி நகரை அடைந்து ஒரு வாரத்துக்குப் பிறகுதான் கால்பா புகார் நகரைச் சென்றடைந்தான். இருவரும் குலசேகரப்பாண்டியனின் திட்டத்தை இரு பெருவேந்தர்களிடமும் விளக்கினர். பறம்பிடம் தோற்றதால் இருவருமே அவமானப்பட்டுக் குறுகிக் கிடந்தனர். செங்கனச்சோழன் காலெலும்பு முறிந்து உயிர் பிழைத்ததே பெரும்பாடாகிப்போனது. வலது காலை இழுத்து இழுத்து, கோலின் துணைகொண்டே நடக்கும் நிலையில் இருந்தான். ஆனால், பறம்பை அழித்தொழிக்கும் வாய்ப்பு பாண்டியனின் மூலம் கிடைக்கிறது எனத் தெரிந்த கணமே வெகுண்டெழுந்தான். தந்தை சோழவேலன், 'சற்று பொறுமையாக முடிவெடுப்போம்' என்று சொல்வதற்கான இடமே அன்றைய அரசவையில் எழவில்லை. சோழப்படையின் அத்தனை ஆற்றல்களையும் கொண்டு வந்து குவிக்க ஆயத்தநிலையில் உள்ளதாக அறிவித்தான்.

உதியஞ்சேரல் சட்டென முடிவெடுத்துவிடவில்லை. 'மலைப் பகுதியில் இவ்வளவு திறன்மிகுந்த ஏற்பாடுகளைச் செய்துமே நம்மால் தாக்குதலில் வெற்றிகொள்ள முடியவில்லை; சமவெளிப் போரில் பாரியை வீழ்த்த முடியுமா?' என்று சிந்தித்தபடியே இருந்தான். ஹிப்பாலஸ், பொறுமையாகப் பல விளக்கங்களைக் கொடுத்தான். சேரனும் சோழனும் என்ன காரணத்துக்காகப் பறம்பின் மீது படை யெடுத்தார்களோ, அந்தச் செல்வங்களை அவர்களே எடுத்துக் கொள்ளட்டும்; தனக்குத் தேவை பறம்பின் வீழ்ச்சி மட்டுமே என குலசேகரப்பாண்டியன் தெளிவுபடுத்திவிட்டான் என்பதை மீண்டும் மீண்டும் கூறினான்.

தேவாங்கு, கொல்லிக்காட்டு விதை, பாழிநகர் மணிக்கற்கள் என அனைத்தின் மீதும் ஹிப்பாலஸின் கனவு நிலைகொண்டிருந்தது. அதனால்தான் பாண்டியனின் போர்த் திட்டத்தோடு மற்ற இரு பேரரசுகளையும் இணைக்கும் வேலையில் முனைந்து ஈடுபட்டான்.

சேரனும் சோழனும் பாரியிடம் தோல்வியைத் தழுவியுள்ளனர். இந்நிலையில், அவனை எப்படியாவது அழிக்க வேண்டும் எனத் தீவிரத்தோடு போர்புரிவர். அதுமட்டுமல்ல, தனது தலைமையில் நடக்கும் ஒரு போரில் அவர்கள் பங்கெடுப்பதே பாண்டியப் பேரரசின் முதன்மையை வெளிப்படையாக ஏற்றுக்கொள்ளும் செயல். ஒரு போர் தொடங்கும்போதே மறைமுகமாக உயர்வை வழங்குவதை எண்ணி மகிழ்ந்தார் குலசேகரப்பாண்டியன். அதனால்தான் ஹிப்பாலஸை இந்தச் செயலை நோக்கித் தூண்டினார்.

மூன்று பேரரசுகளும் அவை உருவான காலம்தொட்டுத் தங்களுக்குள் சமரசம் செய்துகொண்டதில்லை. உள்ளுக்குள் எரியும் பகையெனும் நெருப்பை அவை ஒருபோதும் அழித்துக்கொண்டதில்லை. சிற்றரசுகளையும் சிறுகுடிகளையும் வீழ்த்துவதில் இன்றளவும் பேரரசுகளின் படைகளுக்கிடையான மோதல் தவிர்க்க முடியாததாகத்தான் இருக்கிறது. ஆனாலும் யவன வணிகத்தால், கடந்த சில தலைமுறைகளாக மூன்று பேரரசுகளும் பெருஞ் செல்வச்செழிப்பை எட்டியுள்ளன. அரசின் வலிமையை ஆளும் நிலப்பரப்பு மட்டும் தீர்மானிப்பதில்லை; அதனிடமிருக்கும் செல்வங்களும் முக்கியமானவை என்பதை உணர்ந்துள்ளன. அதனால்தான் முத்துகள் கொழிக்கும் கடல் வளத்தையும், மிளகு தொடங்கி எண்ணிலடங்காத வாசனைப் பொருட்களும் மருத்துவப்பொருட்களும் விளைந்துகிடக்கும் மலை வளத்தையும் தனதாக்கிக்கொள்ள விடாமல் முயல்கின்றனர். ஹிப்பாலஸின் இந்த முயற்சிக்கு மூன்று பேரரசுகளும் இசைவு தெரிவித்தது இந்தப் போராட்டத்தின் ஒரு பகுதியே. இத்தனை காலங்களாக எந்த வளத்துக்காக இந்த மூவரும் தனித்தனியே போரிட்டார்களோ, அதே நோக்கத்துக்காகத்தான் இப்போது மூவரும் இணைந்து போரிட முடிவுசெய்துள்ளனர். இந்தப் போர், வெளிப்படையாக எதிரியை நோக்கியது. ஆனால், ஆழத்தில் உடன் இருப்பவரின் இழப்பைக் கண்டு மகிழக்கூடியது.

பாரி வேட்டுவன்பாறைக்கு வந்ததிலிருந்து போர்ச்சூழலைப் பற்றிய உரையாடல்கள் நாள்தோறும் நடந்தபடியே இருந்தன. “தாக்குதலுக்கு எல்லா வகையிலும் நாம் ஆயத்தமாக வேண்டும்” எனத் தொடர்ந்து வற்புறுத்தப்பட்டது.

“நாம் இறங்கிப்போய்த் தாக்கப் போவதில்லை; எதிரி மலையேறி வந்தால் நாம் தாக்குவதற்குப் புதிதாய் எதுவும் தேவையில்லை. பிறகு ஏன் பதற்றமடைகிறீர்கள்?” என்றான் பாரி.

பாரியின் கருத்தை மறுத்து உரையாடுதல் எளிய செயலன்று. தேக்கன் மட்டுமே மிக எளிதாக அதைக் கைக்கொள்வான். சற்றே தயங்கி, ஆனால் உறுதியாகப் பேசக்கூடியவன் முடியன். வேட்டூர்ப் பழையன் பாரியின் கூற்றுக்கு மறுப்பாகத்தான் பேசத் தொடங்குவார். ஆனால், அவன்மீதுள்ள வாஞ்சையால் எப்போது திசைமாறினோம் என்பதை

அறியாமலேயே பாரியின் கருத்துக்கு உடன்பட்டுப் பேசிக்கொண்டிருப்பார். இவர்கள் எல்லோரிலும் ஒரேயொரு விதிவிலக்கு வாரிக்கையன் மட்டும்தான். அவருடன் பேசும்போது பாரியிடம் ஏற்படும் மாறுபாட்டை மற்றவர்கள் எளிதில் உணர முடியும். ஏனெனில், பாரியின் தந்தையே அவரின் சொல்கேட்டு வளர்ந்தவர். வாரிக்கையன் இன்னும் எவ்வியூரில் தான் இருக்கிறார். போர்க்களம் பற்றிய தற்போதைய உரையாடலில் அவர் கருத்துகள் ஊடாடவில்லை.

மழைக்காலம் தொடங்கியது. பாண்டியர் படையின் பாடிவீட்டுக் கூடாரங்கள் தென்திசை நோக்கி இடமாறத் தொடங்கின. ஆயிரக்கணக்கான பொருட்களின் இடப்பெயர்வு நடந்தது. எண்ணற்ற யானைகள் இந்தச் செயலில் ஈடுபடுத்தப்பட்டன. இவர்கள் என்னதான் செய்கிறார்கள் என்பதைப் பறம்புவீரர்கள் மலையின் மீதிருந்து கவனித்தபடியே இருந்தனர். வெள்ளடிக்குன்றிலிருந்து நெடுங்குன்று வரை கூடாரம் அமைத்திருந்த படை, இப்போது முழுமுற்றாக நெடுங்குன்றிலிருந்து தென்புறமாக இடமாறிக் கொண்டிருந்தது. வேட்டுவன்பாறை என்பது பறம்பின் மிக முக்கியமான இடம் என்பதால், தங்களின் இருப்பிடத்தை மிகவும் தள்ளிக் கொண்டு போகிறார்கள் என்பதைப் புரிந்துகொள்ள முடிந்தது.

மயிலா கருவுற்றிருந்ததால் அவளுக்குக் கனிகளைக் கொடுத்து உபசரிக்க ஆதினியை வரச்சொல்லியிருந்தான் பாரி. அவளும் தன் தோழிகளோடு வேட்டுவன்பாறைக்கு வந்திருந்தாள். சில நாட்கள் அங்கேயே தங்கியிருந்தான் பாரி. அடைமழை முடிவுற்ற மறுநாள் பறம்பின் வீரன் ஒருவன் பாரி இருந்த குடில்நோக்கி ஓடிவந்தான். அவன் சொன்ன செய்தி கேட்டு எல்லோரும் குன்றின் மேலேறி நின்று பார்த்தனர். தென்திசையிலிருந்து பெரும்படை ஒன்று அணியணியாய் வந்துகொண்டிருந்தது. படையின் முன்னணி வீரன் ஏந்தியிருந்த பதாகையில் சேரனின் வில் பொறிக்கப்பட்டிருந்தது. அடுத்த பத்தாம் நாள் வடதிசையிலிருந்து வந்த படை அணியினர் புலிக்கொடி ஏந்திய பதாகையைச் சுமந்துவந்தனர். இதுவரை காரமலையின் அடிவாரத்தில் இருந்த மூன்று குன்றுகளின் மேலிருந்து பறம்புவீரர்கள் கண்காணித்துக் கொண்டிருந்தனர். இப்போது ஆறு குன்றுகளின் மேலிருந்து கண்காணிக்கவேண்டியிருந்தது. வந்து குவியும் படை வீரர்களின் எண்ணிக்கை எல்லையில்லாத விரிவை எய்திக்கொண்டிருந்தது.

மூவேந்தர்களும் படையை ஒரு முனையில் குவிக்கின்றனர் என்ற செய்தி உறுதிப்பட்ட பிறகு, பறம்பின் எல்லாத் திசைகளிலிருந்தும் வீரர்கள் கீழ்த்திசைக்கு அழைக்கப்பட்டனர். வாரிக்கையனும் கூழையனும் சில நாள் இடைவெளியில் வேட்டுவன் பாறைக்கு வந்துசேர்ந்தனர்.

கருவூலப் பொறுப்பாளர் வெள்ளி கொண்டாரைத் தவிர மதுரையின் அரண்மனை நிர்வாகப் பொறுப்பிலிருந்த அனைவரும் வெங்கல்நாட்டுக்கு வந்துசேர்ந்தனர். குட்டநாட்டு அமைச்சன் நாகரையன் வந்துசேர்ந்தான். ஆயிமலையில் நடைபெற்ற தாக்குதலில் குடநாட்டுத் தளபதி எஃகல்மாடன் தலைமையிலான படை மட்டுமே முழுமுற்றாக அழிவுற்றது. குட்டநாட்டுத் தளபதி துடும்பன் தலைமையிலான படை

பறம்புக்குள் நுழையாமலேயே நின்றுவிட்டது. இதன் பின்னணியில் உதியஞ்சேரலின் துரோகமும் அடங்கியுள்ளதாக நினைத்த குடநாட்டு வேந்தன் குடவர்கோ இன்னொரு கூட்டுப்போரில் பங்கெடுக்க விரும்பவில்லை. எனவே, குட்டநாட்டுப் படை மட்டுமே போர்க்களம் வந்தது. சேரநாட்டின் அமைச்சராக நாகரையனே விளங்கினான். சோழநாட்டு அமைச்சன் வளவன்காரியும் வந்து சேர்ந்தான். பாண்டியப் பேரரசின் தலைமை அமைச்சர் முசுகுந்தர் எல்லோரையும் ஒருங்கிணைத்து வழிநடத்தினார்.

அமைச்சர்களின் சந்திப்பு நடந்த பிறகுதான் வரப்போகும் படைகளின் தன்மையும் எண்ணிக்கையும் முழுமையாகத் தெரியவந்தன. அந்தப் படைகளுக்குத் தேவையான ஆயுதங்கள், அவற்றைச் செப்பனிடுவதற்கும் புதிதாக உருவாக்குவதற்கும் தேவையான ஏற்பாடுகள், உணவு ஏற்பாடுகள், பண்டகச்சாலைகள், மருத்துவர்கள், சிகிச்சைக்கான பகுதிகள், குதிரைகளுக்கும் யானைகளுக்குமான கட்டுத்தறிகள், போர்க்களத்துக்கான தேர்கள், அவற்றுக்கான பராமரிப்பாளர்கள், பிற கருவிகள், போர் விலங்குகளுக்கான கூலங்கள் ஆகிய எல்லாவற்றையும் செம்மையுறக் கணக்கிட்டனர்.

பறம்பின் தரப்பில் ஆயுதங்களைத் தொடங்கவேண்டியதைப் பற்றிய உரையாடல் ஒருவழியாக முடிவுக்கு வந்தது. பாரி ஒப்புதல் வழங்கிய பிறகு சிறுபாழி நகரில் ஆயுதங்களை உருவாக்கிக்கொண்டிருந்த அத்தனை பேரும் கீழ்த்திசைக்கு இடம் மாறினர். மூவேந்தர்களின் போர்ப்பாசறை, வேட்டுவன் பாறையிலிருந்து பலகாதத் தொலைவில் இருப்பதால் தங்களின் இருப்பிடத்தையும் மாற்ற முடிவு செய்தனர்.

வேந்தர்களின் படைக்கலக் கொட்டில் செம்மையுற வடிவமைப்பதற்கான வேலைகள் தொடங்கின. மதுரையிலிருந்து தலைமை அமைச்சர் முசுகுந்தர் வரும்போதே அவருடன் அரண்மனையின் தலைமைக் கணியன் அந்துவனும் வந்திருந்தான். மூலப்படைப் பாசறை அமைக்கப்போகும் நிலப்பகுதிக்கு, மூன்று நாட்டு அமைச்சர்களும் அந்துவனும் மாணாக்கர்கள் சிலரும் புறப்பட்டுப் போயினர். அவர்கள் சென்று சேரும்போது மையூர்க்கிழார் வரவேற்க நின்றுகொண்டிருந்தார். உடன் பூசகர்களின் குழு ஒன்றும் இருந்தது. முசுகுந்தர் அந்தப் பெரும் நிலப்பரப்பைக் குதிரையில் இருந்தபடியே பார்த்தார். காரமலையின் அடிவாரத்தில் சற்றே திமில் முறுக்கியிருக்கும் பெரும்மேடாக அந்த இடம் இருந்தது. மேட்டின் நடுப்பகுதியில் இறங்கி நின்றனர். மழைநீரை எவ்வளவு குடித்தும் நெகிழ்ந்து கொடுக்காத இறுக்கத்தோடு மண் இருந்தது.

அவர்கள் வந்த சிறிது நேரத்தில் பாண்டியப் பேரரசின் சிறப்புமிக்க முதுயானையை அழைத்துவந்தனர். தாழம்பூ நிறத் தந்தமும் வட்டமாய் அகன்று நடுவில் குழிந்த கும்பங்களும் நீண்டுநெளியும் அழகான வாலும் நாண்பூட்டிய வில்லினையொத்த முதுகெலும்பும் உடைய ‘பவளவந்திகை’ எனும் பெயர்கொண்ட அந்த யானை, பாசறை நிலத்துக்கு வந்துசேர்ந்தது. உடன் மதுரையின் யானை கட்டுத்தறிப் பொறுப்பாளர் அல்லங்கீரனும் கோட்டைத் தளபதி சாகலைவனும் வந்தனர்.

வண்ணத்தட்டில் வைக்கப் பட்டிருந்த பூக்களையும் கனிகளையும் கொண்டு அந்த இடத்தில் சிறு வழிபாடு ஒன்றைப் பூசகர் நடத்தினர். பிறகு அந்துவன் கையசைத்து உத்தரவிட்டான். அதுவரை கீழே நின்றிருந்த பாகன், யானையின் மீதேறி அமர்ந்தான். பவளவந்திகை நடக்கத் தொடங்கியது. பாகன் தன்னுடைய கால்கள் பவளவந்திகையின் காதுகளின் பின்புறத்தைத் தொட்டு விடாமல் மடக்கி வைத்துக் கொண்டான். எந்தத் திசைக்குப் போகவேண்டும் என்ற குறிப்பேதும் பாகனின் கால்கள் சொல்லாததால் யானை அதன் விருப்பத்துக்கு நடந்தது. அந்தப் பெருமேடு முழுவதும் குறுக்கும் நெடுக்குமாக நடந்த பவளவந்திகை மீண்டும் புறப்பட்ட இடத்துக்கு வந்து சேர்ந்தது.

இப்போது அந்துவன் தன் மாணாக்கர்களை அழைத்துக் கொண்டு யானையின் காலடிகளைப் பார்த்தபடியே உள்ளே போனான். யானையின் காலடி, ஆமையின் ஓடு போன்ற வடிவம் கொண்டது. வெளி வட்டம் மட்டுமல்ல, உள்ளேயும் ஆமையின் ஓட்டில் இருப்பது போன்று விண்மீன்களின் வடிவம் கொண்ட கோடுகள் இருக்கின்றன. யானையின் பாதத்தில் இருக்கும் ரேகைக்கோடுகள் அவை. யானையின் நான்கு காலடிகளும் நான்குவித ரேகைகளைக் கொண்டவை. பவள வந்திகையின் காலடிகள் அந்தப் பெருமேடெங்கும் பதிந்துகிடக்க அவற்றைக் கூர்ந்து கவனித்தபடி அந்துவனும் அவன் மாணாக்கர்களும் நடந்து கொண்டிருந்தனர்.

காலடியின் அச்சில் அசையாமல் பதிவுகொண்ட விண்மீன்களின் வடிவு எந்தத் திசைநோக்கி அமைந்திருக்கிறது என்பதைக் கணித்தபடி ஒவ்வொரு தடத்தையும் உற்றுப் பார்த்துக்கொண்டிருந்தனர்.

மழையின் ஈரம் காயாமல் இருந்த தால் காலடித்தடத்தின் உட்கோடுகள் மண்புழுக்களைப் போல் நெளிந்து கிடந்தன. மாணாக்கர்கள் தேர்வு செய்த காலடிகளை அந்துவன் போய்ப் பார்த்தபடியிருந்தான். நெடு நேரமானது. ஆனாலும் காலடியின் உள்வடிவங்களை உற்றுப்பார்த்து ஒன்றொடு ஒன்றை ஒப்பிட்டுக் கொண்டிருந்தான் அந்துவன். இறுதி யாக மூன்று காலடிகளைத் தேர்வு செய்தான். பெருமேட்டின் உச்சிப் பகுதியில் அமைந்த காலடித்தடத்தில் பாண்டியப் பெருவேந்தனுக்கான பாசறைக் கூடாரம் அமைக்க இடம் குறித்தான். அதிலிருந்து மிகத்தள்ளித் தென்புறக் காலடித்தடத்தில் சேரவேந்தனுக்கான இடத்தையும் வடகிழக்குப் பகுதியில் சோழனுக்கான இடத்தையும் அந்துவன் தேர்வுசெய்து தந்தான்.

மூன்று பேரரசர்களும் தங்க, அவர்களைச் சுற்றிப் பல்லாயிரம் வீரர்கள் மொய்த்துக்கிடக்கப்போகும் அந்த இடத்துக்கு ‘மூஞ்சல்’ எனப் பெயரிட்டார் முசுகுந்தர். மூலப்படை நிலைகொள்ளப்போகும் படைக்கலக் கொட்டில் மூஞ்சலில் உருவாகத் தொடங்கியது. பேரரசர்களின் பாசறைக் கூடாரம் மிகப் பெரியதாகவும் வசதிமிக்கதாகவும் உட்பாதுகாப்பு அரண்கொண்டதாகவும் அமையத் தொடங்கியது. அவர்களைச் சுற்றி இளவரசர்களும் முக்கியமான சிற்றரசர்களும் தங்குவதற்கான கூடாரங்கள் அமைக்கப்பட்டுக் கொண்டிருந்தன.

குவிக்கப்படும் படைகளை விட்டு

மிகத்தள்ளி, பெருமேடு ஒன்றில் விரிவுகொண்ட கூடாரங்கள் எண்ணற்றன அமைக்கப்படுவதை, குன்றின் மேல் நின்று பறம்புவீரர்கள் பார்த்தபடியிருந்தனர். எதிரிப்படைகள் குவிக்கப்பட்டிருக்கும் இடத்தை நோக்கி அதற்கு நேரெதிர்த் திசையில் தங்களுக்கான இடத்தைத் தேக்கன் தேர்வுசெய்தான். காரமலையின் சரிவில் நாகக்கரடு இருக்கிறது சில காதத்தொலைவுக்கு நீண்டுகிடக்கும் கரட்டுமேடு இது; வேட்டுவன்பாறையளவே உயரம்கொண்டது. பறம்பின் வீரர்கள் நிலைகொள்ள இது ஏற்ற இடம் என்று தேக்கன் முடிவுசெய்தான்.

அவற்றுக்குச் சற்று மேலே காரமலையில் இருபது பனை உயரத்தில் இரலிமேடு இருக்கிறது. எண்ணற்ற குகைப்பாறைகளைக்கொண்ட இடம் அது. ஆயுதங்களை வைக்கவும் மருத்துவப் பயன்பாட்டுக்கும் ஏற்ற இடமாகவும் அது இருக்கும் எனக் கருதப்பட்டாலும், அந்த இடத்தைத் தேர்வுசெய்யச் சற்றே தயங்கினான் தேக்கன். வாரிக்கையனோ துணிந்து தேர்வுசெய்யச் சொன்னான். காரணம், அந்தக் குகைகளின் தன்மை. வேர்க்கொடியைப்போல ஒன்றையொன்று இணைத்துச் செல்லும் எண்ணற்ற குகைகளைக்கொண்ட இடமது. மிக நன்கு பழக்கப்பட்டவர்களால் மட்டுமே அதற்குள் போய் வெளிவர முடியும். போரின்போது வீரர்கள் விரைவாக வந்து திரும்பும் தன்மையுடன் அமைவிடம் இருக்க வேண்டும் என்று தேக்கன் தயங்கினான். ஆனால், வாரிக்கையனோ, “இதுதான் போருக்குப் பொருத்தமான அமைவிடம்” என்றான்.

இரலிமேட்டின் இடதுபுறம் இருந்த சமதளமான பகுதிகளிலும் மலைச்சரிவுகள் முழுமையும் குடில்கள் அமைக்கும் பணிகள் தொடங்கின. பறம்புவீரர்கள் எல்லாத் திசைகளிலிருந்தும் இரலிமேட்டுக்கு வரத் தொடங்கினர். “இவ்விடம்தான் நாம் முகாமிட்டுள்ள இடம் எனத் தெரிந்த கணத்திலிருந்து, எதிரிகள் நம்மைக் கண்காணிப்பார்கள். மையூர்க்கிழாரின் ஆட்கள் அவர்களுக்கு நன்கு உதவிசெய்யக்கூடும். எனவே, பறம்புவீரர்கள் இரலிமேட்டுக்கும் நாகக்கரட்டுக்கும் வந்து சேர்வதையே எதிரிகளால் கணிக்க முடியாதபடி இருக்க வேண்டும்” என்றார் வாரிக்கையன்.

“இரவு அடிக்கடி மழை பெய்வதால், சுளுந்துக் கம்பை வெட்டிப் பந்தம் ஏற்றுங்கள்” என்றார். சுளுந்துக் கம்பைக் கூராக வெட்டி பந்தம் ஏற்றினால் அது அணையாமல் எரிந்துகொண்டே இருக்கும். கீழே போட்டு மண் அள்ளிக்கொட்டினால்தான்

அணையும். மற்றபடி மழைத்துளிக்கெல்லாம் எளிதில் அணையாது.

சமதளத்திலிருந்து பார்த்தால் குகையின் தன்மையை எளிதில் மதிப்பிட முடியாது. ஒவ்வொரு குகைக்குள்ளும் எண்ணிலடங்காத வீரர்கள் தங்கியிருக்க முடியும். குகைகளின் தன்மை, நீர்க்கசிவுகொண்ட குகைகள், நன்கு காற்றோட்டம் உள்ள குகைகள், மாட்டு மந்தைகளையே அடைக்கக்கூடிய பரப்பைக் கொண்ட குகைகள் என அத்தனையையும் வகை பிரித்து வீரர்களுக்கு விளக்கினார் வாரிக்கையன்.

குகைகளுக்குள் உரிய இடங்களில் விளக்குகளை அமைத்து, குறியீடுகளை உருவாக்கினார். பறம்புவீரர்கள் வந்து குவிந்த வண்ணம் இருந்தனர். சிறுபாழியில் இருந்த தொழிற்கூடங்கள் அத்தனையும் இரலிமேட்டுக்கு இடம்பெயர்ந்தன. பெரும்பான்மையான குகைகள் ஆயுதக்கூடங்களுக்காக மட்டுமல்லாமல் உலைக்களங்களுக்காகவும் ஒதுக்கப்பட்டன. மிகவிரிந்த நிலவமைப்பும் காற்றோட்டமும் கொண்ட குகைகள் உலைக்களங்களால் நிரம்பின. அவை மட்டுமல்லாமல் வெளிப்புறத்திலும் எண்ணற்ற உலைக்களங்களை அமைத்துக் கொண்டிருந்தனர்.

குதிரைகளுக்கான கட்டுத்தறிகள் இரலிமேட்டின் தென்புறச் சரிவில் அமைக்கப்பட்டுக்கொண்டிருந்தன. குகைகளுக்கும் கட்டுத்தறிகளுக்கும் இடையில் உணவுக் கூடங்களை அமைத்தனர். மருத்துவக்கூடங்கள் அமைப்பது பற்றிப் பேசப்பட்டது. "இந்தப் போரில் மருத்துவர்களின் பணி மிக முக்கியமானதாக இருக்கப் போகிறது. எனவே, முறியன் ஆசானை அழைத்துவரவேண்டும்" என்றார் பழையன்.

நோய்க்கான மருந்தைத் தருவதில் வல்லவர்கள் எண்ணற்றோர் உள்ளனர். ஆனால், போரில் ஏற்படப் போவது காயங்களும் முறிவுகளும்தான். அவற்றுக்கு மருந்தளிப்பதில் மிக வல்லவர் முறியன் ஆசான்தான். பச்சைமலையின் வடதிசையில் ஓடும் மறையாற்றின் கரையில் அவர் இருக்கிறார். "வயதாகி மிகத் தளர்ந்த அவரை இவ்வளவு தொலைவு வரவழைக்க வேண்டுமா?" எனத் தயங்கினான் தேக்கன்.

வாரிக்கையனோ, "கட்டாயம் அவர் இங்கு நம்மோடு இருக்க வேண்டும்" என்றார்.

சிவிகையில் உட்காரவைத்துத் தூக்கிவரும் எண்ணத்தோடு செய்தி அனுப்பப்பட்டது. முதலில் தயங்கிய முறியன் ஆசான், பிறகு ஒரு நிபந்தனையோடு வர ஒப்புக்கொண்டார். "எனது சிவிகையைத் தூக்கிவர இருவரை மட்டுமே அனுப்ப வேண்டும். அவர்களும் என்னைக் கொண்டுவந்து சேர்க்கும் வரை உணவேதும் உண்ணக் கூடாது."

தேக்கன் உள்ளிட்ட எல்லோரும் அதிர்ச்சிக்குள்ளானார்கள். "பத்திலிருந்து பன்னிரண்டு நாள் பயணத் தொலைவை எப்படி உணவின்றிக் கடக்க முடியும்? அதுவும் இருவர் மட்டும், சிவிகையைத் தூக்கிக் கொண்டு!" எனப் பலரும் தயங்கிய போது வாரிக்கையன் சொன்னார், "மலைப்பாதையில் உணவேதுமின்றிச் சிவிகையைத் தூக்கிவரும் வீரர்கள் இரண்டு அல்லது மூன்று நாட்கள் வர முடியும். அதற்குப் பிறகும் அவர்கள் ஓடி வந்தால் மயக்கமடைந்து வீழ்வார்கள். அவர்களை குணப்படுத்தி மீண்டும் சிவிகையைத் தூக்கவைப்பது மருத்துவராகிய அவருடைய வேலை.

நாம் ஏன் அதைப் பற்றிச் சிந்திக்க வேண்டும்?" என்றார்.

சரியென ஒப்புக்கொண்ட தேக்கன், வலிமை மிகுந்த போர்வீரர்கள் இருவரைத் தேர்வுசெய்தான். ஆனால் வாரிக்கையனோ, "அவர்கள் வேண்டாம்" என்று சொல்லித் தோற்றத்தில் எளிமையான இருவரை அனுப்பிவைத்தார்.

பன்னிரண்டு நாட்களில் வந்து சேரவேண்டிய அவர்கள் எட்டாம் நாள் காலையிலே வந்துசேர்ந்தனர். இதுதான் நடக்கும் என வாரிக்கையனுக்குத் தெரியும். எனவே, அவர் வியப்பேதுமடையவில்லை. ஆனால், மற்ற அனைவரும் வியப்பால் கிறங்கிப்போனார்கள். சிவிகையைத் தூக்கிவந்த இருவரும் புறப்பட்ட இடத்திலிருந்து இப்போதுவரை உணவு ஏதும் உண்ணவில்லை; முழு வேகத்தோடு வந்துசேர்ந்துள்ளனர் என்ற செய்தி வீரர்கள் எல்லோருக்கும் பரவியது. எப்படி இது நடந்தது எனப் பலரும் பேசிக் கொண்டிருக்கையில் மருத்துவர்களிடமிருந்து உண்மை வெளிவந்தது, "முறியன் ஆசான் செய்து வைத்துள்ள திங்கள் மூலிகையை உட்கொண்டால், பல நாட்களுக்குப் பசியெடுக்காது; ஆற்றலும் குறையாது" என்று.

மருத்துவனின் வருகை மருத்துவத்தால் அறியப்பட வேண்டும். முறியன் ஆசானின் வருகை அப்படியே அறியப்பட்டது. பறம்பின் அனைத்து வகையான மருத்துவர்களும் முன்னரே இரலிமேட்டுக்கு வந்து சேர்ந்தனர். மருத்துவப் பேராசானோடு பணிசெய்யும் வாய்ப்புக்காகப் பல காலம் காத்திருந்தவர்கள் அவர்கள்.

போர் என்பது, எதிரிகள் இருவருக் கிடையில் நடப்பது மட்டுமல்ல; வீரர்களுக்கும் மருத்துவர்களுக்கு மிடையில் நடப்பதும்கூட. எதிரி களுக்கு மருத்துவனால் குணப்படுத்த முடியாத காயங்களை உருவாக்கவே ஒவ்வொரு வீரனும் நினைக்கிறான். 'எதிரிகள் எவ்வளவு காயத்தை உருவாக்கினாலும் குணப்படுத்தி மீண்டும் வீரனை வாள் ஏந்த வைப்பேன்' என்றே ஒவ்வொரு மருத்துவனும் மூலிகைச்சாற்றைப் பிழிகிறான்.

மருத்துவனின் சிகிச்சை மீதிருக்கும் நம்பிக்கையே வீரனின் துணிச்சலைப் பல நேரங்களில் தீர்மானிக்கிறது. ஒவ்வொரு நாளும் போர் முடியும் கணத்தில்தான் போரை அறிந்து கொள்ளுதல் தொடங்குகிறது. அன்றைய இரவின் காட்சிகள்தாம் மறுநாள் அவனது மனஉறுதியைத் தீர்மானிக்கிறது. மரணமெய்தியவர்கள் மரணத்தின் மீது அச்சமூட்டுவதில்லை. உடல் சிதைக்கப்பட்டு, மருத்துவர் களால் எதுவும் செய்ய முடியாமல், எங்கும் கதறிய ஓசையோடு இழு பட்டுக் கிடப்பவர்கள்தாம் ஒவ்வொரு போர்வீரனையும் நிலைகுலையச் செய்கிறார்கள். அதனால்தான் போர்க்களத்தில் தாக்குண்டவர்களை மருத்துவசாலை நோக்கித் தூக்கிவரும் வேலையை வீரர்கள் செய்யக் கூடாது எனப் பேரரசுகள் விதிசெய்துள்ளன; அதைச் செய்வதற்குத் தனிப்படையை அமைத்துள்ளன. போரின் விதியை வீரனின் வாளும் மருத்துவனின் பச்சிலைகளும் இணைந்தே தீர்மானிக்கின்றன.

பறம்புவீரர்கள் இணையற்ற நம்பிக்கையோடு வாளினை ஏந்தவும் நாணினை இழுக்கவும் எதிரிப் படையைச் சிதைத்து முன்னேறவும், மருத்துவர்களும் முக்கியக் காரணம். அதுவும் முறியன் ஆசான் களம்

நோக்கி வந்துள்ள செய்தி பறம்பு வீரர்களுக்குக் கட்டற்ற வேகத்தைக் கொடுத்தது. மரணத்தை மிதித்து நடக்க ஒவ்வொரு வீரனும் ஆசைப் பட்டான்.

மூறியன் ஆசான் இரலிமேட்டுக்கு வந்த அன்றுதான் மூஞ்சலில் வேந்தர்களுக்குக் கூடாரங்கள் அமைக்கும் பணி முடிவுக்கு வந்தது. மூஞ்சல் பகுதிக்கு மட்டும் தனித்துவமான பாதுகாப்பு அரண்கள் உருவாக்கப்பட்டன. மூவேந்தர்களுக்கு மூன்று பெருங்கூடாரங்கள். மூவரும் சந்தித்து உரையாட மாளிகை வடிவிலான பெருங்கூடாரம் ஒன்று. வேந்தர் களுக்கான பணியாளர்கள், மருத்துவர்கள், உணவுச் சாலைகள் ஆகியவற்றுக்காக மூன்று கூடாரங்கள். போரில் பங்கெடுக்கும் அரச குடும்பத்தினர் தங்குவதற்காக ஐந்து கூடாரங்கள் என்று மொத்தம் பன்னிரு கூடாரங்கள், ஆயுதப்பயிற்சிக்கான களம் என அனைத்தும்கொண்ட விரிவான அமைப்போடு மூஞ்சல் நகர் தயாரானது.

மூஞ்சலின் பாதுகாப்புக்குத் தனித்த அரண் அமைக்கப்பட்டது. பெரும்பெரும் மரத் தூண்களாலும் ஆயுதங்களாலும் அமைக்கப்பட்ட அரண் அது. அரணுக்கு வெளியில்தான் படைகள் பல காதத் தொலைவுக்குப் பரவியிருந்தன. இரவில் கடுங்குளிர் இருந்தாலும் பகற்பொழுதின் வெயில் இன்னும் சூடேறாமல்தான் இருந்தது. மூஞ்சலின் அரண்காவலர்கள் நான்கு முனைகளிலும் அமைக்கப்பட்டிருந்த பாதுகாப்பு மேடையிலிருந்து பார்த்துக்கொண்டிருந்தனர். தென்திசையில் நின்றிருந்த படை வீரர்களிடமிருந்து உற்சாகப் பேரோசை மேலேறிவந்தது.

கடல்போல் பரவிக்கிடந்த படைவீரர்களின் வாழ்த்தொலி முழங்க உதியஞ்சேரலின் தேர் தென் திசையிலிருந்து மூஞ்சல் நோக்கி வந்துகொண்டிருந்தது. தேருக்கு முன்னால் சேரநாட்டுத் தளபதி துடும்பன் குதிரையில் வந்துகொண்டிருந்தான். அவனுக்கு முன்னால் கவசவீரர்கள் அணிவகுத்து வந்தனர். நாணேற்றப்பட்ட வில்லைப் பதாகையில் தாங்கிய வீரன் முதலாவதாக வர, அவனைத் தொடர்ந்து அணியணியாய்ச் சேரவீரர்கள் வந்து கொண்டிருந்தனர்.

மூன்று பேரரசுகளின் அமைச்சர்களாகிய முசுகுந்தரும் நாகரையரும் வளவன்காரியும் உதியஞ்சேரலை வரவேற்க மூஞ்சலின் வாயிலில் காத்துநின்றனர். முசுகுந்தர், பாண்டிய முறைப்படி அவருக்கான வரவேற்பை வழங்கினார். உதியஞ்சேரல் மூஞ்சலுக்குள் நுழைந்தான். அரசகுல முதுயானை பவளவந்திகை மாலை சூட்டி, வணங்கித் தனது முதுகின் மேலிருந்த அம்பாரியில் ஏற்றிக்கொண்டது.

மூஞ்சலின் வீதியெங்கும் நிறைந்துள்ள பாதுகாப்பு வீரர்களின் வாழ்த்தொலிகளை ஏற்றபடித் தனக்கான பாசறைக் கூடாரத்துக்குள் நுழைந்தான் உதியஞ்சேரல்.

தான் நினைத்ததைவிட உதியஞ்சேரல் இளமையோடு இருக்கிறார் என்று கருதிய முசுகுந்தருக்கு, அவனுடைய தோளின் மேல் கருங்குரங்குக்குட்டி ஒன்று உட்கார்ந்திருப்பது ஏன் என்பது புரியவில்லை.

உதியஞ்சேரல் வந்த மறுநாள் சோழப் பேரரசனுக்கான வாழ்த்தொலிகளால் படைக்கலக் கொட்டில் குலுங்கியது. புலிக்கொடி ஏந்திய பதாகையை யானையின் மீது தாங்கிப்பிடித்த வீரன் முன்வர அவனைத் தொடர்ந்து பேரரசரின் தேர் வந்துகொண்டிருந்தது. தேருக்குள் தந்தையும் மகனும் இருந்தனர். செங்கனச்சோழனுக்குக் கால் முறிவுகொண்டதால் அவனால் நின்று போரிட முடியாது. மற்ற இரு பேரரசர்களும் போரில் நேரடியாக ஈடுபடும் போது சோழப்பேரரசர் மட்டும் நேரடிப்போரில் ஈடுபடாமலிருந்தால் அது சோழநாட்டுக்குப் பேரவமான மாகும். எனவே, "மகனின் சார்பில் நான் போரில் பங்கெடுப்பேன்" என்று கூறிச் சோழவேலன் உடன்வந்தார்.

அன்று மாலை வீரமுண்டா வாத்தியம் இடியென முழங்கத் தொடங்கியது. பேரிகையின் ஓசையோ எல்லையில்லாத அதிர்வை உருவாக்கியது. எங்கும் போர்க்களத்துக் குரிய கருவிகள் இசைக்கப்பட்டன. அணிவகுத்து வந்த யானைகளின் மணியோசை பேரிகையை விஞ்சிக் கொண்டிருந்தது. வீரர்கள், விண்ணைப் பிளப்பதைப்போல முழக்கமிட்டனர். வெடிப்புற்ற தந்தமும் விளைந்த நகமும், முதுகினில் சங்கு வடிவப் புள்ளிகளையும் கொண்ட பாண்டியநாட்டுப் பட்டத்து யானையின் மீது அமர்ந்தபடி மூஞ்சலுக்குள் நுழைந்தார் குலசேகரப்பாண்டியன்.

80

போர்க்கருவிகளின் தொகுப்பாக விளங்கும் படைக்கலப் பேரரங்கு, மூன்று இடங்களில் உருவாக்கப் பட்டது. பாண்டியனின் பேரரங்கு மூஞ்சலின் அருகில் இருந்தது. சேரனின் பேரரங்கு தென்புறமும், சோழனின் பேரரங்கு வடபுறமும் அமைக்கப்பட்டன. மூவேந்தர்களுக் கான போர்க்கருவிகள் முழுமையும் இங்குதான் சேகரித்துவைக்கப் பட்டிருந்தன. ஒவ்வொரு பேரரங்கும் மூஞ்சல் நகரின் பரப்பளவைக் கொண்டிருந்தது. அவற்றுள் பத்துக்கும் மேற்பட்ட கூடாரங்கள் இருந்தன.

ஒவ்வொரு கூடாரத்திலும் ஒவ்வொருவிதமான ஆயுதம் வைக்கப் பட்டிருந்தது. ஆயுதங்களை ஒழுங்கு முறைப்படி அடுக்கிவைப்பதும், தேவைக்கேற்ப நாள்தோறும் அவற்றை எடுத்து போர்க்களத்துக்கு அனுப்பு வதும் தனித்ததொரு கலை. இந்தக் கலையைச் செய்பவரை 'ஆயுதவாரி' என்று அழைத்தனர்.

நான்கு வகையான வில்களும் பதின்மூன்று வகையான அம்புகளும் போர்க்களத்தில் பயன்படுத்தப் பட்டன. ஒவ்வொருவிதமான அம்புக்கட்டும் தனித்தனியே அடுக்கிவைக்கப்பட வேண்டும். அப்போதுதான் அவற்றை எடுத்துத் தர வசதியாக இருக்கும். களம் புகும் வீரன் கையில் ஏந்தியிருக்கும் வில்லுக்குத் தகுந்த அம்புகள் அவனது அம்பறாத்துணிக்கு வந்துசேர வேண்டும்.

ஆயுதங்களைப் படைக்கலப் பேரரங்கிலிருந்து வீரர்களின் போர்ப் பாசறைக்கு நள்ளிரவுக்குள் கொண்டு போய்ச் சேர்க்கவேண்டும். பொழுது விடியும்போது அந்தப் பாசறையில்

இருக்கும் வீரர்களுக்குத் தேவையான ஆயுதங்கள் அவர்களின் கண்கள் முன் பளிச்சிடவேண்டும். 'என்னை ஏந்திக்கொள்' என்ற ஆயுதங்களின் அழைப்பை வீரர்கள் உணரவேண்டும்.

படைப்பிரிவுகளின் தன்மைக்கேற்பக் குறிப்பிட்ட வகை வில்லை மட்டுமே பயன்படுத்துபவராக ஒவ்வொரு பிரிவினரும் இருப்பர். அந்த வகை வில்லுக்குப் பொருத்தமான அம்புக் கட்டுகள் அங்கு வந்துசேர வேண்டும். அதில் ஏதாவது குழப்பம் நிகழ்ந்தால், அதிகாலையிலேயே சிக்கல் உருவாகி விடும். எனவே, ஆயுதங்களைப் பாசறைக்குப் பிரித்துத் தரும் பொறுப்பை வகிக்கும் 'ஆயுதவாரி' மிக முக்கியமானவராகக் கருதப் படுவார். போர்க்களத்தில் தளபதிக்குச் சமமான அதிகாரம்கொண்டவராகப் போர்களக் கொட்டிலில் ஆயுதவாரி விளங்குவார்.

மூன்று பேரரசுகளும் அனுபவ மேறியவர்களைத்தான் ஆயுதவாரி களாக அமர்த்தியிருந்தன. பல நேரங் களில் படைகளின் தளபதியையே சமாளிக்கவேண்டிய பொறுப்பு ஆயுதவாரிக்கு உண்டு. குறிப்பிட்ட வகை ஆயுதம்தான் வேண்டும் என்று தளபதி கேட்பார். ஆனால், அந்த வகையான ஆயுதத்தின் இருப்பு மிகக் குறைவாக இருக்கும். எனவே, மற்றவகை ஆயுதத்தைக் கொடுத்து நிலைமையைச் சமாளிக்க வேண்டும். போர் நெருக்கடிகளுக்கு இடையில் அதிகம் மோதிக்கொள்பவராகத் தளபதியும் ஆயுதவாரியும்தான் இருப்பர். அதனால் ஆயுதவாரி பொறுப்புக்கு நியமிக்கப்படுபவர் வயதானவராக இருப்பது அவசியம். அதுவும் தளபதி மதிக்கும் மனிதராக இருக்குமாறு பார்த்துக்கொள்வர். ஏனென்றால், போர்களத்தினூடே அவர்களின் தேவைகளையும் இருப்பு களையும் பற்றிப் பேசிக்கொள்ளச் சில கணங்களே வாய்க்கும். அதற்குள் அனைத்தையும் புரிந்துகொள்பவ ராகவும் பரிமாறிக்கொள்பவராகவும் இருக்க வேண்டும்.

இருபது வகையான வாள்கள், எட்டு வகையான வேல்கள், மூன்று வகையான குறுவாள்கள், மூன்று வகையான தண்டங்கள், மூன்று வகையான கேடயங்கள் என அனைத்தும் எந்த இடத்தில் எவ்வளவு இருக்கின்றன, எந்தெந்தப் பாசறைக்கு எந்தெந்த வகையான ஆயுதங்களை எவ்வளவு அனுப்ப வேண்டும், கடைசி வரை இருப்புக் குறையாமல் எப்படிச் சமாளிப்பது, உலைக்களத்திலிருந்து தேவையான ஆயுதங்களை எப்படி விரைவுபடுத்தி வாங்குவது ஆகிய வற்றில் மிகுந்த கவனத்தோடு செயல் படுபவராக ஆயுதவாரிகள் இருந்தனர்.

போர்க்களக் கொட்டில்களில் ஆயுதங்கள் பெருமரச்சாரங்களில் ஏற்றி அடுக்கப்பட்டுக்கொண்டிருந்த போது இரலிமேட்டின் முதல் மூன்று குகைகள் முழுக்க ஆயுதங்கள் நிரப்பப் பட்டுவிட்டன. ஒவ்வொரு குகையும் பத்துப் பனை நீளத்துக்கு உள்ளே செல்லக்கூடியதாக இருந்தது. பறம்பின் ஆயுதப் பொறுப்பாளனாகச் சிறுபாழியைச் சேர்ந்த முதுவேலன் நியமிக்கப்பட்டார். குகைகளுக்குள் விளக்குகள் எந்நேரமும் எரிந்து கொண்டிருந்தன. ஆயுதங்களை எடுத்துத் தர ஏதுவாக மரச்சாரங்களை அடிக்கும் பணி இரண்டே நாளில் முடிவுற்றது. அதன் பிறகு ஆயுதங்கள் அடுக்கப்பட்டன. போர்க்களம் செல்ல முடியாத வயதானவர்கள் இந்தப் பணியில் ஈடுபடுத்தப்பட்டனர்.

மூங்கிலும் குமிளங்கொம்பும் மட்டுமே வில் செய்ய பயன்

படுத்தப்பட்டன. உலோகத்தால் வில் செய்யும் பழக்கம் பறம்பில் இல்லை. வேந்தர்களின் தரப்பில் முன்கள வீரர்களும் தளபதிகளும் உலோக வில்லையே பயன்படுத்துவர். மற்ற வீரர்கள் பயன்படுத்தும் வில்கள் பனைமட்டையாலும் மூங்கிலாலும் ஆனவையாக இருந்தன. ஐந்து, ஏழு, ஒன்பது முடிச்சுகள்கொண்ட வில்களையே வேந்தர்களின் படையினர் பயன்படுத்தினர். பெரும்பாலான முன்கள வீரர்களும் தளபதிகளும் சிறுவிரல் பருமன் அளவு முறுக்கப்பட்ட பட்டுநூலால் ஆன நாணையே பயன்படுத்தினர். ஆனால், பறம்புவீரர்கள் அத்தனை பேரும் குறுங்காது முயலின் குருதியில் ஊறவைக்கப்பட்ட நாண் பூட்டிய வில்லையே பயன்படுத்தினர்.

இரும்புக்கிட்டம், சிரட்டைக்கரி, புளியம் விதை மூன்றையும் கருவேலஞ்சாறு விட்டு இடித்து அதனுடன் கூழாங்கல் மாவைச் சேர்த்து ஆயுதங்களுக்கான ‘வடி’ உருவாக்கப்பட்டது. நான்காம், ஐந்தாம் குகைகள் ஆயுத உருவாக்கங்களுக்கான உலைகளால் நிரம்பி இருந்தன. உலைகளின் தன்மைக்கு ஏற்ப அவை குகைகளைவிட்டு வெளியே பல இடங்களில் அமைக்கப்பட்டன. சிறிய உலைக்கு காற்றடி இல்லாத ஒடுங்கிய பகுதியே ஏற்றது. அந்த வகை உலைகளில்தான் ஆயுதங்களின் நுனிப்பகுதியிலும் விளிம்பின் கூர்முனையிலும் செய்ய வேண்டிய முக்கியமான வேலைகளைச் செய்ய முடியும்.

மற்ற காலங்களில் ஆயுதங்களை பெருவுலையில் அடித்தும் வடித்தும் வைத்திருப்பர். அவை எல்லாம் முதல் மூன்று குகைகளில் வந்து நிரப்பப்பட்டுவிட்டன. இப்போது அவை அனைத்தையும் போருக்குப் பயன்படுத்துவதற்கு ஏற்ப இறுதி வடிவம் கொடுக்கும் வேலையைத்தான் நான்காம், ஐந்தாம் குகைகளில் செய்தனர்.

பறம்புவீரர்கள் பயன்படுத்தும் வாள்கள் அனைத்தையும் கலவைத் தொட்டியில் பத்து நாட்கள் ஊறவைக்க வேண்டும். அதன் பிறகுதான் போர்க்களத்துக்கு எடுத்துச்செல்லப்பட வேண்டும். பொதுவாகப் பறம்பு வீரர்களுக்குப் போர்க்களத்தில் வாளைப் பயன்படுத்தும் வாய்ப்பு அதிகம் வாய்த்ததில்லை. பறம்பின் வில்படையே எதிரிகளை முழுமுற்றாகத் தாக்கி அழித்துவிடும். எனவே, வாளின் வேலை மிகக் குறைவே. ஆனால், இந்தப் போரில் வாள்வீச்சுக்கு மிகுந்த முக்கியத்துவம் உண்டு என்பதால், எண்ணற்ற கலவைத்தொட்டிகள் உருவாக்கப்பட்டன. கொடிக்கள்ளிச் சாம்பல், புறாவெச்சம், எருக்கிலைப்பால், எலிச்சக்கை ஆகியவற்றால் ஆன கலவையில் உலோகங்கள் நாட்கணக்கில் ஊறவைக்கப்பட்டன. அப்படிச் செய்தால் அவை ஒருபோதும் மொட்டையாகாது. வேறு எந்த உலோகத்துடனோ கருங்கற்பாறையிலோ மோதினாலும் இந்த வாளுக்கு சிறு பாதிப்புகூட ஏற்படாது. முனை, எளிதில் மழுங்காது. வாய்ப்புக் கிடைக்குமேயானால், எதிரியின் வாளைப் பிளந்து இறங்கும்.

பறம்புவீரர்கள் பயன்படுத்தும் இந்த வகை வாளுக்கு நிகரான கூர்வலுவுள்ள வாள் வேறெதுவும் இல்லை.

கலவைத் தொட்டியில் ஊறவைக்கப்பட்ட, உள்ளங்கை அளவு அகலங்கொண்ட, கூர்முனை ஆயுதத்தைக்கொண்டே மூவிலைவேல் தயாரிக்கப்பட்டது. பறம்பின்

தனித்துவமான ஆயுதம் இது. வேறெங்கும் இந்த வகை ஆயுதம் செய்யப்பட்டதில்லை. வேலின் முனையில் விரிந்திருக்கும் மூவிலையில் கல்லூசிகளையும் எஃகூசிகளையும் பன்றியின் முன்கொம்பால் செய்யப் பட்ட ஊசியையும் பொதிந்துவைப்பர். மூவிலைவேலை செய்ய அதிகக்காலம் தேவைப்படும். எனவே, வீரர்களின் பயன்பாட்டுக்கு இது அரிதாகவே கொடுக்கப்படும். வலிமைகொண்ட வீரன் ஒருவன் குறி தவறாமல் எறிந்தால், எதிரியின் தேர் முறிந்து கீழே சரியும். போர் யானையை ஒரே எறியால் வீழ்த்த முடிகிற ஆயுதம், இது ஒன்றுதான்.

பேரரசுகளின் வலிமை, எண்ணில்லாத மடங்கு ஆயுதங்களை இடைவிடாது போர்க்களத்துக்கு அனுப்புவதிலே இருக்கிறது. ஒரு யானையின்மேல் ஏற்றப்படும் ஆயுதங்களைக்கொண்டு நூறு வீரர்களைக்கொண்ட படைப்பிரிவு நாள் முழுவதும் சண்டையிடலாம். அவ்வாறு ஆயுதங்களை ஏற்றிச்செல்ல மட்டும் நூறு யானைகள் ஆயுதவாரியின் உத்தரவுக்குக் காத்துநின்றன. உடல் முழுவதும் கவசங்களால் பூட்டப்பட்ட யானை, ஆயுதங்களைச் சுமந்து போர்க் களத்துக்குள் செல்லும்போது எதிரிப்படையால் அதை எதிர்த்து எதுவும் செய்ய முடியாது.

வாளும் வேலும் அம்பும் தாக்கும் ஆயுதங்கள் என்றால், கவசமும் கேடயமும்தான் காக்கும் ஆயுதங்கள். பேரரசுகளின் படைகளில் தளபதி களுக்கும் முதல் நிலை வீரர்களுக்கும் தகுந்த மெய்யுறைக் கவசங்களை உருவாக்கி வைத்திருந்தனர். வாள் வீச்சாளர்கள் அத்தனை பேருக்கும் மூன்று வகையான கேடயங்கள் வடிவமைக்கப்பட்டிருந்தன. சேரனின் கேடயம் வாள்வீச்சாளன் சுழன்று தாக்க ஏதுவாக இருந்தது. சோழனின் கேடயம் அதே அளவு வலிமையுடன், ஆனால் எடை குறைவானதாக இருந்தது. அதனாலேயே அதைப் பயன்படுத்த வீரர்கள் மிகவும் விரும்பினர். பாண்டியனின் கேடயமோ, யானை ஏறி நின்றபோதும் நெளிந்துகொடுக்காதது.

“பறம்புக்குக் கடந்தகாலங்களில் வாட்படை பெரிதாகத் தேவைப் படாததால், கேடயத்துக்கான தேவையும் பெரிய அளவில் இல்லை. இப்போதுதான் அதன் தேவை உணரப்படுகிறது. அதை உருவாக்குவ தொன்றும் கடின வேலையல்ல” என்றான் முதுவேலன். ஆனாலும் முறியன் ஆசான் வந்த பிறகு அவரிடம் கேட்காமல் செய்வது முறையன்று என்பதால், அவரிடம் ஆலோசனை கேட்டான். அவர் சொல்லிய குறிப்பின் அடிப்படையில் வேலைகள் உடனடி யாகத் தொடங்கப்பட்டன. ஆனால், மெய்யுறை தயாரிக்க ஆசான் சொல்லும் சிவப்புச் சித்திர மூலக்கொடியும் செங்கொடி வேலியும் எளிதில் கண்ணுக்குப்படாதவை. எங்கோ ஒன்றுதான் முளைத்துக் கிடக்கும். பறம்பின் அத்தனை வீரர் களுக்கும் மெய்யுறை தயாரிக்கத் தேவையான அளவு இந்தக் கொடி களைப் பறித்துவருதல் எளிதன்று. ஆனால், அதைத் தவிர வேறு வழியில்லை.

முடியன் உத்தரவிட்டான். நாகக்கரடுக்கு வந்து சேர்ந்த வீரர்கள் மட்டும் இங்கு இருக்கவைக்கப் பட்டனர். பல்வேறு பகுதிகளிலிருந்து இரலிமேட்டுக்கு வந்துகொண்டிருந்த வீரர்கள் அனைவருக்கும் செய்தி அனுப்பப்பட்டது. அதேபோலப்

பறம்புமலை முழுவதும் உள்ள மக்களுக்கும் செய்தி கொடுக்கப் பட்டது. எல்லோரும் மூலிகையைத் தேடிக் காட்டுக்குள் இறங்கினர்.

கிடைக்கும் மூலிகைகளை, காலம் கடத்தாமல் இரலிமேட்டுக்கு அனுப்பி வைக்க வேண்டும் என்பது உத்தரவு. வந்துசேர்ந்த மூலிகைக் கொடிகளைக் கொண்டு மெய்யுறை தயாரிக்கும் வேலை நடந்துகொண்டிருந்தது. கல்லில் அரைத்துத் தயாரிக்கப்படும் இவற்றை, நிழலில் உலர்த்திதான் ஈரம்போக்க வேண்டும். அதற்கு ஏற்ற இடமாகக் குகைத்தளங்கள் இருந்தன.

வேலைகள் மும்முரமாக நடந்து கொண்டிருந்தபோது பாரியும் கபிலரும் வேட்டுவன்பாறையிலிருந்து இரலிமேடு நோக்கிப் புறப்பட்டனர். இத்தனை நாட்களாகப் பாரி வேட்டுவன்பாறையிலேயே இருந்ததற்கு போர்த் தயாரிப்பு நோக்கி மனம் ஒன்றாததுதான் காரணம். ஆனாலும் முன்னெச்சரிக்கையாக நாம் சில தயாரிப்புகளைச் செய்தாக வேண்டும் என்று அனைவரும் சொன்னதால், அதை ஏற்றான். தேக்கனும் முடியனும் அதைச் செய்து முடிக்கட்டும் என்று வேட்டுவன் பாறையிலே தங்கிவிட்ட பாரி, இன்று காலையில் கபிலருடன் இரலிமேடு நோக்கிப் புறப்பட்டான்.

நடுப்பகலின்போது அவர்கள் நெடுங்குன்றை வந்தடைந்தனர். அங்கிருந்து சமதளத்தில் கண்ணுக்கு எட்டும் தொலைவு வரை வேந்தர் களின் படைகள் பரவிக்கிடந்தன. நெடுங்குன்றைக் கடந்ததும் நாகக்கரடு தொடங்குகிறது. கரடு முழுவதும் பறம்புவீரர்கள் நிலைபெற்றிருந்தனர். நீலனும் உதிரனும் கரட்டின் இருபக்க எல்லைகளில் நிலைகொண்டிருந்தனர். குதிரைகள் நிற்காமல் விரைந்து கொண்டிருந்தன. எங்கும் வீரர்கள் உற்சாகமாக ஒலி எழுப்பியபடி இருந்தனர். மாலை வரை பயணம் நீடித்தது. கரடு முழுவதும் பறம்பின் வீரர்களும் சமவெளி முழுவதும் வேந்தர்களின் படையுமாக நிலமெங்கும் மனிதத்தலைகள் நிரம்பி வழிந்தன.

நாகக்கரட்டைவிட்டு இறங்கி இரலிமேட்டை நோக்கி மேலேற, குதிரையைத் திருப்பினான் பாரி. அந்த இடத்தில்தான் தேர்களைச் செய்வதற்கான வேலைகள் நடந்து கொண்டிருந்தன.

எண்ணிலடங்காத் தேர்கள் செய்யப்பட்டு வரிசை வரிசையாக நிறுத்தப்பட்டிருந்தன. பாரியும் கபிலரும் அந்த இடம் வந்ததும் குதிரையை இழுத்து நிறுத்தினர். கபிலரின் கண்கள் வியப்பு நீங்காமல்

பார்த்துக்கொண்டிருந்தன. ஒற்றைக் கட்டையால் நடுமரம் அமைக்கப்பட்டு எளிய முறையில் தேரை வடிவமைத்திருந்தனர். வேட்டூர்ப் பழையனும் காலம்பனும் அந்த இடம் நின்றிருந்தனர். தேரின் உறுதியை கலைஞர்கள் பாரிக்கு விளக்கினர். நிறுத்தப்பட்டிருந்த தேர்களைவிட்டுப் பாரியின் கண்கள் எளிதில் அகலவில்லை.

பார்த்தபடி இரலிமேட்டை நோக்கிக் குதிரையைச் செலுத்தினர். உலைக்களங்களும் குதிரைக்கொட்டடிகளும் உணவுச்சாலைகளும் இரலிமேடு முழுவதும் நிரம்பி வழிந்துகொண்டிருந்தன. எங்கும் வீரர்கள் வேலைபார்த்துக்கொண்டிருந்தனர். கூழையனின் குரலோசை இடதுபுற மூலையில் கேட்டுக்கொண்டிருந்தது.

மூன்றாம் குகையிலிருந்து வெளி வந்தார், வாரிக்கையன். கீழிருந்து பாரியும் கபிலரும் குகை நோக்கி வந்துகொண்டிருப்பது தெரிந்தது. அவர்கள் மேலே வரும் வரை அந்த இடம்விட்டு நகரவில்லை. பாரியின் குதிரை, முன்னால் வந்துகொண்டிருந்தது. அதைத் தொடர்ந்து கபிலர் வந்துகொண்டிருந்தார். குகைவாயில் வந்தடையும் வரை பார்த்துக்கொண்டிருந்தார் வாரிக்கையன்.

பாரி வந்து இறங்கினான். மகிழ்ந்த முகத்தோடு அவனை வரவேற்றார் வாரிக்கையன்.

“என்ன... நெடுநேரமாக நின்று பார்த்துக்கொண்டிருக்கிறீர்கள்?” எனக் கேட்டான் பாரி.

“உன் பின்னால் வந்துகொண்டிருந்தது கபிலனா, கூழையனா எனச் சற்றே ஐயமாக இருந்தது!”

“ஏன், பார்வை தெளிவில்லையா?”

“போர்வீரனைப்போல மலையேற்றத்தில்கூடக் குதிரையை இயல்பாக இயக்கும் தெளிவைப் புலவன் பெற்று விட்டான் அல்லவா, அதனால்!” என்றார்.

கபிலர் ஒரு கணம் பூரித்து நின்றார். பாரி சொன்னான், “உங்களையும் போருக்கு ஆயத்தப்படுத்துகிறார். எச்சரிக்கையாக இருங்கள்!”

மூவரின் சிரிப்பும் குகை முழுவதும் எதிரொலித்தது.

மூவேந்தர்களின் வருகைக்குப் பிறகு மூஞ்சல்நகர் களைகட்டத் தொடங்கியது. பேரரசர்கள் ஒருவருக்கொருவர் ஆரத்தழுவி அன்பைப் பரிமாறிக்கொண்டனர். இரத்தினக்கல் பதித்த ஆரங்களை பாண்டியனுக்கும் சோழனுக்கும் சூட்டி மகிழ்ந்தான் உதியஞ்சேரல். செங்கனச்சோழனும் தனது சிறந்த பரிசை மற்ற இருவருக்கும் வழங்கினான். குலசேகரப்பாண்டியனோ இருவரையும் முத்துகளால் குளிக்கவைத்தான். மூவரும் ஹிப்பாலஸுக்கு அளவற்ற நன்றியைத் தெரிவித்துக்கொண்டனர். இசையும் கூத்தும் இரவெல்லாம் நீண்டன.

நாட்கள் நகர, அடுத்தடுத்த கட்டத்துக்கான ஏற்பாடுகள் தீவிரமாகின. படைகளின் பிரிவுகள் எண்ணற்றச் சேனைகளாக வகுக்கப்பட்டன. ஒவ்வொரு சேனைக்கும் சேனைமுதலி இருந்தார். பன்னிரு சேனைகளைக்கொண்ட பெரும் பிரிவுக்குச் சேனைவரையன் இருந்தார். விற்படை, வாட்படை, குதிரைப்படை, தேர்ப்படை, யானைப்படை என ஐவகைப் படைகள் ஆயத்தநிலையில் இருந்தன. ஐவகைப் படைகளுக்கும் ஐந்து தளபதிகளைத் தேர்வுசெய்ய

வேண்டியிருந்தது. விற்படைக்கு துடும்பனும், வாள்படைக்கு சாகலைவனும், குதிரைப்படைக்கு உறுமன்கொடியும், தேர்ப்படைக்கு நகரி வீரனும், யானைப்படைக்கு உச்சங்காரியும் தளபதிகளாக இருக்க முடிவுசெய்யப்பட்டது.

ஐந்து தளபதிகளையும் கட்டுப் படுத்தும் தலைமைத் தளபதியாக 'மகாசாமந்தன்' என்று அழைக்கப்படும் பெரும்பொறுப்புக்குக் கருங்கைவாணன் தேர்வுசெய்யப்பட்டான்.

சேரனின் சார்பில் உதியஞ்சேரலும் சோழனின் சார்பில் சோழவேலனும் பாண்டியனின் சார்பில் பொதிய வெற்பனும் களத்தில் ஆயுதம் ஏந்துவர். மூவேந்தர்களும் ஒற்றைப் படை அணியில் நின்று ஆயுதம் ஏந்தப்போகும் இந்தப் பெரும்போரின் தொடக்கச் சடங்குக்கு நாள் குறிக்க கணியர்களிடம் ஆலோசனை கேட்க வேந்தர்கள் முடிவுசெய்தனர்.

மூன்று நாட்டுக் கணியர்களும் மூன்றுவிதமான குறிப்புகளைச் சொல்ல வாய்ப்புண்டு. இந்தப் போரில் அடையப்போகும் வெற்றி பொதுவானது. ஆனால், இழப்பின் தன்மை பொதுவானதாக இருக்க வாய்ப்பில்லை. மூவருக்கும் வேறு பட்ட தன்மையில்தான் அது அமையும். தங்களுக்கு எந்தவித இழப்பும் நேரக் கூடாது என்றே மூவரும் நினைப்பர். அதற்குத் தகுந்த தன்மையில்தான் நாள் குறிக்க எண்ணுவர். எனவே, இதுதான் மூவருக்குள்ளும் ஆழமான விளைவை உருவாக்கும் செயல். இதை மிகவும் கவனமாகக் கையாளவேண்டும் என நினைத்தார் முசுகுந்தர்.

அன்றிரவு குலசேகரப் பாண்டியனிடம் இது பற்றித் தனியே உரையாடினார் முசுகுந்தர், "காலையில் அந்துவன் கையில் வரைபடம் ஏந்திய பட்டுத்துணியோடு என்னை வந்து சந்தித்தான். 'பவள வந்திகையின் காலடிக் குறிப்பைக் கொண்டே வேந்தர்களின் பாடிவீடு வடிவமைக்கப்பட்டுள்ளது. இந்தக் குறிப்பின் அடிப்படையிலே நாள் குறிப்பதுதான் பொருத்தமானது' என்றான். ஆனால், மற்ற இரு பேரரசர்களும் கணியர்களும் இதை ஏற்பார்கள் என்று சொல்ல முடியாது. அவர்களின் நாட்கணக்குகள் வேறு மாதிரியாக இருக்க வாய்ப்புண்டு" என்றார்.

"தளபதிகளைத் தேர்வு செய்ததைப் போல மற்றவர்கள் எளிதில் ஏற்றுக் கொள்ளும் செயலல்ல இது. உணர்வுடனும் நம்பிக்கையுடனும் கலந்தது. எனவே, கவனமாகச் சிந்தித்து முடிவெடுக்க வேண்டும்" என்று சொன்னவர், நீண்டநேரம் கழித்து "இந்தச் சிக்கலைத் தீர்க்க நீங்கள் சொல்லும் வழி என்ன?" எனக் கேட்டார்.

"ஒரே வழிதான் உண்டு. தமிழ் நிலத்தின் அத்தனை கணியர்களும் பேராசானாக ஏற்றுக்கொண்டது திசைவேழரைத்தான். அவரை வரவழைத்து நாள் குறிப்போம். மற்ற இரு பேரரசர்களும் அதை ஏற்பர்" என்றார் முசுகுந்தர்.

குலசேகரப்பாண்டியன், திசை வேழரை நன்கு அறிவார். அவரது கருத்தை யாருக்காகவும் விட்டுக் கொடுக்காத அறிவுச்செருக்கின் அடையாளம். அவரைக் கையாள்வது ஆபத்து நிறைந்தது. ஆனாலும் 'மூவரும் ஏற்றுக்கொள்ளும் ஒரு பொதுமனிதர் தேவை. அதற்கு திசைவேழர் பொருத்தமானவர்தான்' என நினைத்து அவரை அழைக்கச் சம்மதம் தெரிவித்தார்.

மற்ற இரு பேரரசர்களுக்கும் இந்த ஆலோசனை சொல்லப்பட்டது. அனைவரும் மகிழ்வோடு ஏற்றனர். திசைவேழரின் தலைமாணவன் அந்துவனையே அனுப்ப முடிவானது. அவரின் இருப்பிடமான பொதிகை மலையில் இருந்தால் வந்துசேரப் பல நாள் ஆகும். ஆனால், அவரோ வைகையின் ஓரத்தில் இருக்கும் குன்றில்தான் இருந்தார். நான்கு புரவி பூட்டிய பெருந்தேரில் அவரின் இருப்பிடம் நோக்கி விரைந்தான் அந்துவன்.

இரவுபகல் நிற்காமல் பயணித்து அவரின் இருப்பிடம் அடைந்தான். ஆற்றின் வடகரையில் அவரது குடில் இருந்ததால் வைகையின் வெள்ளத்தைக் கடக்கவேண்டிய தேவை எழவில்லை. ஆற்றங்கரையிலிருந்து நாணல்கள் விலக்கிக் குடில் நோக்கி வந்தார் திசைவேழர். தனது ஆசானைப் பணிந்து வணங்கி மூவேந்தர்களின் அழைப்பைத் தெரிவித்தான் அந்துவன்.

"பெருவெள்ளம் ஓடும் ஆற்றங்கரையில் இருக்கிறேன். ஆனால், அள்ளிப் பருகக் குருதி கொண்டுவந்திருக்கிறாய் நீ."

அந்துவன் மறுமொழியின்றி அமைதியாக நின்றான்.

"நான் போர்க்களம் புகேன் என மூவேந்தர்களுக்கும் தெரியும். அப்படியிருந்தும் என்னை ஏன் அழைத்தார்கள்?" என வினவினார். அந்துவனிடம் இதற்கும் பதில் இல்லை. திசைவேழர், குடிலுக்குள் போனார்.

அந்துவன் அன்று முழுவதும் காத்திருந்தான். மறுநாள் மாலை குடில்விட்டு வெளியே வந்தார். 'மூவேந்தர்களின் அழைப்பை மறுக்க வேண்டாம். போய் நமது நிலையைத் தெளிவுபடுத்திவிட்டு வருவோம்' என்று எண்ணியபடிக் "காலையில் புறப்படுவோம்" எனக் கூறினார்.

இந்தச் செய்தி இரவோடு இரவாகப் பயணித்து விடியும் போது மூஞ்சல்நகரை எட்டியது. 'திசைவேழர், அழைப்பை ஏற்க மறுப்பாரோ!' என்ற அச்சத்திலிருந்த முசுகுந்தர், செய்தி கேட்டு அளவற்ற மகிழ்வடைந்தார். மூஞ்சலில் எல்லாமே சிறப்பான தொடக்கமாக அமைகிறது. மூவேந்தர்களும் தங்களுக்குள் மிக இயல்பாகப் பேசிக்கொள்ள அதிகக்காலம் எடுத்துக்கொள்ளவில்லை. 'தளபதிகளின் தேர்விலும் முரண்கள் எதுவும் உருவாகவில்லை. அதே போலச் சடங்குக்கான நாள் குறிப்பிலும் சிக்கலான நிலையேதும் உருவாகாமல் இருந்தால் போதும், எல்லாம் வெற்றிகரமாக அமைந்து விடும்' என்று எண்ணியபடிப் பொதியவெற்பனின் கூடாரத்துக்கு வெளியே நின்றுகொண்டிருந்தார்.

அப்போது உதியஞ்சேரல் தனது மாளிகையைவிட்டு வெளிவருவதைப் பணியாளர்கள் சிற்றோசை எழுப்பித் தெரியப்படுத்தினர். அவர் உணவுக் கூடாரத்தை நோக்கி நடந்து போனார். பேசிக்கொண்டே உடன் சென்ற அமைச்சர் நாகரையன், அவர் உணவகம் நுழைந்ததும் வந்த வழியே திரும்பினார்.

சற்றுத் தொலைவில் முசுகுந்தர் நிற்பதைப் பார்த்து அருகில் வந்தார். திசைவேழர் அழைப்பை ஏற்றுக் கொண்ட செய்தியை அவரோடு பரிமாறி மகிழ்ந்தார் முசுகுந்தர். இருவரும் நீண்டநேரம் பேசியபடி நின்றனர்.

முசுகுந்தர் கேட்டார், "எனக்கு ஓர்

ஐயம். தெளிவுபடுத்த முடியுமா?"

"எனக்கு விடை தெரிந்தால் தெளிவு படுத்துகிறேன்" என்றார் நாகரையர்.

"உங்களின் பேரரசருடன் எந்நேரமும் கருங்குரங்குக் குட்டி ஒன்று இருக்கிறதே, ஏன்?"

நாகரையர் இந்தக் கேள்வியை எதிர்பார்க்கவில்லை. சற்றே சிந்தித்தபடி இருந்தார், "பேரரசருக்குப் பிடித்த உயிரினம் அது என்பதால்தான்" என்று சொல்லி, வார்த்தையை முடிக்காமல் நீட்டினார். எதையோ சொல்ல தயங்குகிறார் என்பது புரிந்தது.

சற்று இடைவெளியில் அவரே சொன்னார், "உங்களிடம் மறைக்க விரும்பவில்லை. ஆனால், நீங்கள் மற்றவர்களிடம் பகிர்ந்து கொள்ளாதீர்கள். எந்நேரமும் அந்தக் குட்டி உடன் இருக்காது; உணவுக் கூடாரத்துக்குச் செல்லும்போது மட்டும்தான் உடன் இருக்கும். உணவில் நஞ்சு இருப்பின் வாசனையை நுகர்ந்த கணத்திலேயே அது சத்தமிட்டுக் குதிக்கும்; மலம்கழிக்கும். அதனால்தான் அவர் அதை வைத்துள்ளார். எங்கள் மருத்துவர்கள் கூறியுள்ள பாதுகாப்பு ஏற்பாடு அது" என்றார்.

மூவேந்தர்களுக்குள்ளும் பொதுநம்பிக்கையை உருவாக்குவது எவ்வளவு கடினமான செயல் என்பதைக் குரங்கின் மூலமும் உணர்ந்தார் முசுகுந்தர்.

திசைவேழரின் இருப்பிடத்திலிருந்து நான்கு புரவிகள் பூட்டிய பெருந்தேர் பயணத்தைத் தொடங்கியது. திசைவேழர், மனக்குழப்பத்தினூடே பயணப்பட்டுக்கொண்டிருந்தார். மறுநாள் போர்ப்பாசறைக்குள் தேர் நுழைந்தது. திரைச்சீலையின் வழியே வெளியில் பார்த்துக்கொண்டு வந்தவர் போர்நிலம் வந்தவுடன் வெளிப் பார்வையைத் தவிர்த்தார். தேர் மூஞ்சலில் வந்து நின்றது.

முசுகுந்தர் வணங்கி வரவேற்றார். பயணக்கலைப்பு நீங்க கூடாரத்தில் தங்கிச் சற்று ஓய்வெடுக்கச் சொன்னார். மாலை ஆனதும் அவர் முன் உணவு பரிமாறப்பட்டது. இரண்டு வாழைக் கனிகளை மட்டும் எடுத்துக் கொண்டார். பேரரசர்கள் கூடும் நடுக்கூடாரத்துக்கு அவரை அழைத்துச் செல்ல முசுகுந்தர் காத்திருந்தார். சிறிது நேரம் கழித்து புறப்பட்டார். அவரை அழைத்துக் கொண்டு முன்நடந்தார் முசுகுந்தர்.

நடுக்கூடாரத்தில் மூவேந்தர்களுடன் சோழவேலனும் பொதியவெற்பனும்

இருந்தனர். அரச குடும்பமல்லாத ஒரே நபராக முசுகுந்தர் இருந்தார். திசைவேழர் உள்ளே நுழைந்ததும் அனைவரும் அவருக்கு மரியாதை செய்தனர். அதை ஏற்றபடித் தனக்கான இருக்கையில் அமர்ந்தார் திசைவேழர்.

உதியஞ்சேரலும் செங்கனச் சோழனும் திசைவேழரைப் பார்த்து பல்லாண்டுகள் ஆகின்றன. நீண்ட இடைவெளிக்குப் பிறகு பார்க்கும் இருவரும் அவரின் முதுமையைக் கண்டு மனம்குவித்து வணங்கினர்.

குலசேகரப்பாண்டியன்தான் பேச்சைத் தொடங்கினார், "இந்த மண் காணாத பெரும்போரை நடத்த மூவேந்தரும் இணைந்துள்ளோம். போர்ச்சடங்குக்கு நாள் குறித்துத் தரவே பேராசானை அழைத்தோம்" என்றார்.

"பலி நிலத்துக்குக் குறிசொல்லும் இழிசெயல் செய்யேன்" என வார்த்தை வெடித்து மேலே கிளம்ப எத்தனித்தது. 'பேரரசர்கள் மூவரும் இருக்கும் அவையில் கடுஞ்சொற்கள் வேண்டாம்!' என எண்ணினார் திசைவேழர்.

அமைதி நீடித்தது. அவர் சொல்லப் போகும் வார்த்தையை எதிர்பார்த்துக் காத்திருந்தது அவை. சற்று இடைவேளைக்குப் பிறகு, "போரைத் தவிர்க்க வழியேதும் இல்லையா?" என மெல்லியக் குரலில் கேட்டார்.

போர்க்களத்துச் சடங்குக்கு நாள் குறிக்க அழைக்கப்பட்டவர் போரைத் தவிர்க்க வழிகேட்டது, சேரனுக்கு அதிர்ச்சியைக் கொடுத்தது. சடங்கின் தன்மை பேசப்படும் கணத்திலிருந்து தொடங்கக்கூடியது. அது சார்ந்த எல்லா நிகழ்வுகளும் சடங்கின் பகுதியே, அது சார்ந்த செயலும் சொல்லும் சடங்கினால் ஏற்படும் விளைவை தீர்மானிப்பவையே; நாள் குறிக்க நிகழ்த்தப்படும் சடங்கைப் பற்றிய பேச்சே சட்டெனத் தடுமாறியது நல்ல அறிகுறியாக உதியஞ்சேரலுக்குப் படவில்லை.

குலசேகரப்பாண்டியனோ திசைவேழரிடமிருந்து இந்தக் கேள்வியை எதிர்பார்க்கவில்லை. என்ன சொல்வதென்ற திகைப்பு எல்லோரிடமும் இருந்தது. பேராசானுடனான உரையாடலில் மிகுந்த கவனம் தேவை என அனைவரும் அறிவர். எனவே, அமைதியே நீடித்தது.

"வலதுகாலை மடக்க முடியாமல் சிரமப்பட்டீர்களே! இப்போது ஆசனத்தில் சம்மணமிட்டு

உட்கார்ந்திருக்கிறீர்களே எப்படி?" என்று சூழலை இலகுவாக்க பேச்சின் போக்கை மாற்ற முயன்றார் முசுகுந்தர். ஆனால், அந்தப் பேச்சு பறம்பினைத்தான் நினைவூட்டியது. புலி முன் ஆடு போல இருந்தது அவையின் அமைதி.

"வளம்மிக்க மண்ணைப் பாழ்படுத்துதல் அறமன்று" என்றார் திசைவேழர்.

"வளத்தைத் தானும் பயன்படுத்தாமல் மற்றவர்களையும் பயன்படுத்தவிடாமல் தடுப்பது முறையன்று" என்றார் முசுகுந்தர்.

"பயன்பாட்டு உரிமைதான் சிக்கல் என்றால், பேசித் தீர்க்கலாமே! பேசிப் பார்க்காமலேயே போர்க்களம் புகுவது என்ன அறம்?"

மீண்டும் அமைதி நிலவியது.

இந்த இடம் சேரனோ சோழனோ மறுமொழி பேச முடியாது. வயதில் மூத்த குலசேகரப்பாண்டியன்தான் பேசியாக வேண்டும். எனவே, மற்றவர்கள் அவரையே பார்த்தனர்.

குலசேகரப்பாண்டியன் சற்றே குழப்பமடைந்தான். நாமே தேவையில்லாமல் சிக்கலை ஏற்படுத்திக் கொண்டோமோ எனத் தோன்றியது. மற்ற இரு பேரரசர்களும் ஏற்கும் பொதுமனிதர் ஒருவர் வேண்டுமென எண்ணினோம். ஆனால், 'மூவரும் பேசி இணங்கவைக்க முடியாத மனிதரை அழைத்து வந்து விட்டோமோ!' எனத் தோன்றியது.

சற்று இடைவெளியில் "சரி, நீங்களே இதற்கு வழியொன்று சொல்லுங்கள்!" என்றார் குலசேகரப்பாண்டியன்.

திசைவேழர் இதை எதிர்பார்க்கவில்லை. ஆனாலும் அதை இறுகப் பற்றிக்கொண்டார். சற்றே கண்மூடிச் சிந்தித்தார். 'என்ன சொல்லப் போகிறார்?' என அவை காத்திருந்தது. "மூன்று பேரரசுகளின் போற்றுதலுக்குரிய பெரும்புலவர் கபிலர்தானே பாரியின் உற்றதோழர். அவர் மூலம் பேசிப்பார்க்கலாமே!"

மூவரின் கண்களும் ஒருவரை ஒருவர் பார்த்துத் திரும்பின. மறுமொழி எழவில்லை. திசைவேழரின் கூற்றை மறுப்பதற்கான காரணம் ஏதுமில்லை. அமைதி நீடித்தது. சம்மணமிட்ட காலை நீட்டித் தொங்கவிட்டார் திசைவேழர்.

இந்த இடத்தை அறிவுக்கூர்மையுடன் கையாள வேண்டும். இல்லையென்றால், போரின் தொடக்கமே சிக்கல் நிரம்பியதாகிவிடும் என நினைத்த குலசேகரப்பாண்டியன், "சரி, பேச்சு வார்த்தைக்காகக் கபிலருக்கு அழைப்பு அனுப்புங்கள்!" என்றார்.

81

வாட்படைத் தளபதி சாகலைவன் வந்த தேர், இரவு முழுவதும் நாகக்கரட்டின் அடிவாரத்தில் நின்றது. அவன்தான் கபிலருக்கு அழைப்பு எழுதப்பட்ட சுருள்மடலை எடுத்து வந்தவன். பறம்புவீரர்கள் அதைப் பெற்றுக்கொண்டு இரலிமேட்டுக்குச் சென்றனர். "மறுமொழி வரும்வரை காத்திருக்கிறேன்" என்று சொல்லிக் காத்திருந்தான் சாகலைவன். மூவேந்தர்களின் படை நிலைகொண்டுள்ள இடம்விட்டு மிகத் தொலைவில் வந்து பறம்பின் நிலப்பகுதிக்குள் இரவு முழுவதும் காத்திருந்தான் சாகலைவன்.

மறுநாள் பொழுது விடிந்தது. செய்தியை எதிர்பார்த்திருந்தான் சாகலைவன். நீண்ட நேரத்துக்குப் பிறகு கரட்டுமேட்டிலிருந்து ஆட்களின் வருகை தெரிந்தது. உற்றுப் பார்த்தான். நடுவில் வருபவர் கபிலர். அவன் கபிலருக்கு அறிமுகமானவன். மதுரையில் தங்கி இருக்கும்போது கபிலரைப் பலமுறை கண்டு பேசி யிருக்கிறான். அதனால்தான் இந்தப் பணிக்காக அவன் அனுப்பப்பட்டான்.

மேலே இருந்து இறங்கி வந்த கூட்டம், குறிப்பிட்ட இடத்தோடு நின்றுகொண்டது. அதற்குப் பிறகு கபிலர் மட்டும் வந்து கொண்டிருந்தார். அவரோடு சிறுவன் ஒருவனும் வந்தான். அவன் யாரென சாகலைவனுக்குத் தெரியவில்லை. உதவிக்கு அழைத்துவருகிறார் எனப் புரிந்தது.

கபிலர் தேரின் அருகில் வந்ததும் அவரை வணங்கி வரவேற்றான் சாகலைவன். முகம் பார்த்து மலரும் மனநிலையில் கபிலர் இல்லை. தலையை மட்டும் மெல்ல அசைத்தார்.

குறுக்குக்கட்டையை எடுத்து அவர் தேரில் ஏற வசதி செய்தபடி நின்றான். அவரோ உடன்வந்த அலவனின் தோளை அழுத்தி மேலேறி அமர்ந்தார். அலவனும் ஏறி அவர் அருகில் அமர்ந்துகொண்டான்.

தேர் புறப்பட்டுச் சிறிது நேரத்தில் படைக்களத்துக்குள் நுழைந்தது. முதலில் இருந்தது காலாட்படைதான். கண்ணுக்கு எட்டும் தொலைவு வரை வீரர்கள் நிறைந்திருந்தனர். தேர் வேகம்கொண்டு சென்றது. நெடு நேரத்துக்குப் பிறகு காலாட்படையைக் கடந்து குதிரைப் படையின் எல்லையில் போய் வலதுபுறமாகத் திரும்பியது. வேகம் குறையாமல் பயணித்தாலும் படைகளைக் கடந்து நெடுந்தொலைவு போகவேண்டி யிருந்தது. தேரோட்டும் வலவன், தேரை விரைவுபடுத்த முயன்றான். ஆனால், வீரர்களின் நெரிசல் அதிகமாக இருந்தது. நீட்டிப்பிடித்த வேற்கம்புகளும் ஈட்டிகளும் குதிரையின் மீது பட்டுவிடுமோ என்ற அச்சம் அவனுக்குள் இருந்தது.

ஆயுதங்கள் குவிக்கப்பட்டிருக்கும் படைக்கலப் பேரரங்குகள் மூன்றையும் தொட்டுப் பயணிப்பதைப்போல வழி சொல்லியிருந்தான் சாகலைவன். தேர், அந்தத் திசையிலேயே போய்க் கொண்டிருந்தது; வேகம் குறையாமல் தேர்ப்படையின் எல்லைக்குள் நுழைந்தது. இந்தப் பகுதியில் வீரர் களின் எண்ணிக்கை சற்றுக் குறைவு. ஆனால், அங்குமிங்குமாக மரக்கட்டை களும் குதிரைகளின் ஓட்டமுமாக இருந்தன. சற்றே கவனத்தோடு தேரைச் செலுத்தினான். அதைத் தொடர்ந்து சிற்றரசர்களும் தளபதி களும் தங்கி இருக்கும் பகுதி இருந்தது. அதை ஓரமாகச் சென்று கடக்க முயன்றான்.

தொலைவில் யாரையோ பார்த்த கபிலர், "தேரை நிறுத்து" என்றார். யாரைப் பார்த்துவிட்டுத் தேரை நிறுத்தச் சொல்கிறார் எனப் புரியாமல் விழித்தான் சாகலைவன். தேர் நின்றது. குறிப்பறிந்து அலவன் கீழே இறங்கினான். அவன் தோள் பிடித்து இறங்கினார் கபிலர்.

சற்றுத் தொலைவில் வாள் பயிற்சியில் ஈடுபட்டிருந்த இருவர், தேரைவிட்டு இறங்கும் மனிதர் யார் என உற்றுப் பார்த்தனர். அடையாளம் கண்டறிந்த ஒருவன், "தேர்விட்டு இறங்குவது பெரும்புலவர் கபிலர்" என்று சத்தமிட்டுக் கூறியபடி வாளைவிடுத்து ஓடோடி வந்தான்.

அவன் வரும் வேகம் கண்டு அலவன் சற்றே விலகி நின்றான். விரைந்து வந்து கபிலரின் கால் தொட்டு வணங்கினான். அவன் அறுகநாட்டின் சிறுகுடி மன்னன் செம்பன். அவனைக் கண்டதும் கபிலரின் முகம் மலர்ந்தது. ஒன்றரை ஆண்டுகளுக்கு முன் இவனது மாளிகையில் தேறல் அருந்தி மான்கறி சாப்பிட்டுக்கொண்டிருக்கும்போது தான் பாரியைப் பற்றிய பேச்சுவந்தது. அவனது வள்ளல்தன்மையைப் பற்றி செம்பன் சொன்னதை ஏற்காத கபிலர், "நாளையே நான் புறப்பட்டுப் பறம்புமலைக்குப் போகிறேன்" என்று சொல்லிப் புறப்பட்டுப் போனார். அதன் பிறகு இன்றுதான் மலைவிட்டு இறங்கிச் சமவெளிக்கு வந்துள்ளார்.

"யாரைப் பார்த்துவிட்டுப் பறம்பில் ஏறினேனோ, அவனைத்தான் பறம்புவிட்டு இறங்கியதும் முதலில் பார்க்கிறேன்" என்று சொல்லி அவனது தோள் தொட்டு மகிழ்ந்தார் கபிலர்.

சுற்றிலும் கூட்டம் கூடியது. அந்தப்

பகுதியில் இருந்தவர்கள் எல்லாம் சிறுகுடி மன்னர்களும் தளபதிகளும் ஆவர். அனைவரும் கபிலரை அறிவார்கள். பேரரசர்கள் பணிந்து வணங்கும் பெரும்புலவன் நம்மோடு போர்க்களத்தில் நின்று உரையாடுகிறார் என்ற பெருமிதத்தோடு கூட்டம் கூடியது. ஆனாலும் அனைவரும் விலகியே நின்றனர்.

"நீ அன்று பாரியின் வள்ளல்தன்மை பற்றி வியந்து கூறினாய். நான் மறுத்துக் கூறி அதை சோதித்தறிய மலையேறினேன். ஒன்றரை ஆண்டுகளுக்குமேல் ஆகிவிட்டது. எனது வாழ்வின் மிகச்சிறந்த இந்தக் காலத்தைச் சொல்லால் வார்த்துச் சொல்கிறேன், 'உனது வார்த்தையே மெய்'. அதை நான் பணிந்து ஏற்கிறேன்" என்று சொல்லிச் செம்பனை நோக்கிக் கைகுவித்தார் கபிலர்.

நடுங்கிப்போய்க் கபிலரின் கால் பற்றி வணங்கினான் செம்பன், "தாங்கள் என்னை வணங்கக் கூடாது" என்றான்.

"நான் உன்னை வணங்கவில்லை. நீ சொன்ன உண்மையை வணங்குகிறேன்."

"அந்த உண்மைக்கு எதிராகவே இப்போது வாள் ஏந்த வந்துள்ளேன். பேரரசின் ஆணை இது. என்னை மன்னியுங்கள்" என்றான் சற்றே கலங்கிய குரலோடு.

"உண்மையல்லாத ஒன்றை நான் எப்போதும் மன்னிப்பதில்லை" என்று சொல்லியபடித் தேரில் ஏறினார் கபிலர். மற்றவர்களுக்கு என்ன நடக்கிறது எனப் புரியவில்லை.

குவித்த கையை விலக்காமல் அவரைப் பார்த்தபடியே நின்றான் செம்பன்.

தேர் ஏறிய கபிலர், அவனது கைகளைப் பார்த்துக்கொண்டே சொன்னார், "இந்தக் கைகளால் அன்று கறித்துண்டங்கள் நிறைந்த குழிசிப்பானையை என்னை நோக்கித் தள்ள முடிந்திருந்தால், நாம் இந்நேரம் போர்க்களத்தில் சந்தித்திருக்க மாட்டோம் அல்லவா?"

கபிலரின் முகத்திலிருந்த மெல்லிய சிரிப்பு, செம்பனைக் கூனிக்குறுகச் செய்தது. தேர்ப்புழுதி மேலெழும் வரை அவன் அசைவற்று நின்றான்.

நேரம் அதிகமாகிக்கொண்டிருந்ததால் தேரை விரைந்து செலுத்தச் சொன்னான் சாகலைவன். அவனது சொல்லுக்கு ஏற்பத் தேரின் வேகம் கூடியது. படைகளைக் கடந்து மூஞ்சல்நகர் நோக்கிச் சென்றது தேர். தனித்துவமிக்க இந்தப் பகுதியைப் பார்த்ததும் பேரரசர்களின் கூடாரப் பகுதி என்பது புரிந்தது. மூஞ்சலுக்குள் தேர் நுழைந்ததும் வரவேற்க அமைச்சர்கள் நின்றிருந்தனர்.

அவர்கள் நின்ற இடம்வந்து தேர் நின்றது. அமைச்சர்கள் மூவரும் பெரும்புலவரை வணங்கி வரவேற்றனர். முசுகுந்தரின் முகம் அளவற்ற மகிழ்வில் இருந்தது. எத்தனையோ மாலைப்பொழுதுகளை வைகைக் கரையில் கபிலரோடு உரையாடி மகிழ்ந்தவர் அவர்.

நாகரையனும் வளவன்காரியும் அவரின் கை தொட்டு வணங்கினர். அவர்கள் இருவருக்கும் கபிலரோடு உரையாடும் அளவுக்கு உறவு இல்லை. தேர்விட்டு இறங்கிய கபிலர் நடக்கத் தொடங்கினார். நினைவின் ஆழத்திலிருந்து கடந்தகாலம் மேலெழுந்து வந்துகொண்டிருந்தது. மூன்று பேரரசர்களுக்கும் தனக்குமான உறவின் வலிமை நினைவெங்கும் பரந்துவிரிந்தது. கடந்த காலத்தின்

முன் மனம் கூசி நடுங்கியது. ஆனால், இன்னும் சிறிது நேரத்தில் அந்தக் கடந்த காலத்துக்குள்தான் நுழையப் போகிறார். அங்கிருந்து வந்துள்ள மனிதர்கள்தான் அவருக்காகக் காத்திருக்கின்றனர்.

'எனது புலமையைப் போற்றிக் கொண்டாடிய பேரரசர்களுக்கு எதிராக வந்து விழப்போகும் சொற்கள் என்னவாக இருக்கப்போகின்றன? அவை எனது வாழ்வின் முழுமையி லிருந்து விளைந்த சொற்களாக இருக்கப்போகின்றனவா அல்லது பறம்பிலிருந்து மட்டும் விளைந்த சொற்களாக இருக்கப்போகின்றனவா? சொல், நிலத்திலிருந்து எழுவதில்லை; மனதிலிருந்துதான் எழுகிறது. மனம் உண்மையோடு கரைகிறபோது சொல் தன்னியல்பில் முளைத்து மேலெழுகிறது. உண்மைகள் விளைய வைக்கும் சொற்களைப் பற்றி நாம் ஏன் முன்கூட்டியே சிந்திக்கவேண்டும்?' என்று கருதியபடிக் கூடாரத்துக்குள் நுழைந்தார் கபிலர்.

குலசேகரப்பாண்டியன் இருக்கை விட்டு எழுந்து வந்து பெருமகிழ்வோடு வரவேற்றார். செங்கனச்சோழனும் உதியஞ்சேரலும் பொதியவெற்பனும் வணங்கி வரவேற்றனர். சோழவேலன் அணைத்து மகிழ்ந்தான்.

கூடாரத்தின் இடது ஓரம் இருந்த சிறு மேடையில் நால்வர் அமர்ந்து யாழ்மீட்டிப் பாடிக்கொண்டிருந்தனர். கபிலர் உள்நுழைந்ததும் பாடலை நிறுத்தி எழுந்தனர். மீட்டிய யாழையும் பிற இசைக்கருவிகளையும் வைத்து விட்டு வெளியேறினர்.

அவர்கள் பாடிய 'வேந்தே காண்...' எனும் கபிலரின் பாடலை முணுமுணுத்தபடி அவரை இருக்கையில் அமரவைத்து தானும்

இருக்கையில் அமர்ந்தார் குலசேகரப்பாண்டியன்.

"நீங்கள் இந்தப் பாடலை எழுதிய அன்று நமக்குள் நிகழ்ந்த உரையாடல் நினைவிருக்கிறதா?" என்று பேச்சை இயல்பாகத் தொடங்கினார் குலசேகரப்பாண்டியன்.

"நன்றாக நினைவிருக்கிறது" என்றார் கபிலர்.

மனிதர்களைக் கையாள்வதில் குலசேகரப்பாண்டியனுக்கு இருக்கும் அனுபவம் இணையற்றதென்று எப்போதும் கருதும் முசுகுந்தர், இப்போதும் அதையே நினைத்துக் கொண்டார். எதிரிக்குத் தோழனாகக் கருதப்பட்ட பெரும்புலவரை, இவ்வளவு இயல்பாக உரையாடலுக்குள்ளே இழுத்துக்கொண்ட அவரின் ஆற்றல் வியப்பையே தந்தது.

"வேந்தனின் செங்கோன்மையை இதைவிடச் சிறப்பாய் இன்னொரு புலவன் சொல்லிவிட முடியாது' என்று நான் சொன்னபோது அன்று நீங்கள் மறுத்தீர்கள் அல்லவா?" என்றார் குலசேகரப்பாண்டியன்.

"ஆம்" என்றார் கபிலர்.

"இன்று வரை இதற்கு இணையான பாடலை வேறு யாரும் எழுதி விடவில்லை."

"யாரும் எழுதிவிடாததாலேயே இது சிறந்த பாடலாகிவிடுமா?" எனக் கேட்டார் கபிலர்.

"இன்றைக்கும் இதுதான் சிறந்த பாடல்."

"இல்லை. பிழையான பாடல்."

அதிர்ந்தார் குலசேகரப்பாண்டியன். "பெரும்புலவர் கபிலர் பிழையான பாடல் எழுதினாரா?" எனக் கேட்டார்.

"நான் பாடல் எழுதினேன். காலம் அதை பிழையென ஆக்கியுள்ளது."

"எதை பிழையெனச் சொல்கிறீர்?"

"செங்கோன்மைக்கு நான் சொன்ன உவமை பிழையெனக் கருதுகிறேன்."

அவையில் அமைதி நீடித்தது. மற்றவர்களுக்கு அந்தப் பாடல் எது எனத் தெரியாததால், பேச்சில் பங்கெடுக்கவில்லை. முசுகுந்தருக்கு அந்தப் பாடல் நன்கு தெரியும். இந்தப் பேச்சு எதை நோக்கிப் போகிறது என்பதை உணரத் தொடங்கினார்.

கபிலர் தொடர்ந்தார், "அரசன் அறத்தை நிலைநாட்ட தண்டத்தைப் பயன்படுத்துவது பயிருக்குள் இருக்கும் களையை அகற்றுவது போன்றது எனக் குறிப்பிட்டுள்ளேன் அல்லவா அதைத்தான் சொல்கிறேன்" என்றார்.

"அது முற்றிலும் சரியான கருத்து தானே, அதிலென்ன பிழையுள்ளது?"

"அரசு அறத்தை நிலைநாட்ட தண்டத்தினைக்கொண்டு களையைப் பறிக்கலாம். ஆனால், பயிரைப் பறிப்பது எந்த வகை அறம்? அரசநெறியின் பெயரால் நிகழ்த்தப்படும் செயல்கள் அனைத்தும் செங்கோன்மைக்குப் பெருமை சேர்ப்பதாகாது!"

கபிலர் சொல்லவருவது என்ன வென்று எல்லோருக்கும் புரிந்தது. பேச்சு, எழுதப்பட்ட பாடலைப் பற்றியது அன்று; தூது அனுப்பப் பட்டதன் நோக்கத்தைப் பற்றியது; போர்க்களத்தின் அரசியல் பற்றியது. உரையாடல் தொடங்கும்போதே கபிலர் அவையை அந்த இடம் கொண்டுவந்து நிறுத்துவார் என யாரும் எதிர்பார்க்கவில்லை. இந்தத் தன்மையில் இந்தப் பேச்சு தொடங்கக் கூடாது; தொடரவும் கூடாது எனக் கருதிய முசுகுந்தர், "முதலில் பயணக் களைப்பாறச் சுவைநீர் அருந்துங்கள். பிறகு உரையாடலாம்" என்று கை அசைத்தபடி சொன்னார். அவர் சொன்னதும் பணியாளர்கள் நீள்வாய்க்குவளையை உள்ளே கொண்டுவந்தனர். ஒவ்வொருவருக்கும் அழகிய பீங்கான் குவளையில் முந்நீர் வழங்கினர்.

முசுகுந்தர் கபிலரைப் பார்த்து, "இது, குறும்பை நீரும் கரும்பின் சாறும் தெங்கின் இளநீரும் கலந்த முந்நீர்ச்சாறு. நீங்கள் அருந்தி நீண்ட காலம் ஆகியிருக்கும் அல்லவா?" எனச் சற்றே எள்ளலோடு கேட்டார்.

குவளைநீரை வாங்கியபடிக் கபிலர் சொன்னார், "குறும்பையும் தெங்கும் பறம்பில் நிறைய உண்டு. கரும்பை மட்டும் சமவெளி மக்களிடம் மான்தசையும் மதுவும் கொடுத்து வாங்குவர்" எனச் சொன்னவர், "இன்னும் நீங்கள் கரும்பைப் பிழிந்து சாறெடுத்துதான் குடிக்கிறீர்களா?" எனக் கேட்டார்.

அவையோர் அதிர்ச்சியடைந்தனர். "கரும்பைப் பிழிந்துதானே சாறெடுக்க முடியும்... வேறெப்படி எடுப்பது?" எனக் கேட்டார் சோழவேலன்.

"கரும்பின் மூன்றாவது கணு மட்டும் சிறு துளையுடையது. விளைந்த கரும்பை செம்மண்ணால் குழைத்த துணிகொண்டு அடிமுதல் நுனிவரை இறுகக் கட்ட வேண்டும். மூன்றாவது கணு மட்டும் வெளியில் தெரிவதைப்போல் இருக்க வேண்டும். அதில் குவளையைக் கட்டிவைத்து விட்டால் பனையில் கள் இறங்குவது போல கரும்பின் சாறு இறங்கும். பத்துக் கரும்புகளுக்கு ஒரு மிடறு சாறு கிடைக்கும். அதற்கு இணையான சுவைநீர் உலகில் வேறில்லை."

கேட்டுக்கொண்டிருந்தவர்களின் நாக்கில் மூன்றாம் கணுவின் நீர்

இறங்கத் தொடங்கியது.

கபிலர் தொடர்ந்தார், “அதை மட்டுமே குடிக்க வேண்டும் என்று குவளை நிறைய நாள் தவறாமல் எனக்குத் தருவான் பாரி.”

எங்கே தொடங்கினாலும் முடிக்க வேண்டிய இடத்தில் வந்து முடிக்கிறார் கபிலர். குவளையில் முந்நீரை யாரும் அருந்தவில்லை. பேச்சின் சூழல் பொருத்தமாய் அமைவதுபோல் இல்லை. அனைவரின் எண்ணமும் அதுவாகத்தான் இருந்தது.

குவளையைக் கையில் ஏந்திய கபிலர் அப்போதுதான் கவனம் கொண்டார். உடன்வந்த அலவன் அருகில் இல்லை. “என்னுடன் வந்த சிறுவன் எங்கே?” எனக் கேட்டார். மற்றவர்களும் அதுவரை கவனிக்க வில்லை.

கூடாரத்துக்கு வெளியே பணியாளர்கள் அங்குமிங்குமாகத் தேடினர். மூஞ்சலின் ஒரு மூலையி லிருந்து நடந்து வந்துகொண்டிருந்தான் அலவன். பணியாளர்கள் அவனை அழைத்துக் கொண்டு வந்தனர். கூடாரத்துக்குள் நுழைந்து கபிலரின் அருகே அமர்ந்தான். அவனுக்கும் குவளையில் முந்நீர் தரப்பட்டது.

அதுவரை உதியஞ்சேரலின் அருகே இருந்த கருங்குரங்குக்குட்டி திடீரெனப் பல்லை இளித்துக் ‘கீர்ர்ர்’ரென ஓசை எழுப்பத் தொடங்கியது. என்ன ஓசையெழுப்புகிறது என மற்றவர்கள் பார்க்கும்போதே அந்த இடத்தில் மலம் கழித்தது. என்ன செய்கிறது எனப் பார்த்தறியும் முன்னரே அது நிலைகுலைந்து கத்தவும் குதிக்கவும் தொடங்கியது. சேரனின் பணியாளர்கள் உடனே வந்து அதைப் பிடிக்க முயன்றனர். அதன் செயல்கண்டு பதற்றத்தோடு உதியஞ்சேரல் கத்தினான், “குவளையில் இருக்கும் முந்நீரை அருந்தாதீர்கள். அதில் நஞ்சு கலக்கப் பட்டிருக்கிறது.”

குலசேகரப்பாண்டியன் மிரண்டு எழுந்தான். ஏந்திய குவளையைச் சட்டென விடுத்தான் சோழவேலன். செங்கனச்சோழனும் பொதிய வெற்பனும் அதிர்ந்தனர். முசுகுந்தர் நடுங்கிப்போனார்.

யாருக்கு எதிரான சதியிது? யாருக்கும் ஒன்றும் புரியவில்லை. மூவேந்தர்களும் ஒருவருக்கு ஒருவர் வீசிய பார்வையில் எழுப்பப்பட்ட நம்பிக்கை நொறுங்கிக் கொண்டிருந்தது.

கபிலர், ஏந்திய குவளையோடு அப்படியே இருந்தார். அருகில் இருந்த அலவன் அவரின் காதோடு சொன்னான், “அது என்னைக் கண்டுதான் மிரண்டு கத்துகிறது. குவளை நீரில் நஞ்சேதும் இல்லை.”

குலசேகரப்பாண்டியனின் மேலெல்லாம் வியர்த்துக்கொட்டியது. “சுவைநீரில் நஞ்சிருக்கிறதா என்று சோதியுங்கள். சமையலாளர்களைச் சிறையிடுங்கள்” என்றார்.

மிச்சம் இருந்த குவளைநீரை பணியாளர்கள் கைநடுங்க வந்து வாங்கினர். கபிலர் சொன்னார், “இதில் நஞ்சேதும் இருப்பதுபோல் தெரியவில்லையே!”

“வேண்டாம் பெரும்புலவரே” என்று சொன்ன குலசேகரப் பாண்டியன் அவையைப் பார்த்துச் சொன்னான், “முந்நீரில் நஞ்சு கலக்கப் பட்டுள்ளதா என்று சோதித்தறிந்த பிறகு பேச்சைத் தொடரலாம்.”

அவை அமைதிகாத்தது. கபிலரையும் அலவனையும் சற்றுநேரம் ஓய்வெடுக்கக் கூடாரத்துக்கு

அழைத்துச்சென்றார் முசுகுந்தர்.

நீண்ட சோதனைக்குப் பிறகு மூவேந்தர்களின் தலைமை மருத்துவர்கள் உள்ளே நுழைந்தனர், "பார் போற்றும் வேந்தர்களை வணங்குகிறோம். சுவைநீரில் நஞ்சேதும் இல்லை."

"நன்றாகச் சோதித்தீர்களா?"

"முழுமையாகச் சோதித்து விட்டோம்."

"அப்படியென்றால் நீங்கள் மூவரும் முதலில் அருந்துங்கள்" என்றார் சோழவேலன்.

மூவரும் குவளைநீரை அருந்தினர்.

குவளையைக் கீழே வைக்கும் வரை வேந்தர்களின் கண்கள் அவர்களை விட்டு விலகவில்லை. அருந்திய மருத்துவர்களின் கண்களில் சிறு அச்சம்கூட இல்லை. அவர்கள் குவளையைக் கீழே வைத்த கணத்தில் உதியஞ்சேரல் கத்தினான், "அந்தக் குரங்கைக் கொன்றுவிடுங்கள்!"

சற்று இடைவெளிக்குப் பிறகு ஓய்வறையில் இருந்த கபிலரை அழைத்துவரச் சொன்னார்கள். நஞ்சு, அச்சம், சதி, விசாரணை, கொலை எனச் சிறிது நேரத்துக்குள் அனைத்தும் நிகழ்ந்து முடிந்த ஓர் அவைக்குள் கபிலர் மீண்டும் நுழைந்தார். யார் முகத்திலும் இயல்பும் மகிழ்வும் இல்லை. பாரியின் தரப்பில் நின்று வேந்தர்களுக்கு எதிராக வெளிப்படையாகச் சொல்லேந்துவார் கபிலர் என யாரும் எதிர்பார்க்கவில்லை.

அதிகாரத்தின் மீதிருந்து வெளிவரும் நேரடியான அரசியல் பேச்சு தொடங்கியது. "இப்பெரும் போரால் பாரியும் பறம்பும் அழிவதைத் தவிர்க்கவே நாங்கள் விரும்புகிறோம். அதற்காகத்தான் உங்களை

அழைத்தோம்” என்றார் குலசேகரப்பாண்டியன்.

அருகில் இருந்த அலவனைப் பார்த்து, “நீ வெளியில் போ” என்றார் கபிலர். அவன் வெளியேறினான்.

“நான் என்ன செய்ய வேண்டும் என்று கருதுகிறீர்கள்?” எனக் கேட்டார் கபிலர்.

“பாரியைச் சமாதானப்படுத்திப் பேரரசர்களோடு இணங்கிப்போகச் சொல்லுங்கள்” என்றார் முசுகுந்தர்.

“போருக்கு ஆயத்தமாக இருக்கும் ஒருவனைத்தானே சமாதானமாகப் போகச்சொல்ல முடியும். பாரிதான் போருக்கே ஆயத்தமாகவில்லையே, பிறகு எப்படி அவனைச் சமாதான மாகப் போகச்சொல்வது?”

“பெரும்புலவர், பொய் பேசத் துணிந்துவிட்டீர்! எதிர்மலையில் நாள்தோறும் எண்ணற்ற வீரர்களைக் குவித்துக்கொண்டு இருக்கிறான். அவனையா போருக்கு ஆயத்த மாகவில்லை என்று சொல்கிறீர்கள்?”

“அவனது மண்ணைக் காக்க அவனது எல்லைக்குள் வீரர்களைச் சேர்க்கிறான். அதுவா போருக்கான ஏற்பாடு?”

“எல்லையைக் காப்பதற்கும் எல்லைக்குள் இருந்து தாக்குதலுக்கு ஆயத்தமாகவதற்கும் நிறைய வேறுபாடு உண்டு. நீங்கள் அதை அறியாதவரல்லர். ஆனால், அவன் எங்களையும் எமது படையையும் அறியாதவனாக இருக்கிறான். அதை அவனுக்கு உணர்த்தவே உங்களை அழைத்தோம்” என்றார் சோழவேலன்.

“நீங்கள் தேரில் ஏறிய கணமிருந்து இந்த இடம் வந்து சேர இரு பொழுதுகள் ஆனதல்லவா! இதே வேகத்தில் தேரை ஓட்டினால் எமது படை நிற்கும் பரப்பளவு முழுவதும் பார்த்தறிய மூன்று நாட்களாகும். இந்தப் பெரும்படையோடு மோத நினைக்கும் மூடத்தனத்தை அவன் செய்ய வேண்டாம் என நீங்கள் அவனுக்கு எடுத்துரைக்க வேண்டும்” என்றார் குலசேகரப்பாண்டியன்.

“நாகக்கரட்டின் மேலிருந்து பார்த்தால் படையின் சரிபாதி தெரிகிறது. அதுவே இரலிமேட்டி லிருந்து பார்த்தால் ஒரே பார்வையில் மொத்தப் படையின் முழுமையையும் பார்த்துவிட முடிகிறது. அவ்வளவு தான் இந்தப் படையின் அளவு. ஆனாலும் பாரி போரிட வேண்டாம் என்றுதான் முடிவுசெய்துள்ளான்” என்றார் கபிலர்.

“இந்தப் பெரும்படையைப் பார்த்தால், எந்தச் சிறுகுடி மன்னனும் போரிட வேண்டாம் என்றுதான் முடிவுசெய்வான். அதைத் தவிர அவனுக்கு வேறு வழி என்ன இருக்கிறது?” எனக் கேட்டான் உதியஞ்சேரல்.

வார்த்தைகள் உரசிக்கொள்ளத் தொடங்கின. கபிலரைக் காயப் படுத்திவிடக் கூடாது என்ற கவனம் மெல்ல மெல்லக் குறைந்து கொண்டிருந்தது.

உதியஞ்சேரல் வயதால் மிகச் சிறியவன்; பலமுறை தோல்வி யடைந்ததால் தீராவலியோடு இருப்பவன். அவையனைத்தும் வார்த்தைகளில் வெளிப்பட்டுக் கொண்டிருந்தன.

“மூவேந்தர்களோடு இணங்கிப் போதல்தான் பாரிக்கு நல்லது. எண்ணற்ற சிறுகுடி மன்னர்களைப் போல அவனும் தனது நிலத்தை சிறப்பாக ஆளலாம்” என்றார் முசுகுந்தர்.

“இல்லையென்றால்..?”

“போர்க்களத்தில் அவனது குடலை கழுகுகள் ஏந்திப் பறக்கும் நாள் விரைவில் வரும்” என்றார் சோழவேலன்.

கூர்முனைகொண்ட வார்த்தைகள் அடியாழம் வரை இறங்கின. கபிலர் சற்றே அமைதிகொண்டார். அவை முழுவதும் அமைதி நீடித்தது. செங்கனச்சோழன் பொதிய வெற்பனைப் பார்த்துக் கண்களை உருட்டி ஏதோ சொல்லச் சொன்னான். தூதுவனைச் சீண்டுவதும் மிரட்டுவதும் மிக முக்கியம். எதிரியை எந்தப் பொறியை நோக்கி நகர்த்த வேண்டும் என்பதிலிருக்கும் தெளிவுதான் தூதுவனை நோக்கி எறியவேண்டிய சொற்களை தீர்மானிக்கிறது. பாரியிடம் சமாதானம் பேசவேண்டிய தேவை எதுவும் மூவேந்தர்களுக்கு இல்லை. திசைவேழரின் வாக்கை ஏற்றதாக இருக்க வேண்டும் என்பதால் இது நடக்கிறது.

இந்தப் படையெடுப்புக்கு வேந்தர்கள் மூவருக்கும் தனித்தனி யான காரணங்கள் உண்டு. பொது வான காரணம், பாரியின் புகழ். அது இவர்களின் ஆழ்மனதை நிம்மதி இழக்கச் செய்துள்ளது. அவனது பெயர் அவமானத்தை நினைவூட்டுவ தாக இருக்கிறது. அவனது அழிவு மட்டுமே இதற்கு முடிவு காணக் கூடியது. அதற்காக போர்க்களம் நோக்கி குறிவைத்து இழுக்க பேச்சு வார்த்தையைப் பயன்படுத்துதல் என்பதுதான் இவர்களது எண்ணம்.

பேசவேண்டியது பற்றிக் கண்களால் குறிப்புச் சொன்னதும் பொதிய வெற்பன் கூறினான், “பெரும்புலவரை வணங்குகிறேன். பேரரசர்கள் வீற்றிருக்கும் அவையில் இளவரசன் பேசுதல் முறையன்று. ஆனாலும் எனது கருத்தைத் தெரிவிக்க விழைகிறேன். பாரியின் முன்னால் இருப்பன இரண்டு வழிகள்தான்.”

என்னவென்று கபிலர் கேட்பார் எனக் கருதியது அவை. அவரோ அமைதியாக அவனையே பார்த்துக் கொண்டிருந்தார்.

கேள்வி எழாததைக் கண்டு கொள்ளாததைப் போல் பேச்சைத் தொடர்ந்தான், “மூவேந்தர்களில் யாரேனும் ஒருவருக்குப் பாரி தன் மகளை மணமுடித்துக் கொடுத்து மண உறவு காண்பது அல்லது மூவேந்தர்களோடு போரிட்டு மாய்வது. இவை இரண்டில் எது சரியான வழியென உங்கள் நண்பனுக்கு நீங்கள் அறிவுரை வழங்குங்கள்.”

கொந்தளிக்கும் தனது எண்ணங்கள் எதுவும் முகத்தில் தெரிந்துவிடக் கூடாது என பெருமுயற்சி செய்தார் கபிலர். ஆனாலும் மற்றவர்களால் கண்டறிய முடிந்தது. இதுதான் தகுந்த நேரம் என நினைத்த சோழவேலன் சொன்னான், “போரில் அவன் அழிவான். அதன் பிறகு மூவேந்தர் களும் பறம்பைப் பங்கிட்டுக் கொள் வோம். அதைத் தடுக்க, மூவேந்தர் களோடு மண உறவுகொள்ளுதல் சிறந்ததுதானே?”

இயற்கையின் தன்னியல்பில் பற்றிப் படரும் கொடிபோல் மனிதக்காதல் செழித்துக்கிடக்கும் ஆதிநிலம் குறிஞ்சி. குறிஞ்சியின் குலச்சமூகம் நோக்கி மணவுறவை அரசியல் நடவடிக்கை என்னும் வல்லாயுதமாக மாற்றி வீசியெறிந்தபோது கபிலரின் உடல் நடுங்கியது.

மறுசொல்லின்றி அமர்ந்திருந்தார்.

அமைதி நீடித்தது. சற்று நேரத்துக்குப் பிறகு கொந்தளித்த உணர்வுகளை ஒருமுகப்படுத்திப் பேசத் தொடங்கினார்,

"உங்கள் மூவருக்கும் பறம்பின் மலைகள் வேண்டும். அவ்வளவு தானே?"

நேரடியாக இப்படிக் கேட்கிறாரே என்று குலசேகரப்பாண்டியன் எண்ணிக்கொண்டிருந்த போது, சற்றே உயர்த்திய குரலில் சோழவேலன் சொன்னான், "ஆமாம்."

"அதோ அந்த மேடையில் இருக்கும் இரண்டு யாழ்களையும் இருவர் கையில் எடுத்துக் கொள்ளுங்கள். இரண்டு பெண்களை அழைத்துக் கால் சலங்கையைக் கட்டிக்கொள்ளச் சொல்லுங்கள். அனைவரும் உடன் வாருங்கள். நான் பாடுகிறேன். பாட்டிசைத்துப் பறம்பேறிய குழுக்கள் கேட்பதை 'இல்லை' எனச் சொல்லும் வழக்கம் பாரியிடம் இல்லை. மொத்த பறம்பினையும் வழங்கிவிடுவான்."

ஆணவத்தை அடியோடு வெட்டிச் சாய்ப்பதைப்போலச் சொற்களை வீசியெறிந்துவிட்டு, மறுமொழி என்ன என்பதை இறுமாப்போடு பார்த்தார் கபிலர்.

கொதிநெருப்பைக் கொட்டியது போலத் துடித்தெழுந்தான் சோழவேலன். நிலைமை வேறுவிதமாக ஆகிவிடக் கூடாது எனக் கருதிய குலசேகரப்பாண்டியன் சட்டெனச் சொன்னார், "நட்பால் நா பிறழ்கிறது. உமது சொற்கள் பற்றியெரியும் பறம்பினைப் பாட அதிக நாள் இல்லை, கபிலரே!"

இருக்கையைவிட்டு எழுந்தார் கபிலர், "நெருப்பில் எரித்தாலும் மீண்டும் முளைக்கும் ஆற்றல் கொண்டது பனம்பழம் மட்டும்தான். பனையைக் குலச்சின்னமாகக் கொண்டவன் வேள்பாரி. நெருப்பாலும் அழிக்க முடியாத அவனைப் பாடுதல் எந்தமிழுக்கு அழகு."

சொல்லியபடி வணங்கி அவை நீங்கினார் கபிலர்.

82

வேனிற்காலப் பள்ளியறையிலிருந்து மீண்டும் குளிர்காலப் பள்ளியறைக்கு மாறியிருந்தாள் பொற்சுவை. ஆனால், மாற்றங்கள் வேறு எதிலும் நிகழவில்லை. வேனிற்காலப் பள்ளியறையில் இருந்த காலத்திலும் பொதியவெற்பன் அங்கு வரவில்லை. அரசப் பணிக்காக வெங்கல் நாட்டுக்குப் போனவனைப் பேரரசர் அங்கேயே இருக்கச் சொல்லிவிட்டார். போர்ச்சூழலை நோக்கி நாட்கள் நகர்ந்து கொண்டிருந்தன.

மழைக்காலம் தொடங்கும் முன் பேரரசரும் புறப்பட்டுப் போனார். போருக்கான ஏற்பாடுகளுக்காக அரண்மனையின் முக்கியப் பொறுப்பாளர்கள் அனைவரும் முன்னதாகப் புறப்பட்டுப் போயினர். போர்ச்சூழல், அரண்மனையை ஆண்களின் வாசனையற்றதாக மாற்றியது. கருவூலப் பொறுப்பாளர் வெள்ளிகொண்டார் மட்டுமே கோட்டையில் தங்கியிருந்தார். அரண்மனையின் நிர்வாகப் பொறுப்பு முழுமையும் அவர் வசமிருந்தது.

கோட்டையின் பாதுகாப்புக்கான வீரர்களைத் தவிரப் படைக்கலனில் இருந்த அனைவரும் புறப்பட்டுப் போயினர். பேரரசரும் இளவரசரும் கோட்டைக்குள் இல்லாத காலங்களில் விழாக் கொண்டாட்டங்கள் நடப்பதில்லை. தெய்வ வழிபாட்டுச் சடங்குகள் மட்டுமே வழக்கம்போல் நடந்தன. அரண்மனையின் அன்றாடம் என்பது ஆடம்பரமற்றே இருந்தது.

இந்தப் புறச்சூழல் எதுவும் பொற்சுவையின் அகத்துக்குள் எந்த மாற்றத்தையும் ஏற்படுத்தவில்லை. அவளது நாட்கள் வழக்கம்போலவே கழிந்தன. ஒரு பகற்பொழுதில்

சுகமதியை அழைத்துக்கொண்டு அரண்மனையின் வெவ்வேறு மாளிகைகளைப் பார்த்துவந்தாள். தனித்திருந்த அழகிய மாளிகை யொன்று அப்போது அவளின் கண்ணில்பட்டது.

கடலலைகள் இடைவிடாது சுருண்டு மேலெழுவதுபோல் மாளிகையின் வெளிப்புறச் சுதைவேலைப்பாடுகள் இருந்தன. அலையை மேற்தோல் எனப் போத்தியிருக்கும் அந்த மாளிகையைப் பார்த்ததும் உள்ளே நுழையவேண்டும் என ஆசைகொண்டாள். கடல் அலையின் தளும்பல்களைக் காலம் முழுவதும் உணர்ந்தவள் அவள். அதைப் பார்த்ததும் கால்கள் தன்னியல்பில் அந்த மாளிகையை நோக்கி நடக்கத் தொடங்கின.

அது என்ன மாளிகை என்று உடனிருக்கும் சுகமதிக்குத் தெரியும்.

எனவே, அங்கு போவதைத் தவிர்க்க முயன்றாள். ஆனால், அதற்குள் மாளிகையின் வாசல் அருகே சென்று விட்டாள் பொற்சுவை. இளவரசி திடீரென அங்கு வருவாள் என, பணிப்பெண்கள் எதிர்பார்க்கவில்லை. முத்துகள் பதித்த விரிவடிவத் தட்டுகளை எடுத்து வந்து அவளை வரவேற்க ஏற்பாடு செய்தனர். ஆனால், அதற்குள் பொற்சுவை மாளிகையின் உள்ளே நுழைந்து விட்டாள்.

நிலைச்சுவரிலும் தரையிலும் பளிங்குக்கற்கள் பாவப்பட்டிருந்தன. ஓவியங்களும் மரவேலைப்பாடுகளும், மனிதக் கற்பனைக்கு எட்டாத பேரழகுகொண்டு விளங்கின. எங்கும் இசைக்கருவிகள் நிறைந்திருந்தன. வியந்து பார்த்த பொற்சுவை, "இது என்ன மாளிகை?" எனக் கேட்டாள்.

சொல்வதற்குச் சற்றே தயக்கத்தோடு

சுகமதி நின்றிருந்தபோது, அருகில் இருந்த தலைமைப் பணிப்பெண் சொன்னாள், "இந்த மாளிகையின் பெயர் பாண்டரங்கம்."

பெயர் கேட்டதும், நீலவள்ளிதான் நினைவுக்குவந்தாள். 'திருமணத்துக் காகக் கட்டப்பட்ட பாண்டரங்கில் தான் நீலவள்ளியோடு மகிழ்ந்து கிடக்கிறான், பொதியவெற்பன்!' என்று பலமுறை கேள்விப்பட்டுள்ளாள். இந்த மாளிகையில்தான் தேவவாக்கு விலங்கின் வடக்கிருக்கும் ஆற்றல் கண்டறியப்பட்டது என்பதையும் அறிவாள். மனதுக்குள் அந்த எண்ணங்கள் ஓடிக்கொண்டிருக்க, கண்கள் கலைவேலைப்பாடுகளைக் கண்டு சுழன்று கொண்டிருந்தன.

நிமிர்ந்து மேற்கூரையைப் பார்த்தாள். அங்கும் வானியல் காட்சிகள் வரையப்பட்டிருந்தன. காலத்தை வசப்படுத்தும் மனித முயற்சிகள் அவளுக்குச் சிரிப்பையே வரவழைத்தன. பார்த்தபடியே இடதுபுறமாகத் திரும்பினாள். மேடை ஒன்றில் மகரயாழ் வைக்கப்பட்டிருந்தது. அதற்குச் சற்றுத் தள்ளி மாளிகையின் நடுவில் விளக்கு ஒன்று இருந்தது. அதன் கலை வேலைப்பாடுகள் கண்களை ஈர்த்தன. மகரயாழை நோக்கிச் செல்ல நினைத்தவள், விளக்கை நோக்கிச் சென்றாள்.

பணிப்பெண் அருகில் வந்து சொன்னாள், "மிகச்சிறந்த கலை வேலைப்பாடுகளைக்கொண்ட விளக்கு இது. 'காமன் விளக்கு' என்று இதைச் சொல்வார்கள் இளவரசி."

காதலுற்றப் பெண் ஒருத்தி வலதுகையைப் பக்கவாட்டில் சற்றே உயர்த்திப் பிடித்திருக்கிறாள். அவளின் உள்ளங்கையில் அகல் இருக்கிறது. இடதுகையை மார்போடு அணைத்தபடி வைத்திருக்கிறாள். அந்தக் கை ஒரு மலரைப் பிடித்துக் கொண்டிருக்கிறது. அவளின் பேரழகில் மயங்கிய காதலன் அவளின் முகம் பார்த்தபடி அணுக்கமாய் மயங்கி நிற்கிறான். அந்தச் சிலையை உற்றுப் பார்த்தபடியே நின்றாள் பொற்சுவை.

பணிப்பெண் சொன்னாள், "இந்த விளக்கில் சுடரேற்றிப் பார்க்கும் போதுதான் இதன் முழுச்சிறப்பும் தெரியவரும் இளவரசி."

'சரி' எனத் தலையசைத்தாள் பொற்சுவை. அரங்கின் பிற பகுதிகளிலிருந்து வரும் ஒளியை, திரைச்சீலையை இறக்கி மறைத்தார்கள். பாண்டரங்கில் இருள் நிறைந்தது. பணிப்பெண்கள் காமன் விளக்கில் சுடரேற்றினார்கள். முன்திசையெங்கும் ஒளி பரவியது. அரங்கில் இருந்த கண்ணாடிகளும் முத்துகளும் ஒளியை வாங்கி உமிழத் தொடங்கின.

பணிப்பெண், "இந்த விளக்கின் சிறப்பு, உமிழும் ஒளியல்ல; படரும் நிழல்தான்" என்று பொற்சுவையைப் பார்த்துச் சொல்லியபடி விளக்கின் பின்புறத்தை நோக்கிக் கை நீட்டினாள். பொற்சுவையும் சுகமதியும் அந்தத் திசையைப் பார்த்தனர்.

ஆணும் பெண்ணுமாக இருவர் நிற்கும் சிலையின் நிழல் ஒற்றை உருவமாகப் படிந்திருந்தது. சுடர் அசையும்போதெல்லாம் நிழலும் அசைந்துகொடுத்தது. அசையும் நிழலுக்குள் புரளும் உருவங்களைப் பற்றிப் பணிப்பெண் வியந்து சொல்லத் தொடங்கினாள்.

கையை உயர்த்தி அவளின் பேச்சை நிறுத்திய பொற்சுவை. "திரைச்சீலை களை உயர்த்துங்கள்" என்றாள்.

சற்றே அதிர்ந்த பணிப்பெண்கள் திரைச்சீலைகளை விலக்கினர்.

பாண்டரங்கம் மீண்டும் ஒளி கொண்டது.

சிலையின் அருகில் இருந்தபடி உற்றுப்பார்த்துக்கொண்டே இருந்த பொற்சுவை, சிறிது நேரம் கழித்துச் சொன்னாள், "இந்தச் சிலையின் சிறப்பு, வலதுகையில் ஏந்திப் பிடித்துள்ள விளக்கோ படரும் நிழலோ அல்ல."

அனைவரும் வியந்து பார்த்தனர்.

"இடதுகையில் மார்போடு அணைத்துப் பிடித்திருக்கும் அந்த மலர்தான்."

சுகமதி அப்போதுதான் அந்த மலரை உற்றுப்பார்த்தாள்.

"இந்தச் சிலையை வடித்த சிற்பி யார்?"

பணிப்பெண்களுக்குத் தெரிய வில்லை. "கேட்டுச் சொல்கிறோம் இளவரசி."

"விரைந்து தெரிவியுங்கள்" என்று சொல்லிப் பாண்டரங்கம்விட்டு வெளியேறினாள்.

வரும் வழியில் சுகமதி கேட்டாள், "அந்த மலரின் சிறப்பு என்ன இளவரசி?"

"அந்தக் காதலர்களின் முகங்களைப் பார்த்தாயா? உள்ளுக்குள்ளிருந்து பெருகும் பேரன்பால் மலர்ந்திருக் கின்றன. விளக்கில் சுடரை ஏற்றாத போதும் அந்த முகங்கள் மலர்ந்தே இருக்கின்றன. அப்படியென்றால், 'அந்த மகிழ்வுக்குக் காரணம் விளக்கல்ல, வேறேதோ காரணம் இருக்க வேண்டும்' எனத் தோன்றியது. அப்போதுதான் அந்த மலரை உற்றுக் கவனித்தேன். அது தனித்துவமிக்க தொரு மலர். அதன் கீழ் இதழ்களின் அடிப்பகுதியில் சிறுசிறு வேர்கள் இருப்பதைப் போலச் சிற்பி வடித்துள்ளான்" என்றாள்.

"மலரின் இதழ்களில் எப்படி வேர் இருக்கும்? வேரில் காய்கள் காய்க்கும்... மலர்கள் மலருமா என்ன?"

"நானும் இதுவரை கேள்விப்பட்ட தில்லை. ஆனால், வேரில் மலரும் தன்மைகொண்ட ஏதோ ஓர் அதிசய மலர் உள்ளது. அதை ஏந்திப் பிடித்துள்ளதால்தான் இந்தக் காதலர்கள் இவ்வளவு மகிழ்வோடு இருக்கிறார்கள். அதைத்தான் சிற்பி மிக நுட்பத்தோடு வார்த்துள்ளான்" என்றாள்.

அன்றைய நாள் முழுவதும் அந்த மலரையும் காமன் விளக்கையும் பற்றியே பேசிக்கொண்டிருந்தாள் பொற்சுவை. அந்த விளக்கைச் செய்த சிற்பி யாரெனத் தெரிந்துகொள்ள, விடாது முயன்றாள்.

மறுநாள் காலையில் பாண்டரங்கின் தலைமைப் பணிப்பெண் வந்து சொன்னாள், "தங்களின் திருமணத்துக் காக வெங்கல்நாட்டுச் சிறுகுடி மன்னர் கொடுத்த பரிசுப்பொருள் அது. அங்கு உள்ள சிற்பி இதை வடித்துத் தந்துள்ளார்."

அன்று மாலையே வெள்ளி கொண்டாருக்கு செய்தி தெரிவிக்கப் பட்டது. இளவரசி வெங்கல்நாட்டுக்குச் செல்லவேண்டும்.

போர்க்களத்துக்குச் செல்ல இளவரசி ஏன் ஆசைப்படுகிறார் என்பது வெள்ளிகொண்டாருக்கு விளங்கவில்லை. இளவரசர் அரண்மனையைவிட்டு அகன்று பல மாதகாலம் ஆகிவிட்டது. "அவரைக் காணும் விருப்பத்தில் இளவரசி புறப்படுகிறார்" என்று உடனிருந்தவர்கள் அவருக்குச் சொன்னார்கள். உரிய ஏற்பாட்டோடு இளவரசியை அனுப்பிவைப்பதைத்

தவிர அவருக்கு வேறு வழியேதும் தெரியவில்லை.

தகுந்த பாதுகாப்போடு இளவரசியை அழைத்துச் செல்லும் பொறுப்பு செவியனுக்கு வழங்கப் பட்டது. அரண்மனையின் நிர்வாகப் பொறுப்பில் இருக்கும் செவியன்தான் வெங்கல் நாட்டுக்கு பலமுறை சென்று வந்த அனுபவம்கொண்டவன். எனவே, வெள்ளிகொண்டார் அவனைத் தேர்வுசெய்தார்.

மூன்றாம் நாள் அதிகாலை தேர் புறப்பட்டது. தோழிகள் புடைசூழ, அண்ணகர்கள் காவல்கொள்ள, அவர்களைக் கடந்து வீரர்கள் அணிவகுக்க, செவியன் தலைமையில் பயணம் தொடங்கியது.

செவியனின் குதிரையே முன்னே பாய்ந்து சென்றது. ஆனால், அவனது மனம் குழப்பத்திலிருந்தது. கடந்தமுறை வெங்கல் நாட்டிலிருந்து இளமாறனை மதுரைக்கு அழைத்து வந்தது செவியன்தான். ஆனால், அவனால் அழைத்துவரப்பட்டவன் மீண்டும் உயிரோடு வெங்கல்நாடு திரும்பவில்லை. இப்போதோ இளவரசியை வெங்கல்நாடு நோக்கி அழைத்துச்செல்கிறான். இந்தப் பயணம் எப்படி அமையப்போகிறதோ என்ற குழப்பத்தில் தவித்தது மனம்.

விரைந்து பயணித்தனர். குதிரைகள் இளைப்பாறுதலுக்காக ஆங்காங்கே நிறுத்தப்பட்டன. அப்போதெல்லாம் தேர்விட்டு இறங்கி வெளியில்வரும் இளவரசி, சற்றுத் தொலைவு நடந்து இயற்கையின் காட்சிகளைக் கண்டு மகிழ்ந்தாள். மழைக்காலம் முடிவுற்ற நேரமிது. வயல்வெளியெங்கும் உழவுத் தொழில் செழிப்புற்று இருக்கவேண்டிய காலமிது. ஆனால், காட்சிக்கு அப்படித் தெரியவில்லை. அந்த வழி சென்ற இரண்டு பெண்களை அழைத்துக் கேட்டாள் பொற்சுவை.

“ஊர்களில் ஆண்கள் இருந்தால் தானே உழவுத்தொழிலைச் செய்ய முடியும். எல்லோரையும் போர்க் களத்துக்கு அனுப்பச் சொல்லி அரச உத்தரவு. பிறகு எப்படிப் பயிர்செய்ய முடியும்?” எனக் கேட்டுவிட்டு நடந்தனர் பெண்கள்.

செல்லும் வழியில் எதிர்படும் ஊர்களில் தேர் நின்றது. பெண்களும் குழந்தைகளும் முதியவர்களும் மட்டுமே ஊர்களில் இருந்தனர். நீரும் வயலும் இருந்தும் பயிரை விளைய வைக்க முடியாத கொடுமையைப் பார்த்துக்கொண்டே கடந்தாள். கொல்லர், தச்சர், பறம்பர் என எவரும் ஊரில் இல்லை. எல்லோரும் போர்க்களம் சென்றுவிட்டனர். கூலங்களைச் சேமிக்க வழியின்றி இருக்கும் சின்னஞ்சிறு ஊர்களில் எல்லாம் கோடைக்காலத்தைப் பற்றிய கவலை இப்போதே வரத் தொடங்கி விட்டது. ஏறக்குறைய எந்த ஊரும் இந்த ஆண்டு முழுமையான அறுவடையைச் செய்யவில்லை. வரப்போகும் காலம் எவ்வளவு கொடுமையாக இருக்கப்போகிறது என்பதை ஒவ்வொருவரின் கண்களிலும் கண்டாள் பொற்சுவை.

இரண்டாம் நாள் பயணத்துக்குப் பிறகு அவள் மனிதர்களைப் பார்ப்பதைத் தவிர்த்தாள். காட்சிகள் மனதைக் கலங்கடிப்பனவாக இருந்தன. எனவே, திரைச்சீலை விலகாமல் பார்த்துக்கொண்டாள்.

தொடர்ந்து பயணித்து வெங்கல்நாட்டு மாளிகையை அடைந்தனர். பாண்டியநாட்டு இளவரசியின் திடீர் வரவு, வெங்கல் நாட்டு அரண்மனையைத் திகைப்புறச்

செய்தது. புதிதாகக் கட்டப்பட்ட மாளிகை ஒன்றில் அவள் தங்க வைக்கப்பட்டாள். போர்க்களம், பலகாதத் தொலைவு தள்ளி இருக்கிறது. செவியன் அங்கு சென்று மையூர்க்கிழாரைக் காண முயன்றான். ஆனால், அதற்கு வாய்ப்பில்லை எனத் தெரிந்தது. மையூர்க்கிழாருக்குச் செய்தி அனுப்பப்பட்டது. அவர் வரும் வரை காத்திருந்தனர்.

இரண்டாம் நாள்தான் செய்தி மையூர்க்கிழாரை எட்டியது. அவர் காலாட்படையின் வடகோடியில் இருந்தார். செய்தியை அவர் முதலில் நம்பவில்லை. 'உலகின் பேரழகி என வர்ணிக்கப்படும் பாண்டியநாட்டு இளவரசி, தனது அரண்மனைக்கு வந்துள்ளாரா?!' வியப்பு நீங்காமல் குதிரையை விரைவுபடுத்தினார்.

'பொதியவெற்பன் மதுரைக் கோட்டையிலிருந்து நீங்கிப் பலமாத காலம் ஆகிவிட்டது. அதனால்தான் இளவரசியாரும் புறப்பட்டு இங்கு வந்துள்ளார்!' என்று எண்ணியபடியே அவள் தங்கியுள்ள மாளிகையை அடைந்தார். பாண்டியநாட்டு வழக்கப்படி நுண்ணிலைப் பட்டுச் சரடுகளாலான திரைச்சீலைகள் அலையலையாய் மறைத்திருக்க அப்பால் நின்றிருந்த இளவரசி திரை விலக்கி வெளியே வந்தாள். தலை தாழ்த்தி வணங்கிய அவர், இளவரசியின் வருகையை வர்ணித்துக் கூறிய வார்த்தைகளை முடிக்க நீண்ட நேரமானது. பொற்சுவை மகிழ்ந்து அவரது வரவேற்பை ஏற்றாள்.

"அமைச்சர் முசுகுந்தரிடம் நான் வந்துள்ள செய்தியைத் தெரிவியுங்கள். அவர் பொருத்தமான நேரத்தில் பேரரசரிடமும் இளவரசரிடமும் இந்தச் செய்தியைச் சேர்ப்பார்" என்றாள்.

"உத்தரவு, இளவரசி! அவ்வாறே செய்கிறேன்!" என்று கூறிப் புறப்பட ஆயத்தமான மையூர்க்கிழாரை நோக்கிச் சுகமதி கேட்டாள், "இளவரசியாரின் திருமணத்துக்கு காமன் விளக்கைப் பரிசாகத் தந்தீர்கள் அல்லவா... அந்த விளக்கைச் செய்த சிற்பி எங்கே?"

மையூர்க்கிழார் உள்ளுக்குள் மகிழ்ந்தார். இந்த மாளிகைக்கு இளவரசர் வரும் நாளன்று காமன் விளக்கு இங்கு இருக்க வேண்டுமென இளவரசி விரும்புவதாக எண்ணிக் கொண்டார்.

"உடனடியாக அதற்கு ஏற்பாடு செய்கிறேன்!" என்று கூறிய மையூர்க்கிழார், அரண்மனையின் தலைமைச் சித்திரக்காரர் குழல் தத்தனை அழைத்து காராளி எங்கு இருந்தாலும் அழைத்துவர உத்தர விட்டுப் போர்க்களம் திரும்பினார்.

குழல்தத்தன் வயதில் மூத்தவர். இளவரசியைக் கண்டு வணங்கினார். "காராளியின் ஊர் மலைக்குன்று களுக்குள் இருக்கிறது. போய்த் திரும்ப மூன்று நாட்கள் ஆகும்" என்று சொல்லிச் சென்றார்.

இளவரசி பொற்சுவை, பயணக் களைப்பு நீங்க ஓய்வெடுத்தாள். மூன்று நாட்களுக்குப் பிறகு குழல்தத்தன் வந்தார். ஆனால், உடன் யாரும் வரவில்லை. இளவரசியிடம் பணிந்து சொன்னார், "காராளி வர மறுத்து விட்டான், இளவரசி!"

யாரும் எதிர்பாராத பதிலாக இருந்தது.

"பாண்டியநாட்டு இளவரசியின் அழைப்பை ஒரு சிற்பி மறுத்துச் சொல்கிறானா?" எனச் சற்றே கோபத்தோடு கேட்டாள் சுகமதி.

குழல்தத்தன் பேச்சற்று நின்றார்.

"ஏன் மறுத்தான்?" எனக் கேட்டாள் பொற்சுவை.

குழல்தத்தன் எந்த விளக்கமும் சொல்லாமல் நின்றார்.

மீண்டும் கேட்டாள் பொற்சுவை. காரணத்தைச் சொல்வதன்றிக் குழல்தத்தனுக்கு வேறு வழியில்லை.

" 'வாக்குத் தவறியவனின் சொல்லுக்கு மதிப்பளிக்க மாட்டோம்' எனக் காராளி கூறுகிறான்."

பொற்சுவைக்குப் புரிய வில்லை. "வாக்குத் தவறியது யார்?" எனக் கேட்டாள்.

தயக்கத்தோடு குழல்தத்தன் சொன்னார், "எங்கள் மன்னர் மையூர்க்கிழார்!"

சற்றே அதிர்ந்தார் பொற்சுவை.

" 'பறம்பின் மீது தாக்குதல் தொடுக்கவோ, தொடுப்பவருக்கு உதவியோ செய்ய மாட்டோம் என்பது எம் முன்னோர்களின் வாக்கு. மையூர்க்கிழார் அதை மீறிவிட்டார். இனி இந்த மண்ணை நான் மிதிக்க மாட்டேன்' எனக் கூறி வர மறுத்து விட்டான்" என்றார் குழல்தத்தன்.

காரணம் அறிந்ததும் அமைதி கொண்டாள் பொற்சுவை. அந்த அமைதி, அவன் மீதான கோபமாக உருமாறவில்லை. என்ன சொல்லப் போகிறாரோ என குழல்தத்தன் எதிர்பார்த்திருக்க, "அவன் இங்கு வர வேண்டாம், நான் அங்கு செல்கிறேன்!" என்றாள் பொற்சுவை.

குழல்தத்தன் பதறிப்போனார். "இளவரசியார் மலைக்குன்றுகளுக்குள் இருக்கும் அவனுடைய இடத்துக்குப் போகவேண்டுமா!" என்றார்.

அதற்குள் அவளின் ஆணை அண்ணகர்களுக்குத் தெரிவிக்கப் பட்டது. பல்லக்குகள் ஏற்பாடாயின. "நாளை காலை புறப்படலாம்" என்று சொல்லிவிட்டு உள்ளே சென்றாள் பொற்சுவை.

மையூர்க்கிழாரைக் கண்டு இதைத் தெரிவிக்க முடியவில்லை. அவர் மூவேந்தர்களின் படைக்குள் எங்கு இருக்கிறார் என்பதை அறிவதே இயலாத செயலாகத் தோன்றியது. எனவே, அழைத்துச் செல்வதைத் தவிர குழல்தத்தனுக்கு வேறு வழியில்லை.

பல்லக்கைச் சுமந்தபடிக் கார மலையின் அடிவாரக் குன்றுகளுக்குள் நுழைந்தனர் அண்ணகர்கள். குழல்தத்தன் முன்னால் போய்க் கொண்டிருந்தார். காரமலையின் அடிவாரத்தில் உள்ளொடுங்கி இருக்கும் ஆறு ஊர்களும் வெங்கல்நாட்டுக்கு உட்பட்டவை. அதற்கு முன்னும் பின்னுமாக இருக்கும் ஊர்கள் பறம்புக்கு உட்பட்டவை. உடலெங்கும் வியர்த்துக்கொட்டியபடி இருந்தது. ஆனாலும் பறம்பு மக்கள் மீதிருந்த நம்பிக்கையில் அவர் துணிந்து அழைத்துச்சென்றார். எந்த ஓர் ஆபத்தும் அவர்களால் நேராது என்பது அவரின் எண்ணம்.

சரிவுப்பாறையில் வண்ணக் கலவைகொண்டு ஓவியம் வரைந்து கொண்டிருந்தான் காராளி. அவன் இருக்கும் இடமறிந்து அங்கேயே அழைத்துச் சென்றார் குழல்தத்தன். மலையேற்றப் பாதையில்கூடப் பல்லக்கைக் குலுங்காமல் தூக்கி வந்தனர் அண்ணகர்கள். திறள் கொண்ட அவர்களின் தோள்களும் துடுப்புப் போன்ற அகலமான பாதங் களும் அதற்கென பழக்கப்பட்டவை.

சற்றுத் தொலைவில் இருந்த காராளியிடம் போய்ப் பேசினார் குழல்தத்தன். காராளி திரும்பிப் பார்த்தான். பல்லக்கைக் கீழிறக்கிக் கொண்டிருந்தார்கள். உள்ளே இருந்து பெண் ஒருத்தி இறங்கி அவனை நோக்கி வந்தாள். "வருபவர்தான் பாண்டியநாட்டு இளவரசி" என்று சொல்லி, அந்த இடம்விட்டு அகன்றார் குழல்தத்தன். சுகமதி

பல்லக்கின் அருகேயே நின்று கொண்டாள்.

இளவரசியை மகிழ்ந்து வரவேற்கக் காராளி ஆயத்தமாக இல்லை. தலையைத் தாழ்த்தியபடி உயிரற்றக் குரலில் வரவேற்புச் சொல்லைக் கூறினான்.

தனது வரவை விரும்பாத ஒருவனின் முன் நிற்கிறோம் என்பதை முதல் பார்வையிலேயே உணர்ந்தாள் பொற்சுவை. 'ஆனாலும் என்ன, அவனது கலை என்னை இங்கே வரவைத்திருக்கிறது. வாக்கு மீறியவன் மன்னனேயானாலும் அவன் மாளிகைக்கு வரமாட்டேன் என்று சொல்லும் துணிவு பிடித்திருக்கிறது. அதனால்தான் வந்துள்ளேன்' என மனதுக்குள் நினைத்தபடி சொன்னாள், "நீ வடித்துத் தந்த காமன் விளக்கு மிகச் சிறப்பாக இருக்கிறது."

ஒன்றரை ஆண்டுகளுக்கு முன் செய்து தந்த விளக்கைப் பற்றிய நினைவுவந்தது. எல்லோரையும்போல அதன் சிறப்பை அறியாமலேயே சிறப்பித்துக் கூறும் இன்னொருவர் என நினைத்தபடி "நன்றி!" என்றான் தலைநிமிராமல்.

"அந்தச் சிலையின் அழகு, சுடரில் ஒளியேற்றும்போது இணைந்துவிழும் நிழலில் இருப்பதாகக் கூறினர். ஆனால், எனக்கு அவ்வாறு தோன்ற வில்லை" என்றாள்.

சற்றே விழிப்புற்றான் காராளி. தாழ்த்தியிருந்த தலையை மெல்ல உயர்த்தி இளவரசியைப் பார்த்தான். "உங்களுக்கு என்ன தோன்றியது?" எனக் கேட்டான்.

"அவள் இடதுகையில் பிடித்திருக்கும் மலரில்தான் அந்தச் சிலையின் உயிரிருப்பதாக நினைக்கிறேன்."

வியப்புற்று விரிந்தன கண்கள். காராளி, சொற்களின்றி அவளின் முகம் பார்த்தபடியே நின்றான்.

"நான் சொல்வது சரிதானா?" எனக் கேட்டாள்.

சற்று இடைவெளிக்குப் பிறகு "எப்படிக் கண்டறிந்தீர்கள்?"

"நீ விளக்கில் வடித்துள்ள சிலைகள் அவ்வளவு உயிர்ப்போடு இருக்கின்றன. அவர்களின் முகங்களில் இருக்கும் மகிழ்வை வார்த்தைகளால் சொல்ல முடியாது. அதற்குக் காரணம், இடதுகையில் ஏந்தியிருக்கும் மலர்தான். அவள் அதை உயிரெனக் காத்து வைத்திருக்கிறாள்."

"ஆம், அதுதான் மலர்களிலே அதிசிறந்தது. காதலின் குறியீடாக மலைமக்கள் போற்றுவது."

பெருவியப்போடு பொற்சுவை கேட்டாள், "என்ன மலர் அது? அதன் சிறப்பென்ன?"

முகம் மலர்ந்து காராளி சொன்னான், "நிலத்தில் பூக்கும் பூக்கள் எல்லாம் ஒருமுறைதான் மலர்கின்றன. பிறகு காய்ந்து உதிர்ந்து விடுகின்றன. ஆனால், நீர்ப்பூக்கள் அப்படியல்ல. அவை மலர்கின்றன. பிறகு கூம்புகின்றன, மீண்டும் மலர் கின்றன. பூக்களின் அதிசயம் நீர்ப்பூக்கள் என்றுதான் பலரும் கருதுவர்."

"ஆம், அதில் என்ன ஐயம்?" எனக் கேட்டாள் பொற்சுவை.

"நீர்ப்பூக்களைப்போல மலர்ந்து பிறகு கூம்பி, மீண்டும் மலரும் பூ ஒன்று நிலத்திலும் இருக்கிறது."

பெருவியப்போடு, "நீ சொல்வது உண்மையா?" எனக் கேட்டாள் பொற்சுவை.

"ஆம்" என்று சொன்ன காராளி,

“அதில் வியப்புக்குரிய செய்தி இதுவல்ல; இதனினும் சிறந்த ஒன்று உள்ளது” என்றான்.

சொல்லி முடிக்கும் முன்னர் “என்ன அது?” என்று கேட்டாள்.

காராளி சொன்னான், “முளைக்கும் பயிர் நிலத்தை முண்டி மேலே வருவதைப்போல, வேரிலிருந்து முளைக்கும் இந்த மலர் நிலத்தை முண்டி மேலே வந்து மண்ணோடு மலரும். இதன் வியப்புக்குரிய குணம் என்னவென்றால், மனிதர்கள் யாரேனும் அருகில் போனால் மலர்ந்த அதன் இதழ்களை மீண்டும் கூப்பி உள்ளே இழுத்துக்கொள்ளும். அதன் மேலிதழ்களில் சிறுசிறு முற்கள் இருக்கும். பார்ப்பவர்கள் ஏதோ முள்காய் மண்ணுள் கிடக்கிறது என நினைத்து கடந்து போய்விடுவார்கள்” என்றான்.

பொற்சுவை அசையாமல் கேட்டுக்கொண்டிருந்தாள். காராளி, பேச்சை நிறுத்தி அமைதியானான்.

“அப்படியென்றால், மனிதர்கள் இதைப் பார்க்கவே முடியாதா?”

“முடியும். பேரன்பால் ஒன்றுகலந்த காதலர்கள் மண்ணுள் புதைந்திருக்கும் இதன் அருகே உட்கார்ந்து, ஈசல் புற்றை மெல்ல ஊதுவதுபோல மூச்சுக்காற்றால் ஊத வேண்டும். காதல் இணையர்களின் மூச்சுக்காற்று படப்படக் கொஞ்சம் கொஞ்சமாக இந்த மலர் மலர்ந்து வெளிவரும் என்று சொல்வார்கள்.”

பொற்சுவையின் உடல் நடுங்கி அடங்கியது,“நீ சொல்வது உண்மையா?”

“ஆம்” என்றான் காராளி. “இதன் ஆதிப்பெயர் நிலமொரண்டி. ஆனால், ‘காதல் மலர்’ என்றால்தான் காட்டில் உள்ளவர்களுக்குத் தெரியும்.”

பொற்சுவை சொல்லின்றி நின்றாள்.

“பாரியும் ஆதினியும் தங்களின் மூச்சுக்காற்றால் மலரவைத்த காதல் மலரை ஏந்தி நின்றார்கள் என்று என் ஆசான் ஒருமுறை கூறினார். அந்தக் காட்சியை நான் கற்பனையாக வரைந்திருந்தேன். மையூர்க்கிழார் புதுமையாக ஏதாவது பரிசுப் பொருள் செய்ய வேண்டும் என்று சொன்னபோது அந்த ஓவியத்தையே விளக்காக வடிவமைத்தேன். எல்லோரும் சிலை அமைக்கப்பட்ட கோணத்தால் நிழல் படர்வதைத்தான் கவனித்தார்களே தவிர, கையில் ஏந்தியிருக்கும் காதல் மலரை யாரும் கவனிக்கவில்லை. நீங்கள் மட்டுமே அந்த அதிசய மலரைக் கண்டறிந்திருக்கிறீர்கள்” என்றான்.

மூர்ச்சையாவதைப்போலத் தாக்குண்டு நின்றாள் பொற்சுவை. “நீ வடித்துள்ள சிற்பத்தில் இருப்பது பாரியும் ஆதினியுமா?”

“அவர்களை நினைத்துதான் அந்த ஓவியத்தை வரைந்தேன். அந்த ஓவியம்கொண்டே சிற்பத்தை உருவாக்கினேன். அப்படியெனில், அதில் இருப்பது அவர்கள்தானே!”

மிரட்சியிலிருந்து மீள முடியவில்லை. “பாண்டியப் பேரரசின் பாண்டரங்கத்துக்குள் இத்தனை காலமாக இருப்பது பாரியின் சிலையா?!” கலங்கி நின்றாள் பொற்சுவை.

“மனங்களை வெல்லத் தெரிந்தவன் ஒருபோதும் தோல்வியடைய மாட்டான். நாடுகளையும் காலங்களையும் கடந்து, கலைகளால் அவன் வாழ்வான். இன்னும் எத்தனை நூறாண்டுகள் கழித்தும் மனமொன்றிய காதலர்கள் நிலமொரண்டியைக்

கண்டு மூச்சுக்காற்றை ஊதினால் பாரியும் ஆதினியுமே இதழ்களாய் விரிவார்கள்” என்றான் காராளி.

கலங்கிய கண்களோடு பேச்சின்றி நின்றாள் பொற்சுவை. அவளின் ஆழ்மனதுக்குள் மூச்சுக்காற்று ஊதப்பட்டுக்கொண்டிருந்தது. ஆனால், புதைந்துபோன அவளது காதல் மலர் இதழ் விரித்து மேலெழவில்லை. சற்றே அதிர்ச்சியாகி நின்றாள். காலம் கடந்துவிட்டது எனத் தோன்றியது. மூச்சுக்காற்றின் ஓசை மட்டும் கேட்டபடியிருக்க அந்த இடம்விட்டு மெல்ல நகர்ந்தாள்.

‘எதுவும் சொல்லாமல் போகிறாரே!’ என நினைத்த காராளி, பொற்சுவையைப் பார்த்துக் கூறினான், “நாங்கள் ஆறு ஊர்க்காரர்களும் வெங்கல்நாட்டைச் சேர்ந்தவர்கள் தான். ஆனால், வாக்குத் தவறியவனுக்காக வில்லேந்த மாட்டோம் என்று உறுதிகொண்டுள்ளோம். எனவே, போர்க்களம் புகப்போவதில்லை. தங்களுக்கு விருப்பமானதைச் சொல்லுங்கள், இளவரசி செய்து தருகிறேன்.”

தள்ளிப்போன பொற்சுவை கண்களைத் துடைத்தபடித் திரும்பினாள். முகம் மெல்ல மலர்ந்தது. காராளியைப் பார்த்துச் சொன்னாள், “எனக்கு வேண்டியதை நீ தந்துவிட்டாய்!”

அவளது புருவங்கள் இசைவாய் வளைந்து கீழிறங்குவதும், இமையோரத்து மயிர்கால்கள் அதை எவ்விப் பிடிக்க முயல்வதும் யாராலும் வரைய முடியாத ஓவியம்போல் இருந்தன. அந்த அழகிய விழிகளை விட்டுக் காராளியின் கண்கள் விலகவில்லை.

பேச்சின்றி நின்ற காராளியைப் பார்த்து, “என்ன?” என்றாள் பொற்சுவை.

“இந்த உலகில் வரைய முடியாத ஓவியங்கள் இருக்கும்வரை, ஓவியன் வரைந்துகொண்டே இருப்பான்” என்று சொல்லி மீண்டும் வண்ணக் கலவையைக் கையில் ஏந்தினான் காராளி.

83

கபிலர் திரும்பி வந்ததும் அவரிடம் கேட்கப்பட்டதைவிட அலவனிடந்தான் அதிகக் கேள்விகள் கேட்கப்பட்டன. அவன் அனுப்பப்பட்டதும் அதற்காகத்தான். வேந்தர்களின் படைக்கலக் கொட்டிலில் நஞ்சு சேகரிப்பு இருக்கிறதா, எந்த வகை நஞ்சுகளை அவர்கள் வைத்திருக்கிறார்கள் என்பன போன்ற செய்திகள் தேவைப்பட்டன. அதனால்தான் கபிலருக்கு உதவியாளனாக அலவனை அனுப்பிவைத்தான் தேக்கன்.

அலவனின் வேலையை எதிரிகளே பாதியாகக் குறைத்தனர். கபிலரை அழைத்துச்செல்லும்போதே ஆயுதச் சேகரிப்பு இடங்களான படைக்கலக் கொட்டில்கள் மூன்றின் வழியாகத்தான் சாகலைவன் அழைத்துச் சென்றான். வேந்தர்களின் போர் ஆயுதங்கள் வைக்கப்பட்டிருக்கும் இடம் எவ்வளவு பெரியதாக இருக்கிறது என்பதைக் காட்டும் உத்தியாக அவ்வாறு செய்தார்கள். ஆனால், அதுவே அலவனின் வேலையைக் குறைத்தது. படைக்கலக் கொட்டில்கள் மூன்றும் எங்கெங்கு இருக்கின்றன என்பதை முதலிலேயே பார்த்துக்கொண்டான்.

பிறகு பேச்சுவார்த்தை நடத்தும்போது, “நீ வெளியில் இரு!” எனக் கபிலர் சொன்னதும் வெளியில் வந்த அலவன் மூன்று இடங்களையும் போய்ப் பார்த்தான். அவன் பார்க்க நினைக்கும் இடங்களுக்கு வீரர்களே அழைத்துச் சென்றனர். வேந்தர்களின் கூடாரத்துக்குள்ளிருந்து வெளியேறி வந்து கேட்டதால், ‘அரச உத்தரவு’ என நினைத்து தங்குதடையின்றி அழைத்துச் சென்றனர். அலவன் சிறியவனாக இருந்ததால் அவனை

ஐயம்கொள்ளவும் வழியின்றிப் போனது.

அலவன் நீண்டநேரம் சுற்றினான். நஞ்சின் வாடையை காற்றை நுகர்ந்தே கண்டறியும் உயிரினங்கள் உண்டு. நஞ்சின் குணமேறிய காற்றுப் பட்ட வுடன் வண்டுகள் குழறி ஒலிக்கும்; அன்றிற்புல் மயக்கமெய்யும்; காடை மயிர்சிலிர்க்கும்; மயிலோ நிலை பிறழ்ந்து துள்ளும். இவற்றைப்போலவே நஞ்சின் வாடையை நுகர்ந்தறியும் ஆற்றல்கொண்டவர்கள் நாகக்குடி யினர். ஆனால், துள்ளுவது, சிலிர்ப்பது, மயங்குவது என எந்தவிதத்திலும் வெளிக்காட்டிக்கொள்ளாதவர்கள். சிறுவன் எல்லா இடங்களையும் சுற்றிப்பார்த்துத் திரிகிறானென உடனிருந்த காவல் வீரர்கள் நினைத்தனர். ஆனால் அவனோ, காற்றில் கலந்திருக்கும் நஞ்சை நிதான மாக நுகர்ந்து ஆய்ந்துகொண்டிருந் தான்.

போய் வந்ததும் முறியன் ஆசான் அவனை அழைத்துப்போய்விட்டார். ஆறாம் குகைக்குள் மருத்துவர்கள் புடைசூழ அலவன் அமர்த்தப் பட்டான். எந்த வகையான நஞ்சுகள் அவர்களின் சேமிப்பில் இருக்கின்றன என அவன் பட்டியலிட்டபோது அனைவரும் வாயடைத்துப்போயினர். இவ்வளவையும் மனிதர்கள் மீது செலுத்த அவர்கள் ஆயத்தநிலையில் வைத்திருக்கிறார்கள் என்பது கேள்விப்படவே பேரதிர்ச்சியாக இருந்தது. இவற்றைச் சேகரிக்கவும் உருவாக்கவும் ஆண்டுகள் பல ஆகியிருக்க வேண்டும்.

நஞ்சைச் சேகரித்தல் எளிதன்று; மருத்துவ அறிவு எங்கு செழிப்புற்று இருக்கிறதோ அங்குதான் நஞ்சைக் கையாளும் முறையும், சேகரிக்கும் முறையும் சிறப்புற்று இருக்கும். தாழைமலரின் மணம்கொண்ட நாகத்தின் நஞ்சும் புளியம் பூ மணம் கொண்ட விரியனின் நஞ்சும் மிக அதிக அளவில் இருந்தன சேரனின் படைக்கலக் கொட்டிலில். புகை நாற்றம்கொண்ட கந்தக நஞ்சு, பாண்டியனின் கொட்டிலிலும், நுகர்ந்த உடனே மார்பு எரிச்சலை உருவாக்கிய பற்பத்தாலான நஞ்சு சோழனின் கொட்டிலிலும் பாதுகாக்கப்பட்டிருப்பதை அலவன் விரிவாகச் சொன்னான்.

"இந்த வகை நஞ்சுகளை எந்த ஆயுதங்களினூடேயும் பயன்படுத்த வாய்ப்புண்டு. இதனால் நமது வீரர்கள் தாக்குண்டால் களத்துக்குள்ளேயே செய்துகொள்ளவேண்டிய மருத்துவம் என்ன?... களம்விட்டு வெளியில் கொண்டுவரும்வரை தாக்கப் பட்டவருக்கு உயிர் நிலைக்குமா?... அதற்கு என்ன வழி? மருத்துவச் சாலையை இவ்வளவு உயரத்தில் இரலிமேட்டிலே அமைத்துள்ளது எந்த வகையில் பயன்படும்? நாகக்கரடின் கீழே உடனடி மருத்துவத்துக்கு வகைசெய்யும் ஏற்பாட்டைச் செய்யவேண்டுமா?" என்று உரையாடல் தொடர்ந்தது. அலவன் கண்டறிந்து சொன்ன செய்திக்குப் பிறகு நஞ்சுமுறியைச் சேகரிக்கும் பணிக்கு முன்னுரிமை கொடுக்கப்பட்டது.

முன்னுரிமை கொடுக்கப்பட வேண்டிய பணி எது என்பது, மையூர்க்கிழாருக்குப் பெருங்குழப்ப மாகவே இருந்தது. பாண்டியப் பெருவேந்தனின் மனங்கோணாமல் நடப்பதுதான் அவருக்கு இருக்கும் முன்னுரிமை. ஆனால், என்று மூஞ்சல் நகர் அமைக்கப்பட்டு பாதுகாப்பு அரண் உருவாக்கப்பட்டதோ,

அன்றிலிருந்து இன்றுவரை அவரால் மூஞ்சல் நகருக்குள் செல்ல முடியவில்லை. வேந்தர்களுக்கான எல்லாத் தேவைகளையும் நிறைவு செய்யப் போதுமான நிர்வாக ஏற்பாட்டுடனேயே அவர்கள் உள்ளனர். அமைச்சர் முசுகுந்தர் மூலமே செய்தியை அவ்வப்போது பரிமாறிக்கொண்டார். இளவரசி வந்துள்ள செய்தியை முசுகுந்தரிடம் தெரிவித்தார். அதேபோல போர்க்களம்விட்டுச் சற்றுத் தொலைவில் தனித்த குடிலொன்றில் தங்கியுள்ள திசைவேழரைப் பற்றிய செய்திகளையும் அவ்வப்போது சொல்லிவந்தார்.

மூவேந்தர்களின் படைகள் நிலை கொள்ளும்வரை மையூர்க்கிழாருக்கு எண்ணற்ற வேலைகள் இருந்தன. ஆனால், படைகள் நிலைகொண்டவுடன் அவருக்குச் சொல்லப்பட்ட முக்கிய வேலை என்பது பறம்பு மலைக்குள் எதிரிகள் என்ன செய்கிறார்கள் என்பதை அறிந்து சொல்லுதல் மட்டுமே.

அவர் வாக்கு மீறிய காரணத்தால் அவருடைய வெங்கல்நாட்டைச் சேர்ந்த ஆறு ஊர்க்காரர்கள் இந்தப் போரில் பங்கெடுக்கமாட்டோம் என முடிவு செய்துள்ளதை அவர் வேந்தனிடம் தெரிவிக்கவில்லை. அது அவர் மீதான மதிப்பைக் குறைத்து விடும் என நினைத்தார். ஆனால், 'இந்தச் செய்தியை என்று இவன் சொல்கிறான் பார்ப்போம்' எனக் காத்திருந்தார் குலசேகரப்பாண்டியன்.

ஒற்றாடுதல் என்பது, பெருங்கலையாக வேந்தர்களால் வளர்த்தெடுக்கப் பட்டிருந்தது. வெங்கல்நாட்டு நிர்வாகத்துக்குள் என்னென்ன நடக்கின்றன என்பதை அறிந்து சொல்ல ஒற்றர்படைத் தலைவன் ஒருவனின் கீழ் ஒரு குழு இயங்கியது.

அவர்களைப் பொறுத்தவரை மையூர்க்கிழார், பொற்சுவை, திசைவேழர் எல்லோரும் கண்காணிக்கப்பட வேண்டியவர்களே! அவர்கள் அறிந்த செய்தியை ஒற்றர்படைத் தலைவனிடம் நாள்தோறும் கூறுகின்றனர். அவனோ தனக்கு மேலிருக்கும் பொறுப்பாளனிடம் கூறுகிறான். அவனைப்போல எத்தனை பேர் ஒற்றர்படையில் இருக்கிறார்கள் என்பதைக் குலசேகரப்பாண்டியன் மட்டுமே அறிவார்.

குலசேகரப்பாண்டியன் அமைத்துள்ள ஒற்றர்படை, இணையற்றச் செயல்பாட்டுத் திறனைக்கொண்டிருந்தது. அதனால்தான் சேரனையும் சோழனையும் துணிந்து தனது போர் செயல்பாட்டுக்குள் இணைத்துக் கொண்டார். அவர்கள் இருவரின் படைகளும் பாசறைகளும் குலசேகரப் பாண்டியனின் செவிப்பறையால் கேட்கக்கூடிய இடங்களாகத்தான் இருந்தன.

சேரனும் சோழனும் ஒற்றர்படை கொண்டிருந்தனர். ஆனால், மாபெரும் இயக்கம் ஒன்றின் ஒரு பகுதியாக இணைந்த பிறகு அதன் மொத்த இயக்கத்தைக் கண்காணிப்பது எளிய செயலன்று. ஆனாலும் அவர்களின் ஒற்றாடற்பணியும் தீவிரமாகத்தான் இருந்தது. அவர்கள் பணியின் இலக்காக இருந்தது பறம்பில் நடப்பதறிந்து வெல்லும் செயலுக்கான தன்று. மாறாக, எதிரியாலோ, அல்லது மற்ற இரு பேரரசுகளாலோ தங்களுக்கு ஏதும் தீங்கு நேரிடாமல் காக்கும் செயலுக்கானதாக இருந்தது. எனவே, அவர்கள் தற்காப்பு ஆயுதமாக ஒற்றாடலைப் பயன்படுத்தினர். குலசேகரப்பாண்டியனோ தாக்கும்

கருவியாக ஒற்றாடலை கூர்தீட்டியிருந்தான்.

“**போ**ரில் ஆயுதங்கள் மட்டுமே கருவிகள் அல்ல; எந்த ஓர் ஆயுதத்தையும்விட அதிக பாதிப்பை ஏற்படுத்தும் வல்லமை, கண்டறியப் படும் செய்திகளுக்கு உண்டு. எனவே, வெங்கல்நாட்டுக்குள் பறம்புக்குடிகள் சிலரையாவது அனுப்பிவைக்க வேண்டும். அவர்களின் செயல்பாடு களை ஒற்றறிவது அவசியம்” என்ற கருத்து முன்வைக்கப்பட்டது.

“தன்னையும் தனது வீரத்தையும் நம்பாதவனே ஒற்றனை நம்புகிறான்” என்றான் பாரி.

வாரிக்கையன் மறுத்தான். “வீரமும் தந்திரமும் சம முக்கியத்துவம் கொண்டவை. போர்க்களத்தில் இரண்டிலும் திறன்மிக்கவர்களாக இருத்தல் வேண்டும்.”

“வீரத்தின்வழி மட்டுமே போரை நடத்துவோம். அறமற்ற வழிக்கு ‘தந்திரம்’ எனப் பெயர் சூட்டுவது கோழைகளின் செயல்” என்று சொன்ன பாரி, சற்றும் இடைவெளி யின்றி தொடர்ந்தான், “நாம் விரும்பாத ஒரு வழிமுறையில் போரை நடத்தப் போவதில்லை. எதிரிகளின் அறமற்றச் செயலைப் பற்றி நாம் ஏன் கவலை கொள்ள வேண்டும்?"

இப்போது கபிலர் குறுக்கிட்டார், “போரென்று வந்துவிட்டால், அதற்கு வெற்றி மட்டுமே நோக்கமாக இருக்க முடியும். அந்த வெற்றியை அடைய நிகழ்த்தப்படும் கொலையில் அறமும் அடக்கம். எனவே, போரில் அறம் நெடுநேரம் உயிர்வாழாது. நாம் விரும்பாவிட்டாலும் இதுதான் உண்மை.”

“அறத்தின் கொலைக்கு நாம் காரணமாக இருக்கக் கூடாது. அது மட்டுமல்ல, அந்தக் கொலைக்குக் கைம்மாறுசெய்யும் சீற்றத்தை நாம் இழந்துவிடக் கூடாது.”

பாரியின் சொல்லுக்குப் பிறகு அங்கு எந்தக் கருத்தும் மிஞ்சவில்லை.

இரவு நீண்ட உரையாடல் முடிந்து தூங்குகையில் பொழுது நள்ளிரவைத் தாண்டியிருந்தது.

மறுநாள் மிகவும் காலம் தாழ்த்தியே பாரி எழுந்தான். அவன் எழுந்தபோது எதிரில் நின்றிருந்தான் நீலன்.

அவனைக் கண்டதும்தான் பாரியின் நினைவுக்கு வந்தது, இன்று மயிலாவுக்கான நிறைசூல் விழா. வள்ளிக்கூத்து நடக்கும் நாள். பெண் முதன்முறையாகக் கருவுறும்போது ஒன்பதாம் மாதம் அவளை அவளது இல்லத்திலிருந்து அழைத்துப்போய்ச் சந்தனவேங்கை மரத்தின் அடிவாரத்தில் இரவெல்லாம் வள்ளிக்கூத்து நடத்துவர். பெண்கள் மட்டுமே கலந்துகொள்ளும் பெருங் கூத்து இது. கூத்து முடிந்ததும் மூத்த மருத்துவச்சியின் குடிலுக்கு அழைத்துச்செல்வர். குழந்தை பிறக்கும் வரை அவள் அங்குதான் இருப்பாள். பெண்களின் முதல் மகப்பேறுக்காக நடக்கும் பெருவிழா இது.

வள்ளிக்கூத்தில் ஆண்களுக்கு அனுமதியில்லை. எனவே, இன்று வரை அந்தக் கூத்து எப்படி நடக்கிறது என்று எந்த ஆணுக்கும் தெரியாது. ஆனால், அதைத் தெரிந்துகொள்ள வேண்டும் என்ற ஆசை யாரையும் விடுவதில்லை.

கருவுற்றவளைச் சந்தனவேங்கை நோக்கி அனுப்பிவைக்கும் சடங்கு, இன்று நடக்க இருக்கிறது. வள்ளிக் கூத்தில் கலந்துகொள்ள ஆதினியும் அங்கவையும் வேட்டுவன் பாறையில்

தான் இருந்தனர். பாரியும் வேட்டுவன் பாறைக்கு வருவதாகச் சொல்லியிருந்தான். ஆனால், நேரம் அதிகமாகிவிட்டது. "நீ இப்போது புறப்பட்டால்தான் மாலைக்குள் போய்ச்சேருவாய். காலம் தாழ்த்தாமல் புறப்படு. நான் இரவுக்குள் வந்து சேருகிறேன்" என்றான் பாரி.

பாரியின் சொல்லை ஏற்றுப் புறப்பட்டான் நீலன். உடன் அவன் தோழர்கள் புங்கன் உள்பட பத்துப் பேர் புறப்பட்டனர். காலம்பனின் மூத்தமகனான கொற்றனும் உடன்வந்தான். இரலிமேட்டில் இருக்கும் குகைகளை இந்தப் போருக்காகத்தான் தங்குமிடமாக மாற்றினர். எனவே, இங்கிருந்து மற்ற இடங்களுக்கு செம்மையான குதிரைப்பாதைகள் உருவாகிவிடவில்லை. இரலிமேட்டிலிருந்து கீழே வந்து நாகக்கரடின் வழியே நெடுந்தொலைவைக் கடந்து பிறகு மீண்டும் காரமலையின் மீது ஏறித்தான் குதிரைப் பாதையைப் பிடிக்க முடியும். அதன் பிறகு விரைந்து பயணித்தால் மாலைக்குள் வேட்டுவன்பாறையை அடையலாம். அதனால்தான் "காலம் தாழ்த்தாமல் புறப்பட்டுப் போ" என்றான் பாரி.

நீலன் புறப்பட்டுச் சென்ற பிறகு இரலிமேட்டின் மேற்புறம் இருந்த சிற்றருவியில் குளிக்கச் சென்றான். அவனது எண்ணம் முழுக்க நேற்றிரவு நடந்த உரையாடலையே மையம் கொண்டிருந்தது. 'போரில் அறம் நெடுநேரம் உயிர்வாழாது' என்ற கபிலரின் வார்த்தை, அவனை இரவெல்லாம் தூங்கவிடவில்லை. பெரும்போரை நோக்கிக் கொஞ்சம் கொஞ்சமாக உள்ளிழுக்கப்பட்டுக் கொண்டிருக்கிறோம் எனத் தோன்றியது.

'நாம் இறங்கித் தாக்கவேண்டிய எந்தத் தேவையும் இல்லை. இப்படியே பறம்புவீரர்கள் எல்லோரும் ஊர் திரும்பினால் இந்தப் போர் முடிவுக்கு வந்துவிடும். எதிரிகள், இப்போது இருக்கும் இடத்தைவிட்டுப் பறம்புக்குள் ஒருபோதும் நுழைய மாட்டார்கள். அப்படியே நுழைந்தாலும் அவர்களை அழிக்க நீண்ட பொழுதாகாது. அதை அவர்கள் நன்கு உணர்ந்துள்ளார்கள். அதனால்தான் கண்ணுக்கு முன்னால் பெரும்படையை நிறுத்தி கொஞ்சம் கொஞ்சமாக உருவேற்றுகிறார்கள். எதிரி என்ன செய்கிறான் எனச் சிந்திக்கத் தொடங்குவதே அவனது நோக்கத்துக்குள் நாம் இழுபட்டதன் அடையாளம்தான். தேக்கன் அலவனை அனுப்பியிருக்கக் கூடாது. அவசரப்பட்டுவிட்டான். சேகரிக்கப்பட்டுள்ள கொடும்நஞ்சைப் பற்றிய செய்தி, வீரர்களை மேலும் முறுக்கேற்றிவிடும். நாம் அவர்களை நோக்கி இழுக்கப்பட்டுக்கொண்டிருக்கிறோம்' என்ற எண்ணங்கள் ஓடிக்கொண்டிருக்கும்போது மரத்தின் மீதிருந்து சற்றே மாறுபட்ட பறவையின் ஒலி கேட்டது.

'என்ன பறவை இது... கேட்டிராத ஒலியாக இருக்கிறதே!' என நினைத்து இங்கும் அங்குமாகப் பார்த்தான். எதுவும் தெரியவில்லை. சிறிது நேரத்துக்குப் பிறகு மீண்டும் ஒலி கேட்டது. ஒலி வந்த திசையைக் கூர்ந்து நோக்கினான். சின்னஞ்சிறிய பறவை ஒன்று முறுக்கித்திரும்பும் கிளையில் உட்கார்ந்திருந்தது. உற்று அதையே பார்த்துக்கொண்டிருந்தான். 'அதுதான் கூவியதா... என்ன பறவை அது?' எனப் பார்த்தபடி இருந்தான். மீண்டும் கூவியது. இப்போதுதான் அதன் முகப்பகுதியை முழுமையாகப் பார்க்க முடிந்தது.

ஒரு கணம் திகைத்துப்போனான். அது கருங்கிளி. காட்டின் வியத்தகு பறவைகளில் ஒன்று. எளிதில் யார் கண்ணுக்கும் தட்டுப்படாதது. மகிழ்ச்சி பொங்க அதையே பார்த்துக் கொண்டிருந்தான் பாரி. சிறிது நேரத்தில் அது பறந்து காட்டில் மறைந்தது. சிறுவயதில் தந்தையோடு பயணப்பட்டபோது பார்த்தது. ஆண்டுகள் பல ஆகிவிட்டன. நினைவு, கருங்கிளியையே சுற்றிவந்தது. குளித்து முடித்துத் திரும்பும்போதுதான் தோன்றியது, 'கருங்கிளியைப் பார்ப்பது மிக நல்ல நிமித்தம். பறம்பில் உள்ள எல்லோரும் அதை அறிவர். இந்தச் செய்தியைச் சொன்னால் தாக்குதலை இன்றே தொடங்க வேண்டும் என்று கூறுவார் வாரிக்கையன். எனவே, இதைப் பற்றிப் பகிர்ந்துகொள்ள வேண்டாம்' என நினைத்தபடிக் குகைத்தளத்துக்கு வந்தான் பாரி.

உணவு முடித்து சிறிது நேரத்தில் வேட்டுவன்பாறை நோக்கிப் புறப்பட ஆயத்தமானபோது நாகக்கரட்டிலிருந்து குதிரைவீரர்கள் இருவர் வந்தனர். "முடியன் உடனே தங்களை அழைத்து வரச் சொன்னார்" என்றனர். போர் தொடர்பான முக்கியச் செய்தியாக இருக்கும். அதனால்தான் உடனே வரச்சொல்லி அழைப்பு அனுப்பி யுள்ளான் முடியன் என்பதைப் புரிந்து கொண்ட பாரி, புறப்பட்டான். தேக்கனும் கபிலரும் பின்தொடர்ந்தனர்.

மாலை நெருங்கிக்கொண்டிருந்தது. நீலனின் பயணம் வேட்டுவன் பாறையை நோக்கி விரைந்து கொண்டிருந்தது. செல்லும் வழியில் குமரிவாகையைப் பார்த்தான். வாகைமரத்தில் முதன்முதலாகப் பூப்பூக்கும் வாகையைக் 'குமரிவாகை' என்பர். குமரிவாகையின் மலர் பேரெழில் கொண்டதாக இருக்கும். மயிலாவுக்கு சூடுவதற்காக அதைப் பறித்துக்கொண்டு பயணத்தைத் தொடர்ந்தான்.

வேட்டுவன்பாறைக்குள் நுழையும்போது ஊரே விழாக்கோலம் கொண்டிருந்தது. சேவலின் நெற்றிக் கொண்டை போன்ற கவிர்மலரால் மலரணி வாயிலை உருவாக்கி யிருந்தனர். தோரணங்களும் மாலை களும் எங்கும் தொங்கவிடப் பட்டிருந்தன. சிறுமியரெல்லாம் ஈங்கைமலரைக் கூந்தலில் சூடி

ஆடிப்பாடிக்கொண்டிருந்தனர். சிட்டுக்குருவியின் குஞ்சு போன்ற அந்த மலர் சிறுமியரின் தலையாட்டலுக்கு ஏற்பத் தாவித் தாவிப் பறந்துகொண்டிருந்தது. மலர் மணக்க, தண்டு மணக்க, தாது மணக்க எங்கும் நிறைந்த மனத்தினூடே மலர்ந்திருந்தது வேட்டுவன்பாறை.

மயிலாவின் தோழிகள் நீலனை வரவேற்று அவனது குடில் நோக்கி அழைத்துச்சென்றனர். மற்ற காலம் என்றால், ஊரே ஆட்டம்பாட்டத்தில் மூழ்கியிருக்கும். போர்ச்சூழலாதலால் அது இல்லை. நீலன், குடிலுக்குள் நுழைந்தான். நிறைசூல் மங்கை எதிரில் அமர்ந்திருந்தாள். குனிந்திருந்த மயிலாவின் முகம் சற்றே நிமிர்ந்தது. மாதம் கழித்து வந்தவனின் கைகளைப் பற்றி நிறை வயிற்றில் வைத்து மகவை உணரச்செய்ய வேண்டும் எனத் தோன்றியது. ‘நீ கொடுக்கும் முத்தத்தை உள்நாக்கு நழுவி உணர்வதுபோல இருக்கிறது அடிவயிற்றுக்குள் துடிக்கும் மகவின் செயல்’ என அவனது காதோடு சொல்லவேண்டும் என ஆசையாய் இருந்தது. ஆனால், அவனது முகத்தைப் பார்த்த கணம் எல்லாம் சொல்லப்பட்ட உணர்வோடு அமைதியானாள்.

அவளைப் பார்த்தபடி எதிரில் அமர்ந்த நீலன், சிறிது நேரம் கழித்து ஆதினியைத் தேடினான். சிரித்த முகத்தோடு நீலனின் அருகில் வந்து அமர்ந்தாள் ஆதினி. பெண்களின் கேலிப் பேச்சினூடே ஏதேதோ நடந்து கொண்டிருந்தது. ஒருத்தி மயிலாவின் காதோரம் போய் ஏதோ சொன்னாள். மகிழ்ந்து சிரித்தாள் மயிலா.

விரிந்த மலர்களால் தொடுக்கப்பட்ட மாலையை மயிலாவின் கையில் கொடுத்து நீலனுக்குச் சூட்டச் சொன்னாள் ஆதினி. அதை வாங்கிய மயிலா, மலர்ந்த முகத்தோடு விரிமலர் மாலையை நீலனுக்குச் சூடினாள். ஆணின் மலர்தல் பெண்ணின் சூலகத்திலிருந்தே விளைகிறது.

மணம்மிக்க பச்சிலைகளாலான படலை மாலையை நீலனின் கையில் கொடுத்து மயிலாவுக்கு சூட்டச் சொன்னாள் ஆதினி. இருகரம் ஏந்தி அவளுக்கு அணிவித்தான் நீலன். பச்சிலைகளின் ஆதிமணம் சூல்கருவுக்குள் இறங்கும்போது நீலனின் மணமும் இணைந்தே கலந்தது. குடிலெங்கும் நிரம்பிவழிந்தது குலவையொலி.

ஆதினி நீலனிடம் சொன்னாள், "நீ கொண்டுவந்த பூவை இப்போது அவளுக்குச் சூட்டு."

நீலன் மறுமொழி சொல்லாமல் மயிலாவையே பார்த்துக்கொண்டிருந்தான்.

"என்ன பேசாமல் இருக்கிறாய்?" என ஆதினி மீண்டும் கேட்டதற்கு, மயிலாவைப் பார்த்துக்கொண்டே நீலன் சொன்னான், "நிறைசூல் பெண்ணின் மலர்ந்த முகத்துக்கு இணையான மலர் இதுவரை கண்டறியப் படவில்லை. நான் எந்தப் பூவைச் சூட்டுவேன்?"

அவன் சொல் கேட்டு ஆதினியின் கண்கள் கலங்கின. நீலனைத் தன் மகன் எனத் தழுவி நெற்றிமுகர்ந்து முத்தம் கொடுத்தாள். அப்போதுதான் கவனித்தாள், நீலன் கொண்டு வந்தது குமரிவாகை. "வாகைப்பூவையா பறித்து வந்தாய்? வாகை, கொற்றவை குடிகொள்ளும் மரமல்லவா? இந்தப் போர்க்காலத்தில் போர் தெய்வத்தின் பூக்கள் உன்னிடமே இருக்கட்டும். அவை உனக்கானவை" என்றாள்.

நிறைந்திருந்த ஓசையின் நடுவே அவர்கள் பேசுவதைக் கேட்டுக் கொண்டிருந்த தோழி ஒருத்தி நீலனைப் பார்த்துச் சத்தம்போட்டுச் சொன்னாள், "உனக்குரியது வாகை மலர்தான்; காந்தள் மலர் அல்ல. அதனால்தான் உன் வீட்டை அலங்கரிக்க காந்தள் மலரைப் பயன் படுத்தவில்லை. அதற்கான தகுதி உனக்கில்லை" என்றாள்.

அவள் சொன்னதைக் கேட்டு வீடு வெடிப்பதைப்போலப் பெண்கள் சிரித்தனர். தொடர்ந்து அவள் சொன்னாள், "நீ குடில்விட்டு வெளியேறு. நாங்கள் மயிலாவை அழைத்துக்கொண்டு வள்ளிக்கூத்துக்குப் புறப்படுகிறோம்."

சிரிப்பொலிக்கும் கேலிப்பேச்சுக்கு மிடையே குடில்விட்டு வெளியேறி வந்தான் நீலன். காத்திருந்த தோழர்கள் அவன் அருகில் வந்தார்கள். குடிலுக்குள்ளிருந்து வெளிவந்தவனின் மீது வெளிப்படும் பூந்தாதுவின் மணம் யாரையும் மயக்கக்கூடியதாக இருந்தது. மணத்தை நுகர்ந்தபடியே புங்கன் சொன்னான், "பெண்களின் விழாதான் இயற்கையின் திருவிழா. ஆண்களுக்கு இதுபோல எந்த விழாவும் இல்லையே!"

அந்தக் கவலை எல்லோருக்கும் இருந்தது. நீலனுக்கு, கூடுதலாக ஒரு கவலை இருந்தது. ஏன் இந்த விழாவில் காந்தள் மலர் பயன்படுத்தப்பட வில்லை; தனக்கு அந்தத் தகுதி ஏன் இல்லை எனத் தெரிந்துகொள்ள வேண்டுமென்று அங்குமிங்குமாக விசாரித்தான்.

மயிலாவின் காதோரம் கேலிபேசிச் சிரித்த தோழி வெளியில் வந்தபோது அவளிடமே கேட்டான் நீலன். அவள் சொன்னாள், "காந்தள் மலர் மலரும் வரை தேனீயோ வண்டோ காத்திருக்காது. கிண்டி மலரச்செய்து தேன் பருகும். ஆனால், நீ அப்படியல்ல. பொறுமை காத்திருக்கிறாய். மணம் ஆன பிறகுதான் மகவைப் பெற்றுள்ளாய். எனவே, உனக்கு காந்தள் மலரைச் சூடும் தகுதியில்லை" எனச் சொல்லியபடிச் சிரித்துக் கொண்டே ஓடினாள்.

நீலனுக்கு என்ன சொல்வதென்றே தெரியவில்லை. "நான் அப்படியல்ல என்று சொல்வதா, அப்படித்தான் என்று சொல்வதா" புரியாத குழப்பத்தில் நின்றான்.

நேரமாகிக்கொண்டிருந்தது. வள்ளிக் கூத்துக்கான ஏற்பாடுகள்

தீவிரமாகின. நீலன் தலைமையில் வந்த பத்து இளைஞர்களும் ஊரில் இருந்த கிழவர்கள் பன்னிருவருமாக இருபத்தி இரண்டு ஆண்களும் ஏக்கத்தோடு பார்த்திருக்க, மயிலாவை அழைத்துக்கொண்டு புறப்பட ஆயத்தமாகினர் பெண்கள்.

படைக்களத்தின் மூன்று மூலைகளிலும் போர்ப்பலிக்கான சடங்குகள் உச்சிப்பொழுதில் தொடங்கின. ஈனாமல் இளவயதிலேயே செத்துப்போன பசுவின் தோலை மயிர்ச்சீவாமல் போத்தியிருந்த போர்முரசுகள் ஒலிக்கத் தொடங்கின. நிணத்தைத் தின்று குதித்தாடும் பேய்மகளிரின் ஆட்டத்துக்கான கருங்கூத்துக்களம் ஆயத்தமாகிக்கொண்டிருந்தது.

இணையற்ற வீரர்கள் களப்பலிக்குத் தேர்வுசெய்யப்பட்ட செய்தி படையெங்கும் பரவியது. கொப்புளிக்கும் குருதிபோல் வீரவுணர்ச்சி பெருக்கெடுக்க ஆயுதங்களை ஒன்றுடனொன்று உரசி பேரொலியை எழுப்பினர். சடங்குகள் தொடங்குவதற்கான நேரம் நெருங்கிக்கொண்டிருந்தது. முரசுகளின் ஓசை சீரான வேகத்தில் கொஞ்சம் கொஞ்சமாகக் கூடத்தொடங்கியது.

முரசு அதிரும் ஓசைகள் ஆங்காங்கே கேட்பதறிந்த முடியன், எதிரிப் படையில் ஏதோ நடக்கிறது என நினைத்துப் பாரியை அழைத்து வரச்சொல்லி வீரர்களை அனுப்பி வைத்தான். பாரியும் தேக்கனும் கபிலரும் நாகக்கரடுக்கு வந்து சேர்ந்தனர்.

படைகளின் மூன்று திசைகளிலும் மூன்று பலிச்சாலைகளில் சடங்குகள் தொடங்கின. ஆனால், முக்கியச் சடங்கு மூஞ்சலில் நடக்கவிருந்தது. அது பகலின் மறைவுக்குப் பிறகுதான் தொடங்கவிருந்தது. ஆனால், மற்ற இடங்களில் பலிச்சடங்குகள் நண்பகல் இருந்தே தொடங்கின. பூசகர்கள் மலர்களையும் கனிகளையும் கொண்டுவந்து குடுவைநீரைத் தெளித்துத் தீ மூட்டிச் சடங்குகளைத் தொடங்கினர்.

சடங்குகளின் ஓசை, முரசுகளின் பேரொலி, பேய்மகளிரின் கூத்தாட்டம் எல்லாம் நேரமாக ஆகக் கூடியபடி இருந்தன. பொழுது மறையத் தொடங்கும்போது பலிச்சடங்கு உச்சம்கொள்ளத் தொடங்கியது. வீரனின் குருதி ஏந்தியபடி கதிரவன் களம் நீங்குவான். அவனது தாகம் நீக்கப்பட்டதன் கைம்மாறாக போர்க்களத்தில் தனது ஒளி படர்ந்துகிடக்கும் ஒரு பகல் பொழுதில் வெற்றியைத் தருவான். அதற்குத்தான் இந்தப் பலிச்சடங்கு நடக்கிறது.

கதிரவனின் தாகம் நீக்கப் பேரொலி கொண்ட சடங்கு நடக்கும்போது, இதற்குத் தொடர்பில்லாத இன்னொரு சடங்குக்காக மூஞ்சல் ஆயத்தமாகிக் கொண்டிருந்தது. அது யட்சினிக்கான சடங்கு. பேராற்றலைக்கொண்ட அழிவின் தேவதை யட்சினி. மலையெனக் குவிக்கப்பட்ட வீரர்களின் உடல்களைக் கண்டும் தாகம் தணியாதவள். மனிதப் பிணங்களையே புணர்ந்து மகிழ்பவள். அவளை இறைஞ்சி அழைக்கும் சடங்கு தொடங்கியது மூஞ்சலில்.

நிலமெங்கும் இருள் கவிழ்ந்தது. சடங்குக்காக மலர்களாலும் குருதி பிசைந்த தினைமாவாலும் நாற்சதுரமிடப்பட்ட நிலம் நோக்கி அதை அழைத்து வந்துகொண்டிருந்தனர். பேய்முரசு முழங்கியது. வீரர்களே அஞ்சி நடுங்கும் பேரோசை இரவெங்கும் பரவியது. நிறைசூலியின்

பால்கட்டிய மார்புபோலத் திரண்ட கும்பத்தையுடைய யானை அது. நேற்றுவரை பாண்டியப் பேரரசின் சிறப்புக்குரிய முதுயானை பவளவந்திகை; இப்போதோ யட்சினியின் வாகனம்.

முரசுகளின் முழக்கத்துக் கேற்ப அதை இருளுக்குள் அழைத்துவந்தனர். சடங்கு நிலத்தில் பூசகர்களின் பெருங்கூட்டம் நின்றிருந்தது. குளித்த ஈரத்தை உலர்த்தாமல் நீர்வடிய நின்றிருந்தனர் மூவேந்தர்களும்.

பேய்முரசுகளின் ஓசை இருளை உலுக்கியது. கடல்போல் கிடந்த படையெங்கும் பேரமைதி நிலவியது. சடங்குகளின் தனித்த ஓசை இரவெங்கும் எதிரொலித்துக் கொண்டிருந்தது. அதிர்ந்து அதிர்ந்து பரவிய ஓசை கேட்டுப் பேய்மகளிர் மூன்று திசை களிலிருந்தும் மூஞ்சலை நோக்கி வந்து கொண்டிருந்தனர். அவர்களின் கூந்தல் முழுவதும் வீரர்களின் குருதியால் நனைந்திருந்தது. அவர்கள் ஆடிய கருங்கூத்தால் நிலம் அதிர்ந்து கொண்டிருந்தது. அவர்கள் மூஞ்சலுக்கு வந்துசேர்ந்தபோது பவளவந்திகையும் வந்துசேர்ந்தது.

நள்ளிரவைத் தொடுவதற்குச் சிறிது நேரமே இருந்தது. பவளவந்திகையை, மண்ணில் அமரச்செய்தான் பாகன். அதன் முகம் முழுவதையும் தோலாடைகளால் இறுகக் கட்டினர். பேய்முரசின் மேல்தோல் விடாது புடைத்தெழுந்துகொண்டிருந்தது. மேலெழும் ஓசை இருளின் செவிப்பறையைக் கிழித்துக் கொண்டிருந்தது.

நாகக்கரடின் உச்சியில் நின்றபடிப் படைகள் இருக்கும் திசையையே பார்த்துக்கொண்டிருந்தான் பாரி. நண்பகலில் போர்ச்சடங்குகள் மூன்று

மூலைகளில் தொடங்கின. ஆனால், இரவான பிறகும் சடங்குகள் முடிய வில்லை. படைகளின் நடுப்பகுதியில் சடங்கொன்று தொடங்கும் ஓசை கேட்டதும் 'இது என்ன புதியதாய் இருக்கிறதே!' என இருளின் திசையைப் பார்த்தபடியே நின்றிருந்தனர்.

நள்ளிரவைத் தொடும் நேரத்தில் யானை ஒன்றின் சாவுப்பிளிறல் இருளெங்கும் எதிரொலித்தது. வேந்தர் களின் வீரர்கள் அனைவரும் பேய்க் கூச்சல் எழுப்பி ஆயுதங்களை ஒன்றுடனொன்றை உரசி வெற்றி முழக்கமிட்டனர்.

நாகக்கரடின் மேல் இருந்தவர்களுக்கு என்ன நடக்கிறது எனப் புரியவில்லை. ஆனால், யானையின் பிளிறல் கேட்ட கணம் கபிலரின் உடல் நடுங்கி மீண்டது. சிறிது நேரத்துக்குப் பிறகு மெல்லச் சொன்னார், "அவர்கள் யட்சினிக்கான சடங்கை நடத்துகிறார்கள்!"

"அப்படியென்றால்?" விளக்கம் கேட்டான் முடியன்.

"காக்கும் போருக்கும் தாக்கும் போருக்கும் அந்தந்தத் தெய்வ வழிபாட்டுச் சடங்குகளை நடத்து வார்கள். ஆனால், பேரழிவை உருவாக்கும் போருக்கு யட்சினி வழிபாட்டை நடத்துவார்கள். அவள் அழிவின் தேவதை. எதிரியின் படை நோக்கி அவளை ஏவிவிடும் சடங்குக்கான பெரும்பலியை அவர்கள் கொடுத்துள்ளனர்."

எல்லோரும் அமைதியாகக் கேட்டுக் கொண்டிருக்க, கபிலர் சொன்னார் "அவர்கள் தாக்குதலைத் தொடங்கப்போகிறார்கள்."

84

வேட்டுவன்பாறையில் இருந்த பெண்கள் கூட்டம் மயிலாவை அழைத்துக் கொண்டு வள்ளிக் கானம் நோக்கிப் புறப்பட்டது. கூத்துக்களத்தில் இசைக் கருவிகளை இசைக்கக்கூட ஆண்கள் யாருக்கும் அனுமதியில்லை. எல்லா வற்றையும் பெண்களே இசைக்க வேண்டும். எனவே, ஊரில் இருந்த பறை, துடி, முழவு என ஒன்றைக்கூட விடவில்லை. மந்தையில் கட்டியிருந்த காரிக்கொம்பைக்கூடக் கழற்றி எடுத்துக் கொண்டார்கள். கரைபுரண்ட உற்சாகத்தினூடே கூட்டம் புறப்பட்டது. பெருங்குரைப்பொலி யோடு நாய்க்கூட்டமும் மொத்தமாக உடன் சென்றது.

சந்தனவேங்கை, காட்டின் எந்தத் திசையிலும் இருக்கக்கூடியதுதான். ஆனால், கருவுற்ற பெண்ணுக்கான சடங்கைச் செய்ய எந்தச் சந்தன வேங்கையைத் தேர்வுசெய்கின்றனரோ அந்த மரம் இருக்கும் பகுதியைத்தான் ‘வள்ளிக்கானம்’ என்பர். அங்கு நடக்கும் சடங்கு என்னவென்று இன்று வரை ஆண்களுக்குத் தெரியாது. பறம்புப்பெண்கள் காலங் காலமாய்க் காத்துவரும் ரகசியம் இது. இரவெல்லாம் கூத்து நடத்துகிறார்கள் என்று மட்டுமே ஆண்கள் அறிவர். அங்கு என்ன வகையான கூத்து நடக்கிறது என்பதெல்லாம் புரிந்து கொள்ள முடியாத ஒன்றாகவே இருக்கிறது. இந்தச் சடங்கில் பங்கெடுத்துத் திரும்பும் பெண்கள், அதன் பிறகு நெடுநாள்கள் அந்த மகிழ்வைப் பேசிக் களிப்பர். அதுதான் ஆண்களை மேலும் சினமேற்றும். என்னதான் நடக்கிறது அங்கு எனத் தெரிந்துகொள்ள, எண்ணற்ற வழிமுறைகளைக் கையாண்டு பார்த்தனர். ஆனாலும் இன்று வரை

அவர்களால் எதையும் கண்டறிய முடியவில்லை.

காதல்வயப்பட்ட இளம்பெண், தன் காதலன் மீதான அளவுகடந்த அன்பால் இந்தச் சடங்கில் நிகழ்வதைப் பற்றிச் சொல்ல வாய்ப்பிருக்கிறது. ஆண்கள் அதற்கான முயற்சியையும் செய்து பார்த்தார்கள். ஆனாலும் எந்தக் காதலியும் தன் காதலனிடம் இதை மட்டும் பகிர்ந்து கொள்வதேயில்லை.

காரணம், இந்தச் சடங்கில் பங்கெடுக்கும் இளம்பெண்ணிடம் முதுபெண்கள் சொல்லும் முதல் எச்சரிக்கையே அவள் காதலனைப் பற்றியதுதான். "என்ன நடக்கிறது என்பதை உன் காதலனிடம் பகிர்ந்து கொள்ளக் கூடாது. அவ்வாறு பகிர்ந்து கொண்டால், உனது பிள்ளைப்பேறு வலி மிகுந்ததாக மாறும். அப்போது எந்த ஆணும் உனது வலியைச் சுமக்க வர மாட்டான். நாங்கள்தான் உடன் நிற்போம். அளவுகடந்த உனது வலியைவைத்தே நீ தப்பு செய்து விட்டாய் எனக் கண்டறிந்துவிடுவோம்" என்று சொல்லிவிடுவார்கள். இது ஓர் அச்சமூட்டும் எச்சரிக்கைக்காகச் சொல்லப் படுவதுதான். ஆனால், இளம்பெண்கள் பிள்ளைப்பேறு வலியை நினைத்துப்பார்த்து யாரிடமும் வாய் திறக்கமாட்டார்கள்.

ஆணுக்குத் தெரியாத ஓர் உலகை, இன்று வரை பறம்புப்பெண்கள் காப்பாற்றிவருகின்றனர். அதுவே அவர்களுக்குப் பெருமகிழ்வைக் கொடுப்பதாகவும் இருக்கிறது. அவர்களின் இந்த மகிழ்வுதான் ஆண்களை மீண்டும் மீண்டும் கண்டறியத் தூண்டிக்கொண்டே இருக்கிறது. இன்றுகூட அதற்கான முயற்சிதான் நடந்தது. இரலிமேட்டி லிருந்து வள்ளிக்கூத்துக்காக நீலன் புறப்பட்டபோது, "காலம்பன் மூத்தமகன் கொற்றனையும் அழைத்துச் செல்" என்று வேட்டூர்ப் பழையன் அனுப்பிவைத்தான். அதற்கான காரணம் இதுதான். உள்ளூர்ச் சிறுவர்களை அனுப்பினால் வள்ளிக்கானத்துக்கு அழைத்துச் செல்ல மறுப்பார்கள். அதுவே காலம்பன் மகன் என்றால், மறுத்து ஒதுக்க மாட்டார்கள் என நினைத்து அனுப்பிவைத்தான் பழையன். ஆனால், காட்டுக்குள் நுழையும்போது அவனை நீலனின் கையில் கொடுத்து, "இங்கேயே இரு. நாங்கள் காலையில் வந்து உனக்கு விருந்துபடைக்கிறோம்" என்று சொல்லிவிட்டுப் போய் விட்டார்கள் பெண்கள்.

வேட்டுவன்பாறையின் வயதான இரண்டு பெருசுகள், சோமக்கிழவனும் செம்பூந்தனும். பழையனைவிடச் சற்று வயது குறைவுதான். ஆனால், மலைப்பாறைகளில் உருண்டதால் நடமாட்டம் வேகமாகத் தளர்ந்து விட்டது. அதிகத் தொலைவு நடக்க முடியாத கிழத்தன்மையை அடைந்திருந்தனர். அதனால்தான் இப்போது இரலிமேட்டுக்குப் போகாமல் ஊரிலேயே இருக்கின்றனர். காட்டுக்குள் நுழைந்த பெண்கள் கொற்றனை அழைத்துச் செல்லாமல் "இங்கேயே இரு" எனக் கூறிச் சென்றவுடன், சோமக்கிழவன் தான் கொதித்தெழுந்தான்.

"சின்னப் பையன் ஆசையாகக் கேட்கிறான். அவனைக்கூடக் கூட்டிப் போகாம விட்டுட்டுப் போறீங்களேடி!" எனப் பெரும்சத்தத்தை எழுப்பினான். ஆனால், பெண்கள் யாரும் கண்டு கொள்ளவேயில்லை. கிழவன் ஏன் கத்துகிறான் என்பதெல்லாம் அவர் களுக்குத் தெரியும். எல்லாக் காலங் களிலும் சிறுவர்களின் மூலமாகவும்

காதலன்களின் மூலமாகவும்தான் ஆண்கள் முயல்கிறார்கள். இன்று வரை அந்த முயற்சிகள் வெற்றி பெற வில்லை. இப்போதும் கொற்றனைக் கொஞ்சிப் பேசி, நீலனுக்குப் பக்கத்தில் உட்கார வைத்துவிட்டுப் போய் விட்டார்கள்.

அங்கவை, இதுவரை வள்ளிக்கூத்தில் கலந்துகொண்டதில்லை. முதன் முறையாக இப்போதுதான் அவள் கலந்துகொள்கிறாள். பெண்கள் கூட்டம், மயிலாவை அழைத்துக் கொண்டு காட்டுக்குள் போய்க் கொண்டிருந்தது. தீப்பந்தங்களை ஏந்தியவர்கள் முன்னும் பின்னுமாக வந்துகொண்டிருந்தனர். ஆதினிக்கு அருகில் சற்றே அமைதியாக நடந்து வந்து கொண்டிருந்தாள் அங்கவை. கூட்டத்தின் பேச்சொலியினூடே அவளின் அமைதியைக் கவனித்த ஆதினி அருகில் சென்று கேட்டாள், "முதன்முறையாகப் பங்கெடுப்பதால் என்னவெல்லாம் நடக்கும் என்ற சிந்தனையிலேயே வருகிறாயா?"

தலையாட்டி 'இல்லை' என்றாள் அங்கவை.

"பிறகு என்ன சிந்தனையில் இருக்கிறாய்?" எனக் கேட்டாள்.

அப்போதும் அங்கவையிடமிருந்து பதிலில்லை.

"இன்றிரவு 'என்ன நடந்தது?' என உதிரன் கேட்டால் சொல்லிவிடுவோம் என அச்சப்படுகிறாயா?" என்று கேட்டாள் சற்றே நக்கலாக.

சின்னப் புன்முறுவலோடு ஆதினி யின் காதோடு வந்து சொன்னாள், "உதிரன் கேட்டால் சொல்ல மாட்டேன். ஆனால், தந்தை கேட்டால் மறுக்க மாட்டேன்."

ஆதினிக்குச் சிரிப்புத் தாங்க முடிய வில்லை, மகளைத் தோளோடு அணைத்துக் கொண்டு யார் காதிலும் விழாதபடி மெல்ல "நிச்சயம் உன் தந்தை கேட்க மாட்டார். கவலைப் படாதே!" என்றாள்.

அங்கவை அதிர்ச்சியோடு ஆதினியைப் பார்த்தாள். அவளோ மகளைப் பார்த்துக் கண்களைச் சிமிட்டியபோது, முகத்திலிருந்து பொங்கி மேலெழுந்தது வெட்கம்.

அங்கவை ஒரு கணம் ஆடிப்போனாள். சற்றே கோபத்தோடு "அப்படியென்றால் நானும் உதிரனிடம் சொல்வேன்" என்றாள்.

வெட்கம் படரத் தாயும் மகளும் மற்றவர்களின் காதில் படாமல் பேசிச் சிரிப்பதைப் பார்த்த பெண் ஒருத்தி "நீங்கள் மட்டும் என்ன பேசிச் சிரிக்கிறீர்கள்?" எனக் கேட்டாள்.

கேட்டவளை அழைத்துக்கொண்டு பேச்சை மாற்றியபடி அங்கவையை விட்டுச் சற்றுத்தள்ளி முன்னே நடந்தாள் ஆதினி.

இன்னும் சிறிது தொலைவுதான் இருந்தது வள்ளிக்கானம். நேரம் செல்லச் செல்ல வேகம் கூடிக் கொண்டேயிருந்தது. இதற்காக மாதக்கணக்கில் காத்திருந்தவர்கள் அல்லவா அவர்கள்! கும்மிருளில் மலைப்பாதையில் அவர்களின் கால்கள் பெருமயக்கத்தை நோக்கி விரைந்துகொண்டிருந்தன.

சந்தனவேங்கையின் அடிவாரத்தில் கருவுற்ற பெண்ணை அமரவைத்து நடக்கும் சடங்குகள் எல்லாம் வழக்கம்போல் ஊருக்குள் நடக்கும் சடங்குகள்தான். ஆனாலும் இன்றைய இரவின் முக்கியத்துவத்துக்குக் காரணம் வள்ளிக்கானத்தின் கொண்டாட்டம்தான். அந்தக்

கொண்டாட்டத்துக்கு அடிப்படை, எங்கும் கிடைக்காத அதிசிறந்த மதுவகைதான்.

ஆண்கள் அறிந்திராத அரிதினும் அரிதான மதுவகை ஒன்று உண்டு. பெண்கள் மட்டுமே அறிந்து, இன்றுவரை ஆண்களின் வாடையே படாமல் காப்பாற்றிவைத்துள்ள மது வகை அது. 'வள்ளிக்கானத்தின் கொண்டாட்டத்தில் பெண்கள் மது உண்டு களிக்கின்றனர்' என்ற செய்தி ஆண்களால் யூகிக்கக்கூடியதுதான். ஆனால், அது என்ன வகை மது என்பது இன்றுவரை ஆண்களுக்குத் தெரியவில்லை.

சோமப்பூண்டு பானத்தைக் குடித்த ஒருத்தி, "எங்களின் மதுபோல இது இல்லை" என்று ஒருமுறை சொல்லி விட்டாள். அன்றிலிருந்துதான் வள்ளிக்கூத்தில் குடிக்கும் மதுவின் வகை என்ன என்பதைப் பற்றிய தேடலை ஆண்கள் தீவிரப் படுத்தினர். இன்றுவரை யாருக்கும் தெரியாத ரகசியமாக அது காப்பாற்றப்படுகிறது. காரணம், அந்த மதுவை உருவாக்கும் பணியில் ஈடுபடுபவர்கள் முதுபெண்களே. அவர்களிடமிருந்து ஆண்களோ, மற்ற பெண்களோகூட இது தொடர்பான செய்தியைக் கேட்டறிய முடியாது.

ஒவ்வொரு வகை மலரின் தேனுக்கும் ஒவ்வொரு வகையான குணமுண்டு. ஆனால், இணையற்ற சுவைகொண்ட தேன் இருக்கும் மலர், 'நாகசம்பங்கி'. அதில் துளிர்க்கும் தேனின் சுவையை எதனுடனும் ஒப்பிட முடியாது. துளித்தேனை நுனிநாக்கில் வைத்த கணம், மொத்த உடலும் தேனுக்குள் கரைவது போலிருக்கும். ஆனால், நாக்கில் வைக்கப்பட்ட தேன்துளி எளிதில் கரையாது; ஒட்டிக்கொள்ளும். அதன் சுவையை நாக்கு அடிக்கடி நுகரத் துடிக்கும். அப்போது அந்தச் சுவை உடல் முழுக்கத் தளும்பிக் கொண்டிருக்கும். நினைவுப் புலன்கள், சுவையுணர்வுக்குள் சிக்குண்டுவிடும். மீள முடியாத சுவையை, நினைவு மீண்டும் மீண்டும் மறுசுழற்சி செய்தபடியே இருக்கும். சுவை கரையாமல் தேன் மட்டுமே கரைந்திருக்கும். மறு துளி நோக்கி மனதை நகர்த்தாமல் நிறுத்தி வைக்கக்கூடிய மயக்கம் நாக சம்பங்கியின் தேனுக்கு மட்டுமே உண்டு.

நாகசம்பங்கிப் பூத்துக்கிடக்கும் பகுதியில் இருக்கும் தேன்கூட்டிலிருந்து தேன்கட்டியை எடுப்பதுதான் முதலில் செய்யும் பணி. அதன் பிறகு அந்தத் தேன்கட்டியைத் தகுந்த சேர்மானத்தோடு சேர்த்து நிலத்துக்குள் புதைத்து வைத்துவிடுவர். பெண் முதன்முறையாகக் கருவுற்றவுடனே முதுபெண்களின் முதல் வேலை நாகசம்பங்கியின் தேனை எடுப்பது தான். எந்தச் சந்தனவேங்கையைத் தேர்வு செய்கிறார்களோ, அந்த இடத்தில்தான் அதைப் புதைத்து வைப்பர். நான்கு முதல் ஐந்து மாதம் மண்ணுக்குள் இருக்கும் தேன்கட்டி, நுரை துளிர்த்துச் சுவை இறுகி உறைந்திருக்கும். ஒற்றைத் துளியிலே மனிதரைக் கரைக்கக்கூடிய தேன், இப்போது தேறலாக உருத்திரண்டிருக்கும். இதன் துளி நாக்கில் பட்ட கணம், தேள் கொட்டியதைப் போலச் சுர்ரென ஒரு காரமயக்கம் உச்சந்தலைக்கு ஏறும். கண நேரம் கண் கட்டி அவிழும். அதன் பிறகு நிகழ்வதை நினைவில் தங்கவைக்க யாராலும் முடியாது.

இன்றைக்குச் சந்தனவேங்கையின் அடிவாரத்தில் அமரவைக்கப்பட்ட மயிலா, முதல் மிடறு குடித்ததிலிருந்து

தொடங்கியது வள்ளிக்கூத்து. ஆறு வகையான துடிகளை அடித்து, ஆண்களால் அறியவே முடியாத மதுவின் சாரமேற்றிப் பெண்களின் கூட்டம் ஆடத் தொடங்கியது. நேரமாக ஆகத் துடியின் ஓசையும், பறையின் அதிர்வும், முழவின் சத்தமும் காட்டை உலுக்கின. பெண்கள் தங்களின் ஆதியாட்டத்தை நிலம் பிளக்க ஆடினர்.

வேட்டுவன்பாறையில் இருந்த ஆண்கள் துடியின் ஓசை கேட்டு, காரமலையின் வடபுறம் நோக்கி ஏக்கத்தோடு பார்த்திருந்தனர். பொழுது, நள்ளிரவை நெருங்கவில்லை. ஆனால், அதற்குள் ஆட்டம் தொடங்கிவிட்டதை இசைக்கருவிகளின் ஓசை சொல்லியது. செம்பூந்தன் சொன்னான், “அது என்ன தேறல்னு இன்னைக்கு வரைக்கும் தெரியலை. எந்த ஆம்பளையினாலும் கண்டுபிடிக்க முடியலை. இவளுக மட்டும் இந்த ஆட்டம் போடுறாளுக!”

சோமக்கிழவனோ “தொடங்கும் போதே சத்தம் இப்படி இருக்கே... இன்னும் போகப்போக எப்படி இருக்கும் பாரு!” என்றார்.

இளைஞர்கள், ஓசை கேட்ட மலை உச்சியை நோக்கி அண்ணாந்து பார்த்துக்கொண்டிருந்தனர். ஓசை கூடிக்கொண்டேயிருந்தது.

வேட்டுவன்பாறையைச் சுற்றிப் பல நூறு வீரர்கள் செடிகொடிகளினூடே நுழைந்து மேலேறிக் கொண்டிருந்தனர். கும்மிருட்டு சூழ்ந்திருந்தது. இருப்பதோ இருபத்துநான்கு பேர்தான். எல்லோரின் கவனமும் உச்சிமலை பார்த்து வள்ளிக்கூத்தில் நிலை கொண்டிருந்தது.

மூன்று சேனைகளைக்கொண்ட அறுநூறு பேரோடு மேலேறிக் கொண்டிருந்தான் கருங்கைவாணன். நிறையிருள் நாள் எல்லா வகையிலும் பொருத்தமாக இருந்தது. மிகத்தேர்ந்த வீரர்களைக்கொண்ட படையணியைத் தேர்வுசெய்திருந்தான். பறம்பின் காவல் தலைவர்கள் இருக்கும் ஊருக்குள் நுழைந்து தாக்கப்போகும் இந்தப் படைக்குத் தானே பொறுப்பேற்று வந்தான். திரையர்களைத் தாக்கிய போரில் பெரும் வீரத்தை வெளிப்படுத்திய திதியனைத் தென்புறத்துக்கும், சேரநாட்டுப் பெருவீரன் துடிச்சாத்தனை வடபுறத்துக்கும் தலைமைதாங்கச் செய்தான். கிழக்குப்புறத்திலிருந்து வீரர்களோடு முன்னேறினான் கருங்கைவாணன்.

வேட்டுவன்பாறையின் பாதி உயரத்தைக் கடந்துகொண்டிருந்தனர். நாய்கள் ஏதும் ஊரில் இல்லாதது

அவர்களுக்கு இன்னும் வசதியாகி விட்டது. புது ஆள்களை மலையடிவாரத்தில் கண்டாலே மேலேயிருந்து பாய்ந்து இறங்குபவை இடுப்புயர நாய்கள். சூழ்ந்துவிட்டால், யானைகளையே நகரவிடாமல் நிறுத்தக்கூடியவை. அத்துணையும் இன்று பெண்களோடு சேர்ந்து மலைமேல் ஏறிவிட்டன. குரைப்பொலி ஏதுமற்று அமைதி கொண்டிருந்த வேட்டுவன்பாறையை நோக்கி எதிரிகள் மேலேறிக்கொண்டிருந்தனர்.

ஊரின் மந்தையில் உட்கார்ந்தபடிக் காரமலையில் துடியோசை கேட்கும் பகுதியைப் பார்த்துப் பேசிக் கொண் டிருந்தனர் ஆண்கள். துடியோசை, பெருகத் தொடங்கியது. பெண்கள் இல்லாத ஊரில் பெண்களைப் பற்றிப் பேசத்தான் எவ்வளவு கதைகள் இருக்கின்றன. அதுவும் அவர்களால் நிராகரிக்கப்பட்ட வலியை, கேலிப் பேச்சின் மூலம்தான் கடக்க முடியும். பேச்சு, களைகட்டத் தொடங்கியது. சிறுவன் கொற்றனுக்குத் தூக்கம் வந்தது. அதைக் கவனித்த நீலன், "நள்ளிரவுக்குப் பிறகு பனி அதிகமாக இருக்கும். நீ போய்க் குடிலுக்குள் படுத்துக்கொள்" என்றான்.

கொற்றன், மந்தையிலிருந்து எழுந்து நீலனின் குடில் நோக்கி நடந்தான். வேட்டுவன்பாறையின் கிழக்கு முனையில் நாங்கில்மரத்தின் அடிவாரத்தில் அமைக்கப்பட்ட குடில் அது. அங்கிருந்து பார்த்தால், கிழக்குத்திசைக் குன்றின் சரிவும் விரிந்துகிடக்கும் சமவெளியும் முழுமையாகத் தெரியும். கொற்றன் தூக்கக்கலக்கத்திலேயே குடில் நோக்கி வந்தான். படல்கொண்டு மூடப்பட்டிருந்தது வாசல். படலை மெல்லத் தூக்கிச் சுவர் ஓரமாகத் திரும்பினான். சரிவுப் பகுதியில் இங்கும் அங்குமாக மனிதத்தலைகள் தெரிந்தன. ஆயுதம் ஏந்திய பெருங் கூட்டம் மேலேறிக்கொண்டிருப்பது தெரிந்தது. கும்மிருட்டினூடே தலைகள் பதுங்கி மறைந்தன. எதிரிகள் வந்துகொண்டிருப்பது கண நேரத்தில் புரிந்தது. 'இப்படியே சத்தம் போட்டுக் கொண்டு மந்தை நோக்கி ஓடலாமா?' எனத் தோன்றியது. 'அப்படிச் செய்தால் எதிரிகள் விழிப்படைந்து விடுவார்கள்' எனச் சிந்தித்தபடியே குடிலுக்குள் போய்ப் படலை மூடிக்கொண்டான் கொற்றன்.

ஒரு கணம் சிந்தித்தவன் சட்டென குடிலின் மேற்புறக் கூரையை ஆள் நுழைவதற்கு ஏற்பப் பிரித்தெடுத்தான். நாங்கில்மரத்தின் கிளைகள், குடில் மேல் படர்ந்திருந்தன. கூரையினுள் நுழைந்து கிளையின் மேல் ஏறினான். மரங்கள் ஒன்றுடனொன்று நெருங்கிப்

பின்னிக் கிடந்தன. கொப்புகளின் வழியே ஊர்ந்து கடந்தவன் கண்ணிமைக்கும் நேரத்தில் மூன்றாம் மரத்தின் அடிவாரத்தில் தரையில் குதித்தான்.

'யாரோ மரத்திலிருந்து குதிப்பது போல் இருக்கிறதே!' என்று மந்தையில் இருப்பவர்கள் திரும்பிப் பார்த்தனர். பதறிப்போய் ஓடிவந்தான் கொற்றன். இப்படி ஒரு நள்ளிரவில்தான் தன்னுடைய ஊர், எதிரிகளால் சுற்றி வளைக்கப்பட்டது; மக்கள் எல்லோரும் கொன்று குவிக்கப் பட்டனர். மந்தையில் வைத்து ஊரே வெட்டிச் சாய்க்கப்பட்ட கொடுமையை நேர்கொண்டு பார்த்தவனுக்கு, இப்போது உடலெல்லாம் நடுங்கியது; பேச வார்த்தை எழவில்லை. 'ஏதோ விலங்கைப் பார்த்துதான் அஞ்சி ஓடிவந்துள்ளான்' என முதலில் நினைத்தனர். "அஞ்சாமல் சொல், எதைப் பார்த்தாய்?" என நீலன் கேட்டதற்கு, மேலேறிக் கொண்டிருக்கும் எதிரிகளைப் பற்றிச் சொன்னான் கொற்றன்.

மந்தையில் இருந்தவர்கள் சரிவு நோக்கிப் பாய்ந்து சென்றனர். மூன்று புறங்களிலும் எதிரிகள் மேலேறிக் கொண்டிருந்தனர். சத்தமின்றி நீலன் கையைக் காட்டி ஏதோ சொன்னான். வீரர்கள் சிலர் வீடுகளுக்குள் இருந்த ஆயுதங்களை எல்லாம் வெளியே எடுத்து வந்தனர். புங்கன், தென்புறச் சரிவில் மேலேறும் எதிரிகளைப் பார்த்தான். சோமக் கிழவன் வலதுபுறச் சரிவைப் பார்த்தான். கிழக்குத்திசை முனையிலிருந்து முப்புறமும் பார்த்தான் நீலன். வந்து கொண்டிருப்பது பெரும் எண்ணிக்கை யிலான படை என்பது தெரிந்தது. 'இருபத்திநான்கு பேர்தான்

இருக்கிறோம். அதில் பாதிப்பேர் கிழவர்கள். அதற்குத் தகுந்த தாக்குதல் உத்திகளைக் கடைப்பிடிக்க வேண்டும்' என்று சிந்தித்தபடியே ஊரின் நடுப்பகுதிக்கு ஓடிவந்தான்.

மற்ற திசையில் பார்த்துக் கொண்டிருந்தவர்களும் நீலனின் மெல்லிய சீழ்க்கை ஒலி கேட்டு ஒன்றுகூடினர். "பேசுவதற்கான நேரமில்லை. வேட்டுவன்பாறையின் மீது எதிரிகள் ஏறிவிடக் கூடாது. மூன்றாகப் பிரிவோம் எல்லா வகையான தாக்குதல் உத்திகளையும் பயன்படுத்துங்கள்" என்றான் நீலன். குவிக்கப்பட்டிருந்த ஆயுதங்களை எடுத்துக்கொண்டு மூன்று திசை களிலும் தாக்க ஆயத்தமானார்கள்.

கருங்கைவாணனின் படை, மிகக் கவனமாக மேலேறிக்கொண்டிருந்தது. இப்போதுவரை யாரும் நம்மைப் பார்க்கவில்லை என்ற எண்ணத்தில் தான் அவர்கள் வந்து கொண்டிருந் தனர். நீலனின் குடிலுக்குச் சற்றுக் கீழ்முனையில் பெரும்பாறை ஒன்றை யாரோ நகர்த்துவது போல் தோன்றியது. 'மேலே ஏதோ சத்தம் கேட்பதுபோல் இருக்கிறதே!' என உணர்ந்த கருங்கைவாணன், அண்ணாந்து பார்த்தான். பெரும் பாறை ஒன்று மெல்ல உருளத் தொடங்கியது. மேலேறிக்கொண் டிருந்த எதிரிகள் சத்தம் கேட்டு மிரண்டு பார்க்கும்போது பாறைகள் ஒன்றுக்கு அடுத்து ஒன்றாக உருளத் தொடங்கின. உருளும் பாறைகள் நேர்க்கோட்டில் இறங்குவதில்லை. எந்தத் திசையில் நெளியும் எனக் கணிக்க முடியாததால், வீரர்கள் எங்கும் தெறித்துச் சிதறினர். இருட்டு, ஒன்றின் ஓசையை இன்னொன்றுக்கு மாற்றிக்காட்டக்கூடியது. எனவே, பாறைகள் எல்லாப் பக்கங்களும்

உருளுவதுபோல் உணர்ந்தனர்.

எதிரிகள் தாக்கத் தொடங்கி விட்டார்கள் எனத் தெரிந்ததும், எதிர்த்தாக்குதல் நடத்த உத்தர விட்டான் கருங்கைவாணன். ஆனால், உருளும் பாறைகளிலிருந்து தங்களைக் காத்துக்கொள்வதே வீரர்களுக்கு முதல்நிலைப் பணியாக இருந்தது. ஆங்காங்கே பொருத்தமான இடங்களில் நிலைகொண்ட பிறகே எதிர்த்தாக்குதலைத் தொடங்கினர்.

மூன்று திசைகளிலிருந்தும் வேந்தர்களின் படைகள் தாக்குதலைத் தொடங்கின. சிறிது நேரத்திலேயே மேலிருந்தும் ஆயுதத்தாக்குதல் தொடங்கியது. அம்புகளும் ஈட்டிகளும் இணையற்ற வேகத்தோடு காற்றைக் கிழித்துக்கொண்டு இறங்கின. இருட்டில் எந்தத் திசையிலிருந்து ஆயுதங்கள் வருகின்றன எனத் தெரியாததால், வேந்தர்படை தற்காத்துக்கொள்ள மிகவும் திணறியது. மேலிருந்து தாக்குபவர் களின் வேகம் எண்ணிப்பார்க்க முடியாதபடி இருந்தது.

அம்புகளும் ஈட்டிகளும் இறங்கி னாலும், பாறைகளும் ஆங்காங்கே உருண்டுகொண்டுதான் இருந்தன. பாறைகளை உருட்டுவதால் எதிரி களை அதிக அளவில் கொன்றுவிட முடியாது. ஆனால், மேலேறிக் கொண்டிருப்பவர்களுக்குப் பெரும் அச்சத்தை உருவாக்கலாம். எப்போது எந்தப் பாறை உருளுமோ என ஒவ்வொரு பாறையையும் பார்த்துப் பார்த்து அஞ்சியஞ்சியே முன்னோக்கி நகர முடியும்.

“எரியம்புகளைப் பயன்படுத்த வேண்டாம்” என்று நீலன் உத்தர விட்டான். குறைவான வீரர்களே இருக்கிறார்கள் என்பதை அது காட்டிக் கொடுத்துவிடும் என்பதால் அவ்வாறு சொன்னான்.

வடக்குப்புறச் சரிவில் தாக்குதலை நடத்திக் கொண்டிருந்த சோமக் கிழவன், வீரன் ஒருவனை அந்தத் திசையின் உச்சியில் இருக்கும் மரம் ஒன்றில் ஏறச் சொன்னான். அதே போல இன்னொருவனை மறு விளிம்பில் இருக்கும் மரத்தில் ஏறச் சொன்னான். மற்றவர்கள் அம்பு களையும் ஈட்டிகளையும் எறிந்து கொண்டிருந்தனர். இரண்டு கிழவர்களை வைத்துக்கொண்டு பாறைகளை நகர்த்தித் தள்ளிக் கொண்டிருந்தான் கொற்றன். அவனது வெறி, கிழவர்களையும் தினவோடு இயங்கவைத்தது. சரிவுகளில் இருக்கும் பாறைகள் எல்லாம் அடப்புக் கொடுத்துச் செருகப்பட்டிருந்த சிறு கற்களால்தான் நின்றுகொண்டி ருந்தன. எந்தெந்தப் பாறைக்கு எப்படியெல்லாம் அடப்புக் கொடுக்கப்பட்டுள்ளது என்பது கிழவர்களுக்குத் தான் நன்கு தெரியும். கும்மிருட்டில்கூடச் சரியான முறையில் அடப்புக்கல்லை ஈட்டியால் குத்தி நகர்த்தினார்கள். அடப்பை நகர்த்துவதும் அதற்கேற்ற கோணத்தில் பாறையை அசைப்பதும் மிகத் தேர்ந்தவர்களால் மட்டுமே எளிதில் செய்ய முடியும். பெருவீரனால்கூட நகர்த்த முடியாத பாறையை இரண்டு கிழவர்கள் எளிதில் நகர்த்துவார்கள். யானைகளின் உச்சந்தலைக் கும்பம் போலப் பருத்த இரு தோள்கள் திரையர்களுக்குத் தோன்றக் காரணம், குழந்தைப் பருவத்திலிருந்தே பாறை களுடனான அவர்களின் பழக்கம் தான். திரையர்குடியின் இளம் வீரனான கொற்றன், பாறைகளின் குழந்தை. கிழவர்கள் சொல்லச் சொல்லத் தோளால் முட்டி

எம்பினான் பாறைகளை.

தாக்குதல் தொடங்கியவுடன் பெரும்கூச்சலிட்டபடி வேந்தனின் வீரர்கள் அங்கும் இங்குமாகச் சிதறி, தற்காப்புக்கு ஏதுவான இடங்களில் நின்றுகொண்டு, அதற்கு ஏற்பவே எதிர்த்தாக்குதலைத் தொடுத்தனர். இந்த நிலையில் நமது தாக்குதலைத் தீவிரப்படுத்தாமல் 'கிழவன் ஏன் மரம் ஏறச் சொல்கிறான்?' எனச் சிந்தித்தபடியே இருவர் வேகவேகமாக மரத்தில் ஏறினர்.

அதில் ஒன்று, தணக்குமரம். இன்னொன்று, அகில்மரம். இரண்டும் முருங்கையைப்போல வலிமை யற்றவை. "சொல்லும் இடத்தில் வேல்கம்புகளால் குத்திக் காலால் மிதித்து, கிளைகளை ஒடி" என்றான் கிழவன். அவ்வாறே வேல்கம்புகளால் குத்தியும் அமுக்கியும் பெரும்பெரும் கிளைகளை 'மடார் மடார்' என ஒடித்துச் சரித்தனர் வீரர்கள்.

மேலேறிக்கொண்டிருந்த வேந்தர் படை மிரட்சிக்குள்ளானது. 'பெரும் பெரும் மரங்களையே கணப்பொழுதில் சாய்த்துக் கொண்டிருக்கிறார்கள்; ஏது செய்யப் போகிறார்களோ!' என எதிரிகள் மிரண்டு நின்றனர். எதிரிகளின் வடக்குப்புறப் படைக்குத் தலைமையேற்ற துடிசாத்தன் வீரர்கள் முன்னேறுவதை நிறுத்தி "தற்காத்து நில்லுங்கள்" என்று ஆணையிட்டான்.

இருட்டுக்குள்ளிருந்து அம்புகள் பாய்வதும் ஈட்டிகள் இறங்குவதும்

பாறைகள் உருள்வதுமாக இருக்க, இப்போது மரங்களை உருட்டியோ எறிந்தோ தாக்கப்போகிறார்கள் என நினைத்துத் திகிலடைந்து நின்றது வலப்புறப்படை.

கிழக்குப்புறம் நீலனின் தாக்குதல், எதிரிகளை நிலைகுலையச்செய்தது. மேலிருந்து எறியப்படும் ஈட்டிகள் பாறைகளில் பட்டுத் தெறிக்க, தீப்பொறி விடாது பறந்துகொண்டே இருந்தது. தனது வேகத்தை எக்காரணம் கொண்டும் குறைத்துக் கொள்ளக் கூடாது என உறுதியோடு இருந்தான் கருங்கைவாணன். தாக்குதலைச் சற்று நிறுத்தச் சொன்னால் கூட வீரர்களுக்குப் பின்வாங்கும் மனநிலை உருவாகிவிடும். எனவே, என்ன இழப்பு வந்தாலும் விடாது முன்னேறச் சொல்லி, பேரோசை எழுப்பிக்கொண்டிருந்தான் கருங்கை வாணன். ஆனால், மேல்நிலையிலிருந்த நீலன் தலைமையிலான வீரர்களின் தாக்குதலை மீறி மேலேறுவது எளிய செயல் அல்ல. கருங்கைவாணன் எவ்வளவு கத்தினாலும் அவனது படை சற்றுப் பதுங்கியே நின்றிருந்தது.

அனைத்துத் திசைகளிலும் ஆவேசமிக்க தாக்குதலை மேலிருந்து நடத்திக் கொண்டிருந்தனர். தங்களைப் பன்மடங்கு காட்டிக் கொள்ள, ஒவ்வொரு வீரனும் இணையற்ற வேகத்தோடு இயங்கிக் கொண்டிருந்தான். ஆனால் தென் புறத்தில் வேந்தர்படைக்குத் திதியன் தலைமையேற்று வந்து கொண்டிருந் தான். அவனது வேகத்தைத் தடுத்து நிறுத்த முடியாமல் திணறியது புங்கனின் தலைமையிலான படை.

சிறிது நேரத்தில் சீழ்க்கை அடித்தபடி ஊரின் நடுப்பகுதிக்கு ஓடிவந்தான் புங்கன். கண நேரத்தில் சோமக்கிழவனும் நீலனும் வந்து சேர்ந்தனர். "அவர்கள் மேலேறிக் கொண்டிருக்கிறார்கள். நம்மிடம் மிகக் குறைவான வீரர்களே இருக்கிறார்கள். சற்றே பின்வாங்கி, காரமலையில் ஏறிவிட்டால் அவர்களால் ஒன்றும் செய்ய முடியாது" என்றான்.

அவன் சொன்னதைக் கேட்டுக் கோபத்தோடு கத்தினான் நீலன், "நம்மை ஒன்றும் செய்ய முடியாது. ஆனால், கூத்தோசை கேட்கும் வள்ளிக் கானம் நோக்கி எதிரிகளின் படை போனால், நிலைமை என்ன வாகும் என நினைத்தாயா?"

அப்போதுதான் ஆபத்தை உணர்ந்தான் புங்கன். "அப்படியென் றால் உடனடியாகக் காரிக்கொம்பு ஊதச்சொல்லி, செய்தியைத் தெரிவிக்கலாமா?" எனப் புங்கன் கேட்டு முடிக்கும் முன் சோமக்கிழவன் சொன்னான், "நான் அப்போதே அதற்கான முயற்சியைச் செய்து விட்டேன்.

பெருங்காரிக்கொம்புகளை எல்லாம் எடுத்துக்கொண்டு போய் விட்டார்கள். இருக்கும் சிறுகொம்பை ஊதினாலும் ஓசை பெரிதாக வெளிப் படவில்லை. மலையின் மேலேயிருந்து கேட்கும் கூத்தின் ஓசைதான் எங்கும் கேட்கிறது" என்றான்.

"என்ன செய்யலாம்?" என புங்கன் கேட்டபோது, "செய்தியைப் பாரியிடம் சொல்ல, குதிரை எடுத்துக் கொண்டு ஒரு வீரன் மட்டும் விரைந்து செல்லட்டும். நாம் எக்காரணம் கொண்டும் வேட்டுவன்பாறையை விட்டுப் பின்னகரக் கூடாது. நாகக்கரடிலிருந்து வீரர்கள் வரும் வரை நாம் இந்த இடத்தைக் கடக்க எதிரிகளை அனுமதிக்கக் கூடாது" என்றான் நீலன்.

சொன்னவுடன் வீரன் ஒருவன் குதிரைக் கொட்டிலை நோக்கி ஓடத் தொடங்கினான், அவனிடம் சத்தம் போட்டு நீலன் சொன்னான், "இடது புறமாகத் தனித்துக் கட்டப்பட்டிருக்கும் குதிரை ஒன்று உண்டு. அதுதான் ஆலா. அதை எடுத்துச் செல். இருமடங்கு வேகத்தோடு பாயும்."

முன்களத்தில் இருக்கும் வீரர்கள், முடிந்தளவுக்குத் தாக்குதல் தொடுத்து நிலைமையைச் சமாளித்துக்கொண் டிருந்தனர். மூவரும் மீண்டும் தாக்குதல் இடத்தை அடைந்தனர். நீலனின் அம்புகள், இருளைத் துளைத்து இறங்கத் தொடங்கின. கும்மிருட்டின் பிடியில் மேலிருந்து பேரோசையோடு நடத்தும் எதிரி களின் தாக்குதலைச் சமாளித்துத் தற்காத்துக் கொள்ளவே முயன்று கொண்டிருந்தது கருங்கை வாணனின் படை. வடக்குப்புறத்தில் சோமக் கிழவனின் தாக்குதலால் எதிரிகள் நின்ற இடத்திலேயே நின்று கொண்டிருந்தனர். மேலேறவில்லை. ஆனால், தெற்குப்புறத்தில் புங்கனின் தலைமையிலான வீரர்களால் எதிரிகளின் வேகத்தைக் குறைக்க முடியவில்லை. எதிரிப்படையின் தளபதி திதியனின் ஆவேசம் இணையற்று இருந்தது. எத்தனை வீரர்களைப் பலிகொடுத்தாலும் முன்னேறும் வேகத்தைக் குறைத்துக் கொள்ளுதல் அவனது பழக்கத்திலேயே இல்லை. அந்தத் திசையில் மட்டும் எதிரிகள் அடுத்தடுத்த நிலைநோக்கி நகர்ந்து கொண்டிருந்தனர்.

ஆலாவின் மீதேறி விரைந்தான் வீரன். ஊரின் பின்புறத்தில் இருக்கும் குதிரைப்பாதை, கார மலையினூடே பயணிக்கிறது. வள்ளிக்கானத்தின் கூத்தோசைக்கும் வேட்டுவன் பாறையின் தாக்குதலோசைக்கும் நடுவில் குதிரையை வெறிகொண்டு செலுத்தினான்.

மறு குன்றைத் தாண்டும்போதுதான், மயிலாவின் ஊரான செம்மனூர் இந்தத் திசையில் இருப்பது நினைவுக்கு வந்தது. அங்கு போய்ச் செய்தியைச் சொல்லிவிட்டுப் போகலாம் எனக் குதிரையைத் திருப்பினான். சிறிது தொலைவு சென்ற பிறகுதான் தோன்றியது, 'ஊரில் இளைஞர்கள் யாரும் இருக்க மாட்டார்கள். எல்லோரும் நாகக்கரட்டுக்குப் போயிருப்பார்கள். மிகவும் வயதானவர்கள்தான் இருக்கக்கூடும்' என்று. குதிரைகளும் அங்கு இல்லை. அவர்கள் நடந்தே வேட்டுவன் பாறைக்குப் போய்ச் சேருவதற்குள் நாமே நாகக்கரட்டிலிருந்து வீரர்களை அழைத்துவந்துவிடலாம் என முடிவுசெய்து மீண்டும் குதிரையைத் திருப்பினான். பதற்றமும் அலைக்கழிப்புணர்வும் மேலோங்க, இருளுக்குள் சீறிப்பாய்ந்து கொண்டிருந்தது ஆலா.

85

தன் மகன் இளமாறனின் மரணத்துக்குப் பறம்பு வீரர்களே காரணம் என அறிந்த பிறகுதான் மையூர்க்கிழார் வெஞ்சினம் உரைத்தார். “பறம்புக்கு எதிரான போரில் நானும் பங்கெடுத்துப் பகை முடிப்பேன்” என்று முழங்கினார். காற்றைப்போல் இணையற்ற வேகத்தில் செல்லக்கூடிய இளமாறனின் குதிரையான ‘ஆலா’ வேட்டுவன் பாறையில் நிற்கிறது என்று, அவர் வெஞ்சினம் உரைத்து நீண்டநாட்கள் கழித்துதான் தெரிய வந்தது. ஒன்றுக்கும் மேற்பட்டமுறை ஆட்களை அனுப்பிப் பார்த்துவரச் சொன்னார். எல்லோரும் அதை உறுதிப்படுத்தினர்.

வைப்பூர்த் துறைமுகத்தின் மீதான தாக்குதலில் வேட்டுவன்பாறை வீரர்களே பங்கெடுத்துள்ளனர் என்பதை எல்லாவகைகளிலும் தெரிந்து கொண்டார் மையூர்க்கிழார். நீலனின் வீரத்தை மலைமக்கள் அனைவரும் நன்கு அறிவர். எனவே, ஆலாவைக் கைப்பற்றித் தகுந்த பதிலடி கொடுக்கப் பொருத்தமான நேரத்துக்காகக் காத்திருந்தார். வேட்டுவன்பாறையில் என்ன நடக்கிறது என்று தொடர்ந்து கவனித்தார். மயிலாவுக்கான நிறைசூல் விழாவைப் பற்றிப் பலரும் அறிவர். இந்த விழாவுக்காக நாகக்கரட்டில் இருக்கும் நீலன் உள்ளிட்ட வீரர்கள் வேட்டுவன்பாறைக்கு வருவர். போர்ச் சூழல் இருப்பதால் எண்ணிக்கையில் குறைவான வீரர்களே இந்த விழாவில் பங்கெடுப்பர். ஆனால், நீலன் உறுதியாகப் பங்கெடுப்பான் என எல்லாச் செய்திகளையும் திரட்டினார் மையூர்க்கிழார். அதன் அடிப்படையிலேயே இந்தத் தாக்குதல் வடிவமைக்கப்பட்டது.

கருங்கைவாணனின் திட்டமிடல்

மையூர்க்கிழாரிடம்கூட பகிர்ந்து கொள்ளாததாக இருந்தது. யட்சினி வழிபாட்டுக்கான ஏற்பாடுகள்தான் முழுவேகத்தில் நடந்துகொண்டிருந்தன. அது தொடர்பான பணிகள்தான் மையூர்க்கிழாருக்கு வழங்கப் பட்டிருந்தன. போருக்கான தொடக்கச் சடங்கில் தனக்கு வழங்கப்பட்டுள்ள பொறுப்பை நினைத்து பெருமிதத் தோடு இயங்கிக்கொண்டிருந்தார். அன்று நண்பகல் அவரை வரவழைத்த கருங்கைவாணன், “நீலனை நன்கு அடையாளம் தெரிந்த இரு வீரர்களை அனுப்பிவையுங்கள்” என்றான். ‘யட்சினிக்கான சடங்கு நடக்கும்போது இருவரை எதற்காகக் கேட்கிறார்?’ எனச் சிந்தித்தபடியே இரண்டு வீரர்களை அனுப்பிவைத்தார்.

காரிருளின் நள்ளிரவில் யட்சினி வழிபாட்டின் உச்சத்தில் பவளவந்திகையின் குருதி பீறிட்டுத் தெறித்தது. போர் நிலமெங்கும் பேரிகைகள் முழங்கின. வேட்டுவன் பாறையின் அடிவாரத்தில் இந்த ஓசையை எதிர்பார்த்தே கருங்கைவாணன் காத்திருந்தான். பேரிகைகள் முழங்கியவுடன் தனது படைக்கான உத்தரவைப் பிறப்பித்தான். மூன்று திசைகளிலிருந்தும் அவர்கள் மேலேறினர்.

எதிர்பார்த்ததைவிடக் கடும் தாக்குதலைச் சந்திக்க நேர்ந்தது. மிகக் குறைவான வீரர்கள் மட்டுமே இருந்தும் இவ்வளவு வலிமையான தாக்குதலை எப்படி நடத்துகின்றனர் என்பது பெருவியப்பாகவே இருந்தது. தாக்குதலை எதிர்கொண்ட படி மிக நிதானமாகவே மேலேறிக் கொண்டிருந்தான் கருங்கைவாணன். வடதிசையில் இருந்த துடிச்சாத்தன், கருங்கை வாணன் அளவுக்குக்கூட முன்னேறவில்லை; கீழ்நிலையில் இருந்தான். ஆனால், தென்திசையில் திதியனோ கருங்கைவாணனைவிட இரு பனை உயரத்துக்கு மேலேறி யிருந்தான்.

படைகள் இப்படி சமநிலையற்று முன்னேறுவது, எதிரிகளுக்கு வாய்ப்பாக அமைந்துவிடும். துடிச்சாத்தன் ஏன் இவ்வளவு பின் தங்கியுள்ளான் என்ற கவலைகூடப் பெரிதாக இல்லை; திதியனின் செயல்தான் அதிகக் கவலை யளிப்பதாக இருந்தது. அவன் ஏறக்குறைய வேட்டுவன்பாறையின் மேல்நிலைக்குச் சென்றுவிட்டான். சற்றே பதற்றமானான் கருங்கைவாணன். அவனைப் பொறுத்திருக்கச் சொல்ல முயன்றான். ஆனால், நீலன் தலைமையிலான வீரர்கள் நடத்தும் தாக்குதல் மிகக் கடுமையாக இருந்தது. தாக்குதலை எதிர்கொண்டு தாக்குப் பிடிப்பதே பெரும்பாடாக இருந்தது.

எவ்வளவு தாக்கினாலும் எதிரிகள் மேலேறிக்கொண்டிருக்கிறார்கள் என்பதைக் கவனித்தபடியே தாக்குதலை மேலும் தீவிரப்படுத்தி னான் நீலன். சோமக்கிழவனின் திசையில் எதிரிகள் மிகவும் கீழ் நிலையில் இருக்கின்றனர். ஆனால், புங்கனின் திசையில் எதிரிகள் மிகவும் மேலேறிய நிலையை அடைந்துள்ளனர் என்பதை அறிந்தபடி என்ன செய்ய லாம் எனச் சிந்தித்தான் நீலன். ‘சோமக்கிழவனின் பக்கம் இருக்கும் மூன்று வீரர்களை இந்தப் பக்கம் அனுப்பலாமா?’ எனச் சிந்தித்தபோது தான் கொற்றனின் நினைவுவந்தது.

அவன் மிகச் சிறியவன். எதிரிகள் மேலேறிக்கொண்டிருக்கின்றனர். இனி தாக்குதல் மிகக் கடுமையாக இருக்கும். காலம்பன் மகனுக்கு எந்தவித ஆபத்தும் நேர்ந்துவிடக் கூடாது என எண்ணிய நீலன்,

சட்டென சோமக்கிழவனின் திசை நோக்கி ஓடினான். அங்கு எதிரிகளை மேலே ஏறவிடாமல் அனைவரும் ஒருங்கிணைந்த தாக்குதலை நடத்திக் கொண்டிருந்தனர். விரைந்து வந்த நீலன், கொற்றனைத் தனியே அழைத்தான். பாறைகளை முடிந்த அளவுக்குத் தூக்கித் தள்ளிக் கொண்டிருந்த கொற்றன், மறுதிசையில் தாக்குதல் தொடுக்க அழைக்கிறான் என நினைத்து வேகமாக மேலேறிச் சென்றான்.

வேட்டுவன்பாறையின் மேலே குடில்களுக்கு இடையே ஆங்காங்கே பந்தங்கள் எரிந்து கொண்டிருந்தன. தாக்குதலின் ஓசையும் விடாமல் கேட்டுக்கொண்டிருந்தது. ஆனால், இவற்றையெல்லாம் மீறி வெளிப்பட்டுக் கொண்டிருந்தது வள்ளிக்கானத்தில் நடைபெறும் கூத்தின் ஓசை. எல்லா வகையான இசைக் கருவிகளும் அங்கு வாசிக்கப்பட்டுக் கொண்டிருந்தன. காரமலையின் அமைதியை முழுமுற்றாக விரட்டிக்கொண்டிருந்தன கூத்தின் ஓசையும், வேட்டுவன் பாறைத் தாக்குதலின் சத்தமும்.

கொற்றனைத் தனியாக அழைத்து வந்த நீலன், பின்புறம் செல்லும் ஒற்றையடிப் பாதையைக் காட்டி, "இந்த வழியில் ஒருபொழுது நடந்தால் அருவியும் அதன் அடிவாரத்தில் பெரும் பாறைகளும் இருக்கும். நீ அங்கு போய்விட்டால் யாராலும் அதற்குள் வந்து உன்னைக் கண்டறிய முடியாது. நாளைக் காலை வரை நீ அங்கேயே இரு. விடிந்ததும் ஊருக்கு வா" என்றான்.

எதிரிகளோடு கடும்மோதல் நடந்து கொண்டிருக்கும்போது தன்னை மட்டும் ஏன் தனியே காட்டுக்குள் போகச் சொல்கிறான் என்பது கொற்றனுக்குப் புரியவில்லை. எல்லா வற்றையும் சொல்லிப் புரியவைப்பதற் கான நேரமில்லை. கொற்றன் விழித்துக்கொண்டு நின்றதைப் பார்த்த நீலன், "காலையில் வந்து உன்னிடம் விளக்கமாகச் சொல்கிறேன். இப்போது புறப்படு" என்றான்.

அதற்குமேல் நீலனின் குரலை மறுத்து நிற்க முடியாது. மனமே யில்லாமல் அவன் சொன்ன பாதையை நோக்கிப் புறப்பட்டான் கொற்றன். அவன் புறப்பட்ட பிறகு நீலன் மீண்டும் கிழக்குத்திசை நோக்கி ஓடத் தொடங்கினான். மூன்று திசை களிலிருந்தும் தாக்குதலின் ஓசை அதிகமாகிக்கொண்டிருந்தது. தென்திசையின் ஓசை மிகவும் மேலேறிக் கேட்டது. புங்கனின் தலைமையிலான வீரர்கள் வேந்தர் படையின் தாக்குதலைத் தடுக்க முடியாமல் பின்னோக்கி வந்து கொண்டேயிருந்தனர்.

பெருங்குரலெழுப்பியபடித் திதியன் முன்னேறிக்கொண்டிருந்தான். காரமலையை நோக்கி விரைந்து கொண்டிருந்த கொற்றன், எதிரிகளின் ஓசை இவ்வளவு அருகில் கேட்கிறதே என நினைத்துச் சற்றே திரும்பினான். பந்தத்தின் ஒளியில் சீறிக்கொண்டிருந்த திதியனின் முகம் நேர் எதிரே தெரிந்தது. ஓடிக்கொண்டிருந்த கொற்றன் அந்த முகத்தைப் பார்த்த கணத்தில் உறைந்து நின்றான்.

நினைவுகளால் மூச்சுமுட்டியது. தம்பிகளோடு சேர்த்து தன்னையும் கால்களைக்கட்டித் தலைகீழாகத் தொங்கவிட்டவன். கையில் சிக்கியவர்களை எல்லாம் கொன்று குவித்தவன். கதறித் துடித்த பெண் களை எல்லாம் கழுத்தை அறுத்து வீசியவன். கண் முன்னால் ஊரையே வேட்டையாடித் தீர்த்தவன். உறைந்து நின்ற கொற்றனுக்கு என்ன செய்வது

எனத் தெரியவில்லை. ஆனால், நீலன் சொன்ன பாதையை நோக்கி ஓட கால்கள் மறுத்தன.

புங்கனால் திதியனின் தாக்குதலை எதிர்கொள்ள முடியவில்லை. சிறிது சிறிதாகப் பின்னோக்கி நகர்ந்து வந்து கொண்டேயிருந்தான். வேந்தர்படையணிக்குத் தலைமை தாங்கிய திதியனின் உறுதிப்பாடு, புங்கனை நிலைகுலையச் செய்தது. அவன் எந்தத் தாக்குதலையும் கண்டு அஞ்சாமல் முன்னோக்கி வந்து கொண்டேயிருக்கிறான். அவனைக் கட்டுப்படுத்த எந்த வழியிலும் புங்கனால் முடியவில்லை.

திதியன் ஏறக்குறைய மேல்நிலைக்கே வந்துவிட்டான். அவனது வருகையை எதிர்பார்த்தபடித் தோதக்கத்திமரத்தின் கிளையின் மேல் ஏறி மறைந்து பார்த்துக்கொண்டிருந்தான் கொற்றன். மரத்தின் மீது படர்ந்திருந்த கொடியைப் பிடித்தபடிக் காத்திருந்தான். மேல்நிலைக்கு அருகில் வந்ததும் திதியனின் ஆவேசம் இன்னும் அதிகமானது. ஆங்காங்கே பந்தங்கள் எரிந்துகொண்டிருந்தன. ஆனால், வீரர்கள் யாரும் தென்படவில்லை. தாக்குதலை எதிர்கொள்ள முடியாமல் புங்கன் மேலும் மேலும் பின்னோக்கி வந்துகொண்டிருந்தான்.

திதியன் சரியான இடத்துக்கு வரும்வரையில் காத்திருந்தான் கொற்றன். அன்று தலைகீழாய்க் கட்டித்தொங்கவிடப்பட்ட நிலையில் தன்னையும் தம்பிகளையும் சுட்டிக்காட்டி, ‘அம்பு வீசிக் கொல்’ எனக் கொக்கரித்தவனின் தலையை உச்சியில் தொங்கியவாறு எந்தக் கோணத்தில் கொற்றன் பார்த்தானோ, அவன் தலை இப்போது அதே கோணத்தில் தனக்கு நேர்கீழே வந்து நிற்பதைப் பார்த்தான் கொற்றன். இந்தக் கணத்தை எதிர் பார்த்துதான் இவ்வளவு நேரமும் கொப்போடு கொப்பாக ஒட்டிக்கிடந்தான். எந்தவித ஓசையும் எழுப்பாமல் கொடியைப் பிடித்தபடி உச்சிக்கொப்பிலிருந்து கீழ்நோக்கிக் குதித்தான். ‘ஏதோ ஓசை கேட்கிறதே!’ என நினைத்த திதியன் சட்டென மேல்நோக்கி அண்ணாந்து பார்க்கும்போது கூர்வாளின் முழு முனையும் அவனது முகத்தைக் கிழித்துக்கொண்டு நெஞ்சுக்கூட்டுக்குள் இறங்கியது.

திதியனோடு வந்தவர்கள் சற்றும் எதிர்பார்க்காத தாக்குதலாக அது இருந்தது. தங்கள் படையணித்தலைவன் மண்ணில் சாய்ந்த கணத்தில் என்ன செய்வது எனத் தெரியாமல் திகைத்த போது, விழிப்படைந்த புங்கன் வீறுகொண்டு தாக்கி முன்னோக்கி நகரத் தொடங்கினான். நிலைமையை எதிர்கொள்ள முடியாமல் வேந்தர் படைவீரர்கள் சற்றே பின்னோக்கி இறங்கினர். ஆனால், திதியனோடு சாய்ந்து கிடந்த கொற்றனின் உடலில் எண்ணிலாத ஈட்டிகள் இறங்கியிருந்தன.

யட்சினி வழிபாடு பற்றிக் கபிலர் சொன்னதும் அடுத்து செய்யவேண்டிய வேலைகளைப் பற்றித் தீவிரமாகச் சிந்திக்கத் தொடாங்கினான் முடியன். யட்சினி வழிபாடு என்பது தாக்குதலுக்கு முன்பு நடக்கும் சடங்கு எனக் கபிலர் கூறிய பிறகு ‘தாக்குதலை விடிந்ததும் தொடங்குவார்களா... இப்போதா?’ என்று கேள்வியை எழுப்பியபடி இருந்தான்.

நள்ளிரவைக் கடந்து நீண்டநேரமாகி யிருந்தது. மீண்டும் யட்சினிக்கான சடங்கு பற்றிக் கபிலர் கூறினார்,

"எதிரிகளின் தாக்குதலை எதிர்பார்த்து தானே இருக்கிறோம். எப்போது தாக்கினாலும் எதிர்த்தாக்குதலால் அவர்களை வீழ்த்துவோம்" என்றான் தேக்கன்.

"பொழுது விடியும்போது எல்லாத் திசைகளிலும் வீரர்களை ஆயத்த நிலையில் இருக்கச் சொல்லுங்கள். நிலைமைக்கு ஏற்ப முடிவெடுப்போம்" என்றான் பாரி.

இந்தப் பேச்சு நடைபெற்றுக்கொண் டிருக்கையில் வேட்டுவன்பாறையி லிருந்து வந்த வீரன் நாகக்கரட்டின் இடதுமுனையை அடைந்தான். அந்தத் திசைக்குத் தலைமையேற்ற நீலன் நிறைசூல் விழாவுக்குப் போய்விட்டதால், அந்தப் பொறுப்பை வேட்டூர்ப் பழையன் ஏற்றிருந்தார். வந்த வீரன் மூச்சிரைக்கத் தாக்குதலை விவரித்தான். செய்தியைக் கேட்டுத் துடித்தெழுந்த பழையன், முதற்படைப் பிரிவை அழைத்துக்கொண்டு வேட்டுவன்பாறை நோக்கிப் பாய்ந்து சென்றான்.

இடதுமுனையிலிருந்து காரிக்கொம்பு ஊதப்பட்டது. ஏதோ பிரச்னை என்பது நாகக்கரட்டின் மேல் இருந்த ஐவருக்கும் தெரிந்தது. வீரன் ஒருவன் நாககரட்டின் மேல் நிலை நோக்கிக் குதிரையில் வந்து கொண்டிருந்தான். ஐவரும் குதிரையில் ஏறிக் காரிக்கொம்பு ஊதப்பட்ட இடதுபுறத்தை நோக்கி விரைந்தனர். ஏதோ நடந்திருக்கிறது என்பது புரிந்தது. என்ன என்பதைக் கணிக்க முடியவில்லை. குதிரைகள் விரைந்தன.

வீரன் எதிர்பட்டான். நடந்து கொண்டிருக்கும் தாக்குதலை அவன் விவரித்தபோது அனைவரும் பேரதிர்ச்சிக்கு உள்ளாகினர். வீரன் சொல்லி முடிக்கும்போதே, நீலனைக்

காக்கப் பாய்ந்து செல்லத் துடித்தது பாரியின் மனம். அதை உணர்ந்த வாரிக்கையன், “பாரி இங்கே இருக்கட்டும். தேக்கனும் முடியனும் புறப்படுங்கள்” என்றார்.

பாரி மறுசொல் சொல்லும் முன் பெருங்குரலில், “எல்லோரையும் வேட்டுவன்பாறையை நோக்கித் திருப்பிவிட்டு, எதிரியின் தாக்குதல் இந்தத் திசையில் அமைய வாய்ப்பிருக்கிறது” என்று சொன்ன தேக்கன், கணநேரம்கூடக் காத்திருக்காமல் குதிரையைத் தட்டி விரட்டினான். முடியனும். வீரர்களும் பின்தொடர்ந்தனர். இமைக்கும் நேரத்துக்குள் முடிவுகள் எடுக்கப் பட்டன. குதிரையின் காலடிக்குளம்பி லிருந்து தெரிந்த மண்துகள் கபிலரின் நெற்றியில் பட்டபோதுதான் திகைப்பு மீண்டார்.

எதிரிகள் மூன்று திசைகளிலும் வேட்டுவன் பாறையின் மேல்நிலையை நெருங்கிவிட்டனர். பறம்பின் தரப்பில் தாக்குதல் தொடுத்த வீரர்களின் எண்ணிக்கை பாதியாகக் குறைந்து விட்டது. இனியும் தாக்குதல் உத்தியை மாற்றாமல் இருக்கக் கூடாது என நினைத்த நீலன், பின்னோக்கி விரைந்தான். “குடில்களின் மேற்கூரை களை எல்லாம் இழுத்துக் கீழே போடுங்கள். காய்ந்த மரங்கள், கட்டைகள் எல்லாவற்றையும்கொண்டு பெரும்வட்டத்தை உருவாக்குங்கள்” எனச் சொல்லிவிட்டு, மீண்டும் தாக்குதல் முனைக்கு ஓடினான். மேல்நிலையில் நின்றிருந்த வீரர்கள், குடில்களின் மேற்கூரைகளை எல்லாம் கீழே சரித்தனர். திண்ணைகளிலும் முற்றத்திலும் இருக்கும் பெரும்பெரும் கட்டைகளைப் பொருத்தமான இடை வெளிகளில் போட்டு நிரப்பினர். மீண்டும் மீண்டும் வந்து என்ன செய்ய வேண்டும் எனச் சொல்லியபடியே தாக்குதல் தொடுக்க கிழக்குமுனைக்கு ஓடினான் நீலன்.

வேட்டுவன்பாறையின் மந்தையைச் சுற்றிப் பெரும்வட்டத்தில் கூரை களையும் மரங்களையும் கட்டை களையும் கொண்ட ஓர் அரணை உருவாக்கிய பிறகு, எல்லோரையும் உள்ளே வரச் சொன்னான் நீலன். வேட்டுவன்பாறையைச் சேர்ந்த எஞ்சிய வீரர்கள் எல்லோரும் உள்ளே வந்த பிறகு எல்லாத் திசைகளிலும் ஒரே நேரத்தில் தீயிட்டான். தீக்கங்குகள் வெடித்து மேலேறத் தொடங்கின. பாறைச் சரிவுகளின் வழியே மூன்று பக்கங்களிலிருந்து மேலேறிய வேந்தர் படை, வேட்டுவன்பாறை முழுக்க குடில்கள் தீப்பிடித்து எரிவதைப் பார்த்துத் திகைத்து நின்றது. ‘எதிரிகள் தனது கைகளில் சிக்காமல் குடில் களுக்குத் தீவைத்துவிட்டுக் காட்டுக்குள் தப்பி ஓடிவிட்டனர்’ என நினைத்தான் கருங்கைவாணன். எந்தத் திசையிலிருந்தும் ஊருக்குள் நெருங்க முடியவில்லை. கூரைகளில் பற்றிய நெருப்பு, பெருங்கட்டைகளைச் சுற்றி வளைத்துக் கொண்டிருந்தது.

உயிரோடு மிஞ்சிய வேட்டுவன் பாறை வீரர்கள் வளையத்துக்குள் ஒன்றுகூடினர். ஊர்தோறும் தீக்களியைத் தாழி நிறையச் சேகரித்து வைத்திருப்பது பறம்பின் வழக்கம். இடதுதோளிலும் காலிலுமாக இரு அம்புகள் தைத்த நிலையிலும் இயங்கக்கூடிய திறனோடு இருந்தான் சோமக்கிழவன். அவன்தான் தீக்களியை நீர்விட்டு பிசைந்து எஞ்சியிருக்கும் எட்டு வீரர்களின் உடலில் பூசினான். தீ நன்றாகப் பற்றி நாலாபுறமும் சீறி எரிவது வரை அவர்கள் காத்திருந்தனர். யார் யார்

எந்தத் திசையின் வழியே வெளியேறிச் சென்று தாக்க வேண்டும் என வழிகாட்டினான் நீலன்.

வேந்தர்படை அடுத்து என்ன செய்வதென்று முடிவெடுக்க முடியாமல் நின்றிருந்தபோது, நெருப்பைப் பிளந்துகொண்டு பறம்பு வீரர்கள் வெளிப்பட்டனர். இரண்டு கைகளிலும் இரு வாட்களை ஏந்தியபடிப் படைக்குள் தாவிய அவர்கள், மின்னல் வேகத்தில் சிக்கியவர்களை எல்லாம் வெட்டிச் சரித்துவிட்டு மீண்டும் நெருப்புக்குள் புகுந்து மறைந்தனர். நடுங்கிப்போனது வேந்தர்படை. நெருப்பைப் பிளந்து எதிரிகள் வெளியேறி வந்து தாக்குதல் தொடுக்கின்றனர் என்பதை யாராலும் நினைத்துகூடப் பார்க்க முடியவில்லை. இரு வாட்களோடு வெளிவந்த நீலன், கண நேரத்தில் பத்துக்கும் மேற்பட்டோரைச் சீவியெறிந்துவிட்டு மீண்டும் தீக்குள் புகுந்தான்.

வீரர்களின் பேரோலத்தைக் கேட்டு ஓடிவந்தான் கருங்கைவாணன். “நெருப்புக்குள்ளிருந்து வெளியேறி வந்து தாக்குதல் நடத்திவிட்டு மீண்டும் உள்ளே போய்விடுகின்றனர்” என்று மற்ற வீரர்கள் தெரிவித்தனர். மிரண்டு போய்ப் பார்த்தான் கருங்கைவாணன். எல்லா திசைகளிலும் பற்றி எரிந்து கொண்டிருந்தது. “உள்ளே போனவன் எந்த வழியில் போனான்?” எனக் கேட்டான் கருங்கைவாணன். உடன் இருந்த வீரர்கள், அவன் தாக்குதல் நடத்தித் திரும்பிய இடத்தைக் காண்பித்தனர். மனிதன் நுழைந்து வெளியேறும் அளவுக்கு அந்த இடத்தில் நெருப்புச் சிறுத்து எரிகிறதா எனச் சற்றே உற்றுப்பார்த்தான் கருங்கைவாணன். ஆனால், ஆள் உயரத்துக்கு மேலாக நெருப்பின் கீற்றுகள் மேலெழுந்து கொண்டிருந்தன. இதற்குள்ளிருந்து எப்படி வெளிவந்து மீண்டும் உள்ளே போகமுடியும் என்பது புரியாத குழப்பத்தில் மிரண்டு நின்றான்.

தாக்குதல் நடத்திவிட்டு வீரர்கள் உள்ளே வந்ததும், அவர்கள் வந்த நெருப்பின் தடத்துக்குள் ஏற்கெனவே ஆயத்தநிலையில் இருந்த வீரர்கள் மிளகுக் குடுவையை உருட்டிவிட்டனர். குடுவையில் தீப்பொறி பட்டவுடன் சூடேறும். கண நேரத்தில் பெரும் சத்தத்தோடு வெடிக்கும். வெடிப்புற்ற கணம் மேலே கிடக்கும் கட்டைகளையே தூக்கிவீசும். நெருப்புக் கங்குகள் எல்லாப் பக்கங்களிலும் தெறிக்கும். நீலன் நெருப்புக்குள் நுழைந்த இடத்தை கருங்கைவாணன் உற்றுப்பார்த்தபோதுதான் மிளகுக்குடுவை வெடித்துச் சிதறியது. முகமெல்லாம் கங்குத்துளிகள் தெறித்துவிழத் துடித்துப்போனான் கருங்கைவாணன்.

உடனடியாக கருங்கைவாணனுக்கு மற்றவர்கள் உதவிக்கொண்டிருந்த போது, சற்றுத் தொலைவில் நெருப்புக் குள்ளிருந்து வெளிவந்த வீரன் ஒருவன் இரு வாட்களைக்கொண்டு வெட்டிச் சரித்துவிட்டு மீண்டும் நெருப்புக்குள் நுழைந்தான். வேந்தர்படை உறைந்து நின்றது. எதிரிகள் தாக்குதலை எந்தத் திசையிலிருந்து எப்படி நடத்து கின்றனர் என்பது புரியாதபுதிராக இருந்தது. வடக்குப் பக்கத்தில் நெருப்பைப் பிளந்து வெளியேறும் மனிதர்களைக் கண்டவுடன் துடிச்சாத்தன் செயலற்று நின்றான்.

வெளியேறியவர்களின் வாள்வீச்சில் குருதி பொங்கித் தெறித்தது. நெருப்பின் சீற்றத்தினூடே குருதியைக் குடித்தபடி வாட்கள் மீண்டும் தீப்பிழம்புக்குள் நுழைந்து மறைந்தன.

‘மனித முயற்சிக்கு அப்பாற்பட்ட செயலைப் பறம்புவீரர்கள் செய்து கொண்டிருக்கின்றனர். இனியும் தாம் இங்கு இருப்பது எந்த வகையிலும் நல்லதல்ல’ எனச் சிந்தித்த துடிச்சாத்தன், கருங்கைவாணனை நோக்கி விரைந்தான். வீரர்கள் சுற்றி நிற்க நெருப்பைவிட்டு மிகவும் தள்ளி பாறை ஒன்றின் மேல் கருங்கைவாணன் அமர்ந்திருந்தான். அவனது முகத்தை துணிகொண்டு மூடி இளைப்பாறச் செய்துகொண்டிருந்தனர்.

தாக்குதல் நடத்திவிட்டு உள்ளே வரும் வீரர்களின் உடலில் தீக்களி காய்ந்தோ, உதிர்ந்தோபோயிருந்தால், மீண்டும் தீக்களியைப் பூசித் தாக்குதலுக்கு ஆயத்தம் செய்யும் வேலையைச் செய்துகொண்டிருந்தான் சோமக்கிழவன். நீலன், புங்கன், மேலும் இருவர் என நான்கு பேர்தான் தீக்களி பூசி இரு வாட்கள் ஏந்தி எதிரிகளை வெட்டிச் சாய்த்துக் கொண்டிருந்தனர். மற்ற மூவரும் மிளகுக்குடுவையை நெருப்புக்குள் இங்கும் அங்குமாக வீசியெறிந்து கொண்டிருந்தனர்.

என்ன நடக்கிறது என எதிரிகள் அறியும் முன், பறம்புவீரர்கள் நால்வரும் ஐந்து முறைக்கும் மேலே சென்று தாக்கிவிட்டு மீண்டும் நெருப்புக்குள் திரும்பியிருந்தனர். ஒவ்வொரு வீரனும் பத்துக்கும் மேற்பட்டோரை வெட்டிச் சாய்த்திருந்தான். நீலனின் தாக்குதலில் மட்டும் இருபதுக்கும் மேற்பட்ட வீரர்கள் சரிந்திருப்பர். நெருப்பெங்கும்

வடியும் குருதியோடு வாளை சூடாக்கிக் கொண்டேயிருந்தனர் பறம்புவீரர்கள்.

முகமெல்லாம் மிளகுப்பொறி பட்டுச் சுட்டுக்கருகியபோது துடித்துக் கத்தினான் கருங்கைவாணன். ஆனாலும் அவனது இலக்கை விட்டுத் திரும்பிச் செல்ல அவன் ஆயத்தமாக இல்லை. நெருப்பின் வட்டத்துக்குள்ளிருந்து எப்படி இவர்கள் வெளிவருகின்றனர்; நெருப்பின் சூட்டை இவர்கள் எப்படித் தாக்குப்பிடிக்கின்றனர் என எதுவும் புரியவில்லை. வேந்தர்படை வீரர்கள், வெடித்துச் சிதறும் நெருப்பின் பொறி கண்டு அஞ்சி இருளுக்குள் பதுங்கினர். ஆனாலும் "நெருப்பைவிட்டு அகலாமல் நில்லுங்கள்" என்று வீரர்களை நோக்கி மீண்டும் மீண்டும் கூறினான் கருங்கைவாணன்.

வள்ளிக்கானத்தில் நாகசம்பங்கியின் தேறல் தேள்போல் கொட்டி உள்ளிறங்கிக் கொண்டிருந்தது. துடியும் முழவும் பறையும் அடர் காட்டை உலுக்கின. பெண்கள் களிவெறிகொண்டு ஆடினர். பெருங்கூக்குரலினூடே இருளைக் கிழித்து பெண்கள் ஆடிக்கொண்டிருந்த போது, நெருப்பைப் பிளந்து வாளேந்தி ஆடிக்கொண்டிருந்தனர் ஆண்கள். இருவிதமான ஓசைகள் காரமலையின் இரு இடங்களிலிருந்து வெளிவந்து கொண்டிருந்தன.

கலங்கிப்போய் வந்த துடிச்சாத்தனிடம் நம்பிக்கைகொடுத்து,

தாக்குதலுக்கான வழிமுறைகளைப் பற்றிப் பேசினான் கருங்கைவாணன். பறம்புவீரர்கள் நடத்தும் இந்தத் தாக்குதலால் சிலர்தான் வெட்டுப் பட்டுச் சாகின்றனர். ஆனால், மனித முயற்சிக்கு அப்பாற்பட்ட அவர்களின் இந்தச் செயலால் வீரர்கள் எல்லாம் நம்பிக்கை இழந்து மிரண்டு நிற்கின்றனர். 'பறம்பினரை ஒன்றும் செய்ய முடியாது. தீயின் தேவதை அவர்கள் பக்கம் நிற்கிறாள்' என வீரர்கள் கருதுவதாகவும் "வேந்தர்படை, விரைவில் இந்த இடம்விட்டு நகர்வது நல்லது" எனவும் துடிச்சாத்தன் கூறினான்.

முகத்தில் நெருப்புப்பொறி பட்ட போதுகூட இப்படிக் கத்தவில்லை. இப்போது கத்தினான் கருங்கைவாணன். "நான் வந்த வேலையை முடிக்காமல் திரும்பினால் மூவேந்தர்களின் பெரும்படைக்குத் தலைமை தாங்கும் தகுதியை இழந்தவனாவேன். எனது உயிரே போனாலும் வெற்றி கொள்ளாமல் இந்த இடம்விட்டுத் திரும்பமாட்டேன்" என நரம்பு புடைக்கக் கத்தினான்.

"எதிரிகளைக் கண்டு அஞ்சாதீர்கள். அவர்களும் நம்மைப்போல் மனிதர்கள்தான். நெருப்புக்குள் நீண்டநேரம் தாக்குப்பிடிக்க முடியாது. விரைவில் வெளிவந்துதான் தீரவேண்டும். அந்தக் கணத்துக்காகக் காத்திருப்போம். உரிய நேரத்தில் ஒன்றுபட்டுத் தாக்குதல் தொடுத்தால் அவர்களை வீழ்த்திவிட முடியும்" என்று பாறையின் மீது நின்று முழங்கினான் கருங்கைவாணன்.

கட்டைகள் வெடித்து நெருப்புப் பொறிகள் எங்கும் சிதறிக் கொண்டிருந்தன. "வீரர்களே... நெருப்பைவிட்டு மிகவும் தள்ளி நில்லுங்கள். அவர்கள் எவ்விடம் வெளியில் வருகிறார்களோ, அவ்விடம் அம்பு எய்தித் தாக்குங்கள். வாளால் தாக்க முயலாதீர்கள்" என்று வடப்புறமாகக் கத்திவிட்டு, தென்புறம் திரும்பினான் கருங்கைவாணன். கண்ணிமைக்கும் நேரத்தில் வெளியில் வந்து, மூவரின் தலைகளைச் சீவி யெறிந்துவிட்டு மீண்டும் நெருப்புக்குள் நுழைந்தான் நீலன்.

நெருப்பைக் கிழித்து வெளிவரும் கணத்திலிருந்து இந்தக் காட்சியைப் பார்த்தான் கருங்கைவாணன். தீச்சுடரே நீண்டுவந்து தலைகளைச் சீவிச்செல்வது போல இருந்தது. நீலனை நன்கு அடையாளம் தெரிந்த இருவரும் எந்நேரமும் கருங்கை வாணனின் அருகிலே இருந்தனர்.

பெருவட்டத்தில் நிலைகொண்டு எரிந்த நெருப்பிலிருந்து எந்தத் திசையிலும் வெளியேறித் தாக்கிக்கொண்டே இருந்தனர். கருங்கைவாணன் அந்த வட்டம் முழுவதும் சுற்றியபடி வீரர்களிடம் நம்பிக்கையூட்டினான். ஆனால், அவன் உருவாக்கும் நம்பிக்கைகள் நெருப்பைப் பிளக்கும் மனிதர்களால் கணநேரத்தில் எரியூட்டப்பட்டன.

ஆனாலும் விடாது முயன்றபடி அங்கும் இங்குமாக ஓடினான் கருங்கைவாணன். நெருப்புக்குள் மூங்கில்கட்டைகள் வெடிப்புற்றுத் தெறித்தபோது, தெறிக்கும் நெருப்புக் கொப்புளங்களுக்குள்ளிருந்து வெளிவந்தான் நீலன். அவன் எதிரில் வாளேந்திய கையை உயர்த்தினான் துடிச்சாத்தன். நீலனின் வாள்வீச்சின் வேகம் துடிச்சாத்தனின் கழுத்தில் குறுக்கிட்டு இறங்கியது.

தெறித்த குருதி மண்ணில் விழும் முன் நெருப்பைப் பிளந்து அந்தப்

பக்கத்தை அடைந்தான் நீலன். உருண்டு வந்த துடிச்சாத்தனின் தலை, கருங்கைவாணனின் காலில் வந்து முட்டி நின்றது. ஒரு கணம் அப்படியே நின்றான் கருங்கைவாணன். அருகில் இருந்தவன் சொன்னான், "தாக்கிச்சென்றது நீலன்."

எந்தத் திசையிலிருந்தெல்லாம் பறம்பினர் வெளிவருகிறார்களோ, அந்தத் திசையில் எல்லாம் வேந்தர் படையினர் விலகியிருந்து அம்பு எய்தனர். நெருப்பைப் பிளந்து வெளியேறியவர்களின் உடல்களில் அம்புகள் தைக்கத் தொடங்கின. உள்ளிருந்து தாக்குதல் தொடுத்தவர்கள் ஒருவர் பின் ஒருவராக வீழத் தொடங்கினர். ஆனாலும் நீலனின் வேகம் குறையவேயில்லை. நெருப்புக்கு வெளியேயிருந்து தாக்குதல் தொடுப்பவர்கள் மிகவும் விலகி நிற்கிறார்கள் என அறிந்து, அதற்கு ஏற்பத் தாக்குதல் திட்டத்தை மாற்றுங்கள் என நீலன் சொன்னபோது, புங்கன் ஈட்டியால் குத்தப்பட்டு நெருப்புக்குள் இருந்து வெளிவர முடியாமல் சாய்ந்தான். எது கண்டும் கலங்கும் நிலையில் நீலன் இல்லை. அவனோடு எஞ்சிய வீரர்கள் இருவர் மட்டுமே.

அவர்களுக்கும் தீக்களியைப் பூசிக்கொண்டிருந்தான் சோமக்கிழவன். நெருப்புக்கு அப்பால் எந்தத் திசையில் சென்று தாக்கலாம் என நெருப்பின் கீற்றுகளை நீலன் பார்த்துக் கொண்டிருக்கும்போதுதான் காற்று அதிரக் கேட்டது காரிக்கொம்பின் ஓசை.

ஒரு கணம் மனதுக்குள் மின்னல் வெட்டியதைப்போல மகிழ்ச்சி பூத்தது. இரண்டாம் குன்றுக்கு அப்பால் வரும்போதே வேட்டூர்ப் பழையன் காரிக்கொம்பை ஊதச் சொல்லிவிட்டான். 'நாங்கள் அருகில் வந்துவிட்டோம்' என்று சொல்வதற்கான ஓசை அது. காரிக்கொம்பின் ஓசை கேட்ட கணம் உற்சாகம் பீறிட வெறிகொண்டபடி நெருப்பைப் பிளந்துகொண்டு வெளிவந்தான் நீலன். நெருப்பைவிட்டு விலகி நின்றிருந்த எதிரிகளின் மீது மூன்று ஈட்டிகளை எறிந்துவிட்டு மீண்டும் நெருப்புக்குள் நுழைந்தான்.

அவனது வருகையை எல்லாத் திசைகளிலும் எதிர்பார்த்திருந்த கருங்கைவாணன், கண்ணெதிரே வந்து திரும்பும் நீலனைப் பார்த்தவுடன் தனது கைநரம்பே அறுந்து கொண்டு போவதைப்போல வீசினான் ஈட்டியை. நெருப்புக்குள் நுழைந்த நீலனின் வலது பின்னங்கால் தொடையில் இறங்கியது ஈட்டி. நெருப்போடு சாய்ந்தான் நீலன். "அவனை வெளியே இழுங்கள்" எனக் கத்தியபடி அருகில் ஓடிவந்தான் கருங்கைவாணன்.

இரு குன்றுகளுக்கு அப்பாலிருந்து எரியும் நெருப்பைப் பார்த்தபடி என்ன நடக்கிறது எனப் புரிந்து கொள்ள முடியாமல் பதற்றத்தோடு குதிரையை விரட்டிவந்தான் வேட்டூர்ப் பழையன். அவனோடு படையணி வீரர்கள் அனைவரும் படு ஆவேசத்தோடு வந்துகொண்டிருந்தனர். "காரிக்கொம்பை விடாம ஊது" என்று சத்தம்போட்டபடிக் குதிரையை விரட்டினான்.

இரண்டு குன்றுகளையும் தாண்டி வேட்டுவன்பாறைக்குள் நுழையும்போது கிழக்கின் ஒளிக்கீற்று மெல்ல மேலெழுந்துகொண்டிருந்தது. தீயின் நாக்குகள் இங்கும் அங்குமாக எரிந்து கொண்டிருந்தன. மனிதர்கள் யாரும் உயிருடன் இருப்பதுபோல் தெரியவில்லை, 'நீலன்... புங்கன்...' என

ஒவ்வொரு பெயராகச் சொல்லிக் கத்தியபடி எங்கும் ஓடினான் வேட்டூர்ப் பழையன். வீரர்கள், நான்கு திசைகளிலும் தேடித் தவித்தனர்.

நெருப்புக் கட்டைகளுக்கு நடுவே கரிக்கட்டைகளாகச் சிலர் கிடந்தனர். இரு பக்கங்களிலும் குருதியில் மிதந்தபடி எண்ணற்ற உடல்கள் கிடந்தன. குன்றின் சரிவு முழுக்க வேந்தர் படைவீரர்கள் மாண்டுகிடந்தனர். ஒருவன் சத்தம்போட்டு வேட்டூர்ப் பழையனை அழைத்தான். அவன் இருக்கும் இடத்தை நோக்கி ஓடினான் வேட்டூர்ப் பழையன். வீட்டின் மண்சுவர் ஓரம் குற்றுயிராய்க் கிடந்தான் சோமக்கிழவன்.

பழையனைப் பார்த்ததும் கீழ்ப்புறமாகக் கையை நீட்டி, "அவர்கள் நீலனைக் கொண்டு செல்கின்றனர்" என்றான்.

கிழக்குத் திசையில் நீலனின் குடில் இருந்த முனைப்பகுதிக்கு வந்து பதற்றத்தோடு பார்த்தான் வேட்டூர்ப் பழையன். காலைக்கதிரவன் மேலெழுந்துகொண்டிருந்தான். வேட்டுவன்பாறையின் அடிவாரத்திலிருந்து வேந்தர்படைவீரர்கள் குதிரைகளில் புறப்பட்டனர்.

முன்னால் போய்க்கொண்டிருந்த தேரில் கிடத்தப்பட்டிருந்த நீலன் பெருங்கயிறுகளால் கட்டப்பட்டிருந்தான். அந்தத் தேரின் முன்நிலையில் நின்றுகொண்டிருந்த கருங்கைவாணன் உடலெல்லாம் குருதிகொட்ட, முகமெல்லாம் மகிழ்வு பூக்க ஆவேசக் குரல் எழுப்பியபடித் தேரைச் செலுத்தினான்.

86

"நாகரவண்டினைக் கொத்திக்கொண்டு வந்துவிட்டேன்" என்று சொல்லி மகிழ்வின் உச்சத்தை வெளிப்படுத்தினார் குலசேகரப்பாண்டியன். யவனத்தேறலைக் குடித்துக்கொண்டே அவர் கூறுவதை மகிழ்ந்து கேட்டனர் செங்கனச்சோழனும் உதியஞ்சேரலும். குடியில் ஒருவரை ஒருவர் விஞ்சினர். போர்ச்சூழலில் அளவின்றிக் குடிப்பதைத் தவிர்க்க வேண்டும் எனச் சொல்வதற்கு தொடர்ந்து முயன்றார் முசுகுந்தர். ஆனால், அதற்கான வாய்ப்பே அமையவில்லை.

இத்தனை நாட்கள் மையூர்க்கிழாரின் மாளிகை ஒன்றில் தங்கவைக்கப்பட்டிருந்த ஹிப்பாலஸ், இன்று மூஞ்சலுக்கு அழைக்கப்பட்டான். இந்த விருந்தில் அவனும் பங்கெடுத்தான். ஹிப்பாலஸிடம் குலசேகரப்பாண்டியன் மீண்டும் மீண்டும் சொன்னார், "நாகரவண்டினை நமது கூட்டுக்குக் கொண்டுவந்துவிட்டோம். இனி நமக்கான இரை நம்மைத் தேடி வந்தே தீரும். மூவரும் இணைந்து வளைத்து வளைத்து வேட்டையாடுவோம்."

கருங்கைவாணனுக்கு உடனடியாக மருத்துவ உதவி தேவைப்பட்டதால் அவன் விருந்தில் பங்கெடுக்கவில்லை. மருத்துவர்களின் கூடாரத்தில் இருந்தான். நீண்டகாலத்துக்குப் பிறகு இன்றைக்குத்தான் அவனது வீரத்தை அவையில் புகழ்ந்து பேசினார் குலசேகரப்பாண்டியன்.

பேரரசர் அவன்மீது வைத்திருந்த நம்பிக்கை, வைப்பூர்த் தாக்குதலால் சிதைந்துவிட்டது. அதை எப்படியாவது மீட்கவேண்டும் எனப் பேருறுதியோடு செயல்பட்டு வந்தான் கருங்கைவாணன். ஆனால், இன்று

அந்த உறுதி தளர்ந்தது. திட்டமிட்டபடி நீலனைச் சிறையெடுத்து வந்து விட்டான். ஆனால், நேற்றிரவு நடந்த தாக்குதல் அவன் வாழ்வில் இதுவரை காணாத ஒன்று. சின்னஞ்சிறிய கூட்டம் ஒன்று, வேந்தர்பெரும் படையை முழுமுற்றாக அழித்தது. மாவீரர்களான திதியனும் துடிச்சாத்தனும் கொல்லப்பட்டனர். பங்கெடுத்த வீரர்களில் பத்தில் ஒரு பங்கு வீரர்கள் மட்டுமே உயிரோடு மீண்டுள்ளனர். அவர்களில் பாதிப்பேர் போர்க்களம் புக நீண்ட காலமாகும். இருமுறை மயிரிழையில் உயிர்தப்பினான் கருங்கைவாணன்.

இவையெல்லாம் பறம்புவீரர்களின் திறனை வெளிப்படுத்துவனவாக இருந்தாலும், நெருப்பைப் பிளந்து கொண்டு அவர்கள் தாக்குதல் தொடுத்தமுறை குருதியை உறைய வைப்பதாக இருக்கிறது. நினைக்கும் போதே நடுக்கத்தை ஏற்படுத்துகிறது. இந்தத் தாக்குதலில் தப்பித்த ஒவ்வொரு வனும் இனி இதைத்தான் பேசுவான். பறம்புவீரர்களின் கற்பனைக்கு எட்டாத வீரமும் ஆற்றலும் அடுத்து வரும் நாட்களில் வேந்தர்படை முழுவதும் பரவிவிடும்.

'எதிரிப்படையினர் நம்மைப் போன்ற மனிதர்கள்தான் என்பது மாறி அவர்கள் பேராற்றல்கொண்ட வர்கள் என ஆழ்மனம் நம்பிவிடும். நீரை நிலம் விழுங்குவதைப்போலத் தனது வீரத்தைத் தானே விழுங்கி வற்றச்செய்யும் வேலையை மனம் நமக்குத் தெரியாமலேயே செய்து கொண்டிருக்கும். இதை எப்படி மாற்றப்போகிறோம்? அவர்களை வீழ்த்தும் வலிமை நமக்கு இருக்கிறது என்பதை படைவீரர்களின் எண்ணிக்கையால் மட்டுமே உருவாக்கிவிட முடியாது. அறுநூறு வீரர்கள் கொண்ட படைப்பிரிவை அந்தச் சின்னஞ்சிறிய கூட்டம் அழித்து முடிக்க அதிக நேரமாக வில்லை. அப்படியென்றால், குவிக்கப் பட்டுள்ள இந்தப் பெரும்படையை அவர்களால் வென்றுவிட முடியும் தானே?' கேள்விகள், விடாது மேலெழுந்து கொண்டேயிருந்தன.

"கண்களைச் சற்று மூடுங்கள். முகம் முழுவதும் பச்சிலை தடவ வேண்டும்" என்றார் மருத்துவர். கண்களை மூடினால் நெருப்பைப் பிளந்து கொண்டு பறம்புவீரர்கள் வெளிவந்து கொண்டே இருந்தனர். கருங்கைவாணனால் கண்களை மூட முடியவில்லை. சிந்தனையின் வெக்கை இமைகளைச் சுட்டது.

இந்தப் பெரும்போருக்குத் தலைமை யேற்கும் மகாசாமந்தனாகக் கருங்கை வாணனைத் தேர்வுசெய்தது எவ்வளவு பொருத்தமானது என உதியஞ்சேரலும் செங்கனச்சோழனும் பாராட்டிப் பேசினர். " 'போர்க்களத்தில் சிறந்த தளபதியைக் கொண்டுள்ள மன்னன் நிம்மதியாகப் படுத்துறங்குவான்' என்று சொல்வார்கள் அல்லவா!" எனக் கேட்டார் முசுகுந்தர்.

"ஆம்... ஆம்..." என வேந்தர்கள் வழி மொழிந்தனர். நிறைந்த மயக்கத்தில் குலசேகரப்பாண்டியன் ஹிப்பாலஸிடம் சொன்னார், "நீங்கள் நாளை புறப்பட்டு மதுரைக்குச் சென்று ஓய்வெடுங்கள். பாரியை வீழ்த்திவிட்டு நாங்கள் வந்து சேருகிறோம்."

ஹிப்பாலஸ், மகிழ்வோடு அதை ஏற்றுத் தலைவணங்கி நன்றி சொன்னான். மகிழ்வின் உச்சத்திலும் நிலைகொள்ளாத மயக்கத்திலும்கூட பாண்டிய வேந்தர் செயலில் கவனத்தோடு இருப்பார் என்பதைப் பலமுறை பார்த்து வியந்தவர்

முசுகுந்தர். இன்றைய செயலும் அவரை எல்லையற்ற வியப்புக்கு உட்படுத்தியது.

‘குலசேகரப்பாண்டியரை யாராலும் கணித்துவிட முடியாது. எந்தச் சொல்கொண்டு செயலின் திசையை எந்தப் பக்கம் திருப்புவார் என்பதை இத்தனை ஆண்டுகளாக உடனிருக்கும் தன்னாலேயே புரிந்துகொள்ள முடியவில்லையே... உதியஞ்சேரலும் செங்கனச்சோழனுமா புரிந்து கொள்ளப்போகின்றனர்’ என்று எண்ணியபடி ஹிப்பாலஸ்ஸை அனுப்பிவைக்கும் வேலையில் ஈடுபட்டார் முசுகுந்தர். நள்ளிரவுக்குப் பிறகும் வெகுநேரம் விருந்து நீண்டது.

மறுநாள் பொழுது விடிந்த பிறகு நாகக்கரட்டிலிருந்து தனித்த தேர் ஒன்று கீழிறங்கியது. கருநிறத்தாலான பெரும்போர்வையை உடல் முழுவதும் சுற்றி, தேரின் வலதுபுறக் கைக்கட்டையைப் பிடித்தபடி வந்து கொண்டிருந்தார் கபிலர். வேந்தர்களின் படையணியை நோக்கிக் கீழிறங்கி வந்தது தேர். உடலின் அத்துணை உறுப்புகளும் செயலற்றதைப் போல உணர்ந்த நாள் இது. உயிர்த்துடிப்பற்று இருந்தன அவருடைய கண்கள். ஆனாலும் தன்னுடைய கடமையைச் செய்ய வேண்டும் என்பதில், அவரது உள்ளம் தெளிவோடு இருந்தது. தேர், வேந்தர்களின் படையணிக்கு அருகில் வந்து நின்றது.

வீரன் ஒருவன் தேருக்கு அருகில் வந்து, “செய்தி என்ன?” என்று கேட்டான்.

“கபிலர் வந்திருக்கிறேன் என்று வேந்தர்களிடம் சொல்” என்றார்.

“சரி” எனக் கூறிய அவன் செய்தியைச் சொல்ல மூஞ்சலை நோக்கிக் குதிரையில் விரைந்தான்.

நள்ளிரவுக்குப் பிறகும் விருந்து நீண்டதால், வேந்தர்கள் யாரும் எழுந்திருக்கவில்லை. மூஞ்சலின் வாசலிலேயே அந்த வீரன் நின்றிருந்தான்.

நெடும்பொழுது கடந்தது. கபிலரின் தேர் அசைவற்று நின்றிருந்தது. அனுமதிக்காகக் காத்திருக்கும் நீண்ட பொழுதை, கபிலர் முதன்முறையாகச் சந்தித்துக்கொண்டிருந்தார். மனம் கொந்தளிப்பிலேயே இருந்தது. தேரோட்டி வந்த வீரன், ‘இடதுபக்கக் கட்டையில் தொங்கிக் கொண்டிருக்கும் மூங்கில் குடுவையில் உள்ள நீராகாரத்தைக் கபிலருக்குத் தருவோம்’ என நினைத்துத் திரும்பினான்.

“எக்காரணங்கொண்டும் திரும்பாதே. அழைப்பு வருகிறதா என்று மட்டும் பார்” என்றார்.

கபிலரின் திடமான குரல் கேட்டு, சற்றே அதிர்ச்சியானான் வீரன்.

இரலிமேட்டிலிருந்து பாரி, கபிலரைப் பார்த்துக்கொண்டேயிருப்பான். இவ்வளவு பொழுது அவர் நிற்கவைக்கப்பட்டதை அவனால் தாங்கிக்கொள்ள முடியாது. உடனே திரும்பி வாருங்கள் என்று சொல்லிவிடக்கூடும். எனவேதான், “எப்பக்கமும் திரும்பாதே” என்று கபிலர் வீரனைக் கடிந்து கூறினார்.

பொழுது நண்பகலைக் கடந்தது. தேர் தனது இடம்விட்டு நகராமல் நின்றுகொண்டேயிருந்தது. அனுமதி கேட்கச் சென்றவன் வந்துசேர்ந்தான். கபிலரின் தேர்ப் படையணிக்குள் அனுமதிக்கப் பட்டது. குதிரைவீரன் வழிகாட்டி முன் சென்றான்.

படையணிகளுக்குள்ளும் பாசறைகளுக்கிடையேயும் வளைந்து நெளிந்து சென்ற தேர், இறுதியில் மூஞ்சலை அடைந்தது. கபிலர் இறங்கினார்.

வரவேற்க எவரும் இல்லை. எந்தக் கூடாரம் நோக்கிப் போவது என்பது சற்றே குழப்பமாக இருந்தது. குதிரை வீரன், மூன்றாம் கூடாரத்தைக் கைகாட்டி “உங்களை அங்கே வரச்சொன்னார்கள்” என்றான்.

கபிலர் அதை நோக்கி நடந்தார். அருகில் செல்லச் செல்ல இசைக்கருவி களின் ஓசை கேட்டது. மகிழ்வின் வெளிப்பாடு முகத்தில் அறைந்தது. உடல் கூசி நடுங்கியது. நீண்டநேரம் நிறுத்திவைத்ததன் மூலம் ஏற்படுத்திய உணர்வை, அருகில் அழைப்பதன் மூலமும் ஏற்படுத்த முடிந்தது. கபிலரின் கால்கள் நகராமல் நின்றன. சற்று நேரத்தில் கூடாரத்திலிருந்து வெளியே வந்த முசுகுந்தர் அவருக்கு வணக்கம் தெரிவித்து உள்ளே அழைத்துச் சென்றார்.

இசை நிகழ்வு முடிவுற்றதும் கபிலர் உள்நுழைந்தார். வேந்தர்கள் மகிழ்வோடு வீற்றிருந்தனர். பெரும் புலவரை வழக்கத்தைவிடப் பேரோசையை வெளிப்படுத்தி வரவேற்றார் குலசேகரப்பாண்டியன். வரவேற்க ஆட்கள் இல்லாதபோது என்ன உணர்வை ஏற்படுத்த முடிந்ததோ, அதே உணர்வை வரவேற்கும்போதும் ஏற்படுத்த முடிந்தது. அவையை வணங்கினார் கபிலர்.

“என்ன புலவரே, நண்பகலில் இவ்வளவு பெரிய போர்வையைப் போர்த்திக்கொண்டு வந்திருக்கிறீர்... உடல் நடுங்குகிறதா?” எனக் கேட்டார் சோழவேழன்.

“தோழனின் நடுக்கத்தைப் பெரும் புலவர் தானும் உணர்கிறாரோ?” எனக் கேட்டான் உதியஞ்சேரல்.

மனிதனுக்குள் அவமானத்தைத் துளையிட்டு உள்நுழைக்கிற கருவி, சொற்களின்றி வேறில்லை. கணநேரத்தில் உடல் நடுங்கியது. சூம்பிப்போயிருந்த வலதுகால் நடுவிரல் உள்ளிழுத்தது. பின்னங்கால் நரம்பு இழுக்கத் தடுமாறுவதுபோல் இருந்தது. கண்களை மூடி உடலையும் மனதையும் திடப்படுத்திக்கொண்டார். தனக்கான சொற்கள் எதுவும் தன்னிடம் வரக் கூடாது என நினைத்தார். நீலனைப் பார்க்கும் வரை சொல்லேந்தக் கூடாது என்ற முடிவோடு இருந்தார்.

“பெரும்புலவர் நம்மைப் பார்க்க வரவில்லை. நீலனைப் பார்க்கவே வந்துள்ளார். எனவே, முதலில் அவர் நீலனைப் பார்த்துவிட்டு வரட்டும். பிறகு பேசலாம்!” என்றார் குலசேகரப்பாண்டியன்.

“சரி” எனச் சொல்லி எழுந்த முசுகுந்தர், கபிலரை அழைத்துக் கொண்டு வெளியில் வந்தார். மூஞ்சலில் பெரும் கூடாரங்கள் போதிய இடைவெளிவிட்டு அமைக்கப்பட்டிருந்தன. அந்தக் கூடாரங்களுக்கு நடுவே சின்னதாய் ஒரு கூடாரம் அமைக்கப்பட்டிருந்தது. முசுகுந்தர் அதை நோக்கி நடந்தார்.

கபிலரின் கால்கள் முன்னகரத் தயங்கின. நீலன் எந்த நிலையில் இருக்கப்போகிறான் என்ற கவலை அவரை மேலும் நடுக்கமுறவைத்தது. முசுகுந்தர் கூடாரத்தின் திரைச்சீலையை விலக்கியபடிக் கபிலர் உள்ளே செல்ல கையை நீட்டினார். உள்நுழைந்தார் கபிலர். கூடாரத்தின் நடுவில் கைகள் கட்டப்பட்ட நிலையில் மரத்தூண் ஒன்றில் சாய்ந்து கிடந்தான் நீலன். உடலெங்கும் குருதி வழிந்த கருந்திட்டுகள் இருந்தன. இன்னும் சில இடங்களில் செங்கசிவு நிற்காமல் இருந்தது. கால்தொடையில்

ஈட்டி இறங்கிய இடத்தில் துணிகளைக்கொண்டு கட்டியிருந் தான். ஆங்காங்கே தசைகள் பிய்ந்து தொங்க ஈக்கள் மொய்த்துக் கொண்டிருந்தன. கண்கள் உட்செருகியபடிக் கிடந்தவன், ஓசை கேட்டு விழித்துப் பார்க்க முயன்றான். புருவங்கள்தான் மேலேறிக் கொண்டிருந்தன. இமைகளைத் திறக்க முடியவில்லை. முயன்று இமை திறந்து பார்த்தான். எதிரில் கபிலர்.

அவனது தலையைக் கைகளால் மெல்லத் தடவியபடி அருகில் மண்டி யிட்டு அமர்ந்தார். விழிகள் ஏறிட்டுக் கபிலரைப் பார்த்தன. கலங்கிய கண்களோடு அவனையே பார்த்துக் கொண்டிருந்தார் கபிலர். அவரின் கண்கள் அவனது காயங்களைத் தேடித் தேடி நகர்ந்தன.

எதிரியின் கூடாரத்தில் கட்டுண்டு கிடக்கும் மாவீரனிடம் நம்பிக்கை யூட்டும்படிப் பேசக் கபிலரால் முடியும். ஆனால், நீலனைப் பல நேரங்களில் தன் மகனைப்போல உணர்ந்தவர் அவர். அவரது மனம் உணர்வுகளின் கொதிகலனாக இருந்தது. கண்களில் நீர் பெருகிக் கொண்டேயிருந்தது. அவனது காயங் களினூடே கைகள் நகர்ந்தபடி இருந்தன.

அவரை நீலனால் முழுமையாக உணர முடிந்தது. மெல்ல அவன் பேசத் தொடங்கினான், "உங்களைச் சந்தித்த முதல் நாள் நான் என்ன சொன்னேன் என்பது நினைவிருக்கிறதா?"

தனது உடல்நடுக்கத்தை வெளிக் காட்டிக்கொள்ளக் கூடாது என முயன்றுகொண்டிருந்த கபிலருக்கு, நீலன் எதைக் கேட்கிறான் என்பது புரியவில்லை. சிந்தித்துப்பார்த்தார். அவன் கேட்பது நினைவுக்குப் புலனாகவில்லை.

நீலன் சொன்னான், "வேட்டுவன்பாறைக்கு நீங்கள் வந்த அன்று சொன்னேன், 'வீரனின் வாழ்வு மிகக் குறுகியது. பறம்புநாட்டுக்கு நாற்புறமும் எதிரிகள். எப்போது போர்மூளும் எனத் தெரியாது. போர்க் களத்தில் நான் சாயும்போது எனது ஈட்டியை இறுகப் பற்றி முன்னேற, என் மகன் வந்து நிற்க வேண்டும்' என்று."

கண்களை அகலத் திறந்தபடிக் கேட்டுக் கொண்டிருந்தார் கபிலர். "நான் எனது வார்த்தையைக் காப்பாற்றிவிட்டேன். இன்னும் சில நாட்களேயானாலும் நான் மரணிப்பதற்குள் மயிலா வீரமகவை ஈன்றெடுப்பாள்" என்றான் நீலன்.

கலங்கியபடிக் கூறினார் கபிலர், "நீ மாவீரன். போரிடும் முன்பே வாகைப்பூ ஏந்தி வந்த உன்னை மரணம் எப்படி அணுகும்?"

மயிலாவுக்காகக் குமரிவாகையைப் பறித்துப்போனது நினைவுக்கு வந்தது. ஆதினி இதைச் சொல்லித்தான் மயிலாவை ஆற்றுப்படுத்தியிருப்பாள் எனத் தோன்றியது.

"கொற்றவை உனக்கு வெற்றி வாகையைத் தந்து அனுப்பியுள்ளாள். அதனால்தான் உனது வீரத்தை இன்று பறம்பே பேசுகிறது" என்றார் கபிலர்.

தொடர்ந்து பேச முயன்றான் நீலன். ஆனால், அது அவ்வளவு எளிதாக இல்லை. முயன்று சொன்னான், "என்னைவிடப் பெரும்வீரத்தை வெளிப்படுத்தியவர்கள் சோமக் கிழவனும் கொற்றனும்தான். கிழவனும் சிறுவனும் எண்ணிலடங் காத எதிரிகளை அழித்தொழித்தார்கள்" என்றவன் சற்றே இளைப்பாறி,

“காலம்பனிடம் மன்னிப்புக் கேட்டதாகச் சொல்லுங்கள். கொற்றனை நான் காக்கத் தவறிவிட்டேன்” சொல்லும்போது உடைந்து கலங்கினான் நீலன்.

“இல்லை. உரியநேரத்தில் உதவ முடியாததற்காக உன்னிடம் மன்னிப்பு கேட்கச் சொல்லிப் பாரி கூறினான்.”

என்ன பேசுகிறார்கள் என அருகில் நின்று கேட்டுக்கொண்டிருந்தார் முசுகுந்தர். நீலனின் மீது மொய்த்துக் கொண்டிருந்த ஈக்களை விரட்டியபடி, தான் போர்த்தியிருந்த போர்வையை எடுத்து உதறாமல் அவன்மீது இறுகச் சுற்றிப் போர்த்தினார் கபிலர். அவனது காலிலே குருதி வடியத் தொங்கிக்கொண்டிருந்த மேலாடையின் சிறு பகுதியைக் கிழித்து எடுத்தார்.

கபிலர் என்ன செய்கிறார் என முசுகுந்தருக்கு விளங்கவில்லை. கிழித்து எடுத்த அந்தச் சிறு துணியைக் கைவிரல்களில் சுருட்டியபடியே சொன்னார், “வரும் முழுநிலா நாளில் கொற்றவைக்குக் குருதியாட்டு விழா. கூத்துத்திடலில் திரி போட வேண்டுமல்லவா?” என்றார். நீலன் அவரை உற்றுப்பார்த்தான்.

“பாரிதான் எடுத்துவரச் சொன்னான்” என்று சொல்லியபடியே துணியைச் சுருட்டி முடித்தார்.

நீலனுக்கு விளங்கியது. போர் முடிவுற்றவுடன் நடப்பதுதான் குருதியாட்டு விழா. முழுநிலவுக்கு இன்னும் பன்னிரண்டு நாட்கள் உள்ளன. அதற்குள் எதிரிகளை வென்று முடிப்பேன் எனச் சொல்லி அனுப்பியுள்ளான். அதுமட்டுமன்று, போரிலே தமது குருதி படிந்த ஆடைகொண்டே கொற்றவைக்கு விளக்கேற்றத் திரி போடுவர். நீலனின் குருதி படிந்த மேல்துணியை எடுத்துவரச் சொன்னதற்குக் காரணம், குருதியாட்டு விழாவுக்கு நீலன் திரி போட வந்து சேருவான் என்பதே. நீலனிடம் சொல்ல வேண்டிய எல்லாச் செய்திகளையும் சொல்லி முடித்தார் கபிலர்.

‘பன்னிரண்டு நாட்களில் எதிரிகளை வென்று உன்னை மீட்பேன்’ என்று பாரி சொன்னதாகக் கபிலர் சொன்ன எதுவும் முசுகுந்தருக்குப் புரியவில்லை. “சரி, புறப்படலாம்” என முசுகுந்தரைப் பார்த்துச் சொல்லியபடி நீலனிடமிருந்து எழுந்தார் கபிலர். மகிழ்வின் ஒளியேறிய முகத்தோடு அவரைப் பார்த்தான் நீலன். அந்தப் பார்வை விளங்கிக்கொள்ள முடியாத ஆழத்தோடு இருந்தது. விடைபெற்றுக் கூடாரத்துக்கு வெளியில் வந்தார் கபிலர்.

சிறிது தொலைவு கடந்ததும் முசுகுந்தர் கேட்டார், “அவன்மீது அளவுகடந்த அன்புகொண்டுள்ளீர்களே!”

‘ஆம்’ என்று தலையை மட்டும் ஆட்டினார் கபிலர்.

“நீங்கள் போர்த்தியிருந்த போர்வையை அவனுக்கு ஏன் போர்த்தினீர்கள்?”

“மேலெல்லாம் ஈக்கள் மொய்க்கின்றனவே. அதிலிருந்தாவது அவனைக் காப்போம் என்றுதான்.”

“நீங்கள் நினைத்தால் அவனையே காப்பாற்றலாம்!”

சற்றே நடையின் வேகத்தைக் குறைத்த கபிலர் முசுகுந்தரைப் பார்த்தார்.

“மூவேந்தர்களுக்கு உதவுவதாக வாக்களியுங்கள். உங்களின் தேரிலேயே அவனை அனுப்பிவைக்க ஏற்பாடு செய்கிறேன்.”

சிரித்தார் கபிலர். "மேகம் எப்படி காற்றுக்கு எதிராகப் பயணிக்கும்?"

"நீலனின் மீது உங்களுக்கு இருப்பது உண்மையான அன்பென்றால், வீசும் காற்று ஒரு பொருட்டல்ல."

"அன்பின் உண்மைத்தன்மையை உங்களால் கண்டறிய முடியுமா முசுகுந்தரே?"

"நிச்சயம் முடியும். கபிலரை எத்தனையோ ஆண்டுகளாக அறிந்தவன் நான். எளிய உணர்ச்சிகளுக்கு இடம் கொடுக்காத பேரறிஞர். ஆனால், இன்று அவனோடு பேசும் போது உங்களின் கண்கள் எத்தனை முறை பெருக்கெடுத்தன என்பதைக் கவனித்தேன். 'கபிலர்தானா இவர்?' என்று உங்களின் மீதே எனக்கே ஐயம் வருமளவுக்கு இருந்தது, அவன் மீது நீங்கள் கொண்டுள்ள அன்பு. அவன் உங்களுக்கு எவ்வளவு முக்கியமானவன் என்று புரிந்துகொண்டேன். அதனால் தான் சொல்கிறேன் உங்களால் அவனைக் காப்பாற்ற முடியும்."

"அவனது துன்பங்கள் கண்டு என்னை அறியாமல் கண்ணீர் சிந்தினேன். ஆனால், எனது துன்பத்தைப் பாரி அறிய நேர்ந்தால் குருதி சிந்துவான்."

முசுகுந்தர் சற்றே அதிர்ச்சியோடு கபிலரைப் பார்த்தார்.

கபிலர் சொன்னார், "ஒருவேளை காற்றை எதிர்த்துக்கூட மேகம் பயணிக்கலாம். ஆனால், வானத்தை விட்டு விலகிச் செல்லக் கதிரவனுக்கு வழியேதுமில்லை."

முசுகுந்தர் பேச்சின்றி அமைதியானார். பெரும்புலவரை வசப்படுத்துதல் எளிதன்று என அவருக்குத் தெரியும். ஆனாலும் கண்கலங்கியதைப் பார்த்துக் கல்லெறியலாம் என முயன்றார்.

எதுவும் நடக்கவில்லை. இருவரும் வேந்தர்களின் கூடாரத்துக்குள் நுழைந்தனர்.

அவருக்கான இருக்கையில் அமரும் வரைகூடக் காத்திருக்க ஆயத்த மாயில்லை. வந்தவுடன் சோழவேழன் கேட்டார், "என்ன கபிலரே, இதை எதிர்பார்த்திருக்க மாட்டீரே!"

இருக்கையில் அமர்ந்துகொண்டே கபிலர் சொன்னார், "ஆம். பெரு வேந்தர்கள் மூவரும் கோழையின் செயலைச் செய்வார்கள் என எப்படி எதிர்பார்க்க முடியும்?"

அதிர்ந்தது அவை. தனக்கான சொற்களைக் கைக்கொள்ளத் தொடங்கினார் கபிலர். பாரி என்ன நோக்கத்துக்காக அனுப்பி வைத்தானோ, அந்த வேலை முடிந்தது. நீலனுக்கான செய்தி சொல்லப்பட்டு விட்டது. இனி கபிலர் சொல்லைச் சுழற்றத் தடையேதுமில்லை.

"எது கோழையின் செயல்? திரண்டு நிற்கும் படை கண்டு தோள்கள் புடைக்கக் களம் காணாமல் காடு களுக்குள் ஒளிந்துகிடப்பது கோழை யின் செயலா? அவனது எல்லைக்குள் நுழைந்து தாக்குதல் நடத்தி அவன் தளபதிகளில் ஒருவனைச் சிறைப் பிடித்து வந்தது கோழையின் செயலா?" சீறினான் உதியஞ்சேரல்.

"ஒற்றறிந்து, இருள்போர்த்தி, பம்மிப் பதுங்கி நீங்கள் நடத்திய தாக்குதலுக்கு என்ன பெயர் வேண்டுமானாலும் சொல்லிக்கொள்ளுங்கள். ஆனால், அந்தச் செயலுக்கான குணம் கோழையினுடையது."

"ஒற்றறிவதோ, இருள்போத்தி நகர்வதோ, பதுங்கிப் பாய்வதோ போரின் பகுதியென்று நீங்கள் அறியாதவர் அல்லர். பாரியுடனான நட்பு, போர் நெறியை மறந்தவராக உங்களை மாற்றியுள்ளது."

"நெறிகளையும் மரபுகளையும் அறியாதவர்களின் பட்டியலில் என்னைச் சேர்க்கும் அளவுக்குப் போருக்கான மனநிலையில் மூழ்கி விட்டீர்கள். உங்களின் நோக்கம் அதுவென்றால், உங்களுக்கு உதவ நான் ஒரு வழிமுறை சொல்கிறேன், கேட்கிறீர்களா?"

"பெரும்புலவரே! உங்களால் எங்களுக்கு உதவ முடியாது. எங்களுக்கு உதவுவதாக நீங்கள் எது செய்தாலும் அதற்குப் பின்னால் இருப்பது எங்களின் எதிரியான பாரியின் நலனே!" என்றார் குலசேகரப் பாண்டியன்.

சற்றே வாய்விட்டுச் சிரித்தபடிக் கபிலர் சொன்னார், "இதைத்தானே நான் சொன்னேன். போருக்கான மனநிலைக்குள் முழுமுற்றாக மூழ்கி விட்டீர்கள். இனி குருதி பிசையாமல் உங்களால் உணவருந்த முடியாது."

சொற்களின் கூர்மை நுனிமூக்கைக் குத்தி இழுத்தது. உயர்த்திய குரலோடு உதியஞ்சேரல் கேட்டான், "சரி, சொல்லுங்கள். எங்களுக்கு உதவ என்ன சொல்லப்போகிறீர்கள்?"

"பாரி மலைவிட்டுக் கீழிறங்கிப் போரிட வேண்டும். அதனால்தானே நீலனைச் சிறைப்பிடித்து வந்துள்ளீர்கள்?"

அவையில் அமைதி நீடித்தது. கபிலர் தொடர்ந்தார், "நீலனைத் தூக்கிவந்தால்கூட அவன் உடனடி யாகப் போர்தொடுக்க மாட்டான். சற்றுக் காலம் தாழ்த்துவான். உங்களின் அவசரம் கருதிச் சொல்கிறேன். நீலனை விடுவித்துவிடுங்கள். என்னைச் சிறையிலிடுங்கள். இந்தக் கணமே போரைத் தொடங்குவான் பாரி."

கூடாரம் அதிர்வதைப்போலச் சிரித்தார் குலசேகரப்பாண்டியன். "பெரும்புலவரே! இதைத்தானே நான் முதலிலேயே சொன்னேன். எங்களுக்கு உதவுவதாக நீங்கள் எது செய்தாலும் அதற்குப் பின்னால் இருப்பது எங்கள் எதிரியான பாரியின் நலனே!"

கபிலர் சற்று அதிர்ந்தார்.

"தமிழ் நிலத்தின் பெரும்புலவரை மூவேந்தர்கள் சிறைப்பிடித்தனர் என்ற அவப்பெயர் எங்களுக்கு நேர வேண்டும். ஆனால், அவரை மீட்கப் போரிட்டு உயிர் நீத்தான் பாரி என, புலவர்குடிகள் காலம்காலமாக அவனைப் போற்றவேண்டும். அதுதானே உங்களின் நோக்கம்?"

கபிலர் சொன்னார், "நீங்கள் விரும்பும் போர்க்களத்துக்குப் பாரியை உடனடியாக வரவைக்கும் வழியைத்தான் நான் கூறினேன். அதில் துளியும் மிகையில்லை. ஆனால், இந்தச் செயலில் என்பால் அவனுக்கு இருக்கும் அன்பு உங்களுக்குப் புலப்படவில்லை. அவன் அடையப்போகும் புகழ் மட்டுமே உங்களின் கண்களுக்குத் தெரிகிறது. இதைப் பற்றிதான் பேச நினைக்கிறேன்."

"இன்னும் பேச என்ன இருக்கிறது?"

"இருக்கிறது. உங்களது போர், அவன் கொண்டுள்ள பொருளுக்கானதன்று; அவன் பெற்றுள்ள புகழுக்கானது. ஒருவனின் செல்வத்தைக் கவர்ந்திட போரிட்டால் அந்தப் போரில் வெற்றிதோல்வி உண்டு. ஆனால், ஒருவனின் புகழை எதிர்த்து இன்னொருவனால் போரிடவே முடியாது. நீரைப் பாறைகொண்டு நசுக்க முடியாது!"

குலசேகரப்பாண்டியன் உயர்த்திய குரலோடு சொன்னார், "இந்தப் போரில் நாங்கள் வெல்வதைத் தடுக்க யாராலும் முடியாது. ஆனாலும் போர் தொடங்கும் முன்பே ஒருவரை நாங்கள் இழந்துவிட்டோம். அதுதான் எங்களுக்கு ஆறாத்துயரை ஏற்படுத்துகிறது."

"யாரை?" எனக் கேட்டார் கபிலர்.

"உங்களைத்தான். தமிழ் நிலத்தின் பெரும்புலவர்; மூவேந்தர்களின் அவைகளையும் பாட்டால் பொலிவுறச்செய்த பேரறிஞர். இன்று எங்களின் எதிரியோடு போய் நிற்கிறீர். அவன் உங்களின் தமிழால் எங்களைச் சீண்டுகிறான். உங்களின் புலமைகொண்டு நம் நட்பைத் தகர்க்கிறான். தயவுகூர்ந்து உங்களிடம் கேட்டுக் கொள்கிறேன். அந்தக் கோழையை உங்களின் மேலாடையை விட்டு வெளியில் வந்து பேசச் சொல்லுங்கள்."

பாரியுடனான நட்பும் வேந்தர்களுடனான நட்பும் ஒரே நேரத்தில் இகழ்ச்சிக்குள்ளானது. "எனது புலமையும் எனது தோழமையும் எத்தனையோ முறை சீண்டடப்பட்டிருக்கின்றன. ஆனால், தனிமனிதனாக நான் இப்போது சீண்டடப்படுகிறேன்..." என்ற கபிலர் அடுத்த வார்த்தையை உச்சரிக்கும் முன் சட்டென இடைமறித்தார் முசுகுந்தர்.

"இதற்குமேல் பேசிக் கொண்டிருப்பது பொருளற்றது. சிறைப்பிடிக்கப்பட்டவனை மீட்கத் துணிவிருந்தால் போரிட்டு மீட்டுக் கொள்ளச் சொல்லுங்கள்" என்று நிறுத்தினார் பேச்சை.

அவையில் சட்டென அமைதி திரும்பியது. தலையசைத்தபடி 'சரி'யெனச் சொன்ன கபிலர். "போரிட்டு மீட்பான் பாரி. ஆனால், போர் முடியும் வரை சிறைப்

பிடிக்கப்பட்டவனைப் பாதுகாக்கும் அறத்திலிருந்து நீங்கள் நழுவ மாட்டீர்கள் என நம்புகிறேன்."

"அவனுக்கு உணவும் நீரும் அளிப்போம். மருந்தளிக்க மாட்டோம். தாக்குண்ட காயத்தால் அவன் மரணம் எய்துவானேயானால் அதற்கு நாங்கள் பொறுப்பல்ல" என்றார் முசுகுந்தர்.

"உணவும் நீரும் அளியுங்கள். அது போதும்" என்றார் கபிலர்.

"சரி. அப்படியென்றால், போரின் விதிகளை வரையறுத்துக் கொள்ள லாமா?" எனக்கேட்டான் உதியஞ்சேரல்.

"போரின் விதிகளைப் போரிடுபவ ரிடம்தானே நீங்கள் பேசவேண்டும். நான் போரிடுபவன் அல்லன். போரிடப்போகிறவனுக்கு நண்பன்."

"அப்படியென்றால் நாளைக் காலை போர் விதிகளை முடிவுசெய்வதற்கான மனிதரை அழைத்துவாருங்கள்" என்றார் குலசேகரப்பாண்டியன்.

"சரி" எனச் சொல்லி அவை நீங்கினார் கபிலர். அவரைப் பொறுத்தவரை வந்த வேலை எல்லா வகையிலும் சிறப்பாக முடிந்தது. நீலனுக்கு அவர் போர்த்திய போர்வை பருத்தி நூலால் நெய்யப்பட்டது மட்டுமல்ல, பருத்தி நூலோடு சேர்த்து மூலிகை நார்களால் பின்னப்பட்டது. எல்லாவகையான மருத்துவப் பொடிகளும் அதன்மீது போர்த்தி மேவப்பட்டிருந்தது. அதை மேலே போர்த்தியவுடன் குருதிக்கசிவுகள் உடனே நிற்கும். காயங்கள் விரைவில் குணமாகும். புத்துணர்ச்சியும் ஆற்றலும் பிறக்கும்.

ஒருவேளை, அவனுக்கு உண்ணக் கொடுக்கும் உணவில் நஞ்சு இருந்தாலும் நஞ்சுமுறியாகவும் அது செயல்படும். முறியன் ஆசான் கொடுத்தனுப்பிய மருத்துவ ஆடை அது. அதன் கீழ் விளிம்பில் சற்றே பெரிதான சரடு போன்ற ஒன்று உண்டு. அது தராக்கொடியும் செவ்வகத்தி வேரும். ஒருவேளை இரும்புத்தூணில் அவன் கட்டப்பட்டிருந்தால் அந்தக் கொடியின் பால் பட்டு இரும்பு உருகும். அதைப்போலவே குறுங்காது முயலின் குருதியில் ஊறிய நரம்புகள் போர்வைக்குள் இருக்கின்றன. கையில் கிடைக்கும் சிறு தடியைக்கொண்டுகூட வில்லைச் செய்ய அது பயன்படும். மருந்து, ஆயுதம் ஆகிய அனைத்தும் கொண்டதாக இருந்தது அந்தப் போர்வை. நீலனுக்குத் தேவையான அனைத்தும் அவனுக்குத் தரப்பட்டு விட்டன.

கபிலர் நிறைவோடு படை நீங்கி வெளியேறினார். நாகக்கரட்டில் ஏறும்போதே இரவாகிவிட்டது. அவரின் வரவுக்காக ஆறாம் குகையில் பாரி, தேக்கன், முடியன், காலம்பன், கூழையன், வாரிக்கையன், முறியன் ஆசான் ஆகியோர் காத்திருந்தனர். கபிலர் வந்தவுடன் முறியன் ஆசான் எண்ணற்ற கேள்விகளைக் கேட்டார். நீலனின் ஒவ்வொரு காயத்தைப் பற்றியும் விளக்கினார் கபிலர். முறியன் ஆசான் சொன்னதுபோலத் தான் நீலனின் உடல் முழுவதும் விரல்களால் தொட்டுப்பார்த்தார். எந்தெந்த இடத்திலெல்லாம் நீலன் வலிமிகுதியை உணர்ந்தான், எந்தெந்த இடத்திலெல்லாம் உணர்வற்று இருந்தான் என்பதையெல்லாம் துல்லியமாகக் கேட்டார். அவன் எந்தெந்த வடிவில் கைகால்களை நீட்டி மடக்கி உட்கார்ந்திருந்தான் எனக் கேட்டார்.

வலதுகால் தொடையில்தான் ஈட்டி இறங்கிய பெருங்காயம் இருப்பதைச் சொன்னார் கபிலர். "தொடைப் பகுதியில்தான் போர்வை சுருண்டும் மடங்கியும் அதிக நேரம் குவிந்து கிடக்கும். எனவே, விரைவில் குணமடைந்துவிடும்" என்றார் முறியன் ஆசான்.

முறியன் ஆசானின் வேலை முடியும் வரை மற்றவர்கள் காத்திருந்தனர். அவர் குகை விட்டு வெளியேறியவுடன் வேந்தர்களோடு நடந்த பேச்சு வார்த்தையைப் பற்றிச் சொன்னார் கபிலர். அனைவரும் கவனமாகக் கேட்டனர்.

போர்விதிகளைப் பற்றிப் பேச, பொருத்தமானவரை அழைத்துக் கொண்டு வருகிறேன் எனக் கூறி வந்துள்ளதாகக் கபிலர் சொன்னார்.

சிறிது நேரச் சிந்தனைக்குப் பிறகு முடியன் சொன்னான், "அப்படியென்றால் நாளை கபிலரோடு தேக்கன் செல்லட்டும்."

எல்லோரும் 'சரி' என்பதுபோலத் தலையசைத்தபோது, பாரி சொன்னான், "தேக்கன் வேண்டாம்."

சற்றே வியப்போடு பார்த்தனர்.

"கபிலரோடு வாரிக்கையன் செல்லட்டும்."

87

கருங்கைவாணன் சிகிச்சை பெற்றுவந்த மருத்துவக் கூடாரத்துக்கு வந்தனர் பொதியவெற்பனும் முசுகுந்தரும். "முகத்திலும் கை, கால்களிலும் ஆங்காங்கே நெருப்புக்காயங்கள் ஏற்பட்டுள்ளன. ஓரிரு நாட்களில் குணமாகிவிடும்" என்றார் மருத்துவர். தீக்காயங்களின் தன்மையைப் பற்றி மருத்துவர்களிடம் கேட்டறிந்தான் பொதியவெற்பன். மழை பெய்யத் தொடங்கியது. நெடுநேரம் வரை மழை நிற்கவில்லை. வேட்டுவன்பாறை யில் நடைபெற்ற தாக்குதலைப் பற்றி கருங்கைவாணனுடன் நீண்ட பொழுது பேசிக்கொண்டிருந்தான் பொதியவெற்பன்.

மூவேந்தர்களும் சோழவேழனும் வழக்கம்போல் இரவில் சந்தித்து உரையாடினர். பொதியவெற்பனும் முசுகுந்தரும் கருங்கைவாணனைப் பார்க்கப் போயிருந்ததால், இன்றைய உரையாடலில் அவர்கள் பங்கெடுக்க வில்லை. சோழவேழன் கேட்டார், "'போர்விதிக்கான பேச்சுவார்த்தையை நடத்த பொருத்தமானவரை இன்றே அழைத்துவாருங்கள்' என்று கபிலரிடம் சொல்லியிருக்கலாமே. நாளை அழைத்துவரச் சொன்னது அவர்களுக்கு நேரம் கொடுத்ததாகி விடாதா?"

குலசேகரப்பாண்டியன் சொன் னார், "நாம் திட்டமிட்டுக்கொள்ள நேரம் தேவைப்படுகிறது. அதனால் தான் நாளை அழைத்துவரச் சொன்னேன்."

போருக்கான விதிகள் எல்லோரும் அறிந்ததே. பல நூறு போர்க்களங்களில் குருதி கலந்த காற்றை நுகர்ந்தபடித் தளபதிகளாலும் அமைச்சர்களாலும்

பேசிப் பேசி உருவாக்கப்பட்ட வார்த்தைகள்தான் அவை. போர் என்பது அழிவின் களம். அங்கு ஒருபோதும் ஒழுங்கை உருவாக்க முடியாது என்பது அனைவருக்கும் தெரியும். ஆனாலும் விதிகளை உருவாக்கி, போர்புரியும் மரபு பல தலைமுறைகளாக வளர்த்தெடுக்கப் பட்டுள்ளது. பெரும்பான்மையான போர்கள் விதிகளின்படிதான் தொடங்குகின்றன. ஆனால், விதிகளின்படி முடிவதில்லை! தமக்கு வெற்றி கிடைக்கும் என்னும் நம்பிக்கை இருக்கும்வரை விதிகளைப் பின்பற்ற அனைவரும் பழகியுள்ளனர். ஆனால், அந்த நம்பிக்கை தகரும்போது விதிகளுக்கு எந்த முக்கியத்துவமும் இருப்பதில்லை.

போர்விதிகள், பொதுவான சில ஒழுங்குகளை முன்வைக்கின்றன. இருதரப்பினருக்கும் அந்த ஒழுங்குகள் தேவையாக இருப்பதால் ஏற்றுக் கொள்ளப்படுகின்றன. அவற்றைப் போலவே வெற்றியும் இருதரப்புக்கும் தேவையாக இருப்பதால் இருவரும் விதிகளைப் பற்றிப் பேசி, உடன்பட்டு, போரைத் தொடங்குகின்றனர். ஆனால், போர்க்களத்தில் ஒருவனின் கை வலிமைபெறும்போது இருவருக்கும் விதிகள் முக்கியத்துவ மற்றுப் போய்விடுகின்றன.

வாளுக்கு வடிவமைக்கப்பட்ட உறைபோலத்தான் போருக்கு வடிவமைக்கப்படும் விதிகளும். கலை வேலைப்பாட்டுடன் மிளிர்வது உறைக்கு அழகு. ஆனால், வாளுக்கு அழகு, வெட்டிச் சரிக்கத் தேவையான கூர்முனை மட்டுமே. எல்லா வாட்களுக்கும் மேற்பூச்சுகொண்ட உறை தேவைப்படுவதைப்போலத்தான் போருக்கு விதிகள் தேவைப்படுகின்றன.

எல்லோரும் ஏற்றுக்கொண்ட போர்விதிகளை உருவாக்கியதில் பெரும்பங்கு வகித்தவை, மூன்று பேரரசுகள்தான். பல காலங்களாகப் போர்க்களம் நீங்கா இந்தப் பேரரசுகள் தான் எதிரும் புதிருமான முறையில் எத்தனையோ விதிகளை உருவாக்கின. இன்று பொதுப்புழக்கத்தில் இருக்கும் போர்விதிகளில் பெரும்பான்மை யானவை எதிரெதிரே இருக்கையில் அமர்ந்து இந்தப் பேரரசுகளால் உருவாக்கப்பட்டவைதான். வரலாற்றில் முதன்முறையாக மூன்று பேரரசுகளும் ஒன்றாய் உட்கார்ந்து பொது எதிரியோடு போர்புரிவதற்கான விதிகளைப் பற்றி இப்போது பேசுகின்றன.

“போர்விதிகளை உருவாக்குவதில் நாம் புதிதாய்த் திட்டமிட என்ன இருக்கிறது?” எனக் கேட்டான் உதியஞ்சேரல்.

“போர்விதியின் அடிப்படையில் வெற்றிபெற முயல்வதைவிட, வெற்றி பெறுவதற்கான முறையில் விதிகளை வடிவமைத்துக் கொள்வதே அறிவுடைமை” என்றார் குலசேகரப் பாண்டியன்.

“இந்தப் போரை விதிகளால் ஒழுங்குப்படுத்த முடியாது. ஏனென்றால், எதிரிகளுக்கு என்ன ஆற்றல் இருக்கிறதென்றே நமக்குத் தெரியாது. பிறகு எப்படி நாம் பொதுவிதியை உருவாக்க முடியும்?” எனக் கேட்டான் கருங்கைவாணன்.

இன்று கபிலரோடு நடைபெற்ற பேச்சு வார்த்தையைச் சொல்லி நாளை போரின் விதிகள் பேசப்பட வுள்ளதை முசுகுந்தர் பகிர்ந்து கொண்டபோது, கருங்கைவாணனின் மறுமொழியாக இது இருந்தது.

‘கருங்கைவாணனா இப்படிப் பேசுவது!’ என வியப்போடு பார்த்தான்

பொதியவெற்பன். முசுகுந்தருக்கும் நம்பமுடியாததாகத்தான் இருந்தது.

"மூவேந்தர்களின் கூட்டுப்படைத் தளபதியின் குரலா இது?" எனக் கேட்டார் முசுகுந்தர்.

"ஆம். நமக்கான விதிகளையும் அவர்களுக்கான விதிகளையும் ஒன்றாய்ப் பொருத்தமுடியாது."

"ஏன்? நம்மைவிட எந்த வகையில் அவர்கள் வேறுபட்டவர்கள்?"

"அது எனக்குத் தெரியவில்லை. ஆனால், அவர்கள் நம்மைப் போன்றோர் அல்லர். புதருக்குள்ளிருந்து விலங்குகள் வெளிவருவதைப்போல நெருப்புக்குள்ளிருந்து வெளிவரும் மிருகங்கள் அவர்கள். அவர்கள் மீது இரக்கமற்ற தாக்குதலையே நடத்த வேண்டும். ஒழுங்குப் படுத்தப்பட்ட விதிகளெல்லாம் அந்தக் காட்டு மனிதர்களுக்குத் தேவையில்லை."

கருங்கைவாணன் தீக்காயங்களிலிருந்து மீளாது துடித்துக்கொண் டிருப்பது அவனது சொற்களிலேயே தெரிந்தது.

"உனது வார்த்தைப்படியே வைத்துக்கொண்டாலும் விதி என்பது அவர்களது ஆற்றலைக் குறைக்கப் பயன்படுமேயானால், அதை நாம் ஏன் தவறவிட வேண்டும்?"

"அவர்களது ஆற்றல் என்னவென்று தெரிந்தால்தானே நம்மால் குறைக்க முடியும்?"

"அளவிட முடியாத ஆற்றல் கொண்டவர்கள் என்று சொல்கிறாயா?"

"இல்லை, எல்லாவகையான உத்தி களையும் பயன்படுத்தி அழிக்கப்பட வேண்டிய ஒரு கூட்டம் என்று சொல்கிறேன். அந்தக் கூட்டத்துக்குப் பொதுவிதிகளைப் பயன்படுத்த வேண்டிய தேவையில்லை. அப்படிப் பொதுவிதிகளை உருவாக்குவது அவர்களுக்கு நாமே வாய்ப்பைத் தருவதுபோல் ஆகிவிடும்."

"உருவாக்கப்படும் விதிகளின்படியே போர் புரியவேண்டும் என்பது முன்னோர் மரபு."

"இதைத்தான் நான் சொல்ல வருகிறேன். சமதளத்தில் வாழ்கிற நமது முன்னோர்கள் உருவாக்கிய மரபு அது. மலைமனிதர்களுக்கு மரபேது... அறமேது?"

"நீ அவர்களின் திறனை மிகைப் படுத்துகிறாய் என நினைக்கிறேன். ஆத்திரப்படுவதால் அவ்வாறு தோன்றுகிறது."

"இல்லை அமைச்சரே! யாராலும் நெருங்கவே முடியாது எனச் சொல்லப் பட்ட திரையர்களை அவர்களின் இருப்பிடத்துக்குள் நுழைந்து வீழ்த்தினோம். நானே அஞ்சி பின்வாங்க நினைத்தபோதுகூட சற்றும் இரக்கம்காட்டாமல் துணிந்து முன்னேறி அவர்களை வீழ்த்தினான் திதியன். ஆனால், சிறிய குன்றின் மேல் இருந்த சின்னஞ்சிறிய கூட்டம், திதியனைக் கொன்றழித்ததை இன்னும் என்னால் நம்ப முடிய வில்லை. பெரும்பாறைகளை உருட்டுவதும், மரங்களைச் சாய்த்துத் தள்ளுவதும், நெருப்புக்குள் நுழைந்து வெளிவருவதுமாக அவர்கள் நடத்திய தாக்குதல் முழுவதும் நம்ப முடியாத மாயக்காட்சிகளாக இருந்தன. நாம் நடத்திய திடீர் தாக்குதலிலேயே அவர்களால் இவ்வளவு திறனை வெளிப்படுத்த முடிந்தபோது, திட்டமிட்டு முறைப்படுத்தப்பட்ட விதிகளை உருவாக்கி அதன்படி போரை நடத்த முற்பட்டால் அவர்கள் என்ன செய்வார்கள் எனச் சிந்திக்கவே முடியவில்லை."

"அதனால்..?"

"அவர்கள் சிந்திப்பதற்கான வாய்ப்பைக் கொடுக்கக் கூடாது. எல்லா வகையிலும் அழித்தொழிப்பு ஒன்றே நோக்கமாகக்கொண்ட தாக்குதல் முறையைப் பின்பற்ற வேண்டும். சூழ்ச்சிகளும் வரைமுறை யற்ற தாக்குதலும் அழித்தொழிப்புமே அவர்களை வீழ்த்துவதற்கான உத்தியாக இருக்கமுடியும்."

"பறம்புநாடு, இதுவரை விதிகள் வகுத்துக்கொள்ளப்பட்ட ஒரு போர் முறைக்குள் பங்கெடுத்ததில்லை. பறம்புக்குள் நுழைந்த எதிரி நாட்டினரின் மீது தாக்குதல் நடத்தி வென்றுள்ளனர். தாக்குதல் போருக்கும், விதிகளால் வரை யறுக்கப்பட்ட களப்போருக்கும் நிறைய வேறுபாடு உண்டு. விதிகளால் முறைப்படுத்தப்பட்ட போரில் தாக்கும் திறன் மட்டுமே எல்லா வற்றையும் தீர்மானித்துவிடுவதில்லை. பறம்பினர், தாக்கும் திறனை மட்டுமே நம்பியுள்ள கூட்டத்தினர். அவர்களின் வலிமையின் வழியே அவர்களை வீழ்த்த வேண்டும்" என்றார் குலசேகரப்பாண்டியன்.

அவர் சொல்வதைச் சற்று ஆழ்ந்து சிந்தித்தனர். 'என்ன செய்யலாம்?' என்ற கேள்வியே மிச்சமிருந்தது.

"முதன்முறையாகக் கபிலர் பேச வந்தபோது அவரை அறியாமலேயே முக்கியமான செய்தி ஒன்றை நமக்குத் தெரிவித்தார்."

குலசேகரப்பாண்டியன் எதைச் சொல்கிறார் என்று மற்ற மூவரும் சிந்தித்தனர். ஒன்றும் நினைவுக்கு வரவில்லை. அவரே கூறினார்,

" 'நாகக்கரட்டின் மேல் நின்று பார்த்தால் நமது படையில் மூன்றில் ஒரு பகுதி தெரிகிறது. இரலிமேட்டி லிருந்து பார்த்தால் முழுப் படையும் தெரிகிறது' என்றார் அல்லவா?"

அப்போதுதான் மற்றவர்களுக்குக் கபிலர் கூறியது நினைவுக்கு வந்தது.

"அது எவ்வளவு முக்கியமான குறிப்பு. அன்றிரவு முழுவதும் நான் தூங்கவில்லை. வேட்டுவன்பாறையின் மீது திடீர்த் தாக்குதல் தொடுக்க வேண்டும் என்றுதான் அந்தக் குன்றினைவிட்டு நமது படையை மிகத்தள்ளிக் கூடாரம் அமைக்கச் சொன்னேன். நம்மைக் கண்டு அஞ்சியே வேந்தர்படையினர் கூடாரத்தைப் பிரித்துக்கொண்டு போகிறார்கள் என்று எதிரிகள் எண்ணவேண்டும் என்பதற்காகத்தான் அவ்வாறு செய்தேன். அப்படிச் செய்ததன் மூலம்தான் வேட்டுவன் பாறையின் மீதான தாக்குதலை வெற்றிகரமாக நடத்த முடிந்தது. அதில் கவனம் செலுத்திய நான் மற்றொன்றைக் கவனிக்கத் தவறிவிட்டேன்" என்றார் சற்றுக் கவலையோடு.

குலசேகரப்பாண்டியனின் கவலை அனைவர் முகத்திலும் பரவியது.

"நாம் படையை மலையடிவாரத்தில் நிறுத்திவிட்டோம். அவர்கள் பார்வை யால் மதிப்பிட முடியாத தொலைவில் நிறுத்தியிருக்க வேண்டும். இன்னொரு முறை படையை நகர்த்தினால், அது வீரர்களிடம் குழப்பத்தையும் அச்சத்தையும் உருவாக்கிவிடும். எனவே, நாம் போர் உத்தியை மிகக் கவனமாகத் திட்டமிட வேண்டும்" என்றார்.

"என்ன செய்ய வேண்டும் என நினைக்கிறீர்கள்?" எனக் கேட்டான் உதியஞ்சேரல்.

"இந்தப் போருக்கான களம் மலையடிவாரத்தில் அமையக்கூடாது.

கிழக்கும் மேற்குமாக நின்று நாம் போரிடக் கூடாது. ஏனென்றால், மேற்குத்திசையில் மலை இருக்கிறது. எதிரிகள் படையின் பின்புறம் மலை இருப்பது அவர்களுக்கான வலிமையைக் கூட்டும். எனவே, படையின் அணிவகுப்பு வடக்கு தெற்காக இருக்க வேண்டும். அதேபோல அவர்கள் மேலிருந்து பார்த்தால் மதிப்பிட முடியாத தொலைவில் போர்க்களம் அமைய வேண்டும்” என்றார்.

இதை எப்படி நடைமுறைப் படுத்துவது என அனைவரும் தீவிரமாகச் சிந்திக்கத் தொடங்கினர். இதில் உள்ள பெருஞ்சிக்கல், போருக்கான களத்தையும் படைகள் நிற்கவேண்டிய திசையையும் தீர்மானிப்பது தளபதிகளோ அரசர்களோ அல்லர்; போரின் விதி பிறழாத ‘நிலைமான் கோல்சொல்லி’களே!

போர் நிலத்தின் அனைத்து விதிகளையும் எழுதுபவர்கள் ‘நிலைமான் கோல் சொல்லி’களே. நாள்தோறும் போர் எப்போது தொடங்கவேண்டும் எப்போது முடிவுறவேண்டும் என்பதை, போர்க்களத்தில் நடப்பட்ட நாழிகைக்கோலைப் பார்த்துச் சொல்பவர்களை ‘கோல்சொல்லிகள்’ என்று அழைத்தனர்.

போர்க்களத்தின் ஒவ்வொரு நாளும் கோல்சொல்லியின் குரலிலேதான் தொடங்குகிறது; முடிகிறது. எனவே, இருதரப்பும் ஏற்றுக்கொண்ட கோல்சொல்லியானவர் அறந்தவறாத நிலைமானாக இருக்க வேண்டும் என்பதால், அவரை ‘நிலைமான் கோல்சொல்லி’ என்றழைக்கும் பழக்கம் உருவானது. அவ்வாறு தேர்வு செய்யப்படும் நிலைமான் கோல் சொல்லிதான், போர்புரிவதற்கான இடத்தையும் போருக்கான காலத்தையும் முடிவுசெய்கிறார்.

குலசேகரப்பாண்டியன் சொன்னார், “எனது கணிப்பின்படி எதிரிகளின் தரப்பில் கோல்சொல்லியாகக் கபிலரையே கூறுவார்கள்.”

“ஆம், அவர்களின் தரப்பில் நாழிகைக்கோலைப் பார்க்கும் அறிவு வேறு யாருக்கு இருக்கப்போகிறது?” என்றார் சோழவேழன்.

“நமது தரப்பில் யாரை அறிவிக்கப் போகிறாம்?” எனக் கேட்டான் உதியஞ்சேரல்.

போர்க்களம் அமையும் இடம்தான், இந்தப் போரின் வெற்றிதோல்வியை முடிவுசெய்வதில் முக்கியப் பங்காற்றப் போகிறது. எனவே, நாம் சொல்லும் இடத்தில் போர்க்களத்தை முடிவு செய்பவராக நிலைமான்கோல் சொல்லி இருக்க வேண்டும். எதிரியின் தரப்பில் கோல்சொல்லியாகக் கபிலர் வந்தால், அவரும் நாம் சொல்லும் இடத்தை ஏற்றுக்கொள்ளச் செய்யும் திறன்கொண்டவராகவும் சூழ்ச்சி தெரிந்தவராகவும் இருக்கவேண்டும்” என்றார் குலசேகரப்பாண்டியன்.

அவர் சொல்வதை மறுப்பதற்கில்லை. நமது தரப்பில் யாரை நியமிப்பது என்று தீவிரமாகச் சிந்தித்தனர். “கபிலர், நாழிகைக்கோல் பார்க்கத் தெரிந்தவராக இருக்கலாம். ஆனால், போரின் விதிகளை முழுமையாக அறிந்தவர் என்று சொல்லிவிட முடியாது. எனவே, பொருத்தமானவரைத் தேர்வுசெய்தால் கபிலரை நமது முடிவுக்கு இணங்கச் செய்ய முடியும்” என்றான் உதியஞ்சேரல்.

“ஆம். அதனால்தான் இந்தப் பணிக்குப் பொருத்தமானவராகப் பாண்டியநாட்டு அரண்மனையின் தலைமைக் கணியன் அந்துவனைக்

கருதுகிறேன்” என்றார் குலசேகரப்பாண்டியன்.

‘அவன் பொருத்தமானவனா!’ என்று மற்றவர்கள் சிந்தித்தனர். “அந்துவன், கபிலரைவிட மிக இளையவனாக இருக்கிறானே, பெரும்புலவரைத் திசைமாற்றிப் போர்க்களத்தை நாம் நினைக்குமிடத்தில் அமைக்கும் ஆற்றல்கொண்டவனா?” எனக் கேட்டான் செங்கனச்சோழன்.

“அவன், பெருங்கணியர் திசைவேழருக்கு மாணவன். எனவே, அவன்பால் கபிலருக்கு மரியாதை உண்டு. அவனது கணிப்பு பல நேரங்களில் ஆசானைப்போல் உள்ளது என்று என்னிடமே கூறியுள்ளார். அதுமட்டுமல்ல, கபிலரைக் கையாள்வதில் அவன் மிகவல்லவன். எனவே, நமது திட்டத்தை அச்சுப்பிசகாமல் நடைமுறைப்படுத்தி விடுவான்” என்றார்.

“அப்படியென்றால் அவனையே நமது தரப்பின் ‘நிலைமான் கோல்சொல்லி’யாக அறிவித்துவிடலாம்” என்றனர்.

சரியென்று ஏற்றுக்கொண்ட குலசேகரப்பாண்டியன், “ஒரு முக்கியச் செய்தி. நாளை மட்டுமல்ல, எப்போது கபிலர் பேச வந்தாலும் அவரை அதிகமாகப் பேசவிட வேண்டும். கோபப்பட்டு நிறுத்தக்கூடாது. அவராகவே நமக்கு வேண்டிய முக்கியக்குறிப்பைக் கொடுத்துவிட்டுச் செல்வார்” என்றார். மற்றவர்கள் மகிழ்ந்து சிரித்தனர்.

மறுநாள் போர்விதிகளை வகுக்க மூஞ்சலின் பெருங்கூடாரத்தில் எதிர்பார்ப்போடு இருந்தனர் வேந்தர்கள். கபிலரின் தேர் வேந்தர்படை எல்லைக்குள் நுழைந்ததும் மூஞ்சலுக்குச் செய்தி வந்தது, “உடன் கிழவனொருவனை அழைத்துக் கொண்டு வருகிறார் கபிலர்.”

“சென்றமுறை சிறுவனை அழைத்துவந்தார். இந்தமுறை கிழவனை அழைத்துவருகிறார்!” என்று பேசிச் சிரித்தனர். சிறிது நேரத்தில் மூஞ்சலுக்குள் நுழைந்தது கபிலரின் தேர்.

தேரோட்டும் வலவனின் தோள்பற்றிக் கபிலர் இறங்க, அவரின் தோள்பற்றி வாரிக்கையன் இறங்கினார். ஊன்றுகோலை ஊன்றி கபிலரைப் பின்தொடர்ந்தார் கிழவர். இருவரையும் வரவேற்றுக் கூடாரத்துக்குள் அழைத்துச்சென்றார் முசுகுந்தர். பெருவேந்தர்கள் வீற்றிருந்த அவையில் இருவரும் வந்து அமர்ந்தனர். கபிலர் மூவேந்தர்களையும் உடனிருந்த சோழவேழன், பொதியவெற்பன், முசுகுந்தர் ஆகிய அறுவரையும் பற்றி வாரிக்கையனிடம் தெரிவித்தார். வாரிக்கையனைப் பற்றி வேந்தர்களிடம் சொல்லும்போது, “பறம்பு நாட்டுப் பெருங்கிழவன்” என்று கூறினார்.

‘பன்னெடுங்காலத்துக்கு முன் பட்டுப்போன மரம்போல் இருக்கிறான் கிழவன். கால்கள் கவட்டை விழுந்து, நகங்கள் எல்லாம் சூம்பிச்சுருண்டு கிடக்கின்றன. மேல் தோல் செம்பட்டையோடு திட்டுத் திட்டாக இருக்கிறது. பார்க்கவே சற்று அருவருப்பூட்டும் இவரை ஏன் அழைத்துவந்துள்ளார் கபிலர்?’ என்று சிந்தித்தபடி இருந்தனர் அனைவரும்.

பணியாளர்கள் சுவைநீர் கொண்டு வந்து கொடுத்தனர். வாரிக்கையன், “எனக்குத் தேவையான எல்லாச்

சுவைகளும் வெற்றிலையில்தான் இருக்கின்றன!” எனச் சொல்லி இடுப்பின் இடதுபக்கத்தில் சுருட்டிவைத்திருந்த வெற்றிலையை எடுத்தார். கபிலர், சுவைநீர்க் குவளையை வாங்கிக் குடிக்கத் தொடங்கினார். மற்றவர்களும் சுவைநீர் பருகினர்.

வலதுபக்கம் சுருட்டி வைத்திருந்த சுருக்குப்பையை எடுத்தார் வாரிக்கையன். அவர் என்ன செய்கிறார் என்று கண்களைத் திருப்பிப் பார்த்தார் கபிலர். பாக்குக்கொட்டை ஒன்றை எடுத்து உள்ளங்கையில் வைத்து விரல்களால் அழுத்தி உடைத்தார். கொட்டை உடையும் ஓசை ‘சடக்’கெனக் கேட்டது.

வாரிக்கையனுக்கு இடதுபக்கம் கபிலரும் வலது பக்கம் சற்றுத் தள்ளி எதிரே உதியஞ்சேரலும் அமர்ந்திருந்தனர். வாரிக்கையனுக்கு நேரெதிரில் குலசேகரப்பாண்டியன் இருந்தார். அவருக்கு வலதும் இடதுமாக மற்றவர்கள் இருந்தனர். கிழவன் பாக்குக்கொட்டையை விரல்களால் அழுத்தி உடைக்கும் ஓசை, பக்கத்தில் இருந்த உதியஞ்சேரலுக்குக் கேட்டது. ‘தள்ளாடி நடந்துவரும் கிழவன் பாக்குக்கொட்டையை விரல்களால் எப்படி அழுத்தி உடைத்தான்!’ என்று வியப்போடு பார்த்தான் அவன்.

சோழவேழன் சுவைநீரைப் பருகியபடியே கபிலரிடம் கேட்டார், “நேற்றுப் பெரும்மழை பெய்ததல்லவா? இரவு போதுமான உறக்கம் இருந்திருக்காது; நனைந்து ஈரம் கொண்டிருப்பீர்கள். வயதான காலத்தில் உடல்நிலையைப் பேணுதல் கடினமானது. ஒருவேளை நீங்கள் வரக் காலந்தாழுமோ என நினைத்தோம்.”

“நான் குகையில் இருந்ததால் மழையில் நனையவில்லை. உறக்கமும் கெடவில்லை!” என்றார் கபிலர்.

“மழைக்குக் குகை இதமான வெப்பத்தோடு இருக்கும். தூங்கவும் சுகமாகத்தான் இருக்கும். ஆனால், வெளவால்கள் நிறைய அடைந்து கிடக்குமே. ஆழ்ந்து தூங்கவிடாதே!” என்றார் சோழவேலன். கபிலரைக் கூடுதலாகப் பேசவிடுதல் நேற்றெடுத்த முடிவுகளில் ஒன்றல்லவா!

“வெளவாலை அதன் இருப்பிடத்திலிருந்து விரட்டுவது எளிய செயலல்ல. அதுவும் நீண்ட குகையென்றால் விரட்ட விரட்ட அது உள்ளே போய் அடைந்து கொள்ளும்” எனச் சொன்ன உதியஞ்சேரல் “அந்தக் குகை எவ்வளவு நீளமானது?” எனக் கேட்டான்.

“எவ்வளவு நீளமாக இருந்தால் என்ன? குகையைவிட்டு வெளவாலை விரட்டுவதெல்லாம் பெரிய வேலையா?” என்று எதிர்க்கேள்வி கேட்டார் வாரிக்கையன்.

அனைவரும் ஆர்வத்தோடு பார்த்தனர். ‘தங்களுக்குத் தேவை பேச்சின் மூலம் பெறும் தகவல்தான். கபிலரோடு சேர்ந்து கிழவனும் அதிகம் பேசுபவனாக இருக்கிறான்’ என்று எண்ணியபடி அவர் சொல்லப் போவதைக் கவனித்தனர்.

வெற்றிலையை மென்றபடியே வாரிக்கையன் கேட்டான், “உங்களுக்கு பனையேறி அணிலைப் பற்றித் தெரியுமா?”

“அணிலில் அது ஒரு வகை என்று அறிவேன். அவ்வளவுதான்” என்றான் உதியஞ்சேரல்.

வெற்றிலையை ஒருபக்கமாக ஒதுக்கிக் கொண்டே வாரிக்கையன் சொன்னார். "தெளிந்த நீர் இருக்கும் கிணற்றில் கல்லைப் போட்டால் அது ஆழத்துக்குச் செல்வது வரை எப்படிப் பார்க்க முடியுமோ, அப்படித்தான் குகைக்குள் பனையேறி அணிலை விட்டால் அடைந்துகிடக்கும் வெளவாலைக்

கடைசிவரை விரட்டிப்போவதைப் பார்க்க முடியும்."

சுவைநீர் அருந்தியபடியே ஆர்வத்தோடு உதியஞ்சேரல் கேட்டான், "எப்படி?"

"மற்ற அணிலைப் போலப் பனையேறி அணில் மரத்தில் நேராக மேலேறாது. மாறாக, மரத்தைச் சுற்றிச் சுற்றித்தான் மேலேறும். அதைக் குகைக்குள் விட்டால் நேராக உள்ளே போகாது. குகையின் ஓரப்பகுதியைச் சுற்றிச் சுற்றியே உள்நுழையும். அணில் வருவது அறிந்தவுடன் வெளவால்கள் இருப்பிடத்தைவிட்டுச் சற்று உள்ளே போகும். அணில் மீண்டும் விளிம்பைச் சுற்றியபடியே உள்ளே போகும். இப்படி, குகையின் கடைசி எல்லை வரை அணில் விரட்டிக்கொண்டே போகும். மூன்று பனையேறி அணில் களை அடுத்தடுத்து குகைக்குள் விட்டால் போதும் ஒரு வெளவாலைக் கூட அந்தக் குகைக்குள் அடைய விடாது" என்றார்.

ஆனால், வெற்றிலையை இரு பக்கமுமாக ஒதுக்கியபடி இதைச் சொல்வதற்கு அவர் எடுத்துக்கொண்ட காலம் மிக அதிகம். கேட்பவர்கள் பொறுமையை இழக்கும்படி மென்றுமென்று பேசினார்.

'இவ்வளவு மெதுவாகப் பேசக் கூடியவரல்ல வாரிக்கையன். ஏன் இவ்வளவு மெதுவாகப் பேசுகிறார்?' எனக் கபிலருக்கே விளங்கவில்லை. சிந்தித்துக்கொண்டிருக்கும்போது பொதியவெற்பன் கேட்டான், "எந்நேரமும் வெற்றிலையை மென்று கொண்டேதான் இருப்பீர்களா? பேசும்போது கூட மெல்வதை நிறுத்தமாட்டீர்களா?"

கன்னத்தாடை இரண்டும் அகன்று மேலேறின. மென்றுகொண்டே சிரித்தார். "கருவுற்றப் பெண்ணுக்கு வாயூறிக்கொண்டே இருக்குமல்லவா? அதே போலத்தான் எனக்கும் வாயூறிக்கொண்டே இருக்கும். அதனால் வெற்றிலையை மென்று கொண்டே இருப்பேன்" என்று சொன்னவர், கேள்விகேட்ட பொதிய வெற்பனைப் பார்த்து, "உன் மனைவி கருவுற்றிருக்கிறாளா?" எனக் கேட்டார்.

சற்றும் எதிர்பாராத கேள்வி. கபிலரே அதிர்ந்துபோனார். பொதிய வெற்பனுக்கு அவையில் என்ன சொல்வது எனத் தெரியவில்லை. அந்தரங்கத்துக்குள் நெருப்புப்பட்டது போல் இருந்தது. அதிர்ச்சியை வெளிக் காட்ட முடியாமலும், உட்செரிக்க முடியாமலும் திணறினான். இறுகிய நிலையை யார் உடைப்பது என யாருக்கும் புரியவில்லை. நிலைமையை அறிந்து முசுகுந்தர் தலையிட்டார் "இளவரசருக்கு இப்போதுதான் மணமாகியிருக்கிறது."

வாரிக்கையன் விடுவதாக இல்லை. "இப்போது மணமானவரை ஏன் போர்க்களத்துக்குக் கூட்டிவந்தீர்கள்? பனையேறி அணில் போல மனைவியை அல்லவா சுற்றிக் கொண்டிருக்க வேண்டும். இங்கு வந்து கிழவர்களோடு உட்கார்ந்து வெளவாலைப் பற்றி ஏன் பேசிக் கொண்டிருக்கிறார்?" எனக் கேட்டார்.

நிலைமை மிக மோசமாகிக்

கொண்டிருக்கிறது என அனைவரும் உணர்ந்தனர். ‘இதற்கு மேல் இந்தப் பேச்சை நீட்டிக்க வேண்டாம். போர்விதிகளுக்கான பேச்சைத் தொடங்கலாம்’ என எண்ணிக் குலசேகரப்பாண்டியனைப் பார்த்தார் சோழவேழன். அவரோ வாரிக்கையனைக் கூர்ந்து பார்த்தபடி ஆழ்ந்த சிந்தனையில் இருந்தார். நேரமாகிக்கொண்டிருந்தது.

‘சரி, நாமே தொடங்கலாம்’ என நினைத்த சோழவேழன், “பறம்பின் தரப்பில் நாழிகைக்கோலைப் பார்த்துச் சொல்லப்போகும் நிலைமான் கோல்சொல்லி யாரென முடிவுசெய்துவிட்டீர்களா?”

கேட்டு முடிக்கும் முன் வாரிக்கையன் சொன்னார், “கபிலர்தான்.”

குலசேகரப்பாண்டியன் கணித்தது துளியளவும் பிசிறவில்லை. மிகச் சரியாக இருந்தது. கபிலரைக் கைக்கொள்ளும் திட்டம் ஏற்கெனவே தீட்டப்பட்டிருந்தது.

சற்று இடைவெளிக்குப் பிறகு, “உங்களின் தரப்பில் நிலைமான் கோல்சொல்லி யார்?” எனக் கேட்டான் வாரிக்கையன்.

குலசேகரப்பாண்டியன் தான். பெயரைச் சொல்ல வேண்டும். நேற்று அப்படித்தான் பேசப்பட்டது. ஆனால் அவரோ, வாரிக்கையனைக் கூர்ந்து பார்த்தபடிப் பேசாமல் இருந்தார். அவையில் அமைதி நீடித்தது. மற்ற இரு வேந்தர்களுக்கும் ஒன்றும் புரியவில்லை. நேற்றைய பேச்சில் பொதியவெற்பனும் முசுகுந்தரும் கலந்துகொள்ளாததால் அவர்கள் இயல்பான அமைதியோடு இருந்தனர்.

வாரிக்கையன், தான் வெற்றிலையை மென்றுகொண்டே கேட்டதால் சரியாகப் புரியவில்லையோ என நினைத்து, மீண்டும் ஒருமுறை கேட்டார் “உங்களின் தரப்பில் நிலைமான் கோல்சொல்லி யார்?”

அவையில் பேச்சு ஏதும் எழவில்லை. ஏன் எதுவும் சொல்லாமல் இருக்கிறார்கள் என்று கபிலருக்குப் புரியவில்லை. செங்கனச்சோழன் தன் தந்தையின் முகத்தைப் பார்த்தான். உதியஞ்சேரலோ சோழர்கள் இருவரையும் பார்த்தான். எதிரில் உட்கார்ந்திருப்பவர்கள் ஏன் திகைத்தபடி ஒருவரை மாற்றி ஒருவர் பார்த்துக்கொண்டிருக்கின்றனர் எனக் கபிலருக்குப் புரியவில்லை.

‘இனியும் பேசாமல் இருக்கக் கூடாது’ என நினைத்த சோழவேழன், “தலைமைக் கணியன்...” என்று தொடங்கினார். ஆனால், பெயர் சட்டென நினைவுக்கு வரவில்லை. நினைவுகூர்ந்தபடி நிறுத்தினார்.

குலசேகரப்பாண்டியனின் அருகில் நின்றிருந்த முசுகுந்தரோ ஒரு கணம் அதிர்ச்சியானார். ‘திசைவேழரையா சொல்கிறார்!’ எனத் திகைத்து குலசேகரப்பாண்டியனைப் பார்த்தார். அவரோ எதுவும் பேசாமல் வாரிக்கையனையே பார்த்துக் கொண்டிருந்தார்.

அவையோருக்கு என்ன சொல்வதென்று புரியவில்லை. முசுகுந்தர், குலசேகரப் பாண்டியனுக்கு மிக அருகில் சென்று மெல்லிய குரலில், “திசைவேழரா பேரரசே?” எனக் கேட்டார்.

குலசேகரப்பாண்டியன் மெல்லிய சிரிப்போடு தலையசைத்தார். முசுகுந்தருக்குப் பேரதிர்ச்சியாக இருந்தது. ‘திசைவேழரைப்போன்ற அறம் தவறாத மாமனிதரைப், போருக்கான கோல்சொல்லியாக

நியமித்தால், அவரை நம்மால் எந்த வகையிலும் பயன்படுத்திக் கொள்ள முடியாது. போர்க்களத்தின் பிடிமானம் நம்மிடம் இல்லாமல் போகும் வாய்ப்புண்டு' எனச் சிந்தித்தபடி மீண்டும் அவரை உற்றுப் பார்த்தார். அதே சிரிப்போடு தலையசைத்தார் குலசேகரப் பாண்டியன்.

பேரரசர் குலசேகரப்பாண்டியன், எப்போதும் யாரும் சிந்திக்காததைச் சிந்திக்கக்கூடியவர் என்பதை வாழ்வு முழுவதும் அறிந்தவர் முசுகுந்தர். எனவே, அவரின் திட்டமிடல் மற்றவர்கள் எண்ணத்துக்கு அப்பாற்பட்டுதான் இருக்கும் என்ற பெருமிதத்தோடு "எங்கள் தரப்பின் நிலைமான் கோல்சொல்லியாகப் பெருங்கணியர் திசைவேழர் செயல்படுவார்" என அறிவித்தார்.

வேந்தரின் தரப்பில் இருந்த மற்றவர்கள் திகைத்துப்போனார்கள். பொதியவெற்பனுக்கோ தலையே சுற்றுவதுபோல் ஆனது. என்ன நடக்கிறது இங்கு என்று யாராலும் புரிந்துகொள்ள முடியவில்லை. யாரிடமிருந்தும் பேச்சுவரவில்லை.

தான் பேசட்டும் என்று மற்றவர்கள் கருதுவதாக நினைத்த முசுகுந்தர், "திசைவேழரை நாளை அழைத்து வருகிறோம். கோல்சொல்லிகள் இருவரும் போரின் விதிகளை வரையறுக்கட்டும்" என்றார்.

'சரி'யெனச் சொல்லி அவை நீங்கினர் கபிலரும் வாரிக்கையனும்.

பிற்பகலின் இறங்குவெயிலில் தேர், வேந்தர்களின் படையைவிட்டு வெளியேறியது. நீண்டநேரம் கபிலர் எதுவும் பேசவில்லை. அவருக்கு அவையில் நடந்ததைப் புரிந்துகொள்ள முடியவில்லை.

"ஏன் பேசாமல் வருகிறீர்கள்?" எனக் கேட்டார் வாரிக்கையன்.

"இல்லை, பேரரசர்களில் மூத்தவர் குலசேகரப்பாண்டியன். அவர்தான் எல்லாவற்றையும் பேசுவார். ஆனால் இன்று, அவர் பேசுவதை முற்றிலும்

தவிர்த்துவிட்டார். மற்றவர்கள், அவரின் முகத்தையே மீண்டும் மீண்டும் பார்த்துக்கொண்டிருந்தனர். காரணம் எதுவும் எனக்குப் பிடிபட வில்லை" என்றார்.

சற்றே சிரிப்போடு, "காரணம் நான்தான்!" என்றார் வாரிக்கையன்.

"நீங்களா?" என அதிர்ச்சியோடு கேட்டார் கபிலர்.

"ஆம். நான் முதலில் இடதுபக்க இடுப்புப் பையில் இருந்த வெற்றிலையை எடுத்தேன் என்பதை நீங்கள் கவனித்தீர்கள். ஆனால், வலதுபக்கச் சுருக்குப்பையைத் திறந்து என்ன செய்தேன் என்பதை நீங்கள் கவனிக்கவில்லை" என்றார்.

"சுருக்குப்பையில் என்ன செய்தீர்கள்?"

"அதற்குள்தான் திகைப்பூச்சியை வைத்திருந்தேன். பாக்கு எடுப்பதைப் போல அவற்றுள் மூன்றை முதலில் எடுத்து வெளியில் விட்டேன். அவை போவதை மற்றவர்கள் எளிதில் பார்த்துவிட முடியாது. ஆனாலும் கவனமாக இருக்க வேண்டும் என்பதால்தான் பாக்கை மற்றவர்களுக்குக் கேட்பதைப்போலச் சத்தமாக உடைத்தேன். எல்லோரின் கவனமும் எனது கைக்கு வந்தது. திகைப்பூச்சிகள் எனக்கு நேராக உட்கார்ந்திருப்பவனின் இருக்கை நோக்கிப்போனது. அது கடித்து சிறிதுபொழுதுக்குப் பிறகுதான் திகைப்புத்தன்மை உருவாகும். அதனால்தான் வெற்றிலையை மென்றபடி மெல்லமெல்லப் பேசி நேரத்தை நீட்டித்தேன்" என்றார்.

கபிலர் உறைந்துபோனார். "நீங்கள்தான் குலசேகரப் பாண்டியனைப் பேசவிடாமல் செய்ததா? அப்படிச் செய்ததால் நமக்கென்ன நன்மை?"

"நம்மிடம் போர்விதிகளை எப்படிப் பேசுவது, யார் யார் பேசுவது என்பதையெல்லாம் அவர்கள் ஏற்கெனவே முடிவுசெய்திருப்பார்கள். திகைப்பூச்சி கடிப்பதன் மூலம் அவர்களில் ஓரிருவர் பேச முடியாத நிலையை எய்துவர். முடிவுசெய்தபடி ஏன் பேசவில்லை என்று மற்றவர்களுக்குப் பேச முடியாதவர் மீது ஐயம் உருவாகும். அந்த ஐயம்தான் விரிசலுக்கான வழியை உருவாக்கும்" என்றார்.

கபிலர், விரித்த கண்களை இமைக்காமல் வாரிக்கையனையே பார்த்துக்கொண்டிருந்தார். அவர் மேலும் சொன்னார், "அவர்கள் மூவரும் நண்பர்கள் அல்ல; நம்மை அழிப்பதற்காக ஒன்றுபட்டுள்ளனர். எனவே, அவர்களுக்குள் விரிசலை உருவாக்க, சிறிய காரணமே போதுமானது."

நாகக்கரட்டின் அடிவாரத்தில் தேர் வந்து நின்றது. கபிலர் கீழிறங்கினார். அவரின் தோள்பற்றி இறங்கிய வாரிக்கையன் சொன்னார், "இந்தப் போரில் வலிமைமிகுந்த எண்ணற்ற ஆயுதங்களை நாம் பயன்படுத்தப் போகிறோம். ஆனால், நாம் பயன்படுத்தப்போகும் எந்தவோர் ஆயுதத்தையும்விட கண்களுக்குத் தெரியாத இந்தச் சிறுபூச்சி செய்துள்ள நன்மை இணையற்றதாக இருக்கும்"

பேச்சின்றி நடந்தார் கபிலர்.

"அது சரி, யார் அந்தத் திசைவேழர்?"

வாரிக்கையனின் கேள்விக்கு அதிர்ச்சியிலிருந்து மீண்டபடி பதில் சொன்னார் கபிலர், "அறத்தின் அடையாளம்."

88

வளர்பிறை நிலவு, வானில் எட்டிப்பார்த்துக் கொண்டிருந்தது. மூவேந்தர்களும் அவரவருக்கான பாசறைக் கூடாரத்தில் இருந்தனர். முசுகுந்தர், திசைவேழரைக் கண்டு வேந்தர்களின் வேண்டுகோளை ஏற்கச்செய்து அழைத்துவரப் போயுள்ளார். உதியஞ்சேரலால் அவனது கூடாரத்துக்குள் இருக்க முடியவில்லை. 'நேற்றிரவு அந்துவனை நிலைமான் கோல்சொல்லியாகத் தேர்வு செய்வோம் என்று சொன்ன குலசேகரப்பாண்டியன் இன்று ஏன் மாற்றினார்? இதற்கான காரணம் என்ன? அதுவும், தான் சொல்லாமல் தன் அமைச்சனின் மூலம் ஏன் சொல்லவைத்தார்?' என்ற கேள்விகள் அவனைக் குடைந்துகொண்டிருந்தன. 'இதில் ஏதோ சூழ்ச்சி இருக்கிறது. ஆனால், என்னவென்று புரியவில்லை' என்று குழம்பிப்போய் இருந்தவன், 'இதுபற்றிச் சோழனிடம் விவாதிக்கலாம்' என்று அவனது கூடாரம் நோக்கிப் புறப்பட்டான்.

செங்கனச்சோழன் தன் தந்தை சோழவேழனிடம் இதைப் பற்றித்தான் விவாதித்துக்கொண்டிருந்தான். அந்நேரம் உதியஞ்சேரலும் உள்ளே வந்தான். "நேற்றிரவு பேசியதும் இன்று காலையில் நடந்ததும் பெரும் ஐயத்தை உருவாக்குகின்றன. பாண்டியன் நமக்குத் தெரியாமல் ஏதோ செய்யப் பார்க்கிறான்" என்றான் உதியஞ்சேரல்.

"எனக்கும் புரியவில்லை. திசைவேழர், மிகக் கடுமையானவர்; அறம் பிறழாதவர்; கபிலர் மீது மிகுந்த பற்றுக்கொண்டவர். அப்படியிருந்தும் 'அவரைக் கோல்சொல்லியாக நியமிப்பது எந்த வகையில் உதவி செய்யும்? நம்மிடம் அந்துவன் எனச்

சொல்லிவிட்டு அவையில் ஏன் மாற்ற வேண்டும்?' என்று அடுக்கடுக்கான கேள்விகளோடுதான் நாங்களும் இருக்கிறோம்" என்றார் சோழவேழன்.

"திசைவேழரும் வேண்டாம், அந்துவனும் வேண்டாம். நம் கணியன் ஒருவனைக் கோல்சொல்லியாக அமர்த்துவோம். அமைச்சர்கள் நாகரையனையும் வளவன்காரியையும் அனுப்பிக் குலசேகரப் பாண்டியனுக்குத் தெரிவிப்போம்" என்று சற்றுக் கோபத்தோடு சொன்னான் செங்கனச்சோழன்.

"அப்படியே செய்யலாம்" என்றான் உதியஞ்சேரல்.

"அவசரப்பட வேண்டாம். சற்றுப் பொறுத்திருப்போம். ஏன் நம்மிடம் தெரிவிக்காமல் திசைவேழரின் பெயரைச் சொன்னார் குலசேகரப்பாண்டியன்? அந்தக் காரணம் நமக்குத் தெரிய வேண்டும். அதற்கேற்பதான் நம்முடைய அடுத்தகட்டச் செயல்பாடு அமைய வேண்டும்" என்றார் சோழவேழன்.

"அதற்குள் திசைவேழர் நிலைமான் கோல்சொல்லியாகப் பொறுப்பேற்றுப் போரைத் தொடங்கிவிடுவாரே?"

மெல்லிய சிரிப்போடு சோழவேழன் சொன்னார், "திசைவேழர் அறம் பிறழாதவர். போரின் விதிமீறலை அவரால் பொறுத்துக்கொள்ள முடியாது. நிலைமான் கோல்சொல்லி பொறுப்பிலிருந்து அவராக வெளியேறிச் செல்ல, ஒரு வீரன் தொடுக்கும் அம்பு போதும்" என்றார்.

'அனுபவமேறிய மனிதர்களின் சிந்தனை தனித்துவமிக்கதுதான்' எனத் தோன்றியது உதியஞ்சேரலுக்கு. தன் தந்தையின் கருத்தைச் சரியென ஒப்புக்கொண்டான் செங்கனச்சோழன். குலசேகரப் பாண்டியனின் செயலுக்குக் காரணம் என்ன என்பதை அறிவதுதான் இப்போது முக்கியம் என்பதில் அனைவரும் உடன்பட்டனர்.

பெருங்குழப்பத்திலும் கட்டுப்படுத்த முடியாத கோபத்திலும் இருந்த பொதியவெற்பன், குதிரையில் ஏறி, கருங்கைவாணனைப் பார்க்க விரைந்தான். மருத்துவக் கூடாரத்தில் இருந்த அவனோடு, நேற்று நள்ளிரவு வரை பேசிக் கொண்டிருந்தான். மீண்டும் இன்றிரவு அவனைக் காண வந்துவிட்டான். இளவரசன் உள்ளே வந்ததும் மருத்துவர்களும் உதவியாளர்களும் கூடாரத்தை விட்டு வெளியேறினர்.

நேற்று இரவு மூவேந்தர்களும் கூடி என்ன பேசினார்கள் என்பது பொதியவெற்பனுக்குத் தெரியாது. அவனைப் பொறுத்தவரை திசைவேழரைக் கோல்சொல்லியாக அமர்த்தியதுதான் பேரதிர்ச்சியாக இருந்தது. கடுங்கோபத்தோடு வந்து செய்தியைக் கருங்கைவாணனிடம் பகிர்ந்து கொண்டான். கருங்கைவாணனுக்கும் பேரதிர்ச்சியாக இருந்தது. பொதியவெற்பன், சினமேறிய வார்த்தைகளைக் கொட்டிக் கொண்டிருந்தான். "தொடக்கம் முதலே தந்தையின் செயல் புரிந்துகொள்ள முடியாமல் இருக்கிறது. எதையும் தெரிவிக்க மறுக்கிறார். நான் தெரிவிக்கும் எல்லாவற்றையும் மறுக்கிறார். இந்தப் போரில் அவர் பின்பற்றும் உத்திகள் அனைத்தும் நமக்கே புரியாதபுதிராக இருக்கின்றன" என்று மூச்சு விடாமல் பேசினான்.

கருங்கைவாணனால் இளவரசரின் கோபத்தை முழுமையாகப் புரிந்துகொள்ள முடிந்தது. "பேரரசரின்

நடவடிக்கை மிகவும் ஆழ்ந்த சிந்தனைகொண்டதாக இருக்கும். சற்றே பொறுமையாக எண்ணிப் பார்க்கலாம்” என்று பொதிய வெற்பனின் கோபத்தை மட்டுப்படுத்த முயன்றான் கருங்கைவாணன்.

ஆனால், பொதியவெற்பனால் எளிதில் சமாதானமாக முடியவில்லை. “என் மனைவியை ஏன் மதுரையை விட்டு வெங்கல்நாட்டுக்கு வரவழைக்க வேண்டும்? அதுவும் அவள் வந்த பிறகுதான் எனக்குச் செய்தி தெரிவிக்கப்படுகிறது” என்றான். கருங்கைவாணன் இந்தச் செய்தியை இப்போதுதான் அறிகிறான். “இளவரசியார் வெங்கல்நாட்டுக்கு வந்துள்ளாரா?” எனக் கேட்டான்.

“ஏதாவது ஒரு காரணம் இருக்கும். அவள் கபிலரின் மாணவி. போர் நடவடிக்கையில் யாரும் எதிர் பார்க்காதபோது அவள் பயன் படக்கூடும் என்று சிந்தித்திருப்பார் எனத் தோன்றுகிறது. அது நல்ல சிந்தனைதான். ஆனால், என் மனைவி வந்துள்ளதையே நான் மையூர்க் கிழார் சொல்லித்தான் தெரிந்து கொள்கிறேன். இதையாவது பொறுத்துக்கொள்ளலாம். காலையில் வாரிக்கையன் என்ற அந்தக் கிழவன், ‘உன் மனைவி கருவுற்றிருக்கிறாளா?’ என்று அவையில் அவமதிக்கும் தொனியில் கேள்வி எழுப்பியபோது சினந்தெழுவார் என நினைத்து தந்தையைப் பார்த்தேன். அவரோ சிரித்துக்கொண்டிருக்கிறார். இது பாண்டியநாட்டு அரண்மனையல்ல. மற்ற இருவேந்தர்களும் இருக்கும் அவையில் என்னை அவமானப் படுத்தவேண்டிய தேவையென்ன? என்னதான் நினைக்கிறார் அவர்?” என்று கோபத்தில் சீறினான் பொதியவெற்பன்.

சிறிது நேரம் பதிலின்றி அமைதியாக இருந்த கருங்கைவாணன், “பேரரசரின் செயல் நமக்குக் கவலையைத் தந்தாலும் அதற்குள் ஆழ்ந்த பொருள் இருப்பதை நாம் பல நேரத்தில் உணர்ந்துள்ளோம். இதுவும் அப்படியொரு செயலாக இருக்கலாம் அல்லவா?” எனக் கேட்டான்.

“எதைச் சொல்கிறாய்?”

“இளவரசியாரை உங்களுக்குத் தெரிவிக்காமல் வரவழைத்ததைப் பற்றிக் கோபப்பட்ட நீங்கள், அதற்கான காரணத்தைச் சொல்லும் போது சரியானதுதான் என்று சொல்கிறீர்கள் அல்லவா? அதே போலத்தான் திசைவேழரைக் கோல்சொல்லியாக அமர்த்தியதற்கும் சரியான காரணம் இருக்கும் என்று எனக்குத் தோன்றுகிறது.”

“என்ன காரணம்?”

“வேட்டுவன்பாறையின் மீதான தாக்குதலின் தன்மையைப் பேரரசர் உணர்ந்திருப்பார். எதிரியின் திறன் வலிமைகொள்ளும் இடம் எது, வலிமை குன்றும் இடம் எது என்று அவரால் துல்லியமாகக் கணிக்க முடியும். களப்போர் என்பது பயிற்சியை அடிப்படையாகக் கொண்டது. பயிற்சியற்ற படை வீரர்கள், தாக்குதல் போரைப் போலவே களப்போரிலும் எல்லாத் திசைகளிலும் அளவற்ற ஆவேசத்தை வெளிப்படுத்துவர். அதனாலேயே அவர்களைச் சூழ்ச்சிகளுக்குள் சிக்கவைக்க வாய்ப்பு அதிகம். அதுமட்டுமல்ல, பறம்பினரைப் போர் விதிகளுக்குள் அடக்குவது ஏதோ ஒருவகையில் அவர்களைக் கட்டுப் படுத்துவதுதான். காட்டாற்றின் வேகத்தைக் கரையெழுப்பிய வாய்க்காலின் வழியே பிரித்துப்

பணியவைப்பதைப்போலத்தான். அவர்களின் தரப்பில் கோல் சொல்லியாகக் கபிலர் இருக்கும்போது திசைவேழரை நமது தரப்புக் கோல்சொல்லியாகத் தேர்ந்தெடுத்தது சிறந்த தந்திரம் என்றே நினைக்கிறேன். போர் விதிகளுக்குள் மீண்டும் மீண்டும் அவர்களை உட்படுத்தும் ஆயுதமாகக் கபிலரையும் திசைவேழரையும் ஒருசேரப் பயன்படுத்த நினைத்துள்ளார். காட்டு யானையின் இரு காதுகளிலும் இரு அங்குசங்களை மாட்ட நினைக்கிறார் பேரரசர்" என்றான் கருங்கைவாணன்.

இப்படியொரு காரணத்தைப் பொதியவெற்பன் சிந்திக்கவில்லை. கருங்கைவாணன் சொல்வதைக் கேட்கும்போது மிக நுட்பமான சூழ்ச்சியாகத் தோன்றியது. பேரரசரின் திட்டம் மிகவும் கவனமிக்கதாக இருக்கிறது என்பதும் விளங்கியது. ஆனாலும், மனதுக்குள் வலி அகலவில்லை.

சட்டென நினைவுக்குவந்து மீண்டும் கேட்டான் பொதியவெற்பன், "நேற்று 'பறம்புடனான போருக்கு விதிகளே வகுக்கக் கூடாது' என்று சொன்னாய். இன்று இப்படிப் பேசுகிறாயே?"

"ஆம். இப்போதும் எனது நிலை அதுதான். ஆனால், விதிகள் வகுக்கப் பட்ட போர் என்று முடிவெடுத்த பிறகு சிறந்த போர் உத்திகளைப் பயன்படுத்த வேண்டும். இப்போது பேரரசர் அதைத்தான் செய்துள்ளார் என நினைக்கிறேன்" என்றான் கருங்கைவாணன்.

வெங்கல்நாட்டின் வடபுறத்துக் குடில் ஒன்றில் தங்கியிருந்தார் திசைவேழர். கபிலரும் வாரிக்கையனும் புறப்பட்ட சிறிது நேரத்திலேயே திசைவேழரைப் பார்க்க விரைந்தார் முசுகுந்தர்.

வைகைக்கரையில் இருந்த திசைவேழரைப் போருக்கான நாள் குறித்துத்தரச் சொல்லித்தான் அழைத்தனர். ஆனால் அவரோ, "போரைத் தவிர்க்க, கபிலர் மூலமாக ஏன் பேசிப்பார்க்கக் கூடாது?" எனக் கேள்வி எழுப்பினார். அவர் சொன்னதை ஏற்ற வேந்தர்கள், கபிலருக்குத் தூது அனுப்பிப் பேசிப்பார்த்தனர். ஆனால், பேச்சுவார்த்தை தோல்வியடைந்தது. அன்று மாலையே திசைவேழருக்கு அந்தச் செய்தி தெரிவிக்கப்பட்டது.

அவரது சொல்லைக் கேட்டு வேந்தர்கள் மூவரும் பேச்சுவார்த்தை நடத்தினர். ஆனாலும் போரைத் தவிர்க்க முடியவில்லை. எனவே, இனி அவர்கள் கேட்பதுபோலப் போருக்கான நாள் குறித்துக் கொடுப்பதை மறுத்துச் சொல்ல முடியாத நிலை திசைவேழருக்கு உருவானது. சற்றுக் குழப்பமான மனநிலையுடனே குடில் விட்டு அகலாமல் இருந்தார் திசைவேழர்.

இரவு பரவும் வேளையில் குடிலுக்கு வந்துசேர்ந்தார் முசுகுந்தர். மாணவர்கள், விளக்கை ஏற்றிக் கொண்டிருந்தனர். செய்தி திசைவேழருக்குச் சொல்லப்பட்டது. 'மீண்டும் நாள் குறித்துக் கேட்பதற்காக முசுகுந்தர் வந்துள்ளார்' என நினைத்தபடி அவரை உள்ளே வரச்சொன்னார் திசைவேழர்.

தான் வந்துள்ள பணி எவ்வளவு கடினமானது என முசுகுந்தருக்கு நன்கு தெரியும். திசைவேழர் இதற்கு ஒப்புதல் தருவது எளிய செயலன்று. ஆனாலும், பேரரசர் குலசேகரப்பாண்டியனின்

விருப்பத்தை நிறைவேற்றுவதில் தோல்வியடைந்து விடக் கூடாது என்ற முடிவோடு வந்திருந்தார்.

திசைவேழரின் முன் பணிவு குலையாமல் அதே நேரத்தில் எந்தவிதத் தயக்கமுமின்றி, தான் மனதுக்குள் பலமுறை சொல்லிப் பார்த்த சொற்றொடரைத் தலை தாழ்த்தியபடியே கூறினார் முசுகுந்தர். “இப்பெரும் போருக்கான வேந்தர் படையின் நிலைமான் கோல்சொல்லி யாகத் தாங்கள் இருந்து வழிநடத்த வேண்டும் என்று மூவேந்தர்களும் விரும்புகின்றனர் பேராசானே!”

போர்நிலத்தையே பார்க்கக் கூடாது என நினைப்பவனை, போரின் அத்தனை கொலைகளையும் உற்று நோக்குபவனாக மாற்ற நினைக்கும் வேண்டுகோள் அவரை நடுங்கச் செய்தது. ஒருகணம் திகைத்துப் போனார். அதிர்ச்சி, சினமாக உருமாறியது. ஆனாலும் கட்டுப் படுத்தினார். மெல்லிய குரலில் உதிர்ந்த இலையை ஊதித்தள்ளு வதைப்போல இந்த வேண்டுகோளை அப்புறப்படுத்தினார்.

சினமேறிய வெளிப்பாடு இல்லாதது முசுகுந்தருக்குச் சற்றே ஆறுதலாக இருந்தது. ஆனாலும் அவரின் ஏற்பைப் பெறுவது எளிய செயலல்ல. எல்லாவகையிலும் முயன்று அவரின் ஒப்புதலைப் பெற மனதை ஆயத்தப்படுத்திக் கொண்டார்.

திசைவேழர், தனது வழக்கத்துக்கு மாறான செயலைச் செய்து கொண்டிருந்தார். பொங்கியெழும் சினம் சொல்லின்மேல் படியாமல் பார்த்துக்கொண்டார். நிராகரிக்கும் ஒன்றின் மீது உணர்ச்சியைப் படியவிடுவது பொருளற்றது என்று அவருக்குத் தோன்றியது.

முழுமுற்றாக நிராகரிப்பதற்கும் நிராகரிக்கும் காரணத்தை விளக்கு வதற்கும் நுட்பமான இடைவெளி உண்டு. கண்ணுக்குத் தெரியாமல் ஒருபடி கீழிறக்கும் செயல் அது. திசைவேழர் நிராகரிக்கும் ஒற்றைச் சொல்லை மட்டுமே இயல்பான

தொனியில் சொல்லிக் கொண்டிருந் தார். எப்படியாவது அதற்கான காரணத்தை விளக்கும் இடத்துக்கு அவரை வரவழைத்துவிட வேண்டும் என முயன்றார் முசுகுந்தர்.

திசைவேழர் போன்ற பேராசானைத் துளித்துளியாகத்தான் கரைக்க முடியும். இந்தப் போரில் தனக்கு வழங்கப்பட்ட மிகக் கடினமான பணி இதுவாகத்தான் இருக்கும். இத்தனை ஆண்டுக்கால அனுபவத்தை உருத்திரட்டி எதைச் சொன்னால் திசைவேழரின் சொற்கள் கனிவு கொள்ளுமோ, அதற்கான வெக்கையை உருவாக்கும் காரணத்தைத் தேர்வு செய்து கூறினார். "போரின் அறத்தை, சிறந்த கோல் சொல்லிகளால் மட்டுமே நிலைநிறுத்த முடியும். எனவே, நீங்கள் மூவேந்தர்களின் கூட்டுப்படைக்கு நிலைமான் கோல்சொல்லியாக இருந்து இந்தப் போரை அறவிதிகள் மீறாமல் நடத்தித்தர வேண்டும்."

நீண்ட அமைதிக்குப் பிறகு திசைவேழர் கூறினார், "அறம்பேண, பொது இடமன்று போர்க்களம். அது நம்மை இரக்கமற்ற மனநிலைக்குள் முழுமுற்றாக மூழ்கவைக்கும். எனவே, இந்த வேண்டுகோளை என்னால் ஏற்க முடியாது."

இந்த இடத்துக்கு அவரை வரவழைக்கத்தான் இவ்வளவு முயன்றார் முசுகுந்தர். கரையத் தொடங்கிய ஒன்று மறுபடியும் தனக்குத்தானே உறைந்து இறுகுவது எளிதன்று. இனி வெக்கையின் அடர்த்தியை வெப்பத்தின் இளஞ்சூடாக மாற்ற முயன்றார் முசுகுந்தர், "ஏற்றுக்கொள்ளப்பட்ட பொதுவிதிகளைத்தானே முன்னோர்கள் 'அறம்' என வகைப்படுத்தினர். நாற்றங்காலின் அறமும் அறுவடைக்களத்தின் அறமும் செயலின் வழியேதானே வெவ்வேறானவை. வரையறுக்கப் பட்ட கடமையின் அடிப்படையில் அவற்றுக்குள் வேறுபாடு ஏதும் இல்லையே. பயிரை நடுவதும் பயிரை அறுப்பதும் சமநிலைகொண்ட செயல்பாடுகள் என்பதே அறத்தின் குரல். அப்படியிருக்க, பொது இடம் என்றோ, போர்க்களம் என்றோ வேறுபடுத்துவது பொருளற்றதுதானே பேராசானே!"

"முசுகுந்தரே, விதிகளும் அறவுணர்வும் எப்போதும் பொருந்திப் போவதில்லை. விதிகள், சமமான தோற்றத்தை உருவாக்க நினைப்பவை. அறவுணர்வு, சமமற்றவற்றின் நியாயத்தைப் பற்றிநிற்பவை. போருக்குத் தேவை போர்விதிகள்தான். அவற்றைப் 'போரின் அறம்' எனச் சொல்வது அறிவுடைமையாகாது."

"சமமான அளவீடுகளை உருவாக்குவதே, சமமற்றவற்றுக்கு எதிரான அறச்சிந்தனையின் வெளிப்பாடுதான். அதனால்தானே இந்தச் செயலில் தன்னைப் பொருத்திக் கொள்வது கடமை எனப் பெரும் புலவர் கபிலர் முன்வந்துள்ளார்."

சற்றே அதிர்ந்தார் திசைவேழர். "கபிலர் கோல்சொல்லியாக இருக்க முன்வந்துள்ளாரா?"

"ஆம். பறம்பின் தரப்பில் நிலைமான் கோல்சொல்லியாக இருக்கப் போகிறார் பெரும்புலவர் கபிலர். அதனால்தான் மூவேந்தர்களும் ஒருமித்த குரலில் பேராசானே தங்களுக்கான நிலைமான் கோல்சொல்லியாக இருக்க வேண்டு மென விரும்புகின்றனர்."

"விதிகள், நீரை ஒழுங்குபடுத்தும் வாய்க்காலைப் போன்றவை; ஆனால், கண்ணுக்குத் தெரியாமல் நீரில்

கரையக்கூடியவை. அதனால்தான் உருவாக்குபவனுக்குப் பணியும்தன்மை விதிகளின் இயல்பாகிறது. ஆனால் அறன் எனப்பட்டது, அனைவரையும் கூர்தீட்டிப்பார்த்துத் தன்னை நிலைநிறுத்திக்கொள்வது. உங்கள் பேரரசர்களை நன்றாகச் சிந்தித்துக் கொள்ளச் சொல்லுங்கள். நான் போரின் விதிகளை நிலைநிறுத்தும் கோல்சொல்லியாகச் செயல்படேன். அறத்தை நிலைநிறுத்தும் கோல்சொல்லியாகவே செயல்படுவேன். அது வெற்றியின் சுவைக்கு உவப்பானதன்று."

முழுமுற்றாக மறுத்துக்கொண்டிருந்த திசைவேழர், இவ்வளவு இறங்கிவந்ததும் இறுகப் பற்றிக்கொள்ள நினைத்தார் முசுகுந்தர். 'குலசேகரப்பாண்டியனின் உத்தரவை நிறைவேற்ற முடியாமற்போய் விடுமோ!' என்ற பதற்றம் தணியத் தொடங்கியது. உறுதியான குரலில் கூறினார், "இதற்குமுன் இந்தமண் காணாத பெரும்போர் இது. மூவேந்தர்கள் ஓரணியில் அணிவகுத்து நிற்கப்போகின்றனர். பறவைகளால் பறந்து கடக்க முடியாத நிலப்பரப்பில் வீரர்கள் வாளேந்தி நிற்பர். 'இந்த மாபெரும் போரை அறம் பிறழாமல் நடத்த வேண்டும்' என்று பாண்டியப் பேரரசர் கருதுகிறார். வரலாறு இருக்கும்வரை இந்தப் போர் நிலைபெறப்போகிறது. இதில் அடையப்போகும் வெற்றி எந்த வகையிலும் குறைவுடையதாகக் கூடாது என்பதில் குலசேகரப் பாண்டியன் மட்டுமல்ல, மற்ற இரு பேரரசர்களும் மிகுந்த விருப்பத்தோடு இருக்கின்றனர். எனவேதான் தங்களின் ஒப்புதல் தலையாயது எனக் கருதுகின்றனர்" என்றார்.

திசைவேழர் எதிர்ச்சொல்லின்றி அமைதியானார்.

"வைகையின் தென்திசையில் நீங்கள் குடில் அமைத்திருந்தால் வெள்ளத்தைக் கடந்து அந்துவனால் வந்து உங்களைக் கண்டு பேசியிருக்கவே முடியாது. நீங்கள் வடதிசையில் குடில் அமைத்ததே இங்கு வந்து சேருவதற்காகத்தான். எனவே, திசைவேழர் இதற்கு ஒப்புதல் தருவார் என்ற நம்பிக்கையோடு என்னை அனுப்பிவைத்தார் பேரரசர்" என்றார் முசுகுந்தர்.

இதற்குப் பிறகும் பதிலின்றி இருக்க முடியவில்லை. சற்றே தலையசைத்தார் திசைவேழர்.

மகிழ்ச்சி பொங்க அவரது கால் தொட்டு வணங்கினார் முசுகுந்தர்.

மறுநாள் அவை கூடியது. கபிலரும் வாரிக்கையனும் வந்துசேர்ந்தனர். சிறிது நேரத்தில் திசைவேழர் வந்தார். அவர் நிலைமான் கோல்சொல்லியாக இருக்க எப்படி ஒப்புக்கொண்டார் என கபிலருக்குப் பெரும்வியப்பாக இருந்தது. பேரரசர்களோ அதிர்ச்சியில் உறைந்திருந்தனர். மருத்துவக் கூடாரத்திலிருந்து கருங்கைவாணனும் வந்து சேர்ந்துவிட்டான். 'குலசேகரப் பாண்டியனின் தந்திரம்மிக்க செயல் இது' என்று அவன் நினைத்தான். ஆனால் குலசேகரப்பாண்டியனோ, ஏறக்குறைய கலங்கிய நிலையில் இருந்தார். நேற்று நடுப்பகலில் பேச்சு வார்த்தை முடிந்ததும் அப்படியே போய் மயங்கித் தூங்கியவர் நள்ளிரவுதான் எழுந்தார். அதன் பிறகுதான் என்ன நடந்தது எனக் கேட்டறிந்தார். நிலைமான் கோல்சொல்லியாகத் திசைவேழரைத் தேர்வுசெய்ததைக் கேள்விப்பட்டு நடுங்கிப்போனார். "எப்படி இது நடந்தது?" என அவைக்குள் இருந்த

பணியாளர்களிடம் மீண்டும் மீண்டும் கேட்டார். ‘தான் எப்படி ஒப்புதல் கொடுத்தோம்’ என்பது அவருக்குப் புரியவேயில்லை. “முசுகுந்தர் எங்கே?” எனக் கேட்டார்.

“திசைவேழரிடம் ஒப்புதல் பெறப் போயுள்ளார்” என்று தெரிவித்தனர்.

இவ்வளவு குழப்பங்களுக்குப் பிறகும் அவருக்கு இருந்த நம்பிக்கை, ‘திசைவேழர், இந்த ஆலோசனையை ஏற்றுக்கொள்ள மாட்டார்’ என்பது தான். எனவே, நாம் முன்னரே தெரிவித்தபடி நாளைக் காலை அந்துவனை நிலைமான் கோல்சொல்லியாகத் தேர்வு செய்து விடலாம் என நினைத்து அந்துவனுக்கும் செய்தி சொல்லி ஆயத்த நிலையில் இருக்கச் சொன்னார்.

ஆனால், அதிகாலையில்தான் செய்தி வந்தது, ‘திசைவேழர் ஒப்புதல் வழங்கிவிட்டார்’ என்று. குலசேகரப் பாண்டியனுக்குச் செய்தி சொல்லப் பட்ட அதே நேரத்தில் மற்ற இரு பேரரசர்களுக்கும் செய்தி சொல்லப்பட்டுவிட்டது. குலசேகரப் பாண்டியனால் நம்பவே முடியாத செய்தியாக இது இருந்தது. போர் தொடங்க நாள் குறித்துக் கொடுக்கச் சொன்னதற்கே அவ்வளவு தயங்கிய அவர், கோல்சொல்லியாக இருக்க எப்படி ஒப்புக்கொண்டார் என்பது பெருங்கேள்வியாக இருந்தது. தனக்கு என்ன நேர்ந்தது என்பதும் தன்னைச் சுற்றி என்ன நடக்கிறது என்பதும் புரிபடாத நிலையில் மீள முடியாத குழப்பத்தில் மூழ்கினார்.

இந்தச் சிக்கலை எப்படிக் கையாள்வது என்பதைப் பற்றி முடிவெடுக்க மிகக் குறைந்த நேரமே இருந்தது. ‘அவையில், நான் சொன்னதை நானே மறுத்தாலோ, மாற்றிக் கூறினாலோ அது பெரும் பிழையாகி விடும். வரும் நாட்களில் மூவேந்தர் களின் கூட்டுமுடிவுகள் நம்பகத் தன்மையை இழக்க நானே காரணமாகி விடுவேன். எனவே, அந்துவனைப் பற்றிய புதிய செய்திகள் காலையில் தான் தெரியவந்தன. அவன் ஆபத்து நிறைந்தவன். அதனால் திசைவேழரைத் தேர்வுசெய்ய எண்ணினேன். ஆனால், முன்கூட்டித் தெரிவிக்க முடியாமற்போய்விட்டது’ என்று சொல்லிச் சமாளிக்கலாம் என்ற முடிவுக்கு வந்தார்.

‘எனக்கு என்ன நேர்ந்தது? சற்றே நினைவு தவறி மீண்டதுபோல் உள்ளது. காலையில் உண்ட உணவால் அப்படியானோமா? இது தற்செயலா அல்லது யாராலாவது திட்டமிடப் பட்டதா?’ என்று அவருள் கேள்விகள் எழுந்தபடியே இருந்தன. அனைத்தையும் தீவிரமாக விசாரிப்பது என முடிவுக்கு வந்தார்.

நடந்துள்ள நிகழ்வுகள் அனைத்திலும் மிகத் துடிப்பாகச் செயல்பட்டுள்ளவர் முசுகுந்தர். அவையில் திசைவேழரின் பெயரைச் சொன்னதும் நள்ளிரவுவரை அவருடன் வாதாடி ஒப்புதல் பெற்றதும் இப்போது அவைக்கு அழைத்துவந்துள்ளதும் முசுகுந்தர்தான். இவை அனைத்திலும் மிகத் தீவிரமாக அவர் செயல் பட்டுள்ளார். குலசேகரப்பாண்டியனின் ஐயம் முசுகுந்தரின் மீது படரத் தொடங்கியது. ஆனாலும் இப்போது நடக்கவேண்டியதில் மட்டும் கவனமாக இருப்போம் என்ற முடிவுடன் அவையில் அமர்ந்திருந்தார்.

திசைவேழரும் கபிலரும் ஒருங்கே அமர்ந்திருக்கும் பேரவை. மூவேந்தர் களும் அவர்களின் தளபதிகளும் அமர்ந்துள்ளனர். உடன் பறம்பு

நாட்டுப் பெருங்கிழவர் வாரிக்கையன் இருந்தார். மாபெரும் மனிதர்களால் நிறைந்த அவை இது. வேட்டுவன் பாறைக்கு வந்து திரும்பிய திசைவேழரை இவ்வளவு விரைவாகப் போர்க்களத்தில் காண்போம் என்று கபிலர் எண்ணவில்லை. கவலை தோய்ந்த முகத்தோடு அவரை அருகில் சென்று வணங்கினார்.

அவரின் முகக்கவலையை உணர முடிந்தது. என்ன சொல்வதென்று சிந்தித்தபடி திசைவேழர், “புலி முன் ஆடா... புலி முன் புலியா... புலி முன் யானையா என்பதை இணைந்து கண்டறியப் போகிறோமா?” எனக் கேட்டபடி இருக்கையில் அமர்ந்தார்.

முகத்தில் பரவிய சிறு சிரிப்போடு தனது இருக்கையில் அமர்ந்தார் கபிலர்.

திசைவேழர் அமர்ந்ததும் போர்விதிகளுக்கான பேச்சுவார்த்தை தொடங்கியது. “இதுவரை வழக்கத்தில் உள்ள விதிமுறைகளைக் கூறுங்கள்” என்றார் திசைவேழர்.

குலசேகரப்பாண்டியனின் வலதுபுறமிருந்து முசுகுந்தர் எழுந்த அதே நேரத்தில் சோழவேழனின் பக்கத்தில் இருந்த வளவன்காரி கையில் ஏடுடன் எழுந்து முன்வந்தான்.

உள்ளே வந்து அமர்ந்ததிலிருந்து வாரிக்கையன் அவையில் உள்ள ஒவ்வொரு முகத்தையும் கூர்ந்து பார்த்துக்கொண்டிருந்தார். குழப்பமும் பதற்றமும் மிரட்சியுமாக முகங்கள் இருந்தன. மிகுந்த தெளிவோடு இருந்த ஒரே முகம் முசுகுந்தரின் முகம் மட்டுமே. குலசேகரப்பாண்டியன் இட்ட கட்டளைப்படிப் பேராசான் திசைவேழரின் ஒப்புதல் பெற்று அவரை அழைத்துவந்துவிட்டேன் என்ற மகிழ்வில் இருந்தார். ஆனால்,

தனக்கு எதிர்த்திசையில் இருந்த சோழநாட்டு அமைச்சன் வளவன்காரி கையில் ஏட்டோடு முன்னகர்ந்து வந்தது அவருக்குச் சற்றே அதிர்ச்சியாக இருந்தது. திரும்பி, பேரரசரைப் பார்த்தார். குலசேகரப்பாண்டியன் கையைக் காட்டி முசுகுந்தரை இருக்கையில் அமரச் சொன்னார். நம்ப முடியாத அதிர்ச்சியோடு பின்னிருக்கையில் போய் அமர்ந்தார் முசுகுந்தர்.

வளவன்காரி, போர்விதிகளைப் படிக்கத் தொடங்கினான்.

"போர்க்களம், எதிரியைக் கொன்றழிக்கும் உரிமையை ஒவ்வொரு வீரனுக்கும் வழங்குகிறது. ஆனால், அந்த உரிமைக்குச் சில கட்டுப்பாடு களும் ஒழுங்குமுறைகளும் உண்டு. அதையே 'போர்விதிகள்' என்கிறோம்.

படை என்பது, இரு தரப்பானது. அதன் எண்ணிக்கை அவரவரின் வலுவைப் பொறுத்தது. எக்காரணம் கொண்டும் எண்ணிக்கையின் மீது இன்னொருவர் சம உரிமை கோர முடியாது.

போர்க்களம் என்பது, வெற்றி தோல்விகளைக் கண்டறியும் இடம். அதில் தீர்ப்புச் சொல்ல யாரும் தேவையில்லை. வெற்றியோ தோல்வியோ, அதை அடைகிறவனுக்கு அதுவே எல்லாவற்றையும் சொல்லிவிடும். நிலைமான் கோல்சொல்லிகள், போரை விதிமீறாமல் நடத்திச்செல்வர்.

இப்போது சொல்லப்படும் விதிகள் எல்லாவற்றையும் மீறாமல் இருக்க வேண்டியது இரு தரப்பினரின் பொறுப்பு. மீறப்பட்டதாகக் கோல்சொல்லிகள் கூறினால் அதுவே முடிவு.

போர் என்பது, நாள்தோறும் கோல் சொல்லிகளின் அறிவிப்புடன் தொடங்கும். அவர்களின் அறிவிப்புடன் முடிவுறும். அறிவிப்புக்கு முன்னரோ, பிறகோ வானிலும் மண்ணிலும் போர்ச் செயல்பாடுகள் எதுவும் இருக்கக் கூடாது. அறிவிப்புக்கு முன் நாண் இழுக்கப்பட்டுவிட்டால், அந்த அம்பை மண்ணை நோக்கித்தான் விடுவிக்க வேண்டும். முடிவுறும் ஓசைக்குப் பிறகு போர்க்களத்துக்குள் குதிரைகளைத் தாற்றுக்கோலால் அடித்து ஓட்டக் கூடாது. யானைகள் பிளிற பாகன்கள் அனுமதிக்கக் கூடாது. அந்தக் கணமே அனைத்தை யும் நிறுத்துதல் வேண்டும்.

தாக்குதல் கண்டு புறமுதுகிட்டு ஓடுகிறவனையோ, கைகூப்பி வணங்குகிறவனையோ, அவிழ்ந்த தலைப்பாகையைச் சரிசெய்கிறவனையோ, ஆயுதம் இழந்தவனையோ தாக்கக் கூடாது.

காலாட்படை, காலாட்படையுடன் தான் மோத வேண்டும். அதேபோலக் குதிரைப்படையும் யானைப் படையும் தேர்ப்படையும் தம்மையொத்த படைகளுடன் மட்டுமே மோத வேண்டும்.

தேரையோட்டும் வலவனும் யானையைச் செலுத்தும் பாகனும் போர்க்களத்தில் இருந்தாலும் அவர்கள் போர்வீரர்கள் அல்லர். எனவே, அவர்கள் ஆயுதங்களைத் தொடக்கூடாது. அவர்களின்மேல் ஆயுதங்களைப் பயன்படுத்தக் கூடாது.

ஆயுதங்களில் விலங்கினங்களின் நஞ்சையோ, தாதுக்களின் நஞ்சையோ பயன்படுத்துதல் கூடாது."

அதுவரை படிக்கப்படுவதைக் கேட்டுக்கொண்டிருந்த வேந்தர்கள் மூவரும் நஞ்சினைப் பற்றிக் கூறும்

போது ஒருவரையொருவர் திரும்பிப் பார்த்தனர். இது பொதுவாக எல்லாப் போர்களிலும் உள்ள விதிதான். ஆனால், எந்தப் போரிலும் திசைவேழர் போன்ற மாமனிதர் நிலைமான் கோல்சொல்லியாக இருந்ததில்லை. எனவே, இந்த விதி படிக்கப்படும்போது சற்றே கலக்கமாக இருந்தது. எண்ணற்ற நஞ்சின் வகைகள் மூவேந்தர்களின் படைக்கொட்டில்களிலும் பயன்படுத்த ஆயத்தமாக இருந்தன.

நஞ்சினைப் பற்றிய பேச்சு வந்ததும் குலசேகரப்பாண்டியனின் நினைவு நேற்றைய நிகழ்வுக்குள் போனது. 'எனக்குக் கொடுத்த சுவைநீரில் நஞ்சேதும் கலக்கப்பட்டிருக்குமோ? அதனால்தான் நான் நினைவு பிறழ்ந்தவனாக மாறினேனோ?' என்று எண்ணினார். இந்த எண்ணம் தோன்றிய மறுகணமே கடந்தமுறை கபிலர் வந்தபோது கருங்குரங்கின் செயலைவைத்து சுவைநீரில் நஞ்சு கலந்துள்ளது என சேரன் பதறியது நினைவுக்கு வந்தது. தொடர்ந்து ஏதோ ஒரு முயற்சி இங்கே நடந்துவருகிறது என்ற எண்ணம் உறுதியானது. அது யாராக இருக்கும் என்ற சிந்தனைக்குள் இருந்து குலசேகரப்பாண்டியனால் எளிதில் வெளிவர முடியவில்லை.

போர்விதிகளை முழுமையாகப் படித்து முடித்த வளவன்காரி, இறுதியாக "விதிகளுக்கு எதிராகப் போர்தொடுத்தல் பெருங்குற்றம். எந்தத் தரப்பு விதிகளை மீறிச் செயல்பட்டது என நிலைமான் கோல்சொல்லிகள் கூறுகின்றனரோ, அந்தத் தரப்பு தண்டனையைத் தாழ்ந்து பெறவேண்டும். இனி போருக்கான களத்தையும் போருக்கான காலத்தையும் நிலைமான் கோல்சொல்லிகள் அறிவிப்பர்" என்று முடித்தான்.

வேந்தர்களின் முகங்கள் பெருங்கலக்கத்தில் இருந்தன. முதல் நாள் இரவு குலசேகரப்பாண்டியன் சொன்னதே அனைவருக்கும் நினைவில் ஓடியது. 'இந்தப் போரின் வெற்றியைத் தீர்மானிப்பதில் போர்க்களம் அமையப்போகும் இடத்துக்கு முக்கியப் பங்குண்டு'. தாங்கள் நினைத்த இடத்தில் களத்தைத் தேர்வுசெய்ய எல்லா ஏற்பாடும் செய்திருந்தார் குலசேகரப் பாண்டியன். ஆனால், இப்போது நிலைமான் கோல்சொல்லியாக வந்திருப்பது திசைவேழர். அவர் முடிவுசெய்யும் இடமே போர்க்களமாகப்போகிறது.

சற்றே கலக்கத்தோடு மற்ற வேந்தர்கள் குலசேகரப்பாண்டியனைப் பார்க்க, அவரது முகமோ பெருங்கலக்கம் கொண்டிருந்தது.

"நானும் கபிலரும் போர்க்களத்தைத் தேர்வுசெய்ய முன்செல்கிறோம். எங்களின் அழைப்பு வந்ததும் இருதரப்புத் தளபதிகளும் வருக! அதன்பிறகு மற்றவர்கள் வரலாம்!" என்று சொல்லிவிட்டு வெளியில் நின்றிருந்த தேர் நோக்கி நடந்தார் திசைவேழர். பின்தொடர்ந்தார் கபிலர்.

89

நான்கு புரவிகள் பூட்டிய தேர், அன்றைய பகல் முழுவதும் பயணித்துக்கொண்டிருந்தது. திசைவேழரின் எண்ண வோட்டத்துக்கு இணையாகப் பாய்ந்துகொண்டிருந்தன குதிரைகள். திசையெங்கும் நிலம் விரிந்து கிடக்கிறது. ஆனால், போருக்கான களமாக அதில் எதுவும் திசை வேழருக்குத் தோன்றவில்லை. கபிலர் பேச்சேதுமின்றி அமைதியாக உடன்வந்தார். தேரில் திசைவேழரின் மாணாக்கர்கள் வங்கைமான், முத்துக்கோளன் இருவரும் உடன் இருந்தனர்.

மூஞ்சலிலிருந்து தேர் புறப்படும் போதே வலவனுக்கு மறைமுகமாக அரச உத்தரவு சொல்லப்பட்டது. அவன் அதற்கேற்ப வெங்கல்நாட்டின் உட்பகுதியை நோக்கித் தேரைச் செலுத்தினான். நெடுந்தொலைவு உள்ளே வந்ததும் திசைவேழர் கேட்டார்.

"உன் பெயர் என்ன?"

"முடத்திருக்கண்."

"நான் உன்னை 'படைகளின் எல்லையை விட்டு வெளியில் அழைத்துச் செல்' என்றேன். நீ ஏன் இங்கு வந்தாய்?"

முடத்திருக்கண் இந்தக் கேள்வியை எதிர்பார்க்கவில்லை. "பரந்துவிரிந்த நிலப்பகுதி. எனவே, இங்கு அழைத்து வந்தேன்" என்று தலை கவிழ்ந்தபடிச் சற்றே அச்சத்துடன் சொன்னான்.

"குதிரைகளுக்கு மட்டும்தான் கடிவாளம் இருக்கவேண்டும். வலவனுக்கு இருக்கக்கூடாது" என்று கூறிய திசைவேழர், "இருக்கையை விட்டுக் கீழிறங்கு" என்றார்.

முடத்திருக்கண் கீழிறங்கினான்.

தன் மாணவர்களைப் பார்த்து, "நீங்கள் யாரேனும் தேர் ஓட்டுவீர்களா?" என்று கேட்டார்.

முத்துக்கோளன் தலையசைத்தான்.

"நீ வலவன் இருக்கையில் அமர்ந்து தேரைச் செலுத்து" என்றவர் கீழிறங்கிய முடத்திருக்கண்ணைப் பார்த்துச் சொன்னார், "பாண்டிய நாட்டுக்கும் பறம்பு நாட்டுக்கும் உரிமையில்லாத நிலம் நோக்கி ஓடு. உனக்குப் பின்னால் தேர் வரும்" என்றார்.

'பெருந்தண்டனை வழங்கி விடுவாரோ!' என்று அஞ்சியவன், சற்றே ஆறுதலுடன் ஓடத் தொடங்கினான். வெங்கல்நாடு, பாண்டிய நாட்டின் பகுதி. அப்படியென்றால், வெங்கல்நாட்டின் எல்லையை விட்டு வெளியேற வேண்டும். கிழக்கிலும் வடக்கிலும் பாண்டிய நாட்டுக்கு உட்பட்ட சிறுகுடி மன்னர்களின் ஆளுகைப் பகுதி. எனவே, அங்கு செல்ல முடியாது. மேற்குத் திசையில் பறம்பின் பச்சைமலைத்தொடர். அங்கும் செல்ல முடியாது. மீதம் இருப்பது தென்திசை மட்டுமே. அந்தத் திசையில்தான் தட்டியங்காடு இருக்கிறது. மனிதனின் காலடித்தடமே படாத பெரும்நிலப்பகுதி. காற்று மட்டுமே கடந்தறியும் நிலம் அது. மனிதனோ, மன்னர்களோ உரிமை கொள்ளாத நிலம் அது. அதை நோக்கி ஓடத் தொடங்கினான் முடத்திருக்கண். தேர், அவன் பின்னே சென்றது.

அந்தத் திசையில் செல்லச் செல்ல எதிர்க்காற்று வீசியது. புற்று நிறைந்த பகுதி அது. எங்கும் கருமணலும் ஈக்கி மணலும் பரவியிருந்தன. சரலையோடிய நிலம் கண்கொண்டு பார்க்க முடியாதபடி இருந்தது. முடத்திருக்கண் ஓடிக்கொண்டே இருந்தான். காய்ந்த சருகைப்போன்ற குணம்கொண்ட இந்த மண்ணில் செடிகொடிகள் முளைக்காது. படலைப்புற்றும் குடைப்புற்றும்தான் எங்கும் முளைத்துக் கிடந்தன. உள்ளே செல்லச் செல்ல அச்சம் மேலேறிக் கொண்டிருந்தது.

"விரைந்து ஓடு" என்ற திசைவேழரின் குரல் கேட்டது. மீண்டும் வேகத்தைக் கூட்டினான். எதிர்க்காற்று அவனை முன்னேறவிடாமல் தள்ளியது. முயன்று ஓடினான். மூச்சிரைத்தது. குதிரைகள் அவன் மேல் பாய்வதைப் போல வந்துகொண்டே இருந்தன. வேகமெடுத்து ஓடினான். கூரிய கற்கள் பாதங்களைக் கிழித்தன. குருதி ஒழுகியபடி ஓடிக்கொண்டே இருந்தான். திசைவேழரின் ஏவற்குரல் கேட்டுக்கொண்டேயிருந்தது.

முடிந்தளவுக்கு வேகமாக ஓடினான். கண்கள் கட்டின. மயக்கம் வருவது போல் இருந்தது. ஆனாலும் முயன்று ஓடினான். இன்னும் சிறிது நேரத்தில் விழுந்துவிடுவான் என்பது தெரிந்தது.

"அவன் எத்திசையை நோக்கி விழுகிறானோ, அத்திசையை நோக்கித் தேரைத் திருப்பி ஒரு பொழுதுக்கு விரைந்து ஓட்டிச் செல்" என்றார் திசைவேழர்.

சிறிது நேரத்தில் முடத்திருக்கண் மயங்கி விழுந்தான். மேற்குத் திசை நோக்கிச் சாய்ந்து கிடந்தது அவனது தலை. தேரை மேற்கே திருப்பி முழு வேகத்தோடு ஓட்டினான் முத்துக் கோளன்.

நான்கு குதிரைகள் பூட்டிய தேரை விரைந்து செலுத்த முயன்றான். ஆனால், குதிரைகளால் பாய்ந்து செல்ல முடியவில்லை. கனைப்பொலி எழுப்பியபடித் தலையை மறுத்தாட்டித்

துடித்தன. மாணவனுக்குத் தேரை ஓட்டப் போதிய பயிற்சியில்லை எனத் தோன்றியது. ஒரு பொழுதைக் கடந்ததும் தேரை நிறுத்தினான். திசைவேழரும் கபிலரும் கீழிறங்கினர்.

“தவறிழைத்தவன் தண்டனையின் வழியே காட்டிக்கொடுத்த இடம் இது” என்று சொல்லிக்கொண்டே இறங்கிய திசைவேழர், “இந்த இடத்துக்கு ஏதோ பெயர் சொன்னானே?” எனக் கேட்டார்.

“தட்டியங்காடு” என்றான் மாணவன் வங்கைமான்.

“பெரும்புலவரே, நாம் இழைத்த தவறுகளுக்குத் தண்டனை இந்தத் தட்டியங்காடுதான். நம் தலை சாயும் வரையிலும் இந்த நிலம் நம்மைத் துரத்திக்கொண்டே இருக்கும்.”

தலையசைத்தபடிக் கபிலர் சொன்னார், “ஆனாலும் கடமையைச் செய்வோம்.”

மாணவர்களை அனுப்பி அனைவரையும் அழைத்துவரச் சொன்னார் திசைவேழர்.

மாணவர்கள் மூஞ்சல் நகருக்கு வந்து செய்தியைத் தெரிவித்தனர். தட்டியங்காடு என்கிற இடத்தை இதுவரை யாரும் கேள்விப்படக்கூட இல்லை. மையூர்க்கிழாரை அழைத்துக் கேட்டனர். “மனிதவாடை அறியாத மண். கறையான்கள் ஆளும் நிலம். முழுமையாகச் சென்று பார்த்தவர் யாருமில்லர்” என்றார்.

மனக்குழப்பத்தை வெளிக்காட்டிக் கொள்ளாமல் அனைவரும் புறப்பட்டனர். பொழுது மறைவதற்குள் தட்டியங்காட்டுக்கு வந்து சேர்ந்தனர். குலசேகரப் பாண்டியன் தேர்விட்டுக் கீழிறங்கியதும் மேற்குத் திசையைத் தான் பார்த்தார். காரமலை, மிகத் தொலைவிலும் இல்லை; அருகிலும் இல்லை. இடைப்பட்ட இடத்தில் இருந்தது. அதை எதிரிகளால் பயன்படுத்த முடியுமா என்ற சிந்தனையில் மூழ்கினார்.

அவர்கள் வந்த சிறிது நேரத்தில் சிறு தேர் ஒன்று வந்தது. அதில் வாரிக்கையனோடு புதிய மனிதன் ஒருவன் வந்தான். கருங்கைவாணனுக்கு இணையான உடல் அமைப்பைக் கொண்ட அவனை, அனைவரும் உற்றுப் பார்த்தனர். “இவன்தான் பாரியா?” என்று கேள்வி எழுந்து கொண்டிருந்தது.

தேர் விட்டு இறங்கிய வாரிக்கையன் உரத்த குரலில் சொன்னார், “பறம்பின் தளபதி முடியன்.”

இங்கு நிற்கும் எந்தவொரு தேரையும் ஒரே அடியில் நொறுக்கும் அளவுக்கு இறுகித் திருகிய உடலமைப்பைக் கொண்டவன். அனைவரின் பார்வையும் அவனை நோக்கி இருந்த போது திசைவேழர் அறிவித்தார், “நாற்புறமும் நிலைமாறாக் குணங் கொண்ட இடம். எவ்வளவு குருதி சிந்தினாலும் குடிக்கக் காத்திருக்கும் நிலம். மலையெனப் பிணங்கள் குவிந்தாலும் மறுநாளில் இல்லாமலாக்கும் கோடானுகோடிக் கறையான்கள் வாழ்கின்ற மண். அழுகல் நாற்றம் மேலேறி வராது. அடைமழை பொழிந்தாலும் நீர் நிற்காது. மரங்களோ, புதர்களோ. நீர்நிலைகளோ இல்லாத போர்க் களத்துக்கே உரிய பாழும் நிலம். எனவே, இந்தத் தட்டியங்காடே போர்க்களமாகும்.”

அனைவரின் கண்களும் முன்னும் பின்னுமாகத் திரும்பி எல்லா திசைகளையும் பார்த்தன. திசைவேழர்

அறிவிப்பைத் தொடர்ந்தார், “இங்கிருந்து வடதிசையில் வேந்தர் படையும் தென்திசையில் பறம்புப் படையும் அணிவகுக்க வேண்டும்.”

வேந்தர்களுக்குச் சற்றே நிம்மதி யானது. படை கிழக்கு மேற்காக அணிவகுத்தால் பறம்புப் படைக்குப் பின்புற அரணாகக் காரமலை அமைந்துவிடும். எனவே, படை யணியின் திசை மாறியது ஆறுதலாக இருந்தது.

வாரிக்கையன் உள்ளுக்குள் மகிழ்ந்தார். கிழக்கு மேற்குமாகப் படையணி இருந்தால் எதிர்த்திசையில் கண்ணுக்கு அப்பால் வேந்தர் படை நிற்கும். பார்த்தறிவது கடினம். இப்போது வடக்கு தெற்காகப் படையணி நிற்கப்போகிறது. வட திசையில் வேந்தர்படை எவ்வளவு நீளத்துக்கு நின்றாலும் மலைமேல் இருந்து துல்லியமாகப் பார்த்தறிய முடியும்.

திசைவேழரின் குரல் மேலும் ஒலித்தது, “இந்த இடம் கோபுரப் பரண் அமைக்கப்பட்டு அதன் மேல் நாழிகைத் தட்டு வைக்கப்படும். ஒவ்வொரு நாளும் பகல் ஐந்தாம் நாழிகைத் தொடங்கும்போது போர் தொடங்க முரசறைவோம். பகலின் இறுதி ஐந்தாம் நாழிகை தொடங்கும் போது போர் முடிவதற்கான முரசறைவோம். முரசறைய இருபுறங்களிலும் ஐந்தைந்து கோபுரங்கள் அமைகப்பட்டு அவற்றில் முரசறைபவரோடு என் மாணவர்களும் நிற்பர்.”

அனைவரும் கேட்டுக்கொண்டு நின்றனர்.

“போரின் விதிகள் ஏற்கெனவே படிக்கப்பட்டுவிட்டன. இனி புதிதாய்ச் சொல்ல ஒன்றுமில்லை” என்றார்.

அனைவரும் பார்த்திருக்க, கருங்கை வாணன் முன்வந்தான். மூவேந்தர் களையும் பணிந்து வணங்கினான். மூவரும் வாழ்த்தினர். கோல் சொல்லிகளின் முன்வந்து குனிந்து தட்டியங்காட்டு மண்ணை எடுத்தான்.

“போரின் விதிகளை மீறமாட்டோம்” என்று கூறியபடிப் போர்க்கள மண்ணைத் திசைவேழரின் கைகளில் கொடுத்து வாக்களித்து வணங்கினான்.

அதேபோல முடியன் முன்வந்தான். குனிந்து மண் அள்ளிக் கபிலரின் கைகளில் கொடுத்து வாக்களித்து வணங்கினான்.

பறம்பின் தரப்புக்காக நின்றிருந்த கபிலர், வாரிக்கையன், முடியன் ஆகியோரைப் பார்த்துத் திசைவேழர் கூறினார், “எமது தரப்பில் அளிக்கப் பட்ட வாக்கு மீறப்படமாட்டாது. போர் விதிகளை வேந்தர் படை காக்கும். இது நான் அளிக்கும் உறுதி.”

நின்றிருந்த மூவேந்தர்களையும் தளபதிகளையும் பார்த்துக் கபிலர் கூறினார், “திசைவேழர் நிலைமான் கோல்சொல்லியாக இருக்கும் மேடையில் அவரோடு நின்று பொழுதை அளக்கும் தகுதி வேறு யாருக்குமில்லை. எனவே, அவரின் வாக்கையே நாங்களும் ஏற்கிறோம். பறம்பின் தரப்பில் போரின் விதிகள் மீறப்பட மாட்டாது என்று நிலைமான் கோல்சொல்லியாகிய நான் உறுதியளிக்கிறேன்.”

போர் தொடங்க இரவின் நாழிகையே மிச்சமிருந்தது. தொடக்கத்துக்கு முன்பு அனைத்தையும் திட்டமிடவேண்டியிருந்தது. தட்டியங் காட்டைப் பற்றி யாரும் அறிந்திருக்கவில்லை. நிலவாகு எப்படி இருக்கும் என்பதைப் பற்றி முழுமையான செய்தியோடு

நள்ளிரவுக்கு முன் வரவேண்டும் என மையூர்க்கிழாருக்கு உத்தரவிட்டான் 'மகாசாமந்தன்' கருங்கைவாணன்.

அளவற்ற உற்சாகத்தோடு இருந்தது கருங்கைவாணனின் செயல். "மலைக்காடைபோல் நாகரவண்டைத் தூக்கி வந்ததால் நமக்கான இரை நம்மைத் தேடி வரப்போகிறது. பாரி, மலையை விட்டுக் கீழிறங்கித் தாக்க ஒப்புக்கொண்டபோதே அவனது முடிவு உறுதியாகிவிட்டது. தட்டியங்காடே அவனது மரணம் நிகழப்போகும் இடம்" என்று சீறி முழங்கினான் கருங்கைவாணன்.

தன் தளபதிகளுடன் போர் உத்திகளைப் பற்றி விரிவாகத் திட்டமிட்டான். மலைமக்களின் இணையற்ற போர்க்கருவிகள் வில்லும் அம்பும்தான். அவற்றை எதிர்கொண்டு நிற்பது மட்டுமே சற்றுக் கடினமானது. அதற்குத் தகுந்தபடிப் படையின் அமைப்புகளை நிலைநிறுத்த எண்ணினான். "வேந்தர்களின் படையோடு ஒப்பிடும்போது பறம்பின் படையில் மிகவும் வலிமையிழந்த படைப்பிரிவு வாட்படையாகத்தான் இருக்கும். எனவே, வேந்தர்களின் வாட்படை விற்படைக்குத் துணையாக, மூன்றுக்கு ஒன்று என்ற அடிப்படையில் சேனைகளை அணிவகுக்கலாம்" என்ற ஆலோசனையைக் கூறினான் விற்படைத் தளபதி துடும்பன். ஆனால், இந்த ஆலோசனையை வாட்படைத் தளபதி சாகலைவன் ஏற்கவில்லை.

"மலைமக்கள், போதிய வாட்பயிற்சி அற்றவர்கள். நமது படைத்தொகுப்பில் வலிமைமிக்கது வாட்படைதான். இதை முழுமையாக ஒருங்கிணைத்துத் தாக்கினால்தான் எதிரியின் படையைப் பிளந்து முன்னேற முடியும். முதல் நாள் நமது தாக்குதல் எந்த அளவுக்கு வலிமை கொண்டதாகவும் பிளந்து முன்னேறக் கூடியதாகவும் இருக்கிறதோ, அந்த அளவுக்குப் போரின் போக்கைத் தீர்மானிக்கும்" என்றான்.

"குதிரையும் தேரும் நம்மிடம் இருப்பதில் பத்தில் ஒரு பங்குகூட எதிரிகளிடம் இருக்க வாய்ப்பில்லை. அதேபோல எதிரிகளிடம் பெரும் எண்ணிக்கையிலான யானைப்படை இருப்பதற்கான எந்தச் செய்தியும் இல்லை. எனவே, முதல் நாளில் நாம் வகுக்கும் உத்தி எல்லா வகையிலும் போரை முடித்து வெற்றியை அறிவிப்பதாக இருக்க வேண்டும்" என்றான் கருங்கைவாணன்.

காரிருள் சூழ்ந்தது. இரவின் இந்த அமைதி இன்று மட்டுமே இருக்கப் போகிறது. நாளைய இரவில் எத்தனை ஆயிரம் மரணங்கள் நிகழ்ந்து முடியவிருக்கின்றன எனக் கணக்கிட முடியாது. காற்றுவெளி முழுவதும் சிதைவுற்ற மனிதர்களின் ஈனக்குரலால் நிறைந்திருக்கப் போகிறது. பேரோலமும் பெருக்கெடுக்கும் குருதி ஆறும் தட்டியங்காடு எங்கும் நின்றாடும் மரணத்தின் ஆட்டமும் சொல்லி மாளாது. மனம் நிலை பிறழ்ந்து இருந்தது. குழப்பத்தினூடே தனது குடிலுக்கு வந்தார் திசைவேழர்.

தேரை விட்டு இறங்கும்போதே குடிலுக்குள் யாரோ உட்கார்ந்திருப்பது தெரிந்தது. 'இந்த இரவில் தனது குடில் அறிந்து வந்திருப்பது யாராக இருக்கும்?' என்ற எண்ணத்துடனே உள்நுழைந்தார்.

உள்ளே அமர்ந்திருந்தது பாண்டிய நாட்டு இளவரசி பொற்சுவை.

பெருந்திகைப்புக்குள்ளானார் திசைவேழர். உள்நுழைந்ததும்

திசைவேழரின் கால்தொட்டு வணங்கினாள் பொற்சுவை. அருகிலிருந்த சுகமதி, திசைவேழரை வணங்கி வெளியேறினாள். பாண்டிய இளவரசி இந்த இரவு வேளையில் இங்கு வந்திருப்பது ஏனென அவருக்குப் புரியவில்லை. சிறுவிளக்கு எரியும் அந்தக் குடிலில் மண் மெழுகிய திண்ணையில் அமர்ந்தாள் பொற்சுவை. மரச்சட்டகத்தால் ஆன இருக்கையில் அமர்ந்தார் திசைவேழர்.

முகம் பார்த்துப் பேசுவதைத் தவிர்த்து விளக்கின் சுடரைப் பார்த்துக்கொண்டே பொற்சுவை கேட்டாள், "கோள் கணிக்கும் பேராசான் கொலை நிலத்தில் பரண் ஏற எப்படி ஒப்புக்கொண்டீர்?"

முதல் கேள்வியே திசைவேழரை நேர்கொண்டு தாக்கியது. அவர் சற்றும் எதிர்பார்க்கவில்லை. ஆனாலும் தாக்குண்ட உணர்வை வெளிக்காட்டாமல் மெல்லிய குரலில் சொன்னார், "மூவேந்தர்களும் கேட்டுக்கொண்டதால் என்னால் மறுக்க முடியவில்லை."

"காலம் கணிக்கும் பேராசானே அதிகாரத்தின் சொல்லை மறுக்கும் ஆற்றலை இழப்பதுதான் கேடுற்ற காலத்தின் அடையாளம்."

ஈட்டிபோல் இறங்கின சொற்கள். திசைவேழரால் பொற்சுவையின் நோக்கத்தைக் கணிக்க முடியவில்லை. சற்றே அமைதியானார்.

சிறிது நேரத்துக்குப் பிறகு பொற்சுவை சொன்னாள், "இந்தப் போருக்குக் காரணமானவர் இருவர்."

"ஒருவன் குலசேகரப் பாண்டியன். இன்னொருவன் வேள்பாரி. அப்படித் தானே சொல்ல வருகிறீர்கள்?" எனக் கேட்டார் திசைவேழர்.

"இல்லை."

"அப்படியென்றால் யார் அந்த இருவர்?"

"ஒருத்தி நான். இன்னொருவர் நீங்கள்."

மிரட்சியுற்றார். "நான் எப்படிக் காரணமாவேன்?!"

"வான்வெளியில் சிறு பிசகு ஏற்பட்டாலும் காலத்தின் கோலம் எப்படியெல்லாம் மாறும் என்பதைக் கண்டறிந்து கூறும் பேராசான் நீங்கள். உங்களிடம் இதைச் சொல்லவேண்டிய நிலைக்கு வருந்துகிறேன். இருந்தாலும் சொல்கிறேன். எனது திருமணத்துக்காகக் கட்டப்பட்ட பாண்டரங்கத்தின் மேற்கூரையில் வானியல் அமைப்பை வரைய நிலைப்படம் கொடுத்தீர்கள். அது என்னவென்று யாருக்கும் புரியவில்லை. பேரரசரின் பிறப்பைக் குறிக்கும் படமும் ஒன்று; அரசியாரின் பிறப்பைக் குறிக்கும் படமும் ஒன்று. ஆனால் பாண்டரங்கத்தில் என்ன வானியல் அமைப்பது என நீங்கள் தெளிவாகச் சொல்லாததால், வெள்ளியைத் தவறாக வரைந்தான் அந்துவன்."

'இதை எதற்கு இப்போது சொல்கிறார்?' என்று எண்ணியபடி கேட்டுக்கொண்டிருந்தார் திசைவேழர்.

"மேற்குமலை பெருமழை கொண்டால் வைகையில் வெள்ளம் பெருக்கெடுக்கும். 'பாண்டரங்கத்தில் ஆடலும் பாடலும் செழிக்க, பாண்டிய நாட்டில் உழவும் வணிகமும் தழைக்க இந்தக் கோள் நிலையே அடிப்படை!' என்று கூறினீர்கள்."

"அது இருக்கட்டும். இந்தப் போருக்கு நாம் இருவரும் எப்படிக் காரணம்?"

"அதைத்தான் சொல்ல வருகிறேன்.

எனது திருமணத்தின் பொருட்டே மையூர்க்கிழார் தேவவாக்கு விலங்கைப் பரிசாகத் தந்தார். பாண்டரங்கத்தில் வெள்ளியைத் தவறுதலாக வரைந்ததால் சினம் கொண்ட நீங்கள், அந்துவனைக் கண்டித்தீர்கள். உங்களின் சொல்லுக்கு அஞ்சியே அவன் புதிய படத்தை வரைந்து முடிக்கும் வரை பாண்டரங்கை விட்டு வெளியே செல்லாமல் அங்கேயே தங்கியிருந்தான். அந்தக் காலத்தில்தான் தேவாங்கு வடதிசை நோக்கி உட்காரும் என்பதைக் கண்டறிந்தான். தேவாங்கின் ஆற்றல் கண்டுபிடிக்கப் பட்ட பிறகுதான் எல்லாச் சிக்கல்களும் தொடங்கின. ஒருவகையில் நீங்களும் நானும்தான் இந்தச் சிக்கலுக்கான மூல முடிச்சின் கயிற்றை இணைத்தவர்கள்" என்றாள் பொற்சுவை.

திசைவேழருக்கு இந்தக் கூற்று ஏற்புடையதாக இல்லை. "தற்செயலுக்கு மிகையான காரணம் கற்பிக்கிறீர்கள், இளவரசி."

"இல்லை பேராசானே... இல்லை! எந்தத் தற்செயலும் தன்னியல்பில் நடப்பதில்லை. காரணங்கள் வழியே தான் காரியங்கள் நிகழ்கின்றன. தேவாங்கு மதுரைக்கு வந்து சேர்ந்ததற்கும் வடக்கு நோக்கி அமரும் அதன் ஆற்றல் கண்டறியப்பட்டதற்கும் நீங்களும் நானும்தான் அடிப்படைக் காரணம்."

"அப்படிப் பார்த்தால் அந்துவனும் பொதியவெற்பனும் இதில் பங்கெடுப்பவர்கள்தானே?"

"நீங்கள் இல்லையென்றால் அந்துவன் படத்தை மறுமுறை வரைந்திருக்கவேமாட்டான். நான் இல்லையென்றால் இன்னொரு

நாட்டு இளவரசியோடு பொதிய வெற்பனுக்குத் திருமணம் நடந்திருக்கும். ஆனால், வணிகக் குலத்தின் பெருந்தலைவனின் இல்லத் திருமணமாக அது இருந்திருக்காது. அனைவரும் கவர்ச்சியான பொருள்களையே பரிசுப் பொருள்களாகத் தந்திருப்பர். தேவாங்கு போன்ற வியப்புக்குரிய விலங்கைப் பரிசுப் பொருளாகத் தந்து பேரரசரின் கவனத்தை ஈர்க்கும் மனநிலை ஏற்பட்டிருக்காது. அந்துவனும் பொதியவெற்பனும் இதில் பங்கெடுத்தவர்கள்தான். ஆனால், பொறுப்பேற்க வேண்டியவர்கள் அல்ல."

காரணங்களைப் பொற்சுவை அடுக்கியவிதம், திசைவேழரை மறுக்கும் சொல்லின்றி நிற்கவைத்தது. சற்றுநேரம் கழித்துக் கேட்டார், "என்ன செய்யச் சொல்கிறீர்கள், இளவரசி?"

"நிகழவிருப்பது போரன்று; பேரழிவு! மூவேந்தர்களின் கூட்டுப் படை கடல்போல் பரந்துகிடக்கிறது. சின்னஞ்சிறிய ஒரு நாட்டின் மீது இவ்வளவு பெரும்படையெடுப்பை நினைத்துப் பார்க்கவே முடியவில்லை. மதுரையிலிருந்து வரும் வழியெங்கும் துயருற்ற மக்களின் கண்ணீரைக் கடந்தே வந்தேன். உழவும் தொழிலும் நின்றொழிந்துபோயின! வேந்தர்களும் செல்வந்தர்களும் வாழ்வார்கள். படைக்கு வந்து சேர்ந்த வீரர்களின் குடும்பங்களை எல்லாம் மரணம் விழுங்க ஆயத்தமாகிக்கொண்டிருக் கிறது. காற்றெங்கும் விம்மல் ஓசை கேட்டுக்கொண்டேயிருக்கிறது.

இந்தக் கொடும் அழிவு தடுக்கப்பட வேண்டும். பறம்பின் மீது வேந்தர்கள் கோபம்கொள்ள எத்தனையோ காரணங்கள் உண்டு. ஆனால், பாரி அழியக்கூடாது. பாரியைப்போல

அறவழிப்பட்ட ஒரு தலைவனை இதுகாறும் நான் கேள்விப்பட்டதில்லை. அவன் அழிக்கப்பட்டால் அறம் அழிக்கப்பட்டதாகவே பொருள். நீங்களும் நானும் அந்த அழிவுக்கான மூலமுடிச்சுகளாக இருந்தோம் என்பதை நினைக்கும் போதே உடல் நடுங்குகிறது. வாழ்வு எந்தக் கணத்திலும் முடிந்துவிடும். ஆனால், அறத்தின் அழிவுக்கான காரணம் நமது வாழ்வின் மீது படியுமேயானால் அதைவிட இழிவு வேறில்லை."

பொற்சுவையின் குரலிலிருந்த ஆவேசம் திசைவேழரை நடுங்க வைத்தது. பாண்டரங்கின் மேற்கூரையைத் தவறாக அந்துவன் வரைந்தபோது 'பாண்டியநாடு பாழ்படும்' என்று அவர் சொன்ன வார்த்தைகள் நினைவுக்கு வந்தன.

'அந்துவன் முதலில் வரைந்ததே சரி. நிகழப்போகும் பேரழிவைப் பாண்டரங்கத்தின் மூலம் முன்னுணர்த்தியிருக்கிறது காலம். வைகையில் வெள்ளம் பெருகுகிற அதே நாட்களில்தான் இந்தப் பேரழிவும் அரங்கேறவிருக்கிறது. நான் அதைத் தவறென்று சொல்லி மாற்றினேன். காலத்தை மாற்ற நான் யார்? வெள்ளம் புரண்டோடும் வைகையின் கரையில் இருந்த என்னை அதே அந்துவன் அழைத்துவந்து அழிவின் நாட்களுக்குள் நிறுத்தியுள்ளான். அந்த வரைபடத்துக்குள் இப்போது நான் நிற்கிறேன். மாற்றிப் பார் என்கிறது காலம். நான் எனது சீற்றமிழந்து நிற்கிறேன்.' உள்ளுக்குள் புரண்டெழுந்த சொற்கள் தனக்குத் தானே உதிர்ந்து கரைந்தன. செயலற்று நின்றார் திசைவேழர். அவரைக் கூர்ந்து பார்த்தபடி அமர்ந்திருந்தாள் பொற்சுவை.

சிறு விளக்கின் சுடர் உமிழும் கரும்புகை மட்டுமே திசைவேழரின் கண்களுக்குத் தெரிந்தது.

"இந்தப் போரை நிறுத்த வழியேதும் இல்லையா? பேராசான் நீங்கள் நினைத்தால் முடியும் எனக் கருதுகிறேன்."

பேசும் ஆற்றல் மேலெழவில்லை. ஆனாலும் முயன்று கூறினார். "அந்த முயற்சியில் ஏற்கெனவே தோற்று விட்டேன். நிலைமான் கோல்சொல்லியாக இருக்க வாக்களித்த நான், இனிப் போரை வழிநடத்த மட்டுமே முடியும்."

"அப்படியென்றால், வேறு என்ன தான் வழி?"

அமைதி நீடித்தது. சற்று நேரத்துக்குப் பிறகு திசைவேழர் சொன்னார், "ஒரு வழி உண்டு. அதை உங்களால் மட்டுமே செயல்படுத்த முடியும்."

"என்னால் செயல்படுத்தக்கூடிய வழியா... என்ன அது?"

"தேவாங்கு என்னும் விலங்குக்காக இத்தனை ஆயிரம் மனிதர்களின் மரணம் நிகழவேண்டுமா? இந்தக் கேள்வி பாரியின் முன்வைக்கப்பட வேண்டும். முல்லைக்குத் தேர் ஈந்தவன், பல்லாயிரம் மரணங்களைத் தடுக்க தேவவாக்கு விலங்கைக் கொடுத்து உதவுவான் என்றே நம்புகிறேன். அவன் அந்த விலங்கைத் தர ஒப்புக்கொண்டால் பாண்டியனை இந்தப் போரிலிருந்து என்னால் வெளியேற்றிவிட முடியும். பாண்டியன் வெளியேறிவிட்டால் சேரனும் சோழனும் ஒன்றும் செய்ய முடியாது. அந்தக் கணமே போர் முடியும்."

"பாரியிடம் இதை..." என்று பொற்சுவை கேட்டு முடிக்கும் முன் திசைவேழர் சொன்னார், "நீங்கள் முயன்றால் உங்கள் ஆசான் கபிலரின்

மூலம் இதைச் செயல்படுத்த முடியும்."

நள்ளிரவு நெருங்கிக் கொண்டிருந்தது. போர் நிலத்தைப் பற்றிய செய்தியைச் சேகரிப்பதும் அதற்கேற்பப் படை நிலைகொள்வதற்கான ஆலோசனை வழங்குவதுமாக கருங்கைவாணன் மிகத் தீவிரமாக இயங்கிக்கொண்டிருந்தான். இந்த நாளுக்காகவே காத்திருந்த பொதிய வெற்பன் கருங்கைவாணனுடன் இணைந்து திட்டமிட்டுக் கொண்டிருந்தான்.

அவனது உத்தரவின்பேரில் போர்க்களக் கொட்டிலில் ஆயுதவாரிகளின் செயல்பாடுகள் தொடங்கின. கொடுத்தனுப்பிய வரைபடத்தின் அடிப்படையில் ஆயுதங்களைக் கொண்டுசெல்ல வாகனங்கள் ஆயத்தமாக இருந்தன. சேனை முதலிகள் தங்களின் படைப் பிரிவுக்குத் தேவையான ஆயுதங்களை விரைவில் பெற்று அடுத்தகட்டச் செயல்பாட்டில் இறங்குவதில் மும்முரமாக இருந்தனர்.

ஆனாலும் அவர்கள் நேரடியாக ஆயுதவாரியை அணுகமுடியாது. பன்னிரு சேனைகொண்ட பிரிவுக்குத் தலைமை தாங்கும் சேனைவரையர்களைத்தான் அவர்கள் அணுக முடியும். தனக்குக்கீழ் இருக்கும் சேனைகளுக்குத் தேவையான ஆயுதங்களை ஆயுதவாரியிடமிருந்து பெற்றுத்தரும் பொறுப்பு சேனை வரையரைச் சார்ந்தது. எனவே, சேனைவரையர்கள் எல்லோரும் படைக்களக் கொட்டிலில் மொய்த்துக் கிடந்தனர்.

ஆயுதமேற்றிய வண்டிகளும் யானைகளும் நெருக்கடிக்குள் திணறிக் கொண்டிருந்தன. எங்கும் கூச்சலும் பேரோசையுமாக இருந்தது. ஆயுதவாரிகள் தங்களுக்குக் கீழுள்ள பணியாளர்களுக்கு இட்ட கட்டளைப் படி படைக்கலக் கொட்டிலிலிருந்து ஆயுதங்கள் வெளியேற்றப்பட்டுக் கொண்டிருந்தன.

இந்தப் பேரோசை எதிரொலிக்காத அமைதி, சோழனின் கூடாரத்துக்குள் இருந்தது. அங்கு செங்கனச்சோழன், சோழவேழன், உதியஞ்சேரல் ஆகிய மூவரும் இருந்தனர். குலசேகரப் பாண்டியன் நிலைமான்கோல் சொல்லியாகத் திசைவேழரை அறிவித்ததன் காரணத்தைத் தெரிந்துகொள்ள எல்லா வகையிலும் முயன்று கொண்டிருந்தனர். இருநாட்டு ஒற்றர் படைக்கும் அதுவே வேலையாகக் கொடுக்கப்பட்டிருந்தது.

திசைவேழர், கோல்சொல்லியாகிப் போர்க்களத்தையும் தேர்வுசெய்து விட்டார். மூன்று நாட்டுத் தளபதிகளும் நாளைய போருக்கான ஆயத்த வேலைகளை ஒருங்கிணைந்து செய்துகொண்டிருந்தனர். ஆனால், வேந்தர்களின் மனங்களுக்குள் ஆழமான ஐயம் ஊடுருவியிருந்தது. இதைப்பற்றியே அவர்கள் தீவிரமாகப் பேசிக்கொண்டிருந்தனர்.

அப்போதுதான் சேரநாட்டு ஒற்றன் செய்தியொன்று கொண்டுவந்தான். "இன்று பிற்பகலில் முசுகுந்தர் சிறைப்பிடிக்கப்பட்டுப் போர்க் களத்துக்கு வெளியில் கொண்டு செல்லப்பட்டுள்ளார்."

ஒற்றனின் செய்தி, பேரதிர்ச்சியை உருவாக்கியது. "இது உண்மையா... என்ன காரணம்?" என்று அவனிடம் அடுத்தடுத்த கேள்விகள் கேட்கப் பட்டன. ஒற்றனிடம் மிகக்குறைந்த விவரங்களே இருந்தன. "பாண்டியப் பேரரசர் அருந்திய சுவைநீரில் நஞ்சு கலந்து சதிசெய்ய முற்பட்டார் என்ற

காரணத்துக்காக முசுகுந்தர் சிறைப்பிடிக்கப்பட்டுள்ளார். ஆனால், பொதியவெற்பன் உள்ளிட்ட யாருக்கும் செய்தி தெரியாது" என்று கூறினான். கோல்சொல்லி யாரெ முடிவெடுக்க நடந்த கூட்டத்தில்தான் இந்த முயற்சி நடந்ததாகவும் கூறினான்.

குலசேகரப்பாண்டியனின் செயல் மாற்றத்துக்கு இதுதான் காரணம் என அறிந்தபோது, கேட்டுக்கொண்டிருந்த மூவரும் அதிர்ச்சியடைந்தனர். அப்போதுதான் உதியஞ்சேரலுக்குத் தனது கருங்குரங்குக் குட்டி கத்தித் துள்ளியது நினைவுக்கு வந்தது. அன்றும் சுவைநீர் பருகும் நேரத்தில் தான் குரங்குக்குட்டி அவ்வாறு செய்தது. அப்படியென்றால், முசுகுந்தர் தொடர்ந்து சதியில் ஈடுபட்டவாறே இருந்துள்ளார் என எண்ணினான். கபிலரோடு அவருக்கு இருந்த நெருக்கம் பற்றிய செய்தியும் பேச்சினூடே மேலெழுந்தது.

இன்று மாலை போர்க்களத்தில் கோல்சொல்லிகளின் அழைப்பை ஏற்று அனைவரும் வந்திருந்தபோது முசுகுந்தர் மட்டும் இல்லாதது நினைவுக்கு வந்தது.

"குலசேகரப் பாண்டியனின் முகம் இன்று மாலை மிகவும் தெளிவு கொண்டிருந்ததற்குக் காரணம் இது தானோ?" எனக் கேட்டார் சோழ வேழன்.

மனதுக்குள் இருந்த ஐயம் நீங்கிய கணம், போர்க்கொட்டிலிலிருந்து மேலெழுந்த ஓசை கூடாரம் முழுமையும் கேட்டது. 'நாளைய போருக்கான ஆயுதங்களைக் கொடுத்தனுப்பும் வேலையை ஆயுதவாரிகள் செய்துமுடித்து விட்டனர்' என்ற செய்தியைச் சொல்ல வீரன் ஒருவன் உள்ளே வந்தான்.

இரவு முடிந்து விடியலின் கீற்று மேலெழுந்துகொண்டிருந்தது. கதிரவனின் புத்தொளி எங்கும் படர்ந்தபோது பகலின் முதல் நாழிகை தொடங்கியது. திசைவேழர் தனது கூடாரத்தை விட்டு வெளியில் வந்து தேர் ஏறினார்.

மாணவர்கள் எல்லோரும் முன்னரே புறப்பட்டுப் போயிருந்தனர். வலவன் குதிரைகளின் கடிவாளத்தைச் சுண்டித் தேரை இயக்கினான்.

வழக்கமாகக் காலையில் கூடாரத்தை விட்டு வெளியில் வந்ததும் கதிரவனைப் பார்க்கும் திசைவேழர், இன்று சரிந்து நீண்டு கிடக்கும் தேரின் நிழலையே பார்த்தார்.

தட்டியங்காட்டுப் போர் தொடங்க இன்னும் மூன்று நாழிகையே இருக்கிறது.

90

தட்டியங்காட்டுக்கு நேர் மேற்கே இருக்கும் குன்றின் பெயர் 'குளவன்திட்டு'. குழவிக்கல்போல் மேகத்தை நோக்கி நிமிர்ந்து நிற்கும் கரும்பாறை அது. காரமலையின் தோள்களின் மேலே பிதுங்கி நிற்கும் பகுதி. குளவன்திட்டின் பின்புறம் காரமலையின் கணவாய்க்குள் இருப்பவர்கள் கானவர்கள். மலைமக்களில் மிகப் பழைமையான குடியினர்.

பறம்புப்படை, முதன்முறையாக சமவெளியில் இறங்கிப் போரிடப் போகிறது! போர் விதிகள் என்னும் சட்டகங்களுக்குள் ஆயுதம் ஏந்தப் போகிறது. மூன்று பெரும் பேரரசு களையும் எதிர்த்துச் சின்னஞ்சிறு குலமொன்று பிடரி சிலிர்த்துத் தரையிறங்கப் போகிறது. அதற்கு முன் தெரியவேண்டியது தரை இறங்கப் போகும் இடத்தைப் பற்றி.

தட்டியங்காடுதான் போர்க்களம் என முடிவானவுடன் அந்த இடம் பற்றி அறிய மையூர்க்கிழாரைத் தேடி ஆளனுப்பினார் குலசேகரப் பாண்டியன். கானவர்குடித் தலைவனைக் கண்டுவரச் சொல்லி ஆளனுப்பினான் வேள்பாரி.

பச்சைமலைத் தொடரின் தென் பகுதியில் பறம்பு நாட்டை அடுத்து இருப்பவர் கானவர் குடியினர். எண்ணிக்கையில் மிகக் குறைந்த கூட்டம். உச்சிமலையில் கணவாயின் அடிவாரத்துக்குள் இருப்பதால் இப்படியொரு மனிதக்கூட்டம் இருப்பது மலைமக்களுக்கே பெரிதாகத் தெரியாது.

மலையின் செங்குத்துப் பிளவுக்குள் பல பனையாழத்தில் மரப்புதர்களிலும் பாறைக்குகைகளிலுமே தங்குபவர்கள். அதனாலேயே யார் கண்ணிலும்

படாதவர்கள். இலையாடை கொண்டவர்கள். ஐந்து முதல் ஏழு வயதுக்குள் குறி தவறும் அம்புகளை எய்தி முடித்துவிடுவர். அதன் பிறகு வாழ்நாள் முழுவதும் அவர்களின் அம்புகள் குறி தவறுவதில்லை.

அந்தக் குலத்தலைவன் இகுளிக் கிழவன். அவனைக் காணத்தான் வாரிக்கையனும் தேக்கனும் வந்திருந்தனர். குளவன்திட்டின் பின்புறக் காட்டில் இறங்கிய அவர்கள், இரவில் நெருப்பினாலான குறியீட்டு மொழி மூலம் கானவர்களுக்குத் தங்களின் வரவைத் தெரிவித்தனர்.

சிறிது நேரத்திலேயே அருகில் இருந்த மரத்தின் மேலிருந்து ஒரு கிழவன் கீழிறங்கி வந்தான். பந்த வெளிச்சத்தில் அவனைப் பார்த்ததும் அடையாளம் கண்டார் வாரிக்கையன்.

மகிழ்ச்சியோடு அவனை அணைத்துக்கொண்டார். "என்னை விட வயதில் மூத்தவன் இகுளிக் கிழவன்" என்றார் வாரிக்கையன்.

"உன் தந்தையைவிட வயதில் மூத்தவன் நான்" என்றான் இகுளிக் கிழவன். இருவரும் சிறுவனிடம் விளக்குவதைப்போலத் தேக்கனிடம் விளக்கினர்.

'தந்தை' என்ற சொல்லைச் சொல்லியபோது இகுளிக்கிழவனின் முகத்தில் எள்ளல் மிகுந்த சிரிப்பு ஓடியது. கானவர் குடியினர் இன்னும் தாய்வழிக் குலத்தினராகவே இருக்கின்றனர். கூட்டுவாழ்வில் 'தந்தை' என்ற உறவை அடையாளப் படுத்தும் சொல்லே கிடையாது. உயிர்களால் தாயை மட்டும்தானே அறிய முடியும். பறவைகளுக்கோ, விலங்குகளுக்கோ அல்லது வேறு எந்தவோர் உயிரினத்துக்கோ இல்லாத பழக்கத்தை வேளிர் குடியினர் கொண்டிருப்பது கானவர் குடிக்கு வியப்பாகவும் கேலிக்குரிய ஒன்றாகவும் இருந்தது. அதன் பொருட்டே வேளிர் குடியினரை வேற்று மனிதர்களாகப் பார்ப்பர். ஆனாலும் கானவர் குடியோடு நல்லுறவோடு இருந்தனர் வேளிர் குடியினர்.

நீண்ட காலத்துக்குப் பிறகு காண்பதால் பலவற்றைப் பேசிவிட்டு, இறுதியாகப் போர் நிலம் பற்றிக் கேட்டார் வாரிக்கையன்.

இகுளிக்கிழவன் கேட்டான், "தட்டியங்காடுதான் போர்க்களம் என்று முடிவெடுத்தவன் யார்?"

"எதிரிகளின் தரப்பைச் சேர்ந்த கோல்சொல்லி" என்றான் தேக்கன்.

"ஏன் இந்த நிலத்தைத் தேர்வு செய்தான்?"

"போரிடும் இருதரப்பு எல்லைக் குள்ளும் இல்லாத நிலமாக இருக்க வேண்டும் என்பதற்காக இதைத் தேர்வு செய்ததாகச் சொன்னான்."

"மனிதர்கள் மனிதர்களுக்குரிய இடத்தில்தானே போரிட வேண்டும். இந்த இடத்தில் எப்படிப் போரிட முடியும்?"

"ஏன்... இது மனிதர்களுக்குரிய இடமில்லையா?"

"மனிதர்களுக்கு மட்டுமல்ல, விலங்குகளுக்குரிய இடமுமல்ல. செங்காவி நிற ஓணானைத் தவிர வேறு எந்த உயிரினமும் அங்கு வாழாது."

சற்றே அதிர்ச்சியோடு "என்ன காரணம்?" எனக் கேட்டான் தேக்கன்.

"கருமணலும் ஈக்கிமணலும் நிறைந்த நிலத்தில் எந்த உயிரினமும் வாழமுடியாது. அந்த நிலத்தில் பத்து அடி தொலைவுக்குப் பாம்பு ஊர்ந்து

சென்றால், அதன் அடிவயிறு கிழிந்து செத்துப்போகும்" என்றான்.

வாரிக்கையனும் தேக்கனும் திகைப்போடு அவனைக் கவனித்துக் கொண்டிருந்தனர். "பாம்புக்கே இதுதான் நிலையென்றால், மற்ற உயிர்களைப் பற்றிச் சொல்ல வேண்டுமா என்ன? மண்ணுக்குள் வாழும் கறையான்களுக்கு மட்டுமே அது தாய்நிலம். வேறு எந்த உயிரினமும் வாழ முடியாது" என்றான் இகுளிக்கிழவன்.

"மரம், செடிகொடிகள்கூட இல்லையே... ஏன்?"

"அதற்கு அந்த நிலம் காரணமல்ல. எங்களின் தெய்வம்தான் காரணம்."

"உங்களின் தெய்வம் அந்த நிலத்தை என்ன செய்தது?"

இகுளிக்கிழவன் பின்புறம் திரும்பி, காரமலையின் உச்சியில் இருந்த பிளவைக் காட்டினான். "அந்தப் பிளவைக் 'கணவாய்' என்போம். அந்தக் கணவாய்க்குப் பின்புறம்தான் எங்களின் தெய்வங்களான கொம்மனும் கொம்மையும் இருக்கிறார்கள். அவர்கள் கோபமடையும்போது வாய் திறந்து ஊதுகின்றனர். ஆண் தெய்வமான கொம்மன் ஊதும்போது வெளிவருவது காற்று. பெண் தெய்வமான கொம்மை ஊதும்போது வருவது காற்றி.

ஆணின் குணமேறிய காற்று, குளவன்திட்டின் வலதுபுறமாக இறங்கி, தட்டியங்காட்டு மண்ணைச் சீவியெடுத்துக்கொண்டுபோகும். பெண்ணின் குணமேறிய காற்றி, குளவன்திட்டின் இடதுபுறமாகத் இறங்கி, உருட்டி எடுத்துக்கொண்டு போகும். அதனால்தான் தட்டியங் காட்டில் எந்த மரமும் செடியும் நிலைப்பதில்லை. எல்லாவற்றையும் காற்றும் காற்றியும் பிய்த்துக்கொண்டு போய்விடுகின்றன. புற்று மட்டும்தான்; அதுவும் ஒரு முழம் உயரத்துக்கு மட்டுமே நிலைகொள்ள முடியும். அதற்கு மேலே உயர்ந்தால் அதையும் அழித்துவிடும்.

மலையுச்சியிலிருந்து பாய்ந்துவரும் நீரின் வேகத்தில் கற்கள் அடிபட்டுச் சிதைந்து கூழாங்கற்களாகவும் மணலாகவும் மாறுவதைப் பார்த்திருப்பீர்கள். ஆனால், காற்றின் தாக்குதலால் பாறைகள் உடைந்து செதில் செதிலாகச் சீவப்பட்டு ஈக்கி மணலாகவும் கருமணலாகவும் மாறுவதை இங்கு மட்டும்தான் பார்க்க முடியும். ஈக்கிமணல் என்பது, உடைபட்டுக் கிடக்கும் அம்பு போன்றது" என்றான் இகுளிக்கிழவன்.

வாரிக்கையனும் தேக்கனும் வியப்பு நீங்காமல் கேட்டுக்கொண்டிருந்தனர்.

"நடுப்பகலுக்குப் பிறகு அந்த நிலத்தில் வெக்கை தாள முடியாது. கருமணலில் பட்ட காற்று கருகும். கருகிய புகை மேலெழ, உடலில் இருக்கும் நீரெல்லாம் வற்றி நா வறண்டு வீழ்வான் மனிதன்!" என்றான் இகுளிக்கிழவன்.

கொலைநிலம் என்பதன் பொருள் அந்த நிலத்துக்கே முழுமையாகப் பொருந்தும். ஆனாலும் அந்த நிலத்தில் போரிட்டு வெல்வது எப்படி எனச் சிந்தித்தபடியே கேட்டுக் கொண்டிருந் தனர். பொழுதாகிக்கொண்டிருந்தது. தட்டியங்காட்டைப் பற்றித் தெரிந்து கொண்ட செய்தியின் அடிப்படையில் ஆயத்த வேலைகளை உடனே செய்ய வேண்டும். இரலிமேட்டில் அனைவரும் நமக்காகக் காத்திருப்பர் எனக் கருதி இருவரும் புறப்பட்டனர்.

அவர்களை வழியனுப்ப, கானவர்குடி எல்லை வரை இகுளிக்

கிழவன் உடன் வந்தான். கும்மிருட்டில் தங்களின் நிலப்பாதையை மற்றவர்கள் அறிந்திராதபடிதான் எல்லாப் பாதைகளும் இருக்கின்றன. அவர்களின் தேவை அறிந்து குறுக்கு வழியில் விரைவாக அழைத்து வந்தான் இகுளிக்கிழவன்.

வரும்வழியில் இருந்த ஆச்சைமரம் ஒன்றைக் கடக்கும்போது இகுளிக் கிழவன் நின்றுவிட்டான். 'ஏன் நிற்கிறான்?' என்று பின்னால் வந்த இருவரும் அந்த இடத்தை உற்றுப் பார்த்தபோது மரப் புதருக்குள் இரு கண்கள் மட்டும் தெரிந்தன. என்னவென உற்றுப்பார்த்தனர். பெருங்கிழவி ஒருத்தி உள்ளே உட்கார்ந்திருந்தாள்.

வந்துள்ளதன் காரணத்தைக் கேட்டாள்.

"சாமேட்டில் போரிடப் போவதற்காகக் கேட்க வந்துள்ளனர்" என்றான் இகுளிக்கிழவன்.

"சாமேட்டிலா?!" என்று வியப்போடு கேட்டாள் முதுகிழவி.

"ஆம்" என இகுளிக்கிழவன் சொல்ல, முதுகிழவி தானியங்களை உருட்டுவதைப்போல எதையோ சொன்னாள்.

விடைபெற்று வரும்வழியில் இகுளிக்கிழவன் சொன்னான், "உங்களுக்கு வெற்றி கிட்டட்டும் என்றாள்."

"இது என்ன, அந்த இடத்துக்குப் புதுப்பெயரைச் சொன்னாய்?" எனக் கேட்டார் வாரிக்கையன்.

"அங்கேதான் சாவுப் பறவை முட்டையிடும். அந்தப் பறவையை அங்கு வைத்துதான் வேட்டை யாடுவோம். எனவே, அந்த இடத்தை 'சாமேடு' என்றுதான் நாங்கள் கூறுவோம்" என்றான்.

"சாவுப் பறவையா... அது என்ன பறவை?" எனக் கேட்டான் தேக்கன்.

"அதைக் கண்டால் உயிரினம் எல்லாம் அலறுமே! கண நேரத்தில் கழுத்தைவெட்டி எடுத்துக்கொண்டு காற்றில் பறக்குமே!" எனச் சொல்லி இரு கைகளையும் விரித்து, தலையை முன்தள்ளியபடி சொன்னான்.

அப்போதுதான் வாரிக்கையனுக்குத் தோன்றியது, 'காக்காவிரிச்சியைச் சொல்கிறான் கிழவன்' என்று. அதை நினைத்த கணத்தில் உடல் நடுங்கி மீண்டது.

'எந்த உயிரினத்துக்கும் அதன் சாவைக் காட்டும் பறவை என்பதால், அதை 'சாவுப்பறவை' என்கின்றனர்' என எண்ணிக் கொண்டிருக்கும்போதே பதறிக் கேட்டான் தேக்கன் "அதை வேட்டையாடுவீர்களா?"

"ஆம்" எனத் தலையாட்டினான் இகுளிக்கிழவன். "நீங்கள் சொல்லும் அந்த நிலம் முழுவதும் எந்தப் பறவையும் பறந்து கடக்காது. ஏனென்றால், சாவுப்பறவை அங்கு தான் குதம் எரிய முட்டையிடும். பிறகு வெறிகொண்டு குளவன்திட்டை நோக்கித்தான் மேலேறி வரும். அதன் அப்போதைய தேவை பசியல்ல; எரிச்சல் மிகுந்த கோபம். எனவே, கணவாய்க்குள் மனிதர்கள் இருப்பதால் வெட்டிச்சரிக்க உள்ளே இறங்கும். கண்ணில் சிக்குபவர்களின் தலைகளையெல்லாம் காற்றில் சரிக்கும். அதனால்தான் எங்கள் கானவர் கூட்டம் ஆதியிலே தழைக்காமல் சிறுத்துப்போனது" - கவலை தோய்ந்த குரலில் சொன்னான் கிழவன்.

கேட்டுக்கொண்டிருப்பது மனிதர்கள் சம்பந்தப்பட்ட கதையல்ல; மனிதனால் நம்பவே முடியாத கதை.

எனவே, இமை மூடாமல் கவனித்தனர் இருவரும்.

இ குளிக்கிழவன் சொல்லி முடித்ததும் தேக்கன் கேட்டான், "அதை எப்படி வேட்டையாடுவீர்கள்?"

"எங்கள் தெய்வத்தின் துணையோடு."

இருவரும் பேச்சின்றி, கிழவனைப் பார்த்தனர்.

"சாவுப்பறவை, முட்டையிட்ட பிறகு குளவன்திட்டை நோக்கித்தான் மேலேறி வரும். நாங்கள் குளவன் திட்டின் மேலே ஆயத்த நிலையில் இருப்போம். எங்களின் தெய்வங்கள் காற்றையும் காற்றியையும் ஊதி அனுப்புவர். அவர்கள் ஊதும் நேரமறிந்து நாங்கள் வில்லடிப்போம். அம்புகளை நாங்கள் எய்யும் வேகத்தை விடப் பத்து மடங்கு வேகத்தில் காற்றும் காற்றியும் எடுத்துச்செல்லும். எங்களது சுருள் அம்புகளின் தாக்குதலை எதிர்த்துச் சாவுப் பறவையால் மேலே பறந்துவர முடியாது" என்றான்.

காக்காவிரிச்சியை அம்புகளால் வீழ்த்த முடியும் என்பதை நம்ப முடியாமல் கேட்டுக்கொண்டிருந்தனர் இருவரும். ஆனால் தேக்கனின் எண்ணம் முழுவதும், காற்றைப் பயன்படுத்தி அம்பு எய்யும் அவர்களின் உத்தியைத் தெரிந்து கொள்ள வேண்டும் என்பதிலேயே இருந்தது.

வாரிக்கையன் கேட்டார், "செங்காவி நிற ஓணான் மட்டும் எப்படி அங்கே உயிர் வாழ்கிறது?"

"சாவுப்பறவையின் முட்டைகளைத் தின்றுதான். ஓணான்கள் அந்த முட்டைகளை மட்டும் அழிக்கவில்லை யென்றால், இந்நேரம் பச்சைமலை முழுக்க சாவுப்பறவைதான் பறந்து கொண்டிருக்கும்."

தேக்கன் கேட்டான், "காற்று, நாம் எய்யும் அம்பின் வேகத்தைப் பத்து மடங்கு அதிகப்படுத்துமா?"

'படுத்தும். ஆனால், நாம் எய்யும் அம்பு வீசிவரும் காற்றின் முகப்போடு இணைய வேண்டும்."

"காற்றை நாம் உணரும்போதே, அது நம்மைக் கடந்துவிடுமே. பிறகு எப்படி அதன் முகப்போடு இணைந்து அம்பைச் செலுத்த முடியும்?"

"காற்று வருவதறிந்து நாம் ஆயத்தமாகிவிட வேண்டும்."

"எப்படி?"

"குளவன்திட்டின் உச்சியில் குகை ஒன்று இருக்கிறது. அதில் விளக்கேற்றுவோம். கணவாயினுள் காற்று வரப்போவதற்கு முன்னர் அந்த விளக்கின் சுடர் வலதுபுறம் நோக்கிச் சாய்ந்து எரியும்; காற்றி வருவதாக இருந்தால் இடதுபுறம் நோக்கிச் சாய்ந்து படபடத்து எரியும். சுடர் சாயத் தொடங்கியவுடன் நாணை இழுத்துவிடுவித்தால் அம்பு எகிறும்போது காற்றின் முகப்போடு இணையும்" என்றான் இகுளிக்கிழவன்.

பெருங்காற்று வருவதற்கு முன்னரே அதை உணர்ந்து வீசும் வேகத்தோடு அம்பை இணைக்கும் இவர்களின் அறிவுக்கூர்மை மெய்சிலிர்ப்பை உருவாக்கியது. அப்போதுதான் அடுத்த ஐயமும் வந்தது, "அம்பு சுருள் வடிவில் இருந்தால் எப்படிக் காற்றில் ஏகிச்செல்லும், திசைமாறி விழுந்து விடுமே!"

மறுமொழியின்றி அமைதியாக வந்தான் இகுளிக்கிழவன். இருட்டில் ஒடுக்குப்பாதையில் கவனமாக வரவேண்டும். அதைக் கடந்தவுடன் சொன்னான், "கானவர்குடியின் தனித்த அடையாளம் அது. எனவே,

மற்றவர்களோடு அதைப் பகிர்ந்து கொள்ளமாட்டோம்."

குலச்சமூகங்களின் ஆதி ஆற்றல்கள் எல்லாம் இப்படியோர் இறுதி முடிச்சுக்குள் சிக்குண்டுவிடுகின்றன. மிகத்தேர்ந்த மனிதர்களால் மட்டுமே சிக்கல் நிறைந்த இந்த முடிச்சுகளைக் கழற்ற முடியும்.

பேச்சை எப்படித் தொடர்வது என்பதறியாமல் திகைத்தபடி இருந்தான் தேக்கன். இவ்வளவு நேரம் பேச்சின்றி வந்த வாரிக்கையன் கேட்டார், "செங்காவி நிற ஓணான்கள் இல்லையென்றால், சாவுப்பறவையின் எண்ணிக்கை அதிகமாகிவிடும் அல்லவா?"

"அதில் என்ன ஐயம்? நம் தலைக்கு மேல் வேறு எந்தப் பறவையும் பறக்காது. எங்கும் சாவுப்பறவையே பறக்கும்" என்றான் இகுளிக்கிழவன்.

கேள்வி கேட்ட பிறகு அமைதியாக வந்தார் வாரிக்கையன்.

சிறிது நேரத்துக்குப் பிறகு, "ஏன் இதைக் கேட்டீர்கள்?" என்றான் இகுளிக்கிழவன்.

"தட்டியங்காட்டில் இவ்வளவு பெரிய போர் நடக்கப்போகிறது. மனிதர்கள், குதிரைகள், யானைகள் எனப் பல்லாயிரம் உயிரினங்கள் களத்தில் இறங்கப்போகின்றன. இத்தனை பேரின் கால் மிதிக்குத் தப்பிச் செங்காவி நிற ஓணான்கள் எப்படி உயிர் பிழைக்கப்போகின்றன?" என்றார் கவலை தோய்ந்த குரலில்.

இப்போது இகுளிக்கிழவன் அதிர்ச்சியானான். "மனிதர்களாலும் குதிரைகளாலும் அவற்றுக்கு ஆபத்து நேராது. ஆனால், எண்ணிலடங்காத யானைகள் மோதிச் சண்டையிட்டால் மண்ணோடு மண்ணாய் ஓணான்கள் எல்லாம் நசுங்கிச் சாகும்" என்று சொல்லும்போதே அவனது உடலில் நடுக்கம் ஏற்பட்டது.

அதைக் கவனித்தார் வாரிக்கையன்.

ஆனாலும் பேச்சேதுமின்றி மூவரும் இருளுக்குள் நடந்தபடி இருந்தனர்.

இன்னும் குடில்களை உருவாக்காமல் மரப்பொந்துக்குள் வாழ்வதே சாவுப்பறவையால் ஏற்பட்ட அச்சத்தால்தான். அந்த அச்சம் அவ்வளவு எளிதில் அகன்றுவிடாது. குரல் சற்றே நடுங்க இகுளிக் கிழவன் கேட்டான், "ஓணான்கள் அழியாமல் தடுக்க நீங்கள் உதவினால், சுருளம்புகளைக் கொடுத்து நாங்கள் உதவுகிறோம்."

"அது அழியாமல் நாங்கள் எப்படித் தடுக்க முடியும்?"

"யானைப் போரை மட்டும் தட்டியங்காட்டில் நடத்தாதீர்கள். ஓணான்கள் தப்பித்துவிடும்" என்றான் இகுளிக்கிழவன்.

வாரிக்கையன் இதை எதிர்பார்க்கவில்லை. போர்க்களம் தொடர்புடைய முடிவைப் பாரியும் தேக்கனும் முடியனும்தான் எடுக்க முடியும். தான் எடுக்கக்கூடாது. எனவே, தேக்கனின் முகத்தை ஏறிட்டுப் பார்த்தார்.

எடுக்கப்போகும் முடிவின் முக்கியத்துவத்தை உணர்ந்தபடி ஆழ்ந்து சிந்தித்தான் தேக்கன். "சரி, யானைப் போரைத் தட்டியங்காட்டில் நடத்தாமல் தவிர்க்கிறோம்" என்று வாக்களித்தான்.

இகுளிக்கிழவன் மகிழ்ந்து நன்றி சொன்னான்.

"பாறைகளுக்குள் நுழைந்துகிடக்கும் வேர், அதற்குரிய மரம் பட்டுப்போனவுடன் தானும் உயிரற்றுப்போகும். ஆனால், ஊழிப் பாறைக்குள் ஓடும்

வேர், மரம் பட்டுப் போனவுடன் தானும் பட்டுப் போகாது. மாறாக, ஊழிக் கல்லின் குணமெய்யும். பனை மரத்து ஈக்கிபோலப் பாறையீக்கியாக அது மாறிவிடும். அதை எடுத்து வேண்டிய நீளத்துக்கு உடைத்து அம்பாகப் பயன்படுத்துவோம். அதன் பெயர்தான் 'கல்லூழி வேர்'."

இ குளிக்கிழவன் சொன்னதை வியப்போடு கேட்ட தேக்கன், "பனையீக்கி போல் நீண்டிருக்கும் என்றால் மிகவும் மெல்லியதாகவும், நீட்ட மானதாகவும்தானே இருக்கும். அதை எப்படிச் சுருளம்பு என்று சொல்கிறீர்கள்? அது எப்படி பெரிய பாதிப்பினை ஏற்படுத்தும்?"

இ குளிக்கிழவன் சொன்னான், "கல்லூழி வேரில் துளியளவு ஈரம் பட்டதும் சுருண்டு கொள்ளும். எனவே, இந்த அம்பு மனிதனைத் தைத்து உள்ளுக்குள் போகும்போதே குருதியின் ஈரத்தில் சுருண்டு விடும். அதன் பிறகு அதை எடுக்க முயன்றால் எலும்பும் சதையும் பிய்த்துக் கொண்டு தான் வெளிவரும். அதனால் தான் சாவுப் பறவையை எங்களால் வீழ்த்த முடிகிறது" என்றான்.

இந்தச் செய்தியே மிரட்சியை ஏற்படுத்தியது. கிழவன் சொன்னான், "ஒரே நேரத்தில் ஆறு அம்புகளை விரல் இழுக்கும் நாண் பிடியில் பொருத்தி எய்ய முடியும். அந்த ஆறு அம்புகளின் மொத்தக் கனமும் நீங்கள் பயன்படுத்தும் அம்பின் கனத்தைவிடச் சிறியது" என்றான்.

தங்களின் குதிரைகள் நின்றிருந்த மேட்டின் அருகில் வந்தனர். தேக்கன் நிமிர்ந்து வானத்தைப் பார்த்தான். எங்கும் விண்மீன்கள் நிறைந்திருந்தன. குறுங்காது முயலின் குருதியில் தோய்ந்த நாணில் வைத்துக் கல்லூழி அம்புகளை எய்ய, காற்று அவற்றைச் சுமந்து சென்று வெளி முழுவதையும் தைக்கக் கசியத் தொடங்கும் குருதித் துளிகளால் நிறைந்திருந்தது வானம்.

"உங்களுக்குத் தேவையான அம்புகள் அனைத்தும் நாளை அதிகாலை கிடைக்கும்" என்றான் இகுளிக்கிழவன்.

மிகுந்த நன்றியோடு வணங்கிவிட்டு இருவரும் குதிரையில் ஏறினர்.

புறப்படுகிறவர்களைப் பார்த்து இகுளிக்கிழவன் சொன்னான், "அழித்தொழிக்கப்படும் உயிரினம் எதுவும் சமவெளியிலிருந்து மலைமேல் ஏறவிடக்கூடாது."

நள்ளிரவுக்கு முன்பே இரலி மேட்டுக்கு வந்து சேர்ந்தனர் வாரிக்கையனும் தேக்கனும். அவர்களின் வரவை எல்லோரும் எதிர்பார்த்திருந்தனர். முறியன் ஆசானிடம் வெக்கை நிறைந்த அந்த நிலத்தின் தன்மையை விளக்கினான் தேக்கன். 'நடுப்பகலுக்குப் பிறகு வீரர்கள் யாராலும் நீரின்றி அந்த நிலத்தில் நிற்க முடியாது' என்று இகுளிக்கிழவன் சொன்னதைக் கூறினான்.

போர்க்களத்தில் நீர் கொடுத்துக் கொண்டிருக்க முடியாது. காடுகளாக இருந்தால் ஓரவத்திக்கொடி எங்கும் இருக்கும். மேலும் கீழும் ஒரே நேரத்தில் வெட்டினால் ஒரு முழக் கொடியில் மூன்று ஆள் குடிக்கும் அளவுக்கு நீர் இருக்கும். ஆனால், சமவெளி நிலத்தில் என்ன செய்வது எனச் சிந்தித்த முறியன் ஆசான், நீர்வேலி படர்கொடிகளை வெட்டி வரச்சொன்னார். வெட்டி எடுக்க இரவோடு இரவாக ஆட்கள் போயினர்.

நாகக்கரட்டிலிருந்து படைவீரர்கள் அனைவரும் குளவன்திட்டின் அடிவாரத்துக்கு இடம்பெயர்ந்து கொண்டிருந்தனர். பாரியிடம் கல்லூழி வேரைப் பற்றி வாரிக்கையன் சொன்னார். "இப்படியோர் அம்பு இருக்கிறதா?!" என்று வியந்தான் பாரி.

"கருமணல், ஈக்கிமணல் ஆகியவற்றின் தன்மை என்ன?" என்று கேட்டான். இகுளிக்கிழவன் சொன்னதை விளக்கிக் கூறினார் வாரிக்கையன். மணலீக்கிகளை நம்முடைய ஆயுதமாக மாற்றுவது எப்படி என்பதைப் பற்றிச் சிந்தித்தான் பாரி. இகுளிக்கிழவன் சொன்ன ஒவ்வொரு சொல்லிலிருந்தும் காக்கும் மருந்தை முறியன் ஆசானும், தாக்கும் ஆயுதத்தை வேள்பாரியும் உருவாக்கத் தொடங்கினர். அவர்களுக்குக் கிடைத்ததென்னவோ நள்ளிரவு கழிந்த மிச்சப்பொழுதுதான். ஆனாலும் அவர்களால் அதைச் செயல்படுத்த முடிந்தது. புதிய ஒன்று கிடைக்கிறது என்ற மகிழ்வே ஆற்றலைப் பலமடங்கு பெருக்கும்.

பறம்பின் ஆற்றல் பல்கிப் பெருகிக் கொண்டிருந்தது. களப்போர் என்பது பறம்புக்குப் புதிது. தாக்குதல் மட்டு மன்று, ஒருங்கிணைப்பும் ஒத்திசைவும் மிக முக்கியம். அதை உருவாக்கப் புதிதாகச் செய்யவேண்டியது என்ன வென்பதே பாரியின் சிந்தனையாக இருந்தது.

நள்ளிரவு கடக்கும் முன்னே கருங்கைவாணன் முழுத் திட்டமிட லையும் முடித்திருந்தான். வாட் படையின் தளபதி சாகலைவனிடம் பன்னிரு சேனைவரையர்கள் இருந்தனர். ஒவ்வொரு சேனைவரை யனும் தனக்குக் கீழ் பன்னிரு சேனை முதலிகளைக்கொண்டிருந்தான். ஒவ்வொரு சேனைமுதலியின் கீழும் இருநூறு படைவீரர்கள் இருந்தனர்.

போர் என்பது பயிற்சி பெற்ற வீரர் களின் களம். எந்தவொரு தாக்குதலை யும் ஒழுங்குமுறைக்குள் கொண்டு

வரும்போது இயல்பிலேயே அதன் ஆற்றல் பன்மடங்கு பெருகி நிற்கும். வேந்தர் படையின் வலிமையே போர்க்களச் செயல்பாட்டில் அது கொண்டிருக்கும் இணையற்ற அனுபவம்தான்.

ஒவ்வொரு சேனை முதலியும் தனித்த முரசங்களையும் பதாகைகளையும் கொண்டிருந்தனர். இருநூறு பேர்கொண்ட தமது படை, தாக்குதலை எப்போது தொடங்க வேண்டும் அல்லது தாமதிக்க வேண்டும், முன்னேறுவதா அல்லது நிலைகொள்வதா, எந்தப் பக்கம் திரும்ப வேண்டும் அல்லது பின்வாங்க வேண்டுமென எல்லாவற்றையும் தாக்கும் களத்தின் செயல்பாடுகளுடனேயே செய்து முடிக்கக்கூடிய பயிற்சியைக் கொண்டவர்கள். முரசுகள் எழுப்பும் ஓசைகளுக்கு ஏற்ப அவர்கள் தங்களின் செயல்பாடுகளை அமைத்துக்கொள்வர். போர்ப்பயிற்சி என்பதன் சாரம் அதுதான்.

போர்க்களத்தில் ஒரு படை பின்னோக்கி நகர்வது என்பது, பின்வாங்கல் ஆகாது. ஒருங்கிணைக்கப்பட்ட தாக்குதல் உத்தியின் பகுதியே ஆகும். எனவேதான், பயிற்சி கொண்ட படை எளிதில் களத்தை விட்டுச் சிதைந்துவிடாது. படைப்பிரிவில் ஒவ்வொரு வீரனும் மாவீரனாக இருக்கவேண்டிய தேவையேதும் இல்லை. உத்தரவுகளையும் ஒழுங்குகளையும் பின்பற்றும் ஒருவனாக இருந்தால் மட்டுமே போதுமானது. அவன் குறைந்தளவு ஆற்றலைக் கொண்டவனாக இருந்தாலும் போதும். அவனது திறன், படையின் வெற்றி தோல்வியைத் தீர்மானிக்காது. ஏனென்றால், இந்தத் தாக்குதல் முறையே ஒன்றையொன்று இறுகப் பின்னிய சங்கிலித் தொடர்போல வடிவமைக்கப்பட்டுள்ளது. மண்ணில் உரசி நகரும் சங்கிலி எதை நோக்கி நகர்கிறது என்பதை அந்த இடத்திலிருந்து பார்க்கும் ஒருவனால் தீர்மானிக்க முடியாது. அது எங்கோ போய்க்கொண்டிருக்கிறது என்றுதான் நினைப்பான். ஆனால், இறுதியில் அது தனது காலை இறுக்கும்போதுதான் ஆபத்தை உணர்வான்.

எண்ணற்ற கண்ணிகளால் இணைக்கப்பட்ட சங்கிலித் தொடரைப் போர்க்களமெங்கும் வீசியெறிந்து விட்டு விடியலுக்காகக் காத்து நின்றான் கருங்கைவாணன். ஐந்து தளபதிகளும் அறுபது சேனைவரையன்களும் எழுநூற்றுயிருபது சேனைமுதலிகளும் அவர்களின் கீழ் இயங்கும் எண்ணிலடங்கா வீரர்களும் பெருஞ்சங்கிலித் தொடரின் கண்ணிகளாக இறுகப் பொருத்தப்பட்டிருந்தனர். மொத்தப் படையின் அசைவுகளையும் தன் உத்தரவுகளால் துல்லியமாக இயக்கக்கூடியவனாக நிலைகொண்டிருந்தான் கருங்கை வாணன்.

பொழுது விடிந்தது. தட்டியங்காட்டுக்குள் திசைவேழரின் தேர் வந்து நின்றது. நாழிகை வட்டில் வைக்கப்பட்டிருந்த பரண்மீது ஏறினார் திசைவேழர். இரு பக்கங்களிலும் நின்றிருந்த அவரின் மாணவர்கள், அவர் மேலேறுவதற்கு உதவிசெய்தனர்.

பரண் மேலேறி நின்று பார்த்தார். நேரெதிரே கதிரவன் சுடர் வீசி மேலெழுந்தான். செந்நிறக் கீற்றுகளின் நிறம் மாறிக்கொண்டிருந்தது. கதிரவனுடைய ஒளிக்கைகளின் நிறம் பார்த்தே நாழிகையைச் சொல்ல முடியும் அவரால். கண்களை மூடி இரு கைகளைக் குவித்துக் கதிரவனை வணங்கினார்.

தலையை மெல்லத் திருப்பிப் படைகளைப் பார்த்தார். அவரின் பார்வை விளிம்புக்கு அப்பாலும் பெருகிக் கிடந்தது வேந்தர்படை.

மூஞ்சலில் தனது கூடாரத்தில் அமர்ந்திருந்தார் குலசேகரப் பாண்டியன். அவரது பார்வையில் விரிக்கப்பட்ட தோல் வரைபடத்தில் தட்டியங்காட்டுப் பரப்பு முழுவதும் குறியீடுகளால் நிரம்பியிருந்தது. மூன்று மெய்க்காவலர்களும் இரண்டு சேனை வரையர்களும் உடன் நின்று கொண்டிருந்தனர். படைப்பிரிவின் எல்லா நகர்வுகளும் முன்தீர்மானிக்கப்பட்டவையாக இருந்தன.

இந்த நிலம் இதுவரை கண்டிராத பெரும்படையின் தாக்குதலை, வரைபடத்தைப் பார்த்தபடி குலசேகரப்பாண்டியன் உச்சரிக்கும் சொற்களே தீர்மானித்தன. அவர் சொல்லப்போகும் சொற்கள் கருங்கை வாணனைச் சென்றடைய எத்தனை இமைப்பொழுதுகள் ஆகும் என்பதைக் கணித்திருந்தான் தலைமைக்கணியன் அந்துவன்.

முசுகுந்தருக்குப் பதிலாக நியமிக்கப்பட்ட புதிய அமைச்சன் ஆதிநந்தி வலதுபுறமும் அந்துவன் இடதுபுறமும் நிற்க, வரைபடத்தை உற்றுக் கவனித்தபடி இருந்தார் குலசேகரப் பாண்டியன். இந்தப் போருக்காகப் பாண்டிய நாட்டின் முதற்படைப் பிரிவு இங்கு வந்து ஓராண்டு ஆகப் போகிறது. இவ்வளவு நெடிய காலம் காத்திருந்து, திட்டமிட்டு, மூவேந்தர்களையும் அணிசேர்த்து, வலிமையைக் கூட்டி, மலையை விட்டுக் கீழிறங்கி வர வாய்ப்பே இல்லை என்று சொல்லப்பட்ட பாரியைச் சமதளத்தில் இறங்கிப் போரிடும் சூழலை உருவாக்கியதே குலசேகரப் பாண்டியனின் பெருவெற்றியாகச் சொல்லப்பட்டது. வெற்றிப் புகழுரைகள் அவன் செவிகளில் எதிரொலித்துக்கொண்டேயிருந்தன. ஆனாலும் கண்ணிமைக்காமல் வரைபடத்தைப் பார்த்துக்கொண்டிருந்தான்.

அதே நேரத்தில் விரிந்துகிடக்கும் முழுப் படையையும் பார்த்துக் கொண்டிருந்தான் வேள்பாரி. குளவன்திட்டின் உச்சியில் நின்றிருந்தான் அவன். அவனது வலது பக்கம் இகுளிக்கிழவனும் இடதுபக்கம் காலம்பனும் நின்றிருந்தனர்.

அவனுக்குப் பின்னால் கூவல்குடியின் வீரர்கள் நின்றிருந்தனர்.

போர்க்களத்தின் இடதுபுறம் வேந்தர்படை நின்றிருந்தது. பரவிக் கிடக்கும் படையின் இறுதி யெல்லையில் சிறிதாகத் தெரிந்தன கூடாரங்கள். அதுதான் மூஞ்சல். அதன் உள்ளேதான் நீலன் இருக்கிறான். பாரியின் கண்கள் அந்த இறுதி எல்லையில் நிலைகுத்தி நின்றன.

மூஞ்சலுக்கு நேர் மேற்கே நாகக் கரட்டின் உச்சியில் வாரிக்கையன் நின்றிருந்தார். குளவன்திட்டுக்கும் நாகக்கரட்டுக்கும் இடையில் கூவல் குடியினர் ஒலிப்பின்னலை உருவாக்கினர். பெரும் மலைத்தொடர்களையே துல்லியமான ஒலிக்குறிப்புகளால் இணைக்கக்கூடிய அவர்களுக்கு, சில காதத்தொலைவு கொண்ட இந்த இடைவெளி ஒரு பொருட்டாகவே தெரியவில்லை. குளவன்திட்டிலிருந்து நாகக்கரடு வரை அணிவகுத்து நிற்கும் வேந்தர் படையின் தன்மையை உற்றுப் பார்த்துக்கொண்டிருந்தான் வேள்பாரி.

பரண்மேல் நின்றிருந்த திசைவேழர், நாழிகை வட்டிலை உற்றுப்பார்த்தபடி இருந்தார். அவரது திசை நோக்கி நீண்டுகிடந்த நாழிகைக்கோலின் நிழல் சிறிது சிறிதாக உள்வாங்கியது. அவர், கண்களைச் சுருக்கிப் பார்த்தபடி இருந்தார். பரப்பப்பட்ட மணலில் துகள்களுக்கு இடையே ஏறி இறங்கிப் பின்வாங்கிக்கொண்டிருந்தது நிழல். ஐந்தாம் நாழிகையைக் குறிக்கும் கோட்டை நோக்கிச் சுருங்கி உள்ளிழுத்து வந்து சேர்ந்தது. மஞ்சள் பூசிய கருநிழல் சிறுகோட்டைத் தொட்டதும், இமைப்பொழுதும் இடைவெளியின்றிக் கையை உயர்த்தினார். அவரின் கை அசைந்த போது முரசுகளின் பேரொலி எங்கும் எதிரொலித்தது. இருபுறங்களிலும் நிற்கும் எண்ணற்ற பரண்களிலிருந்து முரசொலி எழுந்தபோது நிலமெங்கு மிருந்து வெடித்துக் கிளம்பியது வீரர்களின் பேரோசை.

தட்டியங்காட்டுப் போர் தொடங்கியது.

91

மூவேந்தர்களின் கூட்டுப் படையில் மிகுவலிமை கொண்டது குதிரைப்படை. அதன் ஆற்றல் அளவிடற்கரியது. திறன்கொண்ட போர்க்குதிரைகள் அலையலையாய் அணிவகுத்து நின்றன. கருங்கைவாணனின் திட்டப்படிப் பறம்புப் படையை நிலைகுலையச் செய்யப்போவது இந்தக் குதிரைப்படையே. அதற்குப் பெருவீரன் உறுமன்கொடி தலைமை யேற்றிருந்தான்.

உறுமன்கொடியின் கணிப்புப்படி வேந்தர்படையின் எண்ணிக்கையோடு ஒப்பிட்டால், இருபதில் ஒரு பங்குக் குதிரைகள்கூடப் பறம்பில் இருக்க வாய்ப்பில்லை. எனவே, பறம்புப் படையை வாரிச்சுருட்டிவிடும் மன நிலையில்தான் முரசின் ஓசையைக் கேட்டதும் தாக்குதலுக்கு விரைந்தான். நேரடித் தாக்குதல், திசைதிருப்பித் தாக்குதல், முன்படையின் சுழற்சிக் கேற்பப் பின்படை சுற்றுதல் என, குதிரைப்படைக்குரிய எண்ணற்ற போர் உத்திகள் இருந்தாலும், அவை எவற்றையும் திட்டமிடவேண்டிய தேவையில்லை எனக் கருதினான். வலிமையோடு ஏறிப்பாயும் தனது படையின் முன் பறம்புப் படையால் நிலைகொள்ளவே முடியாது. தன் குதிரைகளின் மூன்றாம் அலைப் பாய்ச்சலில் பறம்பின் குதிரைப்படை முற்றாக நிலைகுலையும் எனக் கணித்தான்.

போர் என்பது, ஆயுதங்களின் வழியே இறுதியாகத்தான் நடக்கிறது. அதற்கு முன் மனதின் பல தளங்களில் அது நிகழ்த்திப் பார்க்கப்படுகிறது. எண்ணற்ற வாய்ப்புகளின் வழியே அந்தத் தாக்குதலை நிகழ்த்திப் பார்ப்பவனால்தான் சிறந்த தளபதியாகக் களத்தில் வினையாற்ற

முடிகிறது. எண்ணங்களும் கணிப்புகளும் உத்திகளுமே போரைச் செயல்படுத்துகின்றன. உறுமன்கொடியின் கணிப்பில் ஏற்பட்ட நம்பிக்கை அவனை உத்திகளின்பால் நேரத்தைச் செலவழிக்க அனுமதிக்கவில்லை. நேர்கொண்டு தாக்கி அழிக்கும் முறையே போதுமானது எனக் கருதினான்.

வேந்தர்களின் குதிரைப் படையின் வலிமையை நன்கு அறிவான் வேள்பாரி. மூவேந்தர்களின் ஒருங்கிணைந்த படையில் குதிரைகளின் எண்ணிக்கையும் அவற்றின் ஆற்றலும் இதற்கு முன் கண்டிராத ஒன்றாக இருக்கப்போகிறது எனக் கணித்தான். அதனால்தான் பறம்பின் தரப்பில் குதிரைப் படையின் தளபதியாக இரவாதனை நியமித்தான்.

பறம்பின் தரப்பில் வலிமைமிகுந்த தாக்குதலை நடத்தப்போவது விற்படையே எனக் கணித்தான் கருங்கைவாணன். பறம்பின் தாக்குதலின் கூர்முனை, விற்படையில் தான் இருக்கிறது என எண்ணினான். அதனால்தான் மற்ற படைத்தளபதிகளின் கட்டுப்பாட்டில் இருந்ததைவிட அதிகமான சேனைவரையர்களை விற்படைத் தளபதி துடும்பனுக்கு வழங்கினான்.

பதினான்கு சேனைவரையர்களைக் கொண்ட துடும்பன், தனது உத்திகளின் மூலம் பறம்புப்படையை வீழ்த்த வீறுகொண்டு முன்னகர்ந்தான். உத்திகளின் தொடக்கம் மட்டுமே முன்முடிவாகிறது. அவற்றின் அடுத்தடுத்த கட்டங்களைக் களத்தின் போக்கே தீர்மானிக்கிறது.

முன்னேறிவரும் எதிரிகளின் விற்படையைச் சந்திக்கக் காத்திருந்தான் உதிரன். அவனது தலைமையில்தான் பறம்பின் விற்படை ஆயத்த நிலையில் இருந்தது. உதிரனும் நீலனும் பறம்பின் இணையற்ற தளபதிகள். தங்களது தாக்குதலின் மூலம் எதிரிகளை நிலைகுலையச் செய்பவர்கள். வாரிக்கையனும் சோமக்கிழவனும் முதற்தலைமுறையினர். தேக்கனும் கூழையனும் இரண்டாம் தலைமுறையினர். பாரியும் முடியனும் மூன்றாம் தலைமுறையினர். உதிரனும் நீலனும் நான்காம் தலைமுறையினர். இந்த நான்கு தலைமுறைப் போர் உத்திகளும் வீரமும் ஆற்றலும் இரு தோள்களிலும் இறங்கி நிற்கும் மாவீரர்களாக நீலனும் உதிரனும் இருந்தனர். ஆனால், நீலன் எதிரிகளால் சிறையெடுக்கப் பட்டுள்ளான். அவனை மீட்கும் வரை பறம்புவீரன் எவனும் சோர்வடையப் போவதில்லை. கைகளின் அயர்வை எவனும் உணரப்போவதில்லை.

உதிரன், அதனினும் கூடுதலான சினமேறியவனாக இருந்தான். இந்தப் போரை எதிரிகள் பாரியை வெல்ல நடத்துகின்றனர். ஆனால், பறம்பு வீரர்களைப் பொறுத்தவரை இந்தப் போர் நீலனுக்காக நடக்கிறது. பறம்புக்கு அடைக்கலமாக வந்த அகுதையின் குலக்கொடியை ஒருபோதும் பறம்பு இழக்காது. எந்த நிலையிலும் நீலனை மீட்காமல் இந்தப் போர் முடிவுக்கு வராது. எதிரில் நிற்பது எண்ணிக்கையில் கணக்கிடவேண்டிய படையன்று; கொன்று முடிக்கவேண்டிய படை என்பது மட்டுமே உதிரனுக்குத் தெரிந்தது. அதற்காக மலைமக்களின் மாபெரும் ஆயுதமான வில்லை ஏந்தி நின்றது உதிரனின் படை. போர் தொடங்க முரசு முழங்கியபோது காற்றைக் கிழித்து எகிறின அம்புகள்.

வேந்தர்படையின் பெருவீரர்கள் குவிந்துகிடப்பது வாட்படையில்தான். கவசம் பூண்டு, கேடயம் தாங்கி, வாளேந்தி நிற்கும் வீரன் ஒருவன் பல்லாண்டுக்காலப் பயிற்சிக்குப் பிறகுதான் போர்க்களத்துக்கு வந்து நிற்கிறான். நிலைப்படையில் இல்லாமல் அவ்வப்போது திரட்டப் படும் வீரர்கள் யாரும் வாட்படையில் இணைத்துக்கொள்ளப்படுவதில்லை. வாட்போர், எளிய பயிற்சியால் கைகூடுவதில்லை.

எல்லாக் காலங்களிலும் நிலைப் படையில் நின்று செயலாற்றும் வீரர்களால் மட்டுமே போர்க்களத்தில் தன்முனைப்போடு வாள் சுழற்ற முடியும். மூவேந்தர்களின் நிலைப் படைகள் அனைத்தும் ஒன்றிணையும் போது வாள் உயர்த்தி நிற்கும் வீரர்கள் பெரும் எண்ணிக்கை கொண்டிருந் தனர். கருங்கைவாணனை மகா சாமந்தனாகக்கொண்ட இந்தப் பெரும்படையின் உயிர்நாடியான பகுதியாக வாட்படை விளங்குகிறது. எவ்வளவு கடினமான சூழலிலும் எதிரிகளின் படையைப் பிளந்து முன்னகர்வதில் வாட்படைக்கு இணைசொல்ல முடியாது. அந்தப் பெரும்படைக்குச் சாகலைவன் தலைமையேற்றான்.

பறம்பின் தரப்பில் வாட்படைக்குத் தலைமைதாங்கியவன் தேக்கன். அவன்தான் எதிரியின் வலிமைமிகுந்த பகுதியை எதிர்கொள்ளப்போகிறவன். அவனிடம்தான் களத்தில் கடைப்பிடிக்க வேண்டிய உத்திகள் பற்றி நீண்டநேரம் உரையாடினான் பாரி. வாட்படை, களத்தின் நடுப் பகுதியில் நிலைகொண்டிருந்தது.

அதுவே தங்களுக்கு எல்லா வகைகளிலும் வாய்ப்பானது எனக் கருதினான் கருங்கைவாணன். பறம்பின் படையை நடுவில் பிளந்து உள்நுழையும்போது மொத்தக் கட்டுக்கோப்பும் விரைவாகக் குலைந்து சரியும் என மதிப்பிட்டான். அவனது கணிப்பைச் செயல்படுத்த வாளைச் சுழற்றி முன்னேறினான் சாகலைவன்.

வேந்தர்களின் தேர்ப்படைக்கு நகரிவீரன் தலைமையேற்று நின்றிருந்த போது அதை எதிர்கொள்ள, பறம்பின் தரப்பில் கூழையன் நின்றிருந்தான். தளபதி உச்சங்காரியின் தலைமையில் வேந்தர்களின் யானைப்படை நின்றிருந்தது. ஆனால், பறம்பின் தரப்பில் யானைகள் எவையும் இதுவரை களத்துக்கு வந்துசேரவில்லை.

திசைவேழரின் கையசைவும் போர்முரசின் அதிர்வும் வீரர்களின் பேரோசையுமாகப் போர் தொடங்கிய போது கருங்கைவாணனின் கண்கள் முன்கள நிகழ்வுகளைக் கூர்ந்து கவனித்துக்கொண்டிருந்தன. அவன் தனது பெரும்படையை மூன்றாகப் பகுத்திருந்தான்.

முதல்நிலைப்படை சீறிப்பாய்ந்து தாக்குதலைத் தொடங்கியது. தனது படையின் மூன்றில் ஒரு பகுதியை மட்டுமே முதல்நிலையில் நிறுத்தி யிருந்தான். இரண்டாம்நிலைப் படை தேவைப்பட்டால் களம் இறங்க ஆயத்தமாக இருந்தது. மூன்றாம்நிலைப் படை எந்த வகையிலும் களமிறங்கும் சூழல் வராது எனக் கணித்திருந்தான். முதல்நிலைப் படையின் நடுவில் நின்றிருந்தான் அவன். இரண்டாம் நிலைப் படையின் இறுதிப்பகுதியில் சோழவேழனும் பொதியவெற்பனும் உதியஞ்சேரலும் நின்றிருந்தனர். அவர் களை அடுத்துதான் மூன்றாம்நிலைப்

படை நின்றிருந்தது. அதைக் கடந்தே மூஞ்சல் இருந்தது. மூஞ்சலுக்குள்தான் குலசேகரப்பாண்டியன் இருந்தார். அவருக்கு அருகில் உள்ள கூடாரம் ஒன்றில் நீலன் கட்டப்பட்டுக்கிடந்தான்.

போர்க்களத்தின் தலைமைத் தளபதி தாக்குதலின் முகப்பில் நின்றால் அவனால் படையை வழி நடத்த முடியாது. ஆனால், தாக்குதலின் முகப்பில் தனது படை வெளிப்படுத்தும் ஆற்றலை உணர்ந்தவனாக இருக்க வேண்டும். அதற்குத் தகுந்தே போர்க் களத்தில் தளபதி இருக்கவேண்டிய இடம் தீர்மானமாகிறது. கருங்கை வாணன், தனது வாழ்வின் பெரும் பகுதியைப் போர்க்களத்தில் கழித்தவன். களத்தாக்குதலின் தன்மை யையும் வேகத்தையும் அவனால் ஓசைகொண்டே மதிப்பிட முடியும்.

தளபதியின் வலிமை, படையைக் கொண்டுசெலுத்துவதில் இருப்பதாக ஒருகாலத்தில் நம்பப்பட்டது. ஆனால், களப்போர் என்பது வீரமும் ஏமாற்றும் கலந்த ஒரு கலவை. தாக்குவதும் திரும்புவதும் பின்வாங்குவதும் சம முக்கியத்துவம் உள்ள செயல்பாடுகளே. ஆனால், இவையெல்லாம் சரியான ஒருவனின் கணிப்பின் வழியே நடந்தால் மட்டுமே அந்தப் படை வெற்றியைக் கொய்ய முடியும்.

கருங்கைவாணன், வேறு எந்தவொரு தளபதியையும்விட நீண்ட போர் அனுபவம்கொண்டவனாக இருந்தான். இதுவரை எந்த ஒரு மனிதனின் உத்தரவுக்கும் இவ்வளவு எண்ணிக்கையிலான படைவீரர்கள் கீழ்ப்பணிந்து நின்றது கிடையாது. முதன்முறையாக அந்தப் பெரும் வாய்ப்பு கருங்கைவாணனுக்குக் கிட்டியுள்ளது. முப்பெரும் பேரரசர்கள் தன்னோடு போர்க் களத்தில் வாளேந்தி நிற்கின்றனர். அனைத்தையும் உணர்ந்தாலும் எதன்பொருட்டும் கவனத்தைச் சிதறவிடாமல் முன்களத்தில் நிகழும் ஆயுதங்களின் உரசல் ஓசையை மதிப்பிடுவதிலேயே கவனமாக இருந்தான்.

குளவன்திட்டின்மீது இருந்து போரைப் பார்த்துக்கொண்டிருந்தான் பாரி. பள்ளத்தாக்கு ஒன்றில் வெகு தொலைவிலிருந்து மரஞ்செடி கொடிகளை அசைத்து வரும் காற்று செங்குத்தாய் நிற்கும் கரும்பாறையின் மீது மோதுவதுபோல, நீண்டு நகர்ந்து வரும் வேந்தர்படை பறம்புப்படை யோடு மோதியது.

பாரி தனது படையை மூன்று நிலைகளாகப் பிரிக்கவில்லை; ஒரே நிலையில்தான் வைத்திருந்தான். ஆனால், தாக்குதல் உத்தியை மூன்றாகப் பிரித்திருந்தான். போர், பகலின் இருபது நாழிகையில் நடக்கிறது. முதல் பத்து நாழிகையில் கடைப்பிடிக்கவேண்டிய உத்தியை ஒன்றாகவும், அடுத்த ஐந்து நாழிகைக் கான உத்தியை வேறொன்றாகவும், இறுதி ஐந்து நாழிகைக்கான உத்தியை மற்றொன்றாகவும் தீர்மானித்திருந்தான்.

தீர்மானம் என்பது, முன்திட்டமிடல் மட்டும்தான். எந்த ஒரு முன்திட்ட மிடலும் வாய்ப்புகளை மையப் படுத்தியே வடிவமைக்கப்படுகிறது. வாய்ப்பற்றவற்றின் காரணிகளைக் கணக்கில் எடுத்துக்கொண்டாலும் அதற்கு வடிவங்கொடுக்க முடிவ தில்லை. அதனால்தான் களத்தின் தேவைக்கேற்ப புதிய முடிவுகளை விரைந்து எடுக்கும் தளபதி வெற்றியை அடைகிறான். பறம்பின் தளபதிகள் அனைவருக்கும் திட்டம் தெளிவாக விளக்கப்பட்டிருந்தது. ஆனால், நிலைமை என்பது போர்க்களத்தில்

தான் தீர்மானமாகிறது. அதற்குத் தகுந்த புதிய முடிவுகளை அவர்கள் எடுப்பதில் எந்தத் தடையுமில்லை. ஆனால், வேந்தர்படையில் முடிவெடுக்கும் அதிகாரம், கருங்கை வாணனுக்கும் அவனுக்கு மேலே இருப்பவர்களுக்கும்தான் இருந்தது; முன்களத்தில் நின்று போரிடும் தளபதிகளுக்கில்லை.

கருங்கைவாணன் கணித்தது போலவே வேந்தரின் குதிரைப்படை எகிறி முன்னேறியது. எதிரி தாக்குப் பிடித்து நிற்பான் என அவன் கணித்ததில் பாதியளவு நேரம்கூடப் பறம்புப்படையால் தாக்குப்பிடிக்க முடியவில்லை. அலையலையாய் வந்து எகிறின குதிரைகள். பறம்பு வீரர்களால் முன்நுழைந்து உள்ளே புக முடியாத அளவுக்கு வேகமும் அடர்த்தியும்கொண்டதாக இருந்தது வேந்தர்படை. அதன் தாக்குதலின் வேகமறிந்து திசையைத் திருப்பியது பறம்புப்படை.

பறம்புப்படை திரும்பத் தொடங்கியதும் பெருங்கூச்சலிட்ட உறுமன்கொடி, கையில் இருந்த வாளை இருமுறை சுழற்றிப் பேரோசை எழுப்பினான். அவனது ஓசையைக் கேட்டதும் குதிரைப்படையின் முரசொலிப்பாளன் முரசுகளை மாற்றி ஒலித்தான். பின் திரும்பும் பறம்பு வீரர்களை வேந்தர்களின் குதிரைப் படை வீரர்கள் உற்சாகத்தோடும் ஆவேசத்தோடும் விரட்டத் தொடங்கினர்.

ஆறு அணிகளாகப் பிரிந்து தன் படைவீரர்கள் பின்னோக்கிச் செல்ல உத்தரவிட்டிருந்தான் இரவாதன். அந்த உத்தரவு, போர் தொடங்கும் முன்பே திட்டமிடப்பட்டது. வேந்தர் களின் படையை மிகச் சிறிது நேரம் மட்டுமே எதிர்கொண்டு தாக்கி விட்டு, கலைந்து பின்செல்ல வேண்டும் என்பது முன்முடிவு. பறம்பு வீரர்கள் திட்டமிட்டது போலவே குதிரையைத் திருப்பினர். ஆனால், திரும்பிய வேகத்தில் குதிரைகளின் ஓட்டம் பலமடங்கு பெருகியது. மலை மேடுகளிலே பாய்ந்து போகும் பழக்கம் கொண்ட பறம்பின் குதிரைகள், கணநேரத்தில் உச்சவேகத்தை அடைந்தன. அவர் களை அளவற்ற வேகத்தில் விரட்டி வந்தது வேந்தர்படை.

விரட்டிச்செல்லத் தன் படைகளை அடுத்தடுத்து அனுப்பிக்கொண்டே இருந்தான் உறுமன்கொடி. இத்துடன் பறம்பின் குதிரைப்படை முழு முற்றாக அழியவேண்டும் என்னும் ஆவேசத்தோடு படைகளுக்கு உத்தரவிட்டான்.

இரவாதன் கணித்ததைவிட மிகக் குறுகிய தொலைவிலேயே வேந்தர் படைக் குதிரைகள் வேகத்தை இழந்தன. பாய்ந்து முன்னகரும் கால் களால் அடுத்த அடியை எடுத்து வைக்க முடியவில்லை. தேங்கத் தொடங்கின.

'**ஈ**க்கிமணலும் கூர்முனை கொண்ட கருமணலும் தகித்துக் கிடக்கும் நிலம் அது' என்று தட்டியங் காட்டு மண்ணைப் பற்றி இகுளிக் கிழவன் சொன்னதும் பாரி முடிவு செய்தான், வேந்தர்படைக் குதிரைகளின் குளம்புகள் இவற்றைத் தாங்காது என்று.

பறம்பின் குதிரைகள் மலைக்காடு களில் காலம் முழுமையும் அலைபவை. எனவே, அவற்றுக்கு சமவெளிக் குதிரைகளுக்குப் போடுவதுபோலக் கால் குளம்பில் அரைவட்ட வடிவிலான

குளம்புக்குறடு போடுவதில்லை. பாறைகளின் கூர்முனை, குளம்பின் இதர பகுதியைக் குத்திக் கிழித்துவிடும். தொடக்க நாளில் இதற்கு மாற்று என்ன செய்வது என, பறம்பின் மருத்துவர்கள் தீவிரமாக ஆலோசித்தார்கள். அப்போதுதான் செம்புக்களிமண்ணைப் பூசுவது என முடிவானது.

செம்புக்களிமண்ணைப் பாதக் குளம்பு முழுவதும் பூசினால், அது ஆமையின் ஓட்டைத் திருப்பிப் போட்டதுபோல குளம்பின் மேல் முழுமையாக உட்கார்ந்துகொள்ளும். பாறை வெடிப்புகளிலும் கூர்முனைக் கல்லிலும் நடந்தாலும் தாவினாலும் குளம்புக்கு ஒன்றும் ஆகாது. எல்லா வகையான கவசமாகவும் அது இருக்கும். அன்றிலிருந்து பறம்பின் குதிரைகள் அனைத்துக்கும் செம்புக் களிமண்ணே குளம்புப் பூச்சாகப் பூசப்படுகிறது.

ஆனால், சமவெளிக் குதிரைகளுக்கு இரும்பால் ஆன அரைவட்ட வடிவிலான குளம்புக்குறடுதான் அடிக்கப்படும். குளம்பின் நடுப்பகுதி எதுவும் அடிக்கப்படாமல் தன்னியல் பிலேயே இருக்கும். போர்க்குதிரைகள் வீரனைச் சுமந்தபடிப் பாய்ந்து முன்னத்திக் கால்களை ஊன்றும்போது

நிலத்தின் தன்மைக்கு ஏற்பக் குளம்பின் கால் பகுதி முதல் முக்கால் பகுதி வரை மண்ணுக்குள் புதைந்து மேலெழும். இது, ஈக்கிமணலும் கருமணலும் நிரம்பியுள்ள நிலத்தில் குதிரைகளை என்ன வகையில் பாதிக்கும் என்பது எளிதாகக் கணிக்கக் கூடிய ஒன்றாகத்தான் இருந்தது.

அதனால்தான் குதிரைப்படையின் தளபதியாக எப்போதும் செயல்படும் கூழையனைத் தேர்ப்படைக்கு நியமித்துவிட்டு, இரவாதனைக் குதிரைப்படையின் தளபதியாக அனுப்பிவைத்தான் பாரி. வேந்தர்களின் வலிமைமிகுந்த படையான குதிரைப்படையை எவ்வளவு வேகமாகக் குறைக்கிறோமோ அவ்வளவு வேகமாக வெற்றியை நெருங்க முடியும். எனவே, குதிரைப் படையைச் சூறைக்காற்றின் வேகத்தில் அழித்தொழிக்கும் உத்தியைக் கடைப்பிடிப்பது என முடிவெடுத்தான் பாரி. அதற்குப் பொருத்தமானவன் இரவாதனே. அவனது வாள்வீச்சின் வேகம் யாராலும் எதிர்கொள்ள முடியாதது. சூளுர் வீரர்களின் படைத்தொகுப்பு முழுமையும் இரவாதனின் கீழே அணிவகுக்கச் செய்துமொத்தக் குதிரைப்படையையும் அவனிடம் ஒப்படைத்தான்.

பறம்பு வீரர்களை விரட்டிவந்த வேந்தர்களின் குதிரைப்படை, பாய முடியாமல் தேங்கத் தொடங்கியது. மேலே அமர்ந்திருந்த வீரர்கள் அந்தக் குதிரைகளை அடித்து ஓட்ட முனையும்போது முன்காலைத் தூக்கி வைக்க முடியாமல் அவை திணறின.

இரவாதனும் அவன் தோழர்களும் கணித்த இடத்தைவிடச் சற்று முன்னதாகவே வேந்தர்களின் குதிரைப்படை தேங்கத் தொடங்கியதும், அவர்களை நோக்கித் தங்களின் குதிரைகளைத் திருப்பிய பறம்பு வீரர்கள், குதிரைகளின் கடிவாளங் களைச் சுண்டி இழுத்தனர். எதிரிகள், தங்களை நோக்கி வருவது அறிந்து வேந்தர்படை வீரர்கள் தங்களின் குதிரைகளை வேகவேகமாக இயக்க முற்படும்போது மின்னல் வேகத்தில் வந்த வாட்களால் தலைகள் சரிந்து கொண்டிருந்தன. இயங்க முடியாத குதிரைகளின் மேலிருந்து திணறிய வீரர்கள் அடுத்தடுத்த கணங்களில் குதிரையிலிருந்து சரிந்தனர்.

விரட்டிச் சென்ற தங்களின் குதிரைப்படை, எதிரியை முழுமுற்றாக அழித்துத் திரும்புமென எதிர்பார்த்திருந்தான் உறுமன்கொடி. சிறிது நேரத்திலேயே பறம்பின் கொடியேந்திய குதிரைவீரன்தான் முன்னோக்கிப் பாய்ந்து வந்து கொண்டிருந்தான். உறுமன்கொடிக்கு, ஒரு கணம் எதுவும் புரியவில்லை. ‘பன்னிரு சேனைமுதலியைக்கொண்ட முதற்படைப்பிரிவு எங்கே போனது... ஏன் யாரும் மிஞ்சவில்லை?’ எனச் சிந்திக்கும் முன், அடுத்த சேனைவரையனின் தலைமையிலான பன்னிரு படைப்பிரிவுகளும் அடுக்கடுக்காகத் தாவிப் பாய்ந்து முன்னேறின.

இரவாதன் குழு, மோதல்போக்கைச் சற்றே வெளிப்படுத்திவிட்டு, குதிரைகளை மீண்டும் பின்னோக்கித் திருப்பியது. தங்களின் முதற்பிரிவை அழித்த எதிரிகளைப் பழிதீர்க்கும் எண்ணத்தில் வேந்தர்களின் படை வீரர்கள் குதிரைகளை விரட்டி வந்தனர். ஈக்கிமணல் குதிரைகளின் குளம்புகளைக் கிழித்து உள்ளிறங்கும் போது பறம்பின் வாட்கள் அதைவிட ஆழமாக வீரர்களின் உடல்களுக்குள் இறங்கிக்கொண்டிருந்தன.

குதிரைப்படையை அடுத்தடுத்து விரைவுபடுத்த ஆயத்தமாக இருந்தான் உறுமன்கொடி.

விற்படைத் தளபதி உதிரனின் உத்தரவுப்படி முதல்நிலைத் தாக்குதலில் அளவில் சிறுத்த அம்புகளையே பயன்படுத்தினர் வீரர்கள். நாண்களின் விசை கூட்டிக்கொடுக்க, அடுத்தடுத்து வெவ்வேறு நிலை அம்புகளைப் பயன்படுத்தினர். பறம்புவீரர்கள் தொடுக்கும் அம்புகள் எதிரிகளின் மீது ஈட்டியைப்போலப் பாய்ந்தன. அவற்றின் வேகமும் வலிமையும் ஒப்பிட முடியாததாக இருந்தன.

எதிரிகளைத் தங்களின் அம்புகளால் வலிமையோடு தாக்கத் தேவையான தொலைவுக்கு முன்செல்ல வேந்தர் படையால் முடியவில்லை. ஏனென்றால், அதைவிட ஒரு பங்கு அதிகமான தொலைவிலிருந்தே பறம்பு வீரர்களால் வலிமையான தாக்குதலைத் தொடுக்க முடிந்தது.

பறம்புவீரர்கள் எய்யும் அம்புகள் சீறிப்பாய்ந்தவண்ணமிருக்க, வேந்தர் படையின் அம்புகள் பலவும் பாதிப்பு ஏதுமின்றிப் பணிந்து கொண்டிருந்தன. உதிரன் தனது படைக்குக் கொடுத்த உத்தரவு, வலிமை குறைந்த அம்புகளை மட்டுமே தொடக்கநிலையில் பயன்படுத்த வேண்டும் என்பது.

துடும்பன் இதை எதிர்பார்த்துதான் இருந்தான். பறம்புவீரர்களை விற்போரில் வீழ்த்த முடியாது என அவனுக்கு நன்கு தெரியும். அவர்களின் தாக்குதல் மற்ற படைப்பிரிவின் பக்கம் போய்விடாமல், தங்களை நோக்கியே இருக்குமாறு பார்த்துக் கொள்வதுதான் துடும்பனுக்குக் கருங்கைவாணனின் உத்தரவு. எனவே, தாக்கியவாறு முன்னகரும் பறம்புப் படையைச் சமாளித்தபடிச் சற்றே பின்வாங்கிக்கொண்டிருந்தான் துடும்பன்.

வேந்தர்களின் வாட்படை, முன்னோக்கி நகர்ந்துகொண்டிருந்தது. தேக்கன் தலைமையிலான பறம்புப் படை, முன்வகுத்த திட்டத்தின்படிப் பின்நகர்வதற்கான உத்தியையே பின்பற்றின. சாகலைவன் உற்சாகப் பெருக்கில் தனது படையை முன்னகர்த்திக்கொண்டிருந்தான்.

தேர்ப்படையின் தளபதி நகரி வீரனுக்கு, தனக்கு முன்னால் நிற்பதை ஒரு படை எனக் கருதவே மனமில்லை. தாக்குதலுக்கான வடிவத்தில் வலிமை மிகுந்த தேர்கள் வரிசை வரிசையாக முன்னகர்ந்துகொண்டிருந்தன. ஆனால், பறம்பின் தரப்பில் நின்றவற்றைத் ‘தேர்’ என்றே வகைப்படுத்த முடியாது எனத் தோன்றியது. உழவு வண்டிகளைப் போர்த்தேர்களாக மாற்றி எடுத்து வந்துள்ளனர் எனக் கருதினான். வலிமையற்ற அவற்றின் தன்மை பார்வையிலேயே தெரிந்தது.

தேரின் மீது நிற்கும் வீரன்தான் மற்ற அனைத்துப் படைவீரர்களையும் விடத் திறன்மிக்கவனாக இருக்க வேண்டும். வில், வாள், வேல் ஆகிய மூன்று ஆயுதங்களையும் கையாளத் தெரிந்த பெருவீரன் மட்டுமே தேரின் மீது நின்று போரிட முடியும்.

அதைவிட முக்கியம், போரிடும் வீரனுக்கும் தேரை ஓட்டும் வலவனுக்கும் இருக்கவேண்டிய ஒத்திசைவு. குதிரைகளை அசையவிடாமல் நிறுத்தி வைக்கவும் இசைவுக்கு ஏற்பத் திருப்பி வைக்கவும் அவன் வீரனின் மனமறிந்து செயல்படுபவனாக இருக்க வேண்டும்.

போர்நிலம், எவ்விடமும் சமதளத்தைக் கொண்டதன்று; மேடு

பள்ளங்களும் ஏற்ற இறக்கங்களும் கொண்ட பாழ்நிலமாகத்தான் இருக்கும். எனவே, தேரைச் சிறிது முன்னேற்ற வேண்டுமானாலும் குதிரைகளை விரைந்து இழுக்கச் செய்து முன்னகர்த்த வேண்டும். சுண்டி நகரும் தேரின் மீது நின்று போரிடுபவன் ஆயுதங்களைக் கையாளுதல் எளிதல்ல.

சக்கரங்களை உருட்டுவதையும் உருட்டாமல் நிறுத்துவதையும் திறம்படச்செய்கிற வலவனின் கையில்தான் மேலே நின்று போராடும் வீரனின் முழு ஆற்றலும் இருக்கிறது. நாக்குக்கு நடுவில் கடைவாயில் பொருந்தியிருக்கும் கடிவாளத்தை எந்த நேரமும் இழுத்துப் பிடித்தபடியே இருக்கும் சூழல் ஏற்பட்டால், எந்தக் குதிரையும் தனது ஒழுங்கை ஒரு துள்ளலில் உதறியெறிந்துவிடும். அதை உணர்ந்தவனாக வலவன் இருந்தால் மட்டுமே முழுநாளும் போர்க்களத்தில் கட்டுப்பாடு இழக்காமல் குதிரையைச் செலுத்த முடியும். வலவன் தேரை நிறுத்தும் தன்மையைப் புரிந்துகொண்டு தாக்குதலை முன்னெடுக்கும் குணமும் புரிதலும் போரிடும் வீரனுக்கு வேண்டும்.

குதிரையின் மனநிலை, வலவனின் திறமை, வீரனின் வலிமை ஆகிய மூன்றும் இணைந்தே தேர்ப்படையின் ஆற்றலாய் வெளிப்படுகிறது. சீரான வேகத்தில் தாக்குதலைத் தொடுக்கத் தனது படைக்குக் கூழையன் ஆணையிட்டிருந்தான் ஆனால், வேந்தர்களின் படைத்தளபதி நகரிவீரன் முழு ஆற்றலையும் வெளிப்படுத்தி முன்னேறிப் பாய்ந்து செல்ல உத்தரவிட்டான்.

நாழிகைப்பரணின் நேரெதிரே கண்பார்வையின் கடைசிப்பகுதியைத்தான் யானைப்போருக்கான களமாகத் திசைவேழர் ஒதுக்கியிருந்தார். தட்டியங்காட்டின் கடைக்கோடிப் பகுதி அது. உச்சங்காரியின் தலைமையில் வேந்தர்களின் யானைப் படை நின்றிருந்தது. பறம்பின் தரப்பில் எந்த ஒரு யானையும் களத்துக்கு வரவில்லை.

நீண்ட நேரத்துக்குப் பிறகு ஒரேயொருவன் மட்டும் குதிரையில் போர்க்களம் நோக்கிவந்தான். வருவது யாரென உற்றுப்பார்த்திருந்தான் உச்சங்காரி.

வந்து நின்றான், வேட்டூர்ப் பழையன். யானைப்படையை எதிர்த்துத் தன்னந்தனியாக ஒரு கிழவன் குதிரையில் வந்து நிற்பது எதனாலென யாருக்கும் புரியவில்லை.

வேட்டூர்ப்பழையன் சொன்னான், “பறம்பின் தரப்பில் யானைப்படை ஏதுமில்லை.”

உச்சங்காரி அதிர்ச்சியோடு பார்த்துக்கொண்டிருந்தான். போர் விதிகளின்படி யானைப்படை யானைப் படையோடுதான் மோத வேண்டும். அப்படியென்றால் என்ன செய்வது எனச் சிந்தித்த அடுத்த கணம் உச்சங்காரி முடிவெடுத்தான், “அப்படியென்றால் நாங்கள் பறம்புக்குள் நுழைவோம்.”

வேட்டூர்ப்பழையன் கைகளை விரித்துக்காட்டிச் சொன்னான், “உங்களின் விருப்பம்.”

அதே வேகத்தோடு உச்சங்காரி தனது படைகளுக்கு ஆணை பிறப்பிக்க ஆயத்தமானான். அதற்குள் அருகில் இருந்த இரண்டாம்நிலைத் தளபதி சொன்னான், “தளபதி, நம்மைச் சிக்கவைத்து அழிக்கும் திட்டம் இதற்குள் இருப்பதாகக் கருதுகிறேன். எனவே, அவசரப்பட்டு முடிவெடுக்க வேண்டாம்.”

வட்டாற்றுத் தாக்குதலில் சோழனின் யானைப்படையை முழு முற்றாக அழிந்த கதை அனைவருக்கும் தெரியும். அறிவிப்புக்கு ஆயத்தமான உச்சங்காரி, சற்றே பொறுமையானான். கருங்கைவாணனிடம் கலந்துபேசிய பிறகு முடிவெடுக்கலாம் என நினைத்தான்.

முதல்நிலைப் படையின் இறுதிப் பகுதியில் நின்றிருந்த கருங்கை வாணனுக்கு ஒவ்வொரு திசையிலிருந்தும் செய்திகள் வந்தவண்ணம் இருந்தன. அவனிடமிருந்து வேந்தருக்குச் செய்திகள் சென்றவண்ணம் இருந்தன. சம வலிமைகொண்ட இரு படைகள் மோதினால், மோதலின் தொடக்கமே மொத்த ஆற்றலையும் வெளிப்படுத்துவதாக இருக்க வேண்டும். ஆனால், இங்கு நிலைமை அப்படியன்று. சின்னஞ்சிறு படையொன்று மாபெரும் படையின் மீது தாக்குதல் தொடுத்துக்கொண்டிருக்கிறது. எனவே, பெரும்படையின் தலைமைத் தளபதி மிகப்பொறுமையோடு வந்து சேரும் செய்திகளைக் கேட்டுக் கொண்டிருந்தான்.

எதிர்பார்த்ததைப்போல வாட் படையும் தேர்ப்படையும் முன்னேறிக்

கொண்டிருந்தன. சாகலைவனும் நகரிவீரனும் அடுத்தடுத்த செய்தியை அனுப்பிக் கொண்டிருந்தனர். விற்படையின் தளபதி துடும்பனும் வகுக்கப்பட்ட உத்தியின் அடிப்படையில் எதிரியின் தாக்குதலைக் கையாண்டு கொண்டிருந்தான். மூன்று படைப் பிரிவுகளிலும் எத்தனை சேனை முதலிகள் முன் களத்தில் போரிட்டுக் கொண்டிருக்கின்றனர் என்ற கணக்கை அருகில் இருந்தவர்கள் சொல்லிக்கொண்டிருந்தனர்.

கருங்கைவாணன் பெரிதும் எதிர் பார்த்திருந்த குதிரைப்படையின் முன்னேற்றம் பற்றி இன்னும் செய்திகள் வந்துசேராமல் இருந்தன. அங்கிருந்துதான் முதல் நிலை வெற்றியை அவன் எதிர் பார்த்திருந்தான். அந்த வெற்றியின் அடிப்படையில்தான் அவனது திட்டம் வகுக்கப்பட்டிருந்தது. பறம்பின் மொத்தப் படை வீரர்களின் எண்ணிக்கையைவிட வேந்தர்களின் குதிரைப்படை வீரர்களின் எண்ணிக்கை அதிகம். எனவே, முதல்நிலையில் பறம்புப் படை பின்வாங்கிவிட்டால் உறுமன்கொடி தனது வலிமையான குதிரைப் படையைக்கொண்டு பறம்புப் படையை அரைவட்டச் சுற்றில் வளைக்கத்திட்டமிட்டிருந்தான்.

இடதுமுனையிலிருந்து வந்து சேர்ந்த செய்தி, யானைப்படை பற்றியதாக இருந்தது. உச்சங்காரி, பறம்புக்குள் நுழைய அனுமதி கேட்டுச் செய்தி அனுப்பினான். வட்டாற்றுத் தாக்குதலில் சோழனிடமிருந்து கைப்பற்றப்பட்ட யானைகளே பெரும் எண்ணிக்கையிலானவை.

எனவே, பறம்பின் தரப்பில் வலிமையான யானைப்படை இருக்கும் என்று தான் அனைவரும் எதிர் பார்த்திருந்தனர். ஆனால், தங்களிடம் யானைப் படை இல்லை என்று எதிரிகள் சொல்வது போர்த் தந்திரமன்றி வேறில்லை என்பது தெளிவாகத் தெரிந்தது. "அவர்களின் திட்டத்தில் நாம் போய்ச் சிக்கிக் கொள்ளக்கூடாது. எனவே, பறம்புக்குள் போய்த் தாக்கும் நடவடிக்கை வேண்டாம். அடுத்து என்ன செய்வது என்பதை உத்தரவு கிடைத்த பிறகு நிறைவேற்றுக" என்று கூறினான் கருங்கைவாணன்.

இந்தச் செய்தி போய்க் கொண்டிருக்கும்போதுதான் குதிரைப் படைத் தளபதி உறுமன்கொடி அனுப்பிய செய்தி வந்து சேர்ந்தது. "ஒரு சேனைவரையனும் பதினாறு சேனை முதலிகளும் நமது தரப்பில் இறந்துள்ளனர்" என்றான் அவன்.

ஒரு கணம் திணறிப்போனான் கருங்கைவாணன். முற்பகலுக்குள் பறம்புப்படையை அழித்தொழிக்கும் வலிமைகொண்டதென எதிர்பார்க்கப் பட்ட குதிரைப்படையிலிருந்து வந்துள்ள முதற்செய்தி, எந்த வகை யிலும் நம்பமுடியாததாக இருந்தது!

உறுமன்கொடியை நோக்கி விரையலாமா என நினைத்துக்கொண் டிருந்தபோதுதான் காரமலையின் மேலிருந்து காரிக்கொம்பூதும் ஓசை கேட்டது. ஓசைவந்த திசை நோக்கித் திரும்பிப் பார்த்தான் கருங்கைவாணன்.

பாரியின் திட்டப்படி முதல் பத்து நாழிகை முடிவடைந்ததைக் குறிக்கும் காரிக்கொம்பு ஓசை அது.

92

காரிக்கொம்போகை சமேலெழும்போது, நடுப்பகல் கடந்திருந்தது; போர்க்களத்தின் சரிபாதி நேரம் முடிவடைந்திருந்தது. முன்களத்திலிருந்து அடுத்தடுத்து வந்த செய்திகள் கருங்கைவாணனுக்குக் குழப்பத்தையே உருவாக்கின. உறுமன்கொடி குதிரைப்படையில் நிகழ்ந்துள்ள பாதிப்பைப் பற்றி அனுப்பிய செய்தி, அதிர்ச்சியை உருவாக்கியது. அது உண்மையென நம்புவதே கடினமாக இருந்தது. ஆனால், போர்க்களத்தில் தனக்கு வந்துசேரும் செய்தி உண்மையா என ஆராய்வதில் தளபதி நேரத்தைச் செலவிடக்கூடாது. ஏனென்றால், அது அவன் படை அவனுக்கு அனுப்பும் செய்தி. அந்தச் செய்தியைக் கொண்டு அடுத்து செய்ய வேண்டியதைத்தான் சிந்திக்க வேண்டும்.

குதிரைப்படை சந்தித்த அதே சிக்கலைத்தான் தேர்ப்படையும் சந்தித்தது. ஈக்கிமணல்கள், பாய்ந்து செல்லும் குதிரையின் வேகத்தைக் கட்டுப்படுத்தின. நகரிவீரன், வெகுவிரைவில் தனது ஆவேசத்தை இழந்து குழப்பத்துக்குள் சிக்கினான். பறம்பின் தரப்பில் கூழையனின் தாக்குதல் வேகம், நேரம் ஆக ஆக அதிகரிக்கத் தொடங்கியது. வேந்தர் படையின் தேர்கள் விரைந்து செல்ல முடியாத நிலையில் பறம்பின் தேர்கள் பாய்ந்து முன்னகர்ந்து கொண்டிருந்தன.

வாட்படை மோதும் களத்தில்தான் வேந்தர்படை வெகுதொலைவு முன்னேறியிருந்தது. வாட்படைத் தளபதி சாகலைவன், மூர்க்கத்தோடு தாக்கி முன்னேறிக்கொண்டிருந்தான். ஆனாலும், பறம்பின் தரப்பில்

பேரிழப்பு எதுவும் நிகழாமலிருந்தது. நீண்டநேரத்துக்குப் பிறகுதான் அவன், பறம்புவீரர்கள் அணிந்திருக்கும் மெய்க்கவசத்தை உற்றுக்கவனித்தான்.

வேந்தர்களின் தரப்பில் தளபதிகள், சேனைவரையர்கள், சேனைமுதலிகள், மெய்க்காப்பாளர்கள் ஆகியோர் மட்டுமே உடலைக் காக்கும் மெய்க் கவசம் அணிந்திருந்தனர். மற்ற வீரர்கள் அனைவரும் கைகளில் கேடயத்துடனும் வாளுடனும்தான் களத்தில் போரிட்டுக்கொண்டிருந் தனர். பறம்புவீரர்கள் அனைவரும் மெய்க்கவசம் அணிந்திருந்தனர்.

ஆனால், அது வேந்தர்படையினர் அணிந்திருந்ததைப் போன்று இரும்பால் ஆன மிகுந்த எடை கொண்ட கவசமல்ல; மாறாகச் சிவப்புச் சித்திரமூலி, செங்கொடிவேலி ஆகியவற்றை அரைத்து முறியன் ஆசான் செய்தது. முறியன் ஆசான் இரலிமேட்டுக்கு வந்ததும் முதலில் இட்ட கட்டளையே இந்த வகைச் செடிகளைக் கொண்டுவந்து சேர்க்கச் சொல்லித்தான். பறம்பெங்கும் இருக்கும் ஆண்களும் பெண்களும் அடுத்த ஓரிரு நாளில் போதுமான அளவுக்குக் கொண்டுவந்து சேர்த்தனர். அவற்றைத் தகுந்த சேர்மானத்தோடு அரைத்து, பனைநாரோடு பிசைந்து, வெயில் சூடின்றி நிழலிலே உலர்த்தினர். ஆறிய கஞ்சியில் திரண்ட மேலாடையைப்போல அது உலர்ந்தது. தோலின் குணம்கொண்ட, ஆனால் பாறையின் பக்கு போன்றது அந்த ஆடை. ஒருவகையில் உடும்பின் மேற்தோல் போன்றது. அதைத் துளைத்துக்கொண்டு எந்தவோர் ஆயுதமும் எளிதில் உட்புக முடியாது.

பறம்புவீரர்கள் அந்த மெய்க் கவசத்தையே அணிந்திருந்தனர். மார்பின் மேல் போர்த்திப் பின்புறக் கயிறுகளால் இழுத்துக் கட்டியிருந் தனர். கனமில்லாத ஆடையாகவும் அதே நேரத்தில் அம்பும் வாளும் எளிதில் உட்புக முடியாததாகவும் இருந்தது அந்த மெய்க்கவசம்.

வேந்தர்களின் விற்படையின் தாக்குதிறனைப் பறம்பின் தாக்கு திறனோடு ஒப்பிட்டால், சரிபாதிக்கும் குறைவுதான். அதுவும் உலோக வில் ஏந்தியவர்கள் படையின் முன்னணியினர் மட்டுமே. அவர்களின் அம்புதான் வீரியத்துடன் சீறின. மற்ற வீரர்களின் அம்புகளோ பறம்புவீரர்கள் நிற்கும் தொலைவை வந்தடையும்போதே உயிரற்றதாகி விடுகின்றன.

விற்படை, தேர்ப்படை, யானைப் படை ஆகிய மூன்று படைகளிலும் முதன்மையான ஆயுதம் வில்தான். ஆனால், வேந்தர்படை வீரர்கள் எதிரிகளைத் தாக்குவதற்காகத் தங்களை நிலைநிறுத்திக்கொள்ள வேண்டிய இடத்துக்கு அருகில்கூட வர முடியாதபடி இருந்தது பறம்புப் படையின் தாக்குதல். அதுமட்டுமல்ல, பறம்புவீரர்கள் அனைவரும் மெய்க்கவசம் அணிந்தவர்களாக இருந்தனர். எனவே, பறம்பின் தரப்பில் ஒரு வீரனைச் சாய்ப்பதே பெரும் பாடாக இருந்தது.

பறம்பின் வாட்படையில் உள்ள அனைவரும் மெய்க்கவசம் அணிந்திருந்ததால், முன்னேறிச் சென்று தாக்கிய சாகலைவனால் எதிரிகளை வீழ்த்தி முன்னேற முடியவில்லை. நீண்ட நேரத்துக்குப் பிறகுதான் அவன் உணர்ந்தான், எதிரிகள் விலகிப் பின்வாங்கும் வழியில் மட்டுமே தனது படை முன்னேறுகிறது என்றும், அவர்களைச்

சிதைத்தோ அழித்தோ முன்னேற வில்லை என்றும். ஆனாலும், ஒரு கிழவன் தனக்கு எதிரான படைக்குத் தலைமையேற்கிறான் என்பதை அவனால் சகித்துக்கொள்ள முடியவில்லை. அம்பும் ஈட்டியும் போன்றதன்று வாள். அதன் ஒவ்வொரு வீச்சிலும் வீரனின் முழு ஆற்றலும் வெளிப்பட்டாக வேண்டும். கைப்பிடியின் இறுகிய விரல்களுக்குள் காற்றுப் புகுந்தால்கூட வாளின் வீச்சு வலிமையிழக்கும்.

போர் என்பது, உயிரைவைத்து விளையாடும் விளையாட்டு. அதை ஒவ்வொரு கணமும் உணரச்செய்வது வாட்சண்டை. ஈட்டியும் அம்பும் போல, எங்கோ இருப்பவனை நோக்கிய தாக்குதல் அல்ல இது. தான் பிடித்திருக்கும் கேடயத்தில் மோதும் எதிரியின் வாள் வலிமையை, அந்த அழுத்தம்கொண்டு மதிப்பிட முடியாதவனால் ஒருபோதும் வெற்றியை ஈட்ட முடியாது.

பறம்பின் தரப்பில் வாட்படைக்குத் தலைமையேற்ற தேக்கன், எதிரிகளை முடிந்த அளவுக்குத் தனது எல்லைக்குள் உள்வாங்கும் உத்தியையே கடைப்பிடித்தான். எனவே, வேந்தர்படை மிக அதிக தொலைவுக்குப் பறம்பின் தரப்புக்குள் இழுக்கப்பட்டிருந்தது. சாகலைவன், தேக்கனுடனான நேரடித் தாக்குதலை எதிர்பார்த்து முன்னகர்ந்து கொண்டிருந்தான்; கிழவனை வெட்டிச்சரிப்பதன் மூலம் எதிரியின் தளபதியை முதலில் வீழ்த்திய பெருமையை அடைவதற்காக விரைந்துகொண்டிருந்தான்.

வேந்தர்படை இப்போது நிலைகொண்டுள்ள வரைபடம் மிகவும் ஏற்ற இறக்கத்தோடு இருக்கிறது. வாட்படையானது எதிரிகளின் தரப்புக்குள் மிகவும் முன்னேறியிருக்கிறது. ஆனால், விற்படையும் குதிரைப்படையும் தனது தரப்புக்குள் உள்வாங்கி யிருக்கின்றன. தேர்ப்படையானது இரண்டுக்கும் இடைப்பட்ட நிலையில் இருக்கிறது. இதுபோன்ற நிலைதான் தலைமையேற்கும் தளபதிக்குப் பெரும் நெருக்கடியை உருவாக்கும். படையின் இத்தகைய நிலையால் அடுத்து உருவாகப்போகும் சூழலை எளிதில் கணிக்க முடியாது.

அதனால்தான் தனக்கு வந்துசேர்ந்த செய்தியிலிருந்து பெருங்குழப்பத்தைச் சந்தித்துக்கொண்டிருந்தான் கருங்கை வாணன். பறம்புவீரர்களை, எண்ணிக்கையைக் கொண்டு மட்டுமே மதிப்பிடக்கூடாது என்பதை அவன் நன்கு அறிவான். ஆனால், சமதளப் போர் என்பதாலும், தன்னுடைய படையில் இருக்கும் வீரர்களின் எண்ணிக்கை அளவிடற்கரியதாக இருப்பதாலும் அவன் பெருநம்பிக்கை கொண்டிருந்தான். முதல் நாளே இந்தப் போர் முடிவுக்கு வரும் என நினைத்தான். ஆனால், போர்க் களத்தில் மேலெழும் செம்புழுதி, நம்பிக்கையை மறைக்கத் தொடங் கியது.

உதிரனின் தலைமையிலான விற்படை, ஆவேசம்கொண்டு வேந்தர் படையின் கட்டமைப்பைப் பிளந்து முன்னேறிக்கொண்டிருந்தது; பறம்பு வீரர்கள் முதுகில் வைத்துள்ள அம்பறாத்தூணி, கம்பங்கதிர் போன்ற வடிவமைப்பைக்கொண்டிருந்தது. மையத்தண்டைச் சுற்றி அம்புகள் செருகப்பட்டிருந்தன. வெவ்வேறு வகையான அம்புகள், அதற்குத்தக்க உயரத்தில் இடம்பிடித்திருந்தன.

நூறிலிருந்து நூற்றிருபது அம்புகளைக் கொண்டதாக ஒவ்வோர் அம்பறாத்தூணியும் இருந்தது. வேந்தர் படைவீரர்கள் பயன்படுத்தும் அம்பறாத்தூணி கூம்பு வடிவம்கொண்டிருந்தது. நீண்டிருக்கும் சுரைக்குடுவையைப் போன்று அதற்குள் முப்பது அம்புகளை மட்டுமே வைக்க முடிந்தது.

எதிரிகளைத் தாக்கி அழிக்க முடியாத நிலையில் வெகுவிரைவாகத் தங்களின் அம்புகளைத் தீர்த்த வேந்தர்படை வீரர்கள் அம்புக்கட்டு வரும் வரை பின்படைக்கு வழிவிட்டு ஒதுங்கவேண்டியிருந்தது. முன்வந்து தாக்கும் அடுத்தடுத்த படைப்பிரிவுகளும் அம்புகளைத் தீர்ப்பதில் மிக வேகமாகச் செயல்பட்டு ஒதுங்கின. உதிரனின் தலைமையிலான விற்படை, தடைகளற்ற வேகம்கொண்டிருந்தது.

தாகம் மேலிட வீரர்களிடம் களைப்பு உருவாகத் தொடங்கியது. கதிரவனின் வெப்பத்தால் தட்டியங்காட்டுக் கருமண லெங்கும் வெப்ப வளையங்கள் உருவாகிக் கொண்டிருந்தன. காலையிலிருந்து பேராவேசத்தோடு போரிட்டுக்கொண்டிருக்கும் வீரர்களின் உடலில் நீர்வற்றித் தாகம் ஏற்பட, பெரும் அயர்வுக்குள்ளானார்கள்.

முறியன் ஆசான் நீர்வேலிப் படர்கொடியின் இலைகளை அதன் சிறு சிறு காய்களோடு சேர்த்துச் சுருட்டி, கைகளின் மணிக்கட்டுக்கு மேலும் கழுத்திலும் தாயத்துப்போல ஒவ்வொரு வீரனுக்கும் கட்டியிருந்தார். 'தாகம் மேலிட்டு மயக்கம் வருவதுபோல் இருந்தால், அந்தத் தாயத்தை அப்படியே கடித்துத் தின்றுவிடுங்கள்' என்று சொல்லியிருந்தார். அந்த இலையும் காயும் உடனடியாக நீர்ச்சத்தைச் சுரக்கக் கூடியவை. பறம்புவீரர்கள் மிகச்சிலரே தாயத்தைக் கடித்தனர். அவர்கள் அதைக் கடிக்கும்போது எதிரில் வேந்தர்படை வீரர்கள் ஆயுதங்களைக் கைக்கொள்ள முடியாத கிறக்கத்தில் இருப்பது தெரிந்தது.

கருங்கைவாணனுக்குக் களத்தின் எல்லாத்

திசைகளிலிருந்தும் செய்திகள் வந்துகொண்டிருந்தன. ஆனால், ஒரு செய்திகூட அவன் நினைத்ததைப் போல இல்லை. வாட்படை மட்டும்தான் வெகுவாக முன்னோக்கிப் போய்க்கொண்டிருந்தது. அதைச் சொல்ல வருபவன் மட்டும்தான் உற்சாகத்தோடு சொல்லிச் செல்கிறான். ஆனால், மற்ற படைகள் இருக்கும் நிலைக்கும் வாள்படை இருக்கும் நிலைக்கும் பெருத்த வேறுபாடு இருந்தது. வேட்டுவன் பாறைத் தாக்குதலில் திதியன் முன்னேறிப்போனபோது வந்த எண்ணம் இப்போது உருவாகத் தொடங்கியது. 'சாகலைவன் ஏதோ பொறியில் மாட்டப்போகிறான்!' எனத் தோன்றியது.

இந்த எண்ணம் தோன்றிய கணத்தில்தான் காரமலையின் மேலிருந்து அடுத்ததொரு பேரோசை கேட்டது. இந்த ஓசையின் மூலம் எதிரிகள் என்ன செய்தியைச் சொல்கின்றனர் என்பதைக் கணிக்க முடியவில்லை. ஆனால், இதன் அடிப்படையில்தான் அவர்கள் உத்தியை வகுக்கிறார்கள் என்பது மட்டும் புரிந்தது.

இப்போது வெளிப்பட்ட காரிக்கொம்பின் ஓசை இறுதி ஐந்து நாழிகையின் தொடக்கத்தை அறிவிப்பதாகும். பறம்பு வீரர்கள், தாங்கள் வகுத்த போர் உத்தியின் இறுதிப் பகுதியை நிறைவேற்ற ஆயத்தமாகினர். தாகமும் தாங்க முடியாத மயக்கமும் வேந்தர்படை வீரர்களுக்கு உருவாகும் இந்த நேரத்தில், பறம்புவீரர்கள் தங்களின் தாக்குதல் வேகத்தை இரட்டிப்பாக்கினர். விற்படையினர் இதுவரையிலும் பயன்படுத்தாத கொடுமர அம்புகளைப் பயன்படுத்தத் தொடங்கினர்.

கருங்கைவாணன் நிலைமையைக் கணித்து 'என்ன செய்யலாம்?' எனச் சிந்தித்துக்கொண்டிருந்தபோது பறம்பின் அனைத்துப் படைகளும் பல கூறுகளாகப் பிரிந்து ஆவேசம் கொண்டு தாக்கி முன்னேறினர். அவர்கள், நேரெதிர்த் திசையில் மட்டும் முன்னேறவில்லை. மாறாக, பல திசைகளில் பிரிந்து கலைந்தனர். அதேநேரத்தில், அவர்கள் எந்தத் திசையில் போக நினைக்கிறார்களோ அந்தத் திசையில் போகவிடாமல் மறித்து நிறுத்த முடியாத நிலையில் வேந்தர்படை இருந்தது. குறுக்கும் மறுக்குமாகப் பல இடங்களில் அவர்கள் நுழைந்துகொண்டிருந்தனர்.

வேந்தர்படை வீரர்களிடம் குழப்பம் உருவாகத் தொடங்கியது. என்ன நடக்கிறது என்பது புரிபடாததாக இருந்தது. முதல்நிலைப் படையில் இருந்த வீரர்களுக்கு உடனடியாக அம்புக்கட்டு தேவைப்பட்டது. அவர்களுக்காக ஆயுதவாரியின் உத்தரவின்பேரில் யானை ஒன்று அம்புக்கட்டை ஏந்தி முதல்நிலைப் படைக்குள் நுழைந்தது. எங்கும் கூச்சலும் மோதலின் பேரோசையுமாக இருந்தது. கருங்கைவாணன், சாகலைவனுக்கு உத்தரவு அனுப்பினான், 'தொடர்ந்து முன்னோக்கிச் செல்லாதே!' என்று. அவன் சொல்லிய செய்தியைக் கொண்டுசென்றான் வீரன் ஒருவன்.

'**நீ**ண்டநேரமாகக் குதிரைப்படையின் தளபதி உறுமன்கொடியிடமிருந்து எந்தச் செய்தியும் இல்லையே!' எனச் சிந்தித்தான் கருங்கைவாணன். அந்த எண்ணம் தோன்றியபோதுதான் ஆயுதக்கட்டைக் கொண்டுவந்த

யானையின் பிளிறல், போர்க்களம் முழுவதும் எதிரொலித்தது.

சட்டெனப் பின்புறம் திரும்பிப் பார்த்தான் கருங்கைவாணன். முடியன் எறிந்த மூவிலைவேல் யானையின் செவிப்புறத்தின் இறங்கு குழியில் குத்தி இறங்கியது. போர்க்களம் முழுவதும் எதிரொலித்தது யானையின் பிளிறல். தேரில் நின்றபடியே அடுத்த மூவிலைவேலைக் கையில் எடுத்தான் முடியன். அதை எறிவதற்குள் முடியனைத் தாக்க வேண்டும் என நினைத்த கருங்கை வாணன், தன்னிடம் இருந்த வில்லில் நாண் ஏற்றியபோது மத்தகத்தின் இடது முனையில் குத்தி உள்ளிறங்கியது அடுத்த மூவிலைவேல்.

கல்லூசிகளும் எஃகூசிகளும் பன்றியின் முன்கொம்பால் செய்யப்பட்ட நீள் ஊசியும் கொண்ட பறம்பின் தனித்துவமான ஆயுதம் ‘மூவிலைவேல்.’ மூன்று திசைகளில் விரிந்திருக்க, குத்துப்பட்ட வேகத்தில் யானை வெறிகொண்டு கழுத்தை மறுத்து அசைக்க, வேலின் கூர்முனை துளைத்து உட்சென்றுகொண்டிருந்தது. ஏதோ நடக்கப்போகிறது எனக் கருங்கைவாணன் நினைத்தபோது அம்புக்கட்டுகளைப் பிரித்துக் கொடுப்பதற்காக யானையின் மேலேயும் பக்கவாட்டிலும் நின்றிருந்த பன்னிரு வீரர்கள் தூக்கி வீசப் பட்டனர். யானையின் பிளிறலை விஞ்சியது வீசப்பட்ட வீரர்களின் ஓலம்.

கீழே விழுந்தெழுந்த பாகன் ஒருவன், குத்தப்பட்டிருந்த ஈட்டியைப் பிடுங்க முயன்றான். அப்போதுதான் அந்த பயங்கரம் அரங்கேறத் தொடங்கியது. மூவிலைவேலின் வடிவமைப்பே, எதிரெதிர் திசையில் உள்நுழைந்து செருகிக் கிடப்பதுதான். இப்போது அதை இழுக்க நினைத்தால், ஒரு திசையில் இருக்கும் கூர்முனை வெளிவர மற்ற இரு திசைகளில் இருக்கும் கூர்முனைகள் அழுத்தி உள்நுழையும். எஃகூசியும் கல்லூசியும் பன்றிக்கொம்பு இருக்கும் கூர்ஊசியும் மத்தகத்தின் இடது சப்பைக்குள் கிழித்திறங்க, யானை வெறிகொண்டு சுழற்றியது துதிக்கையை. வேந்தர் படை வீரர்களுக்கு நடுவே நின்றிருந்த அதன் தாக்குதல், கணநேரத்துக்குள் பன்மடங்கு ஆவேசமடைந்தது; எறும்புக்கூட்டங்களை நசுக்குவது போல, திறன்கொண்ட படையணியை நசுக்கத் தொடங்கியது.

யானை தனது கட்டுப்பாட்டை இழந்து தாக்குதலைத் தொடங்கி விட்டது என்பதை அறிந்த கருங்கை வாணன், “அதைக் குத்தி வீழ்த்துங்கள்” எனப் பெருங்குரலெடுத்துக் கத்தினான். வழக்கமான போர் ஈட்டிகளைக் கொண்டு யானையை வீழ்த்திவிட முடியாது. கூர்வாள் செருகப்பட்ட பெரிய ஈட்டியாலும் தந்த ஈட்டியாலும் தான் யானையைத் தாக்கி வீழ்த்த முடியும். அதுவும் இந்த யானைக்கு முன் நெற்றியிலும் பக்கவாட்டிலும் சங்கிலிகளால் பின்னப்பட்ட போர்க்கவசம் போர்த்தப்பட்டிருந்தது. வீரர்கள் தங்களைக் காப்பாற்றிக் கொள்ள யானையை வீழ்த்தியே ஆகவேண்டிய நிலை உருவானது. தாக்குதல் தொடுக்கத் தொடுக்க, யானையின் ஆவேசம் பன்மடங்கு பெருகிக் கொண்டிருக்கிறது; துதிக்கையைச் சுழற்றியெறிந்து அடித்து நொறுக்கிக் கொண்டிருந்தது. மத்தகத்தின் இடது சப்பைக்குள் இறங்கிய மூவிலைவேல் வேதனையைப் பல மடங்கு அதிகப்படுத்தியது. பிளிறலின் ஓசையில் அதன் மூர்க்கம் உச்சத்தைத்

தொட்டுக் கொண்டிருப்பது தெரிந்தது.

இரும்புச்சங்கிலியால் போர்க்கவசம் போர்த்தப்பட்ட யானையை இரு வேல்கம்பு வீச்சுகளால் பறம்பின் பின் வீரன் ஒருவன் தாக்க முடிந்ததை வேந்தர் படைவீரர்கள் மிரண்டு பார்த்தனர். ஆனால், இந்த மிரட்சி அடுத்த சில கணங்களுக்குக்கூட நிற்கவில்லை. அதே யானை தங்களை அழித்தொழிக்கும் நிலை உருவானதால் ஆவேசத்தோடு இறங்கிப் போரிட வேண்டியதாகிவிட்டது. எவ்வளவு வேகமாக இதை வீழ்த்துகிறோமோ, அவ்வளவு வேகமாகப் படையின் பாதிப்பு குறையும்.

வேந்தர்களின் விற்படையின் மையப்பகுதி, யானையுடன் போரிட்டுக்கொண்டிருந்த போதுதான் முதல்நிலைப் படையின் கட்டுக் கோப்பு குலையத் தொடங்கியதைக் கருங்கைவாணன் உணரத் தொடங்கினான். எதிரிப் படையின் தளபதியான முடியன் எங்கே இருக்கிறான் எனக் கருங்கைவாணனின் கண்கள் காலையிலேயே தேடின. அவன், கண்களிலேயே படவில்லை. அதற்கு மேல் அவனைப் பொருட்படுத்தித்தேட ஒன்றுமில்லை என்ற முடிவுக்குப் போனான்.

காரிக்கொம்பின் ஓசை கேட்டதும் போர்க்களத்தின் கடைசி நாழிகை தொடங்கியது. பறம்பின் தரப்பில் படைப்பிரிவின் பின்னிலையில் நின்றிருந்த பலர், இப்போது முன்னிலைக்கு வந்துகொண்டிருந் தனர். அப்போதுதான் முடியனின் தேர், களத்தின் நடுவில் வந்து நின்றது. திடீரென இந்த இடத்துக்கு எப்படி இவன் முன்னேறி வந்தான் எனக் கருங்கைவாணன் நினைத்துக் கொண்டிருக்கும்போது, குறுக்கும் நெடுக்குமாக எல்லாப் பகுதிகளிலும் பறம்பு வீரர்கள் நுழைந்து போய்க் கொண்டிருந்தார்கள்.

குளவன்திட்டின் மேல் இருந்த பாரி, இப்போதுதான் முதன்முறையாக குகைக்குள் இருக்கும் விளக்கைப் பார்த்தான். காலையிலிருந்து போர்க் களத்தை விட்டு அவன் கண்கள் விலகவில்லை. இகுளிக்கிழவனோ காலையிலிருந்தே குகைக்குள் இருக்கும் விளக்கைத்தான் பார்த்துக்கொண்டே இருந்தான். போர்க்களத்தின் பக்கம் திரும்பவேயில்லை. விளக்கின் சுடர் ஈட்டிபோல மேல் நோக்கி எரிந்து கொண்டிருந்தது.

இப்போது காற்றோ, காற்றியோ வீசினால் வேந்தர்படையின் நடுப் பகுதியில் நின்றிருக்கும் எண்ணிலடங்கா வீரர்கள் கண நேரத்தில் தாக்கப்பட்டுச் சரிவார்கள். முதல்நிலைப் படையில் பெருங் குழப்பம் நிலவிக்கொண்டிருக்கும் சூழலில், இரண்டாம் நிலைப் படையின் மீது பெருந்தாக்குதல் நடந்தால் படையின் தன்மை மொத்தமும் குலையும். இறுதி நாழிகையின்போது ஏற்படும் பதற்றத்தைப் பறம்புவீரர்கள் மிகத்திறமையாகக் கையாண்டு எதிரியின் படைகளை நடுங்கச் செய்வார்கள் எனப் பாரி கருதினான். ஆனால், கொம்மனும் கொம்மையும் அவனுக்கு உதவ ஆயத்தமாக இல்லை. கணவாயின் பின்புறம் இருந்த அவர்கள், வாய் திறந்து ஊத மனமின்றி இருந்தனர். இகுளிக்கிழவனின் மனம், காற்றியை அனுப்பச் சொல்லி கொம்மையிடம் மன்றாடிக் கொண்டிருந்தது.

திட்டமிடலின்போதே கல்லூழி வேர்த் தாக்குதலை எப்போது

நடத்துவது என்பதைப் பற்றி முடிவு ஏதும் எடுக்கவில்லை. எப்போது காற்றும் காற்றியும் வருவதை அறிவிக்கக் காரிக்கொம்பின் உச்ச ஓசை கேட்கிறதோ, அப்போது அதைப் பயன்படுத்த வேண்டும். அதைத் தவிர மற்ற உத்திகள் எல்லாம் முன் திட்டமிடல் செய்யப்பட்டவைதாம்.

தேர்ப்படையின் கடைசி நிலையில் இருந்த ஈங்கையன், இப்போது முன்னிலைக்கு வந்தான். இதுவரை கண்ணிலேயே படாமல் இருந்த தளபதி முடியன், எதிரிப் படையின் நடுக்கூறினைப் பிளந்து முன்னேறிக்கொண்டிருந்தான். எங்கும் பேய்க்கூச்சல் கேட்டுக்கொண்டிருந்தது. போர் யானை எளிதில் வீழ்வதாக இல்லை. அது வேந்தர்படையின் நடுவில் இருந்ததால், எந்த நேரம் எந்தப் பக்கம் திரும்பும் என்ற பதற்றம் எல்லோருக்கும் இருந்தது. அனைவரின் கவனமும் அதை நோக்கித் திரும்பியது.

காரமலையின் மேலிருந்து இரிக்கிச்செடியின் பால்கொண்டு வரையப்பட்ட குறியீடுகள் பகல் நேர ஒளியிலும் துல்லியமாக மின்னிக் கொண்டிருந்தன. பிளந்து முன்னேறும் பறம்புப்படையின் அணித்தலைவன் யாரோ, அவன் மட்டும் அதை அண்ணாந்து பார்த்துப் படையை அதற்கேற்ப வழிநடத்திக் கொண்டிருந்தான்.

குறுக்கும் நெடுக்குமாகப் பாம்புகள் ஊர்வதைப் போலப் பறம்புப்படை நுழைந்துகொண்டிருந்தது. இவர்கள் எங்கே, எதை நோக்கிப் போகிறார்கள் என்பது வேந்தர்படைக்குப் புரியாத குழப்பமாக இருந்தது. எல்லா வீரர்களும் மெய்யுறைக்கவசம் அணிந்திருப்பதால் அம்பு தாக்கி எளிதில் அவர்கள் வீழ்வதில்லை. ஆனால், அவர்களின் அம்புகளோ, ஈட்டிபோல் வேகம்கொண்டு தாக்குகின்றன; முடியனின் தேர் பெருமரத்தின் நடுவே இறங்கும் இரும்பு ஆப்புபோல வேந்தர்படையின் நடுப்பகுதியில் இறங்கிக் கொண்டிருந்தது. முன்னோக்கிச் செல்லும் முடியனின் தேரைத் தடுத்து நிறுத்த உத்தரவிட்டபடி அவனை நோக்கி விரைந்தான் கருங்கைவாணன்.

இப்போது ஈங்கையனின் தாக்குதல் தொடங்கியது. கரும்பாகுடியில் சோழப்படையின் தாக்குதலை மிகச்சில வீரர்களைக்கொண்டு அழித்து முடித்தவன் ஈங்கையன். அவனையும் அவனது கூட்டத்தையும் காப்பாற்றிய பறம்புக்காக மட்டுமன்றி, கண்ணெதிரே தனது குலத்தை அழித்த சோழர்களைப் பழிவாங்குவதற்காகவும் களத்தில் இருந்தான்.

சோழனின் முத்திரை தாங்கிய தேர் ஒன்றில் அதன் தளபதியரில் ஒருவனான நகரிவீரன் இருப்பதைப் பார்த்தான். அவனை நோக்கி இடியெனத் தாக்கி முன்னேறினான் ஈங்கையன்.

முன்பகுதித் தாக்குதலைச் சற்றே மாற்றி, ஈங்கையனை நோக்கித் திரும்பினான் நகரிவீரன். ஆனால், அதற்குள் அவன் படையின் பெரும் பகுதியினர் முன்திசைத் தாக்குதலிலிருந்து வெளிவர முடியாத நிலையில் இருந்தனர். கூழையனின் தாக்குதலிலிருந்து யாரையும் விலக்க முடியாத நிலையில் ஏறக்குறைய தான் சூழப்பட்டுள்ளோம் என்பதை அவன் உணரத் தொடங்கினான்.

இந்நிலையில்தான் எதிரிப் படையின் இடுப்புப் பகுதியைப் பிளந்து முன்னேறிக் கொண்டிருந்தான் முடியன். அவன் எதிர்பார்த்த நேரம் நெருங்கிக்கொண்டிருந்தது. இதற்கிடையில் காற்றோ காற்றியோ வீசினால் போர்க்களத்தில் எதிரிப் படையின் கட்டுப்பாடு சீர்குலையும். அது வீசாவிட்டாலும் பாரி தீட்டிய திட்டப்படி அழித்தொழிக்கும் தாக்குதலை நடத்த வேண்டும்.

இறுதி நாழிகையின் இறுதிப்பகுதி நெருங்கிக் கொண்டிருந்தது. எல்லாத் திசைகளிலும் கலைந்து பிரிந்த பறம்பு வீரர்கள், களத்தின் நடுவில் வந்து இணையத் தொடங்கினர். பெருஞ் சங்கிலிப் பிணைப்பால் கருங்கை வாணன் அமைத்த முதல் நிலைப் படையின் மையப்பகுதியைச் சூழ்ந்தனர். கட்டற்று நகரும் அதன் வேகத்தின் முகப்பில் சென்று கொண்டிருந்தான் பறம்புத்தளபதி முடியன்.

சங்கிலித்தொடரின் வெளிப்புறம் இருந்தான் கருங்கைவாணன். என்ன நடக்கிறது என அவனால் உணர முடியவில்லை. ஆனால், நிலைமை கைமீறிக்கொண்டிருக்கிறது என்பது மட்டும் புரிந்தது. இந்நிலையில் ‘இரண்டாம் நிலையில் நிறுத்தப்பட்ட பெரும்படைக்குத் தாக்குதல் உத்தரவை வழங்கலாமா?!’ எனச் சிந்தித்தான். ஆனால், அவனது போர்க்கள அனுபவம் அந்தத் தவறைச் செய்வதிலிருந்து அவனைக் காப்பாற்றியது.

‘இன்றைய நாளின் இறுதிப்பகுதியை நெருங்கிக்கொண்டிருக்கிறோம். முதல்நிலைப் படை பெருங் குழப்பத்துக்கு உள்ளாகியுள்ளது. யானை, பெருஞ்சேதத்தை ஏற்படுத்தியுள்ளது. எதிரிகள், படையின் நடுப்பகுதியில் குவிந்துள்ளனர். நம் தளபதிகள், எதிரிகளின் ஆவேசமிக்க தாக்குதலால் இழுக்கப்பட்டு, படைகளை முறையற்று இயக்கிக் கொண்டிருக்கின்றனர். இந்த நிலையில் இரண்டாம்நிலைப் படையை இந்தக் கடைசி நேரத்தில் தாக்குதலுக்கு இறக்கவேண்டாம். அது நமது வலிமையின் உள்ளார்ந்த ஆற்றலை வீரர்களிடம் குறைத்துவிடும். இன்னும் இருக்கும் சிறிது நேரத்தில் தாக்குதலின் வேகத்தைக் கூட்டி எவ்வளவு முடியுமோ அவ்வளவு சமாளிப்போம்’ என்ற முடிவுக்கு வந்தான்.

வேந்தர்படைத் தளபதி கருங்கை வாணன் குழப்பத்திலிருந்து ஒரு முடிவுக்கு வந்தபோது, பறம்புப் படைத் தளபதி முடியன் தெளிவிலிருந்து முடிவெடுக்க முடியாத குழப்பத்துக்குப் போனான். ‘திட்டமிட்டபடித் தாக்குதல் உத்திகளை நடத்திப் பல்வேறு கூறுகளாகப் பிரிந்து எதிரிப்படையின் நடுப்பகுதியில் இணைந்துவிட்டோம். ஆனால், இந்நேரம் இங்கு வந்துசேர்ந்திருக்க வேண்டிய இரவாதன் இன்னும் வந்து சேரவில்லை. குதிரைப்படையின் ஆற்றல்மிகு தாக்குதலால்தான் சூழப்பட்டுள்ள எதிரிகளை முற்றிலும் அழித்தொழிக்க முடியும். இல்லையென்றால், இந்தத் தாக்குதல் திட்டத்தை நிறைவேற்ற முடியாது.

தேர்ப்படையும் வாட்படையும் எதிரிகளின் கவனத்தை முழுமையாகத் திசைதிருப்பி எவ்வளவு தொலைவுக்கு வெளியில் இழுத்துக்கொண்டு போக முடியுமோ அவ்வளவு தொலைவுக்கு வெளியே கொண்டுபோக வேண்டும். உதிரனின் தலைமையிலான பறம்பின் வலிமைமிகுந்த விற்படை, இடது முனையிலிருந்து உத்தி பிரித்துக் களத்தின் நடுப்பகுதிக்கு வந்து கூட வேண்டும். அந்த நேரத்தில் களத்தின் இடதுமுனையிலிருந்து இரவாதன் தலைமையிலான குதிரைப்படை நடுவில் நிற்கும் விற்படையோடு இணையவேண்டும். அப்போது இடையில் சிக்கியிருக்கும் எதிரிகளின் படையை முழுமுற்றாக அழித்தொழிக்க வேண்டும் என்பதுதான் வகுக்கப்பட்ட திட்டம். இந்தத் திட்டத்தில் கணிக்க முடியாதது காற்றின் வீச்சு மட்டுமே. அது எந்தக் கணத்தில் நிகழ்கிறதோ அந்தக் கணத்தில் அதற்கேற்ப முன்னோக்கித் தாக்கும் உத்தியைச் செயல்படுத்துவது என முடிவெடுக்கப்பட்டது.

முன்முடிவின்படிப் பறம்புவீரர்கள் அனைத்தையும் மிகச்சிறப்பாகச் செய்து முடித்தனர். ஆனால், இரவாதனின் தலைமையிலான குதிரைப் படை மட்டும் முடியன் நிலைகொண்டுள்ள நடுப்பகுதிக்கு வந்துசேரவில்லை. தொலைவில் அவனது படைக்குறிப்புக்கான பதாகையும் கண்ணில் தெரியவில்லை. தாக்குதலுக்கான உத்தரவைப் பிறப்பிப்பதா அல்லது காலம் தாழ்த்துவதா என்ற குழப்பத்தில் சிக்கினான் முடியன்.

திட்டமிட்டபடி முடியன் நிலைகொண்டுள்ள நடுப்பகுதிக்குத் தன்னால் போய்ச்சேர முடியாது என்ற முடிவுக்கு வந்தான் இரவாதன், பறம்பின் குதிரைப்படைதான் எதிரிகளைப் பேரழிவுக்கு உள்ளாக்கியுள்ளது. காலையிலிருந்து அதன் வேகம் உறுமன்கொடியை நிலைகுலைய வைத்து, தற்காப்பு நிலைக்குத் தள்ளியது. ஆனால், நடுப்பகலுக்குப் பிறகு மனிதர்களால் எப்படி இந்த நிலத்தின் வெக்கையை நீரின்றிப் பொறுத்துக்கொள்ள முடியவில்லையோ, அதே சிக்கலைக் குதிரைகளும் சந்தித்தன. இதற்கான மாற்று ஏற்பாடு எதுவும் செய்யப்படவில்லை. அதுவும் காலையிலிருந்து கணப்பொழுதுகூட நிற்காமல் ஓடிய பறம்பின் குதிரைகள் காரிக்கொம்பின் இரண்டாம் ஓசை கேட்டபோது மிகவும் களைத்துப்போயிருந்தன.

இவ்வளவு களைத்திருக்கும் ‘குதிரைகளைக் கொண்டு எதிரிகளின் குதிரைப்படையைப் பிளந்து உள் நுழைந்தால், நமது தரப்புக்கு இழப்பு அதிகமாகும் எனக் கணித்த இரவாதன், வேறுவழியே இன்றி, திட்டத்தைச்

செயல்படுத்தும் முடிவைக் கைவிட்டான்.

கருங்கைவாணனோ, எதிரிகளின் உத்திகளுக்குள் நமது முதல்நிலைப் படை கடுமையாகச் சிக்கிக்கொண்டது, இருக்கும் சிறிது நேரம் வரை பாதிப்பைக் குறைக்கும் உத்தியை மட்டும் கடைப்பிடிப்போம் என்ற நிலையை எடுத்தான்.

அப்போதுதான் நீள்சங்கின் ஓசை தென்மூலையில் கேட்டது. என்ன இது என்று பறம்புத் தளபதிகளுக்குப் புரியவில்லை. ஆனால், ஓசை கேட்ட கணம் திடுக்கிட்டுத் திரும்பினான் கருங்கைவாணன்.

அது, தளபதி கொல்லப்பட்டு விட்டால் உடனடியாகத் தலைமைத் தளபதிக்கும் அரசனுக்கும் சொல்லும் குறிப்பு. தன் தளபதி ஒருவன் கொல்லப் பட்ட செய்தி ஒரு கணம் நடுக்குறச் செய்தது. உடனடியாக அந்தத் திசை நோக்கிக் குதிரையை விரைவு படுத்தினான். கடைசி சில நாழிகையில் தளபதி கொல்லப்பட்டால் அந்தப் படையணி முழுமுற்றாக அழிய அதிக நேரமாகாது. பாதிப்பைக் குறைக்க வேண்டும் என்ற வேகத்தோடு விரைந்தான் கருங்கைவாணன்.

எதிரிப்படைக்குள் ஏறி உள்நுழைந்து சென்றது, தேர்ப்படைத் தளபதி நகரி வீரனும் வாட்படைத் தளபதி சாகலைவனும்தான். நகரிவீரன் சோழநாட்டுத் தளபதிகளில் ஒருவன். அவனது வீரத்தைப் பற்றிப் பெரிதாகத் தெரியாது. ஆனால், சாகலைவன் பாண்டிய நாட்டின் இணையற்ற வீரன். எனவே, அவன் கொல்லப் பட்டிருக்க வாய்ப்பில்லை என நினைத்தபோது கருங்கைவாணனின் கண்பார்வையின் தொலைவில் நகரி வீரன் போரிட்டுக் கொண்டிருப்பது தெரிந்தது.

கருங்கைவாணனால் நம்ப முடியவில்லை. குதிரையை வேகப் படுத்தியபடி முன்னோக்கி விரைந்தான். வேந்தர்களின் வாட்படை அவனது கண்ணுக்குத் தெரிந்தது. உற்றுப்பார்த்தபடி உருவிய வாளோடு விரைந்தான். குதிரை எவ்விப் பாய்ந்தது.

பரண்மேல் இருந்த திசைவேழர் தன் கைகளை உயர்த்தினார். போர்க் களத்தின் இரு திசைகளிலும் இருந்த பரண்களின் மேலிருந்து எண்ணற்ற முரசுகள் ஒலிக்கத் தொடங்கின. தட்டியங்காடெங்கும் எதிரொலித்தது அந்த ஒலி. இன்றைய போருக்கான நாழிகை முடிந்தது.

பாய்ந்துசென்ற கருங்கைவாணனின் குதிரை சற்றே வேகம் குறைத்தது. வரவேண்டிய இடத்துக்கு வந்து சேர்ந்தான். எதிரில் தலை வெட்டப் பட்ட நிலையில் சரிந்துகிடந்தான் சாகலைவன்.

கொப்புளித்த குருதி மேலெல்லாம் பீச்சியடித்திருக்க, முகத்தைத் துடைத்த படி, விரிந்துகிடந்த தலைமுடியை உச்சந்தலையில் ஏற்றிக்கட்டி, அருகில் இருந்த குதிரையின் மேல் தாவி ஏறினான் தேக்கன்.

93

போர்க்களத்திலிருந்து முரசின் ஓசையைக் கேட்டவுடன் இகுளிக் கிழவன் விளக்கை ஊதி அணைத்தான். கொம்மனும் கொம்மையும் இன்றைக்கு உதவாமற் போனது, அவனுக்கு மிகுந்த மனவருத்தத்தை உண்டாக்கியது. பறம்புவீரர்கள் கானவர்களுக்கு அளித்த வாக்குப்படித் தட்டியங்காட்டில் யானைப்போர் நடப்பதைத் தவிர்த்துவிட்டனர். சமவெளியில் உள்ளவர்கள் யானையைப் பயிற்றுவிக்கும் முறையுடனும் போரில் ஈடுபடுத்தும் முறையுடனும் ஒப்பிட்டுப்பார்த்தால் மலைமக்களின் ஆற்றல் அளவிடற் கரியது.

சமவெளி மனிதர்கள், யானையைப் பழக்குவது எப்படி என்று மட்டும் அறிந்தவர்கள். மலைமக்கள், யானையின் பழக்கங்களையெல்லாம் அறிந்தவர்கள். அதுவும் பறம்பில்தான் யானையுடனான ஆதிமொழியை உருவாக்கிய தந்தமுத்தத்துக்காரர்கள் இருக்கின்றனர். அவர்கள் யானையைக் கைக்கொள்ளும் முறையை யாராலும் நினைத்துப் பார்க்கக்கூட முடியாது. இன்று யானைப்போர் நடந்திருந்தால் வேந்தர்படை பேரழிவைச் சந்தித்திருக்கக்கூடும்.

எந்தவொரு படையிலும் பெரு வலிமைகொண்டது யானைப்படைப் பிரிவே. அது கடுமையாகத் தாக்கப் படும்போது மொத்தப் படையின் மன நிலையும் பெரும்பாதிப்புக்குள்ளாகும். யானைப்படை வீழ்ச்சியைச் சந்தித்து விட்டால், அதன்பிறகு மற்ற படைப் பிரிவுகளால் வலிமையான ஆற்றலை வெளிப்படுத்தி முன்னேறிவிட முடியாது. பறம்புக்கு இருந்த மிகச் சிறந்த வாய்ப்பு, எதிரியின் யானைப்

படையை நிலைகுலையச்செய்வது. ஆனால், கானவர்களுக்குக் கொடுத்த வாக்கின்படி பறம்பு இன்று யானைப் படையின் மீதான தாக்குதலை முழுமுற்றாக விலக்கிக்கொண்டது. அதற்குக் கைம்மாறு செய்யும்படிக் காற்றோ, காற்றியோ இன்று வீசவில்லை.

இகுளிக்கிழவன் மிகுந்த கவலை கொண்டான். பாரியிடம் சொல்ல அவனுக்கு வார்த்தையில்லாமல் இருந்தது. கைகளை விரித்துக் காட்டி ஏதோ சொல்ல வந்தான். அதை அறிந்த பாரி, "இயற்கை ஒருபோதும் நம்மைக் கைவிடாது. நாளை பார்ப்போம்" என்று சொல்லிக் குதிரையில் ஏறினான்.

இரலிமேட்டின் குகைகளுக்குச் சற்றுக் கீழே வேங்கை மரத்தின் அடிவாரத்தில், பாட்டாப்பிறை போன்ற அமைப்புகொண்ட பெருந் திட்டுகள் இருந்தன. அங்குதான் இரவு பகலாகப் போர் பற்றிய பேச்சுகள் நடக்கின்றன. இன்றைய போர் பற்றியும், நாளைய தாக்குதல் பற்றியும் பேசுவதற்காக அனைவரும் காத்திருந்தனர்.

ஆங்காங்கே பந்தங்கள் எரிந்து கொண்டிருந்தன. மருத்துவக் கூடாரங்களில் காயம்பட்டவர்களுக் கான மருத்துவம் நடைபெற்றுவந்தது. முறியன் ஆசான், எண்ணற்ற மருத்துவர்களோடு தீவிரமாகப் பணியாற்றிக்கொண்டிருந்தார். முதுவேழன், நாளைய போருக்கான ஆயுதங்களைப் பிரித்துக்கொடுக்கும் வேலையைத் தொடங்கிவிட்டார். குகைகளுக்குள்ளிருந்து ஆயுதங்கள் வெளியேறியபடி இருந்தன. மற்றவர்கள் அவரவர்களுக்கு ஒதுக்கப் பட்ட வேலைகளைச் செய்து கொண்டிருந்தனர்.

முடியனும் தேக்கனும் வேங்கை மரத்திட்டின் இடதுபுறத்தில் அமர்ந்திருந்தனர். அதற்கு நேரெதிராக வாரிக்கையனும் கபிலரும் அமர்ந்திருந் தனர். அவர்களுக்கு அடுத்தபடியாக வேட்டூர்ப் பழையனும் கூழையனும் இருந்தனர். இரவாதன், உதிரன், ஈங்கையன் ஆகியோர் வீரர்களோடு நாகக்கரட்டிலும் மருத்துவக் கூடாரங் களிலும் இருந்தனர். பாரியும் காலம்பனும் இன்னும் வந்துசேர வில்லை. அவர்களின் வரவுக்காக அனைவரும் காத்திருந்தனர்.

குலசேகரப்பாண்டியனின் கூடாரத்துக்கு உதியஞ்சேரல், செங்கனச்சோழன், சோழவேழன், பொதியவெற்பன் ஆகிய நால்வரும் வந்து சேர்ந்தனர். சாகலைவனின் இறுதிச்சடங்குக்காகப் போயிருந்தான் கருங்கைவாணன். அவனோடு அமைச்சர்கள் மூவரும் போயிருந்தனர். விசாரணைக்காக மையூர்க்கிழாரை வரச்சொல்லியிருந்தார் குலசேகரப் பாண்டியன்.

அரசப்படைகள் பலவகைப் படுகின்றன. பன்னெடுங்காலமாக நாள் தவறாமல் ஆயுதப் பயிற்சியில் ஈடுபட்டு, எந்தக் கணமும் போர்க்களம் புகுவதற்குத் தகுதிகொண்ட படையே மூலப்படையாகும். எல்லாக் காலங்களிலும் அரசனின் நேரடிக் கட்டுப்பாட்டில் இருக்கும் படை இதுவொன்றே. அனைத்துவகை ஆயுதப் பயிற்சிகளும் இடைவிடாது வழக்கப்படுவதால் இந்தப் படையின் வீரர்களே போர்க்களத்தில் வலிமை யான தாக்குதலை நடத்தக்கூடியவர் களாக இருக்கின்றனர். மூலப்படைக்கு அடுத்தபடியாக வலிமைவாய்ந்ததாகக் கருதப்படுவது உரிமைப் படையாகும்.

உரிமைப்படை வீரர்களுக்கு மானியமும் உண்பளமும் எல்லாக் காலங்களிலும் கொடுக்கப்படுகின்றன. அவற்றைப் பெற்றுக்கொண்டு ஆயுதப் பயிற்சியில் தொடர்ந்து ஈடுபடுவர். அவர்கள், ஓர் இடத்திலிருந்து அந்தப் பயிற்சியை மட்டும் மேற்கொள்பவர்கள் அல்லர்; தத்தமது இடங்களில் இருந்து கொண்டு வெவ்வேறு பணியையும் செய்துகொண்டிருப்பர். போருக்கான ஆணை வந்தவுடன் அரசனுக்காகப் போர்க்களம் புகுவர். அவர்கள் 'உரிமைப்படை' என அழைக்கப் படுகின்றனர். கூலி பெற்றுக்கொண்டு அதற்காகப் போரிடுவோர் 'கூலிப் படை' என்று அழைக்கப்படுகின்றனர். இந்தப் படைகள் தவிர, துணைப்படை, கானப்படை, வன்படை, குழூப்படை எனப் பல்வேறு படைகள் உள்ளன.

இவையெல்லாம் போர்க்களத்தில் ஆயுதம் ஏந்தும் படையணிகள். ஆனால், போர்க்களம் மட்டுமல்லாமல் எல்லாக் காலங்களிலும் அரசனின் பாதுகாப்புக்கு என்றே உருவாக்கப் பட்டுள்ள படைதான் 'அகப்படை.' இந்தப் படையானது அரண்மனையில் அரசப் பாதுகாப்பின் பொருட்டுப் பல்வேறு விதிமுறைகளைக் கடைப் பிடிக்கக் கூடியது. அரண்மனைக்குள் ஆயுதங்கள் வைத்துக்கொள்ளும் உரிமை யார் யாருக்கானது என்பதில் தொடங்கி, அரசனிடம் பேசும்போது யார் யார் எவ்வளவு இடைவெளியில் நின்று பேசவேண்டும் என்பதுவரை இந்தப் படையால் வரையறுக்கப் பட்டுள்ளது.

அரசனுக்கு அணுக்கக் காவலர்கள் இருவர் எந்நேரமும் உடனிருப்பர். மெய்க்காவலர்கள் அறுவர், அரசருக்கும் அடுத்தவருக்கும் இடை நிலையில் குறுக்கிடாத தன்மையில் இருப்பர். ஆபத்துதவிகள் இருபதின்மர், அரசர் இருக்கும் அவைக்குள் இருப்பர். இவையெல்லாம் அரங்குக்குள் மட்டும் இருக்கும் ஏற்பாடு. இந்த வடிவங்கள் மூவேந்தர் களின் அரண்மனைகளில் ஒருசில மாறுபாடுகளைக் கொண்டிருக்கும். பாண்டியனின் மெய்க்காப்பாளர்கள் 'ஆபத்துதவிகள்' என்றும், சோழனின் மெய்க்காப்பாளர்கள் 'வேளப் படையினர்' என்றும், சேரனின் மெய்க்காப்பாளர்கள் 'காக்குவீரர்கள்' என்றும் அழைக்கப்படுகின்றனர். இதுபோலப் பெயர் மாறுபாடுகள் இருக்குமே தவிர, அகப்படையின் அடிப்படைப் பணிகளில் மாறுபாடு ஏதுமிருக்காது.

மூஞ்சல் உருவாக்கப்பட்டவுடன் அந்த நகருக்கெனத் தனித்த பாதுகாப்பு ஏற்பாடுகள் தேவைப்பட்டன. கடல் போல் பரந்துகிடக்கும் படை வீரர்களுக்கு நடுவில் பெரு வேந்தர்கள் மூவரும் தங்கியுள்ளனர். எனவே, மிகுந்த கட்டுப்பாடுகளை வகுக்க வேண்டியிருந்தது. அமைச்சர்கள் மூவரும் பேசி மூஞ்சலுக்கான அகப்படை ஒன்றை உருவாக்கினர்.

ஐந்துநிலைப் பிரிவுகளைக் கொண்ட 'அகப்படை'யின் கட்டுப் பாட்டில்தான் மூஞ்சல் இப்போது இருக்கிறது. போர் தொடங்கிய பிறகு அரச விதிகள் இரும்பாலான கையுறைகளை மாட்டிக் கொள்கின்றன. எளிதில் யாருக்கும் அது இரக்கம் காட்டுவதில்லை. மூஞ்சலின் அரண்களைக் காத்து நிற்பது முதல் நிலைப்படை. மூஞ்சலின் வீதிகளைக் காப்பது இரண்டாம் நிலைப்படை. மூஞ்சலுக்குள் இருக்கும் தனித்தனிக் கூடாரங்களைப் பாதுகாப்பது மூன்றாம் நிலைப்படை. அரசர்களைச் சுற்றி நிற்கும் மெய்க்

காவலர்கள் நான்காம் நிலைப்படை. அணுக்கக் காவலர்கள் ஐந்தாம் நிலைப்படை.

வரவழைக்கப்பட்ட மையூர்க்கிழார், முதல் மூன்று நிலைகளில் உள்ள காவலர்களைக் கடந்து கூடாரத்துக்குள் நுழைவதே பெரும்பாடாகிப் போனது. பேரரசர்கள் மூவர், அரச குடும்பத்தினர்களான சோழவேழன், பொதியவெற்பன் மற்றும் மகா சாமந்தனான கருங்கைவாணன் ஆகிய அறுவர் மட்டுமே மூஞ்சலுக்குள் எந்நேரமும் நுழையக்கூடியவர்கள். இவர்களில் மூவேந்தர்கள் மட்டுமே எந்தவித ஆயுதமும் வைத்துக்கொள்ளும் உரிமை கொண்டவர்கள்.

சோழவேழன், பொதியவெற்பன் இருவரும் இடையிலக்கக் கருவி களையோ, அணுக்கக் கருவிகளையோ வைத்துக்கொள்ளக்கூடாது. ஈர் வாளையும் உடைவாளையும் வைத்துக் கொள்ளலாம். மெய்க்கவசம் பூணலாம். ஆனால், கருங்கைவாணன் மெய்க்கவசம் பூணக்கூடாது. குறுவாள் மட்டும் வைத்துக் கொள்ளலாம்.

இவற்றைத் தவிர மூஞ்சலுக்குள் வர அனுமதிக்கப்பட்டவர்களுக்குத் தனித்ததோர் அடையாள வில்லை கொடுக்கப்பட்டிருந்தது. அது வைத்திருப்பவர்கள் விசாரணையின்றி உள்ளே அனுமதிக்கப்படுகின்றனர். வில்லைகளின்றி அழைக்கப்பட்டு உள்ளே வரும் யாரும் முழுமையான சோதனைக்குப் பிறகே பேரரசர்களின் கூடாரங்களுக்குள் அனுமதிக்கப்படு கின்றனர். உடலசைவற்ற மொழியில் பேச அனுமதிக்கப்படும் அவர்கள், ஒரு கணத்தில் மெய்க்காவலர்களால் வாள்கொண்டு தலைசீவப்படும் இடைவெளியில்தான் நிற்கவைக்கப் படுகின்றனர்.

இப்போது அவ்விடம் நிறுத்தப் பட்டார், மையூர்க்கிழார். பாண்டியப் பேரரசின் அரண்மனைக்குள் நுழையும்போதுகூட அவர் இவ்வளவு நெருக்கடியான சோதனையைச் சந்தித்ததில்லை. ஆனால், மூவேந்தர்கள் ஒன்றாக உள்ள இடமாதலால் கடுஞ்சோதனைக் குள்ளானார். இந்த இடத்தில் மூஞ்சல் அமைக்கலாம் என்று சொன்னவரே அவர்தான். ஆனால், அவரிடம் ‘நீதானே இந்த இடம்பற்றிச் சொன்னாய்?’ எனப் பேரரசர் கேட்டால், அவர் சட்டெனத் தலையசைத்துவிடக்கூடாது. அவர் பேசவேண்டிய முறை பற்றி அவருக்குச் சொல்லிக்கொடுக்கப்பட்டுள்ளது. ஐயத்துக்கிடமான அசைவுகள் எந்த விளைவையும் ஏற்படுத்தக்கூடும். அவருக்குப் பின்னால் நிற்கும் மெய்க்காவலர்களின் வாள் நீளத்தையும் சேர்த்தே அவரிடம் சொல்லி அனுப்பியுள்ளனர்.

மூஞ்சலுக்கு வரச்சொல்லி அழைப்பு வந்தபோதே மையூர்க் கிழாருக்குப் பதற்றமானது. முதல் நாள் போரில் வேந்தர்கள் தரப்பில் பேரிழப்பு நேர்ந்திருக்கிறது. போர் நிலத்தைப் பற்றி முழுமையான செய்திகள் தெரியாததால்தான் இழப்புகள் அதிகமாகியிருக்கின்றன என்று பேசிக்கொள்கிறார்கள். உள்ளுக்குள் சற்றே அச்சத்துடன் வந்தார் மையூர்க்கிழார். உண்மையில் தட்டியங்காட்டைப் பற்றி வெங்கல் நாட்டு மக்கள் யாருக்கும் எதுவும் தெரியாது. அந்தப் பாழ்நிலத்தில் போர்க்களத்தைத் தீர்மானித்ததே பெருந்தவறு. இதை எப்படி வேந்தரிடம் சொல்ல முடியும் என்ற குழப்பத்தோடு வந்தவருக்கு அகப்படையினரின் கெடுபிடிகள்

மேலும் பதற்றத்தை உருவாக்கின. பேரரசர்கள் இருந்த அவையைப் பணிந்து வணங்கி தலை தாழ்த்தியபடி நின்றார் மையூர்க்கிழார்.

"இன்று பாரி போர்க்களம் புகுந்தானா?" எனக் கேட்டார் குலசேகரப்பாண்டியன்.

கேள்வி, மையூர்க்கிழாரைச் சற்றே இளைப்பாறச் செய்தது. அவர் அஞ்சியது போன்ற கேள்விகள் கேட்கப்படவில்லை. சிக்கல் இல்லாத கேள்வியைத்தான் அவர் எதிர்கொள்ள வேண்டியிருந்தது. எனவே, தெளிவான குரலில் சொன்னார், "பாரி வரவில்லை பேரரசே!"

"அவன் எங்கு இருந்தான்?"

"நாகக்கரட்டின் மேல்தான் இருந்திருக்க வேண்டும். அங்கிருந்துதான் கொம்போசைகள் எழுப்பப்பட்டுத் தாக்குதலுக்கு வழிகாட்டப்பட்டது."

"அவன் எப்போது போர்க்களம் புக வாய்ப்பிருக்கிறது?"

"குடி ஆசானும் குடி முடியனும் இருக்கும் வரை பறம்பின் குடித்தலைவன் தனது மண்ணை விட்டு வெளியேறி வரமாட்டான்."

"குடி ஆசான் யார்?"

"தளபதி சாகலைவனைக் கொன்றவன்."

"இன்று போர்க்களத்தில் ஈட்டி எறிந்து யானையை வீழ்த்தியது குடிமுடியன்தான்" என்றான் உதியஞ்சேரல்.

அப்போது கருங்கைவாணன் உள்ளே வந்தான். அவனோடு தளபதிகள் நால்வரும் வந்தனர். பேரரசர்களை வணங்கிவிட்டு இருக்கையில் அமர்ந்தான் கருங்கைவாணன். தளபதிகள் நால்வரும் எதிர்ப்புறமாக நின்றனர். மெய்க்கவசங்களோ, ஆயுதங்களோ அவர்களிடம் இல்லை. போர்க்களத்தில் ஏற்படும் மரணங்களை அவையில் பேசக்கூடாது. நடந்த தாக்குதலைப் பற்றியும், நடக்க வேண்டிய தாக்குதலைப் பற்றியும் தான் பேசவேண்டும். எனவே, சாகலைவனின் மரணத்தைப் பற்றிய பேச்சு அவையில் எழவில்லை.

"அவர்கள் ஏன் யானைப்போருக்கு வர மறுத்தார்கள்?" எனக் கேட்டார் குலசேகரப்பாண்டியன்.

"தெரியவில்லை, பேரரசே. யானைப் போரில் நாம் அவர்களை வீழ்த்துவது கடினம். எனவே, அவர்கள் வர மறுத்தது நல்ல செய்திதான்" என்றார் மையூர்க்கிழார்.

சாகலைவனின் இறுதிச்சடங்கை நடத்திய வெறியோடு வந்து உட்கார்ந்த கருங்கைவாணனுக்கு மையூர்க்கிழாரின் கூற்று மேலும் வெறியூட்டியது. வீற்றிருந்த ஐவருக்கும் அவரின் பதில் அதிர்ச்சியைக் கொடுத்தது.

"நம்மிடம் இருப்பதில் பத்தில் ஒரு பங்கு யானைகள்கூடப் பறம்பின் தரப்பில் இருக்காது என்பதை நீங்கள் அறிவீர்களா?" எனக் கேட்டான் அருகில் நின்றிருந்த யானைப்படைத் தளபதி உச்சங்காரி.

"எண்ணிக்கையில் என்ன இருக்கிறது தளபதியாரே!" என்று சொல்லி நிறுத்திக்கொண்டார் மையூர்க்கிழார்.

மேலும் சினமூட்டும் பதிலாக இருந்தது அது.

"அவர்களிடம் இருந்தாலும் நம்மிடம் இருந்தாலும் யானைகள் யானைகள்தானே?" எனக் கேட்டார் சோழவேழன்.

இதற்கு என்ன பதில் சொல்வது என மையூர்க்கிழாருக்குத் தெரியும். ஆனால், எப்படிச் சொல்வது என்பதுதான் விளங்கவில்லை. சற்றே அமைதியாக இருந்தார்.

"ஏன் அமைதியாக நிற்கிறீர்?"

"நம்முடைய குதிரைகள் ஏன் ஓட முடியாமல் தேங்கி நின்றன? அவர்களின் குதிரைகள் எப்படி நாள் முழுவதும் ஓடின? இருவரிடமும் இருந்தவை குதிரைகள்தானே?"

"கூர் மணல் குத்திக் கிழிக்க முடியாதபடி அவர்களின் குதிரைகளுக்குக் குளம்புக்குறடு அமைக்கப் பட்டிருக்கிறது. நம் குதிரைகளின் குளம்புக்குறடுகள் அதற்கு ஏற்ற வடிவில் இல்லை. எனவே, நம் குதிரைகள் தொடர்ந்து ஓட முடியாமல் தேங்கிவிட்டன" என்றான் குதிரைப் படைத் தளபதி உறுமன்கொடி.

"நம் குதிரைகளுக்கும் அதே போன்று குளம்புக்குறடுகள் இருந்திருந்தாலும் நாள் முழுவதும் நிற்காமல் ஓடிக்கொண்டே இருந்திருக்குமா?"

எதிர்பாராத கேள்வியாக இருந்தது. 'பேரரசர்களுக்கு முன்னால் நடக்கும் உரையாடல் இது. எதிரியின் தரப்பில் சொல்லிக்கொள்ளும்படி எந்தவித இழப்பும் ஏற்படவில்லை. ஆனால், நம் தரப்பில் வாள்படைத் தளபதியை இழந்திருக்கிறோம். இந்தப் பின்னணியில் அவையில் பேசும் ஒவ்வொரு சொல்லையும் மிகுந்த கவனத்தோடு பேசவேண்டும்' என்ற விழிப்போடு இருந்தனர் தளபதிகள் அனைவரும்.

மையூர்க்கிழாரின் கேள்விக்குச் சட்டென விடை சொல்லிவிட முடியாத நிலை இருந்தது. அவையில் அமைதி நிலவியது. 'இவன் என்ன சொல்ல வருகிறான்?' என்று கூர்ந்து கவனித்தபடி இருந்தான் கருங்கை வாணன்.

"தரையில் இருக்கும் குதிரைகளை விட மலையில் இருக்கும் குதிரை களுக்கு ஆற்றல் அதிகம் எனச் சொல்லவருகிறீரா?" எனக் கேட்டான் உறுமன்கொடி.

"இல்லை. போர்க்குதிரை என்றாலும் ஆண் குதிரை சிறுநீர் கழிக்க வேண்டு மென்றால் நின்றுவிடும். அதனால்தான் எதிரிகள் ஆண் குதிரைகளைப் போரில் பயன்படுத்துவதில்லை."

ஒரு கணம் உறுமன்கொடி ஆடிப் போனான். இப்படியொரு காரணத்தை அவன் எதிர்பார்க்கவேயில்லை. "ஆண் குதிரைகளின் ஆற்றல் உணர்ந்து அவற்றையே நாம் முன்களப் படைகளில் பயன்படுத்துகிறோம். அதுமட்டுமல்ல, நாள் முழுவதும் குதிரைகள் களத்திலே நிற்கவேண்டிய தேவையிருப்பதால், காலையிலே நன்றாக நீர் குடிக்கவிட்டுத்தான் களத்துக்குக் கொண்டு வருகிறோம். நம்முடைய தேர்வும் முன்னேற்பாடு களுமே போர்க்களச் செயல்பாட்டுக்கு எதிரானதா?" பேச்சற்று நின்றான் உறுமன்கொடி.

தலைகுனிந்து பேசத் தொடங்கிய மையூர்க்கிழாரின் குரல், தளபதிகளைத் தலை குனிந்தே நிற்கவைத்துக் கொண்டிருந்தது. "இதற்கு முன்பு நடைபெற்ற போர்களில் பறம்பு வீரர்கள் யாரும் மெய்க்கவசம் அணிந்ததில்லை. இந்தப் போரில் வீரர்கள் அனைவரும் மெய்க்கவசம் அணிந்திருக்கின்றனர். நாம் அணியும் இரும்பாலான மெய்க்கவசத்தைவிடப் பலமடங்கு எடை குறைவானதாகவும் ஆயுதங்களால் எளிதில் உள்நுழைய முடியாததாகவும் இருக்கிறது அது."

“முன்கூட்டியே எப்படி இவ்வளவு ஏற்பாடுகளைச் செய்தார்கள்?” எனக் கேட்டான் உதியஞ்சேரல்.

“நான் அறிந்தவரை பறம்பு வீரர்கள் போர் என்று வந்தால் எதிரிகளை ஒரு பொருட்டாக மதித்ததே கிடையாது. முதன்முறையாக அவர்கள் போருக்கான முன்னேற்பாடுகளைச் செய்துள்ளனர். இந்தச் செயலுக்கு உள்ளே இருப்பது நமது படை வலிமையைப் பற்றிய அச்சம். அந்த அச்சத்தை ஊதிப்பெருக்க வேண்டும். அவர்களின் வலிமையைப் பொருட்டாக நினைக்கக்கூடாது. அவர்களின் அச்சத்தைக் கையாள் வதைப் பற்றியே நாம் சிந்திக்க வேண்டும்.”

மையூர்க்கிழாரின் சொற்கள் போர்க்களத்துக்குத் தேவையான ஆயுதமாக இருப்பதாகக் கருங்கை வாணன் கருதினான். ஆனால், குலசேகரப்பாண்டியனின் எண்ணம் வேறாக இருந்தது. ‘பறம்பைப் பற்றி நமக்கு முழுமையாகத் தெரிவிக்காமல், அவனது கூற்றின் முக்கியத்துவத்தின் வழியே நம்மை அவனது விருப்பத்தின் வடிவத்துக்குள் இழுக்கிறான்’ என அவருக்குத் தோன்றியது. “சரி, நீ போகலாம்” என்றார்.

ஆழமானதோர் உரையாடலை சட்டென வெட்டித்தள்ளுவதுபோல் இருந்தது குலசேகரப்பாண்டியனின் உத்தரவு.

மையூர்க்கிழார், அவையை வணங்கி வெளியேறினார்.

பாரி வேங்கை மரத்திட்டுக்கு வந்ததும் பேச்சுத் தொடங்கியது.

சற்றே சினத்தோடு இருந்தான் வேட்டூர்ப்பழையன். “யானைப் போரைத் தவிர்க்கும் வாக்கை நாம் கானவர்களுக்கு வழங்கியிருக்கக் கூடாது. எதிரிகள் ஆடுகளைப்போல யானைகளைக் கொண்டுவந்து நிறுத்தி யிருந்தார்கள். நமது தாக்குதல் இன்று யானைப்படையில் இருந்திருக்குமே யானால் எதிரிகள் நிலைகுலைந்திருப் பார்கள். நாம் மிகச்சிறந்த வாய்ப்பைத் தவறவிட்டுவிட்டோம்” என்றார்.

வேட்டூர்ப் பழையனின் கவலை எல்லோருக்கும் புரிந்தது. இன்று எதிரிகளின் யானைப்படை தாக்கப் பட்டிருந்தால் அவர்களது படையின் கட்டுக்கோப்புகள் மொத்தமாகச் சீர்குலைந்திருக்கும். ஆனால், எதுவும் இன்று நடக்கவில்லை. காலை முதல் மாலை வரை பறம்பு வீரர்கள் கடுமை யாகப் போரிட்டாலும் முன்புறப்

படையணியின் ஒரு பகுதியை மட்டும் தான் அழித்தொழிக்க முடிந்தது. இந்த எண்ணத்தின் வெளிப்பாடாகத்தான் வேட்டூர்ப்பழையனின் சொல் இருந்தது.

"வாக்களிக்கப்பட்ட பிறகு நமக்குக் கிடைக்கும் நன்மையைக் கருதி, அளிக்கப்பட்ட வாக்குக்காக வருத்தப் படுதல் கோழைத்தனமல்லவா?" எனக் கேட்டான் பாரி.

"எனக்குப் புரிகிறது. ஆனால், மூவேந்தர்களின் பெரும் படைக்கு எதிராகப் போர்க்களத்தில் நின்று கொண்டிருக்கும் நமக்கு, நாமே சிக்கல் களை உருவாக்கிக்கொள்வது எந்த வகையில் அறிவார்ந்த செயல்?"

"அறிவு என்பது, ஆசைகொண்டு அளக்கப்படுவதல்ல. வெற்றியின் மீது ஆசைகொண்டு, அளிக்கப்பட்ட வாக்கை அளக்க முயல்கிறீர்."

"இல்லை பாரி! நான் வெறும் ஆசையின் பொருட்டு இதைக் கூறவில்லை. போர் எவ்வளவு விரைவாக முடிக்கப்பட வேண்டுமோ, அவ்வளவு விரைவாக முடிக்கப்பட வேண்டும். நாம் யார் என்பதை எதிரி அறிந்துகொள்ளும்முன் அவர்கள் அழிக்கப்பட்டாக வேண்டும். அவர் களிடம் எண்ணிலடங்கா வீரர்களைக் கொண்ட படை இருக்கிறது என்பது ஒரு பொருட்டே அல்ல. ஆனால், மையூர்க்கிழார் என்ற ஒருவன் இருக்கிறான். அவனை நாம் குறைத்து மதிப்பிட்டுவிடக்கூடாது. அவன் சொன்ன குறிப்பை வைத்தே மயிலாவுக்கான நிறைசூல் விழாவை அறிந்து எதிரிகள் தாக்குதல் தொடுத்துள்ளனர். நம் மீது எப்போதெல்லாம் எதிரிக்கு அச்சம் ஏற்படுகிறதோ, அப்போதெல்லாம் அந்த அச்சத்தை அவனால் கலைக்க முடியும். எனது கவலை அவன் பொருட்டுதான்."

அவை சற்றே அமைதி கொண்டது. சிறிது நேரத்துக்குப் பிறகு பாரி கேட்டான், "அவனுக்குத் தட்டியங் காட்டு நிலம் பற்றித் தெரியுமா?"

"எனக்கே தெரியாதே. அவனுக்கு எப்படித் தெரியும்?"

"அவன் கானவர்களை அறிவானா?"

"வாய்ப்பில்லை."

"காற்றையும் காற்றியையும் பற்றித் தெரியுமா?"

"தெரிந்திருக்காது."

"மெய்க்கவசத்தையும் மூவிலை வேலினையும் அறிவானா?"

"அறியமாட்டான்."

"பிறகு, ஏன் அவன்குறித்து இவ்வளவு கவலை கொள்கிறீர்கள்?"

"இவை எல்லாவற்றையும் அவன் அறியவில்லை என்பது பெரிதல்ல. ஆனால், அவன் அறிந்துவைத்திருப்பது இவை எல்லாவற்றையும்விட முக்கியமானது."

"அப்படி எதை அவன் அறிந்திருக் கிறான்?" என வேகமாகக் கேட்டான் தேக்கன்.

"அவன் பாரியை அறிவான்."

யாரும் எதிர்பாராததாக இருந்தது.

"பறம்பின் மரபுகளை அறிவான். இங்கு உள்ள குடிகளின் வீரத்தை அறிவான். எதிரியின் கூடாரத்தில் பாரியை அறிந்தவன் அவன் ஒருவனே."

"அவன் பொருட்டு நாம் பதற்றப்பட வேண்டாம். அவன் போர்க்களம் புகும் நாளுக்காகக் காத்திருப்போம்" என்றான் முடியன்.

அப்போதுதான் இரவாதனும் உதிரனும் ஈங்கையனும் வந்து சேர்ந்தனர்.

மையூர்க்கிழாரோடு தளபதிகள் நால்வரும் அவை விட்டு வெளி யேறினர். பேரரசர்களோடு தலைமைத் தளபதி கருங்கைவாணன் மட்டுமே அவையில் இருந்தான்.

சோழவேழன் சொன்னார், "மையூர்க்கிழார், பறம்பினைப் பற்றிய எல்லாச் செய்திகளையும் துல்லிய மாகக் கூறுகிறார்."

"இல்லை. வெங்கல்நாட்டுக்குக் கொடுத்திருக்கும் ஒரே வேலை எதிரி களைப் பற்றிச் செய்தி சேகரிப்பதுதான். ஆனால், இவனுக்கு ஒத்துழைக்காத ஆறு ஊர்கள் வெங்கல் நாட்டில் உண்டு. உண்மையில் அந்த இடத்தில் தான் இவனால் அதிக செய்தியைச் சேகரிக்க முடியும். அது இவனுக்குத் தெரியவில்லை" என்றார் குலசேகரப் பாண்டியன்.

"இவன், போர்க்களத்துக்குள்ளே வைத்துப் பயன்படுத்தப்படவேண்டிய ஆள். இவனை வெளியில் வைப்பதால் நமக்குத்தான் இழப்பு எனக் கருது கிறேன்" என்றான் பொதியவெற்பன்.

"அவன்தான் நமக்கான தூண்டில் புழு. அந்தப் புழுவைக் கடிக்கப் பறம்புத் தளபதிகள் காத்திருப்பர். பொருத்த மான நேரத்தில் போர்க்களத்துக்குள் இவனை இறக்கலாம்" என்றார் குலசேகரப்பாண்டியன்.

பேரரசர்களுக்கிடையேயான உரையாடலைக் கவனித்தபடி யிருந்தான் கருங்கைவாணன். ஒரு தளபதி, இரண்டு சேனைவரையர்கள், முப்பத்தைந்து சேனை முதலிகள் இன்று கொல்லப்பட்டிருக்கின்றனர். ஆனால், இந்த மரணங்கள் எவையும் இந்த அவைக்கு ஒரு பொருட்டே அல்ல. அதுதான் பேரரசர்களின் படைவலிமை. அந்த மாபெரும் படைப்பிரிவுகளுக்கான அடுத்தநாள் திட்டமிடல் என்னவென்பதைப் பற்றி விளக்கினான் கருங்கைவாணன்.

அவையில் உள்ளோர் திட்டத்தை முழுமையாகக் கேட்டனர். யாருக்கும் மறுப்புச் சொல் இல்லை. கேட்கப் பட்டவை ஏற்கப்பட்டவையாகின. அவை கலையும்முன் குலசேகரப் பாண்டியன் சொன்னார், "நாளைய போரில் வாட்படைத் தளபதியாகச் சூலக்கையன் செயல்படுவான்."

சரியென அனைவரும் ஏற்றுக் கொண்டனர். கொல்லப்பட்ட சாகலைவன், பாண்டிய நாட்டைச் சேர்ந்தவன். அவனுக்குப் பதில் வேறொரு தளபதியைப் பாண்டிய

வேந்தர் சொல்லுதலே முறை. அவ்வாறே செய்தார்.

முடியன் சொன்னான், "நாளை அவர்கள் குதிரைகளை முன் பாய்ச்சலில் ஈடுபடுத்த மாட்டார்கள். நின்ற இடத்திலே குதிரைப்படை நின்றுகொள்ளும்."

"அவர்கள் அப்படிச் செய்தால் நம்மால் நெடுந்தொலைவு உட்புகுந்து செல்ல முடியாது. நமது தரப்பில் இழப்பு அதிகமாகும். பயனும் இருக்காது" என்றான் வேட்டூர்ப் பழையன்.

"அதுமட்டுமல்ல. காற்றும் காற்றியும் வீசினாலும் குதிரைப்படையின் வலிமையைக் குறைக்காமல் நம்மால் மூஞ்சலை நெருங்க முடியாது" என்றான் தேக்கன்.

'வேறு என்னதான் வழி?' என்ற சிந்தனையில் அவை மூழ்கியது.

எதிரிகள் தங்களின் படையை மூன்று நிலைகளில் வைத்துள்ளனர். அவற்றில் முதல் நிலையில் நிற்கும் படையில் பாதி குதிரைகளைத்தான் இன்று வீழ்த்த முடிந்தது. ஈக்கிமணலால் குளம்பு கிழிபட்ட குதிரைகள் மீண்டும் போர்க்களம் புக, ஒரு மாதம் ஆகும். அப்போதும் அவை துணிந்து தாவி விடாது. ஆனால், மீதம் உள்ள குதிரைகளை விலக்கி உட்புகுந்து செல்வது எளிய செயலன்று. சரியான உத்தியால் மட்டுமே அதைச் செய்ய முடியும்.

நீண்டநேர சிந்தனைக்குப் பிறகு தேக்கன் சொன்னான், "ஓங்கலத்தைப் பயன்படுத்துவது ஒன்றே வழி."

சட்டென முடியனைப் பார்த்தான் இரவாதன். அவனது பார்வையில் மகிழ்ச்சி மின்னியது.

"அது முறையா... போர் விதி அதை அனுமதிக்குமா?" எனக் கேட்டான் முடியன்.

"கபிலர் நிலைமான் கோல்சொல்லியாக இருக்கும்போது நாம் எப்படி போர் விதியை மீறுவோம். ஓங்கலத்தைப் பயன்படுத்துதலில் தவறேதும் இல்லை" என்றார் வாரிக்கையன்.

பேச்சினூடே தான் ஏன் உள்ளிழுக்கப்பட்டோம் என்பது கபிலருக்கு விளங்கவில்லை. ஆனால், வாரிக்கையனின் பேச்சில் ஏதோ ஒரு முடிச்சு இருப்பது மட்டும் புரிந்தது.

"இன்றைய தாக்குதலில் எதிரியின் எல்லாத் தந்திரங்களையும் அறிந்து விட்டோம். ஆனால், அறிய முடியாததாக ஒன்று இருக்கிறதே?" எனக் கேட்டார் உதியஞ்சேரல்.

"என்ன?" என்றார் குலசேகரப் பாண்டியன்.

"எதிரிகள் யானைப்போரில் மிக வல்லவர்கள் என்றால், அதை ஏன் அவர்கள் தவிர்த்தார்கள்?"

"தெரியவில்லை. ஆனால், அதை நாம் சாதகமாக்கிக்கொள்வோம். இனி போர்க்களத்தில் யானைகளுக்கு வேலையில்லை. எக்கணமும் நமது யானைப்படை பறம்புக்குள் நுழையலாம். அது எக்கணம் என்பதைப் பொருத்தமான நேரத்தில் முடிவு செய்வோம். அவர்கள் நமக்காக ஏற்படுத்திக்கொடுத்துள்ள வாய்ப்பு இது" என்றார் குலசேகரப்பாண்டியன்.

மிகச்சரியான சிந்தனை என அனைவருக்கும் தோன்றியது. பேச்சு முடிந்த சிறிது நேரத்தில் அவை கலைந்தது. வேந்தர்கள் தத்தமது கூடாரங்களை நோக்கிப் போனார்கள். பாண்டியப் பேரரசரைச் சுற்றி ஆபத்துதவிகள் நடந்தார்கள். சோழனைச் சுற்றி வேளப்படையினர்

சென்றனர். சேரனைக் காக்குவீரர்கள் அழைத்துச்சென்றனர்.

மேற்குமலையின் சரிவில் மின்னல் வெட்டி இறங்கியது. செங்கனச்சோழன் ஊன்றுகோலை ஊன்றியபடி மெல்ல நடந்து கூடாரத்துக்குப் போனான். அவன் வருகைக்காகக் கூடாரத்துக்குள் காத்திருந்தான் சோழர்களின் ஒற்றர்படைத் தளபதி.

மூஞ்சலுக்குள் நுழையச் சிறப்பு வில்லைகள் கொடுக்கப்பட்டது ஒற்றர்படைத் தளபதிகளுக்கு மட்டும்தான். அவர்கள் எந்த நேரமும் வரலாம். இந்த இரவு வேளையில் தனது வரவுக்காகக் காத்திருப்பதில் இருந்தே அதன் முக்கியத்துவத்தை உணரமுடிந்தது. "என்ன செய்தி?" எனக் கேட்டான் செங்கனச்சோழன்.

பேரரசனை வணங்கிவிட்டுச் சொன்னான், "கரும்பாக்குடித் தலைவன் ஈங்கையன், பாரியின் படையில் பங்கேற்றுப் போர் புரிகிறான்" என்றான்.

செங்கனச்சோழனுக்கு அவன் சொல்ல வருவது புரியவில்லை, "என்ன சொல்கிறாய்... விளங்கும்படிச் சொல்."

"தங்களுக்குப் பேரரசர் பட்டம் சூட்டும் வேளையில் கரும்பாக்குடியினரின் மீது மீண்டும் ஒரு தாக்குதல் நடத்தப்பட்டது. கரும்பாக்குடியினர் ஈங்கையனின் தலைமையில் மிகக் கடுமையான எதிர்த்தாக்குதலை நடத்தினர். இறுதியில் அவர்களை வீழ்த்தினார் நம் தளபதி உறையன். வீழ்த்தப்பட்ட ஈங்கையன் உள்ளிட்ட அவன் தோழர்களைக் கப்பல் அடிமைகளாக விற்றார். ஆனால், அந்த ஈங்கையன் இன்று பறம்பின் படையில் தளபதிகளில் ஒருவனாய் நின்று போர்புரிகிறான்."

வியப்பு நீங்காமல் ஒற்றர்படைத் தளபதியைப் பார்த்தான் செங்கனச் சோழன், "நீ சொல்வது உறுதியான செய்திதானா?"

"உறுதியான செய்திதான், பேரரசே! நம்மவர்கள் நேரில் பார்த்துள்ளனர்."

"சரி. மற்றவர்களுக்குத் தெரிய வேண்டாம்" என்று சொல்லி அவனை அனுப்பிவைத்தான்.

குலசேகரப்பாண்டியன் கூடாரத்துக்குள் நுழைந்தபோது அங்கேயும் ஒருவன் இருந்தான். பேரரசரை வணங்கிவிட்டுச் சொன்னான், "எதிரிகள் தரப்பில் இன்றைய போரில் பங்கெடுத்தவர்களை மதிப்பிட்டோம். நமது படையோடு ஒப்பிட்டால் அவர்களின் படை இருபதில் ஒரு பங்குதான் இருக்கும். இன்றைய போரில் இறந்தவர்களை மதிப்பிட்டோம். நமது தரப்பில் இறந்தவர்களோடு ஒப்பிட்டால் எதிரிகள் தரப்பில் இறந்தவர்களின் எண்ணிக்கை இருபதில் ஒரு பங்குகூட இருக்காது. அதற்கும் குறைவுதான்."

வேங்கை மரத்திட்டில் கூடியிருந்தவர்கள் பேச்சு முடிந்து கலைந்தனர். உறங்குவதற்காக ஆறாவது குகையை நோக்கிப் போனான் பாரி. அவன் சென்ற சிறிது நேரத்தில் அந்தக் குகையை நோக்கி உதிரன் போனான். பாரி தங்கும் குகையை நாள்தோறும் தளபதி ஒருவன் காத்து நிற்க வேண்டும் என்பது முடியனின் உத்தரவு.

94

திசைவேழரின் கையுயர்வின் வழியே மேலெழுந்தது பேரோசை. தட்டியங் காட்டுப் போரின் இரண்டாம் நாள் தொடங்கியது. இனி ஒவ்வொரு நாளும் போர் முடிவுறும் நாழிகையின் போது போர்க்கள நிகழ்வுகளை உற்று நோக்க வேண்டும். முதல் நாள் இழப்புக்கு வஞ்சினம் உரைத்தவர்கள், மறுநாள் பழிவாங்க அனைத்து வழிகளிலும் முயல்வார்கள். அவர்களுக்கான கடைசி வாய்ப்பாகப் போரின் இறுதி நாழிகை இருக்கும். போர் முடிவுற்றதாக முரசுகள் ஒலி எழுப்பினாலும் அந்தக் கணத்தைச் சாதகமாகப் பயன்படுத்திக் கொள்ளவே முயல்வார்கள். எவன் ஒருவன் முரசோசைக்கு மதிப்பு கொடுத்து ஆயுதத்தைத் தாழ்த்துகிறானோ, அவனே பாதிக்கப்படுகிறான். நேற்றைய போரில் தளபதி ஒருவன் கொல்லப்பட்டுள்ளான். அப்படியென்றால், இன்றைய போரில் அதற்குப் பலியெடுக்கப்படும். ஒருவேளை பகற்பொழுதில் அந்த வாய்ப்பு அமையாவிடின் கடைசி நாழிகையில் சதிகள் அரங்கேறத் தொடங்கும்.

நிலைமான் கோல்சொல்லிகளின் வேலை இனிமேல்தான் கடினமானதாக மாற இருக்கிறது. வேட்டை விலங்குகளை விதிமுறைகளைப் பேணச்செய்வது எளிதன்று. போர்க் களத்தில் எல்லோரும் வேட்டை விலங்குகள்தான். தனக்கான இரையைப் பற்றியிழுக்கக் கடைசி வரை முயல்வார்கள். அதுவும் கடைசிக்கணத்தில் மூர்க்கமேறிய பாய்ச்சல் இருக்கும். அப்போது ஒலிக்கும் முரசோசை செவிப் புலனுக்குள் நுழையாது. கொலைவெறி ஊறிய அவர்களின் கண்களுக்கு

வேறெதுவும் தெரியாது.

போர்க்களம் முழுவதும் விதிகளின் வழியே காத்து நிற்பதுதான் நிலைமான் கோல்சொல்லிகளின் கடமை. முடிவுறும் நாழிகையில் கொலை வெறியை மறித்து நிறுத்தும் செயலில் தான் அவர்களின் திறன் இருக்கிறது. காற்றில் அங்குமிங்குமாக அம்புகளும் ஈட்டிகளும் பறப்பதன்று பிரச்னை. முரசோசையையே தனது திட்டத்தின் பகுதியாகத் தீர்மானித்துச் செயல்படுபவர்கள்தான் விதிமுறைகளைத் தகர்த்தெறிகிறார்கள். அவர்கள் பெரும்பாலும் நிலைமான் கோல்சொல்லியின் பார்வை யெல்லைக்கு அப்பால்தான் தங்களின் திட்டத்தை நிறைவேற்றுகிறார்கள். திசைவேழர் முடிவுசெய்தார், 'இனிமேல் நடுவில் இருக்கும் இந்தப் பரணில் மட்டும் இருப்பதில்லை. போரின் போக்கிற்கேற்ப முடிவுறும் நாழிகையின்போது வெவ்வேறு பரண்களின்மேல் ஏறி நின்று களத்தைத் துல்லியமாகக் கண்காணிக்க வேண்டும்.'

எண்ணங்கள் ஓடிக்கொண்டிருக்கையில் தட்டியங்காடெங்கும் வீரர்கள் போரிட்டுக்கொண்டிருந்தனர். ஒரு கணம் திகைப்புற்றார் திசைவேழர். 'இத்தனை ஆயிரம் வீரர்கள் போரிடுவதைக் கண்கள் பார்த்தபடியிருக்க, எண்ணங்கள் தாம் செய்யவேண்டிய வேலையில் மட்டுமே கவனம் கொண்டிருக்கின்றன. போர்க்களத்துக்குரிய மனிதராக அவர் மாறிக்கொண்டிருந்தார். சரிந்துவிழும் எண்ணற்ற உடல்களைப் பார்க்காது கடப்பதைப்போலவே பார்த்துக் கடக்கும் மனநிலை உருவாகிறது. வீரர்கள் அனைவரும் இந்த மனநிலையில்தான் இருப்பார்கள். மரணத்தை மதிப்பற்ற ஒன்றாகக் கைக்கொண்டால் மட்டுமே போர்க்களத்துக்குரியவராக மாறமுடியும். திசைவேழர் போர்க்களத்துக்கானவராக மாறியிருந்தார்.

நேற்றைய இழப்பின் தாக்கம் ஏதும் வேந்தர்படையில் இல்லை. தளபதிகள் பலருக்கும் இப்போது தெளிவு கூடியிருந்தது. சமதளப் போர்க்களத்தில் பறம்புவீரர்கள் வெளிப்படுத்தும் ஆற்றலைப் பற்றிய குறை மதிப்பீட்டிலிருந்து அவர்கள் மீண்டனர். நேற்றைய போரில் எதிரியைச் சரியான உத்திகளின் மூலம் சந்திக்கவில்லை. எளிதாக வெற்றியை எட்டும் மனநிலையிலேயே அவர்கள் போரைத் தொடங்கினர். ஆனால், இன்று அப்படியல்ல. எதிரியை எந்த வகையிலும் குறைத்து மதிப்பிடக்கூடாது என்பதைச் சாகலைவனின் மரணம் உணர்த்தியிருந்தது.

கருங்கைவாணனைப் பொறுத்தவரையில் தளபதிகளுக்கான தனித்த ஆணை எதையும் இன்று அவன் பிறப்பிக்கவில்லை. பொதுவான தன்மையிலான தாக்குதலுக்கே அவன் அனுமதி கொடுத்திருந்தான். அவனுக்கு நேற்றைய போர் ஒரு மதிப்பீட்டுக் களம்தான். எதிரிகள் செயல்படும் வேகத்தையும் அவர்களின் ஆற்றலையும் மதிப்பிட்டான். இன்றோ அவர்கள் சோர்வடையும் வரை தமது படைத் தாக்குதலை நிறுத்தாமல் தொடரவேண்டும் என்று கூறியிருந்தான். பறம்பு வீரர்கள் முழு ஆற்றலோடு போரிடும் வரை அவர்களோடு தீவிரமாக மோதுவதைத் தவிர்க்க வேண்டும். அவர்கள் சோர்வுறும் வரை நமது முன்னணிப் படையினர் விடாது மோதிக்கொண்டிருக்க வேண்டும். அதனால்

ஏற்படும் இழப்புகள் ஒரு பொருட்டல்ல. எண்ணற்ற வீரர்களின் இழப்பின் வழியேதான் பறம்பு வீரர்களைச் சோர்வடையச் செய்ய முடியும். அதன்பிறகே தாக்குதல் போரை முழு வேகத்தோடு தொடங்க வேண்டும் என்று முடிவுசெய்திருந்தான்.

வழக்கம்போல் முதல்நிலைப் படையின் நடுப்பகுதியில் கருங்கை வாணன் நின்றிருந்தான். நேற்றைய போரில் முதல்நிலைப் படை மூன்றில் ஒரு பகுதி வீரர்களை இழந்திருந்தது. அதே அளவுக்குப் புதிய வீரர்கள் இப்போது படையில் நின்றிருந்தனர். இரண்டாம் நிலையிலும் மூன்றாம் நிலையிலும் இருந்த வீரர்களை இதில் இணைத்திருந்தான். ஆனால், அங்கு இருந்த நிலைப்படை வீரர்கள் யாரையும் இங்கு வந்து சேர்க்கவில்லை. எதிரிகளைச் சோர்வடையச் செய்யும் உத்தியே பின்பற்றப்பட்டது. இழப்பதையே உத்தியின் பகுதியாக மாற்றியிருந்தான். அதற்கேற்ப கூலிப்படை வீரர்களைத்தான் முன்களத்தில் நிறுத்தியிருந்தான்.

முரசோசை கேட்டதும் உதிரனின் தலைமையிலான விற்படை தங்களது தாக்குதலைத் தொடங்கியது. கூழையனின் தேர்ப்படையும் தேக்கனின் வாட்படையும் முன்னேறத் தொடங்கின. வேந்தரின் குதிரைப் படைத் தளபதி உறுமன்கொடி பாய்ந்து தாக்கவில்லை. நின்ற இடத்திலேயே அணிவகுத்து நின்று கொண்டான். இது எதிர்பார்க்கப் பட்டதுதான். பறம்பின் குதிரைப் படைத் தளபதி இரவாதன் சிறிது நேரம் போக்குக்காட்டிக் கொண்டிருந்தான்.

தொடக்க நாழிகையில் போரின் குணத்தைக் கருங்கைவாணன் நிதானமாக மதிப்பிட்டுக் கொண்டிருந்தபோது, குளவன் திட்டிலிருந்து பாரியும் அதைத்தான் செய்துகொண்டிருந்தான். காலையில் பாரி இந்த இடம் வந்துசேரும்போதே இகுளிக்கிழவனின் முகம் சோர்வுற்று இருந்தது. “நேற்று இரவெல்லாம் உட்காடுகளில் நல்ல மழை. இப்போதும் கணவாய்ப் பகுதியில் தூறல் விழுந்துகொண்டுதான் இருக்கிறது” என்றான்.

அவன் என்ன சொல்லவருகிறான் என்பது பாரிக்குப் புரிந்தது.

மெல்லிய குரலில் தயக்கத்தோடு சொன்னான், “இன்றும் காற்றும் காற்றியும் வருவதற்கு வாய்ப்பில்லை.”

பாரியின் முகத்தில் கவலை தோய்ந்த மாற்றங்கள் எதுவுமில்லை. அதைப் பார்த்தபடி இகுளிக்கிழவன் மேலும் சொன்னான், “தட்டியங்காட்டு நிலத்தில்கூட அதிகளவுக்கு வெக்கை இருக்காது” என்றான்.

அப்படியென்றால், வேந்தர்படை வீரர்கள் நடுப்பகலுக்குப் பிறகு சோர்வடைய மாட்டார்கள் என்பதை எண்ணியபடியே போர்க்களத்தைப் பார்த்துக்கொண்டிருந்தான் பாரி. பறம்பைப் பொறுத்தவரை இன்றைய போர் உத்தி என்பது, தாக்கி முன்னேறுவதல்ல; முழுவதும் இரவாதனைச் சுற்றி உருவாக்கப் பட்டுள்ள உத்தியே. அவனது தாக்குதலுக்குக் குறுக்கே யாரும் வந்துவிடாதவாறு பார்த்துக்கொள்ள வேண்டும்.

மரத்திலிருந்து கலைந்து வானத்தில் பறக்கும் பறவைகள் சிறிது தொலைவு பறந்த பிறகு ஓர் ஒழுங்கை அடைவதைப்போல, போர் தொடங்கிய கணத்தில் தாக்கி

முன்னேறிய பறம்புவீரர்கள் திட்டமிடலுக்கேற்ற ஒழுங்கை அடைந்துகொண்டிருந்தார்கள். பாரியின் கண்கள், அவர்களைக் கூர்ந்து கவனித்துக்கொண்டிருந்தன.

வேந்தர்களின் வாட்படைக்குப் புதிய தளபதியாக நியமிக்கப்பட்ட சூலக்கையன் திட்டமிடப்பட்டபடிப் படையை நகர்த்திக்கொண்டிருந்தான். எதிரில் நின்றிருந்த பறம்புத் தளபதி தேக்கன் முன்னகர்ந்து செல்வதற்கான வாய்ப்புகளைக்கூடப் பயன்படுத்தவில்லை. இன்றைய போரில் பறம்புத் தளபதிகள் அனைவருக்கும் கொடுக்கப்பட்ட பணி இரவாதனுக்குத் துணைசெய்வதே.

இரவாதன், தனது குதிரைப் படையைக் கொண்டு பெயரளவிலான தாக்குதலையே நடத்திக்கொண் டிருந்தான். அவனது திட்டத்தை நடைமுறைப்படுத்த இருபுறமும் இருந்த பறம்புத்தளபதிகளான உதிரனும் கூழையனும் குறிப்பிட்ட தொலைவு வரை முன்னேறிப் போக வேண்டியிருந்தது. அதைக் கணித்தபடியே இரவாதன் அங்குமிங்கு மாக அலைமோதிக்கொண்டிருந்தான். உறுமன்கொடியோ, தங்களின் குதிரைப் படை நிலைகொண்ட தாக்குதலை நடத்துவதால் என்ன செய்வதென்று புரியாமல் எதிரி திணறுகிறான் என நினைத்தான்.

இரவாதன் உள்ளிட்ட பறம்பின் குதிரைப்படை வீரர்கள் அனைவரின் அம்பறாத்தூணிகளிலும் ஓங்கல அம்புகள் இருந்தன. இன்றைய போரில் பறம்பு நம்பியிருக்கும் பேராயுதம் ஓங்கலம்தான். 'ஓங்கலம்' என்பது மூங்கிலின் குறிப்பிட்டதொரு வகை. இந்த வகை மூங்கிலைப் பறவைகளோ, விலங்குகளோ நெருங்காது.

ஓங்கலத்தின் தோகை அறுத்தாலோ, கணு குத்தினாலோ விலங்குகளுக்கு மயக்கம் ஏற்படும். அதன் ஈக்கியில் கசியும் நீர் கணநேரத்தில் உயிரினங் களைக் கண்பார்வையை மங்கச் செய்யும். கருவுற்ற யானை ஓங்கலத்தின் தோகையைத் தின்றால், தின்றவுடன் கருக்கலையும். நாகத்தின் நஞ்சால் தாக்குண்ட விலங்கு மட்டும் ஓங்கலத்தைத் தேடிவந்து அதன் தோகைகளை வேகவேகமாக மென்று தின்னும். எதிர்குணம்கொண்ட நஞ்சு, நாகத்தின் நஞ்சைச் செயலிழக்கச் செய்யும் என்பதால், விலங்குகள் இந்த மருந்தைக் கண்டறிந்துள்ளன. ஓங்கலத்துக்குள் நாகங்கள் நுழைவ தில்லை. நாகங்கள் அஞ்சும் நஞ்சு, ஓங்கலத்தின் தோகைச் சுணைகள்தான். ஊர்ந்து செல்லும் பாம்பின் மீது தோகையின் விளிம்பில் உள்ள கூர்முனை கொண்ட சுணை பட்டால் போதும், பாம்பின் செதில்களுக்குள் சிக்கிக்கொள்ளும். பாம்பு அசைய அசைய அதன் செதில்களே சுணையை உடலுக்குள் செலுத்திவிடும். நாகம் நஞ்சால் செயலிழக்கும்.

'**வே**ந்தர்களின் குதிரைப்படை பாய்ந்து தாக்காமல் நிலைகொண்டு தாக்கும் உத்தியைத்தான் பின்பற்றும்' என்று நேற்றிரவு வேங்கைமரத்திட்டில் பேசும்போதே முடியன் கணித்தான். அவர்கள் முன்னேறிவந்து தாக்காமல் நிலைகொண்டு தாக்கும் உத்தியைப் பின்பற்றினால் வேந்தர்களின் குதிரைப்படையை எளிதில் வீழ்த்த முடியாது. அவர்கள் படையில் பெரும் எண்ணிக்கையில் குதிரைகள் இருக்கின்றன. அவற்றை வெகுவாகக் குறைத்தால் மட்டுமே மூஞ்சல்நகரை

நெருங்க முடியும். மூஞ்சலின் பாதுகாப்பை நொறுக்கி நீலனை மீட்கச் செய்யவேண்டுமென்றால், முதலில் எதிரிகளின் குதிரைப்படையைக் குறைத்தாக வேண்டும். அதற்கு இருக்கும் ஒரே வாய்ப்பு ஓங்கலத்தைப் பயன்படுத்துதல் மட்டுமே.

நேற்றிரவு வேங்கைமரத்திட்டில் ஓங்கலத்தைப் பயன்படுத்துவதற்கான முடிவை எடுத்தவுடன் செய்திகள் எல்லா இடங்களுக்கும் தெரிவிக்கப்பட்டன. இரவோடு இரவாக ஓங்கல மூங்கிலின் கட்டுகள் தலைச்சுமையாக இரலிமேட்டுக்கு வந்துசேரத் தொடங்கின. உடனடியாக அவை அம்புகளாகச் சீவப்பட்டுக் குதிரைப் படை வீரர்களின் அம்பறாத்தூணிகளில் செருகப்பட்டன.

இரவாதன் தலைமையிலான குதிரைப்படை வீரர்கள் அனைவரின் அம்பறாத்தூணிகளிலும் இப்போது ஓங்கல அம்புகள் இருக்கின்றன. ஆனால், அவற்றை யாரும் இன்னும் பயன்படுத்தவில்லை. மற்ற அம்புகளைப் பயன்படுத்தியபடியே இங்குமங்குமாக அலைந்து கொண்டிருந்தனர். வேந்தர்களின் குதிரைப்படையின் இரு ஓரங்களிலும் இரவாதனின் குதிரைப்படை கடைசி வரை பாய்ந்து செல்வதற்கு வழியமைத்துக்கொடுக்க உதிரனும் கூழையனும் முன்னோக்கிச் சென்று கொண்டிருந்தனர்.

குறிப்பிட்ட பகுதியில் மட்டும் பறம்புப்படை முன்னோக்கி வந்துகொண்டிருப்பதைக் கருங்கை வாணன் கவனித்துக் கொண்டிருந்தான். தங்கள் படையின் முன்கள வீரர்கள் பெரும்வலிமை கொண்டவர்கள் அல்லர்; தனது திட்டபடி அவர்கள் பலியாடுகளே. ஆனால், குறிப்பிட்ட சில இடங்களில் மட்டும் பறம்புப்படை இவ்வளவு உள்நுழைந்துள்ளதே எனச் சிந்தித்தபடி நின்றுகொண்டிருந்தான்.

பறம்புத் தலைமைத் தளபதி முடியனை அவனது கண்கள் தேடின. வழக்கம்போல முடியன் முன் களத்துக்கு வரவில்லை. நேற்றைக்குப் போல நடுப்பகல் கடந்த பிறகுதான் அவன் முன்னே வருவான். அப்படி யென்றால், இன்றும் பிற்பகலில் அவர்களின் தாக்குதல் திட்டம் தீவிரமடையும் என நினைத்துக் கொண்டிருந்தான்.

எவ்வளவு துல்லியமாகத் திட்டமிட்டாலும் நாம் சிந்தித்திராத வாய்ப்புகளைப் போர்க்களம் நமக்கு உருவாக்கித்தரும். மிகக் குறைந்த நேரம் மட்டுமே நீடிக்கும் அந்த வாய்ப்பைச் சரியாகக் கண்டறிந்து செயல்படுத்தும் தளபதியே வெற்றியைப் பறிக்கிறான். கருங்கைவாணனின் திறமையே, களத்தில் உருவாகும் வாய்ப்பைப் பயன்படுத்துவதில் இணையற்றவனாக இருப்பதுதான். இன்றைய நாளுக்காக வகுக்கப்பட்ட உத்தியைப் படையணிகள் சரியாகச் செயல்படுத்துகின்றனவா என்பதைத் தளபதி உற்றுக்கவனிக்க வேண்டும். அதேநேரத்தில் எதிரிகள் வகுத்துள்ள உத்தி என்னவென்பதையும் விரைவில் கண்டறிய வேண்டும். எல்லாத் தளபதிகளும் இந்த இரண்டு எண்ணங்களுடன் தான் போர்க்களத்தில் நிற்பர். ஆனால், இவை இரண்டையும் கடந்து மூன்றாவதான வாய்ப்பு ஒன்று போர்க்களத்துக்குள் உருவாகிக் கொண்டிருக்கும். அதை விரைந்து மதிப்பிடத் தெரிந்தவனே போர்க் கலையின் வல்லுநன் ஆகிறான்.

‘எதிரிகள் ஏன் குறிப்பிட்ட சில பகுதியில் மட்டும் இவ்வளவு

தொலைவு முன்னகர்ந்து வந்து கொண்டிருக்கின்றனர்' என்று கருங்கைவாணன் எண்ணிக்கொண்டிருக்கும்போதுதான் சட்டென இன்னொன்றும் தோன்றியது. இந்தப் புதிய சூழல் உருவாக்கும் வாய்ப்பு என்ன எனக் கண்கள் இங்குமங்குமாகத் தேடத் தொடங்கின. எதிரிகள் எவ்வளவு முன்னகர்ந்து போய்க் கொண்டிருந்தாலும் கருங்கை வாணனுக்கு அச்சம் ஏதுமில்லை. ஏனெனில், முதல்நிலைப் படையைக் கடந்து இரண்டாம்நிலைப் படை நின்றுகொண்டிருக்கிறது. அதற்கு அடுத்து மூன்றாம்நிலைப் படை இருக்கிறது. எதிரிகள் எவ்வளவு முயன்றாலும் ஒன்றும் செய்துவிட முடியாது. எனவே, இந்தப் புதிய சூழல் வாய்ப்பை உருவாக்கித் தந்தால் அதைப் பயன்படுத்தலாம் என்று அவனுடைய கண்கள் இங்குமங்குமாக அலைமோதிக்கொண்டிருந்தன.

அப்போதுதான் அவனது கண்ணில் பட்டான் தேக்கன். சாகலைவனின் மரணத்துக்கு மறுநாளே பலியெடுக்கும் வாய்ப்பாக அந்தக் கணம் அவனுக்குத் தோன்றியது. கருங்கைவாணன் அவனை நோக்கிக் குதிரையைச் செலுத்தத் தொடங்கினான். வேந்தர்களின் வாட்படைத் தளபதி சூலக்கையன் சற்றே துடிப்பு நிறைந்தவனாக இருந்தான். தேக்கனோடு நேர்கொண்டு மோதும் வாய்ப்புக்காகக் காத்திருந்த அவனின் நகர்வும் தேக்கனை நோக்கியே இருந்தது.

தேக்கனோ தனது வாட்படையின் நடுப்பகுதியில் இருந்தான். வீரர்களின் கால்கள் மூன்றாம் முன்னெட்டைக் கடக்காமல் இருக்க வேண்டும் என உத்தரவிட்டிருந்தான். ஓசைகளின் வழியேயும் கால்கள் கிளப்பும் புழுதியின் வழியேயும் பார்ப்பவர்களின் கண்கள் வேகத்தை உணர்கின்றன. ஆனால், இருக்கும் இடம் விட்டு முன்னோக்கி நகராமல் அவர்கள் போரிட்டுக்கொண்டிருப்பார்கள். ஏறிவரும் எதிரியை மட்டும் வெட்டிச்சரித்தபடி இருப்பார்கள். தேக்கனின் தலைமையிலான வாட்படை அதைத்தான் செய்துகொண்டிருந்தது.

இரவாதன் தனக்கான வாய்ப்புக்காகத் துடித்துக்கொண்டிருந்தான். எதிரிகளது குதிரைப்படையின் இருபக்கவாட்டிலும் முன்னகர்ந்த பறம்புவீரர்கள் குறிப்பிட்ட தொலைவு சென்றவுடன் ஓசையை எழுப்பினர். வேந்தர் படையின் ஒவ்வொரு பிரிவிலும் ஓசை எழுப்பும் கருவியோடு வீரன் நின்றிருந்தான். ஆனால், பறம்புக்கு அப்படியன்று, போரிட்டுக் கொண்டிருக்கும் வீரர்களிலே கூவல் குடியினரும் இருந்தனர். எல்லையைத் தொட்ட குறிப்பை அவர்கள் சீழ்க்கை ஓசையின் வழியே கணநேரத்தில் கடத்தினர். அந்த ஓசைக்காகத்தான் இரவாதன் காத்திருந்தான். ஓசை கேட்ட மறுகணம் தனது உத்தரவைப் படை முழுமைக்கும் வழங்கினான்.

இரவாதனின் குதிரைப்படை, கண்ணிமைக்கும் நேரத்தில் பல கூறுகளாகப் பிரிந்தது; எதிரியின் குதிரைப் படையில் நிற்கும் குதிரைகளை முதலிலிருந்து கடைசி வரை இடைவெளிவிடாமல் துல்லியமாகத் தாக்கும் திட்டத்தைச் செயல்படுத்தத் தொடங்கியது. திடீரென இவர்கள் ஏன் இவ்வளவு வேகம் கொள்கின்றனர் என்று உறுமன்கொடிக்குப் புரியவில்லை. 'ஒருவேளை அப்படிச் செய்தால்தான் நாம்

விரட்டித்தாக்குவோம் என நினைத்துச் செய்கின்றனரா?' என்று சிந்தித்தான். தம்மைக் கோபமூட்டி விரட்டிச் செல்லவைக்கும் உத்தியாக உறுமன்கொடி நினைத்தான். எதிரிகள் எவ்வளவு வேகமாகச் செயல்பட்டுக் குதிரையை விரட்டினாலும், தான் நிலைகொண்ட தாக்குதலை மாற்றக் கூடாது என்பதில் உறுதியாக இருந்தான்.

தொடக்க நிலை அம்புகள் சீறிப் பாய்ந்த பிறகு ஓங்கல அம்புகள் வில்லிலிருந்து விடுபடத் தொடங்கின. அவை மற்ற அம்புகளைப்போல வேகம்கொண்டு தாக்குவதில்லை. அதற்கான தேவையும் இல்லை. குதிரையின் முன்பக்கமோ, பின்பக்கமோ அல்லது உடலின் ஏதாவதொரு பாகத்திலோ மெல்ல உரசிச்சென்றால் போதும். அம்பின் ஈக்கியொன்று உள்நுழையும் அளவுக்குச் சிறு சிராய்ப்பை உருவாக்கினாலே போதும். எனவே, பறம்பு வீரர்கள் முதலிலிருந்து கடைசி வரை நிற்கும் குதிரைகள் அனைத்தின் மீதும் ஏதாவது ஓர் அம்பு தைக்கும்படியான உத்தியைப் பயன்படுத்தினர்.

வேகம், வேகம், அதிவேகம் என்பதே இரவாதனின் செயல்பாடாக இருந்தது. இரண்டு மூன்று அம்புகளுக்கு ஒருமுறைதான் ஓங்கலத்தைப் பயன்படுத்த வேண்டும். எதிரிக்கு எந்த வகையிலும் ஐயம் வந்துவிடக் கூடாது. தாக்கும் போரைப் படுவேகமாகச் செய்கிறார்கள் என்று மட்டும்தான் அவர்கள் நினைக்க வேண்டும். ஆனால், முதலிலிருந்து கடைசி வரை குதிரைப்படை முழுமையும் அம்புகளைப் பொழிந்து தள்ளவேண்டும். இரவாதன், கண்ணிமைக்கும் நேரத்தைக்கூட வீணாக்காமல் செயல்பட்டுக்கொண்டிருந்தான்.

இந்தத் தாக்குதலில் மிகக் கடினமானது எதிரியின் குதிரைப்படையின் நடுப்பகுதியில் இருக்கும் குதிரைகளைத் தாக்குவதுதான். ஏனெனில், ஓங்கல அம்பை மற்ற அம்புகளைப்போல வேகம் கொள்ளச்செய்ய முடியாது. அதன் எடையும் தன்மையும் பாய்ந்து செல்வதற்கான வாகினைக்கொண்டதன்று. எனவே, இழுபடும் நாணின் விசையால் மட்டுமே அதை எதிரிப் படையின் நடுப்பகுதிக்குச் செலுத்த வேண்டும். சூளூர் வீரர்களுக்கு இரவாதன் வரையறுத்தது நடுப்பகுதிக் குதிரைகளைத் தாக்கவேண்டும் என்பதுதான். மற்ற வீரர்கள்தாம் ஓரப் பகுதியைத் தாக்கினார்கள்.

பறம்பின் குதிரைப்படையின் வேகமும் குறுங்காது முயலின் குருதியில் ஊறவைக்கப்பட்ட நாணின் இழுத்துத்தள்ளும் வேகமும் ஒன்றாய் இணைய, ஓங்கல அம்புகள் இடைவெளியின்றிப் பொழிந்தன.

போர்க்களம் தனது போக்கில் உருவாக்கிக் கொடுக்கும் வாய்ப்பைப் பயன்படுத்துதலே அறிவார்ந்த தளபதியின் வேலை. நேற்றைய போரில் சாகலைவனின் தலையைச் சரித்தவனை நோக்கி முன்னகர்ந்து கொண்டிருந்தான் கருங்கைவாணன். ஏற்கெனவே அவனை நோக்கி நகர்ந்து கொண்டிருந்தான் சூலக்கையன். தேக்கன், முன் திட்டமிட்டபடியான உத்தியின்படிப் பறம்புப் படைகளின் தாக்குதலை நடத்திக்கொண்டிருந்தான்.

தேக்கனின் அருகில் வந்து சேர்ந்த சூலக்கையன் நேரடித் தாக்குதலில் ஈடுபடத் தொடங்கினான். தேக்கன் அதை வழக்கம்போல் எதிர்கொண்டபடியிருந்தான். சூலக்கையன், வயதால் இளையவன்; துடிப்பு நிறைந்தவன்.

கிழவனைச் சாய்க்கும் வெறியோடு அவன் மோதுவதைத் தேக்கன் உணர அதிக நேரமாகவில்லை. ஆனாலும் தேக்கனின் கவனம் இரவாதன் செயலின் போக்கை அறிவதிலேயே இருந்தது.

கிழவன் பெரிதாகக் கவனம் கொள்ளாமலேயே போரிடுகிறான் என்பதைப் புரிந்துகொண்ட சூலக்கையன், சீற்றம்கொண்டு தாக்கினான். முனையால் சீவிச் சரிக்கும் உத்தியைப் பயன்படுத்தி வாளின் மூக்குப் பகுதியைக் கண்ணிமைக்கும் நேரத்தில் கேடயத்தின் உள்விளிம்பை நோக்கிப் பாய்ச்சினான். பாய்ச்சிய வேகத்தில் கிழவனின் மேலிருந்து கொப்புளிக்கும் குருதியை அவன் கண்கள் தேடின. கேடயத்தின் உள்விளிம்பு ஆயுதத்தின் வேகத்தை உணர்ந்து வெளிப்புறம் நோக்கித் தள்ளியபோது, உடல் உள்வளைந்து எழுந்தது. தேக்கன் எளிதாகச் சுழன்றுகொடுத்து நின்றான். சூலக்கையன் அதிர்ச்சியோடு தேக்கனைப் பார்த்தபோது கருங்கைவாணன் வந்து இறங்கினான்.

மூவேந்தர்படைத் தலைமைத் தளபதி மகாசாமந்தன் போர்க்களம் தனது போக்கில் தந்த வாய்ப்பை வணங்கி வாளேந்தி நின்றான். சூலக்கையனுக்கு ஒதுங்கிக்கொள்வதா இணைந்துகொள்வதா எனத் தெரிய வில்லை. சற்றே தயக்கத்தோடு விலகினான். அவன் விலகத் தயங்கிய நேரத்தில் கருங்கைவாணனின் கால்கள் தாக்கப்போகும் தன்மைக்கு ஏற்ப அடியெடுத்து நின்றன. சூலக்கையன் அவனுடைய கால்களைப் பார்த்தான். சட்டென நிமிர்ந்து அவனுடைய கைகளைப் பார்த்தான். இடதுகையில் இருந்த கேடயம் மட்டுமே துருத்தித் துருத்தி முன்னால் நகர்ந்துகொண்டிருந்தது. வலதுகையில் இருந்த வாள் சரியான கணத்துக்காகக் காத்திருந்தது.

தேக்கன், கருங்கைவாணனின் கண்களையே பார்த்தான். இருவரின் கால்களும் பின்னல் வட்டத்தில் நகர்ந்துகொண்டிருந்தன. கிழவனின் கண்களில் அச்சமேதும் தெரிய வில்லை. தன்னைத் தாக்கி வீழ்த்த அவன் ஆயத்தமாக இல்லை; தற்காப்பு மட்டுமே அவனது நோக்கமாக இருக்கிறது என்று கணித்தான் கருங்கைவாணன். போர்க்களத்தின் சூழல் கணத்துக்குக் கணம் மாறக் கூடியது. இப்போதைய வாய்ப்பை அடுத்த கணம் வழங்குமா எனத் தெரியாது. எனவே, காலம் தாழ்த்த வேண்டாம் என எண்ணிய கருங்கை வாணன், தனது வலிமை மிகுந்த தாக்குதல் முறையால் மின்னல் வேகத்தில் பாய்ந்தான். வாட்கள் ஒன்றோடொன்று மோதித் திரும்பின.

இவன் ஒவ்வொரு தாக்குதலிலும் உயிர் குடிக்க எண்ணுகிறான் என்பதைத் தேக்கன் உணர வெகுநேரம் ஆகவில்லை. கால்கள் முன்பாயும் வேகத்தில் மூன்று மடங்கு ஆற்றலை வெளிப்படுத்திப் படபடக்கும் சிறகு போல வாளால் இடைவிடாது தாக்கி எதிரியை நிலைகுலையச் செய்வதே கருங்கைவாணனின் உத்தி.

தேக்கன், அவனது வேகத்தை மதிப்பிடும் முன்பே அடுத்தடுத்து வேகத்தைக் கூட்டிக்கொண்டிருந்தான். முன்னும் பின்னுமாகக் கேடயத்தைச் சுழற்றியபடி வாள்வீச்சை வாங்கிக் கொண்டிருந்தான் தேக்கன். கிழவன் எதிர்கொள்ளத் திணறுகிறான் என்பதை உணர்ந்த கருங்கைவாணன், சரியான நேரத்தில் தேக்கனின் கேடயத்தை ஏமாற்றி நடுமார்பைக் கிழித்தபடிச் சீவி முன்னகரும் தாக்குதலைத் தொடுத்தான். மின்னல் வேகத்தில் குறுக்கிட்டு வெளிவந்தது கருங்கைவாணன் வீசிய வாள். காற்று அறுபடும் ஓசை காதில் கேட்டது. கிழவன் மண்ணில் சரிந்திருப்பான் என எண்ணியபடியே திரும்பினான். இந்தக் கணத்தைத்தான் தேக்கன் எதிர்பார்த்திருந்தான். கொலை முடிந்த மறுகணத்தில் ஆற்றலேதும் இன்றி அகமகிழ்ந்து திரும்பும் வீரனின் தலையைக் கொய்து முடிப்பதில்தான் சுகம் உண்டு. தனது உயிரைப் பணயம் வைத்து நடக்கும் இந்த விளையாட்டில் வீரர்கள் இந்த உணர்வைச் சுவைக்கவே மீண்டும் மீண்டும் வாள் சுழற்றுகின்றனர். தேக்கன் சுழற்றிய வாள் கருங்கைவாணனின் கழுத்தை நோக்கி வந்தபோது கண நேரத் தாமதமின்றிக் குறுக்கிட்டுப் பாய்ந்தான் சூலக்கையன்.

அதிர்ந்து மீண்டான் கருங்கை வாணன். இமைப்பொழுதில் எல்லாம் மாறத் தெரிந்தன. பின்பக்கமாகத் திரும்பிய கருங்கைவாணனின்

முகத்தில் மரணத்தின் ஒளிபட்டுத் தெறித்தது. ‘கிழவனைக் குறைத்து மதிப்பிட்டுவிட்டோமே!’ எனத் தோன்றியபோது அவனது மெய்க் கவசத்தைப் பார்த்தான். சரிபாதியாகப் பிளந்து வெளிவந்திருந்தது அவன் வீசிய வாள். இரும்பாலான கேடயமே யானாலும் இந்தத் தாக்குதலால் உள்ளெலும்பு உடைத்திருக்கும். ‘இவன் எப்படி சாயாமல் நிற்கிறான்?’ என நினைத்தபடி கால்களை முன்னகர்த்தினான். ‘கிழவனின் நெஞ்செலும்பு நடுங்கியபடிதான் இருக்கும். இப்போது இளைப்பாற இடம்தரக்கூடாது’ என்ற முடிவோடு வாளைச் சுழற்றி முன்னகர்ந்தான்.

சூலக்கையன், கருங்கைவாணனைப் பார்த்து மிரண்டு நின்றான். கழுத்தின் முனை நோக்கி வாள் பாய்ந்து திரும்பிய மறுகணமே, சீறி முன்னகரும் அவனது சீற்றம் யாரையும் மிரளச் செய்யும்.

இருவரும் கால்களைப் பின்வளைவு போட்டு நகர்த்தி, தேவையான இடைவெளியை உருவாக்கிக் கொண்டனர். இருவருக்கும் மிக அருகில் மரணம் வந்துபோயுள்ளது. ஆனாலும் இருவரும் அதைப் பொருட் படுத்தவேயில்லை. சூலக்கையன், மிரட்சி குறையாமல் பார்த்துக் கொண்டிருந்தான்.

கிழவன் வலியை உணர்ந்து நிற்கிறானா, இல்லை வாய்ப்பைக் கணித்து நிற்கிறானா என்பதைக் கருங்கைவாணனால் கணிக்க முடிய வில்லை. ஆனால், நேற்றைய போரில் சாகலைவன் எப்படி வெட்டிச் சரிக்கப்பட்டான் என்பதை உணர முடிந்தது. கிழவனைப் பலியெடுக் காமல் இந்த இடம்விட்டு நகரக் கூடாது என மனம் உறுதிகொண்டது. வாளின் பிடியை விரல்கள் இறுக்கிக் கொண்டிருந்தன. கால்கள் வீசி முன்னகர ஆயத்தமாயின. வெறி கொண்டு தாக்கப்போகும் அந்தக் கணத்தைக் கணித்தபடிச் சிற்றலையென அசைந்து கொண்டிருந்தான். அப்போதுதான் போர்க்களத்தின் இடதுபுறமிருந்து நீள்சங்கின் ஓசை கேட்டது.

அதிர்ந்து திரும்பினான் கருங்கை வாணன். உறுமன்கொடியின் குதிரைப் படை வெளிப்படுத்தும் ஓசையிது. ‘என்ன ஆனது அங்கு?’ எனச் சிந்தனை மோதிப்புரண்டது. தடுமாறித் திரும்பின கருங்கைவாணனின் கண்கள். நிலைமையை உணர்ந்து சூலக்கையன் உள்ளிறங்கினான். வழியின்றிக் கருங்கைவாணன் வெளியேறினான். கிழவன், அடுத்தவனை எதிர்கொள்ள ஆயத்தமானான்.

உறுமன்கொடி இன்று காலையிலிருந்து நிலைகொண்ட தாக்குதலையே நடத்திவந்தான். கருமணலும் ஈக்கிமணலும் இருக்கும் போர்க்களத்தில் குதிரைகளைப் பாயவிட வேண்டாம் என்று முடிவெடுத்ததால் படையை நிலை கொள்ள மட்டுமே செய்திருந்தான். எதிரிகள் தங்களின் நிலையைக் குலைத்து, பாய்ந்து தாக்கும் போர் முறைக்கு இழுக்க முயல்கின்றனர் என்பதைக் கணித்தவாறே நின்று தாக்கிக்கொண்டிருந்தான். நெடு நேரத்துக்குப் பிறகு அவர்கள் வேகம் கொண்டு பக்கவாட்டிலிருந்து தாக்கியபடி விரைந்துகொண்டிருந் தனர். ஆனால், அந்தத் தாக்குதல் வீறுகொண்டதன்று; போக்குகாட்டித் திசைதிருப்பும் தாக்குதலே. உறுமன்கொடி எதிரிகளின் எந்தவொரு முயற்சிக்கும் இரையாவ

தில்லை என்ற விழிப்போடு இருந்தான். எதிரிகளின் செயலைக் கவனித்தபடிக் குதிரையை மெல்ல நகர்த்திக் கொண்டிருந்தான். அப்போது அவனது குதிரை போய் வலதுபுறம் இருந்த குதிரையின் மீது மோதியது. 'என்ன இப்படிச் செய்கிறது!' என நினைத்தபடிக் கடிவாளத்தை இழுத்து நிறுத்தினான்.

சிறிது நேரத்துக்குப் பிறகு மீண்டும் குதிரையைக் கிளப்பியபோது அருகில் சென்ற இன்னொரு குதிரையின் மீது அதேபோல முட்டி விலகியது. ஏன் இப்படி நடந்துகொள்கிறது என்பது புரியாமல் குதிரையை விட்டுக் கீழிறங்கினான். கண்பட்டையில் ஏதாவது தூசியோ, கல்லோ சிக்கியிருந்தால் அது குதிரையின் கண்ணை உறுத்திக்கொண்டிருக்கும். அதனால் குதிரை அந்தப் பக்கமும் இந்தப் பக்கமுமாகத் தள்ளாடும் என நினைத்துக் கண்பட்டையில் கைகளை விட்டுத் துடைத்தான். உள்ளே வேறெந்தத் தூசியும் இல்லை. பிறகு ஏன் இப்படிச் செய்கிறது எனச் சிந்தித்தபடியே வந்து மேலேறி உட்கார்ந்தான். அந்தக் கணம் அவனது பருத்த தொடைகள் முதுகை அழுத்தியபோது நடுமுதுகு திடுக்கிட்டுக் குலுங்கியது. குதிரைக்கு ஏதோ ஆகிவிட்டது என்று அவன் உணரத் தொடங்கினான். அவனது கால் குறிப்புகளை உணர்ந்து செயல்பட அது ஆயத்தமாக இல்லை. உணர்வுகளை இழந்ததைப்போலாகி விட்டது எனத் தெரிந்ததும் சட்டென மேலிருந்து கீழிறங்கினான்.

கட்டுப்பாடுகளை இழந்த குதிரையின் மீது உட்காருவது மரணத்தை அழைத்துக்கொள்வதற்குச் சமம். இனி அது எப்படி நடந்து கொள்ளும் எனத் தெரியாது. கீழிறங்கியவன் அதற்குக் காயங்கள் ஏற்பட்டிருக்கிறதா எனச் சுற்றிச் சுற்றிப் பார்த்தான். எந்த அம்பும் தைக்கவில்லை. 'பின்தொடைப் பகுதியில் சின்னதாய் ஒரு கீறல் விழுந்திருக்கிறது. துளி அளவுதான் குருதி தெரிகிறது. வேறேதும் ஆகவில்லையே' எனக் குழம்பிக் கொண்டிருக்கையில் படையின் நடுப்பகுதியில் கூச்சல்கள் அதிகமாகின. என்னவென்று விசாரிக்கத் தொடங்கியபோது ஏறக்குறைய பல வீரர்கள் குதிரையை விட்டு இறங்கி ஏது செய்வதென்று தெரியாமல் விழித்துக்கொண்டிருந்தனர். நிலைமை கட்டுமீறுவதற்குள் எதிரிகளின் தாக்குதலிலிருந்து குதிரைப்படையைக் காக்கவேண்டும் என்பதால்தான் தலைமைத் தளபதியை வரவழைக்க நீள்சங்கை ஊதச்சொன்னான் உறுமன்கொடி.

சங்கொலியைக் கேட்டு விரைந்து வந்தான் கருங்கைவாணன். அவன் வந்து நின்றபோது இரவாதனின் தலைமையிலான வீரர்கள், எதிரியின் குதிரைப்படை எல்லையைத் தொட்டுக் கொண்டிருந்தனர். ஓங்கலத்தின் வேலை, முடியும் தறுவாயில் இருந்தது.

95

இரண்டாம் நாளின் பிற்பகலின் போரில், வேந்தர்களின் குதிரைப் படையை நிலைகுலையச் செய்தது பறம்புப் படை. நேரம் ஆக ஆக குதிரைகள் முற்றிலுமாகச் செயலிழந்தன. ஒரு கட்டத்துக்குப் பிறகு உறுமன்கொடி முழுப் பாதுகாப்பை வேண்டி நின்றான்.

இன்றைய போரில் வேந்தர் படையின் முன்கள வீரர்களில் பெரும் பான்மையோர் நன்கு பயிற்சி பெற்ற நிலைப்படை வீரர்கள் அல்லர். எனவே, அவர்களைக்கொண்டு குதிரைப் படையைக் காக்கும் முயற்சி ஆபத்தில் முடிந்துவிடும் என நினைத்தான் கருங்கைவாணன்.

செயலிழந்து நிற்கும் குதிரைப் படைக்கு முழுமையான பாதுகாப்பைக் கொடுத்தால் மட்டுமே அதைக் காக்க முடியும். எனவே, இரண்டாம் நிலையில் நிறுத்தப் பட்டிருந்த படைப்பிரிவை உள்ளிறங்க உத்தரவிட்டான். பெரும் எண்ணிக் கையில் இரண்டாம் நிலைப்படை வீரர்கள் உள்ளிறங்கினர். குதிரைப் படையைக் காக்க, அவனுக்கு இதைத் தவிர வேறு வழியில்லை.

போர்க்களத்தில் உரிய காரணத்துக் காகப் படைகளை முன்னும் பின்னுமாக நகர்த்துவதில்தான் தலைமைத் தளபதியின் மதிநுட்பம் இருக்கிறது. ஆனால், அது தாக்குதல் உத்தியாக அமையும்போது பேராற்றலை வீரர்களுக்குத் தன்னியல்பிலே உருவாக்கும். தற்காப்புக்கு அவ்வாறு செய்யும்போது எதிர் மனநிலையை உருவாக்கும் ஆபத்தும் உண்டு.

முதல்நிலைப் படையைக் காக்க,

இரண்டாம் நிலைப்படையை இறக்க வேண்டிய நிலை வந்துள்ளதை ஒவ்வொரு வீரனும் அறிவான். போர் தொடங்கிய இரண்டாம் நாளே வேந்தர் படை சற்றே திணறுவது வெளிப்படையாகத் தெரிந்தது. இரண்டாம் நிலைப்படை இறங்கியதும் பறம்பு வீரர்கள் பின்னகர்ந்து தற்காப்பு நிலைக்கு வந்தனர். அவர்களைப் பொறுத்தவரை ஓங்கலத்தைப் பயன்படுத்திக் குதிரைப் படையில் பேரிழப்பை உருவாக்குவது தான் அன்றைய தாக்குதலின் இலக்கு. அது வெற்றிகரமாக முடிக்கப்பட்டு விட்டது.

திசைவேழரின் கை உயர்வு தட்டியங்காடெங்கும் முரசை ஒலிக்கச் செய்தது. இரண்டாம் நாள் போர் முடிவுக்கு வந்தது. வீரர்கள் பாசறைக்குத் திரும்பிக்கொண்டிருந்த நேரத்திலேயே நாகக்கரட்டில் இருந்த கபிலரை அழைத்துவரச் சொல்லி திசைவேழரின் மாணவன் வங்கைமான் வந்தான். தன்னை ஏன் அழைத்துள்ளார் திசைவேழர் என்பது கபிலருக்கு விளங்கவில்லை. வழக்கம் போல் வாரிக்கையனும் கபிலருடன் புறப்பட்டார்.

நாழிகை வட்டில் வைக்கப்பட்டிருந்த பரணின் அடிவாரத்தில் பந்தங்கள் ஏற்றப்பட்டிருக்க, அங்கேயே திசை வேழர் இருந்தார். போர்விதிகள் மீறப்பட்டதாகக் குற்றச்சாட்டுகள் முன்வைக்கப்பட்டால், அவற்றை விசாரித்து முடிவெடுக்காமல் நிலைமான் கோல்சொல்லி போர்க்களம் விட்டு அகலக்கூடாது என்பது மரபு.

கபிலர் வாரிக்கையனோடு அவ்விடம் வந்தபோது கருங்கை வாணனுடன் பெருங்கூட்டம் நின்று கொண்டிருந்தது. குதிரைப்படைத் தளபதி உறுமன்கொடியும் அமைச்சர்கள் ஆதிநந்தி, நாகரையர் ஆகியோரும் உடனிருந்தனர். பறம்பு வீரர்கள், தங்களின் ஆயுதத்தில் நஞ்சு கலந்து குதிரைகளைச் செயலிழக்கச் செய்துவிட்டனர் என்பதுதான் குற்றச் சாட்டு.

குற்றச்சாட்டைக் கேட்டபோது அதிர்ச்சிக்குள்ளானார் கபிலர். நேற்றிரவு முடியனும் வாரிக்கையனும் தன்னைக் குறிப்பிட்டுப் பேசியது இதைப் பற்றித்தானா என நினைத்தார். வாரிக்கையன் இதை எதிர்பார்த்துதான் வந்துள்ளார்.

"எந்த ஓர் ஆயுதம், காயங்களின் தன்மையையும் அளவையும் மீறிப் பலமடங்கு அதிகமான பாதிப்பை உருவாக்குகிறதோ, அந்த ஆயுதம் ஐயத்துக்குரியது. இன்றைய பொழுதில் பறம்புவீரர்கள் பயன்படுத்திய ஆயுதங்கள், குதிரைகளுக்கு மிகச்சிறிய காயங்களையே உருவாக்கியுள்ளன. ஆனால், குதிரைகளை முழுமையாகச் செயலிழக்கச் செய்துள்ளன. எனவே, இந்த ஆயுதங்கள் நஞ்சு பூசப்பட்டவை" என்று வாதிட்டான் உறுமன்கொடி.

வாரிக்கையன் வெற்றிலையை மென்றுகொண்டே சொன்னார், "பறம்பு அளித்த வாக்கை மீறாது. விலங்குகளின் நஞ்சோ, தாதுக்களின் நஞ்சோ பயன்படுத்தக்கூடாது என்று ஏற்றுக்கொண்ட போர் விதிகளை நாங்கள் மீறவில்லை."

"அம்புகளால் தாக்கப்பட்ட குதிரைகளுக்குச் சிறு காயங்கள்தான் உருவாகியுள்ளன. சிறு காயங்களால் எப்படிக் குதிரையைச் செயலிழக்கச் செய்ய முடியும்?"

"அம்புகளின்தன்மை அதற்குக் காரணம்" என்றார் வாரிக்கையன்.

"அதைத்தான் நாங்கள்

சொல்கிறோம். நஞ்சூறிய அம்பை நீங்கள் பயன்படுத்தியுள்ளீர்கள்" என்றான் ஆதிநந்தி.

தலையை மறுத்து ஆட்டியபடியே வாரிக்கையன் கேட்டார், "நஞ்சென்றால் என்ன?"

ஆதிநந்தி ஒரு கணம் திகைத்தான். அவன் என்ன விளக்கம் சொன்னாலும் வாரிக்கையன் அதிலிருந்து தப்பித்து வெளியே வருவார் என அவனுக்குத் தெரியும். எனவே, சற்றுச் சிந்தித்தான்.

அதுவரை அமைதியாக இருந்த திசைவேழர் இப்போது கூறினார், "எண்ணிலடங்காக் குதிரைகள் செயலிழந்துகிடக்கின்றன. நீங்களோ சொற்களைக்கொண்டு விதிகளைக் கடக்க நினைக்கிறீர்கள்."

திசைவேழரின் கூற்று கபிலருக்கு அதிர்ச்சியை ஏற்படுத்தியது. ஆனால், வாரிக்கையன் அதைப் பொருட்படுத்தவில்லை. வெற்றிலையை மென்றுகொண்டே அவரைப் பார்த்துக் கேட்டார், "நீங்களே சொல்லுங்கள். நஞ்சென்றால் என்ன?"

"கேள்வியின் வழியே எதிர்நிலையில் பயணிக்க நினைக்கிறீர்கள். அது நஞ்சுதான் என்பதற்குச் செயலற்றுக் கிடக்கும் குதிரைகளே சான்று. அது நஞ்சல்ல என்பதற்கு நீங்கள் அளிக்கும் சான்றென்ன?"

வாரிக்கையன் திசைவேழரைச் சொற்களால் மடக்க நினைக்கவில்லை. சொல்லிப் புரிய வைக்கவே நினைத்தார். "எந்த அம்பு தைத்துக் குதிரைகள் செயலிழந்து கிடப்பதாகச் சொல்கிறார்களோ, அதே அம்பால் ஒரு மனிதனைத் தாக்குவோம். அவன் செயலிழந்தால் அது நஞ்சென்று ஏற்கிறேன்."

யாரும் எதிர்பாராத பதிலாக இருந்தது. எதிர்த் திசையில் நிற்பவர்களுக்கு என்ன சொல்வதென்று தெரியவில்லை.

வாரிக்கையன், திசைவேழரைப் பார்த்து மீண்டும் சொன்னார், "நஞ்சென்பது உயிர்களுக்குப் பொதுவானது; பாகுபாடற்றது. குதிரைகள் செயலிழந்துகிடப்பதன் காரணம் அம்புகள் செய்யப்பட்ட மரமாக இருக்கலாம். அந்தக் குறிப்பிட்ட மரம் அந்த விலங்குக்கு ஒவ்வாமையை ஏற்படுத்தியிருக்கலாம். சில உணவு சில உயிரினங்களுக்குச் செரிமானம் ஆகாததைப்போலத்தான் இதுவும். இதற்கெல்லாம் மேலாக ஒன்று சொல்கிறேன், அது நஞ்சன்று என்பதற்குச் சான்று எந்தக் குதிரையும் சாகவில்லை என்பதுதான்."

இரவு குலசேகரப்பாண்டியனின் கூடாரத்தில் அதிகப் பேச்சில்லை. பறம்புவீரர்கள் நஞ்சைப் பயன்படுத்தித்தான் குதிரைகளைச் செயலிழக்கச் செய்தனர் என்பதை மெய்ப்பிக்க முடியவில்லை. வாரிக்கையன் முன்வைத்த கூற்றைத் திசைவேழர் ஏற்றுக்கொண்டுவிட்டார். தட்டியங்காட்டு நிலமெங்கும் வீழ்ந்து கிடக்கும் எண்ணிலடங்கா குதிரைகளை அவற்றுக்கான கொட்டிலுக்குக் கொண்டுபோய்ச் சேர்க்கப் பெருமுயற்சி நடந்துகொண்டிருந்தது. இரவுக்குள் அனைத்தையும் செய்துவிட முடியுமா எனத் தெரியவில்லை. ஆனாலும் கடும்முயற்சி நடந்துகொண்டிருந்தது.

பேரரசர்களின் கூடாரத்திலிருந்து கருங்கைவாணன் வெளியே வந்தான். மறுநாளைய போருக்கான திட்டமிடல் மிக விரைவிலேயே முடிந்தது.

வேங்கைமரத்தின் அடிவாரத் திட்டில் கூடியவர்களும், திட்டமிடலை

முடித்துக்கொண்டு எழுந்தனர். பாரி, ஏழாவது குகை நோக்கி நடந்தான். இன்றிரவு குகைக்காவல் கூழையன். அவனும் சிறிது நேரம் கழித்து அந்தக் குகை நோக்கி நடந்தான்.

மற்றவர்கள் அவரவர்களின் தங்கும் இடம் நோக்கிச் செல்லத் தொடங்கினர். முடியன் மட்டும் வேங்கைமரத் திட்டிலேயே உட்கார்ந்திருந்தான். பறம்புப் படை முழுமையையும் கொண்டுசெலுத்தும் ஆற்றல் கொண்டவனின் முகத்தில் சற்றே கவலையின் கீற்று ஓடிக் கொண்டிருந்தது. உணவருந்திய பிறகு மீண்டும் அவன் அருகில் வந்து உட்கார்ந்தார் வாரிக்கையன்.

"உனது கவலைக்கான காரணம் என்ன?" என்று கேட்டார் வாரிக்கையன்.

சற்றே தயங்கினான் முடியன். ஆனாலும் வாரிக்கையனிடம் பகிர்ந்து கொள்வதில் தவறில்லை என்ற முடிவுக்கு வந்து சொன்னான், "மூன்று காரணங்கள் என்னைக் குழப்பத்தில் ஆழ்த்துகின்றன."

தனது கூடாரத்துக்கு வந்துசேர்ந்த கருங்கைவாணனால் உறங்க முடிய வில்லை. நீண்டநேரம் விழித்தே இருந்தான். அவனுக்கு முன்னால் இருந்த வட்டப் பலகையை விட்டு அவனுடைய கண்கள் அகலவில்லை. அப்போது வெளியே ஏதோ ஓசை கேட்பதுபோல் இருந்தது. என்ன வென்று திரும்புவதற்குள் உள்நுழைந்த வீரன் ஒருவன் சொன்னான், "பேரரசர் வருகிறார்."

குலசேகரப்பாண்டியன் உள்ளே நுழைந்தார்.

நள்ளிரவில் தனது கூடாரத்துக்கு வந்துள்ள பேரரசரை வணங்கி வரவேற்றான் கருங்கைவாணன். அவனுக்கு முன்னால் இருந்த வட்டப் பலகையில் பறம்புவீரர்கள் பயன்படுத்தும் மெய்க்கவசம் ஒன்றும், வாள் ஒன்றும், ஓங்கல அம்பு ஒன்றும் வைக்கப்பட்டிருந்தன. இந்த மூன்றையும்தான் அவன் உற்றுப் பார்த்தபடி இருந்தான்.

"**மூ**ன்று காரணங்கள் என்னென்ன?" என்று கேட்டார் வாரிக்கையன்.

முடியன் சொன்னான், "நாம் எடுக்க வேண்டிய முடிவை, எடுக்க முடியாத வாறு சிக்கலை நாமே உருவாக்கிக் கொண்டுவிட்டோம்."

"எதைச் சொல்கிறாய்?"

"காற்றும் காற்றியும் வீசுவதற்கு ஏற்பவே நாம் திட்டமிட வேண்டி யுள்ளது."

"ஒருவேளை காற்றும் காற்றியும் நமக்கு ஒத்துழைக்கவில்லையென்றால், மாற்றுத் திட்டமும் நம்மிடம் இருக்கத் தானே செய்கிறது?"

"இருக்கிறது. ஆனால், எதை, எப்போது செய்யப்போகிறோம் என்பது யாருக்கும் தெரியவில்லை. இந்தக் குழப்பத்துடனே போர்க் களத்தில் தொடர்ந்து நின்று கொண்டிருக்க முடியாது. எதிர்பாராத நேரத்தில் பாதிப்புகள் அதிகமாகி விடக்கூடும்."

முடியன் சொல்வது சரியான காரணமாகத்தான் இருக்கிறது என நினைத்த வாரிக்கையன், "இரண்டாவது காரணம் என்ன?" என்று கேட்டார்.

"என் மகன் இரவாதன்" என்றான்.

"போர்க்களத்தில் மிகச்சிறந்த வீரத்தை வெளிப்படுத்திவருகிறான்.

அவன் குறித்துக் கவலைப்பட என்ன இருக்கிறது?"

"அவன் வெளிப்படுத்தும் வீரம்தான் எனக்குக் கவலையளிக்கிறது."

"புரியும்படி சொல்."

"அவன் தாக்குதல் போரை நிகழ்த்து வதில் நிகரற்றவனாக இருக்கிறான். அந்த அவசரத்தில் மற்றவற்றின் மீதான கவனத்தைத் தவறவிடுகிறான். உதிரன், எதிரிகளின் படையை நடுவில் பிளந்து உள்ளிறங்குகிறான். தாக்கும் வேகத்திலும் தற்காக்கும் உத்தியிலும் சிறந்தவனாக விளங்கு வதால், அவனால் அதைச் செய்ய முடிகிறது. ஆனால் இரவாதன், சூழலைக் கவனிப்பதில் தவறிழைக்கிறான்."

"அது இளைஞர்களுக்கே உரிய சிக்கல்."

"புரிந்துதான் அவனை தாக்கும் உத்திக்கு மட்டும் பயன்படுத்துகிறேன். ஆனால், எதிரிகள் வேறு மாதிரி சூழ்ச்சி செய்துவிட்டால் ஆபத்தில் மாட்டிக்கொள்வான்."

"நீ இன்னொன்றைக் கவனிக்கத் தவறுகிறாய். இளைஞர்கள் தங்களின் அவசரத்தால் ஏற்படுத்தும் இழப்பை, ஆவேசமிக்க தாக்குதலால் பல மடங்கு சரிகட்டிவிடுவார்கள். எனவே, நீ அதைப்பற்றிக் கவலைகொள்ளாதே. மூன்றாவது என்னவென்று சொல்!"

வாரிக்கையன் சொல்வதை முழுமையாக ஏற்றுக்கொள்ள முடியாத தயக்கத்துடனே மூன்றாவது காரணத்தைச் சொன்னான், "தேக்கன், இன்று கடுமையாக பாதிக்கப்பட்டுள் ளார். எதிரிப்படைத் தளபதி வீசிய வாளொன்று அவரது நெஞ்செலும்பைக் கடுமையாகப் பாதித்துள்ளது. ஆனாலும் 'நாளைக்கும் போர்க்களம் புகுவேன்' என்று சொல்கிறார். 'சற்று ஓய்வெடுத்து சிகிச்சை பெற்றுக்கொள்ளுங்கள்' என்று சொன்னால் கேட்க மறுக்கிறார்" என்றான்.

"நான் அவனிடம் பேசி, சிகிச்சை எடுத்துக்கொள்ளச் சொல்கிறேன்."

"நீங்கள் சொன்னாலும் தேக்கன் ஏற்கமாட்டார்."

"ஏன்?"

"குடி ஆசானோ, குடி முடியனோ போர்க்களத்தில் இல்லையென்றால், பாரி போர்க்களம் புகுந்துவிடுவான். எக்காரணம் கொண்டும் பாரி பறம்பின் எல்லை தாண்டிப் போர்க்களம் நோக்கிச் செல்ல அனுமதிக்கக் கூடாது என்பதால், அவர் ஓய்வெடுக்கக் கூடாது என்பதில் உறுதியாக உள்ளார்" என்றான்.

மூன்றைப் பற்றியும் விளக்கினான் கருங்கைவாணன். "நான் இன்று எனது வாளால் அந்தக் கிழவனைத் தாக்கினேன். இரும்பால் ஆன கேடயமே என்றாலும் அந்தத் தாக்குதலின் வேகத்தில் நெளிந்து அவனது எலும்புகளை நொறுக்கி யிருக்க வேண்டும். ஆனால், அவனது மெய்க்கவசம் எனது வாளின் முழு வீச்சையும் உள்வாங்கி, அவனைக் காத்துள்ளது. எடை குறைவான, ஆனால் இரும்பைவிட வலிமையான கவசத்தைப் பூண்டு ஒவ்வொரு வீரனும் நிற்கிறான். இதோ, இந்தச் சாதாரண மரக்குச்சியினால் ஆன அம்பு, நிகரற்ற ஆற்றல்கொண்ட நமது குதிரைப்படையைச் செயலிழக்கச் செய்யும் என்பதை நம்மால் கற்பனை செய்ய முடியுமா?" என்று கேட்டுக் கொண்டே வட்டப் பலகையில் இருந்த வாளைக் கையில் எடுத்தான் கருங்கைவாணன்.

"இது அவர்கள் பயன்படுத்தும்

வாளா?" எனக் கேட்டார் குலசேகரப் பாண்டியன்.

"இல்லை பேரரசே! சாகலைவன் பயன்படுத்திய வாள். போர்க்களத்தில் எதிரியோடு போரிடும்போது இரு வாட்களின் மோதலில் சில இடங்களில் முனை மழுங்கும். ஆனால், இந்த வாளின் முனையைப் பாருங்கள். ஆங்காங்கே வெட்டுப்பட்டுள்ளது. ஒரு வாள் இன்னொரு வாளின் முனையை வெட்டி இறங்குமா என்ன? அவர்களது வாளின் முனை இரும்பின் தன்மையை மட்டும் கொண்டதன்று, அதைவிடக் கூர்மையான ஏதோ ஒன்றை அவர்கள் தமது வாளின் முனைக்குப் பயன்படுத்துகின்றனர், பேரரசே" என்றான்.

கேட்டுக்கொண்டிருந்த குலசேகரப் பாண்டியன், "என்ன செய்ய வேண்டும் என்கிறாய்?"

"நான் முதலிலே குறிப்பிட்டதைப் போல, வழக்கமான போர் முறைகளால் இவர்களை வீழ்த்த நினைப்பது நமக்குப் பெருஞ்சேதத்தை உருவாக்கும். எனவே, வரைமுறையற்ற தாக்குதலால் அவர்களை முற்றிலும் அழித்தொழிக்க வேண்டும்" என்றான்.

"விதிகளைக் கைவிடுவது பற்றியே நீ சிந்திக்கிறாய். விதிகளைப் பயன் படுத்திக்கொள்வதைப் பற்றி நீ சிந்திக்க மறுக்கிறாய்."

பேரரசரின் குற்றச்சாட்டு, கருங்கை வாணனுக்கு அதிர்ச்சியைக் கொடுத்தது.

"**நா**ன் முடிவெடுத்துவிட்டேன். நாளை மிக முக்கியமான நாள். எதிரி களின் குதிரைப்படை பேரழிவைச் சந்தித்துள்ளது. எனவே, தற்காப்புப் போருக்கான உத்தியைத்தான் அவர்கள் பயன்படுத்துவார்கள். இந்நிலையில் நான் முன்னேறித் தாக்கப்போகிறேன். பறம்பின் மொத்தப் படையும் முன்னேறித் தாக்குவதை நாளைதான் அவர்கள் முதன்முறையாக எதிர்கொள்ளப் போகின்றனர். ஏறக்குறைய அவர்களின் அனைத்துப் படைகளையும் முற்பகலிலேயே நிலைதடுமாறச் செய்துவிடலாம். எதிரிகளின் முழு கவனமும் என் மீதுதான் இருக்கும். நான் இடது ஓரத்திலிருந்து தாக்கி முன்னேறுவேன். உதிரனோ, தனது வலிமை மிகுந்த விற்படை கொண்டு நடுவில் தாக்கி முன்னகர்வான். இந்த நேரத்தில் இரவாதனின் தலைமை யிலான சூளூர் வீரர்களின் படை, ஓங்கலத்தையும் பகழி அம்பையும் பயன்படுத்தி எதிரிகளின் அணி வகுப்பைப் பிளந்துகொண்டு மூஞ்சல் நோக்கி நகர்வார்கள்.

மூஞ்சலைக் கண்ணில் பார்க்கும் தொலைவை அடைந்துவிட்டால் போதும். அதன்பிறகு, நம் வீரர்கள் பல மடங்கு ஆற்றலை அதிகப்படுத்தித் தாக்குவார்கள். உள்ளுக்குள் இருக்கும் நீலனை மீட்கும் எண்ணம் ஒவ்வொரு வீரனையும் மாவீரனாக மாற்றிவிடும். இந்தத் தாக்குதல் நடக்கும்போது இறுதி வரிசையில் தேக்கன் நிற்பான். அவனை இனி வாள் ஏந்தவிட மாட்டேன். அதேநேரம் போர்க்களம் விட்டு வெளியேறவும் விடமாட்டேன்" என்றான் முடியன்.

நீ**ண்ட சிந்தனைக்குப் பிறகு தனது புதிய திட்டத்தை விளக்கினான் கருங்கைவாணன். வகுத்துக்கொண்ட விதிகளின் வழியே எதிரியைச் சிக்கவைக்கும் புதிய திட்டம் இது. இதற்குக் குலசேகரப்பாண்டியன் ஒப்புதல் தந்தார். "பாரி இல்லாத போர்க்களத்தின் கடைசி நாள்

நாளைதான். நாளை மறுநாள் அவன் போர்க்களம் வந்தே ஆகவேண்டும். ஏனென்றால், குடி ஆசானையும் குடி முடியனையும் ஒரே நாளில் வீழ்த்தும் திட்டமிது" என்று முழங்கினான் கருங்கைவாணன்.

பொழுது விடிந்தது. கதிரவன் மேலெழுந்த ஐந்தாம் நாழிகையில் திசைவேழர் கைகளை உயர்த்தினார். மூன்றாம் நாள் போர் தொடங்கியது. போர்க்களத்தின் தன்மை இப்போது இருபக்கப் படைகளுக்கும் சற்றே பழகியிருந்தது. வேந்தர் படை வழக்கம் போல் அலையலையாய் முன்னகர்ந்து வந்து தாக்குதலைத் தொடங்கியது. வழக்கத்துக்கு மாறாக தொடக்கம் முதலே பறம்புவீரர்கள் ஆவேசம் கொண்டு தாக்கத் தொடங்கினர்.

போர் தொடங்கும் கணத்திலேயே எதிரிகளின் தாக்குதலில் இருந்த ஆவேசத்தைக் கருங்கைவாணனால் உணர முடிந்தது. வேந்தர்படை இன்று வகுத்திருந்த திட்டத்துக்கு எதிரிகள் ஆவேசம்கொண்டு முன்னேறுவது உதவியாகத்தான் இருக்கும் எனத் தோன்றியது. வழக்கம்போல் நடுப்பகல் வரை சற்றே நிதானம்கொண்டு தாக்குபவர்கள், நடுப்பகலில் நாகக் கரட்டிலிருந்து ஊதப்படும் காரிக் கொம்பின் ஓசையைக் கேட்டவுடன் தாக்குதலை வேகப்படுத்துவார்கள்.

உத்திகளையும் மாற்றுவார்கள். அடுத்த ஓசை கேட்கும்போது முழுமை கொண்ட வேகத்தோடு தாக்குவார்கள். இதைக் கணித்துதான் கருங்கை வாணன் இன்றைய உத்தியைத் தீர்மானித்திருந்தான். ஆனால், பறம்பு வீரர்கள் தொடக்கத்திலேயே ஆவேசத்தோடு முன்னகர்வது தெரிந்தது.

மையூர்க்கிழாரின்மேல் பறம்புத் தளபதிகள் எவ்வளவு சினத்தோடு இருக்கிறார்கள் என்று கருங்கைவாணன் முழுமையாக அறிந்தே அன்றைய திட்டத்தை வகுத்திருந்தான். நடுப்பகல் வரை வழக்கமான தாக்குதல் போரை நடத்த வேண்டும். நடுப்பகலில் மலைமேலிருந்து காரிக்கொம்போசை கேட்கும்போது பின் களத்திலிருந்து முடியன் முன்பகுதிக்கு வருவான். அந்த நேரத்தில் மையூர்க்கிழாரின் தேர் அவன் கண்ணில்பட வேண்டும். முடியன், மையூர்க்கிழாரைத் தாக்க அவரை நோக்கி விரைவான். மையூர்க்கிழார் படையின் வலதுபுற ஓரத்தின் வழியாக முடியனைப் பின்னோக்கி இழுத்துச் செல்ல வேண்டும்.

படையணியின் ஓரப்பகுதி வழியாக முடியனை எவ்வளவு தொலைவு பின்னோக்கி இழுக்க முடியுமோ,

அவ்வளவு தொலைவு இழுத்துச் செல்ல வேண்டும். மையூர்க்கிழாரை வீழ்த்தும் வெறிகொண்டு முன்னகரும் முடியனை, வேந்தர்படைத் தளபதிகளான சூலக்கையனும் நகரி வீரனும் பின்தொடர வேண்டும். பொருத்தமான இடத்தில் படையணியின் சுழலுக்குள் சிக்கவைத்து அவனை வீழ்த்த வேண்டும்.

முடியன் தங்களது படையணிக்குள் இழுக்கப்பட்டுக்கொண்டிருக்கும் போது கருங்கைவாணன், தேக்கனை நோக்கி முன்னகர்வான். பறம்புப் படைக்குள் எந்த இடத்தில் தேக்கன் இருந்தாலும் அந்த இடம் நோக்கி எதிரிகளைக் கிழித்துக்கொண்டு உட்புகும் ஆற்றல் கருங்கைவாணனின் படைக்கு உண்டு. மற்ற தளபதிகள், எதிரிகளை வேறு திசையில் முன்னேற விடாமல் தடுக்கும் பணியைச் செய்வர். இதுதான் வேந்தர்படையின் இன்றைய திட்டமாக இருந்தது.

நேற்றைய போரில் வேந்தர்களின் குதிரைப்படை பேரழிவுக்கு உள்ளாகியிருந்த நிலையில், இன்று மூஞ்சலை நோக்கி நகர்வதற்கான திட்டமிடலோடு பறம்புப்படை இருந்தது. போர் தொடங்கியதிலிருந்து அதற்கான தன்மையில் அவர்கள் முன்னகர்ந்தனர். இன்று அவர்களுக்குக் கூவல்குடியினரின் மூலம் வழங்கப்படும் உத்தரவு வழக்கம்போல இருக்காது. காரிக்கொம்பின் ஓசை வெவ்வேறு பொழுதுகளில் தேவையறிந்து ஊதப்படும். போர் தொடங்கிய சிறிது நேரத்திலேயே முடியனின் தேர் பின்புறமிருந்து படையின் நடுப் பகுதியை நோக்கி நகரத் தொடங்கியது.

வழக்கம்போல் குளவன்திட்டின் மேல் நின்றிருந்த பாரி, போர்க்களத்தின் தன்மையை உற்றுகவனித்துக்கொண்டிருந்தான். மூன்றாம் நாள் போரில் கூட, தான் களம் புகுவதைப் பாரி ஏன் மறுக்கிறான் என்பது காலம்பனுக்குப் புரியவில்லை. திரையர்குலம் இனி சிறிய இழப்பைக் கூடச் சந்திக்கக்கூடாது என்பதைப் பாரி மீண்டும் மீண்டும் சொல்லி வருகிறான். அப்படியிருந்தும் கொற்றனைப் பலிகொடுக்க நேர்ந்ததைப் பாரியால் தாங்கிக்கொள்ள முடியவில்லை. தான் போர்க்களம் புக நேர்ந்தாலும் கூடக் காலம்பன் போர்க்களம் புகக் கூடாது என்றே பாரி நினைத்தான். தட்டியங்காட்டில் திரையர் குலத்தினரின் குருதி விழக்கூடாது என்ற பாரியின் எண்ணத்துக்கு, திரையர்குலம் கடந்த காலத்தில் அடைந்துள்ள இழப்புகளே காரணம். பாரியும் காலம்பனும் போர்க்களத்தை உற்றுகவனித்துக்கொண்டிருக்கையில், சிறியதாய் ஏதோ ஓசை கேட்டுத் திரும்பினான் பாரி. அது இகுளிக் கிழவனின் ஓசை. விளக்கின் சுடர் மெல்ல அசையத் தொடங்கியது.

பாரி, வியப்போடு இகுளிக் கிழவனைப் பார்த்தான். அவனோ கைகளைத் தூக்கிக் கூவல் குடியினருக்கு உத்தரவு கொடுக்கக் காத்திருந்தான். இரண்டு நாட்களாக எதிர்பார்த்தபோது எதுவும் நடக்காமல், சற்றும் எதிர்பாராத நேரத்தில் கொம்மனும் கொம்மியும் உதவப்போவது வியப்பைத் தந்தது. பாரியின் மனதில் எண்ணங்கள் ஓடிக்கொண்டிருக்க, விளக்கின் சுடர் சட்டெனச் சாய்ந்தது. இகுளிக்கிழவன் கையை அசைக்க மலையெங்குமிருந்து கூவல்குடியினரின் பீறிட்ட ஓசை கணநேர இடைவெளியின்றி வெளிவந்தது.

பறம்பின் குதிரைப்படை வீரர்களோ, வாட்படை வீரர்களோ இந்தக் கணத்தைச் சற்றும் எதிர்பார்க்க வில்லை. கல்லூழி அம்புகளை எடுத்து எய்வதற்குள் காற்று அவர்களைக் கடந்தது. ஆனால், உதிரனின் தலைமையிலான விற்படை வீரர்களோ, ஓசையைக் கேட்ட கணத்தில் காற்றின் முகப்போடு அம்பை இணைத்தனர்.

ஆறு அம்புகளைக் கொண்டது ஒரு கொத்து. ஒவ்வொரு வீரனுக்கும் மூன்று கொத்துகள் கொடுக்கப் பட்டிருந்தன. கண்ணிமைக்கும் நேரத்தில் முதல் கொத்தை எடுத்து நாணில் பொருத்தி முழு விசையோடு எய்தது விற்படை. மேற்கு மலைக் கணவாயின் பின்புறத்திலிருந்து கொம்மன் ஊத, வீறுகொண்ட காற்று தட்டியங்காட்டு நிலத்தை நோக்கி வலதுபுறமாகச் சீவிக்கொண்டு இறங்கியது. எண்ணிலடங்காத அம்புகள் காற்றின் முன்முகப்போடு இணைய, கண்பார்வைக்கு அப்பால் சீறிச்சென்றன அம்புகள்.

மலைமேலிருந்து கொம்போசை கேட்ட கணத்திலேயே சற்றே அதிர்ச்சிக்குள்ளானான் கருங்கை வாணன். வழக்கமான ஓசையாக அது இல்லை. வழக்கமான நேரத்திலும் ஊதப்படவில்லை. 'இது என்ன புது வகையாக இருக்கிறதே!' எனச் சிந்தித்துக்கொண்டிருக்கும்போது தான், சிறுபுல்லின் கனம் கொண்ட எண்ணிலடங்காத அம்புகள் அவன் தலைக்கு மேலே எங்கோ பறந்து சென்றுகொண்டிருந்தன. 'என்ன இது?' எனக் கருங்கைவாணனுக்கு ஒன்றும் புரியவில்லை. தேக்கனை நோக்கி முன்னேறிச் சென்று கொண்டிருந்தவன் சற்றே குழப்பத்துக்குள்ளாகி அப்படியே நின்றான். பாய்ந்து செல்லும் எண்ணிலடங்காத அம்புகள் எங்கே செல்கின்றன என்று தலையைப் பின்புறமாகத் திரும்பிப் பார்த்தான். வெகுதொலைவுக்கு அப்பால் சென்றன.

வீசிய காற்றின் எதிர்ப்புறமாக வேந்தர் படை நின்றுகொண்டிருந்தது. குறுமணல் தூசிகளை அள்ளி எறிந்த படி காற்று போய்க்கொண்டிருந்தது. வேந்தர்படை வீரர்கள், கண்களைக் கசக்கிக்கொண்டிருந்தனர். பறம்பு வீரர்களைப் பொறுத்தவரை காற்று முதுகுப்புறத்தைத் தாக்கி முன்னகர்ந்தது. இவ்வளவு தொலைவு பறக்கும் அம்புகளை வாழ்வில் முதன்முறையாகப் பார்த்த கருங்கை வாணனுக்கு, ஒன்றும் புரியவில்லை. கண்களைக் கசக்கியபடியே திரும்பினான். எதிர்த்திசையில் பறம்பு வீரர்கள் தங்களின் வெறியாட்டத்தைத் தொடங்கினர்.

கருங்கைவாணன் சட்டென விழிப்படைந்து பேரிகையை முழக்கச் சொல்லி, தன் வீரர்களை எதிரிகளின் தாக்குதலை எதிர்கொள்ள ஆயத்தப் படுத்தினான். பறம்புவீரர்களோ, அவ்வளவு தொலைவு செல்லும் அம்பை எய்த மறுகணமே வழக்கம் போலான தாக்குதலைத் தொடங்கினர். எய்யப்பட்ட கல்லூழி அம்பினால் ஏற்பட்ட விளைவு என்ன என்பது எய்த யாருக்கும் தெரியாது. அது கண்ணுக்கு அப்பால் எங்கோ நிகழ்ந்து கொண்டிருந்தது.

குளவன்திட்டில் இருந்தபடி பாரி பார்த்துக்கொண்டிருந்தான். எய்யப்பட்ட அம்புகள் மூன்றாம் நிலையில் நிறுத்தப்பட்டிருந்த வேந்தர் படையின் பிற்பாதியில் போய்

இறங்கின. மூன்றாம்நிலைப் படையின் சரிபாதி வீரர்களின் மீது சுருள் அம்புகள் இறங்கின.

போர் நடந்துகொண்டிருந்த முற்பகுதியை மூன்றாம்நிலைப் படையினர் கண்கொண்டே பார்க்க முடியாது. அது எங்கோ நடந்து கொண்டிருந்தது. அவர்களைப் பொறுத்தவரை ஆயத்தநிலையில் நிற்கவேண்டும். அவ்வளவுதான். எந்தத் தொடர்பும் இல்லாமல் காற்றின் வழியே வானெங்குமிருந்து பறந்துவந்த வைக்கோல் அளவே கனம்கொண்ட அம்புகள் வீரர்களை நோக்கிச் சரசரவென இறங்கின.

பறந்துபோன அம்புகள் எங்கே இறங்கின என்பது, முன்களத்தில் நின்றிருந்த கருங்கைவாணனுக்குத் தெரியவில்லை. இந்தத் தாக்குதல் என்னவென்பதும் அவனுக்குப் புரியவில்லை. ஏதோ நடக்கிறது என்பது மட்டும் புரிந்தது. இந்நிலையில் தான் முடியனின் தேர் நடுக்களம் நோக்கிச்சென்றது. முன்வகுத்த திட்டப்படி அந்தத் தேரின் பார்வையில் படும்படி மையூர்க் கிழாரைக் களத்துக்குள் வரச்சொல்லும் மறைக்குறிப்பு அனுப்பப்பட்டது.

தேரில் முன்னகர்ந்துகொண்டிருந்த முடியனின் எண்ணமெல்லாம், கல்லூழி வேர் எவ்விடம் கீழிறங்கியிருக்கக் கூடும் என்பதைக் கணிப்பதிலேயே இருந்தது. தேரின் மீது நின்றாலும் அவனது பார்வைக்கு அப்பால்தான் அந்தத் தாக்குதல் நிகழ்ந்திருந்தது. எப்படியிருந்தாலும் கல்லூழி அம்புகள் தைத்தவுடன்

அவற்றின் பாதிப்பு தெரியாது. பிடுங்க முடியாமல் தவிக்கும்போதும் தசையோடு பிய்த்துக்கொண்டே அம்புகள் வெளிவரும்போதும்தான் பாதிப்பை உணரத் தொடங்குவார்கள். அப்போது அங்கிருந்து கொடுக்கப் படும் மறைக்குறிப்பு, முன்களத்தில் நிற்கும் வேந்தர்படையைப் பெருங் குழப்பத்துக்குள்ளாக்கும். அவர்களின் மொத்தக் கட்டுக்கோப்பும் அடுத்த சில பொழுதுகளுக்குள் முழுமுற்றாகக் கலையும் என எண்ணிக்கொண்டிருந்த போது ஏந்திய வில்லோடு மையூர்க் கிழார் சென்றுகொண்டிருந்த தேர் தெரிந்தது.

இத்தனை நாட்களாகப் போர்க் களத்தில் முடியன் எவனைத் தேடினானோ, அவன் இப்போது கண்ணில்பட்டான். தேரோட்டும் வலவனைப் பார்த்து, "அந்தத் தேரைப் பின் தொடர்" என்று கூறினான். ஆனால், மறுகணமே அவனது எண்ணம் வேறானது. களத்தின் சூழல் இவ்வளவு அருமையான வாய்ப்பை உருவாக்கியுள்ளபோது நாம் மூஞ்சலை நோக்கிச் செல்வதே சரியான முடிவு எனத் தோன்றியது. ஆனாலும் மையூர்க்கிழாரை விட்டுவைப்பது சரியன்று என்றும் தோன்றியது. தேரோ, மையூர்க்கிழாரை நோக்கிச் சென்றுகொண்டிருந்தது. முடியனின் சிந்தனை, முடிவெடுக்க முடியாமல் தடுமாறியது.

ஏறக்குறைய இதே குழப்பத்தைச் சந்தித்தான் கருங்கைவாணன். 'இத்தனை ஆயிரம் அம்புகள் காற்றில் எப்படி இவ்வளவு தொலைவு பறந்தன.

அவையெல்லாம் எங்கே போய் இறங்கின. எங்கே இறங்கியிருந்தாலும் பல காதத் தொலைவுக்கு நிற்கும் நம் படை வீரர்களின் மீதுதானே இறங்கி யிருக்கக் கூடும். பார்ப்பதற்கு மிகவும் சிறுத்த இந்த அம்புகளால் பெரிய பாதிப்பு எதுவும் நிகழ்ந்திருக்காது. ஆனாலும் படைத் தலைமைத் தளபதி என்ற முறையில் பின்களப் படையின் பாதிப்பை அறிந்த பிறகு முன்னேறிச் செல்வதுதான் சரியெனத் தோன்றியது. ஆனாலும் நாம் திட்டமிட்டபடி மையூர்க்கிழாரை நோக்கி முடியனின் தேர் செல்லத் தொடங்கிவிட்டது. இனி நாம் பொறுத்திருக்க வேண்டாம்' என்று முடிவுசெய்து தேக்கனை நோக்கிப் பறம்புப்படைக்குள் புகுந்து உள்நுழையத் தொடங்கினான் கருங்கைவாணன்.

போர்க்களத்தில் தளபதிகளால் முழுமுற்றான தெளிவோடு இயங்க முடியாது. பல்லாயிரம் வீரர்கள் ஒருவரை ஒருவர் வெட்டிச்சரித்து முன்னகரும் போரியக்கத்தைத் துல்லியமாகக் கணிப்பது எளிதன்று. தளபதிகள், குழப்பத்துக்குள் சிக்கிச் சிக்கி மீள்பவர்களாகத்தான் இருப்பார்கள்.

கருங்கைவாணன் குழப்பத்துக் குள்ளிருந்து முடிவுக்கு வந்து தேக்கனை நோக்கிப் புறப்பட்ட போது, மையூர்க்கிழாரை நோக்கிச் சென்றுகொண்டிருந்த முடியன், தேரைச்சற்றே நிறுத்தினான். தொலைவில் குதிரையில் இருந்தபடிப் போரிட்டுக்கொண்டிருந்த வேட்டூர்ப் பழையனைத் தனது தேரில் ஏறச் சொல்லி மையூர்க்கிழாரைக் கொன்றழிக்க உத்தரவிட்டு, அவனது குதிரையில் ஏறி இரவாதனை நோக்கிப் புறப்பட்டான் முடியன்.

பொழுதாகிக்கொண்டிருந்தது. வேந்தர்படையின் மூன்றாம் நிலையில் நிறுத்தப்பட்டிருந்த எண்ணிலடங்காத வீரர்கள் கல்லூழி அம்பை உருவி எடுக்க முடியாமல் திணறியபோதுதான் ஆபத்தின் அளவு புரியத் தொடங்கியது. கூச்சலும் குழப்பமும் மேலேறி வரத் தொடங்கியபோது முடியன் குதிரைப் படையோடு இணைந்து மூஞ்சலை நோக்கி முன்னகரத் தொடங்கினான்.

முன்திட்டப்படித் தன்னைத் தொடர்ந்து வரும் தேரை, படையின் வலதுபுற ஓரமாகவே உள்ளிழுத்துச் சென்றுகொண்டிருந்தார் மையூர்க் கிழார். தளபதிகள் துடும்பனும் நகரி வீரனும் அவரைக் குறிவைத்துத் தங்களின் தேரை விரைவுபடுத்தினர்.

திட்டமிட்டபடிப் பறம்புப் படையின் பின்பகுதியை நோக்கி விரைந்து வந்தான் கருங்கைவாணன். எதிரிகளின் படையை விலக்கி முன்னகரும் உத்தியில் அவனது படை இணையற்ற அனுபவம்கொண்டது. விரைந்து முன்னகர்ந்து வந்த கருங்கைவாணனின் கண்களுக்கு வெகுதொலைவில் வாளூன்றி நிற்கும் தேக்கன் தனித்துத் தெரிந்தான்.

96

தட்டியங்காட்டுப் போர்க்களம் இன்று யாரும் கணிக்க முடியாத ஒன்றாக இருந்தது. காலையில் போர் தொடங்கிய சிறிது நேரத்திலேயே காற்று வீசியது. மற்ற நிலத்தில் வீசும் காற்றைப் போன்றதன்று... சீவிச்செல்லும் இந்தக் காற்றின் வேகம் இணையற்றது. குளவன்திட்டின் பின்புறம் உள்ள கணவாயிலிருந்து சீற்றத்தோடு வெளிவந்து தட்டியங்காடெங்கும் இருக்கும் ஈக்கிமணலையும் கருமணலையும் உருட்டி எடுத்துக் கொண்டுபோனது. பரண்மேல் நின்றிருந்த திசைவேழர், ஒரு கணம் நடுங்கிப் போனார். காற்றின் வேகம், பரணை இழுத்து ஆட்டியது. கம்பங்களை இறுகப்பிடித்து நின்றார். அவரின் கண்களின் முன்னால் நாழிகை வட்டிலைத் தூக்கி எறிந்தது. நாழிகைக்கோல் எங்கோ பறந்தது. மாணவன் ஒருவன் அவற்றைப் பிடிக்க முயன்றான். ஆனால், கண நேரத்தில் அவை மறைந்துவிட்டன.

காற்றின் வேகம் அளவிடற்கரியதாக இருந்தது. செம்புழுதி மேலேறி வந்து கொண்டிருக்கும்போதுதான் எண்ணிலடங்காத அம்புகள் காற்றோடு பறந்து சென்றதைப் பார்த்தார். அவருடைய கண்களையே அவரால் நம்ப முடியவில்லை. இங்கு நிகழ்வது எதிர்பாராத ஒன்றா அல்லது எதிர்பார்த்த ஒன்றா என்று அவருக்குப் புரியவில்லை. பரண்கட்டிய கம்பங்கள் வில்லென வளைந்து மீண்டன. இந்த நிலத்தின் தன்மைக்கு ஏற்ப மரக் கட்டுமானம் இருந்ததால் அவர் தப்பித்தார்.

ஆனாலும் ஆழ்மனம் நடுங்கியபடியே இருந்தது. அதற்குக் காரணம், அவரின் கண் முன்னால் நாழிகை

வட்டிலைக் காற்று தூக்கியெறிந்தது தான். நிலைமான் கோல்சொல்லியின் முன்னால் வைக்கப்பட்ட நாழிகை வட்டிலும் அதில் பரப்பப்பட்ட குறுமணலும் நாழிகைக்கோலும் போரின் உயிர்நாடி போன்றவை. ஆனால், காற்று அவருடைய கண்களின் முன்னால் அவற்றைத் தூக்கியெறிந்தது. திசைவேழர் நிலைகுலைந்து நின்றார்.

பறம்புவீரர்கள் எந்தவிதத் திகைப்புக்கும் ஆட்படாமல் தாக்குதலை முன்னெடுத்துக் கொண்டிருந்தனர். அவர்கள் காற்றைக் கையாண்டவிதம் யாரும் கேள்விப்பட்டிராத ஒன்றாக இருந்தது. காரமலையிலிருந்து ஓசை கேட்ட கணத்தில்தான் பெருங்காற்று வீசியது. அந்தக் கணத்தில் அம்புகள் அலையலையாய் மேலேறிப் பறக்கின்றன. திசைவேழருக்கு இந்தச் செயல்பாட்டுக்குள் இருந்த இணைப்புப் பிடிபடவில்லை. 'காற்றை வருமுன் உணரும் ஆற்றல்கொண்டவர் களாகப் பறம்பு மக்கள் இருக்கின்ற னரா? விண்மீன்களின் நகர்வைக் கொண்டு காலத்தைக் கணிக்கிறோம். ஆனால் இவர்களோ காற்றையே கணிக்கிறார்கள். இது எளிய செயலன்று.' திசைவேழரின் எண்ணங்கள் நடுக்கத்தை அதிகப் படுத்தியபடியே இருந்தன.

தட்டியங்காட்டின் முழு ஆற்றலும், இன்று வெளிப்பட்டுக்கொண்டிருந் தது; அந்த நிலத்தில் நின்று போரிட்டுக் கொண்டிருக்கும் இருதரப்புக்கும் யாராலும் கணிக்க முடியாத புதுப்புதுச் சவால்களை உருவாக்கிய படியே இருந்தது. நடுப்பகலுக்குப் பிறகு வழக்கம்போல் வெக்கையின் தாக்கம் அதிகமாகியது. போர்க்களம், இதுவரை இல்லாத குழப்பத்துடனும்

ஆவேசத்துடனும் இருந்தது. வீரர்கள் வழக்கத்தைவிடப் பேரோசையை எழுப்பிக்கொண்டிருந்தனர்.

உள்ளும் புறமும் நடுக்கத்தை உணர்ந்தபடி இருந்த திசைவேழர், மாணவன் ஒருவனைக் கீழே அனுப்பி இன்னொரு வட்டிலில் மணலையும் நாழிகைக்கோலையும் எடுத்துவரச் சொன்னார். மாணவன் கீழே இறங்கி னான். வீரர்கள் ஒருவரையொருவர் வெட்டிச்சரித்துக் கொண்டிருந்தனர். குதிரைகளும் தேர்களும் குறுக்கிட்டு ஓடிக்கொண்டிருந்தன. நிலமெங்கும் அம்புகளும் ஈட்டிகளும் காற்றைக் கிழித்தன. தேரில் ஏறி, போர்க்களத் தினூடே புகுந்து, குடிலுக்குச் சென்று திரும்ப முடியும் என அவனுக்குத் தோன்றவில்லை. என்ன செய்வதெனத் தெரியாமல் மிரட்சியோடு நின்றான்.

மையூர்க்கிழாரை விரட்டிச் சென்ற வேட்டூர்ப்பழையன், எதிரியின் படையைச் சரிபாதிக்குமேல் கடந்தார். இவ்வளவு தொலைவு உள்ளே வருவது சரியல்ல எனத் தோன்றியது. ஆனால், முடியன் "இவனைக் கொன்றழித்துவிடு!" என்று சொல்லியே அவனது தேரை ஒப்படைத்துள்ளான். போர்க்களத்தில் முடியனின் வாக்கைப் பறம்புத் தளபதிகள் மீறுவதில்லை. அது மட்டுமல்ல, மையூர்க்கிழாரைக் கொல்வதைவிட முக்கிய வேலை இந்தப் போர்க்களத்தில் வேறில்லை. எனவே, பழையன் விடாது விரட்டிச் சென்றார்.

முன்திட்டப்படிப் படையின் ஓரப் பகுதியாகவே சென்று கொண்டிருந்தார் மையூர்க்கிழார். அதனால்தான் இவ்வளவு தொலைவு முடியனின் தேரை இழுத்துவர முடிந்தது. குறிப்பிட்ட அளவு

கடந்ததும் பின்தொடர்ந்து வருவது முடியன் அல்ல; வேட்டூர்ப் பழையன் என்பதை மையூர்க்கிழார் அறிந்து விட்டார். ஏற்கெனவே வகுக்கப்பட்ட திட்டப்படி உள்ளிழுத்துச் செல்ல வேண்டியது முடியனைத்தான். அவன்தான் முதலில் பின்தொடர்ந்து தாக்குதல் தொடுத்தபடி வந்தான். இடையில் பழையன் எப்போது மாறினார் என்பது மையூர்க்கிழாருக்கு விளங்கவில்லை.

மையூர்க்கிழாருக்கு நீலன் மீதும் வேட்டூர்ப்பழையன் மீதும்தான் அதிகக் கோபம் இருந்தது. தன் மகன் இளமாறனின் மரணத்துக்கு வேட்டுவன்பாறையைச் சேர்ந்தவர்களே காரணம் என்று அவர் நம்பினார். எனவே, பின்தொடர்வது முடியனல்ல, வேட்டூர்ப்பழையன்தான் என்பது தெரிந்த பிறகும் அவர் எதையும் காட்டிக்கொள்ளாமல் அதே வேகத்தில் போய்க்கொண்டிருந்தார். பழையனின் மரணம் நிகழப் போவதைக் காணும் வெறி அவரது செயலிலே இருந்தது. மற்ற இரு தளபதிகளான நகரிவீரனும் சூலக்கையனும் வளைத்துத் தாக்குவதற்கு ஏதுவான இடைவெளியில் தொடர்ந்து வந்துகொண்டே இருந்தனர்.

முடியன், இரவாதனோடு வந்து இணைந்தான். இது குதிரைப்படை வீரர்கள் யாரும் எதிர்பாராதவொன்று. பறம்பு வீரர்களின் ஆவேச உணர்வு, வெள்ளம்போல் சீறிப்பாயத் தொடங்கியது. எதிரிகளின் தற்காப்பு நிலைகளை நினைத்துப்பார்க்க முடியாத வேகத்தில் தகர்த்து முன்னேறியது பறம்பின் குதிரைப் படை. அந்தத் திசையில் நின்றிருந்த வேந்தர் படைத் தளபதி உறுமன்கொடி, 'இவர்களால் அதிகத் தொலைவு முன்னேறி வந்துவிட முடியாது' என்றுதான் நினைத்தான். ஆனால் பறம்புப்படை, எதிரிப் படையைக் கிழித்துக்கொண்டு இறங்கியது. வாள்வீச்சும் அம்புகளின் தாக்குதலும் எதிர்கொள்ள முடியாத வேகத்தில் இருந்தன.

நேற்றைய தாக்குதலில் தனது படையில் இருந்த பெரும்பான்மையான குதிரைகளை இழந்தான் உறுமன் கொடி. அப்படியிருந்தும் இன்று வாள் வீரர்களைப் பெரும்பகுதியாகத் தனது அணிகளில் நிறுத்தி, மிகக்குறைவான குதிரைகளைப் பின்னிலையில் நிறுத்தியிருந்தான். ஆனால், எதிரிகளின் தாக்குதல் ஈடுகொடுக்க முடியாததாக இருந்தது. பாய்ந்து முன்னேறும் எதிரிகளைத் தடுத்து நிறுத்த முடியாத சூழ்நிலை வந்து விடுமோ என்று உறுமன் கொடியின் மனதுக்குள் அச்சம்படரத் தொடங்கியது.

அப்போது உதிரனின் தலைமை யிலான பறம்பின் விற்படையானது, வேந்தர் படையின் இரண்டாம் நிலையின் மீது முழுவீச்சில் தாக்குதல் நடத்தி உள்நுழைந்துகொண்டிருந்தது. களத்தின் மையப்பகுதியை வழக்கம் போல் தனது முழுக் கட்டுப்பாட்டில் வைத்திருந்தான் உதிரன். உண்மையில் பறம்புப்படையின் அச்சு உதிரனின் கையில்தான் இருந்தது. வேந்தர்படை பறம்புப் படைக்குள் எளிதில் நுழைய முடியாத தன்மையை உருவாக்குவது மட்டுமல்ல, தேவைப்படும் நேரத்தில் வேந்தர் படையைத் தாக்குதலின் மூலம் திசைதிருப்பவும் உதிரனால் முடிந்தது.

வேந்தர் படையின் வில் வீரர்கள் எய்யும் அம்பைவிட இரு மடங்குத்

தொலைவுக்குப் பறம்புப்படை அம்பெய்வதால், எதிரிகளால் அருகில் நெருங்கவே முடிவதில்லை. எனவே, இரண்டு நாள் போரிலும் சிறு பாதிப்பு கூட விற்படைக்கு ஏற்படவில்லை. உதிரனுக்கு இன்றைய போரில்தான் முழு வேகத்தில் தாக்கி முன்னேற அனுமதி கொடுக்கப்பட்டது. இதற்காகத்தான் அவன் காத்திருந்தான். உதிரனின் வேகம் காலையிலிருந்தே எதிரிகளால் ஈடுகொடுக்க முடியாததாகத்தான் இருந்தது. நடுப்பகலுக்குப் பிறகு நிலைமை மேலும் மோசமானது. பறம்பின் விற்படை வேந்தர்படையின் இரண்டாம்ப்ப் பிளந்து உள்நுழைந்தபோதுதான் முடியன், இரவாதன் ஆகிய இருவரின் தாக்குதலையும் எதிர்கொள்ள முடியாமல் உறுமன்கொடி திணறி நின்றான். உடனடியாக இரண்டாம் நிலைப் படையை உதவிக்கு அழைக்கலாம் என்று அவன் நினைத்த போது அங்கு நிலைமை மோசமடைந்து கொண்டிருந்தது. உதிரனின் தாக்குதல், இரண்டாம் நிலைப் படையின் வீரர்களைக் கணக்கின்றி வீழ்த்திக் கொண்டிருந்தது.

தலைமைத் தளபதி கருங்கை வாணன், பறம்புப்படையின் இறுதிப் பகுதியில் நின்றிருந்த தேக்கனை வந்தடைந்தான். அவன் இங்கு வருவான் என்று தேக்கன் உள்ளிட்ட யாரும் எதிர்பார்க்கவில்லை. அவன் வருவது அறிந்ததும் சீழ்க்கை ஒலியெழுப்பினான் தேக்கன்.

அவன் எழுப்பிய ஓசை எதற்கானதென்று கருங்கைவாணனுக்குத் தெரியவில்லை. அவன் குதிரையிலிருந்து கீழே இறங்கினான்.

கடுமையான வாள்வீச்சுக்குப் பிறகும் கிழவன் மீண்டும் போர்க்களம் வந்து நிற்பதே கருங்கைவாணனுக்கு வியப்பை ஏற்படுத்தியது. ஆனாலும் அவனது வாழ்வு அடுத்த சில கணங்களில் முடியப்போகிறது என எண்ணியபடியே உறையிலிருந்து வாளை உருவினான்.

தேக்கனோ, வாளை ஏந்த ஆயத்த மாக இல்லை; கருங்கைவாணனைப் பார்த்தபடியே நின்றிருந்தான். வீரர்கள் வாள்வீச்சுக்கு இடம்விட்டு விலகினர். அப்போது அங்கு வந்த குதிரையிலிருந்து கூழையன் இறங்கினான். தேக்கனின் சீழ்க்கை ஓசை கூழையனுக்கானது. கருங்கை வாணன், கூழையனைப் பார்த்ததும் அறிந்துகொண்டான், இவன் பறம்பின் தேர்ப்படைத் தளபதியென்று.

கூழையன் குதிரையிலிருந்து இறங்கினான். தேக்கன் போரிட ஆயத்தமாக இல்லாதது ஏன் என்று கருங்கைவாணனால் புரிந்துகொள்ள முடிந்தது. கிழவன் கடுமையான வலியோடு நின்றுகொண்டிருக்கிறான். ஆனாலும் போர்க்களம் நீங்கக் கூடாது என்பதற்காக வாளேந்தி நிற்கிறான் என எண்ணியபடிக் கூழையனை நோக்கி முன்னகர்ந்தான்.

தேக்கன், கூழையனை நோக்கி சத்தமாகச் சொன்னான், “இவன் அதிக நேரம் நிற்கமாட்டான், ஓசை கேட்டதும் பின்னால் ஓடிவிடுவான். எனவே, ஏறித் தாக்காதே; வாங்கித் தாக்கு.”

தேக்கன் சொன்னது கருங்கை வாணனுக்குத் தெளிவாகக் கேட்டது. சுழற்றிய வாளோடு உள்ளிறங்கியவனை அந்தச் சொல் ஒரு கணம் தாக்கி நிறுத்தியது. கிழவன் ஏன் இதைச் சொல்கிறான் என்று கருங்கைவாணன் எண்ணத் தொடங்கியபோது, இயற்கையாகவே அவனது கவனம் படையின் பின்பக்கமிருந்து எழும் ஓசையை அனுமானித்தது. கிழவன் வீசிய முதற்சொல், கருங்கைவாணனின் கவனத்தைச் சிதறச்செய்தது.

கூழையன், விற்போரில் நிகரற்ற வீரத்தை வெளிப்படுத்தக்கூடியவன். ஆனால், வாள்வீச்சில் பெருவீரன் எனச் சொல்லிவிட முடியாது. அதுவும் வேந்தர் படையின் தலைமைத் தளபதியான கருங்கை வாணனின் வாள்வீச்சைக் கூழையனால் எதிர்கொள்ள முடியாது. எனவேதான் எதிரியின் கவனத்தைத் திருப்பும் உத்தியாகவும் இதைக் கையாண்டான் தேக்கன்.

கருங்கைவாணனால் படையின் பின்புறத்திலிருந்து எழும் ஓசையை மதிப்பிட முடியவில்லை. ஆனால், பறம்புத் தளபதி முடியன் வழக்கத்துக்கு

மாறாக முற்பகலிலேயே முன்னேறி வந்ததும் காற்றில் பறந்த கணக்கற்ற அம்புகளும் அவனது எண்ணத்தைக் குறுக்கிட்டபடியே இருந்தன. ஆனால் கூழையன், கண்ணுக்கு முன்னால் வாளைச் சுழற்றி இறங்கிவிட்டான். கருங்கைவாணனின் கண்களிலிருந்த குழப்பத்தைத் தேக்கனால் அறிய முடிந்தது.

முழு வேகத்தில் வாள்வீச்சைத் தொடங்க முடியாத சிறு குழப்பத்தைத் தன்னுள் உணர்ந்தான் கருங்கை வாணன். பறம்புப் படையின் கடைசிப் பகுதியில் அவன் இருக்கிறான் என்பதும், பறம்புவீரர்கள் காற்றில் எய்த அம்புகள் அவனது படையின் பின்பகுதியை ஒருவேளை தாக்கி யிருக்கக்கூடும் என்பதும் அவனது கவனத்தை முழுமையாகக் கவ்விக் கொண்டன. இவையெல்லாம் எதிரிகளின் தெளிவான திட்டமிடல் என்பதை அவன் உணரும் வேளையில் கூழையனின் வாள் முன்சுழன்று வந்தது.

கருங்கைவாணனைப்போலத் தேக்கனுமே அந்தக் கணம் அதிர்ச்சி யடைந்தான். ‘வாங்கித் தாக்கத்தானே சொன்னோம். இவன் ஏன் ஏறிப் பாய்கிறான்!’ என்று தேக்கன் சற்றே அதிர்ச்சிக்குள்ளானான். கருங்கை வாணனோ கவனத்தைச் சிதறவிடக் கூடாது என எண்ணியபடி வாளை ஏந்தி முன்னகர்ந்தான்.

பரண் விட்டுக் கீழிறங்கிய திசைவேழரின் மாணவனுக்கு என்ன செய்வதென்று தெரியவில்லை. பொழுதாகிக்கொண்டிருந்தது. இன்றைய போர் முடிய இன்னும் இரண்டொரு நாழிகைகள்தான் இருந்தன. எனவே, வேகமாக ஆசான் கேட்டதைக் கொண்டுபோய்க் கொடுக்க வேண்டும் என்று பதற்றம் கொண்டான். சற்றுத் தொலைவில், வேந்தர் படை வீரன் பயன்படுத்திய கேடயம் ஒன்று கிடந்தது. வேகமாகப் போய் அதை எடுத்தான். கேடயத்தைத் திருப்பி அதில் மண்ணை அள்ளி நிரப்பினான். குருதி தோய்ந்த அம்பு ஒன்று கிடந்தது. அதை எடுத்து எட்டு விரல்கட்டை அளவு நீளத்துக்கு ஒடித்தான். என்றும் இல்லாத அளவுக்குப் போர்க்களத்தின் ஓசை இன்று பலமடங்கு அதிகமாக இருந்தது. என்ன நடக்கிறது என்று சுற்றும் முற்றும் பார்த்தபடிப் பரண் மேல் ஏறத் தொடங்கினான்.

மையூர்க்கிழாரின் தேர், முன்திட்ட மிட்டபடி மூன்றாம்நிலைப் படையின் இறுதிப் பகுதிக்குச் சென்றது. ஆனால், அங்கு பெருங்குழப்பம் நிலவியது. கல்லூழி வேரால் ஆன அம்பைப் பிடுங்க முயலும்போது அதன் வலி நினைத்துப் பார்க்க முடியாத அளவுக்கு இருந்தது. அம்பின் உள் நுழைந்த பகுதி சுருண்டுவிட்டதால், தசையோடு பிய்த்துக்கொண்டுதான் வந்தது. எனவே, வீரர்களின் உடலில் தைத்த எந்த அம்பையும் பிடுங்க முடியவில்லை. ‘வைக்கோல் அளவு கொண்ட சிறு அம்புதானே, இது என்ன செய்துவிடும்’ என்றுதான் அனைவரும் நினைத்தனர். ஆனால், பிடுங்க முடியாமல் ஒவ்வொரு வீரனும் துடிக்கத் தொடங்கிய பிறகு தான் நிலைமையின் விபரீதம் புரியத் தொடங்கியது.

மூன்றாம்நிலைப் படையில் பெருங் குழப்பம் நிலவியதால், மையூர்க்கிழார், படையின் நடுப்பகுதிக்குக் கொண்டு செல்லவில்லை. மாறாக, ஓரப் பகுதியின் வழியே படை நின்றிருக்கும் பகுதிக்கு வெளிப்புறம் நோக்கி

இழுத்துச்செல்லலாம் என்ற முடிவுக்கு வந்தார். தேரை ஓட்டும் வலவனிடம், "வெளிப்புறமாக விரைந்து ஓட்டு" என்றார்.

அவரின் தேரைத் தொடர்ந்து வந்து கொண்டிருந்தார் வேட்டூர்ப்பழையன். 'இந்தப் போருக்கான முக்கியக் காரணமாக இருப்பவன் மையூர்க்கிழார். இவன்தான் பறம்பைப் பற்றிய பல குறிப்புகளை வேந்தர்களுக்கு வழங்குபவன். அவன் இருக்கும் துணிவில்தான் காரமலையின் அடிவாரத்தில் இவ்வளவு பெரிய படையைக் கொண்டுவந்து நிறுத்தியிருக்கின்றனர்' என்று அவனைப் பற்றிய எண்ணங்கள் மேலேறியபடியே இருந்தன. 'எதிரிப் படையின் கடைசிப் பகுதிக்கு வந்துவிட்டோம். இவ்வளவு தொலைவு ஏறி வருதல் நல்லதல்ல. ஆனால், இத்தனை நாள் களத்துக்கு வராத இந்தத் துரோகி, இன்று போர்க் களத்துக்குள் வந்துள்ளான். இவனை இன்றோடு கொன்றழிக்காமல் விட்டால் பறம்புக்குக் கடும் பாதிப்பைத் தொடர்ந்து உருவாக்குவான். எனவே, இன்றைய போரில் தனக்கு என்ன நேர்ந்தாலும் மையூர்க் கிழாரைக் கொன்றழிக்காமல் விடக் கூடாது' என்ற உறுதியோடு அவனை விரட்டிச் சென்றார் வேட்டூர்ப் பழையன்.

முடியனும் இரவாதனும், வேந்தர் படையின் இரண்டாம்நிலையைக் கடந்து மூன்றாம் நிலையை அடைந்தனர். உறுமன்கொடியின் தடுப்பரண்கள் சிதறிப் பறந்தன. எதிர்கொள்ளவே முடியாத தாக்குதலால் நிலைகுலைந்து கொண்டிருந்தான் உறுமன்கொடி. முடியனும் இரவாதனும் ஒரே களத்தில் ஒன்றாய் நின்று இதுவரை போரிட்டதில்லை. தன் மகன் எப்படிப் போர்புரிவான் என்பதை மற்றவர்கள் சொல்லித்தான் முடியன் கேட்டுள்ளான். தட்டியங்காட்டில் தான் அவனது தாக்குதலை முடியனால் பார்க்க முடிந்தது.

இன்று இருவரும் ஒரே படைப் பிரிவில் முன்னேறிப் பாய்க்கின்றனர். உள்ளுக்குள் பெருமிதம் இருந்தாலும் கண்களில் அதைக் காட்டிவிடக் கூடாது என்ற எச்சரிக்கையோடு தாக்குதலை முன்னெடுத்தான் முடியன். தந்தையோடு இணைந்து களத்தில் நின்று போராடும் இந்நாளில், வழக்கத்தைவிட வீரியமாக இருந்தது இரவாதனின் தாக்குதல். சூளூர் வீரர்கள் முன்புற அணியில் தாக்கி முன்னேற, பறம்பின் குதிரைப்படை வேந்தர் படையின் மூன்றாம் நிலைக்குள் வகுடு பிளந்து போய்க் கொண்டிருந்தது.

குளவன்திட்டிலிருந்து போர்க் களத்தை இமைக்காமல் பார்த்துக் கொண்டிருந்தான் பாரி. 'பறம்பின் குதிரைப்படை இதே வேகத்தில் முன்னேறினால் இன்னும் சிறிது நேரத்தில் மூஞ்சலை நெருங்கிவிட முடியும்' எனக் கணித்தான். குகைக்குள்ளிருந்து மீண்டும் ஓசை எழுப்பினான் இகுளிக்கிழவன். சற்று நேரத்துக்குப் பிறகுதான் அவனது ஓசையைக் கவனித்தான் பாரி. இகுளிக்கிழவன் கூறினான், சுடர் இடதுபுறம் அசையப்போகிறது. இப்போது வரப்போவது காற்றி. அது தட்டியங் காட்டை இடதுபுறமாக உருட்டிச் செல்லும் என்று சொல்லிக் கையை உயர்த்தினான். ஆனால் பாரியோ, கூவல்குடியினரை நோக்கிக் கை அசைக்கவில்லை.

சற்றே அதிர்ச்சிக்குள்ளானான்

இகுளிக்கிழவன். "ஏன் இந்த நல்ல வாய்ப்பைப் பயன்படுத்த மறுக்கிறாய்?" என்று இகுளிக்கிழவன் கேட்டதற்குப் பாரி சொன்னான், "பறம்பின் குதிரைப் படை வீரர்கள் எதிரிகளின் மூன்றாம்நிலைக்குள் நுழைந்துவிட்டனர். இந்தச் சூழலில் முதல் நிலையில் இருந்து எய்யப்படும் அம்பு மூன்றாம்நிலையில் இருக்கும் நம் வீரர்களையே தாக்க வாய்ப்புண்டு. எனவேதான் உத்தரவிடவில்லை."

இகுளிக்கிழவன் மீண்டும் விளக்கைப் பார்த்தான். சாய்ந்த சுடர் மீண்டும் நிமிர நேரமானது.

தேக்கன் கூறியபடி வாங்கித் தாக்காமல், ஏறித் தாக்கிய கூழையன் ஒருகட்டத்துக்குப் பிறகு களைப்படையத் தொடங்கினான். சிறிது நேரம் பின்புறப் படையில் எதுவும் நிகழ்ந்துவிடுமோ என்று கவனத்தைச் செலுத்திய கருங்கை வாணன், நேரம் கடந்த பிறகு தாக்குதலைத் தீவிரப்படுத்தினான். தனது கவனத்தைத் திருப்பவே கிழவன் இப்படிச் சொல்லியுள்ளான் என நினைத்தான் கருங்கைவாணன்.

இப்போதும் கூழையன் தற்காப்பு நிலையில் நிற்காமல் முன்களம் நோக்கியே பாய்ந்துகொண்டிருந்தான். அவனது செயல் பொருத்தமானதில்லை. எதிரிப்படைத் தளபதியை மிகவும் குறைத்து மதிப்பிடுவதால் இவ்வாறு செய்கிறான் எனத் தேக்கனுக்குத் தோன்றியது. ஆனால், போரிட்டுக்கொண்டிருப்பவனை நோக்கிச் சத்தம்போட்டுச் சொல்வது குழப்பத்தையோ, தவறான புரிதலையோ உருவாக்கிவிடும் என்பதால் அமைதி காத்தான்.

கூழையன் அணிந்திருக்கும் மெய்க்கவசம் எவ்வளவு வேகமான தாக்குதலையும் வாங்கி நிற்கும். எனவே, கவனமாகத் தாக்கினால்தான் இவனை வீழ்த்த முடியும் என நினைத்தபடியே வாளைச் சுழற்றினான் கருங்கைவாணன். இருவரின் கால்களும் பின்னல் வடிவில் வட்டக் களத்தில் நகர்ந்துகொண்டிருந்தன.

சற்றும் எதிர்பாராமல் காற்று பெருவேகத்தோடு வீசியது. அப்போது எதிர்த்திசையில் கூழையனும் பறம்பின் திசையில் கருங்கைவாணனும் நின்றுகொண்டிருந்தனர். 'இப்பெருங் காற்று வீசும்போது காரமலையிலிருந்து ஏன் ஓசை எழுப்பப்படவில்லை; பாரி என்ன செய்துகொண்டிருக்கிறான்?' என்று கண நேரத்தில் கூழையனின் சிந்தனை காற்றின் வழியே குளவன் திட்டை அடைந்தபோது கருங்கை வாணனின் வாள் கூழையனின் கழுத்துப் பகுதியில் இறங்கி வெளியேறியது.

மூன்றாம்நிலைப் படையைப் பறம்பின் குதிரைப்படை பிளந்து முன்னேறிக்கொண்டிருந்தபோது ஆபத்து அதன் உச்சத்தை அடைந்தது. உறுமன்கொடியின் கைகளில் இருந்து படையின் கட்டுப்பாடு வழுவத் தொடங்கியது. ஒரு தளபதி வேறு வழியே இன்றிச் செய்யும் கடைசிச் செயலுக்கான உத்தரவை இட்டான். முச்சங்கு ஊதப்பட்டது. அது பேராபத்தைத் தெரிவிக்கும் குறியீடு. மற்ற சங்குகள் ஊதப்பட்டால் அது ஆபத்து பற்றித் தலைமைத் தளபதிக்குத் தெரிவிக்கும் செயல். அவர் உடனடியாக உரிய ஏற்பாட்டைச் செய்வார். ஆனால், முச்சங்கு ஊதப் பட்டால் தலைமைத் தளபதி உட்பட அதைக் கேட்கும் ஒவ்வொரு தளபதியும் உடனடியாக அந்த இடத்துக்கு வந்துசேர வேண்டும்.

ஆனால், உடனடியாக வரும் நிலையில் வேந்தர்படைத் தளபதிகள் எவரும் இல்லை. நகரி வீரனும் சூலக்கையனும் முன்வகுக்கப்பட்ட திட்டப்படிப் படையின் பின்புறத்தைக் கடந்து மையூர்க்கிழாரால் கொண்டு செல்லப்பட்டுக்கொண்டிருந்தனர். கருங்கைவாணனோ பறம்புப் படையின் முன்களத்தில் ஏறிப்போய்ப் போரிட்டுக்கொண்டிருந்தான். விற்படைத் தளபதி துடும்பனோ, உதிரனின் தாக்குதலுக்கு ஈடுகொடுக்க முடியாமல் மிகவும் பின்னகர்ந்து கொண்டிருந்தான். உறுமன்கொடி எதிர்பார்த்த எந்த ஒரு தளபதியும் உதவிக்கு வரவில்லை. பறம்பின் குதிரைப் படைத் தாக்குதல் இணை யற்ற வேகத்தில் இருந்தது.

முடியனும் இரவாதனும் கணக்கின்றிக் கொன்றழித்து

முன்னேறினர். எங்கும் குருதி பீறிட்டது. சூளூர் வீரர்களின் பாய்ச்சலுக்கு முன் வேந்தர் படையால் நிலைகொள்ள முடியவில்லை. உறுமன்கொடி முச்சங்கை மீண்டும் மீண்டும் ஊதச் சொன்னான். களத்தில் ஓசையெழுப்ப நிறுத்தப்பட்டிருந்த அனைவரும் இனி இந்த ஓசையையே எதிரொலிக்க வேண்டும். நிலைமை மிக மோசமாகிறது என்பதன் அறிகுறி இது.

மூன்றாம் நிலையில் மூஞ்சலுக்குப் பக்கத்தில் முழுப் பாதுகாப்போடு நின்றிருந்த வேந்தர்களுக்கு இப்போதுதான் ஆபத்தின் அளவு புரிந்தது. தங்கள் தளபதிகள் ஒன்றுகூட முடியாதபடிச் சிதறிக்கிடக்கின்றனர்; எதிரிகளின் குதிரைப்படையோ மூஞ்சலை நெருங்கிக்கொண்டிருக் கிறது எனத் தெரிந்ததும் பொதிய வெற்பனும் உதியஞ்சேரலும் உறுமன் கொடிக்கு உதவத் தங்களின் படைப் பிரிவினரோடு விரைந்தனர். சோழ வேழன், விற்படைத் தளபதி துடும்பனுக்கு உதவ விரைந்தான்.

கூழையன் மண்ணில் சரிந்த பிறகு, தேக்கன் களத்தில் இறங்கினான். கருங்கைவாணன் எதிர்பார்த்த வேட்டை இப்போது அவன் முன்னால் வாளேந்தி நின்றது. ஆனால், படையின் முன்வரிசையிலிருந்து மாறி மாறி ஓசை எழுப்புவதைப் போன்ற உணர்வு தொடர்ந்து இருந்தது. அவனால் துல்லியமாகக் கணிக்க முடியவில்லை. தேக்கன் வாளை ஏந்திப்பிடித்தான். விலா எலும்பு குத்தி உள்ளிறங்குவது போல வலியெடுத்தது. ஆனாலும் நிலைமையைச் சமாளித்தாக வேண்டும். வாய்ப்பு கிடைத்தால் கருங்கைவாணனைக் கொன்றழிக்க வேண்டும் என்ற முடிவோடு மீண்டும் முன்னகர்ந்தான்.

இருவரும் சுழற்கட்டுக்கட்டிக் கேடயத்தை முன்னகர்த்தியபடி வட்டக் களத்தில் கால்களை நகர்த்தினர். நேற்றைய போரில் கிழவன் வீசிய வாளை சூலக்கையன் தடுத்திருக்காவிட்டால் நிலைமை என்னவாகியிருக்கும் என்று நினைத்த கணத்தில், அவனுக்கு வெறி உச்சத்தில் ஏறியது. இன்றோடு இவனைக் கொன்றழிக்க வேண்டும் என்று வாளின் கைப்பிடி நொறுங்குவதுபோல இறுகப்பிடித்தான். கால்கள் தாவி முன் செல்ல ஆயத்தமானபோதுதான், முச்சங்கின் பேரோசை இடைவிடாது எதிரொலித்தது.

ஒரு கணம் நடுங்கி நின்றான். ‘அப்படியென்றால், அப்போதிருந்து சங்கோசை கேட்டுக்கொண்டே இருந்ததா? நிலைமை கைமீறியதால் தான் முச்சங்கை விடாது ஊத வேண்டிய நிலை வந்துள்ளது. கிழவன் சொன்னது உண்மைதானா?’ எனத் திணறி நின்றான் கருங்கைவாணன். தேக்கன் வலிமையோடு இருந்திருந்தால் இந்தக் கணத்தில் கருங்கைவாணனை வெட்டிச் சரித்திருப்பான். வாளை உயர்த்தியபடிச் செயலற்று நின்ற கருங்கைவாணனை நோக்கிப் பாய்ந்து வாள் வீச முடியாத நிலையில் தேக்கன் இருந்ததால், அவன் தப்பித்துப்போய்க் குதிரையில் ஏறினான்.

கண்பார்வையின் எல்லையில் மூஞ்சல் கூடாரத்தின் மேல்முனைகள் தெரியத் தொடங்கியபோது பறம்பு வீரர்கள் உச்ச அளவுத் தாக்குதலை வெளிப்படுத்திக்கொண்டிருந்தனர். முடியனின் மனதுக்குள் பற்றியெறிந்த தீ சுழற்காற்றைப்போல வேகம் கொண்டது. எதிரிகளின் படை வீரர்களால் மறித்து நின்று போரிட முடியவில்லை. இந்நிலையில்தான்

பொதியவெற்பனும் உதியஞ்சேரலும் தங்களின் வலிமைமிகுந்த படையோடு வந்துசேர்ந்தனர்.

உடல் முழுவதும் கவசம் அணிந்த சிறப்புப் படை வீரர்கள் எதிரிகளின் தாக்குதலை வலிமையோடு சந்தித்தனர். மூஞ்சலைக் கண்கொண்டு பார்த்த கணத்தில், பறம்புவீரர்களின் தாக்குதல் எண்ணிப்பார்க்க முடியாத அளவுக்கு இருந்தது. வேந்தர்களின் சிறப்புப்படைப் பிரிவு அவர்களின் வேகத்தை நிறுத்த, பேராற்றலை வெளிப்படுத்தியது.

கைகள் மட்டுமல்ல, முழு உடலும் நடுங்கியது. மணலின் மீது நீண்டு படர்ந்தது நாழிகைக் கோலின் நிழல். அதை உற்றுப் பார்த்துக் கொண்டிருந்த போது திசைவேழரின் கண்களில் நீர் பெருகியது; மனம் துடித்தது. பதற்றத்தில் அவரின் உடல் முழுவதும் ஆடத் தொடங்கியது. எதையும் வெளிக்காட்டிக் கொள்ளக்கூடாது என நினைத்தார். ஆனால், அவரது வயது அனைத்தையும் வெளிக் காட்டியது. கைகளை மெல்ல மேலே உயர்த்தினார். தட்டியங்காடெங்கும் முரசின் ஓசை மேலெழுந்தது. மூன்றாம் நாள் போர் முடிவுக்கு வந்தது.

அதிர்ந்து நின்றான் முடியன். முரசின் ஓசையை அவனால் நம்பவே முடியவில்லை. இன்னும் சிறுபொழுது இருந்தால்கூட நிலைமை வேறு மாதிரி ஆகியிருக்கும். பறம்பின் குதிரைப் படை வீரர்கள் அனைவரும் அளவு கடந்த ஆவேசத்தோடு போரிட்டனர். 'இலக்கை இவ்வளவு நெருங்கியும் பயனின்றிப் போய்விட்டதே!' என வேதனைப்பட்டான் இரவாதன். முடியனோ, முதற்கணத்தில் ஏற்பட்ட ஏமாற்றத்தை மறுகணத்தில் சரிசெய்து கொண்டான். 'மூஞ்சலைக் கண்கொண்டு பார்த்துவிட்டோம். இனி, பறம்பின் வெற்றியை யாராலும் தடுக்க முடியாது!' எனத் தோன்றியது.

போர்க்களத்தை விட்டு வெகு தொலைவுக்கு அப்பால் போயிருந்தனர் மையூர்க்கிழாரும் வேட்டூர்ப் பழையனும். ஒருவரை ஒருவர் வீழ்த்தியே தீருவது என்ற உறுதியோடு விரைந்துகொண்டிருந்தனர். காரமலைக் குன்றுகளின் அடிவாரத்தில் முன்சென்ற மையூர்க் கிழாரின் தேர், பார்வையிலிருந்து சட்டென மறைந்தது. 'எந்தப் பக்கம் போனான்?' என நினைத்தபடிச் சற்றே திரும்பினார் வேட்டூர்ப்பழையன். எதிரில் இரு தளபதிகளான நகரி வீரனும் சூலக்கையனும் இருநூறு குதிரை வீரர்கள் சூழ வந்து நின்றனர்.

பழையன் விரைந்து வில்லுயர்த்திய போது, தளபதிகள் இருவரும் அம்பை நாணிற்பூட்டி இழுத்தனர். வெகு தொலைவுக்கு அப்பால் மெல்லிய தாகக் கேட்டது முரசின் ஓசை.

பழையன் நாண் இழுத்த அம்பைக் கீழிறக்கி மண் நோக்கி விடுவித்தான். விடுபட்ட அம்பு மண்ணைக் குத்தி நின்றது. அதைப் பார்த்துவிட்டு நிமிர்ந்து எதிரியைப் பார்த்தான். ஆனால், அவர்கள் இருவரும் தத்தம் வில்களைத் தாழ்த்தவில்லை.

நகரிவீரன் சொன்னான், "போரின் விதிகள் போர்க்களத்துக்கு மட்டும் தான். நாமோ களம் நீங்கி நெடு நேரமாகிவிட்டது" சொல்லும்போதே விடுபட்டுச் சீறின அம்புகள்.

சட்டெனத் தடுப்புக்கேடயத்தைத் தூக்கும் முன்பு, எண்ணற்ற அம்புகள் வந்து எகிறின. நெஞ்சில் தைத்த அம்புகள் எல்லாம் மெய்க்கவசத்தில் குத்தி முறிந்தன. ஆனால், வலது தோளிலும் இடது காலிலும் குத்திய

இரு அம்புகள் குருதியைப் பீய்ச்சின.

கண்ணிமைக்கும் நேரத்தில் அம்புகளால் தாக்கப்பட்டு வலவன் மண்ணில் சரிந்தான். உருவிய வாளோடு தேரிலிருந்து குதித்து இறங்கிய பழையன், ஓடி மரங்களுக்குள் நுழைந்தான்.

தேரையும் குதிரையையும் விட்டு இறங்கிய வீரர்கள், அவனை விரட்டியபடி மலை ஏறினர். அப்போது ஓசை எழுப்பியபடி இன்னொரு புறத்திலிருந்து வந்தார் மையூர்க்கிழார். ‘இனி அவனைத் தொடர முயலாதீர்கள். அது ஆபத்தில் முடிந்துவிடும்.”

சூலக்கையன் கத்திச் சொன்னான், ‘கைகால்களில் கடுமையாகத் தாக்கப் பட்டுள்ளான். அவனால், அதிகத் தொலைவு செல்ல முடியாது. ஆயுதத்தையும் கைக்கொள்ள முடியாது. எனவே, அவனை எளிதில் கொன்றழித்துவிடலாம்” என்று விரட்டிக்கொண்டு மலையேறினர்.

இங்கும் அங்குமாக வேட்டூர்ப் பழையனது உருவம் மறைந்து மேலேறிக்கொண்டிருந்தது. வீரர்கள் சுற்றிவளைத்துக் குன்றின்மேல் ஏறினர். பொழுது மறைந்து கொண்டிருந்தது. “அதிகத் தொலைவு செல்ல முடியாது விரட்டிப் பிடியுங்கள்!” என்று கத்திக்கொண்டே முன்னேறினர் தளபதிகள் இருவரும்.

சிறு குன்றின் உச்சிக்குச் சென்று மறுபுறம் இறங்கத் தொடங்கினர். வானத்தில் கருமையேறியது. தொலைவிலிருந்து வீரன் ஒருவன், “அதோ, அங்கே போகிறான்” எனச் சத்தமிட்டான்.

எல்லோரும் அந்த இடம் நோக்கி ஓடினர். வேட்டூர்ப்பழையன், தனித்திருந்த மரம் ஒன்றை நோக்கித் தடுமாறித் தடுமாறி நடந்தார். தளபதிகளும் வீரர்களும் அவரை நோக்கி ஓடினர்.

மரத்தின் அடிவாரத்துக்கு வந்த பழையன், மரத்தோடு சாய்ந்து நின்றார். ஓடிவந்த தளபதிகள் உருவிய வாளோடு அவன் அருகே வந்தனர். வீரர்கள் அனைவரும் மரத்தைச் சூழ்ந்து நெருங்கினர்.

நகரி வீரன் ஏந்திய வாளோடு பழையனை நெருங்கியபடிச் சொன்னான், “பறம்புத் தளபதி கோழைபோல் ஓடி ஒளிந்தான் என்று உன்னைப் பற்றி மக்கள் கூறுவர்.”

அதிக அளவு குருதி கொட்டி விட்டதால் மிகவும் களைத்துப்போன வேட்டூர்ப்பழையன் சொன்னான், “இல்லை, இரண்டு தளபதிகளையும் நூற்றுக்கணக்கான வீரர்களையும் கொன்றுவிட்டே செத்தான் பழையன் என்றுதான் மக்கள் பேசுவர்.”

வாய்விட்டுச் சிரித்தான் நகரி வீரன், “நீ, எங்கள் அனைவரையும் கொல்லப் போகிறாயா?” என்று சொன்னபோது அருகில் இருந்தவன் ஏதோ மாற்றத்தை உணரத் தொடங்கினான். மூச்சுக்குழல் எரிச்சலடையத் தொடங்கியபோது, மரத்தில் சாய்ந்திருந்த பழையன் சொன்னான், “இனி நீங்கள் யாரும் உயிர் பிழைக்க முடியாது. உங்களின் மூச்சுக்காற்றுக்குள் சொனைகள் இறங்கிவிட்டன” என்று கூறியவர், மரத்தோடு சரிந்தபடியே சொன்னார் “இது ஆட்கொல்லி மரம்!”

97

மூன்றாம் நாள் போர் முடிவுறுவதைக் குறிக்கும் முரசின் ஓசை, எங்கும் கேட்டது. ஓசை கேட்டதும் காயம் பட்டவர்களைத் தூக்கிச் செல்லும் பணியாளர்கள் களம் நோக்கி ஓடினர். வீழ்ந்துகிடப்பவர்களை எடுத்துச் செல்ல கயிற்றுத்தொட்டிலைத் தூக்கியபடி இரலிமேட்டிலிருந்து பெருங்கூட்டம் தட்டியங்காட்டுக்குள் இறங்கியபோது, திசைவேழரின் மாணவன் வங்கைமான் இரலிமேடு நோக்கி மேலேறிக்கொண்டிருந்தான்.

நேற்றைக்கு இதே பொழுதில் கபிலரை அழைக்க வந்தவனே இன்றும் வந்தான். வாரிக்கையனும் கபிலரும் ஒரே இடத்தில்தான் இருந்தனர். போர் முடிவுற்ற நேரத்தின் பதற்றம் எல்லோருக்குள்ளிருந்தும் மேலேறிவந்தது. அப்போது அங்கு வந்த வங்கைமான், கபிலரை வணங்கிச் சொன்னான், "ஆசான் உங்களை அழைத்து வரச்சொன்னார்."

கபிலர் அதிர்ச்சியோடு வாரிக்கையனைப் பார்த்தார். 'நேற்று ஓங்கலத்தால் சிக்கல் ஏற்பட்டதைப் போல, இன்றும் ஏதோ சிக்கலில் மாட்டிவிட்டீர்களா?' என்று கேட்பது போல் இருந்தது அவரது பார்வை. அதைப் புரிந்துகொண்டு வாரிக்கையன் சொன்னார், "அப்படி எதுவும் நாம் செய்யவில்லை."

"பிறகு ஏன் அழைத்துவரச் சொல்லியுள்ளார்?"

"என்னிடம் கேட்டால், எனக்கென்ன தெரியும்?" என்று கேட்டவர் சற்று இடைவெளி விட்டு, "நீங்கள்தான் முன்கூட்டியே சொல்லி விட்டீர்களே!" என்றார்.

"நான் என்ன சொன்னேன்?"

"திசைவேழர் யாரென நான்

கேட்டதற்கு, 'அறத்தின் அடையாளம்' என்றீர்கள். பாரியிடம் பேசியபோது 'போர்க்களத்தில் அறம் நெடுநேரம் உயிர் வாழாது' என்றீர்கள்."

வாரிக்கையனின் ஒப்பீட்டால் நடுங்கிப்போனார் கபிலர். "ஏன் இப்படிச் சொல்கிறீர்கள்?" எனப் பதறிக் கேட்டார்.

வாரிக்கையன் சொன்னார், "நாட்கள் செல்லச் செல்ல, போர்க்களத்தில் நிற்கும் மனிதன் தனது வலிமையை இழந்துவிடுவான். முடிவுறாத வேட்டையை எந்த உயிரினமும் நடத்தாது. மனிதன்தான் 'போர்' என்ற பெயரில் அதை நடத்திக்கொண்டிருக்கிறான். இரக்கமற்ற அந்தக் காட்சிகளைப் பொழுதெல்லாம் பார்த்துக் கொண்டிருப்பதைப்போலக் கொடுமையானது வேறில்லை. கண்களைத் திறப்பதைவிடக் கடினமானது மூடுவது. மனத்துக்குள் விழுந்துகிடக்கும் கொடூரங்களை எதைக்கொண்டு அப்புறப்படுத்த முடியும்? புறமும் அகமும் வெட்டுண்ட மனிதச்சதைகள் துடித்துக் கொண்டிருக்க, எதிலிருந்து தப்பித்து எங்கே ஓடுவார் அவர்? யாரிடமாவது பேசினால் இந்தத் துயரிலிருந்து மீண்டெழ முடியுமா என்ற தவிப்பு அவரை அலைக்கழிக்கும். அந்தத் தவிப்பிலிருந்து மீள்வதற்கு உங்களை அழைத்திருப்பார்."

வாரிக்கையனின் விளக்கம், கபிலரைப் பொறிகலங்கச் செய்தது. போர்க்களம் நோக்கிப் பெருங் கலக்கத்தோடு நடக்கத் தொடங்கினார். அவலத்தின் துயரத்தை நெருங்க, கால்கள் அஞ்சின. காட்சிகளைக் கண்கொண்டு பார்க்க முடிய வில்லை. போர் முடிவுற்ற கணத்தில் களம் நோக்கிப் பயணிப்பதைப்போல் பெருந்துயரம் வேறில்லை. ஆயுதங்கள் துளைத்துக்கிடக்கும் மனிதர்களின் ஓலம், எங்கும் கேட்டது. உடல்கள் கிடத்தப்பட்ட கயிற்றுத்தொட்டில் களைச் சாரிசாரியாகத் தூக்கிச் சென்றனர். எல்லாவற்றையும் கடந்து நாழிகைவட்டில் இருக்கும் பரண் நோக்கி நடந்தார் கபிலர்.

அவரது வருகைக்காகக் காத்திருந்தார் திசைவேழர். திசைவேழரின் முகத்தில் இருளேறியிருந்தது. என்ன நடந்திருக்கும் எனக் கபிலரால் சிந்திக்க முடியவில்லை. வணங்கியபடி அவர் அருகில் அமர்ந்தார்.

'நிலைமான் கோல்சொல்லியின் உயிர் எனக் கருதப்படும் நாழிகை வட்டிலையும் நாழிகைக்கோலினையும் என்னிடமிருந்து பிடுங்கியெறிந்தது காற்று' என்றுதான் சொல்ல நினைத்தார் திசைவேழர். ஆனால், அவரை அறியாமலேயே, முடத்திருக் கண்ணைப் பற்றிய பேச்சைத் தொடங்கினார்.

"தவறிழைத்தவன் தண்டனையின் வழியே காட்டிக்கொடுத்த நிலத்தை நாம் தேர்வுசெய்திருக்கக் கூடாதோ?" எனக் கேட்டார்.

இப்போது ஏன் இதைக் கேட்கிறார் எனக் கபிலருக்குப் புரியவில்லை. "தவறேதும் நடந்ததா?" எனக் கேட்டார் கபிலர்.

"எல்லாம் தவறுதலாக நடக்கின்றன" என்றார் திசைவேழர்.

எதைச் சொல்கிறார் என்பது புரியாமல் விழித்தார் கபிலர்.

"நிலைமான் கோல்சொல்லியின் உயிர்நாடி நாழிகைவட்டிலும் கோலும் தானே. அவை இரண்டையும் இன்று என்னிடமிருந்து காற்று பறித்துக் கொண்டது" என்று சொன்னவர், "இன்று எதைக்கொண்டு

பொழுதளந்தேன் தெரியுமா?"

கலங்கிய அவருடைய கண்களையே கூர்ந்து பார்த்தார் கபிலர்.

"கொல்லப்பட்ட போர்வீரனின் தசைகள் ஒட்டியிருந்த ஒரு கேடயத்தில், குருதியால் ஊறிப்போன மண் எடுத்து, முறிந்த அம்பை நட்டுப் பொழுதளந்தேன்."

அவரது சொல்லிலிருந்த நடுக்கம் கபிலரின் மீதும் பரவியது.

"போர்க்களத்தில் மரணத்தின் கருவி கொண்டு பொழுதளந்துள்ளேன். இனி இந்த நிலம் எண்ணிப்பார்க்க முடியாத மரணத்தைக் காணும். கவசங்கள் வீரர்களைக் காத்து நிற்காது. முறிந்த அம்புகளால் நீளும் பொழுது வீரர்களின் குருதியைக் குடித்துக்கொண்டேயிருக்கும். மரணத்தின் அடையாளமே பொழுதென ஆகிவிட்டது. இனி போர்க்களத்தின் பொழுதை மரணமே ஆட்சி செய்யும்."

திசைவேழரின் சொற்கள் கபிலரை உறையச்செய்தன.

"இந்த நிலத்தைத் தேர்வு செய்யும் போது நான் சொன்னது நினைவிருக் கிறதா உங்களுக்கு? 'நாம் இழைத்த தவறுகளுக்கும் தண்டனை இந்தத் தட்டியங்காடுதான். நமது தலை சாயும் வரையிலும் இந்த நிலம் நம்மைத் துரத்திக்கொண்டே இருக்கும்' என்றேனே!"

'ஆம்' எனத் தலையசைத்தார் கபிலர்.

"துரத்திச் செல்லும் இடைவெளி யைக்கூட இந்த நிலம் வழங்காது என நினைக்கிறேன். இந்த நிலத்திலேயே நானும் சாய்ந்துவிடுவேன். முடத் திருக்கண்ணின் உயிர் பிரியும்போது அவன் இழைத்த தவறுக்கான தண்டனை என நினைத்தேன். எனது உயிர் பிரியும்போதும் அதையே நினைப்பேன்" என்றவர், நின்று கொண்டிருக்கும் பரண் கம்பங்களைக் கைகளால் தொட்டபடி, "எனது வாழ்வின் பொழுதை இந்தப் பரண் அளந்துகொண்டிருக்கிறது கபிலரே. எந்தக் கணமும் அளவை முடியலாம்."

கலங்கிப்போயிருக்கும் திசை வேழரை எந்தச் சொல்கொண்டு மீட்பது எனத் தெரியாமல் திணறிய கபிலர் சொன்னார், "நீங்கள் இன்னும் நெடுநாள் வாழவேண்டியவர். மரணம் பற்றி அதற்குள் ஏன் பேசுகிறீர்கள்?"

"வாழ்வை எளிய கணக்குகளால் அளவிட முடிவதில்லை, புலவரே. பொங்கும் புதுப்புனலைப் பார்த்து மகிழவே வைகையின் கரையில் குடில் அமைத்துத் தங்கினேன். ஆனால் இப்போதோ, வீழ்ந்துகிடக்கும் மனித உடலுக்குள்ளிருந்து பல்லாயிரம் கறையான்கள் பொங்கி மேலெழும் காட்சியைத்தான் பார்த்துக் கொண்டிருக்கிறேன். நான் என் கால்களாலேயே இங்கு இழுத்து வரப்பட்டேன். எத்தனையோ முறை இதைத் தவிர்க்க நினைத்தேன். ஆனால், எனது சொல்லின் வழியே நான் வரவழைக்கப்பட்டேன்.

நான் நன்கு அறிவேன், வேந்தர்கள் அறவழிப்பட்டு வாழ விரும்புவார்கள். ஆனால், அறம் எனப்படுவது விருப்பத்தின்பாற்பட்ட செயலன்று; அது இயல்பின்பாற்பட்டது; அன்பின்பாற்பட்டது. எனவேதான் வேந்தர்களால் அறவழியில் வாழ முடிவதில்லை.

அதிகாரமும் அறமும் இரண்டு எல்லைகள். அதிகாரத்தில் இருப்பவர்கள் அறம் பேணவே முடியாது. அப்படியிருக்க, என்னை

அழைத்து 'அறம் பிறழாமல் இந்தப் போரை நடத்துங்கள்' எனச் சொல்கிறார்கள் என்றால், நான் ஏதோ ஒருவகையில் அவர்களுக்கானவனாக இருந்திருக்கிறேன். அதிகாரத்தின் மறுப்பையோ நிராகரிப்பையோ நான் பெறவில்லை. நான் பேணிய அறம் அவர்களின் அதிகாரத்தை உறுத்தாமல் இசைவாய் இருந்திருக்கிறது. அதற்கான தண்டனைதான் இது!"

கபிலருக்கு என்ன மறுமொழி சொல்வதெனத் தெரியவில்லை. ஆனால், துயரத்தில் மூழ்கும் அவரது மனத்தை மீண்டெழச்செய்ய வேண்டும் என்று மட்டும் தோன்றியது, "இந்தக் கொடுந்தண்டனையை அறத்தின் பொருட்டே நாம் ஏற்றிருக்கிறோம். ஒருவகையில் இதுவும் நமது கடமைதானே!" என்றார்.

"வெல்ல நினைப்பவர்களும் அழிக்க நினைப்பவர்களும்தாம் போரை விரும்புகிறார்கள். வாழ நினைப்பவர்கள் வேறு வழியின்றி அந்தப் போரை எதிர்கொள்கின்றனர். நான் முதல் தரப்புக்காகப் பரணேறியிருக்கிறேன். எனவே, எனது உள்ளொளி அணைந்துகொண்டிருக்கிறது. நீங்களோ இரண்டாம் தரப்புக்காக நிற்கிறீர். எனவேதான் அணையவிடாமல் தடுக்கும் துணிவை இழக்காமல் இருக்கிறீர்!" என்று சொன்னவரின் கண்களில் நீர் பெருகியது.

சற்றே தலை கவிழ்ந்த திசைவேழர் குரல் தாழ்த்திச் சொன்னார், "என்னை ஆற்றுப்படுத்த முயலாதீர்கள்! நேற்றிரவுதான் நான் நீலனைப் பற்றி அறிந்தேன். எவ்வளவு பெரிய சூழ்ச்சியில் நான் சிக்கவைக்கப்பட்டுள்ளேன். நீங்களாவது எனக்குத் தெரிவித்திருக்கக் கூடாதா?"

சற்றே தயங்கிய குரலில், "தாங்கள் நிலைமான் கோல்சொல்லியாக இருக்க ஒப்புக்கொண்ட பிறகு, பேரரசர்கள் வீற்றிருக்கும் அவையில் தானே நான் உங்களைச் சந்தித்தேன். எனவே, இதைப் பற்றிப் பேசும் சூழல் இல்லாமல்போனது" என்றார் கபிலர்.

"இந்தப் போருக்குப் பின்னணியில் இப்படியொரு செயல் நடந்திருக்கிறது எனத் தெரிந்திருந்தால், நான் நிலைமானாக இருக்க ஒப்புக்கொண்டிருக்கமாட்டேன் என்பதை நீங்கள் நம்பத் தவறிவிட்டீர்கள். எனவே, இதைப்பற்றிப் பேச வேண்டும் என உங்களுக்குத் தோன்றவில்லை."

திசைவேழரின் சொற்களைக் கபிலரால் எதிர்கொள்ள முடியவில்லை. நடுங்கிய தன் கைகளைக் குவித்தபடி எதையோ சொல்லவந்தார் கபிலர்.

சட்டென அவரின் கைகளைப் பற்றிய திசைவேழர் சொன்னார், "என் தோழனாய் என்னை நீங்கள் கவனப்படுத்தத் தவறிவிட்டீர்கள். அதை எனது மனம் ஏற்றுக்கொள்ளாது. ஆனால், நீங்கள் பாரியின் தரப்புக்காக நிற்கிறீர். எனவே, உம் கைகள் நடுங்கக் கூடாது."

பேரரசர்கள் கூடியுள்ள கூடாரத்தில் பேரமைதி நீடித்தது. மையூர்க்கிழார் தனது வாக்குமூலத்தைச் சொல்லி முடித்துவிட்டு வெளியேறினார். "மலைமீது ஏறிச் செல்ல வேண்டாம் என்று நான் எவ்வளவு சொல்லியும் அவர்கள் கேட்கவில்லை" என்பதுதான் அவர் வலியுறுத்திச் சொன்னது.

ஆட்கொல்லி மரத்தின் அருகில் போகாமல் மிகத் தள்ளியிருந்த ஓரிரு வீரர்கள் தப்பிவந்து நடந்ததை விளக்கியுள்ளனர். வேந்தர் படையின்

இரண்டு தளபதிகள் இன்றைய போரில் இறந்துள்ளனர். அதேநேரம் பறம்பின் தரப்புத் தளபதிகளான கூழையனும் வேட்டூர்ப்பழையனும் கொல்லப்பட்டுள்ளனர்.

சம அளவில்தான் மரணங்கள் நிகழ்ந்துள்ளன எனத் திருப்திப்பட்டுக் கொள்ளும் நிலையில் இங்கு யாரும் இல்லை. ஏனெனில், இன்றைய போரில் பறம்பின் தாக்குதல் எண்ணிப் பார்க்க முடியாத அளவுக்கு இருந்தது. இதுவரை வாளேந்தாமல் நின்றிருந்த அரசர்கள் இன்று தாக்குதல் முனைக்குப் போகவேண்டிய நிலைக்கு வந்துள்ளனர். மையூர்க்கிழார் அவை நீங்கி நீண்ட நேரமாயினும் யாரும் பேச்சைத் தொடங்கவில்லை.

முதன்முறையாகப் போர்க்களம் பற்றிய அச்சம் அவையில் அமைதியின் வடிவில் பரவியிருந்தது. இரு தளபதிகளின் மரணம்கூடப் பாதிப்பை ஏற்படுத்தவில்லை. மாறாகப், பறம்பின் போர்முறைகள் விடையறிய முடியாத கேள்விகளாக இருந்தன.

“காற்றின் வீச்சும் போக்கும் அம்பை இழுத்துச் செல்லும் அல்லது மறித்துச் சாய்க்கும்; வலுவிழக்கச் செய்யும். ஆனால், காற்றின் துணைகொண்டு எப்படி அம்பெய்ய முடியும்? காற்றின் வருகையை எப்படிக் கணித்தனர்? அது வருவதற்கு முன் எப்படி அம்பை விடுத்தனர்? கண்பார்வைக்கு அப்பால் அம்புகள் பறவைகளைப்போலப் பாய்ந்து செல்கின்றன. மனிதர்களால் இதுபோன்ற முயற்சியைச் செய்ய முடியுமா? நாம் மனிதர்களோடுதான் போரிட்டுக்கொண்டிருக்கிறோமா?” கேள்விகள் அடுக்கடுக்காய் மேலெழுந்தன. ஆனால், யாரிடமும் விடையில்லை.

உதியஞ்சேரல் சொன்னான், “வீரர்களைத் தைத்த அம்புகளில் ஒன்றைக்கூட எளிதில் பிடுங்க முடியவில்லை. காற்றின் வேகத்தோடு உள்ளேறிய அம்புகள் சதைகளையும் நரம்புகளையும் பிய்த்துக்கொண்டு தான் வருகின்றன. இதுவரை யாரும் கேள்விப்பட்டிராத அம்புகளாக இருக்கின்றன. போர்முனைக்குத் தொடர்பே இல்லாமல் மூன்றாம் நிலையில் நின்றிருந்த வீரர்களில் எண்ணற்றோரை நாம் இழந்துள்ளோம்.”

“நம் தலைமைத் தளபதி எதிரிப் படையின் கடைசிப் பகுதியில் நின்றிருக்கும்போது, அவர்கள் நமது படையின் இறுதி அணியை வீழ்த்தி யுள்ளனர். யாராலும் நெருங்கவே முடியாத அளவுக்கு நிறுத்தப்பட்டிருந்த படையணிகளைப் பிளந்துகொண்டு எதிரிகள் மூஞ்சல் வரை வந்துள்ளனர். முப்பெரும் பேரரசுகளின் தாக்குதல் திட்டங்களை ஒரு சிறுகுடி மன்னனின் படை அசைத்துப்பார்க்கிறது. இது எப்படி நிகழ்கிறது?” எனக் கேட்டார் சோழவேழன்.

கேள்வி, நேரடியாகக் கருங்கை வாணனை நோக்கியதாக இருந்தது. நேற்று அவன் வகுத்த திட்டப்படிப் பறம்பின் குடி முடியனும் குடி ஆசானும் கொல்லப்பட்டிருக்க வேண்டும். பறம்புப்படை இன்று பெரும் நெருக்கடியைச் சந்தித்திருக்க வேண்டும். ஆனால் நடந்தது, இதற்கு நேரெதிராக இருக்கிறது. போர்க் களத்தின் செயல்பாடுகளுக்குப் பொறுப்பேற்க வேண்டியது தலைமைத் தளபதியான கருங்கை வாணனே!

அவையில் நடந்த உரையாடலைக் கேட்டுக்கொண்டிருந்த குலசேகரப் பாண்டியன் இதுவரை கருத்தேதும் சொல்லவில்லை. போர்க்களத்தில் நிகழும் உரையாடலில் சொற்களின்

முக்கியத்துவத்தை நன்கு அறிந்தவர், இன்று எந்த ஒரு சொல்லையும் உச்சரிக்காமல் அமைதியாக இருந்தார். ஆனால், முன்வைக்கப்பட்ட கேள்விகளுக்குக் கருங்கைவாணன் மறுமொழி சொல்லியே ஆகவேண்டிய நிலை இருந்தது.

அவன் பேரரசர்களை வணங்கிவிட்டுச் சொன்னான், "நான் போர் தொடங்கும் முன்னரே தெரிவித்தேன். இவர்கள் நம்மைப் போன்ற மனிதர்கள் அல்லர்; நெருப்பைப் பிளந்து வெளிவரக்கூடியவர்கள். பாறைகளை உருட்டியும் மரங்களைப் பிடுங்கியெறிந்தும் தாக்கக்கூடியவர்கள். எந்தவொரு விலங்குடனும் மனிதன் விதிகளை உருவாக்கிப் போரிட முடியாது. இந்த விலங்குகளை அழிக்க வேண்டுமென்றால், நாமாக உருவாக்கிக்கொண்ட விதிகளைத் தூக்கியெறிய வேண்டும்."

கருங்கைவாணனின் சீற்றத்தை மறித்து நிறுத்தினார் சோழவேழன். "மூன்று பேரரசுகள் ஒன்றிணைந்து ஒரு சிறுகுடி மன்னனை வீழ்த்தும் போரில், மரபுகளையும் விதிகளையும் விட்டொழிக்கச் சொல்வது இழிவென்று தோன்றவில்லையா?"

"நான் எதிரிகளை வீழ்த்த முடியாதவனல்ல. நம்முடைய எதிரிகள் யாரென்றே தெரியாமல் இந்தப் போர்க்களத்தின் விதிகள் வகுக்கப்பட்டுவிட்டன. இத்தனை ஆயிரம் குதிரைகள் போர்க் கொட்டிலில் செயலற்றுக் கிடப்பதை யாராவது பார்த்திருக்கிறீர்களா? இவ்வளவு தொலைவு பறக்கும் அம்புகளை மனிதனால் எய்துவிட

முடியும் என்றால், யார் நம்புவார்கள்? நாம் நம்மைப் போன்ற மனிதர்களிடம் போரிடவில்லை. விலங்குக் குணமேறிய காட்டுமனிதர்கள். தீய குணமும் அதீத ஆற்றலும்கொண்ட கூட்டம் அது. அவர்களால் நமது அறிவுப் புலனுக்கு எட்டாத பலவற்றைச் செய்ய முடியும். எனவே தான் நான் மீண்டும் மீண்டும் கூறுகிறேன், இந்தப் போரை வழக்கப்படி நடத்தக்கூடாது. ஒரே நாளில் முழுமுற்றாக முடிவுக்குக் கொண்டுவர வேண்டும்."

"ஒரே நாளிலா?... எப்படி?" எனக் கேட்டார் சோழவேழன்.

"நம்மிடம் இருக்கும் அனைத்து விதமான ஆயுதங்களையும் நஞ்சேற்றி எதிரிகளின் மொத்தப் படையையும் தாக்க வேண்டும். சிறிய வாய்ப்புகூடத் தரக்கூடாது. தாக்கப்பட்ட ஒருவன் கூடக் குற்றுயிராகவேனும் போர்க்களம் நீங்கி இரலிமேட்டில் கால்பதிக்கக்கூடாது. ஒரு பகலில் முழுமுற்றாகப் பறம்புப்படை அழித்தொழிக்கப்பட வேண்டும். மிச்சம் வைக்காமல் அழித்தால் மட்டுமே நாம் தட்டியங்காட்டை விட்டு வெற்றியோடு வெளியேற முடியும்."

கருங்கைவாணன் முடிக்கும் முன் சோழவேழன் சொன்னார், "எதிரி குறித்து, தலைமைத் தளபதிக்கு இவ்வளவு பதற்றமா?"

"சோழப் பேரரசருக்குத் தெரிவித்துக் கொள்கிறேன். எனது பதற்றம், அவர்கள் வெல்ல முடியாதவர்கள் என்பதால் அல்ல; நாம் எண்ணிலடங்காத வீரர்களை

பலிகொடுத்துக் கொண்டிருக்கிறோம் என்பதால்தான்.”

இவ்வளவு நேரமும் அமைதிகாத்த குலசேகரப்பாண்டியன் இப்போது சொன்னார், “நீ விதிகளில் நம்பிக்கையின்றி இருப்பதால்தான் எதிரிகளின் மீதான தாக்குதல் உத்தியை உன்னால் நம்பிக்கையோடு வகுக்க முடியவில்லை.”

அவை, அமைதியோடு அவரின் குரலைக் கேட்டது.

“அடுத்த கூடாரத்தில் நீலன் இருக்கிறான். அவனைப் போய்ப் பார். விதிகள் வகுக்கப்பட்ட இந்தப் போரில் பாரி வெற்றிபெறுவான் என்ற நம்பிக்கையை அவனது ஒவ்வோர் அசைவிலும் உன்னால் உணரமுடியும். எதிரிகளிடம் சிறைப்பட்ட ஒருவனுக்கு, அவனது படையின் மீதும் தாக்குதலின் மீதும் முழு நம்பிக்கை இருக்கிறது. ஆனால், சிறைப்பிடித்து வந்த உனக்கு அந்த நம்பிக்கை இல்லை.”

வாழ்வில் முதன்முறையாக, போர்க்களக் கூடாரத்தில் அவமானப்பட்டு நின்றான் கருங்கைவாணன்.

சினமேறிய அவனுடைய கண்கள் வெளித்தெரியாமல் இருக்க, தலைகவிழ்ந்தான்.

அவனுக்கான சொற்களுக்கு இடம் தராமல் குலசேகரப்பாண்டியன் சொல்லி முடித்தார். “இரவு உணவை அருந்திய பிறகு கூடுவோம். நாளைய தாக்குதலுக்கான புதிய திட்டத்தோடு வா.”

கருங்கைவாணன் வெளியேறிய பிறகு அரச குடும்பத்தைச் சேர்ந்த ஐவர் மட்டும் கூடாரத்தில் இருந்தனர். வெளிப்படையாக எல்லாவற்றையும் பேச முடியாத நிலை மூவேந்தருக்கும் இருந்தது.

‘தந்தை சோழவேழன், கருங்கைவாணனைக் கடுஞ்சொற்கள்கொண்டு பேசியது சரியன்று’ எனச் செங்கனச் சோழனுக்குத் தோன்றியது. ஆனால், பொதியவெற்பனின் எண்ணம் வேறு மாதிரி இருந்தது. தந்தை குலசேகரப் பாண்டியன் இப்படிப் பேசியதுதான் சரி. தளபதியை அவமானப்படுத்தும் சொற்களை உரிய முறையில் பயன்படுத்தவேண்டியது போர்க்களச் செயல்பாட்டில் முக்கியமான ஒன்று.

தளபதியானவன் வேட்டை விலங்கின் சீற்றம் குறையாமல் போரை வழிநடத்திச் செல்ல வேண்டும். எதிரிகளை வீழ்த்த முடியாததற்கு அவனிடம் தெளிவான காரணங்கள் இருக்கக் கூடாது. போரின் போக்கை மீண்டும் மீண்டும் தனதாக்கிக் கொள்ளும் வெறி மட்டுமே அவனுக்கு வேண்டும். ஆனால் கருங்கை வாணனோ, எதிரிகளின் வலிமைக்கான காரணங்களைத் தன்னுடைய இரண்டு தோள்களிலும் சுமந்து கொண்டு திரிகிறான். அவற்றை வெட்டி வீழ்த்தவேண்டியதே இப்போதைய தேவை. குலசேகரப் பாண்டியன் அதைத்தான் செய்துள்ளார் எனப் பொதியவெற்பன் நினைத்தான்.

அவை, பேச்சின்றி நீடித்தது. அமைதியை முடிவுக்குக் கொண்டு வந்தது சோழவேழனின் குரல். “போரில்லாத வழிமுறைகளைப் பற்றியும் நாம் தீவிரமாகச் சிந்திக்க வேண்டிய நேரம் இது.”

“உண்மைதான். ஆனால், மலைமக்களின் கனவுகள் மிகக் குறுகியவை. சமவெளி மனிதர்களைப்போல ஆசைகளுக்கும் விருப்பங்களுக்கும் அவர்கள் விலைபோய் விடுவதில்லை. குலச் சமூகத்தில் உடைப்பை ஏற்படுத்துவதும் எளிதன்று” என்றான் பொதியவெற்பன்.

“பறம்பில் வேளிர்குலம் மட்டும் இல்லையே. பல குலங்கள் இருக்கின்றனவல்லவா? அவற்றை நமக்கான முறையில் நாம் ஏன் பயன்படுத்தக்கூடாது?” எனக் கேட்டார் சோழவேழன்.

“நிறைய குலங்கள் இருக்கின்றன. ஆனால், எல்லோரும் தங்களின் குடிகளோடு பறம்பில் வசிக்கின்றனர். எனவே, எளிதில் பாரிக்குத் துரோகம் இழைக்கமாட்டார்கள்” என்று சொன்ன குலசேகரப்பாண்டியன் சற்று இடைவெளிக்குப் பிறகு சொன்னார், “அதுபோன்ற செயல்களுக்கு நீண்டகாலம் தேவை. போர்க்களத்தில் தாக்குதல் உச்சம்கொண்டிருக்கும் இந்த நேரத்தில் அவற்றைப் பற்றிச் சிந்திப்பது நம்மை வலிமைகுன்றச் செய்துவிடும். இப்போதைய தேவை எதிரியை உருக்குலைக்கச் செய்யும் தாக்குதல் உத்திதான். கருங்கைவாணன் என்ன திட்டத்தோடு வருகிறான் என்பதைப் பொறுத்திருந்து பார்ப்போம்” என்றார்.

அவரின் கருத்தை ஏற்று உணவு அருந்தக் கலைந்தனர்.

அணுக்கக் காவலர்களும் மெய்க் காப்பாளர்களும் சூழப் பேரரசர்கள் தத்தமது கூடாரம் நோக்கிப் போயினர். காக்குவீரர்கள் அணிவகுக்க உதியஞ்சேரல் அவனது கூடாரத்துக்குள் நுழைந்தான். மூஞ்சல் நோக்கிப் பாய்ந்துவந்த எதிரிகளின் தாக்குதல் வேகம் அவனது மனக்கண்ணை விட்டு எளிதில் அகலவில்லை. பறம்போடு அதிகமான போர்களை நடத்தியது சேரர் குடிதான். எனவே, அவனால் முன்னர் நடந்த போர்களின் தன்மைகளோடு ஒப்பிட்டுப் பார்க்க முடிந்தது. பறம்பு வீரர்களின் தாக்குதல் இந்தப் போரில் பல மடங்கு வலிமை கொண்டுள்ளதாகத் தோன்றியது. மூவேந்தர்களின் கூட்டுப்படையின் எண்ணிக்கை யாரும் நினைத்துப் பார்க்க முடியாதது. ஆனால், அவற்றையெல்லாம் அவர்கள் ஒரு பொருட்டாகவே நினைக்கவில்லை. போரின் மூன்றாம் நாளிலேயே அவர்கள் மூஞ்சலை நெருங்கி விட்டார்கள். இனி அவர்களின் வேகம் மேலும் அதிகமாகும். நமது தரப்பில் வலிமையான படையைக் கொண்டுள்ளோம். ஆனால், நம்மிடம் சரியான திட்டங்கள் இல்லை என்ற எண்ணத்தோடு உணவருந்த அமர்ந்தான் உதியஞ்சேரல்.

அப்போது காவல்வீரன் உள்ளே வந்து வணங்கிச் சொன்னான், “சோழப் பேரரசர் தங்களைக் காண வந்துள்ளார்.”

உதியஞ்சேரல் எழுந்து வாயில் நோக்கி வருவதற்குள் ஊன்றுகோலை நகர்த்தி உள்நுழைந்தான் செங்கனச் சோழன்.

இருவரும் உணவு அருந்தியபடியே பேசத் தொடங்கினர்.

பொதியவெற்பனைத் தனது கூடாரத்துக்கு உணவு அருந்த அழைத்துவரச் சொன்னார் குலசேகரப்பாண்டியன்.

தந்தையின் திடீர் அழைப்பு வியப்பை ஏற்படுத்தியது. ‘எதற்காக அழைத்திருப்பார்?’ என்ற சிந்தனையுடனேயே கூடாரத்துக்குள் வந்தான் பொதியவெற்பன்.

உணவு அருந்திக்கொண்டிருந்த குலசேகரப்பாண்டியன், எதிரில் வந்து நிற்கும் பொதியவெற்பனிடம் கேட்டார், “நான் கருங்கைவாணனைக் கடுஞ்சொற்களால் பேசியது ஏனென உன்னால் புரிந்து கொள்ள முடிந்ததா?”

"புரிந்தது தந்தையே. தாக்குதல் உத்தியில் இன்னும் நமது ஆற்றல் முழுமையாக வெளிப்படவில்லை என்பதால்."

பொதியவெற்பன் சொல்லி முடிக்கும் முன் குலசேகரப்பாண்டியன் கூறினார், "இல்லை. அவன் இதுவரை சரியான உத்திகளைத்தான் வகுத்துள்ளான். ஆனால், அவற்றை யெல்லாம் எதிரிகள் எளிதில் தகர்க்கிறார்கள்."

தந்தையின் பேச்சு பொதியவெற்ப னுக்குச் சற்றே அதிர்ச்சியைக் கொடுத்தது.

"ஆனால், அதை நாம் அவையில் ஏற்றுக்கொண்டால் போரை வழிநடத்தும் நமது தலைமைத்திறன் மீது மற்ற இரு பேரரசுகளுக்கும் நம்பிக்கை பொய்க்கத் தொடங்கும். அதனால்தான் கருங்கைவாணன் பின்பற்றும் உத்தியைக் குறை சொல்லாமல் அவன் கொண்டிருக்கும் கருத்தின்மீது தாக்குதல் தொடுத்தேன்."

பொதியவெற்பன் வாயடைத்து நின்றான்.

"மற்ற இரு பேரரசர்களுக்கும் பறம்பை வெல்ல வேண்டும் என்ற ஒற்றை நோக்கம்தான் இருக்கிறது. ஆனால், நமக்கு இருப்பதோ அந்த ஒற்றை நோக்கம் மட்டுமல்ல."

குலசேகரப்பாண்டியன் குரலின் வழியே போரின் ஆழம் வெளிப்படத் தொடங்கியது.

குலசேகரப்பாண்டியன் தொடர்ந்தார், "மற்ற இரு பேரரசர்களும் முதன்முறையாக நமது தலைமையை ஏற்று வந்துள்ளனர். இந்த நிலையைப் பாதுகாக்க வேண்டும். அது, பறம்பை வெல்வதை விட முக்கியத்துவம் வாய்ந்தது. அதே நேரத்தில் பறம்பை வெற்றிகொள்ளும்

உத்தியின் வழியேதான் நம் மீதான அவர்களின் நம்பிக்கையை இறுகக் கட்ட முடியும்."

போரின் முழுப்பரிமாணமும் குலசேகரப்பாண்டியனின் வார்த்தையில் விரிந்தது.

"போர்க்களம் உருவாக்கும் நம்பிக்கை அல்லது நம்பிக்கையின்மை யைத் தனது பேச்சு மற்றும் கண்ணோட்டத்தின் வழியே தலைகீழாக மாற்றவேண்டிய ஆற்றல் முக்கியமானது. உண்மையில் போர் தலைமையேற்பவர்களின் மனநிலையை வழி நடத்துவதில்தான் நிலை கொள்கிறது. குலசேகரப்பாண்டியன் தனித்து நடத்திக்கொண்டிருக்கும் பெரும் போரை விரிந்த கண்களின்

வழியே பார்த்துக்கொண்டிருந்தான் பொதியவெற்பன்.

"**போ**ரின் போக்குப் பற்றி என்ன நினைக்கிறீர்கள்?"

செங்கனச்சோழனின் கேள்விக்கு உடனடியாகப் பதில்சொன்னான் உதியஞ்சேரல், "நம்மால் நினைத்துப் பார்க்க முடியாதபடிப் போரின் போக்குகளை அவர்கள் உருவாக்குவார்கள். என் தந்தையின் காலம் தொட்டு எத்தனையோ தாக்குதல்களைப் பறம்பின்மீது நடத்தியிருக்கிறோம். ஆனால், அப்போதெல்லாம் இல்லாத பேராற்றல் இப்போது பறம்பு வீரர்களிடம் வெளிப்படுவதைக் காண்கிறேன்."

"காரணம்?"

"பாரி இறங்கி வந்து போரிட வேண்டும் என்பதற்காக நாம் கடைப்பிடித்த உத்தி தவறானது என நினைக்கிறேன். அளவுக்கு அதிகமாகச் சினம்கொள்ளும்படி அவர்களை நாம் சீண்டிவிட்டோம் எனத் தோன்றுகிறது."

"அப்படியா நினைக்கிறீர்கள்?"

"ஆம். குகைக்குள் இருக்கும் விலங்கை வெளியேற்ற அதன் குட்டியைத் தூக்கிவரக் கூடாது. அது வெளியேற்றும் செயலன்று; வெறியேற்றும் செயல். நாம் அதைச் செய்துவிட்டோம்."

"இதை எதிர்கொள்ள என்ன வழி?"

"கருங்கைவாணன் சொல்வதுபோல

ஒரே நாளில் நஞ்சாயுதங்களைக் கொண்டு பெருந்தாக்குதல் நடத்துவது தான் பயன்கொடுக்கும் என நினைக்கிறேன்."

"வேறு வழியே இல்லையா?"

"எனக்குத் தெரிந்து வேறு வழியேதும் இல்லை. உங்கள் தந்தை கூறியதைப்போலப் போர் அல்லாத வழிமுறையைப் பற்றிப் பேச இது நேரமல்ல. குலசேகரப்பாண்டியன் கூறியதைப்போல எண்ணற்ற குலங்கள் பறம்பில் இருந்தாலும் அவர்கள் அனைவரும் தங்கள் குடிகளுடன்தாம் இருக்கின்றனர். எனவே, அவர்களைப் பயன்படுத்திக் கொள்ளும் வாய்ப்பேதும் இல்லை."

"இதைப்பற்றிப் பேசுவதற்காகத்தான் நான் வந்தேன்" என்றான் செங்கனச் சோழன்.

"இதைப்பற்றிப் பேச வேறென்ன இருக்கிறது?" என்று சற்றே வியப்போடு உதியஞ்சேரல் பார்த்தான்.

செங்கனச்சோழன் சொன்னான், "குடிகள் அல்லாத குலத்தலைவர்களும் அங்கு உள்ளனர்."

"வாய்ப்பேயில்லை. பறம்பைத் தொடர்ந்து கவனித்தும் அறிந்தும் வருபவர்கள் நாங்கள். குடிகளின்றிக் குலத்தலைவர்கள் மட்டும் அங்கு இருக்க வாய்ப்பேதும் இல்லை."

செங்கனச்சோழன் வலதுகையில் பிடித்திருந்த ஊன்றுகோலை மெல்லத் திருகியபடிக் கரும்பாக்குடியைப் பற்றிச் சொல்லத் தொடங்கினான்.

"இந்தப் போரில் வரையறுக்கப் பட்ட விதிகளின்படி வெற்றிகொள்ளும் வாய்ப்பைக் கருங்கைவாணனுக்கு வழங்குவேன்" என்றார் குலசேகரப் பாண்டியன்.

"விதிகளின்படிப் போரிட்டு வெற்றி கொள்வது மிகக்கடினம் எனத் தெரிந்தும் அந்த வழியே தொடர்ந்து முயல்வது நமக்குத்தானே இழப்புகளை அதிகமாக்கும். ஏன் மாற்றுவழிக்கு நீங்கள் அனுமதி தர மறுக்கிறீர்கள்?"

"எது சிறந்த மாற்றுவழி என்பதை நான் அறிவேன். எனவே, அதற்கான முயற்சியை நான் செய்துள்ளேன். ஒருவேளை நான் பின்பற்றும் வழியும் தோல்வியடைந்தால் மூன்றாவதாகக் கருங்கைவாணன் சொல்லும் நஞ்சுத் தாக்குதலுக்கு அனுமதி வழங்குவேன்."

குலசேகரப்பாண்டியனின் சொற்கேட்டு அசைவற்று நின்றான் பொதிய வெற்பன். சற்றும் எதிர்பாராத ஒன்றாக இருந்தது அவர் சொன்னது. அந்த மாற்றுவழியில் அவருக்குப் பெரும் நம்பிக்கை இருப்பதால்தான் விதிமுறைப்படிப் போரிடத் தொடர்ந்து வலியுறுத்தி வருகிறார் என்பது புரிந்தது. அதுமட்டுமல்ல, மற்ற இரு பேரரசுகளும் போர்முனை நோக்கியே கவனம்கொண்டிருக்க வேண்டும், அப்போதுதான் மாற்று வழிமுறை யானது பாண்டியரின் தனிப்பெரும் முயற்சியாகத் துலங்கி நிற்கும் என்பதும் விளங்கியது.

"போர்க்களம் நம்பிக்கையை மெய்யாக்கினால் தொடர்ந்து வாளேந்தலாம். நம்பிக்கையைப் பொய்யாக்கினால் தொடர்ந்து வாளேந்தக்கூடாது. ஏனெனில், வெற்றி என்பது வாளோடு மட்டும் தொடர்புடையதன்று" என்றார் குலசேகரப்பாண்டியன்.

'ஆம்' எனத் தலையசைத்தான் பொதியவெற்பன்.

"எவ்வளவு பெரும்படையும் துரோகத்துக்கு ஈடில்லை என்பதை நீ அறிந்துகொள்ளவேண்டும் மகனே."

போர்க்களம் கடந்து வெற்றி நோக்கிய மாற்றுப்பாதை ஒன்றைக் கண்டறிந்த தந்தையின் சொற்கள், அளவற்ற மகிழ்வைக் கொடுத்தன. பெரும் தயக்கத்தோடு மெல்லக் கேட்டான், "அந்தப் பாதை என்ன தந்தையே?"

"அந்தப் பாதை என்ன என்பதையும் அதில் பயணிக்கப்போகிறவர் யார் என்பதையும் நீ தெரிந்துகொள்ள வேண்டும் என்பதற்காகத்தான் உன்னை வரச்சொன்னேன்."

கரும்பாக்குடியின் மொத்தக் கதையையும் சொல்லி முடித்தான் செங்கனச்சோழன். ஏறக்குறைய உறைந்த நிலையில் அதைக் கேட்டுக் கொண்டிருந்தான் உதியஞ்சேரல்.

"பொருத்தமான மனிதர்கள் மூலம் அவர்களுடன் பேசிக்கொண்டிருக் கிறேன். விரைவில் நல்ல செய்தி வரும்."

"அடைக்கலம் தந்த பாரிக்கு எதிராக அவர்கள் எப்படி..." என்று உதியஞ்சேரல் சொல்லி முடிக்கும் முன் செங்கனச்சோழன் சொன்னான்,

"கரும்பாக்குடியின் குலத் தலைவர்கள்தாம் அங்கு இருக்கின்றனர். அந்தக் குடிகள் அனைவரும் எம்முடைய நாட்டில் தான் இருக்கின்றனர். நமக்காக இல்லாவிடினும், அவர்கள் குலம் காக்கவாவது நாம் சொல்வதைச் செய்வார்கள். அதைத் தவிர அவர் களுக்கு வேறு வழியேதும் இல்லை."

"உங்களுக்கு நம்பிக்கை உள்ள அந்தப் பாதை என்ன? அதில் பயணிக்கப்போகிறவர் யார் தந்தையே?"

பொதியவெற்பனின் கேள்விக்கு அவன் முகத்தைக் கூர்ந்து பார்த்து பதில் சொன்னார் குலசேகரப் பாண்டியன், "அந்தப் பாதையில் பயணிக்கப்போவது பொற்சுவை."

தடுமாறி நின்றான் பொதியவெற்பன். போர்க்களம் வந்து இத்தனை மாதங்கள் கழித்து, தந்தை தன்னைத் தனியே அழைத்துப் பேசுவதன் காரணம் இப்போதுதான் புரியத் தொடங்கியது.

குலசேகரப்பாண்டியன் சொன்னார், "அவள் அமைதி வேண்டிப் பாரியைக் காணத் திட்டம் வகுத்திருக்கிறாள். போரில் பங்கெடுக்காத வெங்கல்நாட்டின் ஆறு ஊர்க்காரர்களைக் கொண்டு அந்தச் செயலைச் செய்ய முயல்கிறாள். எனது கணிப்புப்படி விரைவில் அவள் பாரியைக் காண்பாள். அந்த நாளில் நாம் நினைத்தது நடக்கும்."

தந்தையை இமைக்காமல் பார்த்துக் கொண்டிருந்தான் பொதியவெற்பன். பாண்டியனின் தனித்த முயற்சியால் பாரி கொல்லப்படுவான். அதுவரை மூவேந்தர்களின் கூட்டுப்படையை வகுக்கப்பட்ட விதிகளின்படிக் கருங்கைவாணன் வழிநடத்துவான். அறம் பிறழாத போரின் சான்றெனப் பரணமேல் நின்றிருப்பார் திசைவேழர். தட்டியங்காட்டின் வெற்றி பாண்டியப் பேரரசின் தனிப்பெரும் வெற்றியாக நிலைகொள்ளும்.

பெருவேந்தன் குலசேகரப் பாண்டியனின் திட்டம் இப்போது தான் பொதியவெற்பனுக்குப் புரியத் தொடங்கியது.

98

பிறைநிலவு எட்டிப்பார்த்துக் கொண்டிருந்தது. விளா மரத்தின் அடிவாரத்தில் கூழையனைப் புதைத்தனர். தன் கண்களுக்கு முன்னால் கூழையன் வெட்டிச் சாய்க்கப்பட்டதைத் தேக்கனால் தாங்கிக்கொள்ள முடியவில்லை. சிறுவயது முதல் உற்ற தோழனாய் இருந்தவனைப் பறிகொடுத்த பதற்றம் அவனது உடல் முழுவதும் இருந்தது. மறுகணமே கருங்கைவாணனை வீழ்த்தக் கிடைத்த வாய்ப்பையும் பயன்படுத்த முடியாமல்போய்விட்டது. ஒருவேளை அது நடந்திருந்தால்கூட மனம் சற்றே ஆறுதலடைந்திருக்கும். தேக்கனின் முகம் மிகவும் இறுகியிருந்தது.

புதைத்து முடித்தவுடன் எல்லோரும் இரலிமேட்டில் இருக்கும் பாட்டாப்பிறை நோக்கி வலது புறமாகத் திரும்பி நடந்தனர். தேக்கன் மட்டும் இடதுபுறமாக நாகக்கரட்டை நோக்கி நடக்கத் தொடங்கினான்.

இறுதியாகச் சென்றுகொண்டிருந்த முடியன் அவனைப் பார்த்தபோது, “முறியன் ஆசானைப் பார்த்துவிட்டு வருகிறேன். நீ போ” என்றான். முடியனுக்குப் புரிந்தது. ‘உடல் வலியோடு மனவலியும் சேர்ந்திருக்கிறது. கிழவன் எதையும் வாய் திறந்து சொல்லமாட்டான்’ என எண்ணியபடி நடந்தான்.

எங்கும் வீரர்களின் ஓசை கேட்டபடி இருந்தது. நாகக்கரட்டுக்கும் இரலிமேட்டுக்கும் இடைப்பட்ட சமவெளிப் பள்ளத்தாக்கு எங்கும் ஓலை வேய்ந்த சிறு குடில்கள் எண்ணற்றவை அமைக்கப்பட்டிருந்தன. வீரர்களுக்கு உணவு, தங்கல் எல்லாம் அந்தக் குடில்களில்தான்.

தேக்கன் அக்கம்பக்கம் யாரையும்

பார்க்கவில்லை. நேராக முறியன் ஆசானின் குடிலை நோக்கி வேகமாக நடந்தான். வளர்பிறையாதலால், வானில் ஒளிப்பரவல் விரைவாக இருந்தது. "ஆசானின் குடில் சற்றுத் தொலைவில் இருக்கிறது. குதிரையில் போகலாம்" என்று வீரர்கள் சொன்னதற்குத் தேக்கன் மறுத்து விட்டான். குதிரை பாய்ந்து செல்லும்போது விலாவெலும்பு உள்குத்தி ஏறுகிறது. வலி தாங்க முடியவில்லை. அதனால் தான் குதிரையைத் தவிர்த்து வேகவேகமாக நடந்தான்.

எங்கும் பந்தங்கள் ஏற்றப் பட்டிருந்தன. உலைக்களங்களில் தீப்பொறிகள் பறந்துகொண்டிருந்தன. சாணைக்கல்லில் கருவிகள் கூர்தீட்டப் பட்டுக்கொண்டிருந்தன. பொதினி மலை சாணைக்கற்கள் தனிச்சிறப்பு வாய்ந்தவை. மற்ற சாணைக்கற்களை விட இருமடங்கு வேகத்தில் ஆயுதங் களைக் கூர்தீட்டக்கூடியவை. அவை கருவிகளோடு உரசும்போது தெறிக்கும் பொறியில் நீலமேறியிருக்கும். வேல், ஈட்டி, எஃகல், ஆலம், சகடம், குந்தம், கயலி, ஈர்வாள் என நாள்தோறும் ஆயுதங்களைக் கூர்தீட்டி வாங்கிக் கொள்வது போர்வீரர்களுக்கு வழக்கம்.

காட்சிகளைப் பார்க்கப் பார்க்கத் தேக்கனின் மனவேதனை அதிகமாகிக் கொண்டே இருந்தது. வாழ்வில் இனி தனக்கான ஆயுதங்களைக் கூர் தீட்டவே முடியாதோ எனத் தோன்றியது. போர் முடிந்த இரவில் நீலநிறப் பொறிகள் உதிர்க்கும் தீக்கங்குகளை ஒவ்வொரு வீரனும் ஆசையோடு பார்த்துக்கொண்டிருப் பான். இன்றைய போரில் எதிரியோடு தான் நிகழ்த்திய தாக்குதலால் தனது ஆயுதங்கள் முனைமழுங்கிப் போயுள்ளன என்பதை உலைக் களத்தில் உள்ளவர்களிடம் சொல்வதில்தான் அவனது பெருமை இருக்கிறது.

"ஒருவேளை, இன்று நான் எனது ஆயுதத்தைக் கூர்தீட்ட உலைக்களம் சென்றிருந்தால் என்ன பேசியிருப்பேன்? 'எனது கைக்கெட்டும் தொலைவில் எதிரிப்படைத் தளபதி இருந்தும் அவனது தலையை வெட்டிச் சரிக்காமல் விட்டுவிட்டேன்' எனச் சொல்லியிருப்பேனா? பறம்பின் எந்த ஒரு வீரனுக்கும் கிடைக்காத அரிய வாய்ப்பை இழந்து நிற்கிறேன். இனி நான் போர்க்களம் புகவேண்டுமா?" என்று அடுக்கடுக்காய்க் கேள்விகள் மேலேறியபடி இருந்தன. ஆனாலும் மனவோட்டத்தை ஒழுங்குபடுத்திக் கொண்டான்.

கயிறுகள் இறுக முடைந்திருந்த கட்டில் ஒன்றில் குடிலின் முன் உட்கார்ந்திருந்தார் முறியன் ஆசான். சுற்றிலும் இளம் மருத்துவர்கள் தங்களின் வேலைகளைப் பார்த்தபடி இருந்தனர். தேக்கன் வந்தவுடன் அவர்கள் சற்று விலகிப் போயினர்.

தேக்கனின் முகத்தைப் பார்த்ததும் வலியின் கூறுகளை முறியன் ஆசானால் உணர முடிந்தது. எதிரில் இருந்த மரப்படுக்கையில் படுக்கச் சொன்னார். ஒருபக்கமாகச் சாய்ந்து கையூன்றி உடலைக் கிடத்தினான் தேக்கன். அவன் படுக்கும்விதமே காயத்தின் தன்மையைச் சொன்னது. நெஞ்செலும்பின் அடிப்பகுதி சற்றே வீக்கம்கொண்டிருந்தது. அதை ஆசான் தொட்டபோது வலி பொறுக்க முடியவில்லை. ஆனால், அதை வெளிக் காட்டாமல் இருந்தான் தேக்கன்.

அந்த இடத்தை விரலால் அழுத்தியபடித் தேக்கனின் முகத்தை ஆசான் பார்த்தபோது தேக்கன் சொன்னான், "என்ன வேண்டு

மானாலும் செய்துகொள்ளுங்கள். போர் முடியும் வரை நான் களத்தில் நிற்க வேண்டும்."

"மருத்துவனிடம் முன்நிபந்தனை கூடாது."

"சிகிச்சை பெறுவதற்கான காரணத்தை மருத்துவனிடம் மறைக்கக்கூடாதல்லவா!"

"போர்க்களத்தில் நின்றால் மட்டும் போதுமா... போரிட வேண்டாமா?"

"வேண்டாம். இந்தப் போரை வெற்றியாக்குவது முடியனின் கடமை. அவன் அதைச் செய்து முடிப்பான். நான் களம் விட்டு அகன்றால் பாரி களம் இறங்கும் சூழல் உருவாகிவிடும். அதைத் தவிர்ப்பதுதான் எனது வேலை. அதே நேரம் எனது செயல் மற்றவர்கள் ஐயம்கொள்ளாதபடி இருக்க வேண்டும்."

உடலெங்கும் அழுத்திப்பார்த்து உள்காயங்களைக் கணித்தபடியே ஆசான் சொன்னார், "வாளும் வில்லும் ஏந்தக்கூடாது. ஈட்டியை வைத்துக்கொள்ளுங்கள். ஆயுதம் கைக்கொண்டதாகவும் இருக்கும்; ஊன்றி நிற்க உதவியாகவும் இருக்கும்."

தேக்கன் பதில் எதுவும் சொல்ல வில்லை. ஆனால், அவன் கண்கள் வார்த்தைகளின் கசப்பை விழுங்க முடியாமல் துடித்தன.

அப்போது தேக்கனைச் சந்திக்க வீரன் ஒருவன் வந்தான். ஆனால், மாணவர்களோ தேக்கனுக்குச் சிகிச்சை தொடங்கிவிட்டதால் வீரனைச் சற்றுத் தொலைவிலேயே நிறுத்தினர். வடகோடியில் காட்டுக்குள் நுழைந்த வேட்டூர்ப் பழையன் ஆட்கொல்லி மரத்தை அண்டி எண்ணற்றோரைக் கொன்று தானும் இறந்துள்ளார் என்ற செய்தியைச் சொல்வதற்காக அந்த வீரன் காத்திருந்தான்.

உலைக்களங்களில் எண்ணிலடங் காத ஆயுதங்களை உருவாக்கும் வேலை இரவு பகலாக நடந்தது. ஆனால், அவற்றின் ஓசை எதுவும் மூஞ்சலுக்குள் கேட்காது. ஏனென்றால், உலைக்களம் இருக்கும் பகுதி, படைக்கலப் பேரரங்கு இருக்கும் பகுதி, மருத்துவக்கூடாரம், மூஞ்சல் என எல்லாம் தனித்தனியே வெகு தொலைவில் இருந்தன.

பொழுது, நள்ளிரவை நெருங்கிக் கொண்டிருந்தது. குலசேகரப் பாண்டியன் சொல்லியதைப்போலப் புதிய தாக்குதல் திட்டத்தோடு கூடாரத்துக்குள் நுழைந்தான் கருங்கை வாணன். உள்ளே அனைவரும் காத்திருந்தனர். செங்கனச்சோழன் கரும்பாக்குடியினரைப் பற்றிச் சொன்ன செய்தியைக் கேட்டு மகிழ்ந்துபோயிருந்தான் உதியஞ்சேரல். தந்தை குலசேகரப்பாண்டியனின் திட்டத்தைக் கேட்டு வியப்பு நீங்காமலிருந்தான் பொதியவெற்பன். அனைவரும் மிக இறுக்கமான சூழலில் இருப்பார்கள் என நினைத்து உள்ளே வந்த கருங்கைவாணன், வேந்தர்களின் முகங்களைப் பார்த்துச் சற்றே குழப்பமானான். ஆனாலும் அவன் வகுத்த திட்டத்தைப் பற்றிக் கூறலானான். நிறைந்த அவையில் அவமானப்பட்ட ஒரு தளபதியின் சினம், அவன் வகுத்த திட்டத்தின் வழியே வெளிப்படத் தொடங்கியது.

"மூன்று நாள் போர்களின் அனுபவத்திலிருந்து நான் சில முடிவுகளுக்கு வந்துள்ளேன். எதிரிகளின் போர் உத்தி, நம்மால் முன் உணர முடியாததாக இருக்கிறது. இனிமேலும் அப்படித்தான் இருக்கும்.

ஆனால், அவர்கள் படையின் வலிமை எதில் இருக்கிறது என்பதை என்னால் கணிக்க முடிந்திருக்கிறது" என்றான்.

இதுவரை தாக்குதல் உத்தியைப் பற்றி மட்டுமே பேசிய கருங்கைவாணன் முதன்முறையாக எதிரிப்படையின் நுணுக்கங்களைப் பற்றிப் பேசத் தொடங்கியதை அவை உன்னிப்பாகக் கேட்டது.

"நம்மோடு ஒப்பிட்டால் பறம்பின் படை அளவில் மிகமிகச் சிறியது. ஆனாலும் அவர்கள் மூன்று நாள் போர்களிலும் முன்னேறித் தாக்கியுள்ளனர். அதற்குக் காரணம், அவர்களது படையின் மைய அச்சாக இருக்கும் விற்படைதான். அவர்கள் அம்பெய்யும் தொலைவில் சரிபாதி தான் நம் வீரர்களால் அம்பெய்ய முடிகிறது. எனவே, விற்படையினரை நம்மால் நெருங்கவே முடியவில்லை. அந்தப் படையினர் போர்க்களத்தின் நடுவில் இருக்கின்றனர். அதனால், எதிரிப்படையின் மீது நம் படையினர் தாக்குதலைக் குவித்து முன்னேற முடியவில்லை. எனவே, நமது தாக்குதலின் மூலம் எதிரிகளைத் தற்காப்பு நிலைக்குத் தள்ள முடிய வில்லை. மாறாக, எதிரிப் படையின் ஏதாவது ஒரு பிரிவு மூஞ்சலை நோக்கித் தொடர்ந்து முன்னேறித் தாக்குகிறது" என்றான்.

கருங்கைவாணனின் கணிப்பு மிகச் சரியானது எனத் தோன்றியது. ஆனாலும் அதை வெளிக்காட்டாமல் இருந்தார் குலசேகரப்பாண்டியன்.

நாளைய போரில் பறம்பின் விற்படையை முழுமுற்றாகச் செயலிழக்கவைப்பதற்கான திட்டத்தை விளக்கினான். போர் உத்திகளை வகுப்பதில் அவன் கொண்டிருந்த அனுபவம், அவன் உச்சரித்த ஒவ்வொரு சொல்லிலும் மிளிர்ந்தது. சோழவேழன், மிரட்சியோடு அவன் சொல்வதைக் கேட்டுக் கொண்டிருந்தார். கருங்கைவாணன் திட்டத்தைக் கூறி முடிக்கும்போது யாரும் மறுசொல்லின்றி அதை நிறைவேற்ற ஆயத்தமாயினர். நாளைய போர், வேந்தர்கள் கொண்டாடும் செய்தியைத் தரும் என்பதில் ஐயமேதுமில்லை.

உடலும் மனமும் தளர்ந்தபடிப் பரண்மீது நின்றுகொண்டு, எழும் கதிரவனைப் பார்த்தார் திசைவேழர். செம்பிழம்பின் வட்டவடிவை மேகத் துண்டுகள் தழுவிக் கடந்தன. வானில் பறவை ஏதும் தென்பட வில்லை. கண்கள், வெளியெங்கும் பார்த்துத் திரும்பின. வழக்கத்துக்கு மாறாக வேந்தர் படைகள் நிலை கொண்ட பகுதியில் தூசியும் புழுதியும் சூழ்ந்திருந்தன. 'போர் தொடங்கி நீண்டபொழுதுக்குப் பிறகுதானே இவ்வளவு புழுதி மேலெழும். இன்று என்ன நடந்துள்ளது... போர் தொடங்கும் முன்பே புழுதி இவ்வளவு உயரத்துக்குச் சூழ்ந்துள்ளதே!' என நினைத்தபடியே நாழிகைவட்டிலைப் பார்த்தார். கோலின் நிழல் உள்ளிழுத்துக்கொண்டிருந்தது. சரியான இடத்தைத் தொட்டதும் வலதுகையை உயர்த்தினார். பரணெங்குமிருந்து ஓசை எழுப்பப் பட்டது. தட்டியங்காட்டுப் போரின் நான்காம் நாள் தொடங்கியது.

கையுயர்த்தி இமைப்பொழுது கடப்பதற்குள் நிலமெங்குமிருந்து வீரர்களின் பெருமுழக்கமும் முரசுகளின் பேரோசையும் வெளியை அதிரச்செய்தன. வழக்கத்தைவிடப் பலமடங்கு ஓசை கணப்பொழுதில் மேலெழும்பியது. களத்தில் என்ன

நடக்கிறது என்று திசைவேழர் கூர்ந்து பார்த்தார். பறம்புப்படை வழக்கம் போல் தாக்குதலுக்கு ஆயத்தமானது. ஆனால், வேந்தர் படையோ வழக்கத்துக்கு மாறாக வெள்ளம்போல் பரவி விரியத் தொடங்கியது.

எல்லா திசைகளிலும் ஓசையுடன் புழுதி மேலெழுந்துகொண்டிருந்தது. இதுவரை வேந்தர்படை வடக்கு தெற்காக வரிசைகளை ஏற்படுத்தி, கண்ணுக்கெட்டும் தொலைவு வரை அணிவகுத்து நிற்கும். முதல்நிலைப் படை, இரண்டாம்நிலைப் படை, மூன்றாம்நிலைப் படை என மூன்று பெருந்தொகுப்புகளாகப் படை நின்றிருக்கும். முதல்நிலைப் படை பறம்புப் படையோடு மோதிக் கொண்டிருக்கும். இழப்புகள் அதிகமாகும்போது அடுத்தடுத்த நிலையில் இருக்கும் வீரர்கள் முதல்நிலைப் படையோடு வந்து இணைவர். ஆனால், இன்றைய போரில் வேந்தர்படை வழக்கம்போல் அணிவகுக்கவில்லை. பெரும்மாற்றம் நடந்துள்ளது. ஆனால், என்னவென்று புரிபடவில்லை.

முரசின் ஓசை கேட்டதும் தாக்குதலுக்குத் தயாரானது பறம்புப் படை. நேற்றைய போரில் மூஞ்சலின் அருகே பறம்பின் குதிரைப்படை சென்றது. இன்றைய போரில் மூஞ்சலுக்குள் நுழையும் திட்டத்தோடு முடியன் வந்திருந்தான். குதிரைப் படையை ஆறு கூறுகளாகப் பிரிப்பது என முடிவெடுத்திருந்தான். மூஞ்சலின் வடிவம் அவன் கண்களுக்குள்ளேயே இருந்தது. குதிரைப்படையின் இரண்டு பிரிவுகள் மூஞ்சலை அடையும் வரை போரிடக்கூடாது. அந்த இரண்டு பிரிவுகளையும் மூஞ்சலின் அருகில் கொண்டுபோய்ச் சேர்க்கவேண்டியது மற்ற நான்கு பிரிவுகளின் வேலை. அந்த நான்கு பிரிவுகளுக்கும் முடியன் பொறுப்பாவான். மூஞ்சலின் அருகில் சென்றதும் எதிரிகளின் தாக்குதல் பல மடங்கு வலிமைகொண்டதாக இருக்கும். ஏறக்குறைய அனைவரும் கவச வீரர்களாக இருப்பர். எனவே, மிக வலிமையான தாக்குதலின்றி மூஞ்சலைச் சுற்றியுள்ள அரணை உடைத்து உட்செல்ல முடியாது. எனவே, மிகத் தேர்ந்த வீரர்களைக் கொண்டு அந்தப் பிரிவினரை உருவாக்கியிருந்தான். அதற்கு இரவாதனைப் பொறுப்பாக்கி யிருந்தான்.

போர் தொடங்கிய கணத்தில் வேந்தர் படையின் மின்னல் வேகச் செயல்பாடு யாரும் எதிர்பாராத ஒன்றாக இருந்தது. எல்லாத் திசை களிலும் வேந்தர்படையினர் பிரிந்தும் கலைந்தும் விரைந்துகொண்டிருந்தனர். பறம்புப் படையின் மீது அவர்கள் தாக்குதல் தொடுக்கவில்லை. ஆனால், களமெங்கும் விரைந்துகொண்டிருந் தனர். என்ன செய்கிறார்கள் என்று யாருக்கும் பிடிபடவில்லை. முன்னணியில் விரைந்து கொண்டிருந்தவை தேர்கள்தாம். திகிரியையும் ஆழியையும் உருளியாகக் கொண்ட வலிமைமிகுந்த கூவிரம் வகைத் தேர்கள் விடுபட்ட அம்புகளைப் போல விரைந்து கொண்டிருந்தன.

பரண் மேல் நின்றபடித் திசைவேழர் இமைக்காமல் அவற்றைப் பார்த்துக் கொண்டிருந்தார். பறம்புப்படையை விட்டு மிக விலகி எங்கே அவர்கள் போகின்றனர் எனப் பார்த்துக் கொண்டிருக்கும்போதுதான் அதற்கும் அப்பால் தேர்ப்படையின் இன்னோர் அணி போய்க்கொண்டிருப்பது தெரிந்தது. சற்றே அதிர்ச்சியோடு, முன்னேறிச் செல்லும் அந்த அணியைக்

கூர்ந்து பார்த்தார். விரையும் தேர்களின் மீது காலைக்கதிரவனின் ஒளிபட்டுச் சிதறியபடி இருந்தது. உற்றுக் கவனித்தார், அவையெல்லாம் நிறைந்த பூண்களைக்கொண்ட கொடிஞ்சி வகைத் தேர்கள். இந்த வகைத் தேர்களை எந்தக் கருவி கொண்டும் சேதப்படுத்த முடியாது. திசைவேழர் தலையை எக்கிப் பார்த்தார். தேர்களின் உச்சியில் இருந்த கூம்பு மொட்டுகள் கதிரவனின் ஒளிபட்டுத் தகதகத்தன. உராய்வில் பறக்கும் தீப்பொறிபோல விரையும் அவற்றின் வேகத்தில் மின்னி நகர்ந்தது வெய்யோன் பொன்னொளி. கண்கள் பார்க்கும் நில விளிம்பில் தேர்கள் எழுப்பும் மண்புழுதி அலையலையாய் மேலெழுந்து கொண்டிருந்தது. என்ன நடக்கிறது என்று திசைவேழருக்குப் புரியத்தொடங்கியது.

மூன்று நிலைகளில் நின்றிருந்த வேந்தர்படையின் ஒழுங்கை, கருங்கை வாணன் இன்று மாற்றிவிட்டான். முதல்நிலைப் படை வழக்கம்போல் பறம்புப்படையை எதிர்கொள்ள முன்னால் நகர்ந்துபோய்க் கொண்டிருக்கும்போது, இரண்டாம் நிலைப் படை பறம்புப் பகுதியின் இடுப்புப் பகுதியைச் சூழவேண்டும். அதேநேரம் மூன்றாம்நிலைப் படை அதைவிடத் தொலைவில் அரை வட்ட வடிவில் பயணித்துப் பறம்புப் படையின் பின்புறத்தை அடைய வேண்டும். அதாவது, பறம்புப்படை முழுமுற்றாக வேந்தர்படையால் சூழப்படவேண்டும். அவ்வளவு தொலைவு பயணித்து, பறம்பின் மொத்தப் படையையும் முற்றுகை யிடுவதற்குத் தேவையான அளவுக்கு வீரர்கள் வேந்தர்படையில் இருந்தனர். அதனால்தான் கருங்கைவாணன் இந்தத் திட்டத்தைத் தீட்டினான்.

அவன் வகுத்த திட்டப்படி வேந்தர் களின் தேர்ப்படை மின்னல் வேகத்தில் பறம்புப்படையின் பின்பகுதியை நோக்கி மிகத்தொலைவில் அரை வட்டமடித்து விரைந்து கொண்டிருந்தது. அந்தத் தேர்கள் எல்லாவற்றிலும் மணிகள் கட்டப் பட்டிருந்தன. எனவே, மணிகளின் பேரோசை எங்கும் எதிரொலித்தது. எழும் புழுதியும் வீரர்களின் பேரோசையும் தெறிக்கும் மணியோசையுமாகப் போர்க்கள வெளியெங்கும் வேந்தர் படையின் ஆதிக்கம் மேலெழுந்தது.

தனது திட்டப்படி விரைந்து தாக்குதலைத் தொடுக்கவேண்டிய முடியன், போர் தொடங்கிய கணமே நிதானம்கொள்ளத் தொடங்கினான். எதிரிகள் என்ன செய்கிறார்கள் என்பது சற்றே குழப்பமாக இருந்தது. அவர்கள் யாரும் பறம்புப்படை நோக்கி ஒற்றை அம்பைக்கூட எய்யவில்லை. ஆனால், எல்லோரும் தீவிரமாக இயங்கிக்கொண்டிருக்கின் றனர். எதிரிகளின் திட்டம் என்ன வென்பதை அறிய அவர்களின் செயலைக் கூர்ந்து கவனித்துக் கொண்டிருந்தான் முடியன். ஆனால், கடைசி வரிசையில் ஈட்டியை ஊன்று கோலாகப் பிடித்தபடிச் சாய்ந்து நின்றுகொண்டிருந்த தேக்கனுக்குப் பிடிபடத் தொடங்கியது. ஏனென்றால், பறம்புப்படையை விட்டு மிக விலகி அரைவட்ட வடிவில் புழுதி மேலெழுந்துகொண்டிருந்தது. மேலெழும் புழுதியின் முன்முகம் அவன் இருக்கும் பின்புறத்தை நோக்கி வளைந்து வந்துகொண்டிருந்தது.

கருங்கைவாணன் தாக்குதலுக்கான திட்டத்தை உருவாக்கிய கணத்திலிருந்து மிகத் தீவிரமாய்ச்

செயல்பட்டுக்கொண்டிருக்கிறான். நேற்று நள்ளிரவு மூவேந்தர்களும் இந்தத் திட்டத்தை ஏற்றனர். கொல்லப்பட்ட தேர்ப்படைத் தளபதி நகரி வீரனுக்குப் பதில் வெறுகாளனைப் புதிய தளபதியாக அமர்த்தினான் செங்கனச்சோழன். சூலக்கையனுக்குப் பதில் மாகனகனைத் தளபதியாக அமர்த்தினான் குலசேகரப் பாண்டியன். உடனடியாகத் தாக்குதல் திட்டத்துக்கான வேலைகள் தொடங்கின. படைக்களக் கொட்டிலில் இருக்கும் ஆயுதவாரியை நோக்கி முதல் ஆணை பிறப்பிக்கும்பொழுது நள்ளிரவைத் தொட்டு நின்றது.

வழக்கம்போலவே நாளைய தாக்குதல் நடக்கும் என நினைத்த ஆயுதவாரி, வீரர்களுக்குத் தேவையான ஆயுதங்களை எல்லாம் படைப்பிரிவுகளுக்கு வழங்கிவிட்டுத் தனது கூடாரத்துக்குச் சென்றார். உள்ளே சென்று அமர்ந்ததும் தலைமைத் தளபதியின் ஆணையோடு வீரன் ஒருவன் வந்து நின்றான்.

ஆணையைக் கண்டதும் அவர் அதிர்ச்சிக்குள்ளானார். நாளைய போரில் வேந்தர் படையில் இருக்கும் அத்தனை வீரர்களும் களம்புகுந்து எதிரிகளின் மீது தாக்குதல் நடத்தப் போகிறார்கள். எனவே, அனைவருக்கும் தேவையான ஆயுதங்களை உடனடியாகக் கொண்டுசேர்க்கும் ஏற்பாடுகளைச் செய்யும்படி அதில் கருங்கைவாணனின் உத்தரவு இருந்தது.

“இதுவரை முதல்நிலைப் படை வீரர்கள் மட்டுமே தாக்குதல் தொடுத்தனர். மற்ற இரு நிலைகளிலும் இருந்த வீரர்கள் தாக்குதல் களத்துக்குத் தேவைப்பட்டால் மட்டுமே சென்றனர். தாக்குதல் களத்துக்குள் வீரர்கள் அனைவரும் புகுந்தால் அவர்களிடம் இருக்கும் ஆயுதங்களைப் போலக் குறைந்தது ஆறு மடங்கு ஆயுதங்களை அவர்களுக்குக் கொண்டுசேர்க்க ஆயுதவாரி ஆயத்த நிலையில் இருக்க வேண்டும். தாக்கும் அணியின் பின்புறம் ஆயுதவண்டிகள் எந்நேரமும் அணிவகுத்து நிற்க வேண்டும். இப்போது படை முழுவதும் இருக்கும் அனைத்து வீரர்களும் தாக்குதலுக்குக் களம்புகப் போகிறார்கள் என்றால், அனைவரின் கைகளிலும் தேவையான அனைத்து விதமான ஆயுதங்களும் இருக்க வேண்டும். அனைத்துப் படையினருக்கும் களத்துக்குத் தேவையான ஆயுதங்களை வண்டியில் ஏற்றி ஆயத்தப்படுத்த வேண்டும். இவையெல்லாம் இந்த நள்ளிரவுக்குப்பின் எப்படி முடியும்? ஒருபோதும் முடியாது!” என்று புலம்பியபடி, “தலைமைத் தளபதி எங்கே இருக்கிறார்?” எனக் கேட்டான் ஆயுதவாரி.

செய்தியைக் கொண்டுவந்த வீரன், “மூஞ்சலுக்குள் இருந்துதான் இதைக் கொடுத்துவிட்டார்” என்றான்.

“மூஞ்சலுக்குள் இருந்தால் எந்த உத்தரவையும் பிறப்பிப்பாரா? நள்ளிரவுக்குப் பின் எப்படி இவ்வளவு ஆயுதங்களையும் கொண்டுசேர்க்க முடியும்? நாளைய போரில் சரிபாதி வீரர்களைக் களத்தில் இறக்குவோம். நாளை மறுநாள் முழுமையாக அனைவரையும் களத்தில் இறக்க ஏற்பாடு செய்வோம் என்று நான் சொன்னதாகப் போய்ச்சொல்” என்று கூறி அந்த வீரனைத் திருப்பி அனுப்ப முற்பட்டார்.

ஆனால், வீரனிடம் பேசிக் கொண்டிருக்கும்போதே வெளியில் பெருங்கூச்சலோசை கேட்டது. ‘இந்த நள்ளிரவில் என்ன இவ்வளவு சத்தம்?’

என எண்ணியபடிக் கூடாரத்தை விட்டு வெளியில் வந்து பார்த்தார். படைக்கலப் பேரரங்கை நோக்கி ஆயுதங்களை ஏற்றிச் செல்ல யானைகளும் குதிரைவண்டிகளும் மாடுகள் பூட்டிய நீள்வண்டிகளும் அணியணியாய் வந்துகொண்டிருந்தன. படைக்கலப் பேரரங்கின் முன்னால் பெருங்கூட்டம் கூடிக்கொண்டிருந்தது.

தொலைவில் இருந்து இந்தக் காட்சியைப் பார்த்த ஆயுதவாரிக்கு, என்ன செய்வதெனப் புரியவில்லை. மூன்று நாள் போரிலும் கொல்லப்பட்டதுபோக மீதமிருக்கும் நாற்பத்தைந்து சேனைமுதலிகளும் அவர்களுக்குக் கீழே இருக்கும் நானூற்றைம்பது சேனைவரையர்களும் நாளை தங்களின் படைகளைக் களம் நோக்கித் தாக்குதலுக்கு நகர்த்துகின்றனர். அனைத்துப் படைப்பிரிவுகளுக்கும் தேவையான ஆயுதங்களைப் பெற்றுச்செல்ல சேனைமுதலிகளின் உத்தரவோடு படைப்பணியாளர்கள் போர்க்களப் பேரரங்குக்கு முன்னால் வந்து குவியத் தொடங்கிவிட்டனர்.

மிரண்டுபோனார் ஆயுதவாரி. தன்னிடம் கேட்காமல் இந்த நள்ளிரவுக்குப்பின் இப்படியோர் உத்தரவை சேனைமுதலிகளுக்கு எப்படி வழங்கலாம் என்று கடுங் கோபத்தோடு பேரரங்கு நோக்கி விரைந்தார்.

பாண்டியனின் படைக்கலப் பேரரங்குதான் மூஞ்சலுக்கு அருகில் இருக்கிறது. சேரனின் பேரரங்கு தென்புறத்திலும், சோழனின் பேரரங்கு வடபுறத்திலும் சற்றுத் தொலைவில் இருக்கின்றன. ஒவ்வொரு பேரரங்கும் மூஞ்சல் நகரைவிடப் பெரியது; எண்ணற்ற கூடாரங்களைக் கொண்டது. ஒவ்வொரு கூடாரத்திலும் ஒவ்வொரு வகையான ஆயுதங்களை வரிசைப்படுத்தி வைத்திருந்தனர். நான்கு வகையான வில்கள், பதின்மூன்று வகையான அம்புகள், இருபது வகையான வாட்கள், எட்டு வகையான வேல்கள், மூன்று வகையான குறுவாட்கள், மூன்று வகையான தண்டங்கள், மூன்று வகையான கேடயங்கள். இவை தவிர நூற்றுக்கும் மேற்பட்ட தனித்துவமான ஆயுதங்கள் என அனைத்தும் வகை பிரித்து வைக்கப்பட்டுள்ளன.

இவற்றை எடுத்துத் தருவதிலும், களத்தில் வீரர்களிடம் கொண்டு போய்ச் சேர்ப்பதிலும் சிறு குழப்பம் நடந்தாலும், அது களத்தின் போக்கை வெகுவாகப் பாதிக்கும். முன்களத்தில் நின்று போரிடும் உலோக வில் ஏந்திய பெருவீரர்களுக்கு, கணை, வாளி, கதிர் ஆகிய மூன்று வகை அம்புகள்தான் கொடுக்கப்பட வேண்டும். மற்ற வகை அம்புகள் உலோக வில்லுக்கு ஏற்றவை அல்ல. அதேபோல ஐந்து முடிச்சுகள் கொண்ட மூங்கில் வில்களை ஏந்தி நிற்கும் வீரனிடம் கோலம்பினையோ கதிரம்பினையோ கொடுத்தால் ஒரு பனை தொலைவுகூடப் பாயாது. ஏழு அல்லது ஒன்பது முடிச்சுகளைக் கொண்ட பட்டுநூலால் ஆன நாணைப் பயன்படுத்தும் வில்லாளிதான் விற்படையின் நடுவில் வலிமையோடு நின்று போரிடுபவன். அவனுக்குத் தேவை சரவகை அம்புகள் மட்டுமே. இவை அனைத்தும் துல்லியமான கணக்குகளின் அடிப்படையில் வகை பிரித்து அடுக்கிவைக்கப்பட்டுள்ளன. எந்தவிதமான குழப்பமுமின்றி மிகக் கவனமாகச் செய்யப்படவேண்டிய பணியிது.

ஒருமுறை இதில் குழப்பம் ஏற்பட்டு, வரிசையாக அடுக்கப்பட்டுள்ள அம்புக்கட்டுகள் மாறி இன்னோர் அறையில் வைக்கப்பட்டுவிட்டால், அதன்பொருட்டுக் களத்தில் எத்தனையோ வீரர்கள் உயிரிழக்க நேரிடும். எனவே, பேரரங்கில் ஆயுதம் கையாள்வதை எந்தவித அழுத்தமும் கொடுக்காமல் செயல்படுத்த வேண்டும். ஆனால், 'கருங்கைவாணனின் செயல் எதையும் புரிந்துகொள்ளாத ஒரு மூடனின் முடிவையொத்தது' என மனதுக்குள் வசைபாடியபடியே படைக்களப் பேரரங்குக்கு வந்தார் ஆயுதவாரி.

அங்கோ, எண்ணற்ற போர்க்களப் பணியாளர்கள் தங்களுக்கான ஆயுதங்களை வண்டிகளில் வேக வேகமாக ஏற்றிக்கொண்டிருந்தனர். தான் வரும் முன்பு எப்படி இந்த வேலையைத் தொடங்கினார்கள் என்ற கோபத்தோடு ஆயுதவாரி உள்ளே நுழைந்தபோது, அங்கு கருங்கைவாணன் நின்றுகொண்டு பணிகளை ஒருங்கிணைத்துக் கொண்டிருந்தான். "எண்ணற்ற வண்டிகளும் யானைகளும் ஆயுதங்களை ஏற்றிச்செல்லக் காத்திருக்கின்றன. வேகமாக வந்து பணியை ஒருங்கிணையுங்கள்" என்று ஆயுதவாரியைப் பார்த்து சத்தம் போட்டுக் கூறினான் கருங்கைவாணன்.

மிகுந்த கோபத்தோடு வந்த ஆயுத வாரிக்கு, வீரர்களும் பணியாளர்களும் நிறைந்த இந்த இடத்தில் தலைமைத் தளபதியிடம் எப்படிச் சினத்தை வெளிப்படுத்துவதெனத் தெரியவில்லை. ஆனால், வேலை வேக வேகமாக நடைபெற்றுக் கொண்டிருந்தது. "விரைவாகப் பிரித்தனுப்புங்கள். சேரனின் பேரரங்கிலிருந்து ஆயுதமேற்றப்பட்ட வண்டிகள் அப்போதே வெளியேறி விட்டன" என்றான்.

பாண்டியனின் ஆயுதவாரி சற்றே அதிர்ச்சிக்குள்ளானார். "அதற்குள் எப்படி அவர்கள் பிரித்தனுப்பினார்கள்?" என்றார்.

"அவர்கள் ஆயுதவாரி இரவில் கூடாரத்துக்குச் சென்று ஓய்வெடுப்பதில்லையாம். ஆயுதப் பேரரங்கில்தான் இருப்பாராம். எனவே, செய்தி கிடைத்ததும் வேலையைத் தொடங்கி விட்டார்" என்றான் கருங்கைவாணன். அதன் பிறகு அவர் பேச்சு ஏதுமின்றி ஆயுதங்களைப் பிரித்தனுப்பும் வேலையில் ஈடுபட்டார்.

உண்மையில் கருங்கைவாணன், மற்ற இரு ஆயுதவாரிகளுக்கும் இன்னும் செய்தியையே அனுப்பவில்லை. நள்ளிரவுக்குப் பின் இவ்வளவு பெரிய வேலையைச் சொன்னால், எந்த ஆயுதவாரியும் ஒப்புக்கொள்ளமாட்டார். அது மட்டுமன்று, வலுக்கட்டாயமாகச் செய்யும் சூழலை ஏற்படுத்தினால் அது போர்க்களத்தில் குழப்பத்தில் முடியவாய்ப்பிருக்கிறது. எனவேதான், மிகக் கவனமாக இந்த வேலையைச் செய்தான் கருங்கைவாணன்.

பாண்டியனின் பேரரங்கிலிருந்து ஆயுதங்களை ஏற்றிக்கொண்டு வண்டிகள் வெளியான பிறகுதான் மற்ற இரு ஆயுதவாரிகளுக்கும் செய்தி சென்று சேர்வதைப்போலப் பார்த்துக் கொண்டான். சிறு முணுமுணுப்புகளும் கோபமும் வெளிப்பட்டனவே தவிர, வேலையை மறுக்கும் நிலை எங்கும் ஏற்படவில்லை. ஏனென்றால், ஒரு பேரரசு இன்னொரு பேரரசைவிடப் பின்தங்கும் நிலை ஏற்படக்கூடாது என்பதில் மூன்று பேரரசுகளின் பொறுப்பாளர்களும் ஆயுதவாரிகளும் மிகக் கவனமாக இருந்தனர்.

பல்லாயிரம் வீரர்களுக்கு எண்ணற்ற வகையான ஆயுதங்களைக் கணக்கு களின்படித் துல்லியமாக வகை பிரித்து அனுப்பும் பணியை ஆயுத வாரிகள் மூவரும் அவர்களுக்குக் கீழே பணியாற்றும் எண்ணிலடங்காத போர்ப் பணியாளர்களும் இரவு முழுவதும் செய்தனர். விடியும்போது கூட ஆயுதமேற்ற யானைகளும் வண்டிகளும் பேரரங்கின் முன்னால் காத்திருந்தன. அப்போதுதான் திசை வேழரின் சங்கொலி கேட்டது.

காற்றெங்கும் செம்புழுதியேறி மிதக்க திசைவேழரின் முரசோசை கேட்டதும் தேர்கள் தங்களுக்கான இலக்கு நோக்கி வேகம்கொள்ளத் தொடங்கின. கருங்கைவாணன் மிகக் கவனமாகத் திட்டங்களை வகுத்து அவற்றை சேனைமுதலிகளுக்கும் தளபதிகளுக்கும் விளக்கியிருந்தான்.

“அனைத்துப் படைப்பிரிவுகளையும் எதிரியின் படையைத் தாக்கப் பயன் படுத்தினால் மூஞ்சலின் பாதுகாப்புக்கு என்ன ஏற்பாடு?” என்று கேள்வி எழுப்பப்பட்டது. “மூஞ்சலை வேந்தர் களின் கவசப்படையும் அகப்படையும் காத்தால் போதும். எதிரிகள் யாரும் இன்று மூஞ்சலை நெருங்க எந்தவித வாய்ப்பும் இல்லை. ஒருவேளை சிறு குழு ஏதாவது நெருங்கினால் இந்தப் படையால் அவர்களை எளிதில் வீழ்த்த முடியும்” என்றான்.

“காற்றின் துணைகொண்டு தாக்கும் அம்பை எதிரிகள் பயன்படுத்தினாலும் நமக்கு எந்தப்பாதிப்பும் நிகழப் போவதில்லை. ஏனென்றால், நமது படை எதுவும் தொலைவில் நிற்கப் போவதில்லை. மொத்தப்படையும் எதிரிகளைச் சூழ்ந்துதான் நிற்கப் போகிறது” என்றான்.

கருங்கைவாணனின் திட்டம், வேந்தர்களைப்போலத் தளபதி களுக்கும் சேனைமுதலிகளுக்கும் பெரும்நம்பிக்கையை உருவாக்கியது. போர்க்களத்தில் தாக்குதலுக்கும் இழப்புக்கும் பின் நம்பிக்கையளிக்கும் திட்டம் தீட்டப்படுமேயானால் அது பலமடங்கு ஆற்றலோடு செயல் பாட்டுக்கு வரும். வேந்தர்படையின் செயல்பாடு இன்று அப்படித்தான் இருந்தது.

பறம்புப்படை நிலைகொண்டுள்ள இடத்துக்கு மேற்குப் பகுதியில் காரமலை உள்ளது. அந்த திசை தவிர, பிற மூன்று திசைகளிலும் முழுமையாக

வேந்தர் படை, பறம்புப்படையைச் சுற்றிவளைத்தது.

‘ஈக்கிமணலும் கருமணலும் உள்ள தட்டியங்காட்டு நிலத்தில் குதிரைகளால் வெகுதொலைவுக்கு விரைந்து ஓட இயலாது. அதைக் கணித்து ஒரே மூச்சில் குதிரைகளையோட்டி, பறம்புப் படையின் பின்புறம் சென்று சேர்க்க வேண்டும். அதைத் தொடர்ந்து மற்ற வீரர்கள் அணியணியாய்ப் பின்தொடர்ந்து தங்களுக்குரிய இடத்தில் நிலைகொள்ள வேண்டும். இடைப்பகுதிக்கும் பின்பகுதிக்கும் எவ்வளவு முடியுமோ அவ்வளவு விரைவாகப் போய்ச்சேர வேண்டும். அந்த விரைவே, இன்றைய தாக்குதல் உத்திக்கான அடிப்படையை உருவாக்கும்’ என்று கூறியிருந்தான் கருங்கைவாணன். அவனது திட்டம் அப்படியே செயல்படுத்தப்பட்டது.

தாக்கி முன்னேறும் தனது திட்டத்தைத் தொடங்காமல் நிறுத்திக்கொண்டான் முடியன். எதிரிகள் என்ன செய்கிறார்கள் என்பதை உற்றுக்கவனித்தான். வேந்தர்படை, பறம்புப்படையை நெருங்கவோ ஆயுதங்களால் தாக்கவோ முற்படவில்லை. ஆனால், முழுமையாகச் சூழ்ந்து அணிவகுத்துக்கொண்டிருந்தது. அந்த நேரத்தில் குதிரையில் ஏறிப் பறம்புப்படை முழுமையும் சுற்றி வந்தான் முடியன். எதிரிகளின் தளபதிகள் பலரும் அவன் கண்ணில் பட்டனர். ஆனால், கருங்கைவாணன் மட்டும் அவன் கண்ணில் படவே இல்லை. ‘இவ்வளவு விரிவாகத் திட்டமிட்டிருப்பதால் அவன் முன்னணியில்தானே நிற்க வேண்டும். எங்கே போனான்?’ என்று சிந்தித்த வண்ணம் பறம்புப்படையின் பின் பகுதியை வந்து அடைந்தான் முடியன்.

அங்கே தேக்கன் நின்றுகொண்டிருந்தான். தேக்கனின் பாதுகாப்புக்காகத்தான், அவனைப் பின்புற வரிசையில் நிற்குமாறு முடியன் சொல்லியிருந்தான். ஆனால், இப்போது அவன் இருக்கும் திசையிலும் எதிரிகள் சூழ்ந்து நிற்பதால் அவனும் முன்வரிசையில் நிற்பவனாக மாறினான்.

தேக்கனின் அருகில் வந்ததும் குதிரையை விட்டு இறங்கினான் முடியன். அப்போது நாகக்கரட்டிலிருந்து நீள்கொம்பின் சுழியோசை கேட்டது. அதிர்ச்சியோடு நாகக் கரட்டைத் திரும்பிப் பார்த்தான். வெளிப்படுத்தப்படுவது சுழியோசைதானா என்பதை மறுபடியும் கூர்ந்து கவனித்தான். ஆபத்தை முன்னுணர்த்தும் நீள்கொம்பின் சுழியோசைதான் அது.

சற்றே கோபத்தோடு, “எதிரிகள் நமது படையைச் சூழ்ந்துவிட்டால் ஆபத்து என்று பொருள்கொண்டு விடுவதா?” என்று தேக்கனைப் பார்த்துக்கேட்டான்.

ஓசை கேட்ட திசையையே பார்த்துக்கொண்டிருந்த தேக்கன் சொன்னான், “ஆபத்து இங்கில்லை, அங்கு.”

முடியன் சற்றே மிரட்சியோடு மீண்டும் நாகக்கரட்டைப் பார்த்தான். இருக்கிக்கொடியின் பால்கொண்டு காட்டப்படும் குறிப்பு குளவன்திட்டை நோக்கிக் காண்பிக்கப்பட்டுக் கொண்டிருந்தது. ஏற்பட்டுள்ள ஆபத்தைப் பாரிக்குத் தெரிவித்துக் கொண்டிருந்தனர் நாகக்கரட்டின் மீதிருந்த கூவல்குடியினர்.

99

எதிரிப்படையைச் சூழ்ந்து முற்றுகையிடுவது என்பது, தாக்குதல் போரில் உச்சமானதோர் உத்தி. ஏறக்குறைய முழுமுற்றாக எதிரியை அழித்துவிட முடியும் என்ற நிலையில்தான் இப்படியோர் உத்தியைக் கையாள முடியும். 'பறம்புப்படை வலுவிழந்த நிலையில் இல்லை; வேந்தர்படை மிகு வலிமையோடும் இல்லை. அப்படியிருந்தும் கருங்கைவாணன் இப்படியோர் உத்தியை ஏன் தேர்வு செய்தான்? வேந்தர்கள் எப்படி இதற்கு ஒப்புதல் வழங்கினர்?' என்ற ஐயத்தின் பிடியிலிருந்து ஆயுத வாரியால் மீளவே முடியவில்லை. கேட்டு அறிந்துகொள்ளும் சூழலும் இல்லை. போர் தொடங்கும் முரசின் ஓசை கேட்டும்கூடப் படைக்கலப் பேரரங்கின் முன்னால் ஆயுதங்களைப் பெற்றுச் செல்லும் வண்டிகள் வருவது குறையவில்லை.

கருங்கைவாணன் வகுத்த உத்தியில் ஒரு பகுதிதான் எதிரிப்படையை முற்றுகையிடுவது. இன்னொரு பகுதி எதிரியின் எல்லைக்குள் துணிந்து நுழைவது. இரண்டையும் ஒருசேர வகுத்திருந்தான். இன்றைய தாக்குதலின் கூர்முனையாக பறம்பின் விற்படையைத்தான் இலக்கிட்டான். பறம்புப்படையின் மைய அச்சாக விற்படையினரே செயல்படுகின்றனர். விற்படையினரின் ஆற்றலைக் குறைத்து அவர்களை வீழ்த்துவது மட்டுமே பறம்பின் பிற படைகளை வெற்றிகொள்ள வழிவகுக்கும் என முடிவுசெய்து அதற்கான திட்டத்தைத் தீட்டினான்.

வேந்தர்களின் யானைப்படை, எந்த நேரத்திலும் பறம்புக்குள் நுழைய ஆயத்தநிலையில் இருந்தது. பறம்பினர் யானைப்போர் நிகழ்த்த விரும்பாத நிலையில், வேந்தர்களின் யானைகள்

பறம்பின் எல்லைக்குள் நுழையும் உரிமை பெற்றவையாயின. அந்த வாய்ப்பைப் பொருத்தமாகப் பயன்படுத்தலாம் என்று வேந்தர் படை காத்திருந்தது. இன்றைய தாக்குதல் திட்டத்தின் மிக முக்கியப் பணியை யானைப் படைக்கு வழங்கினான் கருங்கைவாணன்.

போருக்கான சங்கொலி கேட்டதும் வேந்தர்படை பறம்பின் படையைச் சூழ்ந்து முற்றுகையிடத் தொடங்கியது. அதே பொழுதில் வேந்தர்களின் யானைப்படை வடகோடியில் நாகக் கரட்டுக்கும் காரமலைக்கும் இடைப்பட்ட பள்ளத்தாக்குக்குள் நுழைந்தது. சில காதத்தொலைவே கொண்ட இந்தப் பள்ளத்தாக்கில், மிக வேகமாக யானைப் படையை விரட்டி வந்தான் அதன் தளபதி உச்சங்காரி. இந்தப் பள்ளத்தாக்கின் தென்பகுதி எல்லையை இரண்டு பொழுதுக்குள் அடைய வேண்டும் என்பதுதான் உச்சங்காரிக்கு இடப்பட்ட கட்டளை. அதாவது பறம்புப்படையை முற்றுகையிட வேந்தர் படை சுற்றி வளைத்து முடிக்கும்போது, யானைப் படை பள்ளத்தாக்கின் தென் எல்லையைத் தொட்டிருக்க வேண்டும்.

நாகக்கரட்டின் பின்னால் உள்ள காரமலையில்தான் இரலிமேடு இருக்கிறது. இரண்டுக்கும் இடைப்பட்ட பள்ளத்தாக்கில்தான் பறம்புப் படையினர் தங்கும் குடில்களும், உணவும், இதர தேவைகளுக்கான ஏற்பாடுகளும் இருந்தன. இன்றைய போர் தொடங்கிய கணமே மிக வேகமாக இந்தப் பகுதிக்குள் நுழைந்தது வேந்தர்களின் யானைப் படை. அவர்களின் நோக்கம், இரலிமேட்டுக்கும் நாகக்கரட்டுக்குமான தொடர்பைத் துண்டித்தல்தான். இரலிமேட்டில் உள்ள குகைகளில்தான் பறம்பு வீரர்களுக்கான ஆயுதங்கள் சேகரிக்கப்பட்டுள்ளன. அங்கிருந்துதான் போர்க்களத்துக்கு ஆயுதங்கள் கொண்டுவரப்படுகின்றன.

பறம்புப்படையை முற்றுகையிட்டுப் போர்புரியும் இன்றைய நாளில், வேந்தர்களின் முழுப்படையோடு பறம்புப்படை மோத உள்ளது. தன்னைவிடப் பல மடங்கு அதிகமான வீரர்களை எதிர்த்துப் போரிடும்போது பறம்புப்படைக்குப் பல மடங்கு ஆயுதங்கள் தேவை. ஆனால், ஆயுதங்கள் இரலிமேட்டிலிருந்து வந்துசேரும் வழி இப்போது அடைக்கப்பட்டாகிவிட்டது. இதனால், நண்பகலுக்கு மேல் பறம்பு வீரர்களின் அம்பறாத்தூணியில் அம்பு எதுவும் மிஞ்சாது. பிற வகை ஆயுதங்களும் போதிய அளவு இருக்காது. சூழப்பட்ட பறம்புப்படை ஆயுதங்களின் போதாமையால், முழு வேகத்தோடு தாக்குதலைத் தொடுக்க முடியாது. இதுவே அவர்களை நசுக்கி அழிக்கச் சிறந்த வழி என உத்தியை வகுத்திருந்தான் கருங்கைவாணன்.

போர் தொடங்கிய வேகத்தில் உச்சங்காரியின் யானைப்படை பள்ளத்தாக்கில் விரைந்து முன்னேறியது. அங்கு வீரர்களோ, தடுப்புகளோ, எதிரிகளின் யானைப் படையோ இல்லாத நிலையில் உச்சங்காரியின் வேலை மிக எளிதாக மாறியது. கருங்கைவாணன் கூறிய நேரத்தைவிட விரைவாகத் தென் கோடிக்கு வந்து சேர்ந்தான் உச்சங்காரி.

இப்போது நாகக்கரடும் இரலிமேடும் இரு கூறுகளாகப் பிரிக்கப்பட்டுவிட்டன. பறம்பின் ஆயுதங்களும் ஆயுதப் பொறுப்பாளரான முது வேலரும் கபிலரும் இரலிமேட்டில்

இருக்கும் குகைகளில் இருந்தனர். முறியன் ஆசானும் வாரிக்கையனும் கூவல்குடியினரும் நாகக்கரட்டின் மேல் இருந்தனர். படைக்குத் தேவையான பணியைச் செய்பவர்கள், காயம்பட்டுச் சிகிச்சை பெறுபவர்கள் என எண்ணற்ற வீரர்கள் இரு பக்கமாகப் பிரிந்து இருந்தனர்.

நாகக்கரட்டின் மீதிருந்த வாரிக்கையன்தான் எதிரிகளின் யானைப் படையை என்ன செய்வதென முடிவெடுக்க வேண்டியவன். பறம்பின் யானைப் படைத் தளபதி வேட்டூர்ப்பழையன் நேற்றைய போரில் இறந்துவிட்டான். பறம்பின் யானைகளும் அதன் வழிகாட்டிகளுமான தந்தமுத்தக் காரர்களும் இரண்டு குன்றுகளுக்கு அப்பால் நிறுத்திவைக்கப் பட்டுள்ளனர். அவர்கள் வந்து தாக்குதலைத் தொடுக்கவேண்டு மென்றால், நீண்ட பொழுதாகிவிடும் என்று சிந்தித்த வாரிக்கையன், "செய்தியை முதலில் பாரிக்குத் தெரியப்படுத்துங்கள்" என்றான்.

பாரி நிற்கும் குளவன்திட்டின் மேலிருந்து பார்த்தால் எதிரில் இருக்கும் தட்டியங்காட்டுப் பரப்பு முழுமையாகத் தெரியும். இடதுபுறமாக நாகக்கரடும் அதன் பின்னணியில் இருக்கும் இரலிமேடும் தெரியும். ஆனால், நாகக்கரட்டுக்கும் இரலி மேட்டுக்கும் நடுவில் இருக்கும் பள்ளத்தாக்கு தெரியாது. எனவே, யானைப்படைகள் பள்ளத்தாக்குக்குள் நுழைந்ததைப் பாரியால் குளவன் திட்டிலிருந்து பார்க்க முடியாது. அதனால்தான் பாரிக்குச் செய்தியைத் தெரிவிக்கக் கூவல்குடியினருக்கு உத்தரவிட்டான் வாரிக்கையன்.

இரிக்கிச் செடியின் பால்கொண்ட குறியீட்டைக் காட்டியபடிக் கூவல் குடியினரின் நீள்கொம்பு சுழியோசை குளவன்திட்டில் பட்டு எதிரொலித்தது. அதுவரை தட்டியங்காட்டில் சுற்றி வளைக்கும் எதிரிகளின் படையைப் பார்த்துக்கொண்டிருந்த பாரி, ஓசை கேட்டவுடன் நாகக்கரட்டுப் பக்கம் திரும்பிப் பார்த்தான். பள்ளத் தாக்குக்குள் ஏற்பட்டுள்ள ஆபத்து என்னவென்று தெரியவில்லை.

இகுளிக்கிழவன் பின்புறம் சற்றுத் தள்ளியிருக்கும் பாறை ஒன்றைக் கைகாட்டியபடி சொன்னான், "அவ்விடம் போய்ப் பாருங்கள்; பள்ளத்தாக்கு தெளிவாகத் தெரியும்."

பாரியும் காலம்பனும் உடன் நின்றிருந்த கூவல்குடியினரும் அந்தப் பாறையை நோக்கி விரைந்தனர்.

அங்கே என்ன வகையான ஆபத்து ஏற்பட்டுள்ளது என்பதை அறிய, நாகக்கரட்டை நோக்கி வீரர்களை அனுப்பினான் முடியன். எதிரிகளின் தேர் பறம்புப் படையை முழுமையாகச் சுற்றிவளைத்து நின்றது.

"ஈக்கிமணலில் இவனது குதிரைகளால் அதிகத் தொலைவு பாய்ந்தோட முடியாது எனத் தெரிந்தும் படையைச் சுற்றிவளைத்து நிற்கிறான் என்றால், இவனுக்கு உரிய பாடத்தை நாம் புகட்டியே ஆக வேண்டும்" என்று சொல்லியபடிக் குதிரையில் வேகமாக ஏறினான் முடியன்.

"கொஞ்சம் பொறு. ஆபத்தை அறியச் சென்ற வீரர்கள் வரும் வரை தற்காப்புப் போரை நடத்துவோம். அது என்ன வகை ஆபத்து என அறிந்த பிறகு தாக்குதல் போரைத் தொடங்குவோம்" என்றான் தேக்கன்.

"பறம்புப் படையை முற்றுகையிடும் துணிவு இவனுக்கு எங்கிருந்து வந்தது? எண்ணிக்கையில் பெருங்கூட்டம்

என்பதால்தானே ஏறிவந்து நிற்கிறான். பாறைகளை உருட்டும் பேய்க் காற்றைப்போல இவனின் படை வீரர்களின் தலைகளை உருட்டித் தள்ளுவோம்" என்று கத்தியபடிப் புறப்பட ஆயத்தமானான் முடியன்.

"அவசரப்படாதே... நில்" என்று கத்தினான் தேக்கன்.

"இல்லை. இப்போது பொறுமை யுடன் தற்காப்புப் போரை நடத்தினால், நாம் அஞ்சிவிட்டோம் என எதிரி புரிந்துகொள்வான். நம் மீதான தாக்குதல் மிகக் கடுமை யானதாக இருக்கும். நாம் இப்போது ஏறித் தாக்கினால் மட்டுமே அவனது வேகத்தையும் சீற்றத்தையும் முறித்துத்தள்ள முடியும். நாம் அஞ்சாதவர்களாக இருப்பது முக்கியமல்ல, அஞ்சாதவர்களாக இருக்கிறோம் எனக்காட்டிக்கொள்வது போர்க்களத்தில் மிக முக்கியம்" என்றான் முடியன்.

"உனது வேகத்தையும் தாக்குதலையும் நீ தீர்மானி. அவன் தீர்மானித்த ஒன்றை நோக்கி நகராதே" என்று உரத்த குரலில் சொல்லிவிட்டுத் தனது கையில் இருக்கும் ஈட்டியை மண்ணில் அழுத்திக் குத்தியபடி முடியனின் கண்களை உற்றுப்பார்த்தான் தேக்கன்.

பறம்பு ஆசானின் பார்வையை அவ்வளவு எளிதில் யாரும் கடந்துவிட முடிவதில்லை. முடியனாக இருந்தாலும் மடங்கவேண்டியதோர் இடமுண்டு. இழுத்துப் பிடித்த குதிரையின் கடிவாளத்தை விரல்கள் விடுவித்தன. தேக்கனை இமைக்காமல் பார்த்து விட்டுச் சொன்னான், "சரி, நாகக் கரட்டிலிருந்து செய்தி வந்துசேரும் வரை தற்காப்புப் போரையே நடத்துகிறேன். நீங்கள் படையின் நடுப்பகுதிக்குச் செல்லுங்கள்."

முடியனின் சொல் கேட்டுப் பணிந்து நடந்தான் தேக்கன்.

தேக்கனின் சொல் கேட்டு விரைந்து சென்றான் முடியன்.

இ குளிக்கிழவன் சொன்ன பாறையின் உச்சியில் ஏறி நின்று பார்த்தான் பாரி. இரலிமேட்டுக்கும் நாகக்கரட்டுக்கும் நடுவில் யானைப் படை நிரம்பி நின்றது. தட்டியங் காட்டில் முழுப்படையையும் சூழ்ந்து தாக்கத் திட்டம் தீட்டியுள்ளனர். இன்னொருபுறம் ஆயுதங்களைப் போர்க்களத்துக்குக் கொண்டுசெல்ல விடாமல் தடுக்கும் உத்தியைச் செயல் படுத்துகின்றனர் என்று பாரி எண்ணிக்கொண்டிருக்கையில், காலம்பன் இறைஞ்சிக் கேட்கும் குரல் ஒலித்தது, "நாங்கள் களமிறங்க இப்போதாவது அனுமதி வழங்கு, பாரி."

"அனுமதிக்கிறேன். ஆனால், தட்டியங்காட்டுக்கல்ல, பள்ளத் தாக்குக்கு."

பெருமகிழ்வடைந்தான் காலம்பன். "திரையர்குலம் எதிரிகளின் யானைப் படையை முழுமுற்றாக அழித்தொழிக்கும்" என்று சொல்லிய படி புறப்படப் போகிறவனைப் பார்த்துப் பாரி சொன்னான், "நான் யானைப்படையை அழிக்கச் சொல்லவில்லையே."

அதிர்ந்து நின்றான் காலம்பன்.

"இப்போது அந்தப் படையை அழிக்கவேண்டிய தேவையேதும் நமக்கில்லை. இரலிமேட்டிலிருந்து தட்டியங்காட்டுக்கு ஆயுதங்களைக் கொண்டு செல்ல வழிவகுத்தால் போதும். எனவே, யானைப் படையோடு நாம் போரிட வேண்டாம்."

"வேறென்ன செய்வது?" எனக் காலம்பன் கேட்க.

"அணங்கன் எங்கே?" என்றான் பாரி.

காலம்பனுக்குப் புரிந்தது. பின்புறம் இருந்த மலைக்குன்றைக் கைகாட்டி, "பெருங்காட்டெருமை மந்தையோடு அந்தக் குன்றில் நிற்கிறான் அணங்கன்." மேலே இருக்கும் காரமலை முகட்டைக் கைகாட்டி, "இன்னொரு காட்டெருமை மந்தையோடு செதிலன் அந்த முகட்டில் நிற்கிறான். எதிரி வேறு திசையில் மேலேறிவிடக்கூடாது என்பதால் அங்கு நிற்கச் சொன்னேன்" என்றான்.

"சரி. அணங்கனுக்கு உத்தரவிடு. காட்டெருமை மந்தையை இரலி மேட்டுக்கு நேராகக் கீழே இறக்கி, யானைப் படையை இருகூறாக்கு. இரலிமேட்டில் இருக்கும் ஆயுதங்களை நடுப்பகலுக்குள் தட்டியங்காட்டுக்குக் கொண்டுபோய்ச் சேர்" என்றான்.

சொல்லிக்கொண்டிருக்கும்போதே காலம்பன் வெளிப்படுத்திய சீழ்க்கை ஓசை அணங்கன் இருக்கும் குன்றில் எதிரொலித்தது. கண நேரத்துக்குள் மறு ஓசை மேலே இருந்து கீழே வந்தது.

"மந்தை நகரத் தொடங்கிவிட்டது. நான் உடனடியாக எதிர்த்திசைக்குப் போகிறேன். அப்போதுதான் எந்த இடத்தில் மந்தையைக் கீழே இறக்குவது என்பதைத் தெளிவாகச் சொல்ல முடியும்" என்று சொன்ன காலம்பன், "திமிறிப் பாயும் காட்டெருமை மந்தையைக் கண்டால் யானை தெறித்து ஓடும். எனவே, பள்ளத்தாக்கில் இறங்கிய வேகத்தில் படையைப் பிளந்து பாதையை உருவாக்கிவிடலாம். ஆனால், அதைவிட முக்கியம், காட்டெருமை மந்தையைக்கொண்டே நூற்றுக் கணக்கான யானைகளை மடக்கி நிறுத்திவிடலாம். பழக்கப்படுத்தப் பட்ட யானைகள் மிகவும் கோழைகள். காட்டெருமையின் கனைப் பொலியைக் கேட்டு அவை தேங்கி நின்றுவிடும். எந்தப் பாகனாலும் நகர்த்திச் செல்ல முடியாது. எண்ணற்ற யானைகளை நாம் வசப்படுத்திப் பயன்படுத்திக்கொள்ளலாம்" என்றான்.

"நம்மிடம்தான் போதுமான யானைகள் இருக்கின்றனவே. பிறகு நமக்கு எதற்கு யானைகள்?" என்றான் பாரி.

"தந்தமுத்தக்காரர்களிடம் நாற்பது, ஐம்பது யானைகள்தான் இருக்கின்றன என்று கேள்விப்பட்டேன். அவை போதுமா?"

சின்னச் சிரிப்போடு பாரி சொன்னான், "நீதான் பழக்கப்படுத்தப் பட்ட யானைகளை 'கோழைகள்' என்று சொல்லிவிட்டாயே! பிறகு எப்படி நம் படையில் அவற்றைச் சேர்க்க முடியும்?"

என்ன சொல்வதென்று தெரிய வில்லை, 'சரி' எனத் தலையாட்டியபடி எதிர்த்திசையில் உள்ள மலை நோக்கி ஓடத்தொடங்கினான் காலம்பன்.

தற்காப்புப் போரைத் தொடங்கினான் முடியன். வேந்தர்களின் படையோ முழுவேகத்தோடு தாக்குதலைத் தொடங்கியது. காலையில் பள்ளத்தாக்குக்குள் யானைப் படை முழுமையும் சென்றதை உறுதிப் படுத்திய பிறகுதான் தட்டியங்காட்டுப் போர்முனைக்கு வந்தான் கருங்கை வாணன். தனது படையின் தாக்கும் உத்தியை மூன்றாகப் பிரித்தான். நெற்றிப் பகுதியே வலிமையான தாக்குதலை முன்னெடுக்கும் ஆற்றல் வாய்ந்தது. அதற்கு அவனே தலைமை

ஏற்றான். வலக்கைப் பகுதியில் இருந்த படைப்பிரிவுக்குத் துடும்பனையும், இடக்கைப் பகுதியில் இருந்த படைப் பிரிவுக்கு உறுமன் கொடியையும் தலைமை ஏற்கச் செய்தான்.

கருங்கைவாணன் நெற்றிப்பகுதியின் முன்படையில் வந்து நின்றதும் முடியனும் அந்தத் திசையையே தேர்வுசெய்தான். வலக்கைப் பக்கம் இரவாதனையும், இடக்கைப் பக்கம் உதிரனையும் தலைமை ஏற்கச் செய்தான். தாக்குதல் தொடங்கிய கணமே வேந்தர்களின் படை ஆற்றலின் உச்சத்தை வெளிப்படுத்திக் கொண்டிருந்தது. 'தட்டியங்காட்டுப் போரில் எதிரியை வீழ்த்த இன்றைய நாளே சிறந்தது!' என உறுதியாக நினைத்தான் கருங்கைவாணன். நிறைந்த அவையில் தன்னை அவமானப்படுத்தியவர்களுக்கு, தான் யார் என்பதை மெய்ப்பிக்கும் நாளாக இந்த நாளைக் கருதினான்.

கூட்டுப்படைத் தளபதி முன்களப் போருக்கு வருவது எந்தவிதத்திலும் அறிவுடைமையாகாது. ஆனால், தெரிந்தே இன்று முன்களத்துக்குக் கருங்கைவாணன் வந்துள்ளான். அவனது முக்கியமான இலக்கே விற்படைதான். பறம்பின் விற்படை இடக்கைப் பக்கம் நிற்கிறது. அந்தத் திசையில் வேந்தர்படைக்கு உறுமன் கொடியைத் தலைமையேற்கச் செய்தான். வேந்தர் படையின் மிக வலிமையான கவச அணிவீரர்களின் பத்துக்கும் மேற்பட்ட சேனைமுதலி களை உறுமன்கொடிக்குக் கீழே நிறுத்தினான். பறம்பின் விற்படை யினர் என்ன தாக்குதல் நடத்தினாலும் கவச அணிவீரர்களை ஒன்றும் செய்ய முடியாது. வேந்தர்படையைத் தடுக்க அம்புகளைப் பொழிந்து தள்ளுவர். நண்பகலுக்குள் அம்புக்கட்டுகள் தீர்ந்துபோகப் பறம்புப்படை கையறு நிலையில் நிற்கும். அதேநேரம் பறம்பின் விற்படையை எதிர்த்து வலிமையான தாக்குதல் நடக்கிறது என்பதை மற்றவர்கள் அறியாமல் இருக்க, கருங்கைவாணன் தானே நெற்றிப்பக்கம் உள்ள படைக்குத் தலைமையேற்றான். இயல்பாகவே கருங்கைவாணன் எந்தத் திசையில் வந்து நிற்கிறானோ அந்தத் திசையே கவனத்தை ஈர்க்கும்.

மூவேந்தர்களின் தலைமைத் தளபதிக்கு எதிராக முழு ஆற்றலையும் குவித்துப் பறம்பு மக்கள் போர்புரிவர். ஆனால், பறம்பின் விற்படையினரின் மீது வேந்தர்படை நடத்திக் கொண்டிருக்கும் வலிமைமிகுந்த தாக்குதல் உடனடிக் கவனத்தைப் பெறாமல்போகும். போர்க்களத்தில் தாக்குதலின் போக்குத் திசைமாறச் சில கணங்களே போதுமானவை. ஒருமுறை திசைமாறிவிட்டால் அதன் பிறகு பழைய நிலைமைக்குக் கொண்டுவர, பேரிழப்பைச் சந்திக்க வேண்டியிருக்கும்.

இவ்வளவு திட்டமிட்ட கருங்கை வாணன், பறம்பின் விற்படைத்தளபதி உதிரனைப் பற்றி அறிந்திருக்கவில்லை. வேந்தர் படையின் தாக்கும் ஆற்றலைப் பன்னிரு வகையான வில் கொண்டு முறித்துத்தள்ளும் மாவீரன் அவன். இழுபடு நாண்கள், விடுபடு விசை, அலையலையாய் மேலெழும் அம்புகளால் காற்றையே கட்டுப்படுத்த முயல்பவன். போர் தொடங்கிய பிறகு வேந்தர்படையின் குதிரைகள் குடித்த நீரைவிட உதிரனின் விற்படை யினருடைய அம்புகள் குடித்த குருதி அதிகம்.

வில்லே மலைமனிதர்களின் தலையாய ஆயுதம். காட்சியைப்

பார்த்தலின் மூலமும், ஓசையைக் கேட்டலின் மூலமும் இலக்கை வீழ்த்தும் ஆற்றல்கொண்டவன் வில்லாளி மட்டுமே. பகழி அம்பும் விரி அம்பும் செலுத்தத் தெரிந்த விற்படையினரை எதிர்கொண்டு நிற்கும் படை இதுவரை இந்த மண்ணில் இல்லை. மூங்கிலம்பு பறவையைத் துளைக்கும். விரி அம்பு பனையைத் துளைக்கும். பகழி அம்பு பாறையைத் துளைக்கும். குறுங்காது முயலின் குருதி தோய்ந்த நாணிலிருந்து பறம்புவீரர்கள் விடுவிக்கும் பகழி அம்பை எதிர்கொள்ளும் கவசம் எவனிடமும் இல்லை.

ஆனாலும் பறம்பின் விற்படைக்கு முழு விசையோடு ஏறித்தாக்கும் அனுமதியை இன்றுவரை முடியன் வழங்கவில்லை. மூஞ்சலின் இருப்பிடம் மிகத்தொலைவில் உள்ளது. குதிரைப்படையால்தான் அவ்வளவு தொலைவுக்குச் சென்று மூஞ்சலைத் தாக்க முடியும். எனவே, இரவாதனுக்கே மூஞ்சலை நோக்கி முன்னேற அனுமதி கொடுக்கப்பட்டது. முன்னகர்ந்து வரும் எதிரிப்படையைத் தடுத்துப் பின்னுக்குத் தள்ளும் வேலை மட்டுமே உதிரனுக்கு வழங்கப்பட்டது. அப்படியிருந்தும் இதுவரையிலான போரில் அவன் நிகழ்த்திய அழிவை பறம்பின் வேறெந்தப் படைப்பிரிவும் நிகழ்த்தவில்லை.

வேந்தர்களின் இன்றைய போர் தனது விற்படைக்கு எதிரான உத்தியைக் கொண்டது என்பது உதிரனுக்குத் தெரியாது. ஆனால், எதிரிகள் பறம்புப் படையை முற்றுகையிட்டுத் தாக்கும் முயற்சி கடுஞ்சினத்தை உருவாக்கியிருந்தது. அவன் கண்ணெதிரே கவசம்பூண்ட பெரும் படையோடு உறுமன்கொடி வந்து கொண்டிருந்தான். தற்காப்புப் போரை மட்டுமே நடத்த வேண்டும் என்று முடியன் உத்தரவிட்டிருந்ததால், வேறு வழியில்லாமல் இடையிலக்கு ஆயுதங்களை மட்டுமே பயன்படுத்தினான் உதிரன்.

உதிரன் மட்டுமல்ல, பறம்பின் மற்ற இரு தளபதிகளும் இடையிலக்கு ஆயுதங்களை மட்டுமே பயன்படுத்தினர். கருவிகள் விடும் ஆயுதம், கைகள் விடும் ஆயுதம், கைகள் விடாத ஆயுதம் என்று போர் ஆயுதங்களை மூன்று வகையாகத்தான் எல்லோரும் பகுத்துள்ளனர். அம்பு, சிலை, ராயம், கொடிமரம், வல்வில், கவண், சக்கரம் ஆகியவை கருவிகள் விடும் ஆயுதங்கள். வேல், எஃகம், அயில், ஆலம், ஈட்டி உள்ளிட்டவை கைகள் விடும் ஆயுதங்கள். வாள், ஈர்வாள், கொடுவாள், மழு, நவியம், குறுந்தடி உள்ளிட்டவை கைகள் விடாத ஆயுதங்கள். ஒரு படை எந்தவிதமான ஆயுதத்தைப் பயன்படுத்துகிறது என்பதைப் பொறுத்தே எதிரில் உள்ள படை தனது ஆயுதத்தைத் தேர்வுசெய்கிறது.

தட்டியங்காட்டுப் போரில் வேந்தர் படைக்குக் குழப்பம் ஏற்படும் இடமே இதுதான். கருவிகள் விடும் ஆயுதத்தைப் பொறுத்தவரை, அது மூன்று தன்மைகளால் அறியப்படுகிறது. தொலையிலக்கு ஆயுதங்கள், இடையிலக்கு ஆயுதங்கள், அண்மையிலக்கு ஆயுதங்கள். விற்படையைப் பொறுத்தவரை எந்த வகையான வில்லில் எந்த வகையான அம்பைப் பொருத்தி எய்தால், அந்த அம்பு எவ்வளவு தொலைவில் உள்ள இலக்கை அடையும் என்பதை வீரக்கலையைப் பயிற்றுவிக்கும் ஆசான்கள் தங்களின் பயிற்சிக்கூடத்தில் மாணவர்களுக்குச் சொல்லித்தருவர். மூவேந்தர்களின் படையணியில் வந்து நிற்கும் வீரர்கள் எல்லோரும் வீரக்கலை ஆசான்களிடம்

பயிற்சிபெற்ற மாணவர்களே.

பறம்பின் வில்லும், பூட்டப்பட்ட நாணும், அம்பின் தன்மையும் முற்றும் மாறுபட்டவை. அதாவது பறம்பினர் பயன்படுத்தும் இடையிலக்கு ஆயுதங்கள் செல்லும் தொலைவுக்கு வேந்தர்படையின் தொலையிலக்கு ஆயுதங்கள் செல்வதில்லை. எனவே தான், 'தற்காத்துப் போர்புரி' என்று முடியன் சொன்னதும் உதிரன் இடையிலக்கு அம்புகளை மட்டுமே பயன்படுத்தத் தனது அணிக்கு உத்தர விட்டான். ஆனால், அந்தத் தொலைவே வேந்தர்களின் விற்படையால் அம்பெய்ய முடியாத தொலைவாக இருந்தது. அதனால் பறம்புப்படை யினர் தொலையிலக்கு அம்புகளைப் பயன்படுத்துகின்றனர் என்று நினைத்த உறுமன்கொடி, எவ்வளவு தொலைவு முன்னேற முடியுமோ அவ்வளவு தொலைவுக்கு முன்னேறித் தாக்கச்சொல்லி உத்தரவிட்டான். இதனால், பறம்புப்படை தாக்கி அழிக்கும் பொறிக்குள் வந்து நின்று போரிட்டுக்கொண்டிருந்தது வேந்தர் படை.

தற்காப்பை விடுத்து, தொலையிலக்கு அம்புகளைப் பயன்படுத்த முடியன் எப்போது உத்தரவிடுவான் என்று ஒவ்வொரு கணமும் எதிர்பார்த் திருந்தான் உதிரன். அதே தவிப்போடு இருந்தான் இரவாதன்.

நாகக்கரட்டுக்குச் செய்தி கேட்கப் போன வீரன் திரும்பி வந்து முடியனிடம் நிலைமையைச் சொன்னான். “காட்டெருமைகள் பாதை வகுத்த பிறகுதான் ஆயுதங்களைத் தட்டியங்காட்டுக்குக் கொண்டுவந்து சேர்க்க முடியும். அதற்கு நண்பகலைக் கடந்து இருபொழுதாகலாம். அதுவரை இருப்பதைக் கொண்டு எதிரிகளைச் சமாளியுங்கள்” என்று வாரிக்கையன் சொல்லியதைக் கூறினான்.

“நிலைமையைத் தெரிந்த பிறகு முடிவெடுப்போம்” என்று தேக்கன் சொன்னது எவ்வளவு சரியானது என்று உணரும்போதே, முடியனுக்கு அடுத்த கவலை தொடங்கியது. நண்பகல் கடந்து இரண்டு பொழுது வரை தற்காப்புப் போரில் இழப்புகள் இல்லாமல் நீடிப்பது மிகவும் கடினமான ஒன்று. எனவே, வேறு வழியென்ன எனச் சிந்தித்தான்.

உதிரனையும் இரவாதனையும் தேக்கன் இருக்கும் நடுப்பகுதிக்கு வரச்சொல்லிச் செய்தி அனுப்பிவிட்டு, தானும் பின்னகர்ந்தான். பறம்பின் முன்கள வீரர்கள் ஆவேசத்தோடு போரிட்டு வேந்தர்படையைச் சமாளித்துக்கொண்டிருந்தனர்.

“போர் தொடங்கிப் பத்து நாழிகைக் கூட ஆகவில்லை. ஆனால், இன்னும் பத்து நாழிகைக்கு மேல் நிலைமையைச்

சமாளித்தாக வேண்டிய நிலை. அது முடியுமா என்பது பெரும் கேள்வியாக எழுந்தது. வேந்தர்படையின் ஒட்டுமொத்த வீரர்களும் இன்றைய போரில் தாக்குதலை நடத்திக் கொண்டிருக்கின்றனர். காற்றில் இடைவெளியின்றி அம்புகள் பறந்து கொண்டிருக்கின்றன. பறம்புப்படை, முடிந்தளவுக்குச் சமாளித்துப் போரிட்டுக்கொண்டிருக்கிறது. ஆனால், புதிதாக ஆயுதங்கள் வந்து சேராத நிலையில், இருப்பதைக் குறைத்துப் பயன்படுத்தும் சூழல் உருவானால் வேந்தர் படையின் கை ஓங்கும் நிலை உடனடியாக உருவாகும். அது இழப்புகளை அதிகப்படுத்தும் வாய்ப்புண்டு. இன்னும் பத்து நாழிகைக்கு இதே வேகத்தோடு போரிட நம்மிடம் ஆயுதங்கள் இல்லை. வேறென்ன செய்வது?" என்று ஆலோசனை கேட்டான் முடியன்.

கட்டளைகளைக் கணநேரத்துக்குள் நிறைவேற்றும் பயிற்சிகொண்ட உதிரனும் இரவாதனும் களத்தில் மேலெழும் கேள்விக்குமுன் திகைத்து நின்றனர். குருதி குடிக்கும் வெறி மட்டுமே அவர்களின் கண்களில் கனன்றுகொண்டிருந்தது. எல்லாவற்றுக்குமான விடையைச் சிந்தித்துவைத்திருந்தான் தேக்கன். படையின் நடுப்பகுதியில் நின்று போர்க்களத்தின் மொத்தச் செயல்பாட்டையும் கவனித்த அவன் சொன்னான், "நம்மிடம் இருக்கும் ஆயுதங்கள் இன்னும் ஐந்து பொழுதுக்கு மேல் தாங்காது. எனவே, வேந்தர்படையை எதிர்த்தாக்குதல் நடத்தி நீண்ட நேரம் சமாளிக்க முடியாது."

"வேறென்ன செய்வது?" என விரைந்து கேட்டான் இரவாதன்.

"அவர்கள் தாக்குதல் வேகத்தைக் குறைத்தால் மட்டுமே நம்மால் நிலைமையைச் சமாளிக்க முடியும்."

"அவர்களின் மீது வலிமையான எதிர்த்தாக்குதல் செய்ய, போதிய ஆயுதங்கள் இல்லை. பிறகு எப்படி அதைச் செய்வது?" எனக் கேட்டான் உதிரன்.

"அவர்களின் கவனத்தைத் திசை திருப்புவதன் மூலமும், குழப்பத்தை உருவாக்குவதன் மூலமும் அவர்களின் வேகத்தை மட்டுப்படுத்த முடியும்."

"என்ன செய்ய வேண்டும்?" என்று கேட்டான் முடியன்.

"காலையில் நீ சொன்னதை இப்போது செய்யவேண்டும்."

மூவரும் கூர்ந்து கவனிக்க, தேக்கன் சொன்னான், "இரவாதனின் குதிரைப் படைக்கு, முன்னேறித் தாக்கும் அனுமதியைக் கொடு. சூழ்ந்திருக்கும் வேந்தர் படையின் எந்தவோர் இடத்தையும் பிளந்துகொண்டு அவனால் வெளியேற முடியும். நமது குதிரைப் படையின் வேகமும் வீச்சும் எதிரிகளின் கனவிலும் நடுக்கத்தை உருவாக்கக்கூடியவை. உதிரனின் விற்படை தற்காத்துப் போரிடட்டும். நெற்றியில் தாக்குதல் நடத்திக் கொண்டிருக்கும் நீ, படையைப் பின்வாங்கச் செய்து நான் இருக்கும் இந்த இடம் வரை வந்துவிடு. உன்னை எதிர்த்துப் போரிடும் கருங்கை வாணனின் அணி வேகமாக முன்னேறி வரும். அப்போது நீ இந்த இடம் விட்டு அகன்றுவிடு. நானும் ஈங்கையனும் இங்கு தலைமையேற்று நின்றுகொள்கிறோம். அவன் இங்கு வந்துசேரும் நேரம், இரவாதனின் குதிரைப்படை எதிரிகளின் முற்றுகையை உடைத்து மூஞ்சலில் போய்த் தாக்குதலைத் தொடக்கி

யிருக்கும். இங்கு வந்துசேரும் கருங்கை வாணன் என்னைப் பார்க்கும்போதே ‘பின்னணியில் மூஞ்சலைத் தாக்கப் பெருந்திட்டம் நடந்துகொண்டிருக் கிறது’ என நினைப்பான். நான் கொடுக்கும் ஓசையின் மூலம் அவன் அதை மேலும் உறுதிப்படுத்திக் கொள்வான். அவனது கவனம் முழுவதும் மூஞ்சலை நோக்கித் திரும்பும். அந்நிலையில் நம் படைகள் எல்லாத் திசைகளிலிருந்தும் கூவல் ஒலிகளை எழுப்பிக்கொண்டே இருக்க வேண்டும். அவனது குழப்பம் பல மடங்கு அதிகமாகும். அந்நிலையில் தொடர்ந்து தாக்கி முன்னேற படைகளை அனுமதிக்கமாட்டான். தற்காப்புப் போருக்கு மாறுவான் அல்லது சற்றே பின்னேறி நிற்பான். அவனுக்குள் ஏற்படும் குழப்பம் மூஞ்சலில் நடக்கும் தாக்குதலின் தன்மையை முழுமையாக அறிந்த பிறகுதான் நீங்கும். அந்தக் கால அளவு போதும், நாம் நிலைமையைச் சமாளிக்கவும் ஆயுதங்கள் வந்து சேரவும்” என்றான் தேக்கன்.

தேக்கன் சொல்வதைப் பணிந்து கேட்டான் முடியன்.

தேக்கன் சொல்லியதும் பாய்ந்து விரைந்தனர் இரவாதனும் உதிரனும்.

கூற்களும் பாறைகளும் உருண்டன. சிறு மரங்களும் கொப்புகளும் உடைந்தன. கனைப்பின் பேரொலியால் காடே நடுங்குவது போல் இருந்தது. இரலிமேட்டில் இருந்தவர்கள் இடதுபக்கமாகத் திரும்பிப் பார்த்தனர். மூக்கு விடைத்துக் கனைத்தபடிப் பள்ளத் தாக்குக்குள் பாய்ந்து இறங்கின காட்டெருமைகள். இரும்பினும் கடுமைகொண்ட அவற்றின் நெற்றி யானைகளின் ஆழ்நினைவுகளுக்குள் பதிந்தவை. தலையில் திருகி நீண்டிருக்கும் பெருங்கொம்புகளை ஆட்டியபடி மந்தையை வழிநடத்தும் காட்டெருமை சீறிப்பாய்ந்தது. அணங்கன், அதனருகே ஒலிக் குறிப்புகளைக் கொடுத்தபடி ஓடிக் கொண்டிருந்தான்.

உள்காட்டிலிருந்து ஒற்றைக் காட்டெருமை வருவதுதான் முதலில் தெரிந்தது. பின்னால் அணங்கன் ஓடிக்கொண்டிருப்பதைக் கபிலர் மட்டும் கவனித்தார். சிறிது நேரத்தில் பெருமந்தை ஒன்று கீழ்நோக்கி இறங்கியது. காட்டையே சரித்து இறங்கும் அதன் வேகத்தைப் பார்த்தபடி இருந்த முதுவேலர், சட்டெனத் திரும்பிப் பள்ளத்தாக்கைப் பார்த்தார். அடர்த்தியாக அணிவகுத்து நின்றுகொண்டிருந்த யானைகள், முன்னும் பின்னுமாக மிரண்டு ஓடத்தொடங்கின.

யானைப் பாகர்களும் மேலே இருக்கும் போர் வீரர்களும் ஏதேதோ செய்தனர். ஆனால், கண நேரத்துக்குள் யானைகளைக் காட்டின் நினைவுகள் ஆக்கிரமிக்கத் தொடங்கின. இறுகிய பாறை போன்ற உடலும், இரும்பென முன் நெற்றியும், இணையில்லாத கொம்புகளும் கொண்ட காட்டெருமைகள் தாவிக்குதித்து வரும்போது, தளர்ந்த சதையும் தொங்கும் தோலும் கொண்ட யானைகள் தம் தந்தங்களை மட்டும் நம்பி நின்றுவிட முடியாது. கனைப் பொலியைக் காதில் கேட்ட கணத்திலேயே பிளிறல் தொடங்கியது. பிளிறல் ஓசையால் காடே கலங்கியது. நாலாபுறமும் பாகன்களும் வீரர்களும் தூக்கிவீசப்பட அணங்கன் பள்ளத் தாக்கின் பாதித்தொலைவில் போய்க் கொண்டிருந்தான்.

இரலிமேட்டிலிருந்து முதுவேலரும் கபிலரும் பார்த்துக்கொண்டிருந்தனர்.

எறும்புக்கூட்டத்துக்கு இடையே இழுத்துக் கோடுபோடுவதுபோல, எதிர்கொண்டு நிற்க எதுவும் இல்லாமல் பிளந்து உள்நுழைந்து கொண்டிருந்தன காட்டெருமைகள். குகைக்குள் இருக்கும் ஆயுதங்களைத் திரையர்கள் தூக்கிச் செல்லத் தொடங்கினர். பெருவண்டிகளில் ஏற்றும் ஆயுதங்களை ஒவ்வொரு வீரனும் தனித்தனியே சுமந்து சென்றான். காட்டெருமை மந்தை பாதித்தொலைவு உள்ளே போனபோது, காலம்பனும் அவன் தோழர்களும் மந்தைக்குப் பின்னே வேகமாக ஓடினர். இவர்கள் அங்கு எதற்கு ஓடுகின்றனர் என்று கபிலரும் முதுவேலரும் உற்றுப்பார்த்தனர்.

முன்னோடிய காலம்பன் காட்டெருமை ஒன்றின் பின்கால் நரம்பை நோக்கி ஓங்கி அடித்தான். அந்தக் காட்டெருமை பெருங் கனைப்பொலியோடு அவ்விடமே நின்று முன்னும் பின்னுமாகச் சுற்றியது. இதேபோல அங்கொன்றும் இங்கொன்றுமாகக் காட்டெருமை களின் கால்நரம்பை அடித்து, பத்துக்கும் மேற்பட்டவற்றை வழியெங்கும் நிறுத்தினர். இருபக்கமும் தெறித்து ஓடிய யானைகளுள் எதுவும் இனி இந்தப் பக்கம் தலை திருப்பாது. திரையர்கள், ஆயுதங்களின் பெருஞ் சுமையைத் தூக்கிக்கொண்டு நின்று விளையாடும் காட்டெருமைகளுக்கு நடுவில் ஓடிக்கொண்டிருந்தனர்.

தேக்கனின் திட்டம் மிகச் சிறப்பாகச் செயல்பட்டுக் கொண்டிருந்தது. இரவாதன், எதிரிகளைப் பிளந்து மூஞ்சலை அடைந்தான். கருங்கைவாணன் முன்னேறி வந்து தேக்கனை அடைந்தான். களமெங்கும் கூவல் குடியினரின் குறிப்போசை மேலெழுந்தது. பெருங்குழப்பத்தோடு கருங்கைவாணன் நிற்க, அவன் கண்களுக்குத் தெரியாத திசையில் நின்றுகொண்டிருந்த முடியன் தற்செயலாக நாகக்கரட்டுப் பக்கம் திரும்பினான். கரட்டின் உச்சி விளிம்பில் காட்டெருமை ஒன்று குதித்து ஓடியது.

பார்த்த கணத்தில் முன்னேறித் தாக்கும் பேரோசையை வெளிப் படுத்தினான் முடியன். அதற்காகவே காத்திருந்த உதிரனின் உத்தரவு இமைப்பொழுது இடைவெளியின்றி வெளிவந்தது.

பாறைகளைத் துளைக்கும் பகழி அம்புகள் காற்றெங்கும் சீறத் தொடங்கின.

100

முதன்முறையாக இன்றைய போரின் பிற்பகுதியில்தான் பறம்பின் விற்படையினருக்கு முழுமையாக ஏறித்தாக்கி முன்னேறும் அனுமதியைக் கொடுத்தான் முடியன். இந்த உத்தரவுக்காகத்தான் போர் தொடங்கிய நாளிலிருந்து உதிரன் காத்திருந்தான். விற்படையின் முழு ஆற்றலும் பீறிட்டுக் கிளம்பியது. விரி அம்புகளும் பகழி அம்புகளும் இடைவெளியின்றிச் செலுத்தப் பட்டன. பறம்புப் படையை முற்றுகை யிடத் துணிந்தவனுக்கு தாங்கள் யார் என்பதை உணர்த்த, ஒவ்வொரு வீரனும் துடித்தான். போர்க்களம், இதுவரை காணாத அளவுக்கு மரணத்தைக் கண்டது. எதிரிகளின் படையை முழுமையாகச் சுற்றி வளைத்த கருங்கைவாணன், நிலைமை இப்படித் தலைகீழாக மாறுமென எதிர்பார்க்கவில்லை. எதிரிகளால் யானைப் படையைப் பிளந்துகொண்டு நண்பகலுக்குள் போர்க்களத்துக்கு ஆயுதங்களைக் கொண்டுவர முடியும் என்பதை அவனால் நினைத்துப் பார்க்கக்கூட முடியவில்லை.

பறம்புப் படையின் தாக்குதல் எல்லைக்குள் வேந்தர்படையின் முன்கள வீரர்கள் பெரும் பான்மையோர் சிக்கிக்கொண்டனர். பேரழிவுக்குப் பின்னரே நிலைமையை உணரமுடிந்தது. ஆனால், உடனடி யாகப் படையைப் பின்வாங்க முடிய வில்லை. ஒரே பகுதியில் ஏறி நின்று தாக்கினால் பின்வாங்குதல் எளிது. ஆனால், வேந்தர்படையோ அரைச் சுற்று வட்டத்தில் பறம்புப் படையைச் சூழ்ந்து நின்றது. இத்தகைய உத்தியில் பின்வாங்குதல் எளிதல்ல.

எதிரிப்படையை முற்றுகையிட்டுத் தாக்கும் முடிவை எந்தத் தளபதியும்

எளிதில் எடுக்கமாட்டான். முற்றுகை என்பது, எதிரிப்படையின் மீது முழுமையான அடைப்பை உருவாக்கு வது. அந்த உத்தியை வகுத்துவிட்டால் பின்வாங்கல் என்பதற்கு இடமே யில்லை. எனவேதான் பின்வாங்கும் சூழல் ஒருபோதும் உருவாகாது என்ற முழு நம்பிக்கை இருக்கும்போது மட்டுமே முற்றுகைப் போரை நடத்துவர்.

கருங்கைவாணன், முழு நம்பிக்கை யோடுதான் இந்த உத்தியை முன்னெடுத்தான். எதிரிகளின் கைகளில் ஆயுதங்கள் வந்து சேராமல் இருக்க யானைப்படையையும் கொண்டுபோய் அடைத்து நிறுத்தினான். அவன் திட்டமிட்டதைப் போலவே முற்பகலுக்குள் பறம்பு வீரர்களின் கைகளில் இருந்த பெரும் பான்மையான ஆயுதங்கள் தீர்ந்தன. நிலைமை பறம்புப் படைக்கான பேரழிவை நோக்கி நகர்ந்தது. ஆனால், தேக்கன் வகுத்த உத்தியால் வேந்தர் படையின் வேகம் குறைந்தது. குழப்பத்தை உருவாக்கி கருங்கை வாணனைத் திசைதிருப்பினான். மூஞ்சலுக்கு ஆபத்து ஏதுமில்லை என உறுதிப்படுத்திக்கொள்ளும்வரை கருங்கைவாணன் முழு வேகத்தோடு தாக்குதலை முன்னெடுக்கவில்லை. அதற்குள் நிலைமை தலைகீழாக மாறியது.

பறம்பின் ஆற்றல் பீறிடத் தொடங் கியது. கடைசி ஐந்து நாழிகையில் விற்படையினர் நிகழ்த்திய தாக்குதல், இதுவரை நடந்த மொத்தத் தாக்குதல் களுக்கும் நிகரானது. அழிவு... அழிவு... வேந்தர்படையில் பேரழிவு! களத்தில் கருங்கைவாணன் கையறுநிலையில் நின்றான். யானைப்படையை அழித்து நண்பகலுக்குள் ஆயுதங்களை எப்படிக் கொண்டுவந்தனர் என்பதை அவனால் புரிந்துகொள்ள முடிய வில்லை. மனம் மிரட்சியில் இருக்கும் போது ஆற்றலைக் கைக்கொள்ள முடியாது. படையினர் மீள வழிகாட்ட முடியவில்லை. நெருக்கடி நிலையில் ஒருவன் சிறந்த முடிவை எடுக்க, அவனது போர் அனுபவமே கைகொடுக்கும். ஆனால், கருங்கை வாணன் சந்தித்த எந்தப் போரும் இந்தப் போருடன் ஒப்பிடக்கூடிய தன்று. அவன் அதிகமான போர்களில் வெற்றிபெற்றுள்ளான். ஒருசில போர்க் களங்களை விட்டுப் பின்வாங்கி வெளியேறியுள்ளான். ஆனால், இன்று அவனுக்கு ஏற்பட்ட அனுபவம் முற்றிலும் வேறொன்று. பறம்போடு போரிடத் தனது படைக்கு எந்தத் தகுதியும் இல்லையா என்ற கேள்வியை அடிமனதில் உருவாக்கியது அது.

அதன் பிறகு அந்தக் கேள்வியே அவனை ஆக்கிரமித்தது. அதிலிருந்து அவன் மீண்டுவர நெடுநேரமானது. அதற்குள் நிலைமை கைமீறியது. முன் களத்தில் எண்ணற்ற வீரர்கள் பகழி அம்புக்குப் பலியாகி மடிந்தனர். கவச வீரர்களின் படைக்கே இந்நிலை யானதும் மற்ற வீரர்கள் பறம்பினரை நெருங்கவே அஞ்சினர். கைவிடப் பட்ட படைவீரர்கள் மலையெனக் கொன்றுகுவிக்கப்பட்டனர். தட்டியங் காடெங்கும் குருதி பெருகி ஓடியது.

எல்லாவற்றையும் பரண் மீதிருந்து பார்த்துக்கொண்டு நின்றார் திசைவேழர். நேற்றிரவுதான் அவர் கபிலரிடம் சொன்னார், “இனி, மரணமே இந்நிலத்தை ஆட்சி செய்யும்.” அந்தக் காட்சியைத்தான் அவர் இப்போது பார்த்துக் கொண்டிருந்தார். உடல் முழுவதும் செயலிழந்ததுபோல் இருந்தது. கண்விழி உயிரற்று அசைந்து

கொண்டிருந்தது. ஆனாலும் நாழிகைக் கோலினைப் பார்த்தபடித் தன் கைகளை மெல்ல உயர்த்தினார். முரசின் ஓசை எங்கும் எதிரொலித்தது. தட்டியங்காட்டின் நான்காம் நாள் போர் முடிவுக்கு வந்தது.

மலையடிவாரமெங்கும், விரட்டப் பட்ட யானைகள் சிதறித் திரிந்தன. நண்பகலுக்குப் பிறகு யானைப்படை முற்றிலும் கட்டுப்பாட்டை இழந்தது. தளபதி உச்சங்காரிக்கு என்ன நடந்தது என்பதே புரியவில்லை. திடீரென யானைகள் மிரளத்தொடங்கின. நடுப்பகுதி யானைகள் பாகன்களின் கட்டுப்பாட்டை மீறி மிரண்டு திமிறின. பயம்கொள்ளும் யானையின் பிளிறல் தனித்துவமாகத் தெரியக் கூடியது. ஒன்றுக்கும் மேற்பட்ட யானைகள் அதேபோலப் பிளிறிய வுடன் படையின் தன்மை உருமாறியது. பெரும் எண்ணிக்கையில் காட்டெருமைகள் மொத்தமாக உள்ளே நுழைந்தபோது படை தனது கட்டுப்பாட்டை இழந்தது. மேலே இருந்த வீரர்கள் தூக்கி வீசப்பட்டனர். நாலாபக்கமும் யானைகள் சிதறி ஓடின. காட்டுக்குள் ஓடத்தொடங்கிய யானையின் மீது பாகனோ, வீரனோ உட்கார முடியாது. எல்லோரும் உயிர் பிழைத்தால் போதும் என்ற நிலையை அடைந்தனர். காரமலையின் கீழ்ப் பகுதி முழுக்க வேந்தர் படையின் யானைகளும் வீரர்களும் தவித்து அலைந்தனர்.

எதிரி நாட்டுக்குள் போரிட நுழைந்தவர்களில் பிடிபட்டவர்களை முழுமையாக அழித்தொழிப்பதே மரபு. ஆனால், பறம்பின் தரப்பில் சொல்லப்பட்டுவிட்டது, 'உயிர் பிழைக்க ஓடும் பாகன்களையோ வீரர்களையோ கொல்லவேண்டாம்' என்று. போரிடுபவர்களை மட்டுமே எதிர்கொள்வோம். அஞ்சி ஓடுபவர் களை அழிப்பது வீரமாகாது.

நடுப்பகலிலிருந்து வேந்தர்களின் வீரர்கள் நாலாபக்கமும் ஓடிக் கொண்டிருந்தனர். மாலையில் போர் முடிவுற்றதன் அடையாளமாக முரசின் ஓசை பரண் மேலிருந்து வெளிப்பட்டது. இன்றைய போர், வேந்தர்களுக்கானதாக இருக்கும் என்ற நம்பிக்கையில் தொடங்கி பறம்புக்கானதாக முடிவுற்றது. பறம்பு வீரர்கள் பெருமகிழ்வோடு போர்க் களத்திலிருந்து திரும்பிக்கொண்டிருந் தனர். கபிலர் இரலிமேட்டில் பாட்டாப்பிறையில் அமர்ந்திருந்தார். வழக்கமாகப் போர் முடிவுறும்போது நாகக்கரட்டின் மீதிருந்து நிலைமையைப் பார்ப்பது வழக்கம். ஆனால், இன்று இரலிமேட்டிலே இருந்துவிட்டார். சிதறுண்ட யானைகள் எங்கும் அலைவது ஒரு காரணம். இன்னொரு காரணம், நேற்று திசைவேழர் கூறிய சொற்கள். போர்க்களத்தின் பேரழிவைக் கண்கொண்டு பார்க்க முடியாத நிலையில், 'இங்கேயே இருப்போம்... எல்லோரும் வந்து சேரட்டும்' என்று அமர்ந்திருந்தார்.

பொழுது மறையத் தொடங்கியது. வீரர்களின் ஓசை, மலையெங்கும் கேட்டுக்கொண்டிருந்தது. கபிலரின் மனக்கண்ணில் அணங்கனே நிலை கொண்டிருந்தான். 'எவ்வியூரின் வடதிசையில் ஏதோ ஒரு காட்டுக்குள் நுழைந்தவன் இத்தனை காட்டெருமை களோடு எப்படி இங்கு வந்து சேர்ந்தான்? மனிதனின் பேராற்றலை எப்படிப் புரிந்து கொள்வது? மீண்டும் அவன் காரமலையில் ஏறிவிட்டதாகச் சொல்கிறார்கள். அவனைக் கண்டு

பேச வேண்டும் எனத் தோன்றுகிறது. ஆனால், அதற்கான வாய்ப்பு கிடைக்குமா எனத் தெரியவில்லை' எண்ணங்கள் ஓடிக்கொண்டிருக் கையில் கபிலரின் முன்னால் வந்து வணங்கி நின்றான் ஒருவன்.

எண்ணங்களிலிருந்து விடுபட்டு அவனைப் பார்த்தார் கபிலர். முதலில் வேந்தர்படையைச் சேர்ந்தவன் எனத் தோன்றியது. ஆனால், போர் வீரனுக்குரிய அடையாளங்கள் எவையும் அவனிடம் இல்லை. 'யாராக இருக்கும்?' என்ற சிந்தனையிலேயே, வணங்கிய அவனுக்கு வாழ்த்து சொன்னார்.

மறுகணமே அவன் தனது கையில் இருந்த சுருட்டப்பட்ட துணி ஓலை ஒன்றைக் கொடுத்தான்.

தான் யார் என்று சொல்லாமலேயே ஏன் இதைக் கொடுக்கிறான் என்று நினைத்தபடியே வாங்கி அதை விரித்துப் பார்த்தார்.

பார்த்த கணத்தில் பேரதிர்ச்சிக் குள்ளானார் கபிலர். சிறிது நேரத்தில் அவரின் கண்களில் நீர் பெருகியது. "என் தலைமாணவி பொற்சுவை" என்று உதடுகள் துடித்தபடியே உச்சரித்தன.

"என் பெயர் காராளி" என்று வந்தவன் தன்னை அறிமுகம் செய்து கொண்டான். தான் வெங்கல் நாட்டைச் சேர்ந்தவன் என்றும், போரில் ஈடுபடாத ஆறு ஊர்களில் ஒன்றைச் சேர்ந்தவன் என்றும் தன்னைப் பற்றிக் கூறினான்.

அவன் வரைந்த ஓவியம்தான் அது. அவளே திரைச்சீலைக்குப் பின்னால் நின்று பார்ப்பதுபோல் இருந்தது. ஓவியத்தை விட்டுக் கபிலரின் பார்வை நகரவில்லை. உள்ளுக்குள் எண்ணங்கள் பீறிட்டுக்

கொண்டிருந்தன. காராளியின் சொற்களை மனம் பெரிதாகக் கவனம் கொள்ளவில்லை.

சற்றே அவசரத்தோடு காராளி தொடங்கினான், "இளவரசி உங்களைக் காணவேண்டுமெனக் காத்திருக்கிறார். அதற்கு உங்களின் அனுமதி வேண்டி வந்தேன்."

காராளியின் சொல் கேட்டுத் திடுக்கிட்டார் கபிலர், "இந்தப் போர்ச் சூழலில் அவர் ஏன் என்னைக் காண வேண்டும்?"

காராளியிடம் பதில் இல்லை.

சற்று நேரம் கழித்து, "போர் முடிவுற்றவுடன் காணலாம் என்று சொல்."

"இல்லை ஐயா, அவர் உங்களைக் காண விரும்புவதே போர்குறித்துப் பேசத்தானாம். போர் தொடங்கும் முன்பே உங்களிடம் அழைத்துப்போகச் சொன்னார். நானும் கடந்த ஐந்து நாட்களாகப் பெருமுயற்சி செய்து வருகிறேன். அதற்கான வாய்ப்பே கிட்டவில்லை. இன்று நடுப்பகலுக்குப் பிறகுதான் வாய்ப்பு கிட்டியது."

'எப்படி?' என்று கேட்பதைப்போல இருந்தது கபிலரின் பார்வை.

"நடுப்பகலுக்குப் பிறகு, வேந்தர் களின் யானைப்படை சிதறி ஓடியது. காடெங்கும் வேந்தர்படையின் வீரர்கள் உயிர்பிழைக்க இங்கு மங்குமாக ஓடிக்கொண்டிருக் கிறார்கள். இதுதான் பொருத்தமான நேரம். இதைப் பயன்படுத்தி உள்ளே நுழைந்தால் யாரும் ஐயம்கொள்ள மாட்டார்கள் என்றுதான் இன்று வந்து சேர்ந்தேன்" என்றான்.

அவனது அக்கறையும் அறிவுக் கூர்மையும் கபிலரை ஈர்த்தன. ஆனாலும் தயக்கத்துடனே, "இந்தச்

சூழலில் இங்கு வருவது அவருக்கு ஆபத்தாக அமைந்துவிடாதா?"

"ஓர் ஆபத்தும் வராது. நிலைமை குழப்பத்தில் இருக்கும்போதே அவரை அழைத்துவருதல் சிறந்தது. யாருக்கும் எந்தவித ஐயமும் வராது" என்றான்.

தேக்கனிடமோ முடியனிடமோ கலந்து பேசிவிட்டுச் சொல்லலாம் என்று முடிவுசெய்தார். வழக்கமாக அவர்கள் வந்து சேரும் நேரம் கடந்து விட்டது. ஆனாலும் இருவரும் வந்து சேரவில்லை.

காராளியோ, பொழுதாகிக் கொண்டிருப்பதால் சற்றுப் பதற்றத்தோடு இருந்தான். அப்போது இரலிமேட்டின் குகைப்பகுதியிலிருந்து வேகமாகக் கீழிறங்கிக்கொண்டிருந்தான் இரவாதன். அவனைப் பார்த்து "தேக்கனும் முடியனும் ஏன் இன்னும் வந்துசேரவில்லை?" என்று சத்தம் போட்டுக் கேட்டார் கபிலர்.

"தேக்கனுக்குச் சற்று ஓய்வு தேவைப் படுவதால் இங்கு வரவில்லை. அவருக்கான குடிலிலேயே தங்கி விட்டார். அவரைக் கண்டு பேசுவதற்காக முடியன் அங்கு போயுள்ளார். அவர்கள் இருவரையும் பார்க்கத்தான் நான் போகிறேன். எதுவும் சொல்ல வேண்டுமா?" என்று கேட்டுக்கொண்டே நடந்தான் இரவாதன்.

அவசர வேலையாகப் போய்க் கொண்டிருக்கிறான் என்று சிந்தித்த கபிலர், "இல்லை, வந்தவுடன் நேரில் பேசிக்கொள்கிறேன்" என்றார்.

என்ன முடிவெடுப்பது எனத் தெரியவில்லை. குழப்பம் சற்று அதிகமானது. காராளியின் பதற்றமும் அதிகமானது. "நான் விரைந்து போய்ச் சேரவேண்டும். அப்போதுதான் இரவுக்குள் இளவரசிக்குச் செய்தி சொல்ல முடியும்" என்று வற்புறுத்திக் கேட்டான்.

மீண்டும் அவனைக் கூர்ந்து பார்த்தார் கபிலர்.

"நாளையோ, நாளை மறுநாளோ இதே பொழுதில் அழைத்துவருகிறேன். அனுமதி கொடுங்கள் ஐயா" என்றான்.

மனம் முடிவெடுக்க முடியாமல் குழம்பிய நிலையில் தலை மட்டும் சம்மதித்து அசைந்தது.

கால் தொட்டு வணங்கி விடை பெற்றான் காராளி.

தட்டியங்காட்டின் பேரழிவுக்கு முன் செய்வதறியாது நின்றிருந்தான் கருங்கைவாணன். பொழுதும் மங்கி இருள் சூழ்ந்தது. தீப்பந்தங்களோடு உடல்களை அப்புறப்படுத்தும் வேலை யில் கணக்கற்றோர் ஈடுபட்டனர். எங்கும் மரணத்தின் பேரோலம். இழுபடும் குரல்கள் உயிரை உதற முடியாமல் துடித்துத் தவித்தன. கருங்கைவாணனால் கூடாரத்துக்குள் இருக்கவும் முடியவில்லை; வெளியில் வந்து நிற்கவும் முடியவில்லை.

தலைமைத் தளபதியின் போர் உத்தி தோல்வியடைந்தால் ஏற்படும் இழப்புகள் எவ்வளவு கொடியவை என்பதை இன்றைய போர்க்களம் உணர்த்திக்கொண்டிருந்தது. யானைப் படைத் தளபதி உச்சங்காரி என்ன ஆனான் என்ற செய்தி ஏதும் இதுவரை கிட்டவில்லை. யானைப் படையை எப்படி நடுப்பொழுதுக்குள் கலைத்தனர் என்பது புரியவில்லை. காட்டெருமைகள் யானைப் படைக்குள் நுழைந்த இடத்தைப் பார்த்த வீரர்கள் யாரும் உயிரோடு இல்லை. முன்னும் பின்னுமாக இருந்த யாருக்கும் என்ன நடந்தது என்பது விளங்கவில்லை. பெருந்தாக்குதலால்

படையைச் சிதறச்செய்துவிட்டார்கள் என்பதுதான் புரிந்தது. கருங்கை வாணன் குழம்பித் தவித்து வேதனை யில் மூழ்கிக்கொண்டிருந்தான்.

வழக்கமாக வேந்தர்கள் கூடிப்பேசும் நேரம் நெருங்கிவிட்டது. ஆனால், யாரும் இன்னும் மையக்கூடாரத்துக்கு வந்துசேரவில்லை. வேந்தர்களைக் கண்டு என்ன சொல்லப்போகிறோம் என்பது புரியவில்லை. கருங்கை வாணன் வாழ்வில் இவ்வளவு மோசமான இழப்பு எந்த ஒரு போர்க் களத்திலும் அவனுக்கு ஏற்பட்ட தில்லை. ஏறக்குறைய கையறுநிலையில் அவன் நின்றான். வேந்தர்கள் ஏன் இன்னும் தங்களின் கூடாரங்களை விட்டு மையக்கூடாரத்துக்கு வராமல் இருக்கின்றனர் என்பதும் அவனுக்குப் புரியவில்லை. குழப்பத்தோடேயே உட்கார்ந்திருந்தான்.

மூவேந்தர்களும் தங்களின் படைகளுக்கு ஏற்பட்ட பாதிப்பைப் பற்றிய முழுமையான செய்தியை அறிந்துகொண்ட பிறகு கூடாரத்துக்கு வரலாம் எனக் காத்திருந்தனர். ஏற்பட்டுள்ளது பேரிழப்பு. போர்க் களத்திலிருந்து எண்ணிலடங்காத பிணங்களை வெளியேற்ற வேண்டி யிருந்தது. எண்ணிக்கையைக் கண்டறிவது இரவுக்குள் இயலாது என்று அமைச்சர்கள் தரப்பில் தெரிவிக்கப்பட்டது.

போரின் போக்குப் பற்றி உதியஞ் சேரலுக்கு மறுசிந்தனை உருவாகத் தொடங்கியது. 'பாண்டியனை நம்பிப் பெரும்படையோடு களம்புகுந்தது சரியா?' என்ற கேள்வி மேலெழுந்தது. இந்தக் கேள்விக்கு அடிப்படைக் காரணம் பறம்பு வீரர்கள் ஒரே நேரத்தில் முற்றுகையைத் தகர்த்து அளவில்லாத இழப்பை உருவாக்கியதும், யானைப் படையைச் சிதறடித்ததும்தான். பறம்புப்படைக்கு இதைவிடப் பெரிய நெருக்கடியை இனி கொடுத்துவிட முடியாது. எனவே, இந்தப் போரின் போக்கு தனக்கான வெற்றிவாய்ப்பை இழக்கத் தொடங்கிவிட்டது என அவன் எண்ணினான். அப்போது கூடாரத்துக்குள் வந்த பணியாள் சொன்னான், "சோழப் பேரரசர் தங்களைக் காணக் காத்திருக்கிறார்" என்று.

தன்னைப்போல நம்பிக்கை இழந்த நிலையில், அடுத்து என்ன செய்யலாம் என்பதைப் பற்றிப் பேசச் செங்கனச் சோழன் வந்திருப்பான் என நினைத்தான் உதியஞ்சேரல். ஆனால், உள்ளே வந்தவனின் முகத்தில் மகிழ்ச்சி தெரிந்தது. உதியஞ்சேரலுக்குப் புரியவில்லை.

வந்ததும் ஊன்றுகோலைச் சாய்த்துவிட்டு இருக்கையில் அமர்ந்தபடிச் செங்கனச்சோழன் சொன்னான், "எல்லாம் நல்லபடியாக முடிந்தது!"

உதியஞ்சேரலுக்குப் புரியவில்லை. முகத்தில் குழப்பமே மிஞ்சியது.

அதை உணர்ந்தவாறு செங்கனச் சோழன் கூறினான், "ஈங்கையனிடம் பேசிக்கொண்டிருக்கிறோம் என்று சொன்னேன் அல்லவா? அது நல்லபடியாக முடிந்தது!"

உதியஞ்சேரலுக்கு உயிர்வந்தது போலிருந்தது. "உண்மையாகவா? நீங்கள் சொல்வதைச் செய்ய ஒப்புக் கொண்டுவிட்டானா?" என்று வேகமாகவும் உணர்ச்சிவசப்பட்டும் கேட்டான்.

"ஆம்" என்று தலையசைத்தான் செங்கனச்சோழன்.

அதன் பிறகு உரையாடல் தொடரவில்லை. அமைதி நீடித்தது. என்ன நடந்தது என்று அவன் சொல்வான் எனக் காத்திருந்தான் உதியஞ்சேரல்.

சற்று நேரத்துக்குப் பிறகு செங்கனச் சோழன் சொன்னான், "நாளை இரவு பாரி பத்தாம் குகையில் தங்குகிறான். அங்கே ஈங்கையனின் காவல்."

உதியஞ்சேரலுக்குப் புரிய வேண்டியது புரிந்தது.

எழுந்துபோய் அவனைக் கட்டியணைத்துக்கொண்டான்.

மையக்கூடாரத்தில் வேந்தர்கள் கூடினர். கருங்கைவாணனோடு சேர்த்து மையூர்க்கிழாரையும் அழைத்திருந்தனர். இருவரும் வந்து வேந்தர்களுக்கு முன் நின்றனர். அவர்களுக்குச் சற்றுப் பின்னால் தளபதிகளான உறுமன்கொடி, துடும்பன், வெறுகாளன், மாகனகன் ஆகிய நால்வரும் நின்றனர்.

இரலிமேட்டின் குகையிலிருந்துதான் ஆயுதங்கள் தட்டியங்காட்டுக்கு வந்து சேர்கின்றன. இரலிமேட்டுக்கும் நாகக்கரட்டுக்கும் நடுவில் இருக்கும்

பள்ளத்தாக்கு மிகக்குறுகியது. யானைப் படையைக் கொண்டுபோய் அடைத்து நிறுத்திவிடலாம். எதிரிகள் தங்களின் யானைப்படை மூலம் தாக்குதல் தொடுத்தாலும் பகற்பொழுதுக்குள் ஆயுதங்களைக் குகைகளிலிருந்து போர்க்களத்துக்கு எடுத்து வந்துவிட முடியாது. ஏனென்றால், பள்ளத்தாக்கு முழுவதும் இருதரப்பு யானைகளுமே ஆவேசம் கொண்டிருக்கும் என்று ஆலோசனையைச் சொன்னது மையூர்க்கிழார்தான். எனவே, இன்று விளக்கம் சொல்லவேண்டிய முதல் இடத்தில் அவரும் இருந்தார்.

கருங்கைவாணனால் வேந்தர்கள் யாருடைய முகத்தையும் நிமிர்ந்து பார்க்க முடியவில்லை. மையூர்க்கிழாரின் முகமும் மிகுந்த கலக்கத்தில் தான் இருந்தது. ஆனால், நிமிர்ந்தே இருந்தார்.

"ஏன் இவ்வாறு நடந்தது?"

சோழவேழனின் கேள்வி யாரை நோக்கி எனத் தெரியாததால், இருவரும் சற்று அமைதியாக நின்றனர். கருங்கை வாணனால் உடனடியாகப் பதில் சொல்லிவிட முடியாது என்பதால், மையூர்க்கிழார் பேசத் தொடங்கினார்.

"இவ்வாறு நடக்காது என்பதை நம்மில் யாராலும் ஏன் முன்னாலேயே சிந்திக்க முடியவில்லை?"

சோழவேழன் கேட்ட கேள்வியை அவையில் இருக்கும் எல்லோரையும் நோக்கிய கேள்வியாகத் திருப்பினார் மையூர்க்கிழார்.

முற்றுகைத் திட்டத்தைக் கருங்கை வாணன் முன்வைத்தான். ஆனால், இப்படித் தலைகீழாக மாறும் வாய்ப்பிருக்கிறது என யாரும் சிந்திக்கவில்லை. அதனால்தான் மையூர்க்கிழாரின் கேள்விக்கு யாரும் மறுமொழி சொல்லவில்லை.

சிறிது நேரத்துக்குப் பிறகு சோழ வேழன் கேட்டார், "நீ என்ன சொல்ல நினைக்கிறாய்?"

"நடந்த உண்மையைத் தெரிந்து கொண்டால் நம் வீரர்கள் போரிடும் முடிவையே கைவிட்டுவிடுவார்களோ என அஞ்சுகிறேன்."

அதிர்ந்தது அவை.

"அப்படி என்ன நடந்தது?" எனக் கேட்டார் சோழவேழன்.

"அவர்கள் காட்டெருமைப் படையை நமது யானைப் படையின் மீது ஏவியுள்ளனர். அதனால்தான் நம் யானைகள் போரிடாமலே சிதறி ஓடியிருக்கின்றன."

"காட்டெருமைப் படையா?"

அவையில் இருந்த தளபதிகள் பலரும் நடுக்குற்று மீண்டனர்.

நேரம் கடந்து சற்றே குறைந்த குரலில் பொதியவெற்பன் சொன்னான், "நம்பும்படியாக இல்லையே!"

"நம்மால் நம்பவே முடியாத ஆற்றல் எதிரிகளிடம் உள்ளது என்றுதானே தலைமைத் தளபதி முதலிலிருந்து சொல்லிக்கொண்டிருக்கிறார்."

கருங்கைவாணனுக்கு மூச்சு வந்தது. தான் தொடர்ச்சியாகச் சொல்லி வந்ததை இன்னொருவர் வலியுறுத்திப் பேசுவது, அதுவும் இப்படியொரு நெருக்கடியான நேரத்தில் பேசுவது, சற்று ஆறுதலைத் தந்தது.

"நீங்கள் என்ன சொல்லவருகிறீர்கள்?" எனக் கேட்டான் உதியஞ்சேரல்.

"இப்போரை இப்படி நடத்தினால் வெல்ல முடியாது."

"ஏன்?"

"ஏனென்றால், இப்போர் பாரிக்கு எதிராக நடைபெறுகிறது."

"பாரிக்கு எதிராகத்தான் நடைபெறுகிறது. அதை யாரும் மறுக்கவில்லையே!"

"மறுக்கவில்லை. ஆனால், உங்களுக்கு அது புரியவில்லை."

வேந்தர்களின் முன்னால் மையூர்க்கிழாரின் பேச்சு மிகத் துணிச்சலாக இருந்தது. ஏற்பட்டுள்ள பேரிழப்பு இதுபோன்ற பேச்சுக்கான இடத்தை இயல்பாக உருவாக்கியது.

"என்ன புரியவில்லை என நினைக்கிறாய்?" எனக் கேட்டார் சோழவேழன்.

"நேற்று எதிரிகள் காற்றைக்கொண்டு அம்பெய்திப் பெரும்பாதிப்பை உருவாக்கினர். அது எப்படியென்று இன்னும் புரியவில்லை. இன்றோ காட்டெருமைப் படையைக்கொண்டு தாக்கியுள்ளனர். இதுவும் எப்படியென்று புரியவில்லை. நாளை அவர்கள் நடத்தப்போகும் தாக்குதலும் புரியப்போவதில்லை."

"நீ என்னதான் சொல்ல வருகிறாய் என்பதைத் தெளிவாகச் சொல்."

"நான் முதல் நாளிலிருந்து தெளிவாகத்தான் சொல்லிவருகிறேன். ஆனால், இந்த அவை எனது சொல்லை ஏற்க மறுக்கிறதே" என்று குற்றம்சாட்டினார் மையூர்க்கிழார்.

பாண்டியப் பேரரசுக்கு உட்பட்ட ஒரு குறுநில மன்னன், பேரரசரும் பிற வேந்தர்களும் இருக்கும் அவையில் இவ்வளவு துணிந்து பேசுவது வியப்பைத் தந்தது. ஆனாலும் அவனிடம்தான் பாரியைப் பற்றியும் பறம்பைப் பற்றியும் அறிந்துகொள்ள வேண்டிய செய்திகள் இருக்கின்றன என்பதால், மற்ற இரு வேந்தர்களும் சற்றே ஆர்வத்துடன் கேட்டனர்.

ஆனால், மையூர்க்கிழாரின் பேச்சால் கடும் சினம்கொண்டான் பொதியவெற்பன். சற்றே உரத்தகுரலில் சொன்னான், "புதிய தாக்குதல் திட்டத்தை நீ வைத்திருந்தால் அதை நேரடியாகச் சொல். சுற்றிவளைத்துப் பேசாதே!"

"இளவரசர் என்னை மன்னிக்க வேண்டும். நான்கு நாள் போரையும் முழுமையாகக் கவனித்ததால் சொல்கிறேன். தலைமைத் தளபதி உள்ளிட்ட நம் தளபதிகள் யாருக்கும் இந்தப் போரை எப்படி நடத்துவதென்றே தெரியவில்லை."

அவை அதிர்ந்தது. கருங்கைவாணன் அதனினும் அதிர்ந்தான். இப்போதுதான் தனக்கு ஆறுதலாக அவனது பேச்சு இருக்கிறது என நினைத்தான். ஆனால், அடுத்த கணமே அவனைத் தகுதியற்றவனாக்கினான்.

"கருங்கைவாணன் வகுத்த திட்டத்தில் நீ கண்ட குறை என்ன?"

சோழவேழனின் கேள்விக்கு மையூர்க்கிழார் சொன்னார், "ஒவ்வொரு நாளும் எதிரியின் படையை வெல்வதற்கான உத்தியையே அவர் உருவாக்கினார். அது முற்றிலும் தவறு."

"என்ன உளறுகிறாய்... எதிரியின் படையை வெல்வதற்குத்தானே போர் நடக்கிறது. அதைச் செய்வதற்கு உத்தியை உருவாக்குவதில் தவறென்ன இருக்க முடியும்?"

"எதிரிப்படையை வெல்வது நமது இறுதி இலக்கு. ஆனால், ஒவ்வொரு நாள் போரிலும் இறுதி இலக்குக்கான உத்தியையே உருவாக்கக்கூடாது."

அவையின் ஆழ்ந்த கவனிப்பு

மையூர்க்கிழாரின் சொல்லின்மேல் குவியத் தொடங்கியது.

மையூர்க்கிழார் தொடர்ந்து சொன்னார், "இந்தப் போர் பாரிக்கு எதிரானது. ஆனால், இன்று வரை அவன் போர்க்களத்துக்கே வரவில்லை. அவன் எங்கே இருக்கிறான் என்றே தெரியாது. பிறகு எப்படி இந்தப் போர்க்களத்தை நம்மால் வெற்றிகொள்ள முடியும்?"

அவையின் அமைதி மேலும் அடர்த்திகொண்டது.

"அவன் மிக உயரமான இடத்திலிருந்து இந்தப் போரை வழி நடத்துகிறான். நமது படையின் ஒவ்வொரு நகர்வையும் அவனால் தெளிவாகப் பார்க்க முடிகிறது. அடுத்த நகர்வை அவனால் உணர முடிகிறது. நாம் செய்வதையும் செய்யப்போவதையும் அவன் எளிதில் கணிக்கிறான். நாம் அவனது கால்களுக்கு அடியிலிருந்து சண்டை போட்டுக்கொண்டிருக்கிறோம். அவனோ நமது தலைக்கு மேலே இருந்து தாக்குதலை வழிநடத்துகிறான். காற்றையும் காட்டெருமையையும் பயன்படுத்தியது, போரிட்டுக் கொண்டிருக்கும் அவர்களின் தளபதிகள் எடுத்த முடிவுகளல்ல. இன்னும் சொல்லப்போனால், இப்படிப்பட்ட முடிவுகள் எடுக்கப் படக்கூடும் என்பதுகூட அவர்களுக்குத் தெரிந்திருக்க வாய்ப்பில்லை. பாரி, மலையின் மாமனிதன்; உருளும் கற்களையும் வீசும் காற்றையும் பயன்படுத்தத் தெரிந்த பேரறிவாளன். அவனோடு போரிட்டுக் கொண்டிருக்கும் நம் தளபதிகளோ வாளையும் வேலையும் நம்பிப் போரிட்டுக்கொண்டிருக்கிறார்கள்."

அவை, அதிர்ச்சிமேல் அதிர்ச்சி கண்டு உறைநிலை அடையத் தொடங்கியது. குலசேகரப் பாண்டியன், எதுவும் சொல்லாமல் மையூர்க்கிழாரையே கூர்ந்து பார்த்துக் கொண்டிருந்தான். மற்றவர்களோ ஒருவர் முகத்தை இன்னொருவர் பார்த்துக்கொள்ள முடியாத நிலையில் அமைதிகொண்டிருந்தனர். மையூர்க் கிழாரோ வேகம் குறையாமல் தொடர்ந்தார்.

"இரண்டாம் நாள் போரிலேயே தேக்கனை வெட்டி எறியும் வாய்ப்புக் கிட்டியது. அதைத் தலைமைத் தளபதி தவறவிட்டார். அன்று அது நடந்திருந்தால் போரின் போக்கே மாறியிருக்கும். அதனால்தான் நான் முதலிலேயே சொன்னேன், நமது உத்தி தேக்கனுக்கும் முடியனுக்கு மானதாக இருந்திருக்க வேண்டும். ஆனால், அது தளபதிகளுக்குப் புரியவேயில்லை. 'வேட்டூர்ப் பழையனை விரட்டிக்கொண்டு காட்டுக்குள் போகாதீர்கள்!' என்று கத்தினேன். அதைப் பொருட்டாகவே அவர்கள் நினைக்கவில்லை. இப்படித் தான் இந்தப் போர்க்களத்தில் ஒவ்வொரு நாளும் நடக்கிறது."

கருங்கைவாணனையும் மற்ற தளபதிகளையும் நேரடியாகத் தாக்கிக் குற்றம்சாட்டின மையூர்க்கிழாரின் சொற்கள். ஆனால், அவற்றில் எதையும் அவர்களால் மறுக்க முடியாது. நேற்று இதே அவையில் சோழவேழன் பேசியதுக்குச் சினம் கொண்டு மறுத்துரைத்தான் கருங்கை வாணன். ஆனால், இன்று அதன் தலைகீழ் நிலை நடந்துகொண்டிருந்தது. வேந்தர்களுக்கு முன்னால் தளபதி களின் தவறுகளையும் செயலின்மை யையும் வெளிப்படையாக எடுத்துக் கூறினார் மையூர்க்கிழார்.

"நான் இக்கணத்தில் என் மகன்

இளமாறன் உயிரோடு இல்லையே என வேதனைப்படுகிறேன். தட்டியங் காட்டையும் நாகக்கரட்டையும் இரலிமேட்டையும் அவன் அளவுக்கு அறிந்தவர்கள் யாரும் இருக்க மாட்டார்கள். இவ்வளவு பெரும் படையோடு மூவேந்தர்களும் அணிவகுத்து நிற்கும் இந்தப் போர்க் களத்தில் அவன் நின்றிருப்பானே யானால், பறம்பின் கதறலை இந்நேரம் நாம் கேட்டுக்கொண்டிருப்போம். இப்போதோ நமது கதறலை அவர்கள் கேட்டுக்கொண்டிருக்கிறார்கள்."

இவன் கூறுவதை எதிர்கொள்வதற் கான சொல்லே யாருக்கும் சிக்க வில்லை. பாரி ஏற்படுத்திய பேரழிவைத் தனக்கான முழு வாய்ப்பாகப் பயன்படுத்திக் கொள்கிறான். அதேநேரம் தனது விசுவாசத்தை வலிமையாக நிலை நிறுத்துகிறான். இவன் நோக்கம்தான் என்னவென்பது கருங்கைவாணனுக்குப் பிடிபடவில்லை.

"சரி, இப்போது என்ன செய்ய வேண்டும் என நினைக்கிறாய்?" கேள்வி சோழவேழனிடம் இருந்து வந்தது.

"பாரியை உடனடியாகப் போர்க் களத்துக்கு வரவழைக்க வேண்டும்."

நீண்டநேர அமைதியை உடைத்து வெளிவந்தது பொதியவெற்பனின் குரல், "நாளைய போர்க்களத்தில் தேக்கனையோ முடியனையோ வெட்டிச்சாய்க்கும் உறுதியை தலைமைத் தளபதி இந்த அவைக்குத் தரவேண்டும்."

உண்மையில் தன்னைச் சுற்றி என்ன நடக்கிறது என்பதைக் கருங்கை வாணனால் புரிந்துகொள்ள முடியவில்லை. இளவரசர் சொல்லை இந்த அவையில் ஏற்பதன் மூலம் தன்னை நிலைநிறுத்திக்கொள்வது சரியான ஒன்றாக இருக்குமா என நினைத்துக்கொண்டிருக்கும்போதே, மையூர்க்கிழாரின் குரல் கேட்டது.

"இனி அந்த உத்தியின் மூலம் பலன் கிடைக்காது. அதற்குரிய காலம் கடந்துவிட்டது."

"ஏன் அப்படிச் சொல்கிறாய்?"

"தேக்கனையோ முடியனையோ ஒரே நாள் போரில் வீழ்த்திவிட முடியாது. வேந்தர்படை முழு ஆற்றலோடு இருக்கும்போது அது நடந்திருக்கலாம். இன்றுள்ள நிலையில் அதைச் செய்யமுடியுமென நான் நம்பவில்லை. ஒருவேளை, கருங்கை வாணன் தேக்கனின் தலையை வெட்டினால்கூட, அவன் கரப்பான் பூச்சியைப்போல அதன் பிறகும் பத்து நாள் உயிர் வாழ்வான். பறம்பு மருத்துவர்களால் எதையும் செய்ய முடியும்."

"வேறென்ன செய்யவேண்டுமென நினைக்கிறாய்?"

சட்டென மறுமொழி சொல்லிவிட வில்லை. கேள்வி எழுப்பிய உதியஞ் சேரலை மட்டுமல்ல, எல்லோரையும் நோக்கி பார்வையைச் செலுத்தியபடி மையூர்க்கிழார் சொன்னார், "என்னிடம் இருக்கும் ஆலோசனையை நான் சொல்ல ஆயத்தமாய் இருக்கிறேன். அதை நீங்கள் ஏற்பீர்களா என்பது ஐயமே!"

"ஏன் ஐயம்கொள்கிறாய்? துணிந்து சொல். பொருத்தமுடையதென்றால் ஏற்போம்."

சோழவேழனின் சொல்லில் நின்று கொண்டு மையூர்க்கிழார் சொன்னார், "காலையில் போர் தொடங்கும்போது, பறம்பின் திசைநோக்கி நீலனின் தலையை வெட்டி வீசவேண்டும்.

அடுத்த பொழுதுக்குள் களம் வந்து நிற்பான் பாரி!"

பதறியது அவை. துடித்தெழுந்தான் உதியஞ்சேரல், "உனது ஆலோசனை பைத்தியக்காரத்தனமானது. எதிரியை வீழ்த்த அவனது வலிமையைக் குறைக்கவேண்டுமேயொழிய, ஆவேசத்தைப் பெருக்கக்கூடாது."

செங்கனச்சோழனும் அதே சீற்றத்தை வெளிப்படுத்தினான். "பாரியை வரவழைப்பதைவிட முக்கியமானது அவனை வெற்றி கொள்வது. அதற்கான தெளிவான திட்டம் இல்லாமல் அதைச் செய்வது அறிவுடைமையாகாது."

"தூண்டில் முள்ளை வீசுவதற்கும் கொலை வாளை வீசுவதற்கும் வேறுபாடு தெரியாதவனை முட்டாள் என்றுதான் சொல்ல வேண்டும்" என்றான் சோழவேழன்.

சற்றும் பின்வாங்கவில்லை மையூர்க்கிழார், "எனக்குத் தெரியும், நீங்கள் இதை ஒப்புக்கொள்ள மாட்டீர்களென்று! தீராப் பகையும் வஞ்சினமும் இருக்கும் ஒருவனால் மட்டுமே இந்தச் செயலைச் செய்ய முடியும். எதிரியை வெட்டி வீழ்த்த நினைக்கும் தளபதிகளை வைத்துக் கொண்டு போரிடத்தான் முடியும். போர்க்களத்தில் எல்லோரும்தான் போரிடுவார்கள். அவர்களை வைத்துக்கொண்டு ஒன்றும் செய்ய முடியாது. மரத்தின் கிளையை வெட்டுபவனுக்கும் மரத்தையே பிடுங்கி எறிபவனுக்கும் வேறுபாடு இருக்கிறது. குருதியைக் குடிக்கும் வெறியிருப்பவனால் மட்டுமே தட்டியங்காட்டைத் தனதாக்க முடியும்!"

ஏறி மிதித்தாலும் திமிறி எழும் மையூர்க்கிழாரின் உறுதியும் ஆவேசமும் சோழவேழனை உலுக்கின. சட்டெனச் சொன்னான், "இனிவரும் நாட்களுக்கு மையூர்க் கிழாரை ஏன் தலைமைத் தளபதியாக ஆக்கக் கூடாது?"

கொந்தளிப்பு ஏறி நிற்கும் இந்த அவையை யார் எப்படிக் கைக்கொள்வார்கள் என யாராலும் கணிக்க முடியவில்லை. சோழ வேழனின் சொல், அவையைக் கூர் முனையில் நிறுத்தியது. அவையின் நடுவில் தலைகவிழ்ந்து இருந்த கருங்கைவாணன், மெல்லத் தலைநிமிர்ந்து குலசேகரப் பாண்டியனைப் பார்த்தான்.

பாண்டியப் பேரரசர் பதற்றம் ஏதுமின்றிச் சொன்னார், "இன்றைய நாள் நமக்கானதாக இல்லை. எனவே, எந்த முடிவையும் இன்று எடுக்க வேண்டாம். வழக்கம்போல் நாளைய போரைக் கருங்கைவாணன் முன்னெடுக்கட்டும். மற்றவற்றை நாளை இரவு பேசிக்கொள்வோம்!"

101

நாகக்கரட்டிலிருந்து முன்னிரவுக்குள் யானைகள் முழுமையாக அப்புறப் படுத்தப்பட்டுவிட்டன. இரலி மேட்டின் பக்கம் யானைகள் ஏறவே யில்லை. ஏனெனில், அந்தப் பக்கம் இருந்துதான் காட்டெருமைகள் இறங்கிவந்தன. விரட்டப்பட்ட யானைகள், காரமலையின் வலது புறமும் இடதுபுறமுமாகச் சிதறி ஓடின. பள்ளத்தாக்கின் இறுதிப் பகுதியில் நின்றிருந்த யானைகளில் ஒரு பகுதி மட்டும் மீண்டும் வேந்தர் படையின் பாசறைக்குத் திரும்பி யுள்ளது. ஆனால், தளபதி உச்சங்காரி என்ன ஆனான் எனத் தெரியவில்லை.

நாகக்கரடெங்கும் பறம்பு வீரர்களின் உணர்ச்சிப் பேரொலி இடைவிடாது கேட்டது. போர் முடிவுற்றவுடன் அங்கு இருக்கும் குடிலில் வந்து ஆயுதங்களை வைத்து விட்டு உணவு அருந்திய பிறகு இரலி மேட்டில் இருக்கும் பாட்டாப் பிறைக்குப் போவார் தேக்கன். ஆனால், இன்று குடிலுக்கு வந்தவர் ஆயுதங்களை வைத்துவிட்டுச் சற்றே தலைசாய்த்துப் படுத்தார். வீரன் ஒருவன் கலயத்தில் கொண்டுவந்த கஞ்சியையும் குடிக்கவில்லை. "சிறிது பொழுதாகட்டும். இங்கு வைத்து விட்டுப் போ" என்று சொல்லி விட்டார்.

இருள் கவியத் தொடங்கி நெடுநேரம் ஆன பிறகு, தேக்கனைத் தேடி முடியன் வந்தான். பறம்பு ஆசானுக் கென்று அமைக்கப்பட்டிருந்த தனிக் கூடாரத்தில் அவர் படுத்திருந்தார். முடியன் வந்த பிறகுதான் எழுந்து அமர்ந்தார். முடியனின் பார்வை கலயத்தை நோக்கிப் போனபோதுதான் கஞ்சியை எடுத்துக் குடிக்கத் தொடங் கினார்.

தேக்கனின் உடல்நிலை என்ன பாடுபடுகிறது என்பதை முடியனால் உணரமுடிந்தது. ஆனாலும் அவர் போர்க்களத்தில் நிற்பது எவ்வளவு முக்கியம் என்பதை இன்றைய நாள் உணர்த்தியது. தேக்கன் சொன்ன வழிமுறைப்படி உத்தியை வகுத்திரா விட்டால், பறம்புக்கு ஏற்பட்டிருக்கும் இழப்பு அளவிடற்கரியதாக இருந்திருக்கும். ஆனால், அது நிகழாமல் தடுக்கப்பட்டது. அப்படியிருந்தும் பறம்பு வீரர்கள் அதிக இழப்பைக் கண்ட நாள் இதுதான். நண்பகல் பொழுதில் வேந்தர்படை மிகுந்த ஆவேசத்தோடு தாக்கி முன்னேறிய போது பறம்புப்படை தற்காப்புப் போரை நடத்தவேண்டிய நிலை இருந்தது. அந்நிலையில் பறம்புப் படைக்கு இதுவரை இல்லாத அளவுக்கு பாதிப்பு ஏற்பட்டுள்ளது. அதுபற்றி ஆசானிடம் பேச இரலி மேட்டில் இருக்கும் பாட்டாப்பிறை நோக்கிச் சென்றான் முடியன். ஆனால், தேக்கன் ஓய்வெடுப்பதற்காக இன்று தனது குடிலிலேயே இருக்கிறார் என்ற செய்தியை அறிந்ததும் பாட்டாப்பிறைக்குச் செல்லாமல் பாதியிலேயே திரும்பி இங்கு வந்து சேர்ந்தான்.

"இதுவரை நடந்த நான்கு நாள் போரிலும் வேந்தர் படையின் எண்ணிக்கையைச் சரிபாதிக்குமேல் குறைத்துள்ளோம். ஆனால், நமது படையின் எண்ணிக்கையும் குறைந்துள்ளது. இதே நிலையில் இந்தப் போரை நீட்டிக்க முடியாது. வேறு திட்டங்களுக்கு நாம் சென்றாக வேண்டும்" என்றான்.

"எனது சிந்தனையும் அதை நோக்கித்தான் இருக்கிறது" என்றார் தேக்கன்.

அப்போது இரவாதன் உள்ளே நுழைந்தான். இருவரையும் தேடி பாட்டாப்பிறைக்குப் போனவன் அங்கு இல்லை என்பது அறிந்து இங்கு வந்துசேர்ந்தான். 'முதலில், அவன் வந்துள்ள செய்தியைக் கேட்டறிந்த பிறகு நாம் பேசிக்கொள்ளலாம்' என்று இருவரும் பார்வையிலே முடிவு செய்தனர்.

பறம்புப்படை பெருவெற்றியை ஈட்டிய நாளில் அதற்குரிய முழு மகிழ்வோடு இருந்தது இரவாதனின் முகம். தான் வந்துள்ளதன் காரணத்தை அவன் சொன்னான், "நான் இன்று மூஞ்சலை முழுமையாகப் பார்த்தேன்."

முடியனும் தேக்கனும் இரவாதனைக் கூர்ந்து பார்க்கத் தொடங்கினர். நேற்றைய போரில் முடியனும் இரவாதனும் மூஞ்சலை நெருங்கினர். அப்போதுதான் முரசின் ஓசை கேட்டு, போர் முடிவுற்றது. ஆனால், இன்றைக்கு வேந்தர்களின் படை மொத்தமும் கீழிறங்கி பறம்புப் படையைச் சூழ்ந்து முற்றுகைத் தாக்குதலை நடத்தியது. மிகச்சிறிய படைதான் மூஞ்சலைக் காத்து நின்றது. தேக்கனின் திட்டப்படி இரவாதனின் குதிரைப்படை, முற்றுகையை உடைத்துக்கொண்டு வெளியேறி மூஞ்சலை அடைந்தது. அங்கு எண்ணிக்கையில் குறைந்த கவசவீரர்களும் அகப்படை வீரர்களும் காத்து நின்றனர். சின்னஞ் சிறுபடை காத்து நின்றதால் மூஞ்சலை முழு வட்டமடித்துத் தாக்கும் முயற்சிகளில் ஈடுபட்டான். ஆனால், இரவாதனின் குதிரைப் படையும் சிறியதாக இருந்ததால் அவனால் உள்நுழைய முடியவில்லை. ஆனால், மூஞ்சலின் தன்மை முழுமையும் அவனால் கவனித்தறிய முடிந்தது.

முடியனிடமும் தேக்கனிடமும் விளக்கினான், "நேற்று மூஞ்சலைச் சுற்றிப் பல்லாயிரம் வீரர்களைக் கொண்ட பெரும்படை இருந்தது. நாம் அதன் அருகில் சென்றாலும் அதன் தன்மையை முழுமையாகப் பார்க்க முடியவில்லை. ஆனால், இன்று அப்படியல்ல; மிகக் குறைந்த வீரர்களே இருந்தனர். அவர்கள் மூஞ்சலை அமைத்துள்ள விதத்தையும் அதைப் பாதுகாக்கச் செய்யப்பட்டுள்ள ஏற்பாட்டையும் முழுமையாக என்னால் பார்க்க முடிந்தது" என்றான்.

மருந்து தேய்க்கப்பட்டுக் காய்ந்த வாழை மட்டையொன்றை அருகில் இருந்த விளக்கின் சுடரில் தேக்கன் வைத்தான். நெருப்பு சட்டெனப் பற்றியது. போதுமான அளவுக்கு அதை எரியவிட்டு விலா எலும்போடு எரிமட்டையை அமுக்கித் தேய்த்தான். கணநேரத்தில் கருகித் திரிந்தது. தேய்த்த விரல்களின் வழியே புகை வெளியேறியபடியே இருக்க, சதையின் மேல் போதுமான சூட்டோடு மருந்து அப்பி உள்ளிறங்கியது. தேக்கனின் இந்தச் செயலைப் பார்த்தபடியே இரவாதன் தொடர்ந்தான். "மூஞ்சலை உடைக்க நமக்குப் புதிய திட்டம் வேண்டும்."

"என்ன செய்யலாம்?"

சிறிதும் இடைவெளியின்றி இரவாதன் சொன்னான், "அரிமான்களை உள்ளிறக்க வேண்டும்."

அதிர்ந்தான் முடியன்.

சற்றே சிரித்தான் தேக்கன். "இள வயது என்பதால், சட்டெனக் கேட்டுவிட்டாய். ஆனால், அதற்கு வாய்ப்பேதும் இல்லை. வேறு என்ன செய்யலாம் என்று சொல்."

"இடர் மிகுந்த நேரத்தில்தானே அவர்களைக் களம் இறக்கலாம் என்று சொல்கிறேன்" என்று இரவாதன் தொடர்ந்தபோது முடியன் சொன்னான், "தேக்கனின் சொல்லைப் பணிந்து கேள்."

இப்போது தேக்கன், முடியனைப் பார்த்தான். தேக்கன் பயன்படுத்திய ஈட்டி, ஓரத்தில் சாய்த்துவைக்கப் பட்டிருந்தது. கண்களை விலக்கித் தாழ்த்திக்கொள்வதன் மூலம் எவ்வளவு உணர்வுகளைக் கடத்திவிட முடிகிறது?

முடியனின் சொல்லை ஏற்றுக் கொண்ட இரவாதன் அடுத்து கேட்டான், "சரி, திரையர்களையாவது உள்ளிறக்கலாமா?"

"ஏன்... நம்மால் முடியாது என்ற முடிவுக்கே வந்துவிட்டாயா?" எனக் கேட்டான் முடியன்.

"மூஞ்சலைத் தகர்த்தெறியவும் அழித்தொழிக்கவும் நம்மால் முடியும். ஆனால், உள்ளே நுழைந்து நீலனை மீட்டு வெளிவருவதற்குக் கூடுதல் ஆற்றலும் தெளிவான திட்டங்களும் பலவிதமான தாக்குதல் முறைகளை ஒருங்கிணைத்தலும் வேண்டும்."

"ஏன்?"

"ஏனென்றால், மூஞ்சல் அமைக்கப் பட்டுள்ள விதம் அப்படி. மணற் பரப்பில் பள்ளம் பறித்தால் மறுகணமே சுற்றியுள்ள மணலெல்லாம் சரிந்து மூடிக்கொள்வதைப்போல் அதை வடிவமைத்துள்ளனர். ஆயுதங்கள் ஒன்றோடு ஒன்று செருகப்பட்டு வெளிப்புறச் சுவர் அமைக்கப்பட்டுள்ளது. அதன் பின் பகுதியில் கவசவீரர்களின் அணிவகுப்பு நிற்கிறது. அவர்களுக்குப் பின் மீண்டும் ஆயுதங்களின் சுவர், பிறகு வீரர்கள் என்று மூன்று அடுக்கு இருக்கின்றன. இந்தச் சுவரை எந்த இடத்தில் தகர்த்தாலும் மறுகணமே

அருகில் பின்னப்பட்டு இறுகியிருக்கும் ஆயுதச்சுவர் விரிந்துகொடுத்து, தகர்க்கப்பட்ட இடத்தை மறைத்து நிரப்பிவிடும். அதேபோல வீரர்களை வீழ்த்தினாலும் அருகில் கோத்து நிற்கும் வீரர்கள் அந்த இடைவெளியை உடனே நிரப்புவர்" என்று சொன்னவன் முடியனைப் பார்த்துக் கேட்டான், "நேற்றைய போர் நாம் மூஞ்சலை நெருங்கியவுடன் முடிவுற்றது. நான் அந்த இடம் நீண்ட நேரம் நின்றேனே கவனித்தீர்களா?"

"ஆமாம். இவ்வளவு அருகில் வந்தும் பயனில்லாமற்போய்விட்டதே என்ற தவிப்பில் நின்றிருந்தாய்."

"ஆமாம். எல்லோரும் அப்படி நினைக்க வேண்டும் என்பதால்தான் நீண்ட நேரம் நின்றிருந்தேன். ஆனால், எனது நோக்கம் வேறொன்றாக இருந்தது. போரிட்டுக்கொண்டிருந்த போது மூஞ்சலைச் சுற்றிப் பெரும் எண்ணிக்கையில் வீரர்கள் இருந்தனர். தேர்களும் குதிரைகளும் இங்கும் அங்குமாக நின்றிருந்தன. ஆனால், போர் முடிவுற்ற முரசின் ஓசை கேட்டதும் வீரர்கள் தங்களின் பாசறைக்குத் திரும்பத் தொடங்கினர். அப்போது செய்வதறியாத தன்மையில் சற்றுக் கூடுதல் நேரம் அங்கு நின்றேன். காரணம், மூஞ்சலுக்குள் எத்தனை கூடாரங்கள், எந்தத் தன்மையில் அமைக்கப்பட்டுள்ளன என்பதைத் தெளிவாகப் பார்க்க வேண்டும் என்பதால்தான் அப்படிச் செய்தேன். மூஞ்சலைத் தெளிவாகவும் பார்த்தேன். பன்னிரண்டு கூடாரங்கள் இருந்தன" என்றான்.

தெரிந்த எண்ணிக்கையைத்தான் அவன் சொல்கிறான் என்பதால், முடியனின் பார்வையில் வியப்பேதுமில்லை. தேக்கனோ மருந்து தேய்க்கப்பட்ட அடுத்த வாழை மட்டையை எடுத்து, சுடரில் காட்டிப் பற்ற வைத்தான். அப்போது இரவாதன் சொன்னான், "இன்றைக்குப் பார்த்த போது பதினைந்து கூடாரங்கள் இருந்தன."

சுடரை நோக்கியிருந்த தேக்கனின் பார்வை, இரவாதனை நோக்கித் திரும்பியது. அவனது கண்ணுள் சுடரின் முனை சுழன்று கொண்டிருந்தது. முடியனோ வியப்போடு அவன் சொல்லவருவதைக் கவனித்தான்.

இரவாதன் சொன்னான், "அவை உண்மையான கூடாரங்கள் அல்ல. நூற்றுக்கணக்கான படை வீரர்கள் உள்மறைந்திருக்கும் பொய்க் கூடாரங்கள். அந்த வகைக் கூடாரங்கள் சிறியதும் பெரியதுமாக நிறைய இருக்கின்றன."

பாதி எரிந்த மட்டையை விலா வெலும்பில் தேய்த்தபடித் தேக்கன் கேட்டான், "அரிமான்களும் திரையர்களும் இல்லாமல் மூஞ்சலை உடைத்து நீலனை வெளிக்கொண்டுவர, நீ சொல்லும் உத்தி என்ன?"

இரவாதனின் கண்கள் அகல விரிந்தன. பறம்பு ஆசான், இந்தப் போரின் இலக்கை அடைவதற்கான உத்தியைப் பற்றித் தன்னிடம் ஆலோசனை கேட்கிறார் என்றதும் உடலெங்கும் உற்சாகம் பீறிட்டது. நீண்ட தன் இரு கைகளையும் விரித்தபடி சொல்லத் தொடங்கினான். "மூஞ்சலை ஒரு குழு ஓர் இடத்தில் உடைத்து முன்னேற முடியாது. ஒரே நேரத்தில் மூன்று திசைகளிலும் உடைத்து உள்நுழைய வேண்டும். அப்போதுதான் அவர்களின் சங்கிலித் தொடர் காப்புமுறையைச் செயலிழக்கச் செய்ய முடியும். அதே நேரத்தில் பொய்க்கூடாரங்களை நோக்கிக் குறிவைத்துத் தாக்க

வேண்டும்” என்று சொன்னவன் அம்பு ஒன்றை எடுத்துத் தரையில் கீறி, மூஞ்சலின் வரைபடத்தை உருவாக்கினான்.

“மூன்று திசைகளிலிருந்தும் மூஞ்சலை ஒரே நேரத்தில் தாக்கி முன்னேறுவோம். முடியன் இடதுபுறமும் உதிரன் வலதுபுறமும் மூஞ்சலின் தடுப்பரணை உடைக்கட்டும். நான் நேர்கொண்டு தாக்கி உள்நுழைகிறேன். மற்ற இருவரும் மூஞ்சலை உடைத்த இடத்திலிருந்து உள்நுழையாமல் ஆயுதங்களாலும் வீரர்களாலும் காக்கப்பட்டுக்கொண்டிருக்கும் வட்டவடிவ வெளிப்புறச் சுவரை முற்றிலும் அழிக்கும் வேலையைச் செய்ய வேண்டும். நான் எனது குதிரைப் படையோடு உள்நுழைகிறேன். உள்ளே நுழைந்ததும் எனது படை மூன்றாகப் பிரியும். பிடறிமான் தலைமையிலான பிரிவு, பொய்க் கூடாரங்களில் உள்ளவர்களை மட்டும் தாக்கும். கரிணி தலைமையிலான பிரிவு, உள்ளுக்குள் காத்து நிற்கும் அகப்படை வீரர்களை மட்டும் தாக்கும். எனது தலைமையிலான பிரிவு, நீலனின் கூடாரத்தை நோக்கி முன்னேறி அவனை மீட்கும். இந்தத் தாக்குதலின்போது எதிரிகளின் முழுக் கவனமும் மூஞ்சலை நோக்கிக் குவியாமலிருக்க மூஞ்சலை விட்டு மிகத்தள்ளி, களத்தின் மையப்பகுதியில் வலிமைமிகுந்த தாக்குதலைத் தேக்கனும் ஈங்கையனும் நடத்த வேண்டும்” என்றான்.

“ஓரளவுக்கு சரியான திட்டம்தான். இதில் இருக்கும் பிழை என்ன? இதை நடைமுறைப்படுத்துவதில் உள்ள சிக்கல் என்ன?” என்று கேட்டான் தேக்கன்.

“பிழை ஏதும் இருப்பதாக நினைக்கவில்லை. சிக்கல் என்பது பிடறிமானும் கரிணியும் இந்தத் திட்டத்தை முழுமையாகப் புரிந்துகொள்ள வேண்டும். கூடாரத்தைச் சுற்றிக் காத்து நிற்கும் கவசவீரர்களைத் தாக்கவும் பொய்க்கூடாரங்களில் குவிந்திருக்கும் வீரர்களைத் தாக்கவும் இரு வேறு தாக்குதல் உத்திகளைப் பின்பற்ற வேண்டும். அதற்கான தெளிவான பயிற்சி வேண்டும்” என்றான் இரவாதன்.

முடியன் சொன்னான், “உதிரன் விற்படை மூஞ்சலை விட்டு மிகத் தள்ளி நின்றால்தான் எதிரிகளின் பெரும்படை மூஞ்சலை விட்டு விலகி நிற்கும். அவர்களின் கவனமும் இருகூறாகப் பிரிந்திருக்கும். எனவே, உதிரனை வெளியில்தான் வைத்திருக்க வேண்டும்” என்றான்.

“சரி. அப்படியென்றால் ஈங்கையனின் தலைமையிலான படையை மூஞ்சலில் வலதுபுறத் தாக்குதலுக்குப் பயன்படுத்தலாமா?” எனக் கேட்டான் இரவாதன்.

“போரில் யாரை, எங்கு பயன்படுத்த வேண்டும் என்பதுதான் மிக முக்கியம்” என்று சொல்லியபடி அடுத்த வாழை மட்டையை எடுத்தான் தேக்கன்.

முடியனோ தேக்கன் சொல்லப் போவதைக் கேட்காமல் தரையில் வரையப்பட்ட வரைபடத்தையே பார்த்துக்கொண்டிருந்தான். இரவாதனோ தேக்கன் ஏன் இப்படிச் சொல்கிறான் என்ற வியப்போடு அவனைப் பார்த்தான். தேக்கன் சொன்னான், “இத்தனை நாள் போரிலும் ஈங்கையன் சொல்லிக் கொள்ளும்படியான எந்தத் தாக்குதலையும் நடத்தி முன்னேறவில்லை. படைக்குத் தலைமையேற்று

முன்னேறுவதற்குரிய பயிற்சியும் ஆற்றலும் அவனுக்கு இல்லை என நினைக்கிறேன்."

சற்றே வியப்போடு இரவாதன் கேட்டான், "சோழப்படையை வீறுகொண்டு தாக்கி அழித்தவன் என்று அவனையும் அவனுடன் உள்ள வீரர்களையும் பற்றி நீலனும் உதிரனும் சொன்னார்களே!"

"இருக்கலாம். அது தாக்குதல் போர் என்பதால், அவர்கள் பெரும்வீரத்தை வெளிப்படுத்தி எதிரியை ஓடச் செய்திருக்கலாம். ஆனால், படைப் பிரிவினூடாக முன்னேறும் போர் என்பது அவர்களுக்கு வசப்பட வில்லை என நினைக்கிறேன்" என்றான் தேக்கன்.

வரைபடத்திலிருந்து கண்களை அகற்றாமலேயே முடியன் சொன்னான், "தேக்கனும் ஈங்கையனும் பின்களத்தில் நிற்கட்டும். உதிரன் தட்டியங்காட்டின் இடதுபுறமிருந்து எதிரியை நோக்கி முன்னேறட்டும். நாளைய போரில் தேர்ப்படைத் தளபதி கூழையனுக்குப் பதில் விண்டன் களமிறங்க இருக்கிறான். நீ சொன்ன திட்டப்படியே அவனும் நானும் நீயும் மூஞ்சலுக்குள் நுழைவோம்" என்றான்.

இரவாதனின் முகத்தில் சுடரின் ஒளி பரவி நின்றது. விண்டன், அவனது வயதொத்த இளம்வீரன். பாரி தனிப் பயணம் மேற்கொள்ளும் போது தேக்கனால் மறைப் பாதுகாப்புக்காக அனுப்பப்படுபவர் களில் ஒருவன். அவனும் நானும் தந்தையோடு இணைந்து போரிட்டால் மூஞ்சலை உடைத்து நீலனை மீட்கலாம்.

இந்தமுறை எடுத்த வாழை மட்டையைச் சுடரில் பற்ற வைக்கவில்லை; கலயத்தில் இருந்த மூலிகைச்சாற்றில் நனைத்து இதுவரை சுட்டுத்தீய்த்த பகுதியின் மீது ஒட்ட வைத்தான். "நாளை நாம் தாக்குதல் போரை நடத்தவேண்டாம். உதிரனின் விற்படையும் குதிரைப்படையும் இன்றைய போரில் பேராற்றலை வெளிப்படுத்தியிருக்கின்றன. அவர்களுக்குச் சற்று இளைப்பாறுதல் தேவை. அப்போதுதான் நாளை மறுநாள் மூஞ்சலின் மீதான தாக்குதலை முழு வலிமையோடு நடத்த முடியும்" என்றான்.

சரியென ஏற்றுக்கொண்ட இரவாதன், "ஆமாம். பிடறிமான், கரிணி ஆகிய இருவர் தலைமையிலான படைக்கும் தனித்த பயிற்சிகள் தேவை. இன்று மிகவும் களைத்துப்போய் இருப்பார்கள். நாளை இரவு அந்தப் பயிற்சியை முழுமையாக எடுத்துக் கொண்டு நாளை மறுநாள் தாக்குதலைத் தொடுக்கலாம்" என்றான் இரவாதன்.

ஈரமட்டையை விலாவெலும்பின் மேல் போர்த்தியபடி மீண்டும் கட்டிலில் சாய்ந்தான் தேக்கன். இரவாதன் வெளியேறிய பிறகு முடியனும் தேக்கனும் பேசிக்கொள்ளத் தேவையேதுமில்லை. இரவாதனின் பேச்சினூடே பேசவேண்டிய எல்லாம் பேசப்பட்டுவிட்டன.

பொழுது விடிந்தது. தட்டியங் காடெங்கும் சிதறிக்கிடக்கும் பிணங்களின் மீது கதிரவனின் ஒளி படர்ந்தது. இரவெல்லாம் முயன்றும் கொல்லப்பட்டுக் கிடக்கும் தன் வீரர் களின் உடல்களை வேந்தர்படையால் முழுமையாக அகற்ற முடியவில்லை. நேற்று மாலையிலிருந்து குதிரைகளும் மாடுகள் பூட்டிய வண்டிகளும் பிணங்களை எடுத்துச் சென்றபடியே

இருந்தன. ஆனாலும் முடிந்த பாடில்லை! முற்றுகைப் போர் என்பதால், பறம்புப்படையினர் அணிவகுக்கும் பகுதிக்குப் பின்புறமும் எண்ணற்ற வேந்தர் படைவீரர்கள் நின்று போரிட்டனர். ஏறக்குறைய அந்தப் படைப்பிரிவினர் முழுக்க அழிக்கப்பட்டனர். எனவே, பறம்புப் பக்கம் எண்ணிலடங்காத வேந்தர் படை வீரர்களின் உடல்கள் கிடந்தன.

போர்க்களப் பணியாளர்கள், இரவெல்லாம் பந்தங்களின் வெளிச்சத்தில் எண்ணிலடங்கா உடல்களை அப்புறப்படுத்தினர். ஆனால், பொழுது விடிந்த பிறகுதான் தெரிந்தது இன்னும் நெடுந் தொலைவுக்கு வீரர்களின் உடல்கள் கிடக்கின்றன என்பது. அதுவும் எதிரிப்படையினர் நிற்கும் பகுதியில் தன் வீரர்களின் உடல்கள் கிடப்பது அவமானமாகக் கருதப்படும். போர் தொடங்கிவிட்டால் அந்த உடல்கள் எதிரிகளின் கால்களிலோ, அவர்களுடைய குதிரைகளின் கால்களிலோ, தேர்ச் சக்கரங்களிலோ நசுங்கிச் சிதைவது கொடிதிலும் கொடிது. எனவே, அவற்றை அப்புறப்படுத்த, பணியாளர்கள் விரைந்து செயல்பட்டனர்.

மாடுகள் பூட்டிய வண்டிகளிலும் குதிரை பூட்டிய வண்டிகளிலும் அப்புறப்படுத்தியவர்கள், இனி அவ்வாறு செய்து முடிக்கப் பொழுதில்லையென அறிந்து கொண்டனர். மாளிகையின் தரையில் இருக்கும் பெருவிரிப்புப்போல மரப் பலகைகளைக் கொண்டுவந்து ஒன்றோடொன்று இணைத்துப் பூட்டிப் பெருஞ்சட்டகத்தை உருவாக்கினர். இறந்துகிடக்கும் வீரர்களின் உடல்களை இழுத்துவந்து சட்டகத்தின் மீது போட்டனர். ஐந்து வண்டிகளில் கொண்டுசெல்லும் பிணங்களை ஒரு சட்டகத்தின் மேலே கிடத்தி இழுத்துச்செல்லலாம்.

ஆனாலும் வேலைகளை வேகப் படுத்துவது எளிதன்று. ஈட்டி பாய்ந்து கிடந்த வீரனின் உடலிலிருந்து ஈட்டியைப் பிடுங்கி எறிந்த பிறகே அந்த உடலைத் தூக்கி மரச்சட்டத்தின்

மீது போட முடியும். இல்லையெனில், அடுத்த உடலைத் தூக்கிப்போட அது தடையாக இருக்கும். ஒவ்வோர் உடலில் இருந்தும் ஈட்டியை இழுத்துப் பிடுங்கவேண்டியிருந்தது. எல்லா உடல்களிலும் எண்ணற்ற அம்புகள் தைத்துக்கிடந்ததால் அவற்றை அப்புறப்படுத்துவது எளிய செயலாக இல்லை. அம்பு முனையின் இரு காதுப் பகுதிகளும் மிகக் கூர்மை யானவை. தசைகளையும் நரம்பு களையும் இழுத்துக்கொண்டுதான் வெளியில் வரும். மருத்துவனால்கூட அதை எளிதில் வெளியே எடுக்க முடியாது. ஆனால், போர்ப் பணி யாளர்களோ கைகளுக்குச் சிக்கிய வற்றையெல்லாம் பிடுங்கி எறிந்து உடல்களைத் தூக்கி மரச்சட்டகங்களில் போட்டனர். வேலை வேகவேகமாக நடந்தது. இரண்டு ஆள் உயரத்துக்கு உடல்களைக் குவித்தனர். மரச் சட்டகங்களை இழுத்துச் செல்ல யானைகள் வந்தன.

உடலின் இருபக்கங்களிலும் கட்டப்பட்ட பெருவடங்களால் மரச் சட்டங்களை யானைகள் இழுக்கத் தொடங்கின. குன்றெனக் குவிக்கப் பட்ட பிணக்குவியல்கள் தட்டியங் காட்டை விட்டு மெல்ல நகர்ந்தன. தனது முதுகுப் பகுதியில் எண்ணிலடங்காத மனித உடல்களைச் சுமந்தபடி நத்தைபோல ஊர்ந்தது மரச்சட்டகம். இழுபடும் மரச் சட்டகங்களிலிருந்து நழுவிய பிணங்களை மீண்டும் இழுத்துப் போட்டு நகர்ந்தனர்.

போர்ப்பணியாளர்கள்தாம், தாக்குதலின் தன்மையைக் கணிப்பவர்கள்; ஒவ்வொரு நாளும் தாக்குண்டு கிடக்கும் ஒவ்வொரு வீரனையும் வைத்துத் தாக்குவோரின் திறனை மதிப்பிடுபவர்கள். இன்றைய நாளில் வேந்தர்படையின் எண்ணிலடங்காத கவச அணி வீரர்களின் கழுத்துப் பகுதியில் அம்பு பாய்ந்து இறந்துகிடந்தனர். கவச அணி வீரர்கள் ஓரிருவர் கழுத்துப் பகுதியில் அம்பு பாய்ந்து இறக்கலாம். ஆனால், இத்தனை பேர் எப்படி குறிபார்த்து வீழ்த்தப்பட்டார்கள்?

நினைத்துப் பார்க்கவே முடியவில்லை. அதுவும் கவச அணிவீரர்களின் உடல்களைத் தூக்கி மரச்சட்டகத்தில் போடுவது மிகக்கடினமான ஒன்று. சில நேரத்தில் மூன்று பேர் சேர்ந்துகூட ஒருவரைத் தூக்கிப்போட முடியாது. ஆனாலும் அந்தப் பணியை வேகமாகச் செய்ய முயன்றனர்.

பிணங்களை இழுக்கும் யானையும் அதன் பாகனும் யட்சினியின் வடிவாகவே பார்க்கப்படுவர். போர் தொடங்கும்போது அழிவின் தேவதை யட்சினிக்காகப் பவளவந்திகையைப் பலியிட்டனர். அதேபோல, போர் வெற்றியுடன் முடிந்தால் போர்க் களத்தில் பிணங்களை அகற்றும் பணியில் ஈடுபட்ட யானைகளையும் அவற்றின் பாகன்களையும் யட்சினிக்குப் பலியிட்டுக் குளிரூட்டுவர்.

வழக்கம்போல் நாழிகைப் பரண் நோக்கித் தேரிலே வந்தார் திசைவேழர். ஆனால், தேரை ஓட்டும் வளவனால் குறிப்பிட்ட தொலைவைக் கடந்து தட்டியங்காட்டுக்குள் தேரைச் செலுத்த முடியவில்லை. வீரர்களின் உடல்கள் எங்கும் கிடந்தன. உயிர்த் துடிப்பு முடிவுறாமல் தவித்து மேலெழும் குரல் ஆங்காங்கே கேட்டது. உடல்களைத் தேர்ச் சக்கரங் களால் ஏற்றிவிடக்கூடாது என்பதில் கவனமாய் இருந்த வளவனால், ஒருகட்டத்துக்குப் பிறகு தேரைச் செலுத்த முடியவில்லை. கடிவாளத்தை இழுத்துக் குதிரையை நிறுத்தினான்.

தேரை விட்டுக் கீழிறங்கினார் திசைவேழர். மரணத்தின் ஆட்சி நடக்கிற நிலத்தை, கண்கொண்டு பார்க்கவும் கால்கொண்டு கடக்கவும் முடியாமல் அப்படியே நின்றார். என்ன செய்வதென்று தெரியவில்லை. நீண்டுவிழுந்த அவரது நிழல், பொழுதாவதை உணர்த்தியது. வேறு வழியேயின்றி பரண் நோக்கி நடக்கத் தொடங்கினார்.

மூஞ்சல் எங்கும் போர் தொடங்கப் போகும் நேரத்துக்குரிய பரபரப்புடன் இருந்தது. உதியஞ்சேரல் மட்டும் போருக்கான கவச உடை அணிந்து தனது கூடாரத்தை விட்டு வெளி யேறினான். மற்ற இரு பேரரசர்களும் இன்னும் கூடாரம் விட்டு வெளி வரவில்லை. மெய்க்காப்பாளர்களும் அகப்படையினரும் தீவிரமாகச் செயல்பட்டுக் கொண்டிருந்தனர்.

குலசேகரப்பாண்டியன் கூடாரத்தை விட்டு வெளியேறும் நேரம் நெருங்கிக்கொண்டிருந்தது. அப்போது பொதியவெற்பன் அவரைக்காண வந்தான். நேற்று இரவு நடந்த உரையாடல், அவனுக்குப் பெருங் குழப்பத்தையும் கோபத்தையும் உருவாக்கியிருந்தது. "மையூர்க் கிழாருக்கு எங்கிருந்து வந்தது இவ்வளவு துணிச்சல்? மூவேந்தர்களின் தலைமைத் தளபதியைப் பாண்டியப் பேரரசர் இருக்கும் அவையில் அவரின் முன் தாக்குதலுக்குத் தகுதியற்ற தளபதி என்று எப்படி அவனால் சொல்ல முடிந்தது?" கொந்தளிக்கும் கேள்விகளை குலசேகரப்பாண்டியனிடம் முன்வைத்தான் பொதியவெற்பன்.

'இதைக்கூடப் புரிந்துகொள்ள முடியவில்லையா?' என்றதோர் ஏளனமான பார்வையோடு குலசேகரப்பாண்டியன் சொன்னார், "நேற்று நமது படை பேரழிவைக் கண்டது. முற்றுகை தகர்க்கப்பட்டு முற்றுகையிட்டவர்கள் பெருந்தாக்குதலைக் காண்பது போர்க் களத்தில் தோல்விக்கு இணையான ஒன்று. எந்தவொரு மன்னனும் அதன்

பிறகு போரிடும் முடிவைத் தொடர விரும்பமாட்டான். சேரனுக்கும் சோழனுக்கும் நம் மீதான நம்பிக்கை முற்றிலும் சிதையும்படியான நாள் நேற்று. அந்நிலையில் வழக்கம்போல் இரவில் மூவரின் சந்திப்பு அமைந்தால் பேச்சும் முடிவும் நமக்கு எதிரானதாகத் தான் இருக்கும். அதை மாற்ற வேண்டும் எனச் சிந்தித்தேன். மையூர்க்கிழாரை அழைத்து, 'அவையில் மூவேந்தர்களின் அனைத்து தளபதிகளின் மீதும் கடுங் குற்றச்சாட்டை முன்வைக்கச் சொன்னேன்' என்றார்"

பொதியவெற்பன் வழக்கம்போல் திகைப்புற்றான். குலசேகரப்பாண்டியன் தொடர்ந்தார், "ஆனால், மையூர்க் கிழார் இந்த வாய்ப்பைத் தனக்கானதாக முழுமையாக மாற்றிக் கொண்டான். நானே எதிர்பார்க்காத அளவு இருந்தது அவனது சீற்றம்."

பொதியவெற்பனுக்கு என்ன சொல்வதென்று தெரியவில்லை. "ஆனாலும் தலைமைத் தளபதியை அவன் அவ்வாறு சொல்லியிருக்கக் கூடாது" என்று பேச்சைத் தொடர்ந்த போது குலசேகரப்பாண்டியன் குறுக்கிட்டுச் சொன்னார், "அதுவல்ல இப்போது முக்கியம். மகிழ்வூட்டும் செய்தி ஒன்று அதிகாலை என்னை வந்தடைந்தது" என்றார்.

பொதியவெற்பன், வேந்தரின் முகத்தை உற்றுப்பார்த்தபடி அவர் அடுத்து உதிர்க்கப்போகும் சொல்லுக் காகக் காத்திருந்தான். குலசேகரப் பாண்டியன் சொன்னார், "இன்று மாலை பொற்சுவை, பாரியைக் காண இரலிமேட்டுக்குச் செல்கிறாள். நம் வீரர்கள் அவள் அறியாதபடி உடன் செல்லவுள்ளனர். நாம் எதிர்பார்த்த நாள் இது."

திசைவேழரின் கை உயர்ந்ததும் தட்டியங்காட்டின் ஐந்தாம் நாள் போருக்கான முரசின் ஓசை ஒலிக்கத் தொடங்கியது. ஆனால், தட்டியங் காடெங்கும் பிணங்களை அகற்றும் பணி முழுமையாக முடியவில்லை. பெருமரச் சட்டங்களை யானைகள் இழுத்தபடியே இருந்தன. பறம்பு வீரர்கள் அணிவகுத்து நிற்பதற்கு முன்பும் பின்பும் இன்னும் உடல்கள் கிடந்தன. "உடல்களை முழுமையாக அகற்றாமல் நாம் முன்னேறிச் செல்ல வேண்டாம்" என்று கூறினான் முடியன்.

வேந்தர்களின் படையோ வெகு தொலைவில் அணிவகுத்தபடி அப்படியே இருந்தது. பறம்புப்படை முன் நகராததால் அவர்களும் முன் நகரவில்லை. யட்சினி யானைகள், பிளிறலுடன் மரச்சட்டங்களை இழுத்துக்கொண்டிருந்தன.

கருங்கைவாணன் எந்த முடிவையும் எடுக்கவில்லை. பேரரசரின் உத்தரவுக் கேற்பச் செயல்படுவோம் எனக் காத்திருந்தான். பேரரசரோ கூடாரம் விட்டுக் காலம் தாழ்த்தித்தான் வெளியேறி வந்தார். கருங்கைவாணன், அவரின் பார்வையில் நின்றிருந்தான். அவனது முகம் இருண்டிருந்தது. அதைப் பார்த்தபடித் தனது இறுக்கத்தைத் தளர்த்தாமலே பேரரசர் சொன்னார். "தற்காத்து நில். எதிரிகள் முன்னேறி வந்தால் மட்டும் தாக்கு."

முடியனும் அதே முடிவில்தான் இருந்தான். விற்படை வீரர்களுக்கு இன்று அதிக வேலை கொடுக்கக் கூடாது. அதேபோலக் குதிரைப் படையையும் இன்று கடினமான தாக்குதலுக்கு உட்படுத்தக்கூடாது. எனவே, காலாட்படை வீரர்களையும்

தேர்ப்படை வீரர்களையும் முன்புறமாக அணிவகுக்கச் செய்தான். தேர்ப்படைத் தளபதியாக விண்டனுக்கு இன்றுதான் பொறுப்பு வழங்கப்பட்டுள்ளது. அவன் ஏறிச் சென்று தாக்கும் துடிப்போடு இருப்பான். எனவே, அவனிடம் தெளிவான கட்டளைகளைப் பிறப்பித்தான் முடியன்.

தட்டியங்காடெங்கும் பேரமைதி நிலவியது. 'மரணத்தின் ஆட்சி கண்டு மனிதன் நிலைகுலைந்து நிற்கிறான்' என்று திசைவேழருக்குத் தோன்றியது. போர் தொடங்குவதற்கான முரசின் ஓசையைக் கேட்ட பிறகும் இருபக்கப் படைகளும் பாய்ந்து முன் நகரவில்லை. மரணத்தின் பேயுருவுக்கு முன்பு அசைவற்று நிற்கும் காட்சி தெளிவாகத் தெரிந்தது. யட்சினி யானைகள் மட்டும் அங்கொன்றும் இங்கொன்று மாகப் பெரும்சட்டகங்களை இழுத்துக் கொண்டிருந்தன. பொழுதாகிக் கொண்டிருந்தது. போர்க்களத்தின் ஓர் எல்லையிலிருந்து மறு எல்லை வரை கண்களை ஓடவிட்டுத் துல்லியமாகப் பார்த்தார் திசைவேழர். வேறு எங்கிருந்தாவது தாக்கி முன் வருவதற்கான திட்டம் ஏதும் இருக்கிறதா எனக் கவனித்தார்.

அதற்கான அறிகுறிகள் எதுவும் தெரியவில்லை.

காலாட்படையின் சில அணிகள் முன் நகரத் தொடங்கின. பிற்பகலுக்குப் பிறகு அங்குமிங்குமாக சிறுசிறு மோதல்களைத் தேர்ப் படையினர் நடத்தினர். ஆனாலும் இரு தரப்பும் மொத்தப் படையை முன் நகர்த்த வில்லை. இருபடை தலைமைத் தளபதிகளும் தெரிந்தே ஒரு விளையாட்டை விளையாடுகின்றனர். ஆனால், இறுதி நாழிகையில் பெருந் தாக்குதல் நடக்கும் என்று எண்ணினார் திசைவேழர்.

அந்தத் தாக்குதலின்போது நாம் கவனமாகப் பார்த்தறியவேண்டும். கடைசி நாழிகையைப் பயன்படுத்தி சதியை நிகழ்த்தலாம் என எண்ணினார். எந்தச் சூழலிலும் களத்தின் நடுவில் இருக்கும் இந்தப் பரணில் நிற்கக்கூடாது. படைகளின் போக்கிற்கேற்ப வேந்தர் தரப்பில் இருக்கும் பரண்களின் மீதோ அல்லது பறம்பின் தரப்பில் இருக்கும் பரண் களின் மீதோ ஏறி நின்று உற்றுக் கவனிக்க வேண்டும் என நினைத்தார். ஆனால், பிற்பகலிலும் போக்குக் காட்டும் போரைத் தான் இருதரப்பும் நடத்தின. அங்கொன்றும் இங்கொன்றுமாக ஈட்டிகள் குறுக்கிட்டுப் பாய்ந்தன. அம்புகள் விடுக்கும் ஓசை மிக மெல்லியதாகக் காற்றில் ஏறிவந்தது. இரண்டொரு தேர்கள் அவ்வப்போது விரைந்து கடந்தன. சட்டென நினைவுவந்தவராக திசைவேழர் நாழிகைவட்டிலைக் குனிந்து பார்த்தார். அவரால் நம்பவே முடியாத ஒரு நாளாக இன்றைய நாள் முடிய இருந்தது. நீண்ட நிழல் மூன்றாம் கோட்டைத் தொட்டது. அவர் கைகளை உயர்த்தினார். முரசின் ஓசை எங்கும் மேலெழுந்தது. ஐந்தாம் நாள் போர் முடிவுற்றது.

இருதரப்புப் படைகளும் தங்களின் பாசறைக்குத் திரும்பின. கதிரவன், காரமலையின் பின்புறம் இறங்கத் தொடங்கினான். ஒளியின் கைகள் மறையத் தொடங்கின. சேரன், செங்கனச் சோழனின் கூடாரத்துக்குள் வந்தான். குலசேகரப்பாண்டியனின் கூடாரம் நோக்கிப் பொதியவெற்பன் விரைந்தான். அனைவரும் எதிர் பார்த்திருந்த இரவு வரத் தொடங்கியது.

102

பொழுது இருளத் தொடங்கியது. மேட்டுக் கரையிலிருந்து ஒரு பல்லக்கு புறப்பட்டது. வழிகாட்டியாக முன்னே சென்றான் காராளி. அவன் மனம் அளவு கடந்த பதற்றத்தில் இருந்தது. இன்றோ, நாளையோ பொற்சுவையை அழைத்துக்கொண்டு வருவதாகக் கபிலரிடம் சொல்லி வந்தான். வேந்தர்களின் யானைப் படை வீரர்கள், காடுகளுக்குள்ளிருந்து முற்றிலும் அகன்று விடவில்லை. அங்கொருவர் இங்கொருவராகத் தட்டுப்படுகின்றனர். பறம்புப் படையினர் கண்ணில் பட்டால் கொன்றுவிடுவார்களோ என்ற அச்சத்தில் பதுங்கித் திரிகிறார்கள். இன்று ஒரு பொழுது கடந்துவிட்டால் பதுங்கி இருக்கும் ஒருசிலரும் வெளியேறிவிடுவார்கள். எனவே, நாளை இரவு இரலிமேட்டுக்குப் போகலாம் என்று எவ்வளவோ சொல்லியும் பொற்சுவை கேட்கவில்லை. "இன்றே போகவேண்டும்" என்று சொல்லிவிட்டார். எனவே, மிகுந்த பதற்றத்தோடு முன்னே சென்று கொண்டிருந்தான் காராளி.

அவன் இருக்கும் இடத்திலிருந்து இரலிமேட்டுக்குச் செல்ல, குறுக்காக நடந்தால் இரு பொழுதுகளில் போய் விடலாம். ஆனால், புதர்கள் நிறைந்த அந்தப் பாதையில் பல்லக்கைத் தூக்கிச் செல்வது கடினம். எனவே, சுற்றிச்செல்லும் ஒற்றையடிப் பாதை ஒன்றின் வழியே அழைத்துச் சென்றான். இரவுவேளை என்பதால் அவனது பதற்றம் அதிகமாக இருந்தது. அவன் இந்த மலைப்பகுதியை நன்கு அறிந்தவன். விலங்குகளால் எந்த விதமான பாதிப்பும் ஏற்பட வாய்ப்பில்லை. ஆனால், இளவரசியாரின் பயணத்தை வேந்தர்

படையினரோ, வெங்கல்நாட்டினரோ பார்த்துவிடக்கூடாது. அப்படி நேர்ந்தால் அஃது இளவரசியின் உயிருக்கே ஆபத்தாகி விடும். எனவே, மிகுந்த எச்சரிக்கையோடு அழைத்துச் சென்றான்.

பல்லக்குக்குள் பொற்சுவையும் சுகமதியும் எதிரெதிராக உட்கார்ந்திருந் தனர். அது, பெருமெத்தையும் விரிசிறகும் கொண்ட பெரும்பல்லக் கன்று; ஒரு நார்க்கயிறும் இளம்பஞ்சு தூவியும்கொண்ட குறும்பல்லக்கு. ஒருவர் மட்டுமே பயணிப்பதற்கானது. ஆனால், அதில் இருவர் பயணித்தனர். “நான் இறங்கி நடந்து வருகிறேன்” என்று சுகமதி எவ்வளவோ சொல்லிப் பார்த்தாள். பொற்சுவை கேட்க வில்லை. “நீ பல்லக்கில்தான் வரவேண்டும்” என்று உள்ளே அமர வைத்துக்கொண்டாள். அண்ணகர்கள், பல்லக்கைத் தூக்கி நடந்தனர்.

“இந்தச் சிறிய இடத்தில் நீங்கள் தனியே அமர்ந்து வருவதுதான் வசதியாக இருக்கும். இப்போது பாருங்கள், கால் நீட்டக்கூட முடியாமல் குறுக்கி உட்கார்ந்திருக் கிறீர்கள்! எனது மனதுக்கு வேதனை யாக இருக்கிறது. நான் இறங்கி நடந்து வருகிறேன், இளவரசி!” என்று சொல்லிப் பல்லக்கை விட்டு இறங்க மீண்டும் அனுமதி கேட்டாள்.

“எனது வாழ்வின் மிக முக்கியமான இந்த நேரத்தில், நீ எனக்கு மிக அருகில் இருக்க வேண்டும், சுகமதி.”

“எல்லா நேரங்களிலும் நான் உங்களுக்கு அருகில்தானே இருக்கிறேன், இளவரசி?”

இளஞ்சிரிப்போடு பொற்சுவை சொன்னாள், “நீ என்னை விட்டகலாத நிழல். ஒளியின்போது நிழல் வெளியில் இருக்கும். இருளின்போது நிழல் உள்ளுக்குள் வந்து உட்கார்ந்து கொள்ளும். அதனால்தான் இந்த இருளில் என் அருகில் உன்னை உட்காரவைத்துக்கொண்டேன்.”

பொற்சுவையின் சொற்கள் அன்பால் மயக்கின. ஆனால், அன்பைப் பெறத் தகுதியானவர்கள் தாம் அதை உள்வாங்க வேண்டும். சுகமதியோ தனக்கு அந்தத் தகுதி இல்லை என்று எப்போதும் நம்புகிறவள். தான் பொற்சுவையின் பணிப்பெண். ‘நீரோ, பாலோ, தேனோ தன் மீது எது கொட்டினாலும் உள்ளிறங்க அனுமதிக்காத கல் போலத்தான் பணிப்பெண்ணின் மனம் இருக்க வேண்டும்’ என்று சிறு வயது முதல் சொல்லி வளர்க்கப் பட்டவள். எனவே, சுகமதியை அந்த வார்த்தைகள் ஒன்றும் செய்துவிட வில்லை. ஆனாலும் பொற்சுவையின் வார்த்தைகளை வேறு திசைக்கு மாற்ற விரும்பினாள் சுகமதி.

பல்லக்கில் சிறு கண்ணாடிக் குடுவையில் விளக்கொளி சிந்திக் கொண்டிருந்தது. பொற்சுவையின் முகத்தை உற்றுப்பார்த்தபடியே சொன்னாள், “நீண்ட காலத்துக்குப் பிறகு உங்களின் முகம் பூத்து மிளிர்கிறது, இளவரசி.”

“அப்படியா..!” என்று மகிழ்வு பொங்கக் கேட்டவள், “பல ஆண்டுகளுக்குப் பிறகு ஆசானையும் பார்த்தறியாத பாரியையும் காணப் போகிறேன் அல்லவா... எனது முகம் மலராமல் என்ன செய்யும்? நான் காற்றில் மிதந்துகொண்டிருக்கிறேன், சுகமதி. எனக்குள் கவிதைகள் ஊற்றெடுக்கின்றன. சக்கரவாகப் பறவை வந்திறங்கும் நாளன்று நாம் எப்படி மகிழ்ந்திருப்போமோ,

அதைவிடப் பலமடங்கு மகிழ்வில் மனம் கூத்தாடுகிறது.”

“எனது மனமும் மகிழ்வில்தான் இருக்கிறது, இளவரசி. அதேநேரம் உள்ளுக்குள்ளிருக்கும் அச்சம், நேரம் கூடக்கூடப் பெருகுகிறது.”

“ஏன்?”

“இந்தப் பயணத்தின் ரகசியம் வெளியில் தெரிந்துவிட்டால்..?”

“இந்தப் பயணத்தின் நோக்கம் நிறைவேறுகிறதா என்பதுதான் முக்கியம். மற்றதெல்லாம் பொருட்டல்ல.”

“நீங்கள் ஒரு முடிவெடுத்துவிட்டால் அந்த முடிவை மட்டும்தான் பொருட்படுத்துவீர்கள். ஆனால், நீங்கள் எடுக்கும் எந்த முடிவையும்விட நீங்கள்தான் எனக்கு முக்கியம்.”

சிரித்தாள் பொற்சுவை.

போர்க்களம் விட்டு அகன்று நாகக்கரட்டுக்கு வந்த பிறகு கூடாரங்களில் ஆயுதங்களை வைத்துவிட்டு வீரர்கள் உணவருந்தினர். இன்றைய போர், சிறுபாதிப்புகூட யாருக்கும் ஏற்படாத வகையில் முடிவுக்கு வந்தது. உணவருந்தி முடித்தவுடன் இரவாதனின் தலைமையிலான விற்படையின் பெரும்பிரிவு தென் திசை நோக்கிப் புறப்பட்டது.

இருளினூடே புரவிகள் வேகம் கொண்டன. சற்றே நீண்ட பயணம் அது. குளவன்திட்டின் பின்புறத்தை அடைய குதிரைகள் விரைந்தன. வீரர்கள் வருவதற்கு முன்பே அங்கு எண்ணற்ற தீப்பந்தங்கள் ஏற்றப்பட்டு எல்லாவிதமான ஏற்பாடுகளும் செய்யப்பட்டிருந்தன. நேற்றிரவே இந்தத் திட்டம் பேசப்பட்டுவிட்டதால், அதற்கான ஏற்பாட்டை முன்கூட்டியே தொடங்கிவிட்டான் இரவாதன். இந்தப் பணிக்காகப் பகல் முழுவதும் இந்த இடத்தில் பலர் வேலைபார்த்துள்ளனர். வீரர்கள் வந்தடையும்போது அவர்களின் பயிற்சிக்கான ஆயத்தம் முழுமை பெற்றிருந்தது.

இந்தத் தாக்குதலுக்கு, இரவாதனுடன் பிடறிமானும் கரிணியும் தலைமையேற்கவிருந்தனர். மூஞ்சலுக்குள் மூன்று விதமான தாக்குதலை நடத்த வேண்டியுள்ளது. கவச உடை பூண்ட அகப்படை வீரர்களைத் தாக்கி அழிப்பது ஒன்று. பொய்க்கூடாரங்களில் குவிந்துள்ள வீரர்கள் சாரிசாரியாக வெளிவந்து தாக்குதலைத் தொடுப்பர்; அவர்களைத் தாக்கி அழிப்பது இரண்டு. நீலன் இருக்கும் கூடாரம் நோக்கி முன்னேறிப் போய் அவனை மீட்பது மூன்று. இந்த மூன்றும் தனித்தனியான தன்மைகளோடு செய்யப்பட வேண்டிய தாக்குதல்கள்.

குறிப்பாக, மூஞ்சலுக்குள் நுழைந்த பிறகு வில்லால் தாக்குவதற்குத் தேவையான இடைவெளிகள் போதுமான அளவுக்கு இருக்காது. பெரும்பாலும் வாள்வீச்சுக்கும் ஈட்டி உள்ளிட்ட ஆயுதங்களாலான தாக்குதலுக்கும் தான் அதிக தேவை இருக்கும். பறம்புப் படையின் முதற்பெரும் ஆற்றல், வில்லில்தான் இருக்கிறது. அதை அதிகம் பயன்படுத்த முடியாத நிலையில், மாற்றுத்திட்டத்தையும் அதற்குப் பொருத்தமான ஆயுதங்களையும் முடிவுசெய்ய வேண்டியிருந்தது.

மூஞ்சலுக்குள் நுழையவிருக்கும் அனைத்து வீரர்களுக்கும், நடத்தப் போகும் தாக்குதலைப் பற்றிய முழுமையான புரிதல் தேவை. இரவாதன் முன்சொல்லியபடி, மூஞ்சலின் முழு வரைபடம் ஆயத்த நிலையில் இருந்தது. அதை வைத்து, தாக்குதல் திட்டத்தைத் தனது

படைக்கு விளக்கத் தொடங்கினான். இரவு முழுமைக்கும் நீளும் பயிற்சி தொடங்கியது.

வெங்கல்நாட்டின் கடைசிக் குன்றைக் கடந்து பல்லக்குப் பயணித்துக்கொண்டிருந்தது. மலை மீது பல்லக்கைத் தூக்கிச் செல்லும்போது உள்ளுக்குள் அசைவும் சரிவுமாக இருந்தது. சிறுபல்லக்கில் இருவர் எதிரெதிரே உட்கார்ந்திருந்ததால் சரிவில் இறங்கும்போதும் மேட்டில் ஏறும்போதும் பிடித்துக்கொள்ள வசதியாக இருந்தது. தனது கையோ, காலோ பொற்சுவையின் மீது படும்போதெல்லாம் மன்னிப்புக் கேட்டபடியே இருந்தாள் சுகமதி.

அண்ணகர்கள், பெருஞ்சரிவு ஒன்றில் பல்லக்கை இறக்கிக்கொண்டிருந்தனர். முன்புறம் கால் மடக்கி உட்கார்ந்திருந்த சுகமதியின் கால்களை இறுகப் பிடித்தபடி சரிந்துவிடாமல் தன்னை நிலைநிறுத்திக்கொண்டாள் பொற்சுவை. சுகமதியோ தனது கால் பகுதியை இளவரசி பிடித்தபோது துடித்துப்போனாள். எவ்வளவு முயன்றும் விலக்க முடியவில்லை. ஆனால், பொற்சுவையோ சரிந்துகொண்டிருப்பதால் மட்டும் பிடிக்கவில்லை; அவளுக்கு அது பிடித்திருந்தது.

‘உனது கை, எனது உடலில் பட்டால் அத்தனை முறை மன்னிப்பு கோருகிறாயே, எனது கை உனது காலில் பட்டால் என்ன செய்வாய்?’ என்பதுபோலத்தான் இருந்தது அவளது செய்கை. பல்லக்கு, சரிவு நிலையிலிருந்து சற்றே சமநிலை அடைந்தது. பொற்சுவை, பல்லக்கில் இருந்த சிறுமணியில் ஓசையெழுப்பினாள். அண்ணகர்கள் நடப்பதை நிறுத்தி, தாங்குகோல்களால் பல்லக்குக்கு முட்டுக்கொடுத்தனர். முன்னால் சென்றுகொண்டிருந்த காராளி, வேகவேகமாகப் பல்லக்கின் அருகில் வந்து நின்றான்.

திரையைச் சிறிதே விலக்கி “வெங்கல்நாட்டின் ஆறு ஊர்களின் எல்லையைக் கடந்துவிட்டோமா?” எனக் கேட்டாள்.

“இன்னும் சிறுபொழுதில் கடந்துவிடுவோம், இளவரசி. பள்ளத்தாக்குக்கு அருகில் வந்துவிட்டோம்” என்றான்.

“விரைவுபடுத்து!” என்று சொல்லியபடித் திரையை மூடிக்கொண்டாள். அண்ணகர்கள் மீண்டும் நடக்கத் தொடங்கினர்.

“ஏன் இளவரசி இவ்வளவு முக்கியமாகக் கேட்கிறீர்கள்?” என்று வினவினாள் சுகமதி.

அண்ணகர்கள் முழுவேகமாக நடக்கத் தொடங்கும்வரை அமைதி காத்தவள் பிறகு சொன்னாள், “இந்தப் போரின் ஒரு பகுதிதான் தட்டியங்காட்டில் நடக்கிறது. இன்னொரு பகுதி இந்த ஆறு ஊர்களில்தான் நடந்துகொண்டிருக்கிறது.”

புரியாமல் விழித்தாள் சுகமதி. “இந்த ஆறு ஊர்க்காரர்கள்தாம் போரிலே ஈடுபடமாட்டோம் என்று சொல்லிவிட்டார்களே. பிறகு எப்படி...?”

“அதனால்தான் எல்லா வகையான உளவுத்தொழிலுக்கும் இந்த ஊர்கள் களமாக அமைந்துவிட்டன. மூவேந்தர்களும் தனித்தனியாக இந்த ஊரார்களைக் கொண்டு பறம்பை உளவு பார்க்கின்றனர். ஒற்றர்களே அரசனின் கண்கள். மூவேந்தர்களின் கண்களும் இங்குதான் நிலைகொத்தியுள்ளன”

சற்றே அதிர்ச்சியோடு சுகமதி கேட்டாள் "அப்படியென்றால், நாம் செல்லும் செய்திகூட உளவுபார்க்கப் பட்டிருக்குமா?"

சுகமதியின் கண்களை உற்றுப் பார்த்தபடிப் பொற்சுவை சொன்னாள், "பேரரசர்கள் என்ன செய்கிறார்கள் என்பதை நாம் அறிந்திருக்கும்போது, நாம் என்ன செய்கிறோம் என்பதையும் அவர்கள் அறிந்திருக்க வாய்ப்புண்டு அல்லவா?"

திடுக்கிட்டாள். "பேரரசர்கள் என்ன செய்யப்போகிறார்கள் என்பதை நீங்கள் அறிந்துள்ளீர்களா, இளவரசி?"

"ஆம். அந்தச் செய்தியை அறிந்ததால்தான் இன்றே செல்ல வேண்டும் என முடிவுசெய்தேன்."

"போரை நிறுத்துவதற்கான பேச்சுக்குத்தானே பாரியைப் பார்க்கப் போவதாகக் கூறினீர்கள்?"

"அது கடந்த வாரச் சூழல். இனி இந்தப் போரை யாராலும் நிறுத்த முடியாது. அந்நிலை கடந்துவிட்டது."

"அப்படியென்றால், யாருடைய வெற்றிக்காவது உதவப்போகிறீர்களா?"

"வெற்றி தோல்வியைப் போர்க்களம் தான் தீர்மானிக்கும். அதில் நாம் ஏன் உதவ வேண்டும்?"

"பிறகு, இந்தப் பயணத்தின் நோக்கம் தான் என்ன?"

"பாரியைச், சதியால் வீழ்த்தத் திட்டமிட்டுள்ளனர். இன்றிரவு அந்தச் சதி நிகழப்போகிறது. அதைத் தடுக்கவே நான் போகிறேன்."

மிரண்டது சுகமதியின் முகம். "நீங்கள் சொல்வது உண்மையா இளவரசி? நம் பேரரசரா இந்தச் செயலைச் செய்யப்போகிறார்?"

"நம் பேரரசர் அல்ல. சோழப் பேரரசர் அந்தச் செயலைச் செய்யப் போகிறார்."

சற்றே நிம்மதியானாள் சுகமதி. தமது பேரரசுக்கு எதிரான செயலில் தாம் ஈடுபடவில்லை என்பது அவளின் பெருமூச்சுக்குக் காரணமாக இருக்கலாம். ஆனால், அதைப் பொற்சுவை கவனிக்காததுபோல இருந்துகொண்டாள்.

"கொலைச் சதியை நிறுத்தப்போகும் போதுகூட உங்களின் முகம் பதற்றமேதுமின்றி இருக்கிறதே!"

"செய்யப்போகும் செயலின் முக்கியத்துவம். சிறு ஐயம்கூட எனது நடவடிக்கையின் மீது ஏற்பட்டுவிடக் கூடாது என்பதில் உள்ள தெளிவு. உண்மையில் எனது வாழ்நாளில் இவ்வளவு பதற்றத்தை நான் இதற்கு முன்னர் அடைந்ததில்லை. ஆனால், அதை வெளிக்காட்டிவிடக்கூடாது என்பதில் முழு கவனத்தோடு இருக்கிறேன். எனது முகம் முழுமையாகப் பூத்திருக்கிறது என்பதை நீயே நம்பிய பிறகு, வேறு யார் ஐயம்கொள்ள முடியும்?"

இந்தப் பயணத்தின் தன்மை, இப்போதுதான் சுகமதிக்கு முழுமையாகப் புரியத் தொடங்கியது. "நான் மறுபடியும் கேட்கிறேன், இதனால் உங்களுக்கு ஆபத்து ஏதும் வந்துவிடாதே!"

“அது, நம் பேரரசர் எவ்வளவு ஒற்றறிகிறார் என்பதைப் பொறுத்தது.”

“இளவரசியாரின் செயலை அவ்வளவு துல்லியமாக ஒற்றறி கின்றனரா?”

“ஆம். காராளியின் எல்லா நடவடிக் கைகளும் அவர்களால் கண்காணிக்கப் படுகின்றன.”

நடுங்கிப்போனாள் சுகமதி. “என்ன சொல்கிறீர்கள் இளவரசி? அவனை நம்பித்தானே இந்தப் பயணத்தையே மேற்கொள்கிறோம். அப்படி யென்றால், இது உறுதியாக ஆபத்தில் போய்த்தான் முடியும்.”

“காராளியிடம் பொய் இல்லை. அவன் உண்மையான கலைஞன். ஆனால், அவனுடைய எல்லா நடவடிக்கைகளும் ஒற்றறியப்படு கின்றன. அவன் நமக்குச் சொல்வதைப் போல அவனைப் பற்றி வேறு யாரோ சொல்லிக்கொண்டிருக்கின்றனர். போர் நிறுத்தத்துக்காகப் பேசப்போவ தாக இருந்தால் இந்தப் பயணத்தை நான் மேற்கொண்டிருக்க மாட்டேன். ஆனால், இது பாரியின் உயிர் பறிக்கும் சதி தொடர்பானது. இதைக் கேள்வி யுற்ற பிறகு எப்படி நான் போகாமல் இருக்க முடியும்?”

“கேள்விப்பட்டது உண்மையென எப்படி நம்பினீர்கள்?”

“எல்லாவற்றையும் உண்மையில்லை என நம்பு. அப்போதுதான் உண்மை எதுவோ அதுமட்டும் தனித்துத் துலங்கும்.”

“உங்களைப் போன்ற இளவரசியார் களுக்குத்தான் அது முடியும். எங்களைப் போன்றோர் எல்லா வற்றையும் நம்பவே பயிற்றுவிக்கப் பட்டவர்கள்.”

“பிறகு ஏன் கேள்வி எழுகிறது சுகமதி?”

அமைதி சூழ்ந்தது.

குளவன்திட்டிலிருந்து வந்த பாரியும் காலம்பனும் குடிலில் உணவருந்திக்கொண்டிருந்தனர். மற்றவர்கள் பாட்டாப்பிறையில் அமர்ந்திருந்தனர். தேக்கன் நேற்றைப் போல் இன்றைக்கும் வரவில்லை. தனது குடிலிலேயே தங்கிவிட்டான். வாரிக்கையனும் நாகக்கரட்டின் மீதே இருந்துவிட்டார். உதிரனும் ஈங்கையனும் விண்டனும் எதிர்ப்புறம் நின்று பேசிக்கொண்டிருக்க, அவர்களைப் பார்த்தபடி அமர்ந்திருந்தார் கபிலர். அவரது மனம் மிகுந்த கலக்கத்தில் இருந்தது.

தேக்கனிடமோ, முடியனிடமோ கலந்துகொள்ளாமலேயே பொற் சுவையை அழைத்துவரச் சொல்லி விட்டோமே என்ற தவிப்பு அடங்க வில்லை. அந்நேரம், பாரியைப் பார்த்துவிட்டு முடியன் பாட்டாப் பிறை நோக்கி வந்து கொண்டிருந்தான். அவன் இங்கு வருவதற்குள் எதிர் சென்று பேசிவிட லாம் என அவனை நோக்கி நடந்தார். தீப்பந்த வெளிச்சம் சிறிது தொலைவுக்குத்தான் இருந்தது. ஆனாலும் வேகமாக நடந்து முன் சென்றார்.

மேலேயிருந்து இறங்கிக்கொண் டிருந்த முடியனைப் பார்த்ததும் தேக்கனின் உடல்நலம் பற்றிக் கேட்டறிந்தார். சொற்களின் வழியே தனது கவலை வெளிப்பட்டுவிடாத வாறு சொல்ல முனைந்தான் முடியன். அதே முயற்சியோடுதான் தொடர்ந்து வந்த கபிலரின் சொற்களும் இருந்தன. நேற்று தன்னைத் தேடி வந்த காராளி சொல்லிய செய்தியைப் பகிர்ந்து கொண்டார். “தேக்கனையோ, உன்னையோ கலந்துகொண்டுதான் அவனுக்கு மறுசொல் சொல்ல

வேண்டும் என்று நெடுநேரம் காத்திருந்தேன். ஆனால், இருவரும் வந்துசேரவில்லை. வேறு வழியில்லாமல் அழைத்துவரச் சொல்லி விட்டேன்" என்றார்.

அதிர்ச்சிக்குள்ளானான் முடியன். "ஏன் அப்படிச் சொன்னீர்கள்? போர்ச்சூழல் எவ்வளவு மோசமாகிக் கொண்டிருக்கிறது என்பதைப் பார்த்துக்கொண்டுதானே இருக்கிறீர்கள். இந்நிலையில் அவர்கள் இங்கு வருவது எந்த வகையிலும் பொருத்தமல்ல" என்று கூறினான்.

"எனக்கும் புரிந்தது. அதனால்தான் அதைத் தவிர்க்க முயன்றேன். ஆனால், முடியவில்லை. நீங்கள் இருவரும் வந்து சேராததால் என்னால் வேறு முடிவெடுக்க முடியவில்லை!" என்றார்.

இவர்கள் பேசிக்கொண்டிருக்கையில் வீரன் ஒருவன் முடியனைக் கண்டு பேசப் பாட்டாப்பிறையிலிருந்து மேலேறி வந்தான்.

"காராளி என்பவன், நாகக்கரட்டின் வடமுனைப் பள்ளத்தாக்குக்கு வந்துள்ளான். அவனோடு பல்லக்கு ஒன்றும் வந்துள்ளது. கபிலரிடம் கேட்டுவிட்டுத்தான் வருவதாகச் சொல்கிறான். உள்ளே அனுமதிக்கலாமா?" என்று கேட்டான்.

முடியன், கபிலரைப் பார்த்தான். "நாளைதான் வருவான் என நினைத்தேன்" என்று மெல்லிய குரலில் சொன்னார் கபிலர்.

வருவதன் நோக்கம் என்னவாக இருக்கும் என முடியனால் புரிந்துகொள்ள முடியவில்லை. இவ்வளவு தொலைவு வந்த பிறகு திருப்பி அனுப்புதல் முறையல்ல என்று மட்டும் தோன்றியது. "சரி, காராளியை அங்கேயே நிறுத்திவிடுங்கள். பல்லக்கை மட்டும் அனுப்பிவையுங்கள். வழிகாட்ட நம் வீரர்கள் வரட்டும்" என்றான்.

பள்ளத்தாக்கின் நுழைவுப்பகுதியில் காராளி நிறுத்தப்பட்டான். பறம்பு வீரர்கள் இருவர் வழிகாட்ட அண்ணகர்கள் பல்லக்கைத் தூக்கிக் கொண்டு பின்தொடர்ந்தனர்.

பல்லக்குக்குள் உரையாடல் இறுக்கம்கொள்ளத் தொடங்கியது. சுகமதிக்கு அச்சமும் பதற்றமும் அதிகமாகின. அடுத்து என்ன நடக்கும் என்பதை அவளால் எண்ணிப் பார்க்கவே முடியவில்லை. முகத்தில் வியர்வை துளிர்த்தது. "சிறு பல்லக்கு என்பதால் காற்றோட்டமாக இல்லை" என்று பொற்சுவையிடம் சமாதானம் சொல்லிக்கொண்டாள். ஆனால், பொற்சுவைக்கு வியர்க்கவில்லை. அவள் தெளிவுகொண்டிருந்ததால், தான் செய்யப்போகும் வேலை எத்தகையது என்பதைப் பற்றிப் பலமுறை மனதுக்குள் சிந்தித்துப் பார்த்துக்கொண்டாள். வாழ்வு, முன்னிலும் பொருள்பொதிந்த இடத்துக்குத் தன்னை இட்டுச்செல்வதாக உணர்ந்தாள்.

சுகமதியால் அதைப் புரிந்துகொள்ள முடியவில்லை. 'இவ்வளவு பெரிய செயலுக்குப் போகும்போதுகூட இளவரசியால் எப்படி இயல்பு மாறாமல் இருக்க முடிகிறது? என்னதான் சிந்தனையை ஒருமுகப்படுத்தினாலும் மனதின் ஆழத்திலிருக்கும் உணர்வு, நீருக்குள் இருக்கும் காற்றுக்குமிழியைப்போல முகத்தில் வெளிப்பட்டுத்தானே ஆகவேண்டும். ஆனால், பொற்சுவையின் முகத்தில் எதையும் கண்டறியவே முடியவில்லையே?' எனச் சிந்தித்தவண்ணமே இருந்தாள்.

இரலிமேட்டுக்கும் நாகக்கரட்டுக்கும்

இடைப்பட்ட பள்ளத்தாக்கில் சமதளப் பயணம் என்பதால் இடுக்கி நெருக்கி உட்காரும் நிலையில்லை. ஆனாலும் சுகமதியால் இயல்பாய் இருக்க முடியவில்லை. என்ன செய்வது எனத் தெரியாமல், பொற்சுவையின் முகத்தைப் பார்ப்பதும், பிறகு பார்வையைத் தவிர்த்து, குனிந்து கால்விரல்களைப் பார்ப்பதும், சிறு விளக்கின் அசைவைப் பார்ப்பதுமாக வந்தாள்.

சிறிது நேரத்துக்குப் பிறகு, எதையோ சொல்ல, தலை நிமிர்ந்து பொற் சுவையைப் பார்த்தாள். அவளது முகத்தில் மாற்றங்கள் தெரிந்தன. தனது எண்ணத்திலிருக்கும் குழப்பம் தான் அப்படித் தோன்றுகிறது என நினைத்துக் குனிந்து கொண்டாள்.

சிறிய இடைவெளிக்குப் பிறகு மீண்டும் பொற்சுவையின் முகத்தைப் பார்த்தாள். அவளது முகத்தில் வியர்வைத் துளிகள் இருந்தன. சுகமதி அதிர்ச்சிக்குள்ளானாள். திடீரென இளவரசிக்கு என்ன ஆயிற்று எனப் புரியவில்லை. 'காற்றோட்டம் குறைவாக இருப்பதால் வியர்க்கிறதோ!' என நினைத்து, "பல்லக்கின் திரையை விலக்கட்டுமா இளவரசி?" என்று கேட்டாள்.

"வேண்டாம்" என்று மறுத்தாள் பொற்சுவை. இவ்வளவு நேரம் பேசிவந்த குரலின் இனிமை இப்போது இல்லை. அவளது எண்ணம் குழப்பத் துக்குள் மூழ்குவது தெரிந்தது. சுகமதி, அவளது முகத்தையே உற்றுப் பார்த்தாள்.

பொற்சுவையின் கண்கள் இங்குமங்குமாக அலைமோதின. சுகமதி தன்னைக் கண்டறிகிறாள் என்றுகூட அவளால் கணிக்க முடிய வில்லை. மனம் தத்தளித்தபடி இருந்தது. என்ன செய்வதென அறியாத பதற்றம் சூழ்ந்தது. சட்டெனச் சொன்னாள், "உனது காதில் இருக்கும் அணிகலனைக் கழற்று."

சுகமதிக்குப் புரியவில்லை. 'எனது காதணியை ஏன் கழற்றச் சொல்கிறாள்?' என்று மனம் குழம்பியபடி இருக்க, கைகள் காதணியின் திருகாணியைத் திருகிக் கொண்டிருந்தன.

அவளின் கைகள் செய்து கொண்டிருந்த அதே வேலையை, பொற்சுவையின் விரல்களும் செய்து கொண்டிருந்தன. அவள் தனது காதணியின் திருகாணியைக் கழற்றிக் கொண்டிருந்தாள். ஏன் இதைச் செய்கிறாள் என்று சுகமதிக்கு முற்றிலும் விளங்கவில்லை.

சுகமதி அணிந்திருந்தது சிறிய வடிவிலான பூங்குழைக் காதணி.

அதை அவள் கழற்றும்போதே பொற்சுவை தான் அணிந்திருந்த பெரிய வடிவிலான மகரக்குழைக் காதணியைக் கழற்றிச் சுகமதியின் கைகளில் கொடுத்தாள்.

அதை வாங்கியபடிப் புரியாமல் விழித்த சுகமதியைப் பார்த்து "நீ இந்தக் காதணியை இட்டுக்கொள்" என்றாள்.

"இளவரசி அணிந்திருக்கும் மகரக் குழைக் காதணியை நான் மாட்டுவதா?!" சொல்லும்போதே அச்சத்தில் நடுங்கினாள்.

ஆனால் பொற்சுவையோ, "நான் வேறு காரணத்துக்காகச் சொல்கிறேன், அணிந்துகொள்" என்றாள். சுகமதி மீண்டும் மறுக்கவே, சற்றே கோபத்தை வெளிக்காட்டினாள்.

அதன் பிறகு சுகமதியால் மறுக்க முடியவில்லை. பாண்டியநாட்டு இளவரசியின் விலைமதிப்பற்ற மகரக்குழைக் காதணியைத் தனது காதில் மாட்டிக்கொண்டாள்.

பொற்சுவை, சுகமதியின் காது களையே உற்றுப்பார்த்தாள். மகரக் குழைக் காதணி ஆடியபடியே வந்தது.

காதணியையே பார்த்துக் கொண்டிருந்த பொற்சுவை, பல்லக்கில் சுடர் விட்டுக்கொண்டிருந்த சிறு விளக்கை எடுத்து அதை சுகமதியின் கைகளில் கொடுத்தாள்.

அவள் என்ன செய்கிறார் என, சுகமதிக்குப் புரியவில்லை. ஆனாலும் அவள் சொன்னபடி விளக்கை இறக்கிப் பிடித்துக்கொண்டாள்.

பொற்சுவையோ, பல்லக்கின் திரையை மிகச்சிறிய அளவு மட்டும் விலக்கி வெளிப்புறமாகப் பார்த்தாள்.

இவ்வளவு சிறிய அளவு விளக்கொளியில் எதைப் பார்த்துவிட முடியும் எனப் புரியாமல் தவித்தாள் சுகமதி.

சிறிது நேரத்துக்குப் பிறகு விளக்கை மீண்டும் மேலே மாட்டச் சொன்னாள்.

சுகமதி விளக்கை மாட்டினாள்.

"தங்களின் நடவடிக்கை எதுவும் புரியும்படி இல்லை, இளவரசி."

"சிறிது நேரம் பொறு; சொல்கிறேன்."

பொற்சுவையின் மனம் சற்றே அமைதிகொண்டது. அடுத்து என்ன செய்யவேண்டும் என விரைவாக முடிவெடுக்கத் தொடங்கினாள். இதை சுகமதிக்குத் தெரியப்படுத்துவது அவசியம் எனத் தோன்றியது.

இதுவரை பேசியதைவிட மெல்லிய குரலில் சொன்னாள், "நான் சொல்வதைக் கேட்டு அச்சப்படாதே. நமது பல்லக்கைத் தூக்கி வருகிறவர்கள் அண்ணகர்கள் அல்ல."

ஒரு கணம் நடுங்கி மீண்டாள் சுகமதி, "என்ன சொல்கிறீர்கள் இளவரசி?"

"ஆம். நினைவுதெரிந்த நாள் முதல் பல்லக்கில் பயணிப்பவள் நான். பல்லக்குப் பயணத்தின் அத்தனை விதத்தையும் என்னால் எளிதில் கண்டறிய முடியும்."

கண்ணிமைக்காமல் பார்த்தாள் சுகமதி.

"அண்ணகர்கள் பல்லக்கைத் தூக்குவதற்கும் மற்றவர்கள் பல்லக்கைத் தூக்குவதற்கும் எவ்வளவோ வேறுபாடுகள் உண்டு. அண்ணகர்கள் பல்லக்கைத் தூக்கிச்செல்வது நீரில் மிதக்கும் பூவைப் போன்றது. அதுவே மற்றவர்கள் தூக்கிச்செல்வது கூடையில் தூக்கிச்செல்லும் பூவைப் போன்றது. வீசும் காற்றுக்கும் தூக்கிச் செல்பவரின் தோள் குலுங்கலுக்கும் பூ ஆடிக்கொண்டேதான் இருக்கும்."

"இவர்கள் அண்ணகர்கள் இல்லையா இளவரசி?"

"ஆம். எனக்கு முதலிலேயே சிறிய ஐயம் வந்தது. ஆனால், மேடு பள்ளத்தில் பல்லக்கைத் தூக்கி வந்ததாலும், சிறுபல்லக்கில் இருவர் மிக நெருக்கமாக உட்கார்ந்திருந்ததாலும் கண்டறியாமல் விட்டு விட்டேன். இப்போது சமதளத்தில் செல்லும்போது எனது மகரக்குழைக் காதணிகள் காதுமடல்களிலிருந்து அசைந்து அசைந்து கழுத்தைப் போய்த் தட்டிக்கொண்டே இருந்தன. இவ்வளவு கனமான காதணிகள் இப்படி அசையும்படி அண்ணகர்கள் ஒருபோதும் பல்லக்கைத் தூக்கிச் செல்ல மாட்டார்கள். அதனால்தான் உனது காதில் மாட்டி அவை அசையும் விதத்தைப் பார்த்தேன்."

"திரையை விலக்கிக் கீழே பார்த்தது?" என்று கேட்டு முடிக்கும் முன் பொற்சுவை சொன்னாள், "ஐயத்தை உறுதிப்படுத்திக்கொள்ள வேண்டுமல்லவா? அதனால் விளக்கின் ஒளியில் தூக்கிச்செல்பவர்களின் கால்களைப் பார்த்தேன்."

சுகமதியின் கண்கள் நடுங்கியபடியே அவளது முகத்தைப் பார்த்தன. பொற்சுவை சொன்னாள், "அண்ணகர்களின் கால்களில் முடி இருக்காது. ஆனால், இந்தக் கால்களை நீ பார்க்கிறாயா?" என்றாள்.

பதறினாள் சுகமதி, "அப்படியென்றால் நம்மைத் தூக்கிச் செல்வது யார் இளவரசி?"

சற்று அமைதிக்குப் பிறகு சொன்னாள், "நம் அண்ணகர்களை நமக்குத் தெரியாமலேயே மாற்ற, வேறு யாரால் முடியும்? நம் பேரரசர் தான் இதைச் செய்திருப்பார்."

"ஏன்?"

"பாரியைக் கொல்ல நம் மூலம் செய்யப்பட்டிருக்கும் ஏற்பாடாக இஃது இருக்கலாம்."

சொல்லும்போதே பொற்சுவைக்கு வியர்த்து அடங்கியது. "கொலையைத் தடுக்க வருவதாக நினைத்து, கொலையாளிகளை அழைத்து வந்துள்ளேன்."

சுகமதிக்கு மயக்கம் வருவதுபோல் இருந்தது. பொற்சுவையின் கண்களைக் கூட அவளால் பார்க்க முடியவில்லை; நீர் பெருகியது.

பல்லக்குச் சட்டென நின்றது. பறம்பு வீரர்கள், "பல்லக்கை இங்கு இறக்குங்கள்" என்று சொல்வது கேட்டது.

பதறிய சுகமதி, பொற்சுவையின் கைகளை இறுகப்பற்றினாள்.

"நான் உங்களை இறங்கவிட மாட்டேன்" சொல்லிக் கொண்டிருக்கும்போதே கண்ணீர் பொங்கியது.

அவளின் பிடியிலிருந்து கைகளை விலக்கி, அவளின் தலையைத் தொட்டபடிப் பொற்சுவை சொன்னாள், "பதற்றப்படாதே. நாம் எண்ணிய இடத்துக்குத்தான் வந்துள்ளோம். இனி பின்வாங்க முடியாது. நமது அறிவு நமக்குக் கைகொடுக்கும். நம்பிக்கையுடன் எதிர்கொள்வோம்."

"இல்லை. நான் கடமை வழுவ மாட்டேன். உங்களுக்கு எந்தத் தீங்கும் நேர அனுமதிக்க மாட்டேன்" என்று பதறினாள்.

"நீ எனது கனவின் மிச்சம். உனது வார்த்தைகளில்தான் அது முழுமை கொள்ளப்போகிறது. இங்கு என்ன நடந்தாலும் பல்லக்கை விட்டு நீ கீழிறங்கக்கூடாது" என்று சொல்லிய படிச் சட்டெனத் திரை விலக்கி வெளியேறினாள் பொற்சுவை.

தூக்கிவந்த அறுவர் தலைவணங்கி நின்றிருந்தனர். அவர்களுக்கு அருகில் பறம்பு வீரர்கள் நால்வர் நின்றிருந்தனர். பல்லக்கிலிருந்து வெளிவந்ததும் எதிரில் இருந்த மரத்தின் அடிவாரத்தைப் பார்த்தாள். அங்கு நிறைய தீப்பந்தங்கள் எரிந்து கொண்டிருந்தன. மரத்தின் அடிவாரத்தில் இருந்த கல் இருக்கைகளில் ஆறேழு பேர் பேசிக் கொண்டிருந்தனர். இடது ஓரத்தில் ஆசான் கபிலர் இருந்தார்.

பாட்டாப்பிறையின் வலது ஓரத்தில் பாரி இருந்தான். இடையில் முடியன், ஈங்கையன், உதிரன், விண்டன், காலம்பன் ஆகியோர் இருந்தனர். ஆனால், பொற்சுவை யாரையும் பார்க்கவில்லை. நேராகக் கபிலரை நோக்கி நடக்கத் தொடங்கினாள்.

மனதுக்குள் எண்ணங்கள் புரண்டெழுந்துகொண்டிருந்தன. சோழனின் சதித்திட்டத்தை எப்படிச் சொல்வது? உடன் வந்துள்ள பாண்டிய வீரர்களின் தாக்குதலை எப்படித் தடுப்பது? எதுவுமே அவளுக்குப் பிடிபடவில்லை. கண்களுக்கு வேறெதுவும் தெரிய வில்லை. ஆசானின் முகம் மட்டுமே தெரிந்தது. அவரின் அருகில் வந்து நின்றாள் பொற்சுவை. 'வேகமாக வந்துவிட்டோமா?' என ஒரு கணம் எண்ணினாள். என்ன முடிவெடுப்பது என்பதறியாத பதற்றத்தோடு பணிந்து ஆசானின் கால்களைத் தொட்டாள்.

கண்கலங்கிய கபிலர், அவளுக்கு வாழ்த்துச் சொல்லி எழுந்திருக்கச் சொன்னார். ஆனால், பொற்சுவையால் எழுந்திருக்க முடியவில்லை. அடுத்து என்ன செய்வது என்பது அவளுக்குப் பிடிபடவில்லை. குனிந்து வணங்கிய படி இருந்தவளின் மனம் கொந்தளித்த படி இருந்தது. தன் வழியாகப் பாரியை எப்படி அடையாளம் கண்டறிவார்கள்; தாக்குதலுக்கு என்ன உத்தியை வகுத்திருப்பார்கள் எனச் சிந்தித்த படியே எழுந்தாள்.

ஆசான் வாஞ்சையோடு அவளின் தலையைத் தொட்டு வாழ்த்துச் சொல்லியபடி இருக்க, அவர் முகத்தைப் பார்த்ததும் பொற்சுவை கேட்டாள், "ஈங்கையன் எங்கிருக்கிறார் ஆசானே?"

சற்றே அதிர்ச்சிக்குள்ளானார் கபிலர். 'பாரியைத்தானே கேட்பாள் என நினைத்தோம். ஏன் ஈங்கையனைக் கேட்கிறாள்?' எதுவும் புரியவில்லை. இடதுகையை நீட்டி மூன்றாவதாக நிற்பவனைக் காட்டினார் கபிலர்.

பொற்சுவையின் கால்கள் அவனை நோக்கித் திரும்பின. பல்லக்கின் மேற்பிடிமானங்கள் முழுவதும் உள்ளொடுங்கிய ஈட்டிகளால் ஆனவை. 'பொற்சுவை, கபிலரை வணங்கிய பிறகு பாரியை வணங்கிப் பேசுவாள். அந்தக் கணத்தில் அவனைத் தாக்கி அழிக்க வேண்டும்' என்னும் ஆணையோடுதான் நன்கு பயிற்சிபெற்ற வீரர்களைக் குலசேகரப் பாண்டியன் அனுப்பியிருந்தார். பொற்சுவையின் கால்கள் ஈங்கையனை நோக்கி நகரத் தொடங்கியபோது பாண்டிய வீரர்கள் பல்லக்கோடு ஒட்டியுள்ள ஈட்டியை இறுகப்பற்றினர்.

பொற்சுவையின் மனம் தள்ளாடியது. 'பாரி எங்கு இருக்கிறான்; ஒரு கணமேனும் அவன் முகத்தைப் பார்க்க வேண்டும்' என மனதுக்குள் தோன்றியது. 'ஒருவேளை அந்த முகத்தைப் பார்த்துவிட்டால், தன்னை அறியாமலே கைகள் குவிந்து தாள் பணிந்துவிடுவோம். வேண்டாம்' என மனதின் அடங்காத தவிப்போடு மூன்றாம் நிலையில் இருந்த ஈங்கையனின் முன்னால் வந்து நின்றாள். உடன் நிற்கும் யாருக்கும் எதுவும் புரியவில்லை.

ஈங்கையனைப் பார்த்தபடி கைகளைக் குவித்து கால் தொட்டு வணங்க மண்டியிட்டாள் பொற்சுவை. ஈங்கையன் பதற்றத்தோடு அவளைத் தடுக்க முற்படும்போது பாண்டிய வீரர்களின் ஈட்டிகள் மின்னலெனப் பாய்ந்தன. அருகில் நிற்பவர்கள் என்னவென்று அறியும் முன்பு அடுத்தடுத்து இறங்கின ஈட்டிகள். மற்றவர்கள் ஈங்கையனை நோக்கி ஓடிவருவதற்குள் கபிலரின் முகம் நோக்கிப் பீய்ச்சியடித்தது ஈங்கையனின் குருதி. கணநேரத்தில் பாட்டாப்பிறை போர்க்களமானது.

எதிர்பாராத கணத்தில் தாக்குதலில் இறங்கிய பல்லக்குத் தூக்கிகளைச் சுற்றி நின்றிருந்த பறம்பு வீரர்கள், கண்ணிமைக்கும் நேரத்தில் வெட்டிச் சரித்தனர். ஒருவன்கூட உயிர் தப்பவில்லை. அலறல் ஒலி மேலெழும் முன்பே எல்லாம் முடிந்தன.

தாக்குதல் ஓசை கேட்டுப் பதற்றத்தோடு பல்லக்கை விட்டு வெளியில் வந்தாள் சுகமதி. மரத்தடியைப் பார்த்த கணத்தில் "ஐயோ... இளவரசி..!" என்று உயிர் உருகக் கத்திக்கொண்டு ஓடினாள்.

103

தட்டியங்காட்டில் ஆறாம் நாள் போர் தொடங்க விருந்தது. இரு பக்கமும் படைகள் அணிவகுத்தன. வழக்கம் போல் திசைவேழர் பரண்மீது ஏறினார். நேற்றைப்போல இன்று இருக்காது; தாக்குதல் முழு அளவில் இருக்கும் என்று நினைத்தபடி நாழிகைக்கோலின் நிழலை உற்று நோக்கிக்கொண்டிருந்தார். இரு பக்கப் படைப் பிரிவுகளும் ஒன்றினை ஒன்று எதிர்நோக்கியபடி இருந்தன.

போர் தொடங்கும் நேரம் நெருங்கிய பின்னும் உதியஞ்சேரலும் செங்கனச் சோழனும் கூடாரத்தை விட்டு வெளிவரவில்லை. ஈங்கையன் தங்களுக்கு வழங்கிய வாக்குப்படி நடந்துகொண்டானா என்பது தெரியவில்லை. ஆனால், பறம்புப் படை முழுமையாகத் தட்டியங் காட்டில் வந்து அணிவகுத்து நிற்கிறது.

அப்படியென்றால் பாரி கொல்லப்பட வில்லையா; என்னதான் நடந்தது என்பதை அறிய இருவரும் தவித்தனர்.

இன்னொரு பக்கம் குலசேகரப் பாண்டியனின் கூடாரத்தில் பொதிய வெற்பன் இருந்தான். 'நேற்றிரவு இரலிமேடு நோக்கிப் புறப்பட்ட பொற்சுவை இன்னும் வந்துசேர வில்லை. அழைத்துச் சென்ற காராளியும் வரவில்லை என்று ஆறு ஊர்களிலும் உள்ள உளவுக்காரர்களிட மிருந்து உறுதியான செய்திகள் வந்து கொண்டிருக்கின்றன. அப்படி யென்றால், அங்கு என்னதான் நடந்தது? பல்லக்குத் தூக்கிகளாக அனுப்பப்பட்ட பாண்டிய நாட்டு வீரர்கள் தங்களுக்கு இட்ட பணியைச் செய்தார்களா? பாரி கொல்லப்பட்டானா, இல்லையா? பறம்புப் படை வழக்கம்போல் வந்து அணிவகுத்து நிற்பதைப் பார்த்தால்

பாரி கொல்லப்படவில்லை என்று தெரிகிறது. ஒருவேளை பாரி தாக்குதலுக்கு உள்ளாகி அவனுக்குச் சிகிச்சையளிக்கின்றனரா? பொற்சுவை என்ன ஆனாள்?' என்ற விடை தெரியாத கேள்விகளுக்குமுன் நிலை கொள்ள முடியாத பதற்றத்தில் நின்று கொண்டிருந்தார் பேரரசர் குலசேகரப் பாண்டியன்.

போர் தொடங்கும் நேரம் நெருங்கியதால் செங்கனச்சோழன், "நாம் முதலில் போர்க்களம் புகுவோம்; இல்லையென்றால் பாண்டியனுக்கு நம்மீது ஐயம் உருவாகும். ஈங்கையனின் தாக்குதல் என்னதான் ஆனதென்று அங்கிருந்தபடியே தெரிந்துகொள்ள முயல்வோம்" என்று உதியஞ்சேரலிடம் சொன்னான். அவனது கூற்றினை உதியஞ்சேரலும் ஏற்றான். இருவரும் கவசம்பூண்டு போர்க்களம் புறப்பட்டனர்.

பாண்டியனுக்கும் இதே நிலைதான். நாம் போர்க்களத்தில் இல்லை யென்றால் சேரனுக்கும் சோழனுக்கும் நம்மீது ஐயம் வரும். எனவே வழக்கம் போல் நாம் போர்க்களம் செல்வோம். பாரியின் மீதான நம் வீரர்களின் தாக்குதல் பற்றி அங்கிருந்தபடியே அறிந்துகொள்ள முயல்வோம்" என்று சொல்லிப் பொதியவெற்பனுடன் போர்க்களம் புறப்பட்டார் குலசேகரப் பாண்டியன்.

பறம்பு வீரர்கள் வழக்கம்போல் முழு ஆற்றலோடு களத்தில் நின்றனர். ஆனால், பறம்புத் தளபதிகள் எல்லோரும் பெருங்கலக்கத்தில் இருந்தனர். நேற்றிரவு நடந்த நிகழ்வு அவர்கள் அத்தனை பேரையும் உலுக்கியிருந்தது. பாட்டாப்பிறையில் அனைவரும் இருக்கும்பொழுதே பாரியைக் கொல்ல நடந்த முயற்சி அவர்களைப் பேரதிர்ச்சிக்கு உள்ளாக் கியது.

சுகமதியின் கதறலும் கபிலரின் கண்ணீரும் யாரையும் இயங்கவிட வில்லை. எல்லோரும் நிலைகுலைந்து நின்றனர். பாண்டிய வீரர்கள் எறிந்த ஈட்டிகள் பொற்சுவையையும் வீழ்த்தின. கபிலர் ஓடிப்போய் அவளைத் தூக்கும் முன்பே உயிர் பிரிந்தது. அதன் பின்புதான் பல்லக்கி லிருந்து சுகமதி வெளியில் வந்தாள்.

பொற்சுவையின் நிலைகண்டு கதறிக்கொண்டு ஓடினாள். குருதியில் மூழ்கிக்கிடந்த பொற்சுவையின் கால்களைத் தனது மடியில் எடுத்து வைத்துக்கொண்டு காடதிரக் கதறினாள். அவள் சொல்லி அழுத சொற்களை நினைக்க நினைக்க முடியனின் கண்களில் நீர்பொங்கியபடி இருந்தது.

பறம்புப் படையின் முன்பகுதியை வழக்கம்போல் அவன் குதிரையில் சுற்றிவந்தான். எதிரிகளும் தங்களின் படைகளை அணிவகுத்து நிறுத்தி யிருந்தனர். தேர்ப்படையில் கருங்கை வாணன் நின்றுகொண்டிருந்தான். படையின் நடுப்பகுதியில் மையூர்க் கிழார் நின்றுகொண்டிருந்தார். குதிரையில் சென்றுகொண்டே எல்லாவற்றையும் பார்த்தபடிப் படை யைக் கடந்தான் முடியன். அவனால் சிந்தனையை ஒருமுகப்படுத்த முடியவில்லை.

எப்பொழுதும்போல் படையின் இறுதிப்பகுதியில் நின்று கொண்டிருந்தான் தேக்கன். நேற்றிரவு அவன் நாகக்கரட்டில் கூடாரத்தில் தங்கியிருந்தான். நடந்த தாக்குதலைக் கேள்விப்பட்டு அவசரஅவசரமாக அங்கு ஓடினான். பாட்டாப்பிறைக்குத் தேக்கன் வந்து நின்றதும் அவன்

கால்களைப் பற்றிக் கதறினார் கபிலர். பெரும்புலவரின் கண்ணீர்பட்ட கணத்தில் தேக்கனின் உடலே நடுங்கியது.

குருதிபொங்கும் பொற்சுவையின் உடலை மடியில் கிடத்தியிருந்த கபிலர், எதிரில் சாய்ந்துகிடந்த ஈங்கையனையும் பார்த்துக் கதறிக்கதறி அழுதார். எல்லாக் கொலைகளுக்கும் தானே காரணம் ஆகிவிட்டதாக நினைத்தார். அத்தாக்குதலை யாராலும் விளங்கிக்கொள்ள முடியவில்லை.

ஈங்கையன் மீதான இரக்கமும் தங்களின் கண்முன்னால் ஒரு பெண் கொலை செய்யப்பட்டுவிட்டாள் என்ற பதற்றமும் அனைவரையும் நிலைகுலையச் செய்தன. நள்ளிரவுக்குப்பின் சுகமதி பேசத் தொடங்கினாள். பொற்சுவையின் உடலில் கசிந்துகொண்டிருக்கும் குருதி பாரியின் உயிர்காக்கச் சிந்தப் பட்டது என்பதை அறிந்தபொழுது பறம்பே உறைந்துபோனது.

திசைவேழர் தன் கைகளை உயர்த்தியவுடன் போர் முரசங்கள் முழங்கின. தட்டியங்காட்டுப்போரின் ஆறாம்நாள் தொடங்கியது. படை களின் தாக்குதல் தொடக்கத்திலேயே வீறுகொண்டு இருப்பதுபோல் அவருக்குத் தெரிந்தது.

பறம்புப்படை வழக்கம்போல் அணிவகுத்திருந்தது. இரவாதன் இரவு முழுவதும் குளவன்திட்டின் அடி வாரத்தில் தனது படையைப் பயிற்று வித்தான். அவனுடன் சேர்ந்து மூஞ்சலைத் தாக்கி நீலனை மீட்பதற் கான திட்டத்தின் தளபதிகளான கரிணியும் பிடறிமானும் இடமும் வலமுமாக வந்து நின்றனர். குளவன் திட்டிலிருந்து நேராகத் தட்டியங் காட்டுக்கு வந்து சேரத்தான் பொழுது சரியாக இருந்தது. நேற்றிரவு நடந்தது எதுவும் இரவாதனுக்குத் தெரியாது. வழக்கம்போல் பீறிடும் ஆற்றலோடு களம்வந்து நின்றான் இரவாதன்.

போரின் முதல் நாழிகையிலேயே ஆயுதங்களின் சீற்றம் அதிகமிருந்தது. குறிப்பாக வேந்தர்படையின் தாக்குதல் மிகுவலிமையோடு இருந்தது. பறம்பின் விற்படை எதைநோக்கித் திரும்பி நகர்வது என்பதை இன்னும் முடிவு செய்யாமல் இருந்தது. எப்பொழுதும் உதிரன் போர் தொடங்கிய கணத்திலேயே அதனை முடிவு செய்வான். ஆனால் இன்று அவன் முடிவேதுமின்றிக் களத்தில் நின்றான். நேற்றிரவு பாட்டாப் பிறையில் தாக்குதல் நடந்தபொழுது அவனது கையருகேதான் ஈங்கையன் இருந்தான். அவன்மீது ஈட்டிகள் பாய்ந்த பொழுது துடித்துப்போனான் உதிரன். தாக்குதல் நடத்திய பாண்டியனின் பல்லக்குத் தூக்கிகளைக் கணநேரத்தில் பறம்புவீரர்கள் வெட்டி வீசினர். ஆனாலும் ஈங்கையனை இழந்ததால் வந்த ஆவேசம் கட்டுக்கடங்காமல் இருந்தது.

சுகமதி பேசத் தொடங்கிய பிறகு நிலைமை தலைகீழாக மாறியது. வேட்டுவன் பாறைக்கு அருகில் சிகிச்சை எடுத்துவந்த ஈங்கையனையும் அவன் தோழர்களையும் நம்பிக்கைக்கு உரியவர்கள் என்று தெரிவித்தது நீலனும் உதிரனும்தான். அவர்களைப் பற்றி இன்னும் நன்கு விசாரித்து அறியாமல் தவறு செய்துவிட்டோமோ என்று தோன்றியது. ஆனாலும் துரோகம் கழுத்துவரை வந்து நின்றதை யாராலும் எளிதில் கடக்க முடிய வில்லை. தேக்கன், முடியன், உதிரன், விண்டன் என எல்லோரும் தட்டியங் காட்டில் நிலைகுலைந்து நின்று கொண்டிருந்தனர்.

ம.செ

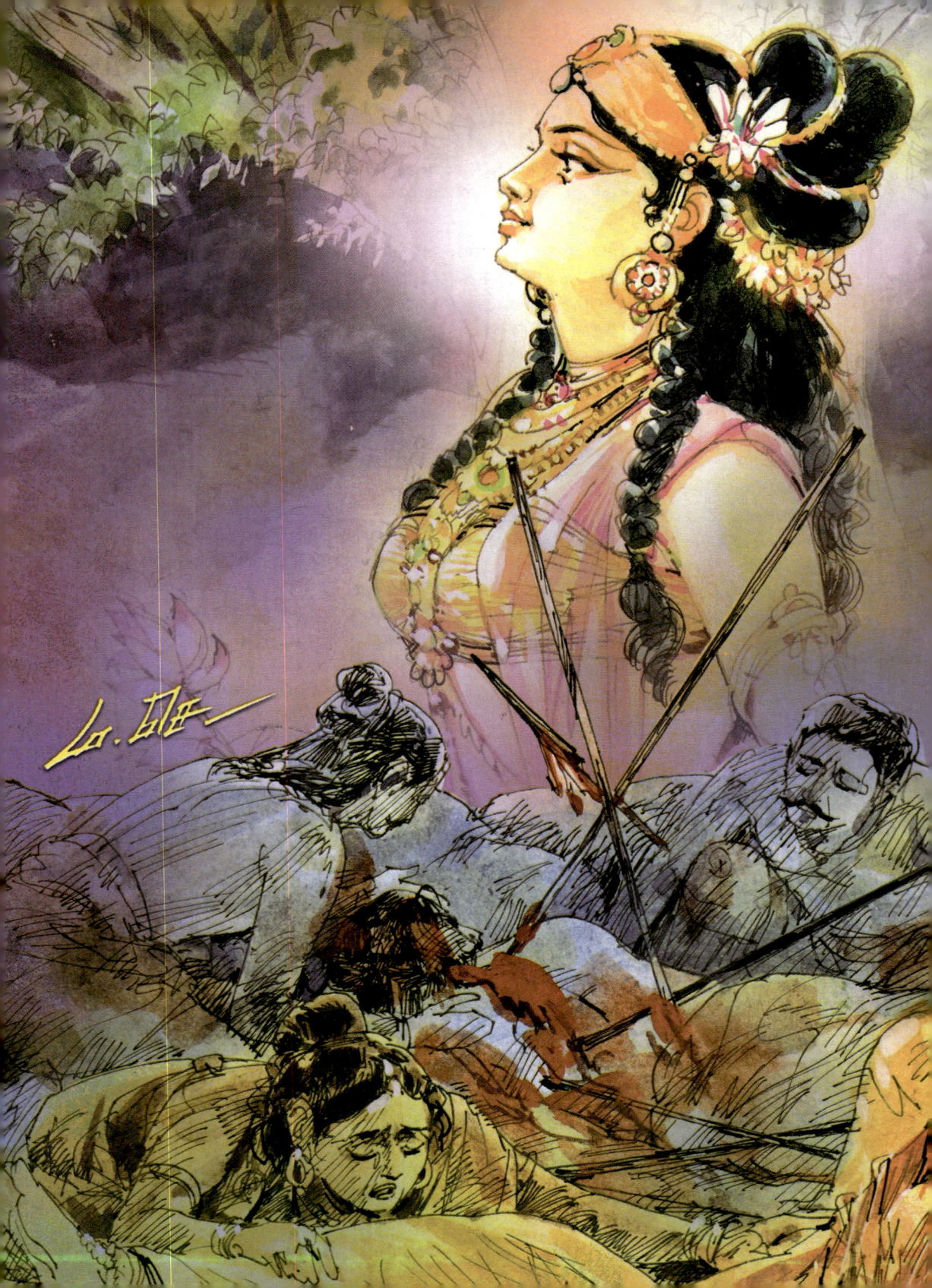

வேந்தர்களின் தரப்பில் குலசேகரப்பாண்டியன், செங்கனச் சோழன், உதியஞ்சேரல், பொதிய வெற்பன் ஆகிய நால்வரும் விடை அறிய முடியாத கேள்விகளோடு நின்றுகொண்டிருந்தனர். அவர்களால் போர்க்களத்தில் கவனங்கொள்ள முடியவில்லை. தாம் பெரிதும் நம்பிய திட்டத்தால் ஏற்பட்ட பயனென்ன என்பதை எவ்வகையிலும் உறுதிப் படுத்த முடியாமல் தவித்துக் கொண்டிருந்தனர்.

ஆனால், அவர்கள் தளபதிகளான உறுமன்கொடி, துடும்பன், வெறுகாளன், மாகனகன், கருங்கை வாணன், மையூர்க்கிழார் ஆகிய யாருக்கும் எவ்விதக் குழப்பமும் பதற்றமும் இல்லை. நேற்றிரவு நடந்த எதுவும் அவர்களுக்குத் தெரியாது. எனவே, அவர்கள் போர்க்களத்துக் குரிய செயல்திட்டங்களோடு நின்றனர்.

தாக்குதலின் தன்மையை வழக்கம் போல் குளவன்திட்டிலிருந்து பார்த்துக்கொண்டிருந்தான் பாரி. நேற்றிரவு கண்களுக்கு முன் பீறிட்ட குருதியெல்லாம் தன்பொருட்டே பீறிட்டது. கபிலரின் மடிமீது சாய்ந்து கிடந்த பொற்சுவையை நெடுநேரம் பார்த்துக்கொண்டே இருந்தான். இன்னொரு புறம் ஈங்கையனின் உடல்கிடந்தது. சுகமதி சொல்லக் கேட்ட பின் அவனது உடலை யாரும் மடிமீது தூக்கி வைத்துக்கொள்ள வில்லை.

கொல்லப்பட்ட இருவருக்குமாகக் கலங்கிய உள்ளம் சிறிதுநேரத்திலேயே ஒருவருக்கு எதிராக மாறியது. பெருகிய குருதி துரோகத்தால் காய்ந்தும் தியாகத்தால் ஒளிர்ந்தும் வெளிப் பட்டது.

ஈங்கையன் தன் குலங்காக்கத்தானே இக்கொடிய செயலுக்கு ஒத்துக் கொண்டுள்ளான். தலைமுறை தலைமுறையாகப் போராடியும் சோழப்பேரரசை வீழ்த்த முடிய வில்லை. இந்நிலையில் தன் குலங்காக்க அவன் செய்த கடைசி முயற்சியாக இது இருந்துள்ளது. ஏதோ ஒருவகையில் அவனது குருதியிலும் தியாகத்தின் சிற்றொளி அடங்கியிருந்தது. மீதமிருக்கும் கரும்பாக்குடி வீரர்கள் அனைவரும் இரவோடு இரவாகப் பறம்பு வீரர்களால் சூழப்பட்டனர். ஒரு சிலருக்கு மட்டுமே இத்திட்டம் தெரிந்திருந்தது. மற்றவர்களுக்குத் தெரியவில்லை. ‘இவர்களை என்ன செய்வது? கைது செய்து சிறையிடுவது என்ற பழக்கமே பறம்பில் இல்லை. தலைவன் செய்த தவறுக்காக மற்றவர்களை தண்டித்தல் தகுமா? இப்படியே அனுப்பினால் எதிரிகளோடு சேர்ந்து நமக்கு எதிராகப் போரிடவும் வாய்ப்புள்ளது!’ என்று பறம்புத் தளபதிகள் தங்களது அறத்திற்கும் ஈங்கையனின் துரோகத்திற்கும் இடையில் முடிவெடுக்க முடியாமல் அல்லாடினர்.

பாரி குளவன்திட்டு நோக்கிப் புறப்படும்பொழுது “ஈங்கையனின் இறுதிச்சடங்கினைச் செய்ய அவர்களை அனுமதியுங்கள்” என்று தேக்கனிடம் சொல்லிவிட்டுப் போனான். அவனது சொல்லிலிருந்தே இச்செயலின்பால் அவன் கொண்டுள்ள கருத்தைத் தேக்கனால் புரிந்துகொள்ள முடிந்தது.

“போர் முடியும்வரை ஆயுதங்களைத் தொடக்கூடாது. மீறி ஆயுதங்களைக் கைக்கொண்டால் அதற்குரிய விளைவிற்கு ஆளாவீர்கள்!” என்று கூறி, அவர்கள் இருக்க வேண்டிய

இடத்தையும் தெரிவித்தான். அவர்கள் அனைவரையும் காரமலையின் பின்புறம் அழைத்துச்செல்ல, பறம்பு வீரர்கள் ஆயத்தமாயினர்

தேக்கன் தட்டியங்காட்டுக்கு வந்துசேர்ந்த சிறிதுநேரத்திலேயே போர் தொடங்கியது. வழக்கம்போல் இருபக்க அணிகளும் போரிட்டுக் கொண்டிருந்தன. அவனுடைய எண்ணங்கள் முழுக்க நேற்றிரவு நடந்த நிகழ்வுபற்றியே இருந்தது.

'கபிலர், பொற்சுவை வருவதற்கு அனுமதிகொடுக்கவில்லை என்றால் என்ன நடந்திருக்கும்? குகைக் காவலின்பொழுது ஈங்கையனால் பாரியை ஒன்றும் செய்துவிட முடியாது. அது கொடிவரிசை கொண்ட குகை. பாரி எங்கு துயில்கிறான் என்பதையே கண்டறிய முடியாது. காவல் எல்லையைத் தாண்டி உள்ளே நுழைந்திருந்தால் வெளிவருதற்கான வழியையே கண்டறிய முடியாது. ஒன்றினுள் ஒன்றாகப் பின்னல் தொடர்புகளைக் கொண்ட அக்குகைக்குள் நுழைபவன் எளிதில் சிக்கிக்கொள்வான். ஈங்கையனின் நோக்கம் அனைவராலும் அறியப்பட்டிருக்கும்.

கோட்டைகளிலும் அரண்மனையிலும் நடக்கும் சதியைப்போல எந்தவொரு தாக்குதலையும் பறம்பில் எளிதில் நடத்திவிட முடியாது. ஆனால், யாராக இருந்தாலும் ஏமாறும் ஓர் இடமுண்டு. அதுதான் பறம்பு வீரர்கள் பல்லக்கின் தன்மையை அறியாமல் பாட்டாப்பிறை வரைக்கும் அதை அனுமதித்தது. அந்த வகையான பல்லக்கினை இதற்கு முன்னால் பார்த்தறியாததாலும் இரவு நேரமாக இருந்ததாலும் அதன் மேற்புறத்தில் மறைத்துவைக்கப்பட்டிருந்த ஈட்டிகளைக் கவனிக்காமல் விட்டனர்.

சில நாட்களாக ஈங்கையனின் தாக்குதல் சொல்லிக்கொள்ளும்படி இல்லை. அதற்குக் காரணம் அவன் வகுக்கப்பட்ட படையினூடே தாக்கி முன்னேறும் பயிற்சியற்றவன் என நினைத்தோம். ஆனால், அவன் எதிரிகளால் இயக்கப்பட்டுள்ளான் என்பதை அறியாமல் போய்விட்டோம்' என்று எண்ணங்களை ஓடவிட்டபடி ஈட்டியை ஊன்றிப்பிடித்து நின்று கொண்டிருந்தான் தேக்கன்.

பொழுது உச்சத்தைத் தொட்டுக் கொண்டிருந்தது. பறம்பின் வீரர்கள் வழக்கம்போல் தாக்குதலை நடத்திக் கொண்டிருந்தனர். தனித்த உத்திகள் வகுக்கப்படாத நிலையில் நின்று தாக்கும் முறையை அவர்கள் கடைப் பிடித்துக்கொண்டிருந்தனர். வாட்படைத் தளபதியாக இருக்கும் தேக்கன் பின்வரிசையில் இருப்பதால் இளம்வீரன் அருவன் படையை வழிநடத்தினான்.

முடியனின் சிந்தனையில் வெறுமை மேவி இருந்தது. பறம்பின் உள்நிலத்துக்குள் தனது கைக்கெட்டும் தொலைவில் எதிரியின் ஈட்டிகள் பாய்ந்திருக்கின்றன என்றால் நாம் இன்னும் எச்சரிக்கையோடு இருந்திருக்க வேண்டும். தான் தவறவிட்ட இடமென்ன என்று சிந்தித்தபடி இருந்தான். வேந்தர் படையின் தாக்குதலில் ஏதோ வேறுபாடு இருப்பதை அவ்வப்பொழுது பார்க்க முடிந்தது. ஆனால், பெரிதாக எதுவும் தோன்றவில்லை.

பகற்பொழுதின் இருபதாவது நாழிகை நெருங்கிக்கொண்டிருந்த பொழுது வேந்தர்படையின்

தாக்குதலில் வேகம் கூடியது. அத்தாக்குதலை எதிர்கொள்ளப் பறம்பு வீரர்களுக்கு சற்றே நேரம் தேவைப்பட்டது. வெறும் தடுப்பரண் தாக்குதல் மட்டுமே போதாது, உத்தியை மாற்றவேண்டும் என்பதை உதிரன்தான் முதலில் உணர்ந்தான். கூவல்குடியினர் மூலம் செய்தி முடியனுக்குச் சொல்லப்பட்டது. அவன் அதை உணர்ந்து அடுத்து என்ன நடக்கும் என்ற சிந்தனையில் இருந்தான். ஆனால், எதிரியின் தாக்குதல் திட்டம் என்னவாக இருக்கும் என்பதைக் கணிக்க முடியவில்லை. வேந்தர்படையின் தாக்குதல் பலமடங்கு வீரியமடைந்தது.

அப்பொழுதுதான் முடியன் ஒன்றைக் கவனித்தான். காலையிலிருந்து கருங்கைவாணன் தேர்ப் படையிலேயே நின்றிருந்தான். ஏன் வேறுபக்கம் போகாமல் இங்கேயே இருக்கிறான் என்று சிந்தித்தபொழுதுதான் மையூர்க் கிழாரின் நினைவு வந்தது. தலைமைத் தளபதியிடம் மற்ற தளபதிகளுக்குச் செய்தியைச் சேர்க்க மூன்று போர்ப்பணியாளர்கள் இருப்பர். தனித்த ஆடையமைப்பு கொண்ட அவர்கள் மூவரும் இன்று மையூர்க் கிழாரின் அருகில் நின்றனர். முடியன் காலையில் பார்த்த காட்சியை இப்பொழுது மீண்டும் நினைவுபடுத்திப் பார்த்தான். சற்றே அதிர்ச்சியாக இருந்தது.

‘இன்றைய போரின் தலைமைத் தளபதியாக மையூர்க்கிழாரா களத்தில் நிற்கிறான்?’ எண்ணிப்பார்த்தபடியே அதனை உறுதிசெய்தான். ‘அப்படி யென்றால் தாக்குதலின் உத்தி வழக்கமானதாக இருக்காது. நமது தாக்குதலை உடனடியாக வேகப்படுத்த வேண்டும்’ என முடிவு செய்தான். கூவல்குடியினர் மூலம் அனைத்துத் தளபதிகளுக்கும் செய்தி அறிவிக்கப்பட்டது.

நிலைமையை உணர்ந்தவுடன் உதிரன் தனது விற்படையை வேந்தர் படையின் நடுப்பகுதியை நோக்கி முன்னகர உத்தரவிட்டான். தொலை யிலக்க அம்புகள் சீற்றம் கொள்ளத் தொடங்கின.

தாக்குதலின் வேகம் இருபக்கமும் மிக வலிமையோடு இருந்தது. வேந்தர்படை பறம்பின் விற்படையை மட்டும் தற்காத்து எதிர்கொண்டது. மற்ற படைகளைத் தாக்கி முன்னேறியது. பறம்புப்படைகள் வேந்தர் படையை முழுமையாக எதிர்கொண்டன.

முடியனின் உத்தரவு இரவாதனை அடையும்பொழுது சரியாக இருபது நாழிகை முடிந்திருந்தது. நேற்றுக்கு முந்தைய இரவில் பேசப்பட்டபடி கடைசிப் பத்து நாழிகைக்கான போர் உத்தி தொடங்கிவிட்டது எனக் கருதிய இரவாதன் தனது குதிரைப் படையின் தாக்குதலை எண்ணிப் பார்க்க முடியாத வேகத்தோடு முன்னெடுத்தான்.

நேற்றிரவு நடந்ததெதுவும் இரவாதனுக்குத் தெரியாது. அதே நேரம் அதற்கு முந்தைய நாளிரவு பேசப்பட்ட தாக்குதல் உத்தியை நிறைவேற்றும் நிலையில் முடியன் இல்லை. இப்பொழுது அவன் வேந்தர் படையின் தாக்குதலை எதிர்கொள்வதற்கான திட்டத்தையே வகுத்தான். முடியனின் சிந்தனை முழுவதும் மையூர்க்கிழாரைச் சுற்றியே இருந்தது. அவன் கருங்கை வாணனைப்போலப் பெருவீரனல்லன்; ஆனால், பறம்பைப் பற்றியும் பறம்பின்

தாக்குதல்முறையைப் பற்றியும் ஓரளவு தெரிந்தவன். எனவே, அவனை மிகுந்த எச்சரிக்கையோடு கையாளவேண்டும் என எண்ணினான்.

இரவாதனின் தாக்குதல் சீறி முன்னேறியது. நேற்று இரவு முழுவதும் பயிற்சி பெற்ற அப்படையணியினர் தங்களின் வேலைத்திட்டத்தை நிறைவேற்றத் தொடங்கினர். மூஞ்சலை அடையும் வரை யார் முன்னிலையிலிருந்து படைநடத்த வேண்டும் என்று இரவாதன் தீர்மானித்திருந்தான். அவர்கள் அதேபோல, படையை மூஞ்சலை நோக்கி அழைத்துச்சென்று கொண்டிருந்தனர்.

மற்ற பகுதியில் வேந்தர்படையின் தாக்குல் வலிமைமிகுந்ததாக இருந்தது. பறம்புப்படை திறனோடு அதனை எதிர்கொண்டது. உதிரன் தனது விற்படையை எப்பக்கமாகக் கொண்டு செல்ல என்று கேட்டு முடியனுக்குச் செய்தி அனுப்பினான். முடியனோ ஆபத்து எப்பக்கம் அதிகம் என்பதை இன்னும் கணிக்கவில்லை. கருங்கை வாணனின் மீதும் அவனுக்கு ஐயம் இருந்தது. மையூர்க்கிழாரின் மீதும் அவனுக்கு ஐயம் இருந்தது. இருவரில் யாரை நோக்கி உதிரனின் படை யணியைத் திருப்புவது என்பதை முடிவுசெய்ய, சற்றே நேரம் தேவைப் பட்டது.

வழக்கம்போல் பறம்பின் விற்படையை எதிர்கொள்ள முடியாமல் வேந்தர் படைத் தளபதி துடும்பன் பின்வாங்கத் தொடங்கினான். வாட் படைத் தளபதி மாகனகனை, பறம்புத் தளபதி அருவன் எதிர் கொண்டான். தாக்குதல்கள் தீவிரமடைந்து கொண்டிருந்தன. தேர்ப் படைத்தளபதி வெறுகாளனோடு கருங்கைவாணனும்

இணைந்து கொண்டான். எனவே, பறம்புத் தளபதி விண்டனால் முன்னகர முடியவில்லை. ஆனால், பின்வாங்காமல் சமாளித்துக் கொண்டிருந்தான். மையூர்க்கிழார் எப்பக்கம் போகப்போகிறான்; அவனது உத்தி என்னவாக இருக்கிறது என்பதை அறிவதிலேயே முடியன் கவனமாக இருந்தான்.

இந்நிலையில் இரவாதனின் தலைமையிலான குதிரைப்படை

நினைத்துப்பார்க்க முடியாத வேகத்தில் மூஞ்சலை நோக்கி முன்னேறிக்கொண்டிருந்தது. ஏற்கெனவே திட்டமிட்டபடி மூஞ்சலை ஒரே நேரத்தில் மூன்று முனைகளிலிருந்து தாக்குதல் தொடுக்க வேண்டும். முடியன் ஒருபக்கமும் விண்டன் ஒருபக்கமும் தாக்கி மூஞ்சலின் அரணை உடைக்க வேண்டும். உடைத்தவுடன் உள்ளே நுழையாமல் முன்றடுக்கு அரணை முழுமையாக அழிக்கும் பணியைச் செய்ய வேண்டும். உள்நுழைந்து தாக்கி நீலனை மீட்கும் பணி இரவாதனுடையது. அதே சிந்தனையோடு இரவாதனின் படை முன்னகர்ந்து கொண்டிருந்தது.

குளவன்திட்டிலிருந்து பார்த்துக் கொண்டிருக்கும் பாரிக்குக் களத்தில் நடக்கும் தாக்குதலில் வேறுபாடுகள் இருப்பதுபோல் தெரிந்தது. ஆனால், என்னவென்று பிடிபடவில்லை. கூர்ந்து பார்த்துக்கொண்டிருந்தான். இரவாதன் தலைமையிலான குதிரைப் படை சீறும் அம்புபோல் எதிரிகளைக் கிழித்து உள்நுழைந்துகொண்டிருந்தது. குளவன்திட்டிலிருந்து பார்க்கும் பொழுது அதன் வேகத்தைத் துல்லிய மாகக் கணிக்க முடிந்தது. மற்ற படைப் பிரிவுகளோடு வேந்தர்படை மிகக் கடுமையாகப் போரிட்டுக்கொண்டி ருக்கும்பொழுது குதிரைப்படையை மட்டும் ஏன் அவ்வாறு எதிர்கொள்ளாமல் இருக்கின்றனர் என்ற ஐயம் உடனே தோன்றியது. களத்தை இன்னும் சற்றுநேரம் கூர்ந்து கவனித்தான் பாரி.

எதிரிகள் மாறுபட்ட உத்திகளைப் பயன்படுத்துகின்றனர். நம் வீரர்கள் அதைப் புரிந்துகொண்டு செயலாற்ற வேண்டும் என்று தோன்றியது. இவ்வெண்ணம் உருவாகிக் கொண்டிருக்கும்போதே இரவாதனின் குதிரைப்படை பாதித் தொலைவைக் கடந்து உள்ளே போய்விட்டது. நினைத்ததைவிட வேகமாக அவன் உள்ளே போய்க்கொண்டிருந்தான். அவனைச் சிக்கவைக்க எதிரிகள் வகுத்த போர் உத்திக்குள் மிகவேகமாக உள்நுழைந்துகொண்டிருந்தான். உடனடியாகக் கூவல்குடியினருக்கு உத்தரவிட்டான் பாரி.

குளவன்திட்டிலிருந்து கூவல் குடியினரின் மறைபொருள் குறிப்பு நாகக்கரட்டிலிருக்கும் கூவல் குடியினருக்கு வந்து சேர்ந்தது. வாரிக்கையன் தலைமையில் செய்தியைச் சொல்வதற்கான வீரர்கள் அனைவரும் அங்கே இருந்தனர். இரவாதன் வேகத்தைக் கட்டுப்படுத்தி, பின்தங்கச் சொல்வதற்கான உத்தரவினைப் பாரி தெரிவித்திருந்தான். உடனடியாக அதற்கான ஓசை எழுப்பப்பட்டு, இரிக்கிச்செடியின் ஒளிரும் பால்கொண்ட குறிப்புகள் காட்டப் பட்டன.

நாகக்கரட்டிலிருந்து ஓசை எழுப்பப்பட்டவுடன் அது யாருக்கு என்பதைத்தான் முதலில் அனைத்துத் தளபதிகளும் பார்ப்பர். அது குதிரைப் படைத் தளபதிக்கான குறிப்போடு சொல்லப்படும் ஓசையாதலால் மற்றவர்கள் தாங்கள் முன்னெடுக்கும் தாக்குதலில் கவனம் செலுத்துவர். இரவாதனோ மூஞ்சலை அடையும் நோக்கோடு மின்னல் வேகத்தில் முன்னேறிக்கொண்டிருந்தான். அவனது காதில் எவ்வித ஓசையும் விழவில்லை. அவன் தனது கவனத்தை எதைநோக்கியும் திருப்ப ஆயத்தமாக இல்லை. மூஞ்சலின் அரண் உடைந்து

சிதறும் கணத்தைக் காணும் நோக்கில் குதிரையை விரட்டிக்கொண்டிருந் தான்.

நாகக்கரட்டிலிருந்து மீண்டும் மீண்டும் ஓசை எழுப்பப்படுவதை சிறிது நேரங்கழித்தே முடியனால் உணர முடிந்தது. அது இரவாதனுக்கானது, அவன் எதிரிப் படைக்குள் அதிகத் தொலைவு உள்ளே போயுள்ளான் என்பது அதன் பிறகுதான் தெரியவந்தது. அப்பொழுது தான் நேற்றுக்கு முந்தைய நாள் உருவாக்கப்பட்ட திட்டம் நினைவுக்கு வந்தது. நேற்று இரவு நிகழ்ந்த நிகழ்வால் அத்திட்டத்தை நிறைவேற்றுதல் குறித்து வேறு யாருடனும் முடியன் பகிர்ந்து கொள்ளவில்லை. ஆனால், இரவு முழுவதும் பயிற்சியிலிருந்த இரவாதன் காலையில் நேரடியாகக் களத்துக்கு வந்தான். ஏற்கெனவே, வகுக்கப்பட்ட திட்டப்படி இருபதாம் நாழிகை முடிந்தவுடன் அவன் முன்னேறிப் போகிறான் என்பது முடியனுக்குப் புரிந்தது.

ஆனால், இதற்குள் மையூர்க்கிழார் வகுத்த உத்தியும் இருக்கிறது என்பதை அவன் முதலில் கணிக்கவில்லை. மற்ற படைகளை வலிமையோடு தாக்கி முன்னேறவிடாமல் நிறுத்திவிட்டு, குதிரைப்படையை மட்டும் முழுமை யாக உள்வாங்கி அழிக்கும் திட்டத்தை மையூர்க்கிழார் தீட்டியிருந்தான்.

நாகக்கரட்டிலிருந்து மீண்டும் மீண்டும் குறிப்பொலி எழுப்பப்பட்டது. இப்பொழுது அபாயக் குறிப்பொலி யாக ஒலிக்கத்தொடங்கியது. இரவாதன் மூஞ்சலை நெருங்கி விட்டான். ஏற்கெனவே திட்டமிட்டபடி மற்ற இரு தளபதிகளும் இரு திசைகளிலிருந்தும் மூஞ்சலை நோக்கி முன்னேறுவார்கள் என்ற எண்ணத்துடனே மூஞ்சலின் அரணை நோக்கி அம்புகளைச் செலுத்தத் தொடங்கினான்.

முடியனுக்கு என்ன செய்வதென்று தெரியவில்லை. எதிரிகளின் தாக்குதல் மிகக்கடுமையாக இருந்தது. எப்படையையும் முன்னுக்கு நகர்த்த முடியவில்லை. வேந்தர்படையினர் முழுமையான ஆற்றலோடு தாக்கிக் கொண்டிருந்தனர். கருங்கைவாணனும் வெறுகாளனும் தேர்ப்படையின் மீது கடுந்தாக்குதலை நடத்திப் பெருஞ் சேதத்தை உருவாக்கிக் கொண்டிருந் தனர். நிலைமையை உணர்ந்து உடனடியாக முடியன் அவ்விடம் போனான். ஆனால், அவனது கவனம் முழுவதும் கூவல்குடியினரின் குறிப்பொலியின் மீதே இருந்தது. செய்தியை நேரடியாகச் சொல்ல உதிரனையோ, அருவனையோ அனுப்பலாமா என்று சிந்தித்தான். ஆனால் எல்லா முனையிலும் தாக்குதலின் வேகம் உச்சங் கொண்டிருந்தது.

சூளூர் வீரர்கள் அறுபது வகை யான ஆயுதங்களைக் கையாளத் தெரிந்தவர்கள். பேரரசர்களைக் காப்பதற்கான தேர்ந்த பயிற்சி கொண்ட அகப்படையினைத் தாக்கி அழிக்கக் கரிணியின் தலைமையிலான பிரிவு முழுத்திட்டமிடலோடு பாய்ந்து முன்னேறியது. பொய்க்கூடாரங்களி லிருந்து வெளிவரும் எண்ணிலடங்காத வீரர்களைக் கொன்றுகுவிப்பதற்கான திட்டத்தோடு பாய்ந்து முன்னேறினர் பிடறிமான் தலைமையிலான வீரர்கள்.

கரிணியும் பிடறிமானும் வகுக்கப் பட்ட திட்டத்தின் அடிப்படையில்

தாக்குதலைத் தொடுக்கின்றனரா என்று பார்ப்பது இரவாதனின் வேலையல்ல; அவனது ஒரே இலக்கு நீலன் இருக்கும் கூடாரத்தை நோக்கி எதிரிகளைக் கொன்றழித்து முன்னேறுவது மட்டும்தான்.

மூன்றுதன்மைகளில் தெளிவாக வகுக்கப்பட்ட திட்டத்தோடும் பறம்பினர் இப்போரில் இதுவரை பயன்படுத்தாத பல்வேறுவிதமான ஆயுதங்களோடும் இரவாதனின் குதிரைப்படை மூஞ்சலை நோக்கி வந்தது. பகழி அம்புகளால் மூஞ்சலின் வெளிப்புற அரண் தகர்த்தெறியப் பட்டது. சங்கிலித்தொடர்போல் அடுத்தடுத்து வந்து இடைவெளியை நிரப்பும் அவர்களின் மூன்றடுக்கு ஏற்பாடுகளை எல்லாம் இடியெனத் தாக்கி நிலைகுலையச் செய்தனர்.

யாராலும் உடைக்கவோ உள்நுழையவோ முடியாது என்று சொல்லப்பட்ட மூஞ்சலின் வெளிப்புற அரணை, குதிரையின் வேகத்தைக் குறைக்காமலேயே உடைத்து உள் நுழைந்தனர் சூளூர் வீரர்கள்.

ஒற்றை நுனியில் உடைத்து உள்நுழைந்தவர்கள் விசிறியைப்போல கணநேரத்தில் அரைவட்டமாக விரிந்தனர். வெளியிலிருக்கும் மொத்தக்குதிரைப் படையும் உள்ளே வந்து வட்டத்துக்குள் சேர்ந்தபின் அது வட்டவடிவப் படையமைப்பாகத் தன்னை மாற்றிக் கொண்டது. வட்டம் எல்லா திசைகளிலும் ஒரே நேரத்தில் விரியத்தொடங்கியது. கணக்கில்லாத அம்புகளும் ஈட்டிகளும் வெடித்து வெளிவர, வட்டம் தன்னைப் பெரிதுபடுத்தியபடியே இருந்தது.

நாகக்கரட்டிலிருந்து மீண்டும் மீண்டும் கூவலொலி எழுப்பப்பட்டு, இருக்கிச்செடியின் ஒளிரும் குறிப்புகள் காட்டப்பட்டுக்கொண்டே இருந்தன. களத்தில் நின்ற பறம்புத் தளபதிகள் அனைவரும் குறிப்பொலியைக் கவனித்தனர். இடைவிடாத குறிப்பொலி அனைவருக்கும் பதற்றத்தை உருவாக்கத் தொடங்கியது.

நாகக்கரட்டின் மேலிருந்து வாரிக்கையன் காட்சியைத் தெளிவாகப் பார்த்தான். மூஞ்சலை உடைத்து இரவாதன் உள்நுழைந்துகொண்டிருந்தான். அன்று முடியன் கவலையோடு சொன்னது நினைவுக்கு வந்தது. “இரவாதன் தாக்குதல் போரில் நிகரற்றவனாக இருக்கிறான். ஆனால், களத்தின் முழுமையைக் கவனித்து முன்னேறுவதில் குறைபாடு உடையவனாக இருக்கிறான். அது ஆபத்தை உருவாக்கிவிடும்.”

காட்சியைப் பார்த்துக் கொண்டிருப்பதைத் தவிர வேறெதையும் வாரிக்கையனால் செய்ய முடியவில்லை. குளவன்திட்டிலிருந்தும் இதே ஒலிக்

குறிப்பு மீண்டும் மீண்டும் வருகிறது. என்ன செய்வதென்று புரிபடாமல் நின்றான் வாரிக்கையன்.

உதிரன், விண்டன், அருவன், முடியன் என யாரும் தங்களின் இடம் விட்டு நகரமுடியாத நிலைக்கு உள்ளானார்கள். வேந்தர்படை முழு வலிமையோடு இறங்கிவந்து மறித்துப் போரிட்டுக்கொண்டிருக்கிறது. மூஞ்சல் இருப்பதோ தட்டியங்காட்டின் வடமூலையில். மொத்தப்படையையும் பிளந்து கொண்டு அந்தக் கடைசிப் பகுதிக்குப் போய் இரவாதனுக்கு உதவுவது எப்படி என யாருக்கும் புரியவில்லை.

கருங்கைவாணன், வேந்தர் படையின் தேர்ப்படைத் தளபதி வெறுகாளனோடு இணைந்து வலிமை மிகுந்த தாக்குதலைத் தொடுத்துக் கொண்டிருக்கிறான். பறம்புத் தளபதி விண்டனால் மட்டும் அதை எதிர்கொள்ள முடியாது என்பதால் அவனுடன் முடியன் இணைந்து நிற்கிறான். அப்படியிருந்தும் தாக்குதலின் வேகம் இணையற்றதாக இருக்கிறது.

போர்ச்சூழலில் என்ன முடிவெடுப்பதென்றே தெரியாத ஒரு கணத்தை முதன்முறையாக முடியன் சந்தித்தான். உணர்ச்சியின் படபடப்பு அவனை ஆக்கிரமிக்கத் தொடங்கியது. சட்டென ஒரு முடிவுக்கு வந்தான். இரவாதன் தன் மகன் என்ற உணர்வில் எந்தவொரு முடிவையும் எடுத்துவிடக் கூடாது. நடைபெற்றுக் கொண்டிருப்பது பெரும்போர். இதில் கணிப்புகளும் உத்திகளும் பிழைபடும் வாய்ப்புகள் உண்டு. அப்பிழையை உணரும்பொழுது சரிசெய்யும் முயற்சிக்காகப் பேரிழப்புகளைக் கண்டுவிடக்கூடாது. எண்ணங்கள் மனத்துக்குள் உறுதியாகிக்கொண்டிருக்கும்பொழுது, தேக்கன் அவ்விடம் வந்து சேர்ந்தான்.

அதே நேரத்தில், எதிரில் நின்று போரிட்டுக்கொண்டிருந்த கருங்கை வாணனை நோக்கி விரைந்து வந்தார் மையூர்க்கிழார். இரண்டு பக்கமும் தலைமைத்தளபதிகள் பதற்றத்தோடு இருந்தனர். முடியனைப் பார்த்துத் தேக்கன் சொன்னான், "நாகக் கரட்டிலிருந்து மீண்டும் மீண்டும் குறிப்பொலி கேட்டுக்கொண்டே இருக்கிறது. இரவாதனின் படை தனித்துப்போய் மாட்டிக்கொள்ளக் கூடாது. நீ உடனடியாக இவ்விடம் நீங்கி, அவனோடு போய்ச் சேர்."

திடீரென மையூர்க்கிழார் வந்து நின்றதைப் பார்த்துக் கருங்கைவாணன் திகைத்துப்போனான். என்னவென்று கேட்பதற்குள் அவரே சொன்னார், "எதிரிகளின் குதிரைப்படையைப் பின்புறமாக உள்ளிழுத்து, சூழ்ந்து தாக்கி அழிப்பதற்கான உத்தியைத்தான் நாம் வகுத்தோம். ஆனால் அவர்களோ, நாம் சற்றும் எதிர்பார்க்காத வகையில் மூஞ்சலையே உடைத்துக்கொண்டு உள்ளே போய்விட்டார்கள்." மிரட்சியுற்றான் கருங்கைவாணன். "மூஞ்சலின் காப்பரணை உடைத்து விட்டார்களா?"

"ஆமாம். அதனால்தான் நான் விரைந்து இங்கு வந்தேன். நீங்கள் உடனடியாக இவ்விடம் விட்டு மூஞ்சலை நோக்கிப் போகவேண்டும்."

பதற்றத்தோடு தேக்கன் சொன்னான், "நீ இவ்விடம் விட்டு விலகிச்செல். எது செய்தாவது இரவாதனுக்குத் தீங்கு நேராமல் தடு."

தேக்கனின் சொல்கேட்டுக் கடுஞ் சினத்தோடு பதிலுரைத்தான் முடியன், "கருங்கைவாணனும் வெறுகாளனும் இணைந்து நின்று தாக்கிக் கொண்டிருக்கின்றனர். நான் இவ்விடம் விட்டு அகன்றால் நமது தேர்ப் படையைப் பெருஞ்சேதத்துக்கு உள்ளாக்கிவிடுவார்கள். அது மட்டுமல்ல, இங்கிருந்து எதிரிகளின் மொத்தப் படையையும் கிழித்துக் கொண்டுபோய் நான் மூஞ்சலை அடைவது இயலுகிற செயலல்ல."

"எம்முயற்சியாவது செய். இவ்விடம் விட்டுப் போ" என்றான் தேக்கன்.

"எதிரி உன்னையும் என்னையும் குறிபார்த்துத்தான் தேர்ப்படையில் வந்து வலிமைகொண்ட தாக்குதலை நடத்துகிறான். நான் இவ்விடம் விட்டுப் போனால், உன்னையோ, விண்டனையோ இழப்பேன். அதே நேரம் மூஞ்சலையும் சென்றடைய மாட்டேன்" என்று அம்பினை நாணில் தொடுத்தபடியே கத்தினான் முடியன்.

மையூர்க்கிழாரின் சொல்கேட்டுப் பெருங்கோபத்துடன் கத்தினான் கருங்கைவாணன், "நான் இவ்விடம் விட்டு இப்பொழுது அகன்றால் நமது தேர்ப்படையை முற்றிலும் இழக்க நேரிடும். எதிரிப்படையின் தலைமைத் தளபதி முடியனின் தாக்குதலை ஒருபொழுதுகூட வெறுகாளனால் எதிர்கொள்ள முடியாது. குதிரைப் படையையும் யானைப் படையையும் இழந்து நிற்கும் நாம் தேர்ப்படையையும் இழக்க நேரிடும். எனவே, நான் இவ்விடம் விட்டு அகல்வது அறிவீனம்."

"அப்படியென்றால் இரவாதனைக் காப்பாற்ற முடியாதா?" எனக் கத்தினான் தேக்கன்.

"அப்படியென்றால் மூஞ்சலைக் காப்பாற்ற முடியாதா?" எனக் கத்தினார் மையூர்க்கிழார்.

104

ஆறாம் நாள் போரின் கடைசி நான்கு பொழுதுகள் மீதம் இருந்தன. தட்டியங்காட்டில் இதுவரை இல்லாத வகையில் இருதரப்பும் பதற்றத்தில் நிலை குலைந்துகொண்டிருந்தன. மையூர்க் கிழாரால் கருங்கைவாணனை மூஞ்சலை நோக்கி அனுப்ப முடிய வில்லை. தேக்கனால் முடியனை இரவாதனை நோக்கி அனுப்ப முடிய வில்லை. யார் எங்கு நிலை கொண்டு தாக்குவது என்பதைப் பற்றி ஒவ்வொருவருக்கும் ஒவ்வொரு கருத்து இருந்தது.

திசைவேழர், பரண்மேல் திணறிய படி நின்றுகொண்டிருந்தார். போர்க் களத்தின் நடுப்பகுதியில் தாக்குதல் வீரியம்கொண்டிருந்தது. அதேநேரம் தட்டியங்காட்டின் இடது விளிம்புக்கு அப்பால் மூஞ்சல் பகுதியில் வலிமைமிகுந்த தாக்குதல் நடக்கிறது. நேரமாக ஆக போரின் விதிகள் எல்லா இடங்களிலும் மீறப்படுவதற் கான வாய்ப்புகள் அதிகம் இருக்கின்றன. இருதரப்பிலும் கடும் தாக்குதல் நடக்கிறது. தான் நடுவில் இருக்கும் பரணில் நிற்பதா அல்லது இடதுபக்கக் கடைசிப்பரணில் நின்று மூஞ்சலைக் கவனிப்பதா என முடிவெடுக்க முடியாத குழப்பத்தில் நின்றார் திசைவேழர்.

குளவன்திட்டில் நின்று கொண்டிருக்கும் பாரி, போர்க்களத்தின் தன்மையை உற்றுப்பார்த்தபடி இருந்தான். எங்கும் குழப்பம் சூழ்ந்திருப்பதைத் தெளிவாக அறிய முடிந்தது. நாகக்கரட்டின் மேலிருந்து இரவாதனுக்குரிய மறைக்குறிப்புகள் மீண்டும் மீண்டும் காட்டப்பட்டுக் கொண்டிருந்தன. கூவல்குடியினரின்

ஓசை இடைவெளியின்றி வெளிப் பட்டது. வாரிக்கையனுக்கு வேறு என்ன செய்வது என்பது பிடிபட வில்லை.

போர்க்களத்துக்கு உள்ளே இருப்பவர்களும் களத்தை விட்டு வெளியே நிற்பவர்களுமாக எல்லோரும் ஒரே நேரத்தில் பதற்றத்தால் பீடிக்கப் பட்டிருந்தனர். நிலைமை என்னவாகும் என்பதை யாராலும் கணிக்க முடியவில்லை. சரியும் மஞ்சள் வெளிச்சத்தினூடே களத்தை உற்றுநோக்கிக்கொண்டிருந்த பாரியின் சிந்தனை, முடிவை நோக்கி நகர்ந்தது. இனி தாமதிக்க வேண்டாம் என எண்ணிய கணத்தில், கையை உயர்த்தினான் பாரி. அருகிருந்த கூவல்குடியினர் அதற்கேற்ற ஓசையை வெளிப்படுத்தினர். நாகக்கரட்டில் இருந்தவர்களுக்கான உத்தரவு குளவன்திட்டிலிருந்து வந்தது. போர்க்களம் நோக்கி வெளிப்படுத்தும் ஓசையை உடனடியாக நிறுத்தினான் வாரிக்கையன்.

இரவாதன், மூஞ்சலுக்குள் தனது முழுப்படையுடன் நுழைந்துவிட்டான். இனியும் பின்னோக்கி வரச்சொல்லும் மறைகுறிப்புகளைச் சொல்லிக் கொண்டிருப்பது தவறு. உள்ளே நுழைந்தவன் இதுவரை நாகக்கரட்டின் குறிப்புகளைக் கவனித்தறியவில்லை. இனி தற்செயலாகக் கவனித்துவிட்டால் உள்ளே தாக்குதல் தொடுத்து முன்னேறுவதா அல்லது வெளியேறு வதா என்ற குழப்பத்தை அவனுக்கு உருவாக்கும். அந்தத் தடுமாற்றம் தாக்குதலை வலிமையிழக்கச்செய்து ஆபத்தை உருவாக்க வாய்ப்பிருக்கிறது. எனவே, கூவல்குடியின் ஓசையை நிறுத்தச் சொன்னான் பாரி. முழுமையான திறனோடு உள்ளே நுழைந்தவனை எந்தவிதத்திலும் திசைதிருப்ப வேண்டாம். இதுவரை செய்த முயற்சிகள் சரி; இனி இதைத் தொடரக்கூடாது. வீரத்தின் விடை என்னவோ அதை ஏற்க ஆயத்த மாவோம் என்று நிலைகொண்டான் பாரி.

குழப்பமும் பதற்றமும் நிலவிய இந்த நேரத்தில் பாரி எடுத்த இந்த முடிவு களத்தில் உடனே விளைவை உருவாக்கியது. தேக்கனோடு முரண் பட்டு உரையாடிக்கொண்டிருந்த முடியன் நிம்மதிப்பெருமூச்சு விட்டான். கூவல்குடியினரின் குறிப்பொலி நின்றுவிட்டது. இரவாதன் மூஞ்சலுக்குள் நுழையாமல் நின்றுவிட்டான் என்ற முடிவுக்கு வந்தான். பறம்புத்தளபதிகள் அனைவரும் அவ்வாறே நினைத்தனர். பதற்றத்திலிருந்து பறம்புத்தளபதிகள் வெளிவந்த கணத்தில் தாக்குதலின் வேகம் மேலும் வலிமையடையத் தொடங்கியது.

எதிர்ப்பக்கம் நின்றிருந்த கருங்கை வாணனுக்கும் மையூர்க்கிழாருக்கும் இந்த ஓசை நிறுத்தப்பட்டதன் காரணம் புரியவில்லை. அவர்களின் குழப்பம் அதிகரித்தது. பறம்பின் தரப்பில் தாக்குதலின் வேகம் அதிகரிக்க, மையூர்க்கிழாரின் குழப்பம் மேலும் அதிகமாகியது.

முடியனோடு அவ்வளவு நேரம் உரத்தகுரலில் பேசிக்கொண்டிருந்த தேக்கன், தனது பேச்சை நிறுத்திக் கொண்டான். முடியனின் தாக்குதல் தீவிரமாகியது. அவன், கருங்கை வாணனை நோக்கிச் சீற்றத்துடன் முன்னேறினான். தேக்கன் தாக்குதல் களத்தை விட்டுத் தனது இடத்துக்குப் பின்நோக்கி நகர்ந்தான். அவனால் நிலைமையை உணரமுடிந்தது.

இரவாதனின் படை மூஞ்சலுக்குள் முற்றிலும் நுழைந்திருக்கும். இனியும் பின்வாங்கச் சொல்லும் குறிப்பொலிகள் வேண்டாம் எனப் பாரி முடிவெடுத்திருப்பான் எனக் கருதினான்.

நேற்றைக்கு முந்தைய நாள் இரவு மூஞ்சலைப் பற்றி இரவாதன் விளக்கியவை எல்லாம் அவனின் நினைவுக்குள் மேலெழுந்து கொண்டிருந்தன. மூஞ்சலைப் பற்றி அவனுக்கிருந்த தெளிவும் சூளூர் வீரர்களின் தாக்குதல் திறனும் நம்பிக்கை அளிப்பதாக இருக்கும் அதேநேரம், மூவேந்தர்களின் அகப் படையையும் கவசப்படையையும் எளிதாகக் கருதிவிடக் கூடாது. அதுமட்டுமல்ல, ஏற்கெனவே முடிவு செய்ததைப்போல முடியனும் விண்டனும் அங்கு போகவில்லை. இந்நிலையில் தான் என்ன செய்ய வேண்டும் என்பதைப் பற்றிய திட்டம் இரவாதனுக்கு இருக்குமா? மூஞ்சலுக்குள் நுழைந்த பிறகு நீலனை மீட்கும் சிந்தனை மட்டுமே தீவிரம் கொள்ளும். உணர்வின் உந்துதலில் இணையற்ற தாக்குதலை நடத்துவான். அந்தத் தாக்குதல், எதிரியைக் கலங்கடிக்கும். அதேநேரம் மையப் பொறியைத் தாக்கி முன்னேறுபவனுக்குத் தேவையான முழுமைகொண்ட தெளிவு அவனிடம் இருக்குமா? இன்னொரு வகையில் சிந்தித்தால், ஏறித்தாக்குபவனுக்குச் சூழலைப் பற்றி முழுமையும் தெரியாமல் இருத்தல் நல்லது. வீரத்தின் மீது அறியாமை கலந்த குருட்டுத்தனம் படிந்திருந்தால் அது உருவாக்கும் விளைவு எண்ணிப்பார்க்க முடியாததாக இருக்கும்.

இன்றைய போர் இதுநாள் வரை நடந்ததைப் போன்ற நிலையில் முடியப்போவதில்லை. இரவாதன், போரின் போக்கைத் தனது கையில் எடுத்துக்கொண்டான். இனி அவனது வீரமே எல்லாவற்றையும் முடிவு செய்யும். எண்ணங்கள் மேலெழுந்த படி இருக்க, படைப்பிரிவின் இறுதிப் பகுதியில் வந்து நிலைகொண்டான் தேக்கன்.

எதிர்த்திசையில் படையின் மூன்றாம்நிலைக்குப் பின்னால் வேந்தர்கள் நின்றுகொண்டிருந்தனர். காற்றின் துணைகொண்டு பறம்பு வீரர்கள் அம்பெய்த பிறகு, தங்களின் பாதுகாப்பு முறையை வேந்தர்கள் மாற்றியமைத்துக்கொண்டனர். படைப்பிரிவையொட்டி நிற்காமல் தனித்து நிற்கின்றனர். ஒருவேளை காற்றில் கூரம்புகள் பறந்துவந்தால், கவசவீரர்கள் கணநேரத்தில் பாதுகாப்புக் கூண்டை உருவாக்குவார்கள். அம்புகளும் ஈட்டிகளும் உள்நுழைய முடியாத கவசக்கூண்டாக அது இருக்கும்.

மூஞ்சலுக்குள் எதிரிகளின் படைப்பிரிவு ஒன்று நுழைந்துவிட்ட செய்தி வேந்தர்களுக்குத் தெரிவிக்கப் பட்டது. உண்மையில் இது யாரும் எதிர்பாராத ஒன்று. காலையில் மையூர்க்கிழாரிடம் படையின் தலைமைப்பொறுப்பு ஒப்படைக்கப் பட்டபோதுதான் இந்தத் திட்டத்தை அவர் கூறினார். பறம்புப்படையில் வலிமைமிகுந்தவை விற்படையும் குதிரைப்படையும்தான். விற்படை யைச் சூழ்ந்து அழிக்க முந்தையநாள் கருங்கைவாணனால் வகுக்கப்பட்ட திட்டம் முழுத் தோல்வியில் முடிந்தது. இன்று குதிரைப்படையை உள்ளிழுத்துத் தாக்கி அழிக்கும் திட்டத்தை மையூர்க்கிழார் சொன்னார். பறம்பின் மொத்தப்

படையையும் முன்னகரவிடாமல் தாக்கும் அதேநேரம் குதிரைப்படையை மட்டும் முழுமையாக உள்வாங்கினால் சூழ்ந்து தாக்கிக் கடும் அழிவை உருவாக்க முடியும். குதிரைப்படையின் அழிவு பறம்புக்குப் பேரிடியாக அமையும் என்றான்.

நேற்றிரவு பொற்சுவை சென்ற இடத்தில் என்ன நடந்தது என்று தெரியாத குழப்பத்தில் நின்றிருந்த குலசேகரப்பாண்டியனுக்குப் புதிய செய்தியொன்று வந்தது. 'சென்றவர்கள் யாரும் உயிருடன் இருக்க வாய்ப்பில்லை' என்பதே அது.

மற்ற இரு வேந்தர்களும் அதே குழப்ப மனநிலையில் இருந்ததால் மையூர்க்கிழாரின் திட்டம் பற்றிக் கூடுதலாக உரையாடிக்கொள்ள வில்லை. ஆனால், இப்போது அதுவே பேராபத்தாகிவிட்டது. உள்ளிழுத்த குதிரைப்படை நாம் நினைத்ததைவிட வீரியமான தாக்குதலை நடத்தி மூஞ்சலின் அரணை உடைத்து உள் நுழைந்துவிட்டது.

ஆபத்து உச்சக்கட்டத்தை அடைந்தது. "மூஞ்சலுக்குள் நுழைந்த ஒருவன்கூட உயிரோடு திரும்பக் கூடாது; அனைவரையும் கொன்று புதையுங்கள்" என்று உத்தரவிட்டார் குலசேகரப்பாண்டியன்.

இணையற்ற தாக்குதல் திறனும் தற்காப்புத் திறனும்கொண்ட கவசப் பெரும்படையோடு உதியஞ்சேரல், சோழவேழன், பொதியவெற்பன் ஆகிய மூவரும் புறப்பட்டனர். வேந்தர்களுக்குரிய இசை வாத்தியங்களை அந்தப் படையின் முன்கள வீரர்கள் முழங்கியதும் குதிரைகளும் தேர்களும் பாயத் தொடங்கின. தட்டியங்காட்டை விட்டு வெளிப்புறத்தில் இந்த நிலம் இருப்பதால் ஈக்கிமணலும் கருமணலும் இங்கு இல்லை. எனவே, குதிரைகள் நினைத்துப்பார்க்க முடியாத வேகத்தோடு மூஞ்சலை நோக்கி விரைந்தன.

குளவன்திட்டின்மேல் நிற்கும் பாரி, மூன்று நாட்களுக்குப் பிறகு இடதுபுறமாகத் திரும்பிக் குகையில் இருக்கும் விளக்கைப் பார்த்தான். அருகில் நின்றிருந்த இகுளிக் கிழவனுக்குப் பார்வையின் பொருள் புரிந்தது. ஆனால், விளக்கின் சுடர் அசைவற்று எரிந்தது. கண்கள், மூஞ்சலை நோக்கிப் பாய்ந்து செல்லும் வேந்தர்களின் கவசப்படையையே பார்த்துக்கொண்டிருந்தன.

இரவாதனின் தலைமையிலான சூளூர்ப்படை, மூஞ்சலுக்குள் முழு வட்ட அமைப்பை உருவாக்கி முன்னகர்ந்துகொண்டிருந்தது. வட்ட வடிவப் பெரும்பாறையொன்று மெல்ல உருள்வதைப்போல அதன் தன்மை இருந்தது. மூஞ்சலின் அகப்படைக்கு, முன்னகர்ந்துவரும் சூளூர்ப்படையை எப்படி நிறுத்துவ தென்று தெரியவில்லை. ஏனெனில், எந்த ஒரு வீரனும் இதில் தனித்து இல்லை. உருளும் பாறையைக் கண்டு விலகும் உயிரினங்கள்போல அகப் படையினர் விலகவேண்டியிருந்தது.

சூளூர்ப்படையினரின் மெய்யுறைச் சட்டை ஆயுதங்களால் துளைக்க முடியாதது. அதேநேரம் மிகக் குறைந்த எடையுடையது. வேந்தர்களின் அகப்படை பெரும் எடைகொண்ட இரும்பாலான கவச உடையைக் கொண்டது. எனவே, வீரர்களால் வேகம்கொண்டு பாய முடியாது. பறம்புப் படையின் ஒவ்வொரு வீரனும் எண்ணற்ற ஆயுதங்களைத்

தன் தோளிலும் இடுப்பிலும் தொங்க விட்டுள்ளான்.

உள்ளே நுழைந்த படை இதுவரை தாக்குதலைத் தீவிரப்படுத்தவில்லை. முதலில் தன்னை நிலைநிறுத்திக் கொண்டது. பிறகு எந்தத் திசை நோக்கி நகர வேண்டுமென முடிவு செய்தது. சூளூர் வீரன் ஒருவன் கொண்டுவந்த மூங்கில் ஒன்றை வட்டத்தின் நடுவில் நேராக நிமிர்த்தினான். இன்னொரு வீரன் கண்ணிமைக்கும் வேகத்தில் அதன் மேல் ஏறினான். மூஞ்சல் முழுவதும் இருக்கும் கூடாரங்களின் மேற்கூம்பைப் பார்க்கும் உயரத்துக்கு ஏறினான்.

சூளூர் வீரர்களை முன்னின்று தாக்கிக்கொண்டிருந்த அகப்படையினர், திடீரென ஒருவன் எதிரிகளின் வட்டப் படையின் நடுவில் மூங்கிலை நட்டு கிடுகிடுவென மேலேறிக் கொண்டிருப்பதைப் பார்த்தனர். முதலில், அவர்களுக்கு அது பிடிபடவில்லை. பிறகு அகப்படைத் தளபதி, மேலேறுபவனை நோக்கித் தாக்குதல் தொடுக்க உத்தர விட்டான். முன்னிலை வீரர்கள் வில்லெடுத்து அம்பெய்தனர். அம்புகள் பாயும் முன்பு மூங்கிலின் மேலேறியவன் ஏறிய வேகத்தில் மூஞ்சல் முழுமையையும் கண்களைச் சுழற்றிப் பார்த்து விட்டு அங்கிருந்து கீழே குதித்தான். அம்புகள் காற்றில் பறந்துகொண்டிருந்த போது அவன் தரையிலே நிலை கொண்டான்.

அவன் சொல்லப்போகும்

திசைக் காகத்தான் இரவாதன் காத்திருந்தான். கபிலர் நீலனுக்கு வழங்கிய போர்வை எண்ணற்ற மருத்துவ வேர்களால் பின்னப்பட்டது. அதில் காற்றில் தீயும் வேறொன்று இருக்கிறது. அதிலிருந்து சிறிது சிறிதாகக் கசியும் புகையால் கூடாரத்தின் மேற்பகுதியில் கருநீலம் படிந்திருக்கும். மூங்கிலின் மேலேறியவன் அந்தக் கூடாரத்தைப் பார்த்தவுடன் மேலிருந்து கீழே குதித்தான்.

குதித்தவன் குறிப்பைச் சொன்ன கணத்தில் முன்வகுக்கப்பட்ட திட்டத்தின் அடிப்படையில் தாக்குதலைத் தொடங்கினான் இரவாதன். அதுவரை முன்னும் பின்னுமாக அசைந்தபடி நின்று கொண்டிருந்த பாறை, கடகடவென உருளத் தொடங்கியதுபோல் இருந்தது. பறம்பின் தரப்பில் அம்புகளும் ஈட்டிகளும் பீறிட்டபோது அகப்படை யினர் முன்னகர முடியாமல் தடுப்பு உத்தியைக் கைக்கொள்ளத் தொடங்கினர்.

வட்டவடிவப் பேருருளை மூன்றாகப் பிளக்கத் தொடங்கியது. கரிணியின் தலைமையிலான வீரர்கள் அகப்படையை எதிர்கொள்ள உருவிய வாளோடு பாய்ந்து முன்னேறினர். அவர்கள் பிரியும் வேகத்திலேயே பிடறிமானின் தலைமையிலான குழுவினர் பொய்க் கூடாரங்களில் உள்ளவர்களை எதிர்கொள்ள, தனித்து முன்னேறினர். இருபெரும் கூராகப் படை பிளவுபட்டபோது நீலனை நோக்கிச் செல்ல ஆயத்தமானது இரவாதன் தலைமையிலான குழு.

வேந்தர்படை வீரர்கள் அனைவரும் வலதுகையில் ஆயுதமும் இடதுகையில் கேடயமும் ஏந்தியிருந்தனர். ஆனால், பறம்புவீ ரர்கள் யாருடைய கையிலும் கேடயம் இல்லை. எல்லோரும் இரு கைகளிலும் ஆயுதங்களை ஏந்தியபடி இருந்தனர். உடல் முழுக்க மெய்யுறைக் கவசம் இருக்கிறது; அதுபோதும். இப்போதைய தேவை நீலனை மீட்பது மட்டும்தான். எனவே, ஒவ்வொரு வீரனும் எண்ணிலடங்காத வீரர் களைக் கொன்றுகுவிக்கும் வெறியோடு மூஞ்சலுக்குள் நுழைந்துள்ளனர்.

கரிணியின் தலைமையிலான படை தாக்குதலைத் தொடங்கிய கணமே, அதன் வேகம் எதிர்கொள்ள முடியாத தாக இருந்தது. தாக்குதலின் ஆற்றலால் வேந்தர்களின் அகப்படை சற்றே பின்வாங்கியது. பிடறிமானின் தலைமையிலான அணி முன்னகரும் போதே படையின் நடுப்பகுதியிலிருந்து மூன்று பெருமூங்கில்களை மேலே உயர்த்தி முக்கோண வடிவில் மூன்றின் முனைகளையும் ஒன்றோடு ஒன்று பொருத்தி நிறுத்தினர். மறுகணமே எண்ணற்ற வீரர்கள் ஒருவர்பின் ஒருவராக அதில் ஏறி, கோபுரம் போன்ற அமைப்பை உருவாக்கினர். மூங்கிலின் பிடிமானத்தோடு ஒருவர் தோளில் ஒருவர் ஏறி, கூடாரத்தைவிட அதிக உயரத்தை உருவாக்கிக் கொண்டனர். இவையெல்லாம் நினைத்துப் பார்க்க முடியாத வேகத்தில் படையின் நடுப்பகுதிக்குள் நடக்கின்றன.

கோபுரத்தில் மேலேறியவர்கள் உச்சியில் இருந்தபடிக் கூடாரத்தின் மேல் நிலையில் தாக்குதல் தொடுக்கத் தொடங்கினர். பகழி அம்புகள், கூடாரத்தின் மேற்கூரையைக் கிழித்துக் கொண்டு உள்ளே இறங்கின. உடலெங்கும் கவசம் அணிந்த வீரர்கள், மேற்கூரையிலிருந்து பாய்ந்து வந்து தலையையும் கழுத்தையும் தாக்கும் அம்புகளைச் சற்றும் எதிர் பார்க்கவில்லை. பொய்க்கூடாரத்தில்

இருந்த வேந்தர்படை வீரர்கள், இடைவிடாது கூரையைப் பிளக்கும் அம்புகளை எதிர்கொள்ள முடியாமல் சிதறி வெளியேறினர். பொய்க்கூடாரம் ஒன்று கலைந்த வேகத்தில் அதன் கூச்சலும் கலவரமும் மற்றவற்றைக் கலைத்தன.

அகப்படை சிதறிப் பொய்க் கூடாரங்கள் கலையத் தொடங்கும் போது வேந்தர்கள் கவசப்படையோடு மூஞ்சலுக்குள் நுழைந்தனர். இடது புறமாக உதியஞ்சேரல் நுழைந்தான். அவன் கண்முன்னே, சிதறும் அகப்படையைக் கொன்று குவித்து முன்னகர்ந்துகொண்டிருந்தது சூளூர்ப்படை. எதிர்த்திசையில் அதை விட வேகமாக இன்னொரு படை போய்க்கொண்டிருந்தது. அப்பக்கமிருந்து உள்ளே நுழைந்தான் சோழவேழன். பிடறிமானின் தாக்குதல் பொய்க்கூடாரங்களைப் புரட்டியது. மூஞ்சலின் கட்டுக்கோப்புக் குலைந்துகொண்டிருந்தபோது வேந்தர்கள் மூவரும் தங்களின் சிறப்புப் படையோடு உள்நுழைந்தனர்.

மிகக்குறுகிய நேரத்தில் சூறைக் காற்றுபோலத் தாக்குதல் நடத்திய பறம்புப் படை, மூஞ்சலின் மொத்த இயக்கத்தையும் நிலைகுலையச் செய்தது. தாங்கள் பார்த்துக் கொண்டிருக்கும் காட்சியை வேந்தர்களால் நம்ப முடியவில்லை. ஆனாலும் எதிர்த்தாக்குதலைத் தொடுக்க அவர்களுக்கு அதிக நேரமாகவில்லை. பல போர்களையும் தாக்குதலையும் வெற்றிகரமாக நடத்திய எண்ணற்ற அனுபவம்கொண்டது வேந்தர்களின் சிறப்புப்படை. இதுபோன்ற சூழலை எத்தனையோ முறை கையாண்ட தளபதிகள் அதில் இருந்தனர்.

உதியஞ்சேரலின் படை கரிணியின் தலைமையிலான படையோடு மோதத் தொடங்கியது. அதே நேரத்தில் சோழ வேழனின் படை பிடறிமானின் படையை எதிர்கொண்டது. எண்ணிப் பார்க்க முடியாத வலிமையும் தாக்குதல் திறனும்கொண்ட இரு தரப்புச் சிறப்புப்படைகளும் ஒன்றையொன்று எதிர்கொண்டன.

இருபக்கச் சிறகுகளிலும் கரிணியும் பிடறிமானும் எண்ணிலடங்காத ஆயுதங்களின் வழியே வேந்தர் படையைத் தாக்கிக் கொண்டிருந்தபோது, தனது இரையைக் கவ்வ விண்ணிலிருந்து வெட்டி இறங்கும் கழுகின் வேகத்தில் நீலனின் கூடாரம் நோக்கிப் பாய்ந்து கொண்டிருந்தான் இரவாதன். மூஞ்சலுக்குள் நுழைந்த இடத்திலிருந்து நீலனின் கூடாரம் இருக்கும் இடம் வரை மூன்று தடுப்பு நிலைகள் உள்ளன.

வெளிப்புற அரணை உடைத்து முதல் தடுப்புக்கு அருகில் பறம்புப் படை வந்தபோது வேந்தர்கள் மூவரும் வந்துசேர்ந்தனர். ஆனால், அப்போது இரவாதன் இரண்டாவது தடுப்பைத் தாக்கிக்கொண்டிருந்தான். நிலைமையைக் கணிக்கும் நேரம்கூட வேந்தர்களுக்கு வாய்க்கவில்லை. அவன் இரண்டாவது தடுப்பை உடைக்கும்முன் தனது படை அவ்விடம் விரைந்து செல்ல உத்தர விட்டான் பொதியவெற்பன்.

இரவாதனின் வேகமும் தாக்குதலின் தன்மையும் யாராலும் கற்பனைசெய்ய முடியாத அளவுக்கு இருந்தன. தென்னோலையைக் கிழித்துக் கொண்டு உள்ளிறங்கும் மூங்கிற்கழி போல எதிரிகளின் கவசங்களைத் துளைத்து உள்ளிறங்கின பகழி அம்புகள்.

அம்பென்பது மூன்று விசைகள் மையம்கொள்வது. இழுத்து வளைக்கும்போது உள்ளுக்குள் விரியத் துடிக்கும் நரம்பு; பின்னிழுக்கும்போது முன்வாங்கத் துடிக்கும் நாண்; முன்னும் பின்னுமாக வீரனின் இரு கைகளைக்கொண்டு கூட்டப்படும் விசை. இந்த மூன்றின் குவி மையமே விடுபடும் அம்பாய் ஏகிச்செல்லும். இந்த மூன்றும் வேந்தர்படையைவிட மூன்று மடங்கு அதிக ஆற்றலோடு வெளிப்பட்டன சூளூர் வீரர்களிடம். குறுங்காது முயலின் குருதிவாடை காற்றெங்கும் மிதந்துகொண்டிருந்தது.

பொதியவெற்பனின் சிறப்புப் படை இரவாதனின் படையை நோக்கி முன்னேறியது. அப்போது சற்றும் எதிர்பார்க்காமல் சூளூர் வீரர்கள் விசிறி வடிவ உருளிகளான எறிவட்டுகளை வீசத் தொடங்கினர். ஈட்டி என்றால் போர்வீரன் ஒன்றைத் தான் வைத்திருக்க முடியும். ஆனால், ஒவ்வொரு வீரனும் பத்துக்கும் மேற்பட்ட எறிவட்டுகளை இடுப்பிலே கோத்துவைத்திருந்தான். கண்ணிமைக்கும் நேரத்தில் காற்றைக் கிழித்துக்கொண்டு பறந்த எறிவட்டுகள் அனைத்தும் கவசவீரர்களின் கழுத்துக்குக் குறிவைக்கப்பட்டன.

பாய்ந்துவந்த வேந்தரின் கவசப் படை இரு பனை தொலைவிலேயே நின்று எறிவட்டுகளைக் கவசங்களால் தடுக்க வேண்டிய நிலை வந்தது. அப்போது மூன்றாவது தடுப்பு நோக்கி இரவாதன் முன்னேறிக்கொண்டிருந் தான். அதைப் பார்த்த பொதிய வெற்பன், உலோக வில்லில் தணல் அம்புகளால் இரவாதனை நோக்கிக் கடும்தாக்குதல் நடத்தியபடி “அவனை நோக்கித் தேரை விரைவுபடுத்து” என்று கத்தினான்.

மூஞ்சலின் வெளிப்புற அரண் மீண்டும் ஒன்றுக்கொன்று செருகி அடைப்பை உருவாக்கியது. ஆனால், உள்ளே நுழைந்த சூளூர் வீரர்கள் தங்களை நோக்கி மொய்க்கும் வேந்தர் படையைக் கணக்கில்லாமல் கொன்று குவித்தனர். கவசங்களின்மேல் வெட்டியிறங்கும் வாளின் ஓசை மூஞ்சலை நடுங்கச்செய்தது, கொற்ற வாளும் கணிச்சி எனும் கோடரிவகை ஆயுதமும் சூளூர் வீரர்களின் உடல் உறுப்பைப்போன்றவை. பெரு மரத்தையும் கணிச்சிகொண்டு ஒரே வீச்சில் வெட்டிச் சரிக்கும் சூளூர் வீரர்களின் வேகம் கவசங்களைக் கிழித்து இறங்கிக் கொண்டிருந்தது.

இரவாதன் மூன்றாவது தடுப்பை நெருங்கும்போது பொதியவெற்பனின் தேர் விரைந்து அவ்விடம் வந்தது. நிறைந்த பூண்களைக்கொண்ட கொடிஞ்சி வகைத்தேர், கதிரவன் ஒளியில் கண்களைப் பறித்தபடி வீரர்களைப் பிளந்துகொண்டு வந்தது. கவச வீரர்களின் தாக்குதலுக்கிடையே திரும்பி மீளும் கணத்தில் தன்னை நோக்கி வரும் தேரைப் பார்த்தான் இரவாதன். அவனைச் சூழ்ந்திருந்த கவச வீரர்களைத் தாக்கிக் கொண்டிருந்த அதே வேகத்தில் தனது முதுகிலே இருந்த மூவிலை வேலை எடுத்து மின்னலென வீசினான்.

தேரின் இடதுபுறச் சக்கரத்தின் நடு அச்சைப் பிளந்து உள்ளிறங்கியது மூவிலை வேல். என்ன நடந்தது என்பதை வீரர்கள் உணரும்முன் தரையிலே உருண்டுகொண்டிருந்தான் வலவன். அவனைத் தாண்டி வீசப்பட்டான் பொதியவெற்பன். உடைந்த தேரை, கனைப்பொலியோடு வேகம் குறையாமல் இழுத்து முன் சென்றன குதிரைகள். கொடிஞ்சி

வகைத் தேரைத் தனியொருவன் உடைக்கவும் முடியும் என்பதை யாராலும் கற்பனை செய்துகூடப் பார்க்க முடியாது.

தேரிலிருந்து சரிந்தவனை நோக்கித் தாக்குதலைத் தொடுத்து உயிர் பறிப்பதற்கெல்லாம் இரவாதனுக்கு நேரமில்லை. அவனது வேகத்துக்குக் குறுக்கீடாக எது வந்தாலும் இடியெனத் தாக்கி அழித்தபடி நீலனின் கூடாரம் நோக்கி விரைவது மட்டுமே அவன் வேலை. ஏறக்குறைய அவன் நீலனின் கூடாரத்தை நெருங்கினான். அவ்வளவு நேரமும் அவனது வேகத்தைத் தடுக்க அணியணியாய் வந்து அகப்படை வீரர்கள் போரிட்டனர். ஆனால், மூன்றாவது தடுப்பைப் பிளந்து உள்நுழைந்த வேகத்தில் பொதியவெற்பனின் தேரை ஒரே வேலால் நொறுக்கிக் கவிழ்த்ததைப் பார்த்த யாரும் அதன் பிறகு எதிர்கொண்டு நிற்கவில்லை.

விழுந்து எழுந்த வேகத்தில் தனது காப்புப்படையோடு இரவாதனை நோக்கிப் பாய்ந்தான் பொதிய வெற்பன். பாண்டிய இளவரசனின் தலைசிறந்த பாதுகாப்புப் படையினர் பதினாறு பேர் இரவாதனைச் சுற்றி வளைத்தனர்.

இடதுகையில் நீள்மழுவும் வலது கையில் ஈர்வாளும்கொண்டு இரவாதன் தாக்கிய வேகம் பதினாறு பேரையும் நடுங்கச் செய்தது. பறம்பின் சிறப்பு உலோகக் கலவையால் நாட்கணக்கில் ஊறவைக்கப்பட்ட வாள் அது. வேறெந்த உலோகத்துடனோ, கரும்பாறையிலோ மோதினால்கூட முனை மழுங்காது, அதே நேரம், எதிர்வீசப்படும் வாளை வெட்டிக்கூறாக்கும் வலுவுள்ள ஈர்வாள் அது. இரவாதனின் வலதுகை வேகம் பாரியே வியக்கக்கூடியது.

அதனால்தான் அவன் செலுத்தும் அம்பு யானையின் கழுத்தில் ஒரு பகுதியில் தைத்து மறுபகுதியில் எட்டிப்பார்க்கிறது. அதுவும் நீலனின் கூடார வாயிலில் நடக்கும் இந்தத் தாக்குதலில் மரக்குச்சிகளை வெட்டித் தள்ளுவதைப்போலப் பாண்டிய வீரர்களின் வாட்களைச் சீவித் தள்ளினான். இடதுகை மழுவின் முன் விளிம்பில் கைகளும் தலையுமாக மாட்டிய எதிரிகளின் உறுப்புகள் மீன் செதில்களைப்போலச் சீவப்பட்டு எல்லாத் திசைகளிலும் பறந்து கொண்டிருந்தன. பீறிடும் நீரூற்றுக்கு இடையே குளித்து நகர்பவனைப்போல் குருதி ஊற்றுக்கு இடையே முன் நகர்ந்துகொண்டிருந்தான் இரவாதன்.

அவனை மறிக்கும் ஆற்றல் அங்கு இருக்கும் யாருக்கும் இல்லை. சினங் கொண்ட வேட்டை விலங்கின் எட்டுப்பற்களையும் தனது முகத்தருகே பார்த்ததைப்போல இரு கைகளாலும் ஆயுதங்களைக் கைக்கொள்ளும் இரவாதனைப் பார்த்து மிரண்டு நின்றான் பொதியவெற்பன்.

நீலனின் கூடாரத்துக்குள் நுழைய சில அடிகளே இருந்தபோது பாய்ந்து முன்சென்று தடுக்கலாமா என நினைத்த பொதியவெற்பன், சட்டென, பின்னால் நிற்கும் போர்ப் பணியாளனுக்கு உத்தரவிட்டான். அவன் உடனடியாக அபாயச் சங்கை ஊதினான். குலசேகரப்பாண்டியனின் அருகில் இருந்த சிறப்புப்படை வீரர்கள் மூஞ்சலை நோக்கி விரையத் தொடங்கினர்.

குளவன்திட்டிலிருந்து போர்க் களம் முழுவதையும் பார்த்த பாரியால் மூஞ்சலுக்குள் என்ன நடக்கிறது என்பதைத் தெளிவாகப் பார்க்க முடியவில்லை. மூஞ்சல் தட்டியங்

காட்டை விட்டு மிகத்தள்ளி இருப்பதாலும் கூடாரங்கள் மறைத்திருப்பதாலும் உள்ளுக்குள் நடக்கும் தாக்குதலைத் துல்லியமாகப் பார்த்தறிய முடியவில்லை. ஆனால், களத்தில் மூன்றாம்நிலையைக் கடந்து நின்றிருந்த குலசேகரப்பாண்டியனின் படைகள் மீண்டும் மூஞ்சலை நோக்கி விரைவதைப் பார்த்தான் பாரி. கடைசிக் கணத்தில் மூஞ்சல் தன்னைக் காத்துக்கொள்ள முடியாமல் திணறுவதை உணர்ந்தான். இப்போது பறம்புத்தளபதிகளில் யாராவது ஒருவர் மூஞ்சலில் இருக்க வேண்டும் என அவன் மனம் துடித்தது.

கருங்கைவாணன் தலைமையிலான படையை உடனடியாக மூஞ்சலுக்கு வரச்சொல்லி மையூர்க்கிழாருக்குச் செய்தி வந்தது. மூஞ்சல் பேராபத்தில் சிக்கிக்கொண்டது. தான் சொன்ன நேரத்தில் கருங்கைவாணன் அங்கே போயிருந்தால் இந்த நிலை உருவாகி யிருக்காது; தலைமைத் தளபதியாகத் தான் பொறுப்பேற்றதை விரும்பாத தால் அவன் தனது கட்டளையை ஏற்க மறுக்கிறான் என்று அவருக்குத் தோன்றியது. மீண்டும் மையூர்க்கிழார் சொன்னபோது கருங்கைவாணன் ஏதோ சொல்லவந்தான். ஆனால், அதற்குள் தனது குரலைப் பல மடங்கு உயர்த்தியபடிக் கத்தினார் மையூர்க் கிழார்.

அதன் பிறகு கருங்கைவாணன் மறுப்புச் சொல்லவில்லை. 'மிக விரிந்த போர்க்களத்தில் வந்து சேரும் செய்திகளை எப்படிக் கையாள்வது என்பது தனித்த கலை; இவனது நாடே இந்தப் போர்க்களத்தைவிடச் சிறியது; இவன் இதை எப்படிப் புரிந்துகொள்ள முடியும்?' என்று எண்ணியபடித் தனது தேரைத் திருப்ப உத்தரவிட்டான் கருங்கைவாணன்.

தாக்குதல் உச்சம்கொண்டிருக்கிற இந்த நேரத்தில் கருங்கைவாணன் ஏன் விலகிச்செல்கிறான் என்பது அவனது தேர்ப்படைத் தளபதி வெறுகாளனுக்குப் புரியவில்லை. ஆனால், எதிர்த்து நின்று போரிட்டுக்கொண்டிருக்கும் முடியனுக்குப் புரிந்தது. கருங்கை வாணனை இந்த இடம் விட்டு நகரவிடக்கூடாது; அதற்கு ஒரே வழி, அவனது பார்வை அகலும் முன் அவனது தளபதியான வெறுகாளனைக் கொன்று வீழ்த்துவது மட்டுமே என முடிவுசெய்தான்.

அவ்வளவு நேரமும் கருங்கை வாணனின் படைப்பிரிவைத் தாக்கிக் கொண்டிருந்த முடியன், தன் வலவனை நோக்கிச் சொன்னான்... "நேராக வெறுகாளனை நோக்கித் தேரை நிற்காமல் செலுத்து. எக்காரணத்தாலும் வேகத்தைக் குறைக்காதே." சொல்லி முடிக்கும் போது பாய்ந்துகொண்டிருந்தன குதிரைகள். அம்புகளை எடுத்து நாணேற்றி விடுவிக்கும் நேரம்கூட முடியனுக்கு இல்லை. கருங்கை வாணன் தனது தேரை மூஞ்சல் நோக்கித் திருப்பிவிட்டான். அவனது பார்வை மறைவதற்குள் வெறுகாளன் வீழவேண்டும்.

கருங்கைவாணன் இங்கிருந்து புறப்படும்போது எதிரிப்படைத் தளபதி தன்னை நோக்கி முன்னேறி வருகிறான் என்பதை வெறுகாளன் உணர்ந்தக் கணமே அச்சம் மேலேறத் தொடங்கியது. அவன் வழக்கத்தைவிட வேகமாகவே அம்பை வில்லில் பூட்டினான். அப்போது உள்ளங்கை அளவு வண்டுகள் சீறிவருவதுபோல அவனை நோக்கி வந்தன. 'என்ன அவை?' என்று அவன் பார்க்கும்போது

மார்பெலும்பிலும் இடதுதொடையிலும் இரண்டு உள்ளிறங்கின. முன்னுதடு முழுக்கப் புலிநகங்களாலான வட்டுடைத் தட்டு அது. காற்றை அறுத்தபடிச் சீவிச்செல்லும்; தேர்ந்த வீரன் கண்ணிமைக்கும் நேரத்தில் பன்னிரண்டு தட்டுகளை எறிவான். பிளிறும் யானை, துதிக்கையைக் கீழிறக்கும் முன் சாய்த்துவிட முடியும். வெறுகாளனால் எப்படி அதை எதிர்கொண்டு நிற்க முடியும்?

தேரைத் திருப்பிய கணத்தில் வெறுகாளன் வீழ்த்தப்பட்டதை அறிந்து. களம் நடுங்கக் கத்தினான் கருங்கைவாணன். மொத்தக் காட்சியையும் பார்த்துக்கொண்டிருந்த மையூர்க்கிழாருக்கு என்ன செய்வதென்று தெரியவில்லை. முடியன் மீண்டும் தனது தேரைப் பழைய நிலைக்குக் கொண்டுவந்தான். வரும்போதே விண்டனை நோக்கிக் குரல் கொடுத்தான் முடியன், “கணப்பொழுதும் காலம் தாழ்த்தாதே; ஏறித்தாக்கு!”

விண்டன் முன்னிலும் வேகமாக முன்னேறினான். அதைப் பார்த்தபடிக் கொப்பளிக்கும் ஆவேசத்தோடு தாக்குவதற்காகப் பாய்ந்து வந்தான் கருங்கைவாணன்.

எந்தத் தூண்டிலைப் போட்டால் மூஞ்சலை நோக்கிப் போகவிடாமல் திருப்ப முடியுமோ, அந்தத் தூண்டிலை முடியன் வீசியவுடன் திரும்பினான் கருங்கைவாணன். அவனது தாக்குதல் உத்தி இன்னும் கடுமையாக இருக்கும் என எண்ணும்போது ஆறு பரண்களின் மேலிருந்தும் முரசின் ஓசை மேலெழுந்தது.

யாரும் எதிர்பாராத நிகழ்வாக இருந்தது. அதிர்ந்து பார்த்தனர் பலரும். நினைவு மீண்டவனைப்போல சட்டெனத் திரும்பிய மையூர்க்கிழார், “மூஞ்சலை நோக்கித் தேரை விரட்டு” என்றார்.

அவர் போகத்தொடங்கியதும் அவரைவிட வேகமாக மூஞ்சலை நோக்கி விரைந்தான் கருங்கைவாணன். தட்டியங்காடெங்கும் கடைசி ஐந்து பொழுதுகளில் நினைத்துப் பார்க்க முடியாதபடி தாக்குதல் தொடுத்த வீரர்கள், முரசின் ஓசை கேட்டதும் ஆயுதம் ஏந்திய கைகளைத் தளர்த்தினர். ஆனால், தளபதிகள் முன்னிலும் வேகமாகவும் படபடப்புடனும் மூஞ்சலை நோக்கி விரைந்தனர்.

கருங்கைவாணனின் தேரைத் தொடர்ந்து அதே வேகத்தில் முடியன் வந்துகொண்டிருந்தான். மூன்று நாட்களாகக் குதிரை ஏறாத தேக்கன், முடியனை விஞ்சியபடிக் குதிரையில் பாய்ந்துகொண்டிருந்தான். விலா எலும்பு உட்குத்தி இறங்குவதெல்லாம் தேக்கனின் நினைவிலேயே இல்லை. அவனைத் தொடர்ந்து உதிரன் வந்துகொண்டிருந்தான்.

மூஞ்சலின் வெளிப்புற அரண் அருகே வந்து நின்றது முடியனின் தேர். அவனுக்கு முன்னால், தன் கண்களையே நம்ப முடியாமல் உறைந்து நின்றான் கருங்கைவாணன். அவர்கள் உயிரெனக் காத்த மூஞ்சல், கண் பார்க்கும் எல்லை வரை நொறுக்கப்பட்டுக்கிடந்தது. வெட்டுப்பட்ட வீரர்களின் உடல்கள் மலையெனக் குவிந்திருந்தன. தேரையோ குதிரையையோ உள்ளே கொண்டு செல்ல முடியாத அளவுக்கு எல்லாம் நிலைகுலைந்திருந்தன.

எந்த ஒரு போர்க்களத்திலும் குறுகிய வட்டத்துக்குள் இத்தனை ஆயிரம் பேர் கொன்று குவிக்கப்பட்டிருக்கமாட்டார்கள். கருங்கை

வாணன் திகைத்து நின்றபோது முடியனின் கண்கள் துடித்தபடி இருந்தன. மூஞ்சலுக்குள் ஒருசில வீரர்கள் மட்டுமே இங்கும் அங்குமாகத் தென்பட்டனர். கவசப்படையோ, அகப்படையோ, சூளூர்ப்படையோ எந்தப் படையைச் சேர்ந்த வீரர்களும் கண்ணில்படவில்லை. குதிரைகள் கணக்கில்லாமல் குத்திச் சாய்க்கப் பட்டுள்ளன. குவிந்து கிடக்கும் பிணக் குவியலின் மீது மிதித்து நடக்க முடிய வில்லை. எல்லோரும் அப்படியே நின்றிருந்தனர்.

தொலைவில் ஒருவன் மட்டும் நடந்துவருவது தெரிந்தது. யாரவன் என்று யாராலும் அடையாளம் காண முடியவில்லை. செந்நிறக் குருதியில் மூழ்கி எழுந்து வந்துகொண்டிருந்தான். கால்களை இழுத்து முன்னகர முடிய வில்லை. ஆனாலும் விடாமல் முயன்று வந்தான். உடலில் எங்கெல்லாம் வெட்டுப்பட்டுள்ளது என்பது எதுவும் தெரியவில்லை. குருதி கொட்டியபடி இருந்தது. அவனது உடலமைப்பைப் பார்த்ததும் அவன் இரவாதன் இல்லை என்பது தெரிந்தது.

கையின் வலதுமூட்டின் ஓரச் சதையில் துளைத்திருந்த சிறுவாள் ஒன்று அப்படியே இருந்தது. அதைப் பிடுங்கக்கூடிய வலிமையின்றி நடந்து வந்தான். சற்று அருகில் வந்ததும் முடியன் அடையாளம் கண்டான், அவன் கரிணி என்று.

கண்டுணர்ந்த நேரத்தில் அவனை நோக்கி ஓடினான் முடியன். ஆனால், முன்னால் இருந்த வேந்தர்படை வீரர்கள் "மூஞ்சலுக்குள் அனுமதிக்க மாட்டோம் என்று வாளால் மறித்து நிறுத்தினர்.

துடித்துப்போய் நின்றான் முடியன். தேக்கனும் உதிரனும் அவனருகில் பதற்றத்தோடு வந்து நின்றனர்.

கரிணி மூஞ்சலின் எல்லையை வந்தடைவதற்கு வெகுநேரமானது. உயிரை இழக்காமல் நடந்துவந்தவன், முடியனின் அருகில் வந்ததும் தான் கையில் கொண்டு வந்த வாளை, பறம்பின் குடி முடியனிடம் ஒப்படைத்தபடி அப்படியே மண்ணில் விழுந்தான்.

முடியன் கையில் வாங்கியது இரவாதனின் ஈர்வாள்.

105

மூஞ்சலிலிருந்து நாகக் கரட்டுக்கு இரவாதனைத் தன் இரு கைகளிலும் ஏந்தி வந்தான் தேக்கன். மற்றவர்கள் எத்தனையோ முறை அவனிடமிருந்து வாங்க முயன்றும் அவன் தரவில்லை. பறம்பு ஆசான் மாவீரனுக்குச் செய்யும் மரியாதை இது.

சமதள வேந்தர்கள் படையோடு ஒப்பிட்டால், ஒவ்வொரு பறம்பு வீரனும் மாவீரனே. ஆனால், ஒரு பறம்பு வீரனை மற்ற பறம்பு வீரர்களோடு ஒப்பிட்டால் மாவீரர்கள் என வெகுசிலரே இருப்பர். இரவாதன் அப்படியொரு மாவீரன் என்று எல்லோருக்கும் தெரியும். ஆனால், தட்டியங்காட்டுப் போரின் தொடக்கத்திலிருந்து அவன் நடத்திய ஒவ்வொரு தாக்குதலும் இணை சொல்ல முடியாதது.

முன்திட்டப்படி, இன்றைய போரில் மூஞ்சலின் வெளிப்புற அரணை முழுமுற்றாக அழித்தொழிக்கும் பொறுப்பு முடியனுக்கும் விண்டனுக்கும் உரியது. ஆனால், அவர்களால் மூஞ்சலுக்கு அருகில் போகவே முடியவில்லை. அதே வேளையில் தனக்கான பொறுப்பின்படிக் கடைசிப் பத்து நாழிகை இருக்கும்போது, எதிரிகளால் வெளிப்புற அரணை உடைத்துக் கொண்டு உள்நுழையவே முடியாது எனக் கருதப்பட்ட மூஞ்சலை, தனது குதிரையின் வேகத்தைக் குறைக்காமலே உடைத்துக்கொண்டு உள்நுழைந்தான் இரவாதன். அகப்படையையும், பொய்க் கூடாரங்களில் நூற்றுக்கணக்கில் இருந்த கவசப்படையையும் முற்றிலுமாக அழித்தொழித்தான்.

இந்நிலையில்தான் பொதிய வெற்பன், உதியஞ்சேரல், சோழவேழன் ஆகிய மூவரும் தங்களின் சிறப்புப் படைகளோடு மூஞ்சலுக்குள் நுழைந்தனர். நன்கு திட்ட மிட்டிருந்ததால் கரிணியும் பிடறிமானும் இரு பக்கங்களிலும் இணையற்ற தாக்குதலை நடத்த, மூன்றாம் நிலையைக் கடந்து நீலனின் கூடாரம் நோக்கி முன்னேறினான் இரவாதன். அவனது வேகத்தையும் தாக்குதலையும் யாராலும் எதிர்கொள்ள முடியவில்லை. சூளூர் வீரர்களின் வாள்வீச்சு வேகம் வேந்தர் படைத் தளபதிகளால் தற்காத்துக் கொள்ளவே முடியாததாக இருந்தது. நிலைமை முற்றிலும் கைமீறிவிட்டதை உணர்ந்த நிலையில்தான் பேரரசர் குலசேகரப்பாண்டியனின் தனித்த பாதுகாப்புக்கான சிறப்புப் படையை வரவழைத்தான் பொதியவெற்பன்.

தட்டியங்காட்டில் கடுமையாக மோதிக்கொண்டிருந்த இருதரப்புத் தளபதிகளும், போர் முடிவுற்றதுக்கான முரசின் ஓசையைக் கேட்டதும் மூஞ்சலை நோக்கி விரைந்தனர். ஒவ்வொருவருக்குள்ளும் ஒவ்வொரு வகையான பதற்றம் இருந்தது. மையூர்க்கிழார் தான் தலைமைத் தளபதியாகப் பொறுப்பேற்ற முதல் நாளிலேயே மூஞ்சல் தாக்கப்பட்டு விட்டதே என்ற பதற்றத்தில் விரைந்தார். இறுதியில் அபாயத்தை உணர்த்தும் ஒலியெழுப்பப்பட்டதால் மூஞ்சல் கடுமையாகத் தாக்கப்பட்டிருக்கும் என்பதைக் கருங்கைவாணன் உணர்ந்தான். மூஞ்சலின் வலிமைமிகுந்த அமைப்பு வெளிப்புற மூடரண்தான். அதை உடைத்து உள்நுழையும் ஆற்றல் கொண்ட படையால் உள்ளுக்குள்

போய் பேரழிவை உருவாக்க முடியும் எனத் தெரியும். ஆனால், அபாய ஒலி எழுப்பும் அளவுக்கு நிலைமை மாறும் என நினைக்கவில்லை. பறம்புப் படையின் முக்கியமான தளபதிகள் தட்டியங்காட்டில் தங்களுடன்தான் போரிட்டுக் கொண்டிருக்கின்றனர். குதிரைப்படை மட்டுமே அங்கே போயுள்ளது என்பதால் அகப்படை எளிதில் சமாளிக்கும் என்றுதான் எல்லோரும் நினைத்தனர். ஆனால், நிலைமை ஏன் கைமீறிப்போனது என்பது வெளியில் இருக்கும் யாருக்கும் புரியவில்லை.

முரசின் ஓசை கேட்டதும் முடியன்தான் முதலில் பாய்ந்து போனான். 'கடைசி நாழிகையில், மூஞ்சலில் இருந்து இரவாதனின் படை பின்வாங்கிவிட்டது. இடை நிலையில் நின்றுதான் அவன் போரிட்டுக்கொண்டிருப்பான்' என நினைத்தான் முடியன். ஆனால், 'இரவாதன், மூஞ்சலுக்குள் போய்விட்டான்' என தேக்கன் கணித்திருந்தான். எனவே, அவனது சிந்தனை முழுவதும் மூஞ்சலை நோக்கியே இருந்தது.

எல்லோரும் மூஞ்சலின் அருகில் வந்து நின்றபோதுதான் மூஞ்சல் என்னவாக இருக்கிறது என்பதைப் பார்க்க முடிந்தது. அகப்படை, கவசப்படை, வேந்தர்களின் சிறப்புப் படை, பேரரசரின் தனிப்படை அனைத்தையும் கொன்றுகுவித்த சூளூர் வீரர்களின் ஆடுகளம் எப்படி இருந்தது என்பதைப் பார்த்த கணம், மையூர்க்கிழாருக்கும் கருங்கை வாணனுக்கும் குருதியோட்டம் நின்றது. பிணக்குவியல்கள் கணக்கில்லாமல் இருந்தன. குருதி பொங்க மேலெழும் கதறல் பெருகி

தட்டியங்காடு முழுவதும் எதிரொலித்தது. சில இடங்களில் யானை உயரத்துக்குக் கிடந்தன கொன்றழிக்கப்பட்ட வீரர்களின் உடல்கள்; பறம்பு வீரர்களின் குதிரைகள் கணக்கில்லாமல் கொன்றழிக்கப்பட்டுள்ளன. தட்டியங் காடெங்கும் முழுநாள் போரிலும் கொல்லப்பட்டவர்களை மொத்தமாகக் குவித்ததைப்போல் இருந்தது.

அந்தத் தாக்குதலில் இரவாதனுடன் சென்ற சூளூர் வீரர்கள் யாரும் மிஞ்சவில்லை. ஆனால், ஒவ்வொருவனும் எண்ணற்றோரை வீழ்த்திய பிறகே வீழ்ந்தான். பொய்க் கூடாரங்களை பிடறிமான் தலைமையிலான வீரர்கள் முழு முற்றாக அழித்து முடிக்கும்போது, தனது கவசப்படையோடு உள்நுழைந்து தாக்கினான் சோழ வேழன். இடைவெளியோடு தொலைவில் நின்று போரிடுவதற்கும் நெருங்கி நின்று போரிடுவதற்கும் நிறைய வேறுபாடு உண்டு.

மூவேந்தர்களும் அவரவரின் சிறப்புப் படையோடு உள்நுழைந்தனர். அப்போதுவரை மூஞ்சலின் வெளிப்புற அரண் வீரர்களால் முழுமையாகப் பாதுகாக்கப் பட்டிருந்தது. மூவேந்தர்களின் சிறப்புப் படை முழுமையாக உள்ளே வந்ததும் ஏறக்குறைய குவியலாக நின்று போரிடும் சூழல் உருவானது. ஒருவருக்கொருவர் வாளையும் ஈட்டியையும் இன்னபிற ஆயுதங் களையும் முழுமையாகச் சுழற்றி வீசவும் வாங்கித் தாக்கவுமான இடைவெளி இல்லாத நிலை இருந்தது. தனக்கு முன்னால் நிற்கும் வீரனோடு போரிட்டுக்கொண்டிருந்தால், முதுகுப்புறத்தில் நிற்பவன் நமது படையைச் சேர்ந்தவனா அல்லது எதிரிப்படை வீரனா என்பது தெரியாத நிலை உருவானது. இந்நிலை, வேந்தர்படைக்குப் பெருஞ்சிக்கலை உருவாக்கியது; ஆனால் சூளூர்ப் படைக்குச் சாதகமான தன்மையை ஏற்படுத்தியது. அடர்கானகத்தில் குழுவாக இயங்கினால் மட்டுமே வாழவும் தப்பிப்பிழைக்கவும் முடியும். எனவே, தன்னுடன் வருகிறவன் யாரென்பதைத் திரும்பிப் பார்க்காமலேயே அறிந்துகொள்ள எண்ணற்ற வழிமுறைகளைப் பறம்பு மக்கள் அறிந்தவர்கள். அவர்களால் அடர் இருட்டில்கூடக் குழுவாகச் செயல்பட்டுத் தாக்குதலை முன்னெடுக்க முடியும்.

மூன்று வேந்தர்களின் சிறப்புப் படைகள், மூன்று சேனைவரையர் களின்கீழ் முப்பத்தாறு சேனை முதலிகளால் தலைமை தாங்கப் படுவதாக இருந்தது. அவர்களுடைய உத்தரவின்கீழ் ஐந்தாயிரத்துக்கும் அதிகமான வீரர்கள் தாக்குதலில் இறங்கினர்.

விரிந்து உள்வாங்கும் குந்தமும் பனங்கருக்குப்போல உடலெங்கும் எண்ணிலடங்காத கூரிய முட்களையுடைய கழுமுள் சாட்டையும் சூளூர் வீரர்களின் தனித்த ஆயுதங்கள். வேந்தர்படை வீரர்கள் எண்ணற்றோர் உள்ளே வந்தது சூளூர் வீரர்களுக்கு நல்ல வாய்ப்பாக அமைந்தது. தங்களின் ஒலிக்குறிப்புகள் மூலம் கண நேரத்துக்குள் செய்திகளைப் பரிமாறிக் கொண்டனர். மூன்று வேந்தர்களின் மூன்று வகையான சிறப்புப் படைகளையும் முழுமையாக உள்வாங்கும் வரை வாளால் தாக்குதல் நடத்தினர். நிலைமையைக் கணித்து

கூவல்குடி வீரன் ஓசையிட்டதும் கரிணியின் தலைமையிலான படை வீரர்கள் தங்களின் இடுப்புப் பகுதியில் மெய்யுறைச்சட்டைக்குமேல் சுற்றிவைத்திருந்த கழுமுள் சாட்டையைச் சுழற்றத் தொடங்கினர். சாட்டையின் சிறு நுனி பட்டால் போதும், சதை கொத்தாகப் பிய்த்துக்கொண்டு வெளிவரும். ஒருவன் எதிரியின் காலுக்குக் கீழே சாட்டையைச் சுழற்றினால் மற்றொருவன் கழுத்துக்கு மேலே சாட்டையைச் சுழற்றினான். ஒவ்வொரு சாட்டையும் இரு ஆள் நீளமுடையது.

கேடயங்கள், வாளையும் ஈட்டியையும் எதிர்கொள்ளக் கூடியவை. கழுமுள் சாட்டைக்குத் தடுப்பாயுதம் எதுவுமில்லை. இப்படியோர் ஆயுதம் இருப்பதே சமவெளி மக்களுக்குத் தெரியாது. நினைத்துப்பார்க்க முடியாத பாதிப்பை ஏற்படுத்தும் கழுமுள் சாட்டையை, சூளூர் வீரர்கள் மின்னல் வேகத்தில் வீசத் தொடங்கினர்.

சதை மட்டுமன்று, கால் எலும்பு களையே பிய்த்துக்கொண்டு சென்றன சாட்டைகள். உச்சந்தலை முதல் கால் முட்டி வரை கவசம் அணிந்திருந்த சிறப்புக் கவசப்படையை முதல் தாக்குதலிலேயே அஞ்சிப் பின் வாங்கவைத்தனர். அப்போது பின்னிலையில் நின்ற பிடறிமானின் தலைமையிலான வீரர்கள் குந்தகத்தால் குத்தித் தூக்கத் தொடங்கினர். இருபெரும் பொறிகளில் சிக்கித் சிதையத் தொடங்கியது சிறப்புக் கவசப்படை.

எந்த ஒரு போரிலும் கவசப்படை இவ்வளவு கொடுமையான அழிவுக்கு ஆளானதில்லை. மூஞ்சலுக்குள் தாங்கள் உருவாக்கிய பொறியில் பறம்பு வீரர்கள் சிக்குவார்கள் என்றுதான் எல்லோரும் எதிர்பார்த்தனர். ஆனால், சூளூர் வீரர்களின் பொறிக்குள் முழுமுற்றாக வேந்தர் படை சிக்கியது. அவசரத்தில் மூவேந்தர்களின் மூன்று சிறப்புப் படைகளும் மொத்தமாக உள்ளிறக்கியதால் அவர்களால் போரிடுவதற்குப் போதுமான களத்தை உருவாக்கிக்கொள்ள முடியவில்லை. இந்நிலையில் தாக்குதலின் அளவு எல்லை கடந்ததாக இருந்ததால் வெளிப்புற அரணைக் காத்துக் கொண்டிருந்த வீரர்களையும் உள்முகத் தாக்குதலுக்குப் பயன்படுத்த வேண்டிய சூழல் உருவானது. இவையெல்லாம் சூளூர் வீரர்களுக்கு வாய்ப்பாகவே அமைந்தன.

சூளூர் வீரர்கள் எல்லோரும் இன்றைய நாளின் முடிவை தெளிவாகத் தெரிந்தவர்களாகவே இருந்தனர். தாங்கள் உயிருடன் திரும்பும் வாய்ப்பு மிகமிகக் குறைவே. ஆனால், நீலன் மீட்கப்பட்டே ஆக வேண்டும். அதற்காக எல்லையில்லாத வீரத்தை வெளிப்படுத்தி வேந்தர் படையை முழுமுற்றாக வீழ்த்த வேண்டும் என்ற குறிக்கோளுடன் போரிட்டனர். தட்டியங்காட்டில் இதுவரை நிகழாத பேரழிவை அவர்கள் நிகழ்த்திக் காட்டினர். எண்ணிக்கையில் இதைவிட அதிகமான வீரர்களை இந்தப் போர்க் களத்தில் பறம்புப்படை கொன்றழித்துள்ளது. ஆனால், அவர்களெல்லாம் பொதுவான படை வீரர்கள். இன்று சூளூர் வீரர்கள் அழித்தொழித்துள்ளதோ மூவேந்தர்களின் மிகச்சிறந்த படை வீரர்களின் தொகுப்பை. இந்த வீரர்களின் ஆற்றலை நம்பித்தான்

வேந்தர்கள் தங்களின் பாதுகாப்பை உறுதிசெய்வர்.

மூன்று பெருவேந்தர்களின் சிறப்புப் படைகளும் மூன்று வகையான தன்மைகளைக் கொண்டிருந்தன. கவச உடைகளில் தொடங்கி, பயன்படுத்தும் ஆயுதம் வரை நிறைய வேறுபாடுகள் மூன்று படைகளுக்கும் உண்டு. ஆனால், சூளூர் வீரர்களின் தாக்குதலுக்கு முன்னால் எந்தப் படையும் எந்நிலையிலும் தாக்குப் பிடிக்க முடியவில்லை. ஐந்தாயிரத்துக்கும் அதிகமானோரைக் கொண்ட கவசப்படையை சூளூர்ப் படையின் சில நூறு வீரர்கள் முழுமுற்றாக அழித்தொழித்தனர். இந்தத் தாக்குதலுக்கு நிகரான தாக்குதலை இதுவரை யாரும் கேள்விப்பட்டதுகூட இல்லை.

மலையெனக் குவிந்து கிடக்கும் வேந்தர்படை வீரர்களின் பிணங் களுக்குள் சூளூர் வீரர்களின் உடல்களைத் தேடி எடுக்கவேண்டி இருந்தது. போர் முடிவுற்ற ஓசை கேட்டதும் வேந்தர்படை வீரர்கள் அனைவரும் பாசறைக்குத் திரும்பினர். இறந்தவர்களை அப்புறப்படுத்துவது, வீரர்களின் வேலையன்று; போர்ப் பணியாளர்களின் வேலை. மூஞ்சலுக்குள் பறம்பு வீரர்கள் அனுமதிக்கப்படாததால் அவர்கள் வெளியிலேயே காத்திருந்தனர். வேந்தர்களின் போர்ப் பணியாளர்கள், சூளூர் வீரர்களின் ஒவ்வோர் உடலாகத் தந்துகொண்டிருந்தனர். அதை வாங்கிய பறம்பு வீரர்கள், நாகக்கரடு நோக்கிச் சென்று கொண்டிருந்தனர். அனைத்து உடல்களும் எடுக்கப்படும் வரை முடியன் அந்த இடம்விட்டு அகலவில்லை.

இரவாதனின் உடலைத் தேக்கன் தூக்கிச் சென்றான். அவன் பின்னால் பறம்பின் மொத்தப் படையும் வந்துகொண்டிருந்தன. நாகக் கரட்டுக்கும் இரலிமேட்டுக்கும் நடுவில் இருக்கும் பள்ளத்தாக்குப் பகுதிக்கு அவன் வந்தபோது இருள் முழுமைகொண்டிருந்தது. இரலி மேட்டிலிருந்து தேக்கனை நோக்கி ஓடிவந்தான் பாரி. அவனுக்குப் பின்னால் காலம்பன் உள்ளிட்ட மற்றவர்கள் ஓடோடி வந்தனர். பெருவீரனின் மரணம் மொத்தக் காட்டையும் உறையவைத்திருந்தது. சிறிய ஓசைகூட எழவில்லை. தீப்பந்தத்தோடு சில வீரர்கள் பாரிக்குப் பின்னால் ஓடிவந்து கொண்டிருந்தனர்.

எதிர்வந்த பாரி, தேக்கனுக்கு முன்னால் இரு கை ஏந்தி நின்றான். தேக்கனால் பாரியின் முகத்தைப் பார்க்க முடியவில்லை. தலை குனிந்தபடி கையில் இருக்கும் இரவாதனையே பார்த்துக் கொண்டிருந்தான். ஆனால், பாரியின் கைகளுக்கு இரவாதனை மாற்றவில்லை. எதிர்நிலையில் கையேந்தி நிற்கும் பாரி, கைகளைத் தளர்த்தவில்லை. இருவருக்கும் உள்ளோடும் குருதி உறைந்து நின்று விட்டதைப் போல் இருந்தது. முன்னும் பின்னுமாக வீரர்கள் சூழ்ந்தனர். தீப்பந்தங்களின் ஒளி இரவாதனின் மேலே படர்ந்தபடி இருந்தது.

பாரி குனிந்து இரவாதனைப் பார்க்கவேயில்லை; நிமிர்ந்தபடி தேக்கனையே பார்த்துக் கொண்டிருந் தான். தேக்கனோ நிமிர்ந்து பாரியைப் பார்க்கவேயில்லை; குனிந்தபடி இரவாதனையே பார்த்துக் கொண்டிருந்தான். இருவருக்குள்ளும் உணர்வுகள் கொந்தளித்துக் கொண்டிருந்தன.

பாரி குனிந்து இரவாதனின் உடலைப் பார்த்தாலோ, தேக்கன் நிமிர்ந்து பாரியின் முகத்தைப் பார்த்தாலோ உடைந்து நொறுங்கி விடுவர். வீரர்களின் மரணத்தில் கண்ணீர் சிந்தக் கூடாது. அதுவும் பாரியும் தேக்கனும் கலங்கினால் நிலைமை என்னவாகும்? இருவரும் அதைத் தவிர்க்கவே முயன்று கொண்டிருந்தனர். மனதின் உறுதியை, கனத்த அமைதி நொறுக்கிக்

கொண்டிருந்தது. ஆனால், என்ன செய்வதென்று யாருக்கும் விளங்கவில்லை. நின்ற இடத்தை விட்டு இருவரும் நகரவில்லை.

இந்தச் சூழலை எப்படிக் கையாள்வதென்று உடனிருக்கும் யாருக்கும் தெரியவில்லை. வாரிக்கையனும் கபிலரும் செய்தியைக் கேள்விப்பட்டு இடிந்துபோய் இரலி மேட்டின் குகை அடிவாரத்திலேயே உட்கார்ந்து விட்டனர். பாரியுடன் வந்து நிற்கும் காலம்பன் இருவரையும் மாறிமாறிப் பார்த்தான். அவனுக்கு என்ன செய்வதெனப் புரியவில்லை.

ஒவ்வொரு கணமும் கடக்க முடியாத கணமாக உறைந்து நின்றது. தலை நிமிராமலே இருந்த தேக்கன், ஒரு கணத்தில் சட்டென்று இரவாதனைப் பாரியின் கைகளில் ஒப்படைத்துவிட்டு அப்படியே அவன் கால் பற்றிக் கதறினான் "காட்டின் தலைமகனை இழந்துவிட்டோமடா, பாரி!"

மலை உடைந்து சரிவதைப்போல இருந்தது. வெடித்து மேலெழும்பியது வீரர்களின் ஓலம். ஆசானின் கதறல் காட்டையே உலுக்கியது. கார மலையின் முகட்டை முட்டியது தேக்கனின் விம்மல்.

கைகள் இரவாதனை ஏந்தி நிற்க, கால்களைத் தேக்கன் பற்றி நிற்க, கண்ணீரும் குருதியும் மேலெல்லாம் கொட்டியபடிப் பாறையென நின்றான் பாரி.

மற்ற வீரர்கள் ஆசானைப் பிடித்துத் தூக்க எண்ணினர். ஆனால், யாரும் அருகில் செல்லவில்லை. பறம்புத் தலைவனின் கால்பற்றிக் கதறும் ஆசானின் உச்சந்தலையில் இரவாதனின் குருதி விழுந்துகொண்டே இருந்தது. போர்க்களத்துக்குப் பொறுப்பு, முடியனும் தேக்கனும்தான். "நாங்கள் மாவீரனைக் காக்கத் தவறி விட்டோம். அவன் அனைத்துத் தாக்குதலையும் எங்களிடம் சொல்லி விட்டுத்தான் செய்தான். ஆனால், நாங்களோ அவனிடம் கூறிய திட்டப்படி செயல்படத் தவறிவிட்டோம். இந்த மரணம் முடியனும் தேக்கனும் கவனம் தவறியதால் நிகழ்ந்தது" எனப் புலம்பி அழத் துடித்தது தேக்கனின் மனம். ஆனால், சொல்லவந்த சொற்கள் எதுவும் மேலெழவில்லை. உடைந்து கதறும் ஆற்றாமையிலிருந்து மீள முடியவில்லை. சற்று நேரத்துக்குப் பிறகே பாரியின் கால்களிலிருந்து கைகளை விலக்கினான் தேக்கன். அந்த விலகுதலில் மனம் ஆழமான நிலையொன்றை எய்தியது.

அவரவர் தானே மீண்டுகொள்ள வேண்டும். அடுத்தவருக்கு ஆறுதல் உரைக்கப் பறம்பு வீரர்கள் யாரிடமும் சொற்கள் இல்லை. தேக்கன் கைகளை விடுவித்துக்கொண்ட பிறகு பாரி நடக்கத் தொடங்கினான். வீரர்களின் பெருங்கூட்டம் அவனைத் தொடர்ந்து கொண்டிருந்தது.

தேக்கன், அந்த இடத்திலிருந்து எழுந்திருக்கவில்லை. எல்லோரும் தன்னைக் கடந்து போகும்வரை அங்கேயே இருந்தான். அனைவரும் கடந்து சென்றனர். மனம் சற்று அமைதியானது.

'ஏன் உடைந்து கதறினோம்? நமது கதறலையும் சேர்த்தல்லவா பாரி சுமந்து செல்கிறான். நாம் கட்டுப் படுத்தியிருந்திருக்க வேண்டும்' என, எண்ணங்கள் தோன்றியபடி இருந்தன. எல்லோரும் போன பிறகு நான்கைந்து வீரர்கள் மட்டும் உடனிருந்தனர். அவர்களையும் போகச் சொன்னான். ஆனால், வீரர்களோ தேக்கனுக்கு உதவுவதற்காக அங்கேயே நின்றனர்.

மீண்டும் சத்தம்போட்டு போகச் சொன்னான். அவர்கள் சென்ற பிறகு கைகளை ஊன்றி மெல்ல எழுந்து நின்று பார்த்தான். தொலைவில் இரலி மேட்டின் முதற்குகையின் அடிவாரத்தில் கூட்டம் கூடி நின்றது. மலையெங்கும் இருக்கும் தீப்பந்தங்கள் அந்த இடம் நோக்கிக் குவிந்தபடி இருந்தன. அந்தக் காட்சியைப் பார்க்க முடியாமல் நாகக்கரட்டில் இருக்கும் தனது குடிலை நோக்கி மெல்ல நடக்கத் தொடங்கினான்.

குகை அடிவாரத்தில் வைக்கப்பட்ட இரவாதனின் உடலைப் பார்க்கும் ஆற்றலின்றி பாறை மறைப்பொன்றிலே ஒடுங்கிக் கிடந்தார் கபிலர். நேற்றிரவு பொற்சுவையின் மரணம் அவர் மடியில்தான் நிகழ்ந்தது. இன்றிரவோ இரவாதனின் உடல் கிடத்தப் பட்டிருக்கிறது. ஏது செய்வதென்று தெரியவில்லை. பாரியின் முகத்தைப் பார்க்கவோ, அவனிடம் பேசவோ மனதுக்கு வலுவில்லை. கையூன்றி உட்காரக்கூட வலுவின்றி, பாறையோடு பாறையாகச் சாய்ந்தே கிடந்தார். மூஞ்சலிலிருந்து சூளூர் வீரர்களின் உடல்கள் ஒவ்வொன்றாக வந்துகொண்டிருந்தன. துயரத்தின் பேரலை காரமலை முழுவதும் பெருகிக்கொண்டிருந்தது.

அப்போது கூட்டத்துக்குள் யாரோ ஒருவன் வந்து, “கபிலர் எங்கே?” என்று விசாரித்தான். வீரன் ஒருவன் பாறையின் அடிவாரத்தில் சாய்ந்து கிடக்கும் கபிலரைக் கைகாட்டிக் குறிப்பு சொன்னான். வந்துள்ளவன், திசைவேழரின் மாணவன் வங்கைமான். ஏற்கெனவே இருமுறை வந்தவன்தான். ஆனால், ஒவ்வொரு முறையும் ஒவ்வோர் இடத்தில் ஒவ்வொரு நிலையில் கபிலரைக் காண்கிறான்.

இப்போது நிலைகுலைந்து கிடக்கும் கபிலரிடம் வந்து “திசைவேழர், உங்களை அழைத்துவரச் சொன்னார்” என்றான்.

அதைக் காதுகொடுத்துக் கேட்கும் நிலையில் கபிலர் இல்லை.

வந்தவன் மீண்டும் குரலுயர்த்திச் சொன்னான்.

சற்றே கவனம்கொண்ட கபிலர், அவனை உற்றுப்பார்த்தபடி மறுத்துத் தலையை ஆட்டினார்.

அவனோ மீண்டும் வலியுறுத்தினான்.

பேசுவதற்குச் சொற்கள் மேலெழவில்லை. ஆனாலும் முயன்று சொன்னார் “நான் வரும் நிலையில் இல்லை என்பதை திசைவேழரிடம் சொல்லிவிடு.”

வந்த மாணவனுக்கு வேறென்ன செய்வதெனத் தெரியவில்லை. பெரும் புலவரிடம் இதற்குமேல் வலியுறுத்த முடியாது எனச் சிந்தித்தபடி எழுந்து நடக்க முற்பட்டான்.

இதைக் கவனித்தபடி இருந்த வாரிக்கையன், வந்தவனைக் கைகாட்டி நிறுத்தியபடிக் கபிலரிடம் வந்து, “திசைவேழரிடம் போய் என்னவென்று கேட்டு வாருங்கள்” என்றார்.

“நான் எதையும் கேட்கும் நிலையில் இல்லை. என்னால் எதுவும் செய்யமுடியாது” என்றார் கபிலர்.

வாரிக்கையன் இங்குமங்குமாகப் பார்த்தார். அவரின் கண்கள் தேக்கனைத் தேடின. அவர் குடிலுக்குப் போய்விட்டதாக வீரன் ஒருவன் சொன்னான். கபிலரை நாம்தான் சமாதானப்படுத்தி அனுப்ப வேண்டும்

என நினைத்துக்கொண்டு மீண்டும் கபிலரிடம் வந்தார்.

அவரோ வாரிக்கையன் சொல்வதைக் கேட்கும் நிலையில் இல்லை. ஆனாலும் வாரிக்கையன் விடவில்லை. "நீங்கள்தான் பறம்பின் கோல்சொல்லி. எதிரிப்படையின் கோல்கொல்லி அழைக்கும்போது போகவில்லையென்றால், நமது தரப்புக் கருத்து கேட்கப்படாமலேயே போய்விடும் ஆபத்துள்ளது. எனவே, துயரத்தை விழுங்கி, கடமையை ஆற்றுங்கள்" என்றார்.

கபிலரோ கண்களை உருட்டி, பரிதாபமாகப் பார்த்தார். "எனது உடலியக்கம் செத்துக்கிடக்கிறது. என்னால் எழுந்திருக்கவே முடியாது. பிறகு எப்படி..?" என்று சொல்லிய போதே கண்களில் நீர் கொட்டியது.

வாரிக்கையனால் கபிலரைப் புரிந்துகொள்ள முடிந்தது. ஆனால், வேறு வழியேதுமில்லை. அவர் போய்த்தான் ஆகவேண்டும் என எண்ணியபடி சொன்னார், "யாராலும் இந்தத் துயரத்தைத் தாங்கிக்கொள்ள முடியாது. ஆனாலும் பொழுது விடிந்தால் நம் வீரர்கள் தட்டியங் காட்டில் போரிட்டுத்தானே ஆகவேண்டும்."

கபிலர் வாரிக்கையனைக் கவனித்தார்.

"மனம் நொறுங்கிக் கிடந்தாலும் எண்ணம் கைகூடினால் எழுந்து நிற்க முடியும் என்பதை ஒவ்வொரு வீரனும் ஒவ்வொரு நாளும் சொல்லிக் கொண்டுதானே இருக்கிறான். உங்களால் அதைப் புரிந்துகொள்ள முடியவில்லையா கபிலரே?"

"புரிகிறது. ஆனால், நான் அதற்கான ஆள் இல்லையே. என்னால் இதைத் தாங்கிக்கொள்ள முடியவில்லை" என்று சொல்லிக்கொண்டிருக்கும் போதே காற்றில் கேட்ட கதறல் குரலோடு சேர்ந்து வாய்விட்டுக் கதறினார் கபிலர். கைகள் இரண்டையும் கூப்பிக் கண்ணீர் பெருக வேண்டினார்.

உயர்த்தியவர், வந்திருந்த மாணவனைப் பார்த்து, "அவரை அழைத்துக்கொண்டு போ!" என்று ஆணையிட்டுவிட்டுத் திரும்பிப் பார்க்காமல் கூட்டத்துக்குள் நுழைந்து விட்டார்.

எங்கும் இருக்கும் வீரர்கள் வந்து மொய்த்துக்கொண்டிருந்தனர். குகையடிவாரச் சரிவில் முண்டி உள்ளே போவது மிகவும் கடினமாக இருந்தது. ஆனாலும் தடுமாறி உள்ளே நுழைந்த வாரிக்கையன் நீண்டநேரம் கழித்துத் திரும்பிப் பார்த்தார். பாறையடிவாரத்தில் கபிலர் இல்லை!

நாகக்கரட்டிலிருந்து தட்டியங் காட்டை நோக்கி இறங்கும்போது அடரிருள் அப்பிக்கிடந்தது. வீரர்கள் தீப்பந்தமேந்தி முன் நடந்தனர். வழக்கம்போல் போர்க்களத்தின் நடுவில் இருக்கும் பரணில்தான் திசைவேழர் நிற்பார். அங்குதான் இருமுறையும் அழைத்துவரச் சொல்லிப் பேசியுள்ளார். இப்போதும் அங்கிருந்துதான் அழைத்துவரச் சொல்லியுள்ளார் என்று எண்ணியபடி நடந்தார் கபிலர். ஆனால், மாணவன் வங்கைமானோ தட்டியங்காட்டின் நடுப்புறம் செல்லாமல் இடதுபுறம் சென்றான்.

"ஏன் இந்தப்பக்கம் செல்கிறாய்?" எனக் கேட்டார் கபிலர்.

அதற்கு வங்கைமான், "இடதுபுறம் கடைசியாக இருக்கும் பரண்மீதுதான் திசைவேழர் நிற்கிறார். அங்குதான் அழைத்துவரச் சொன்னார்" என்றான்.

அதற்குமேல் கேட்கும் நிலையில் அவரில்லை. அவன் பின்னே நடந்து சென்றார்.

பரணின் அடிவாரத்துக்குக் கபிலர் வந்தபோது, மூவேந்தர்களும் வேந்தர்

கபிலரின் நிலை புரிகிறது. ஆனால், அப்படியே விட்டுவிட முடியாது என முடிவுக்கு வந்த வாரிக்கையன் சொன்னார், "முடியனை நினைத்துப் பார்த்தீர்களா? சூளூர் வீரர்கள் எல்லோரின் உடலும் எடுக்கப்படும் வரை அவன் மூஞ்சல் விட்டு அகலாமல் அங்கேயே இருக்கிறான். பாரியை நினைத்துப்பார்த்தீர்களா? தேக்கனே காலைப் பிடித்து அழுத பிறகும் கலங்காமல் நிற்கிறான். அவர்களெல்லாம் இரவாதனைத் தங்களின் தோளில் போட்டு வளர்த்தவர்கள். வீரனின் மரணத்துக்குக் கைம்மாறு உண்டு. அதைச் செய்வதுதான் அவனுக்கு நாம் செலுத்தும் மரியாதை. இப்போது நீங்கள் பாடல் புனையும் புலவன் மட்டுமல்ல, பறம்பின் கோல்சொல்லி. எழுந்து நடங்கள்! இரவாதனின் குருதி, மூக்கில் ஏறி உச்சந்தலையைச் சூடாக்கிக் கொண்டிருக்கிறது. எப்படி உங்களால் உட்கார்ந்துகொண்டு அழமுடிகிறது?'' என்று குரல்

படைத் தளபதிகளும் நின்றிருந்தனர். திசைவேழர் பரண்மீது நின்றிருந்தார். ஏன் அனைவரையும் வரச் சொன்னார் என்பது யாருக்கும் தெரியவில்லை. வேந்தர்கள் மீண்டும்மீண்டும் கேட்டும் தளபதிகளிடம் விடை இல்லை. குலசேகரப்பாண்டியன் உள்ளிட்ட மூவேந்தர் குடும்பத்தினர் ஐவரும் வந்து நின்றிருந்தனர். மையூர்க்கிழார், கருங்கைவாணன் உள்ளிட்ட தளபதிகள் அணிவகுத்திருந்தனர். பறம்பின் தரப்பு கோல்சொல்லி வந்த பிறகே பேச முடியும் என்று திசை வேழர் சொல்லிவிட்டதால், யாரும் எதுவும் பேசாமல் அமைதி காத்திருந்தனர்.

கபிலர் வந்ததும் அவரை பரண் மீது ஏறி வரச் சொன்னார். கபிலருக்கு, சற்றே ஐயம் உருவானது. பறம்பு வீரர்கள் ஓங்கலத்தைப் பயன்படுத்தித் தாக்குதல் நடத்தியபோது விசாரணைக்கு அழைத்திருந்தார். திசைவேழர், அப்போது பரண்விட்டுக் கீழேதான் அமர்ந்திருந்தார். மறுநாள் போர்க்களத்தின் தன்மையைப் பற்றியும் தனக்கு உண்டான மன அழுத்தத்தைப் பற்றியும் விவாதிக்க வரச் சொன்னார். அப்போதும் கீழே தான் இருந்தார். அந்த இரு நிகழ்வுகளின்போதும் வேந்தர்கள் யாரும் இல்லை. ஆனால், இன்று வேந்தர்கள் அனைவரும் வந்து நிற்கின்றனர். திசைவேழரோ பரண் மேலிருந்தபடித் தன்னையும் ஏன் மேலேறி வரச் சொல்கிறார் என எண்ணியபடியே பரண்மீது ஏறினார் கபிலர். முன்னும் பின்னுமாக இரு மாணவர்கள் அவர் ஏறிச் செல்ல உதவிசெய்தனர்.

பரணின் மேற்தளத்தில் நான்கு மூலைகளிலும் பந்தங்கள் எரிந்து கொண்டிருந்தன. நடுவில் சிறிய இருக்கை ஒன்றில் அமர்ந்திருந்தார் திசைவேழர். மேலேறிச் சென்ற கபிலர், திசைவேழரை வணங்க முயன்றபோது அவரின் முகத்தைப் பார்த்ததும் சற்றே அதிர்ச்சிக் குள்ளானார்.

முகம் கடுத்து உறைந்துபோய் இருந்தது. கண்கள் ஆற்றாமையால் கனன்றுகொண்டிருந்தன. வந்து நிற்கும் கபிலரை ஏறிட்டுப்பார்த்தார் திசைவேழர். துயரத்தின் பெருவலி கபிலரின் முகத்திலும் நிரம்பியிருந்தது.

கபிலரின் வரவுக்காகவே காத்திருந்த திசைவேழர் மெல்ல எழுந்து பரணின் முன்பகுதிக்கு வந்தார். கீழே எண்ணிலடங்காத பெரும்பந்தங்கள் எரிந்துகொண்டிருக்க, தேர்களின் மீது பேரரசர்கள் அமர்ந்திருந்தனர்.

திசைவேழர் பேச முன்வருவது அறிந்து மாணவன் ஒருவன் முரசின் ஓசையை மெல்ல எழுப்பினான். கீழே இருந்தவர்கள் மேலே பார்த்தபடி கவனம்கொண்டனர். முன்வந்து தடுப்புக்கட்டையைப் பிடித்தபடித் திசைவேழர் கூறினார், “இன்றைய போரில் நமது படை விதிகளை மீறிவிட்டது!”

எல்லோரும் சற்று அதிர்ச்சியானார்கள். ‘விதியை மீறியவர் யார்?’ என்று ஒருவருக் கொருவர் பார்த்துக் கொண்டனர். மையூர்க்கிழார் கருங்கைவாணனிடம் பார்வையாலே கேள்வியை எழுப்பினார்.

கருங்கைவாணனோ, “அப்படி யாரும் நமது தரப்பில் விதிகளை மீறவில்லை” என்றான்.

தலைமைத்தளபதி என்ற முறையில் மையூர்க்கிழார்தான் இப்போது பேசவேண்டும். அவரோ கருங்கை வாணனின் மீது சற்றே ஐயம்

கொண்டிருந்தார். அவனிடம் நன்றாக விளக்கம் கேட்டறிந்த பிறகுதான் பேசத் தொடங்கினார், "நிலைமான் கோல்சொல்லியை வணங்குகிறேன். வேந்தர்படையில் யாரும் விதி மீறவில்லையே."

"போர்விதி மீறப்பட்டதை நானே கண்டேன்."

''அப்படியென்றால், யார் விதி மீறினார் என்பதைக் கூறுங்கள், திசை வேழரே" என்று பணிந்து கேட்டார் மையூர்க்கிழார்.

எல்லோரும் பரண்மீது உற்றுப் பார்த்தபடி இருந்தனர். திசைவேழர் சொன்னார், "பொதியவெற்பனும் சோழவேழனும்."

அதிர்ந்து நின்றனர் அனைவரும்!

திசைவேழரின் குற்றச்சாட்டு, வேந்தர்களின் தரப்பிலிருந்த ஒவ்வொருவரையும் நடுங்கவைத்தது. அவரின் கூற்றுக்கு என்ன மறுமொழி உரைப்பது, யார் மறுமொழி உரைப்பது என்று யாராலும் முடிவு செய்ய முடியவில்லை. குற்றம்சாட்டுவது எதிரிப்படைக் கோல்சொல்லி அல்ல; நமது படைக் கோல்சொல்லி. பக்கத்தில் பறம்புப்படைக் கோல் சொல்லி கபிலர் நின்று கொண்டிருக் கிறார். எனவே, இதை எந்தச் சொல் கொண்டு மறுப்பது?

சோழவேழன்மீதான குற்றச் சாட்டை மறுக்க, சோழனின் அமைச்சன் வளவன்காரி முன்வர ஆயத்தமானான். ஆனால், செங்கனச் சோழன் கண்களால் குறிப்புக் கொடுத்த பிறகு, சற்றே ஒதுங்கி நின்று கொண்டான். திசைவேழர் பாண்டியப் பேரரசரால் நியமிக்கப் பட்டவர். எனவே, அவர்களே இந்தப் பிரச்னையைத் தீர்க்கட்டும் என நினைத்தான்.

குலசேகரப்பாண்டியனோ அதிர்ச்சியுற்ற கண்களோடு அண்ணாந்து திசைவேழரையே பார்த்துக்கொண்டிருந்தார். 'அவரது கூற்றை மறுத்து வாதாடுதல் எளிதல்ல. அமைச்சர் முசுகுந்தர் இருந்திருந்தால் கூட இந்தச் சிக்கலை ஓரளவு தெளிவாகக் கையாள்வார். ஆனால், ஆதிநந்தியை நம்பி எப்படி முன்னெடுப்பது? அமைச்சனை நிறுத்திவிட்டுத் தளபதிகளைப் பேச விட்டால் நிலைமை மேலும் சிக்கலாகி விடும்' என்று நினைத்தபடி இருந்தார்.

குற்றச்சாட்டைக் கூறிய திசை வேழர், மறுமொழியை எதிர்பார்க்கவில்லை. தட்டியங் காட்டை விரிந்த கண்களோடு பார்த்த படி சொன்னார், "விதி மீறிய இருவரும் இக்கணமே இந்தப் போர்க்களம் விட்டு நீங்க வேண்டும். இனி, வாழ்வு முழுவதும் அவர்கள் ஆயுதங்களைக் கைக்கொள்ளக் கூடாது."

இடி விழுவதுபோல் இருந்தன திசைவேழரின் சொற்கள். உறைந்து நின்றனர் அனைவரும். குலசேகரப் பாண்டியனின் கண்கள் துடித்தன. பாண்டியப் பேரரசின் தலைமை அமைச்சன் ஆதிநந்தி உரத்தகுரலில் கத்திச்சொன்னான், "நீங்கள் அறம் தவறிப் பேசுகிறீர், திசைவேழரே!"

இடைவெளியின்றிச் சட்டெனச் சொன்னார், "ஆம். நான் அறம் பிறழ்ந்தே பேசுகிறேன். அரண்மனை யின் நம்பிக்கைக்கு உரியமுறையில் நடந்துகொள்வதை முற்றிலுமாக எனது ஆழ்மனம் துறந்துவிடவில்லை. அதனால்தான் எனது சொற்கள் இப்படி வந்துள்ளன. இல்லையெனில், அவர்கள் இருவருக்கும் மரணத்தையே தீர்ப்பாக வழங்கியிருப்பேன்!"

106

வேந்தர் தரப்பினர் நடுங்கி நின்றனர். திசைவேழரின் கூற்று யாரும் எதிர்பார்த்திராத ஒன்று. அதை யாராலும் எதிர்கொள்ளமுடியவில்லை. ஆனால், எதிர்கொண்டே ஆக வேண்டும். என்ன செய்வதென்று முடிவெடுக்க முடியாமல் திணறினர்.

அமைச்சன் ஆதிநந்தி பேச முன்வந்தபோது, குலசேகரப் பாண்டியன் தனது கையசைவில் அதை நிறுத்தினார். அவரது கண் பார்வை மையூர்க்கிழாரை நோக்கிப் போனது. அவர் எந்த அவையிலும் வலிமையான உரையாடலை முன்வைக்கக்கூடியவர். இப்போது அவர் தளபதியாக இருந்தாலும் திசைவேழரை எதிர்கொள்ள அவரே பொருத்தமானவர் என்று குலசேகரப் பாண்டியனுக்குத் தோன்றியது.

பேரரசரின் கண்ணசைவில் உத்தரவைப் புரிந்துகொண்டார் மையூர்க்கிழார். இருக்கும் இடத்திலிருந்து சற்று முன்வந்து பெருங்குரலெடுத்துக் கூறினார், "திசைவேழரை வணங்குகிறேன். எதன் அடிப்படையில் இந்தக் குற்றச்சாட்டைக் கூறுகிறீர்?"

"போரின் விதி மீறப்பட்டதாக நிலைமான் கோல்சொல்லி கூறி விட்டால் தண்டனையைத் தாழ்ந்து பெறவேண்டும். அதுதான் விதி."

"நான் விதியை மீறவில்லை. விளக்கம்தான் கேட்கிறேன்."

"என்ன விளக்கம் வேண்டும் உனக்கு?"

"அவர்கள் இருவரும் விதியை மீறியதாக நீங்கள் சொல்வதற்கான விளக்கம்?"

"போர் முடிவுறும் முரசின் ஓசை கேட்கும்போது பறம்பின் குதிரைப்படைத் தளபதி இரவாதன் கூடாரத்தினுள் இருந்த நீலனை வெளியில் அழைத்துவந்துவிட்டான். ஆனால், முரசின் ஓசை கேட்டதும் தனது ஆயுதங்களைத் தாழ்த்தி அப்படியே நின்றான். மூஞ்சலை

விட்டு வெளியேறாத நிலை என்பதால், நீலனை மீண்டும் கூடாரத்துக்குள் அனுப்பினான். போர் முடிவுற்ற பிறகு மூஞ்சலை விட்டு வெளியேற்றக் கூடாது என்பதால் அப்படிச் செய்தான்.

நீலன் கூடாரத்துக்குள் நுழைவதைப் பார்த்துக் கொண்டே நின்றிருந்த இரவாதனை, பின்புறமிருந்து பொதிய வெற்பனும் சோழவேழனும் சரமாரியாக அம்பெய்தித் தாக்கினர். அவர்களுடன் படையணியினரும் சேர்ந்து தாக்கினர். போர் முடிவுற்ற பிறகு ஆயுதங்களைத் தாழ்த்தி நின்றுகொண்டிருந்தவனை விதிகளை மீறிக் கொலை செய்தனர் இருவரும்."

சொல்லி முடிக்கும் முன் சினம்கொண்டு கத்தினான் சோழவேழன், "நாங்கள் அதற்கு முன்பே அம்பெய்தி விட்டோம்."

"நாங்கள் அம்பெய்திய பிறகுதான் உங்களின் முரசின் ஓசை கேட்டது" என்று உரக்கக் குரல் கொடுத்தான் பொதியவெற்பன்.

திசைவேழரின் உடல் நடுங்கியது. தனது கூற்றை மறுத்து மேலெழும் சொற்களை அவரால் ஏற்றுக்கொள்ள முடியவில்லை.

இடைவெளியின்றி மையூர்க் கிழாரின் குரலும் மேலெழுந்து வந்தது, "அரசப்பெருமக்கள் சொல்லும் விளக்கம் ஏற்புடையதா திசை வேழரே?"

மேலேறிய சினத்தைக் கட்டுப்படுத்தியபடி சொன்னார், "நிலைமான் கோல்சொல்லி ஒரு பொய்யின் மீது விளக்கம் அளிக்கும் அளவுக்குத் தாழ்ந்துவிடவில்லை."

மையூர்க்கிழார் சற்றே அதிர்ச்சியானார். திசைவேழரைக் கைக்கொள்வது எளிதன்று என்பது தெரியும். ஆனாலும் அவரின் குணமறிந்து உரையாடலை வேறு திசைக்குத் திருப்புவதே இப்போதிருக்கும் ஒரே வழி எனத் தோன்றியது. "நான் பொய்யின் மீது விளக்கம் கேட்கவில்லை திசை வேழரே! அவர்களின் கூற்றுக்குப் பிறகு உங்களின் குற்றச்சாட்டின் மீதான விளக்கத்தைத் தெரிந்து கொள்ளவே கேட்கிறேன்."

"நான் சொல்வது குற்றச்சாட்டல்ல, தீர்ப்பு."

எந்தச் சொல்லாலும் தான் அதிர்ச்சிக்குள்ளாக வில்லை என்பதைக் காட்டிக்கொள்ள இடைவெளியின்றி மையூர்க்கிழார் சொன்னார், "உண்மைதான் திசை வேழரே. நீங்கள் சொல்வது தீர்ப்பு தான். நான் கேட்பது அந்தத் தீர்ப்பின் மீதான சிறிய விளக்கம் மட்டுமே."

"இன்னும் என்ன விளக்கம் தேவை?"

"முரசின் ஓசைக்கு முன்பே அவர்கள் அம்பெய்திவிட்டதாகக் கூறுகின்றனரே?"

"அவர்கள் இருவரும் இரவாதனின் தாக்குதலைக் கண்டு அதிர்ச்சியாகி நின்றிருந்தனர். கடைசி நாழிகையில் நீண்டநேரம் அவர்கள் அம்பெய்ய வில்லை. முரசின் ஓசை கேட்ட பிறகு, இரவாதன் ஆயுதங்களைத் தாழ்த்தி உள்நுழையும் நீலனை ஏக்கத்தோடு பார்த்துக்கொண்டிருக்கும் போதுதான் இவர்கள் பின்னாலிருந்து அம்பெய்தனர். அதாவது, போரிட்டுக் கொண்டிருக்கையில் இரவாதனை ஒன்றும் செய்ய முடியவில்லை. முரசின் ஓசை கேட்டு அவன் ஆயுதங்களைத் தாழ்த்திய பிறகு கோழைகளைப்போல, பின்னாலிருந்து தாக்கினர்."

"என் தந்தையை 'கோழை' என்றா

சொல்கிறீர்?" எனத் துடித்தெழுந்தான் செங்கனச்சோழன். பாண்டிய இளவரசனை இகழ்வதற்கு எதிராகக் கருங்கைவாணனின் குரல் அதைவிட மேலேறிவந்தது.

எதிர்த் தாக்குதலைப்போல மற்றவர்களை உரத்துக் குரல்கொடுக்க இடம் தந்துவிட்டு, அதே நேரத்தில் தான் பணிந்து கேட்பதைப் போன்ற குரலில் மையூர்க்கிழார் கேட்டார், "எம் தரப்பு நிலைமான் கோல்சொல்லி நீங்கள். உங்களிடமிருந்து நான் தெளிவுபெறவே விரும்புகிறேன். எனவே, தவறாகக் கருதவேண்டாம். நீங்கள் நின்றிருக்கும் இந்தப் பரணிலிருந்து வெகுதொலைவில் இருக்கிறது மூஞ்சல். அங்கு போர் நடந்துகொண்டிருந்தது. அம்பெய்தது முரசின் ஓசைக்கு முன்பா... பின்பா... என்பதை இங்கிருந்து கணிப்பது எளிதல்லவே!"

"இங்கிருந்து மூஞ்சல் எவ்வளவு தொலைவில் இருக்கிறது?"

"இரண்டு காதத் தொலைவில் இருக்கிறது."

"அதோ அந்த விண்மீன் கூட்டம் எவ்வளவு தொலைவில் இருக்கிறது?"

வானத்தில் ஒளிரும் விண்மீன்களைக் காட்டி திசைவேழர் கேட்டதும் சற்றே அதிர்ந்து நின்றார் மையூர்க்கிழார். சட்டென விடைசொல்லவில்லை. இதற்கு விடைசொன்னால் திசைவேழர் அடுத்து என்ன சொல்வார் என்பதை உணர முடிந்தது. தலை நிமிர்ந்து விரிந்த கண்களால் வானத்தைப் பார்த்தார் மையூர்க் கிழார்.

இரலிமேட்டின் குகையடி வாரத்துக்குக் கொண்டு வரப்பட்ட சூளூர் வீரர்களின் உடல்கள், வரிசையாக வைக்கப்பட்டுக் கொண்டிருந்தன. இன்னும் சில வீரர்களின் உடல்களே வரவேண்டியிருந்தன. அனைவரையும் புதைப்பதற்கான ஏற்பாடுகள் இன்னொரு பக்கம் நடந்து கொண்டிருந்தன.

போர்க்காலத்தில் இறுதிச் சடங்குகளை விரைவில் முடித்தாக வேண்டும். அப்போதுதான் அந்தத் தாக்கத்திலிருந்து மற்ற வீரர்கள் வேகமாக வெளிவருவர். அதன்பிறகு அவர்கள் தூங்கியெழுந்து மறுநாள் போருக்கு ஆயத்தமாக வேண்டும். உடல்நிலையும் மனநிலையும் போர்க்களத்துக்கான முழுத் தகுதி கொண்டிருக்க வேண்டும். எனவே, மரணத்தை ஒரு வாள்வீச்சுபோலக் கணப்பொழுதில் கடந்தாக வேண்டும். அதுதான் போர்க்களத்தின் விதி. வீசிச் சென்ற வாள், காற்றில் தனது தடத்தை விட்டுவைப்பதில்லை. அதே போல்தான் வீரனின் நினைவுகள் போர்க்களத்தில் தங்கக் கூடாது. எல்லாம் உடனடியாக அகற்றப் பட்டாக வேண்டும்.

ஆனால், அங்கு அடுக்கி வைக்கப்பட்டுள்ளவை மாவீரர்களின் உடல்கள். அதனால்தான் உயிரோடு இருக்கும் ஒவ்வொரு வீரரும் அவர்களின் குருதியை எடுத்து மார்பெங்கும் பூசி வஞ்சினம் உரைத்தனர். அவர்கள் பயன்படுத்திய ஆயுதங்களைத் தனதாக்கத் துடித்தனர். அவர்களின் வீரம் தங்களின் உடலெங்கும் நிலைகொள்ள வேண்டும் என வேண்டினர். சூளூர் வீரர்கள் ஒவ்வொருவரின் பெயரையும் சொல்லி, காடு அதிரக் கத்தினர். ஆவேச உணர்வு எங்கும் பீறிட்டுக் கொண்டிருந்தது. காரமலையெங்கும் குரலின் வழியே சினத்தை நிறுத்தினர்.

ம.செ

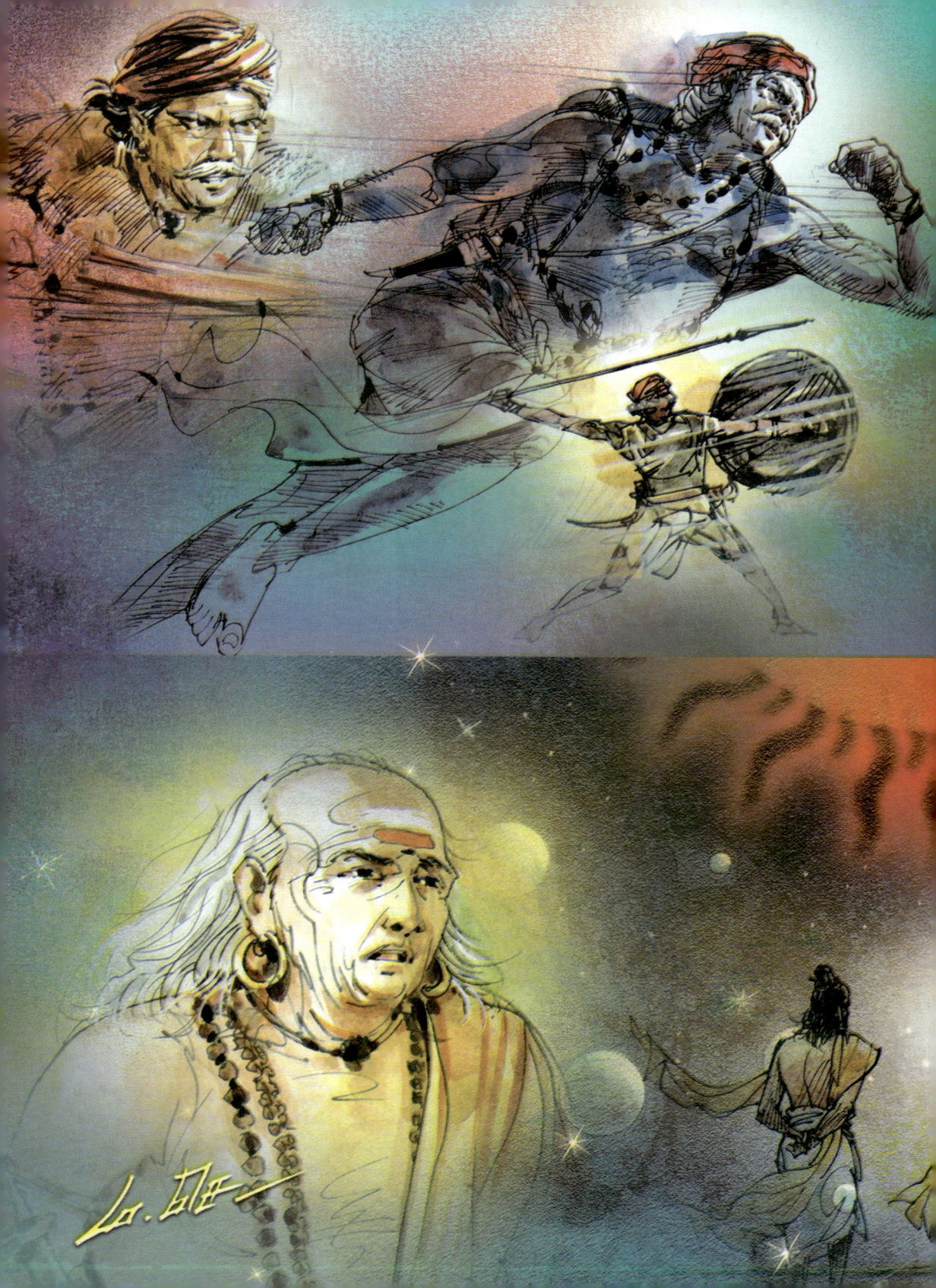

தனித்திருக்கும் கரும்பாறைப் படுக்கையில் கிடத்தப்பட்டிருந்தது இரவாதனின் உடல். அவன் தலைக்கு மேல் பெருந்தீப்பந்தம் ஒன்று எரிந்து கொண்டிருந்தது. அந்தப் பந்தச்சுடரின் செந்நிற வெளிச்சம் குருதியைப் பீச்சிக்கொண்டிருந்தது. சுடரும் குருதியின் பேரொளி தனது உடலின் மேல் விழ ஒவ்வொரு வீரனும் முண்டியடித்து உள்நுழைந்து கொண்டிருந்தான். நிலைமை இப்படியே போனால் இரவு முழுமையும் கழிந்துவிடும். தூக்கமே இன்றித்தான் நாளை பறம்பு வீரர்கள் போர்க்களத்தில் நிற்கவேண்டிய நிலை ஏற்படும் என்று சிந்தித்த வாரிக்கையன், தேக்கனை அழைத்து வந்து விரைவாக இறுதி நிகழ்வை முடிக்கவேண்டும் எனத் திட்டமிட்டான்.

தேக்கனை உடனே அழைத்துவரச் சொல்லி அவனது குடில் நோக்கி வீரன் ஒருவனை அனுப்பிவைத்தான்.

பள்ளத்தாக்கில் இரவாதனைப் பாரியிடம் ஒப்படைத்த தேக்கன், தனது குடிலுக்கு வந்துசேர்ந்தான். அவனது எண்ண ஓட்டங்கள் நிலைகொள்ளாமலிருந்தன. எவ்வளவு பெரிய நெருக்கடியிலும் இடரிலும் கலங்காது முடிவெடுக்கும் ஆற்றலைப் பறம்புநாட்டுத் தேக்கன்கள் இழப்பதில்லை. ஆனால், தன்னால் தெளிவாக முடிவெடுக்க முடிய வில்லையே என்ற பதற்றம் முதன் முறையாகத் தேக்கனுக்கு ஏற்பட்டது.

போர்க்களத்தை, அதன் போக்கை, வேந்தர்படையின் தாக்குதல் உத்திகளைப் பறம்புப்படையின் வலிமையை எல்லாம் மீண்டும் மீண்டும் நினைத்துப்பார்த்தபடியே இருந்தான். பறம்புநாட்டுத் தேக்கனாக, தான் இந்தக் கணம் எடுக்கவேண்டிய முடிவென்ன என்ற கேள்வியை எழுப்பி வெவ்வேறு விடைகளை அதற்குப் பொருத்திப் பார்த்தான். ஒவ்வொரு விடைக்கும் ஒவ்வொரு விளைவு இருந்தது. எந்த முடிவு என்ன விளைவை உருவாக்கும் என்பதை ஓரளவு தெளிவாக உணர முடிந்தது. ஆனால், போர்க்களத்தில் எல்லா வற்றையும் துல்லியமாக முன்னுணரவும் முன்திட்டமிடவும் முடியாது. எனவே, கேள்விகளை எல்லாவிதமான வாய்ப்புகளின் வழியேயும் மீண்டும் மீண்டும் கேட்டபடியே இருந்தான்.

குடிலின் படல் திறந்து உள்நுழைந்தான். வெளியில் எரிந்து கொண்டிருந்த பந்தத்திலிருந்து விளக்கை ஏற்றிக் குடிலுக்குள் கொண்டுவந்து வைத்தான். வழக்கமாக தேக்கனுக்குப் பணிவிடை செய்ய அங்கு இருக்கும் வீரர்கள் எல்லோரும் இரலிமேட்டுக்குப் போய்விட்டனர். யாரும் அங்கு இல்லை.

தனது இருக்கையில் அமர்ந்தான். 'போர்க்களத்தில் போரிடத் தகுதியின்றி பறம்பு ஆசான் நிற்பது எவ்வளவு பெரிய இழப்புகளை உருவாக்கிக்கொண்டிருக்கிறது. நான் முழு ஆற்றலோடு இன்று களத்தில் நின்றிருந்தால் முடியனோ, நானோ மூஞ்சலை அடைந்திருப்போம். இரவாதனை இழந்திருக்க மாட்டோம். ஆயுதங்களைக் கைக்கொள்ள முடியாத எனது இருப்பு, பறம்பு வீரர்களுக்கான மரண வழித்தடமாக மாறி நிற்கிறது.

நான் இருக்கும் வரை, பாரி பறம்பின் எல்லையை விட்டு வெளிவந்து களமிறங்க முடியாது. பாரி களம் இறங்காதவரை இதுபோன்ற இழப்புகளைத் தவிர்க்க

முடியாது. பறம்புநாட்டு மாவீரர்களையும் இணையற்ற போராளிகளையும் இனியும் நாம் போர்க்களத்தில் பலிகொடுக்கக் கூடாது. அதற்கு இருக்கும் ஒரே வழி, பாரி களமிறங்க நான் வழிவிடுதல் மட்டுமே!' - எண்ணங்களை ஒருங்கிணைத்து முடிவுக்கு வந்தான். இதைவிடச் சிறந்த முடிவெதுவும் அவனுக்குப் புலப்படவில்லை. எனவே, முடிவைச் செயல்படுத்தும் பணியைத் தொடங்கினான்.

கடந்த சில நாட்களாகப் பயன்படுத்தாமல் இருந்த அவனது வில், குடிலின் ஓரத்தில் சாய்த்து வைக்கப்பட்டிருந்தது. எழுந்து போய் அதை எடுத்து வந்தான். இருக்கையில் உட்கார்ந்தபடியே நாணை இறுக்கிக் கட்டினான். அம்பறாத்தூணியைக் கண்கள் தேடின. மேல்மூங்கிலில் அது தொங்கிக்கொண்டிருந்தது.

மீண்டும் எழுந்துபோய் அதை எடுக்கவேண்டியிருந்தது. விலாவெலும்பு குத்தி உள்ளிறங்கிக் கொண்டிருந்தாலும் தனக்குப் பிடித்த அம்பையெடுக்க வழக்கம்போல் அவனது கைகள் விரைந்து சென்றன.

போரின் போக்கறிந்து, கடைசி ஐந்து நாழிகை இருக்கும்போது திசைவேழர் இடதுபுறம் இருக்கும் மூன்றாம் பரணுக்கு வந்து சேர்ந்திருந்தார். நடந்தது அனைத்தையும் உன்னிப்பாகக் கவனித்து அறிந்திருந்தார். அவர் சொல்லும் சான்றுகளை மையூர்க்கிழாரால் மறுக்க முடியவில்லை. சொற்களால் அவருடைய எண்ணங்களைத் திசைதிருப்ப முடியுமா என்று செய்துபார்த்த முயற்சிகளால் எந்தவிதமான பலனும் ஏற்படவில்லை. உரையாடலை இதற்கு மேலும் நீட்டிக்க முடியாத நிலை உருவானது.

அடுத்து என்ன செய்யலாம் என மையூர்க்கிழார் யோசித்தபடி நின்றிருந்தபோது பாண்டியநாட்டு அமைச்சன் ஆதிநந்தி சொன்னான், "திசைவேழரை மீண்டும் வணங்குகிறேன். நீங்கள் சொல்லியபடி அவர்கள் முரசின் ஓசை கேட்ட பிறகே அம்பெய்தனர் என வைத்துக் கொள்வோம். போரின் விதிகள் தட்டியங்காட்டுக்குத்தானே பொருந்தும். மூஞ்சல், தட்டியங்காட்டை விட்டு வெளியில்தானே இருக்கிறது."

திசைவேழரின் சினம் உச்சத்தைத் தொட்டது. கண்களை இறுக மூடி நஞ்சை விழுங்குவதைப்போலக் கேள்வியை விழுங்கினார். ஆனாலும் தனது கடமையிலிருந்து நழுவக் கூடாது என எண்ணியபடி சொன்னார், "பறம்பு வீரர்கள் நள்ளிரவில் வந்து மூஞ்சலைத் தாக்கியிருந்தால், அவர்கள் போர் விதிகளை மீறிவிட்டார்கள் என்று நீங்கள் சொல்லமாட்டீர்களா? போர் விதிகள் என்பவை, போரிடும் காலம் முழுவதும் போரிடுபவர்கள் கடைப்பிடிக்க வேண்டிய நெறிகள். அவை இடத்தோடும் பொழுதோடும் தொடர்புடையவை அல்ல. அந்த நெறிகளைக் கடைப்பிடிக்கும் மனநிலையை நீங்கள் இழந்துவிட்டீர்கள். ஏனென்றால், உங்கள் வீரத்தின் மீது உங்களுக்கு இருந்த நம்பிக்கை பொய்த்துவிட்டது."

சொல்லின் தாக்குதலால் நிலைகுலைந்து நின்றனர் வேந்தர்கள். திசைவேழர் அதே குரலில் தொடர்ந்தார், "எனது தண்டனையை ஏற்பதற்கான கடைசி வாய்ப்பை வழங்குகிறேன். பொதியவெற்பனும்

சோழவேழனும் இக்கணமே ஆயுதங்களைத் துறந்து போர்க்களம் விட்டு வெளியேறுங்கள்."

அமைதி அப்படியே நீடித்தது. வேந்தர்களின் முகங்கள் இறுக்கம் கொண்டன. "கிழவனுக்குப் பைத்தியம் பிடித்துவிட்டது" என்றான் பொதிய வெற்பன். உதியஞ்சேரல் ஏதோ சொல்ல வந்தான். அப்போது திசை வேழரின் குரல் முன்னிலும் உரத்து வெளிப்பட்டது.

"போர் விதிமுறைகளை ஏற்று முரசின் ஓசை கேட்டதும் ஆயுதங்களைத் தாழ்த்திய இரவாதனே! உன்னிடம் மன்னிப்புக் கோருகிறேன். விதிமுறைகளை மதிக்கத் தெரியாத வேந்தர் படைக்கு நிலைமான் கோல் சொல்லியாக இருந்த நான் இந்தத் தவற்றுக்குப் பொறுப்பேற்று எனக்கு தண்டனை வழங்கிக்கொள்கிறேன்!

இதோ, எனது கண்களுக்கு முன்னால் ஒளிவீசும் விண்மீன்களைப் பார்த்துக்கொண்டிருக்கிறேன். ஆனாலும் மனதுக்குள் போரொளியாகச் சுடர்விடுவது மூஞ்சலுக்குள் நீ வெளிப்படுத்திய வீரமே!

உன்னைப்போன்ற நெறி பிறழாத மாவீரர்கள் என்றென்றும் போற்றப் படுவீர்கள். நீ இறவாப்புகழுடன் வாழ்வாய்! இரவாதன் மரணமற்றவன் என்பதைக் காலம் உணர்த்தும்! தட்டியங்காட்டுப் போரின் நினைவிருக்கும் வரை உனது புகழ் இருக்கும்!"

சொல்லியபடிப் பரணின் முன்புறமிருந்த கம்பங்களை விட்டு, பின்புறமாக வந்து தனது சிற்றிருக்கையில் அமர்ந்தார். உடலெங்கும் இருந்த நடுக்கம் வடிந்து அமைதிகொண்டது.

'என்ன செய்யப்போகிறார் திசைவேழர்?' என்று பதற்றம் கொண்டார் கபிலர்.

திசைவேழரோ, இருக்கையில் அமர்ந்ததும் தனக்கு எதிரே நாழிகை வட்டிலில் இருந்த நாழிகைக்கோல் இரண்டையும் தன் இரு கைகளிலும் எடுத்து மேலேந்தினார்.

கால்விரல்களால் நாணை அழுத்திக்கொண்டு வலதுகையால் வில்லை இழுத்து மேலே தூக்கினான் தேக்கன். கால்விரல்கள் இரண்டும் அம்பைக் கவ்விப்பிடித்திருந்தன. அம்பின் முனை நடுவயிற்றின் விலாவெலும்புக் குழியில் இருந்தது. கால்விரல்களை அழுத்திக்கொண்டு வலதுகையால் வில்லை மேல்நோக்கி நன்றாக இழுத்து விசையைக் கூட்டினான்.

அண்ணாந்து மேலே பார்த்தார் திசைவேழர். வானில் உள்ள அனைத்து விண்மீன்களும் அவருடைய கண்களையே பார்த்துக் கொண்டிருந்தன. கருவிழிகள் முழுச் சுற்றுச் சுற்றி வட்டமடித்தன. இரு கைகளிலும் ஏந்திய கூர்முனை கொண்ட நாழிகைக்கோல்களை, தனது குரல்வளையை நோக்கி இறுக உட்செலுத்தினார்.

கால்விரல்கள் விடுவித்த கணத்தில் விசைகொண்ட அம்பின் முனை, விலாவெலும்புக் குழிக்குள் புகுந்து பின்புறமாக எகிறியது.

இரு கைகளாலும் இழுத்துக் குத்தப்பட்ட நாழிகைக்கோல்கள் நெஞ்சுக்குழிக்குள் கீழிறங்கின. குருதி கொப்பளித்து மேல்வர, தேக்கனும் திசைவேழரும் மெல்லச் சாய்ந்தனர். கண்களின் ஒளி எளிதில் மங்கி

விடுவதில்லை. நினைவுகள் கடைசியாகச் சுழன்றடித்து மேலேறின.

எவ்வியூர் நாகப்பச்சை வேலியின் மணமே தேக்கனின் நினைவெங்கும் படர்ந்தது. பகரியை வேட்டையாடி, அதன் ஈரலைத் தின்றுவந்த அந்த நாள் நினைவில் மேலெழுந்தது. கொற்றவையின் கூத்துக்களம் நினைவுக்கு வந்தது. அலவனின் கண்களில் நீல வளையம் பூத்து அடங்கியது. திரையர்களை விரட்டிக் கொண்டு இரவு பகலாக ஓடிய ஓட்டம் அறுந்து அறுந்து மேலெழுந்தது. இறுதியில் காலம்பனின் கதை கேட்டுப் பாரி கதறி அழுததும், பாரியை அறிந்தவுடன் காலம்பன் கதறி அழுததும் தோன்றிய கணத்தில் கீதானியின் முகம் தோன்றி மறைந்தது.

மலைவேம்பின் ஆறாம் இலை காடெங்கும் நிரம்பியிருக்க, எங்கும் குலநாகினிகளின் குலவையொலி கேட்டபடி இருந்தது. கருவிழிகள் துடித்தபடி இருக்க, இமைகள் மெல்ல கவியத் தொடங்கின.

பொதிகைமலையின் உச்சிப் பாறையில் நின்று அடர்சிவப்பு நிறம்கொண்ட செவ்வாய்க்கோளைப் பார்த்துக்கொண்டிருந்தார் திசைவேழர். தனது நாடியை மேல்நோக்கி நிமிர்த்தி, வானின் ஒளியைக் கைநீட்டிச் சொல்லிக் கொண்டிருந்தார் அவர் தந்தை. குதிரைத்தலைபோல் இருக்கும் ஆறு புரவிகளும் பொற்கால் கட்டில்போல் இருக்கும் கணையும் மனக்கண்ணில் ஒளிவீசியபடி இருந்தன. சிறுபுலியின் கண்போல் அறுவை இருமீன்கள் அவரை உற்றுநோக்கின.

இமைக்கும் தன்மைகொண்ட விண்மீன்களைப் பார்த்துக்கொண்டே இருப்பது வாழ்வின் பேரானந்தம். மனம், இக்கணத்தில் விண்மீன்களை எண்ணிப்பார்க்க நினைத்தது. ஆனால், சட்டென முடத்திருக்

கண்ணின் முகம் நினைவுக்கு வந்தது. தவறிழைத்தவன் தண்டனையின் வழியே காட்டிக்கொடுத்த நிலம் என்று அவர் சொன்ன சொல், அவரை நோக்கித் திரும்பியது. பக்கத்தில் அந்துவன் இருந்து அதைப் பார்த்துக்கொண்டிருந்தான்.

காடறிய அழைத்துச் செல்வதன் குறியீடான சாமப்பூவின் மணத்தை மோந்தபடித் தேக்கனின் நினைவு அறுந்தது!

கார்த்திகையின் ஆறாம் ஒளியைச் சுற்றி இளநீல வட்டம் இருப்பதைப் பார்த்தபடியே கண்ணொளி மங்கி அணைந்தது திசைவேழருக்கு!

தேக்கனைப் பார்த்துவர அனுப்பப்பட்ட வீரன், குடிலுக்குள் நுழையும்போது தேக்கன் குருதி வெள்ளத்தில் கிடந்தான். உயிர் பிரிந்துவிட்டதை அறிந்த வீரன் தனது இரு கைகளிலும் பறம்பு ஆசானைத் தூக்கிக்கொண்டு இரலிமேடு நோக்கி ஓடத் தொடங்கினான்.

அவன் கூவல்குடிக்காரன். தேக்கனைத் தூக்கிக்கொண்டு புறப்படும்போதே கூவலாய்க் கதறத் தொடங்கினான். அவனது கூவல்குரல் மலையெங்கும் எதிரொலிக்கக்கூடியது. கண்ணீரைக் காரமலையெங்கும் தூவினான். பறம்பு ஆசானின் மரணம் பச்சைமலையின் ஒவ்வோர் உயிருக்கும் சொல்லப்படவேண்டியது. கூவல்குடி வீரன் அத்தனை ஒலிகளிலும் தேக்கனின் மரணத்தைக் கூவினான்.

ஒவ்வோர் ஒலிக்குறிப்பும் ஒவ்வோர் உயிரினத்தினுடையது. குரலின் தன்மையைக்கொண்டு பறவைகளைப் பத்து இனங்களாகப் பிரித்திருந்தது கூவல்குடி. பத்து இனங்களின் குரல்களுக்கு ஏற்பத் தேக்கனின் துயர்மிகு மரணத்தைக் கூவினான். மணி ஒலிக்கும் குறிப்பில் சொன்னான். அது மண்ணுக்குள்ளிருக்கும் உயிரினங்களுக்கு உரியது. உணவைக் கடித்தல், நக்கல், பருகல், விழுங்கல், மெல்லல் என ஐவகையிலும் உண்ணும் விலங்குகள் நிலத்துக்கு அடியில் உண்டு. அனைத்து விலங்குகளின் செவிகளிலும் மணியோசை ஒலிக்குறிப்பே சென்று சேரும். மிகநீண்ட நேரம் தேக்கனின் மரணத்தை மணியோசைக் குறிப்பின் மூலம் சொன்னான். எலி வலையின் அடியாழத்தில் இருக்கக்கூடியது கருங்கற்தலையன். அதன் செவியிலும் விழுந்தது தேக்கனின் மரணம்.

பிறகு குழலொலியில் சொன்னான். மேகத்தின் ஒலியில் சொல்லத் தொடங்கியபோது எங்கும் பாறை உருள்வதுபோல் இருந்தது. பெருவிலங்குகளுக்கான ஓசை அது. தும்பிகளுக்கான ஒலியில் சொல்லிய போது துயரத்தின் பேரலை இருளெங்கும் படர்ந்தது. தூக்கி வந்தவன் கண்ணீரின் வலுத்தாங்காமல் மண்டியிட்டு அமர்ந்தான். ஆனால், எதிரில் இருந்த காரமலை, “என் மகனை என்னிடம் தா” என்று கைநீட்டி அழைத்தது. மீண்டும் எழுந்து ஓடத் தொடங்கினான். நாகக்கரட்டிலிருந்து பள்ளத்தாக்கில் இறங்கியபோது பேராந்தையின் குரலெடுத்துக் கூவினான். காட்டையே நடுங்கச்செய்யும் குரல் அது. கண்ணீர் தாரைதாரையாக வழிந்தோட, விலங்குகளுக்கும், மரம் செடி கொடிகளுக்கும், எண்ணிலடங்காத உயிரினங்களுக்கும் சொல்லிக் கொண்டே ஓடினான்.

அவனது நாக்கு பாம்பைப்போன்று

சுழன்று சுழன்று வளைந்து ஒலி எழுப்பியது. உதடுகள் விதவிதமாய்க் குவிந்து விரிந்து கூர்மைகொண்டு கூவின. ஒருகட்டத்தில் அவனது குரல் கேட்டு எங்கெங்கும் இருக்கும் கூவல் குடியினர் ஒன்றுசேர்ந்து ஓசை எழுப்பத் தொடங்கினர். நாகக்கரடு, இரலிமேடு, காரமலை என இருளெங்கும் நிறைந்தது தேக்கனின் மரணம்.

மூஞ்சலில் சூளூர் வீரர்களின் உடல்கள் அனைத்தும் எடுக்கப்பட்ட பிறகு அங்கிருந்து முடியன் புறப்படும் போது மூன்றாம் பரணின் அடிவாரத்தில் பெருங்கூட்டம் இருப்பதையும், எண்ணற்ற பந்தங்கள் எரிந்துகொண்டிருப்பதையும் பார்த்தான். அந்த இடம் நோக்கி அவன் போனபோது எல்லாம் முடிந்திருந்தன.

பரண் மீதிருந்து தடுமாறிக் கீழிறங்கிய கபிலரைத் தொலைவில் கும்மிருட்டுக்குள் இருந்தபடியே பார்த்துக்கொண்டு நின்றான் முடியன். கபிலர் எப்போது இங்கு வந்தார், இங்கு என்ன நடந்தது என அவனுக்குப் புரியவில்லை. ஆனால், எல்லா விதத்திலும் தளர்ந்துபோய் இருக்கும் அவரைப் பாதுகாப்பாக அழைத்துச் செல்ல வேண்டும் என எண்ணியபடி நின்றுகொண்டே இருந்தான்.

பரண்விட்டு இறங்கிய கபிலரின் அருகில் சென்ற மையூர்க்கிழார் கை குவித்தபடி எதையோ கூறினார். ஆனால், குவித்த அவன் கைகளைத் தட்டிவிட்டபடி அந்த இடம்விட்டு வேகமாக அகல முயன்றார் கபிலர். இதைப் பார்த்த முடியன், தன்னுடன் இருந்த வீரர்களை உடனடியாகக் கபிலரிடம் அனுப்பினான்.

பத்துக்கும் மேற்பட்ட குதிரை வீரர்கள் கண்ணிமைக்கும் நேரத்தில் பாய்ந்துவந்து நின்றனர். பறம்பு வீரர்கள் வந்ததறிந்த கபிலர், உடனடியாக ஒரு குதிரையின் மீது ஏறினார். பரண் அடிவாரத்தில் இருந்த வேந்தர்படைக் கூட்டத்தினர் யாரும் இதை எதிர்பார்க்கவில்லை. பார்த்துக்கொண்டிருக்கும்போதே அத்தனை குதிரைகளும் இருளுக்குள் மறைந்தன.

குருதி படிந்திருந்த திசைவேழரின் மேல்துணியைக் கைகளில் எடுத்துவந்தார் கபிலர். அது என்னவென்று யாருக்கும் தெரியாது. முடியன், கபிலர் எல்லோரும் நாகக்கரட்டை நெருங்கியபோது கூவல்குடியினரின் ஓசை மலையெங்கும் எதிரொலிப்பதைக் கேட்டனர். நள்ளிரவில் மலையெங்கும் இப்படி ஓசை எழுப்பவேண்டிய தேவை என்ன என்று கபிலருக்கு விளங்கவில்லை. உடன் இருந்த கூவல்குடி வீரன், கண்ணீரோடு ஆசானின் மரணத்தைச் சொன்னான்.

குதிரைகள், இரலிமேட்டுக்கு வந்து சேர்ந்தன. வீரர்களை விலக்கியபடி முடியனும் கபிலரும் மற்ற வீரர்களும் மேலேறி வந்தனர்.

தேக்கனின் உடலருகே வாரிக்கையன் உட்கார்ந்திருந்தார்.

முடியன் நேராக தேக்கனின் உடலருகே வந்து அவரது கால்களைத் தொட்டுத் தூக்கித் தனது நெஞ்சிலே வைத்து இறுகப் பற்றிக்கொண்டான். நெஞ்சம் முழுவதும் அடங்காத சினம் உருத்திரண்டு நின்றது. ஆசான் தேக்கனையும் மகன் இரவாதனையும் ஒருசேர இழந்தாலும் பறம்புநாட்டு முடியனாய் கலங்கிடாது நிலை கொண்டான்.

முடியன் இதைச் செய்து

கொண்டிருக்கும்போது கபிலர், இரவாதனின் அருகில் போய் நின்றார். அவன்மீது திசைவேழரின் குருதி படிந்த மேலாடையைப் போர்த்தினார். பரண் மீதிருந்து எடுத்துவரப்பட்ட மேலாடையை ஏன் இரவாதனின் மீது போர்த்துகிறார் என யாருக்கும் புரியவில்லை.

இரவாதனின் காலருகே வந்து உட்கார்ந்து அவனுடைய பாத அடிகளை எடுத்துத் தனது மடிமீது வைத்துக்கொண்டு அந்த மாவீரனின் இறுதிக்கணத்தைப் பற்றிச் சொல்லத் தொடங்கினார் கபிலர். திசைவேழரின் குருதி இரவாதனின் காலுக்கு அடியில் தேங்கியது.

வேந்தர்கள், அடுத்துச் செய்ய வேண்டியது என்ன என்ற ஆலோசனையில் ஈடுபட்டனர். மூஞ்சலில் இருந்து வீரர்களின் உடல்கள் இன்னும் அகற்றி முடிந்த பாடில்லை. எனவே, அங்கு அமர்ந்து பேசும் சூழல் இல்லை. பரணை விட்டு அகன்று போர்க்களத்தின் தனித்ததோர் இடத்தில் பந்தங்கள் ஏற்றப்பட, அங்கு அமர்ந்து பேசத் தொடங்கினர்.

மூஞ்சல், முற்றிலும் சிதைக்கப் பட்டுவிட்டது. பேரரசர் குலசேகரப் பாண்டியனின் கூடாரத்தையும் நீலன் இருக்கும் கூடாரத்தையும் தவிர மற்ற கூடாரங்கள் அனைத்தும் முற்றிலும் அழிக்கப்பட்டுவிட்டன. இந்நிலையில் தமது போர் நடவடிக்கைகளை எப்படி அமைத்துக்கொள்வது என்பதைப் பற்றிய பேச்சு நீண்டது.

யாராலும் முழுக்கவனத்தோடு கருத்துகளை முன்வைக்க முடிய வில்லை. ஏனெனில், அழிந்தது மூஞ்சல் மட்டுமல்ல; மூவேந்தர்களின் சிறப்புப்படைகளில் பெரும்பகுதி. இப்போதும் மூவேந்தர்களின் படையில் பெரும் எண்ணிக்கையிலான வீரர்கள் இருக்கிறார்கள். ஆனால், அவர்களெல்லாம் படைத்தொகுப்பில் இடம்பெறக்கூடிய வீரர்கள்தாம். நிலைப்படை வீரர்கள் எண்ணிக்கை மிகக்குறைவே. அதுமட்டுமல்ல, திசைவேழரின் மரணம் என்னென்ன விளைவுகளை ஏற்படுத்தும் என்பது பெருங்கேள்வியாக இருந்தது.

தளபதிகளின் கருத்துகள் முதலில் கேட்கப்பட்டன. அவர்களோ இன்றைய போரில் பறம்பின் குதிரைப் படைத் தளபதி இரவாதன் கொல்லப்பட்டதையும், பறம்பின் குதிரைகள் பெருமளவு கொல்லப் பட்டதையும் வியந்து ஓதினர். தமது படையில் வலிமையான எண்ணிக்கையில் வீரர்கள் இருக்கிறார்கள். எனவே, வழக்கம் போல் முழுத்திறனோடு நாளைய போரை எதிர்கொள்வோம் என்றனர்.

அமைதியாக நின்றிருந்த கருங்கைவாணனைப் பார்த்தார் குலசேகரப்பாண்டியன். சற்றுத் தயக்கத்துக்குப் பிறகு அவன் கூறினான், “மூஞ்சல் அழிக்கப் பட்டதைவிட மிகவும் கவலைக்குரியது, நாம் பாதுகாத்து வைத்திருந்த நஞ்சுகளும் அவை இருந்த கூடாரமும் முழுமையாக அழிந்ததுதான். இந்தப் போரில் இணையற்ற ஆயுதத்தை இன்று நாம் இழந்துவிட்டோம். அதற்கு நிகரானது எதுவுமில்லை” என்றான்.

கருங்கைவாணன் சொல்லிய போதுதான் உதியஞ்சேரலும் செங்கனச்சோழனும் நிலைமையைக் கவனம்கொள்ளத் தொடங்கினர். மூவேந்தர்களுக்கும் நேற்றிரவு பாரியைக் கொல்ல நடத்தப்பட்ட திட்டம் தோல்வியில் முடிந்ததை

உணர்ந்தனர். அந்தக் குழப்பத்திலேயே இன்றைய நாளின் பெரும்பகுதி களத்தில் நின்றனர். களத்தின் கடைசி ஐந்து நாழிகையில் ஏற்பட்ட கடும் தாக்குதலுக்குப் பிறகுதான் மூஞ்சலைக் காக்கப் பெருமுயற்சி செய்தனர். அந்த முயற்சியின் இறுதியில் இரவாதனைக் கொல்ல முடிந்ததே தவிர, மூஞ்சலின் அழிவைத் தடுக்க முடியவில்லை. அதன் தொடர்ச்சியாக திசைவேழரின் குற்றச்சாட்டும் மரணமும் எல்லோரையும் நிலைகுலைய வைத்துள்ளன. போர்க்களத்தில் எந்தக் கணத்திலும் தனது இயலாமை வெளிப்பட்டுவிடக் கூடாது எனக் கருதிய குலசேகரப்பாண்டியன், நாள்தோறும் நிகழும் எண்ணற்ற மரணத்தைப்போலவே திசைவேழரின் மரணத்தையும் கையாண்டார்.

கருங்கைவாணன் தனது பேச்சைத் தொடர இருந்தான். அதற்கு அடுத்தபடியாக மையூர்க்கிழார் புதிய திட்டங்களைப் பற்றிக்கூற ஆயத்தமாக இருந்தார். இந்நிலையில் சேரநாட்டின் அமைச்சன் வளவன்காரி எழுந்து சொன்னான், "பெரும் தளபதிகள் பேசும்முன் அமைச்சனாகிய நான் எனது கருத்தைக் கூற, வேந்தர்களின் அவை இடம் தருமா?"

திடீரெனச் சேர அமைச்சன் ஏன் பேச நினைக்கிறான் என்று யாருக்கும் விளங்கவில்லை. குலசேகரப் பாண்டியன் சரியெனக் கையசைத்தார்.

அவன் சொன்னான், "இப்போரில் நமக்கான பெரும்பாதுகாப்பு அரண், திசைவேழரும் அவரால் காக்கப்பட்ட போர்விதிகளும்தான். அவற்றை நாம் இழந்துவிட்டோம். நடந்தது அனைத்தையும் கபிலர், பாரியிடம் தெரிவிப்பார். இனி பறம்பின் தாக்குதல் போர்விதிகளுக்கு உட்பட்டு இருக்காது. அவர்களின் இயல்பு முறைகளின்படித் தாக்குதலைத் தொடுத்தால் நம்மால் எதிர்கொள்ள முடியாது."

சொல்லி முடிக்கும்முன் "ஏன் முடியாது?" என மேலேறி வந்தது மையூர்க்கிழாரின் குரல். "திசைவேழரின் மரணம் மிகச்சிறந்த வாய்ப்பை உருவாக்கியுள்ளது. அதைச் சரியாகப் பயன்படுத்துவதே அறிவுடைமை."

"என்ன செய்ய வேண்டும்?" எனக் கேட்டார் குலசேகரப்பாண்டியன்.

சொல்ல முன்வந்தார் மையூர்க் கிழார்.

போர்நெறிகளைக் காக்கத் திசைவேழர் உயிர்துறந்தது, தேக்கன் உயிரை ஈந்து சொல்லிச்சென்ற செய்தி அனைத்தும் இரலிமேடெங்கும் நிரம்பின. பொழுது நள்ளிரவைத் தொட்டது. இனியும் இந்நிலை நீடிக்கக்கூடாது என நினைத்த வாரிக்கையன், "சரி, அடக்கத்துக்கான பணியைத் தொடங்குவோம்" என்றான்.

இறுதி வேலைகளைச் செய்ய, பெரியவர்கள் எழுந்தபோது, "எதுவொன்றும் செய்ய வேண்டாம்" என்றது பாரியின் குரல்.

குரல் கேட்ட திசை நோக்கி எல்லோரும் திரும்பினர். கருந்திட்டுப் பாறையிலிருந்து எழுந்து வந்த பாரி, அடுக்கிவைக்கப்பட்டுள்ள வீரர்களின் முன் நின்றபடி சொன்னான், "தட்டியங்காடெங்கும் குவிந்து கிடக்கும் எதிரிகளை வென்று, நீலனை மீட்டுவந்த பிறகு இறுதிச்சடங்கை நடத்துவோம். அதுவே இந்த மாவீரர்களுக்குச் செய்யும் மரியாதை!"

107

இரவின் பத்தாம் நாழிகை தொடங்கியது. மையூர்க்கிழார், தனது திட்டத்தை முழுமையாக விளக்கினார். "கிழக்குப் பக்கம் காட்டாற்றைக் கடந்தால் செவ்வரிமேடு உண்டு. அங்கு புதிய மூஞ்சலை அமைக்க, தளபதிகளுக்கு உடனடியாக உத்தரவிடுங்கள். செவ்வரி மேட்டை விட்டு இன்னும் பின்னால் சில காதத் தொலைவில் எங்களது பழைய கோட்டை ஒன்று உள்ளது. அளவில் மிகச் சிறியது. அந்தக் கோட்டைக்குள் நீலனைச் சிறைவைத்துவிடுவோம்."

மையூர்க்கிழார் கூறுகின்ற நிலப்பகுதிகளைத் தளபதிகளும் அறிவர். எனவே, அவர் சொல்வதை உற்றுக்கவனித்தனர். மையூர்க்கிழார் தொடர்ந்தார். "உறுமன்கொடியின் தலைமையிலான படை இப்போதிருக்கும் மூஞ்சல் பகுதியில் தடுப்பரணை ஏற்படுத்தி நிற்கட்டும். இவற்றிலிருந்து ஒரு காதத் தொலைவில் துடும்பனின் தலைமையிலான படை நிலைகொள்ளட்டும். அதற்கடுத்து காட்டாற்றைக் கடந்து செவ்வரிமேடு இருக்கிறது. மேட்டில் கருங்கை வாணனும் நானும் நமது படையின் வலிமைகொண்ட பகுதியில் நிற்கிறோம். பறம்புப்படை இங்கிருந்து தாக்குதலைத் தொடங்கும்போது, நமது முன்களத் தளபதிகள் சரியான நேரத்தில் பின்வாங்கிக் காட்டாற்றை நோக்கி அவர்களை இழுத்துவர வேண்டும். அவர்கள் நீலனை மீட்க, நமது திசை நோக்கி வந்துதான் ஆகவேண்டும். மிகவும் பள்ளமான நிலப்பகுதியில் ஓடும் காட்டாற்றைக் கடந்து அவர்கள் மேலேறும்போது, நாம் மேட்டு நிலத்திலிருந்து அவர்களின் மீது வலிமையான தாக்குதலை நடத்தி அழித்தொழிக்கலாம்."

பொதியவெற்பன் உற்சாகமடைந்து

கூறினான், "நாம் முன்னரே திட்டமிட்டபடி மலையை விட்டு நன்கு தள்ளிக் களம் அமைத்துக் கொண்டால், நாகக்கரட்டின் மேலிருந்து வழிகாட்ட முடியாது. அவர்கள் பெருமளவுக்குக் குதிரைகளை இழந்துவிட்டனர். இனி, அவர்களின் தொடர்புகள் முற்றிலும் அறுந்துவிடும். இன்றைய போரில் பெரும் எண்ணிக்கையில் வீரர்களை இழந்துள்ள அவர்களை முழுமையாகக் கொன்றழிக்க இது நல்ல திட்டம்."

மையூர்க்கிழார் சொல்லத் தொடங்கும்போதே காரமலையின் உச்சியில் ஒரு சிறு புள்ளியின் அளவுக்கு நெருப்பின் சுடர் தெரிந்தது. பந்தங்களை ஏந்தி ஓரிருவர் நடமாடுகின்றனர் என எண்ணினார். சிறிது நேரத்தில் இங்கொன்றும் அங்கொன்றுமாக மின்னல் வெட்டத் தொடங்கியது. "மழை வரும் அறிகுறியாதலால் பேசி முடித்து, செயலில் வேகமாக இறங்க வேண்டும்" என்றார் சோழவேழன்.

தளபதி உறுமன்கொடி கேட்டான், "நீலனைச் சிறை வைக்கப்போகும் பழைய கோட்டைக்கான பாதுகாப்பு என்ன?"

''அந்தக் கோட்டை மிகவும் வலிமையானது. அங்கு, எமது வெங்கல்நாட்டின் தேர்ந்த போர் வீரர்கள் இருக்கிறார்கள். அதற்குமேல் வேறெதுவும் தேவையில்லை" என்றார்.

இதைச் சொல்லியபோது அவரின் கண்களுக்கு, காரமலையில் வேறு சில திசைகளிலிருந்து சுடர்விடும் நெருப்புப் பந்தங்கள் சிறு புள்ளிகளாய்க் கீழிறங்கி வருவது தெரிந்தது. 'என்ன இது?' என்று இப்போது சற்றுக் கூர்மையுடன் கவனித்தார்.

அதுவரை பேசாமல் இருந்த கருங்கைவாணன் சொன்னான், "நீங்கள் சொல்லும் திட்டத்தில் காட்டாற்றுப் பகுதித் தாக்குதலே மிக முக்கியமானது. அவர்களைக் கீழ்நிலையில் நிறுத்தி நாம் மேல்நிலையில் நின்று தாக்குதல் தொடுக்க ஏதுவான இடம். மிகப் பொருத்தமான ஆலோசனை" என்று சொன்னவன், சற்றுச் சிந்தித்தபடித் தொடர்ந்தான், "காட்டெருமைகளின் தாக்குதலின்போது நமது யானைப் படையின் பின்புறத்தில் நின்றிருந்த ஒரு பகுதி யானைகள், பாதுகாப்பாய்த் திரும்பியுள்ளன. அந்த யானைகள் அனைத்தையும் நீலனைச் சிறைவைக்கும் கோட்டையைச் சுற்றி நிறுத்தலாம்" என்றான்.

குலசேகரப்பாண்டியன் அதை ஏற்றுக்கொண்டார். அப்போது சோழவேழன் சொன்னார், "படைவீரர்களின் எண்ணிக்கையைக் கணக்கிட்டால் இப்போது அதிகம் இருப்பது சோழப் படையில்தான். ஏழு சேனைவரையன்களும், நாற்பதுக்கும் மேற்பட்ட சேனை முதலிகளும், சுமார் பத்தாயிரம் வீரர்களுக்குமேல் எமது பாசறையில் இரவுணவு அருந்தியுள்ளனர்."

இதைச் சொல்லும்போது செருக்கின் ஒலி இயல்பாய் மேலெழுந்தது. இந்த எண்ணிக்கையைச் சொல்வதற்குக் காரணமில்லாமலில்லை. ஆனால், காரணத்தை வெளிப்படையாகச் சொல்லவில்லை. சோழவேழன் தொடர்ந்தார், "நீங்கள் சொன்னபடி உறுமன்கொடியின் தலைமையில் பாண்டியப்படையின் ஒரு பகுதி மூஞ்சலில் நிற்கட்டும். துடும்பனின் தலைமையில் சேரர் படையின் ஒரு பகுதி இரண்டாம் நிலையில் தடுப்பரணை ஏற்படுத்தி நிற்கட்டும். எமது முழுப்படையையும் செவ்வரிமேட்டின் மேற்பகுதியில்

ஏற்றி நிறுத்துகிறேன். இதுபோக, மற்ற இரு படைகளின் பகுதிகளும் செவ்வரிமேட்டில் நிற்கட்டும்” என்றார்.

“இதுவரை விற்படை, வாட்படை, தேர்ப் படை என்று படைத் தொகுப்புகளுக்குள் மூவேந்தர்களின் வீரர்களும் இணைந்திருந்து தாக்குதல் நடத்தினர். ஆனால், முதன்முறையாக மூவேந்தர்களின் படைகளும் தனித்தனியாக அணிவகுத்து நிற்போம்” என வலிமையான குரலில் சொன்னார் சோழவேழன். அதற்குக் காரணம், இன்று மூஞ்சலின் மீது நடந்த தாக்குதலில் ஒருங்கிணைப்பு இல்லாததால் ஏற்பட்ட பேரிழப்பு தான். குறிப்பாகப் பொதியவெற்பனின் உத்தரவுகள் மற்ற படையணிகளுக்குக் குழப்பத்தையே உருவாக்கின. எனவே, அதிக எண்ணிக்கையைக்கொண்ட வீரர்களின் படையணியான தனது அணியை, தேவையில்லாமல் இழப்புக்கு உள்ளாக்கிவிடக் கூடாது என்ற சிந்தனையோடு சோழவேழன் இதைச் சொன்னார்.

இதை வெளிப்படையாக விவாதிக்க முடியாது. இதே காரணம் ஏற்கெனவே குலசேகரப்பாண்டியனுக்கும் சொல்லப்பட்டுவிட்டது. மூஞ்சலுக்குள் மூன்று சிறப்புப் படைகளையும் ஒரே நேரத்தில் உள்ளே நுழைய ஆணையிட்டதால், தாக்குதலில் ஒருங்கிணைப்பு துளியும் இல்லாமற்போனதை அவர் அறிவார். எனவே, இதை மறுத்து உரையாட அவரோ, மற்ற யாருமோ ஆயத்தமாக இல்லை.

எல்லோரும் திட்டத்தை ஏற்றுக் கொண்டனர். மழை சடசடவென இறங்கத் தொடங்கியது. இடியோசை காரமலையெங்கும் எதிரொலித்தது. வேந்தர்களின் தேர்கள் விரைந்து மூஞ்சலை நோக்கிச் சென்றன. இறந்த வீரர்களின் உடல்களை அப்புறப்படுத்தும் வேலை முடிந்த பாடில்லை. ஆனால், மழை பெய்யத் தொடங்கிவிட்டதால் தங்குவதற்கு அருகில் வேறு இடம் எதுவும் இல்லை. எனவே, பாதிப்படையாமல் இருக்கும் குலசேகரப்பாண்டியனின் கூடாரத்தில் ஐவரும் நுழைந்தனர். தளபதிகளோ பேசப்பட்ட திட்டத்தின் அடிப்படையில் உடனடியாக வேலையைத் தொடங்கினர்.

இரும்புச் சட்டகத்தால் ஆன கூட்டு வண்டியில் நீலனை ஏற்றினர். வாட்படைத் தளபதி மாகனகனின் தலைமையிலான படை அவனைச் செவ்வரிமேட்டுக்கு அப்பால் இருக்கும் பழைய கோட்டைக்குக் கொண்டுசென்றது. தொடங்கும் போதே மழையின் வேகம் யாவரையும் மிரட்டியது. காரமலையில் மின்னலும் இடியும் விடாது இறங்கின. நீலனை வெளியேற்றிய பிறகு அவன் இருந்த கூடாரத்துக்குள் தளபதிகள் அனைவரும் வந்து நுழைந்தனர். அவர்களைத் தொடர்ந்து அமைச்சர்களும் உள்ளே நுழைந்தனர். காற்றின் வேகம் அதிகமாக இருந்ததால் கூடாரங்களின் ஆட்டமும் அதிகமாக இருந்தது. உள்ளே நுழைந்த சிறிது நேரத்தில் கருங்கைவாணன் கேட்டான். “நீலன் இந்தக் கூடாரத்தில் தான் இருந்தான் என்பதை இரவாதனின் படையினர் எப்படிக் கண்டறிந்தனர்?”

யாரிடமும் பதில் இல்லை. மையூர்க் கிழார், கூடாரத்தின் வாசல்வழியே வெளியில் எதையோ பார்த்துக்கொண்டிருந்தார். தான் கேட்பது, மழையின் ஓசையால்

அவரின் காதில் விழவில்லையோ என எண்ணிய கருங்கைவாணன், அவரின் தோள் தொட்டு மீண்டும் கேட்க முற்பட்டபோது மையூர்க்கிழார் கையை வெளியில் நீட்டி எதையோ காட்டினார்.

எதைக் காட்டுகிறார் எனத் தலையை நீட்டி எட்டிப்பார்த்தான் கருங்கைவாணன். அவனுக்கு எதுவும் தெரியவில்லை. "எதைக் காட்டுகிறீர்கள்?" எனக் கேட்டான்.

"அங்கே பாருங்கள். தீப்பந்தங்களை எடுத்துக்கொண்டு சிலர் மலையை விட்டுக் கீழிறங்கி வந்துகொண்டிருக்கின்றனர்."

''கொட்டும் மழையில் தீப்பந்தங்களை எப்படி ஏந்தி வர முடியும்?" எனக் கேட்டான்.

''எனக்கும் விளங்கவில்லை. ஆனால், பந்தங்கள் முன்னோக்கி நகர்ந்து வந்துகொண்டிருக்கின்றன" என்று சொன்னவர், "வாருங்கள், பரண் மீது ஏறி நின்று பார்ப்போம்" என்று கூறி உடனடியாக கூடாரத்தை விட்டு வெளியில் வந்தார். அவரைத் தொடர்ந்து கருங்கைவாணனும் வெளியேறினான். இருவரும் குதிரைகளில் ஏறிப் பாய்ந்து சென்றனர். மற்ற தளபதிகளுக்குத் தலைமைத் தளபதிகளைத் தொடர்வதா அல்லது கூடாரத்துக்குள்ளே இருப்பதா எனத் தெரியவில்லை. 'சரி, நாமும் போவோம்' என உறுமன்கொடியும் துடும்பனும் அவர்களைத் தொடர்ந்தனர். அமைச்சர்கள் மட்டும் கூடாரத்திலேயே இருந்தனர்.

பாண்டிய அமைச்சன் ஆதிநந்திக்கு, கருங்கைவாணன் எழுப்பியது மிக முக்கியமான கேள்வி என்றும், அதைக் கண்டறியவில்லை என்றால் நீலன் இருக்கப்போகும் செவ்வரிமேட்டின் பழைய கோட்டையையும் பறம்பினர் கண்டறிந்துவிடுவர் என்றும் தோன்றியது. ஆனால், இதைப் பற்றி உரையாடத் தளபதிகள் யாரும் இல்லை. எல்லோரும் வெளியில் போய்விட்டனர்.

தளபதிகள், பரண் அடிவாரத்துக்கு வந்து சேர்ந்தனர். காற்றோடு மழை பெய்வதால் பரண் ஆடியபடி இருந்தது. மேலே ஏறுவது பாதுகாப்பானதா என ஒரு கணம் சிந்தித்தார். மூன்று நாட்களுக்கு முன்பு வீசிய பேய்க்காற்றையே தாங்கிய பரண், இந்தக் காற்றுக்கு ஒன்றுமாகிவிடாது எனச் சிந்தித்தபடியே வேகவேகமாக மேலேறினார். அவரைத் தொடர்ந்து கருங்கைவாணன் மேலேறினான். மற்ற இரு தளபதிகளையும் கீழேயே நிற்கச் சொன்னார் மையூர்க்கிழார்.

பரண்மேல் நாழிகைவட்டில் கவிழ்ந்து கிடந்தது. திசைவேழரின் குருதி முழுவதையும் மாமழை கழுவித் தீர்த்தது. தளபதிகள் மேலேறியபோது அவர்களின் கால்களில் மிதிபட குருதியின் உலர்ந்த தடம்கூடப் பரண் கட்டைகளில் இல்லை. மேலேறிய இருவரும் மேற்குப் பக்கமாகத் திரும்பிப் பார்த்தபடி நின்றனர்.

கருங்கைவாணனின் கண்களுக்கு முதலில் எதுவும் தெரியவில்லை. மழை உரத்துப் பெய்தது. மையூர்க்கிழார் கை நீட்டிக் கத்திச் சொன்னார். ஆனாலும் அவனுக்குப் புலப்படவில்லை. இடதுபுறமிருந்து வாள் வீசுவதுபோல மின்னல் ஒன்று நாகக்கரட்டை வெட்டி இறங்கியது. வெளிச்சத்தில் தட்டியங்காடு முழுக்க ஒளியால் பளிச்சிட்டு மறைந்தது. அந்தக் கணத்தில்தான் கருங்கைவாணன் பார்த்தான், நாகக்கரட்டின் மேலிருந்து குதிரைப்படை ஒன்று

தட்டியங்காட்டின் வலதுபுறம் நோக்கிக் கீழிறங்கிக்கொண்டிருந்தது.

பரண், இதுவரை இல்லாத அளவுக்கு ஆடியது. கீழே நின்றிருந்த உறுமன்கொடியும் துடும்பனும் வீரர்களை அழைத்து பரணின் கால்களை இறுகப் பற்றிக்கொள்ளச் சொன்னார்கள். ஆனால், மேலே நின்றிருந்த இருவரும் பரண் ஆடுவதையோ, இடியோசையோடு மழை முன்னிலும் அதிகமாகப் பொழிவதையோ கவனம்கொள்ள வில்லை. அவர்களின் கவனமெல்லாம் கொட்டும் பேய்மழையில் தீப்பந்தம் எப்படி எரிந்துகொண்டிருக்கிறது என்பதுதான். 'வருவது மிகச்சிறிய படைதான். அதனால் பெரிய தாக்குதலை நடத்திவிட முடியாது. ஆனால், ஏன் அவர்கள் வந்து கொண்டிருக்கிறார்கள்? எல்லோர் கைகளிலும் பந்தம் இருக்கிறது. எதை எரியூட்ட வருகிறார்கள்?' எனச் சிந்தித்தபடி நின்றனர்.

நள்ளிரவு பதினைந்தாம் நாழிகை முடிவுறும் நேரம். எதிரிகளின் செயல்களை உற்றுப்பார்த்தபடி நீண்டநேரம் நின்றுகொண்டிருந்தனர். மனத்துக்குள் பெருங்குழப்பம் நிலவிக் கொண்டிருந்தது. சோழப்படையின் பாசறைதான் அந்தத் திசையில் முதலாவதாக இருக்கிறது. நாகக் கரட்டிலிருந்து கீழிறங்கிய வீரர்கள் நேராக அந்தப் பாசறைகளை நோக்கிப் போகின்றனர். இவ்வளவு சிறிய படையினர், பத்தாயிரம் வீரர்கள் இருக்கும் சோழர்களின் பாசறையைத் தாக்கப்போகிறார்களா? கேள்வியை எழுப்பியபடி நிலைமையை உற்றுக் கவனித்துக்கொண்டிருந்தனர்.

கருங்கைவாணனோ மலைமேலிருந்து கீழிறங்கியுள்ள அந்தச் சிறிய படையைத் தாக்கி அழிக்க உத்தரவிடவேண்டும் எனத் துடித்தான். "சற்றுப் பொறுப்போம். என்ன நடக்கிறது எனத் தெரிந்து கொள்வோம்" என்றார் மையூர்க்கிழார்.

அவருக்குச் சுலுந்துக்கம்பின் நினைவு வந்தது. கருங்கைவாணனிடம் சொன்னார், "காட்டுக்குள் அரிய வகையான சுலுந்துக்கம்பு இருக்கிறது. அதைக் கூராக வெட்டித் தீப்பற்றவைத்தால், அது கொழுந்து விட்டு எரியும். காற்றாலும் மழையாலும் அதை அணைக்க முடியாது. குச்சியைக் கீழே போட்டு அதன்மேல் மண்ணள்ளிக் கொட்டினால் மட்டுமே அணைக்க முடியும்" என்றார்.

கீழிறங்கிய பறம்புநாட்டுக் குதிரை வீரர்கள், பாசறையை நெருங்கி விட்டனர் என்பது தெளிவாகத் தெரிந்தது. அவர்கள் இரு பிரிவுகளாகப் பிரிந்து பாசறையின் இரு பக்கங் களிலும் சுற்றுவதைப் பந்தச்சுடர்கள் நகரும் வழிகளிலிருந்து புரிந்துகொள்ள முடிந்தது.

சோழப்படையின் பெரும்பாசறை அதுதான். அங்கு காவல்வீரர்கள் இருப்பர். ஆனாலும் மழை கொட்டும் இந்த நள்ளிரவில் விழிப்போடு இருப்பார்களா என்பது ஐயமே, "நாம் முரசொலி எழுப்பிக் கவனப் படுத்துவோமா?" எனக் கேட்டான் கருங்கைவாணன்.

"இந்த மழையில் முரசினோசையோ கொம்போசையோ அவ்வளவு தொலைவுக்குக் கேட்காது" என்றார் மையூர்க்கிழார்.

காற்றின் வேகத்தால் பரண் கடுமையாக ஆடியது. "கவனமாக இறுகப்பிடித்து நில்லுங்கள்" என்று சொன்ன கருங்கைவாணன், இடது

புறமாக இருக்கும் கம்பத்தை நன்றாகப் பிடித்து நின்றான். அப்போது வடகோடியில் மின்னல் வெட்டி இறங்கியது. அதை உற்றுப்பார்த்தபடி அப்படியே நின்றான். சிறிது நேரம் இருவரிடமும் பேச்சு ஏதும் இல்லை. பிறகு மையூர்க்கிழார் கேட்டார், "அந்தத் தீப்பந்தங்கள் அசையாமல் நின்ற இடத்திலேயே நிற்கின்றன. கவனித்தீர்களா?"

கருங்கைவாணன் இடதுபுறம் இருக்கும் கம்பத்தைப் பிடித்துக் கொண்டு அந்தப் பக்கமாகப் பார்த்துக் கொண்டிருந்ததால் அவர் கேட்பது காதில் விழவில்லை. மையூர்க்கிழார் மீண்டும் உரத்துக் குரல்கொடுத்த போது தான் கருங்கைவாணன் திரும்பினான்.

"என்ன?"

"அவர்கள் ஈட்டியின் மேல் முனையில் பந்தங்களைக் கட்டிக் கொண்டு வந்துள்ளனர். அவற்றை வீசியெறிந்துள்ளனர். ஈட்டி குத்தி நிற்கும் இடமெல்லாம் பந்தங்கள் நின்று எரிகின்றன" என்றார்.

"வந்தவர்கள் எங்கே?"

"அவர்கள் நாகக்கரட்டுக்குத் திரும்புகின்றனர். மின்னல் ஒளியில் பார்த்தேன்."

"நானும் பார்த்தேன், நாகக்கரட்டிலிருந்து பலர் கீழிறங்கு கின்றனர்" என்றான் கருங்கைவாணன்.

"எந்தப் பக்கம்?" எனக் கேட்டார் மையூர்க்கிழார்.

இடதுபுறமாகக் கை நீட்டிக் காட்டினான் கருங்கைவாணன்.

இருவருக்கும் எதுவும் புரிபடவில்லை. வலதுபுறக் கடைசியில் தீப்பந்தங்களை எறிந்து நட்டுவைத்து விட்டு ஏன் மலையேற வேண்டும்? இடதுபுறம் தட்டியங்காட்டுப் பக்கமாக மலையை விட்டு ஏன் கீழிறங்கி வரவேண்டும் என்று சிந்தித்த படி நின்றுகொண்டிருந்தனர். மழையின் சீற்றம் மேலும் கூடியது.

மையூர்க்கிழார் ஏதேதோ எண்ணியபடி இருந்தார். முதன் முதலில் காரமலையின் உச்சியில் தீப்பந்தம் எந்த இடத்தில் தெரியத் தொடங்கியது என நினைவுகூர்ந்தார். மனதில் ஐயம் ஒன்று மேலெழும்பியது. அதன் பிறகு அவரிடமிருந்து பேச்சேதும் வெளிவரவில்லை.

'ஏன் எதுவும் சொல்லாமல் நிற்கிறார்?' எனக் கருங்கை வாணனுக்குப் புரியவில்லை.

உள்ளுக்குள் பரவிய நடுக்கம் அவரை எளிதில் பேச அனுமதிக்கவில்லை. சற்று நேரம் கழித்துச் சொன்னார், "அவர்கள் அணலி இருக்கும் குகைகளில் இருந்து நெருப்பை ஏந்தி வந்திருப்பார்களோ என அஞ்சுகிறேன்."

"அணலி என்றால்?" கேட்டான் கருங்கைவாணன்.

"நெருப்புப்பூச்சி. உச்சிமலையின் அடர்குகைக்குள் இருக்கும். நெருப்பைப் பார்த்தால் அதைத் தொடர்ந்து அப்படியே வந்துவிடும். அதன் ரீங்கார ஓசை, பல்வேறு நச்சுப் பூச்சிகளைக் கவர்ந்திழுக்கக்கூடியது. அந்த அணலிகள் இருக்கும் குகையில் இருந்து எடுத்துவரப்பட்ட தீப்பந்தங்கள் அவை. அந்தப் பந்தங்களின் தொடர்ச்சியாகப் பல்லாயிரம் பூச்சிகள் இந்நேரம் அங்கே வந்திருக்கக்கூடும். எல்லாம் பந்தத்தைச் சுற்றி இருளுக்குள் பறந்துகொண்டிருக்கும். அந்த இடத்தில் உயிரினங்களின் நடமாட்டம் இருப்பதை அவை அறிந்தால், கொடுந்தாக்குதலை நடத்தும். நம் வீரர்கள் பாசறையிலிருந்து வெளிவரத் தொடங்கியதும் அங்கு நடக்கப்போவதை என்னால் கற்பனை செய்துகூடப் பார்க்க முடியவில்லை."

"ஏன்... அவ்வளவு மோசமான விளைவுகள் ஏற்படும் என்று அஞ்சுகிறீர்களா?"

"அநேகமாகச் சோழர் பாசறையிலிருந்து பத்தில் ஒரு வீரன் கூடத் தப்ப முடியாது. அணலிப் பூச்சி கடிக்கவேண்டாம்; மேலே பட்டாலே போதும். மொத்த உடலும் தீப்பிடித்து எரிவதைப்போலத் துடிக்கத் தொடங்கும்" இதை அவர் சொல்லிக் கொண்டிருக்கும்போதே வெங்கல் நாட்டு திசையிலிருந்து குதிரையில் இருவர் வேகமாக வந்து சேர்ந்தனர். கொட்டும் மழையின் வேகத்தால் வந்திருப்பது யாரெனத் தெரியவில்லை.

பரணின் கீழே இருந்த தளபதி உறுமன்கொடி பரண் மேலே பார்த்தபடி "மையூர்க்கிழாரைத் தேடி வந்துள்ளனர்" என்று உரத்தகுரலில் கத்தினான்.

"அவர்களில் ஒருவனை மேலே அனுப்பு" என்றார் மையூர்க்கிழார்.

ஒருவன் மட்டும் மேலேறி வந்தான். அவன் போரில் ஈடுபடாத ஆறு ஊர் ஒற்றர்களில் முக்கியமானவன். மையூர்க்கிழாரால் அந்தப் பணிக்கு நியமிக்கப்பட்டவன். மேலேறிய வேகத்தில் சொன்னான், "அவர்கள் அணலியை இறக்கிவிட்டார்கள்."

"அப்படித்தான் இருக்குமெனக் கணித்தேன்."

"அனைவரும் உடனடியாக இந்த நிலத்தை விட்டு வெளியேறுவது நல்லது" என்று சொன்னவன், "அதுமட்டுமல்ல, பாண்டியர் படையின் பாசறையைச் சுற்றி எண்ணற்ற ஈட்டிகளை எறிந்துள்ளனர்."

பாண்டிய வீரர்களின் பாசறை சோழப் படைக்குக் கீழ்ப்புறமாக இருப்பதால், இங்கிருந்து பார்ப்பது கடினம். எனவே, பரண் மேல் இருந்தவர்களுக்கு அது பற்றித் தெரியவில்லை.

"பந்தத்துடனா?" எனப் பதற்றத்துடன் கேட்டார் மையூர்க்கிழார்.

"இல்லை. பந்தம் இல்லாமல்தான்

ஈட்டிகள் மண்ணில் குத்தி நிற்கின்றன."

''வெறும் ஈட்டியை ஏன் எறிந்துள்ளனர்?"

"அதை அருகில் சென்று பார்த்தால் தான் தெரியும். ஆனால், அருகில் சென்று பார்க்க நம் வீரர்கள் மிகவும் அஞ்சுகின்றனர். ஆனால், என்னவாக இருக்குமென்று வீரன் ஒருவன் சொன்னான்."

"என்ன சொன்னான்?"

"இருள்வேல மரத்தின் அடியிலிருந்து உருவாகும் சிவப்புநிறப் பிசின் ஈட்டி முழுவதும் தடவப்பட்டிருக்கலாம். அது மழைக்குக் கரையாது" என்று சொல்லி நிறுத்திக்கொண்டான்.

மையூர்க்கிழார் உறைந்தார்.

"அந்தப் பிசினால் என்ன ஆபத்து?" எனக் கேட்டான் கருங்கைவாணன்.

இரவில் ஆபத்தேதுமில்லை. ஆனால், பொழுது விடியத் தொடங்கியதும் காரமலை முழுவதிலும் இருக்கும் பறக்கும் அட்டைகளும் கொம்புதூக்கி வண்டுகளும் பிசின் வாடைக்கு அங்கு வந்துவிடும். எதிர்ப்படும் மனிதர்கள் யாரும் தப்புவது எளிதல்ல. கொம்புதூக்கி வண்டின் உடலெல்லாம் முள்ளம் பன்றிபோலச் சின்னஞ்சிறிய கொம்புகள் பல்லாயிரம் உண்டு. ஒரு கொம்பு மனிதனின் மீது பட்டால் போதும் விரல்கள் ஒவ்வொன்றும் கையளவு பருத்துவிடும். ஒரு மாதமானாலும் அவனால் எதுவும் செய்ய முடியாது" என்று சொல்லிக் கொண்டிருக்கும்போதே பரணின் கீழே ஏதோ சத்தம் கேட்டது. என்னவென்று எட்டிப்பார்த்தான் மையூர்க்கிழார். வெங்கல்நாட்டு அரண்மனையின் தலைமை ஒற்றன் மேலே அனுமதிக்கச் சொல்லிச் சத்தம் கொடுத்துக்கொண்டிருந்தான்.

"அவனை மேலே அனுப்பு" எனக் கத்தினார் மையூர்க்கிழார். அவரின் ஓசை எதுவும் கீழே கேட்கவில்லை. கை அசைவை வைத்துப் புரிந்து கொண்ட உறுமன்கொடி, அவனை மேலே அனுப்பினான். 'காற்றும் மழையும் இவ்வளவு அதிகமாக இருக்கும்போது, ஏன் இவரையும் மேலே அனுப்பச் சொல்கிறார்?' எனக் கோபப்பட்டான் உறுமன்கொடி.

அவன் ஏறும் வேகமே பரணை எதிர் திசையில் ஆட்டுவதைப்போல் இருந்தது. பதற்றத்தின் உச்சத்தை அவனது உடலின் வேகம் சொல்லியது. படியில் ஏறும்போதே சத்தமாகச் சொன்னான், "பறம்பின் பன்னிரு குடிகளும் கீழிறங்கிவிட்டன."

''என்ன சொல்கிறாய்?" எனக் கேட்டார் மையூர்க்கிழார்.

"ஆம், நான்கு குடிகளைத் தவிரப் பறம்பில் அடைக்கலமான பன்னிரு குடிகளும் இறங்கித் தாக்க பாரி அனுமதியளித்துவிட்டான். தலைமுறை தலைமுறையாக மூவேந்தர்களின் மீதிருக்கும் பகை தீர்க்க எல்லோரும் மலையை விட்டுக் கீழிறங்கிவிட்டனர்."

அப்போது பேரோசையோடு வெட்டி இறங்கிய மின்னல் ஒளியில் மையூர்க்கிழாரின் முகத்தைப் பார்த்தான் கருங்கைவாணன். அதன் பிறகு அவன் வாய் திறக்கவே இல்லை.

வந்தவன் சொன்னான், " 'வெங்கல் நாட்டினர் எல்லோரும் வெளியேறி விடுங்கள்' என ஆறு ஊர்க்காரர்களிடமிருந்து செய்தி வந்துள்ளது. 'இனி இந்த மண்ணில் மிஞ்சப்போவது யாரும் இல்லை. உயிர்பிழைத்துக் கொள்ளுங்கள்' என்று பறம்பின் செய்தி பரவிக்கொண்டிருக்கிறது."

காற்றின் வேகத்தால்தான் நாம்

ஆடுகிறோமா அல்லது உடலின் நடுக்கமா என்ற ஐயம் எழத் தொடங்கியது. "முடிவை, காலம் தாழ்த்தாமல் எடுங்கள்" என்று கத்தினான் இரண்டாவதாக வந்தவன்.

காற்றின் வேகத்தை எதிர்கொள்ள முடியாமல் பின்புறமாகத் திரும்பி, அந்தப் பக்கம் இருக்கும் கம்பத்தை இறுகப் பற்றினார். எதிரில் வெகுதொலைவில் மூஞ்சல் தெரிந்தது. குலசேகரப்பாண்டியனின் கூடாரத்தின் முன் கண்ணாடிக் கூடுகளால் ஆன பெருவிளக்குகள் ஒளி சிந்திக்கொண்டிருந்தன.

பார்த்த கணத்தில் ஆபத்து புரியத் தொடங்கியது. பெருங்குரலில், "விளக்கை அணையுங்கள்" என்று கத்தினார். மழையின் ஓசையில் பக்கத்தில் இருப்பவர்களுக்குக்கூட அது கேட்கவில்லை. கடைசியாக மேலேறியவனைவிட இரு மடங்கு வேகத்தில் கீழே இறங்கினார் மையூர்க்கிழார். அவரைத் தொடர்ந்து அனைவரும் இறங்கினர்.

இறங்கிய வேகத்தில் குதிரையின் மேலேறி மூஞ்சலை நோக்கி விரைந்தார். மற்றவர்களும் அவரின் பின்னால் குதிரையை விரட்டிக் கொண்டு வந்தனர். விளக்கொளியின் அபாயத்தால் துடித்தது மையூர்க் கிழாரின் உடல். குதிரையை விடாது அடித்து விரட்டினார்.

மூஞ்சலை நெருங்கியபோதே பெருங்குரலில் கத்தினார், "விளக்கை அணையுங்கள்... விளக்கை அணையுங்கள்!"

மூஞ்சலில் குலசேகரப் பாண்டியனின் கூடாரத்தைச் சுற்றி மூவேந்தர்களின் மெய்க்காவல்படை வீரர்கள் நின்றிருந்தனர். மையூர்க் கிழாரின் ஓசை கேட்டதும் ஏதோ ஆபத்தென்று புரிந்துகொண்டு விளக்கின் ஒளியைக் குறைத்தனர்.

"முழுமையாக அணையுங்கள்!" என்று கத்தியபடிக் குதிரையை விட்டுத் தவ்வி இறங்கினார்.

மெய்க்காவல் வீரன் ஏதோ சொல்ல வந்தான். ஆனால், அதைக் கேட்கும் நிலையில் மையூர்க்கிழார் இல்லை. இறங்கிய வேகத்தில் அருகில் இருந்த ஈட்டியை எடுத்து விளக்குகளின் கண்ணாடிகளை அடித்து நொறுக்கினார். விளக்கொளி முழுமுற்றாக விழுந்து அணைந்தது. கணநேரத்தில் என்ன நடக்கிறது எனப் புரிந்துகொள்வதற்குள் எங்கும் இருள் சூழ்ந்தது. மெய்க்காவல் தளபதி ஏதோ தவறு நடக்கப்போகிறது என மையூர்க்கிழாரை நோக்கிக் குரல் உயர்த்தி நெருங்கிவரும்போது கருங்கைவாணன் கத்திக்கொண்டே வந்து சேர்ந்தான். அவனது குரல் கேட்டுத்தான் வீரர்கள் அமைதியாயினர்.

கூடாரத்துக்குள் நுழைய அனுமதி கேட்பதற்கெல்லாம் நேரமில்லை. திரையை விலக்கிச் சட்டென உள்ளே நுழைந்தார் மையூர்க்கிழார். அவரைத் தொடர்ந்து கருங்கைவாணனும் உள்ளே நுழைந்தான். அனுமதி ஏதுமின்றி மேலெல்லாம் கொட்டும்

மழைநீரோடு அப்படியே உள்ளே நுழைந்துள்ள இருவரையும் பார்த்த கணத்தில் வேந்தர்களின் முகங்கள் இறுகின.

“பேரரசே, உடனடியாக விளக்கை அணைக்க உத்தரவிடுங்கள்” என்றார் மையூர்க்கிழார்.

‘‘கூடாரத்துக்குள் இருக்கும் விளக்கை ஏன் அணைக்க வேண்டும்?” எனக் கேட்டார் சோழவேழன்.

“விளக்கத்தைப் பிறகு சொல்கிறேன். ஒரு கணம் காலம் தாழ்த்தினால்கூட நாம் பேராபத்தில் சிக்கிக்கொள்வோம்” என்று கத்தினார்.

ஆபத்தை உணர்ந்த குலசேகரப் பாண்டியன், “விளக்கை அணையுங்கள்” என்றார்.

உள்ளே வேந்தர் குடும்பத்தைச் சார்ந்த ஐவர் மட்டுமே இருந்தனர். மையூர்க்கிழாரும் கருங்கைவாணனும் உள்ளே நுழைந்துள்ளனர். இருவரும் பாண்டிய நாட்டைச் சேர்ந்தவர்கள். இந்நிலையில் விளக்கை முற்றிலுமாக அணைக்கச் சொல்வதில் பாண்டியனின் சதியேதும் இருக்குமோ என்ற ஐயத்தில், “தளபதி உசந்தனை உள்ளே வரச்சொல்” எனக் கத்தினார் சோழவேழன்.

தேர்ப்படைக்குத் தலைமைதாங்கிய சோழர் தளபதி வெறுகாளன் கொல்லப்பட்ட பிறகு, உசந்தனிடம் அந்தப் பொறுப்பு ஒப்படைக்கப் பட்டுள்ளது. சோழவேழனின் உரத்த குரல் வெளியில் நிற்கும் உசந்தனுக்கும் கேட்டது. விளக்கை அணைக்கும் கணத்தில் அவன் உள்ளே நுழைந்தான்.

‘‘துடும்பன் எங்கே?” எனக் கத்தினான் உதியஞ்சேரல்.

“உள்ளே வந்துவிட்டேன் பேரரசே!” எனக் கூறியபடி உள்ளே நுழைந்தான். ஆனால், யார் எங்கு இருக்கிறார் என்று எதுவும் தெரியவில்லை. மழையின் பேரோசையும், நம்பிக்கை யின்மை உருவாக்கிய அச்சமும் கூடாரம் முழுக்க நிரம்பியிருந்தன. போரின் நெருக்கடி உருவாக்கியுள்ள நம்பகமின்மையைச் சேரனும் சோழனும் கணநேரத்தில் வெளிப்படுத்தினர். குலசேகரப் பாண்டியனின் அதிர்ந்த முகத்தைப் பார்க்க, துளியளவும் வெளிச்சமில்லை. மூவேந்தர்களும் முழுமையான இருளுக்குள் முகமற்று இருந்தனர்.

எதை நோக்கிக் கேள்வி எழுப்புவது எனத் தயங்கியபடியே கேட்டார் குலசேகரப்பாண்டியன், “விளக்கை அணைத்துவிட்டுப் பேசுமளவுக்கு

அப்படி என்ன ஆபத்து வந்துவிட்டது?"

"எதிரிகள், அணலிப்பூச்சிகளை மலை உச்சிக் குகைக்குள்ளிருந்து தரைக்குக் கொண்டு வந்துவிட்டார்கள் பேரரசே."

சொல்லி முடிக்கும் முன் உதியஞ் சேரலின் குரல் வெடித்து வந்தது. பதற்றத்தின் உச்சத்தில் அவன் கேட்ட கேள்வியும் அதற்கு மையூர்க்கிழார் சொன்ன பதிலும் அவையை நடுங்கச் செய்தன. அணலியைப் பற்றி நன்கு அறிந்தவன் சேரன். எனவே, அந்தப் பெயர் கேட்டவுடன் துடித்துப் போனான். இறுதியாகக் கேட்டான், "எந்தத் திசையில் கீழிறக்கி யிருக்கிறார்கள்?"

"சோழர் படையின் பாசறையைச் சுற்றி" சொல்லும் வரை இந்த அவையில் அது உருவாக்கப்போகும் விபரீதத்தை மையூர்க்கிழார் சிந்திக்க வில்லை.

உதியஞ்சேரலும் மையூர்க்கிழாரும் வெளிப்படுத்திய பதற்றம் இப்போது செங்கனச்சோழனுக்கும் சோழ வேழனுக்கும் பரவியது. "எம் போர் வீரர்களின் பாசறை, ஆபத்தில் மாட்டிக்கொண்டதா?"

செங்கனச்சோழனின் கேள்விக்கு யாரும் பதில் சொல்லவில்லை.

"எங்கு நிற்கிறீர்கள் மையூர்க்கிழாரே, பதில் சொல்லுங்கள்?" என இருட்டுக்குள் கத்தினான் செங்கனச் சோழன்.

"பதற்றமடைய வேண்டாம் பேரரசே! இரவில் வீரர்கள் யாரும் வெளிவராமல் கூடாரத்துக்குள்ளே இருக்க வேண்டும். பொழுது நன்றாக விடிந்து கதிரவன் ஒளி காய்ந்து இறங்கும் வரை அணலி ஆற்றலோடு இருக்கும். உச்சி வெயில் ஏறிய பிறகு அதன் வேகம் குறையும். ஆனால், அதுவரை வீரர்கள் யாரும் கூடாரத்தை விட்டு வெளிவரக் கூடாது" என்றான்.

"இரவின் இறுதி ஐந்து நாழிகையிலே பாசறையில் வேலைகள் முழுமையாகத் தொடங்கிவிடுமே, பொழுது விடியத் தொடங்கும்போதே எல்லா வீரர்களும் கூடாரம் விட்டு வெளியில் வந்து விடுவார்களே!"

"ஆம். அதைத் தடுப்பது எப்படி என்று உடனடியாகச் சிந்திக்க வேண்டும்" என்று சொல்லிய வேகத்தில் மையூர்க்கிழார் சொன்னார், "பேரரசே! இதே போன்றதோர் ஆபத்து, பாண்டியப் படையின் பாசறைக்கும் நிகழ்ந்துள்ளது."

"என்ன சொல்கிறாய் நீ?" என்று அடிக்குரலில் இருந்து வெளிவந்தன குலசேகரப்பாண்டியனின் சொற்கள்.

"ஆம் பேரரசே! இருள்வேல மரத்தின் சிவப்புநிறப் பிசின் தடவிய ஈட்டியை நம் வீரர்கள் தங்கியுள்ள பாசறையைச் சுற்றி எறிந்துள்ளனர். பொழுது விடிந்தால் காரமலை முழுவதிலும் இருக்கும் பறக்கும் அட்டைகளும் கொம்புதூக்கி வண்டுகளும் பிசின் வாடைக்குக் கீழிறங்கிவிடும். அதன் பிறகு எதிர்ப்படும் மனிதர்கள் கடுந் தாக்குதலில் மாட்டிக் கொள்வார்கள்."

பதற்றத்தின் உச்சிக்குப்போனான் பொதியவெற்பன். "என்ன சொல்கிறீர் மையூர்க்கிழாரே... நம் வீரர்களைக் காக்க என்ன வழி?"

"விடிவதற்குள் வீரர்கள் அனைவரையும் பாசறைக்குள்ளிருந்து வெளியேற்ற வேண்டும்" சொல்லிக் கொண்டே இருக்கும்போதுதான் பேசப்படும் சொற்கள் எவ்வளவு பெரிய சிக்கலை உருவாக்கப்

போகின்றன என்பதை மையூர்க் கிழாரால் சிந்திக்க முடிந்தது.

சோழர்களின் பாசறையும் பாண்டியர்களின் பாசறையும் ஒருகாத இடைவெளியில்தான் இருக்கின்றன. இங்கு இரவோடு இரவாக வீரர்கள் வெளியேறினால் அது ஏற்படுத்தும் ஓசை சோழர்களின் பாசறைக்கு நன்கு கேட்கும். அரவங்கேட்டு ஒரு வீரன் பார்த்தால் போதும், 'ஏதோ ஆபத்து. அதனால்தான் பாண்டிய வீரர்கள் பாசறையை விட்டு வெளியேறு கிறார்கள்' என நினைத்துக் கண நேரத்தில் மொத்த வீரர்களும் வெளியேறுவார்கள். அந்நிலை ஏற்பட்டால் அணலிப் பூச்சிகளுக்கு மிஞ்சப்போவது யாரும் இல்லை.

பேரரசரின் கூடாரத்தை விட்டு வெளியில் நின்றிருந்தான் உறுமன் கொடி. அவன் அருகில் அடுத்தநிலை தளபதிகளும் மெய்க்காப்பாளர்களும் நின்றிருந்தனர். கொட்டும் மழையின் ஓசையை விஞ்சி வெளியில் கேட்டது கூடாரத்துக்குள் வேந்தர்கள் பேசிக் கொள்ளும் ஓசை.

வெளியில் நிற்கும் மெய்க்காவல் படைத் தளபதிகளுக்கு என்ன செய்வதென்று புரியவில்லை. விளக்குகள் முற்றிலும் அணைக்கப் பட்ட இருளுக்குள் வேந்தர்கள் மிகுந்த சினத்தோடு உரையாடிக் கொண்டிருக்கின்றனர். அது ஆபத்தை ஏற்படுத்திவிடும் என அஞ்சினர். ஆனால், அரச உத்தரவின்றி உள்ளே போகமுடியாது, குழப்பத்தில் செய்வதறியாது நின்றனர்.

அப்போது பாண்டியநாட்டு ஆபத்துதவிகளின் தலைவன் சொன்னான், "மூன்று பேரரசுகளின் தலைமை மெய்க்காவலர்களும் ஒன்றாக உள்ளே செல்வோமா?"

சோழப் பேரரசின் மெய்க் காவல்படையான வேளக்காரப் படையின் தலைவன் "சரி" யென்று சொன்னான். ஆனால், சேரமன்னனின் மெய்க்காவல் படையான காக்குவீரர் களின் படைத்தலைவனிடமிருந்து மட்டும் பதில் வரவில்லை.

காலம் கடந்துகொண்டிருந்தது.

அப்போது பாண்டியநாட்டு ஆபத்துதவிகளின் தலைவன் மீண்டும் கேட்டான் "ஏன் நீங்கள் மட்டும் பேசாமல் இருக்கிறீர்கள்?"

தட்டியங்காட்டைப் பார்த்தபடி நின்றுகொண்டிருந்த காக்குவீரர்களின் படைத்தலைவன் சொன்னான், "தட்டியங்காட்டை நோக்கி உற்றுப் பாருங்கள்."

அவன் சொன்னதும் அந்தத் திசை நோக்கி அனைவரும் உற்றுப் பார்த்தனர். கொட்டும் மழையில் இரவின் இருளுக்குள் இருந்து எதுவும் புலப்படவில்லை.

''ஒன்றுமில்லையே" என்று சொல்லியபடி இடதுபுறமாகத் திரும்பும்போது நீளமாய்ப் பிளந்து இறங்கிய அடர்மஞ்சள் மின்னல் ஒளியில் தட்டியங்காடு முழுவதும் ஒளிர்ந்தது. அவ்வளவு நேரமும் தங்கள் தளபதிகள் நின்றிருந்த பரணின்மேல் வீரர்கள் சிலர் ஈட்டி ஏந்தி நின்றிருந்தனர். அதன் அடிவாரத்திலிருந்து ஆவேசமிக்க பறம்பு வீரர்கள் பாய்ந்து வந்து கொண்டிருந்தனர்.

''எதிரிகள் வந்துகொண்டிருக்கி றார்கள்!" என்று மெய்க்காப்பாளர்கள் பேரோசை எழுப்பியபோதுதான் கூடாரத்துக்குள் இருந்தவர்களுக்கு ஆபத்து புரியத் தொடங்கியது.

108

இரவின் இறுதிப் பத்து நாழிகைகளில் வெங்கல் நாடெங்கும் சிந்தப்பட்ட குருதியைக் கழுவ மழைநீர் போதவில்லை. ஏற்றப்பட்ட தீப்பந்த வெளிச்சத்தில் மழைநீர் அடர் செந்நிறத்தில் ஓடியது. இருளுக்குள் ஓடும்போதும் அதே நிறத்தில் புரண்டோடியது. நீரின் வேகத்தில் மூழ்கியெழுவது கட்டைகளா மனித உடல்களா என்று நின்று பார்க்க யாருமில்லை. மழையின் பேய்க் கூச்சலுக்கிடையே மனிதக்கதறல்கள் முழுமுற்றாக அமுங்கிப்போயின. பறம்பில் வாழும் பதினான்கு குடிகளும் மலைவிட்டு இறங்கி, காணுமிடமெல்லாம் கணக்கில்லாமல் வெட்டியெறிந்த வேகத்தில் மிஞ்சியது யாரென அறிந்தவர் யாருமில்லை.

மழையின் வேகத்தால் இரவு கூடுதலாக இருள்கொண்டது. பாசறைக்கூடாரத்தில் படுத்திருந்த வீரர்கள் மழையின் பேரோசையைக் கேட்டபடி ஒடுங்கிப்படுத்தனர். “போர் நாட்களில் தூக்கம் வருமா?” என்று மற்றவர்கள் கேட்கும் பொழுதெல்லாம் போர்வீரர்கள் சொல்லும் பதில் இதுதான். “தூக்கம் வராது; ஆனால், மரணம் வரும்.” அன்றைய நாளில் களத்தில் எத்தனை முறை மரணத்தின் வாயிலருகே தப்பித்திருப்போம் என்பதை நினைத்துக்கூடப் பார்க்க முடியாது. ஏனெனில் உடலும் மனமும் ஆற்றலை முற்றிலும் இழந்திருக்கும். போர்க் களத்தில் தேரினையேத் தனித்து தூக்க முற்படும் வீரன்கூட இரவினில் தன்னுடலைத் தூக்கி நகரும்

வலுவினை இழந்துகிடப்பான். போரற்ற நாட்களில் படுக்கும்பொழுது வரும் உறக்கமன்று போர்நாட்களின் உறக்கம். துளிகூட நினைவின் தடமின்றி தன்னை மறந்தால் மட்டுமே உறங்கமுடியும். ஏறக்குறைய மரணத்துக்கு மிக அருகில்தான் அது நிகழும். பகலில் மரணத்தோடு ஒட்டியே பயணம் செய்வதுபோல இரவிலும் மரணத்தோடு ஒட்டிய பயணம்தான். உறக்கம், விழிப்பு, ஆயுதமேந்தல், போரிடுதல் எல்லாமே போர்க்களத்தில் மரணத்தின் மறுசெயல்பாடுகள்தான்.

பகலில் போர்க்களம்விட்டு திரும்பியவுடன் தங்களின் பாசறைக்கு வந்து ஆயுதங்களையும் கவசங் களையும் கழட்டிவிட்டு, உடலைச் சற்றே நீர்கொண்டு கழுவி, நேராக உணவுச்சாலைக்குச் செல்வர். வேட்டைவிலங்குகள் ஒன்றுகூடிக் கடித்து இழுப்பதைப்போலத்தான் அங்கு நடக்கும் செயல்பாடுகள். உணவை முடித்துவிட்டு ஆயுதப் பொறுப்பாளனிடம் சொல்ல வேண்டிய குறிப்புகளைச் சொல்லி முடித்து, தேவைப்பட்டால் மருத்துவனைப் பார்த்துவிட்டுப் பாசறைக் கூடாரத்துக்கு வரும்பொழுது ஏறக்குறைய தலை அறுபட்டு விழும் உடல்போலத்தான் உணர்வேதுமின்றி விழுவர். நேற்றிரவும் அப்படித்தான் நடந்தது.

நள்ளிரவு கடக்கும்பொழுது பெருமழை தொடங்கியது. மழையின் பேரோசையும் காற்றிலேறிய குளிரும் வீரர்களை ஒடுங்கிப்படுக்கவைத்தன. பாசறைக்காவலர்கள்கூடப் போரின் தொடக்கக்காலத்தில் இருப்பதைப் போலத் தொடர்ந்து விழிப்போடு இருப்பதில்லை. போர் தொடங்கி ஆறாம் நாள் இரவுதான் இது. ஆனால், படைகள் இங்கு பாசறை அமைத்து மாதம் கடந்துவிட்டது. தொடக்கத்தில் இரவிலும் பகலிலும் ஓரிருநாட்கள் மழைபெய்தது. ஆனால் போர் தொடங்கியபின் இன்றிரவுதான் முதன்முறையாக மழை பெய்துள்ளது. பாசறைக்காவலர்களும் மிகவும் அயர்வுற்று இருந்தனர். காற்றோடு சேர்ந்த பெருமழையாதலால் பறம்பு வீரர்கள் பந்தங்களோடு ஈட்டியைக் கொண்டுவந்து எறிந்துவிட்டு போனதைக்கூட யாரும் கவனிக்க வில்லை.

பேய்மழைக்குள் குறிப்பறிந்து செயல்படுதல் எளிதன்று. மூஞ்சலில் வேந்தர்களுக்குள் எழுந்தமுரண் இருட்டென்பதால் அடுத்த கட்டத்தை அடையவில்லை. அதுவே விளக்கொளியில் முகம்பார்த்து சினங் கொண்டு பேசியிருந்தால் நிலைமை மோசமாகியிருக்கும். அது மட்டுமல்ல, இருளில் யார் ஆயுதத்தைக் கைக்கொள்வார்கள் என்று யாராலும் கணிக்க முடியாது. யாரேனும் ஒருவர் எல்லை மீறிய சொல்லைப் பயன்படுத்தினாலும் நிலைமை பேரிழப்பினை ஏற்படுத்துவதாக மாறிவிடும்.

இருளுக்குள் உருவாகும் நம்பகமின்மை கணநேரத்தில் தாக்குதலைக் கட்டவிழ்த்துவிடும். குலசேகரப்பாண்டியனின் கூடாரம் எல்லாமுமாக மாற இருந்தது. மிகச் சிறந்த கூர்மதியாளராகக் குலசேகரப் பாண்டியன் இருந்ததால் அந்த இக்கட்டிலிருந்து வேந்தர் குலத்தினர் ஐவரும் தப்பினர்.

பாண்டியப்பாசறையில் முரசோசை எழுப்பி வீரர்களை இரவோடு இரவாக வெளியேற்ற வேண்டும் என்ற திட்டத்தைச் சோழவேழன் எதிர்த்தார். அவ்வாறு செய்தால் அவ்வோசையைக் கேட்டு சோழப்படையினரும் எழுந்து வெளியேற நினைப்பார்கள். அப்பொழுது அணலிப்பூச்சி தாக்கி பேரழிவு ஏற்படும் என்று வாதிட்டார். அவ்வாறு செய்யவில்லை என்றால் பாண்டியப்படை அழியும் என்று கருங்கைவாணன் வாதிட்டான். இந்நிலையில்தான் கூடாரத்துக்கு வெளியிலிருந்த மெய்க்காவலர்கள் "எதிரிகள் தாக்குவதற்காக வருகின்றனர்" என்று கத்தினர்.

துடித்தெழுந்த கருங்கைவாணன் அவர்களை எதிர்கொள்வதற்கான உத்தியை சொல்லத் தொடங்குமுன் அதற்கு வாய்ப்பே அளிக்காமல் குலசேகரப்பாண்டியன், "இக்கணம் நாம் பாதுகாப்பாக இவ்விடம்விட்டு வெளியேறும் முடிவை எடுக்கவில்லை என்றால், அடுத்து எக்கணமும் ஒன்றாய் முடிவெடுக்கும் சூழல் வராது. எனவே, உடனே வெளியேறுவோம்!" என்றார்.

சோழவேழன் எழுப்பிய கேள்வி எழுந்துள்ள புதிய ஆபத்தால் தானாகவே காணாமல் போனது. படையைக் காக்கும் முன் தன்னைக் காத்துக்கொள்ள வேண்டிய சூழல் எல்லோருக்கும் உருவானது. அந்நிலையிலும் மதிநுட்பத்தோடு செயல்பட்டார் குலசேகரப் பாண்டியன். கூடாரம்விட்டு

வெளியேறும்பொழுது மையூர்க் கிழாரின் காதோடுகாதாகச் சொன்னார், "பாண்டியப் பாசறையில் அபாய ஒலியெழுப்பி விடியுமுன் வீரர்கள் அனைவரையும் வெளியேற்று."

கொட்டும் மழையில் மூஞ்சலின் கூடாரம் விட்டு வெளியேறிய வேந்தர்கள் தங்களின் குதிரைகளை நோக்கி விரைந்து சென்றனர். நூற்றுக்கணக்கிலிருந்த கவசப்படை வீரர்களும் தனிப்படை வீரர்களும் வேந்தர்களைச் சுற்றி அணிவகுத்து நின்றனர். மூவேந்தர்களின் தனித்த முரசங்கள், வேந்தர்கள் உள்ளே வரும்பொழுதும் வெளியே செல்லும்பொழுதும் இசைக்கப்பட வேண்டும். ஆனால், சிறிய ஓசைகூட வெளியில் கேட்காத அளவிற்குப் பதுங்கிய நிலையில் மூஞ்சலைவிட்டு இரவின் இருப்பத்தி இரண்டாம் நாழிகையில் வேந்தர்கள் வெளியேறினர்.

வெளியேறிச் சிறிது தொலைவு போனபின்தான் கருங்கைவாணன் சொன்னான், "நாம் புறப்படும் அவசரத்தில் செய்தி அனுப்ப மறந்து விட்டோம். அமைச்சர்கள் மூவரும் நீலனின் கூடாரத்துக்குள் இருக்கிறார்கள்."

"அப்படியா" என்று சற்று அதிர்ச்சியோடு குலசேகரப் பாண்டியன் கேட்டு முடிக்குமுன் சோழவேழன் சொன்னார், "உறுமன் கொடியை உடனே அனுப்பி மூன்று அமைச்சர்களையும் பாதுகாப்பாக அழைத்துவரச் சொல்லுங்கள்."

குதிரைகள் போய்க்கொண்டிருக்கும் பொழுது சோழவேழன் முந்திக் கொண்டு சொன்னதற்குக் காரணமிருந்தது. ஒரு கணம் காலந் தாழ்த்தினால்கூட, "தளபதி உசந்தனை அனுப்பி அமைச்சர்களை அழைத்துவரச் சொல்" என்று குலசேகரப்பாண்டியன் சொல்லி விடுவார் என நினைத்தார் சோழ வேழன். சோழப்படையின் வலிமை மிகுந்த தளபதி என்றால் இப்பொழுது உசந்தனை மட்டுந்தான் சொல்ல முடியும். அவனையும் ஆபத்துக்குள் எளிதாக சிக்கவைத்து விடுவார் குலசேகரப்பாண்டியன். அவர் சொன்னபின் மாற்றிச்சொல்வது கோழைத்தனமாகத் தெரியும். நீலனைப் பழையகோட்டைக்குக் கொண்டுசெல்லும் பணிக்குப் பாண்டியத் தளபதி மாகனகனை அனுப்பவேண்டிய தேவையே இல்லை. பாதுகாப்புவீரர்களே அதனைச் சிறப்பாக செய்வர். ஆனால் தன் தளபதிகளை பாதுகாப்பான இடத்தில் சேமித்து வைத்துக்கொள்ள வேண்டும் என்பதில் குலசேகரப் பாண்டியன் முதலில் இருந்தே கவனத்தோடு இருப்பதாகச் சோழவேழன் கருதியதால்தான் உறுமன்கொடியின் பெயரை முந்திக் கொண்டு சொன்னார். அதன்பின் குலசேகரப்பாண்டியனால் மாற்றிச் சொல்லமுடியவில்லை. அவ்வாறே உத்தரவிட்டார்.

உறுமன்கொடி பன்னிரு குதிரை வீரர்களோடு மூஞ்சலை நோக்கிப் பாய்ந்து போனான். குலசேகரப் பாண்டியனின் கூடாரத்திலிருந்து மிகத்தள்ளி நீலனின் கூடாரம் இருந்ததாலும் மழையின் பேரோசை யினாலும் வேந்தர்கள் புறப்பட்டதை அமைச்சர்களால் அறியமுடிய வில்லை. உறுமன்கொடி குதிரையைத் தாற்றுக்கோலால் மாறிமாறி அடித்து வேகத்தைக் கூட்டினான்.

பறம்பு வீரர்கள் அதற்குள் மூஞ்சலுக்கு வர வாய்ப்பில்லை என்பதை மனதுக்குள் உறுதிப் படுத்தியபடியே நீலனின் கூடாரத்தை நோக்கி ஓசையெழுப்பியபடியே விரைந்தான். ஆனால் எதிரோசை எதுவும் வரவில்லை. கூடாரத்தினருகே வந்ததும் அமைச்சர்களின் பெயரைச் சொல்லிக் கத்தினான். கொட்டும் மழையில் தனக்கே கேட்கவில்லை என்று நினைத்தபடி வீரனொருவனை, "உள்ளே போய்ப் பார்" என்றான். அவன் சொல்லி முடிக்கும்பொழுது, அவனுக்குப் பின்னால் எந்த வீரனும் உயிருடன் இல்லை. மழையோசையை மீறிக்கேட்டது ஒருகுரல்.

அது எதிரியின் குரல் என அறிந்த கணத்தில் வாளினை உருவினான். அப்பொழுது கூடாரத்துக்குள்ளிருந்து வெளிவந்த முடியனின் ஈட்டி உறுமன் கொடியின் கீழ்நாடியில் குத்தி பின்மண்டையில் வெளியேறியது.

குலசேகரப்பாண்டியன் காதோடு காதாக இட்ட உத்தரவுப்படிப் பாண்டியப் பாசறையில் நள்ளிரவு முரசினோசை எழுப்பப்பட்டது. நன்றாக உறங்கிக்கொண்டிருந்த வீரர்கள் திடுக்கிட்டு எழுந்தனர். "உடனடியாக ஆயுதங்களை எடுத்துக் கொண்டு பாசறையைவிட்டு வெளியேறுங்கள்" என்று உத்தர விட்டான் பாசறைத் தளபதி. மழையோசையால் அவனது குரல் பெரிதாகக் கேட்கவில்லை. எனவே, வீரர்கள் கூடாரந்தோறும் சென்று சொன்னார்கள். முதல் ஐந்தாறு கூடாரங்கள் கலையத் தொடங்கியபின் செய்தி தனதுபோக்கில் பரவத் தொடங்கியது. பேராபத்து வருவதாகக் கருதிய வீரர்கள் பதறியடித்து ஓடத் தொடங்கினர். பெருங்கூச்சல் மேலேறிவந்தது.

மழையின் வேகம் சற்றே குறையத் தொடங்கியபொழுது பாண்டியப் பாசறையிலிருந்து பேரோசை மேலேறி வருவது சோழர்களின் பாசறைக்கும் எதிரொலிக்கத் தொடங்கியது. அக்கணம் முதலே பேரழிவு தொடங்கியது. சோழப்படை வீரர்கள் அஞ்சி வெளியேறிய கணத்தில் அணலிகளின் தாக்குதல்கள் தொடங்கின.

கண்ணுக்குத் தெரியாமல் இருளுக்குள்ளிருந்து பெரும்படை வருகிறது என்று எண்ணிய வீரர்கள் சிறுபூச்சிகளை ஒரு பொருட்டாகவே நினைக்கவில்லை. கையில் சிக்கிய ஆயுதங்களை எடுத்துக்கொண்டு வீரர்கள் ஓடத் தொடங்கினர். நாகக்கரடு இருக்கும் மேற்குத் திசைதான் எதிரிகளிருக்கும் ஆபத்தான திசை என்பதால் கிழக்குத் திசை நோக்கி ஓடத்தொடங்கினர். பாண்டியப்பாசறை ஒரு காதத் தொலைவில் வடகிழக்குத் திசையில் இருந்தது. அங்கிருந்து மேலேறிவந்த ஓசையும் இங்கிருந்து மேலேறிய ஓசையும் வெகுவிரைவாக இணைந்தன.

அணலிகள் தாக்கத் தொடங்கிய சிறுகணத்திலேயே வீரர்கள் எழுப்பும் ஓசையின் தன்மை மாறத்தொடங்கியது. சோழப்படையின் எண்ணிக்கை மிகப்பெரியது என்பதால் கதறலின் பேரோசை இருளை நடுக்கச்செய்தது. தப்பித்து ஓடத்தொடங்கிய சோழப் படை வீரர்கள் பாண்டிய வீரர்களோடு இணைவதற்கு ஆகும் நேரங்கூட அணலிகள் எடுத்துக்கொள்ளவில்லை. அதற்கு முன்பே பாண்டியப்படையின் பந்த வெளிச்சத்தை நோக்கி அணலிகள் வந்துசேர்ந்தன.

அத்திசையில் பறம்பு வீரர்கள்

யாரும் இல்லை. அணலிகள் பற்றியும் மற்ற நஞ்சுப்பூச்சிகள் பற்றியும் பறம்பினர் நன்கு அறிவர். அதுவும் இப்பேய்மழையை யாரும் எதிர்பார்க்கவில்லை. மழை முடிந்த கணத்தில் காட்டுக்குள்ளிருந்து கிளம்பப்போகும் பூச்சி வகைகளை யாராலும் கற்பனை செய்துகூடப் பார்க்க முடியாது. பள்ளம் நோக்கிப் பாயும் நீர்போல, அணலியின் வாசம் நோக்கிப் பறக்கும் நஞ்சுயிர்கள் அனைத்தும் வந்துசேரும். இரவின் பூச்சிகளை அணலியும் பகலின் பூச்சிகளை கொம்புதூக்கி வண்டின் ரீங்காரமும் கொண்டுவந்து சேர்த்து விடும். இப்பொழுது மழையும் இணைந்துகொண்டதால் நிலைமை பன்மடங்கு மோசமாய்விட்டது. எனவே, பறம்பு வீரர்கள் யாரும் அத்திசைப்பக்கமே போகவேண்டாம் எனப் பாரி கூறியிருந்தான்.

அவனது திட்டம் முழுவதும் வெங்கல்நாட்டின் நடுப்பகுதியில் நிலைகொண்டு தாக்க வேண்டும் என்பதுதான். அங்குதான் சேரப் படையின் பாசறை இருக்கிறது. இப்போரில் மிகக்கவனமாக இருப்பவன் சேரன்தான். அவன் பாசறை அமைக்கும்பொழுதே பாதுகாப்புமிக்க இடத்தைத் தேர்வு செய்திருந்தான். அவனது வீரர்களைத் தாக்கி அழிப்பதும் மூஞ்சலில் இருந்து தப்பி வெளியேறுபவர்களைத் தாக்கி அழிப்பதும் வேந்தர்களின் சிறப்புப் படையை தாக்குவதும் நீலனைக் கவனமாக மீட்பதுமாகப் பல்வேறு முறையில் தாக்குதல் உத்தியை வகுத்திருந்தான் பாரி.

இரவின்பிடி உதிரும்பொழுது வேந்தர்படையின் ஆற்றல் முற்றிலும் உதிர்ந்திருக்க வேண்டும் என்பதுதான் பாரியின் திட்டம். மூன்று பாசறைகளையும் தனித்தனியாக அழித்தொழிக்கும் நடவடிக்கைகள் நடந்துகொண்டிருக்கும்பொழுதே வேந்தர்களின் சிறப்புபடைகளின் மீது இடியெனத்தாக்கும் போர் உத்தியை வகுத்திருந்தான் பாரி. குலங்கள் வாரியாகத் திட்டங்கள் வகுக்கப்பட்டு எல்லைகள் பிரிக்கப்பட்டன. சோழப் பாசறையிலும் பாண்டியர் பாசறையிலுமிருந்து உயிர்பிழைத்து வருகிறவர்களை எதிர்கொள்ள வெங்கல்நாட்டின் நடுப்பகுதியில் ஆயத்தமாக நின்றுகொண்டிருந்தது விண்டனின் தலைமையிலான படை.

போர்க்களத்தில் வேந்தர்படை வீரர்கள் கவசப்பாதுகாப்போடும் அனைத்துவிதமான ஆயுதங்களைக் கைக்கொண்டு போரிடும்பொழுதே பறம்பு வீரர்களை எதிர்கொள்வது மிகக்கடினம். ஆனால் இப்பொழுதோ இரவில் பேரச்சத்தோடு கைகளில் ஓரிரு ஆயுதத்தை மட்டுமே எடுத்துக் கொண்டு ஓடிவருகிறவர்கள் விண்டன் தலைமையிலான பறம்புப் படையை எப்படி எதிர்கொள்ள முடியும்?

பின்னால் துரத்தும் பேராபத்தில் இருந்து தப்பிப்பிழைக்கவே வீரர்களின் பெருங்கூட்டம் ஓடிவந்தது. அவர்களாக வந்து ஈட்டிகளில் பாய்ந்து மாய்வதைப்போலத்தான் கணக்கே இல்லாமல் மாய்ந்து கொண்டிருந்தனர். எதிர்நிலையில் நின்ற விண்டன் தாக்கவேயில்லை. ஆனால், அழிக்கமட்டும் செய்தான். அழிவு கணக்கேயில்லாமல் நடந்து கொண்டிருந்தது.

பல்லாயிரம் மணிகள் கோர்க்கப் பட்ட மாலை ஓர் இடத்தில் அறுந்தவுடன் மொத்தமும் மண்ணில் உருள்வதைப் போலத்தான் படையின் கட்டுக்கோப்பு அறுந்த கணத்தில் பல்லாயிரம் தலைகள் மண்ணில்

உருண்டுகொண்டிருந்தன.

விண்டனின் தலைமையில் வந்தவர்கள் ஆறு இடங்களில் தனித்தனியாக நின்றிருந்தனர். வரவர வெட்டிச்சரிக்கும் வெறியோடு நின்றவர்களை நோக்கி அணலிகளால் விரட்டப்பட்டவர்கள் இடைவிடாது வந்துகொண்டிருந்தனர். அச்சத்தோடு பாய்ந்துவருபவர்களுக்கு முன்னால் தனது கூரிய ஆயுதங்களை ஏந்தி நின்றான். பட்டுப்போன இலையை கழுமர முனையால் குத்துவது போலத்தான் அப்பேரழிவு நடந்தது. துளியளவு ஆற்றல்கூட இல்லாமல் அஞ்சி ஓடிவரும் கூட்டம் அவன் உருவாக்கியிருந்த பொறிக்குள் கணக்கேயில்லாமல் விடியும் வரை விழுந்துகொண்டேயிருந்தது.

இதே நேரத்தில் சேரனின் பாசறையைத் தாக்க உதிரனின் படைக்கு உத்தரவிட்டிருந்தான் பாரி. சுமார் எட்டாயிரம் வீரர்கள் இருந்த பாசறையை நள்ளிரவு உதிரனின் தலைமையிலான படை சுற்றி வளைத்தது. மழை கொட்டிக் கொண்டிருந்த பொழுதும் கொம்பூதி முழக்கமிடச் சொன்னான் உதிரன். தூங்கிக்கொண்டிருப்பவர்களைத் தாக்கக்கூடாது. எனவே, தாக்குதலுக்கு ஆயத்தமாகச்சொல்லி அழைத்தான்.

அந்நேரத்தில் மூஞ்சலில் இருந்து கிழக்குத்திசை நோக்கி விரைந்து வந்துகொண்டிருந்தனர் வேந்தர்கள். மெய்க்காவல்படையினர் மிகுந்த கவனத்தோடு முன்னும் பின்னுமாக அணிவகுத்துச் சென்றனர். பந்தவொளி இல்லாததால் அடர் இருட்டில் பயணப்பட வேண்டியிருந்தது. மழையும் விடாது பொழிந்துகொண்டிருந்தது. சரியான திசைவழியில் வேந்தர்களை அழைத்துச் செல்லவேண்டும் என்பதால் மையூர்க்கிழார் முன்னால் போய்க்கொண்டிருந்தார்.

ஒவ்வொருவரின் எண்ணவோட்டமும் ஒவ்வொரு விதமாக இருந்தது. குலசேகரப் பாண்டியன் தனது பாசறை வீரர்கள் பாதுகாப்போடு வெளியேறி யிருப்பார்களா என்ற சிந்தனையிலே இருந்தான். செங்கனச்சோழன் தங்கள் படைவீரர்களைக் காப்பாற்ற வழியென்னவென்ற சிந்தனையில் இருந்தான். பறம்பின் தாக்குதல் எப்படி இருக்கும் என்பதை எழுவனாற்றில் அறிந்தவன் அவன். அவனது உடல் நடுக்கத்தை உள்ளுணரச் செய்து கொண்டிருந்தது. ஆனால், சோழவேலனும், பொதிய வெற்பனும் எந்நிலையிலும் பாரியைக் கொன்றழிக்காமல் இந்நிலம்விட்டு அகன்றுவிடக்கூடாது என்று எண்ணியபடி இருந்தனர்.

கருங்கைவாணனின் சிந்தனை முழுவதும் உறுமன்கொடியைப் பற்றியதாக இருந்தது. ‘இவ்வளவு நேரத்தில் அவன் அமைச்சர்களை அழைத்து வந்திருக்கவேண்டுமே; ஏன் இன்னும் வரவில்லை’ என்று நினைத்தபடியே குதிரையை விரைவுபடுத்தினான். யாரையாவது அனுப்பி நிலைமையை அறிந்துவரச் சொல்லலாமா என்று தோன்றியது. குதிரையை விரைந்து செலுத்தி முன்னால் போய்க்கொண்டிருந்த மையூர்க்கிழாரிடம் வந்து கேட்டான், “உறுமன்கொடி இன்னும் வந்து சேரவில்லை. அமைச்சர்கள் என்ன ஆனார்கள் எனத் தெரியவில்லையே?”

“இதில் தெரிந்துகொள்ள என்ன இருக்கிறது? அனைவரும் கொல்லப் பட்டிருப்பார்கள்!”

கருங்கைவாணன் சற்றே அதிர்ச்சிக்குள்ளானான், "உறுமன்கொடி பெருவீரன். அவனை எளிதில் வீழ்த்திவிட முடியாது"

"தளபதிகள் வீரத்தோடு இருந்து என்ன பயன்? வேந்தர்கள் கூர் மதியோடு இருக்க வேண்டுமல்லவா?"

"ஏன் அப்படிச் சொல்கிறாய்?"

"நாம் மூஞ்சலைக்கடந்து ஒருகாதத் தொலைவு வந்த பிறகு அமைச்சர்களை மீட்கும் முயற்சியில் ஈடுபடலாமா? இத்தனை நாள் போருக்குப் பின்பும் எதிரியின் வேகத்தையும் வலிமையையும் இவர்கள் என்னதான் புரிந்துகொண்டார்கள்?"

"அதற்காக அமைச்சர்கள் மூவரையும் அப்படியே விட்டுவிட முடியுமா?"

"ஏன் முடியாது, மறதியும் கவனக்குறைவும் தவிர்க்கமுடியாதது. அதன் விலை அமைச்சர்களாக இருந்தாலும் கலங்காது முடிவெடுக்க வேண்டும். ஒருவரின் தளபதியை இன்னொருவர் சிக்க வைத்துவிடுவார் என்ற பதட்டத்தில் மூவரும் மாறிமாறி மற்றவர்களை சிக்க வைத்துக் கொண்டிருக்கிறார்கள். அமைச்சர்களோடு நின்றிருக்க வேண்டிய இழப்பில் உறுமன் கொடியையும் சேர்த்துவிட்டார்கள். இதேநிலை நீடித்தால் நிலைமை படுமோசமாகிவிடும்"

"ஏன் நம்பிக்கையிழந்து பேசுகிறாய்?" மழையையும் மீறி கேட்டது கருங்கைவாணனின் குரல்.

"போர்க்களத்தில் இரண்டே இரண்டு செயல்கள்தான் உண்டு. ஒன்று தாக்கி அழிப்பது. இல்லையெனில், தப்பிப் பிழைப்பது. நாம் முதல்கட்டத்தின் இறுதிநிலைக்கு வந்துவிட்டோம். எனவே, இரண்டாம் கட்டம் பற்றிய சிந்தனை தானாகவே மேலெழுகிறது!" என்று கூறிய மையூர்க்கிழார் தொடர்ந்து சொன்னார், "உறுமன்கொடி கொல்லப்பட்டிருந்தால் அடுத்து ஒரு பொழுதுக்குள் நாம் தாக்கப்படுவோம்."

“அப்படியா சொல்கிறாய்? எத்திசையில் இருந்து தாக்குதல் வர வாய்ப்பிருக்கிறது?

“அதுதான் தெரியவில்லை. எனது கணிப்புப்படி இந்நேரம் சோழப்படையும் பாண்டியப்படையும் பேரழிவைக் கண்டிருக்க வேண்டும். உதியஞ்சேரல் தன் தளபதி துடும்பனை அனுப்பி அவனது பாசறையில் இருக்கும் வீரர்களை வெளியேற்றும்படிக் கூறியுள்ளான்.”

“இல்லையே. துடும்பன் நம்முடன் தானே இருந்தான்.”

“மூஞ்சலில் இருந்து புறப்படும் பொழுது நம்முடன் இருந்தான். இடையில் அவனைப் பாசறைக்குச் சேரவேந்தர் அனுப்பிவைத்து விட்டார்.” சொல்லும்பொழுது இடியோசையால் நிலம் நடுங்கியது. மிக அருகில் விழுந்திருக்க வேண்டும். குதிரைகள் மிரண்டு கனைத்தன.

“நாம் இப்பொழுது எத்திசையில் எதை நோக்கிப் போய்க்கொண்டிருக் கிறோம்? எது பாதுகாப்பானது?” எனக் கேட்டான் கருங்கைவாணன்.

குதிரையை மழையின் தன்மைக்கு ஏற்ப எவ்வளவு முடியுமோ அவ்வளவு விரைவுபடுத்தியபடியே மையூர்க் கிழார் சொன்னார், “உண்மையைச் சொல்வதாக இருந்தால் எனக்கு எதுவும் புரிபடவில்லை. பறம்பில் வாழும் பன்னிருகுடிகளும் கீழிறங்கி விட்டன என்ற பின் நாம் எத்திசையில் பயணப்படுவது என்றே விளங்க வில்லை.”

“பாரி எப்பக்கம் இறங்கியிருப்பான் என்பதைச் சிறிதும் முன்னுணர முடியவில்லையா?”

“முடியவில்லை. இருளின் எல்லாத் திசைகளிலும் பறம்பு வீரர்கள் இருக்க வாய்ப்புண்டு. அதேபோல பறம்பின் படையணி எல்லாவற்றிற்குள்ளும் பாரி இருப்பதற்கான வாய்ப்பு உண்டென்றே கருதுகிறேன்” சொல்லும்பொழுது உடல் உள்ளுக்குள் நடுங்கி மீண்டது. இருளெங்கும் பாரியால் நிரம்பியிருந்தது.

“அப்படியென்றால் நாம் இப்பொழுது என்ன செய்யவேண்டும்?”

“இப்பொழுது இடியோடு இறங்கிய மின்னல் ஒளியில் எதிரிகள் நமது கூட்டத்தைத் தெளிவாகப் பார்த்திருப்பார்கள். எனவே, நம்மை நோக்கி அவர்கள் விரைந்து வர வாய்ப்புண்டு.”

“நாம் ஏதாவது ஒரு மறைவிடத்தில் தங்கமுடியாதா? இன்றிரவை மட்டும் கழித்துவிட்டால் போதும் காலையில் நிலைமையை வேறுவிதத்தில் எதிர்கொண்டு விடலாம்.”

“நானும் அதனைத்தான் சிந்தித்துக் கொண்டிருக்கிறேன். மறைவிடம் என்று ஏதுமில்லை. எனது அரண்மனைக்குப் போவதாக இருந்தால் நாமே ஆபத்தில் போய்ச் சிக்கிக்கொள்கிறோம் என்று பொருள். ஏனெனில், வடதிசையில் காரமலைக்கு மிக அருகில் உள்ளது எனது அரண்மனை. இந்நேரம் பறம்புவீரர்கள் அங்கு இறங்கியிருப்பார்கள்.” என்று சொன்னவர், குதிரையை விரைவு படுத்தியபடி, “எனக்குத் தெரிந்த ஒரே வாய்ப்பு மிக விரைவாகப் பயணப் பட்டு காட்டாற்றைக் கடப்பதுதான்” என்றார்.

“அங்கு என்ன வகையான பாதுகாப்பு ஏற்பாடு இருக்கிறது?”

“இம்மழைக்கு காட்டாற்றில் நீர் பெருக்கெடுத்து ஓடும். மேடான பகுதியின் வழியே நான் ஆற்றினைக் கடந்து அக்கரைக்கு அழைத்துச் சென்றுவிடுவேன். அக்கரையில்

செவ்வரிமேட்டின் பக்கம் போய்விட்டால் போதும், நாம் இரவில் எவ்வித ஆபத்து குறித்தும் அச்சப்படத் தேவையில்லை."

"ஏன்? எதிரிகள் அங்கு வரமாட்டார்களா?"

"மலைமக்கள் அச்சப்படுகிற ஒரே பொருள் நீர் மட்டுந்தான். மலைமக்களின் பெரும்பான்மையோருக்கு நீச்சல் தெரியாது. அடர் கானகத்தின் இருள் கண்டு சமவெளி மக்கள் எப்படி அஞ்சுகிறார்களோ, அதேபோல்தான் நீரைக்கண்டால் சற்றுத் தள்ளியே நிற்பது மலை மக்களின் இயல்பு. எனவே, இரவில் காட்டாற்றுக்குள் இறங்க மாட்டார்கள்" என்றான்.

சொல்லி முடிக்கும்பொழுது வேந்தர் படையின் குதிரைகள் இதுவரை இல்லாத வேகத்தில் ஆற்றின் திசைவழி நோக்கிப் பாயத் தொடங்கின.

அதே காலத்தில் சேரனின் பாசறையின் மீது உதிரனின் தாக்குதல் தொடங்கியது. கொம்போசை எழுப்பி எதிரிகளுக்குத் தாங்கள் வந்துள்ளதைத் தெரியப்படுத்தியதும் பாசறைத் தளபதி உடனே எதிர்த்தாக்குதலுக்கு ஆயத்தமானான். அப்பொழுதுதான் சேரர்படைத் தலைமைத் தளபதி துடும்பன் வந்து சேர்ந்தான். உதியஞ் சேரலின் கட்டளைபடி உடனடியாகப் பாசறையைவிட்டு வெளியேறும்படி உத்தரவிட்டான்.

"எதிரிகள் கொம்போசை எழுப்பியுள்ளனர். இந்நிலையில் பாசறையைவிட்டு வெளியேற உத்தரவிட்டால் நிலைமை மோசமாகிவிடும். ஒருபக்கம் எதிரிகளைத் தடுக்க எதிர்தாக்குதல் நடத்திக் கொண்டிருப்போம்; இன்னொருபக்கம் வெளியேறிக்கொண்டிருப்போம். மழைபெய்துகொண்டிருப்பதால் தெளிவான உத்தரவை எல்லோருக்கும் வழங்கிவிட முடியாது. நள்ளிரவில் கூடாரத்துக்குள் தூங்கிக் கொண்டிருக்கிற பலருக்கும் நிலைமையை விளக்குவது எளிதல்ல. எனவே, இரண்டு செயல்களால் பெருங்குழப்பம் உருவாகும். பறம்பு வீரர்களை எதிர்த்து முழுக் கவனத்தோடு தாக்குதல் தொடுப்போம். பொழுதுவிடிந்தபின் நாம் பாசறையைவிட்டு வெளியேறுவோம்" என்றான் பாசறைத் தளபதி.

அதிகளவு வீரர்கள் கூடாரங்களை விட்டு வெளிவரத் தொடங்கியதும் பறம்பு வீரர்கள் தாக்குதலைத் தொடங்கினர். பின்னிரவு நேரத்திலும் மழையின் வேகங்குறையவில்லை. இரவுநேரத்தில் பாசறையின் மீதான எதிரிகளின் தாக்குதலைச் சரியாகக் கையாளவில்லையென்றால் பேரழிவுக்கு இட்டுச்செல்லும் என்பதைத் தளபதி நன்கறிவார். எனவே, தனது நிலையை வலியுறுத்தினார்.

பாசறைத் தளபதிக்கு இப்பாசறையில் ஏற்பட்டுள்ள சிக்கல் மட்டுமே தெரியும். ஆனால், துடும்பனுக்கு மொத்தச்சிக்கலும் தெரியும். வேந்தர்கள் மூஞ்சலைவிட்டு வெளியேறிவிட்டனர். பாதுகாப்பான இடத்துக்கு விரைந்துகொண்டிருக்கின்றனர். பாண்டியப்படையும் சோழப் படையும் பேரழிவிற்கு ஆளாகியுள்ளன. அந்நிலையில் சேரர் படை மட்டும் பாசறையில் இருந்தால் அது பேராபத்தாகும். எனவே, ஒருபகுதி வீரர்களை இழந்தாலும் நாம் இவ்விடத்தைவிட்டு அகல்வதே பாதுகாப்பானது. இதனைப் பாசறைத்

தளபதிக்கு விளக்கிக்கொண்டிருக்க முடியாது. எனவே, துடும்பன் வேந்தரின் கட்டளை என்று மறு சொல்லுக்கு வழியில்லாதபடி உத்தரவினைப் பிறப்பித்தான்.

பாசறைத் தளபதியால் அதனைப் புரிந்துகொள்ள முடியவில்லை. தொடர்ந்து வாதிட்டான். ஆனால், நிலைமை கைமீறிக்கொண்டிருந்தது. இறுதியில் பாசறைத் தளபதி சொன்னான், "சரி. நான் மேற்குப் பகுதியில் நின்று எதிரிகளைத் தாக்கும் படைக்குத் தலைமை ஏற்கிறேன். நீங்கள் வெளியேறும் படையைக் கவனத்தோடு கொண்டுசெல்லுங்கள்" என்றான். தன் பாசறை வீரர்களைக் காக்க அவன் இறுதிவரை எடுத்துக்கொள்ளும் முயற்சியைக் கண்டு மறுப்பேதும் சொல்லாமல் ஏற்றான் துடும்பன்.

மேற்குத்திசையில் பறம்பின் தாக்குதல் வலிமையானதாக இருந்தது. பாசறைத் தளபதியின் தலைமையில் சேரப்படையினர் எதிர்த்தாக்குதலில் ஈடுபட்டனர். ஆனால், அவர்களால் எதிரிகளைப் பின்னுக்கு நகர்த்த முடியவில்லை. அதற்குக் காரணம் பறம்பு வீரர்கள் இருளுக்குள் எவ்விடத்தில் நின்று அம்பெய்து கின்றனர் என்பதைச் சேரவீரர்களால் மதிப்பிடவே முடியவில்லை. இருளின் எல்லாத் திசைகளிலுமிருந்து அவர்களின் அம்புகள் பாய்ந்துவந்தன. வேந்தர்களின் படைவீரர்கள் பெரும்பாலும் தங்களின் வில்லுக்குப் பட்டு நூல் நாணினைத்தான் பயன்படுத்தினர். அது மழைநீரில் ஈரமானால் போதுமான இழுவை விசையை உருவாக்காது. ஆனால், பறம்பின் வீரர்கள் பயன்படுத்துவது எல்லாம் மான்முடியும் எருமை முடியும் கொண்டு திரிக்கப்பட்ட நாண். எனவே, அது மழைநீரால் எவ்விதப் பாதிப்புக்கும் உள்ளாகாது. பறம்பு வீரர்கள் பாசறையின் மீது அலையலையாய் அம்புகளை விடுத்துக்கொண்டிருந்தனர்.

மழைப்பொழிவுக்கு இடையிலும் அம்புகள் கூடாரத்தைத் தொடர்ந்து தாக்கின. பாசறைக்குள், உத்தரவில் ஏற்பட்ட குழப்பத்தால் பெரும்பாலானோர் தாக்குதலை எதிர்கொள்ளாமல் கிழக்குத்திசையில் வெளியேறத் தொடங்கினர்.

உதிரனின் தாக்குதல் திட்டத்தின் கூர்முனைப்பகுதி மேற்குதிசை அன்று. அதாவது, மேற்குத்திசையில் நள்ளிரவில் பேரோசையை எழுப்பியபடித் தாக்குதல் தொடுத்தால் அச்சப்பட்டு வெளியேறும் படை கிழக்குத்திசையில்தான் பாய்ந்து செல்லும். எனவே, கிழக்குத் திசையில் பொருத்தமான மூன்று இடங்களில் தங்களின் மூன்று குடிகளை நிறுத்தியிருந்தான் உதிரன். காய்ந்த புளிய மரங்கள், வாகை மரங்களின் கொப்புகள் முண்டுகள் எல்லாவற்றின் மீதும் பறம்புக் குடிகள் ஆயத்த நிலையில் காத்திருந்தனர்.

சேரர் படை வீரர்கள் வரத் தொடங்கிய பின் கிழக்குத்திசை மரங்களிலும் மறைவுகளிலும் இருந்து தாக்குதல் தொடங்கியது. வாளும் ஈட்டியும் சவளக்குந்தமும் பெருங் குந்தமும் இடைவிடாது குத்தித் தீர்த்தன. சகதியில் மிதித்துகொண்டே இருப்பதுபோலக் குத்துவாட்கள் இறங்கிக்கொண்டே இருந்தன. வல்லயக்கம்புகளின் சிறுமணியோசை திரும்பும் திசையெல்லாம் கேட்டது. பேய்மழையில் நனைந்து நடுங்கிக் கொண்டிருந்த ஆந்தைகள் பீறிடும்

மனிதக்கதறல் கேட்டுப் பொடவுக்குள் பதுங்கின.

சேரனால் அழித்தொழிக்கப்பட்ட மூன்று குடிகளின் தாக்குதலால் இப்பொழுது சேரர்படை பேரழிவை சந்தித்துக்கொண்டிருந்தது. பாண்டியப் படையும் சோழப்படையும் அணலி தாக்குதலுக்கு அஞ்சி ஓடிவந்ததைப்போல சேரர் படை ஓடிவரவில்லை. எதிரிகள் தாக்குகின்றனர். பாதுகாப்பாக வெளியேற வேண்டும் என்ற உணர்வோடு ஆயுதங்களை கைக்கொண்டபடிதான் ஓடிவந்தனர். ஆனால், மழையும் இருட்டும் அவர்களை எதிர்த்து நிற்கும் பறம்பு வீரர்களை சரியாகக் கண்டுணரமுடியாமல் செய்துவிட்டன.

முன்புறம் தனது படை நினைத்துப் பார்க்க முடியாத அழிவினை அடைந்துகொண்டிருக்கிற செய்தி துடும்பனுக்கு எட்டியது. எதிரிகளின் பொறியில் மாட்டிவிட்டோமோ என்று துடித்துப்போனான் துடும்பன். பாசறைத் தளபதி சொன்ன எச்சரிக்கை சரியாகிவிட்டதே எனக் கருதி தாக்குதல் நடக்கும் கிழக்கு முனைக்கு விரைந்தான். அவன் வரும்பொழுது அழிவுற்ற அவன் படை வீரர்கள் மலையெனக் குவிந்து கிடந்தனர். ஆனால், இருட்டில் அவனுக்குக் காட்சிகள் எவையும் புலப்படவில்லை. ஆனால், வீழ்த்தப் பட்டவர்களின் மூச்சிறைப்பு பேய்க் காற்றுபோல மழையையும் விஞ்சிக் கேட்டது. என்ன இது என்று மிரண்டு நிற்கையில் வெட்டியிறங்கியது ஒரு மின்னல்.

அவ்வொளியில் தொலைவில் நின்றிருந்த உதிரன், துடும்பனை அறிந்தான். தட்டியங்காட்டுப் போர் தொடங்கியதிலிருந்து வேந்தர்களின் விற்படைக்குத் தலைமை தாங்குபவன் துடும்பன். எனவே, அவனது முகம் மனத்தில் ஆழப்பதிந்திருந்தது. வந்து நிற்பது அவன்தான் என அறிந்ததும், உருவிய வாளோடு பாய்ந்தான் உதிரன்.

வீசிய வாளோடு உதிரன் வருவதறிந்து வாளோடு அவன் மீது பாய்ந்தான் துடும்பன். இரண்டு வாட்களும் முழுத்திறனோடு குறுக்கிட்டு வெட்டின. வெட்டிய கணத்தில் மின்னல் ஒளி முற்றாக மறைந்து இருள் நிலைகொண்டது. வேந்தர் படையினர் பயன்படுத்தும் வாளின்பிடி யானைத் தந்தத்தால் ஆனது. காயத்துக்குள் கங்குபட்ட கணத்தில் உச்சந்தலைக்கு ஏறும் அதிர்சூடு போல வாளின் கைப்பிடி அதிர்வை உள்ளுக்குள் கடத்தியது. பறம்பினர் பயன்படுத்தும் வாளின்பிடி எருமைக்கொம்பால் ஆனது. அது வாளின் அதிர்வைக் கடத்தாது. உதிரனின் வாள் மோதிய கணத்தில் ஏற்பட்ட அதிர்வை துடும்பனின் கை உச்சந்தலையில் உணர்ந்தது. அப்பொழுது கை தளர்ந்து பின் மீண்டும் இறுகியது. அப்பிடி இறுகும் பொழுது அவனது தலையைச் சீவிக் கடந்துகொண்டிருந்தது உதிரனின் வாள்!

109

பொழுது விடிந்தது. கதிரவனின் ஒளிக்கீற்று எங்கும் பரவியது. இரலிமேட்டின் பெரும்பாறையின் மீது அடுக்கிவைக்கப்பட்டிருந்த வீரர்களின் உடல்களின் மீது மழைநீர் படாமலிருக்கக் கிடுகுகளாலான படல்களைக்கொண்டு மேல்மறைப்பு களை உருவாக்கியிருந்தனர். உடல்களின் தலைமாட்டில் வாரிக்கையன் உட்கார்ந்திருந்தார். வலதுபக்கக் கீழ்த்திசையில் முறியன் ஆசான் இருந்தார். இடதுகோடியில் ஆயுதப்பொறுப்பாளனான முதுவேலன் இருந்தான். இவர்கள் மூவரைத்தவிர மற்ற எல்லோரும் மலையைவிட்டுக் கீழிறங்கி விட்டார்கள்.

முதியவர்கள் இதுநாள் வரை போருக்குத் தேவையான பணிகளை மட்டுமே செய்துகொண்டு இரலிமேட்டிலும் நாகக்கரட்டிலும் இருந்தனர். நேற்று மாலையோடு போர் முடிந்துவிட்டது. அதன்பின் நடக்கத்தொடங்கியது அழித்தொழிப்பு தான்! அறம்பிறழ்ந்தவர்களை அழித்தொழிக்கும் அறச்சீற்றம்தான்! அதில் யாவரும் பங்கெடுக்கலாம் என்பதால் முதியவர்களும் கீழிறங்கினர்.

நேற்று தாக்குதலுக்கான சொற்களைப் பாரி அறிவித்த கணத்திலிருந்து பன்மடங்கு பணியாற்றினர் முதுவேலனும் முறியன் ஆசானும். பறம்பில் உள்ள அத்தனை பேரும் ஒரே நேரத்தில் கீழிறங்கித் தாக்கவேண்டுமென்றால் அனைவரிடமும் போதுமான அளவுக்கு ஆயுதங்கள் இருக்க வேண்டும். 'யார் யார் எப்பக்கம் போகப்போகிறார்கள்? அவர்கள் தாக்க வேண்டிய எதிரிகளின்

படையமைப்பு எப்படி?' என்று பேசி முடிவெடுத்து ஆயுதங்களைக் கொடுத்தனுப்பவெல்லாம் நேரமும் சூழலுமில்லை. பரப்பப்பட்டுக்கிடந்த சூளூர் வீரர்களின் குருதியை உடலில் பூசியபடி எழுந்துவந்த பறம்பு வீரர்கள் கைகளில் சிக்கியவற்றை எடுத்துக் கொண்டு புறப்பட்டனர். முதுவேலனால் ஒரு கட்டத்துக்கு மேல் வழிமுறை செய்யமுடியவில்லை. குகைகளின் கடைசி எல்லைவரை அடுக்கி வைக்கப்பட்டிருந்த ஆயுதங்கள் அனைத்தும் ஒன்று விடாமல் கொடுக்கப் பட்டுவிட்டன. ஒற்றை அம்புகூட மிச்சமில்லாமல் அனைத்தும் பயன்பாட்டுக்குப் போய்விட்டன. ஆனாலும் அவன் மனதில் கவலை இருக்கத்தான் செய்தது.

இறங்கித்தாக்கி எதிரிகளைக் கூண்டோடு அழிக்கும் முடிவைப் பாரி சொன்னவுடன் தயங்கி நின்றவன் முதுவேலன்தான். ‘‘அழித்தொழிப்புப் போருக்காக மலையைவிட்டு கீழே இறங்கிவிட்டால் வேலை முடிந்த பின்தான் திரும்பி வரமுடியும். வேந்தர்களின் படையில் இப்போதையை நிலமையில் நாற்பதாயிரம் பேர் இருக்கக்கூடும். அவர்களை முழுமையாக அழித்தொழிக்கும் அளவுக்கு நம் வீரர்களின் கையில் போதுமான ஆயுதங்கள் இருக்கவேண்டும். ஆனால், நம்மிடம் வில், அம்பு மட்டுமே தேவையான அளவு இருக்கிறது. இதுபோன்ற தாக்குதலில் அதிகம் பயன்படுவன அண்மையி லிருந்து தாக்கும் ஆயுதங்கள்தான், குறிப்பாக, வாள் வகைகள். அனைத்து வீரர்களும் ஒன்றுக்கும் மேற்பட்ட வகை ஆயுதங்களை வைத்துக்கொண்டு இறங்குவதுதான் சரியான நடவடிக்கையாகும். ஆனால், அவ்வளவு ஆயுதங்கள் கைவசம் இல்லை'' என்று முதுவேலன் சொன்னான்.

ஆயுதங்கள் போதுமான அளவு இல்லை என்பதால் எதிரிகளை அழிக்காமல் விடமுடியாது. மாற்று என்ன என்று சிந்தித்தபொழுதுதான், வாரிக்கையன் அணலியை இறக்கும் ஆலோசனையைச் சொன்னார். அவர் அதனைச் சொல்லிக் கொண்டிருக்கும்பொழுதே முறியன் ஆசான் இருள்வேலமரத்தின் சிவப்புப் பிசினை எடுத்துவர தனது மாணவர்களை அனுப்பிவிட்டார். எதிரிகளின் இரண்டு பாசறைகளி லிருக்கும் எண்ணற்ற வீரர்களின் மீது முதற்கட்டத் தாக்குதலை இப்பூச்சி இனங்கள் நடத்தட்டும். அதிலிருந்து தப்பி வருகிறவர்களை மட்டும் ஆயுதங்களால் தாக்கினால் போதும் என்று முடிவாக்கப்பட்டது.

அதன்படி, பாண்டிய, சோழப் பாசறைகளிலிருந்து தப்பி வருகிறவர்களைத் தாக்கப்போகும் விண்டன் தலைமையிலான வீரர்களுக்கு மிகக்குறைவான ஆயுதங்களே கொடுக்கப்பட்டன. இரண்டு பாசறைகளிலும் ஏறத்தாழ இருபதாயிரம் வீரர்கள் இருப்பார்கள். அவர்கள் பூச்சியினங்களின் தாக்குதலுக்குத் தப்பிப்பிழைத்து இருளுக்குள் ஓடிவருகிறபொழுது வாளையும் ஈட்டியையும் அவர்களை நோக்கி மடக்கிப் பிடிப்பதே போது மானது. அதற்கேற்பவே ஆயுதங்கள் கொடுத்தனுப்பப்பட்டன.

அதேபோலச் சேரனின் படையை நோக்கி உதிரன் தலைமையிலான வீரர்கள் அனுப்பப்பட்டனர். பின்னிரவில் மேற்குத் திசையிலிருந்து தாக்குதல் தொடுத்துச் சேரனின்

படையை வெளியேற்றும் நிலையை உருவாக்கினால் கிழக்குத்திசையில் அழித்தொழிப்பு வேலையைச் செய்யமுடியும் எனக் கணித்து அதற்கேற்ப ஆயுதங்கள் கொடுக்கப் பட்டன.

நடுவில் மூஞ்சல் நோக்கிச் சென்ற முடியன் தலைமையிலான குழுவுக்குத் தான் அனைத்து வகையான ஆயுதங்களும் தேவைப் பட்டன. மூவேந்தர்களைச் சுற்றி நிற்கும் சிறப்புப்படைகளையும் நீலனைச் சிறைப்பிடித்து நிற்கும் கவசப் படையையும் எதிர்கொள்வதற்கான முழுமையான அளவு ஆயுதங்கள் அவர்களுக்குத் தேவைப்பட்டன. ஆனாலும் அவ்வளவு ஆயுதங்கள் இல்லை. இரவாதனின் வீரமரணம் அவ்விரவில் ஆயுதங்களே இல்லாமல் கூடப் போரிடும் வலிமையை ஒவ்வொரு பறம்பு வீரனுக்கும் வழங்கியிருந்தது. எனவே, முதுவேலன் என்ன கொடுக்கிறானோ அதனை வாங்கிக்கொண்டு வீரர்கள் புறப்பட்டனர்.

எதிரிகள் மூஞ்சலில் சேகரித்து வைத்திருந்த நஞ்சின் வகைகளைப்பற்றி அலவன் மூலம் அறிந்திருந்த முறியன் ஆசான் அதற்கான மாற்றினை உருவாக்கியிருந்தார். இறுதிக்கட்டத் தாக்குதலில் எதிரிகள் அதனை பயன்படுத்தக்கூடும் எனக்கருதிய அவர் மூஞ்சலைத் தாக்கப்போகும் முடியனின் படைக்கு மட்டும் அவற்றைக் கொடுத்தார். ஒரு கடலைச் செடியில் எண்ணற்ற கடலைகள் இருப்பதுபோலத்தான் கொத்துக் கொத்தாக அந்தக் கிழங்குகள் இருந்தன. "போகும் பொழுதே அச்சிறு கிழங்கை ஆளுக்கு ஒன்றெடுத்து வாயில் போட்டுக் கொள்ளுங்கள்" என்றார்.

இதில் முதுவேலனையே வியக்க வைத்தவர்கள் திரையர்கள்தான். "இறங்கித் தாக்கப் பாரி அனுமதி அளித்ததே போதும்; எங்களுக்கு எந்த ஆயுதமும் தேவையில்லை" என்று சொல்லிப் புறப்பட்டான் காலம்பன். ஆனால், முதுவேலன் அவர்களை மறித்து ஒவ்வொரு வீரனுக்கும் கேடயம் ஒன்றும் நடுவகை வாளொன்றும் கொடுத்தனுப்பினான்.

இவை தவிர, ஆறுகுடியினர் தட்டியங்காட்டுப்பக்கமும் வெங்கல் நாட்டின் பக்கமும் மலைவிட்டுக் கீழிறங்கினர். வேந்தர்படையின் வீரர்கள் நிலப்பகுதியில் எங்கு குறுக்கிட்டாலும் வெட்டிவீழ்த்தப் புறப்பட்ட படையிது. அவர்கள் காட்டில் கிடைக்கும் அனைத்தையும் ஆயுதமாக பயன்படுத்தக் கூடியவர்கள்.

இவை நடந்து கொண்டிருக்கும் பொழுதே செய்திகேள்விப்பட்டுக் காரமலையின் உச்சியிலிருந்த அரிமான்கள் இரலிமேட்டிற்கு வந்தனர். இதுவரை அவர்களை இரலிமேட்டிற்கே வரக்கூடாது என்று சொல்லியிருந்தான் பாரி. ஆனால், அவசரம் கருதிக் கூவல்குடியினர் மூலம் உச்சிமலையிலிருந்த அணலிகளை கொண்டுவரச்சொல்லி உத்தரவிட்டான் முடியன். அவர்களைத் தவிர வேறுயாராலும் இவ்வளவு விரைவாக அடர்குகைக்குள் இருக்கும் அணலிகளைப் பிடித்துக் கீழிறங்க முடியாது.

அவ்வுத்தரவு மூலமே பேராபத்து உருவாகியுள்ளதை அரிமான்கள் உணர்ந்தனர். உடனடியாக அக்குலத் தலைவனுக்குச் செய்தி சொல்லப்பட்டு, அவன் இரலிமேட்டிற்கு வந்து சேர்ந்தான்.

பறம்பு வீரர்கள் எல்லோரும்

ஆயுதங்களை எடுத்துகொண்டு கீழிறங்கிய பின் அரிமான்குலத் தலைவன் வந்தான். கிடத்தப்பட்ட வீரர்களின் உடல்களைப்பார்த்துக் கொதிப்பேறிய நிலையில் "எங்களைப் போர்க்களத்துக்கு அனுமதி!" என்று பாரியின் கைகளைப்பிடித்து மன்றாடினான்.

''எந்நிலையிலும் நீங்கள் போர்க் களம் புகுவதை ஏற்கமுடியாது!" என்று உறுதியாக மறுத்தான் பாரி

அரிமான்களோடு சேர்த்துப் பறம்பில் தஞ்சமடைந்த நான்கு குடிகளுக்கு பாரி இறுதிவரை அனுமதியளிக்க வில்லை. மிகக்குறைந்த மனிதர்கள் மட்டுமே வாழும் அவ்வரிய குடிகள் இயற்கையின் ஆதிரகசியங்களைக் காத்து வருகிறார்கள். இப்போர் மனிதர்களுக்கு இடையே நடக்கிறது. இதில் நிகழும் எந்தவொரு மரணமும் இயற்கைக்குப் பாதிப்பினை உருவாக் கிடாது. ஆனால், இந்த நான்கு குடிகளில் இருக்கும் ஒவ்வொரு மனிதனும் பச்சைமலைத்தொடருக்கும் அதிலுள்ள உயிரினங்களுக்கும் மிகமுக்கியப் பங்களிப்பை செய்கிறவர்கள். எனவே, பாரி இறுதி வரை அனுமதிகொடுக்கவில்லை.

"அப்படியென்றால் இப்போரில் எங்களுக்கு எந்தப் பங்கும் இல்லையா?" எனக் கேட்டான் அரிமான்குலத் தலைவன்.

"நீங்கள் எடுத்துவந்த அணலிகள் தான் இப்போரில் முக்கியப் பங்காற்றப் போகின்றன. அவற்றை நீங்களே எதிரிகளின் பாசறையைச் சுற்றிக் கீழிறக்கிவிட்டு வாருங்கள். அதுமட்டுமல்ல, இன்னொரு முக்கியமான பணியையும் உங்களுக்குக் கொடுக்கப்போகிறேன்" என்றான் பாரி.

"என்ன?" என்று கேட்டான் அரிமான் குலத் தலைவன்.

"நான் கீழிறங்கப் போகிறேன். நான் சென்றபின் என் தோழன் கபிலனை அழைத்துச்சென்று பாதுகாத்து வைத்திருங்கள்" சொல்லி முடித்த வேகத்தில் அவ்விடம்விட்டு அகன்றான் பாரி. அரிமான்குலத் தலைவனோ, இவ்வுரையாடலைச் சற்றுதொலைவிலிருந்து கேட்டுக் கொண்டிருந்த கபிலரோ பதிலேதும் சொல்வதற்கு எந்த இடமும் தரவில்லை பாரி.

குகைவிட்டுக் கீழிறங்கிய வேகத்தில் அவனோடு சிறுபடை இணைந்தது. பாரிக்கான ஆறுவகை ஆயுதங் களையும் அப்படை வீரர்கள் கைகளில் வைத்திருந்தனர். மூவேந்தர் களின் பாசறைத் தாக்குதலையும் மூஞ்சலில் நடக்கும் தாக்குதலையும் ஒருங்கிணைத்துச் செய்தியைப் பரிமாறக் கூவல்குடி வீரர்கள் உடனிருந்தனர். பாரி மலைவிட்டுக் கீழிறங்கும்பொழுது மற்ற அனைவரும் தங்களுக்கான இடத்தை அடைந்து விட்டனர். முடியனின் ஈட்டி உறுமன் கொடியைக் குத்தித் தூக்கிக் கொண்டிருந்தபொழுது பாரி நாகக் கரட்டிலிருந்து சமவெளியை வந்தடைந்தான்.

பாரி முற்றிலும் எதிர்பாராதது கொட்டித்தீர்க்கும் பெருமழையை. மழையின் வேகம் நிலத்தை நடுக்குறச் செய்தது. 'மழை பறம்புவீரர்களின் வேகத்தைச் சற்று மட்டுப்படுத்தும் அதேநேரம் தாக்குதலுக்கான வாய்ப்பினை அதிகப்படுத்தும், எதிரிகளுக்கு அச்சமூட்டும் இன்னொரு ஆயுதமாக அது மாறும்' எனக்கணித்தபடியே முன்னகர்ந்தான்.

மணல்வெளியில் செவ்வெறும்புகள் சாரைசாரையாக ஊடறுப்பதுபோல இருள்வெளியில் பறம்புவீரர்கள் கூட்டங்கூட்டமாய் முன்னேறிக் கொண்டிருந்தனர். பாரி முன்னகர்ந்து உள்ளே வந்துகொண்டிருந்தபொழுது விண்டனின் தாக்குதல் தொடங்கிய செய்தி அவனுக்கு வந்து சேர்ந்தது. பாண்டியப்படையும் சோழப்படையும் நிலைகுலையத் தொடங்கிவிட்டதை உறுதிப்படுத்தினான்.

கூட்டைக் கலைத்தால் போதும்; பாதி அழிவை அது தனக்குத்தானே நிகழ்த்திக்கொள்ளும். வேந்தர்படை தன் அழிவைத் தானே நிகழ்த்திக் கொண்டிருந்தபோது அதற்கு உதவி செய்துகொண்டிருந்தான் விண்டன்.

உதிரன் சேரப்பாசறையைச் சுற்றி நிலைகொண்ட செய்தியும் வந்தது. ஆனால், பாரி முற்றிலும் எதிர்பாராதது மூஞ்சலை வேந்தர்கள் கைவிடுவதற்கு வெகுநேரம் முன்னரே, நீலனை இடம் மாற்றிவிட்டார்கள் என்பது. முடியன் அனுப்பிய செய்தி பாரியை வந்தடைந்ததும் உடனடியாக மூஞ்சலை நோக்கி விரைந்தான்.

தப்பி வெளியேறிக்கொண்டிருக்கும் மூவேந்தர்களையும் தாக்கி அழிக்கப் பாய்ந்து சென்றுகொண்டிருந்தான் முடியன். அவன் அவ்வாறு செய்துவிடக் கூடாது என்பதற்குத்தான் விரைந்து வந்தான் பாரி. உறுமன் கொடியைக் கொன்றழித்த வேகத்தில் வேந்தர்களைக் கொன்றழிக்க விரைந்துகொண்டிருந்த முடியனைத் தடுத்து நிறுத்தினான் பாரி.

'நீலனை எவ்விடத்திற்குக் கொண்டு போயுள்ளனர் என்பதை முதலில் தெரிந்துகொள்வோம். அதன்பின் வேந்தர்களைத் தாக்கி அழிப்போம்' என்றான்.

பாரியின் சொல்லை ஏற்க முடியாமல் திணறியது முடியனின் மனம். ஆனாலும் நீலன் குறித்த சிந்தனை மனதை மாற்றியது. 'மழை கொட்டும் இவ்விரவில் நீலனை எவ்விடம் கொண்டுபோயிருப்பர்? எங்கே போய் அறியமுடியும்?' எனச் சிந்தித்தபடித் திகைத்து நின்றான் முடியன்.

சட்டென வேட்டூர்ப் பழையனின் நினைவு வந்தது. 'அந்தக் கிழவன் இந்நேரம் இருந்திருந்தால் இம்மண்ணின் ஒவ்வோர் அசைவையும் சொல்லிவிடுவார். மையூர்க்கிழாரைப்பற்றியும் வெங்கல் நாட்டைப்பற்றியும் அவரளவுக்குத் தெரிந்தவர் யாருமில்லை. அவருக்கு அடுத்து இந்நிலத்தை நன்கு அறிந்தவன் நீலன். அவனுமில்லை!' என்று நினைத்தபொழுது ஆறு ஊர்க்காரர் களின் நினைவு வந்தது. உடனே வீரர்கள் சிலரை அழைத்துக்கொண்டு அவ்விடம் விரைந்தான்.

முடியனுடன் இருந்த பெரும்பகுதி வீரர்களோடு பாரி மூவேந்தர்களைப் பின்தொடர்ந்தான். "பறம்பின் அனைத்துக் குடிகளும் கீழிறங்கி விட்டன. பாதுகாப்புக்கு எங்கே போவது என்று எனக்குப் புரியவில்லை" என்று கருங்கை வாணனிடம் மையூர்க்கிழார் புலம்பிக் கொண்டிருந்தபொழுது அவர்களுக்குப் பின்னால்தான் பாரி வந்துகொண்டிருந்தான். வெட்டி யிறங்கும் மின்னல் ஒளியில் முன்னால் போகிறவர்களைப் பார்த்தபடித் தாக்குதல் எதுவும் தொடுக்காமல் பொறுமையுடன் வந்துகொண்டிருந் தான் பாரி.

தன்னுடன் இருக்கும் படை வீரர்களுக்கு உத்தரவு கொடுத்தால்

போதும்; அடுத்த மின்னல் ஒளிபாய்ச்சும்பொழுது முன்னால் போகிற எவனும் உயிரோடு மிஞ்ச மாட்டான். ஆனாலும் நீலனைப்பற்றிய உறுதியான செய்தியைத் தெரிந்து கொள்ளாமல், இவர்களைத் தாக்கினால் விளைவு கைமீறிப்போய் விட வாய்ப்புள்ளது என்று நினைத்தான்.

அக்கணத்தில் அவனது மனம் தேக்கனை நினைத்தது. 'கைக்கெட்டும் தொலைவில் மூவேந்தர்களும் அஞ்சி ஒடுங்கியபடி சென்றுகொண்டிருக்கிறார்கள். தாக்க முடிவெடுத்தால் ஒருவன்கூடத் தப்பமுடியாது. ஆனால், நீலன் என்ன ஆவான்? வேந்தர்கள் கொல்லப்பட்ட பின் நீலனை உயிரோடு மீட்க முடியுமா?' என்ற

குழப்பத்தில் தாக்கும் முடிவை தள்ளிப்போட்டபடி நகர்ந்தான் பாரி. தான் எடுக்கும் இம்முடிவு சரியானதா என்ற ஐயம் போர்க்களத்தில் முதன்முறையாக பாரிக்கு ஏற்பட்டது.

பறம்பு தோன்றியதிலிருந்து இதுவரை நடந்திராதவொன்று, இப்பொழுது நடந்துகொண்டிருக்கிறது. பாரி உட்படப் பறம்புவீரர்கள் அனைவரும் பறம்பின் எல்லையை விட்டு வெளியேறியுள்ளனர். புதிய நிலத்தில் கைக்கெட்டிய எதிரியை விட்டுப்பிடித்துக் கொண்டிருந்தனர்.

பாரியின் மனம் தேக்கனைத் தேடியது. தேக்கனால் எதிரியின் வலிமையைத் துல்லியமாகக் கணிக்க முடியும். அப்படிக் கணிக்க முடியாத நிலையில் எதிரிகளின் வலிமை யின்மையைக் கண்டறிந்துவிடுவான். வலைக்குச் சிக்காதது வாய்க்குச் சிக்கும் என்பதில் அவன் எப்பொழுதும் தெளிவாக இருப்பான். எந்நிலையிலும் தேக்கனின் ஒற்றைச் சொல் குழப்பத்தைப் போக்கித் தெளிவை உருவாக்கும். அக்கணம் தேக்கனின் குரலுக்காகப் பாரியின் மனம் ஏங்கி அடங்கியது.

ஏக்கத்தினூடே தேக்கனின் சொல் என்னவாக இருந்திருக்கும் என்று சிந்தித்தான். "வேந்தர்களை அழிப்பதல்ல; நீலனை மீட்பதே முதற்பணி!" என்றது ஆழ்மனதுக்குள் எதிரொலித்த தேக்கனின் சொல். எடுத்த முடிவில் துணிந்து நடந்தான் பாரி.

பாரி எந்தப் பக்கம் இறங்கியிருப்பான் என்பது தெரியாத குழப்பத்தில் மையூர்க்கிழார் திணறிக் கொண்டிருக்கும் பொழுது, வேந்தர்களின் பிடரியில் மூச்சுக்காற்று படும் தொலைவில்தான் பின்தொடர்ந்துகொண்டிருந்தான் பாரி. மழையின் வேகம் சற்றே குறையத் தொடங்கியது. பாரி தனது பின்தொடர்தலில் இடைவெளியை அதிகப்படுத்திக்கொண்டான். நேரம் செல்லச்செல்ல மழையின் வேகம் மேலும் குறைந்தது. இருள்நீங்கும் நேரம் நெருங்கிக்கொண்டிருந்தது. இந்நிலையில் முன்னால் செல்லும் வேந்தர் படையின் வேகமும் அதிகமானது. வேறு முடிவெடுக்க முடியாத நிலையில் பின்தொடர்ந்து போய்க்கொண்டே இருந்தான் பாரி.

மழை முழுமுற்றாக நின்றது. இருளின் அடர்த்தி மேலும் குறையத் தொடங்கியது. பின்னால், தொடர்ந்து வருவதை வேந்தர்படையினர் அறிய நேர்ந்தால் அச்சத்தில் உடனடியாகத் தாக்குதலில் ஈடுபடுவார்கள். தாக்குதல் துவங்கிவிட்டால் எதிரிகளின் படை முற்றாக அழியும். அதனால், நீலனை மீட்கும் முயற்சியில் ஆபத்து உருவாகும். எனவே, இடைவெளியை மேலும் அதிகப்படுத்தியபடி வந்தான் பாரி. முடியனிடமிருந்து எந்தச் செய்தியும் வரவில்லை. மழை நின்று இருள் குறையத் தொடங்கியது.

இடைவெளியை நன்கு அதிகப்படுத்திய பாரி வேந்தர் படையினர் முன்னகர்ந்த திசையில் வந்து சேர்ந்தபோது காட்டாறு ஒன்று குறிக்கிட்டு ஓடிக்கொண்டிருந்தது. எதிரிகள் காட்டாற்றினைக் கடந்து அக்கரையில் ஏறிக்கொண்டிருந்தனர். அதிர்ந்தான் பாரி! இவ்விடத்தில் இப்படியோர் ஆறு ஓடுவது அவனுக்குத் தெரியாது. மலைவிட்டு இறங்கும் ஆறுகள் சமவெளியில் இவ்வளவு உள்வாங்கிய நிலத்தில் எவ்விடம் ஓடுகின்றன என்பது பறம்பு வீரர்கள் யாருக்கும் தெரியாது. எதிர்த்திசையைப் பார்த்தபடி

அதிர்ச்சியுற்று நின்றான் பாரி. இடைவெளியை அதிகப்படுத்தியது, வேந்தர்படை முழுமுற்றாக ஆற்றைக் கடந்து அக்கரைக்குச் செல்ல வசதியாகிவிட்டது.

கைநழுவி விட்டதோ என்று மனம் பதைத்தது. வானில் ஒளி கசிந்து பரவிக்கொண்டிருந்தது. அப்பொழுது தான் முடியன் வந்து சேர்ந்தான். "நேற்றிரவு மழை தொடங்குவதற்குச் சற்று முன்பே கொட்டடியில் நின்றிருந்த யானைகளைக் காட்டாற்றுக்கு அப்பாலிருக்கும் கோட்டைக் காவலுக்கு அனுப்ப உத்தரவு வந்ததாம். எனவே, ஆற்றுக்கு அப்பாலிருக்கும் கோட்டையில்தான் நீலனை வைத்திருப்பார்கள் என்று காராளி சொன்னான்" என்றான் முடியன்.

அடுத்து என்ன செய்யலாம் என்று பாரி சிந்திக்கத் தொடங்கும் முன் முடியன் சொன்னான், "தந்தமுத்தத்துக் காரர்களுக்குச் செய்தி அனுப்பி விட்டேன். இன்னும் சிறிதுநேரத்தில் வந்துவிடுவார்கள்."

"சரியான முடிவு!" என்றான் பாரி.

எதிரிகள் ஆற்றைக் கடந்துவிட்டனர் என்பது முடியனுக்கும் அதிர்ச்சியை உருவாக்கியது. ஆனால், பாரியைவிடச் சரியான முடிவை யாரும் எடுக்க முடியாது என அவனுக்குத் தெரியும். எனவே, பாரியின் அடுத்த உத்தரவை எதிர்பார்த்தான்.

"கொஞ்சம் பொறு. பொழுது நன்கு விடியட்டும்!" என்றான் பாரி.

பாசறைகளிலிருந்து அணலிகளின் தாக்குதலுக்குத் தப்பிப்பிழைத்தவர்கள், விண்டன், உதிரன் ஆகியோரின் தாக்குதல்களில் கொல்லப்பட்டனர். அவற்றிலிருந்தும் தப்பிப் பிழைத்தவர்கள் நிலமெங்கும் சுற்றித் திரியும் பறம்பின் இதரக் குடிகளிடம் சிக்கி மாண்டனர். அதிலும் தப்பியவர்கள் வெகுசிலரே. அவர்கள் கிழக்குப்புறமாக நகர்ந்து ஆற்றைக் கடந்து அக்கரை ஏறினர். வேந்தர் படையினர், தங்களின் மூன்று பாசறையிலிருந்தும் தப்பி வருகிறவர்களை ஆவலோடு பார்த்துக் கொண்டிருந்தனர். ஆனால், மழை நின்றதும் நிலமெங்குமிருந்து மேலெழுந்தது கதறல்களின் பேரோசை.

பகலின் நான்காம் நாழிகை முடியும்பொழுது ஒளியால் நிரம்பியிருந்தது நிலம். செவ்வரி மேட்டிலிருந்த வேந்தர்கள், எதிர்ப்புறத்தில் காட்டாற்றுக்கு அப்பால் ஆற்றைக்கடக்க முடியாமல் திணறியபடி நிற்கும் பறம்புப் படையை முழுமையாகப் பார்த்தனர். இரவு முழுவதும் நடந்த தாக்குதலால் அச்சம் உறைந்திருந்தது. ஆனால், பகலின் ஒளி அச்சத்தை நீக்கத் தொடங்கியது.

மூன்று பாசறைகளிலிருந்த பல்லாயிரம் பேர் கொன்றழிக்கப்பட்டு விட்டனர். மிஞ்சி இக்கரைக்கு வந்து சேர்ந்துள்ளவர்கள் சில ஆயிரம் பேர் மட்டுந்தான். ஆனால், பறம்புவீரர்கள் ஆற்றினைக் கடக்க முடியாமல் நின்றது நம்பிக்கையை உருவாக்கியது.

மலைமக்கள் ஆற்றினுள் கால்வைக்க அஞ்சுவார்கள் என்பதைக் கண்ணுக்கு முன்னால் பார்த்தபடி இருந்த கருங்கைவாணன், மையூர்க்கிழாரைப் பாராட்டினான். பேரழிவிலிருந்து தளபதிகள் மீண்டுள்ளனர். செவ்வரி மேட்டிலிருக்கும் வேந்தர்படை வீரர்களின் எண்ணிக்கை எட்டாயிரத்தைத் தாண்டாது. ஒரு லட்சத்து நாற்பதாயிரத்துக்கும்

மேற்பட்ட வீரர்களைக்கொண்ட படை, இறுதியில் இவ்வளவுதான் மிஞ்சியள்ளது. ஆனாலும் மையூர்க் கிழாரும் கருங்கைவாணனும் நம்பிக்கையோடு போய் வேந்தர்களிடம் சொன்னார்கள்.

"எதிரிகள் ஆற்றைக்கடக்க வழியின்றி அக்கரையில் நிற்கிறார்கள். அது முக்கியமல்ல; அக்கரையில் நிற்பவர்களின் எண்ணிக்கையைப் பாருங்கள். சிலநூறு பேர்தான் இருப்பார்கள். எனவே, இதற்குமேல் நாம் பின்வாங்க வேண்டியதில்லை. நாம் நல்ல மேட்டுநிலத்தில் இருக்கிறோம். அவர்கள் ஆற்றினைக் கடக்கும்பொழுது இங்கிருந்து தாக்கினால் ஒருவனும் உயிர்தப்ப முடியாது" என்றனர்.

இரவெல்லாம் பிழைத்தோடி வந்த அச்சம் எளிதில் மனம்விட்டு அகலவில்லை. ஆனாலும் ஆற்றினைத் தாண்டமுடியாமல் தேங்கி நிற்கும் சிறுகூட்டத்தைப் பார்த்ததும் இயல்பாக மனதுக்குள் நம்பிக்கை உருவானது. முதன்முறையாகப் பறம்புப் படை நிலப்பரப்பின் கீழ்நிலையிலும் வேந்தர்படை நிலப்பரப்பின் மேல் நிலையிலும் இருந்தனர்.

'எப்படியும் அவர்கள் நீலனைக் காப்பாற்ற ஆற்றினைக் கடக்க முயல்வர். அஃது அவர்களை முழு முற்றாக அழிக்கும் வாய்ப்பினை நமக்கு வழங்கும். எனவே, இதனை தவறவிடக்கூடாது' என குலசேகரப் பாண்டியனுக்குத் தோன்றியது. "நமது படையணிகளை ஒழுங்குபடுத்திக் கொள்!" என்றார்.

முதல் நாள் இரவு நடந்த பேரழிவிலிருந்து மறுநாள் காலை மீண்டு மேலேறியது வேந்தர்படை. பறம்பின் படை இவ்வளவு சிறியது என்பதை வேந்தர்படையின் ஒவ்வொரு வீரனும் முழுமையாகப் பார்த்தான். பலிவாங்கும் உணர்வும், சிறுத்திருக்கும் எதிரிகளின் கூட்டமும் அவர்களின் நம்பிக்கையை மேலெழுப்பின. இரவெல்லாம் தாக்கி அழிக்கப்பட்டதனால் உருவான வெறி அவர்களை மூர்க்கங்கொள்ள வைத்தது. கருங்கைவாணன் உத்திகளை வகுத்தான்.

ஆற்றின் மேற்குத் திசையில் அப்படியே நின்றிருந்தான் பாரி. நிலமெங்கும் இருந்த பறம்பு வீரர்கள் அனைவரும் ஆற்றங்கரைக்கு வந்து சேர்ந்தனர். இருள்வேட்டை முடிவுற்றது. பகலின் பாய்ச்சலுக்காகப் பாரியின் உத்தரவினை எதிர்பார்த்து நின்றிருந்தனர். சிறிது நேரத்துக்குப்பின், "நெட்டீட்டிகளை வீசச் சொல்" என்றான் பாரி.

சொல்லிமுடிக்கும் பொழுது பறம்பின் ஈட்டிகள் ஆற்றுநீருக்குள் எதிர்கரைவரை சரசரவெனக் குத்தியிறங்கின. வெவ்வேறு இடங்களிலிருந்து மூன்று வரிசைகளாகப் போதிய இடைவெளியோடு ஈட்டிகள் எறியப்பட்டன. ஈட்டிகள் குத்திநிற்பதை வைத்து நீரின் ஆழத்தைக் கணித்தனர். எவ்விடம் பள்ளம் அதிகம் என்பதை அறிந்து, அதற்கு முன்னும் பின்னுமாகச் சில ஈட்டிகளை எறிந்து ஆழமற்ற பகுதியையும் கண்டுகொண்டனர். ஈட்டிகள் இழுபடும் தன்மை கொண்டு நீரின் வேகம் அறிந்தனர்.

அடுத்து உள்ளிறங்குவதற்குப் பாரி உத்தரவிடுவான் என எதிர்பார்த்து ஆற்றின் அருகில் போய் நின்றான் உதிரன். ஆனால், பாரி அதற்கு ஆயத்தமாக இல்லை. நீரில் இறங்கி அக்கரையை அடைந்துவிடலாம்;

ஆனால், எதிரிகள் மேட்டின் மீது நிற்கிறார்கள். உயரத்திலிருந்து அவர்கள் தாக்குதல் தொடுத்தால் பறம்பின் பக்கம் இழப்புகள் அதிகமாகும். எனவே, மாற்று வழியைத்தான் கண்டுபிடிக்க வேண்டும் என்று தோன்றியது.

இவ்வெண்ணம் தோன்றிய கணமே, நேரம் அதிகமானால் நீலனை மீட்கும் வாய்ப்பு குறைந்துவிடுமோ என்றும் தோன்றியது. வீரர்கள் அனைவரும் பாரி வந்துவிட்டதால் மீட்டே தீருவான் என்ற நம்பிக்கையோடு நின்றனர். அவர்களுக்கு எதிரில் ஓடும் ஆறோ, உயர்ந்து நிற்கும் மேடோ ஒரு பொருட்டாகவே இல்லை. ஆனால், பாரிக்கு எல்லாம் பொருட்டாக இருந்தன. எந்த வீரனையும் இழந்துவிடக் கூடாது என்ற கவனமும் நீலன் மீதான சிந்தனையுமாக மனத்தை ஒருமுகப்படுத்திக்கொண்டிருந்தான்.

அப்பொழுது இடப்புறம் வெகுதொலைவிலிருந்து கூவல் குடியின் ஓசை கேட்டது. என்னவென்று பார்த்தனர். தந்தமுத்தத்துக்காரர்கள் நான்கு யானைகளோடு ஆற்றங்கரைக்கு வந்து நின்றனர். உள்ளே இறங்குவதற்கான அனுமதியைக் கேட்டது அந்த ஓசை. “ஆற்றுக்குள் இறங்கு. ஆனால், அக்கரையில் ஏறாதே” என்றது பாரியின் பதில். குறிப்போசையாக இங்கிருந்து எழுப்பப்பட்டது.

இது நடந்துகொண்டிருந்தபொழுது ஆற்றின் வலப்புறத்தைக் கைகாட்டி “அங்கே பாருங்கள்” என்றான் முடியன்.

ஒருகாத தொலைவில் ஒருகூட்டம் ஆற்றுக்குள் இறங்கி அக்கரையை நோக்கி நடக்கத் தொடங்கியது. உற்றுப்பார்த்துவிட்டு முடியன் சொன்னான், “திரையர்கள் இறங்கி விட்டார்கள்.”

முடியன், உதிரன், விண்டன் மூவரும் பாரியிடம் சொன்னார்கள், “இனியும் நாம் காலந்தாழ்த்த வேண்டாம். ஆற்றைக் கடந்து மேலேறும்பொழுது நம்மில் சிலர் சாகவேண்டியிருக்கும். ஆனால், எதிரிகளால் வலுவான தாக்குதலை நடத்திவிட முடியாது. நம்முடைய வேகத்துக்கு அவர்களால் ஈடுகொடுக்க முடியாது. எனவே, ஆற்றைகடக்க உத்தரவு தாருங்கள்” என்றனர்.

பாரியிடமிருந்து பதிலேதுமில்லை. ‘மிகச்சில வீரர்களிடம் மட்டுமே குதிரை இருக்கிறது. மேட்டின் மீதிருந்து வீசப்படும் ஆயுதத்தின் வேகம் வலிமையானது. எதிரிகள் நாம் ஆற்றில் இறங்கியவுடன் தாக்குதலை தொடங்கிவிடுவர். சில இடங்களில் கழுத்துவரை ஆழமிருக்கும் பகுதியை நாம் கடந்தாக வேண்டும். அப்பொழுது நம் மீது நடக்கும் தாக்குதலால் இழப்பு மிக அதிகமாகும்’ என்று சிந்தித்தபடி வேறு வழி பற்றி எண்ணங்களைச் செலுத்திக்கொண்டிருந்தான்.

வேந்தர்படையில் செவ்வரி மேட்டின்மேல் நின்றிருந்த தளபதி உசந்தன் இடப்புறமாக ஆற்றை நோக்கிக் கைகாட்டி “சிலர் ஆற்றைக் கடக்கிறார்கள்” என்றான்.

எல்லோரின் பார்வையும் அங்கே போனது. ஐம்பது, அறுபது பேர் கொண்ட சிறுபடை ஒன்று ஆற்றைக் கடந்துகொண்டிருந்தது. “ஒருவன்கூட நமது கரையில் கால்வைக்கக் கூடாது. வெட்டி வீசுங்கள்!” என்றான் மையூர்க் கிழார்.

வீரர்களை அழைத்துக்கொண்டு

உசந்தன் செல்ல ஆயத்தமான பொழுது, “நானே போகிறேன்” எனச் சொல்லி தனது படையோடு கருங்கை வாணன் விரைந்தான்.

எதிரிப்படைகளில் இருநூறுபேர் கொண்ட படைப்பிரிவு திரையர்களை நோக்கிப் போவதைப் பாரி உள்ளிட்ட அனைவரும் மேற்குக் கரையிலிருந்து பார்த்தபடி நின்றிருந்தனர். முடியன் மீண்டும் சொன்னான், “காலந்தாழ்த்த வேண்டாம். உள்ளிறங்குவோம்”

பாரியின் கண்கள் ஆற்றுநீரையே பார்த்துக்கொண்டிருந்தன. கரையோரத்தில் நீரின் எதிர்த்திசையில் சிற்றலைகள் எழும்பி அமுங்கின. என்ன இது என்று கவனித்த பொழுது காற்று, நீரின் மேல்தளத்தைச் சீவியபடி வீசியது.

அதன் திசையையும் தன்மையையும் உணர்ந்த பாரி “இது காற்றல்ல; காற்றி. இந்நேரம் நம்மில் யாராவது குளவன் திட்டில் இருந்திருக்க வேண்டும்” என்று எண்ணிய கணத்தில் தலைக்கு மேல் எண்ணிலடங்காத சுருளம்புகள் பறந்துகொண்டிருந்தன. எதிர்த் திசையில் செவ்வரிமேட்டின் உச்சியில் நின்றிருந்த வேந்தர்படையின் மீது கண்ணிமைக்கும் நேரத்தில் நூற்றுக் கணக்கான சுருளம்புகள் குத்தி யிறங்கின.

அதிர்ந்து திரும்பினான் பாரி. வெகுதொலைவில் சின்னதாய்த் தெரிந்தது குளவன் திட்டு. இகுளிக் கிழவன் உச்சியில் நின்று சிரிப்பது போல அவன் மனக்கண்ணில் தோன்றியது.

“எப்படி இவ்வளவு தொலைவில்?” என்று உதிரன் கேட்டபொழுது முடியன் சொன்னான், “அவர்கள் ஐந்து வயதிலே குறிதவறும் அம்புகளை எய்து முடித்துவிடுவர். இது காற்றி. குளவன் திட்டில் எவ்விடமிருந்து வீசினாலும் அக்கரைக்குக் கொண்டு போய்ச் சேர்த்துவிடும்” என்று சொல்லி முடிக்கும் முன் பாரியின் உறுமல் காற்றையும் உலுக்கியது.

இச்சொல்லுக்காகக் காத்திருந்த பறம்புப்படை காட்டாற்றுக்குள் பாய்ந்து இறங்கியது. வேந்தர் படையினர் சுருளம்புகளால் தாக்கப் பட்டுப் பின்னோக்கி ஓடத்துவங்கிய போது பறம்புப்படை ஆற்றைக்கடந்து கொண்டிருந்தது. இடதுமுனையில் நான்கு யானைகளின் மீது அமர்ந்தபடித் தந்தமுத்தத்துக்காரர்கள் அக்கரையில் ஏறியபொழுது வலதுகோடியில் மேலேறிய திரையர்களைக் கருங்கை வாணன் படை தாக்கத் தொடங்கியது.

பல்லாயிரம் சுருளம்புகள் இப்படி வந்து இறங்கும் என்று யாரும் நினைத்துப் பார்க்கவில்லை. தட்டியங் காட்டில் பறம்புவீரர்கள் யானைப் போர் நடத்தாததற்குக் கானவர் செய்த கைம்மாறு இது. சுருளம்புகள் காற்றியால் தூக்கிவரப்பட்டதால் அவற்றின் வேகம் பலமடங்கு இருந்தது. செவ்வரி மேட்டின் முன்பகுதிச் சரிவில் நிறுத்தப்பட்டிருந்த வேந்தர்படை வீரர்கள் சுருளம்பு களுக்காகவே அணிவகுத்து நிறுத்தப் பட்டதுபோல் நின்றிருந்தனர். நினைத்துப்பார்க்க முடியாத இத்தாக்குதலால் வேந்தர்படை சிதறியது.

காற்றியின் தாக்குதலுக்குச் சற்று முன்னதாக கருங்கைவாணன் இடப்புறம் ஆற்றில் இறங்கிய எதிரிகளைக் கொன்றழிக்கப் போய்ச் சேர்ந்தான். கரையேறும் மனிதர்களின் உருவ அமைப்பைப் பார்த்ததும் முன்னால் விரைந்துசென்ற வீரர்களின் குதிரைகள் தேங்கத் தொடங்கின.

இந்நிலையில்தான் சுருளம்புகள் படையின் மீது இறங்கின. தாக்கப்பட்ட வீரர்களின் பெருங்கூச்சல் காதத் தொலைவிற்கு அப்பாலிருக்கும் கருங்கைவாணனைத் திகைக்க வைத்தது. காற்றில் பறந்துவந்த அம்புகளை அவன் பார்த்துக் கொண்டிருந்தபொழுது அவனுக்கு முன்னால் அவனது படைவீரர்கள் தூக்கி வீசப்பட்டுக்கொண்டிருந்தனர்.

தண்ணீருக்குள் இருக்கும்வரை பெரிய வேறுபாடு எதுவும் தெரியவில்லை. மேலேறிய ஒவ்வொருவனும் மூன்று ஆள் உடலமைப்பினைக் கொண்டவனாக இருந்தான். அவர்களின் அடியில் குதிரைகள் மடங்கி விழுந்தன. முட்டைகளின் மீது பாறைவிழுவதைப் போல அவர்களின் மீது திரையர்களின் தாக்குதல் இருந்தது. இருநூறு பேர்கொண்ட வேந்தர்படை கண நேரத்துக்குள் உருக்குலைந்தது.

என்ன நடக்கிறது என்று கருங்கை வாணன் உணர்வதற்குள் அவனது குதிரையை அடித்து வீழ்த்தினான் ஒருவன். 'அவனது முகத்தை எங்கேயோ பார்த்திருக்கிறோமே?' என்று எண்ணிக்கொண்டிருக்கும்பொழுது மண்ணில் உருண்டுகொண்டிருந்தான் கருங்கைவாணன்.

விழுந்த வேகத்தில் விரைந்து எழுந்தவன், இடுப்பிலிருந்த வாளினை எடுக்கப்போகும்பொழுது ஓடி வந்தவன் இடது தோள் பட்டையோடு முட்டித்தூக்கி எறிந்தான். அவன் முட்டிய வேகத்தில் தோள்பட்டை எலும்பு நொறுங்கியது. முட்டியவன் திரையர் குலத்தலைவன் காலம்பன் என்று கருங்கைவாணனின் மனம் உணர்ந்தபொழுது, அவனை நெஞ்செலும்போடு அடித்து வீழ்த்தினான் காலம்பன்.

யானையின் தாக்குதலுக்கு இணையானதாக இருந்தது அந்த அடி. கீழே விழுந்தவனின் மூக்கிலிருந்து குருதி கொப்பளித்தது. காலம்பன், விழுந்துகிடந்தவனின் அருகில் வந்தான். தன் குலம் அழித்தவனை காணும்பொழுது உருவாகும் வெறி கட்டுக்கடங்காததாக இருந்தது. அப்பொழுது காலம்பன் எழுப்பிய உக்கிரமேறிய உறுமல் செவ்வரி மேட்டிலிருந்த பாரிக்குக் கேட்டது.

ஆற்றிலிருந்து மேடேறிக் கொண்டிருந்த பாரி என்ன நடக்கிறது என்று திரும்பிப் பார்த்தான். வேந்தர் படையினரிடமிருந்து திரையர்கள் எதையோ பிடுங்கி எறிவது தெரிந்தது. எதிரிகளின் ஆயுதங்களைப் பிடுங்கி எறிகிறார்களோ என்று ஒரு கணம் தோன்றியது. அவை ஆயுதங்கள் அல்ல; பிய்த்து எறியப்படும் மனித உறுப்புக்கள்!

பாரி அதிர்ந்து நின்றான். அப்போது கருங்கைவாணனின் தலையைத் திருகிக் கொண்டிருந்தான் காலம்பன்.

110

மூப்படையுடன் ஆற்றைக் கடந்து செவ்வரிமேட்டின் உச்சியில் ஏறி நின்றான் பாரி. எதிர்ப்புறம் பரந்து விரிந்துகிடந்தது நிலப்பரப்பு. எங்கும் எருக்கும் நெருஞ்சியும் விளைந்துகிடந்தன. கண்ணுக்கெட்டிய தொலைவுவரை மேடுபள்ளம் எதுவும் இல்லாமல் வானின் விளிம்புவரை சமமாய்க் கிடக்கும் மண்ணை வாழ்வில் முதன் முறையாகப் பார்த்தான் பாரி.

அந்நிலத்தின் வடதிசை ஓரத்திலிருக்கும் கோட்டையைச் சுற்றி எண்ணற்ற யானைகள் நின்றிருந்தன. அங்கிருந்து தென்திசையில் மிகத்தொலைவில் வேந்தர்படை நின்றுகொண்டிருந்தது. கோட்டையிலிருந்து மிகவிலகி ஏன் நிற்கிறார்கள் எனப் புரியவில்லை. யானைப் படையால் சூழப்பட்ட கோட்டைக்குள் நீலன் இருக்கிறான் என்பது உறுதிப்பட்டது. ஆனால் அவ்விடத்தைவிட்டு காதத்தொலைவு தள்ளிப் பெரும்படை நிற்கிறது. ஏனிந்த உத்தி என்று சிந்தித்தபடி நின்றான் பாரி.

காற்றில் வந்த சுருளம்புகளின் தாக்குதலால் செவ்வரிமேட்டில் முன்நிலையில் நின்ற வேந்தர்படை வீரர்கள் முற்றிலுமாக அழிந்தனர். இரண்டாம், மூன்றாம் நிலையில் இருந்தவர்கள் அப்படியே உள்வாங்கி நெடுந்தொலைவைக் கடந்து உள் நிலத்துக்கு வந்துசேர்ந்தனர். அவர்கள் வந்து நிலைகொள்ளும் வரை பறம்புப் படை செவ்வரிமேட்டுக்கு மேலே வந்துசேரவில்லை. ஆற்றைக் கடப்பதற்கு, நினைத்ததைவிட அதிக நேரமாகியிருக்கிறது. அது வேந்தர் படைக்கான வாய்ப்பாக அமைந்தது.

மிக நீண்டநேரம் கழித்துச்

செவ்வரிமேட்டுக்கு மேலேயேறிய பறம்புப்படை பாய்ந்து முன்னேறி வராமல் அப்படியே நின்றது. தொலைவிலிருந்து அதனை மையூர்க் கிழாரும் வேந்தர்களும் உற்றுக் கவனித்தபடி இருந்தனர்.

'நாம் வெகுதொலைவு உள்ளே வந்துள்ளோம். ஆனால், நாம் வந்த இந்த தொலைவுதான் அவர்களுக்கு அச்சத்தை ஊட்டுகிறது. உள்நிலப் பரப்புக்குள் வர அவர்களுக்குத் தயக்கமும் மிரட்சியும் இருப்பதை அவர்களின் செயல் வெளிப்படுத்து கிறது' என்று கருதினர்.

மையூர்க்கிழார் சொன்னார், "இதுதான் நாம் முதன்முதலில் போர்க் களத்துக்காகத் தேர்வு செய்த இடம். முடத்திருக்கண் இங்கேதான் திசைவேழரை அழைத்துவந்தான். ஆனால், நமது திட்டத்துக்கு எதிராக செயல்பட்ட திசைவேழர் அவர் தேர்வு செய்த தட்டியங்காட்டிலேயே செத்தொழிந்தார். வெங்கல் நாட்டின் பெருந்தெய்வம் வெண்ணிறை மாடச்சி குடிகொண்டுள்ள நிலம் இது. மலைக்காட்டில் உள்ள தீய சக்திகளை நிலத்தில் அண்டவிடாமல் மனிதர் களையும் மாட்டினங்களையும் காக்கும் மாடச்சியின் நிலத்துக்கே நாம் வந்துசேர்ந்துள்ளோம். இங்கு தான் பாரியின் அழிவு நிகழப்போகிறது. காட்டுப்புலிகள் நாட்டுமாடுகளை வேட்டையாடிய காலம் முடிந்து விட்டது. நாம் திருப்பித்தாக்கி அவர்களை முழுமுற்றாக அழித்தொழிக்கத் தெய்வம் ஏற்படுத்திக் கொடுத்த இவ்வாய்ப்பினை பயன்படுத்தினால் வேந்தர்கள் மூவருக்கும் வெற்றி உறுதி" என்றார் மையூர்க்கிழார்.

இதுவரை பேசியதுபோல இல்லாமல், இப்பொழுது தெய்வத்தைத் துணைக்கு அழைத்துப் பேசினார். மனிதனின் எம்முயற்சியின் வழியேயும் கிடைக்காத நம்பிக்கை தெய்வத்தின் பெயரால் ஏற்படுகிறது. வேந்தர்கள் மறுப்புச்சொல் ஏதும் சொல்லவில்லை. அடுத்த கணமே தனது திட்டத்தைக் கூறலானார் மையூர்க்கிழார். அவரது வேகமும் வெறியும் முன்னிலும் கூடுதலாக இருந்தன. காரணம் வேந்தர்கள் மூவரும் மனத்தளவில் போரினைக் கைவிடும் முடிவுக்கு வந்துவிட்டனர் என்பதை அவர் அறிவார். மூவேந்தர்களும் இந்நிலம் விட்டு அகன்று தங்களின் தலைநகரங்களுக்குப் போய்விடுவார்கள்; ஆனால், இனி தானோ, தனது நாடோ இங்கிருக்க இயலாது. அனைத்தும் அழித்தொழிக்கப்பட்டுவிட்டது. மீதமிருப்பதும் இன்றைய பகலுக்குள் முடிந்துவிடும். எனவே, கிடைக்கும் கடைசி வாய்ப்பினைப் பயன்படுத்திப் பாரியை அழிக்க வேண்டும் என நினைத்தார்.

"கண்ணுக்கு முன்னால் இருப்பது பறம்பின் சின்னஞ்சிறிய படை. நமது திட்டத்தால் அவர்களை மூன்றாகப் பிரிப்போம். வடதிசையில் யானைகளால் பாதுக்காக்கப்படும் கோட்டையைச் சுற்றி மாகனகன் தலைமையிலான படை நின்று கொண்டிருக்கிறது. நானும் அரசகுல மாவீரர்களான சோழவேழனும் பொதியவெற்பனும் வலிமையான படையோடு நடுவில் இவ்விடத்திலேயே அணிவகுத்து நிற்கிறோம். சிறப்புக் கவசப்படை வீரர்களோடு மூவேந்தர் களும் தென்கோடியில் பாதுகாப்புடன் நில்லுங்கள். எதிரிகள் மூன்று கூறுகளாகப் பிரிந்தே ஆவார்கள். மூன்றாகப் பிரிந்தால் ஒரு கூட்டத்தில் முந்நூறு பேருக்கு மேல்

இருக்கமாட்டார்கள். அவர்கள் எவ்வளவு பெரிய மாவீரர்களாக இருந்தாலும் நமது வலிமையால் அவர்களை எளிதில் வீழ்த்தமுடியும். அவர்களில் முக்கியமானவர்கள் யானைப் படையைத் தாக்க வடக்குக் கோட்டையை நோக்கிப் போவார்கள். அப்பொழுது நாங்கள் அவர்களைச் சுற்றிவளைத்துத் தாக்கி அழிப்போம்" என்றான்.

மையூர்க்கிழாரின் திட்டம் குறித்து ஆழ்ந்து சிந்தித்தார் குலசேகரப் பாண்டியன். 'ஆற்றில் இறங்கியவர் களை அழிக்கப்போன கருங்கை வாணன் இன்னும் வந்துசேரவில்லை. நாம் மிகவும் உள்ளே தள்ளிவந்து விட்டோம். எஞ்சியிருக்கும் படை வீரர்களில் பெரும்பாலானோர் சேர வீரர்களே. இப்பொழுது தாக்குதல் வேண்டாம் என்று முடிவெடுத்தால் உதியஞ்சேரல் உடனடியாகப் பிரிந்து விடுவான். நமது நிலைமை மிகவும் வலிமை குன்றியதாக மாறிவிடும். நாம் தப்பிப்பதே கடினமானதாகிவிடும். எனவே, மையூர்க்கிழாரின் ஆலோசனையை ஏற்று நம்பிக்கையோடு போரிடுவதாக முடிவெடுப்போம். அப்பொழுதுதான் படையை ஒன்றுபடுத்தி நிறுத்த முடியும். போரின் போக்கிற்கேற்ப அடுத்தக்கட்டத்தை நாம் தீர்மானித்துக் கொள்ளலாம். ஏனென்றால் இது வெங்கல்நாட்டின் எல்லைப்பகுதி. இதற்குக் கீழ்ப்பகுதியில் இருப்பது ஊறல்காடு அதுபற்றி மற்றவர்களுக்கு எதுவும் தெரியாது. யாராலும் அதற்குள் நுழைந்து வெளியேற முடியாது. நாம் எளிதில் தப்பிக்கலாம்' என மனத்தில் எண்ணியபடி மையூர்க் கிழாரின் திட்டத்துக்கு உடனடியாக அனுமதி கொடுத்தான் குலசேகரப் பாண்டியன்.

செங்கனச்சோழனுக்குப் பெருங் குழப்பமாக இருந்தது. இவ்வளவு பேரழிவுக்குப் பிறகும் எப்படி எதிர் நின்று தாக்கும் முடிவை எடுக்கிறார் குலசேகரப்பாண்டியன் என்பது விளங்கவில்லை. 'கோட்டைக் குள்ளிருக்கும் நீலனை வெட்டி வீசச் சொல்லிவிட்டு நாம் பாதுகாப்பாக இவ்விடம்விட்டு நீங்கலாம்' என்று நினைத்தான். ஆனால் அதனைச் சொல்லும் நிலையில் சூழல் இல்லை. அவன் தந்தை சோழவேழன் மையூர்க் கிழாரைவிடப் பெருஞ்சினத்தோடு பிரிக்கப்பட்ட படைக்குத் தலைமை யேற்று போய்க்கொண்டிருந்தார்.

இதே குழப்பம் உதியஞ்சேரலுக்கும் இருந்தது. ஆனால், சமவெளியில் நன்றாக உள்ளே வந்துவிட்டதால் பாரி இவ்வளவு தொலைவு மலையை விட்டு விலகிவர மாட்டான். எனவே, படையை மூன்றாகப் பிரிப்பது சிறந்த உத்தியென நினைத்தான். அதேபோல முந்நூறு யானைகளால் காக்கப்படும் கோட்டையைத் தாக்க அவர்களால் கொண்டுவர முடிந்தது நான்கு யானைகள் மட்டுமே. மீதி யானைகள் வந்துசேர்வதற்குள் போர் முடிந்து விடும் என்று சிந்தித்தான் உதியஞ் சேரல். முக்கியமாக குலசேகரப் பாண்டியன் வேறுபக்கம் போகாமல் தங்களோடு இங்கே இருப்பதற்கு ஒத்துக்கொண்டதால் இத்திட்டத்தின் மீது வேறு ஐயம் எதுவும் தோன்ற வில்லை.

கருங்கைவாணன் வந்துசேரும் வரை மூவேந்தர்களின் கவசப் படையின் முன்தளபதியாக உசந்தன் நிற்பது என்று முடிவானது. ஏறக்குறைய தன் வீரர்களை முழு முற்றாக இழந்துநிற்கும் செங்கனச் சோழன் சோழப்படைத் தளபதி

உசந்தன் தனது அருகில் இருப்பதை ஆறுதலாக உணர்ந்தான்.

மையூர்க்கிழார் திட்டப்படிப் போதுமான இடைவெளியோடு வேந்தர்படை மூன்றாகப் பிரிந்தது. பெரும் எண்ணிக்கையிலான வீரர்களோடு பொதியவெற்பன், சோழ வேழன் ஆகியோரோடு நடுவிலிருக்கும் படையில் வீறுகொண்டு நின்றார் மையூர்க்கிழார்.

செவ்வரிமேட்டில் ஏறிய பறம்புப் படை ஏதும் செய்யாமல் அப்படியே அங்கு நின்றது. முன்னேறுவதா அல்லது திரும்புவதா என்ற குழப்பத்தில் அவர்கள் இருப்பதுதான் இதற்குக் காரணம். அதேநேரம் அவர்கள் வராமல் நாம் முன்சென்று தாக்கவேண்டாம் என்ற முடிவோடிருந்தார் மையூர்க்கிழார்.

மேட்டுநிலம் ஏறியவுடன் எதிரிகளை நோக்கி முன்னேறாமல் படையை அப்படியே நிறுத்தியிருந் தான் பாரி. எதிர்களின் படை மீண்டும் பிரிந்து விலகுவதைப் பார்த்தான்.

வடகோடியில் யானைப்படையால் சூழப்பட்ட கோட்டை இருந்தது. தென்கோடியில் கவசம் அணிந்த குதிரை வீரர்கள் நிறைந்த சிறுபடை இருந்தது. இவை இரண்டிற்கும் இடையே தனக்கு நேரெதிராக வெகு தொலைவில் பெரும்படையொன்று அணிவகுத்து நின்றது. காலாட்படை வீரர்களால் நிறைந்துள்ள அப்படை யில் ஆங்காங்கே குதிரையில் சில வீரர்கள் நின்றனர். அவர்கள் அணிந்துள்ள கவசங்களின் தன்மையை வைத்து அவர்கள் தளபதி களாகவோ, வேந்தர்களாகவோ இருக்க வாய்ப்புண்டு எனக் கருதினான் பாரி. இடதுபக்கம் ஆற்றைக்கடந்து நான்கு யானைகளோடு மேலேறிய தந்தமுத்தத்துக்காரர்களுக்குச் சிறிது கால இடைவெளி தேவைப்பட்டது. அதற்கான நேரத்தைக் கணித்தபடித் திட்டங்களை வகுத்துக்கொண்டிருந் தான் பாரி.

பறம்பு நிலம்விட்டு வெகுதொலைவு வந்துள்ளோம். நாகக்கரட்டின் மேல் நின்று குறிப்புணர்த்தியது போல இப்பொழுது எதையும் செய்ய முடியாது. நீலனை மீட்க இதுவே இறுதித் தாக்குதல். பறம்பின் மிக வலிமையான வில்வீரர்களிடம் மிகக்குறைவான அம்புகளே உள்ளன. எதிரிகள் நம்மை மூன்றாகப் பிரித்து எளிதாகத் தாக்கி அழிக்க நினைக்கிறார்கள் என எண்ணியபடி பாரி சொன்னான், "கோட்டைக் குள்ளிருக்கும் நீலனை மீட்பதே முதற்பெரும் வேலை. தந்தமுத்தத்துக் காரர்களின் தாக்குதல் தொடங்கிய வுடன் மின்னல்வேகத்தில் செயல்பட வேண்டும். எல்லா வகையிலும் நமது வலிமையான தாக்குதல் அங்கு நிகழ வேண்டும். எனவே, முடியனும் உதிரனும் திறன்மிக்க வீரர்களோடு வடதிசைக்குப் போங்கள். விண்டன் சிறிய அளவிலான குதிரைவீரர்களை அழைத்துக்கொண்டு தென்கோடியி லிருக்கும் கவசப்படையைத் தாக்கட்டும். காதத்தொலைவிற்கு அப்பால் ஆற்றின் கரையிலிருந்து வந்துகொண்டிருக்கும் காலம்பன் அவனோடு இணைந்துகொள்ளட்டும். அதுவரை விண்டன் நிதானமானத் தாக்குதலை நடத்தட்டும். நடுவிலிருக்கும் இப்பெரும்படையை நான் எதிர்கொள்கிறேன்" என்றான் பாரி.

அதிர்ந்தான் முடியன். "நடுவில்தான் எதிரிகளின் வலிமைமிகுந்தப்படை அணிவகுத்து நிற்கிறது. அப்படியிருக்க

எண்ணிக்கையில் மிகமிகக்குறைந்த வீரர்களோடு பறம்புத் தலைவன் தனித்துப்போவது சரியல்ல” என்றான்.

“இப்பொழுது முக்கியம் நீலனை மீட்பது. நீயும் உதிரனும் அக்கோட்டையை நோக்கி முழு வேகத்தோடு முன்னேறுங்கள். நடுவில் நிற்கும் இப்பெரும்படை உங்களை நோக்கி வராமல் நான் பார்த்துக் கொள்கிறேன்” என்றான். ஆனாலும் முடியன், உதிரன், விண்டன் மூவரும் இதனை ஏற்றுகொள்ளவில்லை. ஆனால் உதிரனோ, விண்டனோ பாரியை மறுத்துப் பேசமுடியாது. முடியன் மீண்டும் சொல்ல வாயெடுத்த பொழுது “அங்கே பார்” என்றான் பாரி. அவன் கைநீட்டிய வடதிசையை அனைவரும் பார்த்தனர்.

கொண்டுவந்த நான்கு யானைகளில் மூன்று யானைகளை முன்னங் கால்களை மண்டியிட வைத்து நிறுத்தினர் தந்தமுத்தத்துக்காரர்கள். ஒரு யானை மிகவும் பின்னால் நின்று கொண்டிருந்தது. “வேலை தொடங்கி விட்டது. உடனே அவ்விடம் போ” என்றான் பாரி. அதன்பின் பேச இடமேதுமில்லை. தங்களுக்கான வீரர்களோடு முடியனும் உதிரனும் அவ்விடம் விரைந்தனர்.

கோட்டையைச் சுற்றி முந்நூறு யானைகளை அணிவகுத்து நிறுத்தியிருக்கும் அல்லங்கீரன், தன் எதிரிகள் மூன்று யானைகளை மண்டியிட வைத்துக்கொண்டிருப் பதை உற்றுப்பார்த்தான். அவனது யானைப்படைக்குப் பின் பெருந் தளபதி மாகனகன் தனது சிறப்பு வீரர்களோடு நின்றிருந்தான். சிறுவயது முதல் யானைப்போரில் பயிற்சி கொண்டு இணையற்ற பெருவீரனாக வளர்ந்தவன் அல்லங்கீரன். யானைப்படையின் தளபதியாக நீண்ட காலம் இருந்த அவன், வயதானதால் அப்பதவியிலிருந்து விலக்கப்பட்டான். ஆனாலும் யானைகளின் மீதிருந்த காதலால் கட்டுத் தறியின் காவலனாக பொறுப்பேற்று அப்பணியைச் செய்து வந்தான். எதிர்பாராமல் தட்டியங்காட்டுப்போரின் கடைசி நிலையில் மூவேந்தர்களின் யானைப் படைக்கு அவன் தலைமைதாங்கும் நிலை உருவானது. வாழ்வு முழுவதும் யானைப் போரிலே கழித்த அல்லங்கீரன் எதிர்பாராமல் தனக்குக் கிடைத்த இவ்வாய்ப்பினைச் சிறப்பாகப் பயன்படுத்த வேண்டும் என்று நினைத்தான். ஆனால், ‘போரிட வேண்டிய எதிரிகளோ மூன்று யானைகளை மட்டுமே கொண்டுவந்து மண்டியிடவைத்து ஏதோ சடங்கு நடத்திக்கொண்டு இருக்கிறார்கள். என்ன இதுவென்று புரியவில்லை’ என அலுத்துக் கொண்டான்.

தந்தமுத்தத்துக்காரர்கள் மூன்று யானைகளையும் முன்புறக் கால்களை மடித்து மண்டியிடவைத்தபடி, அவை ஒவ்வொன்றின் பின்புறக் குதத்திலும் வட்டவடிவ நீள்மூங்கிலைச் சொருகினர். தாங்கள் குடுவையில் கொண்டுவந்த மூலிகைச் சேர்மானத்தை அதில் ஊற்றினர். அப்பொழுது முன்புறம் நின்றிருந்தவர்கள் நெல்லிக்காய் அளவு உருண்டைகளை யானைகளின் அடிநாக்கில் வைத்தனர்.

தொலைவிலிருந்து அதனைப் பார்த்த பாரி. தாக்குதலைத் தொடங்கும் நேரத்தைக் கணித்து உத்தரவிட்டான். குரல்கேட்ட கணம் விண்டன் குதிரை வீரர்களோடு தென்கோடியில் இருக்கும் கவச

வீரர்களைத் தாக்க விரைந்தான். இருபுறமும் வீரர்கள் பிரிந்தவுடன், இருக்கும் சின்னஞ்சிறு படையைக் கொண்டு முன்னே நிற்கும் வேந்தர் படையை நோக்கி முன்னேறத் தொடங்கினான் பாரி.

தனது திட்டப்படி எதிரிகள் மூன்றாய்ப் பிரிந்துவிட்டனர் என்பதைப் பார்த்த கணம் வெற்றிக் கூச்சலிட்டார் மையூர்க்கிழார். அது வீரர்களுக்கும் பெருந்தினவைக் கொடுத்தது. வெகுதொலைவிலிருந்து சின்னஞ்சிறு கூட்டம் முன்நோக்கி ஓடிவந்துகொண்டிருந்தது. வருகிறவர்களை உருத்தெரியாமல் அழிக்க வேண்டும் எனக் காத்திருந்தனர் பொதியவெற்பனும் சோழவேழனும்.

விண்டன் தென்கோடியை நோக்கிக் குதிரையை விரட்டிக் கொண்டிருந்தான். முடியனும்

உதிரனும் தந்தமுத்தத்துக்காரர்களை வந்தடைந்தனர். கணநேரங்கூடக் காலந்தாழ்த்தாமல் உள்நுழைய வேண்டிய மிகப்பெரும் பொறுப்பினைத் தங்களிடம் பாரி கொடுத்துள்ளான் என்னும் எண்ணமே சற்றே பதட்டத்தைக் கொடுத்தது. மிகமிகக்குறைந்த வீரர்களுடன் எதிரிகளின் பெரும் படையைத் தாக்கப் பாரி முன்னேறிக் கொண்டிருப்பது பதட்டத்தை மேலும் அதிகமாக்கியது. நீலனை மீட்டவுடன் விரைந்துபோய்ப் பாரியோடு இணைய வேண்டும் எனத் துடிப்பேறி இருந்தான் முடியன்.

மூலிகைச்சாறு முழுவதும் ஊற்றப்பட்டவுடன் மூங்கிலை உருவி எடுத்தனர். மண்டியிட்ட முன்னங் கால்கள் மேலெழுந்தன. ஒவ்வொரு யானைக்கு அருகிலும் அவை ஒவ்வொன்றின் காலின் பெருநகக் கணுவை மிதித்தபடி வாய்க்குள் கையைவிட்டு நாக்கினைப் பிடித்துக் கொண்டு சரியான பொழுதுக்காக காத்திருந்தனர் அந்தந்த யானையின் பாகன்கள். அச்சமென்பது துளிகூட இல்லாதவன் மட்டுமே செய்யக்கூடிய வேலையிது.

யானைக்கு மதம் உண்டானால் காடு தாங்காது என்பது பொதுவழக்கு. ஆனால் குட்டமதம், சரளமதம், உள்மதம் என்று மூன்றுவகை மதங்கள் உண்டு. இம்மூன்றுவகை மதங்களையும் பிற யானையைக்கொண்டும் பாகன்களைக் கொண்டும் மாற்று நஞ்சினைச் செலுத்தியும் அடக்கலாம். ஆனால், இம்மூன்றுக்கும் அப்பால் நான்காம்வகை மதம் ஒன்றுண்டு. அதன் பெயர் எரிமதம். அவ்வகை மதம் கண்டால் அந்த யானையை எதிர்கொள்ள எவ்வுயிராலும் முடியாது. தனது நிழலையே கொல்ல விரும்பும் மதம் அதுதான். மதம் பிடித்த மற்ற யானைகள் பிளிறினால், அக்காட்டில் மனிதன் எங்கிருந்தாலும் பிளிறல்கேட்ட கணத்தில் கைகால்கள் தானே பின்னிக்கொள்ளக் கீழே விழுவான். பிளிறலின் அதிர்வு மனிதனின் உள்ளியக்கத்தை நிலைகுலையச் செய்துவிடும். ஆனால், எரிமதங்கண்ட யானையின் பிளிறலைக் கேட்டால் யானையே கால்கள் பின்னிக் கீழே விழும்.

தந்தமுத்தத்துக்காரர்களால் யானைக்கு நான்கு வகையான மதத்தையும் உருவாக்க முடியும். மதமே யானையின் முழு ஆற்றலையும் வெளிப்படுத்தும். மதமே யானையின் மிகச்சிறந்த குணம். அக்குணத்தை யானைக்கு வரவைப்பது தந்த முத்தத்துக்காரர்களுக்கு மட்டுமே தெரிந்த செயல்.

யானைகளின் நாக்கினைப் இறுகப் பிடித்திருந்த ஒவ்வொருவனும் அது பெருகும் வேகத்தைக்கண்டு உள்ளுக்குள் நடுங்கத் தொடங்கினான். முதலில் எரிமதங்கொண்ட யானையின் நாக்கு பெருகும். பின்னர் அதன் முகம், கன்னம், துதிக்கை ஆகிய மூன்றும் பெருகும். நாக்கு பெருகி முடித்து முகம் பெருகத் தொடங்கும் முன் அதன் தன்மை உணர்ந்து அனைவரும் விலக வேண்டும்.

நாக்கு பெருக்கத் தொடங்கியவுடன் அதிலிருந்து கையையும் காலின் பெருநகக் கணுவிலிருந்து தமது காலையும் ஒரே நேரத்தில் விலக்கிக் கொண்டு ஓசைஎழுப்பியபடி அவ்விடம்விட்டு மூன்று பாகன்களும் ஓடத் தொடங்கினர்.

பாகன்கள் விட்டுவிலகிய கணம்

மூன்று யானைகளும் தங்களுக்கு எதிரில் திரண்டிருக்கும் யானைக் கூட்டத்தை நோக்கி ஓடத் தொடங்கின. எரிமதத்துக்கான சேர்மானம் உடல்முழுக்கப் பரவிக்கொண்டிருந்தது.

மிகச்சில வீரர்களை மட்டுமே கொண்டிருந்த பாரி, எதிரே நிற்கும் வேந்தர்படையை நோக்கிச் சென்று கொண்டிருந்தான். எவ்வளவு முயன்றும் போரினைத் தவிர்க்க முடியவில்லை. கடந்த ஆறுநாட்களாக எவ்வளவு முயன்றும் போரினை முடிக்க முடியவில்லை. இன்றோடு எல்லாம் முடிவுக்கு வரவேண்டும். இனி பச்சைமலைத்தொடரை நோக்கி வேந்தர்களின் வேற்கம்புகள் ஒருபொழுதும் நீளக்கூடாது என்ற முடிவோடு முன்னோக்கிச் சீறிக் கொண்டிருந்தான் பாரி.

எரிமதங்கண்ட யானைகள் தமது காது, முகம், வால் ஆகிய நான்கினையும் நிலைகொள்ளாமல் ஆட்டின. பிளிறல் தொடங்கும் முன்பு நடக்கும் செயலிது. தங்களை நோக்கி ஓடிவந்துகொண்டிருக்கும் மூன்று யானைகளின் மீதும் பாகன்கள் இல்லை. ஆயுதங்கள் ஏந்திய வீரர்களோ, முகப்படாமோ கவசமோ இல்லாமல் வந்துகொண்டிருக்கின்றன. ஆனால், தன்மையும் வேகமும் மிகவும் மாறுபட்டதாக இருக்கிறதே என்று அல்லங்கீரனுக்குத் தோன்றியது. எனினும், வெறும் மூன்று யானைகளால் என்ன செய்துவிட முடியும் என்ற எண்ணத்துடன் அவற்றின் வருகையை எதிர்நோக்கிக் கொண்டிருந்தான்.

அதே மனநிலையோடுதான் மையூர்க்கிழார் நின்று கொண்டிருந்தார். மூன்றாகப் பிரிந்த பறம்புப்படையின் மிகச்சிறிய பகுதி மட்டுமே தங்களை நோக்கி வருகிறது. வரும் படையில் குதிரைகளும் இல்லை; வில்வீரர்களும் இருப்பது போல் தெரியவில்லை. பின்னர் எந்த நம்பிக்கையில் அவர்கள் வந்து கொண்டிருக்கிறார்கள் என்ற சிந்தனையில் நின்றுகொண்டிருந்தார்.

அதுவரை தந்தத்தின் மேலே துதிக்கையை முறுக்கியபடி ஓடிவந்துகொண்டிருந்த யானைகள் இப்பொழுது துதிக்கையை இரு பக்கமும் முழுமையாக வீசத் தொடங்கின. தலையை மறுத்து ஆட்டி, அதைவிட வேகமாக காதுகளை ஆட்டத் தொடங்கின. யானையை மனிதனால் விரைவாக நடக்கவைக்க மட்டுமே முடியும். ஒருபொழுதும் ஓடவைக்க முடியாது. ஏனென்றால், ஓடும் யானையின் மீது தூசுகூட தங்காது; அப்புறம் மனிதனால் எப்படி அமரமுடியும்? யானை ஓடும் நிலத்தின் புற்கள் மீது புள்ளினம் அமராது. யானை ஓடி மனிதன் பார்ப்பது மிகமிக அரிது. மனிதன் பார்த்ததெல்லாம் பாகன்கள் யானையை விரைவாக நடத்திச் செல்வதை மட்டுந்தான். போர்க் களத்திலும் அக்காட்சிதான் தென்படும்.

ஆனால், இப்பொழுது அவர்களின் கண்களுக்கு எதிரில் வந்து கொண்டிருக்கும் யானைகள் விரைவாக நடந்துவரவில்லை. நிலமதிர வந்துகொண்டிருக்கிறது. பெரும்பரப்பில் யானைகளின் ஓட்டத்தை முதன்முறையாகப் பார்க்கின்றனர். அவற்றின் முதுகெலும்பு வளைவுகள் எம்பி இறங்கியன. பார்த்துக்கொண்டிருந்த அல்லங்கீரனுக்கும் அவர்களின்

யானைகளின் மீது இருக்கும் பாகன்களுக்கும் கண்களில் நடுக்கம் துளிர்க்கத் தொடங்கியது.

பாரியைத் தொடர்ந்து சிறுபடை வந்துகொண்டிருந்தாலும் அவனைச் சுற்றி ஓடிவந்த ஐவர் பாரிக்கான ஆயுதங்களோடு ஓடிவந்தனர். பாரியால் எதிர்நிற்கும் மொத்தப் படையையும் அழித்தொழிக்க முடியும் எனப் பறம்புவீரன் ஒவ்வொருவனுக்கும் தெரியும். ஆனால், எந்த ஆயுதத்தால் எவ்விதமான தாக்குதலை நடத்தப்போகிறான் என்பதைக் காண உடன் ஓடிவரும் வீரர்கள் ஆர்வத்தோடு இருந்தனர்.

ஒருவன் மூவிலைவேலினைப் பெருங்கட்டாகத் தூக்கி வந்து கொண்டிருந்தான். இன்னொருவன் கண்டரக் கோடாரிகளை ஏந்திக் கொண்டு வந்தான். வாள் வகைகளையும் வில்அம்பு வகைகளையும் இருவர் எடுத்து வந்தனர். இவர்கள் எல்லாம் ஒன்றுக்கு மேற்பட்ட ஆயுதங்களை எடுத்து வந்தனர். ஆனால், இவர்கள் நால்வரைவிட பின்தங்கி ஐந்தாவதாக ஒருவன் வந்துகொண்டிருந்தான். காரணம் அவன் தூக்கிவந்த ஆயுதம். அதன் பெயர் எறுழ்தடி.

அது தடிவகையைச் சேர்ந்த ஆயுதம். அதன் தலையில் இரும்புக் களிமண்ணை உருக்கி உருளையாய் வார்த்திருப்பர். அவ்வுருளையின் நடுப்பகுதியில் முளைவிடும் விதையளவு இரும்பினாலான மழு எம்பி இருக்கும். தடிவகை ஆயுதம் எல்லாம் தாக்கி அழிக்கும் தன்மையைக்கொண்டவை. ஆனால் எறுழ்தடி தாக்கும் ஆயுதமன்று; சிதைக்கும் ஆயுதம். பாறையோ, பெருமரமோ, எதுவாக இருந்தாலும் எறுழ்தடியால் ஓரடி அடித்தால் சிதைந்து நொறுங்கும். இணையற்ற வலிமைகொண்ட மாவீரர்களால் மட்டுமே கைக்கொள்ள முடிகிற ஆயுதம் அது.

வேந்தரின் படையை நெருங்கின யானைகள். எரிமதம் கண்ணைக் கட்டியது. கருவிழியைச் சுற்றியுள்ள வெண்மை மறைந்து தேன்நிறம் எய்தியது. தேன்நிறம் எரியத் தொடங்கியது. உடலுக்குள் ஏதேதோ நிகழ்ந்தன. கும்பத்தின் உச்சியில் இருக்கும் மயிர்க்கற்றைகள் தீக்கொழுந்துபோல் மேலெழுந்தன. பருத்து வீங்கிய துதிக்கையைச் சுழற்றியபடித் தலை உயர்த்திப் பிளிறத் தொடங்கின.

பத்து யானையின் பிளிறல் ஒரு மத யானையின் பிளிறலுக்குச் சமமல்ல. பத்து மத யானையின் பிளிறல் ஒரு எரிமத யானையின் பிளிறலுக்குச் சமமல்ல. காற்றெங்கும் பறக்கும் பறவைகள் கிடுகிடுத்தப்பொழுது ஒன்றினைத் தொடர்ந்து ஒன்றாக மூன்று யானைகள் விடாது பிளிறின. நேற்றிரவு இறங்கிய இடிகளின் மொத்த ஓசையும் ஒன்றாய் இறங்கிக்கொண்டிருந்தது. எரிமதப் பிளிறலின் பேரோசை வேந்தர்படை யானைகளின் உள்நரம்புகளை அதிரச்செய்தது.

படைக்கு அருகில் வந்ததும் பாரி ஆயுதத்தினை வாங்கப் பின்னால் வந்துகொண்டிருப்பவனை நோக்கிக் கையை நீட்டினான். ஒருவன் மூவிலை வேலையும் இன்னொருவன் கண்டரக் கோடரியையும் தர முன்வந்தனர். அவற்றை மறுத்து, இறுதியாக வந்துகொண்டிருந்தவனிடம் இருந்து எறுழ்தடியை வாங்கினான் பாரி.

வேந்தர் படையின் நடுவில் நின்றிருந்த மையூர்க்கிழார் காததூரத்துக்கு அப்பால் இருக்கும் யானைப்படையின் பிளிறல் ஓசை இதற்குமுன் கேட்டிராத அளவு இருக்கிறதே என்ற நடுக்கத்தோடு பார்த்துவிட்டுத் திரும்பினான். திரும்பிய கணம் யானையின் தும்பிக்கையால் அடித்து வீசப்படும் மனிதர்களைப்போல, தனது படையின் முன்கள வீரர்கள் நாலாப் புறமும் வீசப்படுவதைப் பார்த்தான்.

எரிமத யானைகள் அருகே வரும்போது வேந்தர்படை யானைகள் மேலிருந்த பாகன்களையும் வீரர்களையும் வீசியடித்துவிட்டு வெறிகொண்டு ஓடின. எந்தவொரு உயிரினமும் தன் உயிர்காக்கும் செயலை உச்ச ஆற்றலோடுதான் நடத்தும். சிதறிய படையில் ஒன்றினை யொன்று சரித்துக்கொண்டு மேலேறியபடி ஓடின யானைகள்.

யானைகளே சரிந்து விழும்போது மனிதர்களால் என்ன செய்ய முடியும்? அலங்கீரன் எக்கணம் தூக்கிவீசப்பட்டான் என்பது தெரியவில்லை. மிதிபட்டு நசுங்கிய பொழுது அவனது விழியொன்று உருண்டோடியது.

கட்டுத்தறிக்குப் பழகிய யானைகள் காட்டுயானைகளின் முன் நிற்காது. இவை காட்டுயானைகள் மட்டுமல்ல; எரிமதங்கொண்ட யானைகள். இவற்றின் பிளிறல்கள் மற்ற யானைகளின் நினைவுப் புலனிலிருக்கும் ஆதி அச்சத்தை விடாது கிளறுபவை. அவ்வோசையை கணநேரங்கூட அவற்றால் கேட்க முடியாது. ஆனால், எரிமத யானைகளோ விடாது பிளிறக் கூடியவை. ஆயிரம் வீரமுண்டா வாத்தியங்களை ஒன்றாய் இசைத்தாலும் இவற்றின் பிளிறல் ஓசைக்கு முன்னால் அவற்றின் ஓசை சிறுத்து ஒடுங்கும்.

வேந்தர்படையைத் தாக்கி முன்னேறினான் பாரி. உன்மத்தம் ஏறிய யானையின் தாக்குதலைவிட வலிமையானதாக இருந்தது அது. எறுழ்தடியால் தாக்கப்பட்டவர்கள் யானை மிதித்தால் எப்படி உருத் தெரியாமல் ஆவார்களோ அப்படி ஆனார்கள். அடிவாங்கிய வேகத்தில் தூக்கி வீசப்பட்டவனைத் தாண்டி அவனது தசைகள் போய்விழுந்தன. அதனைப் பார்த்த மற்ற வீரர்கள் மிரண்டு ஓடத்தொடங்கினர்.

பிளிறலோடு முன்னேறிவந்த எரிமத யானைகளின் வேகம் கண்டு மற்ற யானைகளால் ஓட முடியாது. விரட்டிவந்த வேகத்தில் முன்னால் சென்ற யானை ஒன்றின் பின்கால் சப்பையில் அடித்தது. அடிவாங்கிய கணமே கமுக்கட்டை உடைந்து கீழே விழுந்தது அந்த யானை. விழுந்த யானையின் காலைப் பிடித்துத் தூக்கிச் சுழற்றியது எரிமத யானையொன்று.

கண்ணுக்கு அப்பால் தூக்கி வீசப்படும் வீரர்களைப் பார்த்துப் பொதியவெற்பனும் சோழவேழனும் நடுங்கிப்போயினர். என்ன நடக்கிறது என்பதை அறிய மையூர்க்கிழார் சற்றே முன்னேறி வந்தார். சிதையும் வீரர்களுக்கு நம்பிக்கையூட்டும் சொற்களை உச்சரித்தபடி வேகமாக முன்னேறி வந்தவர், அருகில் நெருங்கியதும் எதிர்பட்ட காட்சியைக் கண்டு உறைந்து நின்றார். எறுழ் தடியைச் சுழற்றிக்கொண்டு முன்னேறியவன் பறம்பின் தலைவன் பாரி.

அவனைப் பார்த்த கணம், நினைவின் புலனுக்குள் மூழ்கிக்கிடந்த ஆதிஅச்சம் பீறிட்டு மேலே வந்தது. உள்நரம்புகள் அதிரத்துவங்கின. அவனது கைகளால் நடுக்கத்தை மீறி ஆயுதத்தை இறுகப்பற்ற முடியவில்லை. அவனது உள்ளியக்கம் நிலைகுலைந்து கொண்டிருந்தது.

தட்டியங்காட்டில் எத்தனையோ முறை பறம்புத்தளபதிகளிடம் தப்பிப்பிழைத்தவன் பாரியின் எதிரே நின்றுகொண்டிருந்தான். அவனைப் பார்த்த வேகத்தில் நான்கு எட்டு முன்னோக்கிப் பாய்ந்தான் பாரி. பாயும் வேகத்தில் எறுழ்தடி காற்றைக் கிழித்து முன்னகர்ந்து கொண்டிருந்தது.

ஆட்டுக்குட்டியைப்போல யானையொன்று தூக்கி வீசப்படுவதை தென்கோடியில் நின்றிருந்த வேந்தர்கள் மூவரும் பார்த்தனர். அந்த ஒருகாட்சி அவர்களுக்குச் சொல்லவேண்டிய எல்லாவற்றையும் சொல்லியது. கோட்டையைச்சுற்றி நிறுத்தப்பட்ட முந்நூறு யானைகளும் சிதைக்கப்பட்ட புற்றிலிருந்து வெளியேறும் கரையான்களைப்போல ஓடிகொண்டிருந்தன. குலசேகரப்

பாண்டியன் தனது இரண்டாம் திட்டத்துக்கு ஆயத்தமாகத் தொடங்கினான். 'ஊறல்காட்டினை நோக்கி வந்துவிடு!' என தன் மகனுக்குச் செய்தியைக்கூற மூன்று வீரர்களை மையப்படையை நோக்கி அனுப்பினான்.

வடகோடியில் நின்றிருந்த வேந்தர் படையைத் தாக்க அனுப்பப்பட்ட விண்டன் கடும்தாக்குதலை நடத்தினான். ஆனால், முன்நின்ற கவசப் படை வீரர்கள் மீது தனது சிறுபடையால் பெரும்பாதிப்பினை உருவாக்க முடியவில்லை. ஆனாலும் காலம்பனின் வருகையைக் கணித்து அதற்கேற்பத் தாக்குதலைத் தொடுத்துக்கொண்டிருந்தான்.

எரிமத யானையின் தந்தத்துக்கு வேந்தர் படை யானை எதுவும் சிக்கவில்லை. ஆனால், பாரியின் எறுழ்தடிக்குச் சிக்கினான் மையூர்க் கிழார்.

தன்னை நோக்கி வந்த பாரியின் ஆவேசத்தைப் பார்த்தபோது தங்களின் கோட்டையை அழிக்க வந்த மத யானையின் நினைவு வந்தது. தங்களைக் காப்பாற்றிய பறம்புப் பெண்ணுக்கு தந்தை அளித்த வாக்குறுதி நினைவுக்கு வந்தபோது அம்மத யானையின் காலில் கட்டெறும்பின் தலைநசுங்குவதைப் போல் எறுழ்தடியால் நசுங்கிக் கொண்டிருந்தது அவனது தலை.

குலசேகரப்பாண்டியன் பின்புறமாக நகர்ந்துகொண்டிருப் பதைப் பார்த்தான் செங்கனச்சோழன். உசந்தன் தலைமையிலான நமது கவசப்படை வலிமையாக நின்று போரிட்டுக்கொண்டிருக்கிறது. ஆனால், கருங்கைவாணன் இன்னும் வந்துசேரவில்லை. சூழலின் மொத்தமும் அழிவை நோக்கிப் போய்க்கொண்டிருக்கிறது. யானைப் படை சிதைந்த கணமே நமது திட்டம் முழுமையும் தோல்வியடைந்து விட்டது. தான் தப்பிப்பது மட்டுமே இப்போதைய தேவை என உணர்ந்தான் செங்கனச்சோழன்.

ஆனால், அவனைச் சுற்றி நின்று கொண்டிருந்த சோழ வீரர்களோ மிக மிகக் குறைவானவர்களே. அவர்களின் உதவியால் பாதுகாப்பாக அவ்விடத்தைவிட்டு வெளியேற முடியாது. அதுவும் அவனால் குதிரையில் உட்கார்ந்த நிலையில் விரைந்து செல்ல முடியாது. எழுவனாற்றில் ஏற்பட்ட தாக்குதலால் அந்நிலையை அடைந்தான். போதிய வீரர்கள் சூழவிருந்து தப்பித்தால் மட்டுமே உயிர்பிழைக்க முடியும் என்ற நிலையில் தனது குதிரையை உதியஞ்சேரலை நோக்கிச் செலுத்தினான்.

யானைப்படை சிதைந்ததைப் போல நடுவில் நின்றிருந்த பெரும் படையும் சிதையத் தொடங்கியது. மையூர்க்கிழாரின் தலையை நசுக்கித் தூக்கி வீசினான் பாரி. அத்தோடு அப்பெரும்படை, ஈரக்குலை நடுங்க உயிர்பிழைக்கும் ஓட்டத்தைத் தொடங்கியது. பாரியைச்சுற்றி நின்றவர்கள் தொலைவில் நிற்கும் சோழவேழனையும் பொதிய வெற்பனையும் அடையாளங் காட்டினர்.

யானைப்படை சிதறிய வேகத்தில் கோட்டையருகிலிருந்த வீரர்களை நோக்கி முடியனும் உதிரனும் பாய்ந்து முன்னேறினர். இப்போரின் மிக முக்கியமான பணியே இனித்தான்

இருக்கிறது. சிறு கவனப்பிசகோ, வேகக்குறைவோ இருந்துவிடக் கூடாது. துல்லியமான தாக்குதலுக்கு ஆயத்தநிலையில் குதிரையில் விரைந்துகொண்டிருந்தனர் முடியனும், உதிரனும்.

உதியஞ்சேரலிடம் கைகுவித்துக் கேட்டான் செங்கனச்சோழன், "என்னை இவ்விடம்விட்டு பாதுகாப்பாய் வெளியேற்று."

மூன்றாம் நிலையில் நின்ற வேந்தர் படையில் அதிகம் இருப்பவர்கள் சேர வீரர்களே. அதனால்தான் உதியஞ் சேரலிடம் உதவிகேட்டான். ஆனால், உதவியாகக் கேட்காமல், "இதனை நீ செய்வதற்குக் கைமாறாய் நான் உனக்கு ஒன்று தருகிறேன்" என்றான்.

"போர்க்களத்தின் கடைசிக் கணத்தில் உயிர்பிழைக்கத் தப்பிச் செல்வது பற்றிச் சிந்தித்துக் கொண்டிருக்கும் நிலையில் நீங்கள் எனக்கு என்ன தந்துவிட முடியும்?" எனக் கேட்டான் உதியஞ்சேரல்.

தனக்கு அருகில் நின்ற வேளக்காரப் படையைச் சேர்ந்த வீரனை நோக்கி செங்கனச்சோழன் கையை நீட்ட, அவனோ பட்டுத்துணியால் சுற்றப் பட்ட ஓலைச்சுவடியின் கட்டொன்றை எடுத்துக்கொடுத்தான். அதனை, உதியஞ்சேரலை நோக்கி நீட்டினான் செங்கனச்சோழன்.

என்ன இது என்று உதியஞ்சேரல் கேட்கும்முன் செங்கனச்சோழன் சொன்னான், "பச்சைமலையில் உள்ள பதினான்கு வேளிர்குலங்களும் காலங்காலமாகத் தங்களின் விலை மதிப்புமிக்க செல்வங்களை பாழி நகரில்தான் சேமித்து வைக்கின்றன. இன்னும் எத்தனை ஆயிரம் ஆண்டுகளானாலும் அவ்விடமும் அதற்கான குறிப்புகளும் மாறப் போவதில்லை. அவ்விடம் எங்கிருக்கிறது என்ற குறிப்பைக் காடர்களைக்கொண்டு அறிந்தேன். மிகத் துல்லியமான இக்குறிப்பின் அடிப்படையிலேதான் நான் எழுவனாற்றின் மேல்முனை வரை சென்றுவிட்டேன். ஆனால், அதன் பிறகு பாரியால் தாக்கப்பட்டு எனது படை அழிந்தது. காடர்கள் உருவாக்கிய அக்குறிப்பு இவ்வேட்டில் இருக்கிறது. இப்போரில் வெற்றி பெற்றால் இதனைப் பாண்டியனுக்கு வழங்கலாம் என்றிருந்தேன். ஆனால், போருக்குத் தலைமைதாங்கிய குலசேகரப்பாண்டியனோ நம்மிடம் சொல்லாமலேயே இக்களம்விட்டு அகன்றுகொண்டிருக்கிறார். இனி, இது சேரர்களுக்குச் சொந்தம். என்னிடம் இன்னொரு படி இருக்கிறது. என்றைக்கானாலும் அச்செல்வத்தைச் சேரனோ, சோழனோ தான் கைப்பற்ற வேண்டும்" என்று சொல்லி அதனைக் கொடுத்தான்.

உதியஞ்சேரலுக்கு மெய்சிலிர்த்தது. "இது முன்னமே கிடைத்திருந்தால் இப்போர்க்களத்துக்கே நான் வந்திருக்க மாட்டேனே" என்று அவன் சொல்லிக்கொண்டிருக்கும்பொழுது காலம்பனின் பெருங்குரல் கேட்டது. கருங்கைவாணன் மாண்டுவிட்டான் எனத் தெரிந்த கணமே வேந்தர்களின் கவசப்படை நிலைகுலையத் தொடங்கியது. அக்கணத்தில் விண்டன் எறிந்த ஈட்டி உசந்தனைக் குத்தித்தூக்கியது.

படை சிதறத் தொடங்கினாலும் சோழவேழன் தப்பி வெளியேற முயலவில்லை. அவன் பாரியை எதிர்கொள்ளவே முனைந்தான்.

பொதியவெற்பனும் அதே மன நிலையோடு பாய்ந்து முன்னேறினான். நாக்கைத் துருத்தி பல்லைக் கடித்தபடி விரைந்து வந்தான் சோழவேழன். ஓங்கிய எறுழ் தடியை நிறுத்திவிட்டுக் கண்டராக் கோடாரியை வாங்கினான் பாரி.

யானைப்படையைப் பறம்பினர் முழுமையாகச் சிதறச்செய்துவிட்டனர் எனத் தெரிந்ததும் தளபதி மாகனகன் தனக்கு வழங்கப்பட்ட இரண்டாம் திட்டத்தை நிறைவேற்றும் முடிவுக்கு வந்தான். கோட்டைக்குள்ளிருக்கும் நீலனின் தலையை வெட்டிவீசிவிட்டுத் தப்பி வெளியேறுவதுதான் அந்தத் திட்டம். மாகனகன் தனது குதிரையைத் திருப்பி உட்கோட்டைக்குள் நுழைய நினைக்கும்பொழுது உதிரனின் விற்படையினரின் அம்புகள் சீறிப் பாய்ந்தன. கணநேரத்துக்குள் கணக்கில்லாத அம்புகள் முழுவிசையோடு இறங்கின. மாகனகன் உள்ளே நுழைந்து நீலனை வெட்டிவிட்டு செல்வோமா அல்லது இப்பொழுதே தப்பிச் செல்வோமா என ஒருகணம் சிந்தித்தான். அப்பொழுது முடியன் மின்னல் வேகத்தில் கோட்டையை நோக்கிப் பாய்ந்து கொண்டிருந்தான்.

தமக்கு முன்னால் மொத்தப் படையையும் அழித்துக் கொண்டிருக்கும் பாரியை வீழ்த்தும் வெறியோடு சோழவேழனும் பொதிய வெற்பனும் சூழ்ந்து தாக்க முற்பட்ட பொழுது, அவர்களின் தாக்குதலைத் தடுக்க எவ்வித முயற்சியும் பாரி செய்யவில்லை. அத்தாக்குதல் சிறுபிள்ளைத்தனமாகத் தோன்றியது. சோழவேழன் வீசிவந்த வாளினை கண்டராக்கோடாரியால் தட்டிவிட்ட வேகத்தில் அவன் கழுத்தில் கொடுத்து வாங்கினான் கோடாரியை. கண்டராக்கோடாரியின் கூர்மை மலைவேம்பின் முண்டையே வெட்டியிறங்கக்கூடியது.

அறுத்து இழுக்கப்பட்ட கோடாரியின் வேகத்தில் சோழ வேழனின் தலை கண்ணிமைக்கும் நேரத்தில் சரிந்தது. தனது குதிரைக்கு முன்னால் உருண்டு வந்த சோழ வேலனின் தலையைப் பார்த்து மிரண்ட பொதியவெற்பன், தான் என்ன செய்யலாம் என சிந்தித்த கணத்தில் அவனது நெஞ்சுக்குழிக்குள் இறங்கியது கண்டராக்கோடாரியின் கைப்பிடி முனை.

வெளியில் நின்று போரிட்டுக் கொண்டிருக்கும் ஒரு வீரன்கூட கோட்டைக்குள் நுழையக்கூடாது என்பதில் மிகத்தீவிரமாக இருந்தான் உதிரன். அவன் வீசிய அம்புகள் கோட்டை வாயிலின் அருகே ஒருவரையும் நிலைகொள்ளச் செய்யவில்லை. அதனையும் மீறி மாகனகன் உள்ளே நுழைய முயன்றான்.

குதிரையில் பாய்ந்து வந்து கொண்டிருந்த முடியனின் கண்கள் கோட்டை வாசலில்தான் நிலைகுத்தி இருந்தன. மாகனகன் கோட்டைக்குள் நுழையும் கணத்தில் அவனது கவசத்தை துளைத்துக்கொண்டு உள்நுழைந்தது முடியனின் ஈட்டி. வேந்தர்களின் கடைசி முயற்சியை பறம்பின் குடிமுடியன் குத்திச் சாய்த்தான்.

காலம்பன் பெரும் உறுமலோடு வந்து கவசப்படையைத் தாக்க முயலும்பொழுது வேந்தர்கள் மூவரும் வெளியேறி இருந்தனர்.

முடியன் முழுவேகத்தோடு உள்ளே நுழையும் வரை அவனுக்குப் பின்னாலிருந்த உதிரனின் படை இடைவிடாது அம்புகளைப் பாய்ச்சிய படி இருந்தது. நடுவில் நின்ற படை முற்றிலுமாகச் சிதறி ஓடிக் கொண்டிருந்தபொழுது முடியன் கோட்டைக்குள் நுழைந்தான்.

நுழைந்த கணம் அவன் எழுப்பிய சீழ்க்கை ஓசை எங்கும் எதிரொலித்தது.

பாரியும் காலம்பனும் விண்டனும் தங்களை எதிர்த்து நிற்கும் வீரர்கள் யாருமில்லாத களத்திலிருந்து சீழ்க்கை ஓசைகேட்ட கோட்டையை நோக்கி ஓடிவரத் தொடங்கினர்.

இவ்வோசைக்காகக் காத்திருந்த தந்தமுத்தத்துக்காரர்கள் தனியே நிறுத்தியிருந்த நான்காம் யானையை கோட்டை நோக்கி அழைத்துச் சென்றனர்.

பகலின் பதினைந்தாம் நாழிகை. கதிரவனின் வெப்பக்கதிர் நிலமெங்கும் ஒளிவீசிக்கொண்டிருந்தது. காணும் இடமெல்லாம் எருக்களை இலைகளும் நெருஞ்சி இலைகளும் குருதியை ஏந்தி இருந்தன.

எங்கும் மனிதக்கதறல் எதிரொலித்தது. குத்திச்சாய்க்கப்பட்ட குதிரைகளும் யானைகளும் ஈனக் குரலில் ஒலியெழுப்பின.

எரிமதங்கொண்ட யானையாலும் எறுழ்தடிகொண்ட பாரியாலும் நடுங்கிய நிலம் உச்சிப்பொழுதில் நிலைகொள்ளத் தொடங்கியது.

நான்காம் யானை கோட்டையை விட்டு வெளியேறத் தொடங்கியது. அதன் கழுத்தில் தந்தமுத்தத்துக்காரன் உட்கார்ந்திருந்தான். முதுகில் இலவம் பஞ்சால் சிறுநார்கொண்டு பின்னப்பட்ட விரி மெத்தையின் மேல் நீலன் அமர்ந்திருந்தான். அவன் பின்னே, முதுகின் மேல்நிலையில் பாரி அமர்ந்திருந்தான்.

நீலனின் இடக்காலின் காயம் மிக வலிமையானதால் முழுப் பிடிமானமும் கிடைக்கவில்லை. யானையின் அசைவுக்கு ஏற்ப பின்னால் அமர்ந்திருந்த பாரியின் இடதுதோளில் சாய்ந்தபடி இருந்தான் நீலன்.

யானையைத் தொடர்ந்து முடியன், காலம்பன், உதிரன், விண்டன் ஆகியோரும் பறம்பு வீரர்களும் ஏந்திய ஆயுதங்களோடு வந்து கொண்டிருந்தனர்.

தகிப்பேறிய கண்களும் சீற்றம் குறையாத முகமுமாக இருந்த பாரிக்கு, நீலன் தோளில் சாய்ந்த கணத்திலிருந்து வெப்பம் குறையத் தொடங்கியது. செந்தேன் நிறத்தில் எரிந்து கொண்டிருந்த அவனது கண்கள் வெண்மைகொள்ளத் தொடங்கின. எரிமதம் இறங்கத்துவங்கியது.

அவர்களுக்கு முன்னே கிழக்கும் மேற்குமாக நீண்டுகிடந்த பச்சை மலைத்தொடர் தன்பிள்ளை களுக்காகக் கைவிரித்து காத்திருந்தது. நடந்துகொண்டிருந்த யானையின் தந்தத்தின் மீது தும்பி ஒன்று வந்தமர முயன்றது.

குனிந்து அதனைப் பார்க்கமுயன்ற பாரி, பறவையொன்றின் மாறுபட்ட ஓசையைக்கேட்டுத் தலைநிமிர்ந்து பார்த்தான்.

அவனது தலைக்கு மேலே காரமலையை நோக்கி ஓசை யெழுப்பியபடிப் பறந்துகொண்டிருந்தது கருங்கிளி!

111

இன்று முழுநிலவு நாள். கொற்றவையின் கூத்துக் களம் நோக்கிப் பறம்புமக்கள் குவியத் தொடங்கினர். குருதியாட்டு விழா தொடங்க இருந்தது. போரின் இழப்புகளை வெற்றியின் மகிழ்வுகொண்டு மேவும் விழா இது. போர்த்தெய்வமான கொற்றவை தனது பசியாறி மகிழ்ந்திருப்பாள். அவளின் மகிழ்வை பறம்புநாட்டுப் பெண்களின் மகிழ்வாக மாற்றுவதே இத்திருவிழா.

மூவேந்தர்களுக்கு எதிராகப் போர் தொடங்கும்முன் கொற்றவைக்கு நீராட்டுவிஃப்ழா நடந்தது. அவ்விழாவின் பொழுது நிறைசூல்காரியின் வயிற்றில் உள்ள கருவுக்கு வாக்களித்தாள் கொற்றவை. இம்மண்ணை அடுத்த தலைமுறைக்குக் காத்தளிப்பேன் என்று அவள் சொல்லிய சொல் இன்று மலர்ந்துள்ளது. வாக்கினைக் காத்தளித்த கொற்றவைக்கு நன்றிகூறும் பெருவிழா இது.

இழப்பையும் வலியையும் கண்ணீரையும் கடந்தால் மட்டுமே மேடேறி வந்து நன்றி சொல்லமுடியும். இக்காடு காக்கப்பட்டது; இப்பறம்பு காக்கப்பட்டது. நிலமெல்லாம் காக்கப்பட்டதன் அடையாளமாய்ச் சிலிர்த்து நிற்கின்றன. இவ்வளவும் காக்கப்பட்ட நிலையில் தனது இழப்பை நினைத்து மட்டுமே வருத்தப்பட்டுக்கொண்டிருக்க முடியாது. இக்காப்பிற்கானதே அவ்விழப்பு. எனவே, இழப்பினைத் தன்னுள்ளிருந்து பிய்த்து எடுப்பதும் எடுத்த இடத்தில் பக்கு மேவப் புதுத்தோல் பரவி விரிவதுமே தேவை.

வீரர்களின் குருதியில் தோய்ந்த துணிகள் தீபங்களில் திரியாய்

எரிந்துகொண்டிருந்தன. பந்தங்களில் ஒளிவீசிக்கொண்டிருந்தது. எரிந்து மறைதலும். ஒளிர்ந்து அடங்குதலுமே வாழ்வு. இருளை விலக்கத்தான் முடியும்; அழிக்க முடியாது. ஒளிகொண்டு கண்டறியப்படும் உண்மை அதுதான். மரணமும் அப்படித்தான்!

கொற்றவையின் கூத்துக்களம் நோக்கி வழியெங்கும் தீபங்கள் ஏற்றப்பட்டிருந்தன. எல்லாம் ஒளிவீசும் வீர நினைவுகள். சுடரைத் தொட்டுவணங்கியபடிக் கூட்டங் கூட்டமாய் மக்கள் கூத்துக்களம் நோக்கி வந்தவண்ணமே இருந்தனர். பறம்பின் அத்தனை ஊர்களிலிருந்தும் சாரைசாரையாய் வந்து கொண்டிருந்தனர்.

குருதியாட்டு விழா தொடங்குவது தான் இன்று; முடிவது என்றென யாராலும் கணிக்கமுடியாது. காட்டில் எத்தனைவகை கள்ளுண்டோ அத்தனையையும் குடித்து, கறி வகைகளை விடாது கடித்துண்டு, ஆட்டமும் பாட்டுமாய் இவ்விழா பலநாட்கள் நீடிக்கும்.

பறம்பின் தென்னெல்லையிலிருந்து வடவெல்லைவரை உள்ள ஊர்கள் அனைத்தும் ஒரே நேரத்தில் வந்து திரும்ப முடியாது. எனவே, மக்கள் இரவும் பகலுமாக நாட்கணக்கில் வந்துகொண்டே இருப்பர். உள்ளங் கையில் பிடித்து வைத்திருக்கும் மணல் ஆற்றுநீருக்குள் கரைந்து மறைவதைப் போல விழா மகிழ்வில் கண்ணீர்த்துளி தனது போக்கில் மறையும். அதுவரை குருதியாட்டு விழா தொடரும்.

கொற்றவையின் கூத்துக்களத்தின் நடுவில் வைக்கப்பட்டுள்ள வட்டப் பானையில் நிறைநீர் தழும்பியிருக்கும். ஈன்றெடுத்த குழந்தையை அப்பானை நீரில் மிதக்கவிட்டபடி எள்முனையால் அதன் மார்பினைக் கீறுவர். துளிர்த்து மேலெழும் செங்குருதி நீரில் பரவியபடியிருக்க குழந்தையை வெளியில் எடுத்துவிடுவர். பின்னர், செந்தினையைக் குருதியோடு கலந்துவைப்பர். பிள்ளையை ஈன்றெடுத்த தாய் அக்குருதிச் சோற்றினைப் பிசைந்து கொற்றவைக்குப் படையலிடுவாள். மறு தலைமுறைக்கு மண்ணையும் மக்களையும் காத்தளித்தவளுக்குப் புதிய மனிதர்களின் குருதிகொண்டு செய்யும் நன்றிக்கடன் இது. குருதிச்சோறு ஊட்டப்பட்டவுடன் துணங்கை ஆட்டம் தொடங்கும்.

போர்த்துணங்கை கொற்றவைக்கு உரியது. குரவை ஆட்டம்போல ஆணும் பெண்ணும் தழுவியாடும் ஆட்டமல்ல இது. வெறிகொள் மாந்தர் சினந்தாடும் வெற்றிக்கூத்திது. முழவுதான் துணங்கைக்குரிய இசைக்கருவி. அதனுடன் ஆனைப் பறையை மட்டும் இணைத்துக் கொள்ளலாம். இருளேறிய கணத்தில் எவ்வியூரின் மேற்பாறையிலிருந்து மொந்தைக் குடமுழவம் இசைக்கப்படத் தொடங்கியது. குலநாகினிகள் கூத்துக்களம் நோக்கிப் புறப்பட்டதன் அடையாளம் அது.

நாகினிகளின் முன்னே வெறிகொள் பாவையர் சுழன்றாடுவர். அவர்கள் அணிந்துள்ள மாலைகளில் உள்ள மலர்கள் முற்றிலுமாக உதிர்ந்துவிழும் வரை சுழன்றாடுவர். எதிரிகளின் கபாலமேந்திச் சிலர் ஆடிவருவர். கபாலக் கூத்துக்கு மணிமுரசம் முன்செல்லவேண்டும். வெற்றியின் உச்ச ஆட்டம் அது. ஒவ்வொரு திசையிலிருந்தும் ஒவ்வொரு வகையான ஆட்டத்தோடு கூத்துக் களம் நோக்கி வந்துகொண்டிருந்தனர்

பெண்கள். காடெங்கும் ஒளிசிந்திக்கொண்டிருந்த முழுநிலவு வரை கேட்டுத்திரும்பியது துணங்கைக்கான முழவொலி. நள்ளிரவு வரை வெறியாட்டம் ஆடி வந்துகொண்டே இருந்தனர் மக்கள். மூவேந்தர்களை வென்று முடித்த வெற்றிவிழாவை ஆடித்தீர்க்க இருகால்கள் போதவில்லை.

நாகக்கரட்டின் மேலே பறம்புப் படைகள் தங்கியிருந்தன. ஆனால், அவற்றுக்குப் பின்னால் இரலி மேட்டின் குகைகளில் முதுவேலன் இருந்தான். அதற்கு மேல் காரமலையின் உச்சிமுகட்டுக்குச் சற்றே கீழ்நிலையில் இருந்தபடிப் போரினை முழுமையாகப் பார்த்துக் கொண்டிருந்தனர் பெண்கள். கீழே, தட்டியங்காட்டில் போரிடும் பறம்பு வீரர்கள் பொதுப்படையாகத் தெரிவர். தனித்த உருவம் தெரியாது, எந்த ஒருவனையும் அடையாளங் கண்டுவிட முடியாத உயரத்தில் அவர்கள் இருந்தனர். தட்டியங்காட்டுத் தாக்குதலின் தன்மையையும், குளவன்திட்டிலிருந்து பாரி உத்தரவு எழுப்புவதையும் நாகக்கரட்டிலிருந்து வாரிக்கையன் ஒலிக்குறிப்புகளை அனுப்புவதையும் அவர்கள் உச்சியிலிருந்து பகலெல்லாம் பார்த்துக்கொண்டிருந்தனர்.

இரவானதும் யாராவது ஒருத்தி ஒப்பாரிப் பாடலைப் பாடுவாள். அந்தப்பாடல் பெயர் அடையாளமற்று, உருவ அடையாளமற்று வீரத்தை மட்டுமே உருவகப்படுத்தி இருந்தது. எதிரிகளைக் கணக்கேயில்லாமல் கொன்றழித்த பறம்புவீரன் குருதிபெருக மண்ணில் மாண்டு விழுவதைப் பற்றிய பாடலது. அப்பாடலில் பாடப்படும் வீரன் தன் கணவனாகவோ, மகனாகவோ, காதலனாகவோ, தந்தையாகவோ, உடன்பிறந்தவனாகவோ இருப்பானோ என்ற எண்ணம் வராதவர்கள் யாரும் இருக்க மாட்டார்கள். எல்லோரும் எல்லோரின் மரணத்தையும் மனஅளவில் ஒவ்வோர் இரவிலும் சுமந்து கடந்து வெளிவந்து கொண்டிருந்தனர். வீரர்களின் குருதி பெண்களின் கைகளில் இரவெல்லாம் படிந்திருந்தன.

எவ்வளவு கொடிய தாக்குதல் நடந்தாலும் யார் இறந்தாலும் அவர்களுக்கு விதிக்கப்பட்ட எல்லையைத் தாண்டிக் கீழே போகக்கூடாது. கரியனூர் பெரியாத்தாதான் எல்லைக் காவலாக நின்றிருந்தாள். இளவயதுக்காரிகள் சில நேரங்களில் துக்கம் தாங்காமல் நான் போய்ப் பார்க்கவேண்டும் என்று துடித்து புறப்படுவார்கள். அவர்களையெல்லாம் தடுத்தாட் கொள்ளவேண்டும். காரமலையின் மேல்விளிம்பில் பெண்களின் கண்ணீர், உருளமுடியாத பெரும் பாறையாக உருத்திரண்டு நின்றிருந்தது. பால்கட்டிய மார்பென நீர்கட்டி நின்றன விழிகள்.

ஆறாம்நாள் நள்ளிரவு கூவல் குடியினர் எழுப்பிய ஓசை மலையெங்கும் எதிரொலித்தது. ஆறுநாட்களும் இறந்த யாருடைய பெயரும் அறிந்திராத பெண்கள் தேக்கனின் மறைவைக் கூவல்குடியினர் சொல்லக்கேட்டு நடுங்கிப்போயினர். அதுநாள் வரை யாரையும் எல்லை தாண்டவிடாமல் காத்து நின்ற கரியனூர் பெரியாத்தா தலையிலும் மார்பிலும் அடித்துக் கொண்டு, எல்லைதாண்டி இரலிமேட்டினை நோக்கி ஓடத் தொடங்கினாள். அவளைப் பிடித்து நிறுத்துதல் எளிய

செயலன்று. எல்லோரும் எவ்வளவோ முயன்றும் அவளை நிறுத்த முடியவில்லை. நாகினிகள் யாரும் இங்கில்லை. அவர்கள் எல்லோரும் எவ்வியூரில் இருந்தனர். பெரியாத்தாவை யாராலும் கட்டுப்படுத்த முடியவில்லை. தேக்கனின் மரணத்தைத் தாங்கிக் கொள்ளும் திடம் பறம்பில் யாரிடமும் இல்லை. இம்மலையின் பேராசான் போர்க்களத்தில் மாண்டான் என்பதை எப்படி நம்புவது? பெண்கள் ஏது செய்வதென்று தெரியாமல் திணறி நின்றனர்.

"இங்குள்ள பெண்கள் எல்லோருக்கும் தாய் நீ. மார்பில் அடித்து நீகதறுவதை இளம்பிள்ளைகள் எப்படித் தாங்குவார்கள்? தேக்கன் தெய்வத்துக்கு நிகரானவன். அவனது மரணத்தை மனிதர்களான எங்களால் எப்படித் தாங்கமுடியும். எங்களை ஆற்றுப்படுத்தவேண்டிய நீயே எல்லையைத் தாண்டினால் மற்றவர்களால் என்ன செய்யமுடியும்? துக்கத்தை வாயால் சொல்லித் துடித்தழு. அதைவிடுத்து எல்லை தாண்டி முன்னகராதே!" என்று எவ்வளவோ சொல்லிப்பார்த்தனர். ஆனால், அவளை யாராலும் தடுக்க முடியவில்லை.

இறங்கிக்கொண்டிருந்த அவளை நோக்கி இறுதியாக இறங்கிவந்தாள் ஆதினி. என்ன சொல்லிப் பெரியாத்தாளை நிறுத்தப்போகிறாள் என்பதறியாது மற்ற பெண்கள் பார்த்துக்கொண்டிருந்தபொழுது, அவளருகில் சென்று ஆதினி சொன்னாள். "மயிலாவுக்கு வலி கூடியிருக்கிறது. குழந்தை பிறண்டிருக்கும் என்று நினைக்கிறேன். வந்து எடுத்துக்கொடு"

அதிர்ந்து நின்றவள் கண்ணீரைத் துடைத்தபடி, எல்லோரையும் விலக்கிக்கொண்டு "ஏம்மகளே...!" எனக் கத்தியபடி மயிலாவை நோக்கி ஓடினாள் பெரியாத்தா.

நிலவின் மஞ்சள் ஒளியில் காடே ஒளிர்ந்துகொண்டிருந்தது. கூத்துக் களம் நோக்கித் தன் பிஞ்சுமகவைத் தூக்கிவந்தாள் மயிலா. அவளைச்சுற்றி எண்ணற்ற தோழிகள் இருந்தனர். ஆனாலும் அங்கவைதான் அவளை முன்நடத்தி வந்தாள். ஆதினியும் மற்ற பெண்களும் அவளின் வருகையை எதிர்பார்த்துக் கூத்துக்களத்தில் காத்திருந்தனர்.

ஆண்கள், பெண்களுக்கு அப்பால் நின்றிருந்தனர். விரிபலகையில் நீலன் அமர்ந்திருந்தான். காயங்கள் இன்னும் முழுமையாக ஆறவில்லை. அவனது வலப்புறம் கபிலர் அமர்ந்திருந்தார். இடப்புறம் முடியன் அமர்ந்திருந்தான். அவர்களுக்குப் பின்னால் உதிரனும் விண்டனும் நின்றிருந்தனர். காலம்பன் மற்ற பெரியவர்களுடன் எதிர்த் திசையில் அமர்ந்திருந்தான். முன்னும் பின்னுமாகப் பறம்பெங்குமிருந்து வந்த கூட்டம் மொய்த்துக்கிடந்தது.

கூத்துக்களத்தின் நடுவிலிருந்த வட்டப்பானையில் நிறைநீர் தழும்பிக்கொண்டிருந்தது. அருகில் வந்த மயிலா நீருக்குள் தன் மகவை மெல்ல உள்ளிறக்கினாள். பெண்கள் குலவையிடத் தொடங்கினர். பறம்புக்கு ஆசானான தேக்கன் இல்லாததால் முடியன் எழுந்து வந்தான். விரல் இடுக்கிலிருந்த எள்முனைகொண்டு மகவின் மார்பில் சிறுகீறலை உருவாக்கினான். குழந்தை அவனைப்பார்த்து வீறிட்டபொழுது குருதி நீருக்குள் கலந்திருந்தது. குலவையொலி எங்கும் பெருக மகவைப் பானையிலிருந்து

மேலெடுத்தாள் மயிலா. தோழிகள் செந்தினையைக் கூடையில் கொண்டு வந்தனர். அதனை இருகைகளிலும் அள்ளி குருதிநீரில் கலந்தாள். குலவையொலி மேலும் கூடியது. போர்க்களத்தில் மாண்டோரின் குருதிகொண்டு பிசையப்படும் பலிச்சோறது. நான்கு முறை கைகளால் அள்ளிப் போட்டவள். ஐந்தாம்முறை தினையை அள்ளும்பொழுது, “வேண்டாம். அவ்வளவுதான் இருக்கும்” என்று சொல்லிவிட்டுத் தனது இடம் நோக்கி நகர்ந்தான் முடியன்.

வீரன் ஒவ்வொருவனின் குருதியாலும் ஒவ்வொரு தினையைப் பிசைந்து கொற்றவைக்குப் பலிச்சோறிடும் நிகழ்விது. இறந்த வீரர்களின் எண்ணிக்கையைக் கணக்கிட்டு நான்கு பிடியோடு நிறுத்தினான் முடியன். பிசைந்து முடித்துப் பலிச்சோறினைக் கொற்றவைக்குக் கொடுக்கும் சடங்கு தொடங்கியது. குருதியாட்டு விழா அதன் உச்சத்தை நெருங்கியது. குலவையொலி மேலும் மேலும் கூடியபடியிருக்க மயிலா பலிச் சோற்றினை எடுத்து கொற்றவையின் அடிவாரத்தில் வீசத் தொடங்கினாள்.

வீசிய கணம் போர்த்துணங் கைக்கான முழவின் ஒலி பீறிட்டு எழுந்தது. குலவை ஒலியும் முழவின் ஒலியும் இணைந்து இருட்டையும் காட்டையும் மிரட்டிய வேளையில் பெண்களின் துணங்கை ஆட்டம் தொடங்கியது. போர்த்துணங் கைக்கான ஆட்டத்தில் ஒவ்வொரு பெண்ணாக ஆடத் தொடங்கினர் ஆட்டத்தினூடே பலிசோற்றினை அள்ளி கொற்றவையை நோக்கி வீசினர் பெண்கள். புதுமகவின் குருதியால் கொற்றவைக்கு நன்றி சொல்லல் இது.

மனதின் ஆழத்தில் உறைந்து கிடக்கும் துயரத்தின் வலியைப் பிடுங்கியெறிய வலிமைகொண்டு ஆடினர். நேரமாக ஆக முழவின் ஓசையில் காடு நடுங்கியது. அப்போது ஆனைப்பறை முழங்கத் தொடங்கியது. அணங்குகள் இறங்கத் தொடங்கினர். வெறிகொள் பாவையர் சுழன்றாடினர். துணங்கையாடும் பெண்களிடமிருந்து விலகி நின்று வணங்குதலே மரபு. கூட்டம் முழுமையாக விலகி நிற்க முடியாமல் திணறிக்கிடந்தது. வந்திருந்த பெண்கள் எல்லோரும் ஆடத் தொடங்கினர்.

அவர்கள் ஒவ்வொருவருக்குள்ளும் ஓர் அணங்கு இறங்கி ஆடத் தொடங்கியது. ஆட்டத்தினூடே குலநாகினிகள் தனித்து எழுப்பும் குலவையொலி மேலெழ கூட்டம் இடங்கொடுத்து விலகியது. அவ்வொலி கேட்டதிலிருந்து முழவுகளின் ஓசை சிறிதுசிறிதாகக் குறையத் தொடங்கியது. அணங்கிறங்கியவர்களும் தங்களது ஆட்டத்தைக் குறைத்தனர்.

பலகையில் உட்கார்ந்திருந்த கபிலர் என்ன நடக்கிறது என்பதை அறிய எட்டிப்பார்த்தார். குலநாகினிகளின் நடுவே நீராடி மேலெல்லாம் குருதி பூசியபடி வந்துகொண்டிருந்தான் வேள்பாரி. கூட்டத்தின் ஓசை நன்றாகக் குறைந்தது. அவன் வந்து கூத்துக்களத்தின் நடுவே நின்றான். முழவுகளின் ஓசை முழுவதுமாக நின்றன.

உட்கார்ந்திருந்த கபிலருக்கு அங்கு என்ன நடக்கிறது என்று தெளிவாகத் தெரியவில்லை. எழுந்து நின்றார். பாரியின் கைகளில் வில் இருந்தது. குருதியாட்டு விழாவுக்கு ஏன்

வில்லேந்தி வந்துள்ளான் பாரி என்பது கபிலருக்குப் புரியவில்லை. குலநாகினிகள் அம்பொன்றை அவன் கைகளில் கொடுத்தனர். அதன் முனையில் பூச்சூடி இருந்தது. அதனை வாங்கினான் பாரி. வாங்கிய கணம் அவனது உடல் சிலிர்த்து அடங்கியது. கண்களை ஒரு கணம் மூடினான். அந்த அம்பு தேக்கன் தனக்குள் செலுத்திக்கொண்ட அம்பு.

தேக்கனின் நினைவோடு கண்களைத் திறந்தபொழுது குருதியின் நிறங்கொண்டிருந்தன கண்கள். அவன் அம்பினை நாணில் பூட்டி இழுத்தான். குலநாகினிகள் குலவையொலி எழுப்பினர். பெண்கள் பேராசானை நினைத்து கைகளை உயர்த்தி வணங்கினர். பாரி அம்பினை விடுவித்தான். கொற்றவை குடி கொண்டுள்ள மரக்கூட்டத்துக்குள் அம்பு பாய்ந்து மறைந்தது. ஆசான் தனக்குள் செலுத்திக்கொண்ட அம்பினை மீண்டும் தனக்குள் செலுத்திக்கொண்டது பறம்பு.

எழுந்த குலவையொலியோடு முழவின் ஓசை இணைந்துகொண்டது. குலநாகினிகள் அடுத்து மூவிலை வேலினை பாரியிடம் கொடுத்தனர். வேலினை வாங்கினான் பாரி. எழுந்த ஓசை முன்னிலும் பலமடங்கு அதிகரித்தது. பாரியின் உடலில் ஒவ்வொரு நரம்பும் விசையைக் கூட்டியது. கண்கள் கலங்கின. ஒரு மாவீரனைப் போற்றும் கணமிது. அவனது நினைவை நெஞ்சியில் ஏந்தியபடி மூவிலை வேலினை திருப்பிப்பிடித்துக் கூத்துக்களத்தின் முன்நிலத்தில் ஓங்கிக்குத்தி மண்ணுள் இறக்கினான். நிலமிறங்கிய வேலின் கைப்பிடி அதிர்ந்து ஆடிக் கொண்டிருக்க, அதற்குப் பூமாலை சூட்டினர் நாகினிகள். இனி காலம் உள்ளவரை நடப்பட்ட மூவிலை வேலின் வழி வணங்கப்படுவான் இரவாதன்.

வேலினை ஊன்றிய கணத்தோடு அவ்விடம் நிற்கமுடியாமல் வெளியேறிக் கபிலரின் அருகில் வந்தமர்ந்தான் பாரி. துணங்கை ஆட்டம் முன்னிலும் வேகங் கொண்டது. முழவுகள் பேரோசையை எழுப்பின. கூட்டம் கூடிக் கொண்டேயிருந்தது. துணங்காடிய பெண்களை தங்களின் இரு கைகளைக்கொண்டு விலக்கித் தள்ளினர் குலநாகினிகள். ஆனால், ஆடும்பெண்கள் எளிதில் நகர்வதாக இல்லை. பேரொலி எழுப்பிய குலநாகினிகள் அவர்களைப் பிடித்துத் தள்ளி இடம் அமைத்துக் கொடுத்தனர்.

அங்கு நடப்பதைப்பார்க்க கூட்டம் முண்டியடித்து முன்னேறியது. பாரி வந்ததும் அமர்ந்த கபிலர் மீண்டும் எழுந்து நின்று பார்த்தார். இளம்பெண்ணொருத்தி தனியே ஆடிக்கொண்டிருந்தாள். ஆனால் துணங்கை ஆடும் மற்ற பெண்களைப்போல அவள் ஆவேசங் கொண்டு ஆடவில்லை. தலையை மட்டும் ஆட்டி ஆட்டி மெல்ல ஆடிகொண்டிருந்தாள். அவளுக்கு முன்னால் குலநாகினிகள் கைகுவித்து வேண்டியபடி நின்றுகொண்டிருந் தனர்.

பார்த்துக்கொண்டிருந்த கபிலருக்கு எதுவும் புரியவில்லை. சூழ்ந்திருந்த பெண்கள் பேரோசை எழுப்பினர். கூட்டத்தினரின் குலவையொலி மேலும் மேலும் பன்மடங்காகியது. ஆடியவளின் முன்னால் பச்சைமண் சிலையொன்று வைக்கப்பட்டிருந்தது. இப்பொழுதுதான் அது வைக்கப் பட்டிருக்க வேண்டும். அதனைப் பார்த்தபடி நின்று அந்தப்பெண் ஆடிக்கொண்டிருந்தாள்.

குலவையொலி மேலும் கூடியது. எந்நிலையிலும் கண்ணீர் சிந்தாத குலநாகினிகள் கைகுவித்துக் கண்ணீர் மல்க வேண்டி நின்றனர்.

கூட்டதினூடே அங்கு நடப்பது கபிலருக்கு தெளிவாகத் தெரியவில்லை. சற்றே தலையை நிமிர்த்தி எட்டிப்பார்த்தார். குலநாகினிகளின் வேண்டுதலை ஏற்று அப்பெண் மண்சிலைக்கு அருகிலிருந்த எதையோ எடுக்கத் தொடங்கினாள். நாகினிகள் குலவையிடத் தொடங்கினர். இதுவரை இல்லாத அளவு வெளிவந்து கொண்டிருந்தது பேரோசை. எடுத்தவள் தனது காதுகளில் அதனை அணிந்துகொண்டாள். கூட்டத்தி லிருந்த ஒவ்வொருவரும் குலவை யொலியைப் பன்மடங்காக்கினர்.

அவள் மீண்டும் தலையை மெல்ல ஆட்டத் தொடங்கினாள். பின்புறமிருந்து பார்த்துக் கொண்டிருந்த கபிலருக்கு நீண்டநேரங் கழித்துத்தான் புரியத்தொடங்கியது. அவள் காதில் அணிந்தது மகரக்குழைக் காதணி. புதிய மண்சிலையில் நினைவினை இறக்கி நடத்தப்பட்ட வழிபாட்டுச்சடங்கு பொற்சுவைக் கானது. அதனை உணர்ந்த கணத்தில் கபிலரின் மேலெல்லாம் வியர்த்துப் பொங்கியது. கண்களில் நீர்பெருகக் கூட்டத்தை விலக்கிச் சடசடவென உள்ளே நுழைந்தார். பெண்கள் மட்டுமே ஆடும் களத்தில் கபிலர் ஏன் உள்ளே நுழைகிறார் என்று மற்றவர்கள் சிந்தித்து முடிக்கும் முன் கூத்துக் களத்தின் முன்னிலையை அடைந்தார்.

மகரக்குழை இருகாதுமடல்களிலும் தொங்க ஆடிக்கொண்டிருந்தவளின் முகத்தைப் பார்த்தார். குலவை யொலியினூடே அவள் கண்களை இறுக மூடியிருந்தாள். தானும் கண்மூடினார் கபிலர். அவரின் கண்களிலிருந்து நீர் பொங்கிவந்தது. மண்டியிட்டு அவளின் காலினைத் தொட்டு வணங்கினார் கபிலர்.

அமர்ந்திருந்த பாரி எழுந்து வேகமாகக் கூட்டத்துக்குள் நுழைந்தான். உயிர்துறக்கும் பொழுது தனது மடியில் கிடந்த பொற்சுவையின் காலடியைத் தொட்டு வணங்கிய கபிலர் அவ்விடம்விட்டு எழ முடியாமல் அப்படியே கிடந்தார். பாரி அவரைக் கைப்பிடித்துத் தூக்கினான்.

துணங்கை ஆட்டம் மீண்டும் தொடங்கியது. முழவுகள் ஒலியெழுப்பத் தொடங்கின. பெண்கள் சுழன்றாடினர். கபிலரை அழைத்துவந்து நீலனின் அருகில் அமரவைத்தான் பாரி. உணர்ச்சியின் கொந்தளிப்பில் இருந்தார் கபிலர். துணங்கைஆட்டம்உணர்வுநிலையைக் கூட்டிக்கொண்டேயிருந்தது. கூட்டத்திலிருந்த சங்கவை, தந்தையைத் தேடி அருகில் வந்தாள். பாரி அவளைத் தூக்கி தனக்கும் கபிலருக்கும் நடுவில் உட்காரவைத்துக் கொண்டான். கபிலரின் கைகள் சங்கவையின் தலையைக் கோதி விட்டன. அவள் இடப்புறமாகத் திரும்பிக் கபிலரைப் பார்த்து புன்முறுவலோடு அவரின் தாடியைச் சட்டென வருடிவிட்டபடிக் கூத்துக் களத்தைப் பார்த்துத் திரும்பிவிட்டாள்.

நீண்டநேரமாக உணர்ச்சிக் கொந்தளிப்பிலிருந்த கபிலரின் முகம் சற்றே மாறத் தொடங்கியது. சங்கவையின் சிறுகுறும்பு அவரின் மனநிலையை மாற்றத் தலைப்பட்டது. சினமாந்தர்கள் ஆடும் போர்த்துணங்கை இறுதிக்கட்டத்தை எட்டிக்கொண்டிருந்தது. கபிலருக்கு வாரிக்கையனின் நினைவு வந்தது.

அவரை கூத்துத் தொடங்கியதிலிருந்து பார்க்கவில்லையே என்று சிந்தித்தபடிப் பாரியிடம் கேட்டார், "வாரிக்கையன் எங்கே?"

"இன்னும் சிறிதுநேரத்தில் வந்துவிடுவார்"

"பொழுது நள்ளிரவை நெருங்கப் போகிறது. பறம்புநாடே இங்கிருக்கையில் அவர் மட்டும் எங்கே போயுள்ளார்?"

"அவருடன் முதுவேலனும் சேர்ந்து போயுள்ளார்" என்றான் பாரி.

எங்கு என்று மட்டும் சொல்லாமல் வெளிவந்துகொண்டிருந்தது பாரியின் சொற்கள். வழக்கமாக அதனைப் புரிந்துகொள்பவர்தான் கபிலர். ஆனால் இன்றைய உணர்வுநிலையில் சொற்களின் துல்லியத்தின் மீது பயணிக்கும் நிலையில் அவர் இல்லை. "வாரிக்கையன் எங்குதான் போயுள்ளார் பாரி?" எனக் கேட்டார்.

பாரி சொன்னான், "நான்காண்டுக்கு ஒருமுறை ஒளிவாள் இறங்குமல்லவா, ஆதிமலையின் பெருங்கடவு. அங்கே போயுள்ளார்"

'அங்கு எதற்கு?' எனச் சிந்தித்தபடியே கேட்டார், "இதுபோல அங்கேதும் கூத்து நடக்கிறதா?"

"தேக்கனும் இரவாதனும் பொற்சுவையும் நிலைகொள்ள வேண்டிய இடம் இதுதான். ஆனால் திசைவேழர் நிலைகொள்ளவேண்டிய இடம் அதுதானே. அதனால்தான் திசைவேழர் பயன்படுத்திய நாழிகைக்கோளினை எடுத்துக் கொண்டு அங்கு போயுள்ளனர் வாரிக்கையனும் முதுவேலனும்"

உறைந்த உணர்வு மீண்டும் வெடித்து மேலெழுவது போல இருந்தது. சங்கவையைக் கடந்து பாரியின் தோள்நோக்கிப் போனது கபிலரின் கை.

அக்கையை இறுகப்பிடித்த பாரி சொன்னான், "அறங்காக்கும் தெய்வங்கள் எமது நிலத்தை ஆளட்டும். எம் மக்களை ஆளட்டும். எம்மை ஆளட்டும்"

சொல்லிமுடிக்கும் பொழுது முழவின் ஒலியோடு மீண்டும் குலவையொலி இணைந்தது. அனைத்துப் பெண்களும் பெருங்குலவையை வெளிப் படுத்தியபடித் துணங்கை ஆட்டத்தை முடிவுக்குக் கொண்டுவந்தனர்.

கள்ளும் ஊனும் சேரப் பாணர்கூத்துத் தொடங்கும் நேரம் நெருங்கியது. உணர்வால் இறுக்கப் பட்டிருந்த கபிலர் மீண்டுவர முடியாமல் திணறிக்கொண்டிருந்தார். கூத்தர்களும் பாணர்களும் களம்புக ஆயத்தமாயினர்.

முழவினை வெளியேற்றிவிட்டு மற்ற இசைக்கருவிகளை உள்ளெடுத்து வரத் தொடங்கினர். கஞ்சத்தாலான குமுழுவம், கருங்காலியாலான இடக்கை, செங்காலியாலான சல்லியம், வேம்பாலான மத்தளம் ஆகியவற்றைக்கொண்டு இசை வாணர்கள் கூத்துக்களத்தைச் சுற்றி வட்டமிட்டு நின்றனர்.

எண்ணற்ற பாணர் குழுக்கள் வந்து சேர்ந்துள்ளன. துணங்கை கூத்து முடிவதற்காகத்தான் அனைவரும் காத்திருந்தனர். இப்பொழுது களம்புகுந்தனர். செம்மேழிப் பாணர் கூட்டத்தின் பெயர் சொல்லி உரக்கக் கத்தினான் நீலன். நீலனின் குரல் கேட்ட கணம் கூத்துக்களம் மொத்தமும் அமைதியடைந்தது. என்ன சொல்லப்போகிறான் நீலன் என்பதை அறிய அனைவரும்

ஆவலோடு அவனைப் பார்த்தனர். கூட்டத்துக்குள் இருந்த மயிலா குழந்தையோடு மீண்டும் முன்னால் வந்து எட்டிப்பார்த்தாள். அனைவரின் பார்வையும் நீலனின் மீது இருந்தது. அவன் திரும்பிக் கபிலரைப் பார்த்தான். கலங்கி உறைந்த முகம் அப்படியே இருந்தது.

ஒரு கணத்தில் இம்முகத்தை மலரச்செய்ய என்னால் முடியும் என்பது போல் இருந்தது அவனது பார்வை. கபிலரிடமிருந்து பார்வையை விலக்கிப் பாணனைப் பார்த்துச் சொன்னான், “பனையன் மகனே பாடலைப் பாடுங்கள்”

சொல்லிய கணம் கூட்டத்தின் பேரொலி விண்ணை முட்டியது. கபிலரின் முகம் மறுகணமே மாறத் தொடங்கியது. தான் பறம்புக்குள் நுழைய வேட்டுவன் பாறையில் கால்வைத்த முதல்நாள் நீலன் சொன்னான், “முழுநிலவு நாளில் பனையன் மகனே பாடலைப் பாடினால் பறம்பு நாடே எழுந்து ஆடும்”

நீலன் அன்று சொன்ன சொற்கள் நினைவுக்குள்ளிருந்து மேலெழுந்து வந்தது. குறிஞ்சி நிலத்துக்குரிய தொண்டகச் சிறுபறையைத் தனது இடுப்பில் கட்டியிருந்த முதுபாணன். கூத்துக்களத்தை வட்டமடித்தபடி உள்ளே நுழைந்தான். முழுநிலவு பொழிந்து கொண்டிருந்தது. கூட்டத்தின் ஆரவாரம் பெருகத் தொடங்கியது. பாணர்கள் எல்லோரும் இசையாலும் குரலாலும் இணையத் தொடங்கினர். பாடல் தொடங்கிய கணத்தில் பறம்பே எழுந்து ஆடத் தொடங்கியது!

“பனையன் மகனே! பனையன் மகனே!
பல்லுயிர் ஓம்பும் பாரி வேளே!
தினையின் அளவே பிறவுயிர் வாடினும்
துடித்துக் காக்கும் தொல்குடி வேந்தே! – நின்

பறம்பு நிலமும் படர்ந்த காடும்
தவழும் காற்றும் தழலும் வானும்
அண்டுவார் தம்மை அணைக்கும் தாய்மடி!
அளவிலா அன்பைப் பொழியும் தொல்குடி!

பனையன் மகனே! பனையன் மகனே!
பல்லுயிர் ஓம்பும் பாரி வேளே!
தினையின் அளவே பிறவுயிர் வாடினும்

விகடன் பிரசுரம் 799

துடித்துக் காக்கும் தொல்குடி வேந்தே! உனக்குக்

கோலு மில்லை குடையு மில்லை
கொடியும் மில்லை முரசு மில்லை
நிகர்பகை யில்லை பழியு மில்லை
நின்னை வெல்வோர் யாருமில்லை

பனையன் மகனே! பனையன் மகனே!
பல்லுயிர் ஓம்பும் பாரி வேளே!
தினையின் அளவே பிறவுயிர் வாடினும்
துடித்துக் காக்கும் தொல்குடி வேந்தே! – நீ

அழிக்கும் செந்நாய்க்கு ஆளி யாவாய்
அழியாப் பகையை ஏற்ற எதிரிகள்
சூது செய்யினும் சூழ்ந்து தாக்கினும்
ஏது மற்றவராய் இழந்தே செல்வர்

பனையன் மகனே! பனையன் மகனே!
பல்லுயிர் ஓம்பும் பாரி வேளே!
தினையின் அளவே பிறவுயிர் வாடினும்
துடித்துக் காக்கும் தொல்குடி வேந்தே! – நீ

வையைக் கழிமுக வைப்பூர் எரித்தாய்
திரையர் குலத்தைத் தீதின்றி மீட்டாய்
எழுவனாற்றில் இறங்கிய படையை
எள்ளுப்பூச்சியால் அழித்தே ஒழித்தாய்

சிறுகாது முயலின் குருதி தோய்த்துப்
பெருவேந் தர்களை நடுக்குறச் செய்தாய்.
வேளிர் குலத்தின் பாழியைக் காத்தாய்
சேரனை வென்று குதிரைகள் சேர்த்தாய்

பனையன் மகனே! பனையன் மகனே!
பல்லுயிர் ஓம்பும் பாரி வேளே!
தினையின் அளவே பிறவுயிர் வாடினும்
துடித்துக் காக்கும் தொல்குடி வேந்தே! – நீ

நீயாய்ப் பிறர்மேல் நெல்முனையும் வீசாய்
எல்லை கடந்தவர் ஏறி வந்திடின்
கொற்றவைக் களத்தில் வஞ்சினம் உரைப்பாய்

செருகளம் வென்று செங்குருதி குளிப்பாய்

வேந்தர் படையை வெல்வா யென்றே
கருங்கிளி நிமித்தம் கழறிய பின்னரும்
போரினை வெறுத்தாய்; பொறுமை காத்தாய்
நீலனை மீட்கவே நெடும்படை ஒறுத்தாய்

பனையன் மகனே! பனையன் மகனே!
பல்லுயிர் ஓம்பும் பாரி வேளே!
தினையின் அளவே பிறவுயிர் வாடினும்
துடித்துக் காக்கும் தொல்குடி வேந்தே! – நீ

முருகன் வள்ளி முடிச்சிலொரு கண்ணிநீ
எவ்வி சோமா இணைப்பிலொரு பின்னல்நீ
சூலிவேள் தூதுவை பின்னலின் தொடர்ச்சிநீ
தேக்கனும் பழையனும் விட்டுச்சென்ற வீரம்நீ

பனையன் மகனே! பனையன் மகனே!
பல்லுயிர் ஓம்பும் பாரி வேளே!
தினையின் அளவே பிறவுயிர் வாடினும்
துடித்துக் காக்கும் தொல்குடி வேந்தே! – எம்

பாணர் வந்தால் பாடல் கேட்டும்
கூத்தர் ஆடினால் குளிர்மனம் கொண்டும்
இல்லை எனாது எல்லாம் வழங்கி
பல்லுயிர் ஓம்பும் பாரி வேளே – நீ
பனைபோல் வாழ்க! பனைபோல் வாழ்க!”